महाराष्ट्र लोकसेवा आयोग

MPSC

पूर्वपरीक्षा पेपर-१

जनरल स्टडीज पेपर-१

लेखक–संपादक

प्राचार्य डॉ. बाळ कांबळे

एम. ए., एम. फिल., पीएच. डी. (राज्यशास्त्र)

रयत शिक्षण संस्थेचे

दादा पाटील महाविद्यालय

कर्जत जि. अहमदनगर

डायमंड पब्लिकेशन्स

महाराष्ट्र लोकसेवा आयोग
राज्यसेवा पूर्व परीक्षा जनरल स्टडीज पेपर–१
ले.–संपा : प्राचार्य डॉ. बाळ कांबळे

MPSC Preliminary Examination
General Studies Paper-1
Auth.- Ed. : Prin. Dr. Bal Kamble

ISBN 978-81-8483-505-2

© डायमंड पब्लिकेशन्स

मुखपृष्ठ
शाम भालेकर

प्रकाशक
डायमंड पब्लिकेशन्स
१२५५ सदाशिव पेठ, लेले संकुल
पहिला मजला, निंबाळकर तालमीसमोर
पुणे–४११ ०३० ☎ ०२० – २४४५२३८७, २४४६६६४२
diamondpublications@vsnl.net
www.diamondbookspune.com

प्रमुख वितरक
डायमंड बुक डेपो
६६१ नारायण पेठ, अप्पा बळवंत चौक
पुणे–४११ ०३० ☎ ०२० – २४४८०६७७

प्राचार्य डॉ. बाळ कांबळे

लेखक-संपादक

मनोगत

महाराष्ट्र लोकसेवा आयोग (MPSC) राज्यसेवा पूर्व परीक्षासाठीचे सुधारित अभ्यासक्रमानुसार लिहिलेले जनरल स्टडीज पेपर-१ हे पुस्तक आपल्या हाती देताना आम्हाला अत्यंत आनंद होत आहे. २०१३ या वर्षापासून राज्यसेवा पूर्व परीक्षेचे बदललेले स्वरूप खालीलप्रमाणे आहे.

(१) पेपर-१ (जनरल स्टडीज)

२०० गुण (वस्तुनिष्ठ स्वरूप)

(२) पेपर-२ (सीसॅट)

२०० गुण (वस्तुनिष्ठ स्वरूप)

पेपर-१मधील प्रश्नपत्रिकेचा दर्जा पदवी परीक्षा पातळीवरचा आहे. त्यामुळे विद्यार्थ्यांनी संबंधित विषयातील आणि उपविषयातील अद्ययावत व चालू घडामोडींचा अभ्यास करणे अपेक्षित आहे. या पुस्तकात पूर्व परीक्षेच्या सुधारित अभ्यासक्रमानुसार प्रत्येक प्रकरणात सविस्तर व विवेचनात्मक माहिती दिली आहे. तसेच प्रत्येक प्रकरणानंतर उत्तरासहित आयोगाच्या बदललेल्या पद्धतीनुसार वस्तुनिष्ठ प्रकारचे प्रश्न दिले आहेत. या अगोदर आयोगाच्या विविध परीक्षांना विचारलेल्या काही प्रश्नांचा समावेश विद्यार्थ्यांना समजण्यासाठी केला आहे. त्यामुळेही या पुस्तकाचे स्वरूप दर्जेदार झालेले आहे, असा मला विश्वास वाटतो.

ग्रामीण भागातील विद्यार्थ्यांना स्पर्धा परीक्षांची तयारी करताना त्यांच्यात सकारात्मक आत्मविश्वास निर्माण व्हावा यासाठी प्राचार्य व शिक्षकांनी प्रामाणिक प्रयत्न करावयास हवेत, असा प्रामाणिक आग्रह व ध्यास असणारे आमच्या रयत शिक्षण संस्थेचे चेअरमन अॅड. रावसाहेब शिंदे यांची या प्रयत्नांमागे प्रेरणा आहे. स्पर्धा परीक्षेला बसणाऱ्या सर्व विद्यार्थ्यांना गुणवत्तापूर्ण, दर्जेदार मार्गदर्शन मिळावे असा त्यांचा नेहमी आग्रह होता. त्यांच्या सततच्या प्रेरणेमुळे, बहुमोल मार्गदर्शनामुळे व सहकार्यामुळेच आम्ही हे पुस्तक प्रकाशित करू शकलो.

तसेच हे पुस्तक लिहिण्यासाठी रयत शिक्षण संस्थेचे माजी चेअरमन प्रा. एन. डी. पाटील, व्हाइस चेअरमन डॉ. अनिल पाटील, सचिव प्राचार्य डॉ. अरविंद बुरुंगले, सहसचिव प्राचार्य डॉ. नानासाहेब गायकवाड, रयतच्या उत्तर विभागाचे अध्यक्ष श्री. अरुण कडू पाटील, रयतच्या मॅनेजिंग कौन्सिलचे सदस्य श्री शंकरराव कोल्हे, श्री. दादाभाऊ कळमकर, अॅड. भगीरथ शिंदे, प्राचार्य डॉ. ज्ञानदेव म्हस्के, जनरल बॉडी सदस्य आ. अशोक काळे, जनरल बॉडी सदस्या सौ. मीनाताई जगधने, श्री. ज्ञानदेव पांडुळे व दादा पाटील महाविद्यालयाच्या

स्थानिक व्यवस्थापन समितीचे अध्यक्ष श्री. बापुसाहेब देशमुख, सदस्य श्री. राजेंद्र फाळके, श्री. राजेंद्र निंबाळकर, निमंत्रित सदस्य श्री. अंबादास पिसाळ व श्री. रामभाऊ धांडे या सर्व पदाधिकाऱ्यांचे मार्गदर्शन व सहकार्य लाभले.

या पुस्तकाच्या लेखनासाठी माझे मित्र राज्यशास्त्राचे अभ्यासक प्राचार्य डॉ. पी. डी. देवरे, माझे विद्यार्थी जळगावचे साहाय्यक विक्रीकर आयुक्त श्री. भगवान उंडे, सकाळच्या अहमदनगर आवृत्तीचे निवासी संपादक श्री. बाळ बोठे, अहमदनगर येथील साहाय्यक विक्रीकर निरीक्षक श्री. विजय कोकरे यांची मोलाची मदत झाली. त्याशिवाय या पुस्तकात 'भूगोल' विषयाचे प्रकरण लिहिण्यासाठी दादा पाटील महाविद्यालयातील भूगोल विभाग प्रमुख व उपप्राचार्य डॉ. नंदकिशोर पवार, प्रा. माधुरी जाधव व संतोष लगड, तसेच उपप्राचार्य सुभाष उगले, सिनेट सदस्य व राज्यशास्त्र अभ्यास मंडळाचे डॉ. एकनाथ खांदवे, प्रा. ललित पाटील, प्रा. बाजीराव लावंड यांचेही सहकार्य मिळाले. अक्षरजुळणीसाठी श्री. किरण पवार यांचे मोलाचे सहकार्य लाभले. 'सामान्य विज्ञान' हे प्रकरण लिहिण्यासाठी अहमदनगर कॉलेजमधील रसायनशास्त्राचे प्राध्यापक मेहबूब आदम शेख यांचीही मोलाची मदत झाली. डायमंड पब्लिकेशन्सचे श्री. दत्तात्रेय पाष्टे यांच्या सहकार्य व मार्गदर्शनामुळेच हे पुस्तक अत्यंत कमी कालावधीत प्रकाशित करू शकलो. या सर्वांचे मन:पूर्वक आभार! स्पर्धा परीक्षांचा अभ्यास करणाऱ्या सर्वांनाच हे पुस्तक निश्चितच उपयोगी पडणार, अशी आम्हाला खात्री आहे. या पुस्तकात काही त्रुटी राहिल्या असल्याची शक्यता आहे. त्या त्रुटी आमच्या निर्दशनास आणून दिल्यास, आम्ही त्यांचे निश्चितच स्वागत करू.

परीक्षेसाठी हार्दिक शुभेच्छा!

लेखक–परिचय

१) प्राचार्य डॉ. बाळ कांबळे : रयत शिक्षण संस्थेच्या कर्जत (जि.अहमदनगर) येथे दादा पाटील महाविद्यालयात राज्यशास्त्राचे विभागप्रमुख व प्राचार्य आहेत. MPSC च्या सुधारित अभ्यासक्रमानुसार डायमंड पब्लिकेशन्सने प्रकाशित केलेल्या राज्यसेवा मुख्य परीक्षेच्या सामान्य अध्ययन पेपर–१, २, ३ या महाराष्ट्रात सर्वदूर पोहोचलेल्या पुस्तकाचे लेखक आहेत.

२) प्राचार्य पी. डी. देवरे : सी. गो. पाटील महाविद्यालय, साक्री (जि. धुळे) येथील सेवानिवृत्त प्राचार्य आहेत. महाराष्ट्र राज्यशास्त्र व लोकप्रशासन परिषदेचे अध्यक्ष आहेत. डायमंड पब्लिकेशन्सच्या विविध स्पर्धा परीक्षांच्या पुस्तकाचे लेखक आहेत.

३) डॉ. नंदकिशोर पवार : तिघेही कर्जतच्या दादा पाटील महाविद्यालयात भूगोल विभागात कार्यरत आहेत.
प्रा. माधुरी जाधव डॉ. नंदकिशोर पवार हे विभागप्रमुख व उपप्राचार्य आहेत. प्रा. माधुरी जाधव व
प्रा. संतोष लगड प्रा. संतोष लगड हे त्याच विभागातील साहाय्यक प्राध्यापक आहेत.

४) प्रा. मेहबूब आदम शेख : बी. पी. एच. ई. सोसायटीच्या अहमदनगर कॉलेजमध्ये रसायनशास्त्राचे साहाय्यक प्राध्यापक आहेत.

MPSC पूर्व परीक्षेच्या सुधारित अभ्यासक्रमानुसार खालील अनुभवी लेखकांनी लेखन केलेले आहे.

अ.नं.	प्रकरणाचे नाव	लेखकाचे नाव
१	चालू घडामोडी (महाराष्ट्र, भारत व आंतरराष्ट्रीय)	प्राचार्य डॉ. बाळ कांबळे
२	भारताचा इतिहास (महाराष्ट्राच्या विशेष संदर्भासह) आणि भारतीय राष्ट्रीय चळवळ	प्राचार्य डॉ. बाळ कांबळे प्राचार्य डॉ. पी. डी. देवरे
३	महाराष्ट्र, भारत आणि जगाचा भूगोल	प्राचार्य डॉ. बाळ कांबळे डॉ. नंदकिशोर पवार प्रा. माधुरी जाधव प्रा. संतोष लगड
४	भारत व महाराष्ट्रातील राज्यपद्धती आणि प्रशासन	प्राचार्य डॉ. बाळ कांबळे प्राचार्य डॉ. पी. डी. देवरे
५	आर्थिक, सामाजिक व शाश्वत विकास	प्राचार्य पी. डी. देवरे प्राचार्य डॉ. बाळ कांबळे
६	पर्यावरण, जैवविविधता आणि वातावरण बदलासंदर्भात मुद्दे	प्राचार्य डॉ. पी. डी. देवरे प्राचार्य डॉ. बाळ कांबळे प्रा. शेख मेहबूब आदम
७	सामान्य विज्ञान	प्रा. शेख मेहबूब आदम

अनुक्रम

चालू घडामोडी
(महाराष्ट्र, भारत व आंतरराष्ट्रीय)

प्राचार्य डॉ. बाळ कांबळे

राज्यसेवा पूर्व परीक्षा – पेपर (१) 'जनरल स्टडीज' मध्ये सुधारित अभ्यासक्रमानुसार या प्रकरणावर २०० गुणांपैकी २५ ते ३० गुणांसाठी प्रश्न विचारले जातात. प्रामुख्याने राजकीय, सामाजिक, शैक्षणिक, आर्थिक, सांस्कृतिक, साहित्य, पर्यावरण, क्रीडा, चित्रपट, नाट्य, कृषि, विज्ञान-तंत्रज्ञान, विविध आंतरराष्ट्रीय संघटना या क्षेत्रातील सद्य चालू घडामोडींबाबत तसेच पाठीमागच्या दोन ते तीन वर्षांतील या क्षेत्रातील घडामोडींबाबत परीक्षेत प्रश्न विचारले जातात, असा एम.पी.एस.सी. कडून आत्तापर्यंत झालेल्या अनेक परीक्षांबाबतचा अनुभव आहे.

या प्रकरणात आयोगाच्या बदललेल्या प्रश्नपत्रिकेच्या स्वरूपाप्रमाणे अनेक प्रकारचे वस्तुनिष्ठ प्रकारचे प्रश्न तयार करून शेवटी त्यांची उत्तरे दिली आहेत. अनेक विद्यार्थ्यांना त्यातून योग्य दिशा आणि मार्गदर्शन मिळेल, असा मला विश्वास वाटतो.

● या प्रकरणावरील काही महत्त्वाचे प्रश्न.

१) .... हा आठवडा 'राष्ट्रीय आहार सप्ताह' म्हणून साजरा केला जातो ?

१) १ ते ७ जानेवारी   २) १ ते ७ एप्रिल   ३) १ ते ७ सप्टेंबर   ४) १ ते ७ डिसेंबर

The week .... is observed as the 'National Food Week.'

1) 1st to 7th January 2) 1st to 7th April   3) 1st to 7th September 4) 1st to 7th December

२) तमिळनाडूतील 'कुडनकुलम अणू प्रकल्प' भारत आणि पुढीलपैकी कोणत्या देशाचा संयुक्त प्रकल्प आहे ?

१) इराण   २) रशिया   ३) अमेरिका   ४) जर्मनी

Which of the following countries is collaborating with India in the 'Kudankulam Nuclear Project' in Tamil Nadu?

1) Iran   2) Russia   3) America   4) Germany

३) १) ललितकुमार जैन हे क्रेडाईचे (CREDAI) चे राष्ट्रीय अध्यक्ष आहेत.

२) क्रेडाई (CREDAI) ही बांधकाम व्यावसायिकांची संघटना आहे.

१) फक्त १ बरोबर   २) फक्त २ बरोबर

३) १ आणि २ दोन्ही बरोबर   ४) यापेक्षा वेगळे उत्तर

1) Lalitkumar Jain is the national President of CREDAI.
2) CREDAI is an organization of builders.

1) Only 1 correct

2) Only 2 correct

3) 1 and 2 are correct

4) None of the above

४) पुढीलपैकी कोणते आत्मचरित्र डॉ. वर्गीस कुरीयन यांचे आहे?

१) ड्रीम्स फ्रॉम माय फादर

२) टू ए हंगर फ्री वर्ल्ड

३) दी टेल्स ऑफ माय टाईम

४) आय, टू, हॅड ए ड्रीम

Which of the following is an autobiography of Dr. Verghese Kurien?

1) Dreams from my Father

2) To a Hunger Free World

3) The Tales of my Times

4) I, too, had a Dream.

५) 'पार्क–जाए–संग' हा कोण आहे?

१) गँग्नम स्टाईल नृत्याचा पॉपस्टार

२) पाकिस्तानचा गझल गायक

३) पाश्चिमात्य संगिताचा पॉपस्टार

४) वेस्ट इंडिज मधील संगीतकार

'Park-Jae-Sang' is -

1) The Pop-star of Gangnam style

2) The Gazal-Singer of Pakistan

3) The Pop-star of Western Music

4) The Musician of West Indies.

६) .... हा दिवस भारत शासनातर्फे 'सार्वजनिक क्षेत्र दिन' म्हणून पाळला जातो.

१) १ जानेवारी   २) १३ जानेवारी   ३) १ एप्रिल   ४) १३ एप्रिल

.... is observed as 'Public Sector Day' by the Indian government.

1) 1st January   2) 13th January   3) 1st April   4) 13th April

७) १) एप्रिल २०१२ मध्ये नाशिक या ठिकाणी सकाळ अॅग्रोवन महासरपंच परिषद आयोजित केली होती.

२) या परिषदेत सहभागी सरपंचाचा कौल घेऊन महाराष्ट्राचे ग्रामविकासमंत्री श्री. जयंत पाटील यांनी येथून पुढे एका वर्षात ग्रामसभेच्या सहा ऐवजी चार बैठका होतील असे जाहीर केले.

१) फक्त १ बरोबर

२) फक्त २ बरोबर

३) १ आणि २ दोन्ही बरोबर

४) यापेक्षा वेगळे उत्तर

1) "Sakal Agro-One Mahasarpanch Parishad" was held at Nashik in April 2012.
2) In this Parishad, the Rural Development Minister Shri. Jayant Patil announced that there will be four meetings of Gram Sabha instead of six according to the verdict of participated Sarpanchs.

1) Only 1 correct   2) Only 2 correct   3) 1 and 2 correct   4) None of the above

८) 'महंमद वाहीद' हे कोण आहेत?

१) बांगलादेशचे परराष्ट्रमंत्री

२) इंडोनेशियाचे अध्यक्ष

३) मालदिवचे अध्यक्ष

४) इराणचे परराष्ट्रमंत्री

Mahammed Vaheed is -
1) The External Affairs Minister of Bangladesh
2) The President of Indonesia
3) The President of Maldives
4) The External Affairs Minister of Iran

९) २०१२ मध्ये पुढीलपैकी कोणत्या संघाने इंग्लंडला हरवून T-20 महिला क्रिकेट वर्ल्डकपमध्ये विजय मिळविला?

१) भारत २) ऑस्ट्रेलिया ३) न्यूझीलंड ४) पाकिस्तान

Which of the following team defeated England and won victory in T-20 Women's Cricket World cup in the year 2012?

1) India 2) Australia 3) New Zealand 4) Pakistan

१०) १) २०११ चा मिस युनिव्हर्स पुरस्कार ब्राझील मधील साओ पावलो हिला मिळाला.

२) २०११ चा मिस वर्ल्ड पुरस्कार व्हेनेझुएला मधील इव्हियन सार्कोझ हिला मिळाला.

३) २०११ चा मिस अर्थ पुरस्कार इक्वेडोर मधील ओल्गा आलावा हिला मिळाला.

४) २०१२ चा मिस इंडिया वर्ल्ड पुरस्कार वन्या मिश्रा हिला मिळाला.

१) १ आणि २ बरोबर २) २, ३ आणि ४ बरोबर

३) फक्त ३ बरोबर ४) वरील सर्व बरोबर

1) Sao Paulo from Brazil was awarded the Miss-Universe-2011.
2) Ivian Sarcos from Venezuela was awarded Miss-Word 2011.
3) Olga Alava from Ecuador was awarded Miss-Earth 2011.
4) Vanya Mishra was awarded Miss India World-2012.
1) 1 and 2 are correct 2) 3 and 4 correct
3) Only 3 is correct 4) All of them are correct.

११) पुढीलपैकी कोणाला सर्वोत्कृष्ट अभिनेता म्हणून २०१२ चा स्क्रीन पुरस्कार मिळाला?

१) रणबीर कपूर २) सैफ अली खान ३) सलमान खान ४) शाहरूख खान

Who among the following was awarded the Screen Award of 2012 for Best Actor?

1) Ranbir Kapoor 2) Saif Ali Khan 3) Salman Khan 4) Shah Rukh Khan

१२) २०११ साली ५६ व्या फिल्मफेअर पुरस्काराचे वितरण कोठे केले?

१) पुणे २) मुंबई ३) नवी दिल्ली ४) चेन्नई

Where was the 56th Filmfare Award-2011 distributed?

1) Pune 2) Mumbai 3) New Delhi 4) Chennai

१३) २०११ चा राज्य मराठी चित्रपट पुरस्कार पुढीलपैकी कोणत्या चित्रपटाला मिळाला?

१) देऊळ २) मी सिंधुताई सपकाळ ३) शाळा ४) बालगंधर्व

Which of the following film was awarded the State Marathi Film Award of 2011?

1) Deool 2) Me Sindhutai Sapkal
3) Shala 4) Balgandharva

१४) २०१०-२०११ या वर्षाचा महाराष्ट्र शासनातर्फे दिला जाणारा गानसम्राज्ञी लता मंगेशकर पुरस्कार पुढीलपैकी कोणाला दिला?

१) यशवंत देव २) सुलोचना चव्हाण ३) आशा भोसले ४) रेणुका शहाणे

To whom of the following the Gansamradni Lata Mangeshkar Puraskar for the year 2010-11 was given by Government of Maharashtra ?

1) Yashwant Dev 2) Sulochana Chavan 3) Asha Bhosale 4) Renuka Shahane

१५) महाराष्ट्र शासनातर्फे दिल्या जाणाऱ्या पुरस्काराबाबत बरोबर पर्याय सांगा.

१) २०११ चा 'चित्रपती व्ही. शांताराम स्मृती जीवनगौरव पुरस्कार' जब्बार पटेल यांना मिळाला.

२) २०११ चा 'राजकपूर स्मृती जीवनगौरव पुरस्कार' गोविंद निहलानी यांना मिळाला.

३) २०११ चा 'नटवर्य प्रभाकर पणशीकर महाराष्ट्र रंगभूमी जीवनगौरव पुरस्कार' सुलभा देशपांडे यांना मिळाला.

४) २०११ चा 'अण्णासाहेब किर्लोस्कर संगीत रंगभूमी जीवनगौरव पुरस्कार' फैय्याज यांना मिळाला.

१) १ आणि २ बरोबर   २) २ आणि ३ बरोबर   ३) फक्त १ बरोबर   ४) वरील सर्व बरोबर

Choose the correct alternative(s) regarding the awards given by Government of Maharashtra.

1) Jabbar Patel was awarded 'Chitrapti V.Shantaram Smriti Jivangaurav Puraskar' in 2011.

2) 'Raj Kapur Smriti Jivangaurav Puraskar' was awarded to Govind Nihalani in 2011.

3) Sulabha Deshpande was awarded with 'Natvarya Prabhakar Panshikar Maharashtra Rangbhumi Jivangaurav Puraskar' of 2011.

4) 'Annasaheb Kirloskar Sangit Ranghbhumi Jivangaurav Puraskar' was given to Faiyaz in 2011.

1) 1 and 2 are correct   2) 2 and 3 are correct
3) Only 1 is correct   4) All of them are correct

१६) २०१४ साली १७ व्या आशियाई क्रीडा स्पर्धा पुढीलपैकी कोठे होणार आहेत?

१) ग्लासगो (स्कॉटलँड)   २) इंचयान (दक्षिण कोरिया)

३) रिओ–दि–जानेरिओ (ब्राझील)   ४) नवी दिल्ली (भारत)

The 17th Asian Games of 2014 are going to be held at-
1) Glasgow (Scotland)   2) Yinchuan (South Korea)
3) Rio-de-Janerio (Brazil)   4) New Delhi (India)

१७) १) २०११ च्या विम्बल्डन ओपन टेनिस स्पर्धेत पुरुष एकेरी विजेतेपद सर्बियाच्या नोव्हाक जोकोविच याला मिळाले.

२) २०१० च्या फ्रेंच ओपन टेनिस स्पर्धेत महिला एकेरी विजेतेपद चीनच्या ली ना हिला मिळाले.

१) फक्त १ बरोबर   २) फक्त २ बरोबर   ३) १ आणि २ बरोबर   ४) दोन्हीही चूक

1) Novak Djokovic of Serbia won the Men's Singles Championship of Wimbledon 2011.

2) China's Le Na won the Women's Singles Championship of French Open Tennis competition of 2010.

1) Only 1 is correct 2) Only 2 is correct 3) 1 and 2 are correct 4) Both are incorrect

१८) २०११ साली झालेल्या १० व्या विश्वचषक क्रिकेट स्पर्धेचे उद्घाटन पुढीलपैकी कोणी केले?

१) भारताचे पंतप्रधान मनमोहन सिंग   २) बांगलादेशाच्या पंतप्रधान शेख हसीना

३) श्रीलंकेचे अध्यक्ष महिंदा राजपक्षे   ४) पाकिस्तानच्या परराष्ट्रमंत्री हिना रब्बानी खार

Who among the following inaugurated the 10th Cricket World cup 2011?
1) India's Prime Minister Manmohan Singh
2) Bangladesh's Prime Minister Shaikh Hasina

3) The President of Sri Lanka-Mahinda Rajapaksa
4) Pakistan's External Affairs Minister Hina Rabbani Khar

१९) २०११ मध्ये ४४ व्या राष्ट्रीय खो-खो स्पर्धा पुढीलपैकी कोणत्या घटकराज्यात झाल्या?

१) महाराष्ट्र २) आंध्रप्रदेश ३) गोवा ४) केरळ

Which of the following states hosted the 44th National Kho-Kho competition in 2011?

1) Maharashtra 2) Andhra Pradesh 3) Goa 4) Kerala

२०) डॉ. संजीव मिश्रा, डॉ. राजारामन्, प्रा. अतुल शर्मा, श्री. बी.के.चतुर्वेदी यांनी पुढीलपैकी कोणत्या आयोगाचे सदस्य म्हणून काम केले?

१) नियोजन आयोग २) राष्ट्रीय ज्ञान आयोग ३) निवडणूक आयोग ४) १३ वा वित्त आयोग

Dr. Sanjiv Mishra, Dr. Rajaraman, Dr. Atul Sharma, Shri. B. K. Chaturvedi were members of-

1) The Planning Commission 2) National Knowledge Commission
3) Election Commission 4) 13th Finance Commission

२१) भारतातील सर्वाधिक निर्यात करणारी राज्ये ....

१) गुजरात, तमिळनाडू, प.बंगाल २) महाराष्ट्र, गुजरात, तमिळनाडू

३) महाराष्ट्र, गुजरात, आंध्रप्रदेश ४) गुजरात, आंध्रप्रदेश, प.बंगाल

The states in India which export more-

1) Gujrat, Tamil Nadu, West Bengal 2) Maharashtra, Gujrat, Tamil Nadu
3) Maharashtra, Gujrat, Andra Pradesh 4) Gujrat, Andra Pradesh, West Bengal

२२) जगातील सर्वात मोठ्या अर्थव्यवस्था असणाऱ्या राष्ट्रांचा उतरता क्रम ....

१) अमेरिका, चीन, जपान, भारत, जर्मनी २) अमेरिका, चीन, जपान, जर्मनी, भारत

३) अमेरिका, भारत, चीन, जर्मनी, जपान ४) अमेरिका, रशिया, चीन, भारत, इंग्लंड

The disecending order of world's biggest economies-
1) USA, China, Japan, India, Germany 2) USA, China, Japan, Germany, India
3) USA, India, China, Germany, Japan 4) USA, Russia, China, India, England

२३) २०११-१२ या आर्थिक वर्षात भारतात सर्वाधिक परकीय प्रत्यक्ष गुंतवणूक करणाऱ्या राष्ट्रांचा उतरता क्रम ....

१) अमेरिका, सिंगापूर, मॉरिशस, इंग्लंड २) मॉरिशस, सिंगापूर, इंग्लंड, अमेरिका

३) मॉरिशस, अमेरिका, सिंगापूर, जपान ४) सिंगापूर, मॉरिशस, अमेरिका, इंग्लंड

The descending order of nations according to their maximum Foreign Direct Investment in the financial year 2011-12-
1) USA, Singapore, Mouritious, England
2) Mouritius, Singapore, England, USA
3) Mouritius, USA, Singapore, Japan
4) Singapore, Mouritius, USA, England

२४) १) २०१० यावर्षी महाराष्ट्रातील मुंबई, पुणे, ठाणे, रायगड या जिल्ह्यांचे दरडोई उत्पन्न सर्वात जास्त होते.

२) त्याच वर्षी गडचिरोली आणि नंदुरबार या दोन जिल्ह्यांचे दरडोई उत्पन्न सर्वात कमी होते.

१) फक्त १ बरोबर २) फक्त २ बरोबर ३) १ आणि २ बरोबर ४) दोन्हीही चूक

1) The per capita income of Mumbai, Pune, Thane, Raigad district in Maharashtra was maximum in 2010.

2) In the same year, the per capita income of Gadchiroli and Nandurbar districts was minimum.

1) Only 1 is correct 2) Only 2 is correct 3) 1 and 2 are correct 4) Both are incorrect

२५)१) २०१०-११ या वर्षी सेवा क्षेत्राचा वृद्धिदर ९.३% इतका होता. २०१२-१३ मध्ये तो ९.१% इतका आहे.

२) २०११-१२ या वर्षी कृषीक्षेत्राचा वृद्धिदर मात्र ३% इतकाच राहिला.

३) २०१२-१३ या वर्षीसाठी उद्योगक्षेत्राचा वृद्धिदर ७ % इतका आहे.

४) २०१२-१३ या वर्षात कृषी क्षेत्राचा वृद्धिदर वाढवायचा नाही असे केंद्र शासनाने ठरविले आहे.

१) १ आणि २ बरोबर २) २ आणि ३ बरोबर ३) १, २ आणि ३ बरोबर ४) फक्त १ बरोबर

1) The growth rate of service sector was 9.3% in 2010-11. It is 9.1% in 2012-13.

2) The growth rate of Agriculture sector remained only 3% in 2011-12.

3) The growth rate of industrial sector for 2012-13 is 7%.

4) The central government has decided not to increase the growth rate of agriculture sector in 2012-13.

1) 1 and 2 are correct   2) 2 and 3 correct

3) 1, 2 and 3 are correct   4) Only 1 is correct

२६) २०१०-११ या वर्षात कृषी क्षेत्राचा जीडीपी मधील वाटा किती टक्के होता?

१) १३.९ %   २) १४.३ %   ३) १०.१५ %   ४) ९.५० %

What was the share of agriculture sector in G.D.P. in the year 2010-11?

1) 13.9 %   2) 14.3 %   3) 10.15 %   4) 9.50 %

२७) जोड्या लावा.

संस्था	पदाधिकारी
अ) सार्कचे अध्यक्ष	१) अमर्त्य सेन
ब) जागतिक बँकेचे अध्यक्ष	२) रॉबर्ट झोएलिक
क) यु.एन.डी.पी.चे मानव विकास सल्लागार	३) महिंदा राजपक्षे

१) अ-३, ब-२, क-१   २) अ-३, ब-१, क-२

३) अ-१, ब-२, क-३   ४) यापेक्षा वेगळे उत्तर

Match the correct pair.

Institution	Office bearers
a) President of SAARC	1) Amartya Sen
b) President of World Bank	2) Robert Zoellick
c) Human Development advisor of U.N.D.P.	3) Mahinda Rajapaksa

1) a-3, b-2, c-1   2) a-3, b-1, c-2   3) a-1, b-2, c-3   4) None of the above

२८) पुढील विधानांचा विचार करा.

१) भारताच्या कायदेमंडळाला 'संसद' म्हणतात.

२) बांगलादेशाच्या कायदेमंडळाला 'जातीय संसद' म्हणतात.

३) नेपाळच्या कायदेमंडळाला 'राष्ट्रीय पंचायत' म्हणतात.

४) पाकिस्तानच्या कायदेमंडळाला 'शोरा' म्हणतात.

योग्य पर्याय निवडा.

१) फक्त १ बरोबर   २) १ आणि २ बरोबर   ३) १, २ आणि ३ बरोबर ४) फक्त ४ बरोबर

Consider the following Sentences.

1) Indian Legislature is called as 'Parliament'.

2) Legislature of Bangladesh is called as 'Jatiya Sansad'.

3) Legislature of Nepal is called as 'Rashtriya Panchayat'.

4) The Legislature of Pakistan is called as 'Shora'.

1) Only 1 is correct   2) 1 and 2 are correct

3) 1, 2 and 3 are correct   4) Only 4 is correct

२९) जोड्या लावा.

देश	पंतप्रधान
अ) इंग्लंड	१) स्टीफन हार्पर
ब) ऑस्ट्रेलिया	२) बेंजामिन नेतान्याहू
क) कॅनडा	३) ज्युलिया गिलार्ड
ड) इस्रायल	४) डेव्हिड कॅमेरॉन

१) अ–४, ब–१, क–२, ड–३   २) अ–४, ब–३, क–२, ड–१

३) अ–३, ब–१, क–२, ड–४   ४) अ–४, ब–३, क–१, ड–२

Match the correct pair.

Country	Prime Minister
a) England	1) Stephen Harper
b) Australia	2) Benjamin Netanyahu
c) Canada	3) Julia Gillard
d) Israil	4) David Cameron

1) a-4, b-1, c-2, d-3 2) a-4, b-5, c-1, d-2 3) a-3, b-1, c-2, d-4 4) a-4, b-3, c-1, d-2

३०) १) २०१२ या वर्षी १७ वा राष्ट्रीय युवा महोत्सव मंगळुरू (कर्नाटक) येथे आयोजित केला होता.

२) जानेवारी २०१३ या वर्षी हा उत्सव पाटणा (बिहार) या ठिकाणी आयोजित केला.

१) फक्त १ बरोबर   २) फक्त २ बरोबर   ३) १ आणि २ बरोबर ड) दोन्हीही चूक

1) The 17th National Youth Festival was organized at Mangaluru (Karnataka) in 2012.

2) It was held at Patna (Bihar) in January 2013.

1) Only 1 is correct 2) Only 2 is correct 3) 1 and 2 are correct 4) Both the incorrect

३१) २८ सप्टेंबर २०१२ रोजी केंद्र शासनाने पुढीलपैकी कोणता एक महत्त्वाचा आर्थिक निर्णय घेतला?

१) नवे राष्ट्रीय इलेक्ट्रॉनिक धोरण जाहीर केले.

२) भ्रष्टाचार तसेच अंशदानाचा (सबसिडी) अपहार रोखण्यासाठी अंशदानाचे पैसे लाभार्थीच्या बँक खात्यात थेट जमा करण्याचा निर्णय घेतला.

३) माहिती तंत्रज्ञान धोरणास मान्यता दिली.

४) मल्टीब्रॅण्ड रिटेल क्षेत्रात ५१% थेट परकीय गुंतवणुकीला मान्यता दिली.

१) फक्त १ बरोबर   २) फक्त २ बरोबर   ३) २ आणि ४ बरोबर ४) वरील सर्व बरोबर

Which important financial decision was taken by the Central Government on 28th September 2012 ?
1) A new National Electronic Policy was announced.
2) It was resolved that the money of subsidy would be directly transferred to the beneficiary's account to stop corruption and defalcation of the subsidy.
3) The Information Technology Policy was approved.
4) 51% Foreign Direct Investment was approved in Multibrand Retail Sector.

1) Only 1 is correct
2) Only 2 is correct
3) 2 and 4 are correct
4) All of them are correct

३२) टिळक महाराष्ट्र विद्यापीठ, पुणे यांनी डी.लीट ही पदवी पुढीलपैकी कोणाला नुकतीच दिली?

१) सुशीलकुमार शिंदे   २) शरद पवार   ३) प्रतिभाताई पाटील   ४) प्रतिभाताई पवार

Who among the following is recently awarded with D.Litt. by Tilak Maharashtra University, Pune ?

1) Sushilkumar Shinde 2) Sharad Pawar   3) Pratibhatai Patil   4) Pratibhatai Pawar

३३) पुढीलपैकी कोणत्या प्रकरणात भारतीय वंशाचे उद्योजक रजत गुप्ता यांना नुकतीच अमेरिकन न्यायालयाने

२ वर्षांसाठी कारावासाची शिक्षा ठोठावली?

१) शेअर बाजारात छोट्या गुंतवणुकदारांची फसवणूक

२) इनसायडर ट्रेडिंग

३) शेअरबाजाराची जबाबदारी योग्य पद्धतीने न हाताळणे

४) अमेरिकेतील मोठ्या उद्योगपतींमध्ये भांडणे लावल्याबद्दल

For which of the following causes the Businessman of Indian descent Rajat Gupta is sentenced for 2 years imprisonment by american court?
1) The deception of small-scale investors in Share-Market.
2) Insider Trading.
3) Improper handling of the responsibility of Share-Market.
4) To initiate disputes among large-scale industrialists in america.

३४) अमेरिकन राष्ट्राध्यक्ष होण्यासाठी पुढीलपैकी कोणत्या बाबी आवश्यक आहेत?

१) तो अमेरिकेचा नागरिक असावा.

२) तो सतत १४ वर्षांपासून अमेरिकेत वास्तव्य करीत असावा.

३) त्याने वयाची ३५ वर्षे पूर्ण केलेली असावीत.

४) त्याला इंग्रजी भाषेचे ज्ञान असावे.

१) १ आणि २ बरोबर २) २ आणि ३ बरोबर ३) १, २ आणि ३ बरोबर ४) वरील सर्व बरोबर

Which of the following conditions should be fulfilled to become the President of United States of America?
1) He must be a citizen of USA.
2) He must be living in USA since 14 years continuously.
3) He should have completed 35 years of his age.
4) He must know the English language.

1) 1 and 2 are correct
2) 2 and 3 are correct
3) 1, 2 and 3 are correct
4) All of them the correct.

३५) पुढीलपैकी कोणत्या क्षेत्रात विशेष कामगिरी केल्याबद्दल रामनाथ गोएंका पुरस्कार दिला जातो?

१) चित्रपट २) नाट्य ३) पत्रकारिता ४) साहित्य

Ramnath Goyanka award is given for the special achievement in which of the following fields?

1) Cinema 2) Drama 3) Journalism 4) Literature

३६) भारतातील नियोजित अणुभट्ट्या पुढीलप्रमाणे आहेत.

१) कुडनकूलम्, जैतापूर, नरोरा २) कुडनकूलम्, जैतापूर, उमरेड

३) रावतभाटा, कल्पकम, जैतापूर ४) तारापूर, कुडनकूलम्, जैतापूर

The proposed nuclear plants in India are as follows-

1) Kudankulam, Jaitapur, Narora 2) Kudankulam, Jaitapur, Umred

3) Ravatbhata, Kalpakkam, Jaitapur 4) Tarapur, Kudankulam, Jaitapur

३७) अणुउर्जेच्या निर्मितीमध्ये भारताचा जगात कितवा क्रमांक आहे?

१) चौथा २) पाचवा ३) सहावा ४) दहावा

Internationally, where does India rank in terms of production of nuclear power?

1) Fourth 2) Fifth 3) Sixth 4) Tenth

३८) गझनी, शाहीन, घौरी आणि बाबर ही पुढीलपैकी कोणत्या देशाची प्रमुख क्षेपणास्त्रे आहेत?

१) अफगाणिस्तान २) पाकिस्तान ३) इराण ४) इराक

Which country has Gazni, Shaheen, Ghouri and Babar as its main missiles ?

1) Afaghanisthan 2) Pakistan 3) Iran 4) Iraq

३९) भारताने स्वदेशी तंत्रज्ञानावर बनविलेली हलकी लढाऊ विमाने कोणती?

१) चकोर २) तेजस ३) मिग–२९ ४) हर्क्युलस

Which of the following Fighter Plane is made with Indian Technology?

1) Chakor 2) Tejas 3) Mig-29 4) Harcules

४०) जोड्या लावा.

लष्करी प्रशिक्षण संस्था ठिकाण

अ) ऑफिसर्स ट्रेनिंग ॲकॅडेमी १) डेहराडून

ब) इंडियन मिलिटरी ॲकॅडेमी २) चेन्नई

क) आर्म्ड फोर्सेस मेडिकल कॉलेज ३) दिल्ली

ड) नॅशनल डिफेन्स कॉलेज ४) पुणे

इ) कॉलेज ऑफ डिफेन्स मॅनेजमेंट ५) सिकंदराबाद

१) अ–२, ब–१, क–३, ड–४, इ–५ २) अ–१, ब–२, क–४, ड–३, इ–५

३) अ–२, ब–१, क–४, ड–३, इ–५ ४) अ–२, ब–१, क–३, ड–४, इ–५

Match the correct pair.

Military Training Institute Place

a) Officers' Training Academy 1) Dehradun

b) Indian Military Academy 2) Chennai

c) Armed Forces Medical College 3) Delhi

d) National Defence College 4) Pune

e) College of Defence Management   5) Sikanderabad
1) a-2, b-1, c-3, d-4, e-5   2) a-1, b-2, c-4, d-3, e-5
3) a-2, b-1, c-4, d-3, e-5   4) a-2, b-1, c-3, d-4, e-5

४१) जोड्या लावा.

महाराष्ट्रातील आयोग   त्यांचे प्रमुख

अ) राज्य विज्ञान तंत्रज्ञान आयोग   १) वसंत गोवारीकर

ब) राज्य अल्पसंख्याक आयोग   २) जे. पी. डांगे

क) राज्य बालहक्क संरक्षण आयोग   ३) मीना जैस्वाल

ड) राज्य चौथा वित्त आयोग   ४) नसीम सिद्दीकी

१) अ–१, ब–४, क–३, ड–२   २) अ–१, ब–४, क–२, ड–३

३) अ–१, ब–२, क–३, ड–४   ४) अ–१, ब–२, क–४, ड–३

Match the correct pair.

Commissions in Maharashtra   Their Chief
a) Science and Technology Commission of the State   1) Vasant Govarikar
b) State Minority Commission   2) J. P. Dange
c) State Child Rights Protection Commission   3) Meena Jaiswal
d) State Fourth Financial Commission   4) Nasim Siddiqui
1) a-1, b-4, c-3, d-2   2) a-1, b-4, c-2, d-3
3) a-1, b-2, c-3, d-4   4) a-1, b-2, c-4, d-3

४२) जोड्या लावा.

संस्था   त्याचे प्रमुख

अ) नॅशनल असेसमेंट ॲण्ड एक्रेडिटेशन कौन्सिल (नॅक)   १) गोवर्धन मेहता

ब) सेंटर बोर्ड फॉर फिल्म सर्टिफिकेशन (सेन्सॉर)   २) लीला सॅमसन

क) इंडियन स्पेस रिसर्च ऑर्गनायझेशन (इस्रो)   ३) के. राधाकृष्णन

ड) टेलिकॉम रेग्युलेटरी अॅथोरिटी ऑफ इंडिया (ट्राय)   ४) जे. एस. शर्मा

इ) नॅशनल बँक फॉर ॲग्रिकल्चर ॲण्ड रूरल डेव्हलपमेंट (नाबार्ड)   ५) प्रकाश बक्षी

१) अ–१, ब–२, क–३, ड–५, इ–४   २) अ–१, ब–२, क–३, ड–४, इ–५

३) अ–२, ब–१, क–४, ड–३, इ–५   ४) अ–५, ब–३, क–४, ड–२, इ–१

Match the correct pair.

Institution   Their Chiefs
a) National Assessment and Accreditation Council (NAAC)   1) Govardhan Mehta
b) Central Board for film certification (censor)   2) Leela Samson
c) Indian Space Research Organization (ISRO)   3) K. Radhakrishnan
d) Telecom Regulatory Authority of India (TRAI)   4) J. S. Sharma

e) National Bank for Agriculture
and Rural Development (NABARD)

5) Prakash Bakshi

1) a-1, b-2, c-3, d-5, e-4
2) a-1, b-2, c-3, d-4, e-5
3) a-2, b-1, c-4, d-3, e-5
4) a-5, b-3, c-4, d-2, e-1

४३) जोड्या लावा.

आत्मचरित्रे

अ) वन डे वंडर्स
ब) कॉन्ट्रॉव्हर्सियली युवर्स
क) टू कलर्स
ड) माय टॉप हंड्रेड क्रिकेटर्स
इ) स्ट्रेट फ्रॉम दि हार्ट
फ) टु दि पॉईंट

खेळाडू

१) शोएब अख्तर
२) सुनील गावस्कर
३) शेन वॉर्न
४) ॲडम ग्रिलख्रिस्ट
५) हर्शेल गिब्ज
६) कपिल देव
७) ग्रेग चॅपेल

१) अ-१, ब-२, क-४, ड-३, इ-७, फ-५
२) अ-२, ब-१, क-४, ड-३, इ-७, फ-६
३) अ-२, ब-१, क-४, ड-३, इ-६, फ-५
४) अ-१, ब-२, क-३, ड-४, इ-६, फ-७

Match the correct pair.
Autoliographics
a) One Day Wonders
b) Controversially Yours
c) True Colours
d) My Top Hundred Cricketers
d) Straight from the Heart
f) To The Point

Players
1) Shoeb Akhtra
2) Sunil Gavaskar
3) Shane Warne
4) Adam Gilchrist
5) Hershelle Gibbs
6) Kapil Dev
7) Greg Chappel

1) a-1, b-2, c-4, d-3, e-7, f-5
2) a-2, b-1, c-4, d-3, e-7, f-6
3) a-2, b-1, c-4, d-3, e-6, f-5
4) a-1, b-2, c-3, d-4, e-6, f-7

४४) सेझ .... च्या विकासाशी संबंधित आहे.

१) पर्यावरण २) उद्योग ३) शेती ४) आरोग्य

SEZ is concerned with the development of ....

1) Environment 2) Industry 3) Agriculture 4) Health

४५) स्वतंत्र तेलंगणाची मागणी पुढीलपैकी कशाशी निगडित आहे?

१) प्रादेशिक असंतुलन २) भाषिक महत्त्वाकांक्षा
३) घटकराज्य स्वायतत्ता ४) फुटीरतेचे राजकारण

The demand for independent Telangana is related to which of the following issues?
1) Regional Imbalance 2) Liguistic Ambition
3) States Autonomy 4) Politics of Separation

४६) भारतीय राज्यघटनेनुसार मंत्रिमंडळात पंतप्रधानानंतर दुसऱ्या क्रमांकाचे पद कोणते आहे?

१) गृहमंत्री २) संरक्षण मंत्री ३) वित्त मंत्री ४) राज्यघटनेत असे स्पष्ट केलेले नाही.

According to Indian constitution, which is the next post after the Prime Minister?
1) Home Minister
2) Defence Miniser
3) Finance Minister
4) It is not provisioned in the constitution

४७) युरो २०१२ फुटबॉल चषक विजेता कोण?
१) इटली
२) जर्मनी
३) स्पेन
४) पोर्तुगाल

Which of the following is the winner of Euro-2012 Football Cup?
1) Italy
2) Germany
3) Spain
4) Portugal

४८) २०११ चा दादासाहेब फाळके पुरस्कार पुढीलपैकी कोणाला मिळाला?
१) सौमित्र चॅटर्जी
२) महेश मांजरेकर
३) उमेश कुलकर्णी
४) नरेंद्र बॅनर्जी

Who among the following is hounoured with Dadasaheb Phalke Award of 2011?
1) Soumitra Chatterji
2) Mahesh Manjarekar
3) Umesh Kulkarni
4) Narendra Banerji

४९) १३ मे २०१२ रोजी संसदेची संयुक्त बैठक पुढीलपैकी कोणत्या कारणासाठी बोलावली होती?
१) हीरक महोत्सवी वर्ष साजरे करण्यासाठी
२) सुवर्ण जयंती वर्ष साजरे करण्यासाठी
२) रजत जयंती वर्ष साजरे करण्यासाठी
४) यापेक्षा वेगळे उत्तर

For which of the following reasons the joint meeting of the Parliment was called on 13th May 2012?
1) To celebrate Diamond Jubilee year
2) To celebrate Golden Jubilee year
3) To celebrate Silver Jubilee year
4) None of the Above

५०) माय वर्ल्ड विदिन हा काव्यसंग्रह पुढीलपैकी कोणत्या राजकीय व्यक्तीचा आहे?
१) लालकृष्ण अडवाणी
२) नरेंद्र मोदी
३) कपिल सिब्बल
४) जयराम रमेश

The anthology of poems 'My World within' belongs to-
1) Lalkrishna Advani
2) Narendra Modi
3) Kapil Sibbal
4) Jairam Ramesh

५१) महाराष्ट्र विद्यापीठ कायद्यात बदल सुचविण्यासाठी महाराष्ट्र शासनाने पुढीलपैकी कोणाच्या अध्यक्षतेखाली समिती नेमली होती?
१) अरुण निगवेकर
२) वासुदेव गाडे
३) नरेंद्र जाधव
४) सुखदेव थोरात

Who among the following chaired the commission appointed for suggesting amendments in the Maharashtra University Act?
1) Arun Nigvekar
2) Vasudeo Gade
3) Narendra Jadhav
4) Sukhadev Thorat

५२) 'कॉम्प्युटर इमर्जन्सी रिस्पॉन्स टीम, इंडिया' (सी.ई.आर.टी.–इन) ने नुकत्याच प्रकाशित केलेल्या अहवालानुसार भारतात माहिती तंत्रज्ञानाच्या युगात सायबर गुन्ह्यांच्या संख्येत वाढ झालेली आहे. त्यासंबंधित पुढील विधानांचा विचार करा.
१) २००९ या वर्षात ९,१८० वेबसाईट्स हॅक झाल्या.
२) २०१० या वर्षात १६,१२६ वेबसाईट्स हॅक झाल्या.
३) २०११ या वर्षात १४,१२६ वेबसाईट्स हॅक झाल्या.
४) २०१२ या वर्षात १४,३९२ वेबसाईट्स हॅक झाल्या.
५) ऑक्टोबर २०१२ पर्यंत शासनाच्या विविध विभागाच्या २९४ वेबसाईट्स हॅक झाल्या अशी माहिती दूरसंचार आणि माहिती तंत्रज्ञान मंत्री कपिल सिब्बल यांनी संसदेत दिली.

१) १ आणि २ बरोबर   २) ३ आणि ४ बरोबर   ३) फक्त ५ बरोबर   ४) वरील सर्व बरोबर

According to the recent report published by 'Indian Computer Emergency Response Team' (C.E.R.T.In), an increase in the number of Cyber-crimes is seen in the era of Information Technology. Consider the following statements in that relation.
1) 9,180 websites were hacked in 2009.   2) 16,126 websites were hacked in 2010.
3) 14,126 websites were hacked in 2011.   4) 14,392 websites were hacked in 2012.
5) The Telecommunication and I.T. Minister Kapil Sibbal informed in the Parliament that 294 Websites of different Departments of the government were hacked upto October 2012.

1) 1 and 2 are correct   2) 3 and 4 are correct
3) Only 5 is correct   4) All of them are correct

५३) १ जानेवारी ते ३१ ऑक्टोबर २०१२ या कालावधीत गृहमंत्रालयाने केलेल्या सर्वेक्षणात भारतात झालेल्या जातीय दंगलीच्या घटना खाली दिल्या आहेत. त्यानुसार जोड्या लावा.

राज्य	जातीय दंगलीच्या घटना
अ) महाराष्ट्र	१) १००
ब) उत्तर प्रदेश	२) ८३
क) गुजरात	३) ४६
ड) मध्यप्रदेश	४) ५०
इ) केरळ	५) ७८
फ) आंध्रप्रदेश	६) २२
ग) प. बंगाल	७) ४५
ह) बिहार	८) १७

१) अ-१, ब-२, क-३, ड-४, इ-५, फ-६, ग-७, ह-८
२) अ-२, ब-१, क-४, ड-५, इ-३, फ-७, ग-६, ह-८
३) अ-२, ब-१, क-५, ड-४, इ-७, फ-३, ग-६, ह-८
४) अ-१, ब-४, क-३, ड-२, इ-५, फ-६, ग-७, ह-८

According to the survey done by the Home Ministry of India following number of communal riots took place in India during the period of 1st January to 31st of October. Match the pairs accordingly.

State	Incidents of Communal Riots
a) Maharashtra	1) 100
b) Uttar Pradesh	2) 83
c) Gujarat	3) 46
d) Madhya Pradesh	4) 50
e) Kerala	5) 78
f) Andra Pradesh	6) 22
g) West Bengal	7) 45
h) Bihar	8) 17

1) a-1, b-2, c-3, d-4, e-5, f-6, g-7, h-8   2) a-2, b-1, c-4, d-5, e-3, f-7, g-6, h-8
3) a-2, b-1, c-5, d-4, e-7, f-3, g-6, h-8   4) a-1, b-4, c-3, d-2, e-5, f-6, g-7, h-8

५४) जोड्या लावा.

महाराष्ट्र भूषण पुरस्कार प्राप्त व्यक्ती	वर्ष
अ) जयंत नारळीकर	१) २००८
ब) सुलोचना (चित्रपट अभिनेत्री)	२) २००९
क) अनिल काकोडकर	३) २०१०
ड) नानासाहेब धर्माधिकारी आणि	४) २०११
मंगेश पाडगावकर यांना विभागून	

१) अ-३, ब-२, क-४, ड-१ २) अ-१, ब-२, क-४, ड-३

३) अ-१, ब-२, क-३, ड-४ ४) अ-३, ब-२, क-१, ड-४

Match the correct pair.

a) Jayant Narlikar	1) 2008
b) Sulochana (Movie Actress)	2) 2009
c) Anil Kakodkar	3)2010
d) Nanasaheb Darmadhikari & Mangesh	4) 2011
Padgaonkar shared the award	

1) a-3, b-2, c-4, d-1 2) a-1, b-2, c-4, d-3

3) a-1, b-2, c-3, d-4 4) a-3, b-2, c-1, d-4

५५) जोड्या लावा.

पुरस्कार प्राप्त व्यक्ती	२०१२ साली मिळालेल्या पुरस्काराचा प्रकार
अ) विराट कोहली (क्रिकेट)	१) अर्जुन पुरस्कार
ब) सरदारा सिंग (हॉकी)	२) द्रोणाचार्य पुरस्कार
क) ब्लास फर्नांडेझ (मुष्टियुद्ध)	३) ध्यानचंद पुरस्कार
ड) विनोद कुमार (कुस्ती)	४) आय.सी.सी. पुरस्कार

१) अ-२, ब-१, क-४, ड-३ २) अ-१, ब-२, क-४, ड-३

३) अ-४, ब-१, क-२, ड-३ ४) अ-४, ब-२, क-१, ड-३

Match the correct pair.

Recipient of the Award	Type of award in the year 2012
a) Virat Kohli (Cricket)	1) Arjun Award
b) Sardara Singh (Hockey)	2) Dronacharya Award
c) Blas Fernandez (Boxing)	3) Dhyanachand Award
d) Vinod Kumar (Wrestling)	4) ICC Award

1) a-2, b-1, c-4, d-3 2) a-1, b-2, c-4, d-3

3) a-4, b-1, c-2, d-3 4) a-4, b-2, c-1, d-3

५६) २००९ या वर्षी पहिल्यांदा पुढीलपैकी कोणाला एकाचवेळी तीन खेळाडूंना राजीव गांधी खेलरत्न पुरस्कार प्रदान केला?

१) साईना नेहवाल (महिला बॅडमिंटन), मेरी कोम (महिला मुष्टियुद्ध), विजेंदर सिंग (मुष्टियुद्ध)

२) मेरी कोम (महिला मुष्टियुद्ध), विजेंदर सिंग (मुष्टियुद्ध), सुशीलकुमार (कुस्ती)

३) गगन नारंग (नेमबाजी), मेरी कोम (महिला मुष्टियुद्ध), साईना नेहवाल (महिला बॅडमिंटन)

४) सचिन तेंडुलकर (क्रिकेट), योगेश्वर दत्त (कुस्ती), विजयकुमार (नेमबाजी)

Which of the following three players got Rajiv Gandhi Khelratna Award for the first time in 2009 ?
1) Saina Nehwal (Badminton-women), Mary Kom (Boxing-women), Vijendar Singh (Boxing)
2) Mary Kom (Boxing-women), Vijendar Singh (Boxing), Sushilkumar (Wrestling)
3) Gagan Narang (Shooting), Mary Kom (Boxing-women), Saina Nehwal (Badminton-women)
4) Sachin Tendulkar (Cricket), Yogeshwar Dutt (Wrestling), Vijay Kumar (Shooting)

५७) पुढीलपैकी सत्य विधान-विधाने सांगा.

१) जी-२० संघटनेच्या राष्ट्रप्रमुखांची सातवी शिखर परिषद जून २०१२ मध्ये मेक्सिकोतील लॉस काबोस येथे भरली होती.

२) या परिषदेत प्रणव मुखर्जी यांनी भारताचे प्रतिनिधित्व केले.

३) या परिषदेचे अध्यक्षस्थान मेक्सिकोच्या राष्ट्राध्यक्षांनी भूषविले.

४) २०१३ साली जी-२० संघटनेच्या राष्ट्रप्रमुखांची आठवी शिखर परिषद भारतात होणार आहे.

१) फक्त १ बरोबर   २) १ आणि ३ बरोबर ३) १, ३ आणि ४ बरोबर

४) फक्त २ बरोबर

Choose the true statement(s) of the following.
1) The Summit-conference of heads of the nations in G-20 was organized on June 2012 in Los Cabos, Mexico.
2) Pranab Mukharji represented the conference for India.
3) The president of Mexico chaired the conference.
4) The eighth conference of the heads of Nations of G-20 is going to be held in India in 2013.
1) Only 1 is correct   2) 1 and 3 are correct
3) 1, 3 and 4 are correct   4) Only 2 is correct

५८) २९ मार्च २०१२ रोजी 'ब्रिक्स' राष्ट्रसमूहाची चौथी शिखर परिषद नवी दिल्ली येथे भरली होती. या परिषदेला पुढील कोणत्या देशाचे प्रमुख उपस्थित होते?

१) भारत, रशिया, चीन, इंडोनेशिया, दक्षिण आफ्रिका

२) ब्राझील, रशिया, भारत, चीन, दक्षिण आफ्रिका

३) भारत, रशिया, इंडोनेशिया, चीन, स्वित्झर्लंड

४) ब्राझील, रशिया, इंडोनेशिया, क्यूबा, दक्षिण आफ्रिका

The fourth summit of BRICS was held on 29th March 2012 in New Delhi, Which of the following nations' heads attended the conference?
1) India, Russia, China, Indonesia, South Africa
2) Brazil, Russia, India, China, South Africa
3) India, Russia, Indonesia, China, Switzerland
4) Brazil, Russia, Indonesia, Cuba, South Africa

५९) जानेवारी २०१२ मध्ये दहावे प्रवासी भारतीय सम्मेलन राजस्थान या घटकराज्यातील जयपूर या ठिकाणी झाले. त्यासंबंधी पुढील विधानांचा विचार करा.

१) पंतप्रधान डॉ. मनमोहन सिंग हे या कार्यक्रमाचे उद्घाटक होते.

२) त्रिनिदाद व टोबॅगोच्या पंतप्रधान श्रीमती कमलाप्रसाद बिस्सेसर ह्या कार्यक्रमाच्या प्रमुख पाहुण्या होत्या.

३) यु.पी.ए. च्या चेअरपर्सन श्रीमती सोनिया गांधी यांच्या अध्यक्षतेखाली या कार्यक्रमाचा समारोप झाला.

४) या कार्यक्रमात आंतरराष्ट्रीय भारतीय समुदायावर विशेष भर दिला.

१) १ आणि २ बरोबर
२) ३ आणि ४ बरोबर
३) १, २ आणि ४ बरोबर
४) फक्त २ बरोबर

Tenth Pravasi Bharatiya Sammelan was held in January 2012 at Jaipur (Rajasthan). Consider the following statements accordingly.
1) Prime Minister Dr. Manmohan Singh inaugurated the function.
2) The Prime Minister of Trinidad and Tobago Kamla Prasad-Bissessar was the chief-guest of the function.
3) The U.P.A. chairperson Sonia Gandhi presided the concluding ceremony of the function.
4) In the function, the special stress was given to the International Indian Community.
1) 1 and 2 are correct
2) 3 and 4 are correct
3) 1, 2 and 4 are correct
4) Only 2 is correct

६०) अखिल भारतीय मराठी साहित्य संमेलनाविषयी पुढीलपैकी सत्य विधान/विधाने सांगा.

१) जानेवारी २०१३ मध्ये चिपळूण येथे झालेल्या शहाऐंशीव्या साहित्य संमेलनाचे अध्यक्षपद डॉ. नागनाथ कोत्तापल्ले यांनी भूषविले.

२) फेब्रुवारी २०१२ मध्ये चंद्रपूर येथे झालेल्या पंच्याऐंशीव्या साहित्य संमेलनाचे अध्यक्षस्थान श्री. उत्तम कांबळे यांनी भूषविले.

३) डिसेंबर २०१० मध्ये ठाणे येथे झालेल्या चौऱ्याऐंशीव्या साहित्य संमेलनाचे अध्यक्षस्थान श्री. वसंत डहाके यांनी भूषविले.

४) मार्च २०१० मध्ये पुणे येथे झालेल्या त्र्याऐंशीव्या साहित्य संमेलनाचे अध्यक्षस्थान श्री. द. भि. कुलकर्णी यांनी भूषविले.

१) फक्त १ बरोबर
२) १ आणि ४ बरोबर
३) २ आणि ३ बरोबर
४) फक्त २ बरोबर

Which of the following statements is/are true regarding Akhil Bharatiy Marathi Sahitya Sammelan?
1) Dr. Nagnath Kottapalle chaired the 86th session of the Sammelan held in January 2013 at Chiplun.
2) Mr. Uttam Kamble chaired the 85th session of the Sammelan held in Fubruary 2012 at Chandrapur.
3) Mr. Vasant Dhahake chaired the 84th session of the Sammelan held in December 2010 at Thane.
4) Mr. D.B. Kulkarni chaired the 83rd session of the Sammelan held in March 2010 at Pune.
1) Only 1 is correct
2) 1 and 4 are correct
3) 2 and 3 are correct
4) Only 2 is correct

६१) १) २०१० चा कुंभमेळा हरिद्वार या ठिकाणी भरला होता.

२) २०१३ चा कुंभमेळा अलाहाबाद या ठिकाणी भरला.

वरील विधानाबाबत खालील योग्य पर्याय निवडा.

१) फक्त १ बरोबर   २) फक्त २ बरोबर   ३) १ आणि २ बरोबर   ४) १ आणि २ चूक

1) The Kumbhamela of 2010 was held at Haridwar.
2) The Kumbhamela of 2013 was held at Alahabad.
Choose the correct option(s) from the above.

1) Only 1 is correct   2) Only 2 is correct   3) 1 and 2 are correct 4) 1 and 2 are wrong

६२) 'ज्वाला गुट्टा' हे नाव .... या खेळाशी निगडित आहे.

१) टेनिस   २) बॅडमिंटन   ३) नेमबाजी   ४) बॉक्सिंग

The name 'Jwala Gutta' is related to .... game.

1) Tenis   2) Badminton   3) Archery   4) Boxing

६३) सध्या राष्ट्रीय महिला आयोगाच्या अध्यक्षा कोण आहेत?

१) रजनी सातव   २) ममता शर्मा   ३) प्रियंका शर्मा   ४) विद्या चव्हाण

Who is the president of the National Women's Commission these days?

1) Rajani Satav   2) Mamata Sharma   3) Priyanka Sharma 4) Vidya Chavan

६४) 'डॅम-९९९' हे कशाचे नाव आहे.

१) जहाजाचे   २) चित्रपटाचे

३) विमानाचे   ४) भारतातील एका मोठ्या तलावाचे

The name 'Dam-999' is associated to.-
1) A ship   2) A movie
3) An aeroplane   4) A huge reservoir in India

६५) जोड्या लावा.

अ) जागतिक अन्नदिन   १) १६ सप्टेंबर

ब) जागतिक ओझोन संरक्षण दिन   २) १६ ऑक्टोबर

क) जागतिक दूरसंचार दिन   ३) २ ऑक्टोबर

ड) आंतरराष्ट्रीय अहिंसा दिन   ४) १७ मे

१) अ-१, ब-२, क-३, ड-४   २) अ-२, ब-१, क-३, ड-४

३) अ-२, ब-१, क-४, ड-३   ४) अ-३, ब-४, क-२, ड-१

Match the correct pair.
a) International Food Day   1) 16th September
b) International Ozone Conservation Day 2) 16th October
c) International Telecommunications Day 3) 2nd October
d) International Non-violence Day   4) 17th May
1) a-1, b-2, c-3, d-4   2) a-2, b-1, c-3, d-4   3) a-2, b-1, c-4, d-3   4) a-3, b-4, c-2, d-1

६६) टर्निंग पॉईंट हे कोणाचे आत्मचरित्र आहे.

१) अर्जुन सिंग   २) जसवंत सिंग

३) डॉ. ए. पी. जे. अब्दुल कलाम   ४) ममता बॅनर्जी

Who among the following wrote the autobiography-"Turning Point"?
1) Arjun Singh   2) Jaswant Singh
3) Dr. A.P.J. Abdul Kalam   4) Mamata Banerjee

६७) जोड्या लावा.

राजदूत/उच्चायुक्त   नाव

अ) भारताचे बांगलादेशातील उच्चायुक्त   १) निरूपमा राव

ब) भारताचे अमेरिकेतील राजदूत   २) एस. जयशंकर

क) भारताचे चीनमधील राजदूत   ३) पंकज सरन

ड) भारताचे रशियातील राजदूत   ४) प्रभात शुक्ला

१) अ–३, ब–१, क–२, ड–४   २) अ–१, ब–२, क–३, ड–४

३) अ–१, ब–३, क–२, ड–४   ४) अ–३, ब–१, क–४, ड–२

Match the correct pair.

Ambassador/High Commissoner   Officer
a) The High Commissoner of India in   1) Nirupama Rao
Bangaladesh
b) The Ambassador of India in USA   2) S. Jayshankar
c) The Ambassador of India in China   3) Pankaj Saran
d) The Ambassador of India in Russia 4) Prabhat Shukla

1) a-3, b-1, c-2, d-4   2) a-1, b-2, c-3, d-4   3) a-1, b-3, c-2, d-4   4) a-3, b-1, c-4, d-2

६८) २०१२ ला ऑस्ट्रेलियन ओपन टेनिस स्पर्धेला किती वर्षे पूर्ण झाली आहेत?

१) २५ वर्षे   २) ५० वर्षे   ३) ६० वर्षे   ४) १०० वर्षे

How many years have been completed to Australian Open Tennis Competition in 2012?

1) 25 Years   2) 50 Years   3) 60 Years   4) 100 Years

६९) लोकायुक्त विधेयक मंजूर करणारे देशातील पहिले राज्य कोणते?

१) महाराष्ट्र   २) उत्तरप्रदेश   ३) उत्तराखंड   ४) तमिळनाडू

Which of the following is the first state to pass the Lokayukta Bill ?

1) Maharashtra   2) Uttar Pradesh   3) Uttarkhand   4) Tamil Nadu

७०) नारायण मूर्ती हे .... सॉफ्टवेअर कंपनीचे संस्थापक आहेत.

१) गुगल   २) इन्फोसिस   ३) ऑमेझॉन   ४) ऑपल

Narayan Murthy is the founder of .... software company.

1) Google   2) Infosys   3) Amazon   4) Apple

७१) भारतातील पुढीलपैकी कोणत्या राज्याने माहिती अधिकार हा कायदा लागू केलेला नाही?

१) त्रिपुरा   २) जम्मू–काश्मिर   ३) सिक्कीम   ४) आसाम

Which of the following state has not enforced the Right to Information Act?

1) Tripura   2) Jammu & Kashmir
3) Sikkim   4) Asam

७२) जोड्या लावा.

अ) जागतिक वन दिन	१) २१ मार्च
ब) जागतिक आरोग्य दिन	२) ७ एप्रिल
क) जागतिक मलेरिया दिन	३) २५ एप्रिल
ड) जागतिक ग्राहक दिन	४) १५ मार्च

१) अ-१, ब-२, क-३, ड-४ २) अ-२, ब-१, क-४, ड-३

३) अ-१, ब-२, क-४, ड-३ ४) अ-४, ब-३, क-२, ड-१

Match the correct pair.

a) International Forest Day 1) 21st March
b) International Health Day 2) 7th April
c) International Malaria Day 3) 25th April
d) International Consumer Day 4) 15th March

1) a-1, b-2, c-3, d-4   2) a-2, b-1, c-4, d-3   3) a-1, b-2, c-4, d-3   4) a-4, b-3, c-2, d-1

७३) जोड्या लावा.

आंतरराष्ट्रीय राजकीय व्यक्तिमत्त्व	भूषवीत असलेले पद
अ) जेकब झुमा	१) रशियाचे अध्यक्ष
ब) दिमित्री मेदवेदेव	२) ब्राझीलचे पंतप्रधान
क) दिल्मा रूसेफ	३) रशियाचे पंतप्रधान
ड) व्लादिमीर पुतीन	४) दक्षिण आफ्रिकेचे अध्यक्ष

१) अ-१, ब-२, क-३, ड-४ २) अ-२, ब-१, क-४, ड-३

३) अ-४, ब-३, क-१, ड-२ ४) अ-४, ब-३, क-२, ड-१

Match the correct pair.

International Political Personality   Holding a Post
a) Jacob Zuma   1) President of Russia
b) Dmitry Medvedev   2) Prime Minister of Brazil
c) Dilma Rousseff   3) Prime Minister of Russia
d) Vladimir Putin   4) President of South Africa

1) a-1, b-2, c-3, d-4   2) a-2, b-1, c-4, d-3   3) a-4, b-3, c-1, d-2   4) a-4, b-3, c-2, d-1

७४) २०१४ सालाची पाचवी (T-20) विश्वचषक क्रिकेट स्पर्धा पुढीलपैकी कोणत्या देशात होणार आहे?

१) भारत २) बांगलादेश ३) दक्षिण आफ्रिका ४) ऑस्ट्रेलिया

Where among the following countries, the fifth T-20 Cricket Competition of 2014 is going to be held?

1) India   2) Bangladesh   3) South Africa   4) Australia

७५) 'विकीपीडिया' या वेबसाईटचे संस्थापक कोण?

१) मार्क झुकरबर्ग २) ज्युलियन असांजे ३) स्टीव्ह जॉब्ज ४) जिमी वेल्स

Who is the founder of the website 'Wikipedia' ?

1) Mark Zuckerberg 2) Julian Assange   3) Steve Jobs   4) Jimmy Wales

७६) प्रत्येक जिल्ह्यात महिला न्यायालय सुरू करणारे पुढीलपैकी घटकराज्य कोणते?

१) महाराष्ट्र २) गुजरात ३) आंध्रप्रदेश ४) बिहार

Which of the following states started the Women Judiciary in its each district?

1) Maharashtra 2) Gujrat 3) Andra Pradesh 4) Bihar

७७) नियोजनआयोगाने प्रसिद्ध केलेल्या आकडेवारीनुसार भारतात पुढीलपैकी कोणत्या घटकराज्यात सर्वांत जास्त लोकसंख्या दारिद्र्यरेषेखाली राहत आहे?

१) ओडिशा २) उत्तरप्रदेश ३) बिहार ४) झारखंड

According to the statistics published by the Planning Commission, which of the following state has the largest population below the poverty line?

1) Odisha 2) Uttar Pradesh 3) Bihar 4) Jharkhand

७८) महाराष्ट्र शासनाने ई-प्रशासन धोरणाचा मसुदा तयार करण्यासाठी नेमलेली समिती ....

१) राजन वेळूकर समिती २) विजय भटकर समिती

३) नरेंद्र जाधव समिती ४) डॉ. रघुनाथ माशेलकर समिती

The committee appointed by the Government of Maharashtra for forming the draft of 'e-governance' is ....

1) Rajan Velukar Committee 2) Vijay Bhatkar Committee

3) Narendra Jadhav Committee 4) Dr. Raghunath Mashelkar Committee

७९) देशात एकूण किती व्याघ्र प्रकल्प आहेत?

१) २५ २) ४२ ३) ४८ ४) ५८

How many 'Tiger-Projects' are there in the Country ?

1) 25 2) 42 3) 48 4) 58

८०) १) २००९ साली अलिप्त राष्ट्र संघटनेची पंधरावी शिखर परिषद इजिप्त मधील शर्म-अल-शेख या ठिकाणी भरली होती.

२) २०१२ साली अलिप्त राष्ट्र संघटनेची सोळावी शिखर परिषद इराण मधील तेहरान या ठिकाणी भरली होती.

खालील योग्य पर्याय निवडा.

१) फक्त १ बरोबर २) फक्त २ बरोबर ३) १ आणि २ बरोबर ४) यापेक्षा वेगळे उत्तर

1) The fifteenth summit of non-alignment movement (NAM) was held in Sharm-el-Shaikh (Egypt) in 2009.

2) The sixteenth summit of non-alignment movement (NAM) was held in Tehran (Iran) in 2012.

Select the following correct option-

1) Only 1 is correct 2) Only 2 is correct 3) 1 and 2 are correct 4) None of these

८१) जागतिक व्यापारातील अडथळे दूर करून जागतिक व्यापाराला चालना देण्यासाठी आपल्या सभासद राष्ट्रात (सहभागी राष्ट्रात) समन्वय निर्माण करणारी पुढीलपैकी कोणती आंतरराष्ट्रीय संघटना आपल्या कामाचे उद्दिष्ट मानते?

१) अलिप्त राष्ट्र संघटना २) जागतिक व्यापार संघटना

३) सार्क संघटना ४) ब्रिक्स संघटना

Which of the following international organization anticipates the goal of elimination of obstacles in international trade to motivate participant-countries for co-ordination among each other.

1) Non Alignment Movement　　2) World Trade Organization

3) SAARC　　4) BRICS

८२) जोड्या लावा.

लंडन ऑलिम्पिक-२०१२-क्रीडा प्रकार　　खेळाडूचे नाव

व भारताला मिळालेली पदके

अ) कुस्ती (रौप्यपदक)　　१) योगेश्वर दत्त

ब) कुस्ती (कांस्यपदक)　　२) सुशीलकुमार

क) मुष्टियुद्ध (कांस्यपदक)　　३) साईना नेहवाल

ड) नेमबाजी (एअर रायफल-१० मीटर)　　४) मेरी कोम

(कांस्यपदक)

इ) नेमबाजी (रॅपिड फायर-२५ मीटर)　　५) गगन नारंग

फ) बॅडमिंटन (कांस्यपदक)　　६) विजयकुमार

१) अ-२, ब-१, क-४, ड-५, इ-६, फ-३　　२) अ-१, ब-२, क-४, ड-६, इ-५, फ-३

३) अ-२, ब-१, क-३, ड-४, इ-५, फ-६　　४) अ-२, ब-१, क-५, ड-४, इ-६, फ-३

Match the correct pair about London Olympic 2012-

a) Wrestling (Silver)　　1) Yogeshwar Dutt

b) Wrestling (Bronze)　　2) Sushil Kumar

c) Boxing (Bronze)　　3) Saina Nehwal

d) Shooting (Air Rifle-10 Mtr.) (Bronze)　　4) Mary Kom

e) Shooting (Rapid Fire-25 Mtr.) (Silver)　　5) Gagan Narang

f) Badminton (Bronze)　　6) Vijay Kumar

1) a-2, b-1, c-4, d-5, e-6, f-3　　2) a-1, b-2, c-4, d-6, e-5, f-3

3) a-2, b-1, c-3, d-4, e-5, f-6　　4) a-2, b-1, c-5, d-4, e-6, f-3

८३) २०१२ या वर्षी तिसावी ऑलिम्पिक क्रीडा स्पर्धा इंग्लंडची राजधानी लंडन येथे झाली. त्यातील पहिल्या सहा राष्ट्रांना मिळालेल्या क्रमवारीबाबत उतरता क्रम द्या.

१) अमेरिका, चीन, रशियन संघराज्य, इंग्लंड, जर्मनी, फ्रान्स

२) अमेरिका, रशियन संघराज्य, चीन, इंग्लंड, कोरिया प्रजासत्ताक, फ्रान्स

३) अमेरिका, चीन, इंग्लंड, रशियन संघराज्य, कोरिया प्रजासत्ताक, जर्मनी

४) अमेरिका, चीन, इंग्लंड, रशियन संघराज्य, जर्मनी, फ्रान्स

The Thirtieth Olympic Games were organized in England's capital- London.

Arrange the following countries in descending order according to the medals won in these Olympics.

1) U.S.A., China, Russian Union, England, Germany, France

2) U.S.A., Russian Union, China, England, Republic of Korea, France

3) U.S.A., China, England, Russian Union, Republic of Korea, Germany

4) U.S.A., China, England, Russian Union, Germany, France

८४) २०१६ या वर्षी ३१ वी ऑलिम्पिक क्रीडा स्पर्धा पुढीलपैकी कोठे होणार आहे?

१) बुसान (दक्षिण कोरिया) २) ग्वांगझाऊ (चीन)

३) रिओ–दि–जानेरिओ (ब्राझील) ४) पॅरिस (फ्रान्स)

At which of the following place 31st Olympic in 2016 is going to be held?
1) Busan (South Korea) 2) Guangzhu (China)
3) Rio-de-Janerio (Brazil) 4) Paris (France)

८५) जोड्या लावा.

अ) इंद्रधनुष्य क्रांती १) कृषी धोरण

ब) नील क्रांती २) मत्स्योत्पादन

क) धवल क्रांती ३) दूध उत्पादन

ड) श्वेत क्रांती ४) रेशीम उत्पादन

१) अ–१, ब–२, क–३, ड–४ २) अ–१, ब–२, क–४, ड–३

३) अ–२, ब–१, क–३, ड–४ ४) अ–४, ब–३, क–१, ड–२

Match the correct pair.
Name of Revolution Related Subject
a) Indradhanush Revolution 1) Agriculture policy
b) Neel Revolution 2) Fish Production
c) Dhaval Revolution 3) Milk Production
d) Shwet Revolution 4) Silk Production
1) a-1, b-2, c-3, d-4 2) a-1, b-2, c-4, d-3
3) a-2, b-1, c-3, d-4 4) a-4, b-3, c-1, d-2

८६) १) महाराष्ट्रात दरवर्षी २६ फेब्रुवारी हा दिवस 'सिंचन दिन' म्हणून साजरा केला जातो.

२) हा दिवस यशवंतराव चव्हाण यांचा 'स्मृती दिन' म्हणूनही पाळला जातो.

योग्य पर्याय निवडा.

१) फक्त १ बरोबर २) फक्त २ बरोबर ३) १ आणि २ बरोबर ४) यापेक्षा वेगळे उत्तर

1) 26th February is celebrated as 'Irrigation Day' in Maharashtra.
2) It is also observed as the memorial day of Yashwantrao Chavan.
1) Only 1 is correct 2) Only 2 is correct 3) 1 and 2 are correct
4) None of the above

८७) १) दरवर्षी ६ जानेवारीला पत्रकार दिन साजरा केला जातो.

२) हा दिवस बाळशास्त्री जांभेकर यांचा स्मृती दिन म्हणूनही पाळला जातो.

योग्य विधानाचा विचार करा.

१) फक्त १ बरोबर २) फक्त २ बरोबर ३) १ आणि २ बरोबर ४) यापेक्षा वेगळे उत्तर

1) 6th January is celebrated as 'Journalist Day' every year.
2) It is also observed as the memorial day of Balshashtri Jambhekar.
1) Only 1 is correct 2) Only 2 is correct 3) 1 and 2 are correct
4) None of the above

८८) जोड्या लावा.

दिवस	दिनविशेष
अ) १० मार्च	१) समता दिन
ब) १२ मार्च	२) उद्योग दिन
क) २२ सप्टेंबर	३) माहिती अधिकार दिन
ड) २८ सप्टेंबर	४) श्रम प्रतिष्ठा दिन

१) अ-२, ब-१, क-४, ड-३   २) अ-१, ब-२, क-४, ड-३
३) अ-२, ब-१, क-३, ड-४   ४) अ-४, ब-३, क-१, ड-२

Match the correct pair.

a) 10th March   1) Samata Din (Equality Day)
b) 12th March   2) Udyog Din (Industry Day)
c) 22nd September   3) Mahiti Adhikar Din (Right to Information Day)
d) 28th September   4) Shrama Pratishta Din (Labour Dignity Day)

1) a-2, b-1, c-4, d-3   2) a-1, b-2, c-4, d-3   3) a-2, b-1, c-3, d-4   4) a-4, b-3, c-1, d-2

८९) 'ग्रॅन्ड स्लॅम' ही संज्ञा पुढीलपैकी कोणत्या खेळाशी संबंधित आहे?

१) हॉकी   २) टेनिस   ३) टेबलटेनिस   ४) स्नूकर

To which of the following game, the term 'Grand Slam' is related?

1) Hocky   2) Tennis   3) Teble Tennis   4) Snooker

९०) १) जून २०१२ मध्ये ब्राझील येथील रिओ-दी-जानेरिओ येथे पर्यावरणाशी निगडित शिखर परिषद पार पडली.

२) या परिषदेत भारताचे प्रतिनिधित्व पंतप्रधान डॉ. मनमोहनसिंग यांनी केले.

३) या परिषदेस 'वसुंधरा परिषद' असेही ओळखले जाते.

४) २०१३ साली पुढील शिखर परिषद पॅरिस या ठिकाणी होणार आहे.

वरील विधानांपैकी बरोबर विधान/विधाने सांगा.

१) १ आणि ३ बरोबर

२) १, २ आणि ३ बरोबर

३) १ आणि ४ बरोबर

४) फक्त ३ बरोबर

1) The summit-conference on environment was held at Rio-de-Janerio (Brazil) in June 2012.

2) Prime Minister Dr. Manmohan Singh represented India in this conference.

3) This conference is also known as 'Globe-Conference'.

4) The next summit-conference is going to be held at Paris in 2013.

1) 1 and 3 are correct

2) 1, 2 and 3 are correct

3) 1 and 4 are correct

4) Only 3 is correct

९१) इंडियन सायन्स काँग्रेस परिषदेविषयी जोड्या लावा.

इंडियन सायन्स काँग्रेस वार्षिक परिषदेचा क्रमांक आणि वर्ष

अधिवेशनाचे ठिकाण व राज्य

अ) ९६ वी (२००९)

ब) ९७ वी (२०१०)

क) ९८ वी (२०११)

ड) ९९ वी (२०१२)

१) चेन्नई (तमिळनाडू)

२) शिलाँग (मेघालय)

३) भुवनेश्वर (ओडिशा)

४) तिरूअनंतपुरम् (केरळ)

५) मुंबई (महाराष्ट्र)

६) जयपूर (राजस्थान)

१) अ–१, ब–२, क–३, ड–५

२) अ–३, ब–४, क–१, ड–२

३) अ–४, ब–२, क–६, ड–३

४) अ–२, ब–४, क–१, ड–३

Match the correct pair regarding Indian Science Congress's Conference.

Number & Year

a) 96th (2009)

b) 97th (2010)

c) 98th (2011)

d) 99th (2012)

Place & State

1) Chennai (Tamil Nadu)

2) Shilong (Meghalaya)

3) Bhuvaneshwar (Odisha)

4) Thiruvananthapuram (Kerala)

5) Mumbai (Maharashtra)

1) a-1, b-2, c-3, d-5

2) a-3, b-4, c-1, d-2

3) a-4, b-2, c-6, d-3

4) a-2, b-4, c-1, d-3

९२) २६ जानेवारी २०१२ रोजी नवी दिल्लीत झालेल्या भारतीय प्रजासत्ताक दिनाच्या सोहळ्याचे प्रमुख पाहुणे म्हणून पुढीलपैकी कोण उपस्थित होते?

१) संयुक्त राष्ट्रसंघाचे सरचिटणीस बान–की–मून

२) थायलंडच्या पंतप्रधान यिंगलक शिनावात्रा

३) इंडोनेशियाचे राष्ट्राध्यक्ष सुसिलो युधोयोनो

४) दक्षिण कोरियाचे अध्यक्ष ली म्युंग बाक

Who among the following attended the Republic Day ceremony at New Delhi held on 26th January 2012 as the chief guest?

1) Ban-Ki-Moon, the Secretary General of the United Nations.

2) Yingluck Shinawatra, Prime Minister of Thailand.

3) Susilo Yudhoyono, President of Indonesia.

4) Lee Myung-bak, President of South Korea.

९३) २०१२ यावर्षी जी–८ राष्ट्राच्या संघटनेची अडतिसावी बैठक पुढीलपैकी कोणत्या देशात आयोजित केली होती?

१) फ्रान्स   २) अमेरिका   ३) इंग्लंड   ४) कॅनडा

In which of the following country 38th summit of G-8 nations was held in 2012 ?

1) France   2) U.S.A.   3) England   4) Canada

९४) जोड्या लावा.

आंतरराष्ट्रीय संघटनेचे नाव	स्थापना वर्ष
अ) सार्क	१) १९४६
ब) राष्ट्रकुल संघटना	२) १९८५
क) जी–२० संघटना	३) १९७४
ड) जी–८ संघटना	४) १९९९
इ) अलिप्त राष्ट्र संघटना (नाम)	५) १९९५
फ) जागतिक व्यापार संघटना	६) १९५६

१) अ–२, ब–१, क–४, ड–३, इ–६, फ–५ २) अ–१, ब–२, क–३, ड–६, इ–५, फ–४

३) अ–२, ब–३, क–४, ड–१, इ–६, फ–५ ४) अ–३, ब–२, क–१, ड–४, इ–५, फ–६

Match the correct pair.

International Ogranization	Establishment Year
a) SAARC	1) 1946
b) Commonwealth Association	2) 1985
c) G-20	3) 1974
d) G-8	4) 1999
e) Non Alignment Movement	5) 1995
f) World Trade Organazation	6) 1956

1) a-2, b-1, c-4, d-3, e-6, f-5 2) a-1, b-2, c-3, d-6, e-5, f-4

3) a-2, b-3, c-4, d-1, e-6, f-5 4) a-3, b-2, c-1, d-4, e-5, f-6

९५) जोड्या लावा.

जिल्हा	पालकमंत्री
अ) ठाणे	१) आर. आर. पाटील
ब) कोल्हापूर	२) सुरेश शेट्टी
क) धुळे	३) हर्षवर्धन पाटील
ड) लातूर	४) गणेश नाईक
इ) गडचिरोली	५) सतेज पाटील

१) अ–१, ब–२, क–३, ड–५, इ–४ २) अ–२, ब–१, क–५, ड–३, इ–४

३) अ–१, ब–२, क–३, ड–४, इ–५ ४) अ–४, ब–३, क–२, ड–५, इ–१

Match the correct pair.

District	Guardian Minister
a) Thane	1) R. R. Patil
b) Kolhapur	2) Suresh Shetti
c) Dhule	3) Harshawardhan Patil
d) Latur	4) Ganesh Naik
e) Gadchiroli	5) Satej Patil

1) a-1, b-2, c-3, d-5, e-4 2) a-2, b-1, c-5, d-3, e-4

3) a-1, b-2, c-3, d-4, e-5 4) a-4, b-3, c-2, d-5, e-1

९६) जोड्या लावा.

राज्य	राज्यपाल
अ) त्रिपुरा	१) शिवराज पाटील
ब) पंजाब	२) डी. वाय. पाटील
क) मध्यप्रदेश	३) रामनरेश यादव
ड) कर्नाटक	४) हंसराज भारद्वाज
इ) उत्तराखंड	५) विजय बहुगुणा
	६) मागरिट अल्वा

१) अ–२, ब–१, क–३, ड–४, इ–६ २) अ–२, ब–१, क–३, ड–४, इ–५
३) अ–२, ब–१, क–४, ड–३, इ–५ ४) अ–१, ब–२, क–३, ड–५, इ–६

Match the correct pair.

State	Governor
a) Tripura	1) Shivaraj Patil
b) Punjab	2) D. Y. Patil
c) Madhya Pradesh	3) Ramnaresh Yadav
d) Karnataka	4) Hansraj Bharadvaj
e) Uttarakhand	5) Vijay Bahuguna
	6) Margaret Alva

1) a-2, b-1, c-3, d-4, e-6   2) a-2, b-1, c-3, d-4, e-5
3) a-2, b-1, c-4, d-3, e-5   4) a-1, b-2, c-3, d-5, e-6

९७) २०१२ यावर्षी .... यांचे जन्मशताब्दी वर्ष साजरे केले गेले.

१) मारुतराव कन्नमवार, स.का.पाटील   २) शंकरराव चव्हाण, नासिकराव तिरपुडे
३) यशवंतराव चव्हाण, वसंतराव नाईक   ४) वसंतदादा पाटील, बाळासाहेब भारदे

The birth centenary year of .... was celebrated in the year 2012.
1) Marutrao Kannamwar, S.K.Patil   2) Shankarrao Chavan, Nashikrao Tirpude
3) Yashwantrao Chavan, Vasantrao Naik   4) Vasantdada Patil, Balasaheb Bharade

९८) आमीरखान पुढीलपैकी कोणत्या मंत्रालयाचा ब्रँड ॲम्बॅसिडर आहे?

१) गृह मंत्रालय   २) मानव संसाधन मंत्रालय
३) पर्यटन मंत्रालय   ४) आरोग्य मंत्रालय

Aamir Khan is the brand Ambassador of ....
1) Home Ministry   2) Human Resource Development Ministry
3) Ministry of Tourism   4) Health Ministry

९९) १) डॉ. राजन वेळूकर हे मुंबई विद्यापीठाचे कुलगुरू आहेत.

२) त्यापूर्वी त्यांनी नांदेड येथील स्वामी रामानंद तीर्थ मराठवाडा विद्यापीठाचे कुलगुरू म्हणून काम केले.

१) फक्त १ बरोबर   २) फक्त २ बरोबर   ३) १ आणि २ बरोबर   ४) १ आणि २ चूक

1) Dr. Rajan Valukar is the Vice-Chancellor of University of Mumbai.
2) Prior to that he has worked as the Vice-Chancellor of Swami Ramanand Tirth Marathwada University, Nanded.

1) Only 1 correct

2) Only 2 correct

3) 1 and 2 are correct

4) 1 and 2 are incorrect

१००) चेतन भगत हे पुढीलपैकी कोणत्या पुस्तकाचे लेखक आहेत?

१) वन नाईट ॲट दि कॉल सेंटर

२) व्हॉट यंग इंडिया वॉण्ट्स

३) दि श्री मिसटेक्स ऑफ माय लाईफ

४) रिव्होल्युशन २०२०

१) १ आणि २ बरोबर

२) ३ आणि ४ बरोबर

३) फक्त ३ बरोबर

४) वरील सर्व बरोबर

Which of the following book(s) is written by Chetan Bhagat?

1) One Night at the call centre

2) What Young India wants

3) The Three Mistakes of my like

4) Revolution 2020

1) 1 and 2 are correct

2) 2 and 3 are correct

3) Only 3 is correct

4) All of them are correct

१०१) श्री. अल्टमस कबीर हे कोण आहेत?

१) लोकसभेचे उपसभापती

२) सर्वोच्च न्यायालयाचे सरन्यायाधीश

३) मुंबई उच्च न्यायालयाचे मुख्य न्यायाधीश

४) प्रेस ट्रस्ट ऑफ इंडियाचे अध्यक्ष

Who is Mr. Altamas Kabir?

1) Deputy Speaker of Loksabha

2) Chief Justice of Supreme Court

3) Chief Justice of Mumbai High Court

4) The President of Press Trust of India

१०२) दिल्ली-मुंबई कॉरीडॉर ह्या औद्योगिक कॉरीडॉरमध्ये पुढीलपैकी कोणत्या राज्यांचा समावेश आहे?

१) उत्तरप्रदेश   २) महाराष्ट्र   ३) मध्यप्रदेश   ४) पंजाब

१) १ आणि २   २) १ आणि ३   ३) १, २ आणि ३   ४) वरील सर्व

Which of the following states have included in Delhi-Mumbai Industrial Corridor?

1) Uttar Pradesh   2) Maharashtra   3) Madhya Pradesh   4) Punjab

१०३) भारतामध्ये व्याघ्र प्रकल्पांची संख्या आता कितीवर पोहोचली आहे?

१) ३८   २) ४०   ३) ४२   ४) ४४

How many 'Tiger Projects' are now in India?

1) 38   2) 40   3) 42   4) 44

१०४) माहिती अधिकाराचा अधिनियम-२००५ हा खालीलपैकी कोणत्या राज्यांमध्ये/केंद्रशासित प्रदेशात लागू आहे?

१) जम्मू काश्मीर   २) दादरा नगर हवेली   ३) लक्षद्वीप   ४) गोवा

Which of the following States / Union Territories have enforced the Right to Information Act- 2005?

1) Jammu Kashmir

2) Dadar Nagar Haveli

3) Lakshadwip

4) Goa

1) 2 and 4   2) 2 and 3   3) 3 and 4   4) 2, 3 and 4

१०५) जगातील सर्वात जास्त जैविक बहुविविधता असलेल्या स्थळांची यादी युनेस्कोने जाहीर केली आहे. त्यात खालीलपैकी कोणत्या स्थळांचा समावेश करण्यात आलेला आहे?

१) पश्चिम घाट (महाराष्ट्र) २) जर्मनीतील ऑपेरा हाऊस

३) थरचे वाळवंट ४) सुएझ कालवा

The UNESCO have declared the list of places in the world with most Biodiversity. Which of the following places are included in it?

1) Western Ghat (Maharashtra) 2) Opera House of Germany
3) Thar Desert 4) Suez Canal

1) 1 and 4 2) 1 and 2 3) 3 and 4 4) None of above

१०६) अवैध खाणकाम करणाऱ्या घटनांचा शोध घेऊन त्यावर उपाययोजना करण्यासाठी केंद्रशासनाने नोव्हेंबर २०१० मध्ये एक समिती स्थापन केली. खालीलपैकी कोण त्या समितीचे सदस्य आहेत?

१) दीपक पारेख २) माँटेकसिंह अहलुवालिया

३) एम. बी. शाह ४) एस. गोपाळ कृष्णन

The Central Government constituted a committee in November 2010 to find out elements indulged in illegal mining and to suggest remedies there on. Who of the following is the member of that committee?

1) Deepak Parekh 2) Montek Singh ahluwalia
3) M.B. Shaha 4) S. Gopal Krishnan

१०७) २०१२ चा स्मिता पाटील पुरस्कार कोणाला देण्यात आला?

१) करीना कपूर २) दीपिका पदुकोण ३) कॅटरिना कैफ ४) प्रियांका चोप्रा

Who was given Smita Patil Award of 2012?

1) Karina Kapur 2) Dipika Padukon 3) Katrina Kaif 4) Priyanka Chopra

१०८) जास्मीन क्रांतीमुळे पुढीलपैकी कोणत्या नेत्याला सत्ता सोडावी लागली?

१) नजरत अल हज्जाजी २) होस्नी मुबारक ३) हर्मन वाय रॉपोर्ड ४) डेव्हीड कॅमरॉन

Who was being forced to leave power due to Jasmine Revolution?

1) Najrat Al Hajjaji 2) Hosni Mubarak
3) Harman Y Ropord 4) David Kemron

१०९) मुखराज ही गुप्तचर संघटना कोणत्या देशात आहे?

१) रशिया २) अफगाणिस्तान ३) इराक ४) इराण

To which nation does the 'Mukharji Intelligence Bureau' belong?

1) Russia 2) Afghanistan 3) Iraq 4) Iran

११०) महाराष्ट्र शासनाने सन २०११ हे वर्ष पर्यटन वर्ष म्हणून घोषित केले होते त्याचा ब्रँड अँबेसेडर म्हणून पुढीलपैकी कोणत्या व्यक्तिची निवड करण्यात आली?

१) गगन नारंग २) सचिन तेंडुलकर ३) वीरधवल खाडे ४) पंकज शिरसाठ

Government of Maharashtra declared the Year 2011 as a tourism year. Who was selected as a Brand Ambassador?

1) Gagan Narang 2) Sachin Tendulkar 3) Veerdhaval Khade 4) Pankaj Shirsat

१११) ऑगस्ट २०१२ मध्ये पुण्यातील जंगली महाराज रस्त्यावर खालील ठिकाणी छोटे बॉम्बस्फोट घडविण्यात आले-

१) बालगंधर्व चौक   २) मॅकडोनाल्ड   ३) हॉटेल खैबर   ४) गरवारे चौक

१) १ आणि २   २) १, ३ आणि ४   ३) १, २, ३ आणि ४   ४) १, २ आणि ३

The following are the blast sites in Pune on Jangalee Maharaj Road, where explosion of small bombs occurred in Aug.2012.
1) Balgandharva Chowk
2) McDonald
3) Hotel Khaibar
4) Garware Chowk
1) 1 and 2
2) 1, 2 and 4
3) 1, 2, 3 and 4
4) 1, 2 and 3

११२) खालील चित्रपट क्षेत्रातील मान्यवरांना दादासाहेब फाळके पुरस्काराने सन्मानित करण्यात आलेले आहे. हा पुरस्कार मिळविणाऱ्या मान्यवरांचा योग्य कालानुक्रम लावा.

१) बी. आर. चोप्रा   २) धर्मेंद्र   ३) मनोज कुमार   ४) देवआनंद

१) १, २, ३, ४   २) ३, २, १, ४   ३) ३, ४, २, १   ४) १, ३, ४, २

The following people are the recipients of Dadasaheb Phalke Award. Arrange their sequence chronologically.
1) B.R. Chopra
2) Dharmendra
3) Manoj Kumar
4) Dev Anand
1) 1, 2, 3, 4
2) 3, 2, 1, 4
3) 3, 4, 2, 1
4) 1, 3, 4, 2

११३) योग्य जोड्या लावा.

पुस्तक	लेखक
अ) नॉट गॉन विथ द विंड	१) डॉ. सुधा मूर्ती
ब) ट्रेन टू पाकिस्तान	२) डॉ. भालचंद्र नेमाडे
क) वाईज ॲण्ड अदरवाईज	३) खुशवंत सिंह
ड) हिंदु, जगण्याची समृद्ध अडगळ	४) विश्वास पाटील

१) अ–३, ब–४, क–१, ड–२   २) अ–१, ब–३, क–४, ड–२

३) अ–४, ब–३, क–१, ड–२   ४) अ–२, ब–१, क–३, ड–४

Match the pairs properly.

Book	Writer
a) Not Gone with the Wind	1) Dr. Sudha Moorty
b) Train To Pakishtan	2) Dr. Bhalchandra Nemade
c) Wise and Otherwise	3) Khushwant Shigh
d) Hindu, Jaganyachi Samrudha Adagal	4) Vishwas Patil

1) a-3, b-4, c-1, d-2   2) a-1, b-3, c-4, d-2   3) a-4, b-3, c-1, d-2   4) a-2, b-1, c-3, d-4

११४) 'फॉर्च्युन' या मासिकामार्फत वर्ष २०१२ साठी जाहीर करण्यात आलेल्या उत्कृष्ट 100 कंपन्यांमध्ये पुढीलपैकी कोणत्या भारतीय कंपन्यांचा समावेश आहे?

१) स्टेट बँक ऑफ इंडिया   २) रिलायन्स इंडस्ट्रीज

३) इंडियन ऑईल   ४) हिंदुस्थान पेट्रोलियम

१) २ आणि ३   २) ३ आणि ४   ३) १, २ आणि ३   ४) २, ३ आणि ४

Which of the following Indian companies are included in the Best-100 companies in the Monthly- "Fortune" for the year 2012?
1) State Bank of India   2) Reliance Industries
3) Indian Oil   4) Hindustan Petroliume
1) 2 and 3   2) 3 and 4   3) 1, 2 and 3   4) 2, 3 and 4

११५) राही सरनोबत ही महाराष्ट्रीयन खेळाडू कोणत्या खेळाशी संबंधित आहे?
१) कबड्डी   २) नेमबाजी   ३) जलतरण   ४) खो–खो
To which game Maharashtrian Player Rahi Sarnobat in belonged?
1) Kabaddi   2) Shooting   3) Swimming   4) Kho-Kho

११६) गुटख्यावर बंदी घालण्याच्या महाराष्ट्र शासनाच्या निर्णयाची अंमलबजावणी कधीपासून सुरू झाली?
१) २० जुलै २०१२   २) २० ऑगस्ट २०१२   ३) १५ ऑगस्ट २०१२   ४) १ सप्टेंबर २०१२
On which of the following date, the Government of Maharashtra implemented prohibition on Gutkha?
1) 20th July 2012   2) 20th August 2012   3) 15th August 2012   4) 1st Septmber 2012

११७) सहकार विभाग पतसंस्था फेडरेशन यांच्या संयुक्त विद्यमाने आंतरराष्ट्रीय सहकार परिषद ६ जुलै २०१२ रोजी कोठे पार पाडली?
१) प्रवरानगर   २) शिर्डी   ३) कोल्हापूर   ४) सांगली
On 6th July 2012 where did the International Co-operative Conference in association with Co-operative Department and Credit Co-operative Federation took place?
1) Pravaranagar   2) Shirdi   3) Kolhapur   4) Sangli

११८) सन २०१२ चा रॅमन मॅगसेसे पुरस्कार तमिळनाडूचे कुलंदेई फ्रान्सिस यांना जाहीर करण्यात आला. हा पुरस्कार त्यांना कोणत्या क्षेत्रातील कामगिरीसाठी जाहीर झाला?
१) स्त्रियांचे सबलीकरण   २) जल बचत अभियान
३) मृदा संधारण   ४) स्त्री-भ्रूण हत्या विरोधी चळवळ
Ramon Magsaysay Award of 2012 was decleared to Kulandei Francis of Tamilnadu In which field he was awarded ?
1) Empowerment of women   2) Water saving compaign
3) Soil conservation   4) Movement against female feticide

११९) हिग्ज बोसॉन हे कोणत्या दोन वैज्ञानिकांच्या नावावरून बनविण्यात आले आहेत?
१) हिल्टन बोसॉन   २) पीटर हिग्ज   ३) सतेंद्रनाथ बोस   ४) जॉन हिग्ज
१) १ आणि २   २) २ आणि ३   ३) ३ आणि ४   ४) १ आणि २
Which of two scientists name from the following the term 'Higs Boson' is made ?
1) Hilton Boson   2) Peter Higs   3) Satendranath Bose
4) John Higs
1) 1 and 2   2) 2 and 3   3) 3 and 4   4) 1 and 2

१२०) श्रमिक एक्सप्रेस कोणत्या दोन रेल्वेस्थानकांदरम्यान धावते?
१) गांधीनगर–इटारसी   २) मुंबई–पटणा   ३) बलसाड–सोनपूर   ४) पटणा–कोलकाता

Which two railway stations does the Shramik Express run?
1) Gandhinagar-Itarasi 2) Mumbai-Patna
3) Balsad-Sonpur 4) Patna-Kolkata

१२१) टिळक स्मारक मंदिर ट्रस्ट तर्फे देण्यात येणारा २०१२ चा लोकमान्य टिळक पुरस्कार पुढीलपैकी कोणाला जाहीर झाला ?

१) प्रकाश आमटे २) मृणाल गोरे ३) विकास आमटे ४) माधव गोडबोले
१) २ आणि ३ २) १, २ आणि ३ ३) १ आणि ३ ४) वरील सर्वांना
Who of the following persons were awarded Lokmanya Tilak Award of 2012 on behalf of Tilak Smarak Mandir Trust?
1) Prakash Amte 2) Mrunal Gore 3) Vikas Amte 4) Madhav Godbole
1) 2 and 3 2) 1, 2 and 3 3) 1 and 3 4) All above

१२२) महाराष्ट्र शासनाने नेमलेल्या बालमृत्यु मूल्यमापन समिती पुढीलपैकी कोणाच्या नेतृत्वाखाली नेमण्यात आली आहे ?

१) डॉ. अभय बंग २) डॉ. राणी बंग ३) डॉ. मोहिनी गिरा ४) डॉ. प्रकाश आमले
१) १ आणि २ २) फक्त १ ३) फक्त ३ ४) १, २ आणि ४
Under whose leadership the Maharashtra Government has appointed Infant Mortality Evaluation Committee?
1) Dr. Abhay Bang 2) Dr. Rani Bang 3) Dr. Mohini Gira 4) Dr. Prakash Amale
1) 1 and 2 2) Only 1 3) Only 3 4) 1, 2 and 4

१२३) डॉ. विजय केळकर यांच्या अध्यक्षतेखाली नेमण्यात आलेल्या १३ व्या वित्त आयोगाच्या शिफारशीबाबत कोणते विधान सत्य आहे ?

१) या आयोगाच्या शिफारशी सन २०१० ते २०१५ या कालावधीसाठी लागू आहेत.

२) प्राथमिक शिक्षणासाठी रु. २४,००० कोटींचा निधी पुरवणे.

३) केंद्र अनुदानित सामाजिक क्षेत्रातील योजनांची संख्या कमी करणे.

४) उर्जेचा अपव्यय टाळण्यासाठी राज्यांनी योग्य पावले उचलण्याची आवश्यकता.

१) १ आणि २ २) २, ३ आणि ४ ३) फक्त २ ४) वरील सर्व
Which sentence is true about the recommendation of 13th finance commission, appointed under the chairmanship of Dr. Vijay Kelkar?
1) The recommendations of this commission are applicable for the period of 2010 to 2015 2) To provide a fund of Rs. 24,000 crore for Primary Education.
3) To reduce the quantity of central government schemes in grantable social field.
4) A need for taking steps by states against misuse of energy.
1) 1 and 2 2) 2, 3 and 4 3) Only 2 4) All above

१२४) पुढीलपैकी कोणते महाराष्ट्राच्या ११ व्या पंचवार्षिक योजनेचे उद्दिष्ट नव्हते ?

१) राज्याचा आर्थिक विकासदर १०% च्या वर घेऊन जाणे.

२) दारिद्र्यरेषेखालील लोकांचे प्रमाण ०% करणे.

३) बालविवाहाचे प्रमाण १/३ पर्यंत कमी करणे.

४) २०१२ पर्यंत सर्व मुलांना शिक्षणाच्या प्रवाहात आणणे व शिक्षण देणे.

१) १, २, ३ आणि ४   २) १ आणि ३   ३) फक्त २   ४) ३ आणि ४

Which of the following was not the objective of 11th five year plan of Maharashtra?
1) To increase the state's economic growth rate above 10%
2) To reduce percentage of people below poverty line to 0%
3) To reduce child marriage by up to 1/3
4) To bring all children in the flow of education till 2012, and educate them.
1) 1, 2, 3 and 4   2) 1 and 3   3) Only 2   4) 3 and 4

१२५) गुजरातमध्ये नर्मदा नदीवर प्रस्तावित १८२ मीटर उंचीचा 'स्टॅच्यू ऑफ युनिटी' हा कोणाचा पुतळा असणार आहे?

१) इंदिरा गांधी   २) महात्मा गांधी   ३) नरेंद्र मोदी   ४) सरदार पटेल

Whose proposed statue of 182 mtrs of height is to be installed on the banks of Narmada river in Gujrat?

1) Indira Gandhi   2) Mahatma Gandhi 3) Narendra Modi   4) Sardar Patel

१२६) संयुक्त राष्ट्रसंघाच्या ओझोन कृती दलाचे प्रमुख कोण आहेत?

१) विक्रम पंडित   २) राजेंद्र शेंडे   ३) प्रमोद शेंडे   ४) डॉ. किशोर सिंग

Who is the chief of Ozone Task Force of UN?

1) Vikram Pandit   2) Rajendra Shende 3) Pramod Shende   4) Dr. Kishor Sing.

१२७) आपल्या कारकिर्दीत १४ ग्रँडस्लॅम विजेते पद मिळविणारी टेनिस पटू कोण?

१) सानिया मिर्झा   २) सेरेना विल्यम्स   ३) मारिया शारापोवा   ४) यापेक्षा वेगळे उत्तर

Who of the among the following Tennis players got 14 Grand slams in her career?

1) Sania Mirza   2) Serena Williams   3) Maria Sharapova 4) None for above

१२८) केंद्रीय पर्यावरण व वनखात्याकडून पश्चिम घाट परिसंस्थेच्या अभ्यासासाठी नियुक्त केलेली समिती पुढीलपैकी कोणती?

१) गाडगीळ समिती   २) गोडबोले समिती   ३) माधवन समिती   ४) यापैकी १ व २

Which of the following committee was appointed for the study of Western Ghat Ecology by Central Environment and Forest Department?
1) Gadgil Committee   2) Godbole Committee
3) Madhavan Committee   4) From above 1 and 2

१२९) अखिल भारतीय मराठी नाट्यपरिषदेमार्फत दिला जाणारा जीवन गौरव पुरस्कार खालीलपैकी कोणास देण्यात आला?

१) सतीश आळेकर   २) मधु मंगेश कर्णिक   ३) अर्जुन डांगळे   ४) यापैकी नाही

Who among the following was honoured with the life time achievement award by 'Akhil Bharatiya Marathi Natya Parishad'?
1) Satish Alekar   2) Madhu Mangesh Karnik
3) Arjun Dangale   4) None of the above

१३०) खालील विधानांचा विचार करा.

१) एनिक पेना नीटो यांची मेक्सिको या देशाचे अध्यक्ष म्हणून नियुक्ती झाली आहे.

२) इन्स्टिट्यूशनल रिव्होल्युशनरी पार्टी या पक्षाचे ते उमेदवार होते.

१) फक्त १ बरोबर   २) फक्त २ बरोबर   ३) दोन्ही बरोबर   ४) दोन्ही चूक

Consider the following statements.

1) Enrique-Pena-Nieto has been appointed as the President of Mexico.

2) Enrique-Pena-Nieto was the candidate of Institutional Revolutionary Party.

1) Only 1 correct   2) Only 2 correct   3) Both are correct   4) Both are incorrect

१३१) भाभा अणुशक्ती केंद्राचे नवे प्रमुख म्हणून .... यांची नियुक्ती झाली आहे.

१) शेखर बसू   २) एस. के. शिवकुमार   ३) आशुतोष कोतवाल   ४) वरीलपैकी नाही

.... is appointed as a new chief of Bhaba Atomic Research Centre.

1) Shekhar Basu   2) S.K. Shivkumar   3) Aashutosh Kotwal4) None of above

१३२) पहिला रवींद्रनाथ टागोर पुरस्कार .... यांना देण्यात आला आहे.

१) पंडित रवीशंकर   २) अण्णा हजारे   ३) अरविंद केजरीवाल   ४) स्वामी अग्निवेश

.... is honoured with the first Ravindranath Tagore Award.

1) Pandit Ravishankar   2) Anna Hajare

3) Arvind Kejariwal   4) Swami Agniwesh

१३३) खालील विधानांचा विचार करा.

१) भारतीय अणुऊर्जा आयोगाचे अध्यक्षपदी रतनकुमार सिन्हा यांची निवड झाली आहे.

२) श्रीकुमार बॅनर्जी हे या पूर्वीचे अध्यक्ष होते.

१) फक्त १ बरोबर   २) फक्त २ बरोबर   ३) १ आणि २ बरोबर   ४) दोन्ही चूक

Consider the following statements.

1) Ratankumar Sinha is appointed as the President of Atomic Energy Commission of India.

2) He was preceded by Shrikumar Banarjee.

1) Only 1 is correct   2) Only 2 is correct   3) 1 and 2 correct   4) Both are wrong

१३४) खालील विधानांचा विचार करा.

१) बासेल– III नियमावली १ एप्रिल २०१३ पासून लागू होणार आहे.

२) या नियमावलीनुसार भारतीय बँकांना ९ टक्के CRAR लागू असणार आहे.

१) फक्त १ बरोबर   २) फक्त २ बरोबर   ३) १ आणि २ बरोबर   ४) दोन्ही चूक

Think of the following sentences.

1) Basel-III code will come into existence from 1st April 2013.

2) According to this code, Indian banks will get 9% CRAR. (Capital to Risk Asset Ratio.)

1) Only 1 is correct   2) Only 2 is correct   3) 1 and 2 correct   4) Both are wrong

१३५) खाण माफियांकडून निर्घृण हत्या झालेले आयपीएस अधिकारी नरेंद्रकुमार प्रकरण .... या राज्याशी संबंधित आहे.

१) मध्यप्रदेश   २) छत्तीसगड   ३) बिहार   ४) उडिसा

Late IPS officer Narendra Kumar who belongs to .... state was brutally murdered by mining-mafia.

1) Madhya Pradesh   2) Chattisgadh   3) Bihar   4) Odisha

१३६) खालील विधानांचा विचार करा.

१) बॉबी जिंदाल यांची लुईझियाना राज्याचे गव्हर्नर म्हणून नियुक्ती झाली आहे.

२) बॉबी जिंदाल यांची ही नियुक्ती दुसऱ्यांदा झाली आहे.

१) फक्त १ बरोबर   २) फक्त २ बरोबर   ३) १ आणि २ बरोबर ४) दोन्ही चूक

Think of the following sentences.
1) Boby Jindal is appointed as a Governer of Louisiana
2) Boby Jindal is appointed for the second time.

1) Only 1 is correct 2) Only 2 is correct 3) 1 and 2 correct   4) Both are wrong

१३७) NCERT पुस्तकातील व्यंगचित्र चौकशी प्रकरणी शासनाने पुढीलपैकी कोणती समिती नेमली आहे?

१) एस. के. थोरात   २) एस. के. मंगलमूर्ती ३) व्ही. के. जैन   ४) आर. व्ही. राव

Which of the following committee is appointed for the enquiry in case of caricature in NCERT book.

1) S. K. Thorat   2) S. K. Mangalmurti 3) V. K. Jain   4) R. V. Rao

१३८) खालील विधानांचा विचार करा.

१) २०१२ चा मेगॅसेसे पुरस्कार कुलंदेई फ्रान्सिस यांना प्राप्त झाला आहे.

२) कुलंदेई फ्रान्सिस तमिळनाडू मधील कृष्णगिरी भागात आय.आर.डी.पी. अंतर्गत काम करतात.

१) फक्त १ बरोबर   २) फक्त २ बरोबर   ३) १ आणि २ बरोबर ४) दोन्ही चूक

Think of the following sentences.
1) Kulendei Francis was awarded with Magsaysay Award in 2012.
2) Kulendei Francis is working under IRDP in Krishnagiri area of Tamilnadu.

1) Only 1 is correct 2) Only 2 is correct 3) 1 and 2 correct   4) Both the wrong

१३९) खालील विधानांचा विचार करा.

१) नेहरू करंडक ही फुटबॉलशी संबंधित एक क्रीडा स्पर्धा आहे.

२) सन २०१२ मध्ये भारताने हा करंडक जिंकला आहे.

३) भारताने नेहरू करंडक तिसऱ्यांदा जिंकला आहे.

४) भारताने नेहरू करंडक जिंकण्यासाठी कॅमेरून संघाचा पराभव केला आहे.

१) फक्त १ बरोबर   २) फक्त २ बरोबर   ३) सर्व बरोबर   ४) सर्व चूक

Consider the following statements.
1) Nehru Cup is a sports competition related to Football
2) In 2012, India won this Cup
3) India has won Nehru Cup thrice
4) India has defeated the Cameroon team and won Nehru Cup.

1) Only 1 is correct 2) Only 2 is correct 3) All are correct   4) All are wrong

१४०) पहिला प्राचार्य शिवाजीराव भोसले स्मृती सन्मान पुरस्कार .... यांना प्राप्त झाला आहे.

१) बाबासाहेब पुरंदरे   २) विश्वास पाटील   ३) श्रीनिवास खळे   ४) यापैकी नाही

The recipient of the 1st Pracharya Shivajirao Bhosale Smurti Sanman Award is-
1) Babasaheb Purandare   2) Vishwas Patil
3) Shrinivas Khale   4) None of above

१४१) खालील विधानांचा विचार करा.

१) सौमित्र चटर्जी यांना २०११ चा दादासाहेब फाळके पुरस्कार जाहीर करण्यात आला.

२) सौमित्र चटर्जी यांना पादोखेप चित्रपटातील अभिनयाबद्दल २००८ सालचा सर्वोत्कृष्ट अभिनेत्याचा राष्ट्रीय पुरस्कार प्राप्त झाला होता.

१) फक्त १ बरोबर   २) फक्त २ बरोबर   ३) १ आणि २ बरोबर ४) दोन्ही नाही

Consider of the following statements.

1) Saumitra Chatterjee was honoured with Dadasaheb Phalke Award of 2011.

2) Saumitra Chatterjee had received National Award of Best Actor for the performance in the film 'Podokhep' in the year 2008.

1) Only 1 is correct 2) Only 2 is correct 3) 1 and 2 correct   4) Both the wrong

१४२) अपोलो ११ या चांद्रमोहिमेत खालीलपैकी कोणाचा समावेश होता.

१) नील आर्मस्ट्राँग   २) मायकेल कॉलीन्स   ३) बझ ऑल्ड्रीन

१) फक्त १ बरोबर   २) फक्त २ बरोबर

३) १, २ आणि ३ बरोबर   ४) १ आणि ३ बरोबर

Who among the following were included in the Apollo-11 Moon compaign.

1) Neil Armstrong   2) Michael Collins   3) Buzz Aldrin

1) Only 1 is correct   2) Only 2 is correct

3) 1, 2 and 3 are correct   4) 1 and 3 are correct

१४३) युनेस्कोने जागतिक वारसा यादीत काही स्थळांचा सामावेश केलेला आहे. त्यामध्ये खालीलपैकी यांचा समावेश होतो.

१) कास पठार   २) कोयना अभयारण्य ३) चांदोली अभयारण्य ४) राधानगरी

The UNESCO has included some places in Global Heritage List. The following are included in it.

1) Kas Plateau   2) Koyana Wildlife Sanctuary

3) Chandoli Wildlife Sanctuary   4) Radhanagari

1) Only 1 is correct   2) 1 and 2 are correct

3) 1, 2 and 3 are correct   4) All the correct

१४४) खालील विधानांचा विचार करा.

१) सन २०१२ चा प्रिय जी. ए. पुरस्कार श्री. महेश एलकुंचवार यांना जाहीर करण्यात आला.

२) सन २०१२ चा प्रिय जी. ए. पुरस्कार कथा सन्मान मिलिंद बोकील यांना जाहीर करण्यात आला.

१) फक्त १ विधान बरोबर आहे.   २) फक्त २ विधान बरोबर आहे.

३) दोन्ही विधाने बरोबर आहेत.   ४) दोन्ही विधाने चूक आहेत.

Consider the following statements.

1) Shri. Mahesh Elkunchwar declared the Priya G.A. Award of 2012.

2) Milind Bokil declared the Priya G.A. Katha Sanman Award of 2012.

1) Only 1 is correct 2) Only 2 is correct 3) Both are correct   4) Both are wrong

१४५) एकोणिसावी राष्ट्रीय बालविज्ञान परिषद खालीलपैकी कोणत्या ठिकाणी पार पडली?

१) जयपूर   २) जोधपूर   ३) अजमेर   ४) जैसलमेर

Where was the 19th Rashtriya Bal Vidnyan Parishad held?

1) Jaipur 2) Jodhapur 3) Ajamer 4) Jaisalmer

१४६) Beyond Security Towards Peace ही कोणत्या परिषदेची मुख्य घोषणा होती?

१) सेऊल अणुसुरक्षा परिषद-२०१२ २) जी २०-२०१२

३) जी ८-२०१२ ४) नाम-२००७

Beyond Security Towards Peace was the chief slogan of which of the following summit?
1) Seoul Nuclear Security Summit-2012 2) G20-2012
3) G8-2012 4) NAM-2007

१४७) महाराष्ट्रातील तिसऱ्या सागरी तटकेंद्राची स्थापना पुढीलपैकी कोणत्या ठिकाणी करण्यात आली?

१) रायगड २) डहाणू ३) मालवण ४) कणकवली

Where is the third Oceanic Coast Centre in Maharashtra established?

1) Raigad 2) Dahanu 3) Malwan 4) Kankawali

१४८) योग्य जोड्या लावा.

अ-गट ब-गट

अ) आर्टिस्ट १) गोल्डन ग्लोब

ब) दी डिसेंडट्स २) ऑस्कर

क) जिंदगी ना मिलेगी दोबारा ३) फिल्मफेअर

ड) दबंग ४) आयफा

१) अ-२, ब-१, क-३, ड-४ २) अ-३, ब-१, क-२, ड-४

३) अ-२, ब-१, क-४, ड-३ ४) अ-३, ब-१, क-४, ड-२

Match the pair.
A - Group B- Group
a) Artist 1) Golden Globe
b) The Descendants 2) Oscar
c) Zindagi Na Milegi Dobara 3) Filmfare
d) Dabang 4) IIFA
1) a-2, b-1, c-3, d-4 2) a-3, b-1, c-2, d-4 3) a-2, b-1, c-4, d-3 4) a-3, b-1, c-4, d-2

१४९) सन २०१४ साली विश्वचषक हॉकी स्पर्धा पुढीलपैकी कोणत्या देशात होणार आहेत?

१) हॉलंड २) इंग्लंड ३) फ्रान्स ४) जर्मनी

In which country among the following, the Hockey World Cup Tournament will be held in 2014?

1) Holand 2) England 3) France 4) Germany

१५०) १) महाराष्ट्रात एकूण ३३ जिल्हा परिषदा आहेत.

२) मुंबई शहर आणि मुंबई उपनगर या नागरी जिल्ह्यांना जिल्हा परिषदा नाहीत.

१) फक्त १ बरोबर २) फक्त २ बरोबर

३) दोन्ही १ व २ बरोबर ४) दोन्ही १ आणि २ चूक

1) There are totally 33 Zilla Parishads in Maharashtra.
2) The urban districts, Mumbai City and Mumbai Suburb does not have Zilla Parishad.

1) Only 1 is correct 2) Only 2 is correct
3) Both 1 and 2 are correct 4) Both 1 and 2 are incorrect

१५१) ९२वे अखिल भारतीय नाट्य संमेलन खालीलपैकी कोणत्या ठिकाणी पार पडले?

१) बारामती   २) सांगली   ३) पुणे   ४) आळंदी

Where was 92nd Akhil Bhartiya Natya Sammelan held?

1) Baramati   2) Sangli   3) Pune   4) Alandi

१५२) खालीलपैकी कोणत्या महाराष्ट्रीयन व्यक्तिमत्त्वास 'भारतरत्न' या पुरस्काराने सन्मानित करण्यात आलेले नाही?

१) पं. भीमसेन जोशी   २) पां.वा. काणे   ३) जमशेदजी टाटा   ४) सचिन तेंडुलकर

Who among the following Maharashtrians is not honoured with Bharatratna Award?

1) Pandit Bhimsen Joshi   2) P. V. Kane
3) Jamshedji Tata   4) Sachin Tendulkar

१५३) सन २०११ साली कवी ग्रेस यांना साहित्य अकादमी पुरस्कार त्यांच्या पुढील कलाकृतीसाठी देण्यात आला.

१) वाऱ्याने हलते रान   २) चांद्रमाधवीच्या प्रदेशात

३) संपूर्ण साहित्य योगदानाबद्दल   ४) यापैकी नाही

For which of the following work of art, Sahitya Academy Award was given to the poet Grace.

1) Waryane Halate Raan   2) Chandra Madhavichya Pradeshat
3) His whole literary contribution   4) None of the above

१५४) सन २०११ सालचा विष्णुदास भावे पुरस्कार पुढीलपैकी कोणास देण्यात आला?

१) रत्नाकर मतकरी   २) शं. ना. नवरे   ३) गिरीश कुलकर्णी   ४) उत्तम कांबळे

To whom Vishnudas Bhave Award was given in the year 2011?

1) Ratnakar Matkari 2) S. N. Navare   3) Girish Kulkarni   4) Uttam Kamble

१५५) 'पर्जन्यवन उत्सव योजना' या केंद्रसरकारच्या योजनेचा पुढीलपैकी प्रमुख उद्देश कोणता आहे?

१) भारतीय उपखंडातील पर्जन्यमान वाढविणे   २) प्रदूषण नियंत्रण करणे

३) दुर्मिळ प्रजातींच्या पर्जन्यवनांचे संरक्षण   ४) वरीलपैकी सर्व

What is the main objective of 'Rain Forest Festival Scheme' of central government?
1) To increase the rainfall in Indian sub-continent
2) To control the pollution
3) To protect the rainforest of rare species
4) All of the above

१५६) संयुक्त राष्ट्रसंघाकडून सन २०१२ हे वर्ष खालीलपैकी कशासाठी घोषित करण्यात आले आहे?

१) जैव विविधता   २) सर्वांसाठी शाश्वत ऊर्जा

३) वनसंरक्षण   ४) व्याघ्रसंरक्षण

United Nation has declared the year 2012 as the year of ....
1) Bio-diversity   2) Sustainable energy for all
3) Conservation of forests   4) Protection of Tigers

१५७)सन २०१२ या वर्षाचा व्ही. शांताराम जीवनगौरव पुरस्कार पुढीलपैकी कोणास प्रदान करण्यात आला ?

१) माईक पांडे २) आशुतोष गोवारीकर ३) वरीलपैकी दोन्ही ४) यापेक्षा वेगळे उत्तर

To whom of the following V. Shantaram Lifetime Achievement award of 2012 was given?

1) Mike Pande 2) Ashutosh Govarikar

3) Two of the above 4) None of the above

१५८)आकाश या जगातील सर्वात स्वस्त संगणकाची निर्मिती पुढीलपैकी कोणत्या कंपनीने केली आहे?

१) गुगल २) मायक्रोसॉफ्ट ३) याहू ४) डाटाविंड

Which of the following company has produced 'Akash' the cheapest computer of the world?

1) Google 2) Microsoft 3) Yahoo 4) Datawind

१५९)मेघा–ट्रॉपीक्स या उपग्रहाची निर्मिती हा पुढीलपैकी कोणत्या दोन देशांचा संयुक्त प्रकल्प आहे?

१) भारत–रशिया २) भारत–अमेरिका ३) भारत–फ्रान्स ४) भारत–ऑस्ट्रेलिया

The satellite 'Megha-Tropiques' is the joint venture of which of the two countries among the following?

1) India - Russia 2) India - America 3) India - France 4) India - Australia

१६०)सन २०१२ मध्ये सर्वोत्कृष्ट राष्ट्रीय चित्रपटांतर्गत सर्वोत्कृष्ट अभिनेत्रीचा पुरस्कार .... यांना प्राप्त झाला आहे.

१) विद्या बालन २) काजोल ३) राणी मुखर्जी ४) कॅटरिना कैफ

.... received the Best Actress Award in 2012 for the best movie at national level.

1) Vidhya Balan 2) Kajol 3) Rani Mukharji 4) Katrina Kaif

१६१)२०११ चा महाराष्ट्र शासनाचा ज्ञानोबा तुकाराम पुरस्कार .... यांना प्रदान करण्यात आला.

१) भालचंद्र नेमाडे २) यु. म. पठाण ३) १ आणि २ ४) यापेक्षा वेगळे उत्तर

.... was awarded with Maharashtra Government's Dnyanaba-Tukaram Award for 2011.

1) Bhalchandra Nemade 2) Y. M. Pathan

3) 1 and 2 4) None of the above

१६२)जानेवारी २०१२ मध्ये राष्ट्रीय युवा महोत्सव कोणत्या ठिकाणी पार पडला ?

१) मंगळुरू २) बंगळुरू ३) जोधपूर ४) जयपूर

Where did National Youth Festival in January 2012 took place?

1) Mangaluru 2) Bangaluru 3) Jodhapur 4) Jaipur

१६३)भारत सरकारने पर्यटनाला चालना देण्यासाठी .... ही योजना राबविण्यास सुरुवात केली आहे.

१) अतुल्य भारत २) अतिथी देवो भव ३) इंडिया नाऊ ४) वरील सर्व

Indian government has started .... scheme for giving promoting tourism.

1) Incredible India 2) Atithi Dev Bhav 3) India Now 4) All of above

१६४)आंतरराष्ट्रीय हवामान संघटनेची पहिली परिषद सन २००९ मध्ये .... या ठिकाणी पार पडली.

१) दिल्ली २) टोकियो ३) मस्कत ४) कैरो

First conference of International Climate Organization was held at ...... in the year 2009.

1) Delhi 2) Tokiyo 3) Muscat 4) Cairo

१६५) १) छत्रपती शिवाजी आंतरराष्ट्रीय विमानतळ सहार (मुंबई) येथे आहे.

२) डॉ. बाबासाहेब आंबेडकर आंतरराष्ट्रीय विमानतळ नागपूर येथे आहे.

१) फक्त १ बरोबर   २) फक्त २ बरोबर   ३) १ आणि २ बरोबर   ४) १ आणि २ चूक

1) Chhatrapati Shivaji International Airport is at Sahar (Mumbai).
2) Dr. Babasaheb Ambedkar International Airport is at Nagpur.
1) Only 1 is correct   2) Only 2 is correct
3) 1 and 2 are correct   4) 1 and 2 are false

१६६) 'Building Bridges' ही कोणत्या परिषदेची प्रमुख संकल्पना होती?

१) आशियान- २०१२ २) जी आठ- २०११ ३) सार्क- २०११   ४) जी ५- २०११

Which conference had 'Building Bridges' as main concept?

1) ASEAN - 2012   2) G8 - 2011   3) SAARC - 2011   4) G5 - 2011

१६७) पुढीलपैकी कोणाची राष्ट्रकुल परिषदेच्या महासचिवपदी फेरनिवड करण्यात आली?

१) अखिलेश शर्मा   २) कमलेश शर्मा   ३) आलोक शर्मा   ४) आलोक चटर्जी

Who among the following is re-elected as Secretary General of Common Wealth Conference?

1) Akhilesh Sharma 2) Kamlesh Sharma 3) Alok Sharma   4) Alok Chatterji

१६८) सन २०१२ चे 'अखिल भारतीय मराठी बालकुमार साहित्य सम्मेलन' पुढीलपैकी कोणाच्या अध्यक्षतेखाली पार पडले?

१) विजया वाड   २) गोविंद गोडबोले   ३) मधु मंगेश कर्णिक   ४) मंगेश पाडगांवकर

Who among the following chaired the 'Akhil Bharatiy Balkumar Sahitya Sammelan' in 2012?
1) Vijaya Wad   2) Govind Godbole
3) Madhu Mangesh Karnik   4) Mangesh Padgaonkar

१६९) राष्ट्रीय सागरी संशोधन संस्था, गोवा या संस्थेमार्फत अंटार्क्टिका येथे तिसरे संशोधन केंद्र कोणत्या नावाने सुरू करण्यात आले?

१) गंगोत्री   २) हिमाद्री   ३) भारती   ४) ध्रुव

By which name the third research centre is started by National Ocean Research Institute, Goa at the Antartica.

1) Gangotri   2) Himadri   3) Bharati   4) Dhurva

१७०) अगदी अलीकडील काळात महाराष्ट्रातील कोणत्या ठिकाणी ढग संशोधन केंद्राची स्थापना करण्यात आली आहे?

१) माळशिरस   २) माथेरान   ३) महाबळेश्वर   ४) पाचगणी

Where was the cloud research centre in Maharashtra established recently?

1) Malshiras   2) Matheran   3) Mahabaleshwar   4) Panchgani

१७१) सन २०११-१२ हे वर्ष भारतीय रेल्वेने पुढीलपैकी कोणते वर्ष घोषित केलेले आहे?

१) हरित ऊर्जा वर्ष   २) पर्यटन वर्ष   ३) शाश्वत ऊर्जा वर्ष   ४) जैवविविधता वर्ष

Indian Railways has declared the year 2011-12 as the year of :

1) Green Energy year 2) Tourism year   3) Eternal energy year 4) Bio-diversity year

१७२) २२ डिसेंबर हा दिवस पुढीलपैकी कोणाच्या स्मरणार्थ गणित दिन म्हणून पाळण्यात येतो ?

    १) भास्कराचार्य   २) रामानुजन   ३) लिंबार्क   ४) पाणिनी

In whose memory December 22nd is observed as Mathematics Day?

1) Bhaskaracharya   2) Ramanujan   3) Limbark   4) Panini

१७३) सन २०१२ मध्ये दिल्मा रूसेफ यांची .... या देशाचा पंतप्रधान म्हणून निवड झाली आहे.

    १) ब्राझील   २) रशिया   ३) ऑस्ट्रिया   ४) ऑस्ट्रेलिया

In 2012, Dilma Rousseff has been elected as Prime Minister of ....

1) Brazil   2) Russia   3) Austria   4) Australia

१७४) ९ ऑगस्ट हा दिवस कोणता दिवस म्हणून पाळला जातो ?

    १) आंतरराष्ट्रीय हरित दिन   २) आंतरराष्ट्रीय ओझोन दिन

    ३) जागतिक आदिवासी दिन   ४) जागतिक वन दिन

9th August is observed as -

1) International Green Day   2) International Ozone Day

3) World Tribal Day   4) World Forest Day

१७५) सन २०१२ साठीचा डॉ. स्वामीनाथन पुरस्कार .... यांना प्रदान करण्यात आला आहे.

    १) डॉ. एम. पी. सक्सेना   २) डॉ. एम. एस. अहलुवालिया

    ३) डॉ. जोगिंदरसिंग   ४) डॉ. पी. प्रकाश

.... is awarded with Dr. Swaminathan Award for the year 2012.

1) Dr. M. P. Saxena   2) Dr. M. S. Ahaluwalia

3) Dr. Jogindar Shigh   4) Dr. P. Prakash

१७६) नोव्हेंबर २०१२ मध्ये काँग्रेस अध्यक्ष सोनिया गांधी यांना फोर्ब्स मासिकाने कितवे स्थान दिले आहे ?

    १) अकरावे   २) बारावे   ३) तेरावे   ४) चौदावे

Which rank is given by Forbes Magazine to Congress President Soniya Gandhi in November 2012?

1) Eleventh   2) Twelevth   3) Thirteenth   4) Fourteenth

१७७) महाराष्ट्र शासनाकडून राबविण्यात येणाऱ्या 'पर्यावरण संतुलित ग्राम' या योजनेचे घोषवाक्य पुढीलपैकी एक आहे ?

    १) स्वच्छतेकडून समृद्धीकडे   २) शांततेकडून समृद्धीकडे

    ३) समृद्ध ग्राम, संपन्न ग्रामस्थ   ४) नव निर्माणाचे वारे

Slogan of 'Paryavaran Santulit Gram' scheme implemented by government of Maharashtra is one of the following.

1) From cleanliness to prosperity   2) From peace to prosperity

3) Prosperous village, prosperous villagers   4) Wind of new innovation

१७८) महाराष्ट्र शासनाच्या गाडगेबाबा ग्राम स्वच्छता अभियानास १ नोव्हेंबर २००० रोजी सुरुवात झाली. पुढीलपैकी कोणत्या तत्कालीन ग्रामविकास मंत्र्याला त्यांचे श्रेय द्यावे लागते ?

    १) जयंत पाटील   २) आर. आर. पाटील

    ३) सतेज पाटील   ४) रोहिदास पाटील

Government of Maharashtra started 'Gadgebaba Clean Village' Campaign on 1st November 2000. Which of the following Rural Development Minister can be given the credit for this?

1) Jayant Patil   2) R. R. Patil   3) Satej Patil   4) Rohidas Patil

१७९) संत गाडगेबाबा ग्राम स्वच्छता अभियान कार्यक्रमाचे घोषवाक्य कोणते?

१) स्वच्छतेकडून समृद्धीकडे   २) शांततेकडून समृद्धीकडे

३) १ आणि २   ४) दोन्ही नाही.

What is the slogan of Sant Gadgebaba Clean Village campaign?

1) From cleanliness to prosperity   2) From peace to prosperity

3) 1 and 2   4) None of the above

१८०) तमिळनाडू व केरळ यांच्यामधील वादास कारणीभूत असलेले धरण कोणते?

१) कृष्णराजसागर   २) मुल्ला पेरियार   ३) वैगई   ४) वरीलपैकी एकही नाही

Which dam is responsible for dispute between Tamilnadu and Kerala?

1) Krishnarajsagar   2) Mulla Pariyar   3) Vaigai   4) None of the above

१८१) सन २०१२ सालचा आंतरराष्ट्रीय आयुर्वेद महोत्सव .... या ठिकाणी पार पडला.

१) कोचीन   २) तिरूअनंतपूरम्   ३) चेन्नई   ४) यापैकी नाही

International Ayurved Festival took place at .... in the year 2012.

1) Cochin   2) Thiruanantpuram   3) Chennai   4) None of the above

१८२) ग्रामपंचायतींना अधिक बळकट करण्यासाठी 'पंच परमेश्वर' ही योजना राबविणारे राज्य कोणते?

१) छत्तीसगड   २) मध्यप्रदेश   ३) बिहार   ४) राजस्थान

Which among the following state adopted the plan of Panch Parmeshwar to empower the Gram Panchayat?

1) Chattisgarh   2) Madhya Pradesh   3) Bihar   4) Rajasthan

१८३) .... हा दिवस भारतामध्ये 'पंचायतराज दिन' म्हणून पाळण्यात येतो.

१) २२ एप्रिल   २) २३ एप्रिल   ३) २२ मे   ४) २४ एप्रिल

.... day is observed as 'Panchyat Raj Day' in India?

1) 22nd April   2) 23rd April   3) 22nd May   4) 24th April

१८४) भारतीय आर्थिक परिषदेच्या अध्यक्षपदी पुढीलपैकी कोणाची नियुक्ती करण्यात आली आहे?

१) एम. एस. अहलुवालिया   २) भालचंद्र मुणगेकर

३) नरेंद्र जाधव   ४) विजय केळकर

Who of the following is appointed as a president of Indian Economic Council?

1) M. S. Ahluwalia   2) Bhalchandra Mungekar

3) Narendra Jadhav   4) Vijay Kelkar

१८५) पुढीलपैकी कोणाची देशाचे नवीन तटरक्षक दल प्रमुख म्हणून नियुक्ती करण्यात आली आहे?

१) एम. मुरलीधरन   २) व्ही. के. सिंग   ३) व्ही. एस. मलीक   ४) यापैकी नाही

Who of the following is appointed as new chief of Coastal Guard Force of India?

1) M. Murlidharan   2) V. K. Singh   3) V. S. Malik   4) None of above

१८६) सन २०१२ सालचा रणजीकरंडक विजेता संघ कोणता?

१) मुंबई २) रेल्वे ३) राजस्थान ४) बिहार

Who won the Ranji Trophy in the year 2012?

1) Mumbai 2) Railway 3) Rajasthan 4) Bihar

१८७) दरबान येथे झालेल्या हवामान परिषदेमध्ये क्योटो कराराला सन .... पर्यंत मुदतवाढ देण्यात आली आहे.

१) २०१७ २) २०१८ ३) २०१९ ४) २०२०

Climate Summit held at Darban is given extension period upto .... years for Quoto Treaty.

1) 2017 2) 2018 3) 2019 4) 2020

१८८) जोड्या लावा.

राजकीय पक्ष	गुजरात विधानसभेत मिळालेल्या जागा–२०१२
अ) काँग्रेस पक्ष	१) ११५
ब) भाजप	२) ०२
क) गुजरात परिवर्तन पार्टी (जीपीपी)	३) ६१
ड) राष्ट्रवादी काँग्रेस पार्टी	४) ०२
इ) जनता दल (यू)	५) ०१

१) अ–३, ब–१, क–२, ड–४, इ–५ २) अ–१, ब–२, क–३, ड–४, इ–५

३) अ–५, ब–४, क–३, ड–२, इ–१ ४) अ–४, ब–५, क–२, ड–३, इ–१

Match the pair.

Political Party	Won the Seats in Gujrat Vidhan Sabha-2012
a) Congress Party	1) 115
b) B.J.P.	2) 02
c) Gujrat Parivartan Party(GPP)	3) 61
d) N.C.P.	4) 02
e) Janata Dal (U)	5) 01

1) a-3, b-1, c-2, d-4, e-5 2) a-1, b-2, c-3, d-4, e-5

3) a-5, b-4, c-3, d-2, e-1 4) a-4, b-5, c-2, d-3, e-1

१८९) IPv6 हा इंटरनेट प्रोटोकॉल खालीलपैकी किती बाईटवर कार्यरत असतो?

१) १० २) १२ ३) १६ ४) २०

IPv6 Internet protocol is working on how many of the following byte?

1) 10 2) 12 3) 16 4) 20

१९०) महाराष्ट्राचे मुख्य सचिव म्हणून जयंतकुमार बांठिया यांची नियुक्ती करण्यात आलेली आहे त्यांनी पुढीलपैकी कोणानंतर हा कार्यभार स्वीकारला?

१) जॉनी जोसेफ २) रत्नाकर गायकवाड ३) विद्याधर गायकवाड ४) स्वाधीन क्षत्रीय

Jayantkumar Banthia is appointed as Chief Secretary of Maharashtra. From whom of the following he took over the charge?

1) Johny Joseph 2) Ratnakar Gaikwad

3) Vidhyadhar Gaikwad 4) Swadhin Kshatriya

१९१) ऑगस्ट २०१२ मध्ये खालीलपैकी कोणत्या राज्याला ढगफुटीचा फटका सहन करावा लागला ?

१) हिमाचलप्रदेश २) उत्तराखंड ३) उत्तरप्रदेश ४) पंजाब

Which of the following states suffered the cloudburst in August 2012?

1) Himachal Pradesh 2) Uttarakhand 3) Uttar Pradesh 4) Punjab

१९२) सन २०१२ विम्बल्डन महिलांचे दुहेरीचे जेतेपदाचे मानकरी खालीलपैकी कोण आहेत ?

१) सेरिना व व्हीनस विल्यम्स २) अँडिया आबाकोवा व ल्युसी राडेका

३) सानिया मिर्झा व कुत्झनेत्सोवा ४) यापैकी नाही

Who among the following are the winners of 'Women's Doubles' title in Wimbildon 2012?

1) Serena and Venus Williams 2) Aundia Abacove and Luicy Radeka

3) Sania Mirza and Kutzanetsova 4) None of the above

१९३) अमेरिकन अध्यक्षपदाच्या निवडणुकीत अमेरिकेचे विद्यमान राष्ट्राध्यक्ष बराक ओबामा यांनी पुढीलपैकी कोणाचा पराभव केला ?

१) बिल क्लिंटन २) मिट रोमनी ३) हिलरी क्लिंटन ४) वरीलपैकी नाही

Who of the following was defeated by Barak Obama in the latest presidential election in American?

1) Bill Clinton 2) Mit Romney 3) Hillary Clinton 4) None of the above

१९४) खालीलपैकी कोणाला २०१२च्या 'चतुरंग प्रतिष्ठान जीवन गौरव' पुरस्काराने सन्मानित करण्यात आले आहे ?

१) अजित दळवी २) विजया मेहता ३) विजया राजाध्यक्ष ४) वरीलपैकी नाही

Who among the following is honoured with 'Life Time Achievement Award' given by Chaturang Pratisthan for the year 2012?

1) Ajit Dalvi 2) Vijaya Mehata

3) Vijaya Rajadhyaksha 4) None of the above

१९५) .... या कर्नाटकाच्या माजी मुख्यमंत्र्यांनी अलीकडेच कर्नाटक जनता पक्षाची स्थापना केली आहे.

१) सदानंद गौडा २) देवेगौडा ३) बी. एस. येदियुरप्पा ४) एस. एम. कृष्णा

.........................., the former Chief Minister of Karnataka has established Karnataka Janata Party.

1) Sadanand Gouda 2) Deveguda

3) B. S. Yeddyurappa 4) S. M. Krishna

१९६) जून २०१२ मध्ये पार पडलेल्या सुलतान अझलनशहा हॉकी स्पर्धेत .... या देशाने प्रथमच विजेतेपद पटकावले.

१) ऑस्ट्रेलिया २) न्युझीलंड ३) भारत ४) पाकिस्तान

.... country has won the Sultan Azalan Shah Hockey Tournament for the first time is June 2012.

1) Australia 2) New Zealand 3) India 4) Pakistan

१९७) सन २०१२ मध्ये फ्रेंच ओपन टेनिस स्पर्धेच्या अंतिम फेरीत महेश भूपती व सानिया मिर्झा यांनी पुढीलपैकी कोणत्या देशाच्या खेळाडूचा पराभव करून विजेतेपद पटकावले ?

१) अमेरिका व पोलंड २) पोलंड व रशिया ३) मेक्सिको व ब्राझील ४) मेक्सिको व पोलंड

Which of the following country's players were defeated by Mahesh Bhupati and Sania Mirza in the final round of French Open Tennis Tournamnet in the year 2012?

1) USA and Polland   2) Polland and Russia 3) Mexico and Brazil 4) Mexico and Polland

१९८) 'मराठी भाषा भवन' पुढीलपैकी कोठे उभारले जाणार आहे?

१) पुणे   २) नागपूर   ३) मुंबई   ४) बेळगाव

At which of the following place the "Marathi Bhasha Bhavan" is going to be built?

1) Pune   2) Nagpur   3) Mumbai   4) Belgaum

१९९) २०१० चा उत्कृष्ट संसदपटू पुरस्कार प्राप्त व्यक्ती ....

१) शरद पवार   २) गोपीनाथ मुंडे   ३) सोनिया गांधी   ४) सुषमा स्वराज

.... was honoured with "Best Parliamentarian Award" in 2010.

1) Sharad Pawar   2) Gopinath Munde 3) Sonia Gandhi   4) Sushma Swaraj

२००) अग्नी–५ या आंतरखंडीय क्षेपणास्त्राची क्षमता पुढीलपैकी किती अंतरापर्यंत मारा करण्याची आहे?

१) ४००० कि.मी.   २) ५००० कि.मी.   ३) ७००० कि.मी.   ४) ८००० कि.मी.

How much is the range of the intercontinental ballistic missile Agni-5?

1) 4000 kms.   2) 5000 kms.   3) 7000 kms.   4) 8000 kms.

उत्तरे (१ ते २००)

१	३	२	२	३	३	४	४	५	१	६	४	७	३	८	३	९	२	१०	४
११	१	१२	२	१३	२	१४	२	१५	४	१६	२	१७	३	१८	२	१९	२	२०	४
२१	२	२२	१	२३	२	२४	३	२५	३	२६	२	२७	१	२८	३	२९	४	३०	३
३१	२	३२	३	३३	२	३४	४	३५	३	३६	२	३७	३	३८	२	३९	२	४०	३
४१	१	४२	२	४३	३	४४	१	४५	२	४६	४	४७	३	४८	१	४९	१	५०	३
५१	१	५२	४	५३	२	५४	१	५५	३	५६	२	५७	२	५८	२	५९	३	६०	२
६१	३	६२	२	६३	२	६४	२	६५	३	६६	३	६७	१	६८	४	६९	३	७०	२
७१	२	७२	१	७३	४	७४	२	७५	४	७६	३	७७	२	७८	२	७९	२	८०	३
८१	२	८२	१	८३	३	८४	३	८५	१	८६	१	८७	३	८८	१	८९	२	९०	२
९१	४	९२	२	९३	२	९४	१	९५	४	९६	१	९७	३	९८	३	९९	१	१००	४
१०१	२	१०२	३	१०३	४	१०४	४	१०५	२	१०६	३	१०७	२	१०८	२	१०९	३	११०	३
१११	३	११२	४	११३	३	११४	१	११५	२	११६	१	११७	२	११८	१	११९	२	१२०	३
१२१	३	१२२	२	१२३	४	१२४	३	१२५	४	१२६	२	१२७	२	१२८	१	१२९	१	१३०	३
१३१	१	१३२	१	१३३	३	१३४	३	१३५	१	१३६	३	१३७	१	१३८	३	१३९	३	१४०	१
१४१	३	१४२	३	१४३	४	१४४	३	१४५	१	१४६	२	१४७	२	१४८	१	१४९	१	१५०	३
१५१	१	१५२	४	१५३	१	१५४	१	१५५	३	१५६	२	१५७	१	१५८	४	१५९	३	१६०	१
१६१	२	१६२	१	१६३	४	१६४	३	१६५	३	१६६	३	१६७	२	१६८	४	१६९	३	१७०	३
१७१	१	१७२	२	१७३	१	१७४	३	१७५	१	१७६	२	१७७	३	१७८	२	१७९	१	१८०	२
१८१	२	१८२	२	१८३	४	१८४	२	१८५	१	१८६	३	१८७	१	१८८	१	१८९	३	१९०	२
१९१	२	१९२	१	१९३	२	१९४	२	१९५	३	१९६	२	१९७	४	१९८	३	१९९	४	२००	२

भारताचा इतिहास (महाराष्ट्राच्या विशेष संदर्भासह) आणि भारतीय राष्ट्रीय चळवळ

प्राचार्य डॉ. बाळ कांबळे, प्राचार्य डॉ.पी.डी.देवरे

विभाग १
- प्राचीन व मध्ययुगीन भारताचा इतिहास

विभाग २
- आधुनिक भारताचा इतिहास
- या प्रकरणावरील काही महत्त्वाचे प्रश्न

विभाग १

प्राचीन भारताचा इतिहास

(अ) सिंधू संस्कृती

शोध : १९२० च्या प्रारंभीच्या काळात राखालदास बॅनर्जी यांना पाकिस्तानातील सिंध प्रांतातील लारखाना जिल्ह्यात 'मोहेंजोदडो' येथे कुषाणकालीन बौद्ध स्तुपांचे – अवशेषांचे उत्खनन करीत असताना चित्रफितीतील मजकूर असलेले काही शिक्के सापडले.

डॉ. बॅनर्जींचे मोहेंजोदडो येथे उत्खनन चालू असतानाच रायबहादूर दयाराम साहनी व माधव स्वरूप वत्स यांना पंजाब प्रांतातील रावी नदीच्या तिरावरील माँटेगोमेरी जिल्ह्यात उत्खनन करीत असातना 'हडप्पा' हे तीन मैल विस्ताराचे शहर व काही शिक्के मिळाले.

मोहेंजोदडो व हडप्पा या दोन ठिकाणांमध्ये ४०० कि.मी.चे अंतर असूनही तेथे सापडलेले शिक्के व अवशेष यात साम्य असल्याचे दिसून आले.

त्यामुळे भारतीय पुरातत्त्व विभागाचे प्रमुख डॉ. जॉन मार्शल यांच्या मार्गदर्शनाखाली मोहेंजोदडो येथे राखालदास बॅनर्जी तर हडप्पा येथे दयाराम साहनी व माधव स्वरूप वत्स यांनी १९२० ते १९३२ या काळात उत्खनन केले व एका प्राचीन संस्कृतीचा शोध लागला.

ही दोन्ही ठिकाणे आज पाकिस्तानात असली तरी भारतीय पुराणवस्तू संशोधन खात्याने राजस्थानातील घग्गर खोऱ्यात, पंजाबमध्ये सतलज नदीच्या खोऱ्यात, गुजरातमध्ये आणि महाराष्ट्रातील प्रवरा नदीकाठच्या परिसरात उत्खनन करून हडप्पा संस्कृतीची १५० पेक्षा अधिक ठिकाणे शोधून काढलीत.

सिंधू संस्कृतीचा कालखंड :-

कालखंडाबाबत संशोधकांमध्ये मतभिन्नता आहे.

१) सर जॉन मार्शल यांचे मते इ.स.पू. ३२५० ते इ.स.पू. २७५०

२) मॉर्टिमोर व्हिलर यांचे मते इ.स.पू. २५०० ते इ.स.पू. १७००

३) डी. आगरवाल यांचे मते इ.स.पू. २३०० ते इ.स.पू. १७५०

सर्व संशोधक मॉर्टिमोर व्हिलर यांचा इ.स.पू. २५०० ते इ.स.पू. १७०० हाच कालखंड मान्य करतात.

कार्बन - १४ या कालमापनपद्धतीनुसार हाच कालखंड निश्चित करण्यात आला आहे.

या संस्कृतीचे सुमेरियन संस्कृतीशी बरेच साम्य आढळून आल्याने सुरुवातीला या संस्कृतीला 'इंडो-सुमेरियन' संस्कृती म्हणत. सिंधू नदीचे खोरे हे मूळ स्थान म्हणून सिंधू खोरे संस्कृती म्हणतात.

भारतात हडप्पा येथे या संस्कृतीचे अवशेष मिळाल्याने तिला 'हडप्पा संस्कृती' असेही म्हटले जाते. सर जॉन मार्शल यांनी या संस्कृतीला 'इंडो-सुमेरियन संस्कृती' म्हणून संबोधले.

सिंधू संस्कृतीचा विस्तार –

उत्तरेला जम्मूपासून दक्षिणेस नर्मदा नदीपर्यंत तर पश्चिमेला अरबी समुद्रापासून पूर्वेला मेरठपर्यंतच्या प्रदेशात विस्तारली आहे. ही संस्कृती १२,९९,६०० कि.मी. एवढ्या विस्तृत क्षेत्रफळाच्या प्रदेशात पसरलेली होती.

ठिकाणे – पाकिस्तानातील सिंध प्रांतात सिंधू व सरस्वती नद्यांच्या खोऱ्यांत मोहेंजोदडो, चन्हुदडो इ., भारतातील पंजाबमधील हडप्पा, राजस्थानात कालीबंगन, हरियानातील बानवली, रुप्पड, गुजरात व काठेवाडामध्ये रंगपूर, रोजडी, लोयल, सुरकोतडा, सुतकागेडोर, धोलविशम इ. उत्तर प्रदेशातील गाझीपूर, बनारस, बिहारमधील पाटीलपुत्र, महाराष्ट्रातील अहमदनगर जिल्ह्यातील दायमाबाद येथे या संस्कृतीचे अवशेष मिळाले आहेत.

सिंधू संस्कृतीचे वैशिष्ट्ये :

प्रगत नगररचना, नगरे मोठी व सुंदर रचना नियोजनबद्ध नगराच्या पश्चिमेला गढीवजा भुईकोट किल्ला.

रस्ते – सरळ व रुंद, दक्षिण-उत्तर व पूर्व-पश्चिम असे काटकोनात मिळत.

घरे – साधी मजबूत, पक्क्या विटांनी बांधलेली. रस्त्याच्या बाजूला घरांचे दरवाजे व खिडक्या नसत. घराच्या मध्यभागी मोठे अंगण असे. प्रत्येक घरात स्नानगृहाची सोय असे.

महास्नानगृह – मोहेंजोदडो येथील महास्नानगृहही पक्क्या विटा व चुन्याच्या साहाय्याने बांधलेली एक वैशिष्ट्यपूर्ण वास्तू आहे.

सांडपाणीव्यवस्था – मुख्य रस्ता व उपरस्त्याखालून गटारे असत. ती झाकलेले असत व गटाराचे पाणी शेवटी नदीत सोडले जाई.

धान्यकोठारे होती. चित्रलिपी होती.

सामाजिक जीवन –

अवशेषांवरून तेथील समाजात व्यवसायांवरून वर्ग अस्तित्वात होते. शासक वर्ग, श्रीमंत व्यापाऱ्यांचा वर्ग, पुरोहित अथवा धर्मगुरू, शेतकरी, कुंभार, सोनार, विणकर, सुतार व कारागीर इ. वर्ग होते.

आहार –

मांसाहार व शाकाहार, गहू, बाजरी, जव, बार्ली, भात, फळे इ. तसेच निरनिराळ्या प्राण्यांचे मांस.

वेश व केशभूषा – सुती व लोकरी वस्त्रे वापरत. स्त्रिया व पुरुष दोघेही डोक्यावरील केस लांब ठेवत. पुरुष बारीक दाढी ठेवत पण मिशा ठेवत नसत.

धान्याची कोठारे – शासक वर्गाने प्रजाननांकडून कररूपाने जमा केलेले धान्य सुरक्षित साठविण्यासाठी प्रचंड आकाराची कोठारे बांधलेली होती.

जहाजांची गोदी – गुजरातमध्ये लोथल येथे पक्क्या विटांनी बांधलेल्या गोदीचे अवशेष सापडले आहेत.

यावरून या संस्कृतीतील लोकांना जहाज बांधणीचे व दुरुस्तीचे ज्ञान होते. तसेच त्यांचा परदेशांशी व्यापार चालत होता.

राजकीय जीवन – येथील समाज शांतताप्रिय होता व तेथे धर्मगुरू, विचारवंत, कलाकार या वर्गातील लोकांचे शासन असावे किंवा तेथील प्रगत नगररचना, भुयारी गटारांची व्यवस्था यावरून तेथे लोककल्याणकारी राजेशाही असावी. काही संशोधकांच्या मते तेथे नगरराज्य शासनव्यवस्था असावी.

आर्थिक जीवन – समाज आर्थिकदृष्ट्या सधन होता. सप्तसिंधूंचा प्रदेश हा सुपीक व समृद्ध होता. मुबलक पाणी व अनुकूल हवामान यामुळे तेथे शेती हाच प्रमुख व्यवसाय होता. शेतीसाठी नांगरांचा व इतर अवजारांचा वापर केला जाई. बैलांच्या साहाय्याने शेती केली जाई.

शेतीबरोबरच पशुपालनही केले जाई.

उद्योगधंदे – विविध उद्योगधंदे अस्तित्वात होते. मातीची पक्की भांडी तयार करणे. शेतीची अवजारे बैलगाड्या तयार करणे, सोन्या-चांदीचे दागिने तयार करणे, सुती व लोकरी कापड विणणे, मूर्ती व खेळणी तयार करणे, वजन-मापे तयार करणे व धातूउद्योगांचे अस्तित्व होते.

व्यापार – व्यापाऱ्यांचा एक श्रीमंत वर्ग होता त्यांना 'पणी' म्हणत. अंतर्गत व्यापार हा बैलगाडीतून व उंटांच्या साहाय्याने होई. तसेच समुद्रमार्गे त्यांचा व्यापार हा बॅबिलोनिया, सुमेरिया, मेसापोटेमिया, अक्कड, इजिप्त, इराण, सिरिया, ग्रीस इ. बाह्य देशांशी चालत असे.

व्यापारात चलनाचा वापर केल्याचा कोणताही पुरावा नाही परंतु शिक्क्यांचा वापर वस्तुविनिमयासाठी केला जात असावा. वस्तुविनिमय पद्धती प्रचलित असावी.

धार्मिक जीवन – उत्खननातील अवशेषांत मंदिरांसारखी एकही वास्तू सापडली नाही त्यामुळे तेथील धार्मिक जीवनाविषयी निश्चित मत देता येत नाही.

पशुपती शिवाची- शिवदेवतेची उपासना करीत असावेत. प्राणीपूजा प्रचलित असावी. वृक्षपूजाही होत असावी. तसेच पितृपूजाही प्रचलित असावी.

दफनविधी – मृतांचे अंत्यसंस्कार तीन प्रकारे केले जात असावेत. मृतांना दक्षिणोत्तर खड्ड्यात दफन करीत. दुसऱ्या प्रकारात मृताचे शरीर पशुपक्ष्यांना खाण्यासाठी उघड्यावर ठेवत. तर तिसऱ्या प्रकारात मृताचे दहन करत व त्याची रक्षा नदीच्या पाण्यात सोडत.

वंश – अवशेषांवरून एकाच मानव वंशाचे लोक तेथे राहत नसून गंगोलियन, प्रोटो, ऑस्ट्रेलॉईड, मेडिटेरियन व अल्पाईन इ. भिन्न वंशांच्या मिश्रणातून ही संस्कृती उदयास आली होती.

लिपी – लिपी चित्रलिपी असून त्यात २४७ चित्रे व चिन्हे आहेत व ही लिपी उजवीकडून डावीकडे

लिहिलेली आहे. परंतु लिपीचे अद्याप वाचन करण्यात आलेले नाही.

सिंधू संस्कृतीच्या विनाशाची कारणे : संशोधकांनी विविध भिन्न मते मांडली आहेत. :-

१) नद्यांना येणाऱ्या प्रचंड पुरामुळे.

२) भूकंप, आग इ. नैसर्गिक संकटे.

३) नद्यांची पात्रे बदलली गेल्यामुळे.

४) हवामानातील चढ-उतार, कमी पाऊस इ. परिणाम शेती व पशुपालनावर झाल्याने.

५) पश्चिमेकडील रानटी मार्ग, टोळ्यांनी केलेल्या आक्रमणामुळे.

(ब) वैदिक संस्कृती

वैदिक काळ : आर्य बाह्य देशांतून भारतात आले. त्यांनी उत्तरेतील भारतीयांना इतरत्र हुसकावून लावून गंगा-सिंधूच्या सुपीक खोऱ्यात आपली स्वतंत्र संस्कृती निर्माण केली ती 'वैदिक संस्कृती' या नावाने ओळखली जाते.

भारतात आलेले आर्य 'इंडो-आर्यन्स' म्हणून ओळखले जातात. आर्य भारतात टोळ्या-टोळ्यांनी आले त्यांचा येण्याचा काळ वेगवेगळ्या विद्वानांनी वेगवेगळा दिलेला आहे. बोधझाई शिलालेखांच्या आधारे आर्यांचा भारतातील आगमनाचा काळ हा इ.स.पू. २५०० ते इ.स.पू. २००० मधील असावा.

दशराज्ञ युद्ध : सरस्वती व दृश्यद्वती नद्यांच्या खोऱ्यात 'भरत' टोळीचे सामर्थ्यशाली राज्य होते. या राज्याचा 'सुदास' हा बलाढ्य राजा होता. विश्वामित्र त्याचा राजपुरोहित होता. सुदासाने विश्वामित्राची हकालपट्टी करून 'वसिष्ठां'ना राजपुरोहित म्हणून नेमले. म्हणून सुदासावर सूड उगविण्यासाठी विश्वामित्राने आर्यांची पाच राज्ये व अनार्यांची पाच राज्ये एकत्र आणून सुदास राजाशी युद्ध केले. या युद्धात भरत टोळीचा विजय झाला व भरत टोळीची सत्ता सप्तसिंधूचा प्रदेश व पंजाब ते मध्य देशांपर्यंत पसरली.

वैदिक संस्कृती – महत्त्वाचे मुद्दे :

पितृसत्ताक व एकत्र कुटुंबपद्धती होती. कुटुंबप्रमुखाला 'दंपती' वा 'गृहपती' म्हणत. ऋग्वेद काळात स्त्रियांच्या शिक्षणाकडे लक्ष दिले जाई. विश्ववारा, घोषा, अपाला, लोपामुद्रा, निवावसी यासारख्या स्त्रियांनी ऋषींचा दर्जा प्राप्त केला होता. १७-१८ वर्षे हे मुलीच्या विवाहाचे वय होते.

सामान्यपणे एकपत्नीत्वाची प्रथा रूढ होती. तथापि, बहुपत्नीत्वाची पद्धत राजे व श्रीमंतांपुरती रूढ असावी. विधवापुनर्विवाह होत असत.

वेदोत्तर काळात स्त्रियांचे स्थान, त्यांचा दर्जा, मानसन्मान कमी झाला. काळाच्या ओघात स्त्रियांचे हक्क व शिक्षण कमी झाले.

अनुलोम व प्रतिलोम असे विवाहाचे दोन प्रकार होते.

अनुलोम विवाह : उच्चवर्णीय पुरुष व कनिष्ठवर्णीय स्त्री

प्रतिलोम विवाह : नीचवर्णीय पुरुष व उच्चवर्णीय स्त्री

याखेरीज ब्राह्म, प्रजापत्य, आर्ष, दैव, गंधर्व, असूर, राक्षस व पैशाच्च असे विवाहाचे आठ प्रकार होते. वैदिक काळात समाजाचे नियमन करण्यासाठी 'वर्णव्यवस्था' उदयास आली.

ऋग्वेद काळात वर्णव्यवस्था जन्माधिष्ठित नव्हती. वर्ण हा व्यक्तीचे गुण व त्यानुसार तिने निवडलेला व्यवसाय यावर आधारलेला होता. उत्तर वैदिक काळात चातुर्वर्ण्य पद्धतींचा विविध मार्गांनी विकास झाला. ती

अधिक ताठर बनली व ब्राह्मणांचे इतर तीन वर्णियांवर श्रेष्ठत्व निर्माण झाले. ब्राह्मण, क्षत्रिय, वैश्य व शूद्र हे ते चार वर्ण होते.

वेदोत्तर काळात आश्रमव्यवस्था विकसित झाली.

ब्रह्मचर्याश्रम – वयाच्या २५ वर्षांपर्यंत.

गृहस्थाश्रम – वयाच्या २५ ते ५० वर्षांपर्यंतचा कालखंड.

वानप्रस्थाश्रम – वय ५० ते ७५ वर्षे.

आपले घर सोडून जंगलात राहणे. शरीराला क्लेष देऊन आत्मा शुद्ध करणे.

संन्यासाश्रम – वयाच्या ७५ व्या वर्षी सुरू.

स्वत:विषयीची ज्ञानप्राप्ती करून घेणे आणि जन्म-मरणाच्या फेऱ्यातून सुटका करून घेऊन मुक्ती मिळविणे.

राजकीय संस्था – ऋग्वेदकालीन राजकीय संघटनेतील सर्वात खालचा घटक म्हणजे कुटुंब. अनेक कुटुंबे मिळून 'ग्राम' बनत असे. ग्रामचा प्रमुख 'ग्रामणी' असे. त्यांच्या प्रमुखास 'विशपती' म्हणत. तो लष्करप्रमुखही असे. अनेक विश् मिळून 'जन' बने. जन म्हणजे राज्य. त्याचा प्रमुख 'राजन' म्हणजे राजा असे.

ऋग्वेदिक जमातीत 'राजेशाही' हा शासनप्रकार प्रचलित होता. सेनापती, ग्रामणी व पुरोहित हे अधिकारी राजाला प्रशासनात मदत करीत. प्रशासनाचे विविध भाग सांभाळण्यासाठी राजे विविध मंत्र्यांची नियुक्ती करीत. ब्राह्मण्य काळात मंत्र्यांना 'सचिव' ही उपाधी दिली गेली.

सभा व समिती – राजाच्या राज्यकारभारावर नियंत्रण ठेवण्यासाठी, न्यायदान व प्रशासनात राजाला मदत करण्यासाठी सभा व समिती या दोन संस्था होत्या.

सभा ही समाजातील विद्वान, अनुभवी व वयोवृद्ध ज्ञानी लोकांची असून समिती ही समाजातील सामान्य लोकांच्या प्रतिनिधींची संस्था असे. राजा तिचा अध्यक्ष असे. अयोग्य पद्धतीने राज्यकारभार करणाऱ्या, अकार्यक्षम व जुलमी राजाला पदच्युत करून त्याच्या जागी नवीन राजा नेमण्याचा अधिकार सभा व समितीला होता. त्यांचा सल्ला डावलून राजाला राज्यकारभार करता येत नसे.

आर्थिक जीवन – वैदिक काळात आर्यांचा प्रमुख व्यवसाय शेती व पशुपालन हा होता. गाईच्या संख्येवरून श्रीमंती मोजली जात असे. समाजात अनेक व्यवसाय व उद्योगधंदे चालत. व्यापार करणारा 'पणी' हा वर्ग असून व्यापार हा वस्तुविनिमयाच्या स्वरूपात चाले.

धर्मकल्पना – ऋग्वेदात एकूण ३३ देवदेवता दिलेल्या आहेत. त्यापैकी उषा, पृथ्वी व सरस्वती नदी या तीन स्त्री देवता व बाकी सर्व पुरुष देवता आहेत. इंद्र, अग्नी व सोम या तीन देवता अधिक लोकप्रिय होत्या.

ऋग्वेद काळात पुरोहित नव्हता, देवदेवतांच्या मूर्ती नव्हत्या आणि मंदिरेही नव्हती. उत्तर वैदिक काळात ऋग्वेदकालीन धार्मिक विधीत अनेक बदल झाले, पुरोहित वर्ग निर्माण झाला. धार्मिक विधींचे स्वरूप गुंतागुंतीचे बनले.

वैदिक वाङ्मय –

वेद हे 'अपौरुषेय' आणि शाश्वत मानले जातात. वैदिक वाङ्मयाचे तीन भाग आहेत.

१) संहिता – गद्य-पद्य स्वरूपात असून मंत्र, प्रार्थना आणि यज्ञविधींचा समावेश आहे.

२) ब्राह्मणे – बहुतेक गद्यात असून त्यात ऋचांचा अर्थ दिला आहे.

३) आरण्यके व उपनिषदे – यात वेदकालीन ऋषीमुनींचे तत्त्वज्ञान, आत्मा, देव, जग आणि प्राणिमात्र यासंबंधींच्या संकल्पना स्पष्ट केल्या आहेत.

संहिता चार वेदांची आहे.

१) ऋग्वेद – यात १० मंडळे असून त्यात एकूण १०२८ सूक्ते व १०५५२ ऋचा आहेत.

२) सामवेद – गायन हा मुख्य विषय आहे. हा सर्वात लहान वेद आहे. भारतीय संगीताच्या इतिहासात सामवेदाचे स्थान महत्त्वाचे आहे.

३) यजुर्वेद – यज्ञप्रसंगी म्हणावयाच्या व यज्ञक्रियांचे वर्णन करणाऱ्या मंत्रांचा यात समावेश आहे.

४) अथर्ववेद – यास ब्रह्मवेद असेही म्हटले जाते. यात जादूटोणा व भूतपिशाच्च यावर भर दिलेला आहे. आयुर्वेद हे अथर्ववेदाचे उपांग मानले जाते.

२) ब्राह्मणे – प्रत्येक वेदावर लिहिलेली भाष्ये म्हणजे ब्राह्मणे होत. तत्कालीन राजकीय, सामाजिक, आर्थिक व धार्मिक परिस्थितीचे चित्र यात स्पष्ट झाले.

३) आरण्यके – वेदांमध्ये असलेल्या गूढ विषयांचा अभ्यास करण्यासाठी अरण्यात जाऊन एकांतात निवांतपणे ऐकलेले निरूपण म्हणजे आरण्यके.

उपनिषदे – उपनिषदांना 'वेदांत' म्हणतात; कारण सर्ववेदाभ्यास झाल्यानंतर उपनिषदांचे ज्ञान दिले जाते.

वेदांचा अंतिम अर्थ उपनिषदांमधून स्पष्ट होतो.

वेदोत्तरकालीन वैदिक वाङ्मय –

वेद अपौरुषेय असून त्यांचे श्रवण करून देवांकडून ऋषी-मुनींनी मुखोद्गत केले आणि त्यांनी ते पुढच्या पिढ्यांना दिले, यास 'श्रुती' वाङ्मय म्हणतात. त्याचप्रमाणे केवळ स्मरणाने पुढील पिढ्यांना दिलेले वाङ्मय म्हणजे 'स्मृती' वाङ्मय होय. वेदोत्तर काळात अशा स्मृती वाङ्मयाची मोठ्या प्रमाणावर निर्मिती झाली. त्यांना 'वेदांगे' म्हटले जाते.

सहा वेदांगे –

१) शिक्षा

२) कल्प

३) व्याकरण

४) निरुक्त

५) छंद

६) ज्योतिष

षड्दर्शने – भारतीय तत्त्वज्ञानाची सहा अंगे

१) न्यायदर्शन (गौतमऋषी)

२) सांख्यदर्शन (कपिलमुनी)

३) योगदर्शन (पतंजली)

४) वैशेषिक दर्शन (कणाद ऋषी)

५) पूर्व मीमांसा दर्शन (जैमिनी मुनी)

६) उत्तर मीमांसा दर्शन (बादरायण मुनी)

सूत्रे – हे वैदिक वाङ्मयाचा प्रत्यक्ष भाग नसले तरी त्याच्याशी सूत्रांचा जवळचा संबंध आहे. सूत्रांचा लेखनकाळ इ.स.पू. ७०० ते इ.स.पू. ३०० असावा. सूत्र वाङ्मयाचे तीन भाग आहेत.

१) श्रांत सूत्रे – आर्यांच्या धर्मकल्पना व यज्ञयागाची माहिती.

२) धर्म सूत्रे – परंपरागत कायदे व प्रथा यांची माहिती.

३) गृह्य सूत्रे – गृहस्थाच्या संस्कार व समारंभाविषयी माहिती.

स्मृती वाङ्मय – प्रमुख स्मृतीग्रंथ चार आहेत.

१) मनुस्मृती – इसवी सनाच्या दुसऱ्या शतकात भृगुऋषींनी प्रथम या स्मृतींची निर्मिती केली व त्यानंतर त्यात मनूने महत्त्वपूर्ण भर घातली. मनुस्मृती लिहिण्याचा मुख्य उद्देश वैदिक धर्माचे पुनरुज्जीवन करणे हा होता. यात १२ अध्याय व २६९४ श्लोक आहेत. वर्णाश्रमधर्म, स्त्री-स्वातंत्र्य, विधवांची कर्तव्ये, दिवाणी व फौजदारी कायदा या विषयांची चर्चा यात आहे.

२) याज्ञवल्क्यस्मृती – कर्ता याज्ञवल्क्यऋषी. आजचा हिंदू वारसा कायदा हा मनुस्मृती व याज्ञवल्क्यस्मृती वर आधारलेला आहे.

३) नारदस्मृती – नारदाने रचना केली.

४) विष्णुस्मृती – यात मुख्यत: सतीच्या चालीसंबंधी उल्लेख आहे.

या चार स्मृतींशिवाय बृहस्पतीस्मृती, पराशरस्मृती इत्यादी स्मृतीही आहेत.

पुराणे – यांची निर्मिती वेद व्यास ऋषींनी केली असे समजले जाते.

एकूण ३६ पुराणे असून त्यापैकी १८ पुराणे महत्त्वाची आहेत तर उर्वरित १८ पुराणांना उपपुराणे म्हटले जाते.

रामायण – निर्मिती वाल्मिकी ऋषींनी केली त्यात सुमारे २४००० श्लोक आहेत.

महाभारत – हे वेद व्यास ऋषींनी लिहिले व त्यात सुमारे १८ अध्याय व एकलक्ष श्लोक आहेत.

महाजनपदे – बुद्धकाळात (इ.स. पूर्व ६ वे शतक)

'अंगुत्तर निकाय' या ग्रंथात सोळा (१६) महाजनपदांची माहिती दिली आहे. काशी, कोसल, अंग, मगध, वृज्जी, मल्ल, चेदी, वत्स, कुरू, पांचाल, मत्स्य, शूरसेन, अश्मक, अवंती, गांधार, कंबोज. या सोळा महाजनपदात वर्चस्वासाठी संघर्ष होता. या संघर्षात शेवटी मगधाचा विजय होऊन मगध साम्राज्याची स्थापना झाली.

मगध साम्राज्य – इ. स. पू. ६ व्या शतकात बिंबिसाराने मगध साम्राज्य सर्वश्रेष्ठ बनविले. बिंबिसारानंतर त्याचा मुलगा अजातशत्रू इ.स.पू. ४९२ मध्ये गादीवर आला. त्याने मोठ्या साम्राज्याचा पाया घातला. पुढील काळात मगधावर शिशुनाग घराणे व त्यानंतर नंद घराणे गादीवर आले.

नंद घराण्याचा संस्थापक महापद्मनंद हा होय. महापद्मनंदानंतर त्याच्या आठ मुलांनी एकापाठोपाठ एक या प्रमाणे राज्य केले. धनानंद हा शेवटचा राजा होय. धनानंद या शेवटच्या राजाविरुद्ध चंद्रगुप्ताने कौटिल्याच्या मदतीने लष्करी क्रांती करून इ.स. पूर्व ३२२ मध्ये नंद घराण्याचा शेवट केला.

मौर्य साम्राज्य (इ.स. ३२२ ते १८४) संस्थापक चंद्रगुप्त मौर्य –

धनानंदाच्या लष्करात चंद्रगुप्त सेनाधिकारी होता. विष्णुगुप्त, कौटिल्य उर्फ चाणक्य हा तक्षशिलेचा धोरणी व मुत्सद्दी ब्राह्मण होता. धनानंदाने दरबारात त्याचा अपमान केल्याने त्याने नंद घराण्याची सत्ता समूळ

नष्ट करण्याची प्रतिज्ञा केली. चंद्रगुप्ताने कौटिल्याच्या मदतीने नंद घराण्याचा शेवट केला. अलेक्झांडरचा एक वारस सेल्युकस-निकेटर याने इ.स.पू. ३०५ मध्ये भारतावर स्वारी केली. चंद्रगुप्ताने त्याचा पराभव केला. इ.स.पू. ३१७ मध्ये ग्रीक सेनानी युडेमासचा पराभव करून चंद्रगुप्ताने त्याला भारतातून पिटाळून सिंध प्रांत मिळविला. जैन परंपरेप्रमाणे चंद्रगुप्ताने आपल्या मुलाच्या हाती सत्ता सोपवली. जैन भिक्षु बनून भद्रबाहू मुनीबरोबर तो दक्षिणेत गेला व तेथे त्याने आमरण उपोषण केले. इ.स.पू. २९८ मध्ये चंद्रगुप्ताचा मृत्यू झाल्यानंतर त्याचा मुलगा बिंदूसार सत्तेवर आला.

सम्राट अशोक – बिंदूसाराच्या मृत्यूनंतर इ.स.पू. २७३ मध्ये त्याचा मुलगा अशोक हा आपला भाऊ सुशिम याचा वध करून गादीवर आला. अशोकाने इ.स.पू. २६९ मध्ये स्वत:ला राज्याभिषेक करवून घेतला. सम्राट अशोकाने इ.स.पू. २६१ मध्ये कलिंगवर स्वारी केली. कलिंगचा राजा खारवेलने प्रखर विरोध केला; पण अशोकाने कलिंगयुद्धात विजय मिळविला, परंतु युद्धातील प्रचंड मानवहानी, जखमी व कैदी लोकांना पाहून त्याचे अंत:करण पिळवटून निघाले. कलिंग युद्धाने अशोकाच्या जीवनाला कलाटणी मिळाली. त्याने लष्करी सामर्थ्याने विजय मिळविण्याऐवजी अहिंसा, दया, करुणा व प्रेम यांच्या साहाय्याने धर्मनिष्ठेने लोकांची मने जिंकण्याचे ठरविले. उपगुप्त या विद्वान बौद्ध भिक्षुच्या उपदेशावरून त्याने बौद्ध धर्माचा स्वीकार केला व पुढे बौद्ध धर्माच्या प्रचारासाठी कार्य केले.

स्वत:चा मुलगा महेंद्र व मुलगी संघमित्रा यांना धर्मप्रसारासाठी अनुक्रमे नेपाळ व श्रीलंकेत पाठविले. इ.स.पू. २४० मध्ये मोगलीपुत्र तिस्स यांच्या अध्यक्षतेखाली पाटलीपुत्र येथे तिसरी बौद्ध धर्म परिषद भरविली. शेवटचा मौर्य राजा बृहद्रथ याची इ.स.पू. १८४ मध्ये त्याचा सेनापती पुष्यामित्र शुंग याने हत्या करून स्वत:ची सत्ता प्रस्थापिली.

जैन धर्म – जैन धर्मात २४ तीर्थंकर झाले. पार्श्वनाथ हा २३ वा तीर्थंकर, त्याने अहिंसा, सत्य, अस्तेय व अपरिग्रह ही चार तत्त्वे सांगितली. २४ वा आणि शेवटचा तीर्थंकर 'वर्धमान महावीर' होय. पार्श्वनाथाने सांगितलेल्या चार तत्त्वात 'ब्रह्मचर्य' या तत्त्वांची भर महावीराने घातली. सर्व विकारांना त्याने जिंकले म्हणून लोक त्याला जीन म्हणू लागले. आणि त्यावरून जैन हे नाव रूढ झाले. महावीराने पुढे सतत ३० वर्षे जैन धर्माचा प्रचार केला. सम्यक दर्शन, सम्यक ज्ञान व सम्यक चारित्र्य ही जैन धर्माची तीन तत्त्वे आहेत.

दुष्काळ काळात मगधात राहिलेल्या जैन स्थूलभद्राचार्याने पार्श्वनाथाला गुरू मानून पांढरी वस्त्रे वापरण्यास परवानगी दिली त्यावरून त्यांना 'श्वेतांबर' हे नाव मिळाले. या पंथात स्त्रियांना स्थान दिले. हा पंथ सुधारकी वृत्तीचा होता. तर भद्रबाहुच्या नेतृत्वाखालील दक्षिणेतून आलेल्यांनी या बदलाला विरोध केला. ते महावीराला आपला गुरू मानत, महावीरांच्या आदेशाप्रमाणे विवस्त्र राहत. त्यांना 'दिगंबरपंथीय' म्हणतात. हा पंथ सनातनी समजला जातो.

बौद्ध धर्म – बौद्ध धर्माचा संस्थापक गौतम बुद्ध याचा जन्म नेपाळमधील रोहिणी नदीच्या उतरणीला कपिलवस्तू या राजधानीच्या जवळ लुंबिनी वनात इ.स.पू. ५५६ मध्ये 'शाक्य' या क्षत्रिय राजघराण्यात झाला. त्याच्या वडिलांचे नाव शुद्धोधन व मातेचे नाव मायादेवी हे होते. गौतमाच्या जन्मानंतर केवळ सात दिवसांतच त्यांच्या मातेचे निधन झाले त्यामुळे त्यांचे पालनपोषण त्यांची मावशी व सावत्र आई गौतमी हिने केले. त्यांच्या मावशीच्या नावावरून त्यांना गौतम हे नाव मिळाले.

पत्नी यशोधरा, मुलगा राहुल, तसेच सर्व राजवैभवाचा त्याग करून संन्यासी बनले. गौतमांच्या या सर्वसंगपरित्याग करून जाण्याच्या घटनेला 'महायिनिष्क्रमण' असे म्हणतात. निरंजना नदीच्या तिरावर गया

शहरातील एका बोधीवृक्षाखाली त्यांना वयाच्या ३५ व्या वर्षी ज्ञानप्राप्ती झाली. आपल्या नव्या धर्माचे पहिले प्रवचन त्यांनी सारनाथ येथे दिले. वयाच्या ८० व्या वर्षी इ.स.पू. ४८७ मध्ये कुशीनगर येथे गौतमांचे महापरिनिर्वाण झाले. शाश्वत सत्याची ओळख करून घेण्यासाठी गौतमाने चार तत्त्वे सांगितली असून त्यांना बुद्धांची 'चार आर्यसत्ये' म्हणतात. १) दु:ख २) दु:खाचे कारण ३) दु:ख निरोध ४) दु:ख निरोधाचा मार्ग

अष्टांग मार्ग : गौतम बुद्धाने दु:खमुक्त होण्यासाठी दैनंदिन जीवनात पुढील आठ मार्गानुसार आचरण करण्यास सांगितले – १) सम्यक दृष्टी, २) सम्यक संकल्प, ३) सम्यक वाणी ४) सम्यक कृती, ५) सम्यक उपजीविका, ६) सम्यक प्रयत्न, ७) सम्यक स्मृती ८) सम्यक समाधी.

प्रज्ञा, समाधी, शील हे गौतमांच्या अष्टांग मार्गाचे सार आहे.

पंचशील : अहिंसा, सत्य, अस्तेय, अपरिग्रह व ब्रह्मचर्य या पाच तत्त्वांना बौद्धधर्मातील पंचशील म्हणतात.

दशशील : गौतमाने भिक्षु-भिक्षुणींसाठी आचरणाचे दहा नियम सांगितले त्यांना दशशील असे म्हटले जाई. पुढे बौद्ध धर्मात हिनयान व महायान हे पंथ निर्माण झाले.

हिनयान वैयक्तिक मुक्ती हे अंतिम साध्य मानतात तर महायान पंथीय 'सर्वांना मुक्ती मिळणे' हा आपला हेतू मानतात. हिनयानपंथ कर्मठ सनातनी तर महायानपंथ सुधारकी भक्तीमार्गी उदार आहे.

कुषाण साम्राज्य : 'कुजुल फँडफिसस' हा कुषाणांचा पहिला राजा होय. पुढे सत्तासंघर्षात मथुरेचा सरदार कनिष्काने बाजी मारली व कुषाणांच्या भारतीय प्रदेशावर आपली सत्ता स्थापन केली. कल्हणाच्या 'राजतरंगिणी' या ग्रंथावरून त्याच्या काश्मीर विजयाची माहिती मिळते. त्याने कनिष्कपूर हे शहर वसविले.

कनिष्काच्या चिनी साम्राज्यातील खोतान, यारकंद व काश्गर आदि प्रदेश जिंकून मध्य आशियात सत्ता प्रस्थापित केली तसेच साम्राज्यावरील पार्थियनांचा हल्ला परतवून लावला. त्याची राजधानी पुरुषपूर (पेशावर) ही होती. कनिष्काने बौद्ध धर्म स्वीकारला व बौद्ध धर्माला राजाश्रय दिला. श्रीनगरजवळ कुंडलवनात बौद्ध भिक्षुंची चौथी धर्मपरिषद भरविली. भारताबाहेर साम्राज्यसीमा नेणारा कनिष्क हा पहिला सम्राट होता. कनिष्काच्या काळात शिल्पकलेत मोठी प्रगती झाली. कलेच्या क्षेत्रात 'गांधारशैली' ही नवी शैली आली. बुद्ध व बोधिसत्त्वाच्या मूर्ती बनविण्यास त्याच्याच काळात सुरुवात झाली. पुढील काळात कुषाणांच्या सत्तेला उतरती कळा लागली. हूणांनी हल्ले करून ती संपुष्टात आणली.

सातवाहन : (इ. स. पू. २३० ते इ.स. २२५)

कृष्णा गोदावरी नद्यांच्या प्रदेशात सातवाहनांची सत्ता होती. सिमुक हा सातवाहन घराण्याचा संस्थापक होय. त्याने अशोकाच्या मृत्यूनंतर 'भोज' व 'रठिक' यांच्या मदतीने पश्चिम भारतात स्वतंत्र सातवाहन राज्याची स्थापना केली. सातकर्णी पहिला याने पैठण ही आपल्या राज्याची राजधानी बनविली. गौतमीपुत्र सातकर्णी हा सातवाहन घराण्यातील प्रभावी राजा होता. त्याने शकांची आक्रमणे परतवून लावली. आपल्या आईचे नाव आपल्या नावामागे लावणारा हा पहिला राजा होय. सातवाहन घराण्यातील सतरावा राजा हाला याने गाथा समशती हा ग्रंथ लिहिला. त्याने साहित्यिकांना व कलाकारांना आश्रय दिला होता. पुढे सातवाहन राज्याचे तुकडे पडून इ.स. २२५ मध्ये सातवाहन सत्ता संपुष्टात आली.

संगम युग – प्राचीन तमिळ वाङ्मय हे 'संगम वाङ्मय' म्हणून प्रसिद्ध आहे. संगम या विद्वान कवी, लेखक यांच्या सोसायट्या वा संघ होते. तलमाई संगम, ईदाई संगम आणि कडाई संगम अशा संगम पांड्य

राज्यात झाल्या. त्यांचा हा काळ तमिळ इतिहासात 'संगम काळ' म्हणून ओळखला जातो. संगम साहित्याचे प्रमुख दोन भाग आहेत.

१) आठ अध्यायांचे एत्तुत्तोगाई   २) दहा सर्गांचे पट्टुपट्टु

तोल्काप्पियम हा तमिळ व्याकरणासंबंधीचा ग्रंथ अगस्ती ऋषींचा शिष्य तोल्काप्पिय याने लिहिला. सिलाप्पडीकरम व मनीमेखलाई ही दोन महाकाव्ये विशेष प्रसिद्ध आहेत. संगम काळात वाङ्मय विशेष प्रसिद्ध आहेत. स्कंदगुप्तांच्या निधनानंतर पुढील काळात गुप्त साम्राज्य काळाच्या उदारात गडप झाले. गुप्तकाळ हा भारताच्या इतिहासातील सुवर्णकाळ म्हणून ओळखला जातो.

वाकाटक – (इ.स. २५० ते ५५०) – सातवाहन राज्य नष्ट झाल्यानंतर त्याचे अनेक तुकडे झाले त्यापैकी विदर्भ आणि दक्षिण कोकण या प्रदेशात वाकाटक राजांनी सत्ता प्रस्थापित केली.

पहिला विंध्यशक्ती याने वाकाटक वंशांची स्थापना केली.

सर्वसेन या वाकाटक राजाने 'हरिविजय' हे प्राकृत काव्य व अन्य काही रचना प्राकृतात केल्या होत्या.

वैदर्भी शाखेच्या वाकाटक राजांच्या दरबारात संस्कृत भाषेची वऱ्हाडी शैली नावारूपास आली होती. अजिंठ्याच्या लेण्यातील काही सर्वोत्कृष्ट गिलावाचित्रे वाकाटकांच्या काळातच खोदली गेली. हरिसेनाचा सचिव वराहदेवाने अजिंठ्यातील १६ व्या क्रमांकाचे लेणे खोदून त्याला शिल्पचित्राकृतींनी भूषविले.

वर्धन घराणे – बाणभट्टाच्या हर्षचरितमानस या ग्रंथात पुष्यभूमीनायक शिवभक्तीने स्थानेश्वर (आजचे ठाणेश्वर-अंबाला-पंजाब) येथे वर्धन घराण्याची स्थापना केली असे म्हटले आहे.

हर्षवर्धन – प्रभाकरवर्धनला राजवर्धन व हर्षवर्धन हे दोन पुत्र व राजश्री ही कन्या होती.

प्रभाकरवर्धनाच्या मृत्यूनंतर राजवर्धन गादीवर आला परंतु माळव्याचा देवगुप्त आणि गौड (बंगाल) चा शशांक यांनी कपटकारस्थाने करून राजवर्धनला ठार मारले व राजश्रीला कैद केले. अशा कठीण परिस्थितीत हर्षवर्धन गादीवर आला. हर्षवर्धन हा वर्धन घराण्यातील सर्वात महत्त्वाचा व प्रभावी शासक होता. शैवपंथीय असलेल्या हर्षाने इ.स. ६२० नंतर बौद्ध धर्माचा स्वीकार करून अहिंसा व शांती या मानवतावादी तत्त्वांचा प्रसार केला.

हर्षाने 'प्रियदर्शिका' व 'रत्नावली' अशी दोन नाटके, 'बोधिसत्त्व जिमूतवाहन' व 'नागानंद' अशी दोन काव्ये व संगीतिका लिहिल्या होत्या. हर्षाच्या दरबारात अनेक विद्वान व साहित्यिक होते. त्यापैकी 'हर्षचरितम्' व 'कादंबरीचा' लेखक बाणभट्ट तसेच मयूर आणि मातंग – दिवाकर सोधेल मुंज भोज हे प्रमुख साहित्यिक होते. हर्षवर्धनच्या काळातच ह्युएन त्संग (सुआनच्वांग) हा चिनी प्रवासी बौद्ध धर्माच्या अभ्यासासाठी भारतात आला होता.

चालुक्य घराणे – वाकाटकांचे अध:पतन झाले त्याच सुमारास दक्षिणेत चालुक्यांचे राज्य उदयास आले.

पहिला पुलकेशी याने इ.स. ५३५ मध्ये चालुक्यांच्या राज्याची स्थापना केली. बदामी ही त्यांची राजधानी होती. चोल राजा राजराज याने चालुक्यांचा पराभव करून त्यांना आपले मांडलिक बनविले.

प्राचीन भारताचा इतिहास : महत्त्वाचे मुद्दे –
○ दक्षिण भारतातील प्रमुख व प्राचीन वंशांपैकी चोल हे एक प्रमुख घराणे होते.
○ इसवी सनाच्या २ च्या शतकात कारिकल हा चोल घराण्यातील राजा होय.
○ विजयालय याने चोल घराण्याला पुनर्वैभव प्राप्त करून दिले. त्याने तंजावर जिंकून तेथे राजधानी हलवली.

- राजराज हा चोल घराण्यातील महत्त्वाचा राजा होय. त्याने चेर व पांड्यांचा पराभव केला. सिलोनमध्ये त्याने शिवमंदिर बांधले. त्याने तंजावर येथे राजराजेश्वर मंदिर बांधले.

- पहिला राजेंद्र या चोल राजाने आग्नेय आशियातील शैलेंद्र साम्राज्यावर स्वारी करून कदारम ही राजधानी जिंकून घेतली. त्याने गंगकोंड चोलापुरम ही नवी राजधानी वसवली.

- चोलांनी शिल्पकलेच्या क्षेत्रात चांगली प्रगती केली होती.

- चालुक्यांचे मांडलीक असलेले राष्ट्रकूट घराणे दंतिदुर्ग या राजाने स्वतंत्र केले.

- पहिला कृष्ण या राष्ट्रकूट राजाने वेरूळ येथील कैलास लेणे खोदले.

- अमोघवर्ष या राष्ट्रकूट राजाने कन्नड भाषेत 'कविराजमार्ग' हा टीकाग्रंथ व 'प्रश्नोत्तर रत्नमालिका' हा नीतिग्रंथ लिहिला.

- इ.स. ७१२ मध्ये महंमद बिन कासीमच्या नेतृत्वाखाली अरबांनी सिंधचा राजा दाहर याच्यावर स्वारी केली. अरबांचा विजय झाला.

- कल्हणाने राजतरंगिणी हा काश्मिरचा इतिहास लिहिला.

- इसवी सनाच्या सातव्या शतकातील 'ब्रह्मगुप्ता'ने भारतीय भूमितीच्या क्षेत्रात मोठी कामगिरी बजावली. त्याने 'म्हाईभट्ट' हा ग्रंथ लिहिला.

- वराहमिहीरचा 'पंचसिद्धान्तिका' हा ग्रंथ आहे.

- वाग्भटाने इ.स. सातव्या शतकात 'अष्टांगहृदयसंहिता' हा ग्रंथ लिहिला. त्यात औषधे तयार करण्याची माहिती दिली आहे.

- वैद्यकशास्त्रावर सुश्रुताने 'सुश्रुतसंहिता' हा ग्रंथ लिहिला.

- हर्षवर्धनने नालंदा विद्यापीठाला १०० गावे दान दिली होती.

- 'ह्यु-एन-त्संग' पाच वर्षे तर 'इत्सिंग' दहा वर्षे नालंदा विद्यापीठात निवासी विद्यार्थी होते.

- नालंदा महायान पंथाचे अभ्यासकेंद्र असूनही तेथे हिनयान, जैन, हिंदू धर्माच्या शिक्षणाची सोय होती.

- नालंदा विद्यापीठ इ.स.च्या बाराव्या शतकाच्या अखेरीस बख्तियार खिलजीच्या आक्रमणाला बळी पडले.

- इ.स. च्या सहाव्या शतकात तमिळ प्रदेशात भक्ती संप्रदायाचा चळवळीच्या स्वरूपात जन्म झाला. शैव व वैष्णव पंथ या तिच्या दोन शाखांद्वारे दक्षिण भारतात सुमारे तीन शतके फोफावली.

- बौद्ध व जैन धर्माच्या वाढत्या प्रवाहाविरुद्ध आलेल्या प्रतिक्रियेच्या स्वरूपात भक्ती चळवळ सुरू झाली.

- भक्ती चळवळीला शंकराचार्यांनी सांस्कृतिक चळवळीचे स्वरूप दिले.

- शंकराचार्यांनी प्राचीन भारतीय धर्मग्रंथांचे विशेषत: उपनिषदांचे नवे स्पष्टीकरण देऊन हिंदू पुनरुज्जीवन चळवळीला खंबीर तात्त्विक पार्श्वभूमी देऊन नवीन वळण दिले.

- शंकराचार्य हे मलबारचे नंबुद्री ब्राह्मण. त्यांचा जन्म इ.स. ७८८ मध्ये केरळमधील 'कलादी' खेड्यात झाला. त्यांनी वयाच्या आठव्या वर्षी संन्यास घेतला. त्यांचे गुरू गोविंद होते.

- बनारस येथे शंकराचार्यांनी आपले प्रसिद्ध तत्त्वज्ञान मांडले.

- शंकराचार्यांनी अद्वैत तत्त्वाचा पुरस्कार केला.

- वयाच्या ३२व्या वर्षी केदारनाथ येथे शंकराचार्यांचा मृत्यू झाला.

- शंकराचार्यांनी उत्तरेला बद्रीनाथ येथे, दक्षिणेला कर्नाटकात शृंगेरी येथे, पूर्वेला ओरिसात जगन्नाथपुरी येथे तर पश्चिमेला गुजरातेत द्वारका येथे असे चार मठ स्थापन केले.

○ शंकराचार्यांना 'आधुनिक हिंदू धर्म वाचविणारा' असे म्हटले जाते.

○ रामानुज यांचा जन्म 'पेरूबुदूर' येथे इ.स.१०१७ मध्ये झाला.

○ रामानुज यांनी भक्तीमार्गाला ज्ञानमार्गाऐवजी अधिक महत्त्व दिले.

○ रामानुज हे वैष्णवपंथी होते.

○ रामानुज यांनी 'विशिष्टाद्वैत' तत्त्वज्ञान मांडले.

○ नागर शैली ही मंदिर बांधण्याची शैली उत्तर भारतातील आहे. यात प्रदक्षिणा पथ बंदिस्त नसतो. शिखर एकसारखे निमुळते होत गेलेले रेख-शिखर असते.

○ द्राविड मंदिर शैली कृष्णेच्या दक्षिणेला जोपासली गेली. मात्र प्रदक्षिणा पथ बंदिस्त असतो. द्राविड शिखराला विमान शिखर म्हणतात.

● मध्ययुगीन भारताचा इतिहास :

○ इ.स. १००१ ते १०२६ या काळात गझनीच्या महंमदाने भारतावर सतरा स्वाऱ्या करून मुलतान, पंजाब आदि प्रदेशावर वर्चस्व प्रस्थापित केले.

○ सन ११७५ ते १२०६ या काळात महंमद घोरीने भारतावर आक्रमणे केली. घोरी आणि त्याच्या सरदारांनी जवळजवळ सर्व उत्तर भारत मुस्लिम वर्चस्वाखाली आणला.

○ परत जाताना महंमद घोरीने भारतात जिंकलेल्या सर्व प्रदेशाचा गव्हर्नर म्हणून कुतुबुद्दीन ऐबकची नियुक्ती केली.

○ कुतुबुद्दीन ऐबक हा महंमद घोरीचा गुलाम होता. इ.स. १२०६ मध्ये घोरीच्या मृत्युनंतर भारतातील प्रदेशाचा ताबा घेऊन तो स्वतंत्र सत्ताधीश बनला. लाहोर येथे त्याने राजधानी ठेवली. अशा प्रकारे सुलतानशाहीची स्थापना झाली.

○ कुतुबुद्दीन ऐबकला गुलाम वा मामलुक घराण्याचा संस्थापक मानले जाते.

○ शमशुद्दीन अल्तमश हा इल्बरी वा शम्सी घराण्याचा संस्थापक होय.

○ शमशुद्दीन अल्तमशने नवीन तुर्की सत्ताधिशांचा वर्ग निर्माण केला त्यात चाळीस गुलाम तुर्की अधिकारी होते; त्याला (चाळीसगणी गट) 'चालीसा' असे म्हणत.

○ अल्तमशने लाहोरऐवजी दिल्ली ही राजधानी बनवली. (१२११)

○ सुलतान धियासुद्दीन बल्बन हा निरंकुश राजेशाहीचा समर्थक होता. त्यानेच चालीसा/चाळीसगणींचा बिमोड केला.

○ भारताचा कवी अमीर खुस्रो हा बल्बनच्या दरबारी होता.

○ सन १२९० मध्ये बल्बनच्या उत्तराधिकाऱ्याच्या जागी जलालुद्दीन खिलजी आला ही घटना सुलतानशाहीच्या इतिहासात 'खिलजी क्रांती' म्हणून ओळखली जाते.

○ अल्लाउद्दीन खिलजीने सन १२९८ मध्ये आपला काका जलालुद्दीन खिलजीचा 'कारा' येथे विश्वासघाताने खून केला आणि तो दिल्लीचा सुलतान बनला.

○ अल्लाउद्दीन खिलजीला धर्माची राजकारणात होणारी ढवळाढवळ मान्य नव्हती. धर्माची राजकारणापासून फारकत करणारा अल्लाउद्दीन हा पहिला सुलतान होय.

○ दक्षिण भारतात विजय संपादन करणारा अल्लाउद्दीन खिलजी हा पहिला मुस्लिम शासक होय.

- अल्लाउद्दीन खिलजीने घोड्यांना डाग देण्याची पद्धती सुरू केली.
- अल्लाउद्दीनने जीवनावश्यक वस्तुंच्या किमती स्थिर राहण्यासाठी किंमत नियंत्रण व बाजार नियम व्यवस्था अमलात आणली होती.
- महंमद बिन तुघलक फेब्रुवारी १३२५ मध्ये दिल्लीच्या सुलतानपदी बसला. दिल्लीच्या गादीवर आलेल्या सर्व सुलतानात तो उच्चशिक्षित होता.
- महंमद बिन तुघलकने राजधानी दिल्लीहून दौलताबादला नेण्याचा प्रयोग केला होता.
- महंमद बिन तुघलकने मौल्यवान धातूंच्या किमती ठरवून विविध प्रकारची नाणी व्यवहारात आणली व लाक्षणिक चलनव्यवस्था सुरू केली.
- फिरोजशहा तुघलकने गरिबांना व गरजूंना मदत करण्यासाठी 'दिवाण-इ-खैरात' हे स्वतंत्र खाते निर्माण केले होते.
- फिरोजशहा तुघलकने फतेहबाद, हिस्सारफिरोज, जौनपूर, फिरोजशहा कोटला आदि अनेक शहरे वसविली. अनेक किल्ले, राजवाडे बांधले, बागा तयार केल्या.
- सन १५१९ ते १५२५ या काळात बाबरने भारतावर पाच स्वाऱ्या केल्या.
- पानिपतची पहिली लढाई – २१ एप्रिल १५२६ इब्राहिम लोदीविरुद्ध बाबर यांच्यात झाली. इब्राहिम लोदी मारला गेला व बाबराचा विजय झाला.
- पानिपतची दुसरी लढाई – १५५६ अकबर विरुद्ध हेमू यांच्यात झाली. हेमू ठार झाला व अकबराला विजय मिळाला. दिल्ली व आग्रा अकबरच्या ताब्यात आले.
- पानिपतची तिसरी लढाई – १४ जानेवारी १७६१ अहमदशहा अब्दाली विरुद्ध मराठे, मराठ्यांचे नेतृत्व सदाशिवराव भाऊ करत होते. मराठ्यांचा दारुण पराभव झाला. सदाशिवराव भाऊ व विश्वासराव मारले गेले.
- पानिपतच्या पहिल्या लढाईतील विजयाने हिंदुस्थानात मोगली सत्तेची स्थापना झाली.
- जहिरूद्दीन महंमद बाबरला मोगलशाहीचा संस्थापक मानले जाते.
- १५२७ मधील खानुआच्या लढाईत मेवाडच्या राणासंगाच्या नेतृत्वाखालील राजपुतांचा बाबरने पराभव केला.
- हुमायुन हा बाबराचा मुलगा होता. शेरशहा सुरीने हुमायुनशी चौसा व कनौज येथील लढायात मुघलांना पराभव चाखावयास लावला. पराभूत हुमायुन लाहोरला पळून गेला व सुमारे पंधरा वर्षे विस्थापित जीवन जगत होता.
- कनौजच्या लढाईत शेरशहाने हुमायुनचा पराभव करून १५४० मध्ये दिल्ली व आग्रा यावर कब्जा मिळविला.
- हुमायुन अत्यंत हलाखीचे जीवन जगत असताना अमरकोट (राजपुताना) येथे २३ नोव्हेंबर १५४२ रोजी अकबराचा जन्म झाला.
- सन १५५५ मध्ये हुमायुनने सिकंदरशहा सुरीचा सरहिंदच्या लढाईत पराभव केला व मुघल साम्राज्य पुनर्स्थापित केले.
- हुमायुनच्या मृत्युनंतर अकबर गादीवर आला. त्यावेळी तो फक्त तेरा वर्षांचा होता आणि बेहरामखान हा त्याचा संरक्षक, मार्गदर्शक, सर्वेसर्वा होता.

○ सूर घराण्यातील मुहंमद आदिलशाह याचा प्रभावी वजीर हेमू याने सूरच्या नामधारी दिल्लीच्या राजास झुगारून दिले आणि 'राजा विक्रमजित' हा किताब धारण करून तो स्वत: दिल्लीच्या गादीवर बसला.

○ १५५६ मध्ये अकबराने पानिपतच्या दुसऱ्या लढाईत हेमूचा पराभव केला.

○ १५५७ मध्ये अकबराने चितोडवर चाल केली. चितोड ही मेवाडची राजधानी होती. मेवाडचा राणा उदयसिंह होता. राजपूत प्राणपणाने मोघलांवर तुटून पडले परंतु त्यांचा पराभव झाला.

○ महाराणाप्रताप हा उदयसिंहाचा पुत्र होता. १५७६ मध्ये हलदीघाटीच्या लढाईत राजपुतांचा पराभव झाला. परंतु राणाप्रतापने मोगलांपुढे मान झुकविली नाही. पूर्ण मेवाड अकबराला कधीच जिंकता आले नाही.

○ अकबराने अनेक धर्मांची उदात्त तत्त्वे एकत्र करून 'दिने–इलाही' या नव्या धर्मपंथाची सन १५८२ मध्ये स्थापना केली.

○ जहांगीर (सलीम) हा अकबराचा पुत्र होता. अकबराच्या मृत्यूनंतर तो २४ ऑक्टोबर १६०५ मध्ये गादीवर आला.

○ शहाजहान (खुर्रम) हा जहांगीरचा मुलगा होता तर औरंगजेब हा शहाजहानचा मुलगा होता.

○ औरंगजेबाने २१ जुलै १६५८ मध्ये स्वत:ला मुघल बादशाह म्हणून राज्याभिषेक करून घेऊन 'अलमगीर' हा किताब धारण केला.

○ संगम घराण्यातील हरिहर व बुक्कराय यांनी विजयनगर साम्राज्याचा पाया तुंगभद्रा नदीकाठी अनेगोंदी येथे १३३६ मध्ये घातला.

○ विजयनगरच्या साम्राज्यावर संगम घराणे, सलुव घराणे, तुलुव घराणे व अरविदू घराणे यांनी सत्ता गाजविली.

○ तुलुआ घराण्यातील कृष्णदेवराय हा विजयनगरचा प्रभावी राजा होता.

○ तालिकोट (राक्षसतागडीची) लढाई – जानेवारी १५६५– अहमदनगर, विजापूर, गोवळकोंडा व बिदरच्या सुलतानांनी विजयनगर विरुद्ध राज्यसंघ स्थापन करून विजयनगरवर चाल केली. या सेनेचे नेतृत्व अहमदनगरचा शासक हुसेन अलीशाह करीत होता तर विजयनगरचे नेतृत्व रामराय करीत होता. या लढाईत रामराय मारला गेला व विजयनगरचा पराभव झाला. तालिकोटच्या लढाईने विजयनगरच्या साम्राज्याची मृत्युघंटा वाजविली.

○ हसन गंगू बहामनी याने १३४७ मध्ये बहामनी राज्याची स्थापना केली.

○ महंमद गवाण हा बहामनी राज्याचा प्रधानमंत्री होता तो उत्तम प्रशासक होता. तो तिसरा महंमद शाह याचा प्रधान होता.

○ बहामनी राज्याचे तुकडे होऊन पाच स्वतंत्र राज्ये निर्माण झाली.

   १) बिदरची बरीदशाही

   २) वऱ्हाडची इमादशाही

   ३) अहमदनगरची निजामशाही

   ४) विजापूरची आदिलशाही

   ५) गोवळकोंड्याची कुतूबशाही

○ मलिक अंबरच्या मृत्यूनंतर निजामशाहीची सूत्रे शहाजीराजांच्या हाती होती.

○ शिवाजी महाराजांचा जन्म पुणे जिल्ह्यातील जुन्नरजवळील शिवनेरी किल्ल्यावर १९ फेब्रुवारी १६३० मध्ये झाला.

○ प्रतापगडाच्या पायथ्याशी शिवाजीराजांनी १० नोव्हेंबर १६५९ मध्ये अफजलखानाचा वध केला.

○ १६६५ मध्ये शिवाजीराजांनी राजा जयसिंगाशी पुरंदरचा तह केला.

○ १६६६ मध्ये शिवाजीमहाराजांनी आग्राहून सुटका करून घेतली.

○ २ जून १६७४ रोजी शिवाजीराजांनी विधिवत राज्याभिषेक करून 'छत्रपती' हे बिरुद धारण केले.

○ शिवाजीराजांनी १६७७–७८ मध्ये आपली महत्त्वाकांक्षी अशी कर्नाटक मोहीम राबवली.

○ शिवाजी महाराजांचा मृत्यू ४ एप्रिल १६८० रोजी झाला.

○ शिवाजी महाराजांनी राज्याचा कारभार अधिक कार्यक्षमतेने चालावा म्हणून अष्टप्रधान मंडळाची स्थापना केली होती.

○ शिवाजी महाराजांनी आपल्या राज्यकारभाराची विभागणी १८ कारखाने व १२ महाल अशी केली होती.

○ शिवाजीराजांची चौथाई व सरदेशमुखी ही वैशिष्ट्यपूर्ण पद्धती होती.

○ संगमेश्वर येथे मुघल सैन्यातील अधिकारी शेख निजाम याने आपल्या फौजेच्या सहाय्याने संभाजीराजांच्या तळावर अचानक हल्ला करून संभाजी महाराज व त्यांचा जिवलग मित्र कवी कलश यांना पकडले.

○ '१० वर्षांचा जमीन महसूल बंदोबस्त वा 'जब्ती पद्धत' 'ऐन-ए-दहसाला' ही राजा तोरडमलने शोधलेली जमीन महसूल पद्धत खूप लोकप्रिय झाली होती.

○ मनसबदारी पद्धती ही मोघलांच्या लष्कर संघटनेचे वैशिष्ट्य होते. मनसबदारी पद्धतीचे श्रेय अकबराकडे जाते.

○ कुतुबमिनारचे बांधकाम कुतुबुद्दीन ऐबकने सुरू केले व अल्तमशाहच्या काळात ते पूर्ण झाले.

○ दिल्ली सुलतानशाहीच्या काळातील स्थापत्यकलेस 'हिंदु-मुस्लिम स्थापत्य' (Indo-Islamic Architecture) म्हटले जाते.

○ शहाजहानने आपली सर्वात प्रिय बेगम अर्जुमंदबानू मुमताज महल हिच्यावरील प्रेमाचे प्रतीक म्हणून ताजमहाल बांधला.

विभाग २

● आधुनिक भारताचा इतिहास

भारतीय राष्ट्रवाद, सामाजिक जागृती व शिक्षणाची भूमिका, वृत्तपत्रे व समाजसुधारणा, आर्थिक सुधारणा, १८५८ चा उठाव – पार्श्वभूमी, उठावाची कारणे, उठावाची सुरुवात व प्रसार, उठावाच्या अपयशाची प्रमुख कारणे, उठावाचे परिणाम, नवे पर्व-राणीचा जाहीरनामा (१८५८), १८६२ ते १९४७ मधील घटनाक्रम, भारतीय राष्ट्रीय चळवळ-पार्श्वभूमी, भारतीय राष्ट्रीय चळवळीस कारणीभूत घटक, भारतीय राष्ट्रीय सभेच्या अगोदरच्या चळवळी व संस्था, भारतीय राष्ट्रीय काँग्रेसची स्थापना- १) राष्ट्रीय चळवळीचा पहिला टप्पा - १८८५-१९०५ (काँग्रेसची मवाळवादी भूमिका), २) राष्ट्रीय चळवळीचा दुसरा टप्पा - १९०५-१९१९ (मवाळ व जहाल या दोन्ही मतांचा अंगीकार), ३) राष्ट्रीय चळवळीचा तिसरा टप्पा - १९२०-१९४७ (गांधी युग), आझाद हिंदसेना व सुभाषचंद्र बोस, भारतीय क्रांतिकारकांचे प्रयत्न, स्वातंत्र्य चळवळीतील महाराष्ट्राचे योगदान.

भारतीय राष्ट्रवाद –

इंग्रज भारतात येईपर्यंत 'राष्ट्रवाद' विकसित नव्हता, युरोपातील प्रबोधन काळातील वैचारिक क्रांती आणि त्या वैचारिक क्रांतीमुळे लागलेले विविध वैज्ञानिक शोध, वाफेचा शोध इत्यादींमुळे युरोपातील मध्ययुगातील

अंधारयुगात बंदिस्त झालेला समाज जागा होता. यातून राष्ट्रवादाची प्रेरणा युरोपात विकसित झाली. या प्रेरणेने युरोपच्या इतिहासाला कलाटणी दिली. ही प्रेरणा विकसित होण्याचे कारण मध्ययुगीन सरंजामशाही व्यवस्थेचा अस्त आणि भांडवलशाही अर्थव्यवस्थेचा उदय या दोन घटना एकापाठोपाठ घडत गेल्या व त्यातून राष्ट्रवादाचा विकास झाला. राष्ट्रवाद म्हणजे स्वातंत्र्याची आणि पुरोगामीत्वाची प्रेरणा होय.

दोन पातळीवर संघर्ष – युरोपात विकसित झालेल्या राष्ट्रवादाने अनेक परिवर्तने घडवून आणली, तीच परिवर्तने पहिल्या महायुद्धानंतर आशिया खंडात आणि दुसऱ्या महायुद्धानंतर आफ्रिका खंडात झाली. त्यातून अनेक राष्ट्रवादी चळवळी उभारल्या गेल्या व त्या चळवळींनी त्यांच्या त्यांच्या देशातील गुलामगिरीची जोखडे फेकून दिली. मात्र, युरोपातील भांडवलशाहीच्या विकासासोबत साम्राज्यशाही विकसित झाली व साम्राज्यशाहीने राष्ट्रवादाला विकृत स्वरूप दिले. त्यातून संकुचित, स्वार्थी, आक्रमक, प्रतिगामी राष्ट्रवाद पुढे आला. या आक्रमक, संकुचित व्यापाराधिष्ठित राष्ट्रवादाने वसाहतवाद स्वीकारून इतर देशांचा राष्ट्रवाद अमान्य करून साम्राज्यशाही रूप धारण केले; म्हणूनच भारतातही एकाच वेळी भारतीय राष्ट्रवादाला साम्राज्यवादाचा मुकाबला करावा लागला व त्याचबरोबर संकुचित, आक्रमक आणि साम्राज्यशाहीशी हातमिळवणी करणाऱ्या प्रवाहाशी मुकाबला करावा लागला.

राष्ट्रवादी विचार – राष्ट्रवादाचा विचार हा इंग्रजी शिक्षणाच्या संस्कारातून भारतीय श्रेष्ठजनांनी स्वीकारला. ईस्ट इंडिया कंपनीच्या पहिल्या टप्प्यातील पिढीने प्रस्थापित व्यवस्थेपेक्षा वेगळी व्यवस्था म्हणून इंग्रजी व्यवस्थेचे स्वागत केले. त्यांची सभ्यता सुधारित मानून तिचे स्वागत केले व व्यक्तिगत सुधारणा आणि आपल्या धर्म, समाजव्यवस्थेची चिकित्सा सुरू केली, त्यातूनच समाजसुधारणा पर्व सुरू होऊन जुन्या अनिष्ट रूढी-परंपरांना सोडचिठ्ठी देऊन त्यावर टीका झाली, या प्रक्रियेत हिंदू मुस्लिमांपेक्षा पुढे होते.

मात्र १९व्या शतकाच्या अखेरीस सुधारणावाद मागे पडला, धर्म सुधारणा, त्याची चिकित्सा ही आपला तेजोभंग करणारी म्हणून धर्मसुधारणा, सामाजिक सुधारणांचा प्रवाह काही अंशी थांबला. या धर्म चिकित्सा, धर्म सुधारणा, समाज सुधारणेतून आपली व्यवस्था मागास असा न्यूनगंड विकसित होत होता, त्याला प्रत्युत्तर म्हणून हिंदू-मुस्लिम अभिजनांनी पुनर्जागरण, पुनरुज्जीवन सुरू करून धार्मिक, सांस्कृतिक, आध्यात्मिक राष्ट्रवादाची मुहूर्तमेढ रोवली.

दुहेरी पेच – एकाचवेळी पाश्चिमात्यांचे अनुकरण करीत असताना भारतीय राष्ट्रवाद दुसऱ्या बाजूस पाश्चिमात्यांना विरोधही करीत होता. राष्ट्रीय चळवळीची ती एक मर्यादा असते, कारण पश्चिमी व्यवस्था सर्व अर्थाने चांगली म्हटले की, आपले काही चांगले उरत नाही; त्यातून जाणिवा, अस्मिता विकसित होऊ शकत नाही, त्यासाठी त्यांच्याकडून काही गोष्टींचा स्वीकार करताना आपल्या काही गोष्टी चांगल्या आहेत, याची चिकित्सा करून, आत्मसन्मान विकसित करून आत्मविश्वास वाढविणे हाही राष्ट्रवादी चळवळीचा एक भाग ठरतो.

म्हणूनच भारतीय राष्ट्रवाद एका बाजूला पश्चिमेकडील भौतिक प्रगती कबूल करतो व त्यांच्या अनुकरणाची कास धरतो, तर स्वतःच्या संस्कृतीतील अनेक बाबी पश्चिमी व्यवस्थेपेक्षा श्रेष्ठ आहेत असे सांगून आमची आध्यात्मिकता, सांस्कृतिक मूल्ये यांचे उदात्तीकरण करतो.

अर्थात ही प्रक्रिया एकाचवेळी हिंदू आणि मुस्लिम या दोन्ही समाजात निर्माण झाल्याचे दिसते. मुस्लिम समाज आपला इतिहास, आपल्या परंपरा, आपला धर्म, त्यातील उदात्त तत्त्वे एका बाजूला विशद करीत होता

व दुसऱ्या बाजूस हिंदू समाज आपली बलस्थाने मांडू लागला आणि दोन्ही समाज पश्चिमी भौतिक विकासातून विकसित भोगवाद, स्वैराचारावर टीका करून आम्ही संयमशील, त्यागप्रधान, समाजनिष्ठ असल्याचे मांडू लागला.

मॅक्स मुल्लर – विल्यम जोन्स, मॉनियट विल्यम, रॉय ससान, कॅबिन हॉम या पश्चिमी विचारवंतांनी त्याला पाठबळ दिले. त्यात मॅक्स मुल्लर अग्रेसर होते. त्यांनी पाश्चात्त्य आणि पौर्वात्य संस्कृतीतील तफावत स्पष्ट करून पाश्चात्त्य सभ्यतेवर टीका केली. हे मत भारतीय राष्ट्रवादाच्या पथ्यावर पडले, त्यातून पश्चिमी विरुद्ध पौर्वात्य या वादात अरविंद घोष, लोकमान्य टिळक, गांधीजी, मौलाना आझाद, पंडित नेहरू यांनी लेख, ग्रंथ, भाष्यरूपाने भारतीय आध्यात्मिकता, बहुविधता, सहिष्णुता यांची वारंवार मांडणी केली.

युरोपात आलेली आधुनिकता, व्यक्तिवाद, धर्मनिरपेक्षता यामुळे धर्म, नैतिकता यांचे बंधन कमी होऊन व्यक्ती स्वैर, स्वार्थी, भौतिकवादी व भोगवादी बनत आहे. त्याला भारतीयांनी विरोध केला, त्यापेक्षा आमची संस्कृती श्रेष्ठ आहे, असे मत मांडून आपल्यातील काही अनिष्ट रूढी–परंपरांवर टीकाही केली व एकाच वेळी संस्कृती, धर्म यातील श्रेष्ठत्वही मांडले व त्याचबरोबर त्यात सुधारणा सुचविल्या. ब्राह्मो समाजाने एकेश्वरवाद स्वीकारला. विवेक व समता मूल्यांनाही प्राधान्य दिले. प्रार्थना समाजाने तीच शिकवण दिली. आर्य समाजाने जाती व्यवस्था, कर्मकांड, अंधश्रद्धा यांना विरोध करून वैदिक संस्कृतीतील आर्यवंश श्रेष्ठत्व, ज्ञानाचे मुक्तद्वार व श्रद्धांचे शुद्धीकरण यावर भर दिला. या सर्वांचा प्रयत्न इस्लाम व ख्रिश्चन धर्माप्रमाणे संघटन, एकसंघता, सामर्थ्यशाली व एकेश्वरवादासाठी होता. हा प्रयत्न दोन अर्थाने उपयुक्त ठरणारा होता. त्यातून अस्मिता जागृती व राष्ट्रवादाची वाटचाल आणि सोबत धार्मिक सुधारणा करून पुनरुज्जीवनाचा प्रयत्न दोन्ही साध्य होणार होते.

भारतीय राष्ट्रवादाची चर्चा – (१) स्वातंत्र्य आंदोलनाच्या विकास प्रक्रियेत भारतीय राष्ट्रवाद वेगवेगळ्या अवस्थेत, वेगवेगळ्या कालखंडात, वेगवेगळ्या प्रदेशात, वेगवेगळ्या धर्मात, वेगवेगळ्या समाजघटकाच्या स्वरूपानुसार, वेगवेगळ्या स्वरूपात आढळतो; कारण भारताची भौगोलिक रचना, सांस्कृतिक रचना, धर्म, समाजव्यवस्था, राष्ट्रविषयक धारणा देखील भिन्न होत्या. अर्थात हे सर्व राष्ट्रवादी होते. मात्र, प्रत्येकाची सामाजिक व राजकीय चौकट भिन्नभिन्न होती.

(२) धर्माच्या आधारावर राष्ट्रवाद विशद करताना त्यातही स्पष्ट दोन प्रवाह होते, एक हिंदू व दुसरा मुस्लिम प्रवाह वेगवेगळे ठरतात. एकाचा आधार घेतला की, दुसरा सुटतो, त्याप्रमाणे भारतातील अस्मिता, जाणिवा जागरणासाठी अरविंद घोष, लोकमान्य टिळक, बिपीनचंद्र पाल जेव्हा हिंदूंमधील रामकृष्ण, गणेश, कालीमाता, गंगामाता, गोमाता या मिथकांचा अवलंब करतात, तेव्हा आपोआपच अल्पसंख्य व अन्य धर्मीय यांच्यापासून लांब जातात. कारण या मांडणीत हिंदूवाद्यांचा आग्रह हा इतरांनी अल्पसंख्याकांनीही त्याचा स्वीकार करावा, त्यांना मान्यता द्यावी हा असतो. उलट अल्पसंख्य व इतर त्यापासून लांब जातात; कारण त्या मांडणीत त्यांना आपल्या हितसंबंध सुरक्षिततेबाबत भीतीची पाल चुकचुकताना दिसते व त्यामुळे राष्ट्रवादाचे मूलभूत वैशिष्ट्य म्हणजे राष्ट्रीय एकात्मता याला छेद जातो.

त्याचा उलट परिणाम मुस्लिम समाजावर होतो. ते पुन्हा आपला कायदा, परंपरा, रूढी, मदरसे, उर्दू भाषा यांना कवटाळतात व आपली अस्मिता वेगळी जपण्याचा व मांडण्याचा प्रयत्न करतात व मुस्लिम राष्ट्रवाद वेगळा म्हणून जपला गेला व त्यातूनच द्विराष्ट्रवादी सिद्धांताचा जन्म झाला व पुढे देशाची शकले झाली.

राष्ट्रीय चळवळीसोबत विकसित झालेल्या राष्ट्रवादी विचारात पश्चिमी भौतिक भरभराटीतून विकृत झालेला राष्ट्रवाद भारतीयांनी स्वीकारला व त्या युरोपियन राष्ट्रवादाप्रमाणे आपलाही राष्ट्रवाद सदोष झाला म्हणून

रवींद्रनाथ टागोर तिला भयावह कल्पना म्हणतात. एम. एन. रॉय साम्यवाद, मानवतावाद मांडताना राष्ट्रवादामुळे मानव जातीच्या नुकसानीचे विश्लेषण करून ती प्रतिगामी संकल्पना मानतात. गांधीजी चळवळीचे नेतृत्व करताना संपूर्ण भारतीय समाजाला एकसंघ राखण्याच्या प्रयत्नाने अनेक आंतर्विरोध निर्माण करतात व प्रत्यक्षचळवळीत त्या संकल्पनेला महत्त्व आहे, हे जाणूनदेखील वैचारिक मांडणीत त्याला नाकारतात व नैतिकता व अध्यात्म, आंतरराष्ट्रीयता यांना प्राधान्य देतात.

राष्ट्रवादाच्या मांडणीत नेहरू–मौलाना आझाद यांचा विचार बुद्धीप्रामाण्यवादी, समतावादी तत्त्वावर आधारित असतो व धर्मनिरपेक्ष राष्ट्रवादाचा आग्रह धरतात.

महात्मा फुले, डॉ. बाबासाहेब आंबेडकर व रामस्वामी पेरियार हे 'नेशन' या कल्पनेबद्दल शंका व्यक्त करतात. समाजाचे धर्म, वर्ण, जाती, विषमता, उच्चनीचता, फुटीरता, रोटी–बेटी व्यवहार बंद यांचा विचार करतात. राष्ट्रवादाचा आधार असलेली एकता अस्तित्वात रहात नाही जेव्हा सामाजिक अंगाने त्याचा विचार करतात, तेव्हा राजकीय स्वातंत्र्य म्हणजे राष्ट्रनिर्मिती त्यांना मान्य नसते.

राष्ट्रवादास साहाय्यभूत घटक – इंग्रज आले, त्यांनी आणलेल्या विचार, शिक्षण, भाषा, संस्था, मूल्ये इत्यादींमुळे जनजागरण झाले. त्यातून प्रबोधन चळवळ उभारली गेली, त्यातून आत्मभान विकसित झाले, आत्मभानातून नवीन जाणिवा विकसित होऊन राष्ट्रभाव विकसित झाला आणि राष्ट्रवादाची मांडणी होऊ लागली. १८५७ च्या आधी अनेक उठाव झाले, व्यक्तिगत पातळीपासून गटाने, समूहाने अनेक उठाव, आदिवासी, रामोशी, कोळी, संस्थानिक, सैनिक, शेतकरी इत्यादी वेगवेगळ्या पातळीवर केले, परंतु त्यात स्वातंत्र्य, राष्ट्रवाद इत्यादींचा अंश अंधुकशा स्वरूपात होता. या सर्व लढ्यात एक साम्य होते ते म्हणजे सर्वांचा ब्रिटिशांना विरोध होता. सर्व ब्रिटिशांविरुद्ध लढले, पण त्या लढ्यांमध्ये एकवाक्यता, उद्दिष्ट्ये याबाबत कुठेही साम्य नव्हते.

म्हणून १८५७ च्या आधी आणि १८८५ पर्यंतचा कालखंड या दरम्यान झालेले उठाव हे वरील स्वरूपाचे होते. त्याला दिशा मिळाली ती सुरेंद्रनाथ बॅनर्जींच्या राष्ट्रीय परिषदेच्या प्रयत्नांनी. परंतु, तेव्हाच सभेची स्थापना झाली व १८८५ ते १९०५ पर्यंत समाज सुधारणा, मागण्या यावर भर देण्यात आला. आर्थिक शोषण, भ्रष्टाचार, शेतकरी अवस्था, प्रतिनिधित्व, मुद्रण स्वातंत्र्य इत्यादींशी निगडित ही चळवळ राहिली, त्यामुळे ब्रिटिशनिष्ठ मध्यमवर्गीयांची चळवळ असे तिचे स्वरूप राहिले. मात्र, राष्ट्रवादी विचारांची पार्श्वभूमी त्यात विकसित होत होती.

१९०५ नंतर १९१९ पर्यंत जहाल विचार, कृतिशीलता त्याला धार्मिक, सांस्कृतिक अधिष्ठान, क्रांतिकारी मार्गाचे समर्थन यामुळे राष्ट्रवादी विचार वाढला, चळवळ जन चळवळ झाली. समाज जागा झाला व अस्मिता विकसित झाल्या. पश्चिमी विचारवंतही भारतात राष्ट्रवाद रुजू लागला हे मान्य करू लागले. १९२० नंतर गांधी आले, देश एकरूप झाला व अभूतपूर्व लढ्यातून भारतीय राष्ट्रवादाचे दर्शन घडले. अर्थात, भारतीय राष्ट्रवादाच्या घडणीत वेगवेगळे घटक साहाय्यभूत ठरले आहेत.

(१) ब्रिटिशांचा प्रभाव – ब्रिटिशांचे प्रशासन, त्यांची राजकीय व्यवस्था त्यातील आधुनिकीकरण याचा प्रभाव भारतीयांवर झाला व भारतीयांमध्ये परिवर्तने आली. त्यासोबत युरोपियन राष्ट्रवाद, फ्रेंच, अमेरिकन राज्यक्रांती, इटलीचे एकीकरण यांचा प्रभाव पडला.

(२) राजकीय ऐक्य – भौगोलिकदृष्ट्या भारत अखंड भूप्रदेश होता व संपूर्ण देशांवर मौर्य, मोगल यांना राज्य निर्माण करता आले नाही. ते काम ब्रिटिशांनी केले व संपूर्ण भारत देश भौतिक अर्थाने एकसंघ झाला. एक प्रशासन, कायदा, एक न्याय व्यवस्था, एक सत्ता यामुळे समान मानसिकता, समान दु:खे यामुळे समान राजकीय जाणिवा विकसित होण्यात मदत झाली.

(३) दळणवळण – संचार साधनांचा प्रभाव – त्यामुळे मन, विचार, बुद्धी यांचे आदान–प्रदान झाले, माणसे गतिशील झाली. आपसातील संपर्क, संवाद वाढला व भारतीय पातळीवर काम करणाऱ्या संस्थांचा जन्म झाला.

(४) कायदा, सुव्यवस्था आणि शांतता – ब्रिटिशपूर्व काळात मोगल सत्तेचे विघटन व त्यातून आपसातील संघर्ष, लूटमार, अस्थिरता यामुळे सामान्य माणूस भयभीत, अस्वस्थ होता. त्या पार्श्वभूमीवर ब्रिटिशांनी कायदा व्यवस्था, सुव्यवस्था, शांतता प्रस्थापित केली. त्यातून राजकीय ऐक्य जोडण्यास मदत झाली. संपूर्ण देशात एकच प्रशासन आल्यामुळे कायदासंहिता, न्यायप्रणाली सारखी झाली. त्यातून एकतेचा विचार वाढला.

(५) शिक्षणाचा प्रभाव – इंग्रजी शिक्षणाच्या द्वारा पाश्चिमात्य विचारांची ओळख झाली. त्यामुळे भारतीय राजकीय विचारांना नवीन दिशा मिळाली.

(६) समान भाषा – विविधतेने संपन्न असलेल्या भारत खंडात वेगवेगळ्या प्रादेशिक व स्थानिक भाषा असल्यामुळे पंजाबी माणूस मराठी माणसाशी, मराठी माणूस बंगाली माणसाशी संवाद करू शकत नव्हता. इंग्रजी भाषा ही राज्यकारभाराची भाषा केल्यामुळे सर्व भारतीयांना समान माध्यम मिळाले. त्यामुळे विचार, भावना, साहित्य, सुख–दुःख यांची देवाण–घेवाण वाढली व त्यातून आपलेपणा विकसित होऊन 'आपण भारतीय' ही भावना वाढण्याला मदत होऊन राष्ट्रवादाची जडणघडणीस खूप मदत झाली.

(७) वृत्तपत्रांचा प्रभाव – इंग्रजांनी आपणासोबत छापखाना आणला आणि मुद्रण कलेसोबत वृत्तपत्रांचा जन्म झाला. सुरुवातीस कंपनीशी संबंधित व मर्यादित इंग्रजांनी इंग्रजी भाषेत वर्तमानपत्रे, नियतकालिके, मासिके काढली. या वर्तमानपत्रांतून इंग्रजी व्यवस्था, त्यांची संस्कृती या विषयीची माहिती मिळत होती. त्यांचा वाचकवर्गही मर्यादित होता. त्यानंतर भारतीय वृत्तपत्र विकसित झालीत, त्यांनी स्थानिक भाषेतून विचार दिला. मागण्या मांडल्या, सरकारवर टीका केली, त्यातून राष्ट्रवादाचा प्रसार होण्यास मदत झाली. इंडियन मिरर, बंगाली, अमृतबझार पत्रिका, केसरी, मराठा, आंध्र प्रकाशिका, दर्पण, इंदू प्रकाश, बॉम्बे क्रॉनिकल, हिंदू पॅट्रिएटसारख्या अनेक वृत्तपत्रांनी देश ढवळला. लोकजागरण केले व तीच भविष्यात राष्ट्रवादाचा आरसा ठरली.

(८) मध्यम बुद्धिजीवी वर्गांची भूमिका – प्रबोधनाचा परिणाम, इंग्रजी शिक्षण, भाषा, नवीन आर्थिक नीती, साम्राज्याच्या विस्तारासोबत नवीन व्यापारी, नोकरवर्ग, उद्योजक, बुद्धिजीवी, शिक्षित वर्ग उदयास आला. हा वर्ग सुरुवातीस पश्चिमी संस्कृती समर्थक व त्यांच्याशी निष्ठा वाहिलेला होता. परंतु, भारतीयांवरील अन्याय, अत्याचार, त्यांचा वंशभेद याची चीड यानंतर या वर्गात निर्माण होऊन या वर्गाने सुरुवातीच्या चळवळीचे नेतृत्व केले. त्यामुळेच काँग्रेसची चळवळ विकसित झाली. संपूर्ण भारतीय राष्ट्रीय चळवळीचे नेतृत्व या मध्यम वर्गानेच दिल्याचे दिसते.

(९) वंशवादाची चीड – मागासलेल्या भारतीयांच्या विकासाची, उद्धाराची जबाबदारी ईश्वराने आमच्यावर सोपविली आहे. ('व्हाईट मॅन्स बर्डन') त्यामुळे आम्ही मागास भारतीयांच्या उद्धारासाठी आलो आहोत, याचा अर्थ आम्ही श्रेष्ठ, तुम्ही कनिष्ठ आहात, त्यात १८५७ च्या युद्धकाळातील व्यंगचित्रात 'अर्धा गोरिला-अर्धा निग्रो' असे चित्रण पंचमध्ये प्रकाशित झाले. त्याचप्रमाणे कंपनीच्या सेवेत असलेल्या भारतीयांना गोरे इंग्रज, हीन, कनिष्ठ वागणूक देत. 'ब्लॅक इंडियन' म्हणत. या वंशवादी मानसिकतेची चीड भारतीयांत निर्माण होणे अपरिहार्य होते.

(१०) समकालीन युरोपियन चळवळींचा प्रभाव – अमेरिका स्वतंत्र झाली. फ्रेंच राज्यक्रांतीचा प्रभाव होताच. त्याचवेळी ग्रीस, इटलीतील चळवळी, जर्मनीचे एकीकरण, आयर्लंडची चळवळ, दक्षिण आफ्रिकेतील

चळवळ यांचा प्रभाव पडणे आवश्यक होते. त्याने प्रभावित होऊन मॅझिनी, गॅरिबाल्डी हे भारतीय तरुणांचे आदर्श ठरले. त्यांची चरित्रे वाचली गेली व त्यातून भारतीयांना राष्ट्रभाव विकसित होण्यास मदत झाली.

(११) ऐतिहासिक संशोधनाचा प्रभाव – भारतीय संस्कृती, अध्यात्म, इतिहास यात अनेक युरोपियन संशोधकांनी रुची दाखविली व त्यांच्या संशोधनाने भारतीय संस्कृती उच्च कोटीची होती, हे स्पष्ट केले. कॅनिनहमने मानव वंशशास्त्राच्या संशोधनातून 'भारतीय संस्कृती व मूल्यांचा' गौरव केला. विल्यम जोन्स, मॅक्समुल्लर, मॉनियर विल्यम, रॉथ, ससान यांनी वैभवशाली भारतीय संस्कृती, तिच्या परंपरा स्पष्ट केल्या. काही युरोपियन संशोधकांनी आर्यन युरोपियन मानव वंश एकच असल्याचे म्हटले, त्यातून लोकमान्य टिळक यांनी 'आर्क्टिट होम इन दी वेदाज' या ग्रंथातून आर्य हे युरोपातून आले, ही मांडणी केली. न्यायमूर्ती रानडे, अरविंद घोष या भारतीयांनी भारतीय संस्कृतीची उदात्त वैशिष्ट्ये विशद केली. त्यामुळे आम्ही कनिष्ठ, मागास, काळे हा न्यूनगंड नष्ट करण्यास मदत होऊन नवा आत्मविश्वास वाढीस मदत झाली.

(१२) धार्मिक व सामाजिक सुधारणा व चळवळींचा प्रभाव – प्रबोधनाच्या वाटचालीत वेगवेगळ्या चळवळी विकसित होऊन या चळवळीने आधुनिकता, आपल्या परंपरेतील दोष, त्यातील चांगल्या गोष्टी, नवीन मूल्यांचा स्वीकार व मानवाला मानव म्हणून विकसित होण्याची संधी दिली. ब्राह्मो समाज, सत्यशोधक समाज, आर्य समाज, प्रार्थना समाज, रामकृष्ण मिशन, थिऑसॉफिकल सोसायटी यांनी समाज उत्थानाचे काम केले. त्याचप्रमाणे मुस्लिम, शीख व अन्य समाजात अशा चळवळी पुढे आल्यात, त्यामुळे भारतीय संस्कृतीच्या समृद्ध वारशासोबत पश्चिमी व्यवस्थेची ओळख होऊन राष्ट्रप्रेम विकसित होण्यात साहाय्यभूत ठरले.

(१३) ब्रिटिशांची अर्थनीती व शोषण – व्यापारी वृत्तीमुळे ब्रिटिशांनी देशाचे सर्व अर्थाने शोषण केले. कंपनी कारभारातील भ्रष्टाचार, महसुलातील वाढ, इंग्रज कर्मचाऱ्यांचे वाढते वेतन, त्यांची व्यापारनीती, भारतीय उद्योगांचा ऱ्हास, व्यापारांचा ऱ्हास, व्यापारी शेतीमुळे शोषण यासारख्या अनेक कारणांमुळे भारतीय माणूस गरीब झाला. तो पूर्णपणे नागविला गेला. त्याविरोधात मधून मधून उठावही झाले. ब्रिटिशांना घालविले पाहिजे, आपल्या हालअपेष्टा, दारिद्र्य याला इंग्रजच जबाबदार ही विद्वेषाची भावना भारतीयांत रुजत होती, त्यातून त्याविरुद्ध एकत्र येऊन लढा उभारण्याच्या ऊर्मीतूनच राष्ट्रीय चळवळ व राष्ट्रवाद वाढला.

(१४) लॉर्ड लिटनचे प्रतिगामी धोरण, इलबर्ट बिलाचा वाद, नंतरच्या काळातील लॉर्ड कर्झनच्या क्रूर कारवाया, इंग्रजांमार्फत झालेल्या क्रूर कारवाया, यामुळे भारतीय असंतोष धुमसत होता, समान दुःख विकसित होण्यास मदत झाली.

संमिश्र राष्ट्रवाद – वरील वेगवेगळ्या कारणांचा समग्र प्रभाव पडून भारतात राष्ट्रवाद विकसित होण्याची प्रक्रिया सुरू झाली. अर्थात, देशातील विविधता, समाज रचनेतील विषमता, जातीयता, धार्मिक भिन्नता यांचा परिणाम या विकास प्रक्रियेत होणे अपरिहार्य होते. १८५७ च्या उठावात हिंदू-मुस्लिम एकत्रित लढले, त्यांच्यात आंतरिक बंधुता होती. याची जाणीव इंग्रजांनाही झाली होती, त्यातून हिंदू-मुस्लिम एकजूट नव्हती, त्यांच्या विभिन्न संस्कृती, भाषा, इतिहास, धर्म यामुळे एकजूट होणे शक्य नाही, अशी मांडणी इंग्रज करू लागलेत.

वरील मांडणीस राष्ट्रीय सभेने नेहमी विरोध करून भारतात विविध वंश, धर्म, जाती, भाषांचे लोक राहतात, तरी ते एकसंघ भारतीय म्हणूनच नांदतात, अशी भूमिका घेतली होती. परंतु इंग्रज विचारवंतांना ही मांडणी मान्य नव्हती; याउलट संमिश्र राष्ट्रवादाचे स्पष्टीकरण करताना भारतातील जैन, बौद्ध हिंदूसमवेत एकत्र नांदत होते. औरंगजेबाच्या धार्मिक दृष्टिकोनाचा अपवाद वगळता १८५७ पर्यंत हिंदू-मुस्लिमदेखील गुण्यागोविंदाने नांदत होते. सुफी तत्त्वज्ञान आणि वेदान्तातील तत्त्वज्ञान यात साम्यभाव कबीर, नानक, तुलसीदास यांनी विशद केला होता. राष्ट्रीय सभेत हिंदू, बौद्ध, जैन, शीख, पारशी, ख्रिस्ती, मुस्लिम या धर्माचे लोक होते. राष्ट्रीय सभेतील

प्रतिनिधींमध्ये विविधता होती व ती विविधता जाणीवपूर्वक तशीच ठेवून एकात्मवाद म्हणजेच 'विविधतेत एकता' त्यांनी जपली होती. भारतातील दारिद्र्य, दास्य, दैन्य यावर उपाय म्हणून एकत्रित लढा देणे आवश्यक आहे हे या सर्वांनी जाणले होते. तसेच संकुचित घटकांवर आधारित, धर्मावर आधारित राष्ट्रवाद अल्पजीवी ठरतात, या ऐतिहासिक सत्याची त्यांना माहिती होती.

आर्थिक राष्ट्रवाद - दादाभाई नौरोजी, रमेशचंद्र दत्त यांनी आर्थिक उत्सारण, द्रव्यापहाराच्या सिद्धांतातून आर्थिक नीतीविरोधात शास्त्रीय मांडणी करून अर्थनीतीवर आधारित विचार मांडला व भारतीय आर्थिक विकासासाठी उपाययोजना सुचविल्या. त्यात न्यायमूर्ती रानडे यांनीही पुढाकार घेतला. योगी अरविंद, नामदार गोखले यांनी त्याला पुष्टी दिली व टिळकांनी चतुःसूत्रीच्या द्वारा आर्थिक राष्ट्रवादाचा जागर केला. त्यात गांधींनी स्वदेशी, चरखा, ग्रामोद्योग उपक्रमातून भर घातली. त्यामुळेच भांडवलदार, कारखानदार, कामगार, सावकार, श्रीमंत वर्गानेही राष्ट्रीय चळवळीस पाठबळ दिले.

१९२० नंतर रशियन क्रांतीचा प्रभाव, युरोपातील समाजवादी विचार यांनी प्रभावित तरुणांची फळी पुढे आणली. त्यांनी देशातील आर्थिक विपन्नावस्थेतून बाहेर पडण्यासाठी व न्यायपूर्ण समाज व्यवस्थेच्या स्थापनेसाठी समाजवादाचा आग्रह धरला व त्यालाही राष्ट्रीय सभेने स्वीकारले व काँग्रेस अंतर्गत समाजवादी काँग्रेस विकसित होण्यास मदत झाली. १९३० पर्यंत भारतातील साम्यवादीही काँग्रेस सोबतच कार्यरत होते. त्यामुळे भारतीय राष्ट्रवादाला समाजवादी विचारसरणीचे अधिष्ठान प्राप्त झाले होते.

धर्माधिष्ठित राष्ट्रवाद - संमिश्र राष्ट्रवादानेही धर्माचा आधार घेतलेला दिसतो व त्यातून जनजागरण व लोकसंघटन केल्याचे दिसते, परंतु पूर्णपणे धर्मावर आधारित राष्ट्रवाद राष्ट्रीय सभेने नाकारला होता. याउलट १८५७ नंतर भारतात दोन धर्मांची दोन राष्ट्रे नांदतात, अशी मांडणी करून या देशातील मुस्लिमांना अलग करण्याचा प्रयत्न लॉर्ड डफरिन जाणीवपूर्वक करीत होते. राष्ट्रीय सभा ही फक्त हिंदू हित जपणारी आहे, हे जाणीवपूर्वक मांडत होते.

हिंदू राष्ट्रवाद - जहालवादी हिंदू धर्म व संस्कृतीच्या आधारे राष्ट्रभावना चेतवीत होते; पण त्याचबरोबर मुस्लिमांचे सहकार्य मिळविण्याचा प्रयत्न ते करीत होते. पंजाबातील धार्मिक दंगल, १९०७ ला पंजाबमध्ये स्थापन झालेली पंजाब हिंदूसभा, १९१५ मध्ये हिंदू सभेची स्थापना, बंगालच्या फाळणीचे अंतरंग, पंडित मदन मोहन मालवीय, लाला लजपत रॉय, बिपीनचंद्र पाल या नेत्यांचे हिंदू संघटनांसाठीचे प्रयत्न, योगी अरविंदांनी मांडलेला आध्यात्मिक राष्ट्रवाद यामुळे मुस्लिम समाज साशंक होत होता. हिंदू महासभेने आक्रमक हिंदुत्वाचा पुरस्कार केला, इतर धर्मात गेलेल्यांचे शुद्धीकरण व संघटन यावर भर दिला होता.

मुस्लिम राष्ट्रवाद - १८५७ पर्यंत अलगत्वाचा भाव खूपच कमी होता. उलट, १८५७ चा उठाव हिंदू-मुस्लिम एकत्रित लढले, याबाबत इंग्रज चिंतित होते, त्यांचा राग हिंदूंपेक्षा मुस्लिमांवर होता. कारण, १८५७ च्या उठावात 'बहादूर शहा जफर'च्या नावाने जयघोष होत होता. दुसरे, त्यांचे युद्ध सहभागातील प्रमाण मोठे होते, ते स्वतःला राज्यकर्ती जमात मानत, इंग्रजांचा द्वेष करीत, त्यासोबत हिंदूंनी ज्या पद्धतीने नवीन बदल, शिक्षण स्वीकारले, तसा बदल मुस्लिमांनी स्वीकारला नाही, उलट त्याला विरोध केल्यामुळे 'मुस्लिमच आपले विरोधक' ही भावना इंग्रजांमध्ये होती; पण राष्ट्रीय सभेतील जागरूकता वाढत गेली, तर ती मोठी डोकेदुखी ठरेल, यासाठी हिंदू-मुस्लिम फूट पाडणे, 'फोडा-झोडा' तत्त्वाचा वापर करून मुस्लिमांना अलग करण्याची योजना ब्रिटिश आखत होते. त्यात डफरीन यशस्वी झाला.

सर सय्यद अहमद यांनीही मुस्लिमांच्या कल्याणासाठी इंग्रजांशी जवळीक केली पाहिजे व त्यांच्या सहकार्याने आपला विकास केला पाहिजे, या भूमिकेतून वाटचाल केली व मुस्लिम इंग्रजविरोधी नाहीत हे

पटविण्याचा प्रयत्न केला. अलिगढ स्कूलच्या माध्यमातून तो विचार विकसित करून राष्ट्रीय सभेपासून मुस्लिमांना अलग राहण्यास प्रवृत्त केले. इंग्रजांना फूट पाडण्यात यश आले आणि १९०६ ला 'मुस्लिम लीग' स्थापन झाली.

१९०९ च्या कायद्यातून त्यांना स्वतंत्र मतदारसंघ दिले. परंतु, १९१६ ला लखनौ करारातून हिंदू-मुस्लिम ऐक्याचा प्रयत्न, त्यातून खिलाफत चळवळ दोघांनी चालवून गांधींनी तिचे नेतृत्व केले. मात्र, तुर्कस्थानमध्ये केमाल पाशा आला, तरुण तुर्क आले आणि चळवळ थंडावली.

भाषा, राहणीमान, मूल्यनिष्ठा याबाबत आधुनिक व पश्चिमी प्रभाव असलेले व कुराण, धर्म, नमाज, शरियत यापासून बरेच अलिप्त असलेले जीना भविष्यात मुस्लिम राष्ट्रवादाचे शिल्पकार ठरतील, असे वाटत नव्हते. जीनांनी लखनौ कराराचे समर्थन केले. मात्र, हिंदूमहासभा त्यांना टीकेचे लक्ष करीत होती, त्यामुळे मुस्लिम समाजापासून लांब व हिंदूंनी हिणवलेले जीना हताश होते. हिंदू-मुस्लिम ऐक्याचा प्रयत्न करणारे जीना नंतर विरोधी झाले.

त्यांनी काँग्रेसमधील मुस्लिमांची खिल्ली उडवून, त्यांना धर्मद्रोही ठरवून द्विराष्ट्रवादाचा सिद्धांत मांडला व लोकसंख्येच्या आधारावर मोठे राष्ट्र व लहान राष्ट्रही एकत्र नांदणे अनैसर्गिक आहे असे सांगितले. त्यात इकबालने वेगळ्या राज्याची मागणी १९३० ला केली आणि १९४० च्या लाहोर अधिवेशनात 'पाकिस्तान'च्या मागणीचा ठराव संमत करून काँग्रेसच्या 'चले जाव' चळवळीला विरोध केला व मुस्लिम राष्ट्रवादातून भारताची फाळणी झाली.

धर्मनिरपेक्ष राष्ट्रवाद- एका बाजूला हिंदू राष्ट्रवाद व दुसऱ्या बाजूस मुस्लिम राष्ट्रवाद आपल्या आग्रही भूमिका मांडत असताना गांधी, नेहरू, मौलाना आझाद व काँग्रेसचे इतर नेते इतिहासाची साक्ष काढून भारत हा कसा नेहमीच अनेक संस्कृती, अनेक वंश व धर्माचे वसतिस्थान राहिला आहे असे सांगत होते. धार्मिक स्वातंत्र्य देऊनदेखील राज्याला स्वतःचा धर्म नसेल असे सांगितले व सर्व धर्मीयांना सुरक्षित, गुण्यागोविंदाने राहता येईल यावर भारतीय नेत्यांनी भर दिला.

धर्मनिरपेक्ष राष्ट्रवाद मांडताना राष्ट्रीय ऐक्याला प्राधान्य दिले व 'विविधतेत एकता' सामाजिक एकजिनसीपणा व राष्ट्राचे ऐक्य याला स्वीकारून समता, स्वातंत्र्य, न्याय, बंधुत्व, समाजवाद, लोकशाही याला प्राधान्य देणारा विचार हाच राष्ट्रीय सभेच्या, काँग्रेसच्या व गांधींच्या चळवळीचा आधार राहिला. काही काळ धर्माधिष्ठित राष्ट्रवादी प्रवाह प्रभावी ठरले. त्यातून देशही दुभंगला; पण त्यातून आलेली अस्थिरता ही धर्मनिरपेक्ष फलश्रुती होती. म्हणून भारतीय संविधानात धर्मनिरपेक्षता व समाजवाद स्वीकारला व 'स्युडो सेक्युलर' म्हणणाऱ्यांना चपराक दिली.

या सर्व प्रवाहात ब्राह्मो समाजाचा विचार व चळवळ, आर्य समाजाचा विचार, त्यांची चळवळ, सत्यशोधक चळवळ, स्वामी विवेकानंद व अरविंदांचा अध्यात्मिक राष्ट्रवाद, हिंदू महासभा, सावरकरांचा राष्ट्रवाद, मुस्लिम लीगची भूमिका, अल्पसंख्याकांची भूमिका, डॉ. बाबासाहेब आंबेडकरांची भूमिका या वेगवेगळ्या होत्या. त्यात त्यांचे वेगवेगळे हितसंबंध होते. परंतु, भारतीय संविधानवादाने या सर्वांवर मात करून भारतीय परिस्थितीत अनुकूल, येथील विविधतेला अनुकूल, आधुनिकता स्वीकारणारा संमिश्र व धर्मनिरपेक्षतावादी राष्ट्रवाद स्वीकारून दूरदृष्टीची साक्ष दिली.

सामाजिक जागृती व शिक्षणाची भूमिका - 'अविद्या' हे मानव विनाशाचे कारण ही स्पष्ट भूमिका महात्मा फुले यांनी मांडली. यावरून शिक्षणाचे महत्त्व कळते म्हणून समाजाच्या प्रगतीत शिक्षणाला महत्त्वाचे स्थान राहिले असून, त्याचे स्वरूप औपचारिक, अनौपचारिक असू शकते. ज्या समाजाने शिक्षणाची कास धरली तो समाज

प्रगतिशील ठरला. प्राचीन काळात भारतात संपन्नता होती. समृद्ध संस्कृती होती कारण त्याकाळी स्त्री–पुरुष दोघांनाही शिक्षणाची संधी होती.

काळ बदलला, धर्माच्या नावाखाली वाईट रूढी, परंपरांचा प्रभाव वाढला. सनातनी वृत्ती वाढली, विज्ञान, तर्कशास्त्र, बुद्धीप्रामाण्य, विवेकवाद नाकारला गेला आणि संपूर्ण समाज अज्ञानाच्या गर्तेत सापडला; मध्ययुग या अर्थाने जगभर काळेकुट्ट असे 'अंधार युग' ठरले. पण युरोपियन देशांना लवकर जाग आली आणि प्रबोधनाची पहाट उजाडली. गणित, विज्ञान, तर्कशास्त्र, साहित्य, सिद्धांत, नवा विचार, नवीन मूल्ये आली. त्यांच्या प्रभावातून औद्योगिक क्रांती झाली. त्यासोबत वैज्ञानिक क्रांती झाली. तोपर्यंत भारत निद्रिस्त होता.

भारतात शिक्षण व्यवस्था नव्हती, असे नव्हे; परंतु ती बंदिस्त, मूठभर, लोकांसाठी होती. स्त्रिया, बहुजन समाज त्यापासून वंचित होता. इंग्रज भारतात आले. त्यांनी त्यांचा विचार, त्यांची मूल्ये, त्यांच्या संस्था, इंग्रजी भाषा व इंग्रजी शिक्षण आणले. त्याचा प्रभाव भारतीयांवर झाला.

राजा राममोहन रॉय यांनी नवीन सुधारणांची कास धरली. शिक्षणासाठी आग्रह धरला व भारतात प्रबोधनाची पहाट उजाडली. याच काळात धर्मप्रचारासाठी आलेल्या मिशनऱ्यांनीही शिक्षण प्रसाराचे कार्य केले. सुरुवातीस ईस्ट इंडिया कंपनीने फारसे लक्ष दिले नाही, मात्र १८१२ नंतर त्यात बदल झाले. तोपर्यंत पहिल्या पिढीतील इंग्रजी शिक्षित भारतीयांनी केलेल्या प्रयत्नांतून शिक्षण प्रसार केला. त्यासोबत सामाजिक सुधारणा होऊ लागल्या, पारंपरिक, अमानुष रूढी, परंपरांविरुद्ध आवाज उठला. सतीबंदी, विधवा विवाह, बालविवाह बंदी, संमती वय मर्यादा, स्त्रियांना शिक्षण, दलित मागास वर्गीयांना शिक्षण यासाठी प्रयत्न सुरू झाले. बंगालप्रमाणे महाराष्ट्रात महात्मा फुले यांनी प्रयत्न केले. वेगवेगळे कायदे आले. १८३५ च्या मेकॉलेच्या सुधारणा कायद्याने त्याला कलाटणी दिली. १८५४ ला वुडचा खलिता, १८८२ चा हंटर आयोग, लॉर्ड कर्झनने केलेला विद्यापीठ कायदा (१९०४), सँडलर विद्यापीठ कायदा, १९१२ चा शैक्षणिक ठराव, १९१९ च्या कायद्यातील तरतूद यासारखे प्रयत्न इंग्रजांमार्फत झाले.

गांधीजींनी इंग्रजी शिक्षण व्यवस्थेला पर्याय म्हणून वर्धा योजना दिली. स्वातंत्र्य प्राप्तीनंतर शिक्षण व्यवस्थेत आमूलाग्र परिवर्तने आली.

शिक्षण हे अस्मिता वृद्धीचे, अस्मिता जतन करण्याचे, समाज जागृतीचे, समाज बदलाचे, प्रगतीचे महत्त्वाचे साधन असते. म्हणून प्रत्येक राजकीय व्यवस्था आपल्याला अनुकूल शिक्षणव्यवस्था आणते व सर्वप्रथम शिक्षण व्यवस्थेवर नियंत्रण ठेवत असते. यांची जाणीव स्वातंत्र्यासाठी लढणाऱ्यांना आली; कारण इंग्रजी शिक्षण घेतलेली आमची माणसे, आमचे पुढारी, शिक्षक, वकील, मध्यमवर्गीय आणि नेते, समाजसुधारक इंग्रजी व्यवस्थेचे गुणगान गाऊ लागले. ते तेथे थांबले नाहीत तर भारतीय इतिहास, संस्कृती, धर्म, साहित्य, परंपरा या किती मागासलेल्या, सनातनी आहेत अशी जोरकस टीका करू लागले. त्यामुळे भारतातील मध्यमवर्ग हा स्वातंत्र्य चळवळीपासून उदासीन राहिला. ब्रिटिशांवर निष्ठा राखण्यात स्वत:ला धन्य मानू लागला.

ही बाब भारतीय समाज सुधारकांच्या लक्षात आली. ब्राह्मो समाज, आर्य समाज, प्रार्थना समाज, सत्यशोधक समाज, थिऑसॉफिकल सोसायटी, अलिगढ स्कूल या सर्व सामाजिक सुधारणा करणाऱ्या संस्था, संघटना आणि समाज सुधारक यांनी शिक्षणाला प्रथम प्राधान्य दिले. त्याचा प्रभाव इंग्रजी शिक्षित भारतीय धुरीणांवर झाला होता; कारण इंग्रजी शिक्षणातून भारतीय संस्कृती, इतिहास, भारतीय साहित्य इत्यादी संदर्भात चुकीची विकृत आणि हेटाळणी करणारी शिकवण दिली जात होती. त्यातून मार्ग काढण्यासाठी दादाभाई, लोकमान्य, गांधीजी आणि अन्य नेत्यांनी चतु:सूत्री कार्यक्रमाच्या माध्यमातून राष्ट्रीय शिक्षणाचा आग्रह धरला.

लॉर्ड मेकॉलेने सुरू केलेल्या इंग्रजी भाषा आणि इंग्रजी शिक्षणाचा आग्रहातून 'समान भाषा' भारतीयांनी मिळाली. रेल्वे-पोस्ट सेवा सोबतच आल्या. त्यामुळे लोकांमध्ये गतिशीलता आली. प्रथमच भारत भौतिकदृष्ट्या एकसंघ झाला व देशाच्या कानाकोपऱ्यातील लोकांत बौद्धिक आदान-प्रदान वाढले. लॉर्ड मेकॉले म्हणाला होता की, इंग्रजी शिक्षण दिल्याने आपल्याला उपयुक्त 'बाबू लोक' तयार करण्यास मदत होईल व त्याचबरोबर आपल्याशी निष्ठा राखणारा एक वर्गही या देशात तयार होईल. या फायद्यासोबत भविष्यकाळात एक धोका देखील निर्माण होईल. तो म्हणजे इंग्रजी भाषा व शिक्षण घेतलेल्या या लोकांमध्ये जाणिवा विकसित होतील, अस्मिता जागृत होऊन हेच लोक इंग्लंडने विकसित केलेल्या सामाजिक-राजकीय संस्थांची आणि त्यासोबत आपण स्वीकारलेल्या नवीन मूल्यांची भविष्यात मागणी करतील. त्याने उल्लेखित केलेल्या दोन्ही गोष्टी खऱ्या ठरल्या.

त्याने सांगितल्याप्रमाणे आपल्या साम्राज्याची पकड घट्ट करण्यासाठी व त्यांच्याशी निष्ठा राखणारा वर्ग या देशात तयार झाला. हा वर्ग ब्रिटिशांचे गुणगान करण्यात धन्यता मानत होता. परंतु त्याचबरोबर इंग्रजी शिक्षणातील आधुनिक ज्ञानावर विज्ञान, तर्कशास्त्र यावर पोसली गेलेली एक पिढी भारतात तयार झाली. या पिढीने सामाजिक, राजकीय क्षेत्रात पुर्नजागरण व जनकल्याणाचे काम केले.

१८२३ ला कोलकात्यात संस्कृत महाविद्यालय सुरू करण्याचे ठरविले. त्याला राजा राममोहन रॉय यांनी विरोध केला. कारण तुम्ही आम्हास 'जसे आहात तसेच राहा' ठेवून नवीन बदलांपासून वंचित करू पाहता आहात ; म्हणून त्यांनी त्याला विरोध केला होता.

अर्थात इंग्रजी शिक्षण, इंग्रजी भाषा यासोबत भारतीय भाषा, भारतीय सभ्यता यांनाही स्थान द्यावे, हा समन्वयक विचारदेखील केशवचंद्र सेन, लोकमान्य टिळक, स्वामी विवेकानंद, न्या. रानडे, रवींद्रनाथ टागोर यांनी उचलून धरला व त्यानंतर म. गांधींनीही त्या मताला पुष्टी दिली.

शिक्षणासाठी संपूर्णपणे सरकारवर अवलंबून भागणार नव्हते, कारण मोठी लोकसंख्या, निरक्षरांची मोठी संख्या यांची जाणीव ठेवूनच १८१७ मध्ये राजा राममोहन रॉय यांनी कोलकात्यात 'वेदान्त महाविद्यालय' सुरू केले. या महाविद्यालयात एकेश्वरवाद, भौतिकशास्त्र, गणित, रसायनशास्त्र या विषयांसाठी आग्रह धरला व तेच विषय शिकविले.

संपूर्ण बंगालमध्ये ब्राह्मो समाजाच्या वतीने खेड्या-पाड्यात, गावांमध्ये, गरीब मुलांसाठी, आदिवासी, मागास, स्त्रियांसाठी शिक्षणाची दारे खुली केली.

महाराष्ट्रात याच धर्तीवर बाळशास्त्री जांभेकर, जगन्नाथ शंकर शेठ, लोकहितवादी, न्या. रानडे, महात्मा ज्योतिराव फुले, लोकमान्य टिळक, आगरकर यांनी पूना कॉलेज, बॉम्बे नेटिव्ह एज्यु. सोसायटी, अँग्लो-व्हर्नाक्युलर स्कूल, न्यू इंग्लिश स्कूल, आर्यन एज्यु. सोसायटी, नूतन मराठी विद्यालय, अहमदनगर एज्यु. सोसायटी, दयानंद अँग्लो-वैदिक कॉलेज अशा अनेक संस्था उभारल्या. १९१९ साली भाऊराव पाटलांनी रयत शिक्षण संस्थेची स्थापना केली. त्यातून तयार झालेल्या विद्यार्थ्यांमधून देशप्रेमाने प्रेरित झालेली पिढी तयार झाली. थिऑसॉफिकल सोसायटीने मुलींच्या शिक्षणासाठी कार्य केले. त्यामुळे इंग्रजी शिक्षण 'वाघिणीचे दूध' ठरले. साम्राज्यशाहीला प्रतिकार करणारी पिढी पुढे आली. त्यामुळे भारतीयांमध्ये आत्मविश्वास वाढला.

या शिक्षणातून पुरोगामी विचार ज्याप्रमाणे पोसला गेला त्याप्रमाणे भारतीय राष्ट्रवादही पोसला गेला व भारतीय राष्ट्रवादाचे पोषण होताना समाजातील वेगवेगळ्या प्रवाहात वेगवेगळ्या जाणिवाही विकसित होत गेल्या, त्यातून आर्थिक, सांस्कृतिक, धार्मिक, राजकीय आणि धर्मनिरपेक्ष राष्ट्रवादाचे पोषण झाले.

शिक्षणामुळेच या देशातील आर्थिक बदलही घडून आले. व्यावसायिक, उद्योजक, तंत्रज्ञ तयार झाले व नवीन नेतृत्व विकसित होऊन त्यांनी भारताच्या स्वराज्याची मागणी पुढे केली व स्वातंत्र्यासाठी लढत असताना स्वातंत्र्य प्राप्तीनंतरच्या 'लोकशाही' व्यवस्थेचे चिंतन केले. त्यासाठी आवश्यक तयारीही केली. त्यासाठी शिक्षण व्यवस्था हा परिवर्तनाचा महत्त्वाचा घटक राहिला. राष्ट्रीय शिक्षण खाजगी शाळेतून दिले जाऊ लागले, त्यासाठी आपला अभ्यासक्रम, आपली भाषा, आपला इतिहास, आपली संस्कृती शिकवली जाऊ लागली. त्यामुळे राष्ट्रीय अस्मिता वाढीस मदत झाली. त्यामुळे भारतीय प्राचीन वैभवशाली परंपरा, उच्च कोटीचे साहित्य, उच्च कोटीची नैतिक मूल्ये, इतिहास समजला. त्यासाठी मोठ्या प्रमाणात लिखाण झाले. शिवाजी महाराजांचे चरित्र बंगाली, उर्दूतून लिहीले गेले. मॅझिनी हा भारतीयांचा हिरो ठरला आणि देशातील सुधारणांचा वेग वाढला म्हणून १९०० नंतर मोठ्या प्रमाणात शिक्षित मध्यम वर्गीय व्यवसाय, उद्योगधंद्यांच्या शिक्षणाकडेही वळला. त्यातून चतु:सूत्रीतील स्वदेशी, बहिष्कार याचा प्रभावी अंमल झाला आणि स्वराज्य जवळ आले. हे सर्व बदल शिक्षणव्यवस्थेमुळे झाले. म्हणूनच शिक्षण हे परिवर्तनाचे प्रभावी माध्यम मानले जाते म्हणून डॉ. बाबासाहेब आंबेडकर 'शिका, संघटित व्हा व संघर्ष करा' म्हणत.

वृत्तपत्रे व समाजसुधारणा – शिक्षणासोबत सामान्य जनतेपर्यंत पोहचण्याचे प्रभावी साधन वर्तमानपत्रे राहिली आहेत. आज इलेक्ट्रॉनिक मीडिया आला असला तरी वृत्तपत्रांचे महत्त्व कमी झालेले नाही. आल्विन टॉफलरसारख्या विचारवंत 'थर्ड वेव्ह'मध्ये माहिती तंत्रातील क्रांतीला महत्त्व देतो. म्हणूनच कोणतेही सरकार आपल्या विरोधात कोणी लिहू नये, टीका करू नये, यासाठी वर्तमान पत्रांवर नियंत्रण ठेवून असते. त्याला 'सेन्सॉरशिप' असे म्हणतात.

वृत्तपत्र पोहचण्याआधी व्यक्तिगत संदेश, संदेशवाहक व्यक्ती, सभा, दवंडीसारख्या मार्गांचा अवलंब केला जाई. पोर्तुगीज व इंग्रजांनी भारतात छापखाना आणला आणि वृत्तपत्र सृष्टीची सुरुवात झाली. वृत्तपत्राचा हेतू सरकारी माहिती, कायदे, धोरणे, योजना जनतेपर्यंत पोहचविणे व जनतेची गाऱ्हाणी, मते, मागण्या, सरकारपर्यंत पोहचविणे हा असतो. त्यासोबत मनोरंजनही होते.

१७७० ला हिक्की याने 'बंगाल गॅझेट' सुरू करून वृत्तपत्राची सुरुवात केली; पण त्याने कंपनीच्या कारभारावर टीका केली. म्हणून त्याचे वृत्तपत्र (नियतकालिक) बंद करावे लागले. डुएनने 'इंडियन वर्ल्ड' सुरू केले तेही कॉर्नवॉलिसने वॉरन हेस्टिंग्जप्रमाणे बंद पाडले. वेलस्लीने १७९९ मध्ये वृत्तपत्रांवर सेन्सारशिप लादली. चार्ल्स मॅक्लीनचे 'बंगाल किटकारु' वृत्तपत्र वेलस्लीने बंद केले, तेव्हा त्याने त्याविरुद्ध लढा दिला.

मात्र लॉर्ड हेस्टिंग्जने वृत्तपत्रांना उत्तेजन दिले. १९२३ चा रेग्युलेशन ॲक्ट, चार्ल्स मेटकॉफचे प्रयत्न, १८५७ चा परवाना नियम, १८६७ चा नोंदणी कायदा, १८७८ चा भारतीय भाषा वृत्तपत्र कायदा, लॉर्ड रिपनचे धोरण, १९०८ चा न्यूज पेपर ॲक्ट या सर्व प्रकरणात बरीच सुरुवातीची वृत्तपत्रे ही इंग्रजी माध्यमातील व इंग्रजांकरवी चालविली जात असल्यामुळे त्यात कंपनीविषयी, त्यांच्या कारभाराविषयी फारशी टीका नसे.

भारतीय चळवळीच्या इतिहासात प्रबोधनकार राजा राममोहन रॉय पासून गांधीजींपर्यंत सर्व नेत्यांनी सामाजिक, आर्थिक, धार्मिक आणि राजकीय सुधारणा चळवळीत सहभाग घेताना जनप्रबोधन, जन जागरणाचे प्रभावी साधन म्हणून वृत्तपत्रांचा अवलंब केला. लोकांच्या प्रबोधनासोबत सरकारवर टीका करणे, वैचारिक प्रबोधन करणे यासाठी वृत्तपत्रांनी स्वातंत्र्य आंदोलनात अतिशय महत्त्वाची भूमिका पार पाडली आहे.

राजा राममोहन रॉय, महात्मा फुले, गो. ग. आगरकर, दादाभाई नौरोजी, न्या.रानडे, लोकमान्य टिळक, डॉ. बाबासाहेब आंबेडकर, पंडित जवाहरलाल नेहरू, सुरेंद्रनाथ बॅनर्जी, बिपिनचंद्र पाल, लाला लजपतराय,

सुभाषचंद्र बोस, म. गांधी या सर्वांनी वृत्तपत्राच्या माध्यमातून जनमत घडविण्यासाठी व प्रबोधन करून राष्ट्रीय चळवळीला बळ देण्यासाठी वृत्तपत्रांचा आधार घेतला आहे.

पहिले व्हर्नाक्युलर वृत्तपत्र १८१८ मध्ये सेरामपूरच्या मिशनऱ्यांचे कार्य होय. त्यानंतर १८३२ ला बाळशास्त्री जांभेकरांनी 'दर्पण'ची सुरुवात करताना, ''स्वदेशी लोकांमध्ये विलायतेतील विद्यांचा अभ्यास अधिक व्हावा आणि देशाची समृद्धी व येथील लोकांचे कल्याण याविषयी स्वतंत्रपणे व उघडपणे विचार करायला लावणारे स्थल''. असे म्हटले होते. १८४९ मध्ये 'इंदुप्रकाश' इंग्रजी अनुवाद मराठी सांगण्यासाठी, अज्ञानाचा विनाश, पश्चिमी चालीरीतींची ओळख, परस्परात वैचारिक आदान-प्रदान, जन माणसाचे पडसाद सरकारपर्यंत पोहचविणे, लोकांच्या दुर्गुणांवर प्रहार करणे व त्यांच्यात एकोपा निर्माण करणे हे आपले अवतार कार्य म्हणून नमूद केले होते. 'प्रभाकर'मधून प्रसिद्ध होणारी लोकहितवादींची 'शतपत्रे' यातून त्यांनी अनेक सामाजिक व राजकीय प्रश्नांवर आगपाखड केली. 'बंगाल गॅझेट' राजा राममोहन रॉय यांच्या आत्मीय सभेने चालविलेल्या नियतकालिकाने उदारमतवादी विचार मांडले. तसेच उदारमतवादी विचार 'कोलकाता जर्नल'ने दिले. 'संवाद कौमुदी' द्वारा राजा राममोहन रॉय यांनी सामाजिक रूढी, परंपरांवर टीका केली. मीरत-उल्-अखबार, समाचार चंद्रिका, बंगदूत, इंडिया गॅझेट यामधून सामाजिक प्रेरणा देणारा विचार दिला. त्याद्वारा द्वारकानाथ ठाकूर, रवींद्रनाथ ठाकूर यांचे आजोबा यांनी राजा राममोहन रॉय यांचे विचार लोकांपर्यंत नेऊन लोकमत निर्माण केले. महाराष्ट्रात 'केसरी' अवतरला व टिळकांनी आपल्या प्रखर विचारांनी जनतेत राष्ट्रीय अस्मिता विकसित केली, त्यांनीच खऱ्या अर्थाने स्वदेशी व विदेशीची ओळख करून दिली. सर्व वृत्तपत्रांनी सामाजिक अनीतीविषयी आणि गुलामगिरीबद्दल जनतेत चीड निर्माण करण्याचे काम केले. त्यामुळे जनतेच्या राजकीय, सामाजिक जाणिवा प्रगल्भ करण्याचे कार्य स्वातंत्र्य चळवळीच्या कालखंडात वृत्तपत्रांनी संपन्न केले. म्हणूनच भारतीय राष्ट्रीय चळवळीतील सर्व नेत्यांनी कमी-अधिक प्रमाणात वृत्तपत्रे काढली, त्यात लिखाण केले व विचार समाजापर्यंत पोहचविले.

आर्थिक सुधारणा – मध्ययुगातील कुंठित व्यवस्थेमुळे भारताची आर्थिक स्थितीदेखील कुंठित अवस्थेतच होती. मोगल साम्राज्याच्या पतनासोबत काही काळ मराठी सत्तेने सावरण्याचा केलेला प्रयत्न सोडल्यास परस्परातील युद्धे, संघर्ष, लढाया, लूटमारी यामुळे उद्योजक, व्यापारी, शेतकरी सर्व असुरक्षित होते. रस्त्यांचा विकास नव्हता, दळणवळणाची नवीन साधने नव्हती, असुरक्षित प्रवास, अवाजवी जकात, वारंवार पडणारे दुष्काळ, दुष्काळ निवारणासाठीच्या व्यवस्थेचा अभाव यामुळे भारतीय अर्थव्यवस्था डळमळीत होती.

१) परंतु, याही परिस्थितीत भारतीय ग्रामव्यवस्था ही बऱ्याच अंशी सुरक्षित होती. गावपातळीवर स्वावलंबन व स्वयंशिस्त होती. भारतावर अनेक आक्रमणे झाली. लुटारू आले व गेले, मात्र भारतीय समाज टिकून राहिला, याचे मुख्य कारण भारतीय ग्रामप्रधान व्यवस्था होय. मीठ-लोखंड वगळता रोजच्या दैनंदिन गरजा गाव पातळीवर पूर्ण केल्या जात होत्या. बलुतेदारी पद्धतीमुळे प्रत्येकजण आपआपला व्यवसाय सांभाळून परस्पर पूरक सेवापूर्ती करीत होता. वस्तुविनिमय पद्धतीचा मोठ्या प्रमाणात अवलंब केला जाई, ग्राम पातळीवर ग्रामोद्योग असल्यामुळे शेतीवर कमी ताण पडत असे. त्यासोबत लोकसंख्येचे प्रमाण कमी असल्यामुळे प्रत्येक कुटुंबाजवळ कमी अधिक प्रमाणात स्वतःची शेती होती. त्यामुळे माझी जमीन, माझे गाव, माझे वतन या भावनेतून त्याचा अधिकार व्यक्त होत असे.

गाव पातळीवर पंचायत, समाजपंचायत, गावाचे निर्णय, अंमलबजावणी, न्यायदान करीत असे. प्रदेश पातळीवर सरदार, राजा, संरक्षण व अन्य व्यवस्थेसाठी उत्पन्नाचा विशिष्ट हिस्सा मागत असे व गावाचे काम

सुरळीतपणे चालत असे. प्रदेश पातळीवरचा सरदार, राजकीय व्यवस्था बदलली तरी तिचा भारतीय ग्रामव्यवस्थेवर परिणाम होत नसे. उत्पादन पद्धत वेगळी होती. त्यामुळे काही दुष्परिणामही झाले. त्यात उद्योजकांचा जास्त विकास झाला नाही. समाज गतिशील नसल्यामुळे, जातीव्यवस्थेच्या घट्ट पकडीमुळे व्यापार वाढला नाही. ज्या नागरी व्यवस्था होत्या, त्यामध्ये हस्तकला उद्योग विकसित होते, त्यामार्फत व्यापार चालत असे. ब्रिटिश येण्यापूर्वी जी आक्रमणे झाली, त्याचा या व्यवस्थेवर फारसा परिणाम झाला नाही; कारण त्यांची वेगळी स्वतंत्र अर्थव्यवस्था, अर्थनीती नव्हती.

(२) ईस्ट इंडिया कंपनी भारतात आली. ते व्यापारी होते, त्या काळात इंग्लंडमध्ये औद्योगिक क्रांतीची विकास प्रक्रिया सुरू होती. या औद्योगिक विकास प्रक्रियेसोबत काही दुष्परिणाम त्या व्यवस्थेत निर्माण होतात. यंत्रसामुग्री, नवीन तंत्र, उत्पादनात अनेक पटीने वाढ, यामुळे तेथे बेकारी वाढते, स्पर्धा वाढते व त्यातून बाह्य जगातील व्यवस्थेकडून त्याची भरपाई करण्यासाठी धडपड सुरू होते व त्या धडपडीतूनच वसाहतवादाचा जन्म होतो. वसाहतीचा शोध घेणे, तेथे विकसित देशातील बेकारांना सामावून घेणे व अतिरिक्त उत्पादनाला बाजारपेठ मिळवून देणे या भूमिकेतून ईस्ट इंडिया कंपनीने भारतात आपली आर्थिक नीती ठरविली.

(३) त्यानुसार त्यांनी महसूलव्यवस्थेत कायमधारा, रयतवारी, महालवारी पद्धतीद्वारे शेतकऱ्यांवर बोजा टाकला व अधिकाधिक उत्पन्न वाढविण्याचा प्रयत्न केला. त्यासोबत आपल्या उद्योगधंद्यांना पूरक कच्चा माल उपलब्ध व्हावा म्हणून व्यापारी शेतीला प्रोत्साहन दिले व नीळ-शेती, कॉफी, चहा शेतीला प्रोत्साहन दिले. मँचेस्टरच्या सूतगिरण्यांना आवश्यक कापसाची लागवड केली. येथून कच्चा माल स्वस्तात नेणे व पक्का माल अधिक दामाने विकणे व अधिकाधिक नफा कमविणे यामुळे शेतकरी नागवला गेला, तो कर्जबाजारी झाला.

(४) आपला व्यापार वाढावा व स्थानिक बाजार पेठांवर कब्जा करावा, आपला माल विकला जावा म्हणून येथील उद्योगधंदे, ग्रामोद्योग, कुटिरोद्योग, हस्तकला त्यांच्यावर अधिक कर लावणे, जाचक अटी लादून त्यांना परवानगी नाकारणे, प्रसंगी येथील कलाकार, उद्योजक यांचे हाल करणे व यंत्रातून आलेले कापड काही अंशी स्वस्तात देऊन येथील हस्तव्यवसाय, कुटीरोद्योग नष्ट झाले. व्यापार बंद पडला. त्यामुळे व्यापारी, कारागीर व व्यवसायावर अवलंबून असणारे सर्वजण बेकार झाले. त्यांचा भार पुन्हा शेतीवर पडला.

(५) इंग्लंडच्या औद्योगिक क्रांतीनंतरच्या वाणिज्य व व्यापार नीतीमुळे भारतीय हितांचा विचार न करता इंग्रजांचे हित, त्यांचा व्यापार अधिक सुरक्षित करण्याचा प्रयत्न त्यांनी केला. इंग्लंडमधील मालावर कमी कर व इतर देशातील मालावर अधिक कर यामुळे इंग्लंडच्या व्यापाराची मक्तेदारी झाली. त्याचा अधिकाधिक फायदा इंग्लंडला होत असे.

(६) ब्रिटिशांनी भारताचे शोषण, आर्थिक लूट व संपत्तीचे अपहरण मोठ्या प्रमाणावर केले. सुरुवातीला व्यापारवादाचा अवलंब केला. प्लासीच्या लढाईनंतर त्यांनी आपल्या व्यापारी वखारी अधिक प्रबळ केल्या होत्या. वाणिज्यवाद हे साम्राज्यवादाचे अंग असते. आपल्या देशातील अतिरिक्त उत्पादित काळात आक्रमण पद्धतीचा अवलंब करून बाजारपेठ मिळविणे हे त्याचे उद्दिष्ट असते. आपल्या राष्ट्रहितासाठी इतरांच्या राष्ट्रहिताकडे दुर्लक्ष केले जाते व हा आर्थिक आक्रमक राष्ट्रवाद हा वसाहतवादाला आणि साम्राज्यशाहीला पोषक ठरणारा असतो. त्यावेळी अधिक निर्यात वाढवून नफा कमविणे हे इंग्लंडसह सर्व युरोपियन देशांच्या व्यापाराचे सूत्र राहिले आहे. त्यानुसार कच्चा माल कमी किमतीला विकत घेणे, पक्का माल अधिक किमतीने विकणे, व्यापारातील मक्तेदारी निर्माण करणे व त्या मार्गातील अडथळे दूर करण्यासाठी राजकीय सत्ता प्राप्त करणे, या सूत्राचा ईस्ट इंडिया कंपनीने सुरुवातीला अवलंब केला. या पद्धतीने त्यांनी भारतातील नैसर्गिक स्रोत ताब्यात घेतले व आपला एकाधिकार प्राप्त केला.

(७) राजकीय सत्ता हस्तगत केल्यानंतर व्यापारासोबत लष्करी व्यवस्था, राजकीय व्यवस्था संदर्भात निर्णायक भूमिका कंपनीकडे आली व बंगालचा नवाब ठरविला. आपल्याला पूरक हस्तक, बाहुले शासनकर्ते बसविणे व सत्ता बनविणे व त्यांच्यावर नियंत्रण ठेवणे ही किंगमेकरची भूमिका कंपनीने केली. भारतीय अर्थव्यवस्थेचा इतिहास विशद करताना रमेशचंद्र दत्त आपल्या 'इकॉनॉमिक हिस्ट्री ऑफ इंडिया' या प्रकाशित ग्रंथात भारतातून वेगवेगळ्या मार्गाने इंग्रजांनी किती लूट केली त्याचा सविस्तर वृत्तांत नोंदविला आहे. त्याबाबत दादाभाई नौरोजींनीदेखील आकडेवारीसह आर्थिक शोषणाचा सिद्धांत मांडून भारतीयांच्या व्यथा उजेडात आणल्या. नवाब, सरदार, जमीनदारांकडून बक्षिसी मिळविणे, कराच्या माध्यमातून लूट, महसूल वाढवून लूट, अपहार म्हणून मोठमोठ्या रकमा जमा करणे, लाच घेणे या पद्धतीने भारतीयांच्या संपत्तीचे अपहरण मोठ्या प्रमाणात इंग्रजांनी केले.

महसूल कर, अधिकाऱ्यांचा जुलमी व्यवहार व कंपनी अधिकाऱ्यांचा जास्तीचा पगार या मार्गाने इंग्लंडमध्ये मोठा आर्थिक ओघ अव्याहतपणे जात होता. त्यालाच रमेशचंद्र दत्त व दादाभाई नौरोजी आर्थिक शोषण, द्रव्यापहरण असे म्हणतात.

(८) द्रव्यापहरणामध्ये भारतीय व्यवस्था सांभाळणाऱ्या इंग्लंडमधील व्यवस्थेचा गृहखर्च, भारतमंत्री, इंडिया कौन्सिल, कंपनी संचालक यांच्यासाठीच्या खर्चाचा बोजा भारतावर लादला जाई. कंपनी व्यापारी असल्यामुळे व्यापारातून मिळणाऱ्या नफ्याचा लाभांश कंपनी संचालकांना मिळत असे, कारण ती खासगी कंपनी होती. युद्ध, लष्कर व अन्य कारणासाठी कंपनीने घेतलेल्या कर्जावरील व्याज आणि कर्जाची परतफेड भारतातूनच केली जाई. लष्करी व मुलकी व्यवस्थेचा खर्च, साधन सामुग्री-खरेदीसाठीचा खर्च, गुंतवणूकदाराचे व्याज, इतर कंपन्यांचे व्याज, खर्च भारतातून वसूल केला जाई. अशा प्रकारे वेगवेगळ्या मार्गाने भारताचे आर्थिक शोषण केले जात होते व त्यात सातत्य होते. देशातील कच्चा माल, खनिज संपत्ती, जंगल संपत्ती यांची खूप मोठ्या प्रमाणावर लूट केली जात होती.

(९) त्यामुळे भारतीय अर्थव्यवस्था कंगाल झाली. राष्ट्र गरीब बनले, त्याविरोधात दादाभाई, योगी अरविंद, न्यायमूर्ती रानडे, नामदार गोखले यांनी अभ्यासपूर्ण पद्धतीने संपत्ती अपहरणाची माहिती इंग्लंडच्या पार्लमेंटपुढे मांडली व त्यासोबत इतर देशांच्या नेत्यांनाही सांगितली.

परिणाम म्हणून भारतीय उद्योगधंदे ठप्प झाले, हाच उद्योगही अमेरिकेत ब्रिटिशांनी केला. पण तेथील व्यवस्था वेगळी होती. इंग्रज व्यापारनीतीमुळे हस्तकला उद्योग ठप्प झालाच; पण नवीन उद्योगही त्यांनी विकसित होऊ दिला नाही व उद्योजकही कमी झाले.

(१०) रेल्वे, रस्ते, टपाल व्यवस्था, तारायंत्रे आणली त्यांचाही अधिकाधिक उपयोग त्यांनी त्यांच्या फायद्यासाठी, प्रामुख्याने व्यापारासाठी केला. रेल्वे मार्ग बंदराशी जोडले व व्यापार वाढविला, इतर व्यापाऱ्यांनाही नंतर परवानगी देऊन खुल्या व्यापाराचे धोरण स्वीकारले.

(११) त्याचा परिणाम लोकसंख्येचा भार शेती व्यवसायावर पडला. ग्रामीण भागात बेकारी वाढली. १८१३ नंतर कंपनीची व्यापारातील मक्तेदारी संपली व खुल्या व्यापार धोरणाचा अंगीकार करून पुन्हा कंपनीसोबत इतर युरोपियन व्यापाऱ्यांना लूट करण्याची मुभा देण्यात आली; पण भारतीय उद्योजकांना प्रोत्साहन दिले नाही.

(१२) शेतीचे व्यापारीकरण करून नीळ, चहा, कॉफीसोबत ताग, कापूस, शेंगदाणा, तीळ, ऊस, तंबाखू या व्यापारी पिकांना प्राधान्य देण्यात आले. त्यामुळे अन्नधान्य उत्पादन कमी झाले. त्यामुळे सावकारांचे कर्ज वाढले, शेतकरी गरीब झाला आणि प्रथमच भारतीय शेतकऱ्याला आपली जमीन विकणे, गहाण टाकणे व

शेतीपासून पारखे होण्याची वेळ आली. आपला मालकीहक्क गमवावा लागला व त्याला हजारों वर्षांच्या वारसाने मिळालेला शेतीचा हक्क   गमवावा लागला.

(१३) मोठी बाजारपेठ पाहून ब्रिटिशांनी पोषक उद्योगांसाठी भांडवल गुंतवणूक करून अधिक नफा मिळविला. त्यामुळे परकीय गुंतवणुकीचे प्रमाण वाढले व त्यातून मिळणारा नफा पुन्हा इंग्लंड व इतर देशात गेला.

(१४) इंग्रजांच्या सुधारणांचा अप्रत्यक्ष परिणाम म्हणून भारतात मध्यम वर्गाचा उदय झाला. इंग्रजी भाषा, इंग्रजी शिक्षण यांचा परिणाम भारतीयांवर झाला व हळूहळू भारतीय उद्योगधंद्यांना चालना मिळू लागली. सुरुवातीस सर्व उद्योग, कापड, ताग गिरण्या, कोळसा खाणी, नीळ, चहा यात परकीय भांडवलदारच होते.

(१५) दादाभाई नौरोजी, न्या. रानडे, लो. टिळक, महात्मा गांधी व अन्य नेत्यांनी आपल्या देशातील आर्थिक व्यवस्थेची चक्रे आपणच फिरवली पाहिजेत असे ठरविले व आर्थिक अपहरण आपण स्वत:च थांबवून त्यावर उपाययोजना करण्यासाठी प्रयत्न करावेत हे निश्चित केले. त्यांच्या व्यापारी दृष्टिकोनामुळे ते आपल्या उद्योगधंद्यांना संरक्षण देणार नाहीत हे सर्वांनी ओळखले होते. या संदर्भात योगी अरविंद, दादाभाई नौरोजी, ना. गोखले, न्या. रानडे, सुरेंद्रनाथ बॅनर्जी, राजा राममोहन रॉय ही सर्व मंडळी विचार करीत होते. त्यातून चतु:सूत्री कार्यक्रम व भारतीय आर्थिक राष्ट्रवादाचा जन्म झाला.

(१६) स्वदेशीचा अवलंब केल्यामुळे मोठ्या प्रमाणात जाडेभरडे, महाग असलेले कापड वापरून, स्वस्त व चांगले कपडे नाकारून या देशातील उद्योगांना चालना दिली. स्वदेशी चळवळीमुळे भारतीय मालाची मागणी बाजारात वाढली. मागणीप्रमाणे पुरवठा करण्यासाठी उद्योगधंद्यांना चालना मिळाली, उद्योगधंद्यात वाढ झाल्यामुळे रोजगार मिळाला, आर्थिक गतिशीलता वाढली. परदेशातील भांडवलदार सरकारकडे विनंती करीत होते की, बंगालची फाळणी रद्द करा, अन्यथा, स्वदेशीच्या चळवळीमुळे आम्ही बुडून जाऊ. त्याचा फायदा भारतीयांनी घेतला व नवीन उद्योगधंदे सुरू झाले.

(१७) पहिल्या महायुद्ध काळात इंग्लंड संकटात सापडला. तेथील उद्योग युद्धकाळात ठप्प झाले. त्याचा दळणवळणावर व व्यापारावर दुष्परिणाम झाला. त्यामुळे पुरेसा माल उत्पादित होऊ शकला नाही. युद्धकाळ इंग्लंडसाठी प्रतिकूल होता, मात्र भारतीय व्यापारासाठी आणि उद्योगांसाठी ते अनुकूल ठरले. त्यांनी कच्च्या मालाची खरेदी थांबविली व पक्का मालही आला नाही. त्यामुळे स्वस्त कच्चा माल, स्वस्त मजूर याचा भारतीय उद्योजकांना फायदा होऊन युद्धकाळात भारतीय उद्योजकांनी चांगला फायदा करून घेतला व बदलत्या परिस्थितीत भारतीय उद्योजकांनी केलेल्या उत्पादनामुळे युद्धकाळात इंग्लंडला आवश्यक माल बाजारपेठेत मिळाला, म्हणूनच युद्धकाळात लॉर्ड हार्डिंगने भारताला उत्पादक देश बनविण्यासाठी मदतीचे आश्वासन दिले.

(१८) १९१६ मध्ये सरकारने औद्योगिक आयोगाची नेमणूक करून भारतीय उद्योग व व्यापारी प्रयत्नांना सरकार कोणत्या प्रकारे मदत करू शकेल, याची माहिती द्यावी व त्यासोबत भारतीय लष्कर सामग्री समिती नियुक्त करून लष्करासाठी आवश्यक सामग्री भारतात उत्पादित केली जाईल, यासाठी प्रयत्न सुरू केले.

(१९) पहिल्या महायुद्धाच्या समाप्तीनंतर सरकारने भांडार वस्तु क्रम समिती नियुक्त केली. मॉंटेग्यु-चेम्सफर्ड सुधारणांमध्ये आर्थिक स्वायत्तता देण्याचे आश्वासन देण्यात आले. १९२१ ला इब्राहिम रहिमतुल्ला यांच्या अध्यक्षतेखाली राजस्व मंडळ नियुक्त केले व या मंडळाने भारतीय उद्योगांना संरक्षण मिळावे, अशी मागणी केली.

अर्थात, महात्मा गांधींनी ग्रामोद्योगाला व चरख्याला प्राधान्य दिले व स्वदेशीचा आग्रह धरला. राष्ट्रीय शिक्षणाच्याद्वारे औद्योगिक व व्यवसायाभिमुख शिक्षणाला प्राधान्य मिळाल्यामुळे कुशल कामगार मिळू लागले. त्यामुळेच भारतातील पोलाद, कागद, साखर, आगपेटी, रसायने, सुती कापड, रेशीम धागा या उद्योगांना संरक्षण

मिळाले. मात्र सिमेंट, काच, तेल शुद्धीकरण या उद्योगांना संरक्षण मिळाले नाही, तरीदेखील भारतातील एकूण उद्योगधंदे व अर्थव्यवस्थेला बरे दिवस आले. त्यामुळे १९२६ ला चलनाचे अवमूल्यन होऊनदेखील व १९३० ला जागतिक आर्थिक महामंदी येऊन देखील भारतीय उद्योग प्रगती पथावरच राहिलेत.

(२०) पहिल्या महायुद्धाप्रमाणेच दुसऱ्या महायुद्ध काळातदेखील भारतीय उद्योगाला चांगले दिवस आले. भारतात टंचाई व दुष्काळ असताना व्यापाऱ्यांना चांगला नफा मिळाला. आयात समाप्त होऊन, उलट सरकारी खरेदी वाढली व त्यामुळे भारतीय उद्योग व भांडवल विकासाला संधी मिळाली. मात्र, अवजड मोठे उद्योग विकसित झाले नाहीत. नफा मिळणाऱ्या उद्योगपर्तींनीच आपल्या बँका, जीवन विमा, स्टॉक कंपन्या स्थापन केल्यात व मोठमोठी उद्योगघराणी पुढे आली.

(२१) स्वातंत्र्य प्राप्तीनंतर देशात प्रचंड गरिबी, बेरोजगारी, शेती व उद्योगधंद्यातील मागासलेपण, जमीन व्यवस्थेतील अव्यवस्था, हाच ब्रिटिश शासनाने भारताला वारसा म्हणून दिलेला आर्थिक ठेवा होता. त्यातून सावरण्यासाठी भारताला अनेक वर्ष प्रयत्न करावे लागले.

अर्थात, या संदर्भात अर्थतज्ज्ञ गोखले, रानडे, दादाभाई, गांधी, अरविंद घोष, टिळक, डॉ. आंबेडकर यांनी आपल्या पद्धतीने आर्थिक मांडणी करून आर्थिक राष्ट्रवाद जागविला. मात्र, औद्योगिक क्रांती व त्यातून निर्माण झालेल्या भांडवलशाहीचे जे फायदे-तोटे इंग्रजांना इंग्लंडमध्ये मिळाले, ते भारतीयांना न मिळाल्यामुळे येथील भांडवलदार वर्गाने स्वार्थी हेतूने कां होईना राष्ट्रीय चळवळीत मदत केली पण त्यांच्या आर्थिक विकासाचा फायदा भारतीय जनतेला मिळाला नाही. विसाव्या शतकाच्या सुरुवातीस व्यापार, उद्योगात वाढ होऊन देखील भारतीय जनता मात्र गरीब राहिली. शेतकरी गरीब राहिला व ग्रामव्यवस्था मागासलेलीच राहिली, तोदेखील ब्रिटिश नीतीचा वारसा होता.

● १८५७ चा उठाव

ईस्ट इंडिया कंपनीने प्लासीच्या लढाईनंतर राजकीय हस्तक्षेप वाढविला आणि बक्सारच्या लढाईने त्यांची राजकीय सत्ता भारतात स्थापन झाली. त्यानंतर १८५७ पर्यंत संपूर्ण भारतात त्यांनी आपली सत्ता प्राप्त केली. त्यांचा साम्राज्य विस्तार आणि व्यापार नीतीचा अवलंब आणि आर्थिक शोषणामुळे देशात मोठ्या प्रमाणात वेगवेगळ्या हितसंबंधी गटांकडून विरोध, उठाव होत होते. कारण धर्मवाद्यांच्या मते ख्रिश्चन मिशनरी ख्रिस्ती धर्माचा प्रसार करतात. धर्मांतर घडवून आणतात. त्याचबरोबर कंपनी सरकारदेखील धार्मिक क्षेत्रात हस्तक्षेप करते, अशी मुस्लिम धर्मवाद्यांची भावना होती. त्यासोबत तीच भावना हिंदू धर्मवाद्यांचीही होती. हीच भावना कंपनीच्या लष्करात सैनिक म्हणून कार्यरत असलेल्या हिंदू-मुस्लीम सैनिकांतदेखील निर्माण होत होती.

१८५७ च्या उठावाचे विश्लेषण इंग्रज इतिहासकार, भारतीय इतिहासकार वेगवेगळ्या पद्धतीने मांडतात, काही इतिहासकार 'भारतीय धर्मांधाचे ख्रिश्चनांविरुद्धचे युद्ध' असे वर्णन करतात, तर काही इतिहासकार 'रानटीपणा विरुद्ध सभ्यता संघर्ष' मानतात. जोम्स ओट्रमसारखा इतिहासकार त्याला 'हिंदू-मुस्लीम कारस्थानाचा परिणाम' ठरवितात. काहींच्या मते, ''पाश्चिमात्य संस्कृती विरुद्ध पौर्वात्य संस्कृतीतील संस्कृती संघर्ष होता.'' होम्ससारखे इंग्रज समर्थक इतिहासकार त्याला फक्त 'शिपायाचे बंड' मानतात. भारतीय आविष्कार स्वीकारणारे इतिहासकार त्याला 'सुनियोजित राष्ट्रीय आंदोलन' किंवा 'भारतातील स्वातंत्र्याचा पहिला संघर्ष' किंवा 'सार्वभौमत्वासाठीचा संघर्ष' असे मानतात. स्वातंत्र्यवीर सावरकर त्याला 'स्वातंत्र्य समर' मानतात. मार्क्सवादी इतिहासकार 'सामंतशाहीच्या गुलामगिरीतून मुक्तीसाठीचा लढा' असे वर्णन करतात.

पंडित जवाहरलाल नेहरूंनी देखील त्याला 'सामंतांनी केलेला उठाव' असेच म्हटले. मात्र, इतिहासकार आर.सी. मुजुमदार या उठावाला स्वातंत्र्य समर, राष्ट्रीय संग्राम न मानता ''काही स्वार्थी व धार्मिक भावनेतून झालेला वैयक्तिक व संघटित घटकांनी देशाच्या वेगवेगळ्या भागात केलेला उठाव होता, असे म्हटले. परकीय गुलामगिरीतून सुटका किंवा देशाचे स्वातंत्र्य हे उद्दिष्ट त्यात दिसत नाही.'' असे नमूद करतात.

थोडक्यात, दोन प्रमुख प्रवाह या उठावासंदर्भात आढळतात. त्यापैकी पहिला प्रवाह इंग्रज धार्जिणा वा इंग्रजांची बाजू मांडणारा, त्यांचे समर्थन करणारा, जो या उठावाला असंतोषातून झालेला उठाव असे मानतात, तर भारतीय इतिहासकार त्याला स्वातंत्र्यप्रेरणा, राष्ट्राभिमान, सार्वभौमत्वासाठीचा लढा मानतात व स्वातंत्र्य समर संबोधितात.

दोन्ही प्रवाहांची मते वेगवेगळी असली तरी मुस्लिम व हिंदू दोन्ही एकत्रितपणे लढले. ह्या उठावाचा वणवा संपूर्ण देशभर होता. या घटनेतून स्वातंत्र्य आंदोलनाला प्रेरणा मिळाली. या लढ्याचा मुख्य उद्देश ब्रिटिश सत्ता नष्ट करणे हा होता; म्हणून तो भारतीय स्वातंत्र्याचा पहिला लढा ठरतो.

उठावाची कारणे –

(अ) राजकीय कारणे – (१) लॉर्ड वेलस्लीच्या तैनाती फौजेच्या धोरणामुळे एतद्देशीयांची सत्ता निष्क्रिय, निष्प्रभ करण्यात ब्रिटिशांना यश मिळाले. हैदरअली, टिपू, पेशवाई आणि शेवटी शीख सत्ता देखील त्यांनी नामोहरम केल्या आणि संपूर्ण भारतभर इंग्रजी सत्ता प्रस्थापित झाली. लॉर्ड डलहौसीने उरलेले काम पूर्ण केले. त्याने सर्व प्रकारच्या नियमांना, संकेतांना नाकारत विलीनीकरण नीतीचा अवलंब केला. व्यापगत सिद्धांताचा वापर करून आणि खालसा धोरणाचा स्वीकार करून अनेक संस्थाने खालसा केली. दत्तक नाकारले, पेन्शन वेतन नाकारले. न्याय व्यवस्थेचा देखावा करून कंपनी संचालकांना सर्व अधिकार बहाल करून पंजाब, सिक्कीम, ब्रह्मदेशसारख्या प्रदेशांना युद्धात हरवून, दत्तक नाकारून व व्यवस्थापन अयोग्य आहे या कारणावरून सातारा, नागपूर, झांशी, उदयपूर इत्यादी राज्ये खालसा केली. काहींच्या पदव्या व इनाम नाकारले त्यामुळे संस्थानिकांमध्ये भीती आणि संशयाचे वातावरण निर्माण झाले. ब्रिटिशांनी (१) तैनाती फौज (२) खालसा धोरण (३) तनखा, पदव्या नाकारून आपल्या साम्राज्यवादी धोरणांचा अंगीकार केला.

(२) मोगल बादशाह बहादूरशाह जफर, त्याचा वारस म्हणून राजपुत्र फकीरुद्दीनला दिलेली मान्यता, त्यावर लादलेले निर्बंध यामुळे मुस्लिमांमध्ये असंतोष होता; कारण मोगल सम्राट हा मुस्लिमांच्या जिव्हाळ्याचा आणि अस्मितेचा विषय होता, त्यामुळे संपूर्ण मुस्लिमांच्या मनात ब्रिटिशांविषयी तिरस्काराची भावना वृद्धिंगत झाली होती.

(३) वरील धोरणाचा परिणाम एतद्देशीयांच्या पदरी असलेल्या सैनिकांवर झाला; कारण तैनाती फौजेच्या धोरणामुळे आणि खालसा धोरणामुळे संस्थाने समाप्त झाली. त्यामुळे एतद्देशीयांच्या पदरी असलेले सैनिक निकामी झाले, त्यांची नोकरी गेल्यामुळे ठग, पेंढारींची संख्या वाढली, परंतु ब्रिटिशांनी त्यांचाही बिमोड केला, तेव्हा ते देखील इंग्रजांच्या विरोधात गेले.

ब्रिटिशांच्या धोरणामुळे, युद्धनीतीमुळे, साम्राज्यवादी लालसेमुळे त्यांनी भारतीय राजे, संस्थानिक, सैनिक यांच्या भावनांचा व हितसंबंधांचा कधीच विचार केला नाही. त्यामुळे त्यांच्याविरोधात असंतोष धुमसत होता.

(ब) आर्थिक कारणे – (१) भांडवलशाही अर्थव्यवस्थेचा परिपाक साम्राज्यवादी वृत्तीत परिवर्तित होणे अपरिहार्य होते. वसाहतवादातून साम्राज्यवाद विकसित झाला. वसाहतवाद आणि साम्राज्यवादाचे मुख्य सूत्र पिळवणूक व शोषण असते कारण नफा मिळविणे हे त्या अर्थव्यवस्थेचे उद्दिष्ट असते. त्याचा प्रत्यय इंग्रजांनी भारतात सत्ता प्रस्थापित करताना दाखविला. त्यांनी अशी आर्थिक नीती अंमलात आणली ज्यामुळे भारतात

अस्तित्वात असलेले कुटीरोद्योग, हस्तकला, कलाकुसरींना मोठा धक्का बसला, सर्व उद्योग नामशेष झाले. इंग्रज हेच मुळात व्यापारी असल्यामुळे त्याने युरोपातील यंत्रक्रांतीनंतर प्रस्थापित उद्योगधंद्यांद्वारे उत्पादित झालेला अतिरिक्त माल, वस्तुउत्पादन भारतात आणून अधिक भावाने विकले व नफा कमविला. भारतातील उद्योगधंद्यांना लागणारा आवश्यक कच्चा माल स्वस्तात खरेदी करून पक्का माल अव्वाच्या सव्वा किमतीला विकून भरपूर नफा कमविला. त्यांच्या या आर्थिक धोरणामुळे येथील उद्योजक, कारागीर, कपडे उत्पादक यांच्यावर बेकारीची कुऱ्हाड कोसळली त्यामुळे त्यांच्यावर उपासमारीची वेळ आली.

(२) शोषण करणे, नफा कमविणे हा कंपनीच्या कारभाराचा आधार राहिल्यामुळे त्यांनी येथील संपत्ती, उत्पन्नांचे घटक आणि उत्पादनाची साधने आपल्या ताब्यात घेतली व मोठ्या प्रमाणावर नफा कमवून आपल्या मायदेशी पाठवीत. याउलट येथील लोकांचे जीवन दु:खी, कष्टी व असाहाय्य बनले होते. अशी जुलमी राजवट नष्ट व्हावी, ही भावना सामान्य जनतेतही रुजली होती.

(३) कंपनीची कर प्रणाली, महसूल पद्धत, जमिनी मालकी संबंधीची बदलती धोरणे आणि अवाजवी महसूल लाटून त्यांनी जमिनदार, शेतकरी या सर्वांनाच कंगाल केले होते. व्यापारी शेतीचा अवलंब करून मुक्त जमिनी हडप करून नीळ, चहा, कॉफी यांचे मळे विकसित केले व तेथील शेतकरी, शेतमजुरांचे हाल केले.

(४) ईस्ट इंडिया कंपनीच्या एकूण कारभारात व अर्थनीतीत कंपनीचे अधिकारी आणि नोकर वर्गाकडून होणाऱ्या भ्रष्टाचाराला भारतीय जनता कंटाळली होती. कंपनीच्या करासोबत कंपनी कर्मचारी अधिकच पैसे मागत, त्यामुळे भारतीयांचे मोठ्या प्रमाणात शोषण घडत होते. या भ्रष्टाचाराला जनता कंटाळली होती.

(५) शेतकरी भूमिहीन होत होते, जमिनदारांचे हक्क नाकारले जात होते, व्यापारी वर्गावर व उद्योजकांवर जाचक कर लादले जात होते, महसूल पद्धतीतील वारंवार बदलामुळे आणि अधिकचा महसूल लादण्यामुळे जमिनदार, शेतकरी भूमिहीन ठरत होते. ब्रिटिश कंपनी, कंपनीचे नोकर येथील खनिज, नैसर्गिक साधन संपत्तीची अमाप लूट करीत होते. ही लूट किती बेसुमार होती याचे वर्णन आर्थिक उत्सारणाच्या सिद्धांताद्वारा दादाभाईंनी स्पष्ट केले आहे. याबाबत दादाभाई नौरोजी रास्त मत मांडतात की, ''महंमद गझनीने १७ स्वाऱ्यांमध्ये जेवढी संपत्ती भारतातून नेली, त्यापेक्षा अनेक पटीने संपत्ती ब्रिटिश लोक दरवर्षी इंग्लंडमध्ये नेत आहेत.'' यावरून ब्रिटिश अर्थनीतीच्या दुष्परिणामांची भयानकता लक्षात येते.

(क) प्रशासकीय कारणे – ब्रिटिश भारतात सत्ताधीश झाल्यानंतर त्यांनी आपले प्रशासन, त्यासाठीची यंत्रणा, कायदे, त्याची अंमलबजावणी सुरू केली. ही प्रशासकीय व्यवस्था देखील ब्रिटिशांना अनुकूल व त्यांचे हित जपणारी होती.

(१) इंग्रजांनी राज्यकारभारासाठी आणि त्यांच्या सोयीसाठी अनेक नवीन कायदे आणले. त्यांनी स्थापित केलेले कायदे त्यांच्या सोयीचे व हिताचे होते.

(२) 'पारशी भाषा' ही मोगल दरबारातील राजभाषा होती. या भाषेतून अनेक वर्षे या देशात मोगल व्यवस्थेचा कारभार झाला. ही भाषा हिंदी भाषिकांनी देखील अवगत केली होती. त्यामुळे प्रामुख्याने मुसलमान व हिंदी भाषिकांना शासकीय सेवेत नोकरी मिळत होती. १८३५ पासून ब्रिटिशांनी पर्शियन भाषेचे उच्चाटन केले आणि इंग्रजीचा राज्यकारभाराची भाषा म्हणून वापर सुरू केला आणि ती भाषा शिकण्याची सक्ती केली. त्याचबरोबर इंग्रजी भाषेची, त्या भाषेतील साहित्याची महती वर्णन करताना भारतीय भाषा आणि साहित्याकडे वक्रदृष्टीने पाहू लागले; त्यामुळे भारतीयांना आपली भाषा, आपला धर्म ग्रंथ इंग्रज नष्ट करू पाहत आहेत अशी भीती वाटत होती.

(३) तैनाती फौजेच्या धोरणामुळे एतद्देशीयांचे सैनिक बेकार झाले होते. त्यानंतर डलहौसीच्या खालसा धोरणाने संस्थानिकांमध्ये असंतोष निर्माण झाला. बेटिंगने पूर्वीपासून दिली जात असलेली इनामे, बक्षिसी रद्द केली. त्यांच्या जमिनीही खालसा केल्या. मशिदी व देवस्थानांना दिलेल्या जमिनी काढून घेतल्या त्यामुळे त्यांच्या मनात इंग्रजांविषयी द्वेष निर्माण झाला होता.

(४) 'कायद्याचे राज्य' या शीर्षकाखाली त्यांनी नवीन न्यायदान पद्धत स्थापित केली, 'कायद्यासमोर सर्व समान' हे तत्त्व राबवित आहोत, असे ते वरकरणी सांगत होते. परंतु, प्रत्यक्षात न्यायदान करताना ब्रिटिश लोकांना वेगळा न्याय व हिंदी माणसाला वेगळा न्याय लागू करीत. या भेदभाव नीतीमुळे असंतोष बळावला.

(५) ब्रिटिशांनी संपूर्ण भारत पादाक्रांत केल्यावर येथील प्रशासन व्यवस्था निर्माण केली व त्यातूनच भारतीय नोकरशाहीचा जन्म झाला. एवढ्या मोठ्या देशाच्या प्रशासनासाठी मोठा नोकरवर्ग अनिवार्य होता. त्यासाठी भारतीयांचा समावेश आवश्यक ठरला होता. परंतु, भारतीयांना नोकरी देताना वरिष्ठ पदे देत नसत, वरिष्ठ पदी इंग्रज असत व कनिष्ठ पदे भारतीयांना दिली जात. त्याचबरोबर भरती करताना ज्यांनी ख्रिश्चन धर्म स्वीकारला, त्या भारतीयांना अधिक प्राधान्य दिले जाई. किंबहुना, त्या मागनि धर्मांतरे केली जात. तसेच ख्रिश्चनेतर लोकांना वेगळी वागणूक दिली जाई. या भेदभाव नीतीचा परिणाम भारतीयांत असंतोषात होत होता.

(६) युरोपियन लोकांची भारतीयांकडे पाहण्याची नीती वर्णद्वेषाची होती. भारतीयांना 'ब्लॅक इंडियन्स' म्हणून हिणविले जाई. पश्चिमी संस्कृती प्रगत, सुसंस्कृत, पुढारलेली आहे. तर भारतीय लोक रानटी, असंस्कृत असून त्यांना सुधारण्याची जबाबदारी आपल्यावर आहे. या वर्णद्वेषी व्यवहारामुळे ब्रिटिशांना भारतातून हाकला, ही भावना वृद्धिंगत होत गेली. नवीन प्रशासन, नवीन व्यवस्था, नवीन कायदे, नवीन न्यायव्यवस्था ही भारतीयांना जाचक ठरत होती, त्यातून विद्रोह वाढत होता.

(ड) धार्मिक व सामाजिक कारणे – कार्ल मार्क्स म्हणतो, ''अर्थव्यवस्था बदलली की, अपरिहार्यपणे सामाजिक, राजकीय व धार्मिक व्यवस्था बदलतात.'' त्याप्रमाणे ब्रिटिशांच्या प्रशासकीय, आर्थिक नीतीचा भारतीय समाजव्यवस्थेवर व धर्मव्यवस्थेवर प्रभाव पडणे अनिवार्य होते.

(१) युरोपियन लोकांचा भारतात येण्यामागील हेतू व्यापार करणे व धर्मप्रसार करणे हा होता. ख्रिश्चन मिशनरी, पोर्तुगीज, इंग्रज, डच, फ्रेंच या सर्वांनी भारतात कंपनीचे सहकार्य मिळत नसतानाही धर्मप्रसाद व प्रचाराचे कार्य केले. भारतातील जातीव्यवस्थेमुळे, अस्पृश्यतेमुळे पिढीत लोकांच्या वस्तीत, आदिवासी, डोंगराळ भागात आणि झोपडपट्टी व ग्रामीण भागात जाऊन त्यांना मदत करणे, अन्नधान्य मदत करणे, मोफत शिक्षणसुविधा पुरविणे, वेगवेगळ्या सवलती पुरविणे, धर्मांतर करणाऱ्यांना नोकरी देणे, अज्ञानाचा फायदा घेऊन विहिरीत पाव टाकला म्हणजे गाव बाटले असा प्रसार करणे, त्यामुळे हिंदू-मुस्लिम दोन्ही धर्माचे लोक मिशनऱ्यांच्या कार्यावर नाराज होते. त्यांना आपल्या धर्माला यामुळे नुकसान पोहोचेल अशी भीती वाटत होती. या भीतीपोटी या सत्तेला हाकलले पाहिजे, असा भाव भारतीयांमध्ये विकसित होत होता.

(२) मिशनऱ्यांच्या आणि कंपनीच्या धोरणामुळे होणारे कायदे हे येथील परंपरा, रूढी यांना शह देणारे होते. त्यामुळे भारतातील धर्ममार्तंड, पंडित, मुस्लिम मौलवी यांचा विरोध होत होता; परंतु त्या विरोधाला न जुमानता लॉर्ड बेटिंगने सतीबंदीचा कायदा केला. त्यामुळे आपली धर्मसंस्कृती, परंपरा हे ब्रिटिश लोक बुडवायला निघाले आहेत. त्याला विरोध केला पाहिजे, ही भावना धर्म क्षेत्रातील लोकांत निर्माण झाली होती. त्यांनी या व्यवस्थेला विरोध करायला सुरुवात केली होती.

(३) हिंदूचा वारसा हक्क नाकारणारा १८५० चा वारसा हक्क व मालमत्ता हक्क कायदा हा हिंदूंना धक्का देणारा

होता कारण या कायद्याने धर्मांतरीत ख्रिश्चन वा मुस्लिमांना वारसा हक्क प्राप्त होणार होते. त्यामुळे हा कायदा हिंदू आणि मुस्लिम दोन्ही लोकांना क्लेशदायी वाटत होता.

१८५६ मध्ये झालेला विधवा पुनर्विवाहाचा कायदा समाजसुधारकांच्या आग्रहाखातर करण्यात आला होता. मात्र त्याला परंपरावाद्यांचा विरोध होता.

(इ) लष्करी कारणे – कंपनी सरकारच्या सेवेत असलेल्यांमध्ये जे उच्चवर्णीय होते, त्यांना खालच्या दर्जाच्या सैनिकांसारखे वागवणे मान्य नव्हते, त्यामुळे ते ब्रिटिश अधिकाऱ्यांवर नाराज होते. त्याचप्रमाणे अफगाण व ब्रह्मी युद्धातील परदेशगमन व समुद्रपर्यटनावरून सैनिकांत असंतोष निर्माण झाला होता. लष्करांचा विस्तार वाढत असताना सैन्यात बेशिस्त वाढत होती. लॉर्ड डलहौसीच्या कारकिर्दीत तीन वेळा लष्करी उठाव झाले होते.

हिंदी शिपायांना बढती नाकारणे, त्यांना कमी पगार देणे, एकाचपदी असलेल्या इंग्रजी शिपायाला वेगळी वागणूक, वेगळा पगार अशी विषम वागणूक दिली जाई. त्यातच १८५६ मध्ये कॅनिंगने सैन्य भरती अधिनियम संमत करून बंगालमध्ये भरती झालेल्या सैन्याला आवश्यकतेनुसार पुढे पाठविले जाईल, अशी तरतूद केली होती. त्यामुळे बदली करताना गैरसोयीच्या ठिकाणी बदल्या केल्या जात. त्यामुळे भारतीय सैन्यात असंतोष धुमसत होता.

(ई) तात्कालिक कारणे – एनफिल्ड रायफलींना काडतुसे असतात. ही काडतुसे गाय आणि डुक्कर यांच्या चरबीपासून बनविलेली असत. या काडतुसांचा वापर करण्यापूर्वी ती दातांनी तोडावी लागत. या बंदुकीचा वापर कसा करावा याचे प्रशिक्षण अंबाला व सियालकोटला दिले जाणार होते. त्या दरम्यान जानेवारी १८५७ ला बराकपूरच्या छावणीत एका ब्राह्मण शिपायाने पूजेसाठी गंगेतून पाणी आणले. बराकीतील एका अस्पृश्य शिपायाने तहान लागली म्हणून ते पाणी पिण्यासाठी मागितले, त्या ब्राह्मण शिपायाने पाणी देण्यास नकार दिला, उलट त्याने जातीवाचक शिवी दिली. तेव्हा गाय व डुकराची चरबीयुक्त काडतुसे दातांनी तोडताना तुमचा धर्म कुठे जातो, असा खोचक प्रश्न अस्पृश्य शिपायाने रागाच्या भरात उपस्थित केला. त्या ब्राह्मण शिपायाने छावणीतील इतरांना काडतुसांसंबंधीची माहिती दिली व ती काडतुसांची बातमी संपूर्ण छावणीत पसरल्यानंतर मुस्लिम-हिंदू दोन्ही समाजाच्या सैन्यात अस्वस्थता पसरली व ब्रिटिश आपला धर्म बुडवितात, आपल्याला बाटविण्याचा प्रयत्न करीत आहेत. या समजुतीतून असंतोष फोफावला. त्याची इंग्रज अधिकाऱ्यांनी वेळीच दखल घेतली नाही. परिणामी संतापलेल्या हिंदी सैनिकांनी इंग्रज अधिकाऱ्यांवर हल्ला केला. त्यांच्या आज्ञा पालनास नकार दिला व बंड पुकारले.

उठावाची सुरुवात व प्रसार – आज्ञापालन न करणाऱ्या व काडतुसांचा वापर करण्यास नकार देणाऱ्या सैनिकांवर शिस्तभंगाची कारवाई करण्यात येऊन त्यांना शिक्षा देण्यात आल्या. त्या विरोधात बेहरामपूरच्या पलटणीमध्ये सैनिकांनी ती काडतुसे वापरण्यास मनाई केली, तेव्हा शिस्तभंग म्हणून त्यांच्या अंगावरील गणवेष उतरवून, त्यांची शस्त्रे काढून घेऊन त्यांना सक्तीने घरी पाठविले.

तशीच घटना बराकपूरमध्येही घडली, तेव्हा त्यांनाही लष्करातून काढण्यात आले. या सैन्यात मंगल पांडे या सैनिकाने इंग्रज अधिकाऱ्यावर हल्ला करून त्यास ठार केले. तेव्हा ३४ वी एन.आय. रेजिमेंट भंग करून गुन्हेगारांना शिक्षा दिल्या, ही मार्च १८५७ ची घटना होती. त्यानंतर मे १८५७ ला मीरतच्या घोडदळातील सैनिकांनी काडतुसे वापरण्यास नकार दिल्यामुळे न्यायालयाने त्यांना दीर्घ कारावास सुनावला. त्यामुळे मीरतमध्ये वादळ उफाळले. १० मे रोजी तेथील शिपायांनी आपल्या अधिकाऱ्यांना गोळ्या झाडल्या व उठाव केला आणि

आपल्या सहकाऱ्यांना सोडविले व दिल्लीकडे ह्या असंतुष्ट अधिकाऱ्यांनी कूच केले. या सैनिकांना जनरल हेविटने आपल्या २२०० युरोपियन सैनिकांच्या मदतीने थोपविण्याचा प्रयत्न केला नाही, या शिपायांनी १२ मे रोजी दिल्लीचा ताबा घेऊन तेथील शस्त्रागार प्रमुख लेफ्टनंट विलोलीला न जुमानता शस्त्रास्त्रे ताब्यात घेऊन ताबडतोब दिल्लीतील युरोपियन अधिकाऱ्यांना ठार केले व राजमहालावर ताबा मिळवून बादशाह बहादूर शाह जफरला सम्राट म्हणून घोषित केले व दिल्लीवर ताबा मिळविला.

हा उठाव संपूर्ण उत्तर व मध्य भारतात लखनौ, अलाहाबाद, कानपूर, बरेली, बनारस, झांशी इत्यादी प्रदेशात पसरला. याही परिस्थितीत काही एतद्देशीय राजे इंग्रजांशी एकनिष्ठ राहिले त्यांनी इंग्रजांना सहकार्य केले मात्र नर्मदेच्या दक्षिणेत उठावाचा फारसा प्रभाव नव्हता.

'फिरंगींना मारा', 'चलो दिल्ली' अशा घोषणा उठाव करणारे देत होते. इंग्रजांच्या दृष्टीने दिल्लीची सत्ता जाणे नामुष्कीचे होते. तेव्हा त्यांनी पंजाबमधून सैन्यास पाचारण करून जबर संघर्षानंतर दिल्ली परत मिळविली. त्यासाठी त्यांना मोठी किंमत मोजावी लागली. बहादूर शाह जफरला बंदी बनविण्यात आले व त्यांच्या दोन्ही मुलांना व नातवाला गोळ्या घालून ठार केले.

४ जूनला लखनौमध्ये उठाव झाला. त्यानंतर ५ जूनला कानपूरमध्ये उठाव झाला. सैनिकांनी कानपूर ताब्यात घेऊन नानासाहेबास पेशवा घोषित केले व तेथील इंग्रज अधिकारी ह्यू व्हीलरला शरण आणले.

झांशी संस्थानाचे प्रमुख राजा गंगाधरराव नेवाळकर निधन पावल्यानंतर लक्ष्मीबाईंनी लॉर्ड डलहौसीकडे दत्तक पुत्रास मान्यता देण्याची विनंती केली, ती डलहौसीने फेटाळली व झांशीचे राज्य बरखास्त करण्यात आले. त्याविरुद्ध जनतेत असंतोष पसरला तेव्हा लक्ष्मीबाईने कारभार हाती घेऊन झांशीतील इंग्रजांना ठार करून लढा पुकारला. बिहारमध्ये ८० वर्ष वयाचे वृद्ध कुंवरसिंग याने उठावाचे नेतृत्व केले, परंतु १७ एप्रिल १८५८ ला धावपळीत जखमी होऊन त्यांचा मृत्यू झाला. मात्र कुंवरसिंगाने अतिशय चिवटपणे इंग्रजांशी झुंज दिली.

या उठावाची वार्ता खान्देशातही पोहचली. तेव्हा महाराष्ट्रातील खान्देशचे भिल्ल हे इंग्रज विरोधात होतेच, काजीसिंग नाईक (ख्वाजा नाईक) व भीमा नाईक यांनी ठिकठिकाणी हल्ले करून इंग्रजांना सळो की पळो केले, ब्रिटिशांचा खजिना लुटला, शिरपूरवर हल्ला केला, अफूच्या गाड्या लुटल्या, पोस्ट ऑफिस लुटले, त्याचवेळी भागोजी नाईक अहमदनगर भागात लढत होता. शेवटी ११ एप्रिल १८५८ ला अंबापाणीची लढाई झाली; त्यात काजीसिंग, दौलत सिंग व इतरजण लढत होते, विशेष बाब म्हणजे या लढाईत भिल्ल स्त्रियांचा सहभाग मोठा होता, या लढाईनंतर इंग्रजांनी येथील आदिवासींना क्रूरपणे चिरडले. याच सुमारास तात्या टोपे खान्देशात आल्याची वार्ता पसरली होती, पण ते खान्देशात न येता उत्तरेकडे वळले, मात्र नाशिक भागात भागोजी नाईक, पेठमधील भगवंतराव कोळी यांनी उठाव केले व त्र्यंबकेश्वर भागातील भिल्लदेखील या उठावात सहभागी होते.

रंगो बापूजी यांनी रामोशी, भिल्ल, जोशींच्या मदतीने कोल्हापुरात बंडाचा झेंडा उभारला, मात्र त्या आधीच रंगो बापूजींना पकडून फासावर लटकवून त्यांचा बिमोड केला.

उठावाच्या अपयशाची प्रमुख कारणे –

(१) १८५७ चा उठाव प्रामुख्याने उत्तर भारतातील ठराविक प्रदेशात घडून आला. बिहार, उत्तरप्रदेश, मध्यप्रदेश आणि पंजाब प्रांतात छावण्यांमध्ये उद्रेक झाले. याउलट नर्मदेच्या खाली दक्षिण भारतात क्वचित ठिकाणी त्याचे स्वरूप जाणवले, त्यामुळे तेथील फौज इंग्रजांशी एकनिष्ठ राहिली. मद्रास व मुंबईत काहीही घडले नाही.

(२) उठावात नियोजनाचा पूर्णपणे अभाव होता. प्रारंभिक विचार विनिमयानुसार ३१ मेला उठाव करण्याचे

निश्चित झाले असताना त्या आधीच मंगल पांडेनी २९ मार्चला गोळ्या झाडून तोंड फोडले. १० मेला मीरतला उठाव झाला, त्यामुळे त्यांना तयारीला पुरेसा वेळ न मिळाल्यामुळे गोंधळ निर्माण झाला आणि वेगवेगळ्या वेळी वेगवेगळ्या ठिकाणी उठाव झाल्यामुळे ब्रिटिशांना सावध पावले उचलण्यासाठी वेळ मिळाला व त्यांनी उठाव दडपला.

(३) संस्थानिकांची संस्थाने, राज्ये खालसा होऊनदेखील या संस्थानिकांपैकी मोठ्या संख्येने संस्थानिक इंग्रजनिष्ठ राहिले, त्यांनी उठावात भाग घेतला नाही किंवा सहकार्यही केले नाही. उलट, काही संस्थानिकांनी ब्रिटिशांना मदत केली. पतियाळा, जिंद, नाभा, ग्वाल्हेर, बडोदा, हैदराबाद येथील संस्थानिकांनी ब्रिटिशांना प्रत्यक्ष, अप्रत्यक्ष मदतच केली, त्यामुळे उठावकर्त्या सैन्याची ताकद अपुरी पडली.

(४) ब्रिटिशांनी केलेल्या सुधारणा त्यांच्या कामी आल्या. रेल्वे, तारायंत्रे, टपालसेवा यामुळे त्यांना देशातील कोणतीही वार्ता तत्काळ कळत असे. त्यामुळे तत्काळ उपाययोजना करण्यासाठी अवधी मिळत असे.

(५) युद्ध शास्त्रानुसार ज्यांच्याकडे नवीन तंत्रज्ञान त्यांचाच विजय ठरत असतो. त्यांच्याकडे आधुनिक रायफली, बंदुका, प्रभावी तोफखाना व उपयुक्त साधन सामुग्रीचा विपुल साठा होता. याउलट, उठावकर्त्या सैनिकांकडे पारंपरिक तलवारी, धनुष्यबाणासारखी शस्त्रास्त्रे होती. त्यामुळे या नवीन तंत्रज्ञानापुढे भारतीयांचा निभाव लागला नाही.

(६) उठावकर्ते शिपाई, नेते शूर होते पण संघटन क्षमतेचा अभाव, परस्पर सहकार्याचा अभाव, योजनाबद्ध कार्यक्रमांचा अभाव, बहादूर शाह जाफर आपले राज्य परत मिळावे, नानासाहेब पुन्हा पेशवा व्हावा म्हणून, झांशीची राणी आपले राज्य परत मिळावे यासाठी लढत होते, त्यामुळे एकसंघतेचा अभाव होता. याउलट ब्रिटिश सेनापती हॉवलॉक, सर व्हू रोज, निकलसन नील, विल्सन आऊट रॅमसारखे लष्करी सेनापती व सर जॉन लॉरेन्ससारखे चीफ कमिशनर होते, हे सर्व क्रांतिकारकांच्या पराभवासाठी लढत होते. याउलट उठावतकर्ते स्वार्थ, हेवेदावे, फितुरी इत्यादींमध्ये गुरफटले होते. त्यामुळे त्यांना एकटे पाडून पराभूत करणे ब्रिटिशांना शक्य झाले.

(७) उठावकर्त्यांमध्ये राष्ट्रीय ध्येयाचा अभाव होता, ब्रिटिशांना ते सर्व भारतीय स्वातंत्र्यासाठी लढत होते, असे म्हणणे धारिष्ट्याचे ठरते, कारण उठावांची उद्दिष्ट्ये निश्चित नव्हती. तात्या टोपे, झांशीची राणी यांनी वैयक्तिक पातळीवर पराक्रम गाजविले, परंतु उद्दिष्टांबाबत एकवाक्यतेच्या अभावामुळे ते पराभूत झाले. याउलट, ब्रिटिशांचे उद्दिष्ट निश्चित होते की, काहीही करून उठाव दडपणे व आपले साम्राज्य अबाधित राखणे.

(८) १८५७ चा उठाव सैनिक आणि काही अंशी संस्थानिकांपुरता मर्यादित होता.

(९) बंडखोरांनी दिल्ली जिंकल्यानंतर शत्रू ज्याप्रमाणे लूट करतात तशी त्यांनी लूट केली, तोच प्रकार कानपूरला झाला, त्यामुळे व्यापारी जमिनदार, सावकार, श्रीमंत लोक या बेशिस्तीपेक्षा इंग्रज बरे असे मानू लागून त्यांनी क्रांतिकारकांशी संबंध तोडले व काहींनी इंग्रजांना मदत केली.

उठावाचे परिणाम –

या उठावाचे दीर्घकालीन परिणाम भारतावर झाल्याचे स्पष्टपणे जाणवते.

(१) कंपनीचा शेवट – प्लासी आणि बक्सारच्या लढाईनंतर ईस्ट इंडिया कंपनीच्या शासनाचा अंत झाला. कंपनी ही खासगी व काही अंशी नियंत्रित होती. परंतु तिच्या कारभारात अनेक दोष होते, हे उठावामुळे सिद्ध झाले होते. आता कंपनीचा राज्यकारभार संपून त्या जागी इंग्लंडच्या राणीचे राज्य व पर्यायाने इंग्लंडच्या पार्लमेंटचे राज्य आले. त्यामुळे एका युगाचा अंत होऊन नवीन युगाचा आरंभ झाला. इंग्लंडमधील घडमोडींचा प्रभाव भारतावर पडू लागला व राज्यकारभाराची पद्धत बदलली.

(२) सैन्य संघटनेत बदल – १८५७ च्या उठावातील प्रमुख सहभाग हा कंपनीच्या लष्करात सेवेत असलेल्या शिपायांचा होता; म्हणून त्याला 'शिपायांचे बंड' असेही संबोधिले जाते; अशा पद्धतीचा उठाव पुन्हा होऊ नये म्हणून लष्कर संघटनेत आमूलाग्र परिवर्तन करण्यात आले.

(३) सरकारी धोरणात मूलभूत बदल – राणीच्या जाहीरनाम्यातून त्या धोरणाची स्पष्टता कॅनिंगने केली. राणीचे सरकार आता सार्वभौम असेल. संस्थानाबाबतचे पूर्वींचे धोरण सोडून देण्यात आले. विलीनीकरणाच्या धोरणाचा त्याग करून संस्थानाच्या अंतर्गत कारभारात ब्रिटिश सरकारने हस्तक्षेप थांबवला व त्यांना त्यांच्या स्वातंत्र्याची हमी देण्यात आली.

(४) मोगल राजवटीचा अंत – कंपनी शासनकाळात मोगल साम्राज्य अस्तास गेले होते. परंतु, मोगल घराण्याचा शेवटचा बादशाह राजा बहादूर शाह जफर यास बादशाह संबोधून १८५७ चा उठाव झाला होता. त्यांची पुनर्स्थापना करण्यात आली होती. नवीन व्यवस्थेत त्याची चौकशी करण्यात येऊन त्यास रंगूनला हद्दपार करण्यात आले व तेथेच त्याचा मृत्यू झाला. अशाप्रकारे बाबराच्या स्थापित राजवटीचा अंत या उठावानंतर झाला.

(५) भारताच्या राज्यकारभारात भारतीयांना प्रवेश – राणीने जाहीरनाम्यात यापुढे भारतीयांना राज्यकारभारात जास्तीत जास्त भाग घेण्याची संधी देण्यात येईल, असे जाहीर केले.

(६) धार्मिक व सामाजिक क्षेत्रात हस्तक्षेप न करण्याची हमी – १८५७ च्या उठावामागील एक महत्त्वाचे कारण धार्मिक भावना दुखावल्या गेल्या हे होते. त्यामुळे त्याची पुनरावृत्ती टाळावी, यासाठी धार्मिक स्वातंत्र्याची हमी देऊन धार्मिक बाबतीत सरकार ढवळाढवळ करणार नाही आणि जातपात, धर्म, पंथ इत्यादींचा विचार न करता, भेदाभेद न करता सर्वांना समानतेची वागणूक दिली जाईल असे आश्वासन देण्यात आले.

(७) सुधारणा पर्वाची सुरुवात – कंपनीच्या कारभाराच्या अस्तासोबत नवीन सरकारने अनेक सुधारणा केल्याचे दिसते. विस्ताराचे धोरण सोडून त्यांनी व्यापारावर लक्ष केंद्रित करून नफा मिळविण्याचे धोरण आखले व त्यासोबत बंगालमध्ये कूळकायदा आणला. शेतकऱ्यांना अनेक सवलती देण्यात आल्या. मेकॉलेने तयार केलेले पिनल कोड लागू करण्यात आले. मद्रास व कोलकाता विद्यापीठांची स्थापना करण्यात आली. न्यायालयाचे एकीकरण करण्यात आले व त्याद्वारे एका नव्या पर्वाची सुरुवात झाली.

उठावाचे दुष्परिणाम –

(१) धार्मिक व सामाजिक प्रथा, परंपरा यामध्ये यापुढे ब्रिटिश शासन हस्तक्षेप करणार नाही, अशी घोषणा करून सामाजिक व धार्मिक सुधारणांचा मार्ग कुंठित केला. त्यामुळे प्रतिगामी व परंपरावाद्यांचे फावले व ते ब्रिटिशांचे समर्थक बनले. त्याद्वारे भारतीयांमध्येच 'फोडा आणि झोडा' तत्त्वांचा अवलंब करून सामाजिक फुटीस खतपाणी घातले गेले.

(२) लष्करी व बिगर लष्करी स्थानांवर व पदावर उच्च पदस्थ ब्रिटिश व इतर युरोपियन लोकांची नियुक्ती करण्याचे धोरण आखल्यामुळे भारतीयांना नाकारण्यात आले व त्यामुळे भारतीयांना फक्त कनिष्ठपदी सेवा करण्याचे काम हाती आले.

(३) १८५७ च्या उठावात हिंदू-मुस्लिम एकत्रित लढले, असे होऊ नये, त्यांच्यातील ऐक्यभाव आपल्याला धोक्याचा ठरू शकतो, त्यामुळे त्यांनी 'फोडा आणि झोडा' तत्त्वाचा अवलंब करून निरनिराळ्या जाती-जमातीत भेद निर्माण करण्याचा प्रयत्न केला. त्यामुळे एकसंघता भंग पावली व समाजाच्या विघटनास मदत झाली.

(४) हिंदू-मुस्लिम वैमनस्य– मोगल साम्राज्य, मोगल बादशाह, राज्यकर्ता जमात ही भावना मुस्लिम

समाज विसरला नव्हता. त्यामुळे १८५७ च्या उठावात बहादूर शाह जफरला पुन्हा बादशाह घोषित करून त्यांनी त्यांचा शेवटचा प्रयत्न केला. हिंदू-मुस्लिम दोन्ही एकत्रित लढले तरी मुस्लिम हे दोषी ठरवून त्यांना त्रास देणे, हिंदूंना सोयी सवलती, नोकरीत स्थान यामुळे मुस्लिमांमध्ये हिंदूंबद्दल असूया वाढली त्याला त्यांनी खतपाणी घातले व त्यांच्यात तेढ निर्माण करण्यास मदत करून पाकिस्तानच्या निर्मितीची विषारी बीजे रोवली गेली.

(५) १८५७ च्या उठावानंतर ब्रिटिशांचे भारतातील स्थान अधिक भक्कम झाले. ब्रिटिश सैन्य मोठ्या प्रमाणात भारतात आणून भारतीयांकडून घेतलेल्या करातून त्या सैन्याचे पोषण होऊ लागले.

(६) १८५७ नंतर आर्थिक धोरणात बदल करून नफाखोरीत वाढ झाली व त्यामुळे त्यांच्या आर्थिक नीतीचा मोठा फटका भारताला बसला. त्यामुळेच दादाभाई नौरोजींनी आर्थिक उत्सारण कसे होते, भारतीयांची कशी लूट होते, हे स्पष्ट केले.

● **नवे पर्व-राणीचा जाहीरनामा (१८५८)** – १८५७ चा उठाव शमला, तेव्हा यापुढे कंपनीच्या कारभाराचा शेवट करावा, अशी मागणी रेट्याने पुढे आली. तेव्हा कंपनीच्या संचालकांनी त्याला विरोध केला, परंतु १८५८च्या ऑगस्ट महिन्यात इंग्लंडच्या पार्लमेंटने 'भारताच्या सुशासनाचा कायदा' पारित करून कंपनीचा कारभार राणीने स्वत:कडे घेतला व कंपनीचे संचालक मंडळ व नियंत्रण मंडळ दोन्ही बरखास्त करण्यात आली. 'भारतमंत्री' हे कॅबिनेट मंत्रीपद निर्माण करून त्याच्याकडे सूत्रे सोपविली व त्याला लष्कर, वित्त, परराष्ट्र संबंधीचे अधिकार देण्यात आले. इ.स. १६०० मध्ये राणी एलिझाबेथने मान्यता दिलेली कंपनी राणी व्हिक्टोरियाने समाप्त केली व गव्हर्नर जनरल व्हाॅइसरॉय हा ब्रिटिश साम्राज्याचा प्रतिनिधी ठरला. पहिला व्हॉॉईसरॉय म्हणून कॅनिंगने सूत्रे हाती घेतली. या जाहीरनाम्यात कंपनीच्या कारभाराचा अंत होऊन भारताची सार्वभौम सत्ता इंग्लंडच्या राणीच्या हाती देण्यात आली. वर्तमान शासनाची उद्दिष्ट्ये त्यात स्पष्ट करण्यात आली.

पहिला जाहिरनामा रूक्ष व जनकल्याणाचा उल्लेख नसलेला असल्यामुळे त्यात बदल करून दुसरा जाहीरनामा प्रसिद्ध करण्यात आला. प्रजाकल्याण, सहिष्णुता इत्यादींची त्यामध्ये हमी देऊन भारतीयांची क्षुब्ध मने शांत करण्याचा प्रयत्न केला गेला.

१ नोव्हेंबर १८५८ ला अलाहाबाद येथे खास दरबार भरवून उपस्थित भारतीय प्रतिष्ठित व संस्थानिकांसमोर कॅनिंगने स्वत: त्याचे वाचन केले. त्यात कंपनीशी केलेल्या तह-कराराच्या पालनाची हमी, प्रादेशिक विस्तार धोरणात बदल, कोणाच्या प्रदेशावर आक्रमण होणार नाही अशी हमी, संस्थानिकांचे मान, अधिकार व प्रतिष्ठा कायम राखली जाईल व ब्रिटिश सरकार व संस्थानिक संबंध समान तत्त्वावर आधारित असतील, अशी हमी संस्थानिकांना दिली.

भारतीय प्रजेच्या कल्याणाची जबाबदारी घेऊन धार्मिक व सामाजिक बाबतीत हस्तक्षेप होणार नाही. सर्व धर्मियांना समान वागणूक दिली जाईल, कायद्यापुढे सर्व समान असतील. कायद्याचे सर्वांना संरक्षण देण्यात येईल. भारतीयांना प्रशासन सेवेची दारे खुली करण्यात येतील. उठावात सहभाग घेतलेल्या, परंतु भयंकर गुन्हा न केलेल्यांना जाहीर माफी देण्यात येईल. उद्योजकांना प्रोत्साहन, लोक कल्याण योजनांना प्राधान्य, जन सुख समृद्धीवर भर देण्यात येईल.

हा जाहीरनामा म्हणजे भारतीयांना दिलेला वचननामा होता, मात्र त्याची अंमलबजावणी नंतर झाली नाही. कॅनिंगने या जाहीरनाम्याचे सर्व भारतीय भाषांमध्ये भाषांतर करून ठिकठिकाणी दरबार भरवून जनमत आपल्या बाजूला करण्याचा प्रयत्न केला.

लॉर्ड कॅनिंग – (१८५६-१८६२) – लॉर्ड डलहौसीनंतर लॉर्ड कॅनिंग हा गव्हर्नर जनरल झाला. डलहौसीच्या धोरणांचा परिणाम उठावात झाला व त्याला कॅनिंगला सामोरे जावे लागले. त्याने यशस्वीपणे उठावाचा शेवट केला. त्यामुळेच सत्ताबदलानंतरदेखील व्हिक्टोरिया राणीने आणि ब्रिटिश मंत्रीमंडळाने त्यांची पहिला व्हॉईसरॉय म्हणून नियुक्ती केली.

उठाव शमला, परंतु त्यानंतरची शांतता व सुव्यवस्था, त्यासाठी आवश्यक सुधारणा घडविणे, लोकांचा विश्वास संपादन करणे गरजेचे होते. उठावामुळे चाळीस कोटींचे कर्ज झाले होते. अर्थव्यवस्था विस्कटली होती. त्यासाठी काटकसर, कपात करून उत्पन्न वाढविणे आवश्यक होते. राजवट स्थिरस्थावर करण्यासाठी लष्कराची पुनर्रचना करणे, संस्थानांविषयक धोरणात बदल करणे यासाठी त्याने प्रयत्न केले. संस्थानिक धोरणात बदल केले. १८६० मध्ये संस्थानिकांना सनदा दिल्या. दरबार भरवून त्यांना सन्मानित करण्यात आले. निजामला वऱ्हाडचे काही जिल्हे दिले. बडोदा, ग्वाल्हेर, भोपाळ या संस्थानांच्या खंडणीत कपात करण्यात आली. मात्र, उठावाला मदत करणाऱ्या धार व कोटाच्या संस्थानिकांना अंशत: शिक्षा केली.

कॅनिंगने न्याय पद्धती, कायदा व सुव्यवस्था प्रस्थापित करण्यासाठी १८६१ मध्ये पोलिस व्यवस्थेत बदल करून प्रत्येक प्रांतात पोलिस खाते सुरू केले व तालुका पातळीपर्यंत पोलिस यंत्रणा उभी केली. प्रांत व जिल्हा अधिकारी ब्रिटिशच असतील असे ठरविले.

भारतीय दंड संहिता (इंडियन पिनल कोड) १८६७ ला मान्यता दिली. फौजदारी व दिवाणी खटल्यांची कार्यपद्धती निश्चित करून मुस्लिम फौजदारी कायदा बंद केला व १८६१ ला 'इंडियन हायकोर्ट अॅक्ट' पास करून न्यायव्यवस्थेचे पुनर्संघटन केले. त्यानुसार मद्रास, मुंबई व कोलकाता येथे हायकोर्ट स्थापन केले व सर्वांसाठी एकच पद्धत, एकच कायदा करून काळा–गोरा भेद बंद केला. मात्र, फौजदारी कायद्यात गोऱ्यांसाठी सुरक्षितता काही अंशी वेगळी करण्यात आली होती.

त्यासोबत कॅनिंगने वित्तव्यवस्था, शिक्षण व्यवस्था, शेतकऱ्यांचे प्रश्न याबाबत चांगले निर्णय घेतले. कॅनिंगने पुनर्रचनात्मक दृष्टिकोन स्वीकारून भारतीयांच्या जखमी मनात दिलासा निर्माण केला व खऱ्या अर्थाने नवीन युगाची सुरुवात केली.

● **१८६२ ते १९४७ मधील घटनाक्रम –**

राणीच्या १९५८ च्या जाहीरनाम्याच्या द्वारा नवीन व्यवस्था भारतात सुरू झाली व परिस्थितीच्या बदलासोबत आर्थिक, सामाजिक, राजकीय क्षेत्रात अनेक बदल घडत गेले व शेवटी १९४७ मध्ये ब्रिटिशांना भारत सोडून जावे लागले. परंतु, या दरम्यानच्या कालखंडात अनेक व्हाईसरॉय आले. त्यांनी वेगवेगळे कायदे, सुधारणा केल्या, याच कालखंडात सामाजिक व धार्मिक सुधारणा झाल्या, आर्थिक विकेंद्रीकरण आले, शिक्षण क्षेत्रात आमूलाग्र परिवर्तने आली. सनदशीर राज्य व्यवस्थेची पायाभरणी झाली. १८५८ मध्ये भारतीय राष्ट्रीय सभेचा जन्म होऊन तिचे रूपांतर राष्ट्रीय चळवळीत झाले, याच काळात मुस्लिम जातीयवादाला इंग्रजांनी खतपाणी पुरविले. त्यातून मुस्लिम लीगचा १९०६ मध्ये जन्म झाला व पाकिस्तानमध्ये निर्मितीची पायाभरणी झाली. त्याला इंग्रजांच्या 'फोडा आणि झोडा' नीतीने खतपाणी पुरविले आणि शेवटी भारताच्या स्वातंत्र्याबरोबर देशाची शकले होऊन भारत-पाकिस्तान यांची निर्मिती झाली. वरील गोष्टींचा परामर्श घेण्यासाठी १८५८ नंतरचा घटनाक्रम सारांशरूपाने मांडणे आवश्यक आहे.

(१) **लॉर्ड एल्गिन – (१८६२-६३)** – एल्गिनची कारकीर्द फक्त १८ महिन्यांची होती. त्याने कॅनिंगची धोरणे राबवून बनारस, कानपूर, आग्रा, अंबाला येथे दरबार भरवून नवीन धोरणासाठी जनमत सहकार्य मिळविण्याचा प्रयत्न केला.

(२) जॉन लॉरेन्स (१८६३-६९) - उठावादरम्यान पंजाबचा चीफ कमिशनर म्हणून त्याने मोलाची कामगिरी केली, पंजाब शांत केला. अफगाण प्रकरणात हस्तक्षेप टाळला, भूतानशी तह करून त्यांचे हल्ले थांबविले. १८६६ च्या ओरिसा, राजपुताना, बुंदेलखंडातील दुष्काळ निवारणासाठी कमिशन नियुक्त केले पण उपाययोजना मात्र प्रभावी न केल्यामुळे याला टीकेला सामोरे जावे लागले. १८६८ मध्ये याला पंजाब रेजन्सी ऑक्ट व अयोध्या रेजन्सी ऑक्ट पास करून शेतकऱ्यांना जमिनीचे हक्क मिळवून दिले व शांततामय परिस्थितीत त्याने विकास कामांना गती दिली. मात्र विशेष कर्तबगारी कुठे दिसली नाही.

(३) लॉर्ड मेयो - (१८६९-७२) - अफगाणिस्थानबाबत त्याने लॉरेन्सचे धोरण पुढे चालू ठेवले व शेरअलीशी मैत्री संपादन केली. हिंदी संस्थानिकांशी चांगले संबंध प्रस्थापित केले. त्याच्याच काळात प्रिन्स, ड्युक ऑफ एडिंबरो भारतात आला. हिंदुस्थान व ब्रिटनमधील तारेने संदेश योजना १८७० मध्ये तांबड्या समुद्रातून पूर्ण केली. त्याने आर्थिक विकेंद्रीकरणावर भर देऊन १८७० मध्ये ठराव करून काही खाती प्रांतांकडे सुपूर्द केली. शेती सुधारण्यासाठी नवीन खाते स्थापन केले व सडका, कालवे बांधले. त्याचा अंदमान येथे ८७२ मध्ये खून झाला.

(४) लॉर्ड नॉर्थब्रुक - (१८७२-७६) - या कारकिर्दीत बिहार, बंगालमध्ये १८७३-७४ चा मोठा दुष्काळ पडला. त्याने लोकांना चांगली मदत केली व दुष्काळ निवारण ही सरकारची जबाबदारी आहे, हे मान्य केले. त्या कारकिर्दीत युवराज एडवर्थ १८७५ ला भारतात आले. त्यासाठी कोलकात्याला दरबार भरविला. या काळात सयाजीराव गायकवाड बडोद्याला संस्थानिक झाले.

(५) लॉर्ड लिटन - (१८७६-८०) - हा आक्रमक धोरणाचा होता. त्याच्या काळात युद्ध होऊन त्यात त्याची नामुष्की झाली. त्याच्याच काळात 'व्हर्नाक्युलर प्रेस ऑक्ट' हा भारतीय वृत्तपत्रांची मुस्कटदाबी करणारा कायदा झाला. प्रधानमंत्री डिझरायलीने राणीला हिंदुस्थानची बादशाहीण करणारा कायदा केला व कैसर-ए-हिंद ही पदवी दिली व १८७७ साली दिल्लीला भव्य दरबार भरविला. त्यामुळे हिंदी संस्थानिकांचा दर्जा कमी झाला.

१८७७-७८ मध्ये मद्रास, मुंबई, म्हैसूरला मोठे दुष्काळ पडले व कॉलरा सुरू झाला. तेव्हा त्याने फॅमिन कमिशन नेमले, फॅमिन फंड उभारला. मात्र, अर्थमंत्री जॉन स्ट्रेचीने काही आर्थिक सुधारणा केल्या. अलिगढ कॉलेज लिटनने स्थापन केले. लिटन हा अप्रिय असा व्हॉईसरॉय ठरला. त्यामुळे १८८० मध्ये त्याने राजीनामा दिला.

(६) लॉर्ड रिपन - (१८८०-८४) रिपन हा उदारमतवादी, अनाक्रमणशील व शांतताप्रेमी होता. त्याने लिटनचे प्रजेसंबंधीचे धोरण बदलले व तो कायदा रद्द केला. आयसीएससाठी वयोमर्यादा १८ वरून २१ केली. कोलकात्याच्या मुख्य न्यायाधीशपदी रजेच्या कालावधीत रमेशचंद्र मिट्टर या भारतीयाची नियुक्ती करून इतिहास घडविला.

इलबर्ट बिल आणून लॉर्ड रिपनने गोरा-काळा भेद न्यायव्यवस्थेतून कमी करण्याचा प्रयत्न केला पण त्यावर टीका होऊन त्याला माघार घ्यावी लागली. परंतु त्यांची लोकप्रियता वाढली.

१८८१ मध्ये त्याने स्थानिक स्वराज्य संस्थांबद्दलचा ठराव पारित करून प्रांतातील काही घटक स्थानिक संस्थांकडे वर्ग केले व नगरपालिका व स्थानिक स्वराज्य संस्थांच्या अधिकारात वाढ केली. प्रत्येक जिल्ह्यात लोकल बोर्ड स्थापण्याबाबत सूचना केल्या व निवडणुकांमार्फत २/३ सभासद निवडले जावेत, असे सुचविले. त्यामुळे रिपन भारतातील स्थानिक स्वराज्य संस्थांचा जनक ठरला.

त्यांच्या कारकिर्दीत १८८२ मध्ये हंटर कमिशनची नियुक्ती होऊन या कमिशनने स्थानिक लोकांना

अधिकार द्यावेत व कॉलेजांना ग्रँट द्यावी असे सुचविले. शिक्षणाधिकाऱ्यास प्राथमिक शाळा तपासणीचे अधिकार दिले आणि मुसलमानांसाठी शिक्षण प्रसार करावा अशी शिफारस केली. त्याच्या कारकिर्दीत आर्थिक विकेंद्रीकरणाला प्राधान्य देण्यात येऊन सार्वभौम सरकार व प्रांत सरकार अशी आर्थिक उत्पन्नाची विभागणी केली. तसेच १८८१ ला फॅक्टरी ॲक्ट करून कामगारांची स्थिती सुधारण्याचा प्रयत्न केला. लहान मुलांना कमी तास काम, धोक्याच्या ठिकाणी कामाला विरोध, कारखान्यांच्या तपासणीसाठी इन्स्पेक्टरची नेमणूक यासारख्या महत्त्वपूर्ण सुधारणा घडवून धोरणात्मक बदलावर भर दिला व जाहीरनाम्यातील वचन हमी पूर्तीचा प्रयत्न केला म्हणून तो लोकप्रिय ठरला.

(७) लॉर्ड डफरिन –(१८८४–८८) – डफरिनच्या कारकिर्दीत पंजदेह प्रकरण उद्भवले व त्यातून अब्दुल रहमानशी दोस्ती करून रशिया, ब्रिटन, अफगाणिस्तान व भारत सरकार यांच्यात वाटाघाटी करण्यात आल्या.

त्याच्या कारकिर्दीत तिसरे ब्रह्मीयुद्ध (१८८५) मध्ये होऊन त्याने ब्रह्मदेश खालसा केला. १८८७ ला महाराणी व्हिक्टोरियाचा पन्नासावा वाढदिवस – सुवर्ण महोत्सव साजरा केला.

१८८५ मध्ये भारतीय राष्ट्रीय काँग्रेसची स्थापना झाली. सर ह्यूम व डफरिनने पुढाकार घेऊन या संस्थेची स्थापना केली व भारतीयांची मदत घेऊन मुत्सद्दीगिरीने कारभार केला.

(८) लॉर्ड लॅन्सडाऊन – (१८८९–९४) – आक्रमक वृत्तीच्या लॅन्सडाऊनने अफगाणाशी वाटाघाटी करून सीमारेषा निश्चिती केली. त्यालाच 'ड्युरंट रेषा' म्हणतात. त्याने मणिपूरमधील बंडाचा बिमोड केला. त्याच्या कारकिर्दीत १८९२ चा 'इंडियन कौन्सिल ॲक्ट' पास झाला. तसेच १८८१ च्या फॅक्टरी ॲक्टमध्ये सुधारणा करून स्त्रियांचे कामाचे तास अकरा करण्यात आले. मुलांचे वय सातवरून नऊ करण्यात आले व त्यांचे कामाचे तास सात करण्यात आले; त्यांची रात्रपाळी बंद केली आणि साप्ताहिक सुट्टीची तरतूद केली. त्याने लष्कराची पुनर्रचना करून 'इंपिरियल सर्व्हिस ट्रूप्स' असे नाव दिले. त्याचा जागतिक युद्धात उपयोग झाला.

(९) लॉर्ड एल्जिन – (१८८४–९९) – त्याच्या कारकिर्दीत वायव्य सरहद्द प्रांतातील आफ्रिद्यांशी युद्ध झाले. त्याचवेळी देशात प्लेग पसरला, पण तो फारसे काही करू शकला नाही.

(१०) लॉर्ड कर्झन – (१८९८–१९०५) – चलाख व मेहनती परंतु वादग्रस्त व्हॉईसरॉय होता. त्यांच्या कारकिर्दीत वायव्य सरहद्द प्रांत धोरण आखून तेथील टोळ्यांचा बंदोबस्त केला. अब्दुल रहमान १९०१ मध्ये मरण पावल्यानंतर अफगाणिस्तानाशी नवीन तह केला. कुवेतशी करार केला. तिबेटच्या प्रश्नातील हस्तक्षेप त्याला रुचला नाही.

प्लेग व दुष्काळासाठी त्याने सुधारणा केल्या. मॅक्डोवेल कमिशन नेमले. 'फॅमिन कोड' तयार केले व लोकांना मदत केली. त्याच्या कारकिर्दीत 'पंजाब लँड एलिएनेशन ॲक्ट' १९०० मध्ये पास झाला. १९०४ मध्ये सहकार तत्त्वावर पतपेढ्या सुरू करून शेतकऱ्यांना पैशाची मदत देण्याची व्यवस्था केली. बिहारमधील 'पुसा' येथे शेती संशोधन केंद्र स्थापन केले. रेल्वे व्यवस्थेत सुधारणा केल्या व व्यापार तत्त्व लागू केले. रेल्वे बोर्डाची स्थापना केली. पोलिस खात्यात सुधारणा करण्यासाठी फ्रेझर कमिशनची १९०२ मध्ये नियुक्ती करून महत्त्वपूर्ण सुधारणा केल्या.

लष्करी व्यवस्थेत सुधारणा करून मोपला, गुरखा व पंजाबी यांची भरती केली व हिंदी सैन्याच्या तुकड्या चार वरून १९०० पर्यंत वाढविल्या. किचनेर हा कमांडर इन चीफ होता. त्यांच्या काळात लष्करात अनेक सुधारणा झाल्या.

कर्झनने आर्थिक विकेंद्रीकरणाचे धोरण रिपनप्रमाणे कायम ठेवले. त्याने शिक्षणक्षेत्रात परिवर्तनासाठी

१९०१ मध्ये सिमला येथे शिक्षण परिषद भरविली. तेथेच थॉमस रॅलेच्या अध्यक्षतेखाली कमिशन नेमले गेले. त्यात निजाम राज्याचे सर हुसेन बिल्ग्रामी व त्यानंतर जस्टिस गुरूदास बॅनर्जी ह्यांनाही सभासद म्हणून घेतले. १९०४ मध्ये महाविद्यालय कायदा पास केला व पुराणवस्तू संरक्षण कायदा केला.

(११) लॉर्ड मिंटो – (१९०५-१९१०) – या काळात राष्ट्रीय चळवळीने जहालवादी रूप धारण केले होते. फाळणी रद्द करावी लागली होती. मात्र १९०७ मध्ये रशिया-इंग्लंड करार होऊन अफगाण संबंध निश्चित करण्यात आलेत. १९०९ च्या मोर्ले-मिंटो सुधारणा होऊन कायद्याने मवाळांचा पाठिंबा मिळविला.

(१२) लॉर्ड हार्डिंज – (१९१०-१६) – १९१० ला पंचम जॉर्ज बादशाह झाला म्हणून १९११ ला दिल्ली दरबारात त्याने फाळणीरद्दची घोषणा केली व राजधानी कोलकात्यावरून दिल्लीला आणली.

त्याच्या कारकिर्दीत पहिल्या महायुद्धाची सुरुवात झाली, परंतु त्याची झळ त्याने भारताला बसू दिली नाही. याउलट, हिंदी जनता व संस्थानिकांकडून निधी गोळा करून युद्धास मदत केली व मेसापोटेमिया व पॅलेस्टाईन येथे हिंदी सैन्य लढण्यास पाठविले.

(१३) लॉर्ड चेम्सफर्ड – (१९१६-२१) – याच्या कारकिर्दीत पहिले महायुद्ध सुरूच होते. भारतमंत्री मॉटेंग्युने ऑगस्ट १९१७ ला लोकांच्या भावना जाणून व त्यांचे सहकार्य मिळावे म्हणून सुधारणा जाहीर केल्या व हिंदी लोकांच्या जास्तीत जास्त सहभागाचे धोरण जाहीर केले. जबाबदार शासनव्यवस्था लागू करण्याचे ठरविले व त्यानुसार १९१९ चा 'मॉटिंग्यु चेम्सफर्ड सुधारणा कायदा' पारित करून दुहेरी राज्यव्यवस्था आणली. त्याच्या कारकिर्दीत तिसरे अफगाण युद्ध भडकले व १९२१ मध्ये अफगाणिस्थान स्वतंत्र झाला.

याच काळात गांधीजींचे असहकार आंदोलन, रौलट ॲक्ट, जालीयनवालाबाग हत्याकांड, खिलाफत चळवळ झाली व देशाच्या राजकीय पटलावर टिळक युगाचा अस्त होऊन गांधी युगाची सुरुवात झाली.

(१४) लॉर्ड रिडिंग – (१९२१-२६) – १९१९ च्या कायद्याची अंमलबजावणी करण्याचे काम त्याच्यावर आले. त्या काळात काँग्रेसमध्ये दोन पक्ष फेरवादी – नाफेरवादी झाले. मोतीलाल नेहरू, चित्तरंजन दास विधानसभेत जाऊन सरकारचे नाक दाबावे या मताचे फेरवादी तर गांधीजी नाफेरवादी होते. त्यातून स्वराज्य पक्ष स्थापन झाला. कायद्याची अंमलबजावणी कशी करावी यासाठी मुडिमन कमिटीची नेमणूक करण्यात आली.

(१५) लॉर्ड आयर्विन – (१९२६-३१) – याने शेती सुधारणांवर भर देऊन 'रॉयल कमिशन ऑफ ॲग्रिकल्चर' नेमण्याची शिफारस केली व लॉर्ड लिनलिथगो या कमिशनचे अध्यक्ष झाले. याच काळात रॉयल कमिशन – 'सायमन कमिशन' भारतात आले. वर्षभर अभ्यास करून त्याने १९३० ला अहवाल दिला. त्याला भारतात काळे झेंडे दाखविण्यात आले. लाहोर अधिवेशनात काँग्रेसने संपूर्ण स्वराज्याची मागणी केली व १९३० मध्ये गोलमेज परिषद लंडनमध्ये सुरू झाली. यावेळी गांधी-आयर्विन करार होऊन १९३२ ला गांधीजी गोलमेज परिषदेसाठी हजर राहिले.

(१६) लॉर्ड विलिंग्डन – (१९३१-३६) – या कारकिर्दीत गोलमेज परिषद – दुसरी हिंदू-मुस्लिम प्रश्नावर कोलमडली. भारतात आल्यावर गांधींना अटक झाली. १९३२ ला 'मॅक्डोनल्ड ॲवॉर्ड' – 'जातीय निवाडा' जाहीर झाला. त्या विरोधात गांधींनी उपोषण केले व पुणे करार करून डॉ. आंबेडकरांनी त्यावर सही केली. १९३५ चा भारत कायदा इंग्लंडच्या पार्लमेंटने संमत केला.

(१७) लॉर्ड लिनलिथगो – (१९३५-४४) – १९३५ चा कायदा करण्यात त्याचा सहभाग होता. १९३७ मध्ये प्रांताच्या निवडणुका होऊन आठ प्रांतात काँग्रेसला बहुमत मिळाले व काँग्रेसची मंत्रिमंडळे स्थापन झाली. दुसऱ्या महायुद्धात काँग्रेसला विश्वासात न घेता सामील केल्यामुळे काँग्रेस मंत्रिमंडळाने राजीनामे दिले. १९४० ला

लाहोर येथे मुस्लिम लीगने पाकिस्तानच्या मागणीचा ठराव पारित केला. १९४२ मध्ये 'सर स्टॅफर्ड क्रिप्स' भारतात आले व त्यांनी भारताला वसाहतीचा दर्जा देण्याची योजना मांडली. ती योजना कोणत्याच पक्ष व नेत्यांना पसंत पडली नाही.

१९४२ ला 'चले जाव'चळवळीचा ठराव काँग्रेसने मंजूर केला व देशात चळवळ फोफावली. नेत्यांची धरपकड व दडपशाही सुरू झाली.

(१८) लॉर्ड वेव्हेल – (१९४४-४७) – दुसरे महायुद्ध संपले होते. त्याने सिमला परिषद भरवून महत्त्वाच्या पक्षांशी चर्चा केली. त्यात त्याला यश मिळाले नाही. इंग्लंडमध्ये दुसऱ्या महायुद्धानंतर मजूर पक्ष सत्तेवर आला व त्याने भारतमंत्री पॅथिक लॉरेन्स, सर स्टॅफर्ड क्रिप्स व ॲलेक्झांडर यांचे त्रिमंत्री – वा कॅबिनेट मिशन भारतात पाठविले व संपूर्ण स्वातंत्र्याच्या हक्काला मान्यता देण्यात आली. घटना समिती बोलविण्याचे मान्य करून २ सप्टेंबर १९४६ रोजी नेहरूंनी हंगामी सरकार स्थापन केले. डिसेंबर १९४६ मध्ये मुस्लिम लीगने घटना समितीवर बहिष्कार टाकला. तरी घटना समितीचे कामकाज सुरू राहिले.

(१९) लॉर्ड माऊंटबॅटन – (१९४७-१९४८) – हिंदू-मुस्लिम दंगली पेटल्या होत्या. माऊंटबॅटनने भारतीय नेत्यांशी विचारविनिमय करून इंग्लंडला जाऊन इंग्लंड सरकारशी बोलणी केली व माऊंटबॅटन योजना – फाळणीची योजना सोबत आणली. ती योजना काँग्रेस-मुस्लिम लीग दोघांनी स्वीकारली व १९४७ मध्ये भारताच्या स्वातंत्र्याचा कायदा इंग्लंडच्या पार्लमेंटने संमत केला व १५ ऑगस्ट १९४७ ला भारत स्वतंत्र झाला. त्याबरोबर देशाची फाळणी होऊन पाकिस्तान वेगळा झाला. १९४८ पर्यंत माऊंटबॅटन गव्हर्नर जनरल म्हणून राहिला. त्याच काळात काश्मीरवर आक्रमण झाले. फाळणी होऊन इंग्रजांची नीती 'फोडा आणि झोडा' यशस्वी ठरली.

(२०) चक्रवर्ती राजगोपालाचारी – (१९४९-५०) – राजाजी हिंदुस्थानचे पहिले व शेवटचे गव्हर्नर जनरल होते. त्यांच्या कारकिर्दीत निजाम संस्थानातील रझाकाराचा बंदोबस्त होऊन हैदराबाद विलीन केले व २६ जानेवारी १९५० रोजी स्वतंत्र भारताची राज्यघटना लागू झाली. त्याआधी २६ नोव्हेंबर १९४९ रोजी घटना समितीने तिला मंजुरी दिली होती. स्वतंत्र भारत सार्वभौम प्रजासत्ताक गणराज्य संघराज्य बनले व भारताचे पहिले राष्ट्रपती डॉ. राजेंद्रप्रसाद झाले.

लॉर्ड कॅनिंग ते चक्रवर्ती राजगोपालाचारी पर्यंत गव्हर्नर जनरल्स आले व भारताच्या इतिहासात अनेक महत्त्वपूर्ण घटना घडत गेल्या.

सनदशीर राज्यव्यवस्थेचा विकास – लॉर्ड क्लाईव्हने दिवाणी अधिकार मिळवून येथे दुहेरी राज्यव्यवस्था सुरू केली. या दुहेरी राज्य व्यवस्थेला हिंदुस्थानच्या घटनेच्या विकासाची किल्ली मानली जाते.

(१) रेग्युलेटिंग ॲक्ट – १७७३ – कंपनीवर झालेले कर्ज, कारभारातील गैरव्यवहार, कंपनी कर्मचाऱ्यांचे गैरवर्तन यावर नियंत्रण करण्यासाठी इंग्लंडच्या पार्लमेंटने १७७२ मध्ये ३१ लोकांची कमिटी नियुक्त केली. कमिटीने अहवाल सादर केला व १७७३ मध्ये त्यावर आधारित नियमन कायदा संमत झाला. त्यानुसार बंगालचा गव्हर्नर हा गव्हर्नर जनरल झाला, त्यांच्या मदतीने कौन्सिल स्थापन करण्यात आले. कोलकात्याला वरिष्ठ न्यायालय स्थापन करण्यात आले व कंपनीचे शंभर पौंडाचे शेअर्स असणाऱ्यांना मतदानाचा अधिकार देऊन चार वर्षांसाठी निवड होईल व दरवर्षी १/४ सदस्य निवृत्त होतील अशी तरतूद करून कंपनी कर्मचाऱ्यांनी बक्षीस, लाच घेण्यावर बंदी आणली.

(२) १७८१ चा दुरुस्ती कायदा – १७७३ च्या कायद्यातील उणिवा दूर करण्यासाठी हा दुरुस्ती कायदा

करण्यात आला. या कायद्यान्वये वरिष्ठ न्यायालयाचे कार्यक्षेत्र मर्यादित करून रेव्हेन्यु कलेक्टर व न्यायदान अधिकाऱ्यांना त्यात सूट देण्यात आली.

(३) पीटचा कायदा – १७८१ – यानुसार कंपनीच्या कारभारासाठी सात कमिशनरांचे बोर्ड पार्लमेंटने नेमावे असे ठरले. मात्र, त्यास खूप विरोध झाला, तरी ते हाऊस ऑफ कॉमन्समध्ये संमत झाले. मात्र, लॉर्ड सभेने नाकारले, तेव्हा १७८४ मध्ये पीटने पुन्हा आणले व १७८४ मध्ये लागू केले. त्यानुसार बोर्ड ऑफ कंट्रोल हे सहा सभासदांचे मंडळ आले. त्यात दोन मंत्र्यांचा समावेश करण्यात आला व गव्हर्नर जनरलच्या मदतीसाठी तीन सदस्यांचे कार्यकारी मंडळ स्थापित करण्यात आले.

(४) चार्टर ऑक्ट – १७९३ – या ऑक्टनुसार कंपनीच्या सनदीची मुदत वीस वर्षांनी वाढविण्यासाठी मान्यता दिली व कौन्सिल सदस्यांचे मत गव्हर्नर जनरलवर बंधनकारक करण्यात आले होते, ते रद्द करण्यात आले.

(५) चार्टर ऑक्ट – १८१३ – या कायद्याने खुल्या व्यापाराचे धोरण स्वीकारले गेले व वीस वर्षांनी सनद वाढविण्यात आली. चीनमधील व्यापाराचा व चहाचा मक्ता कंपनीकडे कायम ठेवण्यात आला. बोर्ड ऑफ कंट्रोल मिशनरी व इतर व्यापारीसंबंधीचा परवाना हक्क आपल्याकडे राखून ठेवला व सर्वप्रथम शिक्षण खर्चासाठी एक लाख रुपये निधीची सोय केली.

(६) चार्टर ऑक्ट – १८३३ – या ऑक्टनुसार सनद पुन्हा वीस वर्षांनी वाढवून कंपनीची चीनविषयक व्यापाराची मक्तेदारी काढून घेण्यात आली. बंगालच्या गव्हर्नर जनरलला आता हिंदुस्थानचा गव्हर्नर जनरल संबोधले जाऊ लागले. कायदेतज्ज्ञ कौन्सिल सदस्य म्हणून मेकॉलेची प्रथम नेमणूक झाली व एका लॉ कमिशनची नेमणूक करण्यात आली. कंपनीत हिंदी लोकांना नोकरीसाठी मान्यता देण्यात आली व गुलामी रद्द करण्याचा अधिकार गव्हर्नर जनरलला देण्यात आला.

(७) चार्टर ऑक्ट – १८५३ – हा शेवटचा चार्टर ऑक्ट होय. पार्लमेंट इतर व्यवस्था करीपर्यंत कंपनीने कारभार पहावा असे ह्यात सुचविले होते. डायरेक्टर्सची संख्या १४ वरून १८ करण्यात आली. बंगालसाठी स्वतंत्र गव्हर्नर देण्यात आला व वीस लोकांची विधानसभा बनविण्यात येऊन त्यात बंगालचा मुख्य न्यायाधीश, वरिष्ठ कोर्टाचा एक न्यायाधीश व गव्हर्नरच्या प्रांताचा एक सभासद घेण्यात आला. या कलमाने भारतात कायदे मंडळाचा पाया रोवला गेला. मात्र, त्यात हिंदी सभासद नव्हते. १८५४ मध्ये गव्हर्नर जनरलकडे आणीबाणीचे अधिकार देणारा कायदा करण्यास दिला. मात्र, त्याला बोर्ड ऑफ कन्ट्रोलची मान्यता आवश्यक ठरविण्यात आली.

(८) १८५८ चा कायदा – कायद्यामुळे कंपनीचा कारभार गुंडाळून प्रत्यक्ष कारभार इंग्लंडच्या ताब्यात आला. बोर्ड ऑफ कंट्रोल, डायरेक्टर बोर्डऐवजी आता सेक्रेटरी ऑफ स्टेट व त्याचे कौन्सिल स्थापित झाले. कौन्सिलमध्ये पंधरा सदस्य असतील. त्यापैकी सात सदस्य डायरेक्टरांकडून निवडून येतील व बाकीच्यांची नेमणूक राजा/राणी करील. हे सदस्य पार्लमेंटचे सदस्य नसतील. इंडियन सिव्हिल सर्व्हिस सर्वांना खुली करण्यात आली. गव्हर्नर जनरल हा व्हॉईसरॉय (राजाचा प्रतिनिधी) झाला.

(९) राणीचा जाहीरनामा – १८५८–१८५७ च्या उठावामुळे निर्माण झालेला दुरावा, तणाव, क्लेश कमी करण्यासाठी कंपनी कारभारातील दोष दूर करून जनकल्याणावर आधारित धोरण आखण्याचे, धार्मिक व सामाजिक रूढी-परंपरात हस्तक्षेप न करण्याचे आणि संस्थानिकांचे हक्क अबाधित करण्याचे वचन या जाहीरनाम्यातून देण्यात आले. या जाहीरनाम्याद्वारा नव्या युगाचा आरंभ झाला.

(१०) १८६१ चा कौन्सिल ऑक्ट – या कायद्यानुसार गव्हर्नर जनरलच्या कार्यकारी मंडळात पाच सभासद वाढविण्यात आले. या कार्यकारी मंडळास कायदेविषयक अधिकार मर्यादित स्वरूपात देण्यात आले. लेजिस्लेटिव्ह कौन्सिल स्थापन झाले, मात्र त्यास मर्यादित अधिकार देण्यात आले. लॉर्ड कॅनिंगने तीन हिंदी

सभासदांचा (पतियाळाचे महाराजा, बनारसचा राजा व सर दिनकरराव) समावेश कौन्सिलमध्ये केला होता.

(११) कौन्सिल ॲक्ट – १८९२ – या ॲक्टनुसार गव्हर्नर जनरलच्या कौन्सिलमध्ये १० ते १६ सभासदांची भर घालण्यात आली. चर्चा करण्याचे अधिकार कायदेमंडळास देण्यात आले. अप्रत्यक्ष निवडणूक तत्त्व स्वीकारणारा हा कायदा घटनात्मकदृष्ट्या महत्त्वाचा होता.

(१२) मोर्ले-मिंटो सुधारणा कायदा – १९०९ – या कायद्यानुसार कौन्सिल सदस्यांची संख्या १६ वरून ६० करण्यात आली. मुंबई, मद्रास व बंगाल कौन्सिल सदस्यांची संख्या २० वरून ५० करण्यात आली. संयुक्त प्रांतातही ती ५० करण्यात आली. मुसलमानांना स्वतंत्र मतदार संघ देण्याचे मान्य करण्यात आले. गोपालकृष्ण गोखले यांनी या सुधारणांचे स्वागत केले. मात्र, मुसलमानांना स्वतंत्र मतदारसंघ देऊन 'फोडा व झोडा तत्त्व' अधिक प्रभावित केले गेले.

(१३) १९१७ ची ऑगस्ट घोषणा – पहिले महायुद्ध सुरू होते. १९१६ च्या लखनौ कराराने काँग्रेस–मुस्लिम लीग एकत्रित मागणी करित होते. युद्धात भारतीयांच्या सहकार्याची गरज होती. काँग्रेसचे अध्यक्ष लॉर्ड सिंहा यांनी ब्रिटिशांनी आपला उद्देश स्पष्ट करण्याची मागणी केली होती; म्हणून ऑगस्ट घोषणा करण्यात येऊन हिंदी लोकांचा जास्तीत जास्त सहभाग व जबाबदार सरकार स्थापनेवर भर देण्याचे आश्वासन देण्यात आले. त्यानुसार भारतमंत्री माँटेग्यु व चेम्सफर्ड हा गव्हर्नर जनरल यांनी हिंदुस्थानातील नेत्यांच्या भेटी घेऊन १९१८ ला रिपोर्ट तयार केला व त्यावर आधारित १९१९ चा कायदा पारित झाला.

(१४) १९१९ चा कायदा – यालाच माँटेग्यु चेम्सफर्ड सुधारणा कायदा असेही म्हणतात. या कायद्याने प्रथम भारतमंत्री व अंडर सेक्रेटरीचा पगार पार्लमेंटने देण्याचे ठरविले. मध्यवर्ती सरकारात कायदे मंडळात दोन सभागृहे करण्यात आली. प्रांतिक सरकारात राखीव विषय व मंत्र्याच्या हातातील विषय असे दोन भाग करण्यात आले. त्यालाच द्विदल पद्धत असे म्हणतात. गव्हर्नर जनरलच्या कार्यकारी मंडळात तीन भारतीयांचा समावेश करण्याचे ठरवून आठ सभासद त्यात असतील असे मान्य करण्यात आले. कौन्सिल ऑफ स्टेटमध्ये निवडलेले ३४ व नेमलेले २६ मिळून एकूण ६० असतील तर असेंब्लीत निवडलेले १०५, नेमलेले २६ व १४ ख्रिश्चन अँग्लो इंडियन मिळून १४५ सभासद असतील. येथेदेखील स्वतंत्र मुस्लिम मतदार संघ देण्यात आले होते.

अर्थात ही पद्धत सदोष होती; म्हणून तिचा अभ्यास करण्यासाठी सायमन कमिशन नेमण्यात आले होते.

(१५) १९३५ चा कायदा – या कायद्याने भारतात संयुक्त राज्य पद्धती (संघ व्यवस्था) आणि प्रांतांना स्वायत्तता देण्यात आली आणि अधिकारांची विभागणी दोन विभागात करून संयुक्त यादी व प्रांतांची यादी करण्यात आली. मात्र, संस्थानिकांना विशेष हक्क दिल्यामुळे ही योजना अव्यवहार्य ठरली. परंतु, त्यानुसार १९३७ ला निवडणुका झाल्या व १९३९ ला त्यांनी राजीनामे दिले. १९३५ च्या कायद्याचा आधार भारतीय संविधानात आढळतो.

(१६) क्रिप्स योजना – १९४२ – सर स्टॅफर्ड क्रिप्स याने भारताला वसाहतींचा दर्जा देण्याची योजना मांडली. प्रांतांना सामील होण्यासंबंधी ऐच्छिक अधिकार देण्यात आला. परंतु, ती योजना सर्व अर्थाने अव्यवहार्य व सर्वांना अमान्य होणारी होती, त्यामुळे ती बारगळली.

(१७) त्रिमंत्री योजना – १९४६ – इंग्लंडच्या मंत्रिमंडळातील तीन मंत्री यांनी योजना आखली. भारतीय नेत्यांशी चर्चा केली व संपूर्ण स्वातंत्र्य देण्याचे मान्य केले. घटना समिती स्थापन करण्याचे सुचविले.

(१८) घटना समिती – ९ डिसेंबर १९४६ ला घटना समितीचे पहिले अधिवेशन भरले; पण मुस्लिम लीगने बहिष्कार टाकला. प्रधानमंत्री ॲटलीने १९४८ पावेतो सत्तांतराची घोषणा केली. संस्थानिकांना सार्वभौमत्व बहाल करण्यात आले व माऊंटबॅटनची त्यासाठी नेमणूक करण्यात आली.

(१९) लॉर्ड माऊंटबॅटन योजना – ३ जून १९४७ रोजी माऊंटबॅटनने योजना जाहीर केली. त्यानुसार देशाची फाळणी झाली. १५ ऑगस्ट १९४७ ला भारत स्वतंत्र झाला. भारत व पाकिस्तानसाठी स्वतंत्र घटना समित्या स्थापन कराव्यात असे जाहीर केले.

(२०) १९४७ चा स्वातंत्र्याचा कायदा – हिंदुस्थान-पाकिस्तानमध्ये स्वतंत्र सरकारे स्थापन झाली. १९ जुलै १९४७ ला फाळणी झाली व १५ ऑगस्ट १९४७ ला भारत स्वतंत्र झाला.

(२१) २६ जानेवारी १९५० – ला भारताची राज्यघटना अमलात आली. अशा पद्धतीने १७७३ च्या रेग्युलेटिंग ऑक्टपासून भारतीय संविधानापर्यंत सांविधानिक विकासाचा इतिहास हा सनदशीर विकासाचा इतिहास आहे. त्यामुळे भारतात लोकशाही व्यवस्थेची सुरुवात होण्यास मदत झाली व लोकशाहीचे युग भारतात सुरू झाले.

● भारतीय राष्ट्रीय चळवळ

१८८५ मध्ये 'भारतीय राष्ट्रीय काँग्रेस' नावाची संस्था स्थापन झाली. तेव्हापासून राष्ट्रीय चळवळीची वाटचाल अधिक वेगाने वाढली. असे असले तरी बंगाल, मुंबई, मद्रास प्रांतात वेगवेगळ्या संस्थांच्या माध्यमातून वेगवेगळ्या चळवळी सुरू होत्या, त्याद्वारे भारतातील राजकीय विचार व राजकीय संस्थांची वाढ झाली. जनमानसामध्ये जागृती निर्माण होऊन जनमानस चळवळीच्या पाठीशी उभे राहिले. राजकीय चळवळीची पूर्वपीठिका चळवळीला प्राप्त झालेली पार्श्वभूमी, त्यास कारणीभूत ठरलेले विविध घटक व राष्ट्रवादाची विविध रूपे याचा परामर्श घेण्यासाठी राष्ट्रीय चळवळीला कारणीभूत घटकांची नोंद घेणे आवश्यक ठरते. कारण ब्रिटिश येण्याआधीचा भारत, त्याची खंडित अवस्था, विविध संस्थाने, राज्ये, त्यांचा आपसातील वैरभाव, वेगवेगळ्या भाषा, संस्कृती, धर्म, इतिहास, इत्यादींमुळे भारतात राष्ट्रीय चळवळ उभारली जाईल व राष्ट्रवाद विकसित होईल, याबाबत अनेकांनी अनेक शंका व्यक्त केल्याचे दिसते. जे. आर. सीली नावाचा विद्वान भारताचे वर्णन 'राष्ट्रीय ऐक्य नसलेला प्रदेश' असे करतो, तर जॉन स्ट्रेचीसारखा प्रशासकीय अधिकारी म्हणतो की, भारत नावाचा देश अस्तित्वात नाही व भूतकाळातही नव्हता. त्यापुढे तो भाकीत करतो की, त्यामुळे भारत कधीही राष्ट्र होऊ शकणार नाही.

परंतु, अतिशय अल्पावधीत भारतात राष्ट्रीय जाणिवा, राष्ट्रीय भावना रुजल्या व त्याचे मोठ्या चळवळीत रूपांतर होऊन ब्रिटिशांना हतबल होऊन देश सोडावा लागला. एवढेच नव्हे तर भारतीय राष्ट्रीय चळवळ, राष्ट्रीय विचार, राष्ट्रीय नेतृत्व आणि भारतीय राष्ट्रवादाने अनेक आफ्रो-आशियाई देशांना स्वातंत्र्य चळवळीसाठी मार्गदर्शन केले. भारतीय राष्ट्रीय चळवळ ही अनेकांना प्रेरणादायी ठरली.

अर्थात, ही परिस्थिती निर्माण होण्यासाठी इंग्रजांचे भारतातील आगमन, त्यांनी सोबत आणलेली मूल्यव्यवस्था, विचार, संस्था आणि पश्चिमी जगतात विकसित झालेल्या अनेक घडामोडींच्या प्रभावातून भारतात प्रबोधनाची सुरुवात होऊन, आधुनिकीकरणास प्रारंभ झाला. त्यातून भारतीय राष्ट्रवाद व राष्ट्रीय चळवळ विकसित झाली.

इंग्रजी आचार-विचारांच्या प्रभावासोबत, त्याच्या सुधारणांनी भारतीय सुरुवातीला प्रभावित झाले. इंग्रज आपल्या उद्धारासाठीच आले आहेत, हे ईश्वरीय वरदान आहे, असा विचार करणारे नेतृत्व प्रारंभीच्या काळात पुढे आले, त्यामुळे इंग्रजी व्यवस्थेचे त्यांनी स्वागत केले. त्यासोबत त्यांची आधुनिकता, विज्ञान तंत्रज्ञानातील प्रगती पाहून आपण त्यांचा पराभव करू शकणार नाही, असाही न्यूनगंड भारतीयांच्या मनात वाढीस लागला होता. परंतु अल्पावधीत झालेल्या सुधारणा, इंग्रजी शिक्षणाचा प्रभाव त्यामुळे राष्ट्रीय जागरूकता विकसित होऊन

मध्ययुगीन जुनाट कल्पना, रूढी परंपरांचा त्याग करून, नवीन सुधारणांचा स्वीकार करून नवीन युगात प्रवेश केला व जाणिवा विकसित होऊन राष्ट्रवादाची सुरुवात झाली.

भारतातील राष्ट्रीय चळवळीस कारणीभूत घटक –

१) इंग्रजांचे भारतातील आगमन व त्यांचा प्रभाव – इंग्रज भारतात आले. त्यासोबत त्यांनी आधुनिकता, विज्ञान, तंत्रज्ञान भारतात आणले आणि लष्कर, शिक्षण, सामाजिक, आर्थिक व राजकीय क्षेत्रांत आधुनिक पद्धतीचा अवलंब केला. नवीन कायदे, नवीन प्रशासन व्यवस्था, महसूल व्यवस्था आणली. या व्यवस्थेमध्ये अनेक दोष होते. तरीदेखील आधुनिकतेच्या प्रभावाने भारतीय अभिजन वर्गात आकर्षण निर्माण होऊन त्या आधुनिकीकरणाचा अंगीकार करण्यास चालना मिळाली व त्यातून जागृती निर्माण झाली.

२) भौगोलिक ऐक्यासोबत राजकीय ऐक्य – खंडप्राय भारत देशात मोगल साम्राज्य पसरले होते. मात्र, संपूर्ण भारतावर त्यांचे वर्चस्व नव्हते, याउलट इंग्रजांनी १८५७ पर्यंत संपूर्ण भारतावर नियंत्रण निर्माण केले होते. काही संस्थानिक अस्तित्वात होते. परंतु, त्यांच्यावरही ब्रिटिश व्यवस्थेचा अंकुश होता. त्यामुळे प्रथमच देशात समान सत्ता, समान शासन, समान कायदा व्यवस्था आणि त्यातून निर्माण झालेल्या समान समस्या व समान भाषा यामुळे राजकीय ऐक्य वाढीस प्रेरणा मिळाली. म्हणूनच पंजाबचा लाल, बंगालचा पाल व महाराष्ट्राचा बाळ एकत्रितपणे या व्यवस्थेविरुद्ध एकमुखी आवाज उठवू लागले व ऐक्याची मानसिकता वाढीस लागली.

३) भारतातील प्रशासकीय ऐक्य व कायदा आणि सुव्यवस्था – अठराव्या शतकाच्या अखेर भारतात वेगवेगळ्या राजांमध्ये लढाई, आक्रमण, लूटमारी, परकीय टोळ्यांचे आक्रमण यासारखे प्रकार सतत घडत. मोगलव्यवस्थेच्या शेवटच्या अवस्थेत तर सर्व मांडलीक राजे, संस्थानिक, सरदार स्वतंत्र होऊन आपआपल्या स्वार्थासाठी परस्परांशी लढत होते. त्यामुळे सर्वत्र भय, अशांतता, असुरक्षितता व अव्यवस्था दिसत होती.या पार्श्वभूमीवर इंग्रजांनी १८५७ पर्यंत संपूर्ण देश ताब्यात घेऊन युद्धे जवळपास थांबविली व कायदा आणि सुव्यवस्था, त्याबरोबर शांतता प्रस्थापित केली. राज्यकारभाराची भाषा इंग्रजी केल्यामुळे परस्परांचे भाव, विचार, समस्या कळू लागल्या व त्यातून ऐक्य भाव विकसित होण्यास मदत झाली. त्यातून चळवळीस चालना मिळणे सोपे झाले.

४) इंग्रजी शिक्षण – इंग्रजी भाषा अवगत झाल्यानंतर इंग्रजी वाङ्मय, विचार, तेथील राजकीय चळवळी, उदारमतवादी विचार याचा प्रभाव भारतीयांवर झाला. त्यामुळेच प्रबोधनास चालना मिळाली. विज्ञानाने प्रभावित होऊन पारंपरिक पद्धती, जुनाट रूढी यांचा त्याग करून नवीनतेची कास धरून परिवर्तनाची वाट धरली व इंग्रजी शिक्षण त्या अर्थाने 'वाघिणीचे दूध' ठरले. लॉर्ड मेकॉलेने इंग्रजी शिक्षण आणले. लॉर्ड बेंटिंगने त्यांची अंमलबजावणी केली. सुरुवातीचा हेतू बाबू निर्माण करणे असला तरी नंतर त्याचा प्रभाव राष्ट्रवादाच्या निर्मितीस कारणीभूत ठरला.

५) इंग्रजी भाषा – राष्ट्रवादाच्या निर्मितीसाठी समानतेचा दुवा आवश्यक असतो. पारशी ऐवजी इंग्रजी भाषा ही राज्य कारभाराची भाषा झाली. या आधी प्रत्येक प्रांताची, प्रदेशाची भाषा वेगवेगळी, त्यामुळे परस्परांशी संवाद साधणे अवघड व त्यासाठी दुभाषिक घ्यावा लागे. याउलट, इंग्रजी भाषा शिकून नवीन पिढी भारतभर तयार झाली. ते परस्परांशी विचार-विनिमय करू लागले. इंग्रजी भाषेतील विचार, मूल्ये अभ्यासू लागले. पश्चिमेकडील न्याय, समता, स्वातंत्र्य या मूल्यांची ओळख झाली. त्यासोबत परस्परांची मते, दु:खे यांचा विचार विनिमय होऊ लागला व इंग्रज हे आपले शत्रू हा भाव, ते शोषक आहेत, तेच अन्यायकर्ते आहेत, त्याविरुद्ध आवाज उठवला पाहिजे, ही जाणीव भारतातील वेगवेगळ्या प्रांतात कमी अधिक प्रमाणात विकसित झाली.

६) पाश्चात्य संस्कृतीशी संपर्क – इंग्रज भारतात आले, तेव्हा युरोपात औद्योगिक क्रांतीची प्रक्रिया पूर्णत्वाकडे जात होती. राष्ट्र, राज्य, राष्ट्रवाद, उदारमतवाद, व्यक्ति स्वातंत्र्य, समानता, न्याय, अमेरिकन राज्यक्रांती, फ्रेंच राज्यक्रांती यांचा प्रभाव होता. पश्चिमी व्यवस्थेशी भारतीयांचा संपर्क आल्यानंतर भारतीय तरुणांना त्यांचा हेवा वाटला. हे आपल्या देशात का नको, हा विचार त्यांच्या डोक्यात येऊन सुधारणा व परिवर्तनाला सुरुवात झाली.

७) धर्म व समाजसुधारकांचे प्रयत्न – पश्चिमी संस्कृतीने प्रभावित होऊन इंग्रजी भाषा, शिक्षणाच्या प्रभावामुळे भारतात सामाजिक व धार्मिक सुधारणा करणे आवश्यक आहे. या भावनेने राजा राममोहन रॉय यांनी हिंदू समाज व्यवस्थेच्या प्रस्थापित परंपरा, रूढी विरोधात बंड पुकारून नवीन सुधारणांची कास धरली. भारतात त्यांनीच प्रबोधनाची सुरुवात केली व भारतीयांमध्ये जागृती निर्माण करण्याचे काम केले. देवेंद्रनाथ टागोर, केशवचंद्र सेन, ईश्वरचंद्र विद्यासागर, स्वामी दयानंद सरस्वती, महात्मा फुले, आगरकर, न्यायमूर्ती रानडे या सर्व समाज सुधारकांनी प्रस्थापित व्यवस्थेतील दोष दाखवून नवीन व्यवस्था स्वीकारण्यासाठी धर्म व समाज परिवर्तनाची कास धरली. विवेकानंद, रामकृष्ण परमहंस यांनी भारतीय प्राचीन परंपरांची ओळख करून दिली. दयानंद सरस्वतींनी वैदिक संस्कृतीचे श्रेष्ठत्व मांडले, त्यामुळे आधुनिकता, नवीन विचार व त्यासोबत वैभवशाली भारतीय परंपरांचे पुनरुज्जीवन करणारा विचार पुढे आला व भारतीय राष्ट्रवादाला चालना मिळाली. युरोपातील लोकशाही, व्यक्तिस्वातंत्र्य, समता, तर्कशास्त्र, बुद्धिवाद, उदारमतवाद, विज्ञाननिष्ठा, विकसित करण्यास या सुधारणांचा हातभार लागला व भारतात आधुनिकता स्थापित करण्यास मदत झाली.

८) विद्वान, संत, कवी, लेखकांचे योगदान – महात्मा फुले यांनी शिवाजीचा पोवाडा, न्यायमूर्ती रानडेंनी मराठ्यांचा इतिहास, टिळकांनी गीतारहस्य, आर.जी. भांडारकरांनी प्राचीन वाङ्मय यावर प्रकाश टाकला. देशातील संत, महंतांनी राष्ट्रीय विचारांना मदत केली. त्यासोबत पश्चिमी लेखक, विचारवंत मॅक्स मुल्लर, मोनियर विल्यम, कोलब्रुक इत्यादींनी प्राचीन भारतीय वाङ्मय व परंपरांचे दालन खुले केले. त्याची स्तुती केली. रॉयल सोसायटीसारख्या संस्थांनी प्राचीन वाङ्मय प्रसिद्ध केले. यामुळे भारतीय संस्कृतीच्या प्राचीन परंपरेबद्दल स्वाभिमान जागृत होऊन राष्ट्रवादाला प्रेरणा मिळाली. ऐतिहासिक संशोधनाची मांडणी करून आर्य हेच युरोपातून आले. भारतीय संस्कृती ही प्राचीन रोम, ग्रीक संस्कृती इतकीच श्रेष्ठ आहे तेव्हा भारतीयांतील न्यूनगंड कमी करण्यास त्यामुळे मदत झाली. त्याला विवेकानंद, योगी अरविंद यांनी योगदान दिले.

९) दळणवळण व संचार साधनांचा प्रभाव – जलद गतीने दळणवळणाची सोय, रेल्वे, बिनतारी तारायंत्र यामुळे आवागमन वाढले, प्रशासकीय सोयी झाल्या. लष्करी व्यवस्था सुदृढ झाली. वेगवेगळी शहरे व प्रांत परस्परांना जोडले गेले, देशभर डाकसेवा सुरू झाली. त्यामुळे हिंदुस्थानाचे सर्व प्रदेश एकमेकांच्या जवळ आले. एका भागाचे प्रश्न, दुःख, समस्या दुसऱ्या भागाला कळू लागल्या व त्यातून एकत्र येऊन परस्परांना मदत व समान भाव विकसित होण्यास मदत झाली. त्यामुळे चळवळीला बळ आले. गतिशील संपर्कामुळे राष्ट्रीय पुढाऱ्यांना राष्ट्रीयत्वाचा प्रसार करणे सोपे झाले. त्यामुळेच 'वंगभंग चळवळीत' लोकमान्य टिळक देशाचे नेतृत्व करू शकले व 'वंगभंग' हा बंगाली लोकांचा अपमान नाही तर संपूर्ण भारतीयांचा अपमान आहे हा भाव विकसित होणे दळणवळण साधनांमुळे शक्य झाले.

१०) वर्तमानपत्रे व वाङ्मयाचा प्रभाव – पोर्तुगीज व इंग्रजांनी भारतात छापखाना आणला. पुढे वर्तमानपत्र व वाङ्मय प्रकाशित झाले आणि ते जागृतीचे व विचार प्रसारणाचे मोठे प्रभावी साधन बनले. सुरुवातीला इंग्रजी भाषेतील इंग्रजांची वर्तमानपत्रे होती. ती फारशी प्रभावी ठरली नाहीत. मात्र, भारतीयांनी सुरू

केलेली वर्तमानपत्रे, नियतकालिके, साप्ताहिके व वेगवेगळे ग्रंथ यातून भारतीयत्वाचा विचार मांडला गेला. ब्रिटिश धोरणावर टीका करण्यात आली. भारतीय मनाचा कानोसा घेतला गेला. भारतीय उज्ज्वल परंपरांची ओळख करून दिली. ब्रिटिश सरकारच्या विरोधाला न जुमानता प्रखर विचारांची मांडणी करून इंग्रजी व्यवस्थेचे विकृत रूप जगापुढे मांडले. इंडियन मिरर, बंगाली, अमृत बझार पत्रिका, बॉम्बे क्रॉनिकल, हिंदू पॅट्रिएट, लोकमान्यांचा मराठा, केसरी, हिंदू, मुंबई समाचार, आंध्र प्रकाशिका, इंदूप्रकाश, कोहिनूर इत्यादी वर्तमानपत्रांनी राष्ट्रीय बाणा विकसित केला. जनजागरण केले. राष्ट्रीयत्व भाव जोपासला व जनतेत स्फूर्ती निर्माण केली.

११) समकालीन युरोपियन चळवळीचा प्रभाव – अमेरिकन स्वातंत्र्य युद्ध, फ्रेंच राज्यक्रांती, इटलीचे एकीकरण, दक्षिण आफ्रिकेतील स्वातंत्र्य चळवळ, गॅरिबाल्डीचा व मुसोलिनीचा प्रभाव, आयर्लंड चळवळीचा प्रभाव, युरोपातील कामगार चळवळ, कार्ल मार्क्सचा विचार यामुळे स्वातंत्र्यवीर सावरकर, लाला लजपतराय, सुरेंद्रनाथ बॅनर्जीसारखी मंडळी प्रभावित होऊन भारतात क्रांती झाली पाहिजे, असा विचार मांडू लागले व प्रखर राष्ट्रवादाला चालना मिळाली युरोपातील राष्ट्रवाद हा प्रेरणादायी ठरला.

१२) आर्थिक पिळवणूक – इंग्रज मुळात व्यापारी असल्यामुळे स्वस्तात कच्चा माल खरेदी करून महाग पक्का माल विकून अधिकाधिक नफा कमविणे, इंग्रज व्यापाऱ्यांना अधिक सवलती देणे, भारतीय व्यापाऱ्यांवर जाचक अटी लादणे, भारतीयांमध्ये निर्माण झालेली बेकारी, व्यापारी शेतीच्या धोरणामुळे शेतकरी नाराज होता, महसूल पद्धतीतील बदलामुळे शेतकऱ्यांची पिळवणूक होत होती. वारंवार झालेल्या युद्धांमुळे आणि लष्कराचा वाढता विस्तार, याचा खर्च भारतीयांच्या माथी मारला जात होता. प्रशासन खर्च वाढत होता. ब्रिटिश अधिकाऱ्यांना मोठा पगार सोयी–सवलती दिल्या जात होत्या. त्याविरोधात दादाभाईंनी ब्रिटिश लोक भारतीयांचे कसे आर्थिक शोषण करतात हे सांगणारा सिद्धांत मांडला होता व भारतातील दारिद्र्य वाढीची कारण मिमांसा करणारा सिद्धांत राष्ट्रीय नेते मांडत होते. त्यातून भारतीय आर्थिक राष्ट्रवाद विकसित झाला.

१३) १८१२ नंतर कंपनीने खुल्या व्यापाराचे धोरण स्वीकारले व इतर युरोपियन व्यापाऱ्यांना व कंपनी व्यतिरिक्त इतर व्यापाऱ्यांना भारतात खुला व्यापार करायला परवानगी देण्यात आली. परंतु त्या खुल्या स्पर्धेत भारतीय व्यापार टिकाव धरणे शक्य नव्हते. या धोरणामुळे इंग्लंडचा फायदा झाला व हिंदुस्थान अधिक गरीब बनला. त्याबद्दल भारतीयांत व व्यापारी वर्गात चीड निर्माण होत होती.

१४) वंशवाद – गोरे लोक भारतीयांची 'ब्लॅक इंडियन्स' म्हणून टिंगल करीत होते व मागास भारतीयांना सुधारण्याची जबाबदारी आमच्यावर आली आहे, असे ते म्हणत. त्यांनी वंशवादाला खतपाणी घातले व १८५७ च्या उठावानंतर एका व्यंगचित्रात 'अर्धा गोरिला व अर्धा निग्रो' असे भारतीयाचे वर्णन करून भारतीयांना हीन वागणूक दिली. प्रत्यक्ष प्रशासनात कनिष्ठ नोकरी देणे, न्यायदानात भेदभाव करणे यामुळे सुशिक्षित भारतीय तरुणांच्या मनात चीड निर्माण झाली. त्यातून स्वसंरक्षणार्थ कारवाई करणे भारतीयांना आवश्यक वाटले.

१५) १८५७ च्या बंडातील सूडबुद्धी – दिल्ली, कानपूर येथे इंग्रजांना उठावकर्त्यांनी वाईट वागणूक दिली होती व उठावाबाबत इंग्रजांच्या मनात द्वेषभाव होताच, त्यातून ते भारतीयांवर अत्याचार करीत. त्यामुळे इंग्रज व भारतीयांत कटुता वाढत होती. तरुण भारतीय त्याचा बदला घेण्याचा विचार करत होते. हिंसक मार्गाने इंग्रजांना धडा शिकवावा, अशी भावना भारतीय तरुणांत रुजत होती. या अत्याचाराच्या विरोधात एकत्र येण्याची तयारी ते करीत होते.

१६) लॉर्ड लिटनचे प्रतिगामी धोरण – १८७६ ते १८८० दरम्यान साम्राज्यवादी वृत्तीचा लिटन गव्हर्नर जनरल म्हणून आला. त्याने दिल्ली दरबार भरवून आपल्या वैभवाचे प्रदर्शन मांडले, तेव्हा दक्षिण हिंदुस्थान

दुष्काळात होरपळत होता. त्याने भारतीय वृत्तपत्रांवर अनेक जाचक अटी लादणारा कायदा केला व वृत्तपत्रांची गळचेपी केली. भारतीयांना शस्त्रबंदी करणारा कायदा आणला. दुसऱ्या अफगाण युद्धाचा खर्च भारतावर लादला. त्यांच्या अन्यायकारी धोरणाविरुद्ध भारतीयांमध्ये तिखट प्रतिक्रिया उमटणे अपरिहार्य होते.

१७) इलबर्ट बिल – लॉर्ड रिपनच्या कारकिर्दीत इलबर्ट बिल मांडले गेले व ते मागे घ्यावे लागले. त्यातून काळा-गोरा भेद पुन्हा समोर आला. भारतीय लोक आमचे गुलाम आहेत, त्यांना आमच्या विरुद्ध खटले चालविण्याचा अधिकार नाही, अशी उद्दाम भाषा भारतीयांना डिवचणारी होती. त्यातून इंग्रज विरोधी भावना भारतीयात विकसित होऊन राष्ट्रीय भावनेतून भारतीय राष्ट्रीय सभेची स्थापना व राष्ट्रीय चळवळीला पाठींबा वाढत गेला व भारतीय राष्ट्रवाद पोसला गेला.

१८) भारतीय साहित्य – मोठ्या प्रमाणावर प्रेरणादायी ठरले. बंकिमचंद्र, विष्णुशास्त्री चिपळूणकर, राजवाडे, खरे, पारसनीस यांनी भारतीय इतिहासाला इंग्रजांनी दिलेले विकृत स्वरूप शोधले. बंगालमधील अक्षयकुमार दत्त, ईश्वरचंद विद्यासागर, दिनबंधु मित्र यांनी राष्ट्रीय भावना पेटविण्याचे काम केले. बंकिमचंद्रांचे 'आनंद मठ'मधील 'वंदे मातरम्' घोषणा गीत ठरले. श्रीपाद कृष्ण कोल्हटकरांच्या नाटकांमधून राष्ट्रीय प्रेरणा वाढीस मदत झाली.

१९) १८७५ ते १८८५ या काळात लिटनच्या धोरणाचा निषेध – मुलकी सेवा परीक्षेसाठी वयोमर्यादा २१ वरून १९ वर्षं, मध्यम वर्गातील वाढता असंतोष, मध्यमवर्गाचा उदय, त्यांच्यातील जागरूकता व ब्रिटिश धोरणाची त्यांना बसणारी झळ, त्याविरोधात सुरेंद्रनाथ बॅनर्जींनी छेडलेले आंदोलन, त्यामुळे असंतोषाला तोंड फुटले व त्यातून संघटित होण्याची भावना वाढीस लागली. त्यातून सुरेंद्रनाथांनी राष्ट्रीय परिषद स्थापन केली.

o भारतीय राष्ट्रीय सभेच्या अगोदरच्या चळवळी व संस्था – इंग्रजी भाषेत शिक्षण घ्यावे किंवा स्थानिक भाषेत या वादावर मेकॉलेने पडदा टाकला व भारतात इंग्रजी शिक्षण प्रवाहातून नवीन पिढी उदयास आली. यासंदर्भात इंग्लंडच्या हाऊस ऑफ कॉमन्स सभागृहात मेकॉलेने भविष्यवाणी केली होती की, ''भारतीयांना इंग्रजी शिक्षण, इंग्रजी भाषा, नवीन सुधारणा लागू केल्यानंतर ते भविष्यात युरोपात विकसित संस्थेची मागणी करू लागतील.'' त्याची भविष्यवाणी खरी ठरली. आधुनिकतेचा वसा घेऊन विकसित नव्या पिढीने नवीन सुधारणा, नवीन मूल्ये, नवीन संस्था, नवीन विचार स्वीकारला. हा विचार भारतातील जाती, धर्मव्यवस्थेला छेद देणारा होता. अर्थात या बदलांची सुरुवात प्रथम बंगाल, मुंबई व मद्रासमध्ये झाली आणि हळूहळू भारतभर पसरली. राष्ट्रीय सभेच्या स्थापनेआधी अशा हालचाली, चळवळी, संस्था कार्यरत होत्या.

(अ) बंगाल प्रांत – इंग्रजांचा प्रथम प्रभाव बंगालवर पडला. इंग्रजांशी संपर्क आल्यानंतर तेथील नवीन पिढीचे प्रतिनिधी म्हणून राजा राममोहन रॉय हेच भारतीय प्रबोधन चळवळीचे जनक ठरले. इंग्रजी शिक्षणाच्या प्रभावामुळे पश्चिमी जगताशी त्यांचा संपर्क आला. पश्चिमी जगतातील १८२१ मधील स्पेनमधील राजकीय बदल, वृत्तपत्र स्वातंत्र्य, भारतीयांची गाऱ्हाणी, इंग्रजी शिक्षणाचा आग्रह त्यांनी धरला. त्यांनी लॉर्ड बेंटिंककडे केलेली सतीबंदीची मागणी व इतर मागण्यांचा प्रभाव १८३३ च्या चार्टर ॲक्टमध्ये जाणवतो. त्याचप्रमाणे वेगवेगळ्या संस्था आणि त्या माध्यमातून उदारमतवादी मागण्यांचा आग्रह केला.

१) त्यांच्या प्रयत्नातून १८३६ ला पहिली राजकीय संस्था 'वंगभाषा प्रकाशित सभा' स्थापन झाली. या आधी सामाजिक, धार्मिक कार्यासाठी एकत्रपणे काम करीत होते. मात्र, राजकीय घटनांचे विश्लेषण, चर्चा,

अध्ययन, सुधारणांसाठी मागणीपत्र, भारतीयांच्या समस्यांची मांडणी व त्यासाठी निवेदने, विनंतीपत्रे, ठराव पास करणे, यासारखी कामे या संस्थेमार्फत केली जात. या संस्थेच्या माध्यमातून तरुणांमध्ये जनजागृती होण्यास मदत झाली.

२) बंगाल प्रांतावर इंग्रजांचे वर्चस्व प्रस्थापित झाल्यानंतर महसूलविषयक बाबी हा जिव्हाळ्याचा विषय राहिला. त्यामुळे प्रस्थापित जमीनदार वर्गाला अनेक समस्यांना तोंड द्यावे लागे. त्यातून मार्ग काढण्यासाठी १८३७ मध्ये जमीनदारांनी एक संस्था स्थापन केली. तिला 'जमीनदारी संस्था' किंवा 'लँड ओनर्स असोसिएशन' असे म्हणतात. अर्थात ही संस्था मर्यादित उद्देशांसाठी स्थापन झाली होती. जमीनदारांच्या हिताचे संरक्षण, त्यांच्या समस्या सोडविण्यासाठी आणि त्यांच्या मागण्यांसाठी ही संस्था कार्यरत होती. ह्या संस्थेचा हेतू संकुचित, मर्यादित होता. मात्र, घटनात्मक पद्धतीने काम करावे, अशी तिची भूमिका होती. या संस्थेचा इंग्लंडमधील ब्रिटिश इंडिया सोसायटीशी संबंध होता.

३) इंग्रजांच्या नियंत्रणाखालील प्रदेशातील भारतीयांच्या समस्यांकडे राज्यकर्त्यांनी सहानुभूतीने पाहावे. भारतीय आपले प्रजाजन आहेत, अशी भूमिका आणि विचार मांडणारा उदारमतवादी वर्ग इंग्लंडमध्ये कार्यरत होता. त्यापैकी एक व्यक्ती म्हणजे जॉर्ज थॉम्पसन होय. शांततामय व सनदशीर मार्गाने भारतीयांच्या समस्यांची मांडणी करणे व त्यांच्या मागण्या पुढे करणे, यासाठी १८३३ मध्ये इंग्लंडमध्ये 'ब्रिटिश इंडिया सोसायटी' नावाची संस्था स्थापन केली व याच संघटनेने १८४३ मध्ये 'बंगाल ब्रिटिश इंडिया सोसायटी' या संस्थेची स्थापना केली. अर्थात, जमीनदार संस्था आणि बंगाल ब्रिटिश इंडिया सोसायटी यांचे कार्य फारच मर्यादित होते. त्यामुळे १८५१ मध्ये 'ब्रिटिश इंडियन असोसिएशन' या संस्थेत वरील दोन्ही संस्थांचे विलीनीकरण होऊन नवीन संस्था स्थापन झाली.

४) जमीनदारी संस्था व ब्रिटिश इंडिया सोसायटीच्या विलीनीकरणापासून १८५१ मध्ये कोलकाता येथे राधाकांत देव, देवेंद्रनाथ टागोर यांच्या प्रयत्नांतून 'ब्रिटिश इंडियन असोसिएशन' ही संस्था स्थापित झाली. या संस्थेत जमीनदार वर्गातील लोक अधिक होते. जमीनदारांचे हितसंबंध हा एक हेतू होता. १८५३ च्या चॉर्टर ऑक्टच्या नूतनीकरणासंदर्भात या संस्थेमार्फत ब्रिटिश संसदेला एक विनंतीपत्र पाठवून काही मागण्यांचा पाठपुरावा केला. आधीच्या संस्थांपेक्षा या संस्थेचा दृष्टिकोन व्यापक होता. मागणीपत्रात त्यांनी शासनाच्या तिन्ही शाखांची कार्यक्षेत्रे वेगवेगळी असावीत, उच्चपदस्थांना दिले जाणारे वेतन कमी करावे, मीठ आणि मुद्रा कर समाप्त करावा अशा सनदशीर मागण्या या पत्राद्वारे केल्या होत्या. त्याचा निश्चित चांगला परिणाम १८५३ च्या चार्टर ऑक्टवर झाल्याचे दिसते.

५) इंग्रजी शिक्षणाच्या प्रचार व प्रसारातून नवनवीन व्यावसायिक वर्गही विकसित होत होता. त्यांच्या आकांक्षा वाढल्या होत्या त्याचा परिणाम म्हणून १८७५ मध्ये शिशिरकुमार घोष यांनी लोकांत राष्ट्रवादाची भावना विकसित व्हावी आणि लोकांना राजकीय शिक्षण मिळावे म्हणून 'इंडियन लीग' या संस्थेची स्थापना केली. या संस्थेचे रूपांतर १८७६ मध्ये 'इंडियन असोसिएशन' या संस्थेत झाले. त्यासाठी आनंद मोहन बोस, सुरेंद्रनाथ बनर्जी यांनी मेहनत घेतली. या संस्थेत मध्यम वर्गीयांसोबत सामान्य जनतेलाही सहभागी होता यावे म्हणून या संस्थेची वार्षिक वर्गणी पाच रुपये ठेवण्यात आली; कारण आधीच्या संस्थेची वर्गणी ५० रुपये होती. याच काळात लॉर्ड लिटनचे दमनकारी धोरण जारी झाले होते. वर्तमानपत्रावर कडक निर्बंध, आर्म्स ऑक्टद्वारे भारतीयांवर बंधने, मुलकी सेवेसाठीच्या परीक्षेसाठी वयोमर्यादा २१ वरून १९ वर्षे करणे यासारख्या दमनकारी बाबीविरोधात सुरेंद्रनाथांनी आवाज उठविला, उग्र आंदोलने केली. इलबर्ट बिलावरून ब्रिटिशांचे खरे रूप

जनतेसमोर मांडले. त्यातून 'नॅशनल कॉन्फरन्स' राष्ट्रीय परिषदेचा जन्म झाला. ही कॉन्फरन्स म्हणजे राष्ट्रीय सभेच्या स्थापनेची पहिली पायरी मानली जाते. या कॉन्फरन्सला चांगला प्रतिसाद लाभला. सुरेंद्रनाथ बॅनर्जी यांनी भारतातील विविध शहरांचा दौरा करून इंडियन असोसिएशनच्या शाखा स्थापन केल्या.

(ब) मुंबई प्रांत – बंगाल प्रांतात मुस्लिम राजवट असल्यामुळे तेथील हिंदूंची इंग्रजांनी एका अर्थाने सुटका केली होती, तशी परिस्थिती मुंबई प्रांतात नव्हती. त्यामुळे इंग्रज हेच आपले शत्रू ही भावना तेथील जनतेत होती. मुंबईत जगन्नाथ शंकरशेठ, बाळशास्त्री जांभेकर, दादोबा पांडुरंग तर्खडकर, डॉ. भाऊ लाड यासारखे धुरीण ब्रिटिश व्यवस्थेच्या व्यापारी धोरणाविरोधात विचार मांडत होते. त्याचसोबत धर्मसुधारणा व समाज सुधारणांसाठी प्रयत्नशील होते. वर्तमानपत्राद्वारे शासनावर टीकाटिप्पणी करीत होते. भारतीयांच्या मागण्या मांडत होते.

१) जगन्नाथ शंकरशेठ, दादाभाई नौरोजी यांच्या प्रयत्नातून १८५२ ला मुंबई येथे 'बॉम्बे असोसिएशन' या संस्थेची स्थापना केली. हिंदी जनतेच्या मागण्यांचा पाठपुरावा सनदशीर पद्धतीने करणे, अर्ज विनंत्या, सूचना करणे, ब्रिटिश व्यवस्थेतील दोष दाखविणे, इंग्लंडच्या संसदेकडे विनंती अर्ज पाठविणे, निवेदने देणे, भारतीयांना प्रतिनिधित्व मिळावे म्हणून विनंती अर्ज पाठविणे, भारतीयांची लूट थांबविणे, वरिष्ठ पदस्थांचे पगार कमी करणे व वरिष्ठपदी भारतीयांची नियुक्ती करणे, यासाठी प्रयत्नशील होती. अर्थात, ही संस्था फार काळ टिकली नाही.

२) भारतीयांच्या त्रासाची, त्यांच्यावर होणाऱ्या अन्यायाची माहिती इंग्लंडमधील उदारमतवादी व भारतीयांबरोबर सहानुभूती असणाऱ्या लोकांपर्यंत पोहचावी, सरकारवर दबाव आणून हिंदी लोकांच्या समस्या सोडविण्यास सरकारला भाग पाडावे या उद्देशाने १८६६ मध्ये दादाभाईंनी 'ईस्ट इंडिया असोसिएशन' या संघटनेची स्थापना केली होती.

३) लॉर्ड लिटनचे प्रतिगामी धोरण, इलबर्ट बिलावरून निर्माण झालेले वादंग याचा परिणाम मुंबईच्या युवा मनावर होणे अपरिहार्य होते. त्यातूनच फिरोजशहा मेहता, न्यायमूर्ती तेलंग, बद्रुद्दीन तैय्यबजी यांनी १८८५ मध्ये 'बॉम्बे प्रेसिडेन्सी असोसिएशन' या संघटनेची स्थापना केली. भारतीयांच्या समस्यांना वाचा फोडणे, अर्ज विनंत्या करणे, शिष्टमंडळे पाठविणे, मुंबईच्या राजकीय जीवनात या संघटनेचे व संस्थापक असलेल्या या तिघांचे योगदान खूप मोठे होते. त्यांना 'ब्रदर्स इन लॉ' म्हणून ओळखले जाई.

४) याचवेळी १८६७ मध्ये पुण्यात 'सार्वजनिक सभा' स्थापन झाली. न्यायमूर्ती रानडे, गणेश वासुदेव जोशी यांनी त्यासाठी प्रयत्न केले. सरकार व जनता यांच्यातील दुवा म्हणून ही संस्था कार्यरत होती. या सभेमार्फत शेतकरी, दुष्काळ पीडित जनता यांच्या समस्या सोडविण्यासाठी कार्य होत असे. त्यांच्या प्रयत्नांमुळे ब्रिटिश सरकारला 'डेक्कन ॲग्रिकल्चरिस्ट ॲक्ट' पारित करावा लागला. इतर संघटनांप्रमाणे सनदशीर मार्गांनी, सभा, भाषणे, निवेदने या मार्फत भारतीयांच्या मागण्या पुढे करणे, समस्यांना वाचा फोडणे, भारतीयांना वेगवेगळ्या राजकीय संस्थांमध्ये प्रतिनिधित्व मिळावे म्हणून प्रयत्न करणे अशी कामे या संस्थेमार्फत होत. ही संस्था पुण्यातील राजकीय जागरणाचे केंद्र ठरले होते.

(क) मद्रास प्रांत – बंगाल, मुंबईप्रमाणे मद्रास प्रांतातदेखील राजकीय जागरण घडत होते. या प्रांतामध्ये देखील काही संस्था कार्यरत होत्या.

१) मद्रास नेटिव्ह असोसिएशन ही त्यापैकी एक संस्था होती, कोलकात्याच्या ब्रिटिश इंडियन असोसिएशनची शाखा म्हणून तिची स्थापना १८५२ मध्ये 'क्रिसेंट' वृत्तपत्राचे संपादक गजलक्ष्मी नरसू चेट्टी यांनी मद्रास येथे केली. १८५३ च्या चार्टर ॲक्टमध्ये भारतीयांच्या मागण्यांचा विचार व्हावा, यासाठी निवेदन सादर केले. स्थानिक जनतेच्या समस्या व मागण्या मांडणे, त्या सोडविण्यासाठी प्रयत्न करणे, ही भूमिका या संस्थेची

होती, मात्र ती संस्था फारशी प्रभावी न ठरल्यामुळे १८५७ नंतर ती नामशेष झाल्यासारखी ठरली.

२) एम.सुब्बाराव, जी. सुब्रह्मण्यम अय्यर आणि रंगय्या नायडू या नेत्यांनी मद्रास येथे १८८४ ला 'मद्रास महाजन सभा' स्थापन केली. स्थानिक स्वराज्य संस्थांमध्ये समन्वय राखणे, कायदेमंडळाचा विस्तार करून त्यात भारतीयांना प्रतिनिधित्व देणे, सत्तेचे विभाजन करणे, इत्यादी त्यांच्या प्रमुख मागण्या होत्या. संस्थेची वाटचाल अर्ज, विनंत्या, शिष्टमंडळे, सनदशीर मार्गाने चालत होती, 'हिंदू' वर्तमानपत्रातून ह्या संस्थेमार्फत विचार मांडले जात होते. लॉर्ड लिटनच्या प्रतिगामी धोरणाच्या निषेधावरून राजकीय जागरण करण्याचे काम या संस्थेमार्फत झाले.

प्रांताच्या पातळीवर कार्यरत असलेल्या वेगवेगळ्या संस्थांचे रूपांतर राष्ट्रीय पातळीवर संस्थेत व्हावे, या दृष्टीने इंग्लंडमध्ये स्थापित 'ईस्ट इंडिया असोसिएशन' ही संस्था प्रयत्नशील होती. त्या संस्थेच्या शाखा मुंबई–कोलकाता येथे कार्यरत होत्या. कोलकाता इंडियन असोसिएशन, न्यायमूर्ती तेलंग प्रयत्नशील होते. वृत्तपत्रांची एक संघटना असावी, असाही त्यांचा प्रयत्न होता. प्रेसिडन्सी नगरातील स्थानिक संघटनांची एकत्रित बैठक राष्ट्रीय पातळीवर आयोजित करण्याचे प्रयत्नही सुरू होते. त्या प्रयत्नांचा एक भाग म्हणून बंगालमधील मध्यमवर्गीयांनी १८७५ मध्ये 'इंडियन लीग' स्थापना केली. त्यानंतर १८७६ मध्ये सुरेंद्रनाथ बॅनर्जींनी 'इंडियन असोसिएशन' संघटना स्थापन केली. १८७७ मध्ये दिल्ली दरबारात बॅनर्जी उपस्थित होते, त्यातून प्रेरणा घेऊन त्यांनी १८८३ मध्ये कोलकात्याला भारतातील राजकीय संघटनांची परिषद बोलविली होती व १८८५ मध्ये दुसऱ्यांदा या परिषदेचे आयोजन केले. तिला खूप चांगला प्रतिसाद मिळाला. त्यातून त्यांनी 'नॅशनल कॉन्फरन्स' स्थापन केली व भारतीयांसाठी स्वतःचे व्यासपीठ निर्माण करण्याचा प्रयत्न केला. भारतात सुरेंद्रनाथ बॅनर्जी, दादाभाई नौरोजी, न्यायमूर्ती तेलंग, न्यायमूर्ती रानडे, फिरोजशहा मेहतांसारखी मंडळी प्रयत्न करून सनदशीर मार्गाने ब्रिटिश पार्लमेंट, ब्रिटिश सरकारला भारतीयांच्या समस्यांविषयी व मागण्यांविषयी अर्ज विनंत्या, शिष्टमंडळे, निवेदने देऊन मांडणी करीत होते.

सर ह्यूम यांचे योगदान – इंग्लंडमधील उदारमतवादी नेत्यांनाही भारतात सुधारणा हव्या होत्या. ॲलन ऑक्टेव्हिअन ह्यूम हा ब्रिटिश सेवेतील निवृत्त अधिकारी होता. भारतीयांच्या कल्याणाची जबाबदारी ब्रिटिश शासनाने स्वीकारली पाहिजे असे त्याला पहिल्यापासून वाटत होते. १८७० ते १८७९ दरम्यान तो गृहखात्याचा सचिव होता. त्या काळातील सर्व गुप्त अहवाल, गुप्तचर विभागाची माहिती त्याला अवगत होती. त्यावरून त्याने अंदाज बांधला होता की, देशात मोठ्या प्रमाणात असंतोष वाढतो आहे, सर्वत्र उपासमारीने लोक गांजले आहेत, शेतकरी हवालदिल व हताश झाले आहेत. वेगवेगळ्या कारणांनी, वेगवेगळ्या भागात दंगे उसळत आहेत. जनता अधिक प्रक्षोभित होणे वाईट आहे. आतापर्यंत अलिप्त राहिलेले मध्यमवर्गीयदेखील वेगवेगळ्या आंदोलनांना, संघटनांना मदत करीत आहेत. त्यात लॉर्ड लिटनच्या धोरणाने भर घातली आहे, त्याचाच एक भाग म्हणजे १८६५ मधील नीळ उत्पादकांचा उठाव, मोपलांचा उठाव, महाराष्ट्रात वासुदेव बळवंत फडके यांचा उठाव, रामोशी, भिल्ल, कोळी यांचे महाराष्ट्रातील उठाव; पंजाबातील कुका उठाव यांना शासनाने लष्करी बळावर शमविण्याचा प्रयत्न केला होता.

वर्तमानपत्रे सरकारविरोधी आग ओकत होते. दादाभाई, सुरेंद्रनाथांसारखी माणसे ब्रिटिश पार्लमेंटला, ब्रिटिश सरकारला निवेदने देत होती. यांची माहिती ह्यूमला होती. सरकार आणि जनता यामध्ये संवाद साधण्यासाठी भारतीयांची एक संघटना असावी. त्या दिशेने भारतीयांचे प्रयत्न सुरू होतेच. त्यांच्या प्रयत्नातून १८८४ मध्ये 'इंडियन नॅशनल युनियन' ही संघटना स्थापन झाली होती. त्याने गव्हर्नर जनरल डफरीनची भेट घेऊन त्याला

परिस्थितीची जाणीव दिली. तेव्हा डफरिनने त्याला गुप्तपणे मान्यता दिली. त्यांची इंग्लंडमध्येदेखील अशी संस्था स्थापन करण्याची कल्पना होती.

राष्ट्रीय सभा स्थापनेतील सहभागाबाबत ॲलन ह्यूम किंवा लॉर्ड डफरिन यांना श्रेय देण्याबाबत वाद उपस्थित होतात. लॉर्ड डफरिनच्या मनात सामाजिक सुधारणांसाठी अशी संघटना असावी, असे वाटते कारण नंतरच्या काळात जेव्हा राष्ट्रीय सभेने राजकीय स्वरूपाचे मवाळ ठराव मांडले, ते डफरिनला आवडले नाहीत. राष्ट्रीय सभा ही राजकीय संघटना असू नये, ही त्याची भूमिका होती, मात्र तो गव्हर्नर जनरल असताना या संस्थेच्या स्थापनेला मूक संमती देणे, ही बाबदेखील महत्त्वाची होती.

ॲलन ह्यूम १८८३ ते १८८५ पर्यंतच्या भाषणात वारंवार या गोष्टीचा उल्लेख करीत होते. राजकीय संघटन असावे, हीच त्यांची भूमिका होती, त्या दृष्टिकोनातून सोडवाट (Safety Valve) करून देण्याची त्याची योजना होती. असंतोषाला वाचा फोडणे, त्यासाठी व्यासपीठ स्थापणे व ब्रिटिश सरकारला त्यातून मदत होईल, हीच ह्यूमची भूमिका होती; म्हणून सभेच्या स्थापनेची कल्पना, त्यासाठी आवश्यक चालना आणि प्रयत्न सर ह्यूम यांनी केले हे निर्विवाद मान्य करावे लागते. याउलट, हा प्रस्ताव जेव्हा त्याने मांडला तेव्हा वांच्छा, मेहता सारखी मवाळवादी मंडळी कचरली होती, यावरून भारतीय नेत्यांच्या पुढाकाराने अशी संस्था स्थापन होण्याची परिस्थिती नव्हती. सुरेंद्रनाथ बॅनर्जींनी ह्या दृष्टिकोनातून प्रयत्न केले होते. मात्र, त्यांच्या पुढेही अनेक अडथळे होते. अर्थात, सर ह्यूमच्या प्रभावांनी भारतीय नेतृत्वाचे सहकार्य केले नसते, तर त्याचा प्रयोगही वांझोटा ठरला असता म्हणून भारतीय नेतृत्वानेदेखील त्यासाठी अनुकूल परिस्थिती निर्माण केली होती. सर ह्यूमच्या प्रयत्नांनी स्थापित संघटनेद्वारा भारतीयांच्या समस्यांना वाचा फोडता येईल, त्यांच्या मागण्यांना वाट मिळेल, अशी आशा भारतीय नेतृत्वाला वाटत होती व त्यातून सहकार्याची भूमिका ठरत होती.

ॲलन ह्यूम यांचा दुसरा हेतूदेखील असावा, कारण सुरेंद्रनाथ बॅनर्जी हे अधिक आक्रमकपणे, जहालवादाचा अवलंब करून संघटनात्मक वाटचाल करीत होते. त्यांच्या संघटनात्मक प्रयत्नाला खीळ बसावी व मवाळवादी संघटन व्हावे, हीदेखील ह्यूमची चाल असावी, कारण सुरेंद्रनाथ बॅनर्जी प्रणीत नॅशनल कॉन्फरन्स १८८५ मध्ये भरत असताना यांनी वेगळी चूल स्थापली, हे स्पष्ट होते. सुरेंद्रनाथ बॅनर्जींशी १८८५ च्या काँग्रेस स्थापनेच्यावेळी सर ह्यूमने संपर्क साधला नाही, कारण बॅनर्जी सरकारच्या काळ्या यादीत होते, त्यांच्यावर डफरिनचाही राग होता. तेव्हा सुरेंद्रनाथ बॅनर्जींना डावलून त्याने हा दुसरा प्रयत्न केला होता. त्यामुळे स्थापनेच्यावेळी त्यांना बोलावले गेले नाही, मात्र बॅनर्जींनी कोणताही अहंभाव न बाळगता १८८६ च्या अधिवेशनात आपल्या सहकाऱ्यांसह दाखल होऊन चळवळ वाढविली. एकंदरीत, सभेच्या स्थापनेत सर ह्यूम यांचे योगदान महत्त्वाचे होते. त्याने मवाळवादी संघटना व त्यातून नंतर चळवळ उभारण्यास मदत केली. अर्थात ह्यूमचा हेतू साम्राज्य वाचविणे हा होता. शासक व शासितांमधील अंतर कमी करून साम्राज्याचा धोका कमी करू पाहणारा जागरूक साम्राज्यवादी होता, हे मात्र खरे.

● **भारतीय राष्ट्रीय काँग्रेसची स्थापना** – ॲलन ह्यूम व लॉर्ड डफरिनच्या प्रयत्नाने व पुढाकाराने स्थापित इंडियन नॅशनल युनियनचे पहिले अधिवेशन पुण्यात भरविण्याचे ठरले, त्यानुसार निमंत्रणपत्रेही पाठविली गेली. परंतु, दरम्यानच्या काळात पुण्यात कॉलरा रोगाची भयंकर साथ सुरू झाली. शेवटी पुण्याऐवजी मुंबईत गोकुळदास तेजपाल सप्रु या संस्कृत पाठशाळेत या युनियनचे अधिवेशन भरले. या अधिवेशनास देशभरातील वेगवेगळ्या प्रांतातील ७२ प्रतिनिधी उपस्थित होते. या प्रतिनिधींमध्ये वेगवेगळ्या व्यवसाय, वर्गांचे प्रतिनिधी होते. बोमेशचंद्र बॅनर्जी (उमेशचंद्र बॅनर्जी) यांची अध्यक्ष म्हणून तर ह्यूम यांची सचिव म्हणून निवड झाली. त्यावेळी

हेन्री कॉटन, विल्यम वेंडरबन हे इंग्रज अधिकारीही उपस्थित होते.

ऑलन ह्यूम यांनी उद्घाटनपर भाषणात देशहितासाठी कार्य करणाऱ्या विविध क्षेत्रातील व्यक्तींचा परस्परांशी परिचय व्हावा, मैत्रीपूर्ण संपर्कातून आपसातील वंश, धर्म, जात संदर्भातील पूर्वग्रह, दूषितभाव दूर होऊन ऐक्यभाव वाढवा, भारतीय समाजातील विविध समस्यांवर चर्चा व्हावी व पुढील वर्षभरासाठी कोणत्या पद्धतीने नेत्यांनी सार्वजनिक कार्य करावे, याचे नियोजन करण्याच्या हेतूने हे अधिवेशन भरविल्याचे सांगितले. अध्यक्ष बोमेश (उमेश) बॅनर्जी यांनीही तीच भूमिका मांडली.

या अधिवेशनात अनेक मान्यवर मंडळी उपस्थित होती. दादाभाई नौरोजी, काशिनाथ त्र्यंबक तेलंग, फिरोजशहा मेहता, दीनशॉ इंदुलजी वांच्छा, सुब्रह्मण्यम अय्यर यांनी आपले विचार मांडलेत, तर रहिमतुल्ला सयानी, गोपाळ गणेश आगरकर, लोकमान्य टिळक, न्यायमूर्ती रानडे, रंगय्या नायडू, नरेंद्रनाथ सेन, गिरिजा भूषण बॅनर्जी, डॉ. भांडारकर, वीर राघवाचार्य, गंगा प्रसाद वर्मा यासारखी मान्यवर मंडळी उपस्थित होती. या अधिवेशनात 'इंडियन नॅशनल युनियन' हे नाव बदलून 'भारतीय राष्ट्रीय सभा' असे करण्यात आले.

अधिवेशनातील सर्वांची भूमिका ब्रिटिश निष्ठा, सनदशीर व लीनताप्रधान असली तरी इंग्लंडमधील साम्राज्यवादी वृत्तीच्या लोकांना ही घटना मान्य होणे शक्य नव्हते. लंडन टाईम्स या वृत्तपत्रात 'काँग्रेसच्या आजच्या मागण्या मान्य करणे म्हणजे स्वयंशासनाचा अधिकार देणेसारखे होईल,' असे छापून आले. एक गोष्ट मात्र प्रभावी ठरली ती म्हणजे अधिवेशनाने राजकीय जागृतीला चालना, जाणीव जागृती, नवीन स्फूर्ती मिळाली. भारतीय वृत्तपत्रांनी त्याला चांगला प्रतिसाद दिला व भारतीयांना स्वत:चे व्यासपीठ मिळाले व नव्या पर्वाची सुरुवात झाली. राष्ट्रीय सभा ही संघटना न राहता ती चळवळ बनली. १८८५ ते १९४७ या कालावधीत तिचे रूप, स्वरूप, आंदोलनाची दिशा, जनसहभाग, ध्येय, उद्दिष्ट्ये ही बदलत गेली व शेवटी त्याद्वारे निश:स्त्र शांतता, अहिंसेच्या मार्गाने प्रचंड जन पाठिंब्याने रक्तविहीन राज्यक्रांती होऊन ब्रिटिशांना भारत सोडावा लागला. ही चळवळ साधारणत: तीन अवस्थांमधून वाढत गेली.

(१) राष्ट्रीय चळवळीचा पहिला टप्पा – १८८५ ते १९०५ (काँग्रेसची मवाळवादी भूमिका) – सनदशीर, मवाळ, अर्ज, विनंत्या करणारी, ध्येय निश्चिती संदर्भात संदिग्धता असलेली सुशिक्षित

मध्यमवर्गीय बुद्धिजीवी वर्गाची मर्यादित चळवळ होती. या वर्गातील नेते व कार्यकर्त्यांचा उदारमतवादावर विश्वास होता. काँग्रेस स्थापनेच्या वेळी सर ह्यूमने जी अपेक्षा व्यक्त केली होती, त्यानुसार काँग्रेसच्या पहिल्या फळीचे सर्व नेते हे सनदशीर, मवाळवादी, उदारमतवादी होते, त्यामध्ये दादाभाई नौरोजी, दिनशा वांच्छा, बोमेश बॅनर्जी, सुरेंद्रनाथ बॅनर्जी, न्यायमूर्ती रानडे, नामदार गोखले इत्यादींचा समावेश होता. पारित झालेल्या ठरावातील विषयांचा पाठपुरावा करणे व दर अधिवेशनामध्ये वारंवार त्याच मागण्यांचा पाठपुरावा करून अर्ज, विनंत्या, निवेदने, शिष्टमंडळे पाठविणे अशी त्यांची कार्यपद्धती होती.

२) सुरुवातीच्या कालखंडात मध्यमवर्गीय, सुशिक्षित वर्गांचा भरणा होता. मात्र वेगवेगळ्या जात, पंथ धर्माचे होते. त्यांच्यात सर्वसमावेशकता असल्यामुळे ते खऱ्या अर्थाने राष्ट्राचे प्रतिनिधित्व करीत होते. ब्रिटिशांवर निष्ठा आणि साम्राज्याशी अतूट नाते ठेवून इंग्लंडमधील उदारमतवाद, न्यायप्रियता यावर त्यांचा विश्वास होता. इंग्रजी सत्ता विरोध, तिच्याविरुद्ध बंड करणे, हा विचार त्यांना स्वप्नातही शिवलेला नव्हता. १८५८ च्या राणीच्या जाहीरनाम्यातील वचनहमीवर त्यांचा विश्वास होता. ब्रिटिश लोक लोकशाहीप्रिय असून त्यांच्या हातून भारतीयांचे कल्याण होईल, यांची त्यांना खात्री होती. उलट ब्रिटिश देश सोडून गेले तर देशात अराजक माजेल, अशी भीती त्यांना वाटत होती. ब्रिटिशांच्या सहकार्याने सुधारणा व्हाव्यात, भारतीयांना मूलभूत अधिकार मिळावेत,

भारतीयांचा सहभाग वाढवून त्यांना स्थानिक शासन व्यवस्थेत स्वयंनिर्णयाचे अधिकार मिळावेत, एवढी त्यांची मागणी होती.

३) येथील नोकरशाही भ्रष्ट व शोषक स्वरूपाची आहे, अशी टीका करीत. त्याबाबत इंग्लंडची पार्लमेंट व सरकार आपल्याला न्याय मिळवून देईल यावर त्यांची गाढ श्रद्धा होती. अर्ज, विनंत्या, निवेदने, अधिवेशनात ठराव, सनदशीर मार्ग, शांततापूर्ण मागण्या आणि इंग्लंडमधील उदारमतवाद्यांशी संपर्क साधून गाऱ्हाणे मांडणे, याद्वारे ब्रिटिशांच्या शोषकनीतीला आळा बसेल, असा त्यांना भाबडा विश्वास होता.

४) या चळवळीत सर्व प्रांत, धर्म, जाती, वर्गांचे प्रतिनिधी असल्यामुळे या चळवळीला राष्ट्रीय स्वरूप प्राप्त झाले होते. त्यांना जनपाठिंबा मिळत होता. पहिल्या कालखंडातील १८८५ ते १८९२ पर्यंत या पद्धतीने कामकाज, चळवळ सुरू होती, मात्र चळवळीकडे पाहण्याचा सरकारचा दृष्टिकोन उदासिनतेचा होता. मावळ्यांच्या पदरात फारसे काही पडले नव्हते. उलट, १८९० मध्ये सरकारी कर्मचाऱ्यांवर काँग्रेसमध्ये भाग न घेण्याचे बंधन घालण्यात आले आणि 'फोडा आणि झोडा' तत्त्वाचा अवलंब करून काँग्रेस ही मुस्लिमांच्या हिताकडे दुर्लक्ष करते, अशी भावना मुस्लिमांच्या मनात उतरविण्यात यश मिळविले होते. त्यामुळे मुस्लिम काँग्रेसबद्दल साशंक भाव राखून होते. सनदशीर मार्ग, अर्ज, विनंत्या, शिष्टमंडळे, ठराव याद्वारे केलेल्या प्रयत्नांना फारसे यश मिळाले नव्हते. तरीदेखील हिंसक मार्गाचा अवलंब करून देशाची प्रगती होणार नाही, उलट नुकसान होईल, अशी त्यांची ठाम भूमिका राहिली.

५) काँग्रेसची एक शाखा १८८९ मध्ये लंडन येथे स्थापन करण्यात येऊन वेंडरबर्न या शाखेचे पहिले अध्यक्ष व डिग्बी हे सचिव झाले. बॅनर्जी व नौरोजी त्याचे सदस्य होते. अतिशय संयमशीलतेने पहिल्या कालखंडातील पहिला टप्पा १८८५ ते १९९२ पर्यंत वरील पद्धतीने सुरू होता. मात्र काँग्रेसच्या पदरी फारसे यश मिळाले नाही. याउलट १८९२ च्या कौन्सिल अॅक्टने त्यांचा भ्रमनिरास झाला होता. प्रांतिक कायदेमंडळात सुधारणा व १८९३ पासून मुलकीसेवा परीक्षा भारतात घेण्याचा प्रस्ताव पार्लमेंटने पारित केला होता. या व्यतिरिक्त भारतीयांच्या पदरी काही पडले नाही. परीक्षासंबंधीचा प्रस्ताव अंमलात आलाच नाही. त्यामुळे नेमस्तदेखील असमाधानी झाले, निराश झाले. त्याचा अर्थ ब्रिटिश सरकार काँग्रेसप्रती अपेक्षेप्रमाणे फारसे सकारात्मक नव्हते; उलट ती चळवळ अपयशी करण्याची भूमिका वेळोवेळी घेतल्याचे जाणवते. जमिनदार, संस्थानिक व मुसलमान यांना या चळवळीपासून दूर करण्याचा डाव ब्रिटिश आखत होते.

६) सुरुवातीच्या काळात मुस्लिम प्रतिनिधित्व नगण्य होते. बद्रुद्दीन तय्यबजींच्या प्रयत्नाने त्यात वाढ झाली होती. अलाहाबाद अधिवेशनात ती बरीच वाढली. नंतर मात्र संख्या रोडावत गेल्याचे दिसते. त्यातच सर सय्यद अहमद यांनी वेगळी भूमिका घेऊन मुस्लिमांनी काँग्रेसपासून लांब राहावे असे ठरवले. त्यातूनच पुढे वेगळी संघटना-मुस्लिम लीगचा जन्म झाला व ब्रिटिशांची चाल यशस्वी ठरली आणि मुस्लिम समाज काँग्रेसपासून दुरावला.

७) त्याचबरोबर इंग्रजांच्या काँग्रेसविषयक बदलत्या भूमिका लक्षात घेऊन जमिनदार, संस्थानिकदेखील या चळवळीपासून चार हात लांब राहिल्याचे दिसते. अशा पद्धतीने इंग्रजांनी जमिनदार, संस्थानिक व मुस्लिमांना या चळवळीपासून तोडले होते. तरीदेखील ही सनदशीर, शांतताप्रिय, नेमस्त चळवळ सर्व भारतीयांची, सर्व जाती, धर्माची एकमेव राष्ट्रीय चळवळ ठरली होती. तिचा प्रभाव वाढत होता व याची जाणीव धूर्त इंग्रजांना होत होती.

▶ **जहालवादी चळवळ १८९३-१९०७** – काँग्रेस चळवळीत तरुणांचा भरणा वाढत होता. सुरुवातीला वरिष्ठ नेतृत्वाने स्वीकारलेल्या धोरण, कार्य पद्धतीनुसार अर्ज, विनंत्या, शिष्टमंडळे, ठराव यांवर

त्यांचाही विश्वास होता. मात्र, १८९२ च्या कायद्याने भ्रमनिरास केले. काँग्रेसप्रती ब्रिटिशांची भूमिका संशयास्पद वाटू लागली. तेव्हा ब्रिटिशांच्या भरोशावर देशाची प्रगती होणे शक्य नाही, त्यासाठी आपण एकसंघ होणे, स्वावलंबी होणे व त्यासाठी जनजागृती करणे आवश्यक आहे, असे युवा नेतृत्वाला वाटत होते. त्यातूनच जहालवादी विचारांचा जन्म झाला व जहाल राष्ट्रवाद पुढे आला.

जहालवादाचा तात्त्विक आधार – काँग्रेसची चळवळ वाढत असताना तिच्यात तरुण नेतृत्वाचा भरणा होत होता. त्यांच्यात राष्ट्रवादीवृत्ती वाढत होती. मवाळवादी नेतृत्व कृतिशील ठरू शकत नाही. उदारमतवाद अंगीकारून फारसा फायदा होणार नाही. ब्रिटिश हे साम्राज्यवादी, शोषणकर्ते असल्याने ते भारतीयांचे कल्याण करतील ही भाबडी समजूत आहे. त्यासाठी मूलभूत परिवर्तन चळवळीत आणले पाहिजे, त्यासाठी जहालवाद स्वीकारावा ही भूमिका तयार होत होती. त्यासाठी वैचारिक आधार दिला जात होता.

(१) ब्रिटिश हे साम्राज्यवादी, प्रतिगामी, शोषक असून त्यांच्याकडून आपले कल्याण होणार नाही, आपल्या कल्याणासाठी आपणच आपला मार्ग निवडला पाहिजे.

(२) ब्रिटिशांकडून सामाजिक सुधारणांच्या आशेवर न थांबता किंवा क्रमाक्रमाने राजकीय सुधारणांची आशा न करता स्वराज्य मिळाल्याशिवाय आपला विकास शक्य नाही.

(३) सामाजिक सुधारणा ब्रिटिशांकरवी करून त्यांना सामाजिक मान्यता देण्यापेक्षा आधी राजकीय सुधारणा करू व स्वातंत्र्य मिळाल्यानंतर सामाजिक सुधारणा जलद गतीने करू, कारण सामाजिक सुधारणांच्या नावाखाली समाजात फूट पडण्याची शक्यता जहालवाद्यांना दिसत होती.

(४) आतापर्यंत काँग्रेसच्या चळवळीने राष्ट्रीय स्वरूप धारण केले असले तरी ही चळवळ मध्यमवर्गीय, सुशिक्षित, व्यावसायिक, नोकरवर्गपुरती मर्यादित होती. या चळवळीला जनसामान्याची चळवळ करून जनतेचा पाठिंबा वाढविल्याशिवाय इंग्रज वठणीवर येणार नाहीत म्हणून चळवळ व्यापक करावी, त्यासाठी लोकजागृती, लोकसंघटन वाढवावे.

(५) जनतेत राजकीय जागृती, राष्ट्राभिमान वाढविण्यासाठी ब्रिटिशांचे, त्यांच्या सुधारणांचे गोडवे गाण्याऐवजी, आपली संस्कृती, आपले प्राचीन वैभव, इतिहास यांची जाणीव भारतीयांना करून देऊन त्यांच्यातील न्यूनगंड घालवून आपल्या अस्मिता जागविणे, त्यासाठी मातृभाषेतून शिक्षण देणे, आपला अभ्यासक्रम आणणे, पश्चिमी शिक्षणावर अवलंबून न राहणे, स्वत:च्या शाळा सुरू करणे, सरकारवर अवलंबून न राहणे, यासारखे उपक्रम अवलंबणे.

(६) धार्मिकता ही जनमानसाची जिव्हाळ्याची गोष्ट आहे. तेव्हा धार्मिक भावना, धार्मिक निष्ठा, धार्मिक उत्सव, धार्मिक सण, परंपरांचा, धर्मग्रंथांचा आधार घेऊन गणपती उत्सव, काली उत्सव, भारतमाता, राष्ट्र मातृदेवता यांना महत्त्व देऊन धार्मिक भावनांचा आधार घेऊन राष्ट्रवाद विकसित करणे.

(७) ब्रिटिश हे मुळात व्यापारी आहेत. तेव्हा नफा कमविणे हा त्यांचा मुख्य उद्देश आहे. ते भारतीयांचे कल्याण करण्याऐवजी शोषण करतील, तेव्हा त्याला प्रत्युत्तर म्हणून आपण आपले आर्थिक धोरण ठरविले पाहिजे, आपले व्यवसाय, उद्योग यांना आपण संरक्षण मिळवून दिले पाहिजे. त्यासाठी स्वराज्यासोबत स्वदेशी मालाचा वापर, परदेशी माल नाकारणे, यामुळे भारत ही त्यांची व्यापार पेठ झाली आहे या समजुतीला तडा जाईल. त्यांचे नाक दाबले की तोंड उघडेल व स्वराज्य प्राप्त होईल म्हणून आपली आर्थिक नीती आपणच निश्चित करावी.

(८) सनदशीर मार्गांचा अवलंब करणे चांगले आहे, पण त्याचा राज्यकर्त्यांवर परिणाम होत नसेल तर तो मार्ग बदलणे अपरिहार्य ठरते, 'जशास तसे', 'ठोसास ठोसा', 'अन्यायाचा प्रतिकार' करण्यासाठी जहाल मार्गांचा अवलंब करावा. अहिंसा, सनदशीर मार्गांवर विश्वास ठेवूनदेखील प्रसंगी जहाल, क्रांतिकारी मार्गांचा अवलंब अनिवार्य असेल तर त्याचा वापर अनैतिक नाही, ही भावना युवकात वाढत होती.

(९) राष्ट्रकार्य, राष्ट्रसेवा, प्रतिकार, क्रांतिकारी मार्गांचा अवलंब, सरकारला विरोध केल्याने सरकार दंड, शिक्षा, त्रास देणारच. तेव्हा देशासाठी, राष्ट्रासाठी त्याग, नि:स्वार्थी भाव, निर्भीडपणा वाढविणे, स्वार्थत्याग करणे आवश्यक आहे.

(१०) सनदशीर मार्गांचा अवलंब करण्यासाठी 'सनद' आवश्यक असते. ब्रिटिश 'सनद' देत नाहीत व सनदेप्रमाणे ते वागत नाहीत. तेव्हा भारतीयांनी सनदशीर मार्गाने वागावे, ही अपेक्षा फोल ठरते, म्हणून जहालमार्ग अपरिहार्य ठरतो.

योगी अरविंदांचा आध्यात्मिक राष्ट्रवाद, बाळ गंगाधर टिळक यांची चतु:सूत्री, धार्मिक अधिष्ठान, बिपिनचंद्र पाल यांचा राष्ट्रभाव व राष्ट्रभक्ती आणि लाला लजपतराय यांचा राजकीय साध्य, संपूर्ण स्वराज्य, राष्ट्रीय ऐक्यासंबंधीचा विचार हा जहालवादी चळवळीला वैचारिक अधिष्ठान प्राप्त करून देणारा ठरला.

बनारस अधिवेशन – १९०५ बनारस येथे नामदार गोखले यांच्या अध्यक्षतेखाली अधिवेशन भरले. त्यात बंगाल, पंजाब, महाराष्ट्रातून मोठ्या प्रमाणावर प्रतिनिधी उपस्थित होते. केसरीमधून टिळकांनी कर्झनची तुलना औरंगजेबाशी केली होती, तीच तुलना नामदार गोखले यांनी अधिवेशनाच्या व्यासपीठावरून करून टिळकांच्या भूमिकेचे समर्थन केले. गोखल्यांनी भारतमंत्री मोर्लेची भेट घ्यावी, असे ठरले. मात्र, स्वदेशी व बहिष्कार तंत्र इतरत्र वापरण्याबाबत मवाळांची भूमिका सबुरीची होती, तर जहालवादी त्यांच्या विरोधी होते. इंग्लंडच्या युवराजाचा अभिनंदनाचा ठराव व्हावा, असे मवाळवाद्यांना वाटत होते. मात्र, जहालवाद्यांनी त्याला विरोध केला. शेवटी मतदानाप्रसंगी जहालवाद्यांनी बहिर्गमन करून टिळकांच्या मध्यस्थीने काँग्रेसमधली फूट टळली.

बनारस अधिवेशनात मवाळ व जहाल नेत्यांमधील वैचारिक मतभेद स्पष्ट झाले. जहालवादी गट प्रभावी होत आहे. याची जाणीव मवाळवाद्यांना झाली होती. यावेळी मवाळ-जहाल यांच्यातील वैचारिक खडाजंगीत बिपिनचंद्र पाल यांनी प्रभावी भूमिका मांडून काँग्रेसने भूमिका बदलण्याचा आग्रह धरला. या अधिवेशनात लाल, पाल, बाल यांचा प्रभाव जाणवला.

कोलकाता अधिवेशन – १९०६ ला कोलकाता येथे दादाभाई नौरोजी या वयोवृद्ध नेत्याचे नाव अध्यक्षपदासाठी आले. त्यामुळे जहाल गटाने टिळकांच्या नावाचा आग्रह सोडला. नामदार गोखल्यांनी इंग्लंडमध्ये जाऊन मोर्लेशी चर्चा केली. परंतु ती विफल ठरली. उलट मोर्लेने 'फाळणी ही निर्धारित घटना' असे संबोधन करून गोखलेंना निराश केले. त्यामुळे जहालवादी अधिक चिडले होते. या अधिवेशनात अध्यक्षीय भाषण करताना स्वत: नौरोजी अधिक आक्रमक झाले होते; बंगाली जनतेचे अभिनंदन करून, आंदोलनाचे समर्थन करून 'स्वराज्य' हे काँग्रेसचे अंतिम उद्दिष्ट असल्याचे त्यांनी सांगितले. मात्र त्याची स्पष्ट व्याख्या दिली नाही. 'स्वराज्य'चा प्रथमच अधिवेशनात अध्यक्षीय भाषणातील उल्लेख ही ऐतिहासिक बाब ठरली. बहिष्काराच्या ठरावावर वाद होऊन बिपिनचंद्रांनी सभात्यागाची तयारी दाखविली. शेवटी, मतदान होऊन बहुमताने जहालांनी ठराव पारित केला व चतु:सूत्री कार्यक्रमास मान्यता मिळाली. दादाभाईंनी 'एकजूट, चिकाटी, अखंड चळवळ आणि त्यातून स्वराज्य' असा मंत्र समारोपप्रसंगी दिला. त्यामुळे जहालांच्या उत्साहात भर पडली. मात्र चळवळ जहालांच्या ताब्यात जाऊ पाहते आहे, हे मवाळांना मान्य नव्हते.

सूरत अधिवेशन – १९०७ सुरत अधिवेशनात 'बहिष्कार' तंत्रावरून पुन्हा वादंग होऊन दोन्ही गट शक्ती पणाला लावतील व त्यातून संघटना फुटण्याची शक्यता निर्माण होईल, असे वाटत होते; कारण बहिष्कार तंत्र सर्व ठिकाणी लागू करावे व 'स्वराज्य म्हणजे साम्राज्यांतर्गत स्वशासन' ही मवाळांची व्याख्या जहालांना मान्य नव्हती. त्यामुळे नामदार गोखले, बॅनर्जी प्रयत्नशील होते. उलट मवाळवादी मेहता, वांच्छा यांना जहालांची भूमिका मान्य नव्हती. १९०७ चे अधिवेशन नागपूरला भरणार होते. मात्र, महाराष्ट्रात जहालवादी अधिक आक्रमक होतील म्हणून अधिवेशन सूरत येथे घेण्याचे ठरले.

सूरत अधिवेशन हे काँग्रेसच्या इतिहासातील वेगळे वळण घेणारे ठरले. या अधिवेशनात रास बिहारी घोष यांचे नाव अध्यक्षपदासाठी आले, त्यास जहालवाद्यांचा विरोध होता. कोलकाता अधिवेशनातील ठराव परत पारित करावेत, अशी आग्रहाची मागणी करून तसे होत असेल तर घोष यांना आमचा विरोध नसेल अशी जहालांची भूमिका होती. सुरेंद्रनाथांनी टिळकांना बोलण्यास परवानगी नाकारून अध्यक्ष म्हणून घोषांचे नाव जाहीर करून निवड झाल्याचे एकतर्फी जाहीर केल्याने टिळक व्यासपीठाकडे वळले व ध्वनिक्षेपक ताब्यात घेऊन, घोष यांची निवड नियमानुसार नाही, असे त्यांनी जाहीर केले. तेव्हा आरडाओरडा, गोंधळ, खुर्च्यांची फेकाफेक करून टिळकांना मंचावरून खाली ढकलण्याचा प्रकार त्यांच्या अनुयायांना न आवडल्याने मंडपात प्रचंड हाणामारी, गोंधळ झाल्याने सभा बरखास्त केली. दुसऱ्या दिवशी मवाळांनी 'साम्राज्यांतर्गत स्वयंशासन व सनदशीर मार्गांचा अवलंब' यावर भर देणारे निवेदन जाहीर केल्याने, जहालांनी सभात्याग केला, तेव्हा जहालांना काँग्रेसमध्ये स्थान नको, अशी व्यूहरचना करण्यात आली आणि १९०८ च्या अलाहाबादच्या बैठकीत मान्यता घेऊन काँग्रेसच्या नव्या घटनेच्या मसुद्यात जहालांना काँग्रेसपासून दूर ठेवण्याची तरतूद केली गेली. त्यामुळे जहाल गट काँग्रेस चळवळीतून बाहेर फेकला गेला व काँग्रेस चळवळ पुन्हा मवाळवादी, अर्ज विनंत्या करणारी बनली.

▶ मवाळांचे योगदान :

१८८५ ते १८९२ हा काँग्रेसच्या चळवळीच्या पहिल्या अवस्थेतील पहिला टप्पा व त्यानंतरचा १८९२ ते १९०५ चा दुसरा टप्पा यामध्ये परिवर्तने झाली. १८८५ ते १९०५ दरम्यान काँग्रेसची २१ अधिवेशने भारताच्या वेगवेगळ्या प्रांतात व वेगवेगळ्या शहरात संपन्न झाली. या अधिवेशनात विल्यम वेंडरबर्न १८८९ मध्ये मुंबईत, १८८८ मध्ये अलाहाबाद येथे जॉर्ज अँड्र्युमुळे, १८९४ ला मद्रास येथे अल्फ्रेड वेब, १९०४ ला मुंबईत सर हेन्री कॉटन हे चार इंग्लिश उदारमतवादी अध्यक्ष झाले. सतराव्या अधिवेशनात सुरेंद्रनाथ बॅनर्जी, वांच्छा, नामदार गोखले, उमेशचंद्र बॅनर्जी, दादाभाई तय्यबजी, फिरोजशहा मेहता सारखे अनेक मान्यवर नेते अध्यक्ष झाले. काँग्रेसच्या माध्यमातून स्वातंत्र्य चळवळीची पायाभरणी झाली. भारतीयांमध्ये राष्ट्रभाव, राष्ट्रवाद विकसित होण्यास मदत झाली. ब्रिटिशांची दुष्टनीती, त्यांचे शोषणावर आधारित आर्थिक धोरण उघड झाले. त्यांची न्यायनीती पोकळ असल्याचे सिद्ध झाले. काँग्रेसच्या वाटचालीत अनेक चांगल्या गोष्टी घडल्या.

(१) भारतीयांमध्ये जागृती निर्माण करण्याचे काम या चळवळीने केले. सुरुवातीच्या मूठभर सुशिक्षित, मध्यमवर्गाची ही चळवळ जनमानसात पोहचली. त्यांनी इंग्रज व्यवस्थेच्या दोषावर ओरखडे ओढून तिची वास्तवता जनतेच्या लक्षात आणून देऊन वैचारिक जागृती घडविली.

(२) काँग्रेसच्या माध्यमातून सुरुवातीला ब्रिटिशांबद्दल निष्ठा व्यक्त करूनदेखील मवाळांनी शासकीय जुलूम व अन्यायाच्या विरुद्ध आवाज उठविला. इंग्रजांनी घेतलेल्या प्रतिगामी भूमिकेची निंदा केली आणि जनतेच्या प्रश्नांना राष्ट्रीय व्यासपीठावरून प्रथम वाचा फोडण्याचे काम केले.

(३) काँग्रेसच्या उभारलेल्या चळवळीतून राष्ट्रीयत्वाची आणि ऐक्याची भावना वृद्धिंगत होण्यास मदत

झाली. सुरुवातीला संस्थानिक व जमिनदार वर्गाला अलग करण्यात इंग्रज यशस्वी ठरले, पण नंतर हीच मंडळी स्वदेशी चळवळीची समर्थक बनली. जात, धर्म, पंथ, प्रांतभेद विसरून सर्व भारतीयांना एकछत्राखाली आणण्याचे मोठे कार्य या चळवळीने केले. त्यामुळे राष्ट्रवादाची जोपासना झाली व पुढील कालखंडातील चळवळीचा पाया स्थिर करण्यास मदत झाली.

(४) सनदशीर मार्गाचा अवलंब, शांततामय मार्गाने आंदोलन, अहिंसक मार्गाचा अवलंब यामुळे भविष्यातील लोकशाही प्रक्रियेसाठी आवश्यक शिकवण दिली गेली. त्यातून देशभक्तांचा धडा दिला गेला. त्यामुळे पुढे गांधीजींचे आंदोलन यशस्वी ठरले.

(५) मवाळ नेत्यांपैकी दादाभाई नौरोजी, रमेशचंद्र दत्त, दिनशा वाच्छा यांनी आकडेवारीसह ब्रिटिश अर्थनीतीचे वाभाडे काढून त्यांची नीती कशी शोषणावर आधारित असून ते भारताची कशी लूट करीत आहेत हे आर्थिक निस्सारण सिद्धांत मांडून इंग्रजांना उघडे पाडले. या सिद्धांताचा आधार घेऊन पुढे टिळकांनी व जहालवाद्यांनी चतु:सूत्रीचा कार्यक्रम देऊन भारतातील आर्थिक राष्ट्रवाद उभारला.

(६) सुरुवातीच्या काळात ब्रिटिश भारतात आलेत, ते आपल्या भल्यासाठी, कल्याणासाठी, आपल्यात सुधारणा करण्यासाठी, त्यांचे येणे हे ईश्वरी वरदान आहे, अशी भूमिका मवाळवाद्यांची होती. त्यामुळे त्यांचे गोडवे गाणे हीच त्यांची प्रमुख भूमिका होती. मात्र, काँग्रेसच्या स्थापनेनंतर केलेले ठराव, वर्तमानपत्रातून ब्रिटिशांच्या विरोधात मांडली गेलेली प्रखर भूमिका यामुळे जनमत सरकार विरोधी होण्यास मदत झाली. ब्रिटिशांचे धोरण, त्यांची नफेखोरी, त्यांची शोषणाधिष्ठित अर्थनीती, दमनवृत्ती याचा पडदाफाश करून जनमत सरकार विरोधी करण्याचे काम या चळवळीने केले. त्यामुळे मोठ्या संख्येने लोक चळवळीत आले.

(७) ब्रिटिश निगरगट्ट असले तरी चळवळीपुढे नमते घ्यावे, जनतेची निराशा दूर करावी म्हणून काही सुधारणा करणे ब्रिटिशांना गरजेचे होते. त्यामुळेच १८९२ च्या कायद्याने मध्यवर्ती व प्रांतिक कायदेमंडळातील प्रतिनिधी संख्येत वाढ करण्यात यश मिळाले. मुलकी सेवेची परीक्षा भारतात घेण्यास तत्त्वत: मान्यता मिळाली. जमाखर्चाचा हिशेब करण्यासाठी मान्यता मिळून वेल्बी कमिशन नेमले गेले, मवाळवाद्यांनी अनेक मागण्या केल्या. त्यात त्यांना अंशत: यश मिळाले ही बाब देखील महत्त्वाची होती.

मवाळवाद्यांचा सनदशीर मार्ग, अर्ज, विनंत्या, त्यातून देशात राजकीय जागृती झाली. सुरुवातीला राजकीय सुधारणा व सामाजिक सुधारणा बरोबर होत असल्याने सामाजिक सुधारणांना पाठबळ मिळाले. त्यांच्या प्रयत्नामुळे जनतेत नैतिक बळ आले. राष्ट्रप्रेम वाढीस मदत मिळाली. मवाळवाद्यांचा त्याग, विचार पद्धत, कार्यपद्धत यातून देशात राजकीय व सामाजिक जागृती निर्माण झाली. या पार्श्वभूमीमुळेच जहालवाद्यांना आपली चळवळ यशस्वीपणे पुढे नेता आली. नामदार गोखले, सुरेंद्रनाथ बॅनर्जी, दादाभाई नौरोजी हे मवाळ नेते नंतरच्या काळात जहालवाद्यांची भाषा बोलतात. त्यांच्या आंदोलनाचे समर्थन करतात कारण परिस्थिती बदलली होती व ती परिस्थिती बदलण्याचे काम मवाळवाद्यांनी केले, हे मात्र निश्चित. म्हणूनच भारतातील राजकीय चळवळ, स्वातंत्र्य चळवळ, सुधारणा यांचे श्रेय मवाळांकडे जाते.

▶ **जहालांचे योगदान** – १८९२ ते १९०७ या दरम्यान जहालवाद्यांनी राष्ट्रीय कार्याला नवा आशय व नवी दिशा देण्याचे मौलिक कार्य केले. सामान्य माणसातील असंतोषाला कृतिशील केले. आतापर्यंत आपले व्यवसाय, उद्योग, नोकरी सांभाळून राजकारण करण्याची पद्धत होती, त्याऐवजी सर्वस्वाचा त्याग, स्वार्थत्याग, राष्ट्रासाठी सर्व काही हालअपेष्टा सोसण्याची तयारी, शासनाच्या जुलूमशाहीला न जुमानता राष्ट्रकार्याला वाहून घेणाऱ्या कार्यकर्त्यांची, देशभक्तांची फळी उभारण्याचे कार्य जहालवाद्यांनी केले.

जहालवाद्यांची चळवळ ही विशिष्ट वर्गाची नसून जनतेची चळवळ म्हणून तिला सर्वसमावेशक रूप देऊन चळवळीची बाल्यावस्था संपवून ती तरुणांची चळवळ केली. त्याचबरोबर कोलकाता अधिवेशनात मवाळांना आपली भूमिका पटवून देऊन वास्तवतेवर आधारित ठरावाची मागणी केली. त्यामुळे मवाळ-जहाल संघर्ष अपरिहार्य ठरला व त्याचे प्रत्यंतर कोलकाता, बनारस आणि सूरत अधिवेशनात आले.

या कालखंडात वर्तमानपत्राच्या माध्यमातून लोकमान्य टिळक, लाला लजपतराय आणि बिपिनचंद्र पाल यांनी महाराष्ट्र, पंजाब व बंगालमध्ये असंतोष वाढविला. प्रसंगी क्रांतिकारकांना प्रेरणा देऊन हिंसक मार्गांनाही प्रोत्साहन दिले. कर्झनच्या धोरणाचा आणि बंगालच्या फाळणीचा ज्या पद्धतीने निषेध केला व बंगालची फाळणी हा देशाचा प्रश्न बनविला; त्याबद्दल दादाभाई, सुरेंद्रनाथ आणि ना. गोखले यांनी जहालवाद्यांचे कौतुक व स्तुती केली.

जहाल गटाचा काँग्रेसमधील प्रभाव वाढत असताना सरकार मात्र अधिक अस्वस्थ होत होते व अधिक दमननीतीचा अवलंब करीत होते. चळवळ चिरडण्याचा प्रयत्न साम्राज्यवादी कर्झनने केला तेव्हा जहालांनी त्याला त्याच पद्धतीने प्रत्युत्तर देऊन चळवळ अधिक प्रभावी केली होती. कर्झनने कूटनीतीचा अवलंब करून संस्थानिक, जमिनदार व मुस्लिमांना या चळवळीपासून दूर करण्याचा प्रयत्न केला. सभांवर बंदी, वर्तमानपत्रांवर बंधने, शांतपणे निदर्शने करणाऱ्यांवर लाठीमार यासारख्या दमननीतीला न जुमानता चळवळ फोफावत गेली.

लोकमान्य टिळकांच्या चतु:सूत्री कार्यक्रमाने भारतातील आर्थिक राष्ट्रवादाला चालना दिली व 'नाक दाबले की तोंड उघडते' या न्यायाने नफाखोर इंग्रजांच्या व्यापारनीतीला छेद दिला. चतु:सूत्री चळवळीतील स्वदेशीचा स्वीकार, परदेशी मालाचा बहिष्कार, राष्ट्रीय शिक्षण आणि स्वराज्य हा कार्यक्रम प्रभावी ठरला. यामुळेच राष्ट्रीय शिक्षणाचा प्रसार व प्रचार झाला. स्थानिक उद्योगांना प्रोत्साहन मिळाले, त्यामुळे रोजगार वाढला. त्यामुळे राजनिष्ठ संस्थानिक, जमिनदारदेखील चळवळीत सामील झाले.

ना. गोखलेंनी मोर्लेशी अनेकदा भेट घेऊनदेखील फारसे काही निष्पन्न झाले नाही. कर्झनची तुलना टिळकांनी औरंगजेबाशी केली, तिचे समर्थन गोखलेंनी देखील केले. दादाभाई, सुरेंद्रनाथ आणि गोखले नंतरच्या काळात जहालवादाचे बऱ्याच अंशी समर्थन करताना दिसतात. जहालवादी गटामुळे चळवळीला बळ आले. मात्र, सुरत अधिवेशनानंतर त्यातील फूट वाढली आणि चळवळ पुन्हा मवाळांच्या हातात आली.

समाज सुधारणा संदर्भातील जहालवाद्यांच्या भूमिकेमुळे सामाजिक आंदोलनाचे मोठे नुकसान झाले. राजकीय सुधारणांना प्राधान्य दिल्यामुळे सामाजिक सुधारणा आंदोलन मागे पडले, त्यामुळे १९३० नंतर या प्रश्नांनी पुन्हा जोर धरला, तेव्हा खूप उशीर झाला होता. त्यामुळे स्वातंत्र्यप्राप्तीच्यावेळी डॉ. बाबासाहेब आंबेडकर यांनी उपस्थित केलेले प्रश्न किंवा हिंदू-मुस्लिम तेढ, यालाही जहालांची भूमिका काही अंशी कारणीभूत ठरली. कारण राष्ट्रीय चळवळीला धार्मिक अधिष्ठान देऊन गणेश, शिवाजी, काली उत्सव हे चळवळीचे अंग बनले तेव्हा मुस्लिमांमधील प्रतिगाम्यांना ही हिंदूंची चळवळ असे मत मांडण्याची संधी आपोआपच मिळाली. त्यातील फुटीरतेचा फायदा घेतला. ब्रिटिशांनी 'फोडा आणि झोडा' तत्त्वानुसार मुस्लिमांना चळवळीपासून अलग करण्यात ब्रिटिश यशस्वी होऊन १९०६ मध्ये मुस्लिम लीगची स्थापना झाली.

(२) राष्ट्रीय चळवळीचा दुसरा टप्पा – १९०५ ते १९१९ (मवाळ व जहाल दोन्ही मतांचा अंगीकार) – १९०७ च्या सुरतेच्या अधिवेशनात जहाल-मवाळातील मतभेदातून जहालांना काँग्रेस सोडावी लागली. मवाळांनी पुन्हा मध्यम मार्गाचा सहारा घेऊन चळवळीचा जोम कमी केला. त्यातच सरकारने दमननीतीचा अवलंब करून सभा, वर्तमानपत्रे, निदर्शने यांच्यावर निर्बंध आणून जहालांना जेरीस आणले, त्यामुळे जहालांचे आंदोलनही काही काळ थंडावले.

सुरत अधिवेशनात दुफळी झाल्यानंतर जहाल बाहेर पडले. त्यानंतर दरवर्षी अधिवेशने होत गेली व सरकारशी सहकार्य करून आपले कामकाज पुढे चालविले. १९०८ ला अलाहाबाद काँग्रेसचे खास अधिवेशन घेऊन काँग्रेसची घटना तयार केली व 'साम्राज्यांतर्गत स्वयंशासनाचे अधिकार' हे अंतिम उद्दिष्ट मान्य करून सनदशीर मार्गाने आंदोलन करण्यावर भर दिला आणि 'बहिष्कार व राष्ट्रीय शिक्षण' हे मुद्दे बाजूला सारले. मात्र, स्वदेशीचा निर्णय देशाच्या आर्थिक विकासाला पोषक म्हणून कायम ठेवला. १९०८ च्या अधिवेशनात काँग्रेसच्या घटनेत सविस्तर उपाययोजना करण्यात आली होती. त्यात मवाळ समर्थकांखेरीज इतरांना प्रवेश मिळणार नाही, अशी व्यवस्था करण्यात आल्यामुळे जहालांचा मार्ग रोखला गेला व संघटना सीमित झाली.

दरम्यानच्या काळात १९०६ मध्ये मुस्लिम लीग स्थापन झाली. त्यांनी आपल्या मागण्या पुढे केल्या व १९०९ च्या मोर्ले-मिन्टो सुधारणा कायद्यात मुस्लिमांना स्वतंत्र मतदारसंघ देण्यात आले. त्यामुळे हिंदू-मुस्लिमांमधील दुरावा कमी झाला असेल असे गृहीत धरून १९११ ला अलाहाबादला दोन्हींच्या प्रतिनिधींची संयुक्त बैठक घेतली गेली. परंतु, त्यात काही निष्पन्न झाले नाही.

▶ *वंगभंग चळवळ* – लॉर्ड कर्झनने १९०५ मध्ये बंगालप्रांत आणि पूर्व बंगाल व आसामप्रांत अशी केलेली बंगालची फाळणी हा घृणास्पद प्रकार होता. राज्यकारभाराच्या सोयीसाठी सरकारने बंगालची फाळणी केली. बंगाल प्रांताचा लेफ्टनंट गव्हर्नर सर अँड्ड्यु फ्रेझरला फाळणीची योजना तयार करण्यास सांगितले व त्याने योजना करून पूर्ण बंगालमधले चितगाव, ढाक्का, राजेशाही विभाग आणि माल्डा जिल्हा आसाम प्रांताला जोडून त्यास पूर्व बंगाल व आसाम प्रांत असे नाव देऊन ढाक्का याची राजधानी घोषित केली. या नवीन प्रांताची लोकसंख्या ३ कोटी १० लाख पैकी १ कोटी ८० लाख मुसलमान व १ कोटी २० लाख हिंदू व १० लाख इतर असतील या प्रांताचे स्वतंत्र कायदे मंडळ असेल.

पश्चिम बंगालचा पश्चिमेकडील छोटा नागपूर, संबलपूर, ओरिसातील पाच संस्थाने याचा मिळून पश्चिम बंगाल प्रांत असेल व त्याची राजधानी कोलकाता असेल. एकूण लोकसंख्या ४ कोटी २० लाख हिंदू व ९० लाख मुस्लिम व ३० लाख इतर मिळून एकूण लोकसंख्या ५ कोटी ४० लाख होती. या प्रांताचे स्वतंत्र कायदेमंडळ असेल, अशी विभागणी करून कर्झनने ही योजना इंग्लंडला पाठविली. या योजनेबाबत भारतमंत्री अनुकूल नसताना त्यांनी संमती दिली व १९ जुलै १९०५ ला योजना जाहीर करून १६ ऑक्टोबर १९०५ ला अमलात आणून फाळणी केली.

वंगभंग विरोधात प्रचंड निषेध, उग्र आंदोलन होऊन १६ ऑक्टोबर हा राष्ट्रीय 'शोक दिवस' पाळण्यात आला. बंगाली नेत्यांनी त्याला कडाडून विरोध केला व १६ ऑक्टोबर ला बहिष्कार, हरताळ पाळण्यात येऊन वंगभंग विरोधी चळवळ सुरू झाली. रवींद्रनाथ टागोरांनी 'अमार सोनार बंगला' गीत रचले. राष्ट्रगीत, घोषणा, चतु:सूत्री कार्यक्रमाप्रमाणे विलायती मालाचा बहिष्कार व होळ्या, मोर्चे काढले. आनंद मोहन बोस, बिपिनचंद्र पाल, सुरेंद्रनाथ बॅनर्जी, अश्विनीकुमार दत्त, अरविंद घोष यांनी जनतेत जाऊन चळवळ वाढविली.

फाळणीमागे इंग्रजांचा मुस्लिमबहुल प्रदेश वेगळा करून मुस्लिम तुष्टीकरणाचा डाव होता. त्यातून हिंदू-मुस्लिम तेढ वाढविण्याचा हेतू होता. या निर्णयामुळे नामदार गोखलेही अस्वस्थ झाले. लोकमान्य टिळकांनी ही राष्ट्रीय समस्या मानून आंदोलनात उडी घेतली व त्यांचा चतु:सूत्री कार्यक्रम देशभर पसरला. त्यामुळे ब्रिटिश कारखानदारीवर विपरीत परिणाम जाणवू लागला म्हणून कारखानदारांनीही कर्झनला फाळणी रद्द करण्याची विनंती केली. धनिक लोकांनीही चळवळीला पाठिंबा देऊन स्वदेशी शाळा सुरू करण्यासाठी योगदान दिले. बंगाल फाळणी विरोधातील आंदोलनामुळे देशात नवीन चेतना निर्माण झाली. जमिनदार, व्यापारी, विद्यार्थी मोठ्या

प्रमाणात सहभागी झाले. सर गुरूदास बॅनर्जी, डॉ. रासबिहारी घोष यांनीही ब्रिटिश नीतीचा विरोध करून चळवळीत भाग घेतला. लोकमान्य टिळकांनी महाराष्ट्रभर केसरीच्या माध्यमातून रान पेटविले. त्यांनी कर्झनची तुलना औरंगजेबाशी केली व त्यास नंतर नामदार गोखल्यांनी देखील संमती दिली.

लाला लजपतराय यांनी इंग्लंडमध्ये जाऊन तेथील लिबरल पक्ष नेत्यांच्या भेटी घेतल्या. परंतु, त्यांना सकारात्मक प्रतिसाद मिळाला नाही. याची माहिती बनारस अधिवेशनात मांडून आंदोलन अधिक सक्रिय करण्यावर भर दिला. दादाभाईंनी 'आम्हास न्याय हवा, भीक नको' असे सांगून आंदोलनाचे समर्थन केले. बनारस अधिवेशनात नामदार गोखल्यांनी इंग्लंडला जाऊन भारतमंत्री मोर्लेशी बोलावे असे ठरले, त्यानुसार गोखल्यांनी मोर्लेची भेट घेतली. तेव्हा मोर्लेने 'फाळणी ही निर्धारित घटना आहे' असे सांगून बोळवण केली. अशातच १९०६ मध्ये दादाभाईंच्या अध्यक्षतेखाली कोलकोत्याला अधिवेशन भरले व त्यात दादाभाईंनी 'जुलमी शासनाचा नेटाने, धैर्याने, एकजुटीने प्रतिकार करणाऱ्या बंगाली आंदोलकाचे' मन:पूर्वक अभिनंदन केले व 'स्वराज्य हे काँग्रेस चळवळीचे उद्दिष्ट आहे,' हेही जाहीर केले.

वंदेमातरम् – बंकिमचंद्र चटर्जींच्या 'आनंदमठ' कादंबरीतील गीत राष्ट्रगीत म्हणून मान्यता पावले व वंदेमातरम् चळवळ सुरू होऊन युवकांच्या मुखातून वंदेमातरम्चा जयघोष सर्वत्र ऐकू येऊ लागला.

सरकारने त्या गीतावर बंदी घातली तेव्हा 'वंदेमातरम्' ही घोषणा देऊ लागले. त्याविरुद्ध दमननीतीचा भरपूर अवलंब करून शिक्षा दिली जात होती, तरी आंदोलन अधिक उफाळून येत होते.

टिळकांच्या मते पारतंत्र्य हे राजकीय, धार्मिक, औद्योगिक व सामाजिक अशा चार प्रकारचे असते. या सर्व पारतंत्र्यांना मोडून काढावयाचे असेल तर चतु:सूत्रीला पर्याय नाही. 'स्वदेशी, बहिष्कार, राष्ट्रीय शिक्षण आणि स्वराज्य' या चार साधनांची प्रभावी अंमलबजावणी यावर त्यांचा भर होता.

स्वातंत्र्य चळवळीसाठी निर्भीड, जोरदार, नि:स्वार्थी व कडव्या उमेदीची पिढी मवाळ मार्गाने निर्माण होऊ शकणार नाही. त्यासाठी चतु:सूत्री कार्यक्रम अंगीकारावा लागेल, अशी त्यांची भूमिका होती. दादाभाई नौरोजींनी आपल्या 'Poverty and unBritish Rule in India' या ग्रंथातून इंग्रजांच्या आर्थिक शोषणनीतीवर प्रकाश टाकला होता. विल्यम डिग्बी यांनी 'Prosperous India' ग्रंथातून आर्थिक शोषण नीतीवर टीका केली होती. रमेशचंद्र दत्त, मा. गो. रानडे यांनीही आर्थिक शोषणावर टीका केली होती. त्यातूनच आर्थिक राष्ट्रवाद विकसित होऊन स्वदेशी व बहिष्कार तत्त्वांचा पुरस्कार करण्यात आला.

बहिष्काराचा अवलंब फक्त विदेशी मालावर बहिष्कारापुरता न ठेवता ती राजकीय चळवळ आहे. राजकीय बहिष्कार भारतीय जनतेने स्वीकारला तर ब्रिटिशांना राज्य करणे मुश्कील होईल. सरकार जेव्हा जनतेच्या मनाचा, गाऱ्हाण्यांचा विचार करीत नसेल तेव्हा त्याचा प्रतिकार, विरोध करणे हा जनतेचा हक्क ठरतो, म्हणून 'राष्ट्रीय बहिष्कार'चा अंगीकार टिळक करतात. राज्यकर्त्यांच्या 'वैश्य' वृत्तीचा विरोध करण्यासाठी हे आंदोलन आहे.

राष्ट्रीय शिक्षण– इंग्रजी शिक्षणाचा हेतू 'बाबूलोक' तयार करणे, 'इंग्रज धार्जिणे' तयार करणे होता व तो साध्य झाला होता. सुशिक्षित वर्ग मोठ्या प्रमाणात इंग्रजी व्यवस्थेवर खूश होता, त्यांचे गुणगान करण्यात मग्न होता. तेव्हा देशात 'दास्यत्व' निर्माण करणाऱ्या शिक्षणापेक्षा राष्ट्रीय शिक्षण हे राष्ट्रीय अभ्यासक्रम, राष्ट्रीय इतिहास, राष्ट्रीय विचार, राष्ट्रीय हित, राष्ट्रधर्म शिकविण्यासाठी राष्ट्रभावना व राष्ट्रीय चळवळीच्या बीजारोपणासाठी आवश्यक आहे. बहिष्कार आंदोलनात सहभागी झालेल्या निलंबित विद्यार्थ्यांची सोय करण्यासाठी पर्यायी व्यवस्था आवश्यक होती; म्हणून स्वत: खासगी शाळांना, महाविद्यालयांना प्रोत्साहन देण्यात आले.

सुराज्यापेक्षा स्वराज्य श्रेष्ठ आहे. स्वराज्य म्हणजे प्रजासत्ताक राज्य. त्यातूनच त्यांनी पुढे होमरूल चळवळ चालविली. स्वराज्य हेच संपूर्ण सामाजिक विकासाचे व प्रगतीचे मूळ असते. स्वराज्यावाचून राष्ट्राची सर्वांगीण प्रगती होऊ शकत नाही, म्हणून स्वराज्याचा आग्रह धरतात. टिळकांचे साध्य हे नेमके, साधे आणि सुस्पष्ट होते.

बंगालच्या फाळणीस विरोध, राष्ट्रजागृती, ब्रिटिश व्यापारवादाला विरोध, देशी उद्योगधंद्यांना चालना देणे, भारतीयांना रोजगार उपलब्ध करून देणे हाच मुख्य हेतू होता. १९०५ च्या बनारस येथील अधिवेशनात 'स्वदेशी व बहिष्कार' याला पाठिंबा देताना बहिष्कार मात्र वापरण्याचे नाकारले, मात्र १९०६ च्या कोलकाता अधिवेशनात दादाभाईंनी उघडपणे त्याचे समर्थन केले व स्वराज्याची कल्पना उचलून धरली. मात्र, १९०७ मधील दुफळीनंतर जहालांच्या चळवळीवर अनेक निर्बंध आले.

मात्र, स्वदेशी चळवळीचा चांगला प्रभाव आणि परिणाम भारतीय उद्योगधंद्यांबाबत, व्यापाराबाबत दिसून आला. बिपिनचंद्र पाल, अरविंद घोष, लाला लजपतराय यांनी चळवळीत जीव ओतला. ब्रिटिशांनी दमननीतीचा अवलंब करून देखील स्वदेशी चळवळ व वंगभंग विरोधी चळवळ जोर धरत होती.

१९११ चा दिल्ली दरबार व फाळणी रद्द – १९१० ला इंग्लंडच्या गादीवर पंचम जॉर्ज बादशाह म्हणून राज्यारूढ झाला. त्याचा उत्सव भारतात करण्यात आला व त्यासाठी दिल्लीला भव्य दरबार भरविण्यात आला. या दरबारात बंगालची फाळणी रद्द करण्याची घोषणा करण्यात आली. आसामसाठी स्वतंत्र कमिशनर नेमण्याचे ठरविले व कोलकात्याऐवजी दिल्ली राजधानी केली. बंगालची फाळणी रद्द करण्याची घोषणा, हा वंगभंग विरोधी चळवळीचा विजय होता. त्याचबरोबर तो स्वदेशी चळवळीचा चांगला परिणाम होता. त्यामुळे ब्रिटिश साम्राज्यास मोठा हादरा बसला. देशी उद्योगांना चालना मिळाली, रोजगार वाढला, व्यापार वाढला. प्रखर राष्ट्रवाद विकसित होण्यास मदत झाली आणि स्वातंत्र्याची चळवळ अधिक प्रभावी ठरली.

▶ **मुस्लिम राजकारण व लखनौ करार –** (१) काँग्रेसच्या स्थापनेपासूनच मुस्लिम समाज या चळवळीपासून चार हात लांबच होता. मुंबई अधिवेशनात फक्त दोन, तर दुसऱ्या अधिवेशनात ३३ व मद्रास अधिवेशनात ८१ मुस्लिम प्रतिनिधी बद्रुद्दीन तय्यबजीच्या आवाहनामुळे उपस्थित होते. परंतु, त्यानंतर ती संख्या रोडावत गेल्याचे दिसते; कारण काँग्रेसच्या मागण्या मुस्लिम समाजाला घातक आहेत, तेव्हा त्यांच्यापासून दूर राहून व सरकारची मर्जी संपादन करून राज्यकर्त्यांच्या मदतीने आपली प्रगती साधण्यात शहाणपण आहे, असे मुस्लिमात बिंबविण्यात यशस्वी ठरून सर सय्यद अहमद यांनी वेगळी संघटना स्थापन केली व फोडा-झोडा नीतीचा अवलंब करून ठिकठिकाणी हिंदू-मुस्लिम दंगली घडवून आणण्यात डफरिन यशस्वी झाला होता.

(२) कर्झनने केलेली बंगालची फाळणी त्याच कूटनीतीचा भाग होती. मुस्लिम बहुल प्रदेश वेगळा करून बहुसंख्य मुस्लिमांना खूश करण्याचा प्रयत्न होता, मात्र उग्र आंदोलनामुळे तो फसला व त्यांना फाळणी रद्द करावी लागली.

(३) अरविंद घोष, बिपिनचंद्र पाल, लोकमान्य टिळकांनी चळवळीला दिलेल्या धार्मिक अधिष्ठानांमुळे- गणेश उत्सव, शिवजयंती, काली पूजा यामुळे पुन्हा मुस्लिमांचा गैरसमज मजबूत होण्यास मदत झाली.

(४) १८५७ च्या उठावातील मुस्लिमांच्या सहभागामुळे व हा उठाव मुस्लिमांनीच घडवून आणला, असा समज ब्रिटिशांचा झाल्यामुळे १८५८ नंतरचे प्रशासक मुस्लिमांकडे संशय भावनेने पाहात होते. तो दूर करण्याचे काम सर सय्यद अहमदने केले व मुस्लिमांसाठी वेगळ्या मतदारसंघाची मागणी १८८५ पासूनच सुरू केली होती.

(५) १९०६ ला मुस्लिम लीगची स्थापना ढाक्का येथे नवाब सलीम उल्ला, मोहसिन-उल-मुल्क व आगाखान यांनी केली आणि जमातवादी राजकारणाला ऊत आला.

(६) लॉर्ड मिंटोने मुसलमानांना स्वतंत्र मतदारसंघ देण्याची योजना आखली व १९०९ च्या मोर्ले-मिंटो सुधारणा कायद्यात त्यांची अंमलबजावणी करून मुस्लिमांना प्रमाणापेक्षा जास्त प्रतिनिधित्व देऊन स्वतंत्र मतदार संघ देण्यात आले. आगाखान यांची लॉर्ड मिंटोशी झालेली भेट यशस्वी ठरली व प्रातिनिधिक शासन पद्धतीत हिंदूंचे राजकीय दडपण राहण्याची भीती कमी झाली.

(७) त्या दृष्टीने १९११ मध्ये अलाहाबाद येथे काँग्रेस व मुस्लिम लीग नेत्यांची संयुक्त बैठक होऊन मुस्लिमांचा गैरसमज दूर झाला असेल असे गृहीत धरण्यात आले. मात्र या बैठकीत काहीच निष्पन्न झाले नाही.

(८) १९११ मध्ये बंगालची फाळणी रद्द झाली व तुर्कस्तानबाबत इंग्लंडच्या प्रतिकूल धोरणामुळे मुस्लिमांमध्ये मतपरिवर्तन झाले. त्या कालावधीत अलिगढ गटाचा प्रभावही कमी होऊन १९१३ मध्ये मुस्लिम लीगमध्ये घटनात्मक बदल करून इतर संघटनांशी सहकार्य करण्याचे मान्य करण्यात आले व त्यातून हिंदू-मुस्लिम ऐक्य भावना विकसित होण्याची संधी निर्माण झाली.

(९) १९१५ ला मुस्लिम लीग व काँग्रेस यांची अधिवेशने मुंबईत भरली या दरम्यान दोन्ही संघटनांनी संयुक्तरीत्या बैठकीचे आयोजन करून राजकीय अधिकारांसाठी मागणी करण्याचे ठरविण्यात आले.

(१०) १९१४ ला पहिल्या महायुद्धाला आरंभ झाला व साम्राज्याचा घटक म्हणून भारताला त्या युद्धात गोवले गेले. त्याबाबत भारतीय नेत्यांशी विचार-विनिमय करण्याची इंग्रजांना आवश्यकता वाटली नाही. तरीदेखील काँग्रेसने १९१४ ला मद्रास अधिवेशनात ठराव करून महायुद्धात सहकार्य करण्याचे ठरविले. याच अधिवेशनात टिळकांना काँग्रेसमध्ये परत घेण्यासाठी ॲनी बेझंट यांनी पुढाकार घेतला; कारण टिळकांची मंडाले तुरुंगातून सुटका झाली होती. नामदार गोखले यांचा पाठिंबा होता. मेहता विरोधात होते. परंतु १९१५ मध्ये मेहता व गोखले या दोन्ही महान नेत्यांचे निधन झाले. त्यामुळे १९१५ च्या मुंबई अधिवेशनात घटनेत आवश्यक बदल करून जहालांनाही काँग्रेस प्रवेश देण्यात आला.

(११) लखनौ करार – १९१६ मध्ये लखनौ अधिवेशनात टिळक उपस्थित होते. या अधिवेशनातच संयुक्त समितीने तयार केलेल्या राजकीय मागण्यांना मान्यता देण्यात आली व त्यास दोन्ही संघटनांनी मान्यता देऊन त्यांच्यातील विरोध मावळला. लखनौ अधिवेशनात काँग्रेस-लीग मतभेद मावळले व त्यासोबत मवाळ-जहालांमधील मतभेद मावळले.

लखनौ येथे काँग्रेस व मुस्लिम लीगने मान्य केलेली योजना 'लखनौ करार' म्हणून ओळखली जाते. ही योजना दोन भागांत विभागली होती. (अ) राजकीय अधिकारांची मागणी (ब) विधिमंडळातील मुस्लिम प्रतिनिधित्व. पहिल्या भागात पाच मागण्यांचा समावेश होता. त्यापैकी (१) लंडनमधील इंडिया कौन्सिल बरखास्त करावे, ही मागणी सुरुवातीपासून काँग्रेस करीत होती. (२) गव्हर्नर जनरलच्या कार्यकारी मंडळातील निम्मे सभासद भारतीय असावेत व त्यांची निवड विधिमंडळामार्फत व्हावी. (३) केंद्रीय विधिमंडळातील चार-पाच सदस्य निर्वाचित असावेत व त्यापैकी १/३ सदस्य मुस्लिमांनी आपल्या मुस्लिम सदस्यांचे प्रमाण लखनौ करारातील निर्दिष्ट करण्यात आलेल्या प्रमाणानुसार असावे. (४) प्रांतांना स्वायत्त शासनाचे अधिकार देऊन त्यावर प्रांतिक कायदेमंडळाचे नियंत्रण असावे. केंद्र सरकारचे नियंत्रण नको. (५) संरक्षण आणि परराष्ट्र व्यवहार हे दोन विषय सोडून सर्व बाबतीत केंद्रीय शासनावर केंद्रीय विधिमंडळाचे नियंत्रण असावे, या मुख्य मागण्यांसोबत न्यायदान व कार्यकारी अधिकार एकाच अधिकाऱ्याच्या हातात नकोत व प्रांतातील न्यायव्यवस्था प्रांताच्या मुख्य न्यायालयाच्या नियंत्रणाखाली असावी इत्यादी राजकीय मागण्या होत्या.

दुसऱ्या मागण्या मुस्लिम प्रतिनिधीच्या संदर्भातील होत्या. त्याबाबत बरीच टीका झाली. कारण मोर्ले-मिंटो सुधारणा कायद्यातील मुस्लिम विभक्त मतदारसंघाच्या विषयाला मान्यता देणे, ज्या प्रांतात मुस्लिम

अल्पसंख्य असतील तेथे त्यांच्या लोकसंख्येच्या प्रमाणात अधिक प्रतिनिधित्व व ज्या प्रांतात बहुसंख्य असतील तेथे कमी प्रतिनिधित्व द्यावे, हे दोन्ही पक्षांनी मान्य केले. विधिमंडळात जातीय विषय मांडला गेला तर प्रस्तावावर नकार घेण्याचा अधिकार मुस्लिमांना राहील व मुस्लिमांशी संबंधित विधेयक ३/४ मुस्लिम सदस्यांना मान्य नसेल तर त्याचा विधिमंडळात विचार होऊ नये, तसेच निरनिराळ्या प्रांतातील मुस्लिम प्रतिनिधित्वाचे प्रमाण या कराराने निश्चित केले. १९११ च्या शिरगणती अहवालानुसार मुस्लिमांच्या लोकसंख्येच्या आधारे त्यांचे प्रतिनिधित्व निश्चित करण्यात आले व त्यास दोन्ही संघटनांनी मान्यता दिली.

▶ **होमरूल लीग चळवळ** – (१) १९०९ च्या कायद्यानंतर काँग्रेसच्या राजकारणाची दिशा बदलत होती. भारतीयांच्या पदरात फारसे काही पडले नव्हते. जनतेत असंतोष वाढत होता. दमननीतीचा अवलंब करूनदेखील असंतोष बळावत होता. हा असंतोष कमी व्हावा, असे ब्रिटिशांना वाटू लागले; कारण युरोपात युद्धाचे ढग जमा होत होते. इंग्लंड-जर्मनी संबंध तणावपूर्ण झाले होते. अशा परिस्थितीत भारतात शांतता प्रस्थापित करणे गरजेचे होते म्हणून पंचम जॉर्जच्या स्वागत समारंभात फाळणी रद्द करण्याची घोषणा करण्यात आली व भारताची राजधानी दिल्लीला आणली.

(२) लॉर्ड हार्डिंग्जने दमननीतीला आवर घातला. निर्दोष लोकांची सुटका केली. लॉर्ड मिंटोने घातलेले स्वातंत्र्यावरील निर्बंध कमी केले. १९१२ ला राजधानी प्रवेश समारंभात बाँब फेकला. त्याला दुखापत झाली. तरी फाशीच्या शिक्षेऐवजी जन्मठेपेत रूपांतर करणे, सबळ पुरावे नसलेले खटले रद्द करणे, इत्यादी मवाळ धोरणांचा अंगीकार करून काँग्रेसच्या मागण्या उचलून धरल्या. त्यामुळे देशातील वातावरण निवळले व काँग्रेसने पहिल्या महायुद्धात सहकार्य देण्याचे मान्य केले.

(३) १९१४ च्या मद्रास अधिवेशनात युद्धकार्यात सहकार्य करण्याचे आश्वासन काँग्रेसने दिले. साहित्य, अमाप पैसा व हजारो सैनिक युद्धासाठी भारतातून रवाना झाले. युद्धाचा खर्च भारतीय तिजोरीवर पडला. तो आकडा मोठा होता. भारतीयांच्या सहकार्याबद्दल भारतीयांना राजकीय अधिकाररूपाने काहीतरी द्यावे, अशी मानसिकता ब्रिटिशांची झाली होती.

होमरूल चळवळीच्या माध्यमातून ॲनी बेझंट व लोकमान्य टिळकांनी राजकीय चळवळीला नवीन जोम निर्माण केला. ॲनी बेझंट या मद्रास येथे थिऑसॉफिकल सोसायटीमार्फत १८९३ पासून धार्मिक व शैक्षणिक कार्यात सहभागी झाल्या होत्या. त्यांना भारतीय संस्कृती, तिच्या प्राचीन वारसाबद्दल आदर होता. भारतीय संस्कृतीला पश्चिमी शिक्षणाची जोड देऊन भारतीयांची प्रगती साधता येईल असे त्यांना वाटत होते. मात्र, केवळ शैक्षणिक सुधारणांनी देशाची प्रगती व विकास शक्य होणार नाही, त्यासाठी स्वशासन आवश्यक असते, अशी त्यांनी भूमिका मांडली. त्यासाठी भारतीयांना स्वशासनाचा अधिकार मिळाला पाहिजे, त्यासाठी त्यांनी भारतीयांमध्ये जनजागृती करण्याचे ठरविले.

लोकनिर्वाचित प्रतिनिधींच्या हाती शासनाची सूत्रे द्यावीत हा या चळवळीचा उद्देश होता. या मागणीला काँग्रेसची संमती मिळाली म्हणून १९१५ च्या मुंबई अधिवेशनात ॲनी बेझंटनी होमरूलसंबंधी ठराव मांडला. परंतु, याबाबत काँग्रेसमध्ये फारसा उत्साह दिसत नाही हे लक्षात आल्यानंतर त्यांनी १९१६ ला 'होमरूल लीग' या स्वतंत्र संघटनेची स्थापना केली व भारतातील अनेक शहरात लीगच्या शाखा स्थापन केल्या. देशभरात दौरे काढून सभा, भाषणे पत्रके यांच्या माध्यमातून होमरूलची मागणी जनतेपर्यंत पोहचविण्याचे कार्य मोठ्या जोमाने केले. युद्ध काळात इंग्रजांना बिनशर्त मदत केली. तेव्हा त्यांची सहानुभूती मिळवून आपला राजकीय अधिकार प्राप्त करण्याची हीच योग्य वेळ आहे असे त्या म्हणत. स्वयंशासनाचा अधिकार भारताला दिला तर भारतीय

अधिक चांगल्या पद्धतीने ब्रिटिशांशी सहकार्य करतील, असे त्यांना वाटत होते.

ॲनी बेझंट स्वत: इंग्रज असूनही निर्भीडपणे आपली मागणी मांडत असल्यामुळे भारतीयांमध्ये त्यांच्याबद्दल आपुलकीचा भाव निर्माण झाला होता. ज्या ज्या ठिकाणी त्या गेल्या तेथे तेथे जनतेने त्यांना प्रचंड प्रतिसाद दिला.

याच सुमारास मंडालेच्या तुरुंगातून टिळकांची सुटका झाली व त्यांना शारीरिक यातना होत असतानाही त्यांनी होमरूल चळवळीला पाठबळ दिले.

चळवळीची उद्दिष्ट्ये – ''साम्राज्यांतर्गत स्वशासित राज्याचा दर्जा सनदशीर मार्गाने मिळविणे व त्यासाठी जनजागृती व लोकसंघटन घडविणे'' हेच होमरूल चळवळीचे उद्दिष्ट ठरले. मराठा या वृत्तपत्रातून या संघटनेच्या स्थापनेमागील हेतू विशद करतानाही काँग्रेसला विरोधी किंवा पर्यायी संघटना वा स्पर्धक संघटना नसून उलट काँग्रेसच्या उद्दिष्टांच्या पूर्तीसाठी पोषक वातावरण तयार करण्यासाठी कार्यरत राहील व इतर संस्था ज्या असलेच कार्य करित असतील, त्यांच्याशीही सहकार्य करील, अशी भूमिका टिळकांनी विशद केली आणि मुंबई, विदर्भ, मध्य प्रांत या परिसरात दौरे काढून जनजागृती घडविली.

मंडालेहून परत आल्यापासून त्यांनी या कार्याला वाहून घेतले होते. या चळवळीच्या माध्यमातून त्यांनी चतुःसूत्री कार्यक्रमाद्वारे मांडलेली स्वराज्याची कल्पना अधिक स्पष्ट केली. स्वराज्याची मागणी लोकप्रिय करणे व तिला जनतेचा पाठिंबा मिळविणे हाच हेतू होता. स्वराज्याच्या मागणीला त्यांनी उच्चतर नैतिक अधिष्ठान प्राप्त करून दिले. स्वराज्य ही केवळ नैतिक गरज न राहता, ती एक नैतिकदृष्ट्या अगत्याची बाब आहे. ती नैतिक स्वभावाची अदम्य मागणी असून तिला प्राचीन इतिहास आहे. प्रत्येक व्यक्तीच्या ठायी एक दैवी अंश असतो. त्यामुळे व्यक्ती स्वधर्मानुसार वागण्याचे स्वातंत्र्य मागते, त्यासाठी स्वराज्य आवश्यक ठरते. त्याचप्रमाणे स्वराज्याविषयी संपूर्ण सामाजिक विकास होऊ शकत नाही. होमरूल चळवळीचा हेतू व तिला दिलेले नैतिक अधिष्ठान स्पष्ट करण्यासाठी टिळकांनी 'हिंदी स्वराज्य संघ' लेखमाला प्रसिद्ध केली.

टिळकांसोबत दादासाहेब खापर्डे, डॉ. मुंजे, करंदीकर इत्यादी मंडळी होती. ॲनी बेझंट यांनी उत्तर व दक्षिण भारत पिंजून काढला. सुशिक्षित वर्गासोबत सामान्य जनतेत जागृती निर्माण केली. टिळक आणि ॲनी बेझंट यांनी आंदोलनाद्वारे ही चळवळ लोकप्रियतेच्या शिगेवर पोहचविली आणि १९१५ च्या मुंबई अधिवेशनात टिळकांना काँग्रेसमध्ये परत घेण्याबाबत संमती होऊन दुभंगलेली काँग्रेस एकसंघ झाली व लखनौ अधिवेशनात टिळकांचे भव्य स्वागत झाले. होमरूलची चळवळ टिळक व ॲनी बेझंट या दोन्ही नेतृत्वाखाली खूप वेगाने फोफावली.

ऑगस्ट घोषणा – होमरूल आंदोलनाचा प्रभाव व युद्ध काळात भारतीयांच्या सहकार्याची गरज, मित्रराष्ट्रांचा दबाव, दमननीतीची निष्प्रभता, यापुढे शेवटी भारतमंत्री माँटेग्युला हाऊस ऑफ कॉमन्समध्ये जबाबदार शासन पद्धतीबाबत घोषणा करावी लागली व भारतीय नेत्यांशी विचारविनिमय करून योजना तयार करण्याचे ऑगस्ट १९१७ मध्ये जाहीर केले. त्याचा फायदा होऊन चळवळ मंदावली. चळवळीचे उद्दिष्ट साध्य झाले. माँटेग्यु-टिळक भेट झाली. बेझंट व त्याच्या साथीदारांना सोडण्यात आले व कोलकाता अधिवेशनात अध्यक्ष म्हणून त्यांचे प्रचंड स्वागत झाले.

काँग्रेस व मुस्लिम लीग यांनी संयुक्तरीत्या केलेल्या मागण्यांची पूर्तता करावी, असा टिळकांचा आग्रह होता, तर मवाळवादी सुधारणांचे स्वागत करित होते. त्यामुळे पुन्हा जहाल-मवाळ फूट पडण्याची शक्यता वाढली. सुब्रह्मण्यम यांनी या सुधारणांवर टीका केली, पण १९१८ च्या खास अधिवेशनात टिळक, बेझंट, मालदीव यांनी पुढाकार घेवून फूट टाळली. सरकारने फेरविचार करावा, असे आवाहन केले. शिष्टमंडळ इंग्लंडला

पाठवले त्यात टिळक आणि ॲनी बेझंट यांचा समावेश होता. त्यासाठी निधी उभा करण्यात कामगारांचा मोठा हिस्सा होता तसेच व्हॅलेंटाईन चिरोल विरुद्ध खटल्यासाठी त्यांना जावे लागणार होते. टिळकांनी होमरूलचा विचार इंग्लंडमध्ये मांडला. मात्र, ॲनी बेझंटनी मवाळ भूमिका स्वीकारून १९१९ च्या सुधारणा स्वीकाराव्यात असे मत मांडले.

१९१८ चे अधिवेशन – मवाळ नेत्यांनी वेगळी चूल मांडून मुंबईत सुरेंद्रनाथांच्या अध्यक्षतेखाली 'Indian National Liberal Federation' नावाची संघटना स्थापन करून सुधारणांना पाठिंबा दिला. मात्र, ही सर्व नेते मंडळी वयोवृद्ध होती, त्यामुळे त्यांचा प्रयत्न प्रभावी ठरला नाही व १९१८ च्या मुंबई अधिवेशनात तरुण जहालवाद्यांचे वर्चस्व राहिले. पंडित मदनमोहन मालवीय अध्यक्ष होते. प्रान्तात त्वरित जबाबदार शासन पद्धतीची अंमलबजावणी, मागण्यांसाठी शिष्टमंडळ इंग्लंडला पाठवावे, युद्धकाळातील निर्बंध हटवावेत, युद्ध कर्जाचा बोजा कमी करावा, व्हर्साय परिषदेत या अधिवेशनात भारताला प्रतिनिधित्व द्यावे व वसाहतीचे स्वराज्य देण्याचा कायदा करावा या सारख्या मागण्यांचे ठराव या अधिवेशनात करण्यात आले.

(३) राष्ट्रीय चळवळीचा तिसरा टप्पा – १९२० ते १९४७ – (गांधी युग)

▶ म. गांधींचे भारतातील नेतृत्व –

१९१५ साली म. गांधी भारतात परत आले. त्यानंतर त्यांनी राष्ट्रीय सभेच्या कार्यक्रमांमध्ये आपली उपस्थिती वाढविली. त्यांचे राजकीय गुरू गोपालकृष्ण गोखले यांनी त्यांना संपूर्ण भारतभर फिरायला सांगितले. त्याप्रमाणे त्यापुढील काळात गांधीजी संपूर्ण भारतभर फिरले. त्यामुळे त्यांना जनतेच्या दारिद्र्याची, अज्ञानाची, मागासलेपणाची जाणीव झाली. त्या परिस्थितीचे त्यांनी निरीक्षण केले. ही बिकट परिस्थिती बदलण्यासाठी आणि भारतीय जनतेला राजकीयदृष्ट्या जागृत करण्यासाठी त्यांनी खूप कष्ट घेण्याचा निर्णय घेतला. त्याचवेळी पहिले महायुद्ध चालू होते. ब्रिटिश शासनाला युद्धात संपूर्ण सहकार्य करण्याची त्यांनी भूमिका घेतली. परंतु, भारतीय लोकांवर होणाऱ्या अन्यायाविरुद्धचा संघर्ष मात्र त्यांनी चालूच ठेवला.

उदा. १९१७ सालचा बिहारमधील चंपारण सत्याग्रह, १९१८ मधील गुजरातमधील खेडा सत्याग्रह. थोडक्यात, त्या सत्याग्रहामुळे म. गांधींना प्रचंड यश मिळाले. त्यामुळे संपूर्ण देशभर त्यांना प्रसिद्धी मिळाली. लोकमान्य टिळकांच्या मृत्यूनंतर भारताच्या स्वातंत्र्य चळवळीवर म. गांधींचा प्रभाव पडला म्हणून १९२० नंतरच्या स्वातंत्र्य चळवळीच्या कालखंडास 'गांधी युग' असे म्हटले जाते.

म. गांधींचे प्रतिकाराचे तत्त्वज्ञान –

म. गांधींनी आपल्या राजकीय जीवनात सत्याग्रहाला खूप महत्त्व दिले. सत्याग्रहामध्ये असहकार, सविनय कायदेभंग, हरताळ, उपोषण, स्वदेशी, बहिष्कार इत्यादी तत्त्वांचा समावेश होतो. सत्याग्रहात जनतेने सत्य व अहिंसेचे काटेकोर पालन करावे, असा गांधीजींचा आग्रह होता. त्यात कुठे चूक झाली की स्वतःलाच शिक्षा म्हणून गांधीजी उपोषण करत असत. अन्यायाविरुद्ध शांततामय मार्गाने लढा देण्याचे ते एक तंत्र होते. सत्याग्रह हा सत्य व अहिंसेवर आधारित होता. शूर आणि वीर पुरुषच सत्याग्रह करू शकतात असे त्यांचे मत होते. दुर्बल व भित्र्या लोकांचे ते काम नसते असे ते म्हणत. भेकडपणापेक्षा हिंसा केलेली बरी असे ते अनेकदा सांगत असत.

म. गांधींचे सत्य व अहिंसा एकाच नाण्याच्या दोन बाजू होत्या. त्यांच्या दैनंदिन जीवनक्रमाचा तो एक भाग होता. त्यांची योग्य पद्धतीने अंमलबजावणी करण्यासाठीच त्यांनी १९२६ साली 'साबरमती आश्रम' उभारला. त्यातूनही सत्याग्रह चळवळ जनसामान्यांपर्यंत पोहोचली आणि गांधींचे आंदोलन हे जनआंदोलन झाले.

म. गांधींच्या चळवळी – असहकार चळवळ :

१९१८ साली पहिले महायुद्ध संपुष्टात आले. याच कालावधीत भारतीयांची राजकीय जागृती वाढत होती. भारतीयांची चळवळ दडपून टाकण्यासाठी ब्रिटिशांनी १९१९ साली रौलट अॅक्ट (काळा कायदा) मंजूर केला. या कायद्यामुळे भारतातील कोणालाही बिनाचौकशी अटक करण्याचे व तुरुंगात टाकण्याचे अधिकार शासनाला मिळाले. या कायद्यामुळे भारतीयांच्या नागरी हक्कांना धोका निर्माण झाला होता. त्याला सत्याग्रहाच्या मार्गाने म. गांधींनी विरोध केला.

त्याचवेळी म. गांधींनी लोकांना खेड्याकडे जाण्याचा संदेश दिला. लोकांनी ग्रामीण भागातील दारिद्र्य व त्यांचे हलाखीचे जीवन पाहावे हा त्यामागील उद्देश होता. त्यातून सर्वसामान्य माणसाच्या मनात त्यांनी राष्ट्रभावना निर्माण केली. श्रमप्रतिष्ठा व स्वावलंबन हे त्यांनी त्यांच्या कृतीतून लोकांना समजावून दिले.

▶ **जालियनवाला बाग हत्याकांड (१९१९) –**

रौलट अॅक्ट विरोधी निर्माण झालेली चळवळ दडपून टाकण्यासाठी ब्रिटिश सरकारने जालियनवाला बाग हत्याकांड केले. पंजाबमधील अमृतसर शहरात ३० मार्च व ६ एप्रिल १९१९ रोजी रौलट अॅक्टला विरोध करण्यासाठी शांततापूर्ण हरताळ पाळण्यात आले होते. ब्रिटिश शासनाने लगेचच अमृतसरमधील सुप्रसिद्ध नेते डॉ. सत्यपाल व डॉ. किचलू यांना त्या कारणासाठी अटक केली. लोकांनी त्याला विरोध केला. जाळपोळीच्या घटना घडल्या. त्यामुळे वातावरण आणखी गंभीर झाले. पंजाब प्रांताच्या लेफ्टनंट गव्हर्नर सर मायकेल ओडवायरने त्यावेळी तेथे लष्कराला पाचारण केले. या दिवशी अमृतसरच्या जालियनवाला बागेत शासनाविरुद्ध असंतोष प्रकट करण्यासाठी मोठ्या संख्येने लोकांवर जनरल डायरने बेछूटपणे गोळीबार केला. या हत्याकांडात हजारो लोकांचा बळी गेला. या कृत्यासाठी जनरल डायरला सर मायकेल ओडवायरने सांगितल्याप्रमाणे सगळीकडे दडपशाही सुरू केली आणि अनेक सभा, संमेलने, कार्यक्रमांवर बंदी घातली. १३ एप्रिल १९१९ या दिवशी अमृतसरच्या जालियनवाला बागेत शासनाविरुद्ध असंतोष प्रकट करण्यासाठी मोठ्या संख्येने लोकांचा समूह एकत्र आला होता. मात्र, विनापरवानगी सभा भरविल्याबद्दल जनरल डायरने बेछूटपणे गोळीबार केला. या हत्याकांडात हजारो लोकांचा बळी गेला. या कृत्यासाठी जनरल डायरला सर मायकेल ओडवायरने शाबासकी दिली त्यामुळे वातावरण आणखी चिघळले.

जालियनवाला बागेत झालेल्या हत्याकांडाविषयी चौकशी करण्यासाठी ब्रिटिशांनी लगेचच हंटर कमिशनची स्थापना केली. हंटर कमिशनने लोकांची बाजू घेण्याऐवजी जनरल डायरची बाजू उचलून धरली. जनरल डायर व इतर अधिकाऱ्यांना निर्दोष सोडले. याचवेळी या हत्याकांडाची चौकशी करण्यासाठी राष्ट्रीय सभेने म. गांधी, पं. मदनमोहन मालवीय, मोतीलाल नेहरू यांची समिती नेमली. या समितीने जालीयनवाला बाग हत्याकांड यावर अहवाल तयार केला आणि निरपराध लोक मारल्याबद्दल जनरल डायरला जबाबदार धरले. या घटनेमुळे म. गांधींचा ब्रिटिश न्यायबुद्धीवरचा विश्वास उडाला व ब्रिटिश शासनविरोधात असहकार धोरण पुकारले. 'जालियनवाला बाग हत्याकांड' यावर अहवाल तयार केला आणि निरपराध लोक मारल्याबद्दल जनरल डायरला जबाबदार धरले. या घटनेमुळे म.गांधींचा ब्रिटिश न्यायबुद्धीवरचा विश्वास उडाला आणि त्यांनी ब्रिटिश शासनाविरोधात असहकार धोरण पुकारले.

▶ **खिलाफत चळवळ :**

पहिल्या महायुद्धात तुर्कस्थान हा देश जर्मनीच्या बाजूला होता. तुर्कस्थानचा सुलतान हा मुसलमानांचा धर्मप्रमुख म्हणजेच खलिफा होता. सुलतानाविरुद्धचे युद्ध हे खलिफाविरुद्धचे युद्ध असे जगातील सर्व मुस्लिमांप्रमाणे

भारतातील मुस्लिमांनाही वाटत होते. त्यामुळे खलिफाविरुद्ध युद्ध पुकारणारे ब्रिटिश यांच्याविरुद्ध येथील मुस्लिम असे झाले. युद्धाचा शेवट कसाही झाला तरी तुर्कस्थानामधील खलिफाच्या सत्तेला कोणताही धोका होणार नाही असे ब्रिटिशांनी सांगितले. परंतु, युद्धसमाप्तीनंतर मात्र इंग्लंड व फ्रान्सने पराभूत तुर्कस्थानच्या साम्राज्याचे तुकडे पाडले. तुर्कस्थानमधील खलिफा पद रद्द करून त्याला सत्तेपासून दूर केले. या घटनेमुळे जगातील व भारतातील मुस्लिम ब्रिटिशविरोधी झाले.

म. गांधींनी खिलाफत चळवळीला जोरदार पाठिंबा दिला. या चळवळीच्या प्रमुख नेत्यांमध्ये मौलाना महंमद अली व शौकत अली हे दोन बंधू होते. अलीबंधूंच्या नेतृत्वाखाली 'खिलाफत कमिटी' तयार केली. या कमिटीने ब्रिटिशांचे तुर्कस्थानबाबत असलेले धोरण बदलण्यासाठी ब्रिटिशांवर दबाव आणण्यासाठी प्रयत्न केले. या दबावाचा एक भाग म्हणून संपूर्ण देशभर खिलाफत चळवळ सुरू केली.

खिलाफत चळवळीच्या माध्यमातून म.गांधी हिंदू-मुस्लिम ऐक्य करू पाहात होते. मुस्लिमांच्या धर्मभावना दुखावल्या जात असताना आपण त्यांच्याबरोबर राहिलो तर दोघांत ऐक्य नक्कीच निर्माण होईल असा त्यांना विश्वास होता. असहकार चळवळीच्या आंदोलनात मात्र हिंदू-मुस्लिम ऐक्य दिसून आले. १९२४ साली केमालपाशाने तुर्कस्थानच्या आधुनिकीकरणास सुरुवात केली. त्याने खलिफा हे पद रद्द केले. त्यानंतर भारतातील मुस्लिमांची खिलाफत चळवळ आपोआप संपुष्टात आली.

▶ असहकार चळवळ :

म. गांधींचा नामदार गोखले यांच्याप्रमाणे ब्रिटिशांच्या न्यायबुद्धीवर विश्वास होता. इंग्रजांशी सहकार करून त्यांनी दिलेल्या सुधारणा राबवून देशाची प्रगती करता येईल असे त्यांचे अगदी सुरुवातीचे मत होते. त्यानंतर काही कालावधीनंतर ब्रिटिशांच्या बाबतीत त्यांचा भ्रमनिरास झाला. गांधींनी ब्रिटिशांच्या साम्राज्यवादी व दडपशाही वृत्तीवर टीका करायला सुरुवात झाली. सप्टेंबर १९२० मध्ये कोलकाता येथे भरलेल्या काँग्रेसच्या अधिवेशनात ब्रिटिशांविरुद्ध असहकार पुकारण्याचा निर्णय झाला.

असहकार चळवळीची कारणे :

१) रौलट ॲक्ट, जालियनवाला बाग हत्याकांड, पंजाबमधील मार्शल लॉ इत्यादी घटनांतून ब्रिटिश सरकारची अन्यायकारक व जुलूमशाही वृत्ती दिसली. त्यांनी दडपशाही सुरू करून भारतात दीर्घकाळ आपली वसाहत ठेवण्याचा प्रयत्न केला.

२) पहिल्या महायुद्धामुळे आलेली जागतिक मंदी, देशातील महागाईमुळे ब्रिटिशांविरुद्ध वातावरण तयार झाले.

३) खिलाफत चळवळीला पाठिंबा देण्यासाठीही म. गांधींनी असहकार चळवळ सुरू केली.

४) १९१९ च्या माँटेग्यु चेम्सफर्ड सुधारणा कायद्याने भारतीय लोकांना आपली फसवणूक झाल्याचे लक्षात आले. त्यामुळे हिंदुस्थानातील जबाबदार राज्यपद्धती धोक्यात येणार होती.

५) पंजाबमध्ये जालियनवाला बाग व इतर ठिकाणी लेफ्टनंट जनरल ओडवायरच्या आदेशाने लोकांची जी अमानुष कत्तल झाली त्याच्या चौकशीसाठी सरकारने 'हंटर कमिशन' नेमले होते. त्यात इंग्रजी अधिकाऱ्यांची संख्या जादा होती. त्यांनी शासनाची बाजू घेतली. हिंदुस्थानातील इंग्रज लोकांनी तर ब्रिटिश साम्राज्याचा त्राता म्हणून जनरल डायरचा उल्लेख केला. हे सर्व संतापकारक होते. त्यामुळे लोक चिडले.

६) १९१७ साली हिंदुस्थानात मोठ्या प्रमाणात पडलेल्या दुष्काळाप्रसंगी ब्रिटिश शासनाने त्यावर भरीव स्वरूपाचे काम केले नाही, त्याकडे गांभीर्याने पाहिले नाही.

७) ब्रिटिश शासनाने सेडिशन व प्रेस ॲक्टसारखे कायदे करून आपले जुलमी धोरण कायम ठेवले होते.

असहकार चळवळीचे स्वरूप :

१) असहकाराचा ऐतिहासिक ठराव: १९२० सालच्या कोलकात्याच्या विशेष अधिवेशनात म.गांधी यांनी हिंदी जनतेने शासनासमोर कोणत्या पद्धतीने असहकार करावा याबाबत ठराव केला. स्वराज्याचा हक्क मिळविण्यासाठी ब्रिटिश राज्यकारभाराविरुद्ध असहकाराच्या चळवळीने कशाप्रकारे लढावयाचे याबाबतीत तो ठराव होता.

असहकाराचे मुद्दे :

१) हिंदी लोकांनी पदव्यांचा त्याग करावा.

२) हिंदी लोकांनी स्थानिक स्वराज्य संस्थांमधील जागांचा त्याग करावा.

३) सरकारी समारंभावर बहिष्कार टाकून राष्ट्रीय शाळा व महाविद्यालये स्थापन करावीत व तेथे मुलांना शिक्षणासाठी पाठवावे.

४) सरकारी शाळांवर बहिष्कार टाकून राष्ट्रीय शाळा व महाविद्यालये स्थापन करावीत व तेथे मुलांना शिक्षणासाठी पाठवावे.

५) ब्रिटिश मालावर बहिष्कार टाकावा.

६) कायदेमंडळाच्या निवडणुकांवर बहिष्कार टाकावा. मतदान करू नये.

७) सरकारी न्यायालयावर बहिष्कार घालावा.

८) मेसापोटेमियात पाठविण्यासाठी जी भरती करण्यात येणार आहे त्या मुलकी व लष्करी नोकऱ्यांवर हिंदी नागरिकांनी बहिष्कार घालावेत.

२) एका वर्षांत स्वराज्य : कोलकाता अधिवेशनानंतर म.गांधी आपल्या भाषणातून राष्ट्रसभेच्या असहकाराचा ठराव हिंदी लोकांनी अमलात आणला तर एका वर्षांत स्वराज्य मिळेल असे सांगू लागले. ब्रिटिश लोक बळाने राज्यकारभार करू शकत नाहीत; कारण त्यांना साम्राज्यवाढीसाठी आपल्या सहकार्याची गरज आहे. यासाठी आपल्यामध्ये आत्मविश्वास व धैर्याची गरज आहे, जर आपण याबाबत लोकमत तयार करू शकलो तर आपण खात्रीपूर्वक एका वर्षांत स्वराज्य मिळवू असे गांधीजी म्हणत.

३) प्रिन्स ऑफ वेल्सवर बहिष्कार : ब्रिटिश राजपुत्र प्रिन्स ऑफ वेल्स यांचे १७ नोव्हेंबर १९२१ रोजी मुंबईत आगमन झाले. त्या निमित्ताने होणाऱ्या समारंभावर लोकांनी हरताळ पाळून बहिष्कार टाकला. त्यादिवशी म. गांधींच्या चौपाटीवरील सभेनंतर मुंबईत दंगल झाली. मुंबईत हरताळाला गालबोट लागले. त्यामुळे सरकार चिडले. त्यांनी मुंबई आणि कोलकाता या शहरातील लोकांवर सभा, संमेलने भरविण्यास बंदी आणली. भारतातील व्हॉईसरॉयने इंग्लंडला अशा चळवळी कडक कायद्याने दडपून टाकाव्यात असा अहवाल पाठविला.

४) सी.आर.दास यांचे कार्य : कोलकात्यात होऊ घातलेल्या प्रिन्स ऑफ वेल्सच्या भेटीसाठी सी.आर.दास यांच्या नेतृत्वाखाली असहकाराची चळवळ प्रभावीपणे सुरू झाली. त्याविरुद्ध सरकारने लोकांना अटक कारणे सुरू केले. या राजकीय कैद्यांनी बंगालमधील तुरुंग भरून गेले. शेवटी सरकारने त्यांना कंटाळून सोडून दिले.

५) असहकार चळवळीची समाप्ती : हजारो कार्यकर्ते तुरुंगात असतानाच डिसेंबर १९२१ ला अहमदाबाद याठिकाणी राष्ट्रीय सभेचे अधिवेशन झाले. असहकार चळवळ चालू ठेवण्याचा निर्णय तेथे झाला. त्यानंतर गुजरात मधील बार्डोली येथे म.गांधींनी कायदेभंगाची चळवळ सुरू करण्याची घोषणा केली. ब्रिटिशांनी सर्व राजकैद्यांना सोडून द्यावे, हिंदुस्थानाच्या स्वराज्यासाठी काम करणाऱ्या हजारो अहिंसावादी

सत्याग्रहींच्या चळवळीत हस्तक्षेप करू नये, इत्यादी मागण्या होत्या. परंतु, सरकारने ती चळवळ दडपून टाकण्याचा प्रयत्न केला. दरम्यान ५ फेब्रुवारी १९२२ रोजी उत्तर प्रदेशातील गोरखपूर जिल्ह्यात चौरीचौरा या गावी हिंसात्मक घटना घडली. त्या गावी एका मिरवणुकीवर पोलिसांनी गोळीबार केला व पोलिसांकडील दारूगोळा संपताच त्यांनी चौरीचौरा पोलिसचौकीत आश्रय घेतला. लोकांनी चिडून पोलिसचौकी जाळली व तेथून पळून जाणाऱ्या २१ पोलिसांना जिवंत जाळले. म. गांधींना ही हिंसात्मक घटना कळताच त्यांनी असहकार चळवळ स्थगित केली.

असहकार चळवळ अचानकपणे स्थगित करण्याचा म. गांधींचा निर्णय मोतीलाल नेहरू, लाला लजपतराय, सी.आर.दास, सुभाषचंद्र बोस, मौलाना आझाद इत्यादी नेत्यांना आवडला नाही. गांधींच्या या धोरणाचा त्यांनी निषेध केला. त्यानंतर मात्र हा निर्णय त्यांनी मान्य केला. ब्रिटिश शासनाने म. गांधींना १० मार्च १९२२ रोजी अटक केली. लोकांना चिथावणी दिली हा आरोप ठेवून त्यांच्यावर खटला भरला. त्यात त्यांना सहा वर्षांची शिक्षा झाली.

असहकार चळवळीचे परीक्षण :

ब्रिटिश सरकार हिंदुस्थानात करत असलेल्या दडपशाहीला म. गांधींनी असहकार पुकारून शांततामय मार्गाने ब्रिटिशांबरोबर संघर्ष करण्याचे धाडस दाखविले. या चळवळीने राष्ट्रीय आंदोलनाला एक नवे वळण लागले. सक्रिय जनआंदोलनाचे पर्व सुरू झाले. त्यामुळे सामान्य जनतेचा सहभाग मोठ्या प्रमाणात वाढला. तसेच असहकार आंदोलनातून देशाला म.गांधींचे समर्थ नेतृत्व मिळाले आणि काँग्रेस पक्ष हा सुसंघटित व बळकट झाला. या चळवळीला संपूर्ण यश मिळाले नाही परंतु या चळवळीने ब्रिटिश शासनाला भविष्यकालीन भारतीयांच्या आंदोलनाची दिशा कळली असे म्हणता येईल.

असहकार चळवळीच्या अपयशाची कारणे :

१) म. गांधींनी ऐनवेळी ही चळवळ स्थगित केली; त्यामुळे राष्ट्रसभेच्या अनेक नेत्यांसह जनतेचा विरस झाला.

२) म. गांधींनी असहकार चळवळीचा संबंध खिलाफत चळवळीशी जोडला हे बरोबर नव्हते असे अनेकांचे मत झाले. वास्तविक खिलाफत प्रकरण हा धार्मिक प्रश्न होता. आपल्या देशातील मुस्लिमांना खूश करण्यासाठी गांधींनी खिलाफतचा प्रश्न राष्ट्रीय प्रश्नांशी जोडला हे बरोबर नव्हते. खिलाफत चळवळीला पाठीशी घालून देशात दीर्घकालीन हिंदू-मुस्लिम ऐक्य मात्र निर्माण झाले नाही.

३) एका वर्षात स्वराज्य प्राप्त करून देण्याचे स्वप्न म.गांधींनी या चळवळीत पाहिले होते. ते पूर्ण होणे अशक्यच होते कारण ते स्वप्न अविवेकपूर्ण होते.

४) असहकार चळवळीत अनेकांनी पदव्यांचा, शाळा-महाविद्यालयांचा, कायदेमंडळातील जागांचा त्याग मोठ्या प्रमाणांवर करणे आवश्यक होते परंतु आंदोलानाचे वास्तव लक्षात घेतले तर त्याचे प्रमाण खूपच कमी होते याचा अर्थ गांधींचे असहकाराचे तत्त्वज्ञान राबविणाऱ्या माणसांची अजूनही व्हावी तशी तयारी झाली नव्हती.

▶ सविनय कायदेभंग चळवळ :

१९२० ते १९२२ या कालावधीत म. गांधींनी असहकार चळवळीच्या माध्यमातून देशात ब्रिटिश सरकारच्या विरोधात सविनय पद्धतीने जनआंदोलन उभे केले. मात्र, त्या चळवळीला हिंसक वळण लागताच ते आंदोलन मागे घेतले. म. गांधी यांना १० मार्च, १९२२ रोजी अटक केली. त्यांच्यावर खटला चालविण्यात येऊन त्यांना सहा वर्षांची शिक्षा झाली. त्यानंतर हिंदुस्थानातील राजकीय चळवळ थंड होऊ नये आणि इंग्रज

सरकारविरुद्ध कायम असंतोष जागृत करण्यासाठी १९२३ साली मोतीलाल नेहरू आणि सी.आर.दास यांनी स्वराज्य पक्षाची स्थापना करून राजकीय जागृती करण्याचा प्रयत्न केला. स्वराज्य पक्षाने विधिमंडळात प्रवेश करून सरकारची अडवणूक करण्याचा प्रयत्न केला. यापेक्षा वेगळे प्रभावी कार्य स्वराज्य पक्षाला करता आले नाही. तुरुंगात असताना म. गांधींची प्रकृती बिघडल्यामुळे इंग्रजांनी त्यांची तुरुंगातून लवकर सुटका केली. म. गांधींनी फेब्रुवारी १९३० साली ब्रिटिश शासनाविरुद्ध 'सविनय कायदेभंग' ही चळवळ सुरू केली.

काँग्रेसचे लाहोर अधिवेशन :

३१ डिसेंबर १९२९ साली लाहोर येथे काँग्रेसचे भरलेले अधिवेशन अत्यंत महत्त्वाचे मानले जाते. पं. नेहरू या अधिवेशनाचे अध्यक्ष होते. ब्रिटिश साम्राज्यांतर्गत स्वराज्य हे नेहरू समितीतील ध्येय बाजूला ठेवले आणि काँग्रेसने देशाला संपूर्ण स्वातंत्र्य मिळवून देण्याचे ध्येय घोषित केले. त्यासाठी काँग्रेसने म.गांधी यांच्या नेतृत्वाखाली सविनय कायदेभंगाची चळवळ सुरू करण्याचा निर्णय घेतला. २६ जानेवारी १९३० हा दिवस भारताचा स्वातंत्र्यदिन म्हणून पाळण्याचे ठरविले आणि त्याच दिवशी स्वातंत्र्याची प्रतिज्ञा घेतली. म.गांधींनी लॉर्ड आयर्विन यांना पत्र पाठवून मागण्यांबाबत विचार करायला लावले परंतु त्या मागणीकडे लॉर्ड आयर्विन यांनी दुर्लक्ष केले त्यानंतर म. गांधींनी राष्ट्रीय स्तरावर सविनय कायदेभंगाची चळवळ सुरू करण्याचा निर्णय घेतला.

सविनय कायदेभंगाच्या चळवळीचा कार्यक्रम :

काँग्रेसने १९ फेब्रुवारी १९३० रोजी म. गांधींना कायदेभंगाची चळवळ सुरू करण्याबाबत सर्वाधिकार दिले. समुद्राच्या मोफत मिळणाऱ्या पाण्यातून निर्माण होणाऱ्या मिठावर सरकारने कर लादला होता. १२ मार्च १९३० रोजी मिठाचा कायदा मोडून कायदेभंगाची चळवळ सुरू करण्याचे जाहीर केले आणि खालील कार्यक्रम सुचविला.

१) मिठाचा कायदा व इतर अन्यायी स्वरूपाच्या कायद्याचा भंग करणे/मोडणे

२) परदेशी मालाची होळी करणे

३) परदेशी माल, दारू, अफू यांची विक्री करणाऱ्या दुकानासमोर निदर्शने करणे

४) सरकारी नोकऱ्यांवर बहिष्कार टाकणे

५) सरकारी शिक्षण संस्थांवर बहिष्कार टाकणे

६) करबंदी करणे

७) जंगल कायद्याचा भंग करणे

८) निवडणुकांवर बहिष्कार टाकणे

मिठाचा सत्याग्रह :

१२ मार्च १९३० रोजी म.गांधी आपल्या निष्ठावान अनुयायांसह साबरमती आश्रमातून दांडी यात्रेला पायी चालत निघाले. त्यांच्या मार्गात हजारो लोक आपणहून या यात्रेत सामील झाले. गुजरात येथील दांडी येथे ५ एप्रिल १९३० रोजी मिठाच्या कायद्याचा भंग करून परवानगीशिवाय मीठ उचलले. त्यानंतर इतर सर्व सत्याग्रहींनी म.गांधींप्रमाणेच कृती केली. या प्रसंगापासूनच कायदेभंगाच्या चळवळीला सुरुवात झाली असे म्हटले जाते. कायदेभंग केल्याबद्दल ब्रिटिश सरकारने म.गांधींसह त्यांच्या अनेक अनुयायांवर लाठीहल्ला केला. हजारो सत्याग्रही व नेते तुरुंगात डांबले जाऊ लागले. म.गांधींना ५ मे रोजी पकडून येरवड्याला पाठविले.

सारांश, जनतेच्या देशभक्तीला मोठे उधाण आले होते. जनता पोलिसांना घाबरत नव्हती. स्वातंत्र्यासाठी हसत हसत लाठ्या खात होती. वायव्य प्रांतातील खान अब्दुल गफारखान उर्फ सरहद्द गांधी हे सुद्धा आपल्या हजारो कार्यकर्त्यांसह या आंदोलनात सहभागी झाले होते. मणिपुरी नेते व कार्यकर्ते तसेच नागांची नेता राणी गौदिनलिऊ व अनेक अनुयायांनी कायदेभंगाच्या चळवळीस सक्रिय पाठिंबा दिला होता.

धारासना सत्याग्रह :

म. गांधींनी १ मे १९३० रोजी सूरत जिल्ह्यातील धारासना या ठिकाणी जाऊन कायदेभंग करण्याचा निर्णय लॉर्ड आयर्विनला कळविला. त्यावेळी मात्र त्यांना लगेचच अटक झाली. त्यानंतर या सत्याग्रहाचे नेतृत्व सरोजिनी नायडू यांना देण्यात आले. ब्रिटिशांनी विरोध करूनही २२ मे १९३० रोजी धारासना येथे सत्याग्रह झाला. तेथील मिठागराजवळ पोहोचल्यानंतर लगेचच सरोजिनी नायडू व इतर नेत्यांनाही अटक करण्यात आली.

हिंदुस्थानातील इतर ठिकाणी झालेले सत्याग्रह/सविनय कायदेभंगाच्या चळवळी व इतर कार्यक्रम:

१) मुंबईत वडाळा येथे सत्याग्रह झाला.

२) महाराष्ट्र, गुजरात, बंगाल, ओरिसा, मद्रास इत्यादी ठिकाणी सत्याग्रह झाले.

३) महाराष्ट्रात मुंबई शहर मिठाच्या सत्याग्रहात आघाडीवर होते. रत्नागिरी जिल्ह्यात शिरोडा येथे मिठाचा सत्याग्रह झाला.

४) ज्या ठिकाणी समुद्रकिनारा नव्हता त्या ठिकाणी ब्रिटिशांच्या अन्यायकारी कायद्यांचा भंग केला. उदा. काही ठिकाणी जंगल सत्याग्रह झाले तर उत्तरप्रदेश व कर्नाटक येथील शेतकऱ्यांनी सरकारला शेतसारा देण्याचे नाकारले.

५) काही ठिकाणी परदेशी मालावर बहिष्कार टाकून परदेशी कापडाची होळी केली. त्यासाठी मुंबईत बाबू गेनू याने परदेशी कापडाच्या मोटारीसमोर स्वतःला चिरडून घेऊन बलिदान केले.

६) म. गांधींना अटक झाल्यानंतरही देशातील विविध भागात हरताळ पाळले गेले. सोलापूर येथे ६ मे १९३० रोजी हरताळ पाळण्यात आला त्याविरुद्ध सोलापूरच्या कलेक्टरने लष्करी कायदा पुकारला. लोकांनी त्याला विरोध केला. या लष्करी कायद्याविरुद्ध चळवळीत हिरीरीने भाग घेणारे मल्लप्पा धनशेट्टी, जगन्नाथ शिंदे, किसन सारडा व कुर्बान हुसैन या चौघांना ब्रिटिशांनी फाशी दिले.

सविनय कायदेभंग चळवळीचे महत्त्व आणि परिणाम :

१) राष्ट्रीय स्वातंत्र्य चळवळ ही सविनय कायदेभंगाच्या चळवळीमुळे देशभर पसरली. देशाच्या कानाकोपऱ्यात, सर्व खेड्यांमध्ये पोहोचली.

२) सविनय कायदेभंग चळवळीचे आंदोलन भारतीय स्वातंत्र्यप्राप्तीचा एक महत्त्वाचा टप्पा ठरला.

३) सविनय कायदेभंग आंदोलन यशस्वी झाले म्हणूनच ब्रिटिशांनी हिंदुस्थानातील राजकीय सुधारणांची भाषा सुरू केली. त्यामुळेच त्या पुढील काळात गोलमेज परिषदेचे आंदोलन झाले.

४) या आंदोलनात देशातील सर्व वर्गातील लोकांनी सहभाग नोंदविला. सर्वात महत्त्वाचे म्हणजे महिलांचा सहभाग फार मोठ्या प्रमाणात होता.

५) या आंदोलनात सहभागी झाल्यानंतर स्वातंत्र्यासाठी लाठीहल्ला, शारीरिक इजा होणे, डोकी फुटणे,

तुरुंगात जाणे याची लोकांना भीती वाटली नाही. उलट, या बाबी राष्ट्रभक्तीच्या प्रतीक मानल्या जाऊ लागल्या.

▶ वैयक्तिक सत्याग्रह :

दुसऱ्या महायुद्धामुळे बदललेली जागतिक परिस्थिती, महायुद्धात भारताने भाग घेतल्याची व्हाईसरॉयने केलेली घोषणा, महायुद्धांमध्ये सहभागी होण्यासाठी राष्ट्रसभेचा नकार, प्रांतातील राष्ट्रीय सभेच्या मंत्रिमंडळाचे राजीनामे, राष्ट्रीय सभा व मुस्लिम लीग यांचा संघर्ष अशा वातावरणात १९४० साली राष्ट्रीय सभेचे अधिवेशन बिहार येथील रामगड येथे भरले. या राष्ट्रीय सभेच्या अधिवेशनाचे अध्यक्षपद मौलाना अबुल कलाम आझाद यांनी भूषविले. या अधिवेशनात पुढील महत्त्वाचा ठराव मंजूर झाला. महायुद्ध हे ब्रिटिश साम्राज्य टिकविण्यासाठी असून यापुढे ब्रिटिश शासनाच्या युद्धप्रयत्नांशी असहकार चालू ठेवण्यात येईल.

संपूर्ण स्वातंत्र्य महत्त्वाचे असून आणि ते मिळाल्याशिवाय भारतीयांचे इतर कशानेही समाधान होणार नसल्याचे राष्ट्रीय सभेने जाहीर केले. नजीकच्या काळात म.गांधींच्या नेतृत्वाखाली सविनय कायदेभंगाचे आंदोलन सुरू करण्याचेही ठरविण्यात आले. दुसऱ्या महायुद्धातील इंग्लंडची परिस्थिती खूपच बिकट झाली. भारताच्या मागणीकडे इंग्लंडने फारसे गांभीयाने पाहिले नाही. ८ ऑगस्ट १९४० रोजी ब्रिटिशांनी एक घोषणा केली. 'ऑगस्ट घोषणा' म्हणून ती प्रसिद्ध आहे. राष्ट्रीय सभेने ऑगस्ट घोषणा फेटाळली कारण ब्रिटिशांनी ताबडतोब स्वातंत्र्य देण्याची मागणी फेटाळली होती. या पार्श्वभूमीवर १५ सप्टेंबर १९४० रोजी मुंबई येथे राष्ट्रीय महासमितीचे अधिवेशन आयोजित केले होते. याच अधिवेशनात वैयक्तिक सत्याग्रह करण्याचा निर्णय घेतला आणि त्यासंबंधी महत्त्वाचे सर्व अधिकार म. गांधींना देण्यात आले. ब्रिटिशांविरुद्ध सार्वजनिक सत्याग्रह न करता ते वैयक्तिक पातळीवर करावेत असे म. गांधींनी सांगितले. त्यासाठी म.गांधींनी आचार्य विनोबा भावे यांची निवड केली. १७ ऑक्टोबर १९४० रोजी विनोबा भावे यांनी पवनार आश्रमात युद्धविरोधी भाषण करून पहिला वैयक्तिक सत्याग्रह केला. दुसरा वैयक्तिक सत्याग्रह पं. नेहरू यांनी केला. त्यानंतर अनेकांनी त्यात सहभाग घेतला. १९४१ च्या वर्षाअखेरपर्यंत ही मोहीम चालू होती. या काळात सुमारे २५००० सत्याग्रहींना तुरुंगवास झाला. नंतर ती चळवळ मागे घेतली गेली. वैयक्तिक सत्याग्रहाद्वारे म. गांधींनी भारतात युद्धविरोधी आणि ब्रिटिश साम्राज्याच्या विरोधी भूमिका लोकांच्या मनात तयार केली.

▶ चले जाव चळवळ (भारत छोडो आंदोलन) :

हिंदुस्थानातील जवळजवळ सर्वच राजकीय पक्षांनी 'क्रिप्स योजना' फेटाळली. त्यावेळी दुसरे महायुद्ध सुरू होते. ब्रिटिश राज्यकर्ते युद्धात गुंतल्यामुळे आता नजीकच्या काळात ब्रिटिशांपासून आपणाला काहीच मिळणार नाही; अशी खात्री राष्ट्रीय सभेला झाली होती. वैयक्तिक सत्याग्रहालाही ब्रिटिशांनी चांगला प्रतिसाद दिला नव्हता त्यामुळे चळवळीची तीव्रता यापेक्षा आणखी वाढविली पाहिजे असे काँग्रेसला वाटू लागले. १९४२ साली काँग्रेस कार्यकारिणीची बैठक वर्धा येथे झाली. काँग्रेस कार्यकारिणीने १४ जुलै १९४२ रोजी म.गांधींचा 'छोडो भारत' प्रस्ताव मंजूर केला. त्यानंतर ७ ऑगस्ट १९४२ रोजी मुंबई येथे अखिल भारतीय काँग्रेस कमिटीचे अधिवेशन भरले. त्यात 'छोडो भारत' हा ऐतिहासिक ठराव काँग्रेसच्या बैठकीत प्रचंड बहुमताने मंजूर झाला. त्यावेळी म.गांधींनी उपस्थित लोकांसमोर भाषण केले. लवकर स्वातंत्र्य मिळविण्यासाठी म.गांधींनी जनतेला 'करा किंवा मरा' (Do or Die) असा संदेश दिला आणि ब्रिटिशांनी भारत तत्काळ सोडून जावे अशी घोषणा केली.

ऑगस्ट क्रांती :

म. गांधींच्या नेतृत्वाखाली ९ ऑगस्ट १९४२ पासून या आंदोलनास सुरुवात होणार होती. जपानी आक्रमण समोर आल्यामुळे आपण जर आंदोलन सुरू केले तर सरकार आपणाला व काँग्रेसच्या इतर नेत्यांना अटक करून पेचप्रसंग निर्माण करणार नाही असे म.गांधींना वाटत होते. मात्र म.गांधींचा हा अंदाज चुकला. ९ ऑगस्टला पहाटेचे म. गांधी, जवाहरलाल नेहरू, मौलाना आझाद, आचार्य कृपलानी, गोविंद वल्लभ पंत, असफअली इत्यादी राष्ट्रसभेच्या नेत्यांना तुरुंगात पाठविले. म.गांधींना पुण्याच्या आगाखान पॅलेसमध्ये तर इतरांना अहमदनगरच्या तुरुंगात पाठविले. राजेंद्र प्रसादांना पाटण्यात कैदेत ठेवले. १५ जून १९४५ पर्यंत या नेत्यांची तुरुंगातून सुटका केली नाही. सरकारने राष्ट्रसभा बेकायदेशीर ठरवून या संघटनेची बँकेतील खाती सरकारजमा केली. ब्रिटिश सरकारने हे आंदोलन संपूर्णपणे दडपून टाकण्याचा प्रयत्न केला.

ब्रिटिश सरकारने राष्ट्रसभेच्या सर्व नेत्यांना पकडल्यामुळे 'छोडो भारत' ही चळवळ थांबेल असे ब्रिटिशांना वाटले. परंतु ब्रिटिश सरकारचा अंदाज चुकला. त्यावेळी जनतेने उत्स्फूर्तपणे आंदोलन चालू ठेवले. डॉ. राम मनोहर लोहिया, अच्युतराव पटवर्धन, अरुणा असफअली, सुचेता कृपलानी आर्दींनी भूमिगत राहून चळवळ चालविली. क्रांतिसिंह नाना पाटील यांनी सातारा जिल्ह्यात भूमिगत चळवळ चालविली. त्यावेळी अशीच चळवळ बंगाल, उत्तरप्रदेश व बिहार प्रांतातही झाली. सरकारला हे आंदोलन म्हणजे ब्रिटिश सरकारविरुद्ध बंड पुकारले असे वाटले त्यासाठी त्यांनी पोलिसांसह सैन्याचाही वापर केला. सरकारने दडपशाही सुरू केली म्हणून एरवी शांततेच्या मार्गाने आंदोलन करणारी जनता याच कालावधीत हिंसात्मक व आक्रमक बनली. म. गांधींनी दिलेल्या 'करेंगे या मरेंगे' या घोषणेच्या निर्धाराने संघर्ष सुरू झाला. रेल्वेवर हल्ला करणे, रस्त्यावरची वाहतूक अडविणे, टेलिफोनच्या तारा तोडणे, शासकीय कार्यालये जाळणे इत्यादी मार्गांचा अवलंब केला गेला.

या आंदोलनाच्या वेळी मुस्लिम लीगने सरकारशी हातमिळवणी केली. हिंदू महासभा उदासीन राहिली तर साम्यवाद्यांनी शासनाशी अनुकूल धोरण स्वीकारले. समाजवादी पक्षाने मात्र या आंदोलनाला पाठिंबा दिला आणि भूमिगत राहून ही चळवळ सक्रिय बनविली.

चले जाव आंदोलनाचे परीक्षण :

या चळवळीला आधुनिक भारताच्या इतिहासात अत्यंत महत्त्वाचे स्थान आहे. या चळवळीत भूमिगत राहून चळवळ चालविणारे ज्येष्ठ नेते जयप्रकाश नारायण म्हणतात की, 'फ्रान्समध्ये जसे फ्रेंच राज्यक्रांतीचे स्थान आहे तसे १९४२ च्या क्रांतीचे हिंदुस्थानाच्या इतिहासात स्थान आहे.'

या चळवळीमुळे देशाचे स्वातंत्र्य दृष्टिपथात आले हे नाकारता येत नाही. राष्ट्रीय स्वातंत्र्य चळवळीतील हा एक अत्यंत महत्त्वाचा टप्पा होता. या चळवळीनंतर पाच वर्षानंतरच देशाला स्वातंत्र्य मिळाले. देशाच्या स्वातंत्र्याची पार्श्वभूमी ह्या चळवळीने तयार केली हे आपणाला विसरता येणार नाही. या चळवळीमुळेच भारताच्या राजकारणात व समाजकारणात म.गांधींचा प्रभाव कायम राहिला. सुभाषचंद्र बोस व म.गांधीजी यांच्यात मतभेद असतानासुद्धा सुभाषचंद्र बोस यांनी म.गांधींना 'राष्ट्रपिता' असे म्हटले. पं. नेहरू यांनीही या आंदोलनाची स्तुती केली. त्यांच्या मते, या आंदोलनात लोकांनी जे धाडस व देशप्रेम दाखविले ते विलक्षण होते.

▶ सत्यशोधक समाज :

म. फुले हे सामाजिक समतेच्या चळवळीचे आद्य प्रवर्तक समजले जातात. वर्षानुवर्षे चालत आलेल्या जातीयता व अस्पृश्यतेविरुद्ध त्यांनी आवाज उठविला. बहुजन समाजाला ब्राह्मण्यवादाच्या कपटीपणातून

वाचविण्यासाठी समाजातील दुर्बल वर्गाला सामाजिक न्याय मिळवून देण्याच्या उद्देशाने म.फुले यांनी १८७३ साली 'सत्यशोधक समाज' स्थापन केला. धर्माच्या नावाखाली ब्राह्मण इतर वर्णीयांवर अत्याचार करतात व त्यांना आपले गुलाम बनवितात. कनिष्ठ वर्गाला मानसिक गुलामगिरीतून मुक्त करणारी ही एक चळवळ होती. सार्वजनिक सत्यधर्म व गुलामगिरी या दोन ग्रंथातून म. फुले यांनी सत्यशोधक समाजाबद्दलचे आपले विचार मांडले आहेत.

सर्व माणसे समान असून ती परमेश्वराची लेकरे आहेत व त्यांच्या प्रार्थनेसाठी पुरोहिताची आवश्यकता नसते. मनुष्याचे श्रेष्ठत्व जन्मावर नसून कर्मावर आहे. पुनर्जन्म, कर्मकांड, जपतप हे थोतांड आहे अशी सत्यशोधक समाजाची तत्त्वे होती. ती एक राजकीय, सामाजिक व धार्मिक वर्चस्वाविरुद्धची चळवळ होती. म.फुले हे ब्राह्मणद्वेषी नव्हते तर सनातन ब्राह्मणविरोधी ते होते. पुरोहितशाहीला विरोध करून पुरोहिताशिवाय सत्यशोधक पद्धतीने त्यांनी लग्ने लावली. सत्यशोधक समाजाद्वारे त्यांनी सामाजिक समतेसाठी प्रदीर्घकाळ लढा दिला. त्यामुळेच कनिष्ठ समाजात जागृती झाली. शिक्षणाचा प्रसार झाल्यानंतर बहुजन समाजातील कार्यकर्त्यांची नवी पिढी पुढे आली. याबद्दल धनंजय कीर म्हणतात, 'आधुनिक भारतामध्ये सामाजिक पुनर्घटनेसाठी चळवळ सुरू करणारी पहिली संस्था म्हणजे सत्यशोधक समाज होय. सत्यशोधक समाजाने सामाजिक गुलामगिरीविरुद्ध आवाज उठविला आणि सामाजिक न्यायाची व सामाजिक पुनर्रचनेची मागणी केली. सत्यशोधक समाजाचा आवाज ही हिंदुस्थानात अनेक शतके दडपून टाकलेल्या कनिष्ठ समाजाची किंकाळी होय.'

म. फुले यांची सार्वजनिक विचारप्रणाली धर्ममीमांसेवर अवलंबून आहे. ते कट्टर एकेश्वरवादी होते. परमेश्वर निर्गुण–निराकार असून तो सर्व चराचरांत आहे. अशा परमेश्वराला शरण जावे असे ते प्रतिपादन करीत होते. मात्र, त्यांना मूर्तिपूजा मान्य नव्हती. परमेश्वराची शुद्ध स्वरूपातील आराधना योग्य असून त्याची विविध रूपांतील आराधना त्यांना मान्य नव्हती आणि अवतार कल्पनाही त्यांना मान्य नव्हती.

सर्व भारतीय समाजाला कालबाह्य झालेल्या रूढी, परंपरा, अंधश्रद्धा, जातीयता, ब्राह्मणवाद्यांचे वर्चस्व या समाजाला अध:पतन करणाऱ्या दुष्टचक्रातून बाहेर काढून समाजाची निर्मिती स्वातंत्र्य, समता, बंधुता या आधारावर करणे हा सत्यशोधक समाजाचा हेतू होता. मानवी मूल्ये आणि मानवतावादी तत्त्वज्ञान यावर आधारलेली सत्यशोधक समाजाची बैठक होती. त्यामुळेच म.फुलेंच्या विश्वकुटुंबत्वाचा 'सार्वजनिक सत्यधर्म' हा जाहिरनामा आहे, असे मत तर्कतीर्थ लक्ष्मणशास्त्री जोशी यांनी मांडले.

▶ म. गांधीजी आणि अस्पृश्यता निर्मूलन :

१९३१ साली लंडन येथे झालेल्या दुसऱ्या गोलमेज परिषदेत हिंदुस्थानला जबाबदार सरकारबाबत काहीही मिळणे शक्य नसल्यामुळे म.गांधींनी त्या परिषदेतून माघार घेतली आणि ते हिंदुस्थानात परत आले. या परिषदेत मुस्लिम लीगने स्वतंत्र जातीय मतदार संघाची मागणी केली तर डॉ.आंबेडकरांनी मागासवर्गीयांसाठी वेगळा मतदारसंघ ठेवण्याची मागणी केली. म.गांधींनी डॉ.आंबेडकरांच्या मागणीवर टीका केली. त्यानंतर इंग्लंडचे पंतप्रधान रॅम्से मॅक्डोनाल्ड यांनी १६ ऑगस्ट १९३२ ला जाहीर केलेल्या जातीय निवाड्यात मात्र मुस्लिम, शीख यांच्याबरोबरच दलितांनाही स्वतंत्र मतदारसंघ असल्याचे जाहीर केले. ब्रिटिश सरकार हिंदू आणि अस्पृश्यात फूट पाडत आहे म्हणून म. गांधींनी २० सप्टेंबर १९३२ या दिवशी पुणे येथे आमरण उपोषण सुरू केले. या पार्श्वभूमीवर २५ सप्टेंबर १९३२ रोजी म.गांधी आणि डॉ.आंबेडकर यांच्यात पुणे येथे ऐतिहासिक 'पुणे करार' झाला. अस्पृश्यांसाठी स्वतंत्र मतदारसंघ ठेवण्याऐवजी राखीव जागा ठेवण्यात याव्यात असे मान्य झाले.

अस्पृश्यता निवारण सप्ताह :

म. गांधींनी १९३० साली सुरू केलेली सविनय कायदेभंगाच्या चळवळीची तीव्रता १९३२ नंतर कमी होऊ लागली. त्यानंतर सर्व हिंदी जनतेचे लक्ष अस्पृश्यांवर केंद्रित झाले. साबरमती आश्रमाच्या नियमावलीतही अस्पृश्यता निवारण करणे हा महत्त्वाचा नियम त्यांनी ठरविला होता. म.गांधीजी अस्पृश्यता पाळणे हे माणुसकीवरचा कलंक आहे असे समजत होते. त्याबरोबर अस्पृश्यांना हक्क मिळवून देण्यासाठी त्यांनी आपले संपूर्ण आयुष्य पणाला लावले. १९३२ साली दिल्लीत अस्पृश्यता निवारण करण्यासाठी ठक्कर बाप्पा यांच्या अध्यक्षतेखाली एक संस्था स्थापन केली. अस्पृश्यता निवारण ही हिंदू धर्माच्या शुद्धीकरणासाठी उभी केलेली चळवळ आहे, असे गांधी म्हणू लागले. त्यानंतर देशात अनेक ठिकाणी अस्पृश्यता निवारण सप्ताह पाळण्यात आले.

अस्पृश्यता निवारणासंबंधी म.गांधींचे विचार :

१) हिंदू धर्माने धर्माच्या नावावर लाखो अस्पृश्यांची स्थिती गुलामासारखी करून ठेवली आहे. त्यांना गुलामगिरीतून मुक्त करणे हे प्रत्येक हिंदूचे कर्तव्य ठरते.

२) भंगी लोकांच्या कामकाजाचा दर्जा इतर लोकांच्या कामकाजाप्रमाणेच उच्च समजला पाहिजे. त्यांच्याकडे माणूस म्हणून पाहिले पाहिजे.

३) सार्वजनिक विहिरी, मंदिरे, बाजारपेठा, शाळा-महाविद्यालये, जत्रा इत्यादी ठिकाणी अस्पृश्यांना जाण्यासाठी कोणताही प्रतिबंध करू नये.

४) अस्पृश्यांनी त्यांचे परंपरागत धंदे सोडू नयेत. मात्र, ते परंपरागत धंदा करतात म्हणून अस्पृश्यांना कोणीही हिणवू नये.

'हरिजन' ही परमेश्वराची लेकरे आहेत :

म. गांधी अस्पृश्यांसाठी 'हरिजन' हा शब्द वापरत होते त्याद्वारे ते जनतेचे मतपरिवर्तन करीत होते. त्यासाठी म. गांधी यांनी ११ फेब्रुवारी १९३३ पासून 'हरिजन' साप्ताहिक इंग्रजी भाषेत सुरू केले आणि त्यात पहिला अग्रलेख अस्पृश्यतेवर लिहिला.

▶ **डॉ.बाबासाहेब आंबेडकरांचा अस्पृश्यांच्या समस्येबाबतचा दृष्टिकोन :**

डॉ.बाबासाहेब आंबेडकर स्वत: अस्पृश्य समाजात जन्मलेले असल्यामुळे अस्पृश्यांवरील अन्याय, अत्याचार, अस्पृश्य वागणूक व उपेक्षा त्यांनी अनुभवली होती; म्हणून आपल्या बांधवांना सामाजिक गुलामगिरीतून मुक्त करण्यासाठी त्यांना संघटित व जागृत करण्यासाठी डॉ.बाबासाहेब आंबेडकरांनी खूप परिश्रम घेतले. सामाजिक बंधनांनी जखडलेल्या पददलितांच्या उत्थानासाठी कार्य करणारे ते दलित चळवळीचे एक क्रांतिपुत्र होते.

अस्पृश्य समाजात जन्म घेतल्यामुळे डॉ. बाबासाहेब आंबेडकरांना उच्चशिक्षण घेताना बरेच अडथळे आले. त्यांनी एम.ए., एम.एस्सी., पीएच.डी., बार अॅट लॉ ह्या पदव्या इंग्लंड व अमेरिकेत १९२४ या वर्षांपूर्वीच पूर्ण केल्या आणि त्यानंतर आपले संपूर्ण आयुष्य अस्पृश्य समाजाच्या उद्धारासाठी खर्च केले. अस्पृश्य समाज जागृत होण्यासाठी, स्वत:च्या पायावर उभा राहण्यासाठी त्यांनी खूप कष्ट घेतले. आंबेडकरांनी अस्पृश्यांमधील आत्मविश्वास वाढविला व त्यांना आत्मसन्मानाने जगण्यास शिकविले.

अस्पृश्य समाजाच्या उद्धारासाठी डॉ.बाबासाहेब आंबेडकरांनी केलेल्या चळवळी :

अस्पृश्यांची दयनीय स्थिती, मागासलेपण, अज्ञान, दारिद्र्य व मानहानीकारक जीवनाची डॉ.आंबेडकरांना

संपूर्ण जाणीव होती. या परिस्थितीबाबत उच्चवर्णीय समाजाच्या विचारात काही बदल होईल असे त्यांना वाटत नव्हते. अस्पृश्य समाजाला समतेच्या हक्कासाठी जागृत करून संघटित करून, अहिंसक मार्गाने संघर्ष करण्याचा मार्ग त्यांनी स्वीकारला. शैक्षणिक कार्यासाठी १९२४ साली त्यांनी 'बहिष्कृत हितकारिणी सभे'ची स्थापना केली. तसेच वेळोवेळी विविध परिषदा भरवून त्यातून सामाजिक समतेची मागणी केली.

महाड चळवळ : अस्पृश्यांनी सुरू केलेल्या मुक्ती लढ्याचा महाडचा सत्याग्रह शुभारंभ समजला जातो. डॉ.बाबासाहेब आंबेडकर व त्यांच्या अनुयायांनी 20 मार्च १९२७ रोजी महाड येथील चवदार तळ्यावर सत्याग्रह करून तळ्याचे पाणी प्राशन केले. सवर्ण-अस्पृश्य भेदभाव त्यांना मान्य नव्हता हे त्यातून त्यांना सुचवायचे होते.

मनुस्मृती दहन : डॉ. बाबासाहेब आंबेडकर यांनी २५ डिसेंबर १९२७ रोजी मनुस्मृतीचे जाहीररीत्या दहन केले. उच्च वर्णियांचे श्रेष्ठत्व राखणाऱ्या व कनिष्ठ जातीच्या लोकांना दास बनविणाऱ्या विचारांचे ते दहन होते. या कृतीमुळे अस्पृश्यांचा आत्मविश्वास वाढला.

मंदिर प्रवेश चळवळ : डॉ. बाबासाहेब आंबेडकरांनी १९२९ यावर्षी पर्वती सत्याग्रह आणि १९३१ साली नाशिक येथील काळाराम मंदिर प्रवेशासाठी सत्याग्रह केला. अस्पृश्यांना माणूस म्हणून जगता यावे हा त्यांचा त्यामागील उद्देश होता.

बौद्ध धर्माचा स्वीकार : हिंदू धर्मात अस्पृश्यांना समानतेची वागणूक मिळत नव्हती म्हणून डॉ.आंबेडकर व त्यांच्या बऱ्याच अनुयायांनी समतेची शिकवण देणाऱ्या बौद्ध धर्माचा १४ ऑक्टोबर १९५६ रोजी स्वीकार केला.

शैक्षणिक कार्य : अस्पृश्यांना त्यांच्या हक्कांची जाणीव होण्यासाठी शिक्षणाची सोय उपलब्ध करून देणे हे डॉ.आंबेडकरांनी खूप लवकर ओळखले होते. प्रौढांसाठी शाळा काढून वाचनालयाचा प्रसार करण्यासाठी त्यांनी २० जुलै १९२४ साली बहिष्कृत हितकारिणी सभा स्थापन केली. १९४६ साली पीपल्स एज्युकेशन सोसायटीची स्थापना करून औरंगाबादला मिलिंद महाविद्यालय तर मुंबई येथे सिद्धार्थ महाविद्यालय सुरू केले.

वृत्तपत्रांद्वारे अस्पृश्य समाजात जागृती : अस्पृश्यांवर होणारे अन्याय व अत्याचार समाजापुढे मांडले जावेत म्हणून १९२० साली आंबेडकरांनी 'मूकनायक' नावाचे वृत्तपत्र सुरू केले. त्यापुढील काळात त्यांनी समता, प्रबुद्ध भारत, बहिष्कृत भारत ही वृत्तपत्रे व पाक्षिके सुरू केली. त्यामुळे अस्पृश्य समाजात मोठ्या प्रमाणात जागृती झाली.

राजकीय चळवळ :

१) डॉ. बाबासाहेब आंबेडकर हे १९२६ ते १९३६ या कालावधीत मुंबई विधिमंडळाचे सदस्य होते. त्यावेळी त्यांनी भरीव स्वरूपाचे कार्य केले.

२) अस्पृश्यांच्या विकासासांसाठी विविध मागण्या केल्या. उदाहरणार्थ : १९२७ साली सायमन कमिशनकडे स्वतंत्र मागण्यांचे निवेदन दिले. सैन्य व पोलिस दलात अस्पृश्यांना संधी देण्याची मागणी केली. गोलमेज परिषदांमध्ये प्रांतिक कायदेमंडळाचा विषय निघाल्यावर तेथे अस्पृश्यांचे हितसंबंध व हक्काचे रक्षण करण्याची मागणी केली. वेगळ्या मतदार संघाची मागणी, राखीव जागांची मागणी व भारताच्या स्वातंत्र्यानंतर हिंदू कोड बिलाची मागणी त्यांनी केली होती.

३) पुणे करार (२४ सप्टेंबर १९३२) : ब्रिटिश पंतप्रधान रॅम्से मॅक्डोनाल्ड यांनी १९३२ साली जातीय निवाडा प्रकाशित केला. अस्पृश्यांना स्वतंत्र मतदारसंघ देण्याचा तो प्रस्ताव होता. म. गांधींना ते आवडले नाही. ब्रिटिश हिंदू आणि अस्पृश्य यांच्यात फूट पाडत असल्याचे त्यांना सांगितले. त्याविरुद्ध त्यांनी पुणे येथील येरवडा तुरुंगात आमरण उपोषण सुरू केले. त्यानंतर डॉ. आंबेडकरांनी म. गांधींची भेट घेऊन एक समझोता केला जो 'पुणे करार' म्हणून प्रसिद्ध आहे.

४) डॉ. आंबेडकरांनी १९३६ साली स्वतंत्र मजूर पक्षाची स्थापना केली. आपल्या सामाजिक कार्याला अधिमान्यता मिळावी हा त्यामागचा हेतू होता. १९४२ साली त्यांनी अखिल भारतीय शेड्यूल कास्ट्स फेडरेशनची स्थापना केली. काही काळानंतर हा पक्ष बरखास्त करून त्यांना रिपब्लिकन पक्ष स्थापन करावयाचा होता.

५) भारतीय राज्यघटनेचे शिल्पकार - डॉ. बाबासाहेब आंबेडकर हे भारतीय राज्यघटनेच्या मसुदा समितीचे अध्यक्ष होते. राज्यघटनेचा मसुदा तयार करण्याचे काम अत्यंत किचकट परंतु महत्त्वाचे होते. ते त्यांनी अतिशय कष्टाने व परिश्रमपूर्वक पूर्ण केले म्हणून त्यांना भारतीय राज्यघटनेचे शिल्पकार म्हटले जाते.

६) कायदामंत्री आणि मजूरमंत्री म्हणून त्यांनी भरीव स्वरूपाचे कार्य केले.

७) मानवी स्वातंत्र्याचे शिल्पकार म्हणूनही डॉ. बाबासाहेब आंबेडकर यांच्याकडे संपूर्ण भारतीय समाजाने पाहिले.

▶ मुस्लिम राजकारण व स्वातंत्र्य चळवळ (सर सय्यद अहमद खान व अलीगढ चळवळ, मुस्लिम लीग व अली बंधू, इक्बाल, बॅ. जीना) -

१८८५ साली राष्ट्रीय काँग्रेसची स्थापना झाल्यानंतर राष्ट्रीय चळवळीचा प्रभाव हळूहळू वाढू लागला. त्यामुळे हिंदुस्थानातील हिंदू-मुस्लिम एकत्र येतील ही भीती ब्रिटिशांना वाटू लागली. त्यासाठी त्यांनी फोडा आणि झोडा या नीतीचा अवलंब करून हिंदू-मुस्लिमांमध्ये धार्मिक आधारावर फूट पाडावयास सुरुवात केली. आपणच मुस्लिमांचे कशा रीतीने संरक्षण करू शकतो हे सांगायला ते विसरले नाहीत त्यासाठी मुस्लिम उच्चशिक्षित, बुद्धिवंत, संस्थानिक, जमिनदार यांना आपल्या बाजूस ओढण्यासाठी काही उपायोजना केल्या. त्यामुळे हिंदी समाजात गट-तट निर्माण झाले.

१९ व्या शतकाच्या सुरुवातीला ब्रिटिशांचे मुस्लिमांबद्दल चांगले मत नव्हते. सैन्यातील अधिकाऱ्यांच्या जागा यापूर्वी मुस्लिमांना दिल्या जात होत्या. ती पद्धत बंद करून त्या जागा युरोपियन लोकांना द्यायला सुरुवात केली. १८६४ ते १८७३ या काळात मुस्लिमांवर खुनासारखे आरोप ठेवून ब्रिटिशांनी त्यांच्याविरुद्ध खटले भरले. १८७३ नंतर मात्र ब्रिटिशांचा मुस्लिमांविषयीचा दृष्टिकोन बदलला. विल्यम हंटर, भारतमंत्री ऑलिव्हर, जॉन स्ट्रॅची, लॉर्ड मिंटो या सर्वांनी वेळोवेळी मुस्लिमधार्जिणी धोरणे जाहीर केली.

सर सय्यद अहमद खान व अलीगढ चळवळ -

सर सय्यद अहमद खान हे मुस्लिम समाजाचे १९ व्या शतकातील थोर नेते होते. १८५७ च्या बंडात ते इंग्रजांशी एकनिष्ठ राहिले होते. हिंदंशी फटकून राहणे आणि हिंदुस्थानातील मुस्लिमांनी इंग्रजांना सहकार्य करावे अशी त्यांची भूमिका होती. मुस्लिम वर्गात जातीयवादाचे बीज पेरले. तसेच तात्त्विकदृष्ट्या ख्रिस्ती धर्म हा इस्लामधर्माला अधिक जवळचा आहे ते नेहमी म्हणत. मुस्लिम जातीयवादाचा पाया त्यांनीच घातला. १८७५ साली त्यांनी अँग्लो-ओरिएंटल कॉलेज स्थापन केले. यानंतर हे कॉलेज मुस्लिम राजकारणाचा अड्डा व एक सांस्कृतिक केंद्र ठरले. या कॉलेजचे प्रिन्सिपॉल म्हणून काही काळ बेक यांनी काम पाहिले त्यांनी

हेतुपुरस्पर हिंदू-मुस्लिमांमध्ये फूट पाडली. १९२० साली कॉलेजचे रूपांतर अलीगढ मुस्लिम विद्यापीठात झाले.

१८८५ साली राष्ट्रीय काँग्रेसची स्थापना झाल्यानंतर दुसऱ्याच वर्षी १९८६ साली सर सय्यद अहमद खान यांनी मुस्लिम एज्युकेशनल कॉन्फरन्स आयोजित केली. त्यानंतर त्या कॉन्फरन्सद्वारा मुस्लिमांचे फक्त शैक्षणिक प्रश्न लक्षात न घेता त्यांनी राजकीय जागृतीचे काम चालू केले. या कॉन्फरन्सच्यावतीने देशभर त्यांनी अनेक संघटना स्थापन केल्या. त्यातून मुस्लिमांच्या प्रगतीची चर्चा होऊ लागली. १९८८ साली सर सय्यद अहमद खान यांनी 'इंडियन पॅट्रिऑटिक असोसिएशन'ची स्थापना केली. राष्ट्रसभा ही हिंदुस्थानातील सर्व जातिधर्मांच्या लोकांची आहे. राष्ट्रसभेशी येथील मुस्लिम सहमत नाहीत. मुस्लिम हेच इंग्रजांचे मित्र आहेत हे सर सय्यद अहमद खान यांना या संस्थेच्या कार्यातून सुचवायचे होते. त्यांनी देशातील मुस्लिमांना राष्ट्रीय सभेपासून अलिस राहावयास सांगितले. राष्ट्रीय सभा ही लोकशाहीसाठी भांडत होती. हे त्यांना चांगले ठाऊक होते. परंतु, भविष्यात अशी लोकशाही हिंदुस्थानात झाली तर बहुसंख्याक हिंदूंच्या हाती देशाची सत्ता जाईल आणि मुस्लिम अल्पसंख्याकांना सत्तेपासून दूर राहावे लागेल; म्हणून सर सय्यद अहमद खान म्हणत होते– हिंदुस्थान हे एक राष्ट्र नाही, येथे अनेक राष्ट्रे आहेत. थोडक्यात, भावी पाकिस्तानचे बीजारोपण सर सय्यद अहमदखान यांनीच केले. हिंदूंपासून मुस्लिम समाजाला वेगळे करण्यासाठी सर सय्यद अहमद खान यांनी खूप परिश्रम घेतले. त्यामुळे पाकिस्तानचा खरा जनक म्हणून सर सय्यद अहमदखान यांचेच नाव घ्यावयास हवे असे म्हटले जाते.

बंगालची फाळणी व सरकारचे मुस्लिमधार्जिणे धोरण :

राज्यकारभाराच्या सोयीसाठी लॉर्ड कर्झनने १९०५ साली बंगाल प्रांताची फाळणी केली. बंगालमधील राष्ट्रवादाची चळवळ चिरडून टाकणे आणि हिंदू-मुस्लिम ऐक्य मोडून काढणे हा त्यामागचा खरा हेतू होता. बंगालपासून पूर्व बंगाल व आसाम हा मुस्लिम बहुसंख्याकांचा एक वेगळा प्रांत करून मुस्लिमांचे हितसंबंध राखण्याचा इंग्रजांचा हेतू होता. बंगालची फाळणी ही राष्ट्रविघातक व हिंदू-मुस्लिमांत फूट पाडण्यासाठी असल्याने देशांतील सर्व हिंदूंनी तिचा निषेध केला.

सिमला शिष्टमंडळ व मुस्लिमांची स्वतंत्र मतदारसंघाची मागणी :

मुस्लिम समाजाला वेगळे करून तो राष्ट्रीय सभेबरोबर जाणार नाही यासाठी त्यावेळचे भारतमंत्री लॉर्ड मिंटो यांनी मुस्लिमांची स्वतंत्र संघटना असावी या विचाराला चालना दिली. मुस्लिम शिष्टमंडळाला सिमला येथे भेट घेण्यासाठी त्यांनी बोलावले. सर आगाखान आणि अलीगढ कॉलेजचे सचिव नवाब मोहसीन उलमुल्क यांच्या नेतृत्वाखाली मुस्लिम समाजाचे शिष्टमंडळ १ ऑक्टोबर १९०६ रोजी लॉर्ड मिंटो यांना सिमला येथे भेटले व त्यांच्यासमोर पुढील मागण्या ठेवल्या.

१) मुस्लिमांसाठी स्वतंत्र मतदारसंघ असावेत.

२) मुस्लिमांच्या संख्येवर नव्हे तर राजकीय महत्त्वावर कायदेमंडळात व इतर प्रतिनिधिक संस्थांमध्ये जागा द्याव्यात.

३) गव्हर्नर जनरलच्या मंडळात काही जागा मुस्लिमांसाठी राखीव ठेवाव्यात.

४) सरकारी नोकरीत मुस्लिमांसाठी राखीव जागा असाव्यात.

वरील मागण्यांशी लॉर्ड मिंटो यांनी संपूर्ण सहमती दाखविली. या घटनेत त्याला खूप आनंद झाला. त्यानंतर मुस्लिम शिष्टमंडळाला व्हाईसरॉयने खास गार्डन पार्टी दिली. त्या पार्टीला भारतमंत्री लॉर्ड मिंटो याला

हजर राहता आले नाही परंतु त्याने पार्टीला शुभेच्छा दिल्या. यामुळेही मुस्लिम जातीयवाद फोफावण्यास खूपच मदत झाली.

मुस्लिम लीगची स्थापना : १९०६

व्हॉईसरॉयच्या चिथावणीखोर धोरणामुळे मुस्लिम नेत्यांचा आत्मविश्वास वाढला. या आश्वासनाची पूर्ती करून घेण्यासाठी ते ढाका येथे जमले. तेथे त्यांनी ३० डिसेंबर १९०६ रोजी 'ऑल इंडिया मुस्लिम लीग'ची स्थापना केली. मुस्लिम लीगची पुढील उद्दिष्ट्ये ठरविली.

१) हिंदुस्थानातील मुस्लिमांच्या हितसंबंधांचे संरक्षण आणि संवर्धन करणे व त्यांच्या मागण्या सरकारकडे मांडणे.

२) ब्रिटिशांच्या सर्व धोरणांना विशेषत: मुस्लिम समाजाशी संबंध असलेल्या धोरणांना पाठिंबा देणे.

३) राष्ट्रीय काँग्रेसचा हिंदी जनतेवर असलेला प्रभाव कमी करणे.

४) मुस्लिमांचे इतर समाजाबरोबर सलोख्याचे व मित्रत्वाचे संबंध प्रस्थापित करणे.

इंग्रजांबरोबर एकनिष्ठ राहून व राष्ट्रसभेला विरोध करून मुस्लिम लीगला राजकीय हक्क मिळवायचे होते तर इंग्रजांना राष्ट्रीय सभा नको होती त्यामुळे इंग्रजांनी लीगशी जवळीक निर्माण केली. परंतु, सर्वच मुस्लिम नेते लीगबरोबर होते असेही नव्हते.

बॅ. जीना राष्ट्रीय सभेत होते व सुरुवातीला त्यांनी राष्ट्रीय सभेचे जोरदार समर्थनसुद्धा केले. बॅ. जीनांप्रमाणे मौलाना अबुल कलाम आझाद व नबाब सय्यद महंमद यांना मुस्लिम लीगचे ध्येयधोरण मंजूर नव्हते. बॅ. जीना यांनी १९१० साली अलाहाबाद येथे भरलेल्या राष्ट्रीय सभेच्या अधिवेशनात मुस्लिम मतदारांच्या स्वतंत्र मतदारसंघाच्या मागणी विरोधात ठराव मांडला होता. मौलाना महंमद अली यांनी 'कॉम्रेड' या इंग्रजी व 'हमदर्द' या उर्दू वृत्तपत्रातून मुस्लिम लीगवर टीका केली होती. मौलाना आझाद यांनी 'अल हिलाल' या पत्रातून तेच कार्य चालू ठेवले. हकीम अझमल खान, सय्यद अझमल खान, हसन इमाम, सय्यद वझीर हुसेन या राष्ट्रीय वृत्तीच्या पुढाऱ्यांनी मुस्लिम समाजात राष्ट्रीय वृत्तीची जागृती केली. राष्ट्रीय वृत्तीचे मुस्लिम राष्ट्रीय सभेला मिळावेत म्हणून मौलाना महंमद उल हसन यांनी 'जमेत-उल-उलेमा-हिंद' ही मुस्लिमांची राष्ट्रीय संघटना स्थापन केली.

मुस्लिम दृष्टिकोन बदलला :

ब्रिटिशांसंबंधीच्या मुस्लिमांच्या दृष्टिकोनामध्ये पहिल्या महायुद्धानंतर बदल होऊ लागला. १९११ साली पंचम जॉर्ज या राजाने बंगालची फाळणी रद्द केल्यावर मुस्लिमांच्या राजकीय महत्त्वाकांक्षेला प्रचंड हादरा बसला. पहिल्या महायुद्धात खलिफाने जर्मनीची बाजू घेतल्याने तो इंग्रजांचा शत्रू झाला. महायुद्ध संपल्यानंतर इंग्रजांनी तुर्कस्थानमधील खलिफाला पदावरून दूर केले आणि तुर्कस्थानचे तुकडे केले. त्यामुळे हे मुस्लिम इंग्रजांविरुद्ध धोरण स्वीकारू लागले. त्यानंतर मुस्लिम लीग व राष्ट्रीय काँग्रेस एकत्र आले. ब्रिटिशविरोधी धोरणांचा एकत्र विचार करण्यासाठी दोन्ही संघटनांची १९१६ साली लखनौला एकाचवेळी वार्षिक अधिवेशने झाली. त्यावेळी ब्रिटिशांचा विरोध करण्यासाठी त्यांनी एक करार केला. त्यालाच 'लखनौ करार' असे म्हणतात.

१९२० साली म. गांधी यांनी असहकार चळवळ सुरू केली. खिलाफत चळवळीला पाठिंबा हे ही एक महत्त्वाचे कारण असहकार पुकारण्याचे होते. राष्ट्रीय काँग्रेस मुस्लिम विरोधी नाही असेही त्यातून म.गांधीना लोकांना दाखवायचे होते. परंतु, मुस्लिम समाजाला असहकारात ओढून चांगल्या अधिकाराच्या जागा

सोडावयास लावून मुस्लिम समाजाला खाली ओढण्याचे काम हिंदू करीत आहेत असा आरोप म. गांधींवर जातीय मुस्लिम करू लागले. त्यामुळे खिलाफत चळवळीत निर्माण झालेले हिंदू–मुस्लिम ऐक्य परत धोक्यात आले. प्रामुख्याने १९२६ नंतर राष्ट्रीय काँग्रेस व मुस्लिम लीग यांच्यातील सहकार्य संपुष्टात आलेले आढळते.

सायमन कमिशन व मुस्लिम लीग :

सायमन कमिशन जेव्हा हिंदुस्थान भेटीवर आले तेव्हा काँग्रेसने त्यावर बहिष्कार टाकण्याचे ठरविले. मुस्लिम लीगनेही सामयन कमिशनवर बहिष्कार घालण्याचे आवाहन केले. त्यावेळी मुस्लिम लीगचे नेतृत्व बॅ. जीना यांना मिळाले होते. बॅ. जीना यांनी लीगच्या वतीने 'नेहरू रिपोर्ट' फेटाळून लावला आणि त्याचबरोबर सरकारकडे काही मागण्या म्हणजे १४ मुद्दे मांडले.

बॅ. जीनांचे १४ मुद्दे :

१) हिंदी राज्यघटना संघराज्यात्मक असावी.

२) शेषाधिकार प्रांतांकडे असावेत.

३) प्रांतांना स्वायत्तता असावी.

४) केंद्रीय कायदेमंडळात मुस्लिमांना १/३ प्रतिनिधित्व मिळावे.

५) केंद्रात व प्रांतात जातवार स्वतंत्र मतदार संघ असावेत.

६) सर्व जातीधर्माच्या लोकांना संपूर्ण धार्मिक स्वातंत्र्य असावे.

७) प्रांतांची पुनर्रचना करताना मुस्लिम बहुसंख्याक असलेल्या प्रांताला वगळावे.

८) केंद्रीय कायदेमंडळाने राज्यघटनेत प्रांतांच्या संमतीशिवाय दुरुस्ती करू नये.

९) किमान तीन मुस्लिम मंत्री प्रत्येक मंत्रिमंडळात असावेत.

१०) कोणत्याही समाजाच्या ७५% लोकांच्या हितसंबंधास बाधा आणणारा ठराव संमत केला जाऊ नये.

११) सिंध हा वेगळा मुस्लिम प्रांत म्हणून जाहीर करावा.

१२) केंद्र व प्रांतामध्ये मुस्लिमांना पुरेशा जागा राखीव ठेवाव्यात.

१३) वायव्य सरहद्द प्रांत व बलुचिस्तानात लवकरात लवकर सुधारणा कराव्यात.

१४) मुस्लिम धर्म, संस्कृती आणि व्यक्तिगत कायदे यांचे संरक्षण करावे.

डॉ. महंमद इक्बाल (१८७३–१९३८) :

१९३० साली मुस्लिम लीगच्या अलाहाबाद अधिवेशनामध्ये प्रसिद्ध मुस्लिम कवी डॉ. महंमद इक्बाल यांनी पाकिस्तानची कल्पना प्रथम मांडली. त्यांच्या मते, पंजाब, वायव्य सरहद्द प्रांत, सिंध व बलुचिस्थान यांचे एकत्रीकरण करून एक स्वतंत्र राष्ट्र व्हावे. सुरुवातीला अनेकांना ती कवी कल्पना वाटली व त्यानंतर मात्र ती अनेक मुस्लिम नेत्यांना पटू लागली. इस्लामच्या कायद्याचे काटेकोरपणे पालन करायचे असेल तर हिंदुस्थानातील मुस्लिमांना स्वतंत्र राज्याशिवाय पर्याय नाही असे ते सांगत होते. त्यांच्या या तत्त्वज्ञानातूनच पुढे हिंदुस्थानची फाळणी करावी लागली.

डॉ. महंमद इक्बाल हे जातिवंत प्रतिभाशाली कवी होते. धार्मिक व राजकीय विचारवंत म्हणूनही त्यांना प्रसिद्धी मिळाली होती. त्यांचे उच्चशिक्षण परदेशात झाले. उच्चशिक्षित झाल्यानंतर लाहोरच्या ओरिएंटल कॉलेज व शासकीय कॉलेजमध्ये त्यांनी प्राध्यापकाची नोकरी केली. १९३१ व १९३२ च्या लंडन येथील गोलमेज परिषदेत त्यांचा समावेश होता.

महंमद इक्बाल सुरुवातीला हिंदूमुस्लिम एकतेचे कट्टर समर्थक होते. 'सारे जहाँ से अच्छा हिंदोस्तां हमारा । हम बुलबुले हैं इसकी, ये गुलिस्तां हमारा ।।' असे गीत रचून त्यांनी हिंदुस्थानचे गोडवे गायिले. जगातील मुस्लिम सभ्यतेशी त्यांचा परिचय झाल्यानंतर मात्र त्यांचा दृष्टिकोन बदलला. हिंदू व मुस्लिम या दोन वेगळ्या अस्मिता व संस्कृती असून ती दोन राष्ट्रके (नेशन्स) आहेत असे ते म्हणू लागले. हिंदुस्थानच्या एका सामाईक राष्ट्रवादाची भावना त्यांनी ठोकरून लावली. मुस्लिमांचा स्वतंत्रपणे विकास करण्यासाठी त्यांना स्वतंत्र भूमी असणे महत्त्वाचे ठरते अशी भूमिका त्यांनी घेतली.

डॉ. इक्बाल यांनी बॅ. जीना यांच्याबरोबर पत्रव्यवहार वाढविला. मुस्लिम समाजात कितीही दारिद्र्य असले तरी शरीफच्या कायद्याचा स्वीकार केल्यास ते नष्ट होईल आणि सर्व समस्या सोडविता येतील असे त्यांनी बॅ.जीनांना लिहिलेल्या पत्रात म्हटले होते. स्वतंत्र मुस्लिम राष्ट्र झाले नाही तर हिंदू-मुस्लिम यांच्यात यादवी झाल्याशिवाय राहणार नाही त्यासाठी हिंदुस्थानची फेरवाटणी झाली पाहिजे असे त्यांचे मत होते. डॉ. इक्बाल जिवंत असताना त्यांना स्वतंत्र पाकिस्तानची निर्मिती पाहता आली नाही परंतु स्वतंत्र पाकिस्तानच्या निर्मितीमध्ये डॉ. इक्बाल यांची प्रेरक शक्ती होती हे दिसते. त्यांचा मृत्यू दि. २१ एप्रिल १९३८ या दिवशी लाहोर येथे झाला.

▶ डॉ. मोहम्मद अली जीना (१८७६-१९४८) :

मोहम्मद अली जीना यांचा जन्म २३/१२/१८७६ रोजी कराची येथे झाला. प्राथमिक शिक्षण आणि पदवी मिळविल्यानंतर, ब्रिटनमधील लिंकन्स इनमध्ये त्यांनी कायद्याचा अभ्यास केला. १८९९ मध्ये कायद्याचा अभ्यास संपवून त्यांनी वकिली सुरू केली. १९०६ साली दादाभाई नौरोजींचे व्यक्तिगत सचिव म्हणून काम पाहिले. हिंदू-मुस्लिम एकतेचा 'देवदूत' म्हणून गोखले जीनांकडे मोठ्या अपेक्षेने पाहत. सुरुवातीच्या काळात हिंदू-मुस्लिम एकतेचे जोरदार समर्थन त्यांनी केले. १९१० मध्ये मुंबई विधान परिषदेचे सभासद म्हणून ते निवडले गेले. श्रेष्ठ संसदपटू असा त्यांचा उल्लेख तत्कालीन पुढाऱ्यांनी केला होता.

१९१२ मध्ये मुस्लिम लीगनेही काँग्रेसप्रमाणेच आपला कार्यक्रम आखावा असे सुचविले. याच काळात काँग्रेस आणि लीगला एकत्र आणण्याचाही प्रयत्न जीनांनी केला. १९१६ चा लखनौ येथील काँग्रेस लीग समझोता म्हणजे हिंदू-मुस्लिम एकात्मतेसाठी जीनांनी केलेल्या प्रयत्नांचे यशस्वी फळ होते. १९१६ मध्ये जीना मुस्लिम लिगचे अध्यक्ष झाले. तरीसुद्धा काँग्रेसशी त्यांचा घनिष्ठ संबंध होता. १९२२ मध्ये हे संबंध असहकाराच्या प्रश्नावरून संपुष्टात आले. काँग्रेस सोडल्यानंतर मात्र जीना दिवसेंदिवस अधिकाधिक सांप्रदायिक बनत गेले. १९४० मध्ये लीगच्या अधिवेशनात हिंदुस्थानच्या फाळणीचा प्रस्ताव ठेवून द्विराष्ट्र सिद्धांत मान्य केला. १४.०८.१९४७ ला पाकिस्तानची निर्मिती झाल्यानंतर पाकिस्तानचे पहिले गव्हर्नर जनरल म्हणून त्यांची नेमणूक झाली. १०.१२.१९४८ ला त्यांचा मृत्यू कराची येथे झाला.

जीनांचे राजकीय विचार :

सुरुवातीच्या काळात जीनांनी आपले जीवन राष्ट्रवादी पुरुष म्हणून सुरू केले. कट्टर काँग्रेस भक्त, उत्साही राष्ट्रवादी असा त्यांचा उल्लेख केला जात होता. ब्रिटिश उदारमतवाद, राष्ट्रवादी, मुस्लिम लीग आणि काँग्रेस धोरणाचे समर्थक आणि पुढे पुढे सांप्रदायिक अशा अनेक राजकीय विचारांचे मिश्रण, जीनांच्या विचारात दिसते. मौलाना आझाद म्हणतात, 'जीनांना टिळकांविषयी अत्यंत आदर होता. मते पालटण्याच्या परिस्थितीतही टिळकांविषयीचा त्यांचा आदर कमी झाला नव्हता. गोखले-टिळकांबाबत त्यांना जेवढा आदर होता, तेवढे गांधी-नेहरूंबाबत ते कटु शब्द वापरीत असत.' एम.सी. छागला म्हणतात, 'राष्ट्रवादी पुढाऱ्यापासून धर्मवेडावर

आधारित द्विराष्ट्रवाद असा बदल जीनांच्या विचारात झाला.' यामुळे सुरुवातीच्या काळात हिंदू-मुस्लिम एकतेचे केलेले समर्थन मागे पडून 'हिंदू संप्रदाय हा मूर्खांचा संप्रदाय आहे', असे विचार ते मांडू लागले. असे असतानाही जीनांना भारताच्या राजकारणात महत्त्वाचे स्थान होते, याचे कारण काँग्रेसचे मुस्लिमप्रती असणारे धोरण होय. त्यांची मुस्लिम राष्ट्राची कल्पना पाहण्यापूर्वी त्यांचे राष्ट्रवादी विचार पाहणे मात्र आवश्यक आहे.

बॅ. जीनांचे राष्ट्रवाद आणि हिंदू-मुस्लिम एकतेबाबत विचार :

१९०८ व १९१६ मध्ये जेव्हा टिळकांवर राष्ट्रद्रोहाचा खटला भरण्यात आला होता तेव्हा जीनांनी टिळकांच्या सुटकेसाठी केलेली वक्तव्ये म्हणजे जीनांच्या राष्ट्रवादाची साक्ष होय. त्यांचा राष्ट्रवाद हा बराचसा उदारमतवादावर आधारलेला होता. ब्रिटिश उदारमतवाद आणि दादाभाई नौरोजी, जी.के. गोखले आदींच्या उदारमतवादाचाही स्वीकार त्यांनी केला होता आणि म्हणून १९०६ मधील लिगचे सांप्रदायिक स्वरूप त्यांना आवडले नव्हते. लीगने उदारमतवादी बनावे, अशी त्यांची त्यावेळी इच्छा होती. लीगमध्ये गेल्यानंतरही त्यांनी असे घोषित केले, 'राष्ट्रविषयीच्या माझ्या निष्ठांत कोणताही फरक करण्यात येऊ नये' तरीसुद्धा त्यावेळी जीना पूर्णपणे राष्ट्रवादी होते किंवा याबाबत स्पष्ट मत व्यक्त केले जाऊ शकत नाही. कारण हिंदू-मुस्लिम एकतेऐवजी त्यानंतर लगेच मुस्लिम राष्ट्राला प्रोत्साहन देण्याचे कार्य त्यांनी सुरू केल्याचे दिसते.

१९१६ मध्ये मुस्लिम लीग-काँग्रेस समझोता झाला. हिंदू-मुस्लिम एकता निर्माण करण्यात जीनांना मिळालेले श्रेष्ठ असे हे यश होय. यावरून हिंदू-मुस्लिम एकतावादी दृष्टिकोन जीनांमध्ये होता हे दिसते. परंतु, हा समझोता पोकळ आहे असे दिसून आले; कारण त्यासाठी आधी काँग्रेसने लीगच्या स्वतंत्र मतदार संघाची मागणी मान्य केली होती. काँग्रेसचा कमकुवतपणा पाहूनच जीना अधिकाधिक सांप्रदायिक बनले. तसेच जोपर्यंत काँग्रेसवर उदारमतवादी विचारांचा प्रभाव होता तोपर्यंत जीनांनी काँग्रेसशी संबंध ठेवला होता. काँग्रेसमध्ये असतानाही जेव्हा जेव्हा जीनांना असे जाणवे की, आपले वर्चस्व कमी होत आहे, तेव्हा तेव्हा ते हिंदू-मुस्लिम एकतेचा प्रश्न समोर करीत व म्हणत, 'स्वराज्यासाठी हिंदू-मुस्लिमात राजकीय एकता निर्माण होणे आवश्यक आहे. परकीय शासन दृढ होण्याचे मूळ कारण हिंदू-मुस्लिमात नसलेली एकता, परस्पराबाबत असलेला अविश्वास. असे संबंध स्थापन होतील, त्या दिवशी जबाबदार शासन पद्धतीची स्थापना होईल. स्वराज्य आणि हिंदू-मुस्लिम एकता एकमेकांस पर्याय आहेत.'

हिंदू-मुस्लिमांतील एकता नष्ट करायला ब्रिटिशांची 'फोडा आणि झोडा' ही नीती कारणीभूत ठरली. तसेच हिंदू-मुस्लिमात जातीयता निर्माण करण्यात ब्रिटिशांचा हात होता. ही जातीयता आता भाषणाद्वारे दूर केली जाऊ शकत नाही; म्हणून त्यांनी मुस्लिमांच्या हितसंबंधाच्या संरक्षणासाठी राखीव मतदारसंघाची मागणी केली होती. हिंदू-मुस्लिम एकता निर्माण करावी, मुस्लिमांना राखीव मतदार संघही असावा. मुस्लिम अल्पसंख्याक असल्यामुळे त्यांचे हितसंबंधही जपावे, असे बहुढंगी व स्वार्थी धोरण जीनांनी स्वीकारल्याचे दिसते. भारतीय राष्ट्रवादाचा पुरस्कार केला तरी त्यांनी मुस्लिमांसाठी स्वतंत्र राज्याची स्थापना झाली पाहिजे, अशीही इच्छा व्यक्त केली.

जीनांचे मुस्लिम सांप्रदायिक विचार :

१९२२ मध्ये काँग्रेस सोडल्यानंतर जीनांनी मुस्लिम सांप्रदायिकतेचा पुरस्कार उघड उघड करायला सुरुवात केली. सर सय्यद अहमद खानप्रमाणेच जीनांच्याही राजकीय जीवनाचा प्रवास आहे. सुरुवातीला राष्ट्रवादी आणि उत्तरार्धात राजकीय सांप्रदायिक असा जीनांचा राजकीय विचारांचा प्रवास दिसतो. १९४० मध्ये तर ते कट्टर मुस्लिम सांप्रदायिक असल्याचे दाखवून दिले आणि मुस्लिम राष्ट्राची निर्मिती हे आपले एकमेव राजकीय ध्येय

त्यांनी बनविले. वास्तविक पाहता, जीनांनी लीगचे सभासदत्व स्वीकारले, तेव्हाच त्यांची सांप्रदायिकता स्पष्ट होते, परंतु त्यांनी स्पष्टपणे कधीच त्याचा उल्लेख केला नव्हता. १९२४ मधील लीगच्या अध्यक्षीय भाषणातूनही त्यांनी आपले सांप्रदायिक स्वरूप स्पष्ट होऊ दिले नव्हते, तर राष्ट्रहितानुकूल धोरण लीगने स्वीकारावे, असाच उपदेश त्यांनी केला. परंतु नंतर देशाचे राजकीय वातावरण एकदम बदलले. प्रत्येक राजकारणी पुरुष राजकारणासाठी सांप्रदायिकतेचे सहाय्य घेऊ लागला. जीनाही त्यापासून अलिप्त राहू शकले नाहीत. केरळातील लोकांचे हिंदूंवरील अत्याचार, इतर ठिकाणच्या जातीय दंगलीमुळे राजकीय वातावरण जातीयवादी बनले याचा फायदा घेऊन मुस्लिम पुढाऱ्यांनी आपला स्वार्थ साधण्याचा प्रयत्न केला. अशा वातावरणाने जीनांना संपूर्णपणे सांप्रदायवादी बनविले.

बॅ. जीनांचा द्वि-राष्ट्र सिद्धांत : (टू नेशन्स थिअरी)

सांप्रदायिक विचारसरणीत संपूर्णपणे रंगलेल्या जीनांना १९४० साल उजाडताच इक्बालने सुचविलेल्या हिंदुस्थानच्या फाळणीत व्यावहारिकता दिसून आली आणि लगेच त्यांनी हिंदुस्थानच्या फाळणीचे म्हणजे द्वि-राष्ट्र सिद्धांताचे समर्थन केले. जीनांच्या नेतृत्वाखालीच १९४० च्या लीग अधिवेशनात पाकिस्तान निर्मितीचा ठराव मंजूर करण्यात आला. या अधिवेशनापासून पाकिस्तानच्या मागणीला अग्रक्रम देण्यात आला. या भाषणात जीना म्हणतात, 'भारतातील समस्या सांप्रदायिक नसून दोन राष्ट्रांत निर्माण झालेली समस्या आहे. हिंदू आणि मुस्लिम या दोन वेगवेगळ्या सामाजिक जीवनाच्या पद्धती आहेत; म्हणून या दोघांचे एक राष्ट्र निर्माण करणे कधीही शक्य नाही. दोघांचे धर्म, परंपरा, तत्त्वज्ञान, रूढी, परंपरा आदी भिन्न आहेत. मागील बाराशे वर्षांच्या इतिहासावरून असे दिसते की, या दोघात कधीच एकात्मता निर्माण होऊ शकली नाही, तर भारत नेहमीच हिंदू-मुस्लिम यामध्ये विभागलेला राहिला. १९४० नंतर हे अधिक स्पष्ट होत गेले की जीना आणि मुस्लिम लीगची प्रमुख मागणी पाकिस्तानची निर्मिती हीच होती व या मागणीला इंग्रजांनी प्रोत्साहन दिले. म्हणूनच ब्रिटिशांनी या मागणीचे समर्थन केले, यात आश्चर्य वाटण्यासारखे काही नव्हते. १९४२ च्या क्रिप्स योजनेत पाकिस्तान निर्मितीचा तत्त्वत: स्वीकार करण्यात आला म्हणून त्यात म्हटले होते की, युद्धानंतर निर्माण होणाऱ्या शासनात भाग घेण्याचा अथवा न घेण्याचा हक्क प्रांतांना राहील; तरी जीना यापासून खूश नव्हते; कारण शासनाने पाकिस्तानची मागणी स्पष्टपणे मान्य केली नव्हती.

पाकिस्तानच्या निर्मितीसाठी जीनांनी संघर्ष चालू ठेवला. १९४६ च्या ऑगस्टमध्ये 'प्रत्यक्ष कार्यवाही दिन' पाळण्याचे आवाहन मुस्लिमांना करण्यात आले. त्यामुळे पंजाब, नौखाली, कोलकाता आदी ठिकाणी दंगली झाल्या व त्यामुळे काँग्रेस पुढाऱ्यांना हे मान्य करावे लागले की जर पाकिस्तानची मागणी मान्य केली नाही, तर देशातील रक्तपात वाढत जाईल, म्हणून शेवटी पाकिस्तान निर्मितीला मान्यता द्यावी लागली. दहा वर्षांपूर्वी कल्पनेत असलेले पाकिस्तान अस्तित्वात आणण्याचे संपूर्ण श्रेय जीनांना आहे.

जीनांना स्वशासनाचे जबरदस्त आकर्षण होते. स्वराज्य अनुकूल स्वत:ची घटना लीगने तयार करावी, असे त्यांचे मत होते. १९१६ च्या मुस्लिम लीग अधिवेशनातील अध्यक्षीय भाषणात त्यांनी स्वशासनाच्या मागणीचे समर्थन केले. भारतात पूर्वीपासून लोकशाही संस्था काम करीत होत्या. मुस्लिम समाज हा जगातील सर्व धर्मियांपेक्षा अधिक लोकशाहीवादी आहे. लोकशाहीव्यतिरिक्त ब्रिटिश शासनाने भारतात शांतता आणि सुशासन निर्माण करण्यात मदत केली व भारतीयांच्या बौद्धिक प्रबोधनाला चालना दिली. तरीसुद्धा ब्रिटिश भारतीयांशी ज्या पद्धतीने वागत, त्याचे जीनांना खूप वाईट वाटे. परंतु ब्रिटिशांचे मुस्लिमांबाबत जे धोरण होते त्याचा जीनांनी पुरेपूर फायदा घेतला असल्याचे दिसते; कारण आलेल्या संधीचा फायदा घेणे हाच त्यांचा स्वभाव होता. मैत्री

आणि मानवातील परस्पर संबंधावर त्यांचा विश्वास नव्हता. त्यांच्या आशा-आकांक्षांना वाव आहे, अशाच ठिकाणी ते हस्तक्षेप करीत असत.

▶ हिंदू महासभेचे राजकारण –

अलाहाबादच्या प्रमुख हिंदूंनी १९१० साली अखिल भारतीय हिंदू महासभा स्थापन करण्याचा निर्णय घेतला. पंजाबच्या हिंदू महासभेने १९११ साली अमृतसर येथे हिंदू अधिवेशन भरविले. हरिद्वार येथे हिंदू महासभेचे कार्यालय निर्माण केले. हरिद्वार याठिकाणी कुंभमेळ्याच्या वेळी पं. मदन मोहन मालवीय, स्वामी श्रद्धानंद, भाई परमानंद, लाला लजपतराय, डॉ. बा. शि. मुंजे इत्यादी नेत्यांनी हिंदू महासभेची स्थापना करण्यासाठी खूप कष्ट घेतले. देशव्यापी पातळीवर हिंदूंचे संघटन करण्यासाठी हरिद्वारच्या अधिवेशनानंतर वेग आला. विविध नेत्यांच्या अध्यक्षतेखाली १९१५ नंतर वेळोवेळी हिंदू महासभेची अधिवेशने झाली. त्यामध्ये पं. मदन मोहन मालवीय, स्वामी श्रद्धानंद, बाबू जैन, भाई परमानंद, न. चिं. केळकर, डॉ. हेडगेवार, बिशनचंद्र सेठ, बाळशास्त्री हरदास, बाबाराव खापर्डे, मेहेरचंद्र खन्ना, डॉ. बाबाराव परांजपे, विनायक दामोदर सावरकर इत्यादी नेत्यांची नावे महत्त्वाची आहेत.

१९२२ नंतर मलबार व मुल्तान याठिकाणी मोठ्या प्रमाणात जातीय दंगली झाल्या. त्यात हिंदू जीवितांचे व मालमत्तेचे अतोनात नुकसान झाले. त्यानंतर हिंदूंच्या स्वसंरक्षणासाठी मोठ्या प्रमाणात एकजूट झाली. सुरुवातीच्या काळात 'शुद्धी व संघटन' ही हिंदू महासभेची उद्दिष्ट्ये होती. पं. मदन मोहन मालवीय यांनी या चळवळीच्या सामाजिक व आर्थिक उद्देशावर भर दिला होता. राष्ट्रीय सभेचे काम प्रामुख्याने राजकीय क्षेत्रात आघाडीवर होते. त्यामुळे हिंदू महासभेने हिंदू समाजातील जातीयता, अस्पृश्यता, बालविवाह इत्यादी वाईट सामाजिक प्रथा दूर करण्याचे ठरविले. हिंदू महासभा ही राष्ट्रीय सभेची प्रतिस्पर्धी नसून तिच्या कार्याला पूरक ठरणार आहे, असे मत पं. मदन मोहन मालवीय यांनी स्थापनेच्या वेळी स्पष्ट केले.

वि. दा. सावरकर यांच्या अध्यक्षतेखाली १९३७ ते १९४२ या कालावधीत हिंदू महासभेची एकूण सहा अधिवेशने झाली. (कर्णावती – १९३७, नागपूर १९३८, कोलकाता १९३९, मथुरा १९४०, भागलपूर १९४१, कानपूर १९४२) सावरकरांच्या नेतृत्वाखाली हिंदू महासभेने एक राजकीय कार्यक्रम तयार केला होता. मात्र, मुस्लिमांना खूश ठेवण्याच्या काँग्रेसच्या धोरणामुळे नाराज झालेल्या सावरकरांनी त्यानंतर हिंदू राष्ट्राची घोषणा केली. वि. दा. सावरकरांनंतर श्यामाप्रसाद मुखर्जी हे हिंदू महासभेचे अध्यक्ष झाले. त्यांनी हिंदू सभेला व्यापक राष्ट्रीय वृत्ती दिली. मुस्लिम समाजात मुस्लिम लीग मात्र हिंदू महासभेपेक्षा मोठ्या प्रमाणात लोकप्रिय ठरली. राष्ट्रीय काँग्रेस असताना हिंदूंची वेगळी संघटना नको असे अनेक हिंदूंचेच म्हणणे होते. हिंदू महासभेने 'अखंड हिंदुस्थानचा' नारा देऊनही मुस्लिम लीगसारखे यश हिंदू महासभेला मिळाले नाही. हिंदू महासभेने हिंदू धर्म, हिंदू राष्ट्र, हिंदू संस्कृती याची मागणी पुढे केल्यानंतर मुस्लिम लीगने स्वतंत्र पाकिस्तानची मागणी जोरदारपणे पुढे आणली. परंतु, त्याचवेळी हिंदू महासभेची शक्ती मुस्लिम लीगप्रमाणे एकवटली नाही कारण हिंदू महासभा व इतर संस्थांनी आपआपली शक्ती आपापसात विरोध करून वाया घालविली.

▶ साम्यवादी (डावी) चळवळ – साम्यवादी नेते आणि भारतीय स्वातंत्र्य चळवळ :

पहिल्या महायुद्धाच्या शेवटी निर्माण झालेल्या राजकीय व आर्थिक परिस्थितीमुळे हिंदुस्थानात डाव्या विचारसरणीचा उदय झाला असे मानले जाते. त्याचवेळी डावी विचारसरणी राष्ट्रीय चळवळीबरोबर जोडली गेली. प्रथम स्वातंत्र्य मिळविणे आणि नंतर समता निर्माण करणे असा राष्ट्रीय चळवळीतील नेत्यांचा कार्यक्रम होता. त्यावरूनच राष्ट्रीय चळवळीत मवाळ व जहाल असे दोन गट निर्माण झाले. म. गांधींचे युग सुरू झाल्यानंतर मवाळ

व जहाल यांच्यात सहमती झाली. पहिल्या महायुद्धानंतर देशातील राष्ट्रीय नेत्यांना व सुशिक्षित मध्यम वर्गीयांना जागतिक घडामोडी लक्षात येऊ लागल्या. १९१७ साली रशियन राज्यक्रांती झाली. देशातील काही लोकांना रशियन राज्यक्रांतीचे आकर्षण वाटले व हिंदुस्थानातही अशी क्रांती व्हावी असे वाटू लागले. तसेच पाश्चात्य शिक्षण पद्धतीमुळे समाजवाद, साम्यवाद असे विचार लोकांना काही प्रमाणात कळू लागले. कार्ल मार्क्सच्या क्रांतिकारी विचारानेही लोक प्रभावित व्हायला सुरुवात झाली होती. त्याचवेळी म. गांधींची स्वदेशी व स्वराज्याची घोषणा आणि ते विचार देशाच्या कानाकोपऱ्यापर्यंत पोहोचविण्याच्या प्रयत्नांमुळे राष्ट्रीय चळवळीला एक नवे रूप प्राप्त झाले होते. या चळवळीत कामगार व शेतकऱ्यांचाही सहभाग मोठ्या प्रमाणात वाढला होता. त्यामुळे समाजवादी विचार रुजण्यासाठी ही एक चांगली पार्श्वभूमी निर्माण झाल्याचे सांगितले जाते.

रशियन क्रांतीनंतर हिंदुस्थानात साम्यवादी चळवळीचा जोराने प्रसार होऊ लागला. मुंबई, कोलकाता, कानपूर, लाहोर, मद्रास अशा मोठ्या शहरात साम्यवादी संघटना स्थापन झाल्या. कामगार व शेतकऱ्यांना पाठिंबा देऊन साम्यवादी विचाराच्या प्रसाराच्या कार्यात श्रीपाद अमृत डांगे (मुंबईच्या सोशालिस्टचे संपादक), मुजफ्फर अहमद (बंगालच्या नवयुगचे संपादक), गुलाम हुसेन (लाहोरच्या इन्किलाबचे संपादक) आणि मद्रासमधील सिंगरवेलू चेट्टीयार यांचा मोठा वाटा आहे.

भारतातील साम्यवादी चळवळीचा विकास दोन पद्धतीने झाला. पहिली चळवळ आंतरराष्ट्रीय कम्युनिस्ट चळवळीचा एक भाग म्हणून कार्य करीत होती आणि ती प्रामुख्याने आंतरराष्ट्रीय साम्यवादी संघटना 'कॉमिन्टर्न'मार्फत (Comintern) नियंत्रित केली जात होती. दुसरी चळवळ राष्ट्रीय काँग्रेसमध्येच समाजवादी विचारसरणीमुळे एक डावा गट निर्माण झाला होता. काँग्रेसची डावी आघाडी म्हणून असलेला काँग्रेस समाजवादी पक्ष होता. या गटाला लोकशाही समाजवादाचे फार मोठे आकर्षण वाटत होते. हा गट हिंदुस्थानात आर्थिक समता प्रस्थापित करण्यासाठी प्रयत्नशील होता.

साम्यवादी चळवळीच्या इतिहासाच्या पाच अवस्था :

१) तीन कटाच्या खटल्याचा कालखंड –

मॉस्कोमध्ये साम्यवादाचे प्रशिक्षण घेऊन साम्यवादी क्रांतिकारकांचा पहिला गट हिंदुस्थानात आला. या गटाने कामगार व शेतकऱ्यांच्या संघटना स्थापन केल्या. १९२८–२९ मध्ये या गटातर्फे मुंबईला अनेक हरताळ घडवून आणले गेले.

तीन कट :

(१) पेशावर कट खटला (१९२२–२३)

(२) कानपूर कट खटला (१९२४)

(३) मीरत कट खटला (१९२९–३३)

या कटांशी साम्यवादी पक्षाचा संबंध आहे, असे ब्रिटिश सरकारच्या लक्षात आले. साम्यवादी इंग्रजांना विरोध करत आहेत हे पाहून राष्ट्रीय काँग्रेसने त्यांना मदत करण्याचे जाहीर केले. या खटल्यात आरोपीचे वकील म्हणून पं.नेहरू, कैलासनाथ काटजू व एफ.एच.अन्सारी यांनी काम पाहिले. म. गांधीसुद्धा या खटल्यातील आरोपींना भेटण्यासाठी तुरुंगात गेले. त्यानंतर राष्ट्रीय काँग्रेसच्या सहकार्याने साम्यवादी हे केंद्रीय कायदेमंडळावर गेले आणि सरकारने साम्यवाद्यांविरुद्ध आणलेले सार्वजनिक सुरक्षितता विधेयक (पब्लिक सेफ्टी बिल) मंजूर होऊ दिले नाही. १९३४ पर्यंत हिंदुस्थानात साम्यवादी विचारसरणीला पाठबळ मिळाल्याचे दिसते. मात्र, जुलै १९३४ नंतर सरकारने भारतीय साम्यवादी पक्ष बेकायदेशीर घोषित केला.

(२) राजकीय एकटेपणाचा कालखंड :

विविध कटात राष्ट्रीय काँग्रेसने जरी साम्यवाद्यांना मदत केली असली तरी साम्यवाद्यांच्या 'कॉमिन्टर्न' या आंतरराष्ट्रीय संघटनेच्या प्रभावाखाली असलेल्या नेत्यांनी १९२८ सालानंतर काँग्रेसवर टीका करायला सुरुवात केली. काँग्रेस भारतीय कामगारांचे उद्योगपतींकडून शोषण करीत आहे हा आरोप साम्यवादी त्यांच्यावर करीत होते. म.गांधींच्या नेतृत्वावरही त्यांनी टीका केली; पण त्याचा राष्ट्रीय काँग्रेसवर काहीही परिणाम झाला नाही आणि साम्यवादी पक्षाला मुख्य प्रवाहातून दूर जावे लागले.

(३) साम्राज्यवादाविरोधी संयुक्त मोर्चा नियोजन :

१९३६ मध्ये 'भारतात साम्यवाद विरोधी जनमोर्चा' नावाचा एक निबंध प्रकाशित झाला. लेखकाच्या मते, साम्यवाद्यांनी काँग्रेसमध्ये प्रवेश करून काँग्रेसला बळ द्यावे आणि काँग्रेसमधील डावा गट बलवान करावा. त्यावर एक जनमोर्चा स्थापन करण्याचे निश्चित होऊनही या जनमोर्चाला व्यापक सामाजिक आधार मिळाला नाही. त्यानंतर साम्यवादी पक्षाला आपली स्वत:ची भूमिका बाजूला ठेवून इंग्रजांविरुद्ध निर्माण झालेल्या असंतोषामध्ये भाग घ्यावा लागला.

(४) दुसरे महायुद्ध आणि साम्यवाद्यांची कोलांटउडी :

भारतातील साम्यवादी नेत्यांनी संयुक्त मोर्चा धोरणाचा अवलंब केला. मात्र राष्ट्रीय काँग्रेसचे युद्धाबाबत स्पष्ट धोरण न ठरल्यामुळे साम्राज्यवादाच्या विरोधात साम्यवादी पक्ष आगेकूच करू लागला. १९३९ या वर्षानंतर काँग्रेसने युद्धाला साम्राज्यवादी युद्ध म्हटल्याबरोबर साम्यवादी पक्षाची मोठी पंचाईत झाली. त्यांनी कोलांटउडी घेतली आणि ज्याला ते साम्राज्यवादी युद्ध म्हणत होते त्याला ते लोकयुद्ध (पीपल्स वॉर) म्हणू लागले. त्यानंतर सरकारने साम्यवादी पक्षाला कायदेशीर पक्ष म्हणून घोषित केले. चलेजाव आंदोलनात साम्यवादी पक्षाने ब्रिटिशांसाठी काम केले. याचा अर्थ असा होतो की, त्यावेळी भारतातील साम्यवादी पक्षावर आंतरराष्ट्रीय साम्यवादी संघटनेचे नियंत्रण होते.

(५) सत्तांतराच्या वाटाघाटी आणि साम्यवाद्यांची बहु-राष्ट्र योजना :

या कालखंडात साम्यवाद्यांनी मुस्लिम लीगला सहकार्य केले. त्यांनी काँग्रेस व मुस्लिम लीगमधील अंतर जाणिवपूर्वक वाढविले. हिंदुस्थानात छोटी राज्ये व्हावीत म्हणून मुस्लिम लीगच्या माध्यमातून साम्यवादी प्रयत्नशील होते. परंतु छोट्या काही राज्यात आपली सत्ता यावी यासाठी साम्यवादी प्रयत्न करीत असल्याचे मुस्लिम लीगला लक्षात आल्यावर त्यांनी साम्यवाद्यांना झिडकारले. कॅबिनेट मिशनसमोर साम्यवाद्यांनी स्पष्ट केले की बाल्कन प्रदेशाप्रमाणे किंवा रशियन सोव्हिएट संघाप्रमाणे हिंदुस्थानला १७ स्वतंत्र सार्वभौम राज्यात विभाजित केले जावे. हे जाहीर केल्यावर साम्यवाद्यांवर अनेकांनी टीका केली आणि त्यांना जे मानाचे स्थान मिळाले होते ते या घटनेमुळे १९४७ सालीच नष्ट झाले.

▶ राष्ट्रीय चळवळीत महिलांचा सहभाग :

हिंदुस्थानात १९व्या शतकाच्या मध्यास प्रबोधनाच्या कार्यास सुरुवात झाली. पाश्चात्य देशातील प्रगत विचारांचा प्रभाव आपल्या देशातील नवीन पिढीवर पडायला सुरुवात झाली. समाजातील सनातन रूढी, परंपरा, अंधश्रद्धा, गैरसमजुती यावर टीका होऊ लागली. त्याचवेळी स्त्री-पुरुष समानतेचाही विचार होऊ लागला. पं. ईश्वरचंद्र विद्यासागर, राजा राममोहन रॉय यांनी स्त्री-पुरुष समानता व स्त्रियांवरील अत्याचाराबाबतचा आशय समाजासमोर आणला. राष्ट्रभावना उत्तेजित करण्याच्या साहित्याची निर्मिती याच कालावधीत झाली. बंगालमधील

युवक-युवती या विचारांकडे मोठ्या प्रमाणात आकर्षित झाले होते.

१८८५ साली भारतीय राष्ट्रीय काँग्रेसची स्थापना झाल्यानंतरही पुढील सुमारे तीस वर्षे भारताच्या स्वातंत्र्य चळवळीत स्त्रियांचा सहभाग फारसा नव्हता. राष्ट्रीय काँग्रेसच्या उद्घाटनाच्या भाषणात भारतीय राष्ट्रीय काँग्रेसचे संस्थापक नेते ॲलन ह्यूम यांनी स्त्रियांच्या सहभागाशिवाय कोणतीही चळवळ यशस्वी होणार नाही, असे म्हटले होते. सुरुवातीला पंडिता रमाबाई यांनी महाराष्ट्र व बंगालमधून काही महिलांचा गट तयार करून राष्ट्रीय सभेतील सहभाग नोंदविला होता. लोकमान्य टिळकांच्या कालखंडात प्रामुख्याने मादाम कामा आणि ॲनी बेझंटसारख्या महिलांनी राष्ट्रीय चळवळीत महत्त्वपूर्ण जबाबदारी पार पाडली. १९०७ साली मादाम कामा यांनी जर्मनीतील स्टटगार्ड येथे तिरंगा ध्वज फडकावला तर डॉ. ॲनी बेझंट यांचे स्वातंत्र्य चळवळीच्या दृष्टीने केलेले महत्त्वाचे कार्य म्हणजे 'होमरूल लीग'ची स्थापना होय.

१९०५ साली बंगालची फाळणी झाली. त्यावेळी वंगभंगाची चळवळ झाली. त्यात सहभागी झालेल्या हजारो स्त्री-पुरुषांनी स्वातंत्र्य चळवळीत प्रत्यक्ष सहभागी होत असल्याची शपथ घेतली. भारताच्या स्वातंत्र्य चळवळीत क्रांतिकारकांचा सहभागही महत्त्वाचा होता. त्यात स्त्रियांचासुद्धा सहभाग होता. चितगावच्या इंग्रजी सेनेच्या शस्त्रागारावर हल्ला करणारी १८ वर्षांची क्रांतिकारी कल्पना दत्त होती. प्रीतिलता वड्डेदार हिने युरोपियन अधिकाऱ्यांच्या क्लबवर हल्ला केला. शांती घोष व सुनीता चौधरी या शाळकरी मुलींनी कलेक्टर स्टिव्हन्सला गोळी घालून मारले. वीना दास या महिला क्रांतिकारकाने कोलकाता विद्यापीठ पदवीदान समारंभाप्रसंगी बंगालच्या गव्हर्नरवर गोळ्या झाडल्या.

म. गांधींनी १९२० साली सुरू केलेल्या असहकार चळवळीत हिंदू व मुस्लिमांबरोबरच स्त्रियांचा सहभाग वाढला. म. गांधींनी महिलांना मोठ्या प्रमाणात स्वातंत्र्य चळवळीत ओढले, असेही म्हटले जाते. गांधी कालखंडात स्वातंत्र्य चळवळीचा प्रचंड विस्तार झाला आणि ती चळवळ सर्वसामान्यांची म्हणून पुढे आली. सविनय कायदेभंगाच्या चळवळीतही भारतीय महिलांनी महत्त्वाची कामगिरी करून दाखविली. महिलांनी प्रामुख्याने प्रभात फेऱ्या, सभा, मिरवणुका, दारूच्या व परदेशी कापड दुकानांना घेराव घालण्यासाठी पुढाकार घेतला. १९३० च्या सविनय कायदेभंगाच्या आंदोलनात सरोजिनी नायडू, अवंतिकाबाई गोखले, हंसाबेन मेहता, कमलादेवी चट्टोपाध्याय, कमला नेहरू, उर्मिला देवी इत्यादींनी फार चांगली कामगिरी पार पाडली. सरोजिनी नायडू यांनी नामदार गोखले यांच्यानंतर स्वातंत्र्य चळवळीत म. गांधींच्या समवेत हिरिरीने भाग घेतला. म. गांधींच्या त्या एक उत्कृष्ट शिष्या होत्या. सरोजिनी नायडू या हिंदू-मुस्लिम ऐक्याच्या पुरस्कर्त्या होत्या. १९२५ साली कानपूर येथील राष्ट्रीय काँग्रेसच्या ४१व्या वार्षिक अधिवेशनात त्यांनी अध्यक्षपद भूषविले.

अरुणा असफअली यांनी १९४२ च्या चलेजाव चळवळीत भूमिगत राहून महत्त्वपूर्ण भूमिका बजावली. तडफदार, धाडसी व झोकून देऊन काम करण्याची त्यांची वृत्ती होती. मिठाचा सत्याग्रह (१९३०), वैयक्तिक सत्याग्रह (१९४०) या कार्यक्रमातही त्याचा महत्त्वपूर्ण सहभाग होता. १९४२ च्या चलेजाव आंदोलनात म. गांधी यांच्यासहित इतर प्रमुख नेत्यांना ब्रिटिश सरकारने जेव्हा अटक केली तेव्हा त्या चळवळीचे नेतृत्व करण्यासाठी त्या पुढे आल्या. स्वातंत्र्यानंतर त्यांना मरणोत्तर भारतरत्न हा किताब मिळाला.

सुभाषचंद्र बोस यांनी 'आझाद हिंद फौज' तयार केली होती. त्यांची स्त्रियांची एक तुकडी होती. तिचे नाव राणी लक्ष्मीबाई कंपनी असे होते. त्या कंपनीचे नेतृत्व कॅ. डॉ. लक्ष्मी स्वामीनाथन यांच्याकडे होते. १९४३ मध्ये सुभाषचंद्र बोस यांनी 'आझाद हिंद सरकार' स्थापन केले होते. त्या सरकारमध्ये कॅ. डॉ. लक्ष्मी स्वामीनाथन यांनी स्त्री व बालकल्याण खात्याच्या मंत्री म्हणून काम केले. हिंदुस्थानच्या स्वातंत्र्यासाठी त्यांनी केलेली कामगिरी आपणाला विसरता येणार नाही. हिंदुस्थानच्या स्वातंत्र्य चळवळीत कस्तुरबा गांधी यांनी म. गांधी यांना मोलाची

साथ दिली. स्वातंत्र्य चळवळीत त्या म. गांधींच्या प्रेरणा होत्या. मिठाचा सत्याग्रह, चलेजाव आंदोलन प्रसंगी त्यांना अटक झाली होती.

हिंदुस्थानच्या स्वातंत्र्य चळवळीत वर उल्लेख केलेल्या कार्यक्षम महिलांशिवाय उषा मेहता, विजयालक्ष्मी पंडित, कुमुदिनी मित्तर, राणी गिडाल, नेली सेनगुप्ता इत्यादी महिलांनीसुद्धा स्वातंत्र्य चळवळीला योग्य दिशा दिली. महाराष्ट्रातील सामाजिक क्षेत्रात काम करणाऱ्या अनेक महिलांनी स्वातंत्र्य चळवळीला योग्य दिशा दिली. महाराष्ट्रातील सामाजिक क्षेत्रात काम करणाऱ्या अनेक महिलांनी स्वातंत्र्य चळवळीत भाग घेतला. त्यामध्ये जानकीदेवी बजाज, कमलाबाई होस्पेट, अहिल्या रांगणेकर, अनुताई लिमये, मृणाल गोरे, इंदिरा गुप्ते, कुसुमताई रणदिवे, मणीबेन नानावटी इत्यादींचा सहभाग महत्त्वाचा ठरला.

▶ आझाद हिंद सेना व सुभाषचंद्र बोस –

भारतीय स्वातंत्र्य आंदोलनातील गांधी पर्वात गांधी नावाच्या वादळात अनेकांचा टिकाव लागला नाही. अनेक मोठ्या नेत्यांनी चित्तरंजनदास, मोतीलाल नेहरू, बिपिनचंद्र इत्यादींनी विरोधाची भूमिका घेतली. परंतु, १९२५ मध्ये चित्तरंजनदास निधन पावल्यानंतर तो विरोधही मावळला. तरीदेखील भारतीय राजकारणातील चार नेते गांधी प्रवाहात रमले नाहीत. त्यापैकी मानवेंद्रनाथ रॉय हे १९३० पर्यंत परदेशात होते. डॉ. बाबासाहेब आंबेडकर यांना राजकारणापेक्षा समाजकारण अधिक महत्त्वाचे वाटल्यामुळे व त्याबाबत गांधींचे विचार त्यांना मान्य नसल्यामुळे ते अलग राहिले, तर स्वातंत्र्यवीर सावरकरांना अहिंसा, अनुनय मान्य नव्हते. त्यामुळे तेही गांधी प्रवाहात आले नाही. नेताजी सुभाषचंद्र बोस यांनाही गांधीजींचे विचार पटत नव्हते. त्यांच्या मनात लहानपणापासून क्रांतीचा विचार खेळत होता. बंगालमधील क्रांतिकारी परंपरा, स्वामी विवेकानंदांचा प्रभाव त्यांच्यावर होता. देशबंधू चित्तरंजन दास त्यांचे राजकीय गुरू होते. गांधींऐवजी त्यांनी दासबाबूंची निवड केली होती.

कोलकात्याचे राजकारण, बंगालचे राजकारण, क्रांतिकारकांशी संबंध यामुळे त्यांना १९२४ मध्ये मंडालेच्या तुरुंगात जावे लागले. त्यानंतर त्यांनी सायमन कमिशनला विरोध केला. मात्र काँग्रेसमध्ये राहून नेहरू रिपोर्टला विरोध, १९३० मध्ये लाहोर येथील 'संपूर्ण स्वराज्य' ठरावात नेहरूंबरोबर सहयोग, १९३८ ला राष्ट्रीय सभेचे हरिपूर अधिवेशनात अध्यक्ष म्हणून निवड झाली व गांधी विरोध डावलून १९३९ ला पुन्हा त्रिपुरा अधिवेशनात अध्यक्ष म्हणून निवडले गेले. त्यांच्यावर समाजवादाचा मोठा प्रभाव होता. कार्यकारिणीत बेबनाव झाल्यामुळे त्यांनी अध्यक्षपदाचा राजीनामा दिला. नेताजींनी 'फॉरवर्ड ब्लॉक' या पक्षाची स्थापना केली व १९४० ला नागपूरला पक्षाचे पहिले अधिवेशन संपन्न केले. मुंबईत सावरकरांची भेट घेतली व रासबिहारी बोस यांची माहिती घेऊन युद्धकाळात इंग्रजी व्यवस्थेविरुद्ध भाषणे दिली तेव्हा भारत सुरक्षा कायद्याखाली ब्रिटिशांनी त्यांना तुरुंगात टाकले. त्यांचा निषेध म्हणून त्यांनी तुरुंगात उपोषण सुरू केले. शेवटी त्यांच्या घरी त्यांना स्थानबद्ध करण्यात आले.

या परिस्थितीचा फायदा घेऊन त्यांनी भारताबाहेर पडण्याचा बेत रचला व १९४१ मध्ये अफगाणिस्तान, रशियामार्गे ते जर्मनीत गेले. हिटलर-मुसोलिनीला भेटले. बर्लिन आकाशवाणीवरून भाष्य केले व इंग्रजांविरुद्ध लढण्याचे आवाहन केले. त्यानंतर त्यांनी जपानला प्रयाण केले. जपानी पंतप्रधान टोजोची भेट घेतली. याच ठिकाणी रासबिहारी बोस या क्रांतिकारकांशी त्यांची भेट झाली. १९२४ मध्ये त्यांनी जपानमध्ये 'इंडियन इंडिपेंड्स लीग' या संस्थेची स्थापना करून चळवळ उभारली. जर्मनीत युद्ध कैदी असलेल्या भारतीयांना एकत्रित करून त्यांच्यात स्वातंत्र्य प्रेरणा जागविली व 'आझाद हिंद सेना' स्थापन केली. नेताजींना भेटल्यानंतर रासबिहारी बोस यांनी सेनेचे नेतृत्व व सरसेनापतीपद सुभाषबाबूंकडे सोपविले.

१९४४ ला सुभाषबाबू सिंगापूरला आले. तेव्हा सेनेची सूत्रे रासबिहारींनी सुभाषबाबूंकडे दिली व सिंगापूरला २१ ऑक्टोबर १९४३ रोजी 'आझाद हिंद सरकार' स्थापन केले. या सरकारचे स्वतंत्र लष्कर उभारले. त्यामध्ये गांधी, नेहरू, सुभाष, राणी लक्ष्मीबाई नावाच्या ब्रिगेड स्थापन केल्या 'तुम्ही मला रक्त द्या, मी तुम्हाला स्वातंत्र्य देईन' असे आवाहन करून 'चलो दिल्ली'चा नारा व 'जयहिंद'चे अभिवादन दिले व चाळीस हजारांची फौज उभारली.

१९४४ मध्ये फौजेने हिंदुस्थानकडे कूच केले. या दरम्यान जपानने जिंकलेली अंदमान-निकोबार बेटे त्यांनी आझाद हिंद सेनेकडे सोपविली. या बेटांना त्यांनी 'शहीद' व 'स्वराज्य' अशी नावे दिली. त्यानंतर कोरिया, मणिपूर, इम्फाळपर्यंत आघाडी मारली. नेताजींच्या लढ्यामुळे भारतात चैतन्याची लाट पसरली.

मात्र, १९४४ मध्ये दुसऱ्या महायुद्धाचे चित्र पालटले. इटली व जर्मनी शरण गेले. त्यामुळे जपान एकटा पडला. तरीदेखील जपान लढत होता. त्यांना सुभाषबाबूंची साथ होती. परंतु, १८ ऑगस्ट १९४५ ला विमान अपघात झाला.

'नेताजींचा मृत्यू' हे एक अनाकलनीय गूढ राहिले. त्यांचा मृत्यू विमान अपघातात झाला. त्यांच्या अस्थी टोकियोत ठेवण्यात आल्या; परंतु ही बनावट कथा आहे असे मानणारा एक वर्ग आहे. ते तेथून निसटले असावेत, त्याविषयी चौकशीसाठी अनेक समिती, आयोग नेमले गेले; परंतु सत्य अद्याप गूढ राहिले आहे.

नेताजी आणि त्यांची आझाद हिंद सेना याबाबत भारतीयांमध्ये कुतूहल होते. गांधी व काँग्रेसने त्याला विरोध केला होता; कारण फॅसिस्टांशी युती करण्यापेक्षा इंग्रज बरे, ही गांधी व काँग्रेसची भूमिका होती. परंतु, सुभाष बाबूंनी केलेला प्रयत्न अभिनव व क्रांतिकारी होता. अमेरिका व मित्र राष्ट्रांनी जपानची नाकेबंदी करूनही जपान शरण येईना. तेव्हा अमेरिकेने ६ व ९ ऑगस्टला दोन बॉम्ब जपानच्या हिरोशिमा व नागासाकी शहरांवर टाकले. १४ ऑगस्ट १९४५ ला जपान शरण आले व आझाद हिंद सेना एकाकी पडली. त्यांचीही पिछेहाट होऊन, विमान अपघातानंतर सेनेचे कार्य संपले.

आझाद हिंद सेनेवर राजद्रोहाचे खटले भरण्यात येऊन लाल किल्ल्यात खटल्याचे कामकाज सुरू झाले. तेव्हा सर्व राजकीय पक्ष मदतीस धावले. शेवटी सरकारने नमते घेतले व खटले रद्द केले.

आझाद हिंद सेनेच्या कार्याचे मूल्यमापन –

भारतीय आंदोलनातील हा अभिनव क्रांतिकारी प्रयोग होता. आझाद हिंद सेनेचे कार्य म्हणजे स्वार्थत्याग, सेवा, राष्ट्रप्रेम, बलिदान याचा आदर्श नमुना होता. कोणत्याही गोष्टीची तमा न बाळगता, अनेक संकटे समोर होती. आझाद हिंद सेनेचे कार्य हा त्यागाचा इतिहास होता. त्यामुळे नवीन चैतन्य स्फुरले व स्वातंत्र्य अधिक जवळ आले.

दुसऱ्या महायुद्धात भारतीय नेत्यांना न विचारात घेता भारताला युद्धात ढकलले, त्याचा सुभाष बाबूंना राग होता. युद्धामुळे इंग्रज अडचणीत सापडले होते. तेव्हा शत्रूच्या अडचणीचा फायदा घेऊन स्वातंत्र्यप्राप्तीसाठी प्रयत्न करणे, आंदोलन अधिक क्रांतिकारी करणे आवश्यक असताना काँग्रेस आक्रमक होत नाही तेव्हा नेताजी वेगळा मार्ग स्वीकारतात व सिंगापूर येथे आझाद हिंद सेना-आझाद हिंद सरकार स्थापन करतात. त्याला नऊ राष्ट्रे मान्यता देतात. त्यामुळे भारतीय स्वातंत्र्याचा प्रश्न जागतिक पातळीवर नेऊन तो आंतरराष्ट्रीय बनविला. त्यामुळे मित्रराष्ट्रांचा दबाव वाढला व इंग्रजांना भारताला स्वातंत्र्य देणे भाग पडले.

मूठभर इंग्रज भारतीय जनता व भारतीय सैन्याच्या बळावर राज्य करीत होते. आझाद हिंद सेनेमुळे लष्करात उठाव झाला; तर आपणास पळता भुई थोडी होईल. तेव्हा त्याबाबत योग्यवेळी योग्य निर्णय होणे महत्त्वाचे होते; कारण आझाद हिंद सेना व १९४२ च्या चळवळीचा प्रभाव लष्करावर जाणवत होता. प्रधानमंत्री ऑटलीनेदेखील

लष्कराच्या एकनिष्ठतेसंदर्भात शंका व्यक्त केली होती. एका बाजूला गांधीजींचा अहिंसेचा लढा व दुसऱ्या बाजूस फौजेचा लढा या दुहेरी संकटात इंग्रज सापडले होते. आझाद हिंद सेनेवर राजद्रोहाचे खटले भरले व लाल किल्ल्यात खटला सुरू झाला. तेव्हा पंडित जवाहरलाल नेहरूंनी गांधींच्या आवाहनानुसार उतारलेला वकिलीचा कोट पुन्हा चढविला व फौजेची वकिली स्वीकारली. त्याचा भारतीय जनतेवर प्रचंड परिणाम होऊन जनतेत असंतोष उफाळला होता. त्यामुळे सरकारला त्यांना मुक्त करणे भाग पडले.

लोकांची राजनिष्ठा संपली. लष्कराची राजनिष्ठा संपली. जनतेने असहकार केला तर राज्य करणे शक्य नाही, हे ॲटलीने जाणले. त्यातच काँग्रेसने आझाद हिंद सेनेच्या कार्याबद्दल अभिमान वाटतो, असे पत्रक काढले. त्यामुळे इंग्रज हतबल होते. नेताजी सुभाषचंद्र बोस यांची समाजवाद, धर्म निरपेक्षता, राष्ट्रीय एकात्मता विषयक शिकवण ही खूप प्रभावी ठरली. नेताजी स्वत: चारित्र्यवान, नि:स्वार्थी, अभ्यासू, निर्भीड नेता होते. भारतीय राजकारणात त्यांना गांधींचा पर्याय म्हणून ओळखले जाई.

▶ भारतातील क्रांतिकारकांचे प्रयत्न –

अर्ज, विनंत्या, सनदशीर मागनि जनतेच्या मागण्या मान्य होत नाहीत. तेव्हा 'साधनानाम् अनेकता' या तत्त्वाप्रमाणे उद्दिष्टपूर्तीसाठी जे साधन शक्य व आवश्यक असेल त्याचा अवलंब करावा. साधन शुचितेचे चांगले माध्यम आहे. त्याच्या इच्छानिष्ठेचा विचार करता मातृभूमीच्या मुक्तीसाठी प्राणार्पण करणाऱ्या राष्ट्रभक्तांना 'क्रांतिकारक' म्हणून संबोधिले जाते. परकीय राजवट संपुष्टात आणणे, हेच त्यांचे उद्दिष्ट होते.

भारतीय क्रांतिकारकांचे विश्लेषण करताना विश्वनाथ वर्मा यांनी चार टप्प्यात मांडणी केली आहे –

(१) पहिला टप्पा – १८७६ ते १८९७ (२) दुसरा टप्पा १९०६ ते १९१० (३) तिसरा टप्पा १९१० ते १९१९ व (४) चौथा टप्पा १९२२ ते १९३४.

१) ब्रिटिश भारतात आले व त्यांनी जंगल–व्यवस्थेत हस्तक्षेप केला तेव्हा अनेक आदिम जनजातींनी त्याच्या जाचक तरतुदींविरोधात सशस्त्र प्रतिकार केला. १७७४ ला जैतिया जनजातीशी पहिला संघर्ष झाला. १८३०–४० च्या दरम्यान भूतिया जनजातींनी ब्रिटिशांविरुद्ध संघर्ष केला. १८३५ ला कापाचोर लोकांनी आसाममधील बळीपूर ठाण्यातील सतरा सैनिकांना ठार केले. त्याचबरोबर गारो, खासी, नागा, भिल्ल, रामोशी इत्यादी जनजातींनी ब्रिटिशांशी दोन हात केले. १८१७–१८ दरम्यान खान्देशातील भिल्लांनी मोठा उठाव केला होता. १८५७ च्या आधी अनेक पद्धतीने उठाव झाले.

२) १८५७ चा उठाव हे स्वातंत्र्ययुद्धच होते असे काही मान्य करतात. मंगल पांडेच्या उठावात व नंतर अनेक बरखास्त संस्थानांचे संस्थानिक सहभागी झाले होते. त्यात हिंदू–मुस्लिम दोन्ही समाजाचे लोक होते. १७६४ मध्ये बंगाल लष्करातील बंड, १७१५ ला शिपायांचे बंड, १८०६ चा मद्रासमधील सैनिकांचा उठाव यापेक्षा १८५७ च्या उठावाची व्यापकता मोठी व अखिल भारतीय होती.

३) १८५७ नंतर वहाबी आंदोलन (१८७०) हे फिरंगी विरोधी शेतकरी आंदोलन होते. आंदोलनाचा राष्ट्रीय चळवळीशी संबंध नव्हता मात्र ब्रिटिश सत्तेशी शेतकरी लढत होते.

४) महाराष्ट्रात वासुदेव बळवंत फडके यांनी रामोशींच्या मदतीने केलेला सशस्त्र उठाव, पुण्यातील चापेकर क्लब, चापेकर बंधूंनी केलेला रँड व आयर्स्टचा खातमा, त्यांचे फासावर जाणे, १८९७ ते १८९९ दरम्यान कोल्हापुरातील शिवाजी क्लब, बीडमध्ये केलेली बंडाळी इत्यादी.

५) अरविंद घोष, शामजीकृष्ण वर्मा, बॅ. केशवराव देशपांडे हे इंग्लंडला शिकत असताना गुप्त संघटना चालवीत होते. १९०७ मध्ये लाला लजपतराय व भगतसिंगांचे बंधू अजितसिंगांना मंडाले तुरुंगात पाठविले होते.

त्यामुळे पंजाबात असंतोष पसरला होता. क्रांतिकारकांनी पिस्तुल, बॉम्ब बनविण्यापर्यंत मजल मारली होती. पेशावर, ब्रह्मदेश, मलाया, सिंगापूरमध्ये असलेल्या हिंदी सैनिकांनी उठावात सहभागी होण्याची महत्त्वाकांक्षी योजना आखली होती.

६) १९०७ मध्ये मादाम कामाने भारतीय स्वातंत्र्याचा ध्वज फडकाविला व त्याच वर्षी खुदीराम बोसने किंगजफोर्डवर मुजफ्फरपूर येथे बॉम्ब टाकून त्यांना ठार मारण्याचा प्रयत्न केला. त्यावर्षी अलीपूर कटात अरविंदांना गोवण्यात आले होते, तर १९०९ मध्ये मदनलाल धिंग्राने कर्झन वायलीचा खून केला.

७) स्वातंत्र्यवीर सावरकरांच्या प्रेरणेने नाशिकमध्ये जॅक्सनचा खून केला व अभिनव भारत संघटनेच्या कार्यकर्त्यांना शिक्षा झाली. हे क्रांतिकारक 'मॅझिनी' या इटालियन स्वातंत्र्यवीरांच्या चरित्राने प्रेरित झाले होते.

८) उत्तर प्रदेशात सचिंद्रनाथ सन्याल, रासबिहारी घोष तर पंजाबात कर्तारसिंग, बलवंतसिंग, भगतसिंग, मथुरासिंग इत्यादी संघर्ष करीत होते.

९) अमेरिकेत 'गदर' पक्ष स्थापन करून जपानी जहाजातून कॅनडामधील बंदरावर गेले असता त्यांना मनाई करण्यात आली. त्यामुळे पंजाबात प्रचंड प्रक्षोभ पसरला. मानवेंद्रनाथ रॉय, भोलानाथ चटर्जी यांनी जर्मनीतून शस्त्रे विकत आणण्याचा अयशस्वी प्रयत्न केला; तर काही क्रांतिकारकांनी तुर्की नेता केमाल पाशा यांची भेट घेऊन लष्करी प्रशिक्षण घेण्याचा प्रयत्न केला. महाराष्ट्रातील पांडुरंग सदाशिव खानखोजे यांनी अमेरिकेत लष्करी प्रशिक्षण घेतले व हिंदी क्रांतिकारकांची तुकडी तयार केली. नेपाळमार्गे जपानशी संपर्क साधण्याचा वासुकाका जोशींनी प्रयत्न केला. नेताजींनी आझाद हिंद सेना जपानच्या मदतीने स्थापित केली.

१०) जालीयनवाला हत्याकांडानंतर चळवळी थंडावल्या तरी १९२४ ला कानपूर कट व १९२५ ला काकोरी कटात श्रीपाद अमृत डांगे, एम.एन. रॉय, योगेशचंद्र चटर्जी, सुरेशचंद्र भट्टाचार्य, भूपेंद्र सन्याल, मन्मथनाथ गुप्ता इ.चा समावेश होता. त्यांना शिक्षा झाल्या.

११) भगतसिंग, चंद्रशेखर आझाद, बटुकेश्वर दत्त, राजगुरू, सुखदेव, शिववर्मा या नवीन पिढीने क्रांतिकारक घडामोडीत सहभाग घेतला. लाहोर येथे 'नौजवान भारत सभा' स्थापन झाली. भगतसिंग तिचे सचिव होते.

१२) सायमन कमिशनला 'गो बॅक' म्हणून निषेध करताना लाला लजपतराय जखमी झाले व त्यात त्यांचा मृत्यू झाला. तेव्हा भगतसिंग व साथीदारांनी १९२८ ला लाला लजपतराय यांना मारणाऱ्या सँडर्सचा खून केला व नंतर १९२९ ला सेंट्रल लेजिस्लेटिव्ह असेंब्लीवर अधिवेशन सुरू असताना बॉम्ब टाकला. १९३० ला चितगाव शस्त्रागार लुटले. १९३१ मध्ये भगतसिंग व मित्रांना फाशी देण्यात आले. चंद्रशेखर आझाद यांच्यावर गोळ्या झाडण्यात आल्या.

१३) १९३० नंतर क्रांतिकारकांच्या तेजस्वी पर्वाचा अंत होऊन गांधीजींचा प्रभाव वाढला. पहिल्या टप्प्यात देशव्यापी उद्रेक आढळतो. दुसऱ्या टप्प्यात स्वदेशी चळवळीच्या काळातील कारवायांचा प्रभाव होता. १९२० नंतर क्रांतिकारक वेगवेगळ्या विचारसरणीने प्रभावित होते. त्यात साम्यवादी, समाजवादी विचारसरणींचा प्रभाव मोठा होता.

१४) भारतभर वेगवेगळ्या क्रांतिकारी संघटना कार्यरत होत्या. महाराष्ट्रात बाळाराव सावरकर यांनी प्रथम राष्ट्रभक्त समूह स्थापन केला (१८९९), त्याचे नाव नंतर १९०० मध्ये मित्रमेळा व १९०४ मध्ये अभिनव भारत ठेवण्यात आले. बंगालमध्ये अरविंद घोषांनी युगांतर समिती व सचिंद्रनाथ सन्याल, नरेन भट्टाचार्य व सतीशचंद्र बसू यांनी अनुशीलन समिती १९०१ मध्ये स्थापन केली. पंजाबमध्ये गदर पक्ष, अनुशीलन समिती, नौजवान भारत सभा इत्यादी संघटना कार्यरत होत्या.

१५) पहिल्या महायुद्ध काळात अनेक भारतीय वेगवेगळ्या देशात क्रांतिकारी कारवाया करीत होते. अमेरिकेत गदर पक्ष, इंग्लंडमध्ये इंडिया हाऊस, कॅलिफोर्नियात यंग इंडिया असोसिएशनसारख्या अनेक चळवळी वेगवेगळ्या संघटना चालवित होत्या.

१६) भगतसिंग, चंद्रशेखर आझाद यांची 'हिंदुस्थान सोशॅलिस्ट असोसिएशन' प्रभावीपणे काम करीत होती.

१७) या सोबत शेतकरी उठाव व चळवळी, नील कामगार चळवळ, कामगार चळवळी कार्यरत होत्या.

१८) या सर्व क्रांतिकारकांच्या प्रेरणा सांस्कृतिक, धार्मिक होत्या. स्वामी दयानंद सरस्वती यांचा आर्य समाज, रामकृष्ण व विवेकानंदांची शिकवण, भगिनी निवेदिता यांची प्रेरणा ह्या तरुणांना प्रेरक ठरणाऱ्या होत्या. त्यासोबत रशियन राज्यक्रांती, साम्यवाद, समाजवाद यांचाही प्रभाव होता.

१९) क्रांतिकारकांनी साधनशुचितेपेक्षा साध्य महत्त्वाचे मानले. 'मातृभूमीसाठी सर्वस्व त्याग' हिंसा त्याज्य नसते. स्वातंत्र्य हे राष्ट्राचे प्राप्त तत्त्व, स्वातंत्र्य, समता, न्याय या विचारसरणीचा प्रभाव होता.

२०) क्रांतिकारकांची ब्रिटिशांबद्दलची भूमिका कमी–अधिक प्रमाणात सारखी होती. ब्रिटिश त्यांना खलनायक, शोषक, क्रूर, वंशश्रेष्ठत्ववादी, सत्तापिपासू वाटत होते. त्यामुळे त्यांना देशातून हाकलणे व मातृभूमी मुक्त करणे हे त्यांचे ध्येय होते.

२१) सुरुवातीच्या काळात स्वातंत्र्य, व्यवस्था परिवर्तन वगैरे उद्दिष्ट्ये नव्हती. मात्र, १९२० च्या क्रांतिकारकांची समाज परिवर्तन, स्वातंत्र्य, समाजवाद यासारखी स्वप्ने होती. परंतु, १९३० नंतर सत्ताकरण व पक्षीय राजकारणामुळे हिंदुत्ववादी, साम्यवादी आपला वैचारिक वारसा व नेतृत्व देऊ शकले नाहीत.

२२) नेताजी सुभाषचंद्र बोस यांचा आझाद हिंद सेनेचा प्रयत्न हा वेगळा होता. त्याला वैचारिक अधिष्ठान होते. रासबिहारी बोस व नेताजींचे नेतृत्व होते व त्यासोबत आंतरराष्ट्रीय आयाम होता.

भारतात स्वातंत्र्य मिळविण्यात या क्रांतिकारकांचे मोठे योगदान होते. देशातील तरुणांचे ते प्रेरणास्थान होते. प्रखर राष्ट्रवाद, राष्ट्रभक्ती, लोकजागृती निर्माण करण्यात क्रांतिकारकांनी मोठे योगदान दिले.

▶ स्वातंत्र्य चळवळीतील महाराष्ट्राचे योगदान –

ब्रिटिश भारतात आले, तेव्हा त्यांना प्रथम विरोध आदीम जनजातींनी केला. १८१७-१८ मधील खान्देशातील भिल्लांचा उठाव, १८५७ च्या उठावातील नानासाहेब पेशवे, तात्या टोपे, झांशीची राणी यांचा सहभाग, वासुदेव बळवंत फडके व रामोशींचा उठाव, चापेकर बंधूंचा प्रयत्न, बीडमधील उठाव, स्वातंत्र्यवीर सावरकरांचा प्रयत्न, अभिनव भारत, पांडुरंग सदाशिव खानखोजेंची कामगिरी, वासुकाका जोशींचा प्रयत्न, कानपूर कटातील श्रीपाद अमृत डांगेचा सहभाग, भगतसिंगांसोबत राजगुरू, सेनापती बापट व १९४२ च्या आंदोलनात सहभागी हजारो भूमिगत क्रांतिकारकांचे योगदान मोठे होते.

आचार्य बाळशास्त्री जांभेकरांचे 'दर्पण'मधील नवविचार, लोकहितवादींचे निर्भीड समाज परीक्षण, त्यांची 'शतपत्रे', विष्णुबुवा ब्रह्मचारींचा 'समाजसत्तावादी' विचार, संस्थात्मक कार्यात बॉम्बे असोसिएशन, डेक्कन सभा, प्रार्थना समाज, सत्यशोधक समाज, सार्वजनिक सभा या संस्थांनी प्रबोधनाचे मोठे कार्य केले. महाराष्ट्र ही थोर सुपुत्रांची खाण आहे. जगन्नाथ शंकर शेठ, दादोबा पांडुरंग, डॉ. आत्माराम पांडुरंग, दादाभाई नौरोजी, फिरोजशहा मेहता, बहरामजी मलबारी, कृष्णशास्त्री चिपळूणकर, विष्णु मोरेश्वर भिडे, सदाशिव बल्लाळ, गणेश जोशी, महात्मा ज्योतिराव फुले, सावित्रीबाई फुले, पंडिता रमाबाई, ताराबाई शिंदे, गोपाळ गणेश आगरकर, मा. गो. रानडे, लोकमान्य टिळक, डॉ. बाबासाहेब आंबेडकर इत्यादींचे योगदान मोठे आहे.

१८५२ ची बॉम्बे असोसिएशन, १८६६ ची लंडन येथील दादाभाई नौरोजी स्थापित ईस्ट इंडिया असोसिएशन, १८७० ची पुण्यातील सार्वजनिक सभा, न्यायमूर्ती रानडेंचा समग्र सुधारणेचा विचार, विष्णुशास्त्री चिपळूणकरांची निबंधमाला, १८८५ ची राष्ट्रीय सभेची मुंबईतील मुहूर्तमेढ महत्त्वपूर्ण ठरते.

दादाभाई नौरोजींनी मांडलेला आर्थिक राष्ट्रवाद, आधुनिक महाराष्ट्राचा विचार मांडणारे न्यायमूर्ती रानडे, विष्णुशास्त्रींचा प्रखर राष्ट्रवाद, विदर्भात विकसित झालेला राष्ट्रवादी भाव या घटना महाराष्ट्रावर व भारतावर प्रभाव टाकणाऱ्या ठरल्या.

१८८५ ते १९४७ या दरम्यान राष्ट्रीय सभेची देशातील वेगवेगळ्या प्रांतातील वेगवेगळ्या शहरात अधिवेशने झाली. त्यापैकी सर्वांत जास्त अधिवेशने महाराष्ट्रात संपन्न झाली. त्यापैकी सात अधिवेशने मुंबईत, दोन नागपूरला तर पुणे, अमरावती व फैजपूरला प्रत्येकी एक आयोजित केली होती. राष्ट्रीय सभेची स्थापनाच मुळी मुंबईत झाली. राष्ट्रीय सभेच्या स्थापनेत दादाभाई नौरोजी, बद्रुद्दीन तय्यबजी, ना. गोखले, फिरोजशहा मेहता, लो. टिळक, दिनशा वाच्छा, बहरामजी मलबारी, नारायण चंदावरकर, दादासाहेब खापर्डे, गो. ग. आगरकर, डॉ. मुंजे, वामन शिवराम आपटे इत्यादींचा समावेश होता. १९२० नंतर गांधीपर्व सुरू झाले. असहकार, खिलाफत चळवळ, सायमन कमिशनला विरोध, साम्यवादी चळवळीची स्थापना, १९३० च्या चळवळीतील योगदान, १९४२ च्या चळवळीतील सहभाग, डॉ.आंबेडकरांनी उभारलेले दलित उद्धारासाठीचे लढे, महाडचा सत्याग्रह, गोलमेज परिषदेतील सहभाग, पुणे करार, मजूर पक्षाची स्थापना, घटना समितीत डॉ.आंबेडकरांचे मोलाचे योगदान होते.

बंगाल, पंजाब आणि महाराष्ट्र हे प्रांत राष्ट्रीय चळवळीत अग्रेसर होते. त्याचबरोबर सामाजिक चळवळीतदेखील अग्रेसर होते. या दोन्ही चळवळींबरोबरच क्रांतिकारी चळवळीत महाराष्ट्राचे योगदान खूप मोठे राहिले आहे.

● या प्रकरणावरील काही महत्त्वाचे प्रश्न

१) पुढीलपैकी कोणते विधान सत्य आहे.

१) राजतरंगिणी हा ग्रंथ कल्हणाने लिहिला.

२) राजतरंगिणी या ग्रंथात काश्मिरचा राजकीय व सांस्कृतिक इतिहास आठ खंडात लिहिला आहे.

३) राजतरंगिणी हा ग्रंथ संस्कृत भाषेत पद्य स्वरूपात आहे.

१) फक्त १ बरोबर   २) १ आणि ३ बरोबर ३) १ आणि २ बरोबर ४) १, २ आणि ३ बरोबर

२) कुतुबमिनारजवळील 'मेहशैलीच्या लोहस्तंभाची' निर्मिती कोणाच्या कारकिर्दीत झाली?

१) चंद्रगुप्त विक्रमादित्य २) सम्राट कुमारगुप्त   ३) सम्राट रामगुप्त   ४) सम्राट हर्षवर्धन

३) पुढीलपैकी कोणती विधाने सत्य आहेत ?

१) डॉ. राखालदास बॅनर्जी यांनी मोहेंजोदडो या नगराचा शोध लावला.

२) दयाराम सहानी यांनी हडप्पा नगराचा शोध लावला.

३) चित्रलिपी हे सिंधु संस्कृतीचे वैशिष्ट्य होय.

४) सिंधु संस्कृतीचे प्राचीन सुमेरियन संस्कृतीशी खूपच साम्य आढळले आहे.

१) १ आणि २ बरोबर   २) १, २ आणि ३ बरोबर

३) १, २ आणि ४ बरोबर   ४) १, २, ३ आणि ४ बरोबर

४) सिंधु संस्कृतीतील घरे ....नी बांधलेली होती.

१) दगड

२) माती व दगड

३) दगड, माती व लाकूड

४) विटा

५) पुढीलपैकी सत्य विधाने कोणती ?

१) ऋग्वेदकाळात देवदेवतांच्या मूर्ती नव्हत्या, मंदिरे नव्हती, पुरोहित वर्गही नव्हता.

२) वेदोत्तर काळात पुरोहित वर्ग निर्माण झाला.

३) ऋग्वेदकाळात समाजांवर पुरोहित वर्गांचेच प्राबल्य होते.

१) फक्त २ सत्य   २) फक्त ३ सत्य   ३) २ आणि ३ सत्य   ४) १ आणि २ सत्य

६) पुढीलपैकी असत्य विधान कोणते ?

१) इ.स.पू. ६व्या शतकात जनपदांच्या सामाजिक व राजकीय स्वरूपात बदल होऊन महाजनपदे अस्तित्वात आली.

२) गौतम बुद्धांच्या काळात सोळा महाजनपदे होती.

३) अंगुत्तर निकाय या बौद्ध ग्रंथात सहा महाजनपदांची यादी दिली आहे.

४) अंगुत्तर निकाय या बौद्ध ग्रंथात सोळाशे महाजनपदांची यादी दिली आहे.

१) फक्त २ आणि ३   २) फक्त १ आणि २   ३) फक्त ३ आणि ४   ४) फक्त २ आणि ४

७) पुढीलपैकी सत्य विधाने कोणती ?

१) नंद घराण्याचा संस्थापक महापद्मानंद हा होय.

२) धनानंद या शेवटच्या नंद राजाविरुद्ध चंद्रगुप्ताने कौटिल्याच्या मदतीने लष्करी क्रांती करून नंद घराण्याचा शेवट केला.

३) महापद्मानंदाने ब्राह्मण काळापासून चालत आलेल्या क्षत्रिय कुलांचा शेवट केला त्यामुळे पुराणे त्याला 'दुसरा परशुराम' म्हणतात.

१) १, २ आणि ३ बरोबर

२) फक्त २ बरोबर

३) फक्त १ आणि २ बरोबर

४) २ आणि ३ बरोबर

८) पुढीलपैकी बरोबर विधाने कोणती ?

१) ग्रीक राजा सेल्यूकस निकेटरने मेगॅस्थेनिसला चंद्रगुप्त मौर्याच्या दरबारी पाठविला होता.

२) मेगॅस्थेनिसने भारताविषयी 'इंडिका' हा ग्रंथ लिहिला.

३) चिनी यात्रेकरू ह्युन-एन-त्संग उर्फ युवान च्वांगला सम्राट हर्षवर्धनने राजाश्रय दिला होता.

४) ह्युन-एन-त्संगने नालंदा विद्यापीठात राहून भारताविषयी 'इंडिका' नावाचा हा ग्रंथ लिहिला.

१) १, ३ आणि ४ बरोबर

२) १, २ आणि ३ बरोबर

३) १ आणि २ बरोबर

४) १ आणि ४ बरोबर

९) पुढीलपैकी सत्य विधान कोणते ?

१) कलिंग युद्धाने अशोकाच्या जीवनाला कलाटणी दिली.

२) कलिंग युद्धानंतर अशोकाने जैन धर्म स्वीकारला.

३) सम्राट अशोकाचे शिलालेख प्रामुख्याने 'ब्राह्मी लिपीत' कोरलेले आहेत.

४) अशोकाने 'धर्म महामात्रा' या नव्या अधिकाऱ्यांची निर्मिती करून धर्म प्रस्थापिण्याची जबाबदारी त्यांच्यावर टाकली होती.

१) सर्व विधाने सत्य आहेत.
२) १, २ आणि ४ सत्य आहेत.
३) १, ३ आणि ४ सत्य आहेत.
४) १, २ आणि ३ सत्य आहेत.

१०) पुढीलपैकी असत्य विधान कोणते ?

१) मौर्य प्रशासनाच्या मुलकी सेवेत 'सन्नीधाता' व 'समाहर्ता' या दोन वरिष्ठ अधिकाऱ्यांचा समावेश होता.

२) सन्नीधाता खजिनदार असे तर समाहर्ता महसूल गोळा करणारा अधिकारी होता.

३) मौर्य प्रशासनात मंत्री परिषदेचा अध्यक्ष पुरोहित असे.

४) मौर्य प्रशासनात दैनंदिन कामकाज पाहण्यासाठी आमात्यांची नेमणूक केली जाई.

१) फक्त ३ असत्य
२) फक्त ३ आणि ४ असत्य
३) सर्व विधाने असत्य आहेत
४) सर्व विधाने सत्य आहेत.

११) पार्श्वनाथांनी सांगितलेल्या चार तत्त्वात महावीरांनी कोणत्या तत्त्वांची भर घातली ?

१) अपरिग्रह   २) ब्रह्माचर्य   ३) अस्तेय   ४) अहिंसा

१२) पुढीलपैकी सत्य विधान ओळखा.

१) पहिली बौद्ध महासभा राजगृह येथे इ.स.पू. ४८३ मध्ये भरविली गेली.

२) दुसरी बौद्ध महासभा इ.स.पू. ३८३ मध्ये वैशाली येथे भरली.

३) तिसरी बौद्ध धर्म परिषद पाटलीपुत्र येथे भरली होती.

४) चौथी बौद्ध धर्म परिषद श्रीनगरजवळ कुंडलवनात सम्राट कनिष्काच्या काळात झाली.

१) सर्व विधाने सत्य आहेत.
२) १, २ आणि ३ सत्य आहेत.
३) १, ३ आणि ४ सत्य आहेत.
४) १, २ आणि ४ सत्य आहेत.

१३) पुढीलपैकी बरोबर विधान कोणते ?

१) कनिष्क हा मथुरेचा सरदार होता व त्याने कुषाणांच्या भारतीय सत्तेवर आपली सत्ता प्रस्थापित केली.

२) कनिष्काने काश्मिरमध्ये कनिष्कपूर नावाचे शहर वसविले.

३) कनिष्काने चिनी साम्राज्यातील खोतान, यारकंद व काश्गर प्रदेश जिंकले होते.

४) कनिष्काने बौद्ध धर्माचा स्वीकार केला होता.

१) फक्त १, २ आणि ३ सत्य आहेत.
२) २, ३ आणि ४ सत्य आहेत.
३) १, ३ आणि ४ सत्य आहेत.
४) सर्व विधाने सत्य आहेत.

१४) सातवाहन घराण्याचा संस्थापक कोण ?

१) विध्वंशक्ती   २) सिमुक   ३) बिंबिसार   ४) घटोत्कच

१५) बौद्ध धर्माच्या महायान पंथाने बुद्धाची तीन रूपे सांगितली त्यांना 'त्रिकाया' म्हणतात. ती तीन रूपे म्हणजे ....

१) धर्मकाय, संभोगकाय, रूपकाय
२) महाकाय, संभोगकाय, निर्वाणकाय
३) धर्मकाय, महाकाय, रूपकाय
४) महाकाय, रूपकाय, निर्वाणकाय

१६) वर्धमान महावीरांबद्दल पुढीलपैकी कोणती विधाने बरोबर आहेत ?

१) वर्धमान महावीरांचा जन्म कुंदग्राम या वैशालीच्या उपनगरात झाला.

२) महावीरांच्या पित्याचे नाव सिद्धार्थ तर आईचे नाव त्रिशला होते.

३) महावीरांना जूपालिका नदीतीरावरील जिंभिकाग्राममध्ये 'केवलज्ञान' प्राप्ती झाली.

४) महावीरांना वयाच्या ७२व्या वर्षी पारव्यानजीक पावा येथे 'कैवल्य' (मृत्यू) प्राप्त झाले.

१) सर्व विधाने सत्य आहेत.

२) फक्त १, २ आणि ४ बरोबर

३) फक्त १, २ आणि ३ बरोबर

४) फक्त २, ३ आणि ४ बरोबर

१७) 'गाथासप्तशती' या ग्रंथाचा कर्ता कोण ?

१) सातवाहन राजा गौतमीपुत्र सातकर्णी

२) सातवाहन राजा हाल

३) सातवाहन राजा यज्ञश्री सातकर्णी

४) सातवाहन राजा वशिष्ठीपुत्र श्रीसातकर्णी

१८) प्रसिद्ध इतिहासकार डॉ. व्ही. ए. स्मिथ यांनी पुढीलप्रमाणे कोणास 'भारतीय नेपोलियन' असे म्हटले.

१) पहिला चंद्रगुप्त

२) समुद्रगुप्त

३) दुसरा चंद्रगुप्त (विक्रमादित्य)

४) सम्राट हर्षवर्धन

१९) 'हरिविजय' या प्राकृत काव्याचा कर्ता कोण ?

१) सर्वसेन   २) पहिला पृथ्वीसेन   ३) दुसरा रुद्रसेन   ४) पहिला प्रवरसेन

२०) वेरूळचे कैलास लेणे, घारापुरीतील त्रिमूर्ती व एलेफंटा गुहा यांची निर्मिती कोणत्या राजांनी केली ?

१) वाकाटक   २) चालुक्य   ३) यादव   ४) राष्ट्रकूट

२१) पुढीलपैकी सत्य विधाने ओळखा.

१) ग्रीसमधील मॅसिडोनियाचा राजा फिलिप याचा अलेक्झांडर उर्फ सिकंदर हा मुलगा होता.

२) ग्रीक तत्त्ववेत्ता ॲरिस्टॉटल याचा अलेक्झांडर/सिकंदर हा शिष्य होता.

३) तक्षशिलेचा राजा अंभी याने पौरवांचा राजा पौरसला पराभूत करण्यासाठी अलेक्झांडरला नजराणा पाठवून तक्षशिलेस येण्याचे निमंत्रण दिले.

४) इ.स.पू. ३२६ मध्ये अलेक्झांडर व पौरवांचा पोरस राजा यांच्यात युद्ध झाले.

१) फक्त १ आणि ४

२) फक्त २ आणि ३

३) फक्त २, ३ आणि ४

४) सर्व विधाने सत्य आहेत.

२२) योग्य विधान निवडा.

१) ऋग्वेदात १६ मंडळे असून त्यात एकूण १०२८ सूक्ते व १०५५२ ऋचा आहेत.

२) ऋग्वेदात १० मंडळे असून त्यात एकूण १०२८ सूक्ते व १०५५२ ऋचा आहेत.

३) ऋग्वेदात १६ मंडळे असून त्यात एकूण १०५२ सूक्ते व १०२२८ ऋचा आहेत.

४) ऋग्वेदात १० मंडळे असून त्यात एकूण १०२२८ सूक्ते व १०५२ ऋचा आहेत.

२३) जोड्या लावा.

साहित्य/ग्रंथ/नाटक	कर्ता
अ) यशस्तिलकचंपु	१) सोमदेव सुरी
ब) मुद्राराक्षस	२) विशाखादत्त
क) कादंबरी	३) बाणभट्ट
ड) रसरत्नाकर	४) नागार्जुन

१) अ–१, ब–२, क–३, ड–४

२) अ–२, ब–३, क–४, ड–१

३) अ–४, ब–२, क–३, ड–१

४) अ–१, ब–३, क–२, ड–४

२४) .... याला गुलाम घराण्याचा संस्थापक मानले जाते.

१) शम्सुद्दीन ईल्तमश   २) कुतुबुद्दीन ऐबक   ३) हियासुद्दीन बल्बन   ४) महंमद घोरी

२५) सुलतानशाहीतील प्रांताचे विभाजन जिल्ह्यांमध्ये केले जाई त्याला .... म्हणत.

    १) उक्ता   २) वली   ३) शिक   ४) परगणा

२६) पानिपतच्या पहिल्या लढाईबाबत योग्य विधान निवडा.

    १) पानिपतची पहिली लढाई १६ मार्च १५२७ मध्ये बाबर व राजपूत यांच्यात झाली.

    २) पानिपतची पहिली लढाई २१ एप्रिल १५२६ मध्ये बाबर व इब्राहीम लोदी यांच्यात झाली.

    ३) पानिपतची पहिली लढाई १६ मार्च १५२६ मध्ये बाबर व माळव्याचा मेदिनी राय यांच्यात झाली.

    ४) पानिपतची पहिली लढाई १२ एप्रिल १५२७ मध्ये बाबर व शेरशहा सुरी यांच्यात झाली.

२७) दिल्लीच्या तख्तावर आलेली पहिली स्त्री कोण ?

    १) शाह तुरकन   २) रझिया सुलतान   ३) चांदबिबी   ४) नूरजहाँ.

२८) पुढीलपैकी बरोबर विधाने कोणती ?

    १) पानिपतची दुसरी लढाई १५५६ मध्ये अकबर व हेमू यांच्यात झाली.

    २) अकबराने 'दिने-इलाही' या नव्या धर्मपंथाची स्थापना केली होती.

    ३) मनसबदारी पद्धतीचे श्रेय अकबरला दिले जाते.

    ४) राजा तोरडमलने जमीन महसुलाची 'जब्ती पद्धती' सुरू केली होती.

    १) १ आणि २ बरोबर   २) १, २ आणि ३ बरोबर

    ३) १ आणि ३ बरोबर   ४) सर्व विधाने बरोबर आहेत.

२९) राजा कृष्णदेवरायबद्दल योग्य विधान निवडा.

    १) कृष्णदेवराय तुलुव घराण्यातील विजयनगरचा महान राजा होता.

    २) त्याने अमुक्त माल्यद हा तेलगु ग्रंथ लिहिला.

    ३) त्याच्या तेलगु वाङ्मयातील कार्यामुळे त्यास 'आंध्र पितामह' ही संज्ञा बहाल करण्यात आली होती.

    ४) तालिकोटच्या लढाईत कृष्णदेवरायाचा दारुण पराभव झाला.

३०) पुढीलपैकी योग्य विधान निवडा.

    १) सुलतानशाहीत 'वझीर' हा प्रशासनाचा प्रधानमंत्री असे.

    २) सुलतानाला राज्यकारभारात सल्ला देण्यासाठी एक सल्लागार मंडळ होते त्यास 'मजलिस-ए-आम' असे म्हणतात.

    ३) 'जानदार' हे सुलतानाचे निजी अंगरक्षक असत.

    ४) काझी-उल-कुरत हा न्यायखात्याचा प्रमुख असे.

    १) फक्त १ बरोबर   २) फक्त २ आणि ३ बरोबर

    ३) सर्व विधाने योग्य आहेत.   ४) १, २ आणि ४ विधाने योग्य आहेत.

३१) मुघलकालीन प्रशासन व्यवस्थेसंबंधी योग्य विधान निवडा.

    १) 'वझीर-ए-आझम' हा मोगल साम्राज्याचा प्रधानमंत्री होता.

    २) अकबराने साम्राज्याचे १५ प्रांतात विभाजन केले होते आणि प्रांताला 'सुभा' म्हणत.

    ३) प्रांत म्हणजे सुभ्याचे विभाजन जिल्ह्यासारख्या प्रदेशात केले त्याला परगणा म्हणत.

    ४) शिकदार हा परगण्याचा मुख्य कार्यकारी अधिकारी असे.

    १) १, २ आणि ३ बरोबर   २) १, २ आणि ४ बरोबर

    ३) १, ३ आणि ४ बरोबर   ४) सर्व विधाने बरोबर आहेत.

३२) योग्य विधान निवडा.

१) राज्यकारभार कार्यक्षमतेने चालण्यासाठी शिवाजी महाराजांनी अष्टप्रधान मंडळाची निर्मिती केली.

२) अष्टप्रधानातील कोणतेही पद वंशपरंपरागत नव्हते.

३) अष्टप्रधानातील पंडितराव व न्यायाधीश या दोन प्रधानांखेरीज बाकी सर्व प्रधानांना लष्करी मोहीमेचे नेतृत्व करावे लागे.

४) अष्टप्रधानातील सर्व प्रधानांना जहागिरी दिली जात असे.

१) फक्त १ बरोबर २) फक्त १ आणि २ बरोबर
३) फक्त १, २ आणि ३ बरोबर ४) १, २, ३ आणि ४ बरोबर

३३) योग्य विधान निवडा.

१) पेशवे काळात पुण्यातील केंद्रीय दफ्तर हे 'हुजूर दफ्तर' म्हणून ओळखले जाई.

२) पेशवेकाळात प्रांताला सुभा म्हणत व त्यावर मुख्य अधिकारी सुभेदार होता.

३) सुभ्याचे विभाजन परगण्यात (जिल्हा) केलेले होते. कमाविसदार व मामलतदार हे परगण्याचे अधिकारी होते.

४) पेशवेकाळात परगण्याचे विभाजन महालात केलेले होते, तेथे हवालदार हा मुख्य अधिकारी होता.

१) १, २ आणि ३ बरोबर २) २, ३ आणि ४ बरोबर
३) १, २ आणि ४ बरोबर ४) १, २, ३ आणि ४ सर्व विधाने बरोबर आहेत.

३४) योग्य विधाने कोणती?

१) ज्ञानेश्वरांचा जन्म पैठणजवळील आपेगाव येथे इ.स. १२७५ साली झाला.

२) ज्ञानेश्वरांनी वयाच्या १५व्या वर्षी सन १२९० मध्ये ज्ञानेश्वरी लिहिली.

३) संत नामदेव ज्ञानेश्वरांना आपले गुरू मानीत.

४) संत नामदेवांच्या काही रचना/अभंग हे 'ग्रंथसाहेब' या शीखधर्मग्रंथात समाविष्ट केले आहेत.

१) फक्त १ आणि २ बरोबर २) फक्त १ आणि ४ बरोबर
३) फक्त १,३ आणि ४ बरोबर ४) सर्व विधाने बरोबर आहेत.

३५) पोर्तुगिजांचा भारतातील पहिला गव्हर्नर .... हा होता.

१) अल्फान्सो-द-अल्बुकर्क २) फ्रान्सिस्को-दि-अल्मेडा
३) डुप्ले ४) कॉर्नवालिस

३६) ईस्ट इंडिया कंपनीच्या अंमलाखाली भारतातील पारंपरिक उद्योगधंद्याचा ऱ्हास झाला कारण –

१) भारतीय कामगाराकडे आवश्यक ते तांत्रिक प्राविण्य नव्हते.

२) भारतीयांनी शेतीवर लक्ष केंद्रित केले होते.

३) भारतीय माल ब्रिटिश मालाशी स्पर्धा करू शकला नाही.

४) वरीलपैकी कोणतेही नाही.

वरीलपैकी कोणते विधान बरोबर आहे.

१) १, २ आणि ३ २) २ आणि ३ ३) १ आणि २ ४) फक्त ३

३७) पुढीलपैकी कोणत्या कायद्याने ईस्ट इंडिया सनदेची मुदत आणखी वीस वर्षांसाठी वाढविली?

१) १७७३चा रेग्युलेटिंग ॲक्ट २) १७८४चा पिटचा ॲक्ट
३) १७९३चा सनदी कायदा (चार्टर ॲक्ट) ४) १८१३चा सनदी कायदा

३८) भारतात प्रशासनातील नेमणुका या ईस्ट इंडिया कंपनीच्या मर्जीने होत होत्या. त्या आता स्पर्धात्मक परीक्षांद्वारे होतील असे पुढीलपैकी कोणत्या सनदी कायद्याने ठरविले?

१) १७९३चा सनदी कायदा

२) १८१३चा सनदी कायदा

३) १८३३चा सनदी कायदा

४) १८५३चा सनदी कायदा

३९) ब्रिटीशांनी भारतीय शेतकऱ्यांवर नगदी पिकांचे उत्पादन घेण्याची सक्ती करण्याचा प्रयत्न का केला ?

१) भारतीय लोकांचा आर्थिक फायदा व्हावा.

२) भारतीय प्रगतीत हातभार लागावा.

३) ब्रिटिशांना याद्वारे प्रचंड नफा होणार होता.

४) शेतकऱ्यांना फार नफा मिळणार होता.

४०) मीर जाफर यास नवाब पदावरून दूर करण्याचे लॉर्ड क्लाईव्हने का ठरविले ?

१) लॉर्ड क्लाईव्हच्या मागण्या त्याने पूर्ण केल्या नाहीत.

२) कंपनीने केलेली पैशांची मागणी तो पूर्ण करू शकला नाही.

३) तो लॉर्ड क्लाईव्हचे ऐकत नव्हता.

४) तो राज्यकारभार योग्य पद्धतीने चालवीत नव्हता.

४१) ईस्ट इंडिया कंपनीच्या काळातील प्रशासकीय रचनेबाबत पुढील घटनाक्रम सांगा.

१) स्पर्धा परीक्षेद्वारे भारतातील प्रशासनातील नेमणुका होण्यास सुरुवात झाली.

२) ईस्ट इंडिया कंपनीची व्यापाराची मक्तेदारी नष्ट झाली.

३) नियामक मंडळाची स्थापना झाली.

४) बंगालचा गव्हर्नर हा 'गव्हर्नर जनरल' बनला.

१) १, २, ३, ४   २) ४, ३, २, १   ३) २, १, ३, ४   ४) ४, ३, १, २

४२) एलफिन्स्टला जमीन महसुलाच्या संदर्भात महाराष्ट्रातील कोणती पद्धत लागू करावयाची होती?

१) कायमधारा पद्धत   २) रयतवारी पद्धत   ३) महालवारी पद्धत   ४) मौजेवारी पद्धत.

४३) कॉर्नवालिसने प्रत्येक जिल्ह्याचे आकारानुसार लहान विभाग करून प्रत्येक विभागावर कोणते हिंदुस्थानी अधिकारी नेमले?

१) मुलकी पाटील   २) दरोगा   ३) जिल्हाधिकारी   ४) तलाठी

४४) पिटच्या कायद्यासंदर्भात खालील विधानांचा विचार करा.

१) १७८४ साली इंग्लंडमध्ये पिट यांचे सरकार सत्तेवर येताच पिट यांनी ईस्ट इंडिया कंपनीबाबत कायदा केला.

२) १७८४च्या कायद्याने ईस्ट इंडिया कंपनीवर पार्लमेंटचे प्रत्यक्ष नियंत्रण आले.

३) १७८४च्या कायद्याने गव्हर्नर जनरलच्या सल्लागार मंडळातील सदस्यांची संख्या पाच इतकी निश्चित केली.

४) १७८४च्या कायद्याने इंग्लंडमधील भारतविषयक सत्ता संचालकमंडळ व नियामकमंडळ यांच्यात विभागल्यामुळे ती कमकुवत झाली.

१) १ आणि २ बरोबर

२) १, २ आणि ३ बरोबर

३) १, २ आणि ४ बरोबर

४) १, २, ३ आणि ४ बरोबर

४५) जोड्या लावा.

अ) लोकसेवा आयोग	१) लॉर्ड रिपन
ब) दुहेरी राज्यव्यवस्था	२) लॉर्ड कॅनिंग
क) पहिला व्हॉईसरॉय	३) सर अचीसन
ड) उदारमतवादी व्हॉईसरॉय	४) रॉबर्ट क्लाईव्ह

१) अ–३, ब–४, क–२, ड–१   २) अ–२, ब–१, क–३, ड–४
३) अ–३, ब–२, क–४, ड–१   ४) अ–४, ब–३, क–२, उ–१

४६) जोड्या लावा.

अ) कलेक्टर पदाची निर्मिती	१) लॉर्ड रिपन
ब) मुंबईचा गव्हर्नर	२) लॉर्ड कॉर्नवालिस
क) स्थानिक स्वराज्य संस्थांची उभारणी	३) सर बार्टलर फियर
ड) कायदा दुरुस्ती विधेयक मांडले	४) सर इलबर्ट

१) अ–३, ब–२, क–१, ड–४   २) अ–२, ब–३, क–१, ड–४
३) अ–२, ब–३, क–४, ड–१   ४) अ–३, ब–२, क–४, ड–१

४७) इ.स. १८००मध्ये हिंदी लोकांसाठी कोलकाता येथे फोर्ट विल्यम महाविद्यालयाची कोणी स्थापना केली?

१) लॉर्ड मेकॉले   २) लॉर्ड बेंटिंक   ३) लॉर्ड वेलस्ली   ४) लॉर्ड डलहौसी

४८) गव्हर्नर जनरल विल्यम बेंटिंकने कोणत्या सुधारणा केल्या?

१) राज्यकारभारातील अनावश्यक पदे रद्द केली.   २) कंपनीच्या नोकरांचे पगार कमी करण्यात आले.
३) भत्ता देणे बंद करण्यात आले.   ४) भारताला स्वातंत्र्य देण्याचे घोषित केले.

वरीलपैकी कोणते विधान बरोबर आहे ?

१) १, २ आणि ३   २) १ आणि ४ फक्त   ३) १, २ आणि ४   ४) वरील सर्व

४९) ब्रिटिश सरकारने जमीन महसूल पद्धतीत कोणते बदल केले ?

१) ब्रिटिशांनी जमिनीची मोजणी करून जमीन महसूल निश्चित केला.

२) ब्रिटिशांनी शेतकऱ्यांना जमीन महसूल रोखीने भरणे सक्तीचे केले.

३) वेळेत जमीन महसूल न भरणाऱ्या शेतकऱ्यांच्या जमिनी ताब्यात घेण्याचा कायदा केला.

४) सर्व शेतकऱ्यांनी जमीन महसूल वेळेत भरणे आवश्यक केले.

वरीलपैकी कोणते विधान बरोबर आहे ?

१) १ आणि २ फक्त   २) २ आणि ३ फक्त   ३) १ आणि ३ फक्त   ४) वरील सर्व

५०) लॉर्ड डलहौसीने लष्कराच्या विकेंद्रीकरणासाठी कोणत्या सुधारणा केल्या? त्याबाबत खालीलपैकी कोणते विधान चुकीचे आहे?

१) बंगालमधील सैन्य मेरठ येथे नेले.

२) कोलकाता येथे असलेली युद्ध सामग्री मेरठ येथे नेली.

३) सिमला येथे भारताचे प्रमुख केंद्र उभारले.

४) भारतीय लष्करावर विश्वास ठेवला.

५१) उठावाला १८५७ ची शिपाई गर्दी असे पुढीलपैकी कोणी म्हटले ?

१) वि. दा. सावरकर २) इतिहासकार न. र. फाटक

३) के. एम. पणीकर ४) किशोरचंद्र मित्र

५२) १८५७ च्या उठावापूर्वी लॉर्ड डलहौसीच्या काळात हिंदी शिपायांनी कितीवेळा उठाव केले होते ?

१) एकदा २) दोन वेळा ३) तीन वेळा ४) चार वेळा

५३) १८५७ च्या क्रांतीची ठिणगी पुढीलपैकी कोठे सर्वप्रथम पडली ?

१) कानपूर छावणी २) मीरत छावणी ३) बिठूर छावणी ४) बराकपूर छावणी

५४) '१८५७ चा उठाव म्हणजे एक महान राष्ट्रीय उत्थान आहे' असे पुढीलपैकी कोण म्हणाले?

१) के. एम. पणीकर २) फाजल अली ३) डॉ. ईश्वरी प्रसाद ४) वि. दा. सावरकर

५५) १८५७ च्या उठावाला 'सामंताचा उठाव' असे पुढीलपैकी कोण म्हणाले?

१) वि. दा. सावरकर २) पं. नेहरू ३) लॉर्ड कॅनिंग ४) लॉर्ड डलहौसी

५६) कंपनी शासनाने एनफिल्ड रायफल्स या बंदुका पुढीलपैकी कोणत्या वर्षी वापरात आणल्या ?

१) १८५५ २) १८५६ ३) १८५७ ४) १८५१

५७) जोड्या लावा.

अ) राणी लक्ष्मीबाई १) नेपाळ या ठिकाणी आश्रय घेतला.

ब) नानासाहेब पेशवे २) रंगून येथे परागंदा झाले.

क) बहादूरशहा जफर ३) युद्धात मरण आले.

ड) तात्या टोपे ४) पकडून फाशीची शिक्षा दिली.

१) अ-२, ब-१, क-३, ड-४ २) अ-२, ब-१, क-४, ड-३

३) अ-१, ब-२, क-३, ड-४ ४) अ-४, ब-३, क-२, ड-१

५८) १८५७ च्या क्रांतीयुद्धात सहभागी न होणारा राज्यकर्ता कोण ?

१) ग्वाल्हेरचे शिंदे २) बहादूरशहा ३) राजा मानसिंग ४) बेगम हजरतमल

५९) १८५७च्या उठावाच्या पराभवाला पुढीलपैकी कोणत्या शहरापासून सुरुवात झाली ?

१) ग्वाल्हेर २) झांशी ३) दिल्ली ४) कानपूर

६०) विधान (A) : प्रारंभिक विजय मिळाल्यानंतरही शिपायांचा उठाव ब्रिटिशांचे राज्य उलथवून टाकण्यासाठी यशस्वी झाला नाही.

कारण (R) : मध्यम वर्गाने ब्रिटिशांचा पक्ष घेतला होता.

१) 'A' आणि 'R' बरोबर असून 'R' हे 'A' चे योग्य स्पष्टीकरण आहे.

२) 'A' आणि 'R' बरोबर असून 'A' हे 'R' चे योग्य स्पष्टीकरण आहे.

३) 'A' आणि 'R' दोन्हीही चूक आहेत.

४) 'A' चूक आणि 'R' बरोबर आहे.

६१) पुढीलपैकी कोणी १८५७च्या उठावाला फक्त सैनिकांचा असंतोष आहे असे मानले परंतु काही ठिकाणी याला जनाधार होता असेही म्हटले ?

१) सुरेंद्रनाथ सेन २) आर. सी. मुजुमदार

३) वि. दा. सावरकर ४) जेम्स आऊट्रॅम

६२)१८५७च्या उठावाच्या संबंधित पुढील विधानाचा विचार करा.

१) उठावाचे राजकीय कारण गव्हर्नर जनरल लॉर्ड डलहौसीचे खालसा धोरण होते.

२) इंग्रजांनी जमीन महसूल क्षेत्रात जास्त हस्तक्षेप केला आणि लोकांकडून जास्त प्रमाणात शेतसारा वसूल करायला सुरुवात केली त्यामुळे शेतकरी अस्वस्थ झाले.

३) इंग्रज अधिकारी भारतीयांचा तिरस्कार करून नेहमीच अपमानस्पद वागणूक देत होते त्यामुळे सर्वसामान्य लोकांच्या मनात इंग्रजांविरोधात तिरस्काराची भावना निर्माण झाली.

४) मंगल पांडेला कैद करून ८ एप्रिल १८५७ या दिवशी त्याला फाशी दिली. मंगल पांडेचे बलिदान या उठावातील पहिली आहुती होती.

१) १ आणि २ बरोबर
२) फक्त ४ बरोबर
३) १, २ आणि ३ बरोबर
४) १, २, ३ आणि ४ बरोबर.

६३)जोड्या लावा

लेखक	ग्रंथ
अ) वि. दा. सावरकर	१) १८५७ दि ग्रेट रेबेलियन
ब) आर. सी. मुजुमदार	२) ऐटिन फिफ्टी सेव्हन
क) अशोक मेहता	३) दि सिव्हिल म्युटिनी अँड दि रिव्होल्ट ऑफ १८५७
ड) एस. एन. सेन	४) १८५७ दि फर्स्ट इंडियन वॉर ऑफ इंडिपेन्डन्स.

१) अ-१, ब-२, क-३, ड-४
२) अ-४, ब-३, क-१, ड-२
३) अ-४, ब-३, क-२, ड-१
४) अ-३, ब-४, क-१, ड-२

६४)१८५७ च्या उठावास 'भारताचे पहिले स्वातंत्र्ययुद्ध' असे कोणी म्हटले ?

१) बाळ गंगाधर टिळक
२) विनायक दामोदर सावरकर
३) अशोक मेहता
४) डॉ. ताराचंद

६५)१८५७ च्या युद्धाच्या वेळी भारताचा गव्हर्नर पुढीलपैकी कोण होता ?

१) लॉर्ड कॅनिंग
२) लॉर्ड डलहौसी
३) लॉर्ड लिटन
४) हेन्री लॉरेन्स

६६)१८५७च्या उठावात दिल्लीच्या कोणत्या मोगल बादशहाने क्रांतिकारकांचे नेतृत्व केले ?

१) अकबरशहा
२) बहादूरशहा
३) शेख रमाजान
४) अहमदशहा

६७)इंग्रज सरकारने तात्या टोपे याला शिप्री येथे केव्हा जाहिरीत्या फाशी दिली ?

१) १८ एप्रिल १८५९
२) ५ मे १८५८
३) १६ नोव्हेंबर १८५७
४) १७ जून १८५८

६८)१८५७ च्या उठावासंदर्भात पुढील विधानांचा विचार करा.

१) नानासाहेब पेशव्यांचे सेनापती तात्या टोपे यांचा उठावात सिंहाचा वाटा होता.

२) राणी लक्ष्मीबाई यांचा लढाईत १७ जून १८५८ रोजी मृत्यू झाला.

३) रोहिलखंडातील उठावाचे नेतृत्व बहादूरशहा यांनी केले.

४) महाराष्ट्रात भारतीय सैनिक आणि स्थानिक लोकांनी अनेक ठिकाणी या क्रांतीची ज्योत पेटविली. त्याची सुरुवात रंगो बापूजी गुप्ते यांनी केली.

१) फक्त १ आणि २ बरोबर
२) १, २ आणि ३ बरोबर
३) १, २ आणि ४ बरोबर
४) फक्त ४ बरोबर

६९) १८५७ चा उठाव सुरू होण्यासाठी पुढीलपैकी कोणते तत्कालीन कारण घडले ?

१) बंदुकीच्या काडतुसांना गाई व डुकरांची चरबी लावणे.

२) भारतीय सैनिकांना अपमानास्पद वागणूक देणे.

३) मंगल पांडेला दिलेली फाशीची शिक्षा.

४) इंग्रजी सैनिकांच्या तुलनेत भारतीयांना मिळणारे कमी वेतन.

१) फक्त १ बरोबर २) १ आणि २ बरोबर

३) १, २ आणि ४ बरोबर ४) १, २, ३, ४ बरोबर.

७०) जोड्या लावा.

नेतृत्व	उठावाचे केंद्र
अ) राणी लक्ष्मीबाई	१) कानपूर
ब) कुँवरसिंह	२) झांशी
क) नानासाहेब पेशवा	३) बिहार
ड) मौलवी अहमद उल्लाह	४) फैजाबाद

१) अ-१, ब-२, क-३, ड-४ २) अ-३, ब-२, क-१, ड-४

३) अ-२, ब-३, क-१, ड-४ ४) अ-३, ब-२, क-४, ड-१

७१) पुढीलपैकी कोण नानासाहेब पेशव्यांचा मंत्री होता ?

१) मौलावी अहमद उल्लाह २) वाजिद अलिशहा

३) अजीमउल्लाह खान ४) मणिराम दिवाण

७२) महाराष्ट्रातील पुढीलपैकी कोणत्या शहरात हिंदी शिपायांनी उठाव केला नाही ?

१) मुंबई २) औरंगाबाद ३) कोल्हापूर ४) सातारा.

७३) १८५७च्या उठावाच्या परिणामासंदर्भात पुढील विधानांचा विचार करा.

१) प्लासी आणि बक्सारच्या लढाईनंतर ईस्ट इंडिया कंपनीचा अंत झाला.

२) लष्करी संघटनेत ब्रिटिशांनी आमूलाग्र बदल केले.

३) राज्यकारभारात भारतीयांना प्रवेश मिळाला.

४) धार्मिक व सामाजिक क्षेत्रात ब्रिटिशांचा हस्तक्षेप वाढला.

१) १, २, ३ आणि ४ बरोबर २) फक्त १ बरोबर

३) फक्त २ आणि ३ बरोबर ४) फक्त १, २ आणि ३ बरोबर

७४) १८५७ च्या उठावाशी पुढीलपैकी कोण संबंधित नव्हते ?

१) झाशीची राणी २) अशफाक उल्लाखान ३) खान बहादूर खान ४) मौलवी अहमदउल्ला

७५) बरेलीमध्ये उठावाचे नेतृत्व पुढीलपैकी कोणी केले होते ?

१) अजीम उल्लाखान २) नानासाहेब पेशवे ३) खान बहादूर खान ४) नबाब हमीद अलिखान

७६) पुढीलपैकी कोणत्या कायद्याने भारताचा कारभार सांभाळण्यासाठी 'भारतमंत्री' हे नवे मंत्रिपद तयार केले?

१) १८५८ चा कायदा २) १८९२ चा कायदा

३) १९०९ चा कायदा ४) १८५३ चा सनदी कायदा

७७) ब्रिटनची महाराणी व्हिक्टोरिया हिने १ नोव्हेंबर १८५७ मध्ये जाहीर केलेल्या जाहीरनाम्यात खालीलपैकी कोणत्या तरतुदीचा समावेश नव्हता ?

१) भारतीयांना जात, वर्ण व धर्माचा विचार न करता सरकारी नोकरी देणे.

२) भारतीयांना आर्थिक स्वातंत्र्य याची हमी देण्यात आली.

३) कायद्याच्या अंमलबजावणीत जनतेच्या भावनांचा विचार करण्यात येईल.

४) कायदे मंडळात भारतीय प्रतिनिधींचा ७५ टक्के वाटा असेल.

योग्य पर्याय निवडा.

१) १, २ आणि ४   २) १, ३ आणि ४   ३) २ आणि ३   ४) फक्त ४

७८) १८५८च्या कायद्यासंदर्भात पुढील विधानांचा विचार करा.

१) १८५८च्या कायद्याने सत्तेचे केंद्रीकरण केले.

२) १८५८च्या कायद्याने भारतात घटनात्मक सुधारणांचे युग सुरू झाले.

३) १८५८च्या कायद्याने इंग्लंडची सत्ता भारताची सत्ताधीश बनली.

४) १८५८च्या कायद्यामुळे भारताच्या खर्चात वाढ झाली.

१) फक्त १ बरोबर   २) फक्त २ आणि ३ बरोबर

३) २, ३ आणि ४ बरोबर   ४) १, २, ३ आणि ४ बरोबर.

७९) १९व्या शतकातील शेतकऱ्यांची आंदोलने ब्रिटिश सरकारला फारशी धोकादायक का वाटली नाहीत ?

१) शेतकऱ्यांनी ब्रिटिश सरकारला लक्ष्य केले नाही.

२) सावकार व जमीनदार हेच शेतकऱ्यांचे शत्रू होते.

३) शेतकऱ्यांजवळ पुरेशी शस्त्रे नव्हती.

४) आंदोलनात सातत्य व भविष्यकालीन योजना नव्हती.

८०) १८५८ ते १९०९ या कालावधीत केंद्रीय कार्यकारी मंडळाच्या स्वरूपाबाबत पुढील विधानाचा विचार करा.

१) केंद्रीय कार्यकारी मंडळातील भारतीयांचा समावेश हा ब्रिटिश सरकारच्या 'फोडा व राज्य करा' या धोरणाचा एक भाग होता.

२) सत्तेचे केंद्रीकरण हे १८५८ ते १९०९ या काळातील कार्यकारी मंडळाचे वैशिष्ट्य होते.

३) प्रमुख सेनापतीची प्रतिष्ठा हे लॉर्ड कर्झन व लॉर्ड किचनेर यांच्यातील संघर्षाचे कारण होते.

४) खातेवाटप पद्धतीमुळे मंत्रीमंडळ पद्धतीचा पाया घातला.

१) फक्त १ आणि २ बरोबर   २) फक्त २ आणि ३ बरोबर

३) फक्त ३ आणि ४ बरोबर   ४) फक्त १, २ आणि ३ बरोबर.

८१) २६ जुलै, १८६२ ला इंग्लंडच्या राणीने दिलेल्या परवानगीनुसार देशात खालीलपैकी कोणते उच्च न्यायालय सुरू झाले नाही ?

१) मुंबई   २) अलाहाबाद   ३) कोलकाता   ४) मद्रास

८२) रेग्युलेटिंग ऑक्ट संबंधित पुढील विधानांचा विचार करा.

१) १७७३ मध्ये ब्रिटिश पार्लमेंटने कंपनीच्या कारभारावर नियंत्रण ठेवण्यासाठी रेग्युलेटिंग ऑक्ट केला.

२) १७७३च्या कायद्याने भारतातील कारभाराचे एकसूत्रीकरण करण्यात आले.

३) १७७३च्या कायद्याने बंगालमध्ये इलाख्यापुरतेच सर्वोच्च न्यायालय स्थापन केले.

४) १७७३च्या कायद्याने कार्यकारी सत्ता व न्यायसत्ता यांचे काही प्रमाणात विभाजन केले.

१) १ आणि २ बरोबर
२) १, २ आणि ३ बरोबर
३) १, २, ३ आणि ४ बरोबर
४) फक्त ४ बरोबर.

८३) पुढील विधानांचा विचार करा.

१) १८९२ च्या कायद्याने जातीयवादाला उत्तेजन दिले.

२) प्रत्यक्ष निवडणुकीच्या तत्त्वामुळे मोर्ले-मिंटो सुधारणा कायदा प्रभावी ठरला.

३) १९०९ चा मोर्ले-मिंटो कायदा हा ब्रिटिशांच्या 'फोडा व राज्य करा' या धोरणाचा एक भाग होता.

४) १८५८ ते १९०९ या काळातील कायदेमंडळाला आजच्या संसदेप्रमाणे अंदाजपत्रकावर चर्चा करण्याचा अधिकार होता.

वरीलपैकी कोणते विधान बरोबर आहे.

१) फक्त १ आणि २ बरोबर
२) फक्त १ बरोबर
३) फक्त २ आणि ३ बरोबर
४) फक्त १ आणि ३ बरोबर

८४) वृत्तपत्रांच्या स्वातंत्र्यावर गदा आणणारा भारतीय भाषा वृत्तपत्र कायदा (१८७८) कोणी मंजूर केला?

१) लॉर्ड रिपन
२) लॉर्ड लिटन
३) लॉर्ड कर्झन
४) लॉर्ड डफरीन

८५) भारतात मतदानाचा मर्यादित अधिकार ....च्या कायद्याने प्रथमच देण्यात आला.

१) १८९२
२) १९०९
३) १९१९
४) १९३५

८६) परमहंस सभा महाराष्ट्रात स्थापन झाली होती. तिच्याबाबत काय खरे नाही?

१) सर्व माणसात कोणताही भेदभाव असता कामा नये असे ती मानावयाची.

२) ही एक गुप्त संस्था होती.

३) खिश्चन समाजाचा तिच्यावर प्रभाव नव्हता.

४) सभासदांची नावे फुटल्याबरोबर ती बरखास्त झाली.

८७) ब्रिटिशांनी भारताच्या औद्योगिक विकासात अडथळे का आणले?

१) ब्रिटिशांना फक्त स्वतःचा फायदा साध्य करावयाचा होता.

२) भारतीयांना औद्योगिक विकास म्हणजे काय हे माहीत नव्हते.

३) भारतीय मोठ्या प्रमाणावर शिकलेले नसल्याने ते औद्योगिक प्रगती करू शकणार नाहीत असे ब्रिटिशांना वाटत होते.

४) भारतीय औद्योगिक विकासाबाबत ते उत्सुक नव्हते.

८८) ब्रिटिशांच्या अर्थनीतीमुळे शेतीवरील ताण कसा वाढला?

१) भारतीय कुटिरोद्योगातून लक्षावधी कारागीर बेकार झाले.

२) शेतीतून आवश्यक तेवढे उत्पादन होत नव्हते.

३) शेतकऱ्यांना शेती करणे परवडत नव्हते.

४) शेतकऱ्यांना आपल्या कुटुंबाचे पालनपोषण करणे अशक्य झाले.

वरीलपैकी कोणते विधान बरोबर आहे.

१) १ आणि २
२) २ आणि ३
३) १ फक्त
४) ४ फक्त

८९) पुढीलपैकी कोणती विधाने बरोबर आहेत?

१) रामसिंह कुका हे भारताचे 'आद्य क्रांतिकारक' होते.

२) ब्रिटिशांविरुद्धच्या क्रांतिकार्यात वासुदेव बळवंत फडके यांनी रामोशी लोकांना संघटित केले.

३) १८८३ मध्ये लाहोरच्या तुरुंगात वासुदेव बळवंत फडके यांना मरण आले.

४) २२ जून १८९७ रोजी पुण्याचे प्लेग अधिकारी रॅण्ड व आयर्स्ट यांचे खून झाले.

१) १ आणि २ २) २ आणि ३ ३) २ आणि ४ ४) फक्त ४

९०) जोड्या लावा.

अ) बाबाराव सावरकर १) युगांतर वृत्तपत्र

ब) अनंत कान्हेरे २) अंदमानला जन्मठेप

क) चापेकर बंधू ३) जॅक्सनचा वध आणि नाशिक खटला

ड) वीरेंद्रकुमार घोष ४) रॅण्ड आणि आयर्स्टचा खून

(१) अ–१, ब–२, क–३, ड–४. (२) अ–२, ब–१, क–३, ड–४

(३) अ–३, ब–२, क–४, ड–१ (३) अ–२, ब–३, क–४, ड–१

९१) रामसिंह कुकासंबंधित पुढील विधानांचा विचार करा.

१) महाराष्ट्रात वासुदेव बळवंत फडके यांनी ज्याप्रमाणे क्रांतीकार्य केले तसेच कार्य पंजाबमध्ये रामसिंह कुका यांनी चालविले.

२) रामसिंह कुका यांनी स्थापन केलेल्या एका धार्मिक सांप्रदायाचे रूपांतर एका क्रांतीदलात केले.

३) रामसिंह कुकांनी आपले अनुयायी पाठवून ब्रिटिशांविरोधी भावना भडकवण्याचे कार्य केले.

४) रामसिंह कुका यांचा मृत्यू १८८५ साली झाला.

१) फक्त १ बरोबर २) फक्त २ बरोबर

३) फक्त ३ आणि ४ बरोबर ४) १, २, ३ आणि ४ बरोबर

९२) जोड्या लावा.

अ) लाला हरदयाळ १) इंडिया हाऊस (लंडन)

ब) मदनलाल धिंग्रा २) गदर चळवळ (अमेरिका)

क) शामजी कृष्ण वर्मा ३) लाहोर कराराबद्दल जन्मठेप

ड) विष्णु पिंगळे ४) कर्झन वायलीवर गोळ्या झाडल्या.

(१) अ–२, ब–४, क–१, ड–३. (२) अ–१, ब–२, क–३, ड–४

(३) अ–४, ब–२, क–१, ड–३ (३) अ–३, ब–१, क–२, ड–४

९३) १९३४ नंतर क्रांतिकारी संघटना जवळजवळ प्रभावहीन झाल्या. कारण –

१) गांधीजींचे अहिंसावादी आंदोलन जनतेने पसंत केले.

२) इंग्रजांच्या जुलमी कार्यवाहीमुळे क्रांतिकारक संघ मागे पडले.

३) गुप्ततेची गरज असल्यामुळे सामान्य जनतेला विश्वासात घेतले नाही.

४) क्रांतिकारकांना मार्गदर्शन करण्यास मध्यवर्ती नेतृत्व नव्हते.

९४) राष्ट्रीय सभेच्या संदर्भात पुढील विधानांचा विचार करा.

१) १८८५ साली राष्ट्रीय काँग्रेसची स्थापना झाली.

२) राष्ट्रीय सभेचे पहिले अधिवेशन मुंबई येथे झाले.

३) राष्ट्रीय सभेचे पहिले अध्यक्ष अॅलन ह्युम होते.

४) राष्ट्रीय सभेच्या पहिल्याच अधिवेशनामध्ये भारताच्या स्वातंत्र्याची स्पष्ट मागणी केली.

१) फक्त १ आणि २ बरोबर २) फक्त ३ आणि ४ बरोबर

३) १, २ आणि ३ बरोबर ४) १, २, ३ आणि ४ बरोबर

९५) सन १९०० मध्ये नाशिकमध्ये स्थापन झालेल्या मित्रमेळा संघटनेबाबत काय खरे नाही?

१) वि. दा. सावरकर तिचे क्रियाशील सभासद होते.

२) ती एक गुप्त संघटना होती.

३) ती मवाळांची संघटना होती.

४) नंतर तिचे रूपांतर अभिनव भारत या संस्थेत झाले.

९६) योग्य पर्यायाने विधान पूर्ण करा.

सन १९०१ मध्ये कोलकात्यात स्थापन झालेली अनुशीलन समिती .... साठी प्रसिद्ध होती.

१) आरोग्य शिक्षण २) व्यावसायिक शिक्षण

३) शारीरिक शिक्षण ४) औद्योगिक शिक्षण

९७) पुढील विधानांचा विचार करा.

१) लाला लजपतराय यांनी निस्सारण सिद्धांत मांडला.

२) जनतेचे मनोरंजन करण्यासाठी लोकमान्य टिळकांनी गणेशोत्सव सुरू केला.

३) जहालवाद्यांना हिंसा मान्य होती.

४) रवींद्रनाथ टागोरांच्या आनंदमठ कादंबरीतील 'वंदे मातरम्' हे गीत खूपच लोकप्रिय झाले होते.

१) फक्त २ बरोबर २) फक्त ३ बरोबर ३) १ आणि ३ बरोबर ४) फक्त ४ चूक

९८) खालील विधानांचा विचार करा.

विधान (A): मादाम भिकाजी कामा यांना भारतीय महिलांनी स्वातंत्र्य चळवळीत काम करावे असे वाटे.

कारण (R): भारताला स्वातंत्र्य मिळाल्यावर स्त्रियांना मतदानाचा अधिकार व इतरही अधिकार मिळतील.

कोणता पर्याय बरोबर आहे?

१) A बरोबर आहे, R बरोबर आहे. २) A चुकीचे आहे, R ही चुकीचे आहे.

३) A चुकीचे आहे, R बरोबर आहे. ४) A बरोबर आहे, R चुकीचे आहे.

९९) 'भ्रमाचा भोपळा' हा लेख कोणी लिहिला ?

१) गोपाळ गणेश आगरकर २) गोपाळ कृष्ण गोखले

३) बाळ गंगाधर टिळक ४) मोहनदास करमचंद गांधी

१००) पुढील विधानांचा विचार करा.

१) नेमस्तांचे राजकारण अर्ज, विनंत्यांवर अवलंबून होते.

२) नेमस्त कालखंडात राष्ट्रीय सभेचे कार्य कायद्याच्या चौकटीत चालू नव्हते.

३) नेमस्त नेते ब्रिटिशांच्या उदारमतवादाने प्रेरित झाले होते.

४) नेमस्त राजकारण हे भारतीय राष्ट्रीय आंदोलनातील पहिला टप्पा होता.

१०१) अभिनव भारत समाजाचे नेतृत्व कोणाकडे होते?

१) श्यामजी कृष्ण वर्मा २) गोपाल कृष्ण गोखले

३) विनायक दामोदर सावरकर ४) बाळ गंगाधर टिळक

१०२) भारतीय राष्ट्रीय काँग्रेसचे पहिले अधिवेशन पुण्याऐवजी मुंबईस भरविण्यात आले होते. कारण –

    १) पुण्यास आकस्मिकरीत्या साथीच्या रोगाचा प्रादुर्भाव झाल्यामुळे.

    २) पुणेकरांनी अधिवेशनाला विरोध दर्शविल्यामुळे.

    ३) मुंबईला आंतरराष्ट्रीय महत्त्व आल्यामुळे.

    ४) मुंबईतील जनतेच्या आग्रहामुळे.

१०३) मवाळ व जहाल यांच्यातील मतभेदाचा मुख्य मुद्दा होता ....

    १) स्वराज्य

    २) स्वदेशी

    ३) राष्ट्रीय शिक्षण

    ४) आखिल भारतीय पातळीवर बहिष्काराचा राजकीय अस्त्र म्हणून उपयोग करणे.

१०४) भारतीय कम्युनिस्ट पक्षाचे संस्थापक कोण होते ?

    १) ज्योति बसू   २) श्रीपाद अमृत डांगे

    ३) इ. एम. एस. नंबुद्रिपाद   ४) श्रीनिवास सरदेसाई

१०५) जहाल व मवाळ अशी राष्ट्रीय सभेतील पहिली फूट पुढीलपैकी कोणत्या अधिवेशनात पडली ?

    १) मुंबई अधिवेशन (१९०५)   २) कोलकाता अधिवेशन (१९०६)

    ३) सूरत अधिवेशन (१९०७)   ४) लखनौ अधिवेशन (१९१६)

१०६) ४ नोव्हेंबर १९०५ मध्ये स्थापन केलेल्या (कार्लाईल) परिपत्रक विरोधी संस्थेचा मुख्य उद्देश कोणता होता?

    १) परिपत्रकाला विरोध करणे.   २) काढून टाकलेल्या विद्यार्थ्यांना शिक्षण देणे.

    ३) विद्यार्थी आंदोलनाचे आयोजन करणे.   ४) वरीलपैकी कोणताच उद्देश नव्हता.

१०७) इंग्रजी राजवट ही एकप्रकारे वरदान आहे असे मवाळवादी नेत्यांना का वाटू लागले ?

    १) प्रांता-प्रांतामध्ये व अनेक संस्थानांमध्ये विभागला गेलेला देश ब्रिटिशांनी एक केला.

    २) ब्रिटिशांनी भारतात अनेक सुधारणा केल्या.

    ३) ब्रिटिशांनी शेती व्यवसायात प्रगती साध्य करण्याचा प्रयत्न केला.

    ४) इंग्रजांनी भारतात औद्योगिक प्रगती साध्य केली.

१०८) पंजाबमध्ये वंगभंगाविरोधी जनजागृती पुढीलपैकी कोणी केली ?

    १) दादाभाई नौरोजी   २) फिरोजशहा मेहता   ३) लाला लजपतराय ४) लोकमान्य टिळक

१०९) पुढील विधानांचा विचार करा.

    १) ब्रिटिशांनी बंगालची फाळणी प्रशासकीय कारणासाठी केली.

    २) बंगालमध्ये बंगालच्या फाळणीचा ४ जुलै १९०५ हा दिवस राष्ट्रीय शोकदिन म्हणून पाळला.

    ३) लॉर्ड कर्झनने बंगालची फाळणी केली.

    ४) दादाभाई नौरोजी यांनी कर्झनची तुलना औरंगजेबाबरोबर केली.

११०) लखनौ कराराच्या बाबतीत पुढील विधानांचा विचार करा.

    १) १९१६ साली लखनौ करार झाला.

    २) लखनौ करारानुसार कायदेमंडळात जातीय विषयांच्या चर्चेत हिंदू व मुस्लिमांना समान अधिकार देण्यात आला.

    १) फक्त १ बरोबर   २) फक्त २ बरोबर   ३) १ आणि २ बरोबर ४) यापेक्षा वेगळे उत्तर

१११) पुढील विधानांचा विचार करा.

१) १९२५ साली कानपूर येथे भारतीय साम्यवादी पक्षाची स्थापना करण्यात आली.

२) मानवेंद्रनाथ रॉय हे या पक्षाचे पहिले अध्यक्ष होते.

१) फक्त १ बरोबर   २) फक्त २ बरोबर   ३) १ आणि २ बरोबर ४) वरीलपैकी एकही नाही.

११२) १९२० मध्ये म. गांधींनी दिलेल्या हाकेला प्रतिसाद देऊन राष्ट्रीय चळवळीत कोणत्या टोळ्या सहभागी झाल्या?

१) संथाल, ओरान, भिल्ल आणि गोंड   २) संथाल, वारली, कातकरी आणि भिल्ल

३) भिल्ल, गोंड, वारली आणि संथाल   ४) भिल्ल, गोंड, संथाल आणि कातकरी

११३) सन १८८८ पासून जोतिबा फुले हे महात्मा म्हणून का ओळखले जाऊ लागले ?

१) त्यांनी जनतेच्या हितासाठी कार्य केले.

२) त्यांनी स्वातंत्र्य आंदोलनात महत्त्वाचे योगदान दिले.

३) त्यांनी कनिष्ठ जमातींसाठी अव्याहतपणे कार्य केले.

४) त्यांनी शिक्षण क्षेत्रात महत्त्वाची कामगिरी बजावली.

११४) सत्यशोधक चळवळीची वैशिष्ट्ये काय होती?

१) परिवर्तनवादी चळवळ   २) वर्गीय चळवळ

३) कृतिशील चळवळ   ४) क्रांतिवादी चळवळ

१) १ फक्त   २) २ आणि ३   ३) १, २ आणि ३   ४) ४ फक्त

११५) १९३५ च्या कायद्यासंदर्भात पुढील विधानांचा विचार करा.

१) १९३५ च्या कायद्याअंतर्गत रिझर्व्ह बँकेची स्थापना केली.

२) १९३५ च्या कायद्यानुसार इंडिया कौन्सिल रद्द केले.

१) फक्त १ बरोबर   २) फक्त २ बरोबर   ३) १ आणि २ बरोबर ४) वरीलपैकी एकही नाही.

११६) जोड्या लावा.

अ) हिंदू असोसिएशन   १) पंडिता रमाबाई

ब) पुणे सेवासदन   २) ॲनी बेझंट

क) सोशल सर्व्हिस लीग   ३) सी. शंकरन् नायर

ड) हिंदू सोशल रिफॉर्म   ४) न. म. जोशी

१) अ-१, ब-२, क-३, ड-४.   २) अ-२, ब-३, क-४, ड-१.

३) अ-२, ब-१, क-३, ड-४.   ४) अ-२, ब-१, क-४, ड-३.

११७) खालील विधान पुढीलपैकी कोणत्या चळवळीशी निगडित असावे ?

'युवकांचे हे पहिलेच क्रांतिकारी आंदोलन होते. जवाहरलाल नेहरू व सुभाषचंद्र बोस यानंतर नेते म्हणून पुढे आले; कारण त्यांनीच ठिकठिकाणी फिरून युवकांना जागृत केले होते.'

१) धारासना आंदोलन

२) सायमन विरोधी आंदोलन

३) सविनय कायदेभंग

४) चलेजाव आंदोलन

११८) १९३५च्या कायद्यासंदर्भात पुढील विधानांचा विचार करा.

१) १९३५च्या कायद्याने मुंबई, बंगाल, मद्रास, संयुक्त प्रांत, बिहार व आसाम याठिकाणी द्विगृही कायदेमंडळाची तरतूद केली.

२) १९३५च्या कायद्याने ओरिसा व सिंध हे प्रांत वेगळे केले.

१) फक्त १ बरोबर   २) फक्त २ बरोबर   ३) १ आणि २ बरोबर ४) यापेक्षा वेगळे उत्तर

११९) ICS प्राप्त करून सुभाषचंद्र बोस यांनी त्या नोकरीकडे का पाठ फिरविली?

१) त्यांना स्वातंत्र्य आंदोलनात उडी घ्यायची होती.

२) ब्रिटिशांची नोकरी करणे त्यांना आवडले नाही.

३) त्यांना इंग्लंडच्या राजसिंहासनाशी एकनिष्ठतेची शपथ घेण्यास सांगितले होते.

४) त्यांना इंग्रजांची सत्ता मान्य नव्हती.

१२०) पुढील विधानांचा विचार करा.

१) १९२४ साली बेळगाव येथील अधिवेशनात स्वराज्य पक्षाच्या नेत्यांनी म. गांधींबरोबर तडजोड करून कौन्सिल प्रवेशाला त्यांची परवानगी मिळविली.

२) बेळगाव येथील अधिवेशनाच्या अध्यक्षपदी चित्तरंजन दास हे होते.

१) फक्त १ बरोबर   २) फक्त २ बरोबर   ३) १ आणि २ बरोबर ४) यापेक्षा वेगळे उत्तर.

१२१) पुढील घटनाक्रम सांगा.

१) ब्रिटिश इंडिया सोसायटी   २) ब्रिटिश इंडियन असोसिएशन

३) लॅण्ड होल्डर्स असोसिएशन   ४) मद्रास नेटिव्ह असोसिएशन

१) १, २, ३, ४   २) १, ३, २, ४   ३) ३, १, २, ४   ४) ३, १, ४, २

१२२) जोड्या लावा.

वृत्तपत्र	संस्थापक
अ) टाईम्स ऑफ इंडिया	१) सुब्रह्मण्यम अय्यर
ब) अमृतबझार पत्रिका	२) रॉबर्ट नाईट
क) हिंदुस्थान रिव्हू	३) शिशिरकुमार घोष
ड) स्वदेश मित्रन	४) सच्चिदानंद सिन्हा

१) अ-२, ब-३, क-४, ड-१.   २) अ-१, ब-२, क-३, ड-४.

३) अ-४, ब-३, क-२, ड-१.   ४) अ-३, ब-२, क-१, ड-४.

१२३) ब्राह्मणेतर चळवळींचा हेतू काय होता ?

१) समाजातील ब्राह्मणांच्या वर्चस्वाला विरोध न करणे.

२) कनिष्ठ जातींच्या लोकांना सन्मानाचे स्थान देणे.

३) बहुजन समाजाचे राजकीय संघटन घडवून आणणे.

४) ब्राह्मणेतरांना सामाजिक, आर्थिक व शैक्षणिक क्षेत्रात स्थान मिळावे.

वरीलपैकी कोणते विधान बरोबर आहे.

१) १ आणि २   २) २ आणि ३   ३) २, ३ आणि ४   ४) ४ फक्त

१२४) धार्मिक शुद्धी आणि बंगाली मुस्लिम समाजातील अनिष्ट प्रथा नष्ट करण्यासाठी हाजी शरीयत उल्लाह यांनी कोणती चळवळ सुरू केली ?

१) वहाबी चळवळ   २) टिटू-मीर चळवळ   ३) फरियादी चळवळ   ४) देवबंद चळवळ

१२५) जोड्या लावा.

वृत्तपत्र	संस्थापक
अ) बॉम्बे क्रॉनिकल	१) फिरोजशहा मेहता
ब) नॅशनल हेरॉल्ड	२) जवाहरलाल नेहरू
क) युगांतर	३) बारिंद्रकुमार घोष
ड) तलवार	४) तारकानाथ दास

१) अ−१, ब−२, क−४, ड−३   २) अ−२, ब−१, क−३, ड−४
३) अ−१, ब−२, क−३, ड−४   ४) अ−४, ब−३, क−२, ड−१

१२६) १९१९ साली ब्रिटिश सरकारने घटनात्मक सुधारणा केल्या कारण –

१) जहाल-मवाळ युती

२) राष्ट्रीय सभा – मुस्लिम लीग युती

३) पहिल्या महायुद्धाचे दडपण

४) ब्रिटिश राजवटीबद्दल भारतीयांच्या असंतोषात जादा भर

१) फक्त १ आणि २ बरोबर   २) फक्त ४ बरोबर

३) फक्त ३ चूक   ४) वरीलपैकी सर्व बरोबर

१२७) म. गांधींनी १९२० साली असहकार चळवळ सुरू केली. त्यासाठी त्यांना प्रेरणा देणारे पुढीलपैकी कोणते एक तात्कालिक कारण होते ?

१) ब्रिटिशांची दडपशाही

२) खिलाफत चळवळीला पाठिंबा

३) रौलट ॲक्टला विरोध

४) १९१९च्या गव्हर्मेंट ऑफ इंडिया ॲक्टमुळे निर्माण झालेला असंतोष.

१२८) म. गांधींनी नि:शस्त्र प्रतिकाराचा पहिला वापर पुढीलपैकी कोठे गेला ?

१) फिजी बेटावर   २) गुजरातमधील बार्डोली येथे

३) बिहारमधील चंपारण्य येथे   ४) गुजरातमधील खेडा येथे

१२९) खालीलपैकी कोणती एक जोडी बरोबर आहे ?

१) अलीपूर कट खटला   − सूर्य सेन

२) काकोरी कट खटला   − खुदीराम बोस

३) लाहोर कट खटला   − विष्णु पिंगळे

४) मेरठ कट खटला   − चंद्रशेखर आझाद

१३०) १९१९च्या कायद्याचा प्रमुख उद्देश .... हा होता.

१) गव्हर्नर जनरलच्या अधिकारात वाढ   २) स्थानिक स्वराज्य संस्थांची सुरुवात

३) शिक्षण व्यवस्थेत सुधारणा   ४) जबाबदार शासन पद्धतीचा प्रारंभ

१३१) 'बंदी जीवन' हे पुस्तक कोणी लिहीले ?

    १) भगतसिंग   २) सचिंद्रनाथ सन्याल   ३) चंद्रशेखर आझाद   ४) लोकमान्य टिळक

१३२) कॅबिनेट मिशनमधील सदस्य –

    १) क्रिप्स, लॉरेन्स, स्ट्रेची   २) क्रिप्स, लॉरेन्स, अलेक्झांडर

    ३) क्रिप्स, स्ट्रेची, वेव्हेल   ४) क्रिप्स, अलेक्झांडर, आयर्विन

१३३) पुढील विधानांचा विचार करा.

    १) म. गांधींच्या द. आफ्रिकेतील सत्याग्रहांपैकी १९१४ सालचा 'एम्पायर स्टेट' सत्याग्रह विशेष गाजला.

    २) म. गांधींनी १८९४ मध्ये 'नाताळ इंडियन काँग्रेस'ची स्थापना केली.

    १) फक्त १ बरोबर   २) फक्त २ बरोबर   ३) १ आणि २ बरोबर ४) यापेक्षा वेगळे उत्तर.

१३४) पुढील विधानांचा विचार करा.

    १) पहिले महायुद्ध सुरू झाल्यामुळे लो. टिळकांची तुरुंगातून सुटका करण्यात आली.

    २) खलिफा हा तुर्कस्थानचा राज्यप्रमुख आणि मुस्लिमांचा जागतिक धर्मगुरू होता.

    ३) १९१६ साली मद्रास येथे अॅनी बेझंट यांनी 'होमरूललीग'ची स्थापना केली.

    ४) 'निद्रिस्त भारताला जागे करणे हे आपले महत्त्वाचे कार्य आहे' असे अॅनी बेझंट नेहमी सांगत होत्या.

    १) फक्त १ चूक   २) २ आणि ३ बरोबर ३) फक्त ४ चूक   ४) ३ आणि ४ बरोबर

१३५) १९३८ साली हरिपुरा या ठिकाणी भरलेल्या राष्ट्रीय सभेच्या अधिवेशनाचे अध्यक्ष पुढीलपैकी कोण होते?

    १) पं. नेहरू   २) सुभाषचंद्र बोस   ३) म. गांधी   ४) बॅ. जीना

१३६) पुढील विधानांचा विचार करा.

    १) माँटेग्यू घोषणा ही भारतीय स्वातंत्र्याची घोषणा होती.

    २) माँटफोर्ड कायद्याने सत्तेचे केंद्रीकरण केले.

    ३) द्विदल राज्यपद्धतीची कल्पना राज्यशास्त्राच्या सिद्धांताला धरून नसल्याने राष्ट्रीय सभेने ती नाकारली.

    ४) द्विदल राज्यपद्धती ही मंत्रिमंडळ पद्धतीची सुरुवात होती.

    १) फक्त १ आणि २ बरोबर   २) फक्त २ आणि ४ बरोबर

    ३) वरील सर्व बरोबर   ४) वरील सर्व चूक

१३७) लिबरल फेडरेशनचे प्रतिनिधित्व नेहरू रिपोर्ट तयार करणाऱ्या समितीमध्ये पुढीलपैकी कोणी केले ?

    १) मोतीलाल नेहरू   २) एम. आर. जयकर ३) तेज बहादूर सप्रू   ४) लाला लजपतराय

१३८) पुढीलपैकी कोणाचा असहकार आंदोलनात सहभाग नव्हता ?

    १) अॅनी बेझंट   २) बॅ. जीना   ३) चित्तरंजन दास   ४) सुभाषचंद्र बोस

    १) १ आणि १   २) ३ आणि ४   ३) २ आणि ४   ४) १ आणि ४

१३९) असहकार चळवळ सुरू झाल्यावर पुढीलपैकी कोणत्या वकिलांनी आपली वकिली सोडून दिली ?

    १) टी. प्रकाशन   २) सी राजगोपालाचारी ३) असफ अली   ४) सैफुद्दिन किचलू

    १) फक्त १ आणि २ २) १, २ आणि ३   ३) १, २ आणि ४   ४) वरीलपैकी सर्वांनी

१४०) पुढील घटनांचा क्रम लावा.

    १) नेहरू अहवाल   २) सायमन कमिशन

    ३) संपूर्ण स्वातंत्र्याची मागणी   ४) सविनय कायदेभंगाच्या चळवळीला सुरुवात

    १) २, १, ३, ४   २) १, २, ४, ३   ३) २, १, ४, ३   ४) ४, ३, २, १

१४१) महात्मा गांधींनी भारतीय राष्ट्रीय काँग्रेस अधिवेशनांचे अध्यक्षपद किती वेळा भूषविले ?

१) कधीच नाही   २) एकदा   ३) दोनदा   ४) तीनदा

१४२) डिस्ट्रिक्ट मॅजिस्ट्रेट जॅक्सनची हत्या केल्याबद्दल खालीलपैकी कोणास फाशीची शिक्षा देण्यात आली ?

१) गणेश दामोदर सावरकर   २) दत्तात्रय जोशी

३) अनंत लक्ष्मण कान्हेरे   ४) वासुदेव रामचंद्र कुलकर्णी

१४३) खाली नमूद केलेल्या स्वातंत्र्यसैनिकांपैकी कुणाला शेर-ए-पंजाब म्हणून ओळखले जाते ?

१) भगतसिंग   २) लाला लजपतराय   ३) चंद्रशेखर आझाद   ४) लाला हरदयाळ

१४४) .... यांनी 'भारत सेवक समाजाची' स्थापना केली.

१) गोपाळ गणेश आगरकर   २) गोपाळ कृष्ण गोखले

३) महात्मा जोतिबा फुले   ४) लाला लजपतराय

१४५) 'स्वराज्य हा माझा जन्मसिद्ध हक्क आहे व तो मी मिळवणारच' ही गर्जना टिळकांनी कुठे केली ?

१) पुणे   २) मुंबई   ३) नागपूर   ४) बेळगाव

१४६) पुढील घटनांचा क्रम लावा.

१) पहिली गोलमेज परिषद

२) सायमन कमिशनचा अहवाल

३) म. गांधी – आयर्विन करार

४) जातीय निवाडा

१) १, २, ३, ४   २) ४, ३, २, १   ३) ३, २, ४, १   ४) २, १, ३, ४

१४७) पुढील विधानांचा विचार करा.

१) सर सय्यद अहमद खान यांनी अलीगढ विद्यापीठाची स्थापना केली.

२) थिओडोर बेक या विद्यापीठाचे कायमचे कुलगुरू होते.

१) फक्त १ बरोबर   २) फक्त २ बरोबर   ३) १ आणि २ बरोबर ४) यापेक्षा वेगळे उत्तर

१४८) पुढीलपैकी कोणता सत्याग्रह आयोजित केल्यामुळे वल्लभभाई पटेल यांना सरदार ही पदवी दिली ?

१) चंपारण्य सत्याग्रह   २) बार्डोली सत्याग्रह   ३) खेडा सत्याग्रह   ४) वैयक्तिक सत्याग्रह

१४९) पहिल्या गोलमेज परिषदेत पुढीलपैकी कोण सहभागी झाले होते ?

१) पं. मदनमोहन मालवीय   २) मोतीलाल नेहरू

३) म. गांधी   ४) महंमद अली

१५०) पुढील विधानांचा विचार करा.

१) मोतीलाल नेहरू यांच्या अध्यक्षतेखाली नेमलेल्या समितीने १० ऑगस्ट १९२८ रोजी अहवाल सादर केला.

२) सर्वोच्च न्यायालयाची तरतूद नेहरू अहवालात नव्हती.

३) नेहरू अहवालाने वसाहतीच्या स्वातंत्र्याची मागणी केली.

४) नेहरू अहवालात मूलभूत अधिकारांचा समावेश नव्हता.

१) १, २ आणि ३ बरोबर   २) २, ३ आणि ४ बरोबर

३) फक्त २ आणि ४ चूक   ४) फक्त ३ आणि ४ चूक

१५१) एम. आर. जयकर, तेज बहादूर सप्रू आणि व्ही. एम. श्रीनिवास शास्त्री हे भारतीय उदारमतवादी विचारवंत पुढीलपैकी कोणत्या परिषदेला उपस्थित होते ?

१) पहिली गोलमेज परिषद २) दुसरी गोलमेज परिषद

३) तिसरी गोलमेज परिषद ४) सिमला परिषद

१५२) काँग्रेस अंतर्गत समाजवादी गटामध्ये पुढीलपैकी कोण सहभागी झाले नव्हते ?

१) राममनोहर लोहिया २) आचार्य नरेंद्र देव ३) बी. टी. रणदिवे ४) पी. सी. जोशी

१) १,२,३ आणि ४ २) १,२ आणि ३ ३) फक्त ३ आणि ४ ४) फक्त ४

१५३) पुढीलपैकी कोणत्या वर्षी ब्रिटिशांनी बंगालची फाळणी रद्द करण्याचा आणि भारताची राजधानी कोलकात्याऐवजी दिल्लीला हलविण्याचा निर्णय घेतला ?

१) १९१० २) १९११ ३) १९१३ ४) १९१६

१५४) शासकीय कर्मचाऱ्यांवर भारतीय राष्ट्रीय काँग्रेसशी संबंध ठेवण्यास कोणी बंदी घातली ?

१) लॉर्ड कर्झन २) लॉर्ड डफरिन ३) लॉर्ड रिपन ४) ए. ओ. ह्युम

१५५) १९३५च्या कायद्यातील पुढीलपैकी कोणत्या तरतुदी प्रत्यक्षात आल्या नाहीत.

१) संघराज्य पद्धती २) प्रांतीय स्वायत्तता

३) केंद्रातील द्विदल पद्धती ४) भारतमंडळ रद्द करणे

१५६) १९३५ च्या कायद्याचे वर्णन 'अनेक नियंत्रण असलेले पण इंजिनच नसलेले यंत्र' या शब्दात वर्णन पुढीलपैकी कोणी केले ?

१) पं. मदनमोहन मालवीय २) पं. नेहरू

३) बॅ. जीना ४) डॉ. बाबासाहेब आंबेडकर

१५७) खालील घटनाक्रम लावा.

१) काँग्रेस-मुस्लिम लीग करार

२) चौरी-चौरा घटना

३) जालीयनवाला बाग हत्याकांड

४) माऊंटबॅटन योजना

१) १, २, ३, ४ २) १, ४, २, ३ ३) १, ३, २, ४ ४) ४, ३, २, १

१५८) नेहरू अहवालासंदर्भात पुढील विधानांचा विचार करा.

१) नेहरू अहवालात २१ वर्षांवरील सर्व नागरिकांना मताधिकार देण्याची शिफारस केली होती.

२) नेहरू अहवालात प्रांतिक पुनर्रचना भाषिक तत्त्वावर करण्याची शिफारस होती.

१) फक्त १ बरोबर २) फक्त २ बरोबर ३) १ आणि २ बरोबर ४) यापेक्षा वेगळे उत्तर

१५९) जोड्या लावा.

अ) लॉर्ड मोर्ले १) भारतमंत्री

ब) लॉर्ड मिंटो २) व्हॉईसरॉय

क) प्रिन्स आगाखान ३) मुस्लिम शिष्टमंडळाचे नेते

ड) सर अरूंडेल ४) १९०६ च्या सुधारणाविषयक समितीचे नेते

१) अ-१, ब-२, क-३, ड-४ २) अ-१, ब-२, क-४, ड-३

३) अ-४, ब-३, क-२, ड-१ ४) अ-१, ब-३, क-२, ड-४

१६०) पुढील विधानांचा विचार करा.

१) त्रिमंत्री योजनेने भारत–पाकिस्तान फाळणीची पूर्वतयारी केली.

२) राजाजी योजना भारत–पाकिस्तान सहकार्याची होती.

३) वेव्हेल योजनेमध्ये इंग्लडमधील निवडणुकांचे राजकारण होते.

४) भारताला वसाहतीचे स्वातंत्र्य देऊन संघराज्य निर्माण केले जाईल असे 'क्रिप्स मिशन'ने जाहीर केले होते.

१) वरील सर्व बरोबर   २) वरील सर्व चूक   ३) १ आणि ४ बरोबर ४) २ आणि ३ बरोबर

१६१) १९४२ साली स्टॅफोर्ड क्रिप्स बरोबर आणि सिमला परिषदेत वेव्हेल बरोबर काँग्रेसच्या पुढीलपैकी कोणत्या अध्यक्षाने चर्चा केली ?

१) सी. राजगोपालचारी २) पं. नेहरू   ३) जे. बी. कृपलानी   ४) अबुल कलाम आझाद

१६२) पुढील विधानांचा विचार करा.

१) मोतीलाल नेहरू हे काँग्रेसचे लाहोर अधिवेशनाचे अध्यक्ष होते.

२) लाहोर अधिवेशनात सविनय कायदेभंग चळवळ सुरू करण्याचा निर्णय झाला.

१) फक्त १ बरोबर   २) फक्त २ बरोबर   ३) १ आणि २ बरोबर ४) यापेक्षा वेगळे उत्तर

१६३) पुढील विधानांचा विचार करा.

१) सर सय्यद अहमद खान यांनी मुस्लिम समाजाला जागृत केले.

२) मुस्लिमांचा स्वतंत्र राजकीय पक्ष असावा असा विचार नवाब सलीमुल्ला यांनी मांडला.

३) १९१३ साली साम्राज्यांतर्गत स्वायत्तता हे मुस्लिम लीगचे ध्येय असल्याचे जाहीर केले.

४) डिसेंबर १९१० मध्ये मुस्लिम लीगची स्थापना झाली.

१) १, २, ३ आणि ४ बरोबर   २) १, २ आणि ३ बरोबर

३) १, ३ आणि ४ बरोबर   ४) फक्त १ बरोबर

१६४) काँग्रेस सोशॅलिस्ट पक्षाचे सदस्य नसतानासुद्धा त्या पक्षाच्या स्थापनेसाठी आपले सर्वस्व पणाला लावणारे नेते –

१) जयप्रकाश नारायण   २) अच्युतराव पटवर्धन

३) पं. मदन मोहन मालवीय   ४) आचार्य नरेंद्र देव

१६५) म. गांधींच्या पुढील आंदोलनाचा योग्य क्रम लावा.

१) अहमदाबाद मिल्स हरताळ   २) खेडा आंदोलन

३) चंपारण्य आंदोलन   ४) भारत छोडो आंदोलन

१) ३, २, १, ४   २) १, २, ३, ४   ३) २, ३, ४, १   ४) ३, २, ४, १

१६६) घटनाक्रम लावा.

१) वैयक्तिक सत्याग्रह २) ऑगस्ट प्रस्ताव ३) क्रिप्स मिशन   ४) वेव्हेल योजना

१) १, २, ३, ४   २) २, १, ३, ४   ३) २, १, ४, ३   ४) ४, २, १, ३

१६७) पुढील विधानांचा विचार करा.

१) भारतीय महिला परिषदेचे पहिले अधिवेशन पुणे येथे भरले होते.

२) सरोजिनी नायडू या १९२८ साली झालेल्या अधिवेशनाच्या अध्यक्षा होत्या.

१) फक्त १ बरोबर   २) फक्त २ बरोबर   ३) १ आणि २ बरोबर ४) यापेक्षा वेगळे उत्तर.

१६८) पुढील घटनाक्रम सांगा.

१) बंगालची फाळणी
२) मुस्लिम लीगची स्थापना
३) काँग्रेसची सूरत येथील फूट
४) लो. टिळकांना मंडाले येथे कारावासाची शिक्षा

१) १, २, ३, ४   २) २, १, ३, ४   ३) ३, ४, २, १   ४) ४, ३, २, १

१६९) .... येथील सविनय कायदेभंग चळवळीच्या काळात 'कामगार व शेतकरी हे राष्ट्रीय सभेचे हात व पाय आहेत' अशा घोषणा दिल्या जात होत्या.

१) चेन्नई   २) मुंबई   ३) कोलकाता   ४) दिल्ली

१७०) पुढीलपैकी कोणते दशक हे सत्याग्रहाच्या अभूतपूर्ण लढ्याने अवर्णनीय ठरले ?

१) १९१५-१९२५   २) १९२०-१९३०   ३) १९३०-१९४०   ४) १९४०-१९५०

१७१) म. गांधींनी 'नाताळ इंडियन काँग्रेस'ची स्थापना पुढीलपैकी कोणत्या देशात केली ?

१) इंग्लंड   २) दक्षिण आफ्रिका   ३) जपान   ४) अमेरिका

१७२) स्वराज्य पक्षाची स्थापना केव्हा झाली ?

१) १ जानेवारी १९२२   २) १ जानेवारी १९२३   ३) १ जानेवारी १९२४   ४) १ जानेवारी १९२५

१७३) म. गांधींनी दांडी यात्रा केव्हा सुरू केली ?

१) १२ मार्च १९३०   २) १२ एप्रिल १९३०   ३) ६ एप्रिल १९३०   ४) ६ मार्च १९३०

१७४) म. गांधी यांनी असहकार आंदोलन मागे का घेतले ?

१) खेडा जिल्ह्यात भीषण दुष्काळ पडला म्हणून.

२) हंटर समितीचा अहवाल प्रसिद्ध झाल्यामुळे.

३) ब्रिटिशांनी त्यांना आंदोलन मागे घेण्याची विनंती केल्यामुळे.

४) गोरखपूर जिल्ह्यातील चौरी-चौरा येथे झालेल्या हिंसाचाराचा निषेध म्हणून.

१७५) पुढील घटनाक्रम सांगा

१) म. गांधी-आयर्विन करार
२) धारासना सत्याग्रह
३) दांडी यात्रा
४) पहिली गोलमेज परिषद

१) १, २, ३, ४   २) ३, २, ४, १   ३) ४, ३, २, १   ४) २, १, ३, ४

१७६) म. गांधी-आयर्विन करारामध्ये पुढीलपैकी कोणती बाब अंतर्भूत होती ?

१) सविनय कायदेभंगाचा घोषित केलेला अध्यादेश मागे घेणे.

२) पोलिसांनी दडपशाही केल्याप्रसंगी म. गांधींनी सांगितलेली उपाययोजना करणे.

३) ज्यांच्यावर हिंसेचा कोणताही ठपका ठेवलेला नव्हता फक्त अशाच कैद्यांची मुक्तता करणे.

४) गोलमेज परिषदेत भाग घेण्यासाठी काँग्रेसला आमंत्रित करणे.

१) फक्त १ आणि २   २) फक्त २   ३) १, ३ आणि ४   ४) यापेक्षा वेगळे उत्तर

१७७) 'स्वराज्य पक्षाचे' ध्येय .... हे होते.

१) परकीय वस्तूंवर बहिष्कार टाकणे.

२) भारतीय उद्योगांना पाठिंबा देणे.

३) निवडणुका लढवून कायदेमंडळात प्रवेश करावयाचा आणि त्यांचा आतून विनाश घडवून आणावयाचा.

४) असहकार चळवळ सुरू करणे.

१७८) 'मुंबईचा अनभिषिक्त राजा' असे कोणाला संबोधले जाई ?

१) सर फिरोजशहा मेहता २) दादाभाई नौरोजी

३) जगन्नाथ शंकरशेट ४) बद्रुद्दीन तय्यबजी

१७९) पुणे कराराचा पुढीलपैकी कोणता एक महत्त्वाचा विषय होता ?

१) एका वर्षात स्वातंत्र्य २) हिंदु-मुस्लिम एकता

३) अस्पृश्यांचे प्रतिनिधित्व ४) संघराज्य शासनपद्धती

१८०) जोड्या लावा.

अधिवेशन ठराव

अ) नागपूर १) पूर्व स्वराज्याचा ठराव

ब) काकीनाडा २) राष्ट्रीय नियोजन समिती

क) लाहोर ३) स्वराज्य पक्षाची स्थापना

ड) हरिपुरा ४) पक्षाची नवी घटना

१) अ–३, ब–४, क–१, ड–२ २) अ–४, ब–३, क–१, ड–२

३) अ–१, ब–२, क–३, ड–४ ४) अ–४, ब–३, क–२, ड–१

१८१) सुभाषचंद्र बोस ह्यांच्या संदर्भात असलेल्या खालील घटना कालक्रमानुसार लावा.

१) त्यांचे जर्मनीस पलायन २) त्यांचे जपान येथे आगमन

३) फॉरवर्ड ब्लॉकची स्थापना ४) सिंगापूर येथे इंडियन इंडिपेंडन्स लीगचे अध्यक्षपद

१) ३, २, ४, १ २) ३, १, ४, २ ३) ३, १, २, ४ ४) ३, २, १, ४

१८२) पुढील कोणती विधाने बरोबर आहेत.

१) म. गांधी दुसऱ्या गोलमेज परिषदेस हजर होते.

२) दुसऱ्या गोलमेज परिषदेच्या वेळी म. गांधी व लॉर्ड आयर्विन यांच्यातील करारावर सह्या झाल्या.

३) भारतीय राष्ट्रीय काँग्रेसने पहिल्या गोलमज परिषदेवर बहिष्कार टाकला होता.

४) जातीय निवाडा गोलमेज परिषदेशी निगडित आहे.

१) फक्त १ आणि २ बरोबर २) १, ३ आणि ४ बरोबर

३) २, ३ आणि ४ बरोबर ४) फक्त १ आणि ३ बरोबर

१८३) काँग्रेसच्या पुढीलपैकी कोणत्या अधिवेशनात मूलभूत अधिकाराचा प्रस्ताव मंजूर झाला ?

१) कोलकाता – १९२८ २) लाहोर – १९२९

३) कराची – १९३० ४) फैजपूर – १९३६

१८४) जोड्या लावा.

अ) नाविकांच्या बंडाचा नेता १) अरुणा असफअली

ब) आझाद हिंद सरकारची स्थापना २) कॅ. लक्ष्मी स्वामीनाथन्

क) भारत छोडो आंदोलनातील भूमिगत नेतृत्व ३) बी. सी. दत्त

ड) झाशी राणी पलटणीचे नेतृत्व ४) सुभाषचंद्र बोस

१) अ–१, ब–२, क–३, ड–४ २) अ–२, ब–३, क–१, ड–४

३) अ–४, ब–३, क–१, ड–२ ४) अ–३, ब–४, क–१, ड–२

१८५) म. गांधींच्या यंग इंडियातील पुढीलपैकी कोणत्या अग्रलेखावर ब्रिटिश सरकारने ठपका ठेवून अटक केली ?

    १) शेकिंग द मेन   २) दि पझल अँड इट्स सोल्यूशन

    ३) टॅम्परिंग विथ लॉयल्टी   ४) दि चिल्ड्रेन ऑफ गॉड

    १) फक्त १ आणि २   २) १, २ आणि ३   ३) १, २, ३ आणि ४ ४) २, ३ आणि ४

१८६) सातारा येथे प्रतिसरकारची स्थापना ....च्या काळात झाली.

    १) होमरूल चळवळ   २) असहकारितेची चळवळ

    ३) सविनय कायदेभंगाची चळवळ   ४) भारत छोडो चळवळ

१८७) साम्यवादी व डाव्या पक्षांनी सहभाग घेतलेल्या किसान सभेत राष्ट्रीय सभेचे काही सदस्य का हजर राहिले ?

    १) बहुतेक सर्व मेरठ कटाशी संबंधित होते व सुटकेनंतर शेतकऱ्यांसाठी काम करण्याची इच्छा बाळगून होते.

    २) ते नेहरू व गांधीर्जींच्या शेतीविषयक धोरणाच्या बाबतीत निराश होते.

    ३) ते स्वत: शेतमजुरी करणारे होते व अन्याय विरोधात सामील झाले होते.

    ४) स्वत: जमिनदार असल्यामुळे शेतकरी संघटनेवर वर्चस्व ठेवण्यास हजर होते.

१८८) 'चले जाव' आंदोलनामध्ये पुढीलपैकी कोणी भूमिगत राहून काम केले ?

    १) जयप्रकाश नारायण २) सुचेता कृपलानी   ३) अरुणा असफअली ४) बिजू पटनाईक

    १) फक्त १ आणि २   २) फक्त २ आणि ३   ३) १, २ आणि ३   ४) वरील सर्वच

१८९) १९४६ साली झालेल्या नाविकांच्या बंडात पुढीलपैकी कोणत्या राष्ट्रीय नेत्याने हस्तक्षेप केला ?

    १) म. गांधी   २) सरदार वल्लभभाई पटेल ३) पं. नेहरू   ४) डॉ. राजेंद्रप्रसाद

१९०) मेरठ कटाचा भारतीय साम्यवादी पक्षावर सर्वात महत्त्वाचा कोणता परिणाम झाला ?

    १) दीर्घकाळ चाललेल्या खटल्यामुळे पक्षाला जनतेची सहानुभूती मिळाली.

    २) गांधीजी जेलमध्ये आरोपींना भेटावयास गेले.

    ३) हाय कमांडला स्वत:ची योग्यता कळली.

    ४) साम्यवाद्यांचा विद्यार्थी संघटनेत शिरकाव झाला.

१९१) १९४७ मध्ये जवाहरलाल नेहरू म्हणाले, ''पहिले काम प्रथम केले पाहिजे आणि पहिले काम म्हणजे ....''

    १) निर्वासितांचे पुनर्वसन   २) संस्थानांचे विलीनीकरण

    ३) प्रशासकीय व्यवस्थेची पुनर्रचना   ४) भारतात सुस्थिरता आणि भारताची सुरक्षितता

१९२) 'लॉर्ड माऊंटबॅटन योजना' देशासमोर केव्हा मांडली ?

    १) ३ मार्च १९४७   २) ३ जून १९४७   ३) १३ जुलै १९४७ ४) २२ डिसेंबर १९४७

१९३) सहाकरी पतपेढी कायदा कोणाच्या कारकिर्दीत संमत झाला ?

    १) लॉर्ड डलहौसी   २) लॉर्ड रिपन   ३) लॉर्ड कर्झन   ४) लॉर्ड मिंटो

१९४) पुढीलपैकी कोण हिंदुस्थानच्या फाळणीच्यावेळी भारतीय राष्ट्रीय काँग्रेसचे अध्यक्ष होते ?

    १) म. गांधी   २) पं. नेहरू   ३) आचार्य कृपलानी   ४) मौलाना आझाद

१९५) व्हेवेल घोषणा केव्हा झाली ?

    १) १९ ऑगस्ट १९४५   २) १९ सप्टेंबर १९४५

    ३) १९ मे १९४५   ४) १९ डिसेंबर १९४५

१९६) पुढीलपैकी कोणत्या कायद्याने ब्रह्मदेश भारतापासून वेगळा केला?

१) १९०९ २) १९१९ ३) १९३५ ४) १९३९

१९७) १९२१ साली मोपलांचा उठाव पुढीलपैकी कोठे झाला?

१) बंगालच्या प्रांतात २) केरळ ३) मुंबई ४) मद्रास

१९८) पुढीलपैकी कोण १९४६ साली स्थापन केलेल्या अंतरिम सरकारचे प्रमुख होते?

१) पं. नेहरू २) डॉ. राजेंद्र प्रसाद

३) डॉ. बाबासाहेब आंबेडकर ४) सी. राजगोपालचारी

१९९) गांधी-आंबेडकर करार खालीलपैकी मुख्यत: कशाविषयी होता?

१) अस्पृश समाजाचे राजकीय प्रतिनिधित्व २) अस्पृश्य समाजाचा उद्धार

३) अस्पृश्यता निवारण ४) जातिनिर्मूलन

२००) .... हा गांधी विचारातील अहिंसेचा अर्थ आहे.

१) इजा न करणे. २) जिवांची हत्या न करणे.

३) मनुष्यमात्राविषयीचे प्रेम ४) मनुष्यमात्रांचे निर्मूलन न करणे.

उत्तरे (१ ते २००)

१	४	२	२	३	४	४	४	५	४	६	३	७	१	८	२	९	३	१०	४
११	२	१२	१	१३	४	१४	२	१५	१	१६	१	१७	२	१८	२	१९	१	२०	४
२१	४	२२	२	२३	१	२४	२	२५	३	२६	२	२७	२	२८	४	२९	२	३०	३
३१	२	३२	२	३३	४	३४	४	३५	२	३६	४	३७	३	३८	४	३९	३	४०	२
४१	२	४२	४	४३	२	४४	३	४५	१	४६	२	४७	३	४८	१	४९	४	५०	४
५१	२	५२	३	५३	४	५४	१	५५	२	५६	२	५७	१	५८	१	५९	३	६०	१
६१	२	६२	४	६३	२	६४	२	६५	१	६६	२	६७	१	६८	३	६९	३	७०	२
७१	३	७२	१	७३	४	७४	२	७५	३	७६	२	७७	४	७८	३	७९	४	८०	४
८१	२	८२	३	८३	४	८४	२	८५	१	८६	३	८७	१	८८	३	८९	३	९०	४
९१	४	९२	१	९३	४	९४	१	९५	३	९६	३	९७	२	९८	१	९९	३	१००	२
१०१	३	१०२	१	१०३	४	१०४	२	१०५	३	१०६	२	१०७	१	१०८	३	१०९	३	११०	१
१११	१	११२	१	११३	३	११४	३	११५	३	११६	४	११७	२	११८	३	११९	३	१२०	१
१२१	३	१२२	१	१२३	३	१२४	३	१२५	३	१२६	४	१२७	२	१२८	३	१२९	३	१३०	४
१३१	२	१३२	२	१३३	२	१३४	१	१३५	२	१३६	४	१३७	३	१३८	१	१३९	४	१४०	१
१४१	२	१४२	४	१४३	२	१४४	२	१४५	४	१४६	४	१४७	१	१४८	२	१४९	४	१५०	४
१५१	१	१५२	३	१५३	२	१५४	१	१५५	१	१५६	२	१५७	३	१५८	३	१५९	१	१६०	१
१६१	४	१६२	२	१६३	२	१६४	२	१६५	१	१६६	२	१६७	१	१६८	१	१६९	२	१७०	२
१७१	२	१७२	२	१७३	१	१७४	४	१७५	२	१७६	३	१७७	३	१७८	३	१७९	३	१८०	२
१८१	३	१८२	२	१८३	३	१८४	४	१८५	२	१८६	४	१८७	२	१८८	४	१८९	२	१९०	१
१९१	४	१९२	२	१९३	३	१९४	३	१९५	२	१९६	३	१९७	२	१९८	१	१९९	१	२००	३

महाराष्ट्र, भारत आणि जगाचा भूगोल

प्राचार्य डॉ. बाळ कांबळे
डॉ. नंदकिशोर पवार
प्रा. माधुरी जाधव
प्रा. संतोष लगड

- महाराष्ट्राचा भूगोल
- भारताचा भूगोल
- जगाचा भूगोल
- या प्रकरणावरील काही महत्त्वाचे प्रश्न

● महाराष्ट्राचा भूगोल

राजकीय, सामाजिक आणि आर्थिक भारत हा भौगोलिक दृष्टीने जगातील एक महत्त्वपूर्ण देश आहे. राजकीय दृष्टीने विचार केल्यास भारतात सध्या २८ घटकराज्ये व ७ केंद्रशासित प्रदेश आहेत. भारतातील २८ घटकराज्यांपैकी 'महाराष्ट्र राज्य' हे एक महत्त्वाचे राज्य आहे. भारतातील मध्यवर्ती दख्खन पठारावर उत्तर भारत व दक्षिण भारत यांना एकत्रित आणणारी विशाल भूमी म्हणजे महाराष्ट्र राज्य होय. भारताच्या आर्थिक, सामाजिक आणि राजकीय जडणघडणीमध्ये महाराष्ट्र राज्याची महत्त्वाची भूमिका आहे. त्यामागील महत्त्वाची कारणे म्हणजे महाराष्ट्राची प्रादेशिक, प्राकृतिक, सामाजिक आणि आर्थिक विविधता होय.

▶ महाराष्ट्राचे भौगोलिक स्थान :

१) स्थान – भारतातील २८ घटकराज्यांपैकी 'महाराष्ट्र' हे एक प्रमुख राज्य आहे. १ मे १९६० रोजी भाषिक तत्त्वावर स्वतंत्र 'महाराष्ट्र राज्याची' निर्मिती झाली.

२) अक्षवृत्तीय व रेखावृत्तीय स्थान – महाराष्ट्राचा अक्षवृत्तीय विस्तार – १५°४४' उत्तर अक्षवृत्त ते २२°६६' उत्तर अक्षवृत्त इतका आहे.

महाराष्ट्राचा रेखावृत्तीय विस्तार – ७२°६६' पूर्व रेखावृत्त ते ८०°५४' पूर्व रेखावृत्त इतका आहे.

३) आकार – महाराष्ट्राचा सर्वसाधारण आकार त्रिकोणाकृती आहे. भारतीय द्वीपकल्पाचा एक मोठा भूभाग म्हणजे महाराष्ट्र पठार आहे.

४) क्षेत्रफळ, लांबी व रुंदी – क्षेत्रफळाच्या दृष्टीने राजस्थान, मध्यप्रदेश यानंतर महाराष्ट्राचा भारतात तिसरा क्रमांक लागतो. महाराष्ट्राचे क्षेत्रफळ ३,०७,७६२ चौ. कि. मी. इतके आहे. महाराष्ट्राने देशाच्या ९.३६ %

भौगोलिक प्रदेश व्यापलेला आहे. महाराष्ट्राची पूर्व – पश्चिम लांबी ८०० कि. मी. असून दक्षिणोत्तर रुंदी सुमारे ७२० कि.मी. आहे.

५) राजकीय सीमा व शेजारील राज्य – महाराष्ट्राच्या वायव्येस गुजरात, उत्तरेस मध्यप्रदेश, पूर्वेस छत्तीसगड, आग्नेयेस आंध्रप्रदेश, दक्षिणेस कर्नाटक व गोवा राज्यांचा सीमा लाभलेल्या आहेत.

महाराष्ट्राच्या पूर्वेस महाराष्ट्र राज्याला ७२० कि. मी. इतका समुद्रकिनारा लाभलेला आहे.

राजकीय स्वरूप – महाराष्ट्रात ३५ जिल्हे व ३५३ तालुके आहेत. स्थानिक प्रशासन व्यवस्थित चालण्यासाठी राज्याच्या ग्रामीण भागात ३३ जिल्हा परिषदा, ३५१ पंचायत समित्या, २८,५५३ ग्रामपंचायती आहेत; तर शहरी भागात २३ महानगरपालिका, २२१ नगरपरिषदा, ५ नगरपंचायती व ७ कटकमंडळे आहेत.

मुंबई ही महाराष्ट्र राज्याची राजधानी आहे तर नागपूर ही उपराजधानी आहे. क्षेत्रफळाच्या दृष्टीने मुंबई शहर सर्वात लहान जिल्हा असून अहमदनगर हा सर्वात मोठा जिल्हा आहे. प्रशासकीय सोयींसाठी महाराष्ट्र राज्य ६ प्रशासकीय विभागात विभागले आहे.

प्रशासकीय विभाग	जिल्ह्यांची नावे
कोकण	मुंबई, मुंबई शहर, ठाणे, रायगड, रत्नागिरी आणि सिंधुदुर्ग
पुणे	पुणे, सातारा, सांगली, कोल्हापूर आणि सोलापूर
नाशिक	नाशिक, अहमदनगर, धुळे, नंदुरबार आणि जळगाव
औरंगाबाद	औरंगाबाद, जालना, बीड, परभणी, हिंगोली, उस्मानाबाद, लातूर आणि नांदेड
अमरावती	अमरावती, बुलढाणा, अकोला, वाशीम आणि यवतमाळ
नागपूर	नागपूर, वर्धा, भंडारा, गोंदिया, चंद्रपूर आणि गडचिरोली

महाराष्ट्राचे पाच प्राकृतिक विभाग आहेत.
१) पश्चिम महाराष्ट्र, २) विदर्भ, ३) खानदेश / व-हाड, ४) मराठवाडा, ५) कोकण.

महाराष्ट्र प्राकृतिक विभाग :
महाराष्ट्रातील प्राकृतिक रचनेच्या वैशिष्टांच्या आधारे खालीलप्रमाणे प्रमुख ४ (चार) प्राकृतिक विभाग पडतात.

कोकण किनारपट्टी	पश्चिम घाट	सातपुडा पर्वत डोंगररांग	दख्खनचा पठार

१) कोकण किनारपट्टी :
महाराष्ट्र राज्याच्या पश्चिमेकडे अरबी समुद्र आहे. अरबी समुद्राच्या पूर्वेस दक्षिणोत्तर पसरलेला ४४० कि. मी. लांबीचा सह्याद्री पर्वत आहे. सह्याद्री पर्वत व अरबी समुद्र यांच्या दरम्यान असलेल्या व लांबट चिंचोळ्या सपाट भूभागाला 'कोकण' म्हणतात.

कोकणची प्राकृतिक रचना – महाराष्ट्राच्या पश्चिमेला व अरबी समुद्राला लागून असलेल्या सह्याद्री पर्वताचा प्रस्तभंग ही भूभौतिक क्रिया होऊन कोकण किनारपट्टीची निर्मिती झाली. तसेच मुंबईजवळील जलमग्न अरण्यांचा प्रदेश असे दर्शवितो की, किनारपट्टीवर समुद्राची पातळी उंचावली गेली असावी. म्हणजेच किनाऱ्याचे विभंजन झालेले आहे. ज्वालामुखी या अंतर्गत क्रियेचे अवशेष गरम पाण्याच्या रूपाने आढळतात. उदा. वज्रेश्वरी येथे गरम पाण्याचे झरे आढळतात.

क्षेत्रफळ, लांबी व रुंदी – कोकणचे भौगोलिक क्षेत्रफळ ३०,३९४ चौ. कि.मी. आहे. महाराष्ट्राच्या एकूण क्षेत्रफळाच्या ९.९ % आहे.

कोकणचा विस्तार दक्षिणेकडील तेरेखोल खाडीपासून उत्तरेस दमणगंगा नदीपर्यंत पसरलेला आहे. कोकण किनारपट्टीची दक्षिणोत्तर लांबी ७२० कि.मी. आहे.

सह्याद्री पर्वतामुळे कोकणची रुंदी मात्र सर्वत्र सारखी नाही. परंतु, सरासरी रुंदी ३० ते ६० कि.मी. आहे. दक्षिणेकडे रुंदी कमी म्हणजे ४० कि.मी. तर उत्तरेकडे जास्त म्हणजे ८० कि.मी. आहे.

समुद्रसपाटीपासून उंची – समुद्रसपाटीपासूनच्या उंचीत मोठी तफावत आहे. कोकण किनारपट्टीची समुद्रकिनाऱ्याजवळ सरासरी उंची १५ मीटर असून, ती सह्याद्री पर्वताकडे वाढत जाते. सह्याद्रीच्या पायथ्याशी २५० मीटरपर्यंत वाढत गेलेली आहे. प्रदेशाचा सर्वसाधारणपणे उतार पूर्व-पश्चिम दिशेने आहे.

कोकणचे उपविभाग – कोकणचे सर्वसाधारणपणे दोन उपविभाग पाडले जातात.

१) उत्तर कोकण   २) दक्षिण कोकण

१) उत्तर कोकण – उत्तर कोकणामध्ये मुंबई शहर, मुंबई उपनगर, ठाणे, रायगड अशा एकूण ४ जिल्ह्यांचा समावेश होतो.

२) दक्षिण कोकण – दक्षिण कोकणामध्ये रत्नागिरी व सिंधुदुर्ग या दोन जिल्ह्यांचा समावेश होतो. दक्षिण कोकणात डोंगराळ, खडकाळ भागाचे प्रमाण जास्त असल्याने वाहतूक – दळणवळणाचा विकास कमी झालेला आहे. त्यामुळे शहरांची संख्या कमी आहे.

खलाटी व वलाटी – उंच-सखल प्रदेशावरून कोकणचे खलाटी व वलाटी असे दोन भाग पडतात.

खलाटी – पश्चिमेकडील अरबी समुद्राच्या सखल भागास खलाटी असे म्हणतात.

वलाटी – खलाटीच्या पूर्वेस जो डोंगरमाथ्याचा भाग आहे त्यास वलाटी असे म्हणतात.

उंच-सखल भूभागामुळे कोकण किनारपट्टीच्या भागात अनेक खाड्या, मैदान, चौपाट्या तसेच धबधब्यांची निर्मिती झाली आहे.

खाड्या – कोकणातील नद्या सह्याद्री पर्वतात उगम पावून पश्चिमेस अरबी समुद्राला मिळतात. सागरास भरती येते, तेव्हा भरतीचे पाणी नद्यांच्या मुखातून बरेच आतपर्यंत येते. भरतीचे पाणी नदीच्या मुखात जेथपर्यंत आत शिरते तेवढ्या नदीच्या भागास 'खाडी' म्हणतात. कोकणचा किनारा अनेक खाड्यांनी बनलेला आहे.

उदा.- मुंबईच्या उत्तरेस दातीवरा व वसईची खाडी, वसईच्या दक्षिणेस जयगडपर्यंत धरमतरा, राजपूर, बाणकोट, दाभोळ व जयगडच्या खाड्या आहेत; तर त्याच्या खाली दक्षिणेस विजयदुर्गची, कर्लीची खाड्या व कोकणच्या दक्षिण सरहद्दीजवळ तेरेखोलची खाडी आहे. किनाऱ्यावरील खडकात मालवण ते हर्णे दरम्यान गुहा आढळतात.

सागरी किल्ले – महाराष्ट्रातील काही किल्ले जसे उंच पर्वत – पठारावर आहेत, तसेच काही किल्ले सागरीकिनारपट्टीवर खडकांवर बांधलेले आहेत. त्यांना सागरी किल्ले म्हणतात. उदा. वसईचा किल्ला, जंजिरा, विजयदुर्ग, सुवर्णदुर्ग आणि सिंधुदुर्ग हे किल्ले समुद्रीसुरक्षेच्या दृष्टीने अत्यंत महत्त्वाची भूमिका इतिहासकाळात बजावत असत म्हणून त्यांना सागरीसीमांवरचे 'जागते पहारेकरी' असे म्हणत.

बंदरे – महाराष्ट्राच्या कोकण किनारपट्टीवर मुंबई हे नैसर्गिक आणि आंतरराष्ट्रीय महत्त्वाचे व्यापारी बंदर आहे.

भारताचा बराचसा व्यापार मुंबई बंदरातूनच चालतो. अलीकडे मुंबई बंदराचा ताण कमी करण्यासाठी मुंबईजवळ न्हावा-शेवा हे बंदर उभारलेले आहे. मुंबईच्या दक्षिणेस अलिबाग, मुरूड, श्रीवर्धन, जयगड, रत्नागिरी, मालवण व वेंगुर्ला ही बंदरे आहेत. महाराष्ट्रात एकूण लहान-मोठी ४९ बंदरे आहेत. ती सर्व बंदरे ऐतिहासिक काळापासून व्यापारासाठी प्रसिद्ध आहेत.

कोकण किनारपट्टीजवळील अरबी समुद्रात सापडलेला 'बॉम्बे हाय' खनिज तेलाचा साठा तसेच वसई, रत्नागिरी येथे सापडलेले तेल तसेच इतर सागर संपत्तीमुळे कोकणचा आर्थिक विकास होण्यास बराचसा वाव आहे.

याशिवाय मुंबई, साष्टी, खांदेरी, अंधेरी, घारापुरी व अंजदीव ही बेटे कोकणातच समाविष्ट होतात.

पश्चिमघाट किंवा सह्याद्री पर्वत – सह्याद्री पर्वत नवापूर पासून दक्षिणेकडील सिंधुदुर्ग जिल्ह्यातील फोंडा घाटापर्यंत उत्तर-दक्षिण दिशेस सरळ भिंतीसारखा कोकणकिनारपट्टीला समांतर पसरलेला आहे. सह्याद्रीच्या पूर्वेस दख्खनचा पठार व पश्चिमेस कोकण आहे. म्हणजेच कोकणकिनारपट्टीला दख्खनच्या पठारापासून सह्याद्रीपर्वताने वेगळे केलेले आहे. म्हणून त्यास 'प्राकृतिक विभाजक' असे देखील म्हणतात.

लांबी, रुंदी आणि उंची – उत्तरेस सातमाळा डोंगरापासून दक्षिणेस कन्याकुमारीपर्यंत सह्याद्री पर्वत पसरलेला आहे. त्याची भारतातील एकूण लांबी सुमारे १६०० कि.मी. आहे. त्यापैकी महाराष्ट्रात ४४० कि.मी. लांबीचा सह्याद्री पर्वत आहे. सह्याद्री हा सरळ रेषेत गेलेला नसून तो वेडावाकडा होत गेलेला आहे. त्यामुळे त्याची प्रत्यक्ष लांबी ९५० कि.मी. एवढीच आहे.

सह्याद्रीपर्वतालाच 'पश्चिम घाट' या नावाने ओळखले जाते. सह्याद्री पर्वताची सरासरी उंची ९००-१२०० मीटर आहे. सह्याद्रीच्या पश्चिमेकडील बाजू तीव्र उताराची व पूर्वेकडील बाजू सौम्य उताराची आहे. प्रस्तरभंगामुळे सह्याद्रीचा पश्चिमेकडील भाग खाली खचला आहे. उत्तरेकडे सह्याद्रीची उंची व रुंदी वाढत जात असून तो दक्षिणेकडे कमी उंची व अरुंद होत गेलेला आहे.

सह्याद्री हा 'बेसॉल्ट' खडकांच्या थरावर थर साचून तयार झालेला पर्वत आहे. त्या पर्वतावर 'जांभ्या' मृदेचा थर आढळून येतो. सह्याद्रीपर्वतातून उगम पावणाऱ्या नद्यांच्या खनन कार्यामुळे दिवसेंदिवस सह्याद्रीची रांग पूर्वेकडे सरकत आहे.

नद्यांचा जलविभाजक – महाराष्ट्रातील प्रमुख नद्यांचा उगम सह्याद्रीपर्वतातून होतो. सह्याद्रीपर्वताला महाराष्ट्रातील नद्यांचा 'जलविभाजक' असे म्हणतात. कारण याच पर्वत रांगांमुळे अरबी समुद्रास मिळणाऱ्या पश्चिमवाहिनी नद्यांचे व बंगालच्या उपसागरास मिळणाऱ्या पूर्ववाहिनी नद्यांचे जलविभाजन वेगळे झालेले आहेत. याशिवाय किनारपट्टीचा सखल प्रदेश आणि देशावरचा पठारी प्रदेश (दख्खनचे पठार) वेगळे झालेले आहेत.

नद्यांची उगमस्थाने –

अ.क्र.	नदी	उगम	दिशा
१	गोदावरी	नाशिक जिल्ह्यातील त्र्यंबकेश्वर	पूर्ववाहिनी
२	भीमा	भीमाशंकर	पूर्ववाहिनी
३	कोयना आणि कृष्णा	महाबळेश्वर	पूर्ववाहिनी

वरील महत्त्वाच्या नद्यांप्रमाणेच गोदावरी, भीमा आणि कृष्णा नद्यांचा बऱ्याच उपनद्यांचा उगम सह्याद्री पर्वतामध्ये झालेला आहे.

याशिवाय वैतरणा, उल्हास, सावित्री सारख्या पश्चिमवाहिनी नद्यांचा उगम सह्याद्रीपर्वतामध्येच होतो.

सह्याद्रीपर्वतामधील महत्त्वाची शिखरे – सह्याद्रीपर्वतात अनेक शिखरे आहेत. त्यापैकी काही महत्त्वाची शिखरे पुढीलप्रमाणे आहेत.

अ. क्र.	शिखरे	उंची (मीटरमध्ये)	स्थान
१	कळसूबाई	१६४६	बारी (अहमदनगर)
२	साल्हेर	१५६७	नाशिक उत्तरेस
३	हरिश्चंद्रगड	१४२४	–
४	सप्तश्रृंगी	१४१६	सप्तश्रृंगी (नाशिक)
५	त्र्यंबकेश्वर	१३०४	नाशिकच्या उत्तरेस

याशिवाय नाशिक जिल्ह्यात तौला, धुळे जिल्ह्यात हनुमान, नंदुरबार जिल्ह्यात अस्तांभा, पुणे जिल्ह्यात तोरणा यासारखी शिखरे महत्त्वाची आहेत.

घाटमाथा/पर्वतमाथा – सह्याद्री पर्वताच्या व त्यांच्या शाखांवर उंच व रुंद सपाट प्रदेशाला 'घाटमाथा' असे म्हणतात.

उदा. नेरळमधील माथेरान, सातार्‍याजवळील महाबळेश्वर व पाचगणी हे घाटमाथे महाराष्ट्रातील थंडहवेची पर्यटन स्थळे म्हणून प्रसिद्ध आहेत.

किल्ले – सह्याद्री पर्वताच्या अनेक घाटमाथ्यावर शिवनेरी, प्रतापगड, पन्हाळगड, विशालगड, सिंहगड, रायगड असे महत्त्वाचे किल्ले शिवाजी महाराजांच्या काळात बांधण्यात आले होते.

घाट किंवा खिंड – पर्वताच्या रांगा जेव्हा लांबच लांब पसरलेल्या असतात. तेव्हा त्या उंच, लांब रांगांमध्ये कमी उंचीचा भाग असतो अशा कमी उंचीच्या भागास 'खिंड' म्हणतात.

नद्यांच्या खनन कार्यामुळे पर्वतरांगांची सलगड खंडित होते. त्या खिंड म्हणून ओळखल्या जातात. या खिंडीतून वाहतूक व दळणवळणाचे मार्ग नेले जातात. या दळणवळणाच्या मार्गांना (रस्त्यांना) घाट असे म्हणतात. उत्तरेकडून दक्षिणेकडे पर्वत रांगांवरून गेल्यास थळघाट, बोरघाट, कुंभार्लीघाट, आंबाघाट, फोंडाघाट, अंबोली घाट असे महत्त्वाचे घाट आहेत. हे घाट कोकण व महाराष्ट्र पठार यांना वाहतुकीच्या अनेक मार्गांनी एकमेकांना जोडतात म्हणून या घाटांना कोकण व महाराष्ट्र पठार यांना जोडणारे दुवे असे म्हणतात.

उदा. मुंबईहून दक्षिणेकडे जाणारा रेल्वेमार्ग कसार्‍याजवळ थळघाटातून जातो. पुणे - मुंबई दरम्यानचा रेल्वेमार्ग खंडाळ्याजवळून असलेल्या बोरघाटातून जातो. कुंभार्ली घाटातून कोकणात चिपळूण, पोफळी भागात जाता येते तर आंबा घाटातून रत्नागिरीकडे जाता येते. फोंडा अंबोली घाटातून मालवण, वेंगुर्ल आणि दक्षिणेस गोव्याकडे जाता येते.

सह्याद्रीच्या डोंगररांगा – सह्याद्री पर्वतात खालील तीन मोठ्या डोंगररांगा आहेत.

१) शंभू महादेव डोंगररांग – सह्याद्री पर्वतापासून ही डोंगररांग रायरेश्वरापासून शिंगणापूरपर्यंत पसरलेल्या रांगेला शंभू महादेव डोंगर म्हणतात. या डोंगररांगा सातारा, सांगली जिल्ह्यातून पुढे कर्नाटकात जातात. भीमा नदीच्या खोर्‍याच्या साधारण दक्षिणेस महाराष्ट्र पठारावरील सर्वात मोठी डोंगररांग म्हणजे शंभू महादेव डोंगररांग होय. या डोंगररांगेमुळे भीमा व कृष्णा या प्रमुख पूर्ववाहिनी नद्यांची खोरी वेगवेगळी झालेली आहेत. शंभू

महादेव डोंगरावर काही सपाट माथ्यांचे प्रदेश आहेत. उदा. वाईजवळील पाचगणी व महाबळेश्वर 'टेबललँड' या नावाने पाचगणी पठार प्रसिद्ध आहे.

२) हरिश्चंद्र – बालाघाट डोंगररांग – गोदावरीच्या दक्षिणेस हरिश्चंद्र – बालाघाट डोंगररांग आहे. या डोंगररांगेमुळे गोदावरी व भीमा नद्यांची खोरी वेगळी झालेली आहेत. या डोंगररांगेच्या पश्चिम भागास 'हरिश्चंद्र घाट' व पूर्व भागास 'बालाघाट' या नावाने ओळखले जाते. पूर्वेस डोंगराची उंची साधारणत: ६०० मीटर आहे. बालाघाट हा सपाट माथ्याचा प्रदेश आहे. अहमदनगर जिल्हा हरिश्चंद्र – बालाघाट डोंगररांगेवर विस्तारलेला आहे.

३) सातमाळा – अजिंठा डोंगररांग – गोदावरी व तापी नदीच्या खोऱ्यांना वेगळी करणारी सातमाळा – अजिंठा डोंगररांग आहे. पूर्वेकडे या डोंगररांगेची उंची कमी–कमी होत जाते. नाशिक जिल्ह्यात सातमाळा डोंगररांग आहे. अजिंठा टेकड्यांचा उतार उत्तरेकडे तीव्र तर दक्षिणेकडे मंद आहे. (गोदावरी नदी खोऱ्यात)

अजिंठाची जगप्रसिद्ध लेणी व देवगिरीचा (दौलताबादचा) इतिहासकालीन किल्ला याच डोंगरात उत्तरेकडील वाघूर नदीच्या वळणाच्या खडकात आहेत. ही डोंगररांग एकसलग नसून तुटक-तुटक आहे. तिची दिशा साधारणपणे पश्चिम-पूर्व आहे. जगप्रसिद्ध वेरूळ लेणी ही वेरूळ डोंगरात आहे.

डोंगराच्या पश्चिम भागास 'सातमाळा डोंगर' असे म्हणतात. नाशिक जिल्ह्याच्या वायव्य कोपऱ्यात सातमाळा डोंगर सुरू होतो. पुढे याच रांगा मनमाडच्या पलीकडे 'अंकाई-टंकाई पासून अंजिठा टेकड्या' या नावाने ओळखल्या जातात. सातमाळा – अजिंठा डोंगररांगांचा पूर्वेकडील उतार मंद तर पश्चिम बाजू तीव्र उताराची आहे.

याशिवाय महाराष्ट्रात काही वैशिष्ट्यपूर्ण डोंगर, टेकड्या सह्याद्री डोंगररांगांवर आढळतात.

उदा. नंदूरबार जिल्ह्यात गाळजा डोंगर, औरंगाबाद जिल्ह्यात मुद्खेड डोंगर आहेत. नागपूर जिल्ह्यात गरमसूर डोंगर, भंडारा जिल्ह्यात दरकेसा टेकड्या, गडचिरोली जिल्ह्यात चिरोली टेकड्या व सुरजागड डोंगर आहेत. पूर्वेकडे अजिंठ्यापासून डोंगराचे दोन सुळके होतात. त्यापैकी एक रांग देवगिरी सिंदखेडवरून दक्षिणेस परभणी व नांदेड जिल्ह्यातून जाते. तिला 'निर्मल राज' असे म्हणतात तर उत्तरेकडे असणारी रांग यवतमाळ जिल्ह्यातून जाते.

३) सातपुडा पर्वत व डोंगररांगा – महाराष्ट्र व मध्यप्रदेश यांच्या दरम्यान महाराष्ट्राच्या उत्तर सरहद्दीजवळ सातपुडा पर्वतरांग पसरलेली आहे. महाराष्ट्रात सातपुडा पर्वत रांगेचा फारच थोडा भाग समाविष्ट आहे. पूर्व-पश्चिम दिशेने पसरलेल्या सातपुडा पर्वत रांगेमुळे नर्मदा व तापी या दोन पश्चिम वाहिनी नद्यांचे खोरे वेगळे झालेले आहेत.

महाराष्ट्रामध्ये सातपुडा पर्वताच्या काही डोंगररांगा उत्तर महाराष्ट्रात विखुरलेल्या आहेत. नंदूरबार जिल्ह्यात पश्चिम भागात तोरणामाळ पठार असून त्याची उंची १०३६ मी. आहे. त्या भागातील सर्वात जास्त उंचीचे शिखर 'अस्तांभा डोंगर' (१३२५ मी.) हे आहे. या डोंगरावरून पश्चिमेकडील तापी नदीचे पात्र पहावयास मिळते.

अमरावती जिल्ह्याच्या उत्तर भागात सातपुडा पर्वतरांगांचा काही भाग विखुरलेला आहे. त्यास 'गाविलगड टेकड्या' असे म्हणतात. या टेकड्यांचा दक्षिणेकडील उतार अतिशय तीव्र स्वरूपाचा आहे. १२०० मी. पासून एकदम ३०० मी. पर्यंत प्रदेशाची उंची कमी होत जाते. या तीव्र कड्याची लांबीही कमी होत जाते. या डोंगररांगांची उंची १००० मी. पेक्षा जास्त आहे. या डोंगररांगात वैराट हा सर्वात महत्त्वाचा डोंगर व सर्वात जास्त उंचीचे शिखर आहे. त्याची उंची ११७७ मी., तर चिखलदराची उंची १११५ मी. इतकी आहे.

४) दखखनचे पठार किंवा देश किंवा महाराष्ट्र पठार – सह्याद्री पर्वताच्या पूर्वेस विशाल असा पठारी प्रदेश पसरलेला आहे. त्यास 'महाराष्ट्र पठार' किंवा 'दखखनचे पठार' असे म्हणतात. सर्वसाधारणपणे लोक त्यास 'देश' असे देखील म्हणतात. नद्यांच्या खोच्यांनी महाराष्ट्र पठार निर्माण झालेला आहे. सह्याद्रीपर्वताचा सर्वसाधारण उतार पश्चिमेकडून पूर्वेकडे आहे. महाराष्ट्राचा ९० % भूभाग महाराष्ट्र पठाराने व्यापलेला आहे.

विस्तार – सह्याद्री पर्वताच्या पूर्वेकडील उतारापासून गडचिरोली जिल्ह्यातील चिरोली डोंगरापर्यंत पश्चिम-पूर्व दिशेने महाराष्ट्र पठार विस्तारलेला आहे; तर उत्तर-दक्षिण विस्तार उत्तरेकडील सातपुडा पर्वतापासून दक्षिणेस कोल्हापूर जिल्ह्यापर्यंत आहे.

लांबी, रुंदी व उंची –

लांबी – महाराष्ट्र पठाराची पूर्व-पश्चिम लांबी ७५० कि.मी. आहे.

रुंदी – महाराष्ट्र पठाराची दक्षिणोत्तर रुंदी ७०० कि.मी. आहे.

उंची – पठाराचा उतार पश्चिमेकडून पूर्वेकडे आहे. हा उतार पूर्वेकडे १००० मी. ला १ मी. या प्रमाणे कमी-कमी होत जातो. पठाराची सरासरी सर्वसाधारण उंची ४५० मी. आहे. पठाराची उंची पश्चिमेकडे ९०० मी. तर पूर्वेकडे वैनगंगा खोच्यात ३०० मी. पर्यंत आहे.

महाराष्ट्र पठाराची निर्मिती – महाराष्ट्र पठाराची निर्मिती ज्वालामुखीच्या उद्रेकामुळे झालेली आहे. अशा प्रकारचे उद्रेक सुमारे २९ वेळा होऊन लाव्हारसाचे संचयन झाले. लाव्हारसापासून महाराष्ट्र पठार निर्माण झाल्याने त्यास 'दखखन लाव्हा' या नावानेही ओळखले जाते. या लाव्हारसापासून बेसॉल्ट खडकाची निर्मिती झाली; म्हणून महाराष्ट्र पठार बेसॉल्ट खडकाने बनलेला आहे. दखखनच्या पठाराच्या पश्चिम बाजूस विस्तीर्ण कडे आहेत व त्यापासून पश्चिम घाटाची निर्मिती झाली.

दखखनची पठारे – दखखनच्या पठारावर अनेक लहान-लहान पठारे तयार झालेली आहेत. त्यांना स्थानिक भागात वेगवेगळ्या नावाने ओळखले जाते.

उदा. बुलढाणा जिल्ह्यातील बुलढाणा पठार, नाशिक जिल्ह्यातील मालेगाव पठार, सांगली जिल्ह्यातील खानापूरचे पठार, अहमदनगर जिल्ह्यातील अहमदनगर-बालाघाट पठार, पुणे जिल्ह्यातील सासवडचे पठार, सातारा जिल्ह्यातील पाचगणी व औंधची पठारे, मराठवाड्यात मांजरा पठार, उत्तरेकडील धुळे-नंदुरबार जिल्ह्यातील तोरणामाळ पठार. महाराष्ट्र पठारावर गोदावरी, भीमा, कृष्णा, तापी, प्राणहिता या महत्त्वाच्या नद्या आहेत या नद्यांनी पठारावर अनेक खोरी निर्माण केलेली आहेत. ती पुढीलप्रमाणे –

अ) गोदावरी खोरे – महाराष्ट्रातील विस्ताराने सर्वांत मोठे गोदावरी खोरे आहे. उत्तरेस सातमाळा अर्जिंठा डोंगररांगा व दक्षिणेस हरिश्चंद्र बालाघाट यांच्या दरम्यान गोदावरी खोरे आहे.

पश्चिमेकडे गोदावरी खोरे अरुंद आहे, पूर्वेकडे या नदीची रुंदी जास्त आहे. गोदावरी नदीस दोन्ही तीरावरून अनेक उपनद्या येऊन मिळतात. उदा. दुधना, पूर्णा, प्रवरा, सिंदफणा वगैरे.

बालाघाटाच्या दोन डोंगररांगामधून मांजरा ही प्रमुख उपनदी वाहते. महाराष्ट्राच्या सीमेवर गोदावरी नदीस मांजरानदी मिळत असल्याने ते एक गोदावरी नदीचे उपखोरेच आहे.

ब) भीमा खोरे – भीमा ही कृष्णा नदीची प्रमुख उपनदी आहे. परंतु, महाराष्ट्रात संपूर्णपणे स्वतंत्ररीत्या भीमा नदी वाहते म्हणून या खोच्याचा स्वतंत्रपणे विचार केला जातो.

भीमा नदी या नदीचा उगम भीमाशंकर येथे झाला असून ती महाराष्ट्रातून पूर्वेस ५०० कि.मी. वाहते व कर्नाटकात कृष्णा नदीला मिळते. भीमा नदीला घोड, सीना, मान, मुळा व नीरा या उपनद्या येऊन मिळतात.

पंढरपूरजवळ भीमा नदीने चंद्रकोरीसारखा आकार केलेला आहे म्हणून तिला 'चंद्रभागा' असे म्हणतात.

क) कृष्णा खोरे – महाराष्ट्रात सर्वात कमी क्षेत्र कृष्णा खोऱ्याने व्यापलेले आहे. कृष्णा खोऱ्याच्या पश्चिमेस सह्याद्री पर्वत व पूर्वेस शंभू महादेव डोंगररांगा आहेत. कृष्णा नदीस दोन्ही तीरावरून अनेक उपनद्या येऊन मिळतात. त्या लहान लहान डोंगररांगांनी अलग झालेल्या आहेत. कोयना, वारणा, पंचगंगा, येरला या प्रमुख उपनद्या आहेत.

ड) प्राणहिता खोरे – प्राणहिता ही गोदावरीची उपनदी आहे. विदर्भाच्या पूर्वेकडील पैनगंगा-वैनगंगा, वर्धा व प्राणहिता या नद्यांच्या खोऱ्यांनी व्यापलेला प्रदेश म्हणजे 'प्राणहिता खोरे' होय. विदर्भातील नागपूर मैदानावरून वाहत येणाऱ्या नद्या गोदावरी नदीस मिळतात.

ई) तापी – पूर्णा खोरे – मध्यप्रदेशात सातपुडा पर्वतरांगांमध्ये तापी नदी उगम पावते व पश्चिमेकडे वाहत जाते. तापी नदीला पूर्णा ही उपनदी मिळते. महाराष्ट्राच्या उत्तरेकडे सातपुडा व दक्षिणेकडे सातमाळा अजिंठाचे डोंगर यांच्या दरम्यान तापी-पूर्णा खोरे येते.

▶ **महाराष्ट्रातील नदीप्रणाली**

एखाद्या प्रदेशात ओहोळ, ओढे, नाले, उपनद्या हे सर्व प्रवाह प्रमुख नदीला मिळून प्रवाह तयार होतो त्यास 'नदीप्रणाली' असे म्हणतात. कोणत्याही प्रदेशातील नदी प्रणालीवर त्या प्रदेशातील प्राकृतिक रचना व हवामान या दोन नैसर्गिक घटकांचा परिणाम होत असतो. हिंदू धर्मशास्त्रात नद्यांना विशेष असे धार्मिक महत्त्व असलेले आपणास दिसून येते. महाराष्ट्रातील बहुतांशी प्रमुख नद्यांच्या तीरावर महत्त्वाची तीर्थक्षेत्रे आहेत.

उदा. गोदावरी खोऱ्यात त्र्यंबकेश्वर, नाशिक, नेवासा, पैठण, भीमा नदीच्या खोऱ्यात देहू, आळंदी, पंढरपूर, कृष्णेच्या खोऱ्यात वाई, औदुंबर, नरसोबाचीवाडी, करवीर ही तीर्थक्षेत्रे आहेत.

नद्यांची जलविभाजकानुसार प्रदेशाची विभागणी – महाराष्ट्राच्या प्राकृतिक रचनेत मोठी भिन्नता असल्यामुळे उताराचे स्वरूप कुठे सौम्य तर कुठे तीव्र स्वरूपाचे आहे. त्यामुळे नदीचे प्रवाह उताराच्या दिशेला अनुसरून वाहतात.

महाराष्ट्रामध्ये सह्याद्री पर्वत व काही प्रमाणात सातपुडा पर्वतरांगातील टेकड्या प्रमुख जलविभाजक आहेत. याशिवाय सह्याद्री पर्वतापासून पूर्वेकडे विस्तारलेल्या सातमाळा–अजिंठा डोंगररांगा, हरिश्चंद्र-बालाघाट डोंगररांगा आणि शंभू महादेव डोंगररांगा या दुय्यम जलविभाजक आहेत.

महाराष्ट्रात सह्याद्री पर्वत या प्रमुख जलविभाजकाला गृहीत धरून नद्यांचे वाहणाऱ्या दिशेवरून दोन विभाग होतात.

१) पूर्ववाहिनी नद्या, २) पश्चिमवाहिनी नद्या

१) पूर्ववाहिनी नद्या – सह्याद्री पर्वतात नद्या उगम पावून पश्चिम-पूर्व दिशेने वाहतात. त्या दख्खनच्या पठारावरून पूर्व कर्नाटक व आंध्रप्रदेशातून वाहत जाऊन बंगालच्या उपसागरास मिळतात. यात गोदावरी, भीमा, कृष्णा व वैनगंगा या प्रमुख नद्या आहेत.

२) पश्चिमवाहिनी नद्या – सह्याद्री पर्वतात उगम पावून पश्चिमेकडे वाहत जाऊन अरबी समुद्राला जाऊन मिळतात. त्यांना 'पश्चिमवाहिनी नद्या' असे म्हणतात.

यामध्ये उत्तर महाराष्ट्रातील नद्या व कोकणातील नद्या अशा दोन भागात विभागणी केली जाते. उत्तर महाराष्ट्रातील तापी-पूर्णा ही महाराष्ट्रातील सर्वात मोठी पश्चिमवाहिनी नदी प्रणाली आहे. याशिवाय

महाराष्ट्राच्या उत्तर सीमेजवळ नर्मदा नदीसुद्धा प्रमुख पश्चिमवाहिनी नदी आहे. कोकणातील वैतरणा, उल्हास, सावित्री, अंबा, कुंडलिका, वशिष्ठी, शास्त्री, तेरेखोल या नद्या पश्चिमेकडे वाहत जाऊन अरबीसमुद्राला मिळतात.

महाराष्ट्रातील प्रमुख नद्या व त्यांची खोरी

१) तापी नदी – तापी नदी पूर्वेकडून पश्चिमेकडे वाहते. दक्षिणेस सातमाळा–अजिंठा डोंगररांगा आणि उत्तरेस सातपुडा पर्वत यांच्या दरम्यान तापी नदी वाहते.

उगम – तापी नदीचा उगम मध्य प्रदेशात सातपुडा पर्वतरांगांवर मुलताई येथे होतो. नदीचा प्रवाह पूर्वेकडून पश्चिमेकडे आहे.

तापी नदी मध्यप्रदेश, महाराष्ट्र, गुजरात राज्यातून वाहत जाऊन सूरत येथे अरबी समुद्राला मिळते.

लांबी – तापी नदीची एकूण लांबी ६७० कि.मी. असून महाराष्ट्रात तापी नदीची लांबी २०८ कि.मी. आहे.

क्षेत्र – तापी नदीप्रणालीचे क्षेत्र ५७,६६२ चौ. कि.मी. आहे. त्यापैकी ३१,६६० चौ.कि.मी. क्षेत्र महाराष्ट्रात आहे.

प्रमुख उपनद्या – तापीला अनेक उपनद्या दोन्ही तीरावरून येऊन मिळतात. पूर्णा नदी ही तापीची मुख्य उपनदी आहे. पूर्णा नदी जळगाव जिल्ह्यात चांगदेवजवळ तापीला मिळते. तापी नदीला उजव्या किनाऱ्याने चंद्रभागा, शहानूर, नंदकन व भुलखेरी या उपनद्या मिळतात. तापीच्या बहुतांशी उपनद्या सातमळा–अजिंठा डोंगरात उगम पावून दक्षिणोत्तर वाहत जाऊन डाव्या किनाऱ्याला तापी नदीला मिळतात. या उपनद्या पेढी, काटेपूर्णा, मोरना, मण व मळगंगा आहेत. तसेच तापीला पूर्णानदीच्या संयुक्त प्रवाहाने वाघूर, गिरणा, बीरी पांझरा, बुराई या उपनद्या मिळतात.

धरणे – तापी-पूर्णा नदीच्या खोऱ्यात अनेक ठिकाणी धरणे बांधलेली आहेत
- अकोला जिल्ह्यातील काटेपूर्णा नदीवरील महान धरण.
- बुलढाणा जिल्ह्यातील नळगंगा नदीवरील नळगंगा धरण
- जळगाव जिल्ह्यातील गिरणा नदीवरील दहिगाव व जामदे धरण
- जळगाव जिल्ह्यातील गोमती नदीवरील सुसरी धरण
- बुराई नदीवरील फोफर धरण

राजकीय क्षेत्र – तापी-पूर्णा खोऱ्याने पश्चिम विदर्भाचा अमरावती, अकोला, वाशीम व बुलढाणा जिल्ह्याचा भाग व्यापलेला आहे; तर याशिवाय जळगाव, धुळे व नंदुरबार हे जिल्हे याच खोऱ्यात समाविष्ट होतात.

तापी-पूर्णा नद्यांचा प्रवाह धुळे, जळगाव जिल्ह्यातून वाहत जातो. याच प्रदेशाला खानदेश असेही म्हणतात. नदीचा प्रवाह पूर्व-पश्चिम दिशेने असून जवळजवळ सरळ आहे. पुढे तापी नदी प्रकाशे शहराच्या पश्चिमेस गुजरातमध्ये प्रवेश करते.

२) नर्मदा नदीचे खोरे – नर्मदा ही एक प्रमुख पूर्ववाहिनी नदी आहे. महाराष्ट्राचा फारच थोडा भाग नर्मदा नदीने व्यापलेला आहे.

उगम – नर्मदा नदी सातपुडा पर्वताच्या उत्तरेकडून नंदुरबार जिल्ह्याच्या उत्तर सीमेवरून वाहते.

लांबी – या नदीची एकूण लांबी १२९० कि.मी. आहे. परंतु या नदीचा फक्त ५४ कि.मी. लांबीचा प्रवाह महाराष्ट्रातून वाहतो व जास्तीत जास्त प्रवाह मध्यप्रदेश व गुजरात राज्यातून वाहतो.

प्रमुख उपनद्या – उदाई व देवगंगा या महाराष्ट्रातील नर्मदा नदीच्या प्रमुख उपनद्या आहेत.

३) गोदावरी नदी – गोदावरी नदीला 'दक्षिण भारतातील गंगा' असे म्हणतात. दक्षिण भारतातील व महाराष्ट्रातील सर्वात मोठी नदी गोदावरी असून ती दख्खनच्या पठारावर पश्चिम घाटापासून, पूर्व घाटापर्यंत वाहत जाऊन पुढे बंगालच्या उपसागराला मिळते. दिशेनुसार गोदावरी नदीला 'पश्चिमवाहिनी नदी' असे म्हणतात.

उगम – सह्याद्री पर्वतात नाशिक जिल्ह्यात त्र्यंबकेश्वरच्या ब्रह्मगिरी टेकडीवर गोदावरीचा उगम झालेला आहे. गोदावरी नदी सातमाळा–अजिंठा व हरिश्चंद्र–बालाघाट या डोंगररांगांच्या दरम्यान वाहते.

लांबी – गोदावरीची एकूण लांबी १४१५ कि.मी. असून महाराष्ट्रातून गोदावरी नदीचा प्रवाह ६६८ कि.मी. आहे.

क्षेत्र – गोदावरी नदीचे एकूण क्षेत्र ३,१३,३८९ चौ.कि.मी. आहे. त्यापैकी १,५३,७७९ चौ.कि.मी. क्षेत्र महाराष्ट्रात आहे. गोदावरी नदीच्या खोऱ्याने महाराष्ट्राचे ४९ % क्षेत्र व्यापलेले आहे.

उपनद्या – गोदावरी नदीला उजव्या बाजूने (दक्षिणेकडून) मांजरा, प्रवरा, सिंधफणा, दुधणा, कुंडलिका व मुळा आणि डाव्या बाजूने (उत्तरेकडून) प्राणहिता, इंद्रावती, दक्षिण–पूर्णा, कादवा व शिवना नद्या येऊन मिळतात.

गोदावरी व तिच्या उपनद्या आर्थिकदृष्ट्या महत्त्वाच्या आहेत. या नद्यांनी आसपासचा प्रदेश सुपीक बनवला आहे. त्यामुळे येथे गहू, कापूस, ज्वारी व उसाची लागवड होते. याच नदीच्या खोऱ्यात जलसिंचन व थोडा प्रमाणात जलविद्युत प्रकल्पांचा विकास झाला आहे. या नदीच्या खोऱ्यात विशेषत: नाशिक व अहमदनगर जिल्ह्यांत उसाचे मोठ्या प्रमाणात उत्पादन होत असल्याने तेथे साखर उद्योगांचा विकास झाला आहे. गोदावरीच्या खोऱ्यात नाशिक, नेवासे, औरंगाबाद, जालना, पैठण, परभणी, नांदेड, बीड ही महत्त्वाची शहरे आहेत. या शहरांना पाणीपुरवठा या नदी खोऱ्यातूनच होतो.

मांजरा व प्रवरा या प्रमुख दोन महत्त्वाच्या उपनद्या आहेत. मांजरा नदी बीड जिल्ह्यातील पाटोदा पठारावरून अंबाजोगाईच्या दक्षिणेस मांजरा नदी वाहते व ती पुढे लातूर जिल्ह्यातून आंध्रप्रदेशात प्रवेश करते व आंध्रप्रदेशातून ती पुन्हा महाराष्ट्रात प्रवेश करून नांदेडजवळ गोदावरी नदीस मिळते. प्रवरा ही देखील गोदावरी नदीची प्रमुख उपनदी आहे ती हरिश्चंद्र डोंगरात भंडारदरा येथे उगम पावते. मुळा ही प्रवरेची साहाय्यक नदी आहे. मुळा व प्रवरा नदीचा संयुक्त प्रवाह नेवासे तालुक्यात 'कायगावटोका' या गावाजवळ गोदावरीस मिळतो. प्रवरा नदीवर अहमदनगर जिल्ह्यात भंडारदरा येथे 'रंधा' नावाचा धबधबा आहे.

धरणे

- गोदावरी नदीवर नाशिक जिल्ह्यात गंगापूर येथे गंगापूर धरण हे मातीचे देशातील पहिले धरण आहे.
- औरंगाबाद जिल्ह्यात पैठण येथे जायकवाडी प्रकल्पांतर्गत मोठे धरण आहे. या धरणाच्या जलाशयास 'नाथसागर' या नावाने ओळखले जाते.
- प्रवरा नदीवर भंडारदरा धरण (अहमदनगर)
- सिंधफणा नदीवर सिंधफणा धरण
- पूर्णा नदीवर येलदरी धरण (हिंगोली)
- मन्याड नदीवर सिद्धेश्वरी व मन्याड धरण (नांदेड)
- दारणा नदीवर दारणा धरण
- वैनगंगा नदीवर इसापूरजवळ धरण आहे. याच नदीवर यवतमाळ जिल्ह्यात उमरखेडजवळ 'सहस्रकुंड' नावाचा मोठा धबधबा आहे.

राजकीय क्षेत्र – गोदावरी नदीच्या खोऱ्यात नाशिक, औरंगाबाद, उत्तर अहमदनगर, जालना, बीड, नांदेड, परभणी हे जिल्हे येतात. पुढे धर्माबादजवळ गोदावरी नदी आंध्रप्रदेशात प्रवेश करते. पुढे ती बंगालच्या उपरागरास मिळते. गोदावरी नदी महाराष्ट्रातून सर्वांत जास्त जिल्ह्यांतून वाहणारी प्रमुख नदी आहे.

४) कृष्णा नदीचे खोरे – कृष्णा ही पश्चिमवाहिनी नदी आहे. महाराष्ट्र पठारावर गोदावरी नदीच्या खालोखाल कृष्णा ही नदी आहे. ही नदी महादेव डोंगर आणि पन्हाळा व चिकोडी या डोंगरांच्या दरम्यान वाहते.

उगम – कृष्णा नदी सातारा जिल्ह्यात महाबळेश्वर येथे उगम पावते. महाबळेश्वरची समुद्रसपाटीपासून उंची १४३२ मी. आहे. ही नदी महादेव डोंगर आणि जोतिबा, पन्हाळा व चिकोडी या डोंगरांच्या दरम्यान वाहते.

लांबी – कृष्णा नदीची एकूण लांबी १,२९० कि.मी. आहे. महाराष्ट्रात कृष्णा नदीची लांबी फक्त २८२ कि.मी. इतकीच आहे.

क्षेत्र – कृष्णा नदीप्रणालीचे क्षेत्र २,५९,००० चौ.कि.मी. असून या नदीप्रणालीचे महाराष्ट्रातील क्षेत्र २८,७०० चौ.कि.मी. आहे.

उपनद्या – कृष्णा नदीला बहुतेक सर्व उपनद्या उजव्या बाजूने येऊन मिळतात. वेण्णा, उमरेडी, कोयना, चांदोली, राधानगरी, तारळी, मांड, वांग, वारणा, पंचगंगा, दूधगंगा, वेदगंगा, कुंभी, कासारी, तुळशी, भोगावती, सरस्वती या सर्व नद्या नरसोबावाडी जवळ कृष्णा नदीस उजव्या बाजूने मिळतात. येरळा ही एकमेव नदी डाव्या बाजूने कृष्णा नदीला मिळते.

कृष्णा नदीच्या खोऱ्यात सरासरी ५००–६२५ सें.मी. च्या दरम्यान पाऊस पडतो. यातील बहुतांशी नद्या डोंगराळ भागात उगम पावत असल्याने या नद्या खनन कार्य मोठ्या प्रमाणात करतात. या नद्यांनी वाहून आणलेल्या गाळाच्या संचयनामुळे कृष्णा नदीचे खोरे सुपीक बनले आहे.

प्रमुख उपनद्या

कोयना – ही कृष्णेची प्रमुख उपनदी आहे. कोयना नदीचा उगम महाबळेश्वर येथे होतो. कोयना नदीवर हेळवाकजवळ कोयना धरण बांधण्यात आले आहे. नंतर कोयना नदी कृष्णा नदीस कऱ्हाडजवळ मिळते. त्यास 'प्रीतीसंगम' म्हणून ओळखले जाते. कृष्णा नदीच्या खोऱ्यात कोयना व राधानगरी येथे वीज निर्माण केली जाते. त्यामुळे येथे उद्योगधंद्यांचा विकास झाला आहे.

पंचगंगा – कोल्हापूर जिल्ह्यातील जीवनवाहिनी म्हणून पंचगंगा नदी ओळखली जाते. ही नदी कुंभी, कासारी, तुळशी, भोगावती आणि सरस्वती या पाच नद्यांनी मिळून बनली आहे; म्हणून तिला 'पंचगंगा' असे म्हणतात. पंचगंगा नरसोबाच्यावाडी जवळ कृष्णेस मिळते.

धरणे

- कृष्णा नदीवर धोम धरण.
- वारणा नदीवर चांदोली धरण.
- भोगावती नदीवर राधानगरी धरण.
- कोयना नदीवर शिवाजीसागर जलाशय.
- दूधगंगा नदीवर काळम्मावडी येथे धरण बांधले आहे.
- तुळशी नदीवर तुळशी धरण.

यातील राधानगरी व कोयना धरणाजवळ जलविद्युतकेंद्रे आहेत. तसेच या धरणांमुळे कृष्णेच्या खोऱ्यात

जलसिंचन सुविधांचा विकास झालेला आहे.

राजकीय क्षेत्र – ही नदी सातारा, सांगली या दोन जिल्ह्यांतून वाहत असली तरी या नदीच्या खोऱ्यांचा विस्तार कोल्हापूर जिल्ह्यापर्यंत झाला आहे.

कृष्णा ही महाराष्ट्र, कर्नाटक व आंध्रप्रदेश या राज्यातून वाहत जाऊन बंगालच्या उपसागराला मिळते.

५) भीमा नदी खोरे – भीमा ही पूर्ववाहिनी नदी आहे. गोदावरी नदीच्या खालोखाल महाराष्ट्रात कृष्णा नदीचे खोरे आहे. भीमा ही कृष्णेची उपनदी आहे. परंतु, ही महाराष्ट्राबाहेर कृष्णेला मिळते. भीमा नदीने महाराष्ट्राचा बराचसा भाग व्यापलेला असल्याने या नदीचे महाराष्ट्रात वेगळेच महत्त्व आहे.

उगम – भीमा नदीचा उगम सह्याद्रीपर्वतात पुणे जिल्ह्यातील आंबेगाव तालुक्यात भीमाशंकर डोंगरात होतो. हरिश्चर-बालाघाट आणि महादेव डोंगर यांच्या दरम्यान पश्चिम-पूर्व दिशेने वाहणारी भीमा नदी आहे.

लांबी – महाराष्ट्रात कृष्णा नदीपेक्षा जास्त लांबी भीमा नदीची आहे. महाराष्ट्रात भीमा नदीची लांबी ४५१ कि.मी. आहे व नंतर कर्नाटकात रायचूरजवळ कुरूगुड्डी येथे कृष्णा व भीमा नद्यांचा संगम आहे.

क्षेत्र – महाराष्ट्रात भीमा नदीचे क्षेत्र ४६,१८४ चौ.कि.मी. आहे.

प्रमुख उपनद्या – भीमा नदीस उजव्या बाजूने इंद्रायणी, मुळा, पवना, नीरा व माण या उपनद्या येऊन मिळतात. डाव्या बाजूने म्हणजेच उत्तरेकडून वेळ, घोड, सीना या उपनद्या येऊन मिळतात.

पंढरपूरजवळ भीमा नदीचे पात्र चंद्राच्या कोरीप्रमाणे दिसते. म्हणून पंढरपूरजवळ भीमा नदीस 'चंद्रभागा' असे म्हणतात.

धरणे

- नीरा नदीवर वीर धरण.
- घोडनदीवर घोड प्रकल्प.
- येळवंडी नदीवर भाटघर धरण.
- अंबी (मुठेची उपनदी) नदीवर अंबी धरण.
- मुठानदीवर खडकवासला धरण.
- भीमा नदीवर उजनी धरण.
- या धरणांमुळे भीमेच्या खोऱ्यात जलसिंचनाचा विकास झाला आहे.

राजकीय क्षेत्र – भीमा नदीच्या खोऱ्यात पुणे व सोलापूर जिल्ह्याचा संपूर्ण भाग सातारा जिल्ह्याचा दक्षिण भाग, दक्षिण अहमदनगर जिल्ह्याचा भाग (श्रीगोंदा, कर्जत, जामखेड) तसेच बीड व उस्मानाबाद जिल्ह्याचा काही भाग येतो. भीमा नदीच्या खोऱ्यात पुणे, अहमदनगर, बारामती, फलटण, पंढरपूर, बार्शी, उस्मानाबाद ही महत्त्वाची शहरे आहेत. तुळजापूर, देहू, आळंदी, पंढरपूर ही धार्मिकदृष्ट्या महत्त्वाची तीर्थक्षेत्रे भीमा नदीच्या खोऱ्यात आहेत.

६) कोकणातील नद्या – कोकण किनारपट्टीचा सखल प्रदेश अतिशय अरुंद आहे. पूर्वेस सह्याद्री पर्वत व पश्चिमेस अरबी समुद्र आहे. याशिवाय सह्याद्रीच्या पश्चिमेकडे तीव्र उतार आहे. उत्तरेकडे कोकणची रुंदी १०० कि.मी. व दक्षिण भागात ३० ते ४० कि.मी. एवढी आहे. त्यामुळे कोकणातील नद्या आखूड असून वेगाने वाहत जाऊन अरबी समुद्रास मिळतात.

उत्तरेस दमणगंगा व दक्षिणेस तेरेखोल नदीपर्यंत ७२० कि.मी. लांबीच्या व ३०-६० कि.मी. रुंदीच्या या कोकण किनारपट्टीमधून या नद्या वाहतात. कोकणातील सर्व नद्या या पूर्ववाहिनी आहेत.

प्रमुख नद्या – कोकणात दमणगंगा, सूर्या, वैतरणा, तानसा, भातसई, उल्हास, पातालगंगा, अंबा, कुंडलिका, काल, सावित्री, मुचकुंदी, शुक, वाघोटन, गड, कर्ली, तेरेखोल इ. नद्या आहेत.

कोकणात वैतरणा व उल्हास या दोनच मोठ्या नद्या आहेत.

उल्हास नदीची लांबी १३० कि.मी. आहे. ही कोकणातील सर्वात लांब नदी आहे. ही सह्याद्रीपर्वतावर खंडाळ्याजवळ उगम पावून साष्टी बेटाच्या उत्तरेस वसईच्या खाडीस मिळते.

धरणे

कोकणातील वैतरणा, तानसा, वशिष्ठी व काल या नद्यांवर धरणे बांधण्यात आली आहेत. वैतरणा नदीवर मोडकसागर प्रकल्प, रत्नागिरी जिल्ह्यात गंगोत्री नदीवर मार्लेश्वर (धारेश्वर) धबधबा आहे.

राजकीय क्षेत्र – मुंबई, ठाणे, कल्याण, रायगड, रत्नागिरी व सिंधुदुर्ग जिल्ह्यातून कोकणातील नद्या वाहतात. त्यामुळे मुंबई, ठाणे आणि कल्याण या जिल्ह्यांचा औद्योगिक विकास मोठ्या प्रमाणात झालेला आहे.

महाराष्ट्र प्रमुख नदीप्रणालीचे स्वरूप –

अ. न.	नदीचे खोरे	लांबी (कि.मी.मध्ये)	क्षेत्रफळ (चौ.कि.मी.)	वार्षिक पाण्याचा प्रवाह (दशलक्ष घनमीटर)
१	कोकण	४९–१५५	३०,३९४	४२,४८०
२	तापी पूर्णा	२०८	३१,६६०	७,२५०
३	नर्मदा	५४	७,०५५	६२०
४	गोदावरी	६६८	१,५३,७७९	३७,८३०
५	कृष्णा	२८२	२८,७००	---
६	भीमा	४५१	४६,१८४	२७,९२०

संदर्भ – १) Commerce Annual Number-1975

कोकणातील नद्या व दख्खनच्या पठारावरील नद्यांमधील फरक –

अ. नं.	मुद्दे	कोकण नद्या	दख्खन पठारावरील नद्या
१	दिशा	पश्चिमवाहिनी नद्या	पूर्ववाहिनी नद्या
२	लांबी	आखूड आणि लांबीने कमी	लांबीने जास्त आहेत.
३	स्वरूप	उतार तीव्र व खोरी अरुंद असून खडकाळ अरबी समुद्रास मिळतात. त्यामुळे उपयोग मर्यादित आहेत.	उतार मंद व खोरी रुंद असून विविध प्रकारे उपयोग होतो.

महाराष्ट्रातील नद्यांची वैशिष्ट्ये – महाराष्ट्रात पठारावर आणि कोकणात वाहणाऱ्या नद्यांच्या प्रवाहाची काही वैशिष्ट्ये खालीलप्रमाणे आहेत.

१) महाराष्ट्रातील गोदावरी, कृष्णा या नद्यांना बारामाही पाणी असते. इतर सर्व नद्या उन्हाळ्यात आटतात.

२) महाराष्ट्रातील तापी नदी व नर्मदा नदी या पूर्व वाहिनी नद्या सोडून सर्व पश्चिम वाहिनी नद्या राज्यातून वाहत जाऊन बंगालच्या उपसागराला मिळतात.

३) महाराष्ट्रातील नद्या पूर्ववाहिनी, पश्चिमवाहिनी आणि दक्षिणवाहिनी आहेत.

४) भारतातील इतर राज्यांच्या मानाने महाराष्ट्रातील नद्यांची लांबी कमी आहे.

५) कोकणातील नद्या कमी लांबीच्या व शीघ्रवाहिनी आहेत.

६) महाराष्ट्रातील नद्यांच्या मार्गात मोठे धबधबे नाहीत.

७) महाराष्ट्रातील नद्या जल वाहतुकीस उपयुक्त नाहीत.

८) येथील बहुतेक नद्या वृक्षाकार व समांतर जलप्रणालीच्या आहेत.

▶ महाराष्ट्राचे हवामान

भारत हा प्राकृतिक रचना हवामान, मृदा, वनस्पती इ. नैसर्गिक तसेच विविध सामाजिक, आर्थिक घटकांच्या बाबतीत विविधता असणारा देश आहे. भारत हा द्वीपकल्पीय देश आहे. भारताचे हवामान मौसमी प्रकारचे आहे. भारतातील महाराष्ट्र राज्याचे हवामान मौसमी प्रकारचे आहे. महाराष्ट्राच्या हवामानावर भौगोलिक घटकांचा प्राकृतिक रचना, स्थान, विस्तार, पश्चिमेकडील अरबी समुद्र इ. घटकांचा परिणाम झालेला आहे; म्हणून महाराष्ट्रातील दैनिक हवेच्या स्थितीत व हवामानात मोठा फरक आढळतो. दैनंदिन हवेच्या स्थितीचे ३०-३५ वर्षे निरीक्षण करून काढलेल्या हवेच्या स्थितीच्या अनुमानास 'हवामान' असे म्हणतात. वातावरणाची स्थिती स्थान कालपरत्वे बदलत असते.

महाराष्ट्रातील हवामानाचे स्वरूप –

१) कोकण – उष्ण, सम, दमट हवामान – कोकण किनारपट्टीला अगदी समांतर व लगत अरबी समुद्र असल्याने वर्षभर तो प्रदेश फार उष्णही नसतो आणि फार थंडही नसतो. त्यामुळे कोकणचे हवामान सम असते. तसेच समुद्रसान्निध्यामुळे वर्षभर हवेत बाष्प असते त्यामुळे हवेत दमटपणा असतो. म्हणून या हवामानाला उष्ण, सम, दमट हवामान असे म्हणतात. वर्षभर कोकणात सरासरी पाऊस भरपूर पडतो.

२) सह्याद्री – आर्द्र व थंड हवामान – समुद्रसपाटीपासून जसजसे उंच जावे तसतसे तापमान कमी होत जाते. म्हणून सह्याद्री घाटमाथ्यावर वर्षभर तापमान कमी असते. उन्हाळ्यातदेखील हवामान तुलनात्मकदृष्ट्या थंड असते. अर्थात हिवाळ्यात मात्र कडाक्याची थंडी असते.

आंबोली, महाबळेश्वर, माथेरान, पाचगणी, तोरणामाळा, चिखलदरा या ठिकाणी उन्हाळ्यात देखील हवा थंड असते म्हणून पर्यटक उन्हाळ्यात या भागात गर्दी करतात.

सह्याद्रीपर्वतीय भागात पाऊस जास्त प्रमाणात पडतो. म्हणजे थोडक्यात सह्याद्री पर्वतीय प्रदेशात हवा आर्द्र व थंड स्वरूपाची असते.

३) महाराष्ट्र पठार – उष्ण, विषम व कोरडे हवामान – महाराष्ट्र पठारावर मार्च ते मे महिन्यात कमाल तापमान जास्त असते, तर हिवाळ्यात हवा थंड असते. म्हणजेच उन्हाळा व हिवाळा यामधील तापमानकक्षा तफावत जास्त असल्याने हवामान विषम स्वरूपाचे असते. पावसाचे प्रमाणदेखील कमी असते. म्हणजे पठारावरील हवामान उष्ण, विषम व कोरडे असते.

महाराष्ट्रातील ऋतू – महाराष्ट्रात तीन प्रमुख ऋतू आहेत. ऋतुनुसार हवेच्या स्थितीत मोठा बदल असतो. म्हणूनच महाराष्ट्राचे हवामान 'मौसमी' स्वरूपाचे आहे असे म्हणतात.

१) उन्हाळा – मार्च ते मे

२) पावसाळा – जून ते सप्टेंबर

३) हिवाळा – ऑक्टोबर ते फेब्रुवारी

१) उन्हाळा – महाराष्ट्रात उन्हाळा हा ऋतू मार्च ते मे महिन्यात सुरू होतो.

तापमान – महाराष्ट्राचे भौगोलिक स्थान उत्तर गोलार्धात असल्याने २१ मार्चनंतर उत्तर गोलार्धात सूर्यकिरण लंबरूप पडतात. तसेच दिनमानाचा कालही वाढत जातो. त्यामुळे त्या काळात तापमान वाढत जाते. कोकण किनारपट्टीपासून पश्चिमेकडे तापमान वाढत जाते त्यामुळे कोकण व पठारावरील तापमानामध्ये बरीच तफावत पडते.

(१) दैनिक कमाल तापमान – दैनिक कमाल तापमान पश्चिमेकडून पूर्वेकडे वाहत जाते त्यामुळे महाराष्ट्रात प्रादेशिक तापमान भिन्नता मोठ्या प्रमाणात जाणवते. उदा. कोकणात दैनिक कमाल तापमान ३०° ते ३३° से. दख्खनच्या पठारावर ३५° ते ४५° से. तसेच आणखी पूर्वेस गेल्यास नागपूर – अमरावती भागात ४२° – ४३° से. च्या आसपास तापमान असते. उन्हाळ्यात ऐन खानदेश आणि विदर्भात ४६° ते ४८° से. पर्यंत तापमान वाढत असल्याची नोंद आहे.

(२) दैनिक किमान तापमान – उत्तर कोकणात दैनिक किमान तापमान २६° ते ३१° से. तर कोकणाच्या दक्षिणेस २४° ते २७° से. असते. पुणे – सोलापूर दैनिक किमान तापमान २२° ते २५° से. तर अमरावती व नागपूर भागात २८° से. च्या आसपास असते.

(३) दैनिक तापमान कक्षा – दैनिक तापमान कक्षा म्हणजे कमाल व किमान तापमानावरील तफावत होय. कोकणाकडे दैनिक तापमान कक्षा कमी तर विदर्भात दैनिक तापमान कक्षेत मोठी तफावत आढळते; म्हणून विदर्भात विषम स्वरूपाचे हवामान आहे.

(४) हवेचा दाब व वारे – उन्हाळ्यात तापमान वाढत गेल्याने हवेचा दाब कमी-कमी होत जातो. जसजसे खंडांतर्गत भागात जावे तसतसा हवेचा दाब कमी कमी होत जातो व वायुभार उतार तीव्र होत जातो त्याचवेळेस अरबी समुद्रावर जास्त हवेचा दाब असल्याने हवा जास्त दाबाच्या प्रदेशाकडून वाहू लागते व किनारपट्टीवर दुपारनंतर आरोह प्रकारचा पाऊस पडतो, तर मराठवाडा व विदर्भात उन्हाळ्याच्या शेवटी धुळीची वादळे निर्माण होतात. खंडांतर्गत उन्हाळा तीव्र असल्याने उष्माघाताची लाट सुटते त्यात खानदेशात अनेक लोक दगावल्याची उदाहरणे आहेत.

(५) पर्जन्य – उन्हाळा ऋतू जरी पावसाचा नसला तरी एप्रिल-मे महिन्यात वळवाचा पाऊस पडतो या काळात आंब्याला बहर असतो म्हणून या पावसाला 'आंबेसरी' असे म्हणतात. उदा. कोल्हापूर जिल्ह्यात ८–१५ सें.मी. पाऊस पडतो.

२) पावसाळा – (जून ते सप्टेंबर) – महाराष्ट्रात पाऊस अरबी समुद्रावरून येणाऱ्या नैर्ऋत्य मोसमी वाऱ्यापासून मिळतो. जून ते सप्टेंबर या कालखंडात हा पाऊस पडतो. मध्य महाराष्ट्रापासून पूर्वेकडे बंगालच्या उपसागरावरून किनारा ओलांडून अंतर्गत भागात येणारी आवर्ते पाऊस देतात. या पावसाचे प्रमाण पूर्वेकडे वाढत जाते.

महाराष्ट्रामध्ये हवामानदृष्ट्या सर्वांत महत्त्वाचा काळ पावसाळा आहे. चार महिन्यांमध्ये जो काही पाऊस पडतो यावर महाराष्ट्रातील लोकांचे जीवन अवलंबून असते. पिण्याचे पाणी, अन्नधान्ये, नगदी पिके, गुरांचा चारा, उद्योगधंद्यांना पाणी इ. सर्वांची गरज नैर्ऋत्य पावसामुळे भागविली जाते. पावसाचे प्रमाण, पाऊस पडण्याचा कालखंड, खंड, पावसाचे स्वरूप महाराष्ट्रातील पावसाची वैविधता वगैरे घटकांचा परिणाम महाराष्ट्रावर होतो. यामुळे महाराष्ट्राच्या हवामानाच्या अभ्यासात नैर्ऋत्य वाऱ्यामुळे पडणाऱ्या पावसाला विशेष महत्त्व आहे.

नैर्ऋत्य मान्सून वाऱ्याची निर्मिती – महाराष्ट्राच्या मान्सून वाऱ्याचे स्वरूप भारतापासून वेगळे करता येणार नाही. सर्वसाधारणपणे भारतीयांच्या मते मान्सून म्हणजे पाऊस होय. उन्हाळ्यात खंडाच्या अंतर्गत प्रदेशाचे तापमान जास्त असल्याने हवेचा अतिशय कमी दाबाचा प्रदेश निर्माण होतो. भारतीय उपखंडाच्या वायव्य भागात हवेचे स्वतंत्र कमी दाबाचे केंद्र निर्माण होते. हिंदी महासागरावरील जास्त दाबाच्या प्रदेशाकडून वारे विषुववृत्त ओलांडून कमी दाबाच्या केंद्राकडे आकर्षिले जातात; म्हणून त्यांना 'नैर्ऋत्य मान्सून वारे' असे म्हणतात.

मान्सूनच्या निर्मितीबाबत असे म्हटले जाते की, भूखंडावर तापमान जास्त असते व सागराचे तापमान कमी असते त्या अनुषंगाने वातावरणामधील हवेच्या दाबामध्ये फरक आढळतो म्हणून सागराकडून भूखंडाकडे वारे वाहू लागतात.

नैर्ऋत्य मान्सूनचे आगमन – श्रीलंकेत मे महिन्याच्या शेवटच्या आठवड्यात नैर्ऋत्य मान्सून वाऱ्याचे आगमन होते. २९ मे ला अंदमान-निकोबार बेटे, १ जूनला केरळमध्ये मान्सूनचा पहिला पाऊस पडतो त्यानंतर ७ जूनला कोलकात्याला, १० जूनला मुंबईला नैर्ऋत्य मान्सूनचे आगमन होते. १५ जुलैला भारतात सर्वत्र मान्सून वारे वाहू लागतात.

तापमान – जून ते सप्टेंबर या काळात पाऊस पडत असल्याने महाराष्ट्राचे तापमान कमी होते. पश्चिम महाराष्ट्रात २७° से. तापमान असते तर विदर्भात २९° से. तापमान असते. याच कालावधीत वातावरणात आर्द्रतेचे प्रमाण जास्त असते. समुद्र किनारपट्टीवर ८० ते ९० % आर्द्रता असते; तर महाराष्ट्राच्या अंतर्गत भागात ६० ते ८० % आर्द्रतेचे प्रमाण असते. त्यामुळे पावसाळ्यात तापमान कमी होते. आभ्राच्छादित आकाशामुळे जमिनीवर प्रकाशकिरण कमी येतात. महाराष्ट्रातील शेती पावसाळा ऋतूवर अवलंबून असल्याने या ऋतूला जास्त महत्त्व आहे. महाराष्ट्रात पावसाळा सुरू होताच सर्वत्र पेरण्या सुरू होतात.

हवेचा दाब आणि वारे – मे महिन्याच्या मध्यापर्यंत अरबी समुद्र आणि महाराष्ट्राच्या पठारावरील हवेच्या दाबात फरक नसतो. महाराष्ट्रात अंतर्गत भागात तापमान जास्त असल्याने हवेचा कमी दाबाचा प्रदेश निर्माण होतो. याचवेळी भारताच्या वायव्य भागात कमी दाबाचे केंद्र निर्माण होते. हिंदी महासागरावरील जास्त दाबाच्या प्रदेशाकडून वारे कमी दाबाच्या केंद्राकडे आकर्षिले जातात. यावेळी कोकण किनारपट्टीवर ९९० मि.बा. व मध्य महाराष्ट्रात ९८८ मि. बा. इतका हवेचा भार असतो. जास्त दाबाकडून बाष्पयुक्त वारे अरबी समुद्र, हिंदी महासागर व बंगालच्या उपसागरावरून भारताच्या दिशेने वाहू लागतात. यांनाच नैर्ऋत्य मान्सून वारे असे म्हणतात.

पर्जन्य – साधारणपणे ७ जूनला मान्सून वारे महाराष्ट्राच्या पश्चिम किनारपट्टीवर येऊन धडकतात. यास 'मान्सूनचा स्फोट' असे म्हणतात. हे वारे समुद्रावरून येत असल्याने ते बाष्पयुक्त असतात. पश्चिम किनारपट्टीवर या वाऱ्यामुळे भरपूर पाऊस पडतो. कोकणामध्ये दरवर्षी २५० सें.मी. ते ३५० सें.मी. पाऊस पडतो; कारण सह्याद्री पर्वताला मान्सून वारे अडवले गेल्याने पश्चिम बाजूस पाऊस पडतो. याला 'प्रतिरोध पाऊस' (Relief Rainfall) असे म्हणतात.

कोकणात दक्षिणेकडून उत्तरेकडे जावे तसतसे पावसाचे प्रमाण कमी-कमी होत जाते. उदा. दक्षिण कोकणात रत्नागिरीला २६२ सें.मी. पाऊस पडतो. तर उत्तर कोकणात २५० सें.मी., मुंबईला १८० सें.मी. पाऊस पडतो. सह्याद्रीच्या घाटमाथ्यावर उंच भागात सर्वात जास्त पाऊस पडतो. उदा. महाबळेश्वर ६६३ सें.मी., आंबोली ७४७ सें.मी. उत्तरेस माथेरान ५१७ सें.मी.

सह्याद्रीच्या पर्वताच्या पूर्वेकडे दख्खनच्या पठारावर पावसाचे प्रमाण कमी आहे. यालाच 'पर्जन्यच्छायेचा प्रदेश' असे म्हणतात. उदा. महाबळेश्वरच्या पूर्वेकडे १५ कि.मी. अंतरावरील पाचगणी येथे १८६ सें.मी., वाई येथे ७५ सें.मी., पुणे ६६ सें.मी. पाऊस पडतो. अहमदनगर, सोलापूर व मराठवाडा विभागात पावसाचे प्रमाण फारच कमी आहे. विदर्भात पावसाचे प्रमाण जास्त असते; कारण काही जिल्ह्यांचा भाग वनाच्छादाने व्यापलेला आहे. भंडारा, चंद्रपूर जिल्ह्यात १५० सें.मी., अमरावती जिल्ह्यात चिखलदरा येथे १७० सें.मी. पाऊस पडतो.

३) हिवाळा – (ईशान्य मान्सून काळातील हवामानाची परिस्थिती) – नैर्ऋत्य मान्सून वाऱ्याचा काळ सप्टेंबरला संपतो आणि नोव्हेंबरपासून खऱ्या अर्थाने हिवाळा चालू होतो. ऑक्टोबर हा महिना पावसाळा व हिवाळा यांच्या दरम्यानचा संक्रमणाचा काळ मानला जातो. जमिनीत शुष्कता निर्माण होत चाललेली असते. सूर्यप्रकाशाची प्रखरता वाढत जाऊन हवेत बाष्पाचे प्रमाण भरपूर असल्याने उकाडा असह्य अनुभवास येतो. अशा हवेच्या स्थितीला 'ऑक्टोबर हिट' असे म्हणतात.

नैर्ऋत्य मान्सूनच्या निर्गमनाचा व परतीच्या वेळेस (ईशान्य) मान्सूनचे वारे वाहू लागतात. ऑक्टोबरमध्ये वादळी वाऱ्यासह पावसाची शक्यता असते.

ऑक्टोबर महिन्यात दिवसाचे तापमान वाढते त्यामुळे कोकण किनारपट्टीवर कमी दाबाचे केंद्र तयार होते. याच मान्सूनोत्तर काळात अरबी समुद्रावर चक्रीय वादळाची काही वेळा निर्मिती होते अशा वेळी कोकण किनारपट्टीपर अतिवेगाने वारे वाहतात. या वेगवान वाऱ्यामुळे वादळी पाऊस होऊन किनारपट्टीवर मोठे नुकसान होते.

हिवाळ्यात सर्वसाधारण हवामान – २२-२३ सप्टेंबर महिन्यात सूर्य दक्षिण गोलार्धात असतो तेथे सूर्यकिरण लंबरूप पडण्यास प्रारंभ होतो याउलट उत्तर गोलार्धात सूर्यकिरणे तिरपी पडू लागतात. दिवसाचा कालावधी कमी होऊन रात्रमानाचा काल वाढत जातो. यामुळे महाराष्ट्रात ऋतूमानात बदल होतो.

नोव्हेंबर ते डिसेंबरपर्यंत हिवाळा ऋतू असतो. याच कालखंडात निरभ्र आकाश व सर्वसाधारण थंड व कोरडी हवा असते. वाऱ्याची मंद हालचाल चालू असते. हाच कालखंड महाराष्ट्रातील सर्वांत कमी तापमानाचा असतो.

तापमान – ऑक्टोबर महिन्यात दिवसाचे तापमान वाढलेले असते. कोकण किनारपट्टीवर दिवसाचे तापमान २९° से. – ३०° से. असते. तर दख्खनच्या पठारावर २९° से. ते. ३४° से. पर्यंत तापमान आढळते. कोकण किनारपट्टीवर रात्रीचे तापमान २४° से. ते २७° से. असते. खंडांतर्गत भागात २८° से. ते ३०° से. तापमान आढळते. याच भागात किमान तापमान १७° से. ते २०° से. आढळते. म्हणजे ऐन हिवाळ्यात खंडांतर्गत भागात रात्रीचे तापमान कमी आढळते. तर क्वचित प्रसंगी १०° से. ते ११° से. पर्यंत तापमान कमी आढळते; तर एखाद्या वेळी गोठणबिंदूपर्यंत तापमान खाली उतरते.

कोकण किनारपट्टीपेक्षा दख्खनचा पठार व विदर्भात तापमान कक्षा जास्त पहावयास मिळते.

डिसेंबर महिन्यातील तापमान – डिसेंबर महिन्यात महाराष्ट्रात संपूर्ण खानदेश, पश्चिम महाराष्ट्रात नाशिक, अहमदनगर, पुणे जिल्ह्यातील पूर्व भाग, मराठवाड्यातील औरंगाबाद जिल्ह्याचा पश्चिम भाग विदर्भातील नागपूर, भंडारा जिल्ह्याचा उत्तर भाग याशिवाय गडचिरोली व चंद्रपूर भागात सरासरी किमान तापमान १०° से. ते १२.५° से. पहावयास मिळते. कोकणात मात्र १७.५° से. ते २२.५° से. पर्यंत किमान तापमान असते.

हवेचा दाब व वारे – या कालखंडात हवेचा दाब वायव्य – आग्नेय दिशेला जास्त असतो. वायुभार उतार कमी असतो. त्यामुळे वारे मंद वेगाने वाहतात. या वाऱ्याची साधारण दिशा ईशान्य – नैर्ऋत्य दिशेने असते.

पर्जन्य – पावसाचे प्रमाण फारच कमी असते. हिवाळा ऋतूत हवा स्वच्छ असते. कोकणात आणि पठाराच्या पश्चिम भागात हवा कोरडी असते. जर पाऊस पडला तर तो २ ते ३ सें.मी. पर्यंत पडतो. विदर्भात बंगालच्या उपसागरावरून वाहणाऱ्या चक्रीय वादळामुळे वारे त्या भागात गेल्यास काही प्रमाणात पाऊस पडतो. विदर्भात हिवाळी पाऊस ५ – ७ % एवढा पडतो. हा पाऊस रब्बी पिकांना फारच अनुकूल असतो.

हिवाळ्यात डोंगररांगाच्या ठिकाणी तापमानाची विपरीतता पहावयास मिळते. पहाटेच्यावेळी दव व धुके पडते. भारताच्या वायव्य भागात पश्चिमी वारे वाहतात. ते थंड ध्रुवीय वायुराशीचे असल्याने प्रदेशाचे तापमान झपाट्याने कमी करतात. तापमान गोठण बिंदूपर्यंत खाली घसरते. या हवेला 'थंडीची लाट' असे म्हणतात. या थंडीच्या लाटेचा तडाखा उत्तर महाराष्ट्र आणि विदर्भाला फार मोठा प्रमाणावर बसतो. पिकांवर या लाटेचा विपरीत परिणाम होतो.

महाराष्ट्राचे हवामान विभाग – महाराष्ट्राच्या हवामानावर प्राकृतिक रचना, समुद्रसान्निध्य, तापमान, आर्द्रता, विषम पर्जन्य, तापमान कक्षेतील फरक इ. अनेक हवामान घटकांच्या नोंदीच्या आधारे महाराष्ट्राचे खालील सात हवामान विभाग पाडलेले आहेत.

१) कोकणचे सम हवामान.

२) सह्याद्री भागाचे हवामान.

३) पठारावरील कोरडे हवामान.

४) तापी नदीच्या खोऱ्यातील हवामान.

५) पूर्णा नदीच्या खोऱ्यातील हवामान.

६) वर्धा – पैनगंगा नदीच्या खोऱ्यातील हवामान.

७) गावीलगड भागातील हवामान.

अवर्षण किंवा दुष्काळग्रस्त प्रदेश – सह्याद्रीच्या पूर्वेच्या पर्जन्यच्छायेच्या प्रदेशावर अत्यल्प पाऊस पडतो. त्यामुळे सह्याद्रीच्या पूर्वेला विस्तीर्ण दक्षिणोत्तर अवर्षण प्रवण क्षेत्र (पर्जन्यच्छायेचा प्रदेश) निर्माण झाले आहे. त्यातील अनेक ठिकाणी वर्षात सरासरी ५० सें.मी. पेक्षाही कमी पाऊस पडतो.

व्याख्या –

अ) साधा दुष्काळ – एखाद्या वर्षी सरासरी वार्षिक पर्जन्यापेक्षा ७५ % पेक्षा कमी पाऊस पडल्यास त्याला सौम्य/साधा दुष्काळ असे म्हणतात.

ब) मध्यम स्वरूपाचा – सरासरी वार्षिक पर्जन्याच्या ५० – ७५ % दरम्यान पडणाऱ्या पावसाच्या प्रदेशाला मध्यम अवर्षण प्रवण प्रदेश म्हणतात.

क) तीव्र स्वरूपाचे अवर्षण – सरासरी वार्षिक पर्जन्यापैकी ५० % पेक्षा कमी पाऊस पडणाऱ्या प्रदेशाला तीव्र स्वरूपाचे दुष्काळी प्रदेश म्हणतात.

सर्वसाधारणपणे महाराष्ट्रात मान्सून स्वरूपाचा पाऊस पडतो तो अनिश्चित व विषम स्वरूपाचा असल्याने दरवर्षी कुठेना-कुठे दुष्काळ पडतो.

उदा. मध्य महाराष्ट्र – अहमदनगर, औरंगाबाद व सोलापूर जिल्ह्यात कायम दुष्काळ सदृश्य परिस्थिती अनुभवास येते.

महाराष्ट्रातील वार्षिक पावसाचे वितरण – महाराष्ट्रात जून ते सप्टेंबर या कालावधीत नैर्ऋत्य मौसमी वाऱ्यामुळे पाऊस पडतो. महाराष्ट्रातील हवामान या घटकातील पाऊस या घटकाचा लोकजीवनावर फार मोठा

परिणाम होतो. कोकण व पश्चिम घाट विभागात पावसाचे प्रमाण सर्वात जास्त आहे. दख्खनच्या पठारावर मध्यभागी उत्तर – दक्षिण पट्ट्यात दुष्काळी पट्टा आहे. विदर्भात पावसाचे प्रमाण जास्त आहे. महाराष्ट्रात इतर ठिकाणी पावसाचे प्रमाण मध्यम आहे. महाराष्ट्रातील पर्जन्याच्या प्रमाणावर महाराष्ट्राची तीन भागात विभागणी केली आहे– १) जास्त पर्जन्याचे प्रदेश (२०० सें.मी. पेक्षा जास्त पाऊस) २) मध्यम पर्जन्याचे प्रदेश (१०० ते २०० सें.मी. पाऊस) ३) कमी पर्जन्याचे प्रदेश (५० सें.मी. पेक्षा कमी पाऊस)

१) जास्त पर्जन्याचे प्रदेश – कोकण विभागातील मुंबई, ठाणे, रायगड, रत्नागिरी, सिंधुदुर्ग हे जिल्हे तसेच सह्याद्रीचा घाटमाथा या भागात जास्त पाऊस पडतो. अरबीसमुद्रावरून येणारे बाष्पयुक्त मौसमी वारे सह्याद्री पर्वताला अडल्यामुळे सह्याद्री पर्वताची पश्चिम बाजू, संपूर्ण कोकण विभागातील जिल्हे आणि सह्याद्रीचा घाटमाथा या भागात जास्त पाऊस पडतो. जास्त पावसाच्या प्रदेशात पावसाचे प्रमाण दक्षिणेकडून उत्तरेकडे कमी होत जाते. दक्षिण कोकणातील अंबोली येथे ७४७ सें.मी., माथेरान या ठिकाणी ५३० सें.मी., ठाणे २४८ सें.मी., कर्जत (रायगड) ३२८ सें.मी., लांजा ३७६ सें.मी., सावंतवाडी ३७२ सें.मी. पाऊस पडतो.

२) मध्यम पावसाचे प्रदेश – महाराष्ट्राच्या पूर्वेकडील विदर्भात भंडारा, नागपूर, गोंदिया, चंद्रपूर, गडचिरोली, अमरावती, यवतमाळ आणि नांदेड जिल्ह्यांचा उत्तर भागांचा समावेश होतो. नाशिक आणि धुळे जिल्ह्याच्या पश्चिम भागात कमी पाऊस पडतो. याठिकाणी १०० ते २०० सें.मी. इतका पाऊस पडतो. अरबी समुद्रावरून वहात येणारे मोसमी वारे सह्याद्री घाटमाथा ओलांडून जेव्हा पूर्वेकडे जातात तेव्हा ते खाली उतरत असल्याने या वाऱ्यापासून या भागात कमी पाऊस पडतो. पश्चिम महाराष्ट्रात, पश्चिम नाशिक, पश्चिम पुणे, पश्चिम सातारा, पश्चिम सांगली, पूर्व कोल्हापूर येथे पावसाचे प्रमाण जास्त असते. गडचिरोली, चंद्रपूर, अमरावती या जिल्ह्यात जंगलांचे प्रमाण जास्त आहे. तसेच या ठिकाणी ईशान्य मोसमी वाऱ्यापासून पाऊस पडतो. त्यामुळे या भागात सरासरी पावसाचे प्रमाण जास्त आहे.

३) कमी पावसाचे प्रदेश – महाराष्ट्राच्या काही भागात सरासरी ५० सें.मी. इतका पाऊस पडतो. सह्याद्रीच्या पूर्वेकडील संपूर्ण प्रदेश मराठवाडा आणि खानदेश या भागांचा समावेश होतो. सह्याद्रीच्या पूर्वेकडील प्रदेश नैर्ऋत्य मोसमी वाऱ्यांच्या पर्जन्यच्छायेत येत असल्यामुळे या भागात पावसाचे प्रमाण कमी आहे. सातारा, सांगली जिल्ह्यांचा पूर्वभाग, पुणे, अहमदनगर, सोलापूर आणि धुळे जिल्ह्यांचा उत्तरेकडील भाग, बीड, उस्मानाबाद, लातूर या जिल्ह्यांचा समावेश होतो. या प्रदेशाला 'अवर्षणग्रस्त प्रदेश' किंवा 'कायम दुष्काळी प्रदेश' असे म्हटले जाते. अनेक भागात पावसाचे प्रमाण २५ ते ३० सें.मी. आहे. तोही एखाद्या वेळेस पडतो किंवा पडत नाही. पावसाची अनिश्चितता असल्यामुळे येथे पाण्याची परिस्थिती बिकट असते. २००३–०४ साली या प्रदेशात येथे पिण्याच्या पाण्यासाठी शासनाने टँकरने पाणीपुरवठा केल्यामुळे शासनाचे कोट्यवधी रुपये खर्च झाले.

महाराष्ट्रातील पर्जन्याची वैशिष्ट्ये –

१) महाराष्ट्रातील पाऊस अनियमित व अनिश्चित स्वरूपाचा आहे. तो कधी लवकर सुरू होतो तर कधी लवकर संपतो तर कधी उशिरा सुरू होतो व उशिरा संपतो.

२) महाराष्ट्रात पडणारा पाऊस मुसळधार स्वरूपाचा असतो.

३) महाराष्ट्राच्या दक्षिण भागात काही प्रमाणात उन्हाळ्यात पाऊस पडतो.

४) महाराष्ट्रात ८५ % पाऊस हा नैर्ऋत्य मोसमी वाऱ्यापासून पडतो.

५) महाराष्ट्राच्या पर्जन्याच्या वितरणावर प्राकृतिक रचनेचा परिणाम झालेला आहे. त्यामुळे पर्जन्याची विभागणी विषम स्वरूपाची आहे.

६) महाराष्ट्रातील कोकण विभागात सर्वात जास्त पाऊस पडतो.

७) सह्याद्रीचा घाटमाथा ओलांडल्यावर पूर्वेकडे पावसाचे प्रमाण कमी होते.

८) महाराष्ट्राच्या पूर्व भागात विदर्भामध्ये पर्जन्याचे प्रमाण वाढत जाते.

९) महाराष्ट्राच्या पूर्व भागात ईशान्य मोसमी वाऱ्यापासून कमी पाऊस पडतो.

▶ महाराष्ट्रातील मृदा

मृदा हा प्राकृतिक घटक आहे. नैसर्गिक साधन संपत्तीतील मृदा हा सर्वात महत्त्वाचा घटक आहे. मानव व प्राण्यांचे जीवन पूर्णपणे मृदेवर अवलंबून असते. मृदा नसेल तर वनस्पतींची वाढ होऊ शकत नाही. वनस्पती हे मानवाचे आणि प्राण्यांचे अन्न आहे.

मृदा – ''वेगवेगळ्या बाह्य घटकांचा व शक्तींचा भू-पृष्ठावर परिणाम होतो व त्यामुळे भू-पृष्ठावरील खडकांचे विखंडन होऊन त्यांचे बारीक मातीत रूपांतर होते. या मातीचा भू-पृष्ठावर पातळ थर तयार होतो. भू-पृष्ठावरील मातीच्या या पातळ थरालाच मृदा किंवा जमीन (Soil) असे म्हणतात.''

मूळ खडकांचे झालेले विघटन आणि विदारण, हवामानाचे स्वरूप, वनस्पती व प्राणी यांची विघटन होण्याची क्रिया, प्राकृतिक रचना आणि मृदा निर्मितीचा कालखंड या सर्वांचा मृदा निर्मितीवर परिणाम होतो. मृदेचा रंग, पोत, घडण, चिकटपणा-चिवटपणा, थराची जाडी, सुपीकता व मृदेची ठेवण यावरून महाराष्ट्रातील मृदेचे पुढील प्रकार पडतात.

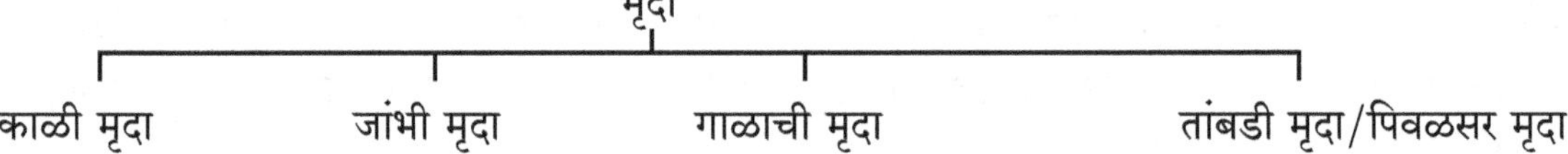

(१) काळी मृदा/लाव्हारसाची मृदा/काळी कापसाची मृदा – महाराष्ट्रातील सर्वात महत्त्वाची मृदा म्हणजे दख्खनच्या पठारावरील काळी कापसाची मृदा आहे. तिने दख्खनच्या पठारावरील सर्वात जास्त प्रदेश व्यापला आहे.

प्रदेश – महाराष्ट्राच्या क्षेत्रफळापैकी तीन-चतुर्थांश भागात ही मृदा आढळते. वार्षिक पर्जन्य ५०-७५ सें.मी. दरम्यान असणाऱ्या प्रदेशात ही मृदा आढळते.

खानदेशात – नंदुरबार, धुळे व जळगाव जिल्हे.

मराठवाडा – औरंगाबाद, जालना, बीड, उस्मानाबाद, लातूर, नांदेड, परभणी व हिंगोली जिल्हे.

विदर्भाच्या पश्चिम भागात – बुलढाणा, यवतमाळ, अकोला, वाशिम, अमरावती, वर्धा व नागपूर जिल्हे

पश्चिम महाराष्ट्रातील – अहमदनगर, पुणे व सोलापूर जिल्हे.

अशा प्रकारे महाराष्ट्रातील ७५ % भाग या मृदेने व्यापलेला आहे.

मृदा निर्मिती – ही लाव्हाच्या संचयाने तयार होते फार वर्षांपूर्वी दक्षिण भारतात ज्वालामुखीचा उद्रेक झाला होता. त्या ज्वालामुखीतून अनेक दिवस लाव्हा बाहेर पडून तो आसपासच्या प्रदेशात पसरून त्यापासून ही मृदा बनली आहे. ज्वालामुखीतून बाहेर पडलेल्या लाव्हापासून बनलेल्या बेसॉल्ट खडकावर विदारणाची क्रिया होऊन मृदा निर्मिती झाली आहे.

वैशिष्ट्ये – १) या मृदेत सेंद्रिय द्रव्ये भरपूर प्रमाणात असतात.

२) सेंद्रिय द्रव्यामुळे या मृदेला काळा रंग प्राप्त झालेला असतो.

३) ही मृदा पाणी शोषून घेते त्यामुळे मृदेतून पाण्याचा निचरा चांगल्या प्रकारे होतो.

४) सेंद्रिय पदार्थाशिवाय या मृदेत मॅग्नेशियम कार्बोनेट, कॅल्शियम इ. खनिज द्रव्येही असतात.

५) उन्हाळ्यात ही मृदा टणक बनते व तिला भेगा पडतात ही मृदा टणक बनत असल्याने नांगरणीला त्रास होतो.

प्रमुख पिके – काळी मृदा कापसाच्या पिकास खूप उपयुक्त असते; म्हणून या मृदेस कापसाची काळी मृदा असे संबोधले जाते. कापसाव्यतिरिक्त या मृदेत ज्वारी, तूर, बाजरी, गहू, ऊस इ. पिकेही चांगली येतात.

(२) जांभी मृदा –

प्रदेश – महाराष्ट्रातील दक्षिण कोकणातील रत्नागिरी, सिंधुदुर्ग व रायगड, पश्चिम महाराष्ट्रातील कोल्हापूर, सातारा, सांगली, नाशिक, पुणे या जिल्ह्यात, सह्याद्रीच्या घाटमाथ्यावर चंद्रपूर व गडचिरोली जिल्ह्यात जांभी मृदा आढळते.

मृदेची निर्मिती – वार्षिक पर्जन्य २०० सें.मी. पेक्षा जास्त असल्याने तेथील खडकाचे विदारण आणि झीज होते. या जमिनीत लोह, ॲल्युमिनियम आणि मँगनीजची संयुगे असतात. जास्त पावसामुळे मृदेतील विद्राव्य क्षारांचा निचरा होतो या क्रियेला 'लिचिंग' असे म्हणतात. त्यामुळे जांभी मृदा निर्माण होते. या क्रियेला 'जांभीकरण' असे म्हणतात.

वैशिष्ट्ये – १) जांभा मृदेचा रंग तांबूस, गडद, तांबडा अथवा तांबूस पिवळसर असतो.

२) या मृदेत चुनखडी, कॅल्शियम, पालाश, नत्र व सेंद्रियद्रव्ये यांचे प्रमाण कमी असते. जांभा जमिनीत बॉक्साईडचे साठे आढळतात.

३) डोंगरमाथ्यावर ही जमीन कठीण, कमी खोलीची असते.

४) शेतीच्या दृष्टीने ही जमीन निरुपयोगी ठरते.

५) जांभा मृदेची सुपीकता मध्यम स्वरूपाची असते.

६) सखल भागात मृदेचा थर जाड असतो त्यामुळे मृदेत ओलावा टिकवून धरण्याची क्षमता असते.

प्रमुख पिके – फळबागांची लागवड केली जाते. चिक्कू, पपई, आंबा इ. फळांचे उत्पादन घेतले जाते. याशिवाय भात व भाजीपाला या मृदेत पिकवला जातो.

रत्नागिरीमधील हापूस आंबा महाराष्ट्रातच नव्हे तर जगात प्रसिद्ध आहे त्याची निर्यात करून मोठ्या प्रमाणात परकीय चलन मिळते.

(३) तांबूस – पिवळसर मृदा –

प्रदेश – महाराष्ट्रात तांबडी व पिवळसर मृदा मर्यादित प्रदेशात पसरलेली आहे. सह्याद्री पर्वतमय भागात विशेषत: उत्तर कोकणात तसेच विदर्भाच्या पूर्व भागात वर्धा-वैनगंगा नदीखोऱ्यात तांबडी-पिवळसर मृदा आढळते.

मृदा निर्मिती – वर्धा-वैनगंगा खोऱ्यात आढळणाऱ्या ग्रॉनाईट, नीस इत्यादी विंध्य व कडाप्पा खडकावर रासायनिक विदारण होऊन तांबूस-पिवळसर मृदा निर्मिती होते.

वैशिष्ट्ये – १) तांबड्या मृदेच्या गुणवैशिष्ट्ये व सुपीकता यांच्यात स्थिरता असत नाही.

२) या मृदेत कॅल्शियमचे प्रमाण कमी असते.

३) मृदेचा रंग पूर्णपणे तांबूस व लाल तांबडी असत नाही. तिचा रंग तपकिरी-पिवळा किंवा राखीदेखील असू शकतो.

४) उंचावरच्या प्रदेशात ही मृदा लोम प्रकारची वाळूमिश्रित सच्छिद्र व कमी फिकट रंगाची असते. परंतु, सखल प्रदेशात खोल थरांची व रासायनिक पदार्थांनी युक्त गडद रंगाची सुपीक लोम प्रकारची असते.

प्रमुख पिके – या मृदेत भरड धान्ये, प्रामुख्याने बाजरीसारख्या पिकाचे उत्पादन घेतले जाते. जास्त पावसाच्या प्रदेशात भाताचे उत्पादन घेतले जाते.

(४) गाळाची मृदा – किनारपट्टीच्या सखल प्रदेशात प्रामुख्याने गाळाची मृदा आढळते या मृदेस 'भाबर' असे म्हणतात.

प्रदेश – ही मृदा गोदावरी, भीमा, कृष्णा, पंचगंगा, तापी व उत्तर पूर्णा या नद्यांच्या खोऱ्यात मोडणाऱ्या कोल्हापूर, सांगली, सातारा, पुणे, अहमदनगर, औरंगाबाद, परभणी, नांदेड, अमरावती, जळगाव, धुळे व नंदुरबार या जिल्ह्यात ही मृदा आढळते.

मृदेची निर्मिती – ही मृदा नद्यांनी वाहून आणलेला गाळ, माती, सूक्ष्म रेती इ. पदार्थांच्या संचयनाने तयार होते; अनेक वर्षे गाळाचे संचयन झाल्याने नदीच्या खोऱ्यात खोलवर गाळाचे थर आढळतात.

वैशिष्ट्ये – १) या मृदेचा रंग साधारण पिवळा असतो.

२) या मृदेत सेंद्रिय व इतर द्रव्ये मोठ्या प्रमाणावर असतात.

३) ही मृदा सुपीक असते. शिवाय या मृदेवर दरवर्षी नव नवीन गाळ साचतो त्यामुळे या मृदेचा कस व तिची सुपीकता कायम रहाते.

४) या मृदेला विशेष असा नैसर्गिक व रासायनिक खतांचा पुरवठा करण्याची आवश्यकता नसते.

प्रमुख पिके – शेती व्यवसायाच्या दृष्टीने गाळाची मृदा खूप महत्त्वाची आहे. या मृदेत ऊस, गहू, ज्वारी, भाजीपाला इ. पिके घेण्यात येतात. कृत्रिम पाणी पुरवठ्याची सोय असल्यास अशा मृदेतून भरपूर उत्पादन मिळते.

महाराष्ट्रातील मृदेची धूप – मृदा ही एक सजीवांच्या दृष्टीने अत्यंत महत्त्वाची नैसर्गिक संपदा आहे. मृदा धूप ही पर्यावरणीय आपत्ती असून अलीकडच्या काळात ती फारच गंभीर बनलेली आहे. मृदाधूप ही एक नैसर्गिक प्रक्रिया असून धूप झालेल्या ठिकाणाचे संतुलन राखण्याची क्षमता निसर्गाची असते पण अलीकडे मृदाधूपेचे प्रमाण विविध कारणांनी वाढल्याने निसर्गाची संतुलनक्षमता कमी पडत आहे. त्यामुळे पर्यावरणीय संतुलन बिघडले आहे.

मृदा धूप – 'मृदेची संख्यात्मक व गुणात्मक होणारा ऱ्हास म्हणजे मृदा धूप होय.'

सामान्यत: १ सें.मी. मृदेचा थर निर्माण होण्यास १०० ते २०० वर्षांचा कालावधी लागतो. परंतु, एवढ्याच मृदेची धूप क्षणार्धात होते. मृदा धुपेची अनेक नैसर्गिक व मानवनिर्मित कारणे आहेत. तसेच त्यांचे गंभीर परिणाम पर्यावरण, शेती व लोकसंख्येवर होताना आपणास दिसून येतात म्हणून मृदासंवर्धन व व्यवस्थापन अत्यंत महत्त्वाचे आहे. अन्यथा मृदाधूप ही समस्या गंभीर स्वरूप धारण करू शकते.

▶ महाराष्ट्रातील वने

वने ही एक नैसर्गिक साधनसंपदा आहे. या नैसर्गिक वनस्पतींच्या वितरणात मोठी असमानता दिसून येते. त्यांच्या वितरणावर हवामान, भूरचना, मृदा, जलप्रणाली या घटकांचा परिणाम दिसून येतो. दाट जंगले, सह्याद्री पर्वत व विदर्भातील पूर्व जिल्ह्यांमध्ये आढळून येतात. पठारावर पावसाचे प्रमाण कमी होते व जंगलांचे प्रमाणही विरळ होत जाते.

२००८-०९ राज्य वन अहवालानुसार महाराष्ट्रात ६१९३९ चौ.कि.मी. एवढे क्षेत्र वनाखाली असून ते राज्याच्या एकूण भौगोलिक क्षेत्राच्या २१ % इतके आणि देशाच्या एकूण वनक्षेत्राच्या ८ % इतके आहे. यामध्ये १७.२ % अति घनदाट वने, ४३.४ % मध्यम घनतेची वने, ३९.४ % कमी घनतेची वने आहेत.

महाराष्ट्राचे भौगोलिक स्थान उष्ण कटिबंधीय प्रदेशात असल्याने भरपूर सूर्यप्रकाश असतो. उन्हाळ्यात जास्त तापमान असल्यामुळे अनेक वृक्षांची पाने गळून पडतात. महाराष्ट्रात पाऊस मान्सून वाऱ्यामुळे जून ते सप्टेंबर या कालावधीत पडतो. उरलेले महिने जवळ-जवळ कोरडे असतात. सह्याद्री घाटमाथा, पूर्व विदर्भ, कोकणामध्ये जास्त पाऊस पडत असल्यामुळे त्या प्रदेशात हिरव्या वनस्पती आढळतात. या उलट, दख्खनच्या पठारावर काटेरी वनस्पती आणि पानझडी वृक्ष आढळतात.

महाराष्ट्र शासनाने वन विकासासाठी २००६-०७ मध्ये संत तुकाराम वन ग्राम योजना सुरू केली आहे. या योजनेअंतर्गत जून २००९ पर्यंत एकूण १२६२८ संयुक्त वनव्यवस्थापन समित्या स्थापन करून वनव्यवस्थापनावर भर दिलेला आहे.

महाराष्ट्रातील वनांचे प्रकार – भूरचना आणि पर्जन्य या दोन घटकांचा महाराष्ट्रातील वनांच्या प्रकारावर परिणाम झालेला आहे. त्यामुळे महाराष्ट्रात वनांचे वेगवेगळे प्रकार आढळतात.

१) भरती – ओहोटीच्या पट्ट्यातील वने

क्षेत्र – महाराष्ट्राच्या पश्चिम किनापट्टीत अरबी समुद्राला लागून विशेषत: नद्यांच्या मुखाशी व खाड्या असलेल्या भागात तसेच दळणवळीच्या व खारी मृदा असलेल्या क्षेत्रात ही वने आढळतात. यात ठाणे, रायगड, रत्नागिरी, सिंधुदुर्ग या जिल्ह्यांच्या किनारी प्रदेशांचा समावेश होतो.

वैशिष्ट्ये – १) येथील वने गंगेच्या त्रिभुज प्रदेशातील सुंद्रीवनांप्रमाणे असतात.

२) येथील वनस्पती दाट असतात.

३) येथील वृक्षांची उंची फार नसते काही वृक्ष मात्र उंच असतात.

वृक्षांच्या जाती – येथे चिप्पी, मारांडी यांसारखे वृक्ष आढळतात.

महत्त्व – आर्थिकदृष्ट्या येथील वने फारशी महत्त्वाची नाहीत. येथील वनांतून बोटी व नावा बनविण्यासाठी लागणारे लाकूड व जळाऊ लाकूड प्राप्त होते.

२) उष्ण कटिबंधीय सदाहरित वने

क्षेत्र – महाराष्ट्रातील पर्वतीय क्षेत्रात आणि जेथे पर्जन्यमान अधिक आहे. अशा क्षेत्रात उष्णकटिबंधीय सदाहरित वने आढळतात. यात सह्याद्री पर्वताच्या पश्चिमेकडील उताराच्या भागाचा व सह्याद्रीच्या माथ्याचा समावेश होतो. महाबळेश्वरच्या परिसरातील कृष्णा, कोयना व सावित्री यांच्या उगम प्रदेशातील वने या प्रकारची आहेत.

वैशिष्ट्ये – १) महाराष्ट्रातील उष्णकटिबंधीय सदाहरित वने विषववृत्तीय वनांप्रमाणे अतिशय दाट आणि सदाहरित असतात.

२) विषुववृत्तीय वनांतील वृक्षांप्रमाणे येथील वृक्ष उंच व सरळ वाढतात.

३) येथील वृक्षांना खालील बाजूस फांद्या कमी असतात.

४) वृक्षांच्या वरच्या बाजूस फांद्या व पाने जास्त असतात.

वृक्षांच्या जाती – येथील वनांत पिसा, अंजन, हिरडा, फणस, जांभूळ, आंबा, बांबू यांसारखे वृक्ष आढळतात.

महत्त्व – या वनांत वाढणाऱ्या वृक्षांचे महत्त्व थोडे कमी आहे; कारण येथील वृक्षांचे लाकूड कठीण व जाड असते. येथील वनांत वाहतुकीच्या सुविधा नाहीत त्यामुळे स्वाभाविकत:च वनोद्योगांचा विशेष विकास झालेला नाही. तेथे काही प्रमाणात फळे, कंदे, पाने इत्यादी वस्तू गोळा करण्याचे व्यवसाय चालतात.

३) उष्ण कटिबंधीय निम-सदाहरित वने

क्षेत्रे – साधारणपणे महाराष्ट्रातील पानझडी व सदाहरित वनांच्या दरम्यान उष्णकटिबंधीय निम-सदाहरित वने आढळतात. १५०-२०० सें.मी. पर्जन्याच्या क्षेत्रात ही वने आहेत. सह्याद्रीच्या पायथ्याच्या भागात ही वने आढळतात.

वैशिष्ट्ये – १) ही वने एका सलग पट्ट्यात न आढळता तुटक स्वरूपात आढळतात.

२) येथील वृक्ष उंच असतात.

३) येथील वृक्षांची पाने वर्षभर हिरवी नसतात.

वृक्षांच्या जाती – उष्णकटिबंधीय, निम-सदाहरित वनांमध्ये ऐन, किंजळ, रानफणस, बेन, कदंब, हिट्टी, वावळी, बिबळा, शिसव, बांबू इत्यादी जातींचे वृक्ष आढळतात. येथे अधूनमधून पानझडी वृक्षही आढळतात.

महत्त्व – ही वने आर्थिकदृष्ट्या महत्त्वाची आहेत. येथे वाढणाऱ्या वृक्षांचे लाकूड इमारत व फर्निचरसाठी उपयुक्त असते, त्यामुळे येथे लाकूड कटाईचा व्यवसाय चालतो.

४) उष्णकटिबंधीय पानझडी वने – या वनांना 'मोसमी वने' असेही म्हणतात.

क्षेत्र – जेथे १२५ सें.मी. पर्यंत पाऊस पडतो. अशा क्षेत्रात ही वने आढळतात. चंद्रपूर, गडचिरोली व अमरावती जिल्ह्यात ही वने विस्ताराने आढळतात. भंडारा, गोंदिया, यवतमाळ, नांदेड या जिल्ह्यातही या वनांचे क्षेत्र जास्त आहे. कोकणचा उत्तर भाग, सह्याद्रीचा पूर्व भाग त्याचप्रमाणे सातमाळा-अजिंठा, हरिश्चंद्र-बालाघाट आणि महादेव डोंगररांग या पर्वतीय क्षेत्रांतही ही वने आढळतात. गडचिरोली हा राज्यातील सर्वाधिक वने असलेला जिल्हा होय.

वैशिष्ट्ये – १) या वनांचे मुख्य वैशिष्ट्ये म्हणजे येथे वाढणाऱ्या वृक्षांची पाने उन्हाळ्यात गळून पडतात; त्यामुळे वनस्पतीतील ओलावा बाष्पीभवनाद्वारे निघून जात नाही. या वनप्रदेशातील उन्हाळे अतिशय कडक असतात. उन्हाळ्यातील प्रखर उष्णतेतही येथील वृक्ष तग धरून असतात.

२) वर्षाऋतू सुरू झाल्यानंतर येथील वृक्षांना पुन्हा नवीन पाने फुटतात.

३) येथील वृक्षांची उंची २५-४० मीटर असते.

४) येथील वृक्षांचे लाकूड तुलनात्मकदृष्ट्या मऊ असते.

वृक्षांच्या जाती – येथील वनांत वाढणाऱ्या वृक्षात साग वृक्ष महत्त्वाचा आहे. याशिवाय येथे तिवस, साल, हिरडा, धावडा, देही, सिरीस, ऐन, तेंदू, पळस, धामण, वड, पिंपळ, किंदल, कुसुम, गहू, आवळा, जांभूळ, सेमल, बांबू इत्यादी जातींचे वृक्ष आढळतात.

महत्त्व – मौसमी वने आर्थिक दृष्ट्या महत्त्वाची आहेत. येथील साग वृक्ष सर्वात महत्त्वाचा आहे. सागाच्या लाकडाचा उपयोग इमारत आणि फर्निचर तयार करण्यासाठी होतो, त्यामुळे मौसमी वनांत लाकूड कटाईचा व्यवसाय चालतो. इमारती लाकडाशिवाय येथील वनांतून जळाऊ लाकूड, डिंक, लाख, मध, विविध फळे (जांभूळ, करवंद इत्यादी), तंतू, बिब्याची फुले, तेंदूची पाने (विड्यांसाठी), औषधी वनस्पती इत्यादी वस्तू प्राप्त होतात.

५) उष्ण कटिबंधीय शुष्क पानझडी वने

क्षेत्र – जेथे १२५ सें.मी. पर्यंत पाऊस पडतो. त्या क्षेत्रात या प्रकारची वने आढळतात. महाराष्ट्राच्या उत्तर भागात सातपुडा पर्वत (जळगाव, धुळे व नंदुरबार जिल्ह्यांचा उत्तर भाग) आणि सातमाळा – अजिंठा डोंगररांगांच्या प्रदेशात अधूनमधून या प्रकारची वने आढळतात.

वैशिष्ट्ये – १) ही वने जेथे आढळतात तेथे कमी पाऊस असल्याने ही वने साधारणत: विरळ स्वरूपाची असतात.

२) येथे निरनिराळ्या जातींची झाडे एकत्र न उगवता ती दूर दूर उगवतात.

वृक्षांच्या जाती – येथील वनांत विविध जातींचे वृक्ष आढळतात. त्यात साग, शिसव, अंजन, घेवडा, ऐन, बिबळा, तेंदू, पळस, लेंडिया, आंबा, खैर, बेल, देही इत्यादी जातींच्या वृक्षांचा समावेश होतो.

महत्त्व – येथील वनांतून इमारत व जळाऊ लाकूड मिळते. येथील खैर वृक्षाच्या सालीपासून कात मिळतो. त्याचप्रमाणे येथे डिंक, तेंदूची पाने, मध इत्यादी वस्तू मिळतात.

६) शुष्क प्रदेशातील काटेरी वने

क्षेत्र – राज्यात जेथे ७५ सें.मी. पेक्षा कमी पाऊस पडतो. तेथे या प्रकारची वने आढळतात. यात सह्याद्रीच्या पूर्वेकडील पर्जन्यच्छायेच्या प्रदेशांचा समावेश होतो. विशेषत: पुणे व अहमदनगर जिल्हे; सातारा व सांगली जिल्ह्यांचा पूर्व भाग; सोलापूर जिल्हा आणि मराठवाड्यात या प्रकारची काटेरी वने आढळतात.

वैशिष्ट्ये – १) वनांत काटेरी वृक्ष व झुडपे वाढतात.

२) वृक्षांना फांद्या व पाने कमी असतात.

३) वृक्षांची पाने व साली जाड असतात.

४) वृक्षांची मुळे खोल गेलेली असतात.

५) जास्त उष्णतापमानातही येथील वनस्पती टिकून असतात.

वृक्षांच्या जाती – येथे वाढणाऱ्या वृक्षांमध्ये बोर, बाभूळ, निवडुंग इत्यादी काटेरी वृक्ष प्रमुख आहेत. याशिवाय येथे खैर, हिरडा, लिंब, चिंच, धामण, निर्मली, हिवर इत्यादी वृक्ष वाढतात. येथे अधूनमधून झुडपे व गवत वाढते.

महत्त्व – येथील वनांतून मोठ्या प्रमाणात जळाऊ लाकूड मिळते; तसेच कुंपणासाठी काटेरी फांद्याही मिळतात. या वनांतून गवतही मोठा प्रमाणात मिळते.

अरण्याचे महत्त्व – महाराष्ट्रातील अरण्यांचे अनेक फायदे आहेत. अरण्यातून जळाऊ लाकूड, गुरांचा चारा, इमारतीस लाकूड, पाने, कंदमुळे, डिंक, लाख, राळ, गवत, फळे, औषधी वनस्पती, टॅनिन, बांबूपासून कागद निर्मिती इत्यादी आर्थिक दृष्टिकोनातून वनांचे महत्त्व आहे याशिवाय वनांचे अप्रत्यक्ष महत्त्व खालीलप्रमाणे सांगता येईल.

१) पाणी पुरवठ्यात वाढ

२) वन्य प्राण्यांना आश्रय

राज्यात ६ राष्ट्रीय उद्याने व २४ अभयारण्ये आहेत.

अ. नं.	राष्ट्रीय उद्याने	स्थळ	क्षेत्रफळ (चौ.कि.मी.)
१	ताडोबा राष्ट्रीय उद्यान	चंद्रपूर	११६.५५
२	पेंच राष्ट्रीय उद्यान	नागपूर	२७.२६
३	नवेगाव राष्ट्रीय उद्यान	भंडारा	१३३.८८
४	बोरिवली राष्ट्रीय उद्यान (संजय गांधी)	मुंबई	६७.७७
५	चांदोली राष्ट्रीय उद्यान	सांगली	११६.५५
६	गुगमल राष्ट्रीय उद्यान	अमरावती (चिखलदरा)	३६१.२८

३) आदिवासी लोकांचे वसतिस्थान

४) गुरांचा चारा

५) तापमान संतुलन

६) कात उद्योग

७) मृदांचे संवर्धन

८) संकलन व्यवसाय

९) हवामानातील परिणाम

१०) टिंबर, जळाऊ लाकूड व अन्य लाकूड

वनसंवर्धन – महाराष्ट्रात जंगलांचे क्षेत्र अधिक असणे आर्थिक व पर्यावरणीयदृष्ट्या आवश्यक आहे. त्यासाठी वनसंवर्धन ही काळाची गरज आहे हे ओळखून राज्यशासनाने राज्यात सामाजिक वनीकरण खाते स्थापन केले आहे.

१९८२ पासून सामाजिक वनीकरण हा कार्यक्रम राबवला जात आहे. १९८८ पासून शासनाच्या वतीने 'वनश्री' पुरस्कार दिला जातो.

राष्ट्रीय जंगल धोरण, वन व्यवस्थापन समित्या, शासकीय व अशासकीय संस्था, सामाजिक संस्था यांच्यामार्फत वनीकरणाचे विविध उपक्रम राबवले जात आहेत. महाराष्ट्रात जंगलांची देखभाल करण्यासाठी झाडांच्या विविध जाती विकसित करण्यासाठी, संगोपन कसे करावे इ. साठी शासनाने २० संशोधन केंद्रे सुरू केली आहेत.

उदा. गुरेघर कोयना (सातारा), शहापूर (ठाणे), नागपूर हरिसाल (अमरावती), मोडाळे (जळगाव), माझगाव, पाडवे, चंद्रपूर (सावंतवाडी) इत्यादी.

▶ महाराष्ट्रातील खनिजसंपत्ती

मृदा, वने, पाणी इ. प्रमाणेच खनिज हे देखिल एक महत्त्वाची नैसर्गिक साधनसंपत्ती आहे. आर्थिक विकासात, उद्योगधंद्याच्या वाढीत खनिजसंपत्ती महत्त्वाची भूमिका बजावत असतात.

खनिज संपत्तीच्या वितरणाचा अभ्यास केल्यानंतरच आपणास असे लक्षात येते की, खनिज संपत्तीकरिता महाराष्ट्र हे राज्य फारसे प्रसिद्ध नाही. महाराष्ट्रातील एकूण क्षेत्रफळापैकी १२.३३ % क्षेत्रात खनिजसंपत्ती आढळते. भारतातील सर्वप्रकारच्या खनिजांपैकी ३.३ % खनिजांचे उत्पादन महाराष्ट्रात होते.

महाराष्ट्रातील खनिजांचे वितरण विषम स्वरूपाचे आहे. महाराष्ट्रात दोनच भागात खनिजकर्म उद्योगांचा मोठ्या प्रमाणात विकास झालेला आढळून येतो. राज्यातील बरीचशी खनिजसंपत्ती बेसॉल्ट खडकाच्या बाह्य क्षेत्रात विशेषत: स्फटिकयुक्त व रूपांतरित खडकात पहावयास मिळते.

महाराष्ट्रात दगडी कोळशाव्यतिरिक्त मँगनीज व लोहखनिज मोठ्या प्रमाणात आढळते. याशिवाय बॉक्साईड, चुनखडी, क्रोमाईट, डोलोमाईट, इल्मेनाईट व बांधकामाचे खडक इ. साठे वैशिष्ट्यपूर्ण आहेत. याशिवाय बुल्क्रॅम, तांबे, शिसे व फेस्त इ. साठे महाराष्ट्रात आहेत.

खनिजसंपत्तीने विपुल असणारे प्रदेश

१) पूर्व विदर्भ - चंद्रपूर, गडचिरोली, भंडारा, गोंदिया, नागपूर व यवतमाळ जिल्हे.

२) कोकण - सिंधुदुर्ग, रत्नागिरी, रायगड व ठाणे जिल्हे.

३) द. महाराष्ट्र - कोल्हापूर जिल्हा.

महत्त्वाची खनिजे व त्यांचे वितरण

(१) मँगनीज – मँगनीजलाच 'मंगल' असे म्हणतात. हा महत्त्वाचा आणि अतिशय उपयोगी धातू आहे. औद्योगिक युगात या खनिजाला विशेष महत्त्व आहे.

उपयोग – रंग, रसायने, काच, बॅटरी, प्लॅस्टिक, पिग-आर्यन, उच्च दर्जाची पोलाद निर्मिती इ. साठी उपयोग होतो.

साठे – भारताच्या एकूण साठ्यापैकी (१६१ दशलक्ष टन) ४० % मँगनीजचे साठे महाराष्ट्रात आहेत. मँगनीजचे प्रमुख साठे, भंडारा, नागपूर व सिंधुदुर्ग या जिल्ह्यात आहेत.

वितरण –

१) नागपूर – नागपूर जिल्हा मँगनीज उत्पादनात महत्त्वाचा आहे. या जिल्ह्यात सुमारे २५ कि.मी. लांबीच्या सावनेरपासून रामटेकपर्यंत पसरलेल्या पट्ट्यात मँगनीज सापडते. याशिवाय रामटेक तालुक्यातील मनसेर आणि सावनेर कोटेगाव, गुमगाव, खापा, रामडोंगरी ही क्षेत्रे मँगनीजच्या दृष्टीने महत्त्वाची आहेत. या सर्व भागात उच्च प्रतीचे व कमी खोलीवर मँगनीज सापडते येथील मँगनीजच्या बहुतेक खाणी खुल्या आहेत.

२) भंडारा – भंडारा जिल्ह्यातील मँगनीज साठे भारतातील मोठा साठ्यांपैकी एक आहे. या जिल्ह्यात तुमसर तालुक्यात मँगनीजचा मोठा साठा आहे. येथील कुरमुडा, चिखला, डोंगरी बुद्रुक व सीता-सावंती येथे मोठ्या प्रमाणात मँगनीज सापडते याशिवाय इतर तेरा ठिकाणी लहान लहान साठे विखुरलेले आहेत.

३) सिंधुदुर्ग – महाराष्ट्रातील दक्षिण भागातील सिंधुदुर्ग जिल्हा मँगनीज उत्पादनाच्या दृष्टीने महत्त्वाचा आहे. सिंधुदुर्ग जिल्ह्यात सावंतवाडी व वेंगुर्ला परिसरात जांभ्या खडकात दगडाच्या (धोंड्याच्या) स्वरूपात मँगनीज सापडते.

उत्पादन – मँगनीजच्या भारतातील मोठ्या साठ्यापैकी सर्वाधिक साठा भंडारा जिल्ह्यात आहे. मँगनीजच्या साठ्यांचा विचार करता महाराष्ट्राचा भारतात चौथा क्रमांक लागतो मात्र उत्पादनात मध्यप्रदेश नंतर दुसरा क्रमांक लागतो. देशातील मँगनीजच्या एकूण उत्पादनापैकी २४ % उत्पादन महाराष्ट्रातून मिळते.

महाराष्ट्रात नागपूरजवळ कन्हान व भंडारदरा जिल्ह्यात तुमसर येथे मँगनीज शुद्ध करण्याचे कारखाने आहेत. हलक्या प्रतीचे मँगनीज खनिज हे भिलाई पोलाद कारखान्याला वापरले जाते; तर उच्च प्रतीच्या मँगनीजच्या खनिजांची काही भागात निर्यात केली जाते.

(२) लोहखनिज – लोहखनिज (अशुद्ध लोखंड) हे महत्त्वाचे खनिज आहे. सध्याच्या लोहयुगात या खनिजास अत्यंत महत्त्व आहे. लोहाच्या मोठ्या प्रमाणात उपयोग कारखाने व तेथील यंत्रसामग्री बनवण्यासाठी होत असल्याने सध्याचे युग हे 'लोखंडाचे युग' आहे असे म्हटले जाते.

उपयोग – कार्यालयात वापरल्या जाणाऱ्या टाचणीपासून ते कारखान्यातील अवजडयंत्रापर्यंत वस्तू लोखंडापासून बनविल्या जातात. शेतीसाठी अवजारे, घराची दारे, इलेक्ट्रिकचे खांब, रेल्वेरूळ, वाहने इत्यादींसाठी लोखंडाचा उपयोग होतो.

साठे – भारतातील २ % लोहखनिजाचे साठे महाराष्ट्रात आहेत. हा साठा कमी वाटत असला तरी लोहाचा दर्जा व त्याचे उत्पादन चांगले आहे.

वितरण – महाराष्ट्रात चंद्रपूर, भंडारा, गडचिरोली, गोंदिया, नागपूर या जिल्ह्यात टॅकोनाईट आणि रायगड, सिंधुदुर्ग, कोल्हापूर, रत्नागिरी जिल्ह्यात जांभा खडकात लोहखनिज आढळते.

१) चंद्रपूर – या जिल्ह्यात लोहखनिजाचा मोठा साठा असून ते उच्च दर्जाचे (मॅग्नेटाईट) लोह खनिज आहे. चंद्रपूर जिल्ह्यात लोहारा (२०० मीटर क्षेत्रात), अंसाला (४०० मीटर क्षेत्रात), पिंपळगाव या क्षेत्रात मोठे साठे आहेत. या शिवाय रत्नापूर, चिमूर, भिसी इ. भागात लोहखनिज साठे आहेत.

२) गडचिरोली – येथील देऊळगाव हे मोठे लोहखनिज क्षेत्र आहे. याशिवाय पुसेस, सुरजागड, भामरागड, दमकोट, पडवी इत्यादी क्षेत्रात लोहखनिज साठे आहेत. सुरजागड येथील लोहखनिज बिडाच्या लोखंडाच्या कारखान्यास पुरवले जाते.

३) गोंदिया – लोहखनिजाचा मोठा साठा गोंदिया जिल्ह्यात आहे. गोरेगाव तालुक्यात खुर्शीपार व आंबेतलाव क्षेत्रात ६ दशलक्ष टन इतका लोहखनिज साठा आहे.

४) नागपूर – येथे कमी प्रमाणात लोहखनिज भीमापूर तालुक्यात सापडते.

५) सिंधुदुर्ग – लोहखनिज उत्पादनात दक्षिण महाराष्ट्रातील सर्वांत महत्त्वाचा जिल्हा आहे. येथे मोठा लोहखनिज साठा आहे. सिंधुदुर्ग जिल्ह्यातील वेंगुर्ले तालुक्यातील रेडी, टाका, असांली, शिरोडा, आजगाव व नानांसा तर सावंतवाडी तालुक्यातील तळोणे, किन्हाळा, सताडी, सातोली, ठाकूरवाडी, तेंडाली, नळेवाडी, अशिस व कवठाणी या ठिकाणी लोहखनिज साठे आहेत.

६) कोल्हापूर – कोल्हापूर जिल्ह्यात शाहूवाडी व राधानगरी तालुक्यात लोहखनिज साठे आहेत.

उत्पादन – देशातील इतर राज्यांच्या तुलनेने महाराष्ट्रात लोहखनिजाचे उत्पादन कमी आहे. चंद्रपूर हा महाराष्ट्रातील खनिज संसाधनात सर्वांत जास्त समृद्ध जिल्हा आहे.

असे असले तरी सध्या महाराष्ट्राचे लोहखनिज उत्पादन १९८१ नंतर घटतच चाललेले आहे.

वर्षे	१९६१	१९७१	१९८१	१९९१	२००१	२००२–03
लोहखनिज (हजार टनांमध्ये)	३८२	६१३	१४५६	६४५	३३	३५

महाराष्ट्रातील लोह-खनिज देशातील लोह-पोलाद कारखान्यास वापरले जाते. तसेच ते निर्यातही होते.

(३) बॉक्साईड – बॉक्साईड हे जांभा खडकात सापडते. या खनिजापासून अॅल्युमिनिअम मिळते.

उपयोग – अॅल्युमिनिअम हे हलके असून ते एक उत्तम विद्युतवाहक आहे; म्हणून अॅल्युमिनिअमचा उपयोग

विद्युत उपकरणे, विजेच्या तारा, यंत्रसामुग्री इ. बनवण्यासाठी तसेच भांडी, विमाने आणि विमानाचे, वाहनांचे सुटे भाग बनविण्यासाठी होतो. लोह – पोलादाच्या कारखान्यांत बॉक्साईडचा उपयोग होतो.

साठे – महाराष्ट्रात देशाच्या एकूण उत्पादनापैकी २१ % बॉक्साईड उत्पादन होते. महाराष्ट्राच्या दक्षिण व कोकण भागात बॉक्साईडचे साठे केंद्रित झाले आहेत. महाराष्ट्राच्या दक्षिण भागात कोल्हापूर, सातारा, सांगली जिल्ह्यात आणि कोकणातील ठाणे, रायगड, रत्नागिरी व सिंधुदुर्ग जिल्ह्यात बॉक्साईडचे साठे सापडतात.

१) सातारा – महाबळेश्वर व कोयनेच्या खोऱ्यात पाटण भागात हलक्या प्रतीचे बॉक्साईड सापडते.

२) सांगली – कृष्णेच्या खोऱ्यात.

३) ठाणे – या जिल्ह्यात तुंगार टेकड्यांच्या परीसरात ८० चौ. कि.मी. क्षेत्रात बॉक्साईड सापडते.

४) रायगड – श्रीवर्धन, मुरूड, रोहा, महाड

५) रत्नागिरी – येथे बॉक्साईडचा मोठा साठा आहे. या जिल्ह्यात मंडणगड, दापोली येथे २ दशलक्ष टनांच्या आसपास बॉक्साईड सापडते.

६) सिंधुदुर्ग – आंबोली भागात ४५ दशलक्ष टनांच्या आसपास बॉक्साईड सापडते.

उत्पादन – देशातील इतर राज्यांच्या तुलनेत महाराष्ट्रात बॉक्साईड साठे कमी असले तरी बॉक्साईडचे उत्पादन जास्त आहे. महाराष्ट्रातील बॉक्साईड रत्नागिरी व बेळगाव या ठिकाणी असलेल्या अ‍ॅल्युमिनिअमच्या कारखान्यात वापरले जाते.

(४) क्रोमाईट – भारतातील एकूण क्रोमाईट साठाच्या सुमारे १० % क्रोमाईटचा साठा महाराष्ट्रात आहे व तो भंडारा जिल्ह्यात मौनी, नागपूर जिल्ह्यात टाका, सिंधुदुर्ग जिल्ह्यात कणकवली, बागदा, जानवली येथे आढळतो. किमती खड्यावर प्रक्रिया करण्याचे उद्योग, धातू उद्योग व रसायन उद्योगासाठी क्रोमाईटचा उपयोग होतो.

(५) चुनखडी – महाराष्ट्रात भारताचा ९ % साठा चुनखडकाचा आहे व उत्पादन केवळ २ % आहे. महाराष्ट्रात चुनखडीचे ४००० द.ल. टन साठे आहेत. चुनखडकापासून चुना मिळतो. चुनखडीच्या मातीत कंकरापासून चुना उपलब्ध होतो. चुनखडकापासून सिमेंट तयार करतात.

महाराष्ट्रात यवतमाळ, गडचिरोली, चंद्रपूर जिल्ह्यात विंध्ययन खडकात चुनखडीचे साठे आहेत. चंद्रपूर जिल्ह्यात वरोडा तालुक्यात पुरूकेश, कोंडारा, कागमोहन, राजूरा तालुक्यातील चांदूर, सांगोडा, अवरपूर येथे चुनखडक आहेत. यवतमाळ जिल्ह्यात राजूर, मांजरी, वांजरी, शिंदोला, मुकुटवन येथे चुनखडीचे साठे आहेत. अहमदनगर जिल्ह्यात कंदूर, कामूर, खांडेरावाडी येथे व राज्यात इतरत्र कनिष्ठ प्रकारचे चुनखडीचे साठे आहेत.

(६) डोलामाईट – राज्यातील ९० % डोलामाईटचा उपयोग लोह पोलाद निर्मितीसाठी केला जातो व उरलेले डोलामाईट खत कारखान्यात वापरतात. डोलामाईट युक्त चुनखडीचे साठे, चंद्रपूर, गडचिरोली, यवतमाळ जिल्ह्यात आहेत.

(७) कायनाईट – हिऱ्यांना पैलू पाडण्याच्या उद्योगात, रसायन, सिमेंट, काचसामान, विजेच्या उपकरण निर्मिती उद्योगात कायनाईटचा उपयोग केला जातो. महाराष्ट्रात भंडारा जिल्ह्यात साकोली तालुक्यात पिंपळगाव, मोगरा, दहेगाव व गार्काभोंगा येथे कायनाईटचे तसेच सिलिमिनाईटचे साठे आहेत.

इतर खनिजे – महाराष्ट्रात सिलिकामय वाळूचे सिंधुदुर्ग जिल्ह्यात वेंगुर्ली तालुक्यात वेटोरा, फोंडा, वालावल, चंदवण येथे साठे आहेत. या वाळूचा उपयोग काचकाम व ओतीव कामाच्या साच्यात केला जातो.

महाराष्ट्रात कोकणच्या किनाऱ्यावर रायगड, ठाणे व मुंबई लगतच्या भागात मीठ उत्पादन घेतले जाते. ठाणे जिल्ह्यात वसई, भाईंदर, डहाणू भागात मिठागरे आहेत. मिठाचा उपयोग आहारात, खत रासायनिक उद्योगांमध्ये केला जातो.

महाराष्ट्रातील खनिजे व त्यांचे प्रमुख उत्पादन जिल्हे.

अ.नं.	खनिजे	उत्पादक जिल्हे
१	लोहखनिज	चंद्रपूर, नागपूर, गडचिरोली व गोंदिया
२	मँगेनीज	भंडारा, नागपूर, सिंधुदुर्ग
३	बॉक्साईट	कोल्हापूर, रत्नागिरी, रायगड, ठाणे
४	क्रोमाईट	भंडारा, सिंधुदुर्ग, रत्नागिरी
५	चुनखडी	यवतमाळ, गडचिरोली, चंद्रपूर, नागपूर, नांदेड
६	डोलोमाईट	यवतमाळ, रत्नागिरी, गडचिरोली, नागपूर, चंद्रपूर
७	सिलिकामय वाळू	सिंधुदुर्ग, रत्नागिरी
८	कायनाईट	भंडारा
९	ग्रॅनाईट व पट्टीताश्म	चंद्रपूर, गडचिरोली व सिंधुदुर्ग
१०	वालुकाश्म	चंद्रपूर, नागपूर, अमरावती
११	क्वार्टझाईट	भंडारा
१२	संगमरवर	नागपूर
१३	अभ्रक	पूर्व विदर्भ
१४	गॅलियम	नागपूर
१५	मीठ	कोकण
१६	टंगस्टन	नागपूर

▶ महाराष्ट्रातील ऊर्जासाधने

काम करण्याची शक्ती किंवा क्षमता म्हणजे 'ऊर्जा' होय. ऊर्जा ही समाजाची प्राथमिक गरज आहे. ऊर्जशक्तीच्या उपलब्धतेवर आर्थिक विकास अवलंबून असतो. पृथ्वीवर आपणास विविध स्वरूपात ऊर्जा उपलब्ध होत असते.

महाराष्ट्रात प्रामुख्याने उद्योग, वीज निर्मिती, वाहतूक दळणवळण या उद्योगांत मोठ्या प्रमाणात विद्युत निर्मितीसाठी ऊर्जा खनिजांचा वापर केला जातो.

ऊर्जासाधनांचे प्रकार – ऊर्जासाधनांचे प्रामुख्याने दोन प्रकार पडतात.

१) **अपुनर्नुतणीकरणीय किंवा पारंपरिक ऊर्जासाधने** – जी ऊर्जासाधने क्षय असतात. म्हणजे एकदा वापरल्यानंतर पुन्हा वापरता येत नाहीत त्यास 'पारंपारिक ऊर्जासाधने' असे म्हणतात. उदा. दगडी कोळसा, खनिज तेल, जलविद्युत, नैसर्गिक वायू, अणुशक्ती.

२) **पुनर्नुतणीकरणीय किंवा अपारंपरिक ऊर्जासाधने** – जी ऊर्जासाधने अक्षय असतात; म्हणजे पुन्हा पुन्हा या ऊर्जासाधनांचा वापर करता येतो. उदा. सौरऊर्जा, पवन ऊर्जा, सागरी लाटा, भू-औष्णिक व टाकाऊ पदार्थांपासून निर्माण केलेली ऊर्जासाधने.

अपुननुर्तणीकरणीय/क्षय/पारंपरिक ऊर्जासाधने

(१) दगडी कोळसा – दगडी कोळसा हे महत्त्वाचे ऊर्जा खनिज आहे. त्याचा वापर औष्णिक ऊर्जा निर्माण करण्यासाठी केला जातो. देशातील ७० % वीजनिर्मिती दगडी कोळशापासून होते या विजेस 'औष्णिक वीज' असे म्हणतात.

उपयोग – औष्णिक ऊर्जा निर्माण करण्यासाठी, रेल्वे इंजिन चालविण्यासाठी, खते व रसायन उद्योगांत कच्चा माल म्हणून दगडी कोळशाचा उपयोग होतो.

साठे – भारतातील एकूण साठ्यांपैकी ४ % दगडी कोळशाचे साठे महाराष्ट्रात आहेत. ते प्रामुख्याने राज्यातील चंद्रपूर, यवतमाळ आणि नागपूर या जिल्ह्यात आहेत.

वितरण

१) चंद्रपूर – राज्यातील एकूण साठ्यापैकी ७० % साठे चंद्रपूर जिल्ह्यात आहेत. चंद्रपूर तालुक्यात चंद्रपूर व घुगुस बल्लारपूर, राजुरा तालुक्यात – सास्ती, भद्रावती तालुक्यात – मांजरी, वरोडा तालुक्यात – वरोडा, घुमुस – तेवासा व चांदा येथे राज्यातील सर्वात मोठे कोळसाक्षेत्र आहे.

२) यवतमाळ – वणी तालुक्यात – वणी व राजुर, मोरगाव तालुक्यात – अष्टोना, दिगुस तालुक्यात – चिंचोली, उमरखेड तालुक्यात – ठाणकी.

३) नागपूर – नागपूर जिल्ह्यात उमरेड, सावनेर या कामठी तालुक्यात दगडी कोळशाचे साठे आहेत. उमरेड तालुक्यात दगडी कोळसा उच्च प्रतीचा आहे.

महाराष्ट्रातील दगडी कोळशाचा उपयोग राज्यामधील औष्णिक केंद्रे (खापरखेडा, बल्लारपूर, पारस) याचप्रमाणे रेल्वे इंजिनासाठी इंधन म्हणून केला जातो. राज्यातील आठ (८) औष्णिक केंद्रांपैकी कोराडी (नागपूर) हे सर्वात मोठे औष्णिक विद्युत केंद्र आहे.

(२) खनिजतेल व नैसर्गिक वायू

स्तरीत खडकात आढळणाऱ्या खनिज तेलाचे भारतात सुमारे ५५ कोटी टन साठे असणे अंदाजित आहे. यातील बहुतेक साठे आसाम, गुजरात व मुंबईनजीक समुद्रातील 'मुंबई हाय' (बॉम्बे हाय) क्षेत्रात एकवटलेले आहेत. याशिवाय गोदावरी, कृष्णा आणि कावेरी नद्यांचा त्रिभुज प्रदेश व ईशान्येकडील राज्य, गंगानदीच्या खोऱ्यात तेलाचे साठे आढळतात.

'बॉम्बे हाय' – मुंबईपासून १७६ कि.मी. अंतरावर अरबी समुद्रात 'बॉम्बे हाय' ह्या खनिजतेल व नैसर्गिक वायू उत्खननाचा प्रकल्प आहे. ०३/०२/१९७४ रोजी 'बॉम्बे हाय' येथे सागरसम्राट ही पहिली खनिजतेल विहीर खोदली गेली. या क्षेत्रात भारतातील एकूण खनिजतेलाच्या ५० % खनिज तेलाचे उत्पादन होते. याशिवाय 'वसई हाय' येथेही तेलक्षेत्र आहे.

नैसर्गिक वायू – भारतात नैसर्गिक वायूचे सुमारे ६२८ अब्ज घनमीटर साठे असून मुंबईजवळ 'बॉम्बे हाय' क्षेत्रात नैसर्गिक वायूंचे सर्वात मोठे साठे आहेत. या क्षेत्रात मिळणारा नैसर्गिक वायू उरण बंदरात साठविला जातो. तेथे औष्णिक विद्युत केंद्र आहे.

भारतात दरवर्षी ८०० कोटी घनमीटर एवढा नैसर्गिक वायू वापरला जातो.

(३) औष्णिक विद्युत – औष्णिक विद्युत ही दगडी कोळसा व खनिज तेल यापासून तयार केली जाते. औष्णिक विद्युतनिर्मिती क्षेत्रे प्रामुख्याने दगडी कोळसा, खनिजतेल क्षेत्र व रेल्वे मार्गांजवळ उभारलेली आहेत.

१) कोकणातील औष्णिक विद्युत केंद्रे – कोकणात चोला (११८ मेगावॅट) व तुर्भे (ट्रॉम्बे) या ठिकाणी औष्णिक विद्युत केंद्रे आहेत.

२) पश्चिम महाराष्ट्रातील औष्णिक विद्युत केंद्र – पश्चिम महाराष्ट्रात नाशिक जिल्ह्यात एकलहरे (९१० मेगावॅट) येथे औष्णिक विद्युत केंद्र उभारले आहे.

३) खानदेश औष्णिक विद्युत केंद्र – खानदेशात जळगाव जिल्ह्यात भुसावळजवळ फेकरी (४८२.५ मेगावॅट) येथे औष्णिक विद्युत केंद्र उभारले आहे.

४) मराठवाड्यातील औष्णिक विद्युत केंद्र – मराठवाड्यात बीड जिल्ह्यात परळी (६९० मेगावॅट) येथे औष्णिक विद्युत केंद्र उभारले आहे.

५) विदर्भातील औष्णिक विद्युत केंद्रे – महाराष्ट्रात औष्णिक विद्युत केंद्रांचा विकास मुख्यत्वेकरून विदर्भात झाला आहे. याचे मुख्य कारण म्हणजे स्थानिक उपलब्ध होणारा दगडी कोळसा होय. विदर्भात एकूण ४ औष्णिक विद्युत केंद्रे आहेत.

अ.नं.	औष्णिक विद्युत केंद्र	जिल्हा	क्षमता (मेगाव्हॅट)
१	पारस	अकोला	६२.५
२	कोराडी	नागपूर	११००
३	खारखंडा	नागपूर (वायव्य)	४२०
४	दुर्गापूर	चंद्रपूर	१८४०
५	बल्लारपूर	चंद्रपूर (दक्षिण)	

महाराष्ट्रातील सर्वात महत्त्वाचे औष्णिक विद्युत केंद्र नागपूरजवळ कोराडी येथे आहे.

(४) जलविद्युत – जलविद्युत उत्पादनात महाराष्ट्राचा भारतात प्रथम क्रमांक येतो. राज्यातील एकूण वीज उत्पादनात ५० % वीज ही जलविद्युत केंद्रापासून मिळते. महाराष्ट्रात पश्चिम भागात मोठी जलविद्युत निर्मितीची केंद्रे आहेत.

महाराष्ट्रातील प्रमुख जलविद्युत केंद्रे

१) कोयना प्रकल्प – कोयना ही कृष्णा नदीची उपनदी असून सातारा जिल्ह्यात हेळवाक जवळील देशमुखवाडी येथे धरण बांधून कोयनेचे पाणी अडविले आहे. या प्रकल्पाची एकूण विद्युत क्षमता १,९२० मेगावॅट आहे. या प्रकल्पातील कोयनानगर येथे ९८.७८ टी.एम.सी. क्षमतेचे १०३ मी. उंचीचे ५०५ मी. लांबीचे धरण बांधले आहे. चिपळूण मधील पोफळी येथे एक ५६० मेगावॅट क्षमतेचे वीज केंद्र उभारले आहे. कोयना प्रकल्पाचा पहिला टप्पा १९५४–६४ या काळात तर दुसरा टप्पा १९६५–७५ या काळात पूर्ण झाला. पहिल्या टप्प्यात २.४० लाख किलो वॅट दुसऱ्या टप्प्यात ५.४ लाख किलो वॅट तर तिसऱ्या टप्प्यात ३.२ लाख किलो वॅट वीज निर्मिती क्षमता आहे. या प्रकल्पाच्या चौथ्या टप्प्यात जादा क्षमतेचे वीज उत्पादन केले जाणार आहे व १००० मेगावॅट विद्युत निर्मितीपर्यंत क्षमता वाढवली जाणार आहे.

लेक टॅपिंग प्रयोग – महाराष्ट्राला वीज निर्मितीमध्ये स्वयंपूर्ण करण्याच्या दृष्टिकोनातून १३ मार्च १९९९

मध्ये कोयना जलाशयात लेक टॅपिंगचा यशस्वी प्रयोग केला गेला. याद्वारे जलाशयाच्या तळाला भोक पाडून जमिनीखाली ८0 मीटरवर उभारलेल्या बोगद्यातून ४.२ कि.मी. पर्यंत पाणी नेणे व तेथे बोगद्यातून आणलेले पाणी ५४८ मी. वरून वीज निर्मिती करणाऱ्या संयंत्रावर सोडावयाचे अशी योजना आहे.

२) जायकवाडी प्रकल्प – जायकवाडी जलविद्युत प्रकल्पासाठी गोदावरी नदीवर धरण बांधण्यात आले. या नाथसागर जलाशयाच्या मदतीने सुमारे १२ मेगावॅट वीज निर्मितीची क्षमता असलेला वीज प्रकल्प उभारण्यात आला आहे.

३) भिरा, खोपोली व भिवपुरी जलविद्युत प्रकल्प – कोकणात टाटा वीज मंडळाद्वारे रायगड जिल्ह्यात भिरा, खोपोली व भिवपुरी येथे जलविद्युत प्रकल्प आहे. मुळा नदीवर खोपोली (७२ मेगावॅट) व भिवपुरी (७२ मेगावॅट) जलविद्युत केंद्रे आहेत. भिरा या केंद्रामध्ये टाटा कंपनीद्वारे १५0 मेगावॅट क्षमतेची वीज निर्माण केली जाते.

४) येलदरी जलविद्युत प्रकल्प – मराठवाड्यात पूर्णा नदीवर परभणी जिल्ह्यातील जिंतुर तालुक्यातील येलदरी गावाजवळ धरण बांधले आहे. या धरणाद्वारे ५ मेगावॅट वीज निर्मिती केली जाते.

याशिवाय महाराष्ट्रात – सातारा – कोयना, धोम, कन्हेर,

रायगड – भीरा, टाटा, खोपोली, भिवपुरी

ठाणे – वैतरणा, भावसा

सिंधुदुर्ग – तिलारी

पुणे – वीर, भाटघर, पवना, पानशेत, वरसगाव

औरंगाबाद – पैठण

कोल्हापूर – राधानगरी

अहमदनगर – भंडारदरा

सोलापूर – उजनी

परभणी – येलदरी

नागपूर – पेंच इ. महत्त्वाचे जलविद्युत प्रकल्प आहेत. वरील सर्व जलविद्युत प्रकल्पांमधून राज्याची १५४३ मेगावॅट जलविद्युत स्थापित क्षमता आहे.

५) अणुऊर्जा – आधुनिक काळातील हे एक अत्यंत महत्त्वाचे शक्तिसाधनच ठरले आहे. युरेनियम, थोरियम, प्लुटोनियम, रेडिअम, लिथिअम यांसारख्या किरणोत्सर्गी खनिजातील अणूंचे विघटन करून अणुशक्ती मिळवता येते. अणूंचे विघटन होत असतांना त्यांच्या रचनेत बदल होऊन त्यामधून उष्णतेच्या रूपाने फार मोठी शक्ती बाहेर पडते. या उष्णतेपासून निर्माण झालेल्या बाष्पशक्तीवर विद्युत जनित्रे कार्यान्वित करून विद्युत निर्मिती केली जाते. ज्या खनिजांपासून अणुशक्ती मिळवली जाते त्यामध्ये युरेनिअम हे सर्वात महत्त्वाचे खनिज आहे. १00 टन दगडी कोळशापासून जेवढी ऊर्जा मिळते तेवढी ऊर्जा केवळ २८ ग्रॅम युरेनिअमपासून मिळते.

डॉ. होमी भाभा हे भारतातील अणुऊर्जा संशोधनाचे जनक होत. भारतात १९४0 पासून युरेनिअम व थोरियम या किरणोत्सर्गी खनिजांच्या साहाय्याने अणुऊर्जा कार्यक्रम राबविण्यास सुरुवात झाली.

भारतातील प्रमुख अणुऊर्जा प्रकल्प

अ. नं.	राज्य	प्रदेश
१	महाराष्ट्र	तारापूर, उमरेड
२	राजस्थान	रावतभाटा
३	तमिळनाडू	कल्पकम, कुंडाकुलम
४	उत्तरप्रदेश	नरोरा
५	गुजरात	काक्रापारा
६	कर्नाटक	कैगा

येथे अणुविद्युत निर्मिती केंद्रे आहेत.

महाराष्ट्रातील अणुऊर्जा प्रकल्प – राज्याच्या एकूण विद्युत निर्मितीत अणुऊर्जेचा हिस्सा अगदी नगण्य म्हणजे २ % हून ही कमी आहे.

१) तारापूर – राज्यातील ठाणे जिल्ह्यातील पालघर तालुक्यात पालघरपासून थोड्याच अंतरावर असलेल्या तारापूर येथे अणु विद्युत प्रकल्प आहे. हा भारतातील पहिला अणु विद्युत प्रकल्प होय. येथे दोन अणुभट्ट्यांच्या साहाय्याने सन १९६९ पासून अणुऊर्जा विद्युत निर्मिती करण्यास सुरुवात झाली. या भट्ट्यांमध्ये समृद्ध युरेनियम वापरले जात असून त्यांची प्रत्येकी २१० मेगावॉट विद्युत निर्मिती करण्याची क्षमता आहे.

२) उमरेड – महाराष्ट्रात नागपूर जिल्ह्यातील उमरेड येथे अणुऊर्जा प्रकल्प विकसित होत आहे.

महाराष्ट्रातील अणुऊर्जा संशोधन केंद्रे

महाराष्ट्रात मुंबईजवळ ट्रॉम्बे (तुर्भे) येथे 'भाभा ऑटोमिक रिसर्च सेंटर' ही देशातील अणुऊर्जा संशोधन व विकासाचे कार्य करणारी सर्वोच्च संस्था कार्यरत आहे. या संस्थेची स्थापना सन १९५७ मध्ये करण्यात आली या संस्थेमार्फत अप्सरा, सीरस, झेरेलिना, पूर्णिमा आणि ध्रुव या संशोधन अणुभट्टा सुरू करण्यात आल्या आहेत.

अपरंपरागत ऊर्जा साधनसंपत्ती – दगडी कोळसा, खनिज तेल, नैसर्गिक वायू ही ऊर्जासाधने अपुननुतणीकरणीय/ क्षय स्वरूपाची आहेत. यांचे साठे मर्यादित असून ते फार काळ टिकणारे नाहीत त्यामुळे मानवाने या पारंपरिक ऊर्जासाधनांना पर्याय म्हणून प्राकृतिक, यांत्रिकी व रासायनिक प्रक्रियांद्वारे नूतनीकरण करता येईल अशा ऊर्जासाधनांचा शोध लावला आहे. या ऊर्जासाधनांना 'अपारंपरिक ऊर्जासाधने' असे म्हणतात. यामध्ये पवन ऊर्जा, सागरी लाटांपासून निर्माण होणारी ऊर्जा, सौर ऊर्जा अशा काही महत्त्वाच्या ऊर्जा साधनांचा समावेश होतो.

(१) पवन ऊर्जा – अपारंपरिक ऊर्जा स्रोतापैकी एक स्रोत वाऱ्याच्या स्रोताचा उपयोग करून पवनचक्क्या चालविल्या जातात.

जेथे वाऱ्याचा वेग अधिक आहे व वार्षिक पवनऊर्जा घनता प्रति चौ. मी. ला २०० वॅटपेक्षा अधिक आहे अशा ठिकाणी पवनचक्क्या उभारल्या जातात. उदा. उंच डोंगराळ सपाट प्रदेश, समुद्रकिनारा प्रदेश

भारताचा पवनविद्युत निर्मितीत जगात पाचवा क्रमांक लागतो. (१४६२८ मेगावॉट क्षमता)

महाराष्ट्राची पवनविद्युत क्षमता ३,६५० मेगावॉट असून राज्यातील २८ स्थाने पवनविद्युत प्रकल्प राबविण्यास अनुकूल आहेत. सध्या राज्यात ९ ठिकाणी सुमारे ३९३ मेगावॉटचे खाजगी पवनऊर्जा प्रकल्प राबविण्यात आले आहेत.

१) सिंधुदुर्ग – सन १९९४ मध्ये राज्यातील पहिला १.५ मेगावॅट क्षमतेचा पवनफार्म उभारण्यात आला. सिंधुदुर्ग जिल्ह्यात जमसाडे (देवगड) येथे राज्यातील पहिला पवनविद्युत प्रकल्प उभारण्यात आला आहे.

२) सातारा – जिल्ह्यातील वनकुसवडे ५०० मेगावॅट विद्युत निर्मिती क्षमता असलेला पवनऊर्जा निर्मिती प्रकल्प विकसित होत आहे. हा आशिया खंडातील सर्वात मोठा पवनऊर्जा प्रकल्प गणला जातो.

सातारा जिल्ह्यात ७०३ पवनचक्क्या असून त्याचे वितरण वनकुसवडे (५५२), ठोसेघर (१०६), चाळकपाडी (४४), माळेवाडी (२५) असे आहे.

३) सांगली – गुढे - पाचगणी (३४), ढालगाव (१४) पवनचक्क्या कार्यान्वित आहेत. कवठेमहांकाळ तालुक्यात अनेकठिकाणी पवनचक्क्या आहेत.

४) अहमदनगर – अहमदनगर जिल्ह्यातील पारनेर तालुक्यात कवडा डोंगरावर ४० पवनचक्क्या आहेत. येथे राज्यातील सर्वात मोठा पवनऊर्जा प्रकल्प 'महाराष्ट्र एनर्जी डेव्हलपमेंट एजन्सी' (MEDA) तर्फे उभारण्याचे नियोजित आहे.

पवनऊर्जा निर्मितीत महाराष्ट्राचा तमिळनाडू नंतर देशात दुसरा क्रमांक लागतो. देशातील (१४१४.३३ मेगावॅट) १७ % उत्पादन महाराष्ट्रात होते.

(२) सौर ऊर्जा – अपारंपरिक स्रोतांपैकी हा एक प्रमुख स्रोत आहे. सौरऊर्जा उपयोग – १) सौर औष्णिक ऊर्जा, २) सौर फोटोव्होल्टॅक या दोन प्रकारात करता येतो.

देशात राजस्थानमधील जोधपूर जिल्ह्यात मथानिया येथे १४० मेगावॅट क्षमतेचा 'एकात्मिक सौरऊर्जा प्रकल्प' उभारण्यात येत आहे.

राज्यात औरंगाबाद जिल्हा 'सौर ऊर्जा' व 'सौर शक्ती' याबाबत पुढे आहे.

▶ महाराष्ट्रातील उद्योग

भारतात पहिली सुताच्या कापडाची गिरणी (१८५४) व पहिला लोहमार्ग (१८५३) महाराष्ट्रातच प्रथम चालू झाला व त्यातूनच महाराष्ट्राच्या औद्योगिकरणाचा पाया मुंबईत घातला गेला. कापड गिरण्यांच्या भरभराटीमुळे मुंबई हे भारताचे मँचेस्टर बनले. औद्योगिकदृष्ट्या मुंबई हे प्रथम क्रमांकाचे शहर बनले. मुंबई ही महाराष्ट्राचीच नव्हे तर भारताची आर्थिक राजधानी आहे. कापड उद्योगाला 'औद्योगिकरणाची जननी' म्हणतात. अनेक औद्योगिक उत्पादनांचे कारखाने महाराष्ट्रात आहेत. देशातील गुंतवणुकदारांनी २९ % म्हणजे सर्वाधिक परदेशी गुंतवणूक महाराष्ट्राच्या उद्योगक्षेत्रात झालेली आढळते. भारतातील एकूण औद्योगिक उत्पादनाच्या स्थूल मूल्यांपैकी २१ % उत्पादन स्थूल मूल्य महाराष्ट्रात आढळते.

महाराष्ट्राची आर्थिक पाहणी २०१०–११ अनुसार सन २००९ अखेर राज्यातील कारखान्यांची संख्या २०,४४८ इतकी होती.

उद्योगांचे वितरण महाराष्ट्रात असमान आहे. सर्व कारखानदारी मुख्यत: मुंबई, मुंबई उपनगर, ठाणे, पुणे या जिल्ह्यात एकत्रित झालेले आढळून येते. अलीकडे उद्योगांच्या विकेंद्रीकरणाच्या धोरणामुळे अनेक औद्योगिक वसाहती महाराष्ट्रात निर्माण होत आहेत.

अविकसित भागात उद्योग सुरू व्हावेत म्हणून १९६६ मध्ये सिकॉम (SICOM) स्थापना झाली. महाराष्ट्र राज्य लघु वित्तिय महामंडळ (MFSC), महाराष्ट्र राज्य लघु उद्योग विकास मंडळ (१९६२) (MSSIDC), खादी ग्रामोद्योग मंडळ (१९६२) (KVIC) इ. मंडळे प्रयत्न करीत आहेत.

महाराष्ट्रातील महत्त्वाचे उद्योग व त्यांचे वितरण

१) महाराष्ट्रातील कापड उद्योग – महाराष्ट्रातील सुती कापड उद्योगाचे स्थान महत्त्वपूर्ण आहे. सुती कापड उत्पादनात महाराष्ट्र अग्रेसर आहे.

- महाराष्ट्रात पहिली कापडगिरणी मुंबई येथे १८५४ मधे श्री. कावसजी नानाभाई दावर यांनी सुरू केली.
- देशात सध्या १७०० कापड गिरण्या आहेत त्यापैकी १२२ कापड गिरण्या महाराष्ट्रात आहेत.
- राज्यातील जवळपास निम्म्या कापडगिरण्या मुंबई शहरात आहेत. मुंबईला यथार्थतेने भारताचे 'कॉटन पॉलिस' म्हटले जाते.
- राज्यात ६८६ सहकारी हातमाग व १३६० सहकारी यंत्रमाग संस्था कार्यरत आहेत.
- महाराष्ट्रातून सर्व प्रतीच्या कापडाचे एकूण वार्षिक उत्पन्न १२४ कोटी मीटर व सर्व प्रतीच्या सुती धाग्याचे एकूण उत्पादन २२.८५ कोटी मे. टन आहे.

वितरण

१) पश्चिम महाराष्ट्र – पश्चिम महाराष्ट्रात कापड गिरण्यांचा सर्वाधिक विकास झाला आहे.

मुंबई – मुंबई हे महाराष्ट्रातील कापड उद्योगाचे केंद्र आहे. मुंबई येथे ५४ कापडगिरण्या आहेत. इथे कापड गिरण्यांचे केंद्रीकरण झालेले आहे म्हणून मुंबईला 'भारताचे मँचेस्टर' असेही म्हणतात.

ठाणे – ठाणे जिल्ह्यात भिवंडी हे कापड उद्योगाचे केंद्र आहे.

पुणे – पुणे जिल्ह्यात भोर हे कापड उद्योगाचे केंद्र आहे.

नाशिक – नाशिक, मालेगाव, येवला हे कापड उद्योगाचे केंद्र आहे.
यापैकी मालेगाव हे कापड उद्योगाचे एक महत्त्वाचे केंद्र आहे.

कोल्हापूर – कोल्हापूर जिल्ह्यात इचलकरंजी व कोल्हापूर ही कापड गिरण्यांची महत्त्वाची केंद्रे आहेत. कोल्हापूर येथील शाहू मिल ही एक जुनी शाहू महाराजांच्या काळात सुरू झालेली गिरणी आहे. इचलकरंजीला 'दक्षिण महाराष्ट्राचे मँचेस्टर' असे म्हणतात.

सांगली – माधवनगर व मिरज ही कापड उद्योगाची केंद्रे आहेत.

सोलापूर – सोलापूर व बार्शी हे कापड उद्योगाचे केंद्र आहे.
यापैकी सोलापूर महत्त्वाचे केंद्र आहे; कारण कच्च्या मालाचे उत्पादन मोठ्या प्रमाणात उपलब्ध आहे. सोलापूरात विविध प्रकारचे कापडाचे उत्पादन होत आहे. येथील सोलापुरी चादरी प्रसिद्ध आहेत.

२) मराठवाडा – नांदेड, औरंगाबाद व जालना हे कापड उद्योगाचे केंद्र आहे. नांदेडचे टेरिकॉट प्रसिद्ध आहे. रेशमापासून कापड विणण्याचा व्यवसाय पैठण व औरंगाबाद या शहरांमध्ये फार पूर्वीपासून चालतो. त्यामुळे तेथील शालू, जरीच्या साड्या, रेशीम कापड जगप्रसिद्ध आहे.

३) खानदेश – जळगाव व धुळे जिल्ह्यात कापड गिरण्या आहेत. जळगाव जिल्ह्यात चाळीसगाव व अंमळनेर.

४) विदर्भ – विदर्भात मोठ्या प्रमाणात कापसाचे उत्पादन होते. विदर्भात नागपूर सुती कापडगिरण्यांचे मोठे केंद्र आहे.

वर्धा – पुलगाव व हिंगणघाट ही कापड उद्योगांची केंद्रे आहेत.

अमरावती – बजनेरा व अचलपूर ही कापड उद्योगाची केंद्रे आहेत.

अकोला – अकोला हे कापड उद्योगाचे केंद्र आहे.

याशिवाय महाराष्ट्रातील अनेक जिल्ह्यात कापड गिरण्या आहेत. भारतातील एकूण वस्त्रोद्योगांपैकी महाराष्ट्रातून ३६.४० % उत्पादन होते.

महाराष्ट्रातील साखर उद्योग

महाराष्ट्रातील साखर उद्योग हा शेतीमालावर आधारित प्रमुख उद्योग आहे. त्यामुळे ग्रामीण भागाच्या विकासाला चालना मिळाली आहे.

- महाराष्ट्रात या उद्योगाची सुरुवात १९१९ मध्ये 'दि बेलापूर शुगर ॲण्ड अलाइड इंडस्ट्रीज' हा पहिला खाजगी साखर कारखाना अहमदनगर जिल्ह्यात श्रीरामपूरजवळ हरेगाव येथे सुरू केला.
- साखर उद्योगाला खरी गती मिळाली ती १९४८ पासून भारतातील सहकारी तत्त्वावरील पहिला साखर कारखाना पद्मश्री विठ्ठलराव विखे पाटील यांच्या प्रयत्नामुळे अहमदनगर जिल्ह्यात राहाता तालुक्यात लोणी बुद्रक येथे उभा राहिला.
- इ.स. २००४ मध्ये महाराष्ट्रात सहकारी साखर कारखान्यांची संख्या १६५ व खाजगी कारखाने १९ आहेत. त्यातून १८५ लाख टन उसाचे गाळप व 20 लाख टन साखर उत्पादन झाले आहे.
- उसाखालील क्षेत्रात व ऊस उत्पादनात उत्तर प्रदेशाचा देशात प्रथम क्रमांक लागतो; तर साखर कारखाने व साखर उत्पादनात महाराष्ट्राचा प्रथम क्रमांक लागतो.
- देशातील एकूण ऊस उत्पादनात उत्तर प्रदेशाचा हिस्सा ३१.३ % तर महाराष्ट्राचा वाटा १७.४ % आहे.

साखर कारखान्यांचे वितरण

१) पश्चिम महाराष्ट्र – साखर उद्योगांचा सर्वाधिक विकास पश्चिम महाराष्ट्रात झाला आहे.

अहमदनगर – अहमदनगर हा साखरेच्या उत्पादनात अग्रेसर जिल्हा आहे. महाराष्ट्रातून होणाऱ्या साखर उद्योगांपैकी ४१ % साखरेचे उत्पादन अहमदनगर जिल्ह्यात होते.

अहमदनगर जिल्ह्यात सर्वात जास्त म्हणजे १४ साखर कारखाने आहे.

कोल्हापूर – कोल्हापूर जिल्ह्यात १२ कारखाने तर पुणे, सांगली, सातारा व सोलापूर जिल्ह्यात प्रत्येकी ८ साखर कारखाने आहेत. नाशिक जिल्ह्यात ५ साखर कारखाने आहेत. साखर कारखान्यांमध्ये राज्यात सर्वाधिक साखरेचा उतार नाशिक जिल्ह्यातील कादवा साखर कारखान्यातून होते.

याशिवाय महाराष्ट्रातील अनेक जिल्ह्यात साखर कारखाने आहेत. परंतु, त्यांचा मोठ्या प्रमाणात विकास झालेला नाही.

देशातील साखर उत्पादनात महाराष्ट्राचा वाटा ३६ % असून त्यामुळे साखर उत्पादनात महाराष्ट्राचे स्थान देशात पहिले व उत्तर प्रदेशाचे (२५ %) दुसरे आहे.

२) रासायनिक उद्योग – महाराष्ट्रातून भारताच्या एकूण रासायनिक उत्पादनांपैकी ४० % उत्पादन होते.

३) खत उद्योग – महाराष्ट्र हे शेतीप्रधान राज्य असल्याने राज्यात खत उद्योगाला महत्त्व आहे.

- महाराष्ट्रात एकूण ११ खत प्रकल्प कार्यान्वित आहेत.
- सात खत प्रकल्प – मुंबई, ठाणे, रायगड
- प्रत्येकी एक खत प्रकल्प – पुणे, कोल्हापूर, यवतमाळ, अमरावती
- मुंबई उपनगर भागातील तुर्भे (ट्रॉम्बे) येथील राष्ट्रीय केमिकल्स ॲण्ड फर्टीलायझर्स लिमिटेड हा महाराष्ट्रातील प्रमुख व सर्वात मोठा खत प्रकल्प आहे.

इतर उद्योग

लोकर वस्त्रोद्योग, तेल गिरण्या, भात गिरण्या, कृषिवर आधारित इतर उद्योग, स्वयंचलित वाहन उद्योग, लोह-पोलाद उद्योग, अभियांत्रिकी उद्योग, काच उद्योग, खनिजांवर आधारित उद्योग, कागद उद्योग, संरक्षण साहित्य निर्मिती, मिग विमान, सिमेंट, तेलशुद्धीकरण, विद्युत सामग्री व उपकरणे, जहाजबांधणी इ. सारखे लहान मोठे उद्योग महाराष्ट्रात विविध भागात विकसित झालेले आहेत.

महाराष्ट्रातील औद्योगिक विभाग

कोणत्याही राज्याच्या विकासाला उद्योगधंद्यांचे स्थान महत्त्वाचे असते. सर्वसामान्यपणे ज्या प्रदेशात अनेक उद्योगांचा विकास झालेला असतो त्या प्रदेशाला औद्योगिक प्रदेश किंवा औद्योगिक विभाग असे म्हणतात.

महाराष्ट्रात सात औद्योगिक विभाग आहेत.

१) मुंबई – ठाणे औद्योगिक विभाग

२) पुणे – पिंपरी – चिंचवड औद्योगिक विभाग

३) औरंगाबाद – जालना औद्योगिक विभाग

४) नाशिक औद्योगिक विभाग

५) नागपूर औद्योगिक विभाग

६) कोल्हापूर औद्योगिक विभाग

७) सोलापूर औद्योगिक विभाग

औद्योगिक विकासात मोठी असमानता आढळून येते; म्हणून शासनाने प्रादेशिक आर्थिक समतोल राखण्यासाठी अविकसित विभागास विशेष अनुदान योजना चालू केल्या आहेत.

▶ महाराष्ट्रातील शेती व प्रमुख पिके

शेती हा महाराष्ट्रातील प्रमुख प्राथमिक व्यवसाय आहे. महाराष्ट्र कृषिप्रधान राज्य आहे. याचे महत्त्वाचे कारण म्हणजे २०११ जनगणननेनुसार राज्यातील ५४.८ % लोकसंख्या ग्रामीण भागात राहते. ग्रामीण भागातील ९० % म्हणजे राज्यातील ५० % लोकसंख्या प्रत्यक्ष व अप्रत्यक्षपणे शेतीवर अवलंबून असते. तसेच २००९-१० मध्ये स्थूल राज्यांतर्गत उत्पन्नात १०.५ % हिस्सा शेतीचा आहे. तसेच स्थानिकांना अन्नधान्य पुरवठा व शेती आधारित उद्योगधंद्यांना कच्चा माल शेतीतूनच उपलब्ध होतो. त्यामुळे शेतीला विशेष महत्त्व आहे.

राज्यातील शेतीचे प्रकार

महाराष्ट्रात शेतीचे पुढील पाच प्रकार आहेत.

१) आर्द्र शेती – कोकण किनारपट्टी, सह्याद्री घाटमाथा पूर्व महाराष्ट्रातील वर्धा आणि वैनगंगा खोऱ्यातील भंडारा, गोंदिया, चंद्रपूर व गडचिरोली भागात ही शेती केली जाते.

२) कोरडवाहू शेती – पर्जन्यच्छायेच्या प्रदेशात सोलापूर, पुणे, अहमदनगर, उस्मानाबाद, जालना, औरंगाबाद व सातारा, सांगली पूर्व भागात ही शेती केली जाते.

३) भटकी शेती – महाराष्ट्रात ठाणे, नाशिक, नंदुरबार, धुळे, जळगाव, अमरावती, भंडारा, गोंदिया, चंद्रपूर व गडचिरोली या जिल्ह्यात ही शेती केली जाते.

४) शिड्ड्याकृत शेती/पायऱ्या पायऱ्यांची शेती – प्रामुख्याने सह्याद्री पर्वत, उत्तरेकडील सातपुडा (तोरणामाळ व गाविलगड) या भागात ही शेती केली जाते.

५) बागायती शेती – राज्यात विशेषत: पश्चिम महाराष्ट्रात ही शेती केली जाते. पश्चिम महाराष्ट्रातील पुणे, नाशिक, सातारा, सांगली, कोल्हापूर, सोलापूर, अहमदनगर या जिल्ह्यांत बागायती शेती केली जाते. महाराष्ट्रातील इतर जिल्ह्यातही कमी अधिक प्रमाणात बागायत शेती केली जाते.

महाराष्ट्रातील प्रमुख पिके – (१) खाद्य पिके –

१) ज्वारी – खरीप व रब्बी अशा दोन्ही हंगामात ज्वारीचे पीक घेतले जाते. खरीप हंगामापेक्षा रब्बी हंगामात ज्वारीचे क्षेत्र जास्त असले तरी उत्पादनात मात्र रब्बीपेक्षा खरीप ज्वारीचे प्रमाण जास्त आहे. ज्वारी हे महाराष्ट्रातील प्रमुख अन्नधान्य पीक आहे. राज्यात ज्वारीच्या पिकाखाली सुमारे ३२ % क्षेत्र आहे. भारतात ज्वारीचे सुमारे ४१ % क्षेत्र असून महाराष्ट्राचा ज्वारी उत्पादनात प्रथम क्रमांक येतो. साधारणपणे पश्चिम भागात रब्बी ज्वारी तर पूर्व भागात खरीप ज्वारी पिकवतात.

ज्वारीचे क्षेत्र – महाराष्ट्रात सोलापूर जिल्ह्याला 'ज्वारीचे कोठार' म्हणतात. राज्यात लागवडी खालील क्षेत्रात सोलापूर जिल्ह्याचा प्रथम क्रमांक, अहमदनगर जिल्ह्याचा द्वितीय क्रमांक तर पुणे जिल्ह्याचा तृतीय क्रमांक येतो. कोकण वगळून इतरत्र ज्वारीचे पीक घेतले जाते. कोकणचे हवामान ज्वारीला अनुकूल नाही.

खरीप हंगामातील ज्वारीचे क्षेत्र – सर्वात जास्त खरीप ज्वारीचे क्षेत्र औरंगाबाद विभागात (१०५०००० हेक्टर) आहे. त्यानंतर दुसरा क्रमांक अमरावती विभागाचा (९४९००० हेक्टर) येतो. औरंगाबाद विभागत मराठवाड्यातील नांदेड, लातूर, परभणी, बीड, उस्मानाबाद या जिल्ह्यांमध्ये तर अमरावती विभागात अकोला, बुलढाणा, यवतमाळ जिल्ह्यांत ज्वारीचे पीक घेतले जाते. खरीप ज्वारीचे सर्वात जास्त क्षेत्र अकोला जिल्ह्यात (प्रथम क्रमांक) येते. नाशिक विभागात जळगाव, धुळे या जिल्ह्यात व पुणे विभागात सांगली, सातारा जिल्ह्यांत खरीप ज्वारीची लागवड केली जाते.

रब्बी ज्वारीचे प्रमुख क्षेत्र – सर्वात जास्त रब्बी ज्वारीचे क्षेत्र पुणे विभागात (४३.१ %) आहे. पुणे विभागात रब्बी ज्वारीच्या क्षेत्राबाबत सोलापूर जिल्ह्याचा (२०.१ %) राज्यात प्रथम क्रमांक लागतो. त्यानंतर अहमदनगर जिल्हा (१६.१ %), पुणे जिल्हा (१४.१ %) ज्वारीचे उत्पादक महत्त्वाचे जिल्हे आहेत. औरंगाबाद विभागात बीड, औरंगाबाद, उस्मानाबाद जिल्ह्यात ज्वारीचे क्षेत्र जास्त प्रमाणात आहे.

२) भात – भात हे सुद्धा महाराष्ट्रातील प्रमुख खाद्यपीक आहे. ज्वारीप्रमाणेच महाराष्ट्रात आहारात भाताचा उपयोग करतात. महाराष्ट्रात निरनिराळ्या पीकाखाली असलेल्या एकूण क्षेत्रापैकी ८.४ % क्षेत्र या पिकाखाली आहे. महाराष्ट्रात भात हे दुय्यम पीक आहे. भाताचे उत्पादन प्रामुख्याने स्थानिक गरज भागविण्यासाठीच घेतले जाते. देशात भात पिकाखाली असलेल्या एकूण क्षेत्रफळापैकी ३.५ % क्षेत्र महाराष्ट्रात असून भाताच्या देशांतर्गत एकूण उत्पादनात महाराष्ट्राचा हिस्सा अवघा २.५ % इतका आहे.

हवामान – भाताच्या पिकासाठी उष्ण व दमट हवामान लागते. भरपूर पाऊस आणि तापमान असलेल्या क्षेत्रात भाताचे पीक चांगले येते. भातासाठी १५० ते २०० सें.मी. पर्जन्य आणि २४° ते ३२° से. तापमान लागते.

महाराष्ट्रातील परिस्थिती – महाराष्ट्रातील भौगोलिक परिस्थिती भातशेतीसाठी अनुकूल आहे. महाराष्ट्रात जेथे २०० सें. मी. पर्यंत पाऊस पडतो तेथे भाताची लागवड केली जाते. अशा भागात भात शेतीस आवश्यक असलेले तापमानही आहे. महाराष्ट्रात नद्यांच्या खोऱ्यात भातशेती होते कोकणात डोंगर उतारावर भाताचे पीक

घेतले जाते. येथील मृदा भात शेतीस अनुकूल आहे.

उत्पादक प्रदेश – महाराष्ट्रात कोकण व पूर्व विदर्भ हे भात पिकविणारे दोन प्रमुख प्रदेश आहेत.

कोकण – महाराष्ट्रातील कोकण विभागात भाताचे पीक मोठ्या प्रमाणावर घेतले जाते. कोकणातील रायगड, रत्नागिरी व सिंधुदुर्ग या जिल्ह्यांत भाताचे मोठ्या प्रमाणावर उत्पादन होते.

पूर्व विदर्भ – हा देखील भात उत्पादनाच्या दृष्टीने महत्त्वाचा भाग आहे. विदर्भाच्या पूर्वेकडील भंडारा, गोंदिया, चंद्रपूर व गडचिरोली या जिल्ह्यांत भातशेती होते. या चार जिल्ह्यांत भात हे प्रमुख पीक आहे. या जिल्ह्यातील जवळजवळ ९० % जमीन भातशेतीखाली आहे.

कोकण व पूर्व विदर्भाशिवाय महाराष्ट्रात सातारा, कोल्हापूर, पुणे, नाशिक, ठाणे या जिल्ह्यातही भाताचे पीक घेण्यात येते.

भाताच्या जाती – राज्यात निरनिराळ्या जातींच्या तांदळाचे उत्पादन होते. विदर्भात गुरमुटीया, चिनोर, गोंदिया तर कोकणात चिमणसाळ, चंपाकळी, आंबेमोहर, पनवेल, जिरगा, धनसाळ या जाती प्रमुख आहेत. अलीकडील काळात कर्जत ३५ – ३, रत्ना, रत्नागिरी १, रत्नागिरी २४, कर्जत १८४, राधानगरी १८५ – २, पवना, इंद्रायणी, दारणा, आंबेमोहर १५०, आय आर ८, रामसीके ५, बसुमती ३७० या जातींचा प्रसार होत आहे.

संशोधन केंद्रे – खोपोली, रत्नागिरी, पालघर, पनवेल, कर्जत (रायगड), साकोला (भंडारा) येथे भात संशोधन केंद्रे आहेत.

उत्पादन – २०१०-११ मध्ये २६.९६ लाख टन व हेक्टरी उत्पादन १७७६ कि.ग्रॅ. इतके आहे. भारतामध्ये महाराष्ट्राचा तांदळाच्या क्षेत्रात व उत्पादनात फक्त २.३ % वाटा आहे.

३) गहू – गहू हे महाराष्ट्रातील महत्त्वाचे पीक आहे. महाराष्ट्रात शेतीखाली असलेल्या एकूण क्षेत्राच्या ६.२ % क्षेत्र गहू या पिकाखाली आहे.

हवामान – तापमान १०° – २५° से., पर्जन्य ५० – ७५ सें.मी. पावसाच्या प्रदेशात व थंड हवामानात उत्तम पिक येते. जास्त खोलीची, काळ्या आणि गाळाच्या मृदेस हे पिक चांगले येते.

उत्पादक प्रदेश – अहमदनगर, नाशिक, पुणे, नागपूर, सोलापूर पहिले ५ जिल्हे अकोला, वाशिम, अमरावती, बुलढाणा, यवतमाळ व वर्धा जिल्ह्यांत रब्बी मोसमात ९० – १०० % शेतजमीन गव्हाखाली असते.

महाराष्ट्रात नाशिक जिल्ह्याचा गहू उत्पादनात प्रथम क्रमांक येतो तर अहमदनगर व जळगाव अनुक्रमे दुसरा व तिसरा क्रमांक लागतो.

गव्हाच्या जाती – महाराष्ट्रात एच. डी. २१८९ (सरबती), एच. डी. ४५०२ (बन्सी), कल्याण सोना, पी. बी. एन. (४२), कैलास एन – ५९ (बक्षी), एन आय – ५४३९ (सरबती), अजिंठा या जातींच्या गव्हाचे उत्पादन घेतले जाते.

संशोधन केंद्र – महाराष्ट्रात प्रादेशिक गहू संशोधन केंद्र निफाड (नाशिक) तसेच गहू गेरवा केंद्र महाबळेश्वर (सातारा) येथे आहेत.

उत्पादन – २०१० – ११ मध्ये २३.०१ लाख टन उत्पादन याच काळात हेक्टरी उत्पादन १३२८ कि.ग्रॅ. आहे. भारतात पंजाबमध्ये हेक्टरी उत्पादन २३२८ कि. ग्रॅ. आहे.

देशातील गव्हाखाली क्षेत्राच्या अवघे ३ % क्षेत्र महाराष्ट्रात आहे. तसेच राष्ट्रीय पातळीवरील गहू उत्पादनात फक्त २ % वाढ आहे.

४) बाजरी – हे खरीप पीक आहे. महाराष्ट्रात बाजरी पिकाखालील क्षेत्र जास्त आहे. हे प्रमाण राज्यातील लागवडीखालील एकूण क्षेत्राच्या ७.३ % (१२ लाख ८३ हजार हेक्टर) इतके आहे.

हवामान – बाजरी पिक जास्त तापमान असलेल्या प्रदेशात व ५० सें.मी. पेक्षा कमी पावसाच्या प्रदेशात हे पिक चांगले येते. उबदार हवामान बाजरीस पोषक असते.

बाजरी या पिकास रेवाड, पाण्याचा निचरा होणाऱ्या जमिनीत बाजरी हे पिक चांगले येते.

बाजरीच्या जाती – महाराष्ट्रात ICMV ८७९०१, Mh १७९, श्रद्धा, MH १४३, MH १६९, ICTP ८२०३ या प्रमुख बाजरीच्या जातीचे उत्पादन घेतले जाते.

उत्पादक प्रदेश – महाराष्ट्रात नाशिक, अहमदनगर, धुळे व नंदुरबार हे प्रमुख बाजरी उत्पादक जिल्हे आहेत. महाराष्ट्रात नाशिक जिल्ह्यात सर्वाधिक क्षेत्र बाजरी खाली असून याच जिल्ह्यात बाजरीचे सर्वाधिक उत्पादन होते. औरंगाबाद विभागात – औरंगाबाद व बीड जिल्ह्यात बाजरीचे उत्पादन घेतले जाते.

उत्पादन – सन २००९ – १० मध्ये १०. ३४ लक्ष टन बाजरीचे उत्पादन झाले. राज्यात बाजरीचे हेक्टरी उत्पादन ७६६ कि.ग्रॅ. इतके आहे.

देशात बाजरीखाली असलेल्या क्षेत्रापैकी १५ % क्षेत्र महाराष्ट्रात असून भारताच्या एकूण उत्पादनाच्या १५ % बाजरीचे उत्पादन महाराष्ट्र राज्यात होते. महाराष्ट्रात बाजरीचे उत्पादन समाधानकारक आहे.

कडधान्य – कडधान्य उत्पादन करणारे महाराष्ट्र हे प्रमुख राज्य आहे. राज्यात विविध कडधान्यांचे उत्पादन घेतले जाते. (मूग, तूर, उडीद, मटकी, हरभरा व मसूर इ.) राज्यात मराठवाडा विभागात कडधान्यांचे सर्वाधिक उत्पादन होते. सन २००९ – १० मध्ये राज्यातील पिकाखालील एकूण क्षेत्राच्या १९.४ % (३३ लाख ७५ हजार हेक्टर) क्षेत्र कडधान्याखाली होते.

तूर – तूर या कडधान्य पिकाच्या उत्पादन देशात महाराष्ट्र राज्याचा पहिला क्रमांक लागतो. तूर हे खरीप पीक आहे. महाराष्ट्रात औरंगाबाद, अमरावती व नागपूर जिल्ह्यात या पिकाचे उत्पादन मोठ्या प्रमाणात होते. तुरीच्या अनेक जाती असून प्रमुख जाती बीडीएन १, बीडीएन २, सी ११, विशाखा, टीएपी १०, एकेटी ८८११ या आहेत. राज्यात २००९ – १० मध्ये ९ लक्ष ११ हजार टन उत्पादन झाले तर राज्यात दर हेक्टरी सरसरी ८४१ किलो ग्रॅम इतके उत्पादन झाले.

मूग – दुसरे प्रमुख कडधान्य आहे. राज्यातील एकूण क्षेत्राच्या २.५ % क्षेत्र मुगाखाली आहे. संपूर्ण देशाचा विचार करता महाराष्ट्रात मुगाचे क्षेत्र सर्वाधिक आहे. मूग उत्पादनात महाराष्ट्र राज्याचा भारतात पहिला क्रमांक लागतो. राज्यात विविध विभागात मुगाचे उत्पादन होते. राज्याच्या एकूण मूग उत्पादनात औरंगाबाद विभागाचा पहिला नंबर लागतो. २००९ – १० मध्ये राज्यात १ लाख ४२ टन इतके मुगाचे उत्पादन झाले तर हेक्टरी उत्पादन ३२२ किलो इतके झाले आहे. याशिवाय महाराष्ट्रात हरभरा, मसूर, हुलगा, मटकी व उडीद या कडधान्यांचे उत्पादन खरीप हंगामात घेतले जाते.

नगदी पिके

१) कापूस– कापूस हे महाराष्ट्रातील नगदी पीक आहे. भारतात कापसाखाली असलेल्या एकूण क्षेत्राच्या ३३.७% क्षेत्र महाराष्ट्रात आहे. महाराष्ट्रात कापसाखाली लागवडीचे एकूण क्षेत्र १९.५% (३२ लाख ९५ हजार हेक्टर) आहे.

कापूस उत्पादनात महाराष्ट्राचा देशात दुसरा क्रमांक लागतो; देशातील एकूण कापूस उत्पादनात महाराष्ट्राचा हिस्सा २१.३% इतका आहे.

हवामान– हे उष्ण कटिबंधातील पीक आहे. यास उष्ण व कोरडे हवामान लागते. २५° से. तापमान आणि ७५ ते १०० सें.मी. पावसाच्या प्रदेशात कापसाचे पीक उत्तम येते.

मृदा– काळ्या रेगूर मृदेत कापसाचे पिक उत्तम येते म्हणून या मृदेस 'कापसाची काळी मृदा' असे म्हणतात.

उत्पादक प्रदेश

१) विदर्भ– विदर्भात राज्यातील ६०% कापसाचे क्षेत्र आहे. विदर्भात बुलढाणा, अकोला, वाशिम, यवतमाळ व अमरावती या पाच जिल्ह्यात ७५% कापसाचे क्षेत्र असून वर्धा व नागपूर जिल्ह्यातही कापसाचे उत्पादन होते.

२) मराठवाडा– राज्याच्या २५% क्षेत्र मराठवाड्यात आहे. मराठवाड्यातील नांदेड, परभणी, हिंगोली, लातूर, जालना, औरंगाबाद या जिल्ह्यात कापसाचे उत्पादन होते. मराठवाड्यातील काळी मृदा व बेताचा पाऊस यामुळे येथे कापसाच्या शेतीचा विकास झाला आहे.

३) खानदेश– राज्याच्या १०% क्षेत्र खानदेशात आहे. खानदेशात जळगाव, धुळे व नंदुरबार या जिल्ह्यात कापसाचे उत्पादन होते.

४) इतर जिल्हे– अहमदनगर, पूर्व सातारा, पुणे व सोलापूर जिल्ह्यात कापसाचे उत्पादन होते.

कापसाच्या जाती– लक्ष्मी, वरलक्ष्मी, सावित्री, ज्योती, एच-४, एच-६, ए.एच.एच.-४६८, एकनाथ, नामदेव, रोहिणी, धवल, कोपरगाव-४९८, वाय-१, इ. संकरित जातीच्या कापसाचे उत्पादन घेतले जाते.

उत्पादन– सन २००२-०३ साली कापसाचे उत्पादन १९ लाख झाले. २००९-१० मध्ये ५१.११ लाख गाठी तसेच हेक्टरी सरासरी २१९ कि.ग्रॅ. इतके कापसाचे उत्पादन आहे. इकॉनॉमिक सर्व्हे २०१०-११ नुसार कापूस उत्पादनात गुजरात राज्याचा पहिला नंबर असून गुजरातचा देशातील हिस्सा ३१.५ इतका आहे.

संशोधन केंद्र– नागपूर येथे केंद्रीय कापूस संशोधन केंद्र आहे.

२) ऊस– ऊस हे महत्त्वाचे नगदी पीक आहे. सध्या महाराष्ट्रात ७ लक्ष ५६ हजार हेक्टर क्षेत्र उसाखाली आहे. २०१०-११ सर्व्हेनुसार देशातील एकूण ऊस उत्पादनात महाराष्ट्राच्या १७.४% इतका हिस्सा आहे. उसाखालील देशातील एकूण क्षेत्राच्या ४०% क्षेत्र उत्तरप्रदेशाचे असून त्या खालोखाल २५% क्षेत्र महाराष्ट्रात आहे.

हवामान– ऊस हे उष्ण कटिबंधातील पीक आहे. या पिकास भरपूर तापमान व पर्जन्य लागते. उसासाठी सरासरी २६° C तापमान आणि १००-१५० सें.मी. पर्जन्य लागते.

मृदा– उसाच्या पिकास गाळाची भुसभुशीत मृदा पोषक असते. काळ्या लोम प्रकारच्या मृदेत हे पीक उत्तम येते.

उत्पादक प्रदेश– महाराष्ट्रात उसास लागवडीस अनुकूल हवामान आहे. जलसिंचनाच्या सुविधा आहेत; म्हणून उसाचे क्षेत्र महाराष्ट्रात मोठे आहे.

१) पश्चिम महाराष्ट्र– ऊस उत्पादनाच्या दृष्टीने महाराष्ट्र हा महत्त्वाचा व अग्रेसर प्रदेश आहे.

१) नाशिक व अहमदनगर विभाग– गोदावरी व तिच्या उपनद्यांचे खोरे.

२) पुणे–सोलापूर विभाग– भीमा आणि तिच्या उपनद्यांच्या खोऱ्यात उसाची लागवड होते.

३) सातारा–सांगली विभाग– कृष्णा, वेण्णा, कोयना व वारणा नद्यांच्या खोऱ्यात ही शेती केली जाते.

४) कोल्हापूर विभाग– पंचगंगा, दुधगंगा, वेदगंगा, हिरण्यकेशी आणि घटप्रभा खोऱ्यात ऊस शेती केली जाते.

२) मराठवाडा– मराठवाड्यात गोदावरी आणि दुधना, सिंधफणा, मांजरा, तेरणा, दक्षिण पूर्णा, मन्याड इ. नद्यांच्या खोऱ्यात ऊस शेती केली जाते. मराठवाड्यातील बहुतेक सर्व जिल्ह्यांत कमी–अधिक प्रमाणात उसाचे उत्पन्न घेतले जाते.

३) विदर्भ– उत्तर पूर्णा, पैनगंगा, वर्धा व वैनगंगेच्या खोऱ्यात उसाचे उत्पादन घेतले जाते. विदर्भातील बहुतेक सर्व जिल्ह्यात थोड्या प्रमाणात उसाचे उत्पादन घेतले जाते.

उसाच्या जाती– को ७४०, संपदा ७५२७, संजिवनी ७२१९, कृष्णा ८८१२१, को ८६०३२, महालक्ष्मी, को ७७१, को ४१९ या उसाच्या जाती आहेत.

उत्पादन– महाराष्ट्राचे उसाचे दर हेक्टरी उत्पादन ८४९ क्विंटल आहे. २००९–१० मध्ये राज्यात एकूण ६ कोटी ४२ लक्ष टन इतके उसाचे उत्पादन झाले.

ऊस संशोधन केंद्र– महाराष्ट्रात पाडेगाव (पुणे), वैजापूर (औरंगाबाद) येथे ऊस संशोधन केंद्र आहे.

३) तंबाखू– दक्षिण महाराष्ट्रात कोल्हापूर, सांगली व सातारा जिल्ह्यात तंबाखू उत्पादन घेतले जाते. कोल्हापूर व सांगली हे दोन जिल्हे तंबाखू उत्पन्नात आघाडीवर आहेत.

राज्यात २००९–१० साली ७००० टन इतके तंबाखूचे उत्पादन झाले होते.

तेलबिया

१) भुईमूग– देशात भुईमुगाच्या क्षेत्राच्या ७% क्षेत्र महाराष्ट्रात आहे. भुईमुगाच्या क्षेत्रात महाराष्ट्राचा चौथा क्रमांक लागतो; तर गुजरात राज्याचा प्रथम क्रमांक लागतो. सन २००९–१० मध्ये राज्यात भुईमुगाचे ३ लाख ५९ हजार टन इतके उत्पादन झाले.

२) सूर्यफूल– सूर्यफुलाच्या उत्पादनात महाराष्ट्र राज्याचा तिसरा क्रमांक आहे. देशातील सूर्यफुलाच्या एकूण उत्पादनात १३.८% हिस्सा आहे. कर्नाटक राज्याचा सूर्यफूल उत्पादनात प्रथम क्रमांक आहे.

३) सोयाबीन– सोयाबीन उत्पादनात महाराष्ट्राचा हिस्सा २६% इतका असून सोयाबीन एकूण उत्पादनात मध्यप्रदेशानंतर देशात महाराष्ट्राचा दुसरा क्रमांक लागतो.

याशिवाय महाराष्ट्रात तीळ, करडई, जवस, एरंडी इ. तेलबियांचे उत्पादन महाराष्ट्रात होते.

महाराष्ट्रातील फलोद्यान शेती– फळबाग क्षेत्र गणना १९९४–९५ नुसार महाराष्ट्रात ७.३४ लाख शेतकरी फलोद्यान बागायती करतात. एकूण पिकाखाली (६.६३ लाख हेक्टर) म्हणजे ३.१८% क्षेत्र आहे.

महाराष्ट्रातील प्रमुख पिकांमध्ये आंबा, द्राक्षे, केळी, मोसंबी, संत्री, डाळिंब, चिक्कू, बोरे, काजू, नारळ, पेरू, सीताफळ इ. चा समावेश होतो. परंतु राज्यात आंबा, संत्री, काजू, केळी, बोरे या फळांचे क्षेत्र जास्त आहे.

महाराष्ट्र पीकवार क्षेत्र (% मध्ये) २०००-०१

फळे	आंबा	संत्री	काजू	केळी	चिकू	मोसंबी	डाळिंब	नारळ	चिक्कू	द्राक्ष	लिंबू	सीताफळ	पेरू	बोर	इतर	एकूण
क्षेत्र %मध्ये	२५	१९	१0	९	८	६	५	३	२	४	0.५	२	२.५	१	३	१00

- आंबा सर्वात जास्त क्षेत्र अमरावती या जिल्ह्यात आहे. कोकणातील हापूस आंब्याला फळांचा राजा म्हणतात.
- राज्यात नागपूरची संत्री सर्वात प्रसिद्ध आहेत.
- कोकणात उष्ण–दमट हवामानात काजू, नारळ, आंबे मिळतात. काजू परदेशात निर्यात होतात.
- कोकणात सर्वत्र केळीच्या बागा आहे. 'वसईची केळी' सर्वत्र प्रसिद्ध आहे. भारतात केळी उत्पादनात महाराष्ट्राचा प्रथम क्रमांक लागतो. जळगावची 'भुसावळ केळी' प्रसिद्ध आहे.
- नारळाला कल्पवृक्ष म्हणतात. नारळाचे सर्वाधिक क्षेत्र व उत्पादन सिंधुदुर्ग जिल्ह्यात होते.
- महाराष्ट्रात नाशिकची द्राक्षे प्रसिद्ध आहेत.
- सर्वात जास्त मोसंबीचे क्षेत्र व उत्पन्न औरंगाबाद व जालना जिल्ह्यात होते.

याशिवाय महाराष्ट्रात विविध फळांचे उत्पादन घेतले जाते. विविध प्रकारच्या फळांच्या उत्पादनात राज्यात 'अहमदनगर' जिल्ह्याचा प्रथम क्रमांक लागतो.

▶ ## महाराष्ट्र वाहतूक

वाहतूक व्यवस्थेवर कोणत्याही देशाची आर्थिक, औद्योगिक, सामाजिक व सांस्कृतिक प्रगती अवलंबून असते. वाहतूक हा व्यापाराचा मूळ आधार आहे.

राज्यातील शेती व औद्योगिक उत्पादनांच्या वितरणासाठी कच्चा व पक्का माल यांचे कारखाने व बाजारपेठा वितरण करण्यासाठी, शक्तीसाधनांचा उद्योगधंद्यांना पुरवठा, स्थानिक व परदेशी बाजारपेठेत माल पाठविण्यासाठी, नैसर्गिक संकटाच्या काळात, देशाच्या संरक्षण कार्यात इत्यादी कामात वाहतूक जीवरेषेचे कार्य करतात.

वाहतूक मार्गामुळे देशातील, राज्यातील विविध भागातील लोक परस्परांच्या संपर्कात येतात त्यामुळे परस्पर सहकार्य वाढून एकमेकांच्या विकासार्थ मदत करण्याची भावना निर्माण होते. लोकांच्या विविध गरजा वाहतुकीमुळे पूर्ण होतात.

देशातील औद्योगिक व कृषि प्रगतीमध्ये वाहतुकीचा मोलाचा वाटा आहे.

महाराष्ट्रातील वाहतुकीचे प्रकार

१) रस्ते वाहतूक

२) रेल्वे वाहतूक

३) हवाई वाहतूक

४) जल वाहतूक

हे प्रमुख चार वाहतुकीचे प्रकार आहेत. याशिवाय जलवाहतूक देखील चालते परंतु वरील वाहतुकीचे प्रकार दैनंदिन जीवनात महत्त्वाची भूमिका बजावतात.

१) महाराष्ट्रातील रस्ते मार्ग– महाराष्ट्रात रस्त्यांचा अनेक वर्षांपासून विकास झालेला आहे. अर्थात, पूर्वीच्या काळातील रस्ते आजच्या इतके सुस्थितीत नव्हते. मात्र, सावली व पर्यावरण या दोन्ही गोष्टी लक्षात घेऊन त्याकाळात रस्त्याच्या दुतर्फा झाडे लावण्यात येत.

आधुनिक काळातील रस्ते बांधणीला सुरुवात ब्रिटिश काळात झाली. दुसऱ्या महायुद्धाच्या काळात रस्त्यांच्या विकासावर भर देण्यात आला. स्वातंत्र्यानंतर आणि विशेषत: महाराष्ट्राच्या स्थापनेनंतर रस्त्यांची विशेष प्रगती झाली. सन १९५१ मध्ये महाराष्ट्रात 30,000 कि.मी. लांबीचे रस्ते होते. सन १९७१ मध्ये रस्त्यांची लांबी ६५,000 कि.मी. पर्यंत वाढली होती. सन २०१० मध्ये राज्यातील रस्त्यांची लांबी २,४०,०४० कि.मी. इतकी होती. अधिक माहितीस्तव राज्यातील रस्त्यांचे प्रकार व लांबी दर्शविणारा तक्ता पुढे दिला आहे.

राज्यातील रस्त्यांची लांबी (२०१०)	
राष्ट्रीय महामार्ग	४,३६७ कि.मी.
राज्य महामार्ग	३४,१०२ कि.मी.
प्रमुख जिल्हा मार्ग	४९,९०१ कि.मी.
इतर जिल्हा मार्ग	४६,८१७ कि.मी.
ग्रामीण रस्ते	१,०४,८४४ कि.मी.
एकूण लांबी	२,४०,०४० कि.मी.

दर १०० चौ.कि.मी. मागे रस्त्यांची लांबी ७८०१ कि.मी.

रस्त्यांचे प्रकार– १) राष्ट्रीय महामार्ग २) राज्य महामार्ग ३) प्रमुख जिल्हा मार्ग ४) इतर जिल्हा मार्ग ५) ग्रामीण रस्ते

महत्त्वाचे राष्ट्रीय महामार्ग

अ.क्र.	महामार्ग क्रमांक	महामार्ग	राज्यातील लांबी कि.मी.
१	३	मुंबई–आग्रा	३९१
२	४	मुंबई–बंगळूर–चेन्नई	३७१
३	४–ब	न्हावाशिवा–पळस्वे	२७
४	६	धुळे–कोलकाता	८१३
५	७	वाराणशी–कन्याकुमारी	२३२
६	८	मुंबई–दिल्ली	१२८
७	९	पुणे–विजयवाडा	३३६
८	१३	सोलापूर–चित्रदुर्ग	४३
९	१६	निजामाबाद–जगदलपूर	५०
१०	१७	पुणे–मंगलोर	४८२
११	५०	पुणे–नाशिक	१९२
१२	६६९	नागपूर–अब्दुल्लागंज	५५
१३	२०४	रत्नागिरी–कोल्हापूर	१२६
१४	२११	सोलापूर–धुळे	४००

२) महाराष्ट्रातील लोहमार्ग– जगात १९ व्या शतकाच्या तिसऱ्या दशकात लोहमार्ग सुरू झाले. परंतु, विसाव्या शतकाच्या सुरुवातीपासून लोहमार्गांची प्रगती अधिक झाली. आज जगाच्या बहुतेक भागात लोहमार्ग आढळतात.

लोहमार्गांचे फायदे व महत्त्व

१) जलद वाहतुकीपेक्षा लोहमार्गाने होणारी वाहतूक अधिक जलद गतीने होते.

२) पक्क्या रस्त्यावरील वाहतुकीपेक्षा ही वाहतूक अधिक जलद गतीने होते.

३) लोहमार्गाने कच्च्या व जड मालाची मोठ्या प्रमाणात वाहतूक करता येते.

४) लोहमार्गाने खाणकाम व उद्योगधंद्याच्या विकासाला चालना मिळते.

लोहमार्गांचे दोष

१) लोहमार्गांचा सर्वच भागात विकास करता येत नाही.

२) लोहमार्गांच्या बांधणीला खूप खर्च येतो.

३) रेल्वेमार्गाने मालाची थेट (घरापर्यंत) वाहतूक करता येत नाही.

४) एकाच प्रकारचे गेज (मापी) नसल्यास मालाच्या वाहतुकीस (माल चढविणे व उतरविणे) त्रास होतो. शिवाय खर्चही बराच होतो.

महाराष्ट्रातील लोहमार्गांचा विकास– महाराष्ट्रात लोहमार्गांचा पाया सुमारे १५० वर्षांपूर्वी घातला गेला. इंग्रजांच्या राजवटीत लॉर्ड डलहौसीच्या काळात महाराष्ट्रात लोहमार्गांचा शुभारंभ झाला. सन १८५३ मध्ये भारतातील पहिला लोहमार्ग महाराष्ट्रात मुंबई-ठाणे दरम्यान (३५ कि.मी.) सुरू झाला. सन १८६० मध्ये हा मार्ग पुण्यापर्यंत वाढवण्यात आला. त्यावेळी या मार्गावर ग्रेट इंडियन पेनिनसुला रेल्वे आणि बॉम्बे-बरोडा ॲण्ड सेंट्रल इंडिया या खाजगी कंपन्यांद्वारा रेल्वे चालविल्या जात होत्या. त्यानंतर राज्यात लोहमार्गांचा विकास होत गेला प्रामुख्याने पहिल्या महायुद्धानंतर राज्याच्या निरनिराळ्या भागात लोहमार्ग सुरू झाले. महाराष्ट्राची आर्थिक पहाणी २०१०-११ अनुसार सन २०१० मध्ये महाराष्ट्रात ५९८३ कि.मी. लांबीचे लोहमार्ग होते. राज्यातील लोहमार्गांची ही लांबी देशातील एकूण लोहमार्गांच्या लांबीच्या ९.२% आहे. स्थूलमानाने देशातील ९% लोहमार्ग महाराष्ट्रातच आहेत असे म्हणता येते. महाराष्ट्रात दर १०० चौ.कि.मी. मागे लोहमार्गांचे प्रमाण १.९४ कि.मी. इतके आहे.

राज्यातील लोहमार्गांचे प्रकार– १) रुंदमापी २) मीटरमापी ३) अरुंदमापी

लोहमार्ग विभाग– भारत सरकारने देशातील रेल्वेच्या प्रशासनात एकसूत्रीपणा आणि रेल्वेच्या वाहतुकीत सुधारणा घडवून आणण्यासाठी संपूर्ण लोहमार्गांची नऊ भागात विभागणी केली होती. पुढे सन २००२ व २००३ मध्ये पूर्वीच्या नऊ विभागांचे विभाजन करून आणखी सात नवीन विभाग निर्माण केले. सध्या रेल्वेचे एकूण सोळा विभाग असून हे विभाग व त्यांची मुख्यालये पुढीलप्रमाणे आहेत.

अ.नं.	रेल्वे विभाग	मुख्य केंद्र	अ.नं.	रेल्वे विभाग	मुख्य केंद्र
१	मध्य रेल्वे	मुंबई सी.एस.टी.	२	पश्चिम रेल्वे	मुंबई चर्चगेट
३	उत्तर-दक्षिण रेल्वे	नवी दिल्ली	४	उत्तर-पूर्व रेल्वे	गोरखपूर (उ.प्र.)
५	उत्तर-पूर्व सीमा रेल्वे	मालिगाव (गुवाहाटी)	६	पूर्व किनारा रेल्वे	भुवनेश्वर
७	उत्तर-पश्चिम रेल्वे	जयपूर	८	पश्चिम-मध्य रेल्वे	जबलपूर
९	पूर्व रेल्वे	कोलकाता	१०	दक्षिण रेल्वे	चेन्नई
११	दक्षिण-मध्य रेल्वे	सिकंदराबाद	१२	दक्षिण-पूर्व रेल्वे	कोलकाता
१३	पूर्व-मध्य रेल्वे	हाजीपूर	१४	उत्तर-मध्य रेल्वे	अलाहाबाद
१५	दक्षिण-पश्चिम रेल्वे	हुबळी	१६	दक्षिण-पूर्व रेल्वे	बिलासपूर

महाराष्ट्रात मुख्यत: मध्य रेल्वे आणि पश्चिम रेल्वेमार्गाने रेल्वे वाहतूक चालते त्यांच्या जोडीला दक्षिण-पूर्व रेल्वेही कार्य करत आहे.

प्रमुख ब्रॉडगेज मार्ग

१) मुंबई-दिल्ली (मध्य रेल्वे)
२) मुंबई-चेन्नई
३) दिल्ली-चेन्नई
४) मुंबई-दिल्ली (पश्चिम रेल्वे)
५) मुंबई-सिकंदराबाद
६) भुसावळ-सुरत
७) मुंबई-कोलकाता
८) मुंबई-कोल्हापूर
९) निजामुद्दीन एक्सप्रेस
१०) कोल्हापूर-नागपूर-गोंदिया (महाराष्ट्र एक्स्प्रेस)
११) मिरज-पंढरपूर-लातूर-परळी वैजनाथ

महाराष्ट्रातील अंतर्गत ब्रॉडगेज मार्ग

१) पुणे-मिरज
२) मिरज-कोल्हापूर
३) मांजरी-वणी-राजूर
४) मनमाड-औरंगाबाद
५) पिंपळकुट्टी-औरंगाबाद
६) दौंड-मनमाड
७) चाळीसगाव-धुळे
८) तडळी-घुगुस
९) औरंगाबाद-जालना
१०) परळी वैजनाथ-उदगीर
११) जलंब-खामगाव
१२) कव्हान-रामटेक
१३) दौंड-बारामती
१४) कर्जत-खोपोली
१५) बडनेरा-अमरावती
१६) तुमसर-तिरोडा
१७) नरखेड-अमरावती

नॅरोगेज

१) नेरळ-माथेरान
२) मूर्तिजापूर-अचलपूर
३) मूर्तिजापूर-यवतमाळ
४) पाचोरा-जामनेर-लातूर-चंद्रपूर
५) पुलगाव-आर्वी

३) हवाई वाहतूक– महाराष्ट्रात हवाई वाहतुकीचा चांगलाच विकास झालेला आहे. राज्यात तीन आंतरराष्ट्रीय व पाच देशांतर्गत विमानतळ आहेत. राज्यातील तीन आंतरराष्ट्रीय विमानतळ अनुक्रमे मुंबई, नागपूर व पुणे येथे असून पाच देशांतर्गत विमानतळे अनुक्रमे मुंबई, पुणे, नागपूर, औरंगाबाद व कोल्हापूर येथे आहेत.

४) जलमार्ग– महासागर, समुद्र, तळी व सरोवरे व नद्यांचा जलवाहतुकीसाठी उपयोग होतो. जगात जलवाहतुकीचा विकास अनेक वर्षांपासून झालेला आहे.

महाराष्ट्राला ७२० कि.मी. लांबीचा समुद्रकिनारा लाभलेला आहे. महाराष्ट्राचा समुद्रकिनारा बराच दंतुर आहे. त्यामुळे महाराष्ट्राच्या किनाऱ्यालगत सागर वाहतुकीचा विकास झालेला आहे.

महाराष्ट्रातील बंदरे– महाराष्ट्राच्या पश्चिम किनाऱ्यावर मुंबई व न्हावाशेवा (जवाहरलाल नेहरू बंदर) ही दोन मोठी व ४८ छोटी बंदरे आहेत.

अ.क्र.	जिल्हा	बंदरे
१	रायगड	मुरूड व श्रीवर्धन
२	रत्नागिरी	हर्णे, दाभोळ, जयगड, रत्नागिरी (भगवती बंदर)
३	सिंधुदुर्ग	देवगड, विजयदुर्ग, मालवण, वेंगुर्ला, रेडी

यापैकी मुंबई, रत्नागिरी, न्हावाशिवा, वेंगुर्ला, मुरूड, रेडी ही राज्यातील बारमाही बंदरे आहेत. लहान बंदरे पावसाळ्यात बंद असतात.

● भारताचा भूगोल

▶ भारताचे स्थान

भारत हा आशिया खंडातील एक महत्त्वपूर्ण देश आहे. अक्षांशाच्यादृष्टीने भारत उत्तर गोलार्धात तर रेखांशाच्यादृष्टीने पूर्व गोलार्धात आहे. भारताचा अक्षवृत्तीय विस्तार ८°४'४७'' उत्तर ते ३७°५'५३'' उत्तर अक्षवृत्त व रेखावृत्तीय विस्तार ६८°७'३३'' पूर्व ते ९७°२४'४७'' पूर्व रेखावृत्त या दरम्यान आहे. भारताचे सर्वात दक्षिणेकडील ठिकाण ग्रेटनिकोबार बेटावरील 'इंदिरा पॉईंट' हे ६°४५'उत्तर अक्षवृत्तावर आहे. भारताच्या मध्यातून २३°३०' उत्तर अक्षवृत्त म्हणजेच कर्कवृत्त गेले आहे. उत्तर प्रदेशातील अलाहाबादजवळून गेलेल्या ८२°३०' पूर्व रेखावृत्तावरून भारताची प्रमाणवेळ ठरविलेली आहे. ती ग्रिनिच वेळेच्या ५ तास ३० मिनिटे पुढे आहे.

विस्तार

भारत देशाचा विस्तार दक्षिण उत्तर ३२१४ कि.मी. तर पूर्व–पश्चिम २९३३ कि.मी. आहे. भारताचे क्षेत्रफळ ३२,८७,२६३ चौ.कि.मी. असून जगाच्या एकूण क्षेत्रफळापैकी ते २.४% आहे. क्षेत्रफळाच्यादृष्टीने भारताचा जगात ७वा क्रमांक लागतो. हा विस्तार स्थूलमानाने पृथ्वीच्या परिघाच्या $\frac{१}{१०}$ आहे.

सीमा

भारताच्या उत्तरेची नैसर्गिक सीमा हिमालय व आराकान योमा पर्वतांनी निश्चित झालेल्या आहेत. भारताच्या भूसीमेची एकूण लांबी १५,१६८ कि.मी. आहे. तसेच भारताच्या दक्षिणेस हिंदी महासागर, पश्चिमेस अरबी समुद्र व पूर्वेस बंगालचा उपसागर पसरलेला आहे. भारताच्या मुख्य भूमीची किनारपट्टी ६१०० कि.मी. आणि सागरी बेटासह मुख्यभूमीची किनारपट्टी ७५१६.६ कि.मी. आहे.

भारत व चीन यांच्यातील सीमारेषा मॅकमहोन सीमारेषा तर भारत व पाकिस्तान, भारत व बांगलादेश यांच्यामधील सीमारेषा रॅडक्लिफ सीमारेषा म्हणून ओळखली जाते.

भारतीय भू सीमा वायव्येस पाकिस्तान व अफगणिस्तान, उत्तरेस चीन, नेपाळ व भूतान, पूर्वेस म्यानमार व बांगलादेश, आग्नेयेस इंडोनेशिया ही राष्ट्रे आहेत. दक्षिणेस श्रीलंका आणि नैर्ऋत्येस मालदीव ही राष्ट्रे जलसीमा क्षेत्रात आहेत.

तक्ता क्र. १ भारताची भू–सीमा

अ.क्र.	देश	राज्य सीमा	अंतर कि.मी.	एकूण कि.मी.
१	पाकिस्तान	गुजरात कच्छ	५२०	
		राजस्थान	१२००	
		पंजाब	४९०	
		जम्मू काश्मीर	१५००	३७१०
२	अफगाणिस्तान	जम्मू काश्मीर	८०	८०
३	चीन	पश्चिम. जम्मू–काश्मीर	२०५०	
		हिमाचलप्रदेश, उत्तरप्रदेश, प.सिक्कीम	२७५	
		पूर्वेकडे अरुणाचल प्रदेश	१६००	३९२५
४	नेपाळ	उत्तर पूर्व बिहार, आसाम, पश्चिम बंगाल	१७५२	१७५२
		सिक्कीम		
५	भूतान	सिक्कीम, पश्चिम बंगाल, आसाम,	५८७	५८७
		अरुणाचल प्रदेश		
६	म्यानमार	अरुणाचल प्रदेश, नागालँड, मणिपूर	१४५८	१४५८
		मिझोराम, त्रिपुरा		
७	बांगला देश	पश्चिम बंगाल, आसाम, मेघालय, त्रिपुरा	३६८८	३६८८

भारताच्या स्थानाचे भूराजकीय महत्त्व

आशिया खंडात असलेल्या प्रमुख तीन द्वीपकल्पांपैकी भारत हे एक सर्वात मोठे द्वीपकल्प आहे. भारतीय उपखंडातील मध्यवर्ती स्थानामुळे भारतास महत्त्व आहे.

१) भूराजनैतिक महत्त्व – भारतीय द्वीपकल्प तीन बाजूने पाण्याने वेढला आहे. भारताला ७५१७ कि.मी. एवढा समुद्रकिनारा लाभला आहे. त्यामुळे हिंदी महासागरावर भारताचे वर्चस्व आहे. भारताला लाभलेल्या १५,१६८ कि.मी. लांबीच्या भू–सीमेवर पाकिस्तान, चीन, नेपाळ, भूतान, म्यानमार व बांगला देश हे देश आहेत. राजकिय दृष्टिकोनातून चीन व पाकिस्तान यांच्यामध्ये सीमा प्रश्नावरून वाद चालू आहेत. सार्कमधील इतर राष्ट्रांच्या तुलनेत भारत हा सर्व बाबतीत वरचढ आहे. त्यामुळे इतर राष्ट्रांच्या समस्या सोडविताना भारताची भूमिका महत्त्वाची वाटते.

२) सरंक्षणविषयक महत्त्व – उत्तरेकडे भारत व चीनमधील सीमा हिमालय पर्वतश्रेणीने वेगळी केली आहे. हिमालयाचा तीव्र चढ-उताराचा प्रदेश, अतिथंड हवामान, बर्फाळ प्रदेश, रस्त्यांच्या अभावामुळे भारताचे उत्तरेकडून नैसर्गिकरीत्या संरक्षण होते. भारताचे द्वीपकल्पीय स्थान असल्यामुळे समुद्रकिनाऱ्यावरून संरक्षण करणे सोपे जाते. अंदमान-निकोबार व लक्षद्वीप बेटांमुळे भारताचे सागरी भागावर वर्चस्व निर्माण झाले आहे. बांगलादेश व पाकिस्तान यांच्यातील सीमा थेट मैदानी प्रदेशाला लागून आहेत.

३) हवामान विषयक महत्त्व – भारताला लाभलेल्या भौगोलिकस्थानामुळे भारताचे हवामान मान्सून प्रकारचे बनले आहे. म्हणजेच भारताला हिंदी महासागरावरून वाहणारे बाष्पयुक्त वारे पाऊस देतात. हा पाऊस

उन्हाळा ऋतूत पडतो. हिमालय पर्वतरांगेमुळे उत्तर आशियाकडून येणारे थंड व कोरडे वारे अडविले जातात. तसेच मोसमी वारे अडविले जाऊन मोठ्या प्रमाणात पाऊस पडतो व भारतातील नद्यांना पाणीपुरवठा होतो. या नद्यांवर धरणे बांधून जलविद्युत व जलसिंचन सुविधा निर्माण केल्या आहेत.

४) आर्थिक महत्त्व – भारतीय द्वीपकल्पाच्या वैशिष्ट्यपूर्ण आकारामुळे पूर्व व पश्चिम किनारपट्टी लाभलेली आहे. हिंदी महासागराचा विस्तार हा आफ्रिकेची पूर्व किनारपट्टी, पश्चिम आशिया, दक्षिण आशिया, आग्नेय आशिया व ऑस्ट्रेलियापर्यंत आहे. सूवेझ कालव्यामुळे हिंदी महासागर व भूमध्य समुद्र जोडले गेले आहेत. तसेच मल्लाकाच्या सामुद्रधुनीने हिंदी महासागर पॅसिफिक महासागराशी जोडलेला आहे. भारताचा आंतरराष्ट्रीय व्यापार प्रामुख्याने सागरी मार्गाने होतो. भारताच्या किनाऱ्यावर अनेक आंतरराष्ट्रीय दर्जाची बंदरे आहेत. त्यामुळे भारत पश्चिम आशियाई देश, आग्नेय आशियातील राष्ट्रे, पूर्व आशियाई राष्ट्रे, पश्चिम युरोपीय देश या सोबत व्यापार करणे शक्य झाले आहे. सार्क व आशियान यासारख्या संघटनांच्या माध्यमातून भारताला व्यापारी संबंध वाढवणे शक्य झाले आहे.

५) सांस्कृतिक महत्त्व – भारतात जगातील कोणत्याही देशापेक्षा अधिक विविधता दिसून येते. भारतात प्राकृतिक रचना, हवामान, मृदा, वनस्पती, खनिजसंपत्ती पिके याबाबतीत जशी विविधता आहे तशीच विविधता चालीरीती, राहणीमान, व्यवसाय यामध्ये आढळते. भारतात निरनिराळ्या जाती-धर्मचे, भाषांचे, पंथांचे व संस्कृतीचे लोक वास्तव्य करतात. तरीही भारतीय नागरिकांमध्ये राष्ट्रीय एकात्मतेची भावना आहे. भारतातील सहिष्णुता, अहिंसा व शांततामय जीवन यासारख्या उदात्त परंपरांमुळे जगातील लोकांजवळ येण्याच्या कार्यात महत्त्वाची भूमिका बजावत आहेत.

▶ शासकीय विभाग–

भारतात सध्या २८ घटक राज्ये व ७ केंद्रशासित प्रदेश आहेत. भारतातील घटकराज्ये व केंद्रशासित प्रदेश, त्यांचे क्षेत्रफळ लोकसंख्या, राजधान्या इ. माहिती पुढीलप्रमाणे–

अ.क्र.	घटक राज्ये	राजधानी	जिल्ह्यांची संख्या	क्षेत्रफळ चौ. कि.मी.
१	आंध्रप्रदेश	हैदराबाद	२३	२,७५,०६०
२	अरुणाचल प्रदेश	इटानगर	१४	८३,७४३
३	आसाम	दिसपूर	२३	७८,४३८
४	बिहार	पाटणा	३७	९४,१६३
५	छत्तीसगढ	रायपूर	१६	१,३६,०३४
६	गोवा	पणजी	०२	३,७०२
७	गुजरात	गांधीनगर	२५	१,९६,०२४
८	हरियाना	चंदीगढ	१९	४४,२१२
९	हिमाचल प्रदेश	सिमला	१२	५५,६७३
१०	जम्मू आणि काश्मीर	श्रीनगर	१४	२,२२,२३६
११	झारखंड	रांची	१८	७९,७१४
१२	कर्नाटक	बंगलोर	२७	१,९१,७९१
१३	केरळ	तिरूअनंतपूरम्	१४	३८,८६३

अ. क्र.	घटक राज्ये	राजधानी	जिल्ह्यांची संख्या	क्षेत्रफळ चौ. कि.मी.
१४	मध्यप्रदेश	भोपाळ	४५	३,०८,०००
१५	महाराष्ट्र	मुंबई	३५	३,०७,७१३
१६	मणिपूर	इंफाळ	९	२२,३२७
१७	मेघालय	शिलाँग	७	२२,३२७
१८	मिझोराम	ऐझॉल	८	२१,०८१
१९	नागालँड	कोहिमा	८	१६,५७९
२०	ओरिसा	भुवनेश्वर	३०	१,५५,७०७
२१	पंजाब	चंदिगढ	१७	५०,३६२
२२	राजस्थान	जयपूर	३२	३,४२,२३९
२३	सिक्कीम	गंगटोक	०४	७,०९६
२४	तमिळनाडू	चेन्नई	२९	१,३०,०५८
२५	त्रिपुरा	अगरताळा	०४	१०,४९,१६१
२६	उत्तरांचल	डेहराडून	१३	५३,४८४
२७	उत्तर प्रदेश	लखनौ	७०	२,३८,५६६
२८	प. बंगाल	कोलकाता	१८	८८,७५२

केंद्रशासित प्रदेश

अ. क्र.	घटक राज्ये	राजधानी	जिल्ह्यांची संख्या	क्षेत्रफळ चौ. कि.मी.
१	अंदमान आणि निकोबार बेटे	पोर्ट ब्लेअर		८,२४९
२	चंदीगढ	चंदीगढ		११४
३	दादरा आणि नगर हवेली	सिल्व्हासा		४९१
४	दमण आणि दिव	दमण		११२
५	दिल्ली	दिल्ली		१४८३
६	लक्षद्वीप	कावरती		३२
७	पाँडेचरी	पदुच्चेरी		४९२

▶ भारत एक विविधतेची भूमी

भौगोलिक – भारतात पर्वत, पठारे, मैदाने, द‍र्‍या अशी विविध भूरूपे आढळतात. भारताच्या एकूण क्षेत्रापैकी १०.७% भाग पर्वताने, १८.६% भाग उंच टेकड्यांनी, २६.७% भाग पठारी प्रदेशाने आणि ४३% भाग मैदानांनी व्यापलेला आहे.

हवामान – भारतात उष्ण, समशितोष्ण व शीत असे तिन्हीही प्रकारचे हवामान आढळते. हिमालयात शीत, समुद्रकिनाऱ्याजवळ दमट तर वायव्य व मध्य भारतात शुष्क प्रकारचे हवामान आढळते. काश्मीर खोऱ्यातील द्रास या ठिकाणी किमान तपमान $-४५^०$ से. असते. तर राजस्थानमधील गंगासागर येथे कमाल तपमान $५१^०$ से.पर्यंत असते. थरच्या वाळवंटात वार्षिक सरासरी पर्जन्य काही ठिकाणी १२ सें.मी.पेक्षा कमी आढळतो तर मेघालय राज्यातील मॉसीनरम येथे ११४१ सें.मी. पाऊस पडतो.

वनस्पती– जगात अस्तित्वात असलेल्या वनस्पतींचे सर्व प्रकार भारतात आढळतात. भारतात १७००० जातींच्या प्रमुख वनस्पती आहेत. त्यात साग, साल, चंदन, शिसम, एबनी, महागनी इ. महत्त्वाच्या वनस्पती आहेत.

प्राणी– भारतात सुमारे ५०० सस्तन प्राण्यांच्या जाती असून त्यापैकी २१ जाती फक्त भारतातच सापडतात. पक्षांच्या एकूण २०४० जाती असून हे पक्षी विविध प्रकारचे आहेत.

जमीन– गाळाची, तांबड्या रंगाची, जांभळ्या रंगाची, काळी, पर्वतीय, पीट, वाळवंटी अशा विविध प्रकारची जमीन देशात उपलब्ध असून या प्रत्येक जमिनीतून विशिष्ट प्रकारच्या पिकांचे उत्पादन जास्त प्रमाणात होते.

खनिजे– भारतात निरनिराळ्या प्रकारची १०० खनिजे असून त्यातील ३० प्रकारची खनिजे आर्थिकदृष्ट्या महत्त्वाची आहेत. आसाममधील दिग्बोई, गुजरातमधील अंकलेश्वर व लूनेज मुंबईजवळील 'बॉम्बे हाय' ही क्षेत्रे खनिज तेलासाठी प्रसिद्ध आहेत. बिहार, ओरिसा व प.बंगाल ही घटकराज्ये लोह व दगडी कोळसा या खनिजांच्या उत्पादनासाठी प्रसिद्ध आहेत. मध्यप्रदेशातील पन्ना येथील हिऱ्यांच्या खाणी व कर्नाटकातील सोन्याच्या खाणी देशात प्रसिद्ध आहेत. नैसर्गिक साधनसंपत्ती देशात भरपूर आहे परंतु तिचा योग्य वापर केला जात नाही, म्हणून देश श्रीमंत पण लोक गरीब अशी भारताची अवस्था आहे.

▶ भारत– प्राकृतिक विभाग

भारतात सर्व प्रमुख भूमिस्वरूपे आढळतात; यात पर्वत, डोंगररांगा, पठारे, सखल मैदाने यांचा समावेश होतो. भारताच्या एकूण क्षेत्रफळाच्या ११ टक्के भाग पर्वतीय, १९ टक्के भाग डोंगररांगा, २८ टक्के भाग पठारी तर राहिलेला ४३ टक्के भाग मैदानी आहे.

प्राकृतिक रचनेनुसार भारताचे पुढीलप्रमाणे चार मुख्य विभाग पडतात.

१) उत्तरेकडील पर्वतीय प्रदेश
२) उत्तरेकडील मैदानी प्रदेश
३) द्विपकल्पीय पठारी प्रदेश
४) किनारपट्टीचा मैदानी प्रदेश व बेटे

(१) उत्तरेकडील पर्वतीय प्रदेश

भारताच्या उत्तरेकडील एकमेकींस समांतर असलेल्या अनेक पर्वतश्रेण्यांचा प्रदेश व ईशान्येकडील पर्वतीय प्रदेश यांचा समावेश उत्तरेकडील पर्वतीय प्रदेश या विभागात होतो.

उत्तरेकडील पर्वतीय प्रदेशाचे दोन उपविभाग पाडता येतात.

१) हिमालय पर्वतीय प्रदेश
२) ईशान्येकडील किंवा पूर्वेकडील पर्वत रांगा

हिमालय पर्वतीय प्रदेश

जगातील सुमारे उंच व सर्वात तरुण असलेल्या या घडीपर्वताची उंची सुमारे ८००० मीटरपेक्षा अधिक आहे. हिमालय पर्वतीय प्रदेशाची पूर्व-पश्चिम लांबी सुमारे २५०० कि.मी. असून त्याची रुंदी १५० ते ४०० कि.मी. च्या दरम्यान आढळते. या पर्वतीय प्रदेशाची रुंदी मध्यभागी जास्त असून दोन्ही टोकांकडे ती कमी आहे. या पर्वतीय प्रदेशाने सुमारे ५ लक्ष चौ.कि.मी. क्षेत्र व्यापले आहे.

हिमालय पर्वताची निर्मिती

हिमालय पर्वताच्या जागी सुमारे साठ कोटी वर्षांपूर्वी 'टेथिस' नावाचा समुद्र होता. त्या समुद्राच्या उत्तरेकडील भागात लॉरेशिया किंवा 'अंगार भूमी' आणि दक्षिणेकडील भागास 'गोंडवन भूमी' असे म्हटले जाते. या दोन्ही भूखंडावरून वाहत येणाऱ्या नद्यांनी या समुद्रात गाळाचे संचयन केले. कालांतराने गोंडवना भूभागाच्या उत्तर दिशेकडील हालचालीमुळे या गाळावर मोठ्या प्रमाणात दाब पडला; या प्रचंड दाबामुळे टेथिस सागराच्या तळावरील गाळाला वळ्या (घड्या) पडल्या. या वळ्यांची उंची वाढत जाऊन हिमालय पर्वतरांगांची निर्मिती झाली. अजूनही हा भूभाग अस्थिर असून त्याची उंची वाढत आहे.

हिमालयाच्या पर्वतरांगा

हिमालयाच्या पूर्व-पश्चिम दिशेत एकमेकांना समांतर अशा तीन प्रमुख रांगा पसरलेल्या आहेत.

१) बृहत हिमालय/हिमाद्री/ग्रेटर/उत्तर हिमालय

२) छोटा हिमालय/हिमाचल/लेसर हिमालय/मध्य हिमालय

३) बाह्य हिमालय/शिवालिक रांग/दक्षिण हिमालय

१) बृहत हिमालय किंवा हिमाद्री

ही हिमालयाची सर्वांत उत्तरेकडील, सर्वांत उंच व सलग पर्वत रांग आहे. या पर्वतश्रेणीची समुद्र सपाटीपासूनची सरासरी उंची ६१०० मीटर असून रुंदी १२० ते २०० कि.मी. दरम्यान आहे. या पर्वतीय प्रदेशाच्या मध्यवर्ती भागात आर्कीयन प्रकारचे खडक (ग्रॅनाईट, सुभाज, पट्टिताश्म इ. आढळतात. या पर्वत रांगेत १४६ पर्वत शिखरे आहेत. जगातील सर्वांत उंच शिखर माऊंट एव्हरेस्ट याच पर्वत श्रेणीत असून, त्यांची उंची ८८४८ मी. आहे. याशिवाय धवलगिरी (८१७२ मी.) मानस्लू (८१५६ मी.) गौरीशंकर (७१४४ मी.) (सर्व नेपाळ) आणि सिक्कीममधील कांचनगंगा (८५९८ मी.) यांचा समावेश या पर्वतरांगेत होतो. जम्मूकाश्मीरमधील 'के-२' (गॉडविन ऑस्टिन) (८६११ मी.) हे या पर्वत रांगेतील भारतातील सर्वोच्च तर जगातील दुसऱ्या क्रमांकाचे सर्वोच्च शिखर आहे. तसेच जम्मू-काश्मीरमधील नंगा पर्वत (८१२६ मी.), उत्तरांचल मधील गंगोत्री (६६१४ मी.), बद्रीनाथ (७१३८ मी.) त्रिशूल (७१२० मी.), नंदादेवी (७८१७ मी.) ही सर्व शिखरे बृहत हिमालय पर्वतरांगेत आहेत. हा प्रदेश वर्षभर हिमाच्छादित असल्याने हिमालयातील सर्व मोठ्या हिमनद्यांचा उगम याच रांगेत झाला आहे. या पर्वत रांगेत सुमारे ४००० मी. पेक्षा जास्त उंचीवर खिंडी आढळतात. जम्मू-काश्मीरमध्ये बर्झील, झोजिला, हिमाचल प्रदेशात बारा लॉपचाला, शिप्किला; उत्तरांचलमध्ये थांगला, नितीला, लिपू-लेख, मानाला, सिक्कीममध्ये नथूला, जेलप्ला या खिंडी आहेत.

२) छोटा हिमालय किंवा हिमाचल

हिमाद्रीच्या दक्षिणेस ६० ते ८० कि.मी. रुंदीची एक श्रेणी असून ती छोटा हिमालय किंवा हिमाचल म्हणून ओळखली जाते. या श्रेणीलाच लेसर हिमालय असेही म्हणतात. या पर्वत श्रेणीची सरासरी उंची ३५०० ते ५००० मीटर दरम्यान आहे. या पर्वत श्रेणीत धौलाधर, पिरपंजाल, नागतिबा, महाभारत आणि मसूरी या महत्त्वाच्या पर्वतरांगा आहेत. त्यापैकी पिरपंजाल ही पर्वतरांग झेलम व बियास या नद्यांच्या दरम्यान ४०० कि.मी. एवढी लांब रांग आहे. पिरपंजाल रांगेची सरासरी उंची ४६०० मीटर असून सिमला हे थंड हवेचे ठिकाण याच पर्वत रांगेत आहे. राणीखेत, मसूरी, नैनिताल ही थंड हवेची ठिकाणेही या पर्वतरांगेत आहेत. पिरपंजाल व हिमाद्रीच्या पश्चिम रांगांमध्ये प्रसिद्ध काश्मीर

खोरे आहे. या खोऱ्याची लांबी १५० कि.मी. असून रुंदी ८० कि.मी. आहे. तसेच या खोऱ्याची समुद्रसपाटीपासूनची उंची १७०० मीटर आहे.

३) शिवालिक किंवा बाह्य हिमालय

हिमालयाच्या दक्षिणेकडे पायथ्यालगत शिवालिक ही रांग आहे. या श्रेणीची समुद्रसपाटीपासून सरासरी उंची ६०० ते १५०० मीटर्स असून रुंदी १५ ते ५० कि.मी. च्या दरम्यान आढळते. हिमाचलप्रदेशात या श्रेणीची रुंदी ५० कि.मी. असून अरुणाचल प्रदेशाकडे ती कमी म्हणजे १५ कि.मी. आहे. जम्मूमध्ये-जम्मू टेकड्या, अरुणाचल प्रदेशात मिरी, मिशमी, डाफला, अभोर टेकड्या म्हणतात.

मध्य हिमालय व शिवालिक टेकड्या यांच्या दरम्यान गाळाच्या संचयनापासून निर्माण झालेल्या मैदानांना 'डून्स' म्हणतात. जम्मू मधील कोटली, उधमपूर; उत्तरांचलमधील पाटली, कोटा, चौखांबा ही डून मैदाने आहेत. शिवालिक रांग म्हणजे कमी उंचीच्या टेकड्यांची एक साखळीच आहे. या टेकड्या वाळू, माती व गोल दगडांच्या संचयनाने तयार झालेल्या आहेत.

हिमालयाचे पश्चिम–पूर्व विभाग

हिमालय पर्वताच्या मध्यवर्ती भागात असलेल्या नेपाळ या देशामुळे भारतातील हिमालय पर्वतीय प्रदेशाचे पश्चिम व पूर्व हिमालय असे दोन भाग पडतात.

१) पश्चिम हिमालय

पश्चिम हिमालयाचे काश्मीर हिमालय, पंजाब हिमालय व कुमाऊँ हिमालय असे तीन प्रकार पडतात.

अ) काश्मीर हिमालय– सिंधू व सतलज नद्यांच्या दरम्यान येणाऱ्या हिमालयाच्या पर्वतरांगेस 'काश्मीर हिमालय' म्हणतात. काश्मीर हिमालयात उत्तरेकडून दक्षिणेकडे परस्परांना समांतर अशा काराकोरम, लडाख, झास्कर, पीरपंजाल व शिवालिक टेकड्या पसरलेल्या आहेत. या पर्वतरांगाची लांबी सुमारे ७०० कि.मी. व रुंदी ५०० कि.मी. असून सरासरी उंची ३००० मी. आहे. काराकोरम पर्वतरांगेत जगातील दुसऱ्या क्रमांकाचे व भारतातील सर्वोच्च शिखर माऊंट गॉडविन ऑस्टीन (८६११ मी.) उंचीचे आहे. काश्मीरमधील झेलम नदी खोरे व लडाख झास्करमधील सिंधू नदी खोरे काश्मीर हिमालयात येते.

ब) पंजाब हिमालय– सतलज नदीच्या वायव्येकडील ५७० कि.मी. लांबीच्या व ४५००० चौ.कि.मी. क्षेत्रफळ असलेल्या या पर्वतीय भागाला 'पंजाब हिमालय' म्हणतात. मानसरोवर, राकस व ताल ही सरोवरे याच भागात आढळतात. या पर्वतीय भागात कांग्रा, लाहूल, स्पिती ही खोरी महत्त्वाची असून चिनाब, रावी व बियास या नद्या याच पर्वतीय भागातून वाहतात.

क) कुमाऊँ हिमालय– सतलज व काली या दोन नद्यांच्या दरम्यान ३२० कि.मी. लांबीचा व सरासरी ६००० मी. उंचीचा पर्वतमय प्रदेश कुमाऊँ हिमालयात येतो. या पर्वतीय भागात सर्वांत उंच शिखर नंदादेवी (७८१७ मी.) हे असून त्या खालोखाल कामेन (७७५६ मी.) बद्रीनाथ (७१३८ मी.), त्रिसूल (७१२० मी.), सतोपंथ (७०८४ मी.), दुनागिरी (७०६६ मी.), केदारनाथ (६९४० मी.), नंदाकोट (६८६१ मी.), श्रीकांता (६७२८ मी.) आणि गंगोत्री (६६१४ मी.) अशी महत्त्वाची शिखरे आहेत. भगिरथी, गंगा व यमुना या नद्यांचा उगम याच पर्वतीय भागात होतो. या प्रदेशातील नैनिताल, भीमताल व पूनाताल ही सरोवरे महत्त्वाची आहेत.

२) पूर्व हिमालय

नेपाळच्या पूर्वेकडील भागाचा समावेश पूर्व हिमालयात होतो. या विभागातील पर्वतांची लांबी, रुंदीपेक्षा कमी आहे. पर्वतांची शिखरे व खोल दऱ्या यांच्या उंचीमधील फरक फारच असून तेथील उतार तीव्र आहे. पूर्व हिमालयाच्या पश्चिमेकडून-पूर्वेकडे चार उपविभाग पडतात. ते पुढीलप्रमाणे–

अ) दार्जिलिंग हिमालय ब) सिक्कीम हिमालय क) भूतान हिमालय ड) आसाम हिमालय

ईशान्येकडील पर्वतरांगा

या पर्वतरांगा हिमालयापासून वेगळ्या असून त्या सरळ उत्तर-दक्षिण पसरलेल्या आहेत. या रांगांना पश्चिमेकडे किंचित बाक आहे. या पर्वतीय रांगांनाच 'पूर्वांचल' असेही म्हणतात.

नागा पर्वतरांग महत्त्वाची असून त्यामुळे भारत व म्यानमार या दोन देशांची विभागणी झाली आहे. या पर्वतीय भागात सरामती (३८२६ मी.) हे महत्त्वाचे शिखर असून कोहिमा, मणिपूर, पतकोई, लुशाई या महत्त्वाच्या टेकड्या या भागात आहेत. या टेकड्यांचा उतार तीव्र आहे. लुशाई टेकड्यांच्या दक्षिणेस आराकान योमा पर्वतीय प्रदेश आहे. या पर्वताच्या अनेक लहान मोठ्या रांगा उत्तर-दक्षिण गेलेल्या दिसतात. या भागातील घनदाट जंगलांमुळे त्या दुर्गम बनल्या आहेत.

मेघालय पठारावर गारो, खांसी व जैतिया या महत्त्वाच्या टेकड्या आहेत. या टेकड्यांमधूनच ब्रह्मपुत्रा नदी वाहत असून तिने या भागात अरुंद व खोल खोरे निर्माण केले आहे; यालाच 'आसाम दरी' असे म्हणतात.

हिमालयाचे महत्त्व

हिमालयाचे भारताला अनेक फायदे झाले आहेत. ते पुढील बाबींवरून स्पष्ट होते–

१) हवामान– हिमालयामुळे मध्यआशियातून हिवाळ्यात येणाऱ्या अति थंड वाऱ्यांना अडविले गेल्याने भारताचे त्यापासून संरक्षण केले आहे. त्यामुळे भारताचे हवामान उष्णकटिबंधीय आढळते. सौम्य हिवाळे व उष्ण उन्हाळे हे या हवामानाचे वैशिष्ट्य आहे.

हिमालयामुळे नैर्ऋत्य मोसमी वारे अडविले गेल्याने उत्तरेकडील मैदानी प्रदेशाला पाऊस मिळतो. हिमालय नसता तर भारताचे हवामान शुष्क/अर्धशुष्क झाले असते.

२) नद्यांचे उगम– गंगा, यमुना, ब्रह्मपुत्रा, सतलज, कोसी इ. बारमाही नद्यांचे उगम हिमालयात आहेत. या नद्यांना पावसाळ्यात पावसामुळे व उन्हाळ्यात बर्फ वितळल्यामुळे बारमाही मोठ्या प्रमाणात पाणी उपलब्ध असते. या नद्यांवर धरणे व कालव्याद्वारे शेती व उद्योगधंद्यांना पाणीपुरवठा करणे शक्य झाले आहे. तसेच त्यापासून वीजनिर्मिती केली जाते. तसेच काही नद्यांचा जलवाहतुकीस उपयोग होतो.

३) सुपीक गाळाची मृदा– हिमालयातून उगम पावणाऱ्या नद्या तीव्र उतारामुळे, पाण्याच्या प्रचंड वेगामुळे प्रवाहमार्गातील खडकांची मोठ्या प्रमाणात झीज करतात. त्या नद्या या झीज करून निर्माण झालेल्या गाळाचे उत्तर भारताच्या मैदानी प्रदेशात संचयन करतात. त्यामुळे उत्तर भारताचे सुपीक मैदान तयार झाले; त्यामुळे हे विशाल मैदान हिमालयाची देणगी मानली पाहिजे.

४) वनसंपदा– हिमालयात उंचीनुसार विविध वनस्पती प्रकार आढळतात. जास्त उंचीच्या प्रदेशात सूचीपर्णीवने तर कमी उंचीच्या भागात पानझडी व सदाहरित वने आढळतात. या वनातील वृक्षांचे लाकूड वजनाने हलके व मऊ असल्याने फर्निचर, इमारतीसाठी, कागदाचा लगदा, आगपेट्यांसाठी वापरले जाते. अनेक प्रकारच्या औषधी वनस्पती आढळतात.

५) प्राणीसंपदा– शिवालिक टेकड्यांच्या परिसरात तराईवने आहेत. त्यात वाघ, हत्ती, अस्वल, चित्ता, काळवीट, याक इ. प्राणी आढळतात. प्राण्यापासून कातडी, मांस, लोकर, हाडे इ. उत्पादने मिळतात. तसेच समृद्ध पक्षीजीवन आहे. हिमालयातील 'अल्पाईन' प्रकारच्या गवतावर मेंढ्या पालनाचा व्यवसाय केला जात असल्याने मोठ्या प्रमाणात लोकर उत्पादन होते.

६) खनिजे– हिमालयातील टर्शरी खडकात खनिजतेलाची शक्यता आहे. इतर मौल्यवान खनिजांमध्ये कोळसा, खनिजतेल, बॉक्साईट, जिप्सम, खनिजमीठ, तांबे, शिसे, जस्त, निकेल, कोबाल्ट, टंगस्टन, सोने, चांदी, चुनखडक, मौल्यवान खडे इ. चा समावेश होतो. हिमालयातील दुर्गम प्रदेश व तंत्रज्ञान यामुळे या भागात खनिजांचे उत्खनन करणे फायद्याचे ठरत नाही.

७) पर्यटन– हिमालयातील निसर्गरम्य प्रदेश व आल्हाददायक हवामान आहे. त्यामुळे तो पर्यटकांचे आकर्षण बनलेला आहे. त्यामुळे येथे गुलमर्ग, सोनमर्ग, सिमला, कुलू, मनाली, डलहौसी, मसुरी, नैनिताल, राणीखोत, दार्जिलिंग इ. अनेक पर्यटन स्थळे विकसित झाली आहेत. त्यामुळेच स्थानिक लोकांना रोजगार व सरकारला परकीय चलन उपलब्ध होते.

हिमालयातील उत्तुंग पर्वत-शिखरे गिर्यारोहकांना साद घालीत आहेत. त्यामुळे या प्रदेशात अनेक गिर्यारोहण संस्था स्थापन झाल्या आहेत. त्यामुळे देशी, परदेशी गिर्यारोहकांना याठिकाणी प्रशिक्षण मिळते.

८) नैसर्गिक भू-सीमा व संरक्षण– भारताच्या उत्तरेला पूर्व-पश्चिम दिशेत हिमालयाच्या उत्तुंग पर्वतरांगा पसरलेल्या आहेत. या पर्वतरांगा भारताच्या तटबंदीसारखे नैसर्गिकरीत्या संरक्षण करतात. या पर्वतरांगांनी नैसर्गिक भूसीमा निश्चित केलेली आहे.

९) भूराज नैतिक महत्त्व– आशिया खंडामध्ये भारताचे स्थान वैशिष्ट्यपूर्ण व महत्त्वाचे आहे. त्यामुळे आशिया खंडाच्या राजकीयदृष्टीकोनातूनही हिमालयाचे महत्त्व आहे.

१०) धार्मिक महत्त्व– हिमालयाच्या पर्वत रांगेत अमरनाथ, गंगोत्री, जमुनोत्री, बद्रीनाथ, केदारनाथ, हरिद्वार इ. हिंदूंची पवित्र तीर्थस्थाने असून 'धर्मशाळा' सारखे बौद्ध धर्माचे केंद्र, 'हजरत बाळ'सारखे मुस्लीम तीर्थक्षेत्र आहे.

११) संस्कृती– हिमालयाच्या उंच पर्वतरांगामुळे उत्तर आशियातील व भारतातील लोकांचा मोठ्या प्रमाणात संपर्क आला नाही. त्यामुळे उत्तर आशियातील संस्कृती व भारतीय संस्कृती वेगळी आढळते. त्यामुळेच संस्कृती आपली विविधता व आगळेपण टिकवून आहे.

(२) उत्तर भारतीय मैदान

हिमालयाच्या दक्षिणेस व भारतीय द्वीपकल्पीय पठाराच्या उत्तरेस 'उत्तर भारतीय मैदान' आहे. या मैदानी प्रदेशाचा विस्तार पश्चिमेकडील राजस्थानच्या ओसाड मैदानापासून ते पूर्वेस आसामपर्यंत आहे. या मैदानाची पूर्व-पश्चिम लांबी २४०० कि.मी. व रुंदी पश्चिमेकडे ३२० कि.मी. तर पूर्वेकडे २४० कि.मी. असून समुद्रसपाटीपासून उंची २०० मीटर आहे. या मैदानी प्रदेशाचे क्षेत्रफळ सुमारे ६ लाख ५२ हजार चौ.कि.मी. असून हे क्षेत्र भारताच्या एकूण क्षेत्रफळापैकी सुमारे $\frac{१}{४}$ आहे.

हिमालय पर्वतच्या निर्मितीनंतर या मैदानी प्रदेशाची निर्मिती झालेली आहे. सिंधू, गंगा व ब्रह्मपुत्रा या नद्या व त्यांच्या उपनद्या यांनी वाहून आणलेल्या गाळाचे वर्षानुवर्षे संचयन होऊन हा मैदानी प्रदेश तयार झाला

आहे. या प्रदेशाला 'गंगा-सिंधूचे मैदान' असेही म्हणतात.

या मैदानातील गाळाची खोली सर्वांत जास्त दिल्ली ते राजमहाल टेकड्या या दरम्यान तर कमी राजस्थान व आसाममध्ये आहे. या मैदानाला अत्यंत मंद उतार असून तो बंगालच्या उपसागराच्या दिशेने आहे. या मैदानाचा सर्वसाधारण उतार नैर्ऋत्येकडे किंवा आग्नेयकडे आहे. उतार दर कि.मी. ला १२ सें.मी.पेक्षा कमी आहे.

उत्तर भारतीय मैदानातील गाळाच्या संचयनाचे स्वरूप व गाळाच्या संचयनापासून पुढील भूमीस्वरूपे तयार झाली आहेत.

भाबर- हिमालयातून वाहात येणाऱ्या नद्यांनी शिवालिक डोंगररांगांच्या पायथ्याशी दगड, गोटे, खडे, वाळू यांचे संचयनाने पंख्यांच्या आकाराची मैदाने निर्माण केलेली आहेत. त्यांना 'भाबर' म्हणतात.

तराई- भाबर नंतर बारीक गाळाचा मैदानी प्रदेश असून तो तराईप्रदेश म्हणून ओळखला जातो. भाबर प्रदेशात भूमिगत झालेले पाणी या प्रदेशात वर येत असल्याने हा प्रदेश दलदलीचा बनलेला आहे.

तराई प्रदेशानंतर विस्तृत गाळाच्या मैदानी प्रदेशाचे दोन विभागात विभाजन केले जाते.

भांगर- (जुन्या गाळाचा मैदानी प्रदेश)-नदीच्या सद्य:स्थितीतील पात्रापासून दूर अंतरावर असलेला जुन्या गाळाचा प्रदेश म्हणजे भांगर होय.

खादर- (नवीन गाळाचा मैदानी प्रदेश)- नदीच्या सद्य:स्थितीतील पात्रालगतचा नवीन गाळाचा प्रदेश म्हणजे 'खादर' होय.

उत्तर भारताच्या मैदानी प्रदेशाचे प्रामुख्याने खालील तीन प्रकार पडतात.

१) पश्चिम मैदान २) उत्तर मैदान ३) पूर्व मैदान

१) पश्चिम मैदान– उत्तर भारतीय मैदानी प्रदेशाचा पश्चिम भाग राजस्थान मैदान म्हणून ओळखला जातो. अरवली पर्वताच्या पश्चिमेकडील ६४० कि.मी. लांब व ३०० कि.मी. रुंद ज्याचे क्षेत्रफळ १,७५,००० चौ.कि.मी. आहे. अरवली पश्चिमेकडील थरच्या वाळवंटाचा भाग यात येतो. त्यास 'मरूस्थळी' म्हणतात. या प्रदेशात पर्जन्याचे प्रमाण फारच कमी असल्याने हा भाग वाळवंटी बनला आहे. या मैदानात सांभर, दिंडवाना, पंचमद्रा, लुंकरणसार ही खाऱ्या पाण्याची सरोवरे आढळतात. या प्रदेशातून 'लुनी' ही एकमेव हंगामी नदी नैर्ऋत्येकडे वाहत जाते.

२) उत्तर मैदान– उत्तर मैदानाचे चार उपविभाग पडतात. ते खालीलप्रमाणे– १) पंजाब हरियाणाची मैदाने २) गंगा-यमुना दुआब ३) रोहिलखंडची मैदाने ४) अवध मैदाने

   १) पंजाब हरियाणाची मैदाने– उत्तर भारतीय मैदानांच्या आग्नेयेस यमुना नदीपासून वायव्येस रावी नदी पर्यंतच्या मैदानी प्रदेशांचा समावेश होतो. रावी, बियास व सतलज या नद्यांच्या कार्यामुळे हे सुपीक मैदान निर्माण झाले आहे. बियास व सतलज दुआबाच्या दक्षिणेस 'माळवा मैदान' येते.

   २) गंगा-यमुना दुआब
   गंगा-यमुना दुआबचे पर्जन्य प्रमाण, उंची व पूर मैदानांच्या वैशिष्ट्यांवरून पुढील तीन उपविभाग पडतात.

      अ) उत्तर दुआब ब) मध्य दुआब क) पूर्व दुआब

      अ) उत्तर दुआब- उत्तर हरिद्वारपासून दक्षिणेला अलिगडपर्यंत जो मैदानी प्रदेश आहे त्याचा समावेश होतो. या मैदानी प्रदेशाची सरासरी उंची २०० मी. पेक्षा जास्त आहे. याचा उतार सौम्य स्वरूपाचा असून तो दक्षिणेकडे आहे.

ब) मध्य दुआब– उत्तर दुआबाच्या पूर्वेला १०० ते २०० मी. उंचीचा जो प्रदेश आहे त्याला मध्य दुआब म्हणतात. या भागात नद्यांच्या काठावर पूर मैदाने आहेत.

क) पूर्व दुआब– मध्य दुआबाच्या पूर्वेला १०० मी. पेक्षा कमी उंचीचा मैदानी भाग पूर्व दुआब नावाने ओळखला जातो. हा प्रदेश सपाट व सरळ स्वरूपाचा असून त्याची उंची पश्चिमेकडून-पूर्वेकडे कमी कमी होत जाते.

३) **रोहिलखंडची मैदाने–** गंगा-यमुना दुआब प्रदेशाच्या पूर्वेस बिजनौर ते लखनौपर्यंतचा मैदानी प्रदेश रोहिलखंड नावाने ओळखला जातो. या मैदानी प्रदेशातून रामगंगा व शारदा या नद्या वाहत असून त्यांनी सुपीक प्रदेश तयार केलेला आहे.

४) **अवध मैदाने–** या मैदानी प्रदेशाला 'अयोध्येचे मैदान' असेही म्हणतात. या मैदानी प्रदेशातून गोमती, राप्ती आणि घाग्रा या नद्या वाहत असून त्यांनी हा सुपीक प्रदेश बनविला आहे.

३) **पूर्व मैदान–** पूर्व मैदानाचे चार उपविभाग पडतात.

अ) उत्तर बिहारची मैदाने ब) दक्षिण बिहारची मैदाने क) बंगालचे मैदान ड) आसामचे खोरे

अ) उत्तर बिहारची मैदाने– उत्तर बिहारच्या मैदानी प्रदेशातील गाळाच्या थराची जाडी २००० मीटर्स असावी असा अंदाज आहे. या मैदानांमधून घाग्रा, गंडक आणि कोसी या नद्या वाहत असून त्यांनीच हा मैदानी प्रदेश तयार केला आहे. गंगा नदी या मैदानाच्या दक्षिण सरहद्दीवरून वाहते.

ब) दक्षिण बिहारची मैदाने– बिहारच्या दक्षिण भागात हे मैदान असून त्याची जाडी जास्त आहे.

क) बंगालचे मैदाने– बंगालचे मैदान गंगा व ब्रह्मपुत्रा नद्यांच्या सुपीक गाळाने तयार झालेले आहे. या मैदानी प्रदेशाचे क्षेत्रफळ २३००० चौ.कि.मी. आहे. या मैदानी प्रदेशातून तोरसा, तिस्ता, जलढाका या नद्या वाहत असून त्यांनी गाळांचे संचयन करून हा सुपीक प्रदेश बनविला आहे. या मैदानाच्या दक्षिणेकडील भाग बरिंद मैदानाचा असून हा गंगा नदीचा जुना त्रिभुज प्रदेश आहे. बंगालचे खोरे समुद्रसपाटीपासून ६ मी. उंचीवर आहे. याचा दक्षिण भाग सुंदरबनने व्यापलेला आहे. या खोऱ्यात गंगेच्या अनेक शाखा व उपशाखांची निर्मिती झाल्याने चितगांवच्या बाजूस गंगेचा त्रिभुज प्रदेश तयार होत आहे.

ड) आसामचे खोरे– हा मैदानी प्रदेश हिमालयाच्या डोंगराळ प्रदेश व मेघालयाचे पठार या दरम्यान आहे. ब्रह्मपुत्रा नदी व तिच्या उपनद्यांनी हा प्रदेश सुपीक बनविलेला आहे. हा मैदानी प्रदेश घनदाट जंगलांनी व्यापलेला असल्याने त्याचा शेतीसाठी फारसा उपयोग होत नाही.

उत्तर भारतीय मैदानाचे महत्त्व

१) **सुपीक मृदा–** नद्यांनी वाहून आणलेल्या गाळापासून हा प्रदेश तयार झालेला असल्याने मृदा सुपिक आहे.

२) **कृषीसमृद्ध प्रदेश–** अनुकूल हवामान, बारमाही वाहणाऱ्या नद्या इ.मुळे या भागात गहू, ऊस, तांदूळ, ताग, तेलबिया, कापूस इ. उत्पादन होते. यामुळे या प्रदेशाला 'धान्याचे कोठार' म्हणतात.

३) **कृषी आधारित उद्योगधंद्यांचा विकास–** ताग, कापूस, ऊस, तेलबिया, यावर आधारित तागगिरण्या, कापडगिरण्या, साखर कारखाने, तेलगिरण्या इ. उद्योगांचा विकास झाला आहे.

४) वाहतूक व दळणवळण– प्रदेश सपाट असल्याने रस्ते, लोहमार्ग उभारले; कालवे तयार करणे सुलभ व कमी खर्चाचे असल्याने रस्ते, रेल्वे मार्गांचे दाट जाळे निर्माण झाले आहे. दळणवळणाचाही चांगला विकास झाला आहे.

५) लोकसंख्या केंद्रीकरण– शेती, उद्योगधंदे, वाहतूक, दळणवळण सुविधांमुळे लोकसंख्येची दाटी झालेली आहे. या भागातील लोकसंख्येची घनता दर चौ.कि.मी. ला १००० पेक्षा जास्त आढळते. उत्तर भारतीय मैदानांनी देशाचा २१% भाग व्यापला असून, यात भारताच्या एकूण लोकसंख्येपैकी ४०% लोकसंख्या आढळते.

६) तीर्थ स्थाने– नद्यांच्या काठावर मथुरा, वाराणशी, हरिद्वार, ऋषिकेश, अलाहाबाद यासारखी अनेक पवित्र तीर्थक्षेत्रे आहेत. या क्षेत्रांनी लोकांना अध्यात्माचे व संस्कृतीचे ज्ञान दिले.

७) शहरे– हा प्रदेश सर्व दृष्टीने समृद्ध असल्याने मोठ्या नागरी वसाहती स्थापन झाल्या आहेत. त्याचे आता महानगरात रूपांतर झालेले आहे.

८) संस्कृतीचा उगम व विकास– मानवी जीवनास येथील सर्व परिस्थिती अनुकूल असते. प्राचीन काळी या भागात संस्कृतीचा उगम व विकास घडून आला.

(३) द्वीपकल्पीय पठारी प्रदेश (भारतीय पठार)

उत्तरेस गाळाच्या मैदानी प्रदेशापासून दक्षिणेस कन्याकुमारीपर्यंत द्वीपकल्पीय पठार पसरलेले असून या द्वीपकल्पाच्या आकार त्रिकोणाकृती असून त्याचा पाया उत्तरेकडे आणि शिरोबिंदू दक्षिणेकडे कन्याकुमारीजवळ आहे. या पठाराच्या वायव्येला अरवलीपर्वत, उत्तरेला बुंदेलखंड पठार व कैमूर डोंगर, ईशान्येला राजमहाल टेकड्या, पूर्वेस पूर्वघाट, पश्चिमेस पश्चिमघाट तर दक्षिणेला निलगिरी पर्वतरांगा आहेत. या पठाराचा उतार पश्चिमेकडून पूर्वेकडे असून त्याची सरासरी उंची ३०० ते ९०० मीटर्स आहे. या पठाराने सुमारे १६ लाख चौ.कि.मी. क्षेत्र व्यापले आहे. जगातील प्राचीन पठारापैकी हे एक प्राचीन पठार असून तो पृथ्वीवरील स्थिर भूभाग म्हणून ओळखला जातो. उंच पर्वत रांगा, टेकड्या, शिखरे, दऱ्या, धबधबे, अवशिष्ट डोंगर इ. वैशिष्ट्यपूर्ण भूविशेष या द्वीपकल्पीय पठारावर आढळतात. या प्रदेशातील नद्यांनी जी झीज केलेली आहे; त्याला 'बिहड' असे म्हणतात.

द्वीपकल्पीय पठारांची निर्मिती– ज्वालामुखी उद्रेकातून बाहेर पडणाऱ्या लाव्हारसाचे थरावर थर साचून पठारी प्रदेशाची निर्मिती झाली. त्यानंतर पश्चिम किनाऱ्याला समांतर दक्षिणोत्तर दिशेने प्रस्तरभंग झाला व प्रस्तरभंगाच्या पश्चिमेकडील भाग खाली खचला. तेथे अरबी समुद्र निर्माण झाला व पठाराची पश्चिमकडा तसाच उंच राहिला. त्याला 'पश्चिम घाट' म्हणतात.

वेगनरच्या खंडवहन सिद्धान्तानुसार हा भाग गोंडवनाभूमीचा भाग होय. हा प्रदेश भूकवचाच्या प्राचीन भागांपैकी एक असून हा सर्वात प्राचीन म्हणजे सुमारे ३८० कोटी वर्षांपूर्वीचा आहे.

भारतीय द्वीपकल्पीय पठाराचे प्राकृतिकदृष्ट्या चार उपविभाग पडतात. ते खालीलप्रमाणे–

१) मध्य उंचवट्याचा प्रदेश

मध्यभारतातील उंचावलेला भाग म्हणजे मध्य उंचवट्याचा प्रदेश होय. सतलज, गंगा गाळाच्या मैदानापासून सातपुडा पर्वतापर्यंतच्या भागाचा यात समावेश होतो. यात माळव्याचे पठार, अरवली पर्वताचा प्रदेश, बुंदेलखंडचे पठार, विंध्य पर्वत आणि नर्मदा नदीचे खोरे यांचा समावेश होतो.

अ) माळव्याचे पठार– मध्यप्रदेशात विंध्य पर्वताच्या उत्तरेस माळव्याचे पठार आहे. हे पठार लाव्हारसापासून निर्माण झालेले असून त्यावर अनेक लहान-मोठ्या टेकड्या आहेत. या पठाराची सरासरी उंची दक्षिणेकडे ६०० मीटर्स तर उत्तरेकडे ती ५०० मी. पेक्षा कमी आढळते. या पठारावरून चंबळ, बेटवा, पार्वती या नद्या वाहतात. या प्रदेशातील नद्यांनी बरीच झीज केलेली असून त्या प्रदेशाला 'बिहड' असे म्हणतात. चंबळ नदीने तयार केलेले बिहड हे या प्रदेशाचे वैशिष्ट्य आहे.

ब) अरवली पर्वतरांगा– माळवा पठाराच्या पश्चिमेस अरवली पर्वत रांगा असून त्यांची लांबी ८०० कि.मी. आहे. जगातील प्राचीन घड्यांच्या पर्वतांपैकी एक 'अवशिष्ट पर्वत' म्हणून अरवली पर्वत ओळखला जातो. अबू पर्वत याच भागात असून त्याची सरासरी उंची ११५८ मी. आहे. या पर्वतीय भागात गुरुशिखर (१७२२ मी.) हे सर्वांत उंच शिखर आहे. अरवली पर्वतरांगेच्या पूर्वेस २५० ते ५०० मी. उंचीचा जो उंचवट्याचा प्रदेश आहे तो पूर्व राजस्थानचा उंचवट्याचा प्रदेश म्हणून ओळखला जातो. या प्रदेशातून बनास, काली, सिंध व पार्वती या नद्या वाहतात.

क) बुंदेलखंड पठार– यमुना नदी व विंध्य पर्वत या दरम्यानचा भाग 'बुंदेल खंड पठार' म्हणून ओळखला जातो. याची सरासरी उंची १०० ते ३०० मीटर आढळते.

ड) बाघेल खंड पठार– मैकल पर्वताच्या पूर्वेस व सोन नदीच्या दक्षिणेस बाघेल खंड पठार आहे. (मध्य प्रदेश व छत्तीसगड) या पठारावरून सोन, रिहांद आणि गोपाद नद्या वाहतात.

इ) छोटा नागपूर पठार– बाघेलखंड पठाराच्या पूर्वेला झारखंड राज्यात छोटा नागपूरचे पठार आहे. या पठाराचे रांचीचे पठार, हजारीबागचे पठार व कोदारमाचे पठार असे तीन उपविभाग पडतात. यापैकी रांचीच्या पठारावर ग्रॉनाइट, पट्टिताश्म व सुभाज हे रूपांतरीत खडक आढळतात. रांची पठाराची उंची ७०० मी. आहे. छोटा नागपूर पठाराच्या ईशान्य भागात राजमहाल टेकड्या आहेत. या टेकड्यांवर लाव्हारसाचे थर आहेत. या पठारावरून दामोदर व सुवर्णरिखा या नद्या वाहतात.

ई) विंध्य पर्वत– नर्मदा नदीच्या उत्तरेकडे पूर्व-पश्चिम दिशेत विंध्य पर्वतरांग पसरली असून तिची लांबी सुमारे १०५० कि.मी. आहे. या पर्वताची उंची पूर्व व पश्चिम भागात ५०० मी. तर मध्य भागात ६०० मी. पेक्षा जास्त आहे. या पर्वताच्या पूर्व भागात महादेव, मैकल व अमरकंटक या पर्वतरांगा आहेत. विंध्य पर्वताच्या पायथ्यालगत पूर्व-पश्चिम दिशेने खचदरी आहे. या खचदरीतून सोन व नर्मदा नदी वाहते. यातील सोन नदी पूर्वेकडे वाहत जाते तर नर्मदा नदी पश्चिमेकडे वाहत जाते. नर्मदा नदी बालाघाटातून वाहत जाताना संगमरवरी खडकाच्या घळईतून वाहत जाते.

२) दख्खनचे पठार

नर्मदा नदीच्या दक्षिणेकडील भाग 'दख्खनचे पठार' म्हणून ओळखले जाते. हे पठार पश्चिम व पूर्व घाटाच्या दरम्यान आणि सातपुडा, मैकल व हजारीबाग या पर्वत रांगांच्या दक्षिणेस पसरलेले आहे. या पठाराची उंची पश्चिमेला १००० मी. तर पूर्वेला ३०० मी. आढळते. भारतातील हे सर्वांत मोठे पठार असून त्याने ७ लाख ५ हजार चौ.कि.मी. क्षेत्र व्यापले आहे. हे पठार अतिप्राचीन आणि स्थिर अशा गोंडवना प्रदेशाचा भाग आहे.

दख्खनच्या पठाराचे प्रामुख्याने सातपुडा पर्वत, महाराष्ट्र पठार, म्हैसूर पठार (कर्नाटक), तेलंगणा पठार (आंध्र), पश्चिम घाट, पूर्व घाट, निलगिरी पर्वत इ. विभाग आहेत.

सातपुडा पर्वत

राजपीपला (गुजरात) पासून रेवा (मध्यप्रदेश) पर्यंत विंध्य पर्वताला समांतर सातपुडा पर्वतरांग पसरलेली आहे. ही पर्वतरांग पश्चिम-पूर्व दिशेने नर्मदा व तापी या नद्यांच्या खोऱ्यांच्या दरम्यान आहे. या पर्वताची लांबी सुमारे ९०० कि.मी. असून उंची १२०० मी. पर्यंत आढळते. पश्चिमेकडे या पर्वताची रुंदी सुमारे ५० कि.मी. तर पूर्वेकडे ती २०० कि.मी. इतकी आढळते. या पर्वताच्या पूर्वेकडील भागात गुलाबी व तपकिरी रंगाचे वालुकाश्म खडक आढळून येतात. या पर्वतात महादेव व मैकल टेकड्या आहेत. या पर्वतात धूपगड (१३५० मी.) आणि अमरकंटक (१०५७ मी.) उंच शिखरे असून पंचमढी, चिखलदरा ही थंड हवेची ठिकाणे आहेत.

महाराष्ट्र पठार

महाराष्ट्रातील दख्खनच्या पठाराचा भाग महाराष्ट्र पठार म्हणून ओळखला जातो. हा सर्व भाग बेसॉल्ट खडकाने तयार झालेला आहे. गोदावरी, भीमा व कृष्णा या नद्यांची खोरी या पठारावर आहेत. तापी नदीच्या दक्षिणेला अजंठा व वेरूळ या टेकड्या आहेत. गोदावरी व भीमा नद्यांच्या दरम्यान बालाघाट डोंगररांगा आणि भिमा व कृष्णा नद्यांच्या दरम्यान महादेव डोंगररांगा आहेत. तापी व गोदावरी नद्यांच्या दरम्यान सातमाळा अजंठ्यांच्या रांगा आहेत. या सर्व रांगांची उंची ६०० मी. पेक्षा जास्त आहे.

तेलंगणा (आंध्र) पठार

आंध्र प्रदेशातील दख्खनच्या पठाराचा भाग तेलंगणा पठार या नावाने ओळखला जातो. हे पठार आर्कियन पट्टिताश्म खडकांनी बनलेले आहे. या पठाराचा उत्तर भाग डोंगराळ असून दक्षिण भाग त्यामानाने मैदानी स्वरूपाचा आहे.

म्हैसूर (कर्नाटक) पठार

महाराष्ट्र पठाराच्या दक्षिणेस कर्नाटक राज्यात म्हैसूर पठार आहे. या पठाराची सरासरी उंची ६०० मी. आहे. एकूण क्षेत्रफळ २६०० चौ.कि.मी. आहे. या पठारावरून तुंगभद्रा व कावेरी या प्रमुख नद्या पूर्वेकडे वाहतात. पठाराचे मलनाड व मैदान असे दोन भाग आहेत. मलनाड हा डोंगराळ भाग असून तो घनदाट जंगलांनी व खोल दऱ्यांनी व्यापलेला आहे. मलनाडच्या पूर्वेस जो सखल भाग आहे त्याला 'मैदान' असे म्हणतात.

म्हैसूर पठाराच्या दक्षिणेस दख्खनच्या पठाराचे टोक निमुळते होत जाते. त्याच्या पूर्वेस तमिळनाडूचा मैदानी प्रदेश आणि पश्चिमेस केरळचा मैदानी प्रदेश आहे.

३) पश्चिम घाट

उत्तरेस तापी नदीच्या मुखापासून दक्षिणेस कन्याकुमारीपर्यंत पश्चिम घाट पसरलेला आहे. पश्चिम घाटास सह्याद्री असेही म्हणतात. याची एकूण लांबी १६०० कि.मी. असून सरासरी उंची १२०० मीटर्स आहे. पश्चिम घाटाचा पश्चिम उतार तीव्र तर पूर्वेकडील उतार मंद आहे. पश्चिम घाट हा अरबी समुद्र व बंगालच्या उपसागराला मिळणाऱ्या नद्यांचा प्रमुख जलविभाजक असल्याने पूर्ववाहिनी व पश्चिम वाहिनी नद्या वेगळ्या झाल्या आहेत.

पश्चिम घाट किंवा सह्याद्री पर्वताचे दोन भाग केले जातात.

१) उत्तर सह्याद्री– तापी नदीच्या खोऱ्यापासून दक्षिणेस निलगिरी पर्वत श्रेणी पर्यंतच्या भागाचा समावेश होतो. उत्तर सह्याद्रीमध्ये कळसूबाई (१६४६ मी.), साल्हेर (१५६७ मी.), महाबळेश्वर (१४३८ मी.), हरिश्चंद्रगड (१४२४ मी.) ही महत्त्वाची शिखरे आहेत. उत्तर सह्याद्रीमध्ये थळघाट, बोरघाट, माळशेज, कुंभार्ली अंबोली (फोंडा) घाट यांनी कोकण व महाराष्ट्र पठार वाहतुकीच्या मार्गांनी जोडले आहेत. गोदावरी, भीमा, कृष्णा, तुंगभद्रा व कावेरी या प्रमुख नद्यांचा उगम उत्तर सह्याद्रीत होतो. पश्चिम घाटाचा गोव्यापासून दक्षिणेस निलगिरी पर्वतापर्यंतचा भाग ओबडधोबड व घनदाट जंगलांनी व्यापला आहे. या पर्वतीय भागाची सरासरी उंची १२२० मी. असून या भागात कुद्रेमुख (१८९२ मी.) व पुष्पगिरी (१७१४ मी.) ही उंच शिखरे आहेत.

निलगिरी– पूर्व घाट व पश्चिम घाट निलगिरी पर्वतात एकत्र आले आहेत. या पर्वतात दोडा बेट्टा (२६३७ मी.) व माकूर्ती (२५५४ मी.) ही प्रमुख शिखरे आहेत. या पर्वताच्या बहुतेक सर्व सीमा नैसर्गिकरीत्या भंग झालेल्या कड्यांच्या आहेत. निलगिरीच्या दक्षिणेला २४ कि.मी. रुंदीची व ३०० मी. उंचीची 'पालघाट' खिंड आहे.

ब) दक्षिण सह्याद्री– पालघाट खिंडीनंतरच्या पर्वतीय भागाला 'दक्षिण सह्याद्री' असे म्हणतात. अनाईमुडी (२६९५ मी.) हे दक्षिण सह्याद्रीतील सर्वोच्च शिखर आहे. या शिखराच्या उत्तरेस अन्नमलाई, ईशान्येस पलनी व दक्षिणेस कार्डमम अशा तीन दिशांना तीन डोंगररांगा गेलेल्या आहेत. पलनी डोंगराच्या दक्षिण बाजूस कोडाईकॅनल (२१९५ मी.) हे गिरिस्थान आहे. पेरियर व ताम्रपर्णी या नद्यांचा येथे उगम होतो.

४) पूर्व घाट

भारतीय द्वीपकल्पाच्या पूर्व किनाऱ्याला समांतर कमी उंचीच्या पर्वतरांगांना 'पूर्व घाट' म्हणतात. पश्चिम घाटाप्रमाणे पूर्व घाटाची रांग सलग नाही. गोदावरी, कृष्णा, पेन्नार, कावेरी नद्यांनी पूर्वघाट अनेक ठिकाणी खंडित केला आहे. पूर्वघाटाची सरासरी उंची ४२५ ते ४५० मी. आहे. महानदीच्या खोऱ्यापलीकडील मयुरभंजच्या पट्ट्यात मेघासनी (११६५ मी.), मलयगिरी (११८७ मी.), गंधमदन (१०६० मी.) व थाकुरेन (७८५ मी.) ही महत्त्वाची शिखरे आहेत. पूर्व घाट पर्वताची रांग किनाऱ्याला समांतर सागर किनाऱ्यापासून २५ ते ४० कि.मी. अंतरावर आहे. विशाखापट्टणम् येथे ही सागर किनाऱ्याला जवळजवळ स्पर्श करतात. महेंद्रगिरी (१५०० मी.) हे येथील सर्वोच्च शिखर आहे. कृष्णा नदीपासून चेन्नईपर्यंतच्या भागात तिरूपतीचे डोंगर व नागरी डोंगर आढळतात. येथील प्रदेश अतिशय डोंगराळ, तुटक व तीव्र उताराचा आहे. येथील डोंगराच्या रांगांना पालकोंडा, वेली कोंडा, नल्ला मल्ला अशी नावे आहेत.

चेन्नई ते निलगिरी पर्वत भागात जावडी डोंगर, गिजी डोंगर, कोल्लाई मलाई, पचाई मलाई व गोडू मलाई अशा अनेक डोंगर रांगा आहेत. पूर्व घाट निलगिरी पर्वताच्या ईशान्यभागात पश्चिम घाटाला मिळतो.

द्वीपकल्पीय पठाराचे महत्त्व

१) खनिज संपत्तीचे महत्त्व– द्वीपकल्पीय पठाराचा गाभा ग्रॅनाईट, पट्टिताश्म व सुभाज खडकांनी बनलेला असल्याने येथील महत्त्वाच्या खनिजामध्ये मँगनीज, लोह, तांबे, बॉक्साईट, क्रोमियम, पारा, रॉक सल्फेट ही खनिजे व भारतातील ७५% कोळसा येथे सापडतो. झारखंड, बिहार, ओरिसा, मध्यप्रदेश, छत्तीसगड या भागात खनिजांचे साठे आहेत. कर्नाटक व आंध्रप्रदेशात काही ठिकाणी सोने, लोह, क्रोमियमचे साठे आहेत; तर तेलंगणामध्ये हिरे, स्लेट, संगमरवर, ग्राफाईट ही खनिजे आढळतात.

राजस्थानात झिंक व जस्ताचे साठे आहेत. छोटा नागपूर पठार हे खनिजाचे मोठे क्षेत्र आहे. यालाच भारताचा खनिज पट्टा असे म्हणतात.

२) सुपीक मृदा व कृषी उत्पादने– पठारावर 'रेगूर' किंवा 'काळी मृदा' अत्यंत सुपीक आहे. या मृदेत ऊस, कापूस, तंबाखू, तेलबिया, संत्री, मोसंबी, केळी यांचे मोठ्या प्रमाणावर उत्पादन होते. दक्षिणेकडील जास्त पर्जन्याच्या पर्वत उतारावर चहा, कॉफी, रबर इ. चे उत्पादन होते.

३) औद्योगिकरण– कृषिउत्पादनावर आधारित सुती कापड गिरण्या, साखर कारखाने निर्माण झाले आहेत.

४) वन उत्पादने– साग, साल, शिसव, चंदन, बांबू यासारखे आर्थिकदृष्ट्या महत्त्वाचे वृक्ष आढळतात. तसेच पठारावरील वनातून डिंक, लाख, मेण इ. पदार्थ मिळतात.

५) जलविद्युत– शरावती नदीवरील जोग धबधबा, कावेरी नदीवरील शिवसमुद्रम् धबधबा तसेच अनेक ठिकाणी नद्यांवर धरणे बांधून त्यापासून वीजनिर्मिती व कालव्याद्वारे शेतीला जलसिंचन केले जाते.

६) पर्यटन– उत्तर सह्याद्रीमध्ये महाबळेश्वर व माथेरान, निलगिरी पर्वतात उधगमंडलम्, पलनी टेकड्यात कोडाईकॅनॉल, राजस्थानात माऊंटअबू ही पर्यटन स्थळे विकसित झाली आहेत.

(४) किनारपट्टीची मैदाने व बेटे

भारतीय पठाराच्या पूर्वेस व पश्चिमेस किनाऱ्यालगत मैदाने आहेत. भारताच्या पश्चिमकिनारपट्टीजवळ अरबी समुद्र व पूर्व किनारपट्टीजवळ बंगालचा उपसागर आहे. दक्षिण टोकाजवळ हिंदी महासागर आहे. पश्चिम किनारपट्टी अरुंद असून पूर्व किनारपट्टी बरीच रुंद आहे. या दोन्ही किनारपट्टीची भूरचना भिन्न स्वरूपाची आहे.

पश्चिम किनारपट्टीची मैदाने

पश्चिम घाट व अरबी समुद्र या दरम्यान पश्चिम किनारपट्टीचे मैदान आहे. उत्तरेस कच्छ पासून दक्षिणेस कन्याकुमारीपर्यंत पश्चिम किनारपट्टीचा मैदानी प्रदेश पसरलेला आहे. या किनारपट्टीची लांबी १५०० कि.मी. व रुंदी १० ते ८० कि.मी. असून एकूण क्षेत्रफळ ६४२८४ चौ.कि.मी. आहे. ही किनारपट्टी उत्तर व दक्षिण भागात रुंद आहे.

पश्चिमकिनारपट्टीचे १) कच्छ द्वीपकल्प २) कच्छचे रण ३) काठेवाड द्वीपकल्प ४) गुजरात मैदान ५) कोकण किनारपट्टी ६) कर्नाटक किनारपट्टी ७) केरळ किनारपट्टी असे उपविभाग पडतात.

१) कच्छ द्वीपकल्प– हा भाग वाळवंटी व निमओसाड आहे. पर्जन्याचे प्रमाण अल्प असल्याने नद्या वाहत नाहीत. वालूकामय मैदाने, वाळूच्या टेकड्या व वनस्पती विरहित लहान आकाराच्या टेकड्या हे या किनारपट्टीचे वैशिष्ट्य आहे.

२) कच्छचे रण– हे विस्तृत क्षारयुक्त मैदान आहे. या मैदानाची लांबी ३२० कि.मी. व रुंदी १६० कि.मी. असून क्षेत्रफळ २१५०० चौ.कि.मी. आहे. लुनी, बनास व माही या नद्या या रणाला येऊन मिळतात. या मैदानाची उंची फारच कमी असून काही ठिकाणी समुद्र सपाटीपेक्षाही खोल भाग आढळतो. या रणात पंचम बेटाच्या दक्षिण भागात गवताळ प्रदेश आहे. तसेच येथील काही भाग खडकाळ व काही भाग वालुकामय आढळतो.

३) काठेवाड द्वीपकल्प– कच्छ द्वीपकल्पाच्या दक्षिणेस काठेवाड द्वीपकल्प आढळते. या द्वीपकल्पात कच्छचे छोटे रण खंबायतच्या रणांनी वेढलेले आहे. या द्वीपकल्पीय पठाराची उंची ७५ मी. असून, या

भागात गिरनारपर्वत असून त्याची उंची ११९७ मीटर्स आहे. याच्या दक्षिण भागात काही टेकड्या आहेत.

४) गुजरात मैदान– काठेवाडच्या पूर्वेस गुजरातचे मैदान आहे. मैदानाची सर्वसाधारण उंची १५० मी. पेक्षा कमी आहे. या मैदानात साबरमती, मही, नर्मदा व तापी या नद्या वाहतात. या मैदानी भागात पश्चिम भागात दलदल आहे. किनारवर्ती भागात वाऱ्याच्या संचयन कार्यामुळे तयार झालेले लोएस मैदान आढळते. गुजरात मैदानाच्या पश्चिम भागात क्षारयुक्त दलदलीचा प्रदेश आढळतो.

५) कोकण किनारपट्टी– उत्तरेस दमणगंगा नदीपासून दक्षिणेस तेरेखोल (गोवा) नदीपर्यंत ७२० कि.मी. लांबीचा आणि ४५ ते ७५ कि.मी. रुंदीचा भाग कोकण किनारपट्टी म्हणून ओळखला जातो. कोकण किनारपट्टीच्या उत्तर भागात वैतरणा व उल्हास तर दक्षिण भागात सावित्री व वैशिष्टी या प्रमुख नद्या आहेत. कोकण किनारपट्टीचा भाग खडकाळ व ओबडधोबड स्वरूपाचा असून तेथे अनेक उंच टेकड्या व खाड्या आहेत.

६) कर्नाटक किनारपट्टी– या किनारपट्टीलाच कारवार किनारपट्टी किंवा कानडा किनारपट्टी असे म्हणतात. या किनारपट्टीची लांबी २५५ कि.मी. असून रुंदी २४ कि.मी. आहे. सर्वात जास्त रुंदी नेत्रावती नदी खोऱ्यात ७० कि.मी. आहे. उत्तर भाग सपाटी मैदानाचा तर इतर भागात बऱ्याच टेकड्या आढळतात. या भागातून शरावती ही प्रमुख नदी वाहते. या नदीवर २७५ मी. उंचीचा गिरसप्पा धबधबा आहे.

७) केरळ किनारपट्टी– केरळ किनारपट्टीलाच 'मलबार किनारपट्टी' असे म्हणतात. या किनारपट्टीची लांबी ५०० कि.मी. असून रुंदी २५ कि.मी. आहे. उत्तरेस कन्नोर पासून दक्षिणेकडे कन्याकुमारीपर्यंत पसरलेली आहे. या किनारपट्टीत भरपूर रुंदीचे मैदान असून टेकड्यांचे प्रमाण कमी आहे. या मैदानाची सर्वसाधारण उंची १० ते ३० मी. आहे. भरतीच्या पाण्याने उथळ खाजण तयार झाले आहेत. त्यांना 'कामले' असे म्हणतात. किनाऱ्यालगतच्या भागात अनेक तळी असून पर्जन्यकाळात ती समुद्रास जोडली जातात.

पश्चिम किनारपट्टीचे मैदान अरुंद, तीव्र उताराचे व खंडित आहे. हे मैदान उंचसखल असून, किनारा दंतूर असल्याने नद्यांच्या मुखात खाड्यांची निर्मिती झालेली आहे. त्यामुळे किनारपट्टीवर मुंबई, कोझाईकोड किंवा कालिकत, मार्मागोवा, रत्नागिरी, कारवार, मंगळूर, क्विलॉन, अलेप्पी, कोची, तिरूवनंतपूरम्, मालवण वेंगुर्ला, दाभोळ, डहाणू, दमण, सूरत इ. नैसर्गिक बंदरे आहेत.

पूर्व किनारपट्टीची मैदाने

पूर्व घाट व बंगालचा उपसागर या दरम्यानचा भाग पूर्वकिनारपट्टीचे मैदान म्हणून ओळखले जाते. उत्तरेस सुवर्णरेखा नदीपासून दक्षिणेस कन्याकुमारीपर्यंत हे मैदान पसरलेले आहे. महानदी, गोदावरी, कृष्णा व कावेरी या नद्यांनी किनारपट्टी लगत त्रिभुज प्रदेश तयार केलेला आहे.

पूर्वकिनारपट्टीचे पुढील तीन उपविभाग पडतात.

१) ओरिसा किनारपट्टी किंवा उत्कल मैदान

या मैदानी प्रदेशाची लांबी ४०० कि.मी. आहे. महानदीच्या त्रिभुज प्रदेशामुळे या मैदानी प्रदेशाची रुंदी अधिक असून ते सुपीक आहे. या प्रदेशाच्या दक्षिणेस चिल्का सरोवर आहे. याचा विस्तार ईशान्य-नैर्ऋत्य असून लांबी ७० कि.मी. व क्षेत्रफळ ८०० ते १२०० चौ.कि.मी. पर्यंत ऋतुमानानुसार बदलते. या मैदानी भागात वाळूच्या टेकड्या आहेत.

२) आंध्र मैदान

उत्कल मैदानाच्या दक्षिणेपासून पुलिकत सरोवरापर्यंत आंध्र मैदान पसरलेले आहे. गोदावरी व कृष्णा या नद्या या भागातून वाहत असून त्यांनी विस्तृत त्रिभुज प्रदेश तयार केलेला आहे. या दोन नद्यांच्या त्रिभुज प्रदेशाच्या दरम्यान 'कोलेरू' सरोवर आहे.

३) तमिळनाडू मैदान

पुलिकत सरोवराच्या दक्षिणेपासून कन्याकुमारीपर्यंतचा भाग तमिळनाडूचे मैदान या नावाने ओळखला जातो. या मैदानाची लांबी ६७५ कि.मी. व सरासरी रुंदी १०० कि.मी. आहे. या मैदानात कावेरी नदीचा त्रिभुज प्रदेश समाविष्ट होतो. किनाऱ्यावर वाळूच्या टेकड्या असून या टेकड्यांचे स्थलांतर होत राहते.

किनारी मैदानाचे महत्त्व

१) पीक उत्पादने- जमीन सुपीक असल्याने दोन्ही किनारपट्टीवर तांदळाचे उत्पादन मोठ्या प्रमाणावर होते. नारळ, आंबे, काजू, चिक्कू, फणस, सुपारी, मसाल्याचे पदार्थ यांचे उत्पादन घेतले जाते.

२) बंदरे- या किनारी प्रदेशात अनेक लहान-मोठी बंदरे आहेत. भारताच्या एकूण आंतरराष्ट्रीय व्यापारांपैकी ९८% व्यापार हा बंदरांमार्फत चालतो. कांडला (गुजरात) मुंबई व जे. एन. पी. टी. न्हावाशेवा (महाराष्ट्र) मार्मागोवा (गोवा), न्यू मंगलोर (कर्नाटक), कोची (केरळ), तुतीकोरीन, चेन्नई (तमिळनाडू), विशाखापट्टणम् (आंध्रप्रदेश), पॅराद्वीप (ओरिसा), हल्दीया, कोलकाता (प.बंगाल) या प्रदेशातील आंतरराष्ट्रीय बंदरे आहेत.

३) मासेमारी- किनारपट्टीलगत खाड्या, खाजणे, सरोवरे इ. भागात मासेमारी चालते.

४) मीठ तयार करणे- किनारपट्टीलगत मीठ तयार करण्याचा व्यवसाय चालतो.

सागरी बेटे

भारताच्या मुख्य भूमीनजीक समुद्रात अनेक सागरी बेटे आहेत. किनारपट्टीपासून दूर खोल सागरात बेटांचे दोन समूह आहेत. त्यापैकी एक बंगालच्या उपसागरात (अंदमान, निकोबार) व दुसरे अरबी समुद्रात (लक्षद्वीप) आहे. या बेटांच्या सागरातील वैशिष्ट्यपूर्ण रचनेमुळे त्यांना भूराजकीय महत्त्व प्राप्त झाले आहे.

अरबीसमुद्रातील बेटे (लक्षद्वीप बेटसमूह)- अरबी समुद्रातील 'ज्वालामुखी' पर्वताच्या शिखराभोवती प्रवाळ किटकांचे संचयन होऊन या बेटांची निर्मिती झाली आहे; म्हणून त्यांना 'प्रवाळ बेटे' म्हणतात. या बेटांची उंची समुद्र सपाटीपासून फक्त ५ मी. पर्यंत आहे. कावरती, लक्षद्वीप, अमिनी, चेटलाट, मिनिकॉय, बित्रा, किल-टान, अगत्ती, कादमत यासारख्या ३६ छोट्या बेटांचा हा समूह आहे. लक्षद्वीप बेट ८^0 उत्तर ते ११^0 उत्तर अक्षांशात पसरले असून त्याचे क्षेत्रफळ ३२ चौ.कि.मी. आहे. मिनिकॉय हे सर्वात लहान बेट असून त्याचे क्षेत्रफळ ४.५ चौ.कि.मी. आहे. तसेच अमिनद्वीप हा एक महत्त्वाचा द्वीपसमूह आहे. एकंदरीत अरबीसमुद्रात लक्ष्यद्वीप, मिनिकॉय व अमिनद्वीप हे महत्त्वाचे द्विपसमूह आहेत.

बंगालच्या उपसागरातील बेटे (अंदमान-निकोबार बेटे)

बंगालच्या उपसागरात २०४ बेटे असून, ही बेटे प्राकृतिक रचनेच्यादृष्टीने अराकान योमा या समुद्रात बुडालेल्या पर्वतरांगांची पाण्यावर दिसणारी शिखरे आहेत. या बेटांची समुद्रसपाटीपासून जास्तीत जास्त उंची ७५० मी. आहे. अंदमान द्वीपसमूहाचे एकूण क्षेत्रफळ ८३०० चौ. कि.मी. असून या द्विपसमूहाचे उत्तर, मध्य व दक्षिण अंदमान असे तीन भाग पडतात. निकोबार द्वीपसमूहात १९ बेटे असून त्यांचा विस्तार $६^0३०'$ उत्तर अक्षवृत्त ते

९°३०' उत्तर अक्षवृत्त या दरम्यान आढळतो. या द्वीपसमूहात बृहत निकोबार हे सर्वात मोठे बेट असून त्याचे क्षेत्रफळ ८६२ चौ.कि.मी. आहे. या द्वीपसमूहात छोटे निकोबार, कटचल, कामोरता, त्रिंकट, ननकौरी, तेरेसा आणि तिल्लन चाँग ही महत्त्वाची बेटे आहेत. या बेटांच्या किनाऱ्यावर प्रवाळभित्ती तयार झालेल्या आहेत.

पामबन बेट भारत व श्रीलंका यांच्या दरम्यान असून हा पामबन बेटसमूह म्हणजे आदम पूलाचाच एक भाग आहे. या बेटाची लांबी १८ कि.मी. व रुंदी जास्तीत जास्त ९ कि.मी. आहे. तमिळनाडूमधील रामनाड जिल्ह्यातील द्वीपकल्पीय पठाराचाच भाग पुढे जाऊन हे बेट तयार झाले असावे.

वरील बेटाशिवाय गुजरातच्या किनाऱ्यावरील खंबायतच्या आखातातील नोरा, बैदा, कारुंभार, परिम व पिरोतान, काटेवाड द्वीपकल्पाच्या दक्षिण किनाऱ्यावरील दीव बेट कर्नाटकच्या किनाऱ्यावरील अंजदिव पिजन, सेंटमेरी, केरळ किनाऱ्यावरील विपीन आणि वानतिवू, ओरिसाच्या किनारपट्टीवरील व्हीलर शॉर्ट्स आणि पश्चिम बंगालच्या किनाऱ्यावरील सागर, बुलचेरी, मूर ही बेटे महत्त्वाची आहेत.

भारतीय बेटांचे महत्त्व

१) सीमा संरक्षण– भारताच्या सागरी सीमा रक्षणाच्या दृष्टीने भारतीय सागरी बेटे महत्त्वाचे काम करतात. यावर नाविक दलांचे तळ आहेत.

२) पर्यटन– प्रदूषण मुक्त वातावरण, सुंदर किनारे, प्रवाळ खडक, रंगीबेरंगी मासे, हिरवीगार सदाहरित वनस्पती, निळेशार पाणी, सुंदर बिचेस यामुळे भारतीय द्वीपसमूहाचे पर्यटन महत्त्व वाढत आहे.

३) मासेमारी– सागरातील मासेमारीच्यादृष्टीने बेटांना विशेष महत्त्व आहे.

४) मसाल्याच्या पिकांचे उत्पादन– मसाल्याची पिके, नारळ, सुपारी इ.चे उत्पादन बेटावर होते.

▶ भारतातील नदीप्रणाली

कोणत्याही एखाद्या प्रदेशातील प्रमुख नदी व तिच्या उपनद्या आणि उपनद्यांना येऊन मिळणाऱ्या साहाय्यक नद्या या सर्वांचा वाहण्याचा एक विशिष्ट क्रम असतो. त्यालाच नदीप्रणाली किंवा प्रवाहप्रणाली किंवा 'जलोत्सारण पद्धती' असे म्हणतात.

जलप्रणालीच्या विकासावर भू-पृष्ठरचनेचा प्रभाव पडलेला आढळतो. भारतात भू-पृष्ठरचनेला अनुसरून विकसित झालेल्या नदीप्रणालीचे दोन प्रमुख विभाग करता येतात.

भारतातील नदीप्रणाली

हिमालयीन नद्या	पठारावरील नद्या
१) गंगा नदी प्रणाली	१) पूर्ववाहिनी नद्या
२) सिंधू नदी प्रणाली	२) पश्चिमवाहिनी नद्या
३) ब्रह्मपुत्रा नदी प्रणाली	

१) सिंधूनदी प्रणाली

ही एक जगातील फार मोठी नदी प्रणाली आहे. सिंधू ही प्रमुख नदी तिबेट पठारावर मानससरोवराच्या उत्तरेस १०० कि.मी. अंतरावर कैलास-पर्वतात ५००० मी. उंचीवर उगम पावते. या नदीची एकूण लांबी २८९७ कि.मी. असून तिची भारतातील लांबी ७०९ कि.मी. आहे. या नदीला झास्कर, ड्रास ऑस्टर, श्योक शिगार या पर्वतीय प्रदेशातील प्रमुख उपनद्या आहेत तर झेलम, चिनाब, रावी, बियास आणि सतलज या पर्वतीय

भागात उगम पावणाऱ्या परंतु मैदानी प्रदेशात येऊन मिळणाऱ्या प्रमुख उपनद्या आहेत.

झेलम– काश्मीरमध्ये वेथ या नावाने ओळखली जाते. ही नदी काश्मीरमध्ये शेषनाग येथे खोल निळ्या पाण्याच्या झऱ्यातून उगम पावते. बृहत हिमालय व पिरपंजाल पर्वत रांगांच्या दरम्यान या नदीचे मोठे खोरे आढळते. मुज्जफराबाद व मंगला या दरम्यान ही नदी पाकिस्तान सरहद्दीवरून वाहते. या नदीची भारतातील लांबी ४०० कि.मी. असून जलवाहन क्षेत्र २८४९० चौ.कि.मी. आहे. या नदीला उजव्या बाजूने किशनगंगा ही प्रमुख उपनदी मुज्जफराबादजवळ झेलम नदीला येऊन मिळते. पाकिस्तानात ती सिंधू नदीला मिळते.

चिनाब– या नदीचा उगम हिमाचल प्रदेशाजवळील हिमालय पर्वतीय भागातील बरालच्या खिंडीच्याविरुद्ध बाजूला लाहूल येथे ४९०० मी. उंचीवर होतो. या नदीची भारतातील लांबी १८०० कि.मी.असून जलवाहन क्षेत्र २६,७५५ चौ.कि.मी. आहे. या नदीला हिमाचल प्रदेशात चंद्रभागा असे म्हणतात; कारण ही नदी चंद्र व भागा या दोन प्रवाहांनी तयार झालेली आहे. हे दोन्ही प्रवाह तंडीजवळ एकमेकीला मिळतात. तेथून पुढे ती चिनाब म्हणून वाहते. झेलमपेक्षा ही नदी जुनी आहे; कारण या प्रदेशातील भूपृष्ठरचना जुनी आहे.

रावी– रावी नदीचा उगम हिमाचलप्रदेशात कुलू टेकड्यांमध्ये रोहटांग खिंडीजवळ होतो. या नदीचे भारतातील जलवाहन क्षेत्र ५९५७ चौ.कि.मी. असून लांबी ७२५ कि.मी. आहे. या नदीचे जलवाहन क्षेत्र पिरपंजाल रांगा व धौलाघार रांगा यांच्या दरम्यान आहे. भारत–पाकिस्तान सरहद्दीच्यादृष्टीने या नदीला महत्त्व आहे. ही नदी पाकिस्तानात चिनाब नदीला मिळते.

बियास– ही नदी कुलू टेकड्यांमधील रोहटांग खिंडीजवळ ४००० मी. उंचीवर बियास कुडांतून उगम पावते. या नदीची लांबी ४७० कि.मी. असून जलवाहन क्षेत्र २५९०० चौ.कि.मी. आहे. बियास नदी सुरुवातीला मनाली व कुलू टेकड्यांतून वाहत जाते व पुढे कुलू खोऱ्यातून वाहते. धौलाधार पर्वत रांगा ओलांडल्यानंतर मिरथळजवळ पंजाबच्या मैदानात प्रवेश करते. हरिकेजवळ सतलज नदीला मिळते.

सतलज–सतलज नदी तिबेटमध्ये ५००० मी. उंचीवर राकस सरोवरातून उगम पावते. या नदीची भारतातील लांबी १०५० कि.मी. असून जलवाहन क्षेत्र २४०८७ चौ.कि.मी. आहे. हिमाचलप्रदेशात ती शिपकी खिंडीतून प्रवेश करते. हिमाचल प्रदेशात या नदीला अनेक उपनद्या येऊन मिळतात. परंतु स्पिती नदी वगळता इतर नद्या अतिशय कमी लांबीच्या आहेत. भाक्राखेड्याजवळील घळईवर भाक्राधरण बांधले आहे. ते गोविंदसागर या नावाने संबोधले जाते.

२) गंगा नदी प्रणाली

गंगानदीचा उगम बृहत हिमालयात गंगोत्री बर्फाच्छादित प्रदेशात होतो. भगिरथी, अलकनंदा व मंदाकिनी या तीन लहान नद्यांनी मिळून गंगानदी बनते. त्यापैकी अलकनंदा गढवाल तिबेट सरहद्दीवर ७८०० मी. उंचीवर उगम पावते तर भगिरथी ही नदी गंगोत्री शिखराजवळ ६६०० मी. उंचीवर उगम पावते. गंगा नदीची एकूण लांबी २०७१ कि.मी. असून जलवाहन क्षेत्र ९,५१,६०० चौ.कि.मी. आहे.

अलकनंदा व भगिरथी हे दोन्ही प्रवाह देवप्रयाग येथे एकत्र येतात. गंगानदीला अनेक उपनद्या येऊन मिळतात. रामगंगा, घागरा, गंडक व कोसी या डाव्या तीरावरील प्रमुख उपनद्या असून यमुना, सोन, दामोदर या उजव्या तीरावरील प्रमुख उपनद्या आहेत.

दक्षिणेकडून येणाऱ्या नद्या

यमुना – या नदीला 'जमुना' किंवा 'जमना' असे म्हणतात. यमुना ही गंगानदीची उजव्या बाजूची पहिली महत्त्वाची उपनदी आहे. या नदीचा उगम ६३१५ मी. उंचीवर यमुनोत्री येथील झऱ्यातून होतो. या नदीची एकूण लांबी १३०० कि.मी. असून जलवाहन क्षेत्र ३५,९००० चौ.कि.मी. आहे. अलाहाबादजवळ ती गंगानदीला मिळते.

या नदीच्या चंबळ, सिंध, बेटवा आणि केन या उजव्या काठावरील प्रमुख उपनद्या असून या नद्या अरवली, विंध्य व भारमेर रांगांमध्ये उगम पावतात.

चंबळ – ही नदी विंध्य पर्वतात मॉऊच्या (Mhow) नैर्ऋत्येला १५ कि.मी. वर जनपाव (Janapao) टेकड्यांमध्ये ७०० मी. उंचीवर उगम पावते. या नदीची लांबी १०५० कि.मी. आहे. इटावह जिल्ह्यात यमुना नदीला मिळते. बनास ही या नदीची उजव्या तिरावरील प्रमुख उपनदी असून ती अरवली पर्वतात उगम पावते. सवाई माधोपूरच्या पूर्वेला ३० कि.मी. वर चंबळ नदीला मिळते. चंबळ नदी व तिच्या उपनद्यांची प्रवाह प्रणाली वृक्षाकार स्वरूपाची आहे.

सोन – या नदीचा उगम अमरकंटक पठारावर नर्मदा नदीच्या उगम स्थानापासून जवळच होतो. या नदीची लांबी ७८० कि.मी. असून जलवाहन क्षेत्र ७१९०० चौ.कि.मी. आहे. या नदीला सर्व उपनद्या उजव्या बाजूने मिळणाऱ्या आहेत. ही नदी गंगा नदीला रामनगरजवळ मिळते. पावसाळ्यात या नदीला अचानक मोठे पूर येतात.

दामोदर – उगम छोटा नागपूर पठारी प्रदेशात तोरिजवळ १३६६ मी. उंचीवर होतो. या नदीची लांबी ५४१ कि.मी. असून जलवाहन क्षेत्र २२००० चौ.कि.मी. आहे. ही नदी उगमस्थानापासून पूर्वेकडे वाहत जाते व कोलकात्याच्या खालच्या भागात ४८ कि.मी.वर हुगळी नदीला जाऊन मिळते. या नदीला कोनार, जमुनिया, बारकर व गरतूम या प्रमुख उपनद्या येऊन मिळतात. ही नदी पूरासाठी प्रसिद्ध असून पावसाळ्यात तिला फार मोठे पूर येऊन प्रचंड हानी व वित्तहानी होते. यामुळेच या नदीला बंगालची 'अश्रूंची नदी' असे म्हणतात.

परंतु सध्या दामोदर खोरे प्रकल्पामुळे या नदीचे स्वरूप बदलले असून ती वरदायिनी ठरू लागली आहे.

उत्तरेकडून येणाऱ्या उपनद्या

रामगंगा – उगम कुमाऊँ हिमालयात होतो. ही गंगानदीची उजव्या तीरावरील उपनदी असून ती कन्नजजवळ गंगानदीला मिळते.

शारदा – ही बृहत हिमालयात उगम पावते. हिमालयात काली नदी, पिलिबहिट व खेरी जिल्ह्यात शारदा आणि घाघरा नदीला मिळण्यापूर्वी च्यूका नावाने ओळखली जाते. ही नदी भारत-नेपाळ सरहद्दीवरून वाहत असून ती हिमालयाचा भाग बारमदेव येथे सोडते.

घाघरा – ही गंगा नदीच्या उगमस्थानाच्या पूर्वेला ७७६५ मी. उंचीवर मापचा-चिगो या हिमनदीपासून उगम पावते. या नदीची एकूण लांबी १०८० कि.मी. असून जलवाहन क्षेत्र १२७,५०० चौ. कि.मी. आहे. ही नदी उगमस्थानापासून आग्नेय दिशेला गंगा नदीला मिळेपर्यंत समांतर वाहते. गंगानदीला ही नदी पाटण्याच्या अलीकडे चाप्रा येथे मिळते. ही एक मोठी नदी असल्याने पात्रात गाळाचे संचयन फार

मोठ्या प्रमाणात होत असल्याने ती बऱ्याचवेळा पात्र बदलते. राप्ती ही डाव्या बाजूची उपनदी असून ती बरहाज येथे येऊन मिळते.

गंडक– ही नदी मध्य हिमालयात ७६०० मी. उंचीवर सिनो–नेपाळ सरहद्दीवर उगम पावते. या नदीची भारतातील लांबी ४२५ कि.मी.असून जलवाहन क्षेत्र ९५४० चौ. कि.मी. आहे. नेपाळमध्ये या नदीला 'नारायणी' असे म्हणतात. या नदीचा बराचसा प्रवास नेपाळमधून होतो. बिहारमधील चंपारण्य जिल्ह्यात प्रवेश केल्यानंतर ही नदी आग्नेयेकडे वाहत जाते व सोनपूरजवळ गंगानदीला मिळते. ही गंगा नदीची डाव्या तिरावरील उपनदी आहे. ही नदीदेखील बऱ्याचवेळा प्रवाहमार्ग बदलत असून मोठमोठे पूर येतात.

कोसी– या नदीचा उगम सिक्कीम, नेपाळ व तिबेट येथील बर्फाच्छादित शिखरावरून होतो. ही नदी सात प्रवाहांनी बनलेली असल्यामुळे तिला 'सप्तकोसी' व त्या प्रदेशाला 'सप्तकोसिकी' असे म्हणतात. या नदीचा एक शीर्ष प्रवाह तिबेटमधून वाहत येतो; मुख्य प्रवाह 'सुनकोसी' नावाने ओळखला जातो. या नदीची भारतातील लांबी ४३० कि.मी. असून तिचे जलवाहन क्षेत्र २१५०० चौ.कि.मी. आहे. ही नदी मोंघीर जिल्ह्यातून आग्नेय व पूर्व दिशांनी वाहत जाऊन पूर्णिया जिल्ह्यातील कारगोलजवळ गंगेस मिळते. ही नदी नेहमी आपल्या प्रवाह पात्रात बदल करते. या नदीला प्रामुख्याने अरुण, घुगरी, तमूर, इंद्रावती, भोटे कोसी, तांब कोसी, लिखू व दूध कोसी या प्रमुख उपनद्या येऊन मिळतात.

३) ब्रह्मपुत्रा नदीप्रणाली

तिबेटमधील मानससरोवराच्या आग्नेय बाजूस १०० कि.मी. अंतरावर ३०°३१' उत्तर अक्षांश व ८२°१०' पूर्व रेखांश येथे ५१५० मीटर्स उंचीवर चोमायंगदूंग या हिमनदीतून या नदीचा उगम होतो. तिबेटमध्ये या नदीला त्सांगपो या नावाने ओळखले जाते. चिनी लोक या नदीला या-लू-त्सांगपू चि अँग या नावाने ओळखतात. या नदीची एकूण लांबी २५८० कि.मी. असून, तिची भारतातील लांबी ८८५ कि.मी. आहे. तसेच या नदीचे एकूण जलवाहन क्षेत्र ५,८०,००० चौ.कि.मी. असून भारतातील जलवाहन क्षेत्र २,४०,००० चौ.कि.मी. आहे. ही नदी भारतातील अरुणाचल प्रदेशात दिहांग या नावाने ओळखली जाते. आसाममध्ये ही नदी ब्रह्मपुत्रा तर बांगला देशात जमुना या नावाने ओळखली जाते.

ही नदी हिमालय पार करते व भारतात प्रथम सिआँग व नंतर दिहांग या नावाने प्रवेश करते. भारतात सदियाजवळ उत्तरेकडून दिबांग व पूर्वेकडून लूहित या उपनद्या येऊन मिळाल्यावर ती नैर्ऋत्यकडे वाहू लागते. येथून पुढे ती ब्रह्मपुत्रा या नावाने ओळखली जाते. या भागात तिचे पात्र विशाल होऊन त्यात अनेक बेटांची निर्मिती झाली आहे. आसाममध्ये ब्रह्मपुत्रेचा एक फाटा खेरकुटिया या नावाने ब्रह्मपुत्रेपासून वेगळा होतो. पुढे हा फाटा उत्तरेकडून येऊन मिळणाऱ्या सुबनशिरी या उपनदीसह धनसिरीच्या मुखाजवळच मूळ प्रवाहाला येऊन मिळतो. यामुळे मूळ ब्रह्मपुत्रा नदी व तिचा फाटा या दरम्यान एक मोठे बेट निर्माण झाले आहे. यालाच 'माजूली बेट' असे म्हणतात. या बेटाने सुमारे १२५६ चौ.कि.मी. क्षेत्र व्यापलेले आहे. आसाममधील ब्रह्मपुत्रा नदीचे खोरे आसाम खोरे या नावाने ओळखले जाते. या खोऱ्याची लांबी ७५० कि.मी. व रुंदी सरासरी ८० कि.मी. आहे. या खोऱ्याच्या मध्यातून ब्रह्मपुत्रा नदी वाहते.

ब्रह्मपुत्रा नदीला तिबेटमध्ये डावीकडून रागा त्सांगपो, चीचू ग्याम डायू व उजवीकडून न्यांग या प्रमुख उपनद्या येऊन मिळतात. भारतात ब्रह्मपुत्रेला उत्तरेकडून सुबनसिरी, भरेली, मानस, चंपावती, सरल भंगा, संकोश तर दक्षिणेकडून बडी दिहांग, दिसांग, दिखू, धनसिरी, कोपिली या प्रमुख उपनद्या येऊन मिळतात. याशिवाय बुऱ्ही, कार्मेंग या उपनद्याही महत्त्वाच्या आहेत. आसाम खोऱ्यात या नदीला अनेक नद्या येऊन

मिळतात. तसेच डाव्या बाजूने मिळणाऱ्या नद्यांचे प्रमाण जास्त आहे.

आसाम खोऱ्यानंतर ही नदी साधारणत: दक्षिणेकडे वळते व पुढे बांगला देशात प्रवेश करते. बांगला देशात या नदीला तोरसा, जलढाका, तिस्ता या नद्या येऊन मिळतात. ग्वालंदोजवळ गंगा व जमुना (ब्रह्मपुत्रा) या नद्यांचा संगम होतो. ग्वालंदोपासून पुढे संयुक्त प्रवाह पद्मा या नावाने ओळखला जातो. ही पद्मा नदी शेवटी बंगालच्या उपसागराला मिळते.

द्वीपकल्पीय पठारावरील नद्या

द्वीपकल्पीय नद्यांना भारतीय पठारावरील नद्या असेही म्हणतात. विंध्य, सातपुडा आणि पश्चिम घाट हे पठारावरील प्रमुख जलविभाजक आहेत.

पश्चिम वाहिनी नद्या– दख्खन पठाराच्या विविध भागातून नद्या उगम पाऊन त्या पश्चिमेकडे वाहत जाऊन अरबी समुद्राला मिळतात. त्यामध्ये नर्मदा, तापी, लूनी, साबरमती, वैतरणा, तानसा, उल्हास, अंबा, गड, शुक, वशिष्ठी, सावित्री, कुंडलिका, काजळी, तेरेखोलची, काली, गंगावळी, तदडी, शरावती, नेत्रावती, बेडली, पोनाई इ. नद्यांचा समावेश होतो.

नर्मदा– नर्मदा नदी मध्यप्रदेशातील मैकल पर्वत श्रेणीतील अमरकंटक पठारावर १०५७ मी. उंचीवर होतो. ही नदी रेवा, अमरजा व मैकल कन्या इ. नावाने ओळखली जाते. या नदीची एकूण लांबी १३१२ कि.मी. असून तिचे जलवाहन क्षेत्र ९३,१८० चौ.कि.मी. आहे. ही नदी मध्यप्रदेशातून सुमारे १०७८ कि.मी. प्रवास करते त्यानंतर ती मध्यप्रदेश व महाराष्ट्र राज्याच्या सीमेवरून ३२ कि.मी. व पुढे महाराष्ट्र व गुजरात राज्यांच्या सीमेवरून सुमारे ४० कि.मी. प्रवास करते. शेवटी १६२ कि.मी. ती गुजरात राज्यातून वाहत जाऊन भडोचजवळ खंबायतच्या आखाताला मिळते.

जबलपूरपासून सुमारे २० कि.मी. अंतरावर नर्मदेवरील प्रसिद्ध असा धूवाँधार हा धबधबा आहे. संगमरवरी खडकातील हा धबधबा प्रेक्षणीय आहे. या धबधब्याची उंची सुमारे १५ मीटर आहे. या घळईत दोन्ही तीरावरचे अंतर कमी आहे. ते सुमारे ६ मी. आहे. हरीण व माकड हे प्राणी सहज उडी मारून पलीकडे जातील अशी आहे. या धबधब्याच्या पुढे ३ कि.मी. लांबीची सुप्रसिद्ध भेडाघाटची संगमरवरी खडकाची घळई आहे. या घळईचे काठ १२ ते १५ मी. उंच संगमरवर व बेसॉल्ट खडकांनी युक्त आहे. या भागात ती संगमरवरच्या खडकावरून वाहत जाते. नर्मदा नदी काठावरील महेश्वर जवळ सहस्रधारा हा धबधबा असून त्याची उंची ८ मीटर आहे. पुढे ही नदी डोंगराळ भाग सोडून मंडलेश्वराच्या मैदानात येते. नंतर हरिंग पाळ जवळ एका शेवटच्या घळईतून वाहत जाऊन राजपिपलाच्या पूर्वेस गुजरातच्या मैदानात ही नदी प्रवेश करते. खंबायतच्या आखातातून ती अरबी समुद्राला मिळते.

नर्मदा नदीला विंध्य पर्वतीय भागाकडून हिरण ही एकमेव महत्त्वाची उपनदी येऊन मिळते. तसेच उजवीकडून बरना, कोलार, ओसरंग याही उपनद्या महत्त्वाच्या आहेत. सातपुडा पर्वताच्या उत्तरेकडील उतारावरून बंजार, शक्कर, शेर, गंजाल, तवा, धोटीतवा, कुंडी या प्रमुख उपनद्या येऊन मिळतात. याशिवाय बुऱ्हेनर, गोई, करमान, मचाक बैयार व दुधी या उपनद्याही महत्त्वाच्या आहेत.

तापी– ही नदी बेतूल जिल्ह्यात सातपुडा पर्वतात ७९२ मी. उंचीवर उगम पावते. या नदीची लांबी ७२४ कि.मी. असून जलवाहन क्षेत्र ८४,७५० चौ.कि.मी. आहे. ही नदी सातपुडा पर्वत व अजंठ्याच्या रांगा यांच्यामधील खचदरी मधून वाहते. सूरतच्या पुढे या नदीने खाडी तयार केली असून ती खंबायतच्या आखाताला मिळते. या नदीला पूर्णा, गिरणा, बेतूल, लावडा, पतकी, गंजळ, दतरेज, बोहाड, अनभोरा,

खुर्शी खोक्री, भोकर, सुबी, मोर, मैत्री, गुली, अनेर, अरुणावती, गोमाई, हरकी अशा प्रमुख उपनद्या येऊन मिळतात.

कोकण किनारपट्टीलगत नद्यांची लांबी अतिशय कमी असून त्या पश्चिम घाटात उगमपावून अरबी समुद्राला मिळतात. गोव्यात मांडवी, तेरखोल, चापोरा, झुआरी, साल आणि तलपोना या प्रमुख नद्या असून त्या पश्चिम घाटात उमगपावून अरबी समुद्राला मिळतात.

पूर्ववाहिनी नद्या

महानदी– मध्यप्रदेशातील छत्तीसगढ प्रदेशात बस्तर टेकड्यांमध्ये रामपूर जिल्ह्यात सिहावा येथे ४४२ मी. उंचीवर उगम होतो. महानदीची लांबी ८५८ कि.मी. आहे. महानदीला डाव्या तीरावर इब, मांड, हासदो, शेवनाथ या उपनद्या तर उजव्या तीरावर ओंग, तेल या उपनद्या येऊन मिळतात. महानदीच्या खोऱ्यात प्रसिद्ध असा हिराकूड प्रकल्प आहे.

गोदावरी– या नदीचा उगम महाराष्ट्रातील नाशिक जिल्ह्यातील पश्चिम घाटातील त्र्यंबकेश्वर येथे १०६७ मी. उंचीवर होतो. या नदीची एकूण लांबी १४६५ कि.मी. असून तिचे जलवाहन क्षेत्र ३,१३,८३९ चौ.कि.मी. आहे. या नदीची वाहण्याची सर्वसाधारण दिशा उगमस्थानापासून मुखापर्यंत आग्नेयेकडे आढळते. या नदीला येऊन मिळणाऱ्या उपनद्यांमध्ये उजव्या काठावरील नद्यांपेक्षा डाव्या काठावरील नद्या संख्येने व आकाराने मोठ्या आहेत. मांजरा ही उजव्या काठावरची एकमेव महत्त्वाची उपनदी आहे. पैनगंगा, वर्धा, वैनगंगा, इंद्रावती व सबरी या डाव्या तीरावरील महत्त्वाच्या उपनद्या आहेत. याशिवाय मुळा, प्रवरा, दारणा, सिंदफणा, प्राणहिता व पूर्णा या उपनद्या महत्त्वाच्या आहेत.

उगमस्थानापासून नाशिकपर्यंत ही नदी घळईतून वाहते. तसेच पोलावरमच्या उत्तरेस पूर्व घाटात ती एका सुंदर घळईतून वाहते. या घळईला पपिकोंडालू असे म्हटले जाते. येथील कड्यांची उंची १२८० मी. आहे. राजमहेंद्रीजवळ या नदीचे पात्र सुमारे ३००० मी. रुंद असून येथून तिला अनेक फाटे फुटतात. त्यामुळे या प्रदेशातून थेट किनाऱ्यापर्यंत सुपिक त्रिभुज प्रदेश तयार केला आहे. ही नदी बंगालच्या उपसागराला दोन मुख्य प्रवाहानी मिळते. पूर्वेकडून वाहत जाणारा गौतमी गोदावरी व पश्चिमेकडून वाहत जाणारा फाटा वशिष्ठी गोदावरी या नावाने ओळखला जातो. वैनतेम हा एक तिसरा फाटा महत्त्वाचा समजला जातो.

उपनद्या

मांजरा– बीड जिल्ह्यात बालाघाट डोंगररांगात उगम पावते. या नदीची लांबी ७२४ कि.मी. असून जलवाहनक्षेत्र ३०,८२१ चौ.कि.मी.आहे. ही नदी गोदावरीला नांदेडच्या पुढे कोंडळवाडीजवळ उजवीकडून येऊन मिळते.

पैनगंगा– उगम बुलढाणा रांगांमध्ये ८६८ मी. उंचीवर होतो. या नदीची एकूण लांबी ६७६ कि.मी. असून जलवाहनक्षेत्र २३,८९८ चौ.कि.मी. आहे. ही नदी पुढे वर्धा नदीला जाऊन मिळते.

वर्धा– मध्य प्रदेशातील बेतूल जिल्ह्यात ७७७ मी. उंचीवर या नदीचा उगम होतो; या नदीची लांबी ४८३ कि.मी. असून जलवाहन क्षेत्र २४,०८७ चौ.कि.मी. आहे.

वैनगंगा– मध्यप्रदेशातील सेओनी जिल्ह्यातील डोंगराळ भागात ६४० मी. उंचीवर या नदीचा उगम होतो. या नदीची लांबी ४६२ कि.मी. असून जलवाहन क्षेत्र ६१,०९३ चौ.कि.मी. आहे. वर्धा व वैनगंगा

नद्यांचा संयुक्त प्रवाह पुढे प्राणहिता नदी या नावाने ओळखला जातो. प्राणहिता ही नदी गोदावरी नदीला जाऊन मिळते.

इंद्रावती– या नदीचा उगम कलहंडी जिल्ह्यातील डोंगराळ भागात ९१४ मी. उंचीवर होतो. या नदीची लांबी ५३१ कि.मी. असून जलवाहन क्षेत्र ४१,६६५ चौ.कि.मी. आहे. या नदीला नारंगी, कोत्री व बंडिया या प्रमुख उपनद्या येऊन मिळतात. इंद्रावती नदी भद्राचलच्या समोर गोदावरीस मिळते.

सबरी– ही नदी सुईकराम टेकडीवर १३७२ मी. उंचीवर उगम पावते. या नदीची लांबी ४१८ कि.मी. असून जलवाहन क्षेत्र २०,४२७ चौ.कि.मी. आहे.

दारणा– या नदीचा उगम इगतपुरीजवळील टेकड्यांमध्ये होतो. ही नदी गोदावरीला उजव्या बाजूने नाशिकच्या खाली २४ कि.मी. वर येऊन मिळते.

प्रवरा– ही नदी अहमदनगर जिल्ह्यातील अकोला तालुक्यातील पश्चिमेकडील भागात सह्याद्री पर्वतीय भागात कळसूबाई शिखराजवळ उगम पावते. पुढे या नदीला मुळा नदी येऊन मिळते. या दोन नद्यांचा संयुक्त प्रवाह नेवासा येथे गोदावरीला येऊन मिळतो.

कृष्णा– द्विपकल्पीय पठारावरील ही दुसऱ्या क्रमांकाची मोठी नदी आहे. या नदीचा उगम सातारा जिल्ह्यात पश्चिम घाटात महाबळेश्वरच्या उत्तरेला १३३७ मी. उंचीवर होतो. या नदीची लांबी १४०० कि.मी. असून जलवाहन क्षेत्र २,५९,००० चौ.कि.मी. आहे. ही नदी साधारणपणे पूर्वेकडे महाराष्ट्रातील सातारा-सांगली जिल्हा, उत्तर कर्नाटक आणि दक्षिण आंध्रप्रदेशातून वाहत जाते. बेझवाड्याजवळ ती बंगालच्या उपसागराला मिळते. या नदीला कोयना, येरळा, भीमा, वारणा, पंचगंगा, दुधगंगा, घटप्रभा, मलप्रभा, तुंगभद्रा व मूसी या प्रमुख नद्या येऊन मिळतात. विजयवाड्यापासून थेट किनाऱ्यापर्यंत या नदीने त्रिभुज प्रदेश तयार केला आहे.

भीमा– उगम महाराष्ट्रातील पुणे जिल्ह्यातील भीमाशंकर येथे ९७५ मी. उंचीवर होतो. या नदीची लांबी ८६७ कि.मी. असून जलवाहनक्षेत्र ६९,१४४ चौ.कि.मी. आहे. ही नदी उत्तर कर्नाटकमध्ये रायचूर जवळ उत्तरेला २५ कि.मी. वर कुरुगड्डी येथे कृष्णा नदीला मिळते.

घोड, भामा, इंद्रायणी, वेळ, मुठा, नीरा, माण, सीता या भीमा नदीच्या प्रमुख उपनद्या आहेत. भीमा नदीचे खोरे गोदावरीच्या दक्षिणेस असून ते बालाघाट व महादेव डोंगररांगाच्या दरम्यान आहे.

तुंगभद्रा– कृष्णा नदीची प्रमुख उपनदी, उगम कर्नाटकात पश्चिम घाटात गोमंतक शिखराजवळ १२०० मी. उंचीवर होतो. तुंग व भद्रा या दोन नद्या मिळून ही नदी बनते. कर्नुलजवळ संगमेश्वर येथे कृष्णा नदीला मिळते. या नदीची लांबी ६४० कि.मी. असून जलवाहन क्षेत्र ६९,५६२ चौ.कि.मी. आहे. चोरदी, वरदा व हरिदा या तुंगभद्रानदीच्या प्रमुख उपनद्या आहेत.

कोयना– ही नदी महाबळेश्वरजवळ उगम पावते व कृष्णा नदीला कराडजवळ येऊन मिळते. कोयना जलविद्युत प्रकल्प याच नदीवर आहे.

पंचगंगा– ही नदी कोल्हापूर जिल्ह्याच्या पश्चिमेस पश्चिमघाटात उगम पावते व पूर्वेकडे वाहत येऊन कुरुंदवाडजवळ कृष्णा नदीस मिळते. कासारी, कुंभी, भोगावती, तुलसी व सरस्वती या नद्या मिळून पंचगंगा नदी बनते.

घटप्रभा– ही नदी पश्चिम घाटात उगम पावून पूर्वेकडे वाहत जावून कृष्णा नदीला मिळते. या नदीवर गोकाक हा प्रसिद्ध धबधबा (५४ मी. उंची) आहे.

मूसी– ही कृष्णा नदीची प्रमुख उपनदी असून ती वाडापल्ली (वझिराबाद) येथे कृष्णेस मिळते.

कावेरी– पश्चिम घाटातील कुर्ग पठारावरील ब्रह्मगिरी या ठिकाणी १३४१ मी. उंचीवर कावेरी नदी उगम पावते. पूर्वेकडे ८०५ कि.मी. वाहत जाऊन तमिळनाडूत ती बंगालच्या उपसागराला मिळते. कावेरीच्या उपनद्यांमध्ये हेमावती, लोकमावती, शिमसा, अर्कावती या डाव्या तीरावर व लक्ष्मणतीर्थ, कामिनी, सुवर्णावती, भवानी व अमरावती या उजव्या तीरावरील नद्यांचा समावेश होतो. कर्नाटक पठारावरून तमिळनाडूचे सखल मैदान उतरताना तिच्या भागात शिवसमुद्रम् हा प्रसिद्ध धबधबा निर्माण झाला आहे.

भारतीय नद्यांचे महत्त्व

१) गंगेच्या काठावरील हरिद्वार, प्रयाग, ऋषिकेश, वाराणसी, कृष्णेच्या काठावर औदुंबर, वाई, गोदावरी काठावरील त्र्यंबकेश्वर, नाशिक, यमुनेच्या काठावर मथुरा वृंदावन ही धार्मिक स्थळे निर्माण झाली आहेत.

२) देशातील निम्म्यापेक्षा जास्त लोकसंख्या गंगा, यमुना खोरे आणि गंगेच्या त्रिभुज प्रदेशात आहे.

३) नद्यांनी वाहून आणलेल्या सुपीक गाळाच्या संचयनामुळे सुपीक जमीन, जलसिंचनाची सोय, त्रिभुज प्रदेश ही प्रमुख शेतीक्षेत्रे तसेच धान्याची कोठारे आहेत.

४) भारतातील नद्यांवर मोठमोठी धरणे बांधून जलसिंचन व जलविद्युत निर्मिती प्रकल्प तयार केलेले आहेत.

५) भारतातील महत्त्वाची शहरे या नद्यांच्या काठावरच आहेत.

▶ भारत–हवामान

भारताच्या विस्तृतपणामुळे व विलक्षण नैसर्गिक रचनेमुळे भारताच्या हवामानाला एक वेगळेच वैशिष्ट्य व विविधता प्राप्त झाली आहे. जगातील बहुतेक सर्व प्रकारच्या हवामानाचे आविष्कार भारतात प्रत्ययास येतात.

सर्वसाधारणपणे भारताचे हवामान उष्ण व मोसमी प्रकारचे आहे. भारतीय हवामानावर हिमालय पर्वत श्रेणीचा फार मोठा प्रभाव पडलेला आहे. उत्तरेकडून येणारे थंडवारे या पर्वताला अडतात. त्यामुळे उत्तरेकडील हवामान फारसे थंड नसते. पंजाब हा प्रदेश जपान व संयुक्त संस्थाने या समशीतोष्ण कटिबंधातील देशांच्या अक्षांशात येत असूनही पंजाबमधील हवामान या देशांच्या तुलनेत उबदार आहे.

भारतीय हवामानाची वैशिष्ट्ये

१) भारतात विशिष्ट काळात पाऊस पडत असल्याने पावसाळा हा वेगळा ऋतू मानलेला आहे. जून ते आक्टोबर या काळात नैर्ऋत्य मान्सून पासून एकूण वार्षिक पर्जन्यांपैकी सुमारे ८० ते ९०% पाऊस पडतो.

२) पर्वतीय भागात मान्सूनचे वारे अडविले गेल्याने अशा पर्वतीय भागात भरपूर प्रतिरोध पाऊस पडतो. व पर्जन्यछायेच्या प्रदेशात पर्जन्याचे प्रमाण अतिशय कमी असते. अति पूर्वेकडील नागा, गारो, खांशी, जैतिया टेकड्यांमध्ये सर्वाधिक पाऊस पडतो. चेरापुंजी येथे वार्षिक सरासरी १०८७ सें.मी. पाऊस पडतो. तर मॉसीनरम येथे वार्षिक सरासरी ११४१ सें.मी. पाऊस पडतो; तर राजस्थान मधील थरच्या वाळवंटात वार्षिक सरासरी पर्जन्य १२.५ सें.मी. पेक्षा कमी पडतो.

३) तमिळनाडु, आंध्रप्रदेश व कर्नाटकच्या ईशान्य भागात ईशान्य मान्सून वाऱ्यापासून पाऊस पडतो. तमिळनाडूत पडणाऱ्या एकूण पर्जन्यापैकी ईशान्य मान्सून पासून बराच पाऊस पडतो. साधारणत: किनारपट्टीलगतच्या जिल्ह्यांमध्ये ५० टक्क्यांपेक्षा जास्त पाऊस ईशान्य मान्सून पासून पडतो.

४) पंजाब, हरियाना, जम्मू-काश्मीर, राजस्थान या घटक राज्यांच्या काही भागात वायव्येकडून येणाऱ्या आवर्तामुळे पाऊस पडतो.

५) भारताच्या पूर्व किनारपट्टीवर पर्जन्याचे प्रमाण कमी आहे; पण पश्चिम किनारपट्टीवर मात्र नैर्ऋत्यमान्सून वाऱ्यापासून जास्त पाऊस पडतो.

६) समुद्र किनारपट्टीलगत आर्द्रतेचे प्रमाण जास्त व अंतर्गत भागात हे प्रमाण कमी असते.

७) भारताचा अक्षांश विस्तार जास्त असल्याने व कर्कवृत्त साधारण मध्यवर्ती भागातून जात असल्याने तपमान, पर्जन्यमान या बाबतीत विविधता आढळते. निकोबार बेटात विषुववृत्तीय प्रकारचे हवामान आढळते. तर जम्मू काश्मीरमध्ये समशितोष्ण प्रकारचे हवामान आढळते.

८) भारताच्या २०० अक्षांशाच्या दक्षिणेकडे कधीही कडक थंडीमुळे पाणी गोठत नाही. परंतु, २०० अक्षांशाच्या उत्तरेकडील भागात मात्र थंडीमुळे पाणी गोठते. उदा. जैसलमेर, बारमेर, काश्मीर, हिमाचल प्रदेश, उत्तर प्रदेश यांच्या पर्वतीय भागात हिवाळ्यात हिमवृष्टी होते. परंतु दक्षिणेकडे उंच पर्वतीय भाग असूनही हिमवृष्टी होत नाही.

९) समुद्र किनारपट्टीलगतच्या प्रदेशात हवामान सम व उष्ण आढळते. तेथील हिवाळा सौम्य स्वरूपाचा असतो. याउलट, उत्तर भारतीय मैदानातील हवामान मात्र विषम स्वरूपाचे आहे. येथे हिवाळ्यात तपमान बरेच कमी होते व उन्हाळ्यात ते फारच वाढते. वार्षिक तपमान कक्षेत बरीच तफावत दिसून येते.

१०) उत्तरेकडील काश्मीरमधील द्रास येथे कमाल तपमान ४५० से. असते तर काश्मीरच्या दक्षिणेकड राजस्थानमधील 'श्रीगंगानगर' येथे बऱ्याच वेळा तपमान ५१० से. पेक्षा जास्त असते. कोचीनमध्ये कमाल तपमान कधीच ३८०से. पेक्षा जास्त नसते व किमान तपमानही कधीच २६० से. पेक्षा कमी होत नाही; म्हणजेच वार्षिक तपमानकक्षा जास्तीतजास्त १२० से. असते.

भारतातील ऋतू

जगात प्रामुख्याने उन्हाळा व हिवाळा असे दोन ऋतू मानले जातात; पण भारतात पाऊस विशिष्ट कालावधीत पडत असल्याने पावसाळा हा एक ऋतू मानला जातो. भारतीय हवामान खात्याच्या अहवालाप्रमाणे भारतातील हवामानाचे खालीलप्रमाणे चार ऋतू मानले जातात.

१) उन्हाळा (मार्च ते मे)
२) नैर्ऋत्य मान्सूनचा कालावधी किंवा पावसाळा (जून ते सप्टेंबर)
३) नैर्ऋत्य मान्सूनचा निर्गमन किंवा ईशान्य मान्सून (आक्टोबर व नोव्हेंबर)
४) हिवाळा (डिसेंबर ते फेब्रुवारी)

१) उन्हाळा ऋतू (मार्च ते मे)

२१ मार्च रोजी सूर्य विषुववृत्तावर असतो. त्यानंतर सूर्याचे उत्तरगोलार्धात भासमान भ्रमण सुरू होते. या काळात भारतात सुर्याची किरणे लंबरूप पडू लागतात. दिवसाचा कालावधी वाढतो; त्यामुळे तपमान वाढते. सुर्याच्या उत्तरायणाबरोबर भारतीय भूमीवर कमी वायूभाराचे प्रदेश (आवर्त) निर्माण होतात. भारतात दक्षिणेकडून-उत्तरेकडे जावे तसे तापमान वाढते आणि हवेचा भार कमी होत जातो. उत्तर भारतात मे महिन्यात सर्वात जास्त तपमान असते. या काळात संपूर्ण भारतीय भूभागावर कमी वायूभाराचे (आवर्त) असे अनेक प्रदेश निर्माण झालेले असतात. तेथे उष्ण व कोरडे वारे वाहतात. या काळात पंजाब, हरियाणा व उत्तर प्रदेशात धुळीची वादळे निर्माण होतात.

तपमान व वायूभार

मार्च नंतर तपमानात वाढ होऊ लागते, त्या प्रमाणात हवेचा भार कमी होण्यास सुरुवात होते. मार्च महिन्यात सूर्यसारखा उत्तरेकडे सरकत असतो. त्या वेळी तपमान वाढू लागते. विंध्य पर्वताच्या दक्षिणेकडील भागात तपमान ३५^0 से. वाढते. दख्खनच्या पठारी भागात तपमान ३७^0 से. पेक्षा जास्त असते. एप्रिल महिन्यात गुजरात, मध्यप्रदेश, पंजाबचा नैर्ऋत्यभाग ते छोटा नागपूर आणि ओरिसा भागात तपमान ३८^0 ते ४३^0 से. असते. मे महिन्यात वाळवंटी प्रदेशाच्या सीमेवर कमाल तपमान ४९^0 ते ५०^0 से. किंवा त्यापेक्षा थोडे जास्त असते. याचवेळी श्रीगंगानगर येथे तपमान ५४^0 से. असते. गंगा सिंधूच्या खोऱ्यात 'लू' चे अतिउष्ण वारे वाहतात. शुष्क व भुसभुशीत जमिनीवरील धूळ वातावरणात ३ ते ४ कि.मी. उंचीपर्यंत नेण्याइतपत हे वारे वेगवान असतात. त्यामुळे उत्तरप्रदेशात धुळीची वादळे निर्माण होतात. या उष्ण वाऱ्यामुळे उत्तर प्रदेश, बिहार येथे उष्माघाताने लोक मृत्यूमुखी पडतात. मे महिन्यात उत्तर भारतात किमान तपमान २१^0 से. पेक्षा जास्त असते. या महिन्यातच वायव्य भागापासून छोटा नागपूरच्या पठारी भागापर्यंत कमी दाबाचा पट्टा निर्माण झालेला असतो. यावेळी भारताच्या वायव्य भागात अति कमी दाबाचे केंद्र निर्माण होते. परंतु, भारताच्या पूर्व व दक्षिण भागात मात्र जास्त दाब आढळतो.

पर्जन्य – एप्रिल-मे महिन्यात उत्तर भारतात छोटा नागपूरच्या पठारी प्रदेशात सामुद्रिक हवा जमिनीकडे आकर्षिली जाते. त्यामुळे जमिनीवरील उष्ण व कोरडे वारे व समुद्राकडून येणारे बाष्पयुक्त वारे यांचा संगम होऊन वादळे निर्माण होतात. या हवेत भरपूर बाष्प असल्याने येथे कधी कधी पाऊस पडतो.

उत्तर भारताच्या पश्चिमेकडील शुष्क भागात धुळीची वादळे निर्माण होतात. त्यांना 'आँधी' असे म्हटले जाते. पूर्वेकडील आर्द्रतायुक्त भागात चंडवात, गारा व भरपूर पर्जन्यवृष्टी या आविष्कारांनीयुक्त गरजणारी वादळे निर्माण होतात. या विध्वंसक गडगडाटी वादळांनाच 'काल वैशाखी' असे म्हणतात. ही वादळे साधारणत: वायव्य दिशेकडे वाहत असल्याने त्यांना 'नॉर्थ वेस्टर' असे म्हणतात.

एप्रिल-मे महिन्यात दक्षिण भारतातही थंडर स्टॉर्म निर्माण होतात. यामुळे काही भागात पाऊस पडतो. प्रथम वेगवान वादळ, नंतर मेघांचा गडगडाट, विजा चमकून दुपारी जोरदार पाऊस पडतो. दक्षिण भागात या पावसास 'आम्रसरी' म्हणतात. पश्चिमघाट व विशेषत: महाराष्ट्रात हा पाऊस वळवाचा पाऊस या नावाने ओळखला जातो.

उन्हाळ्यात पडणारा पाऊस मान्सूनपूर्व पाऊस म्हणून ओळखला जातो. त्याचे प्रमाण कमी असते. राजस्थान, गुजरात, महाराष्ट्र, मध्यप्रदेशात या काळात २.५ सें.मी. पेक्षा कमी पाऊस पडतो; तर बिहार, ओरिसा, उत्तर प्रदेशातील डोंगर जिल्हे आणि पंजाबच्या काही भागात ५ ते १५ सें.मी. मलबार भागात २५ सें.मी. व आसाममध्ये ५० सें.मी. पेक्षा जास्त पाऊस पडतो.

२) नैर्ऋत्य मान्सूनचा कालावधी किंवा पावसाळा (जून ते सप्टेंबर)

उन्हाळा ऋतूत सूर्याच्या उष्णतेमुळे भुपृष्ठ दीर्घकाळ तापल्यामुळे भारताच्या भूभागावर सर्वत्र कमी भाराचे प्रदेश निर्माण होतात. त्याचवेळी भारताच्या दक्षिणेकडील हिंदी महासागरावर मात्र तापमान कमी असते; कारण दक्षिण गोलार्धात (हिंदी महासागराच्या दक्षिणेकडील भागात) त्यावेळी हिवाळा असतो. त्यामुळे तेथे जास्त वायुभार असतो. भारताच्या वायव्य भागातील कमी वायुभारामुळे आग्नेय व्यापारी वारे विषुववृत्त ओलांडून हिंदी महासागरावरून भारताच्या कमी वायुभाराच्या प्रदेशाकडे येतात. पृथ्वीच्या परिवलनामुळे ते उत्तर गोलार्धात आल्यानंतर आपल्या उजवीकडे वळतात; म्हणजे त्यांची दिशा नैर्ऋत्येकडून ईशान्येकडे होते म्हणून त्यांना

'नैर्ऋत्य मोसमी वारे' असे म्हणतात. हे वारे हिंदी महासागरावरून वाहत येत असल्यामुळे मोठ्या प्रमाणात बाष्प वाहून आणतात. त्यापासून भारताला पाऊस मिळतो.

तपमान व वायुभार

जूनच्या सुरुवातीला तपमान मे महिन्याप्रमाणेच असते. भारताच्या वायव्य भागात तपमान ४६⁰ से. असते. त्याचवेळी मध्यभारत, उत्तर प्रदेश या भागात तपमान असेच असते. विशेषत: थरच्या वाळवंटात तपमान २७⁰ से. असते. ऑगस्ट महिन्यात तपमान आणखी कमी होते. याचे प्रमुख कारण म्हणजे येथे मोसमी पावसाला सुरुवात झालेली असते. सप्टेंबरच्या मध्यान्हच्यावेळेस पुन्हा तपमान वाढून ते ४०⁰ से. पर्यंत जाते. या ऋतूत दक्षिण भारतातील भूभागावर २५⁰ से. तपमान असते. जून महिन्यात भारताच्या वायव्य भागात व छोटा नागपूरच्या पठारी भागात कमी दाब व दक्षिणेकडे हिंदी महासागरावर जास्त दाब असल्याने दक्षिणेकडील सागरी भागाकडून वारे भारताच्या उत्तरेकडे वाहू लागतात. भारताच्या वायव्य भागात हवेचा दाब जून महिन्यात ९९६मी. एवढा असतो. तर कोचीन भागात १००८ मी. एवढा असतो. याचवेळी उत्तर भारतातील मैदानी भागातही कमी दाबाचा पट्टा निर्माण झालेला असतो. राजस्थान, कच्छ, उत्तरप्रदेश, मध्यप्रदेश, ओरिसा या प्रदेशांमध्ये कमी दाबाचा भाग निर्माण होतो.

पर्जन्य– नैर्ऋत्य मान्सून वारे जून महिन्याच्या पहिल्या आठवड्यात प्रथम केरळच्या किनारपट्टीवर येतात व तेथेच प्रथम पावसाला सुरुवात होते. नंतर हळूहळू नैर्ऋत्य मान्सून वारे उत्तरेकडे सरकू लागतात. जून महिन्याच्या शेवटापर्यंत जवळजवळ भारताच्या सर्वभूभागावर नैर्ऋत्य मान्सून वाऱ्यांचा प्रभाव पडून सर्वत्र पाऊस पडू लागतो. नैर्ऋत्य मान्सून वारे आपल्या बरोबरभरपूर बाष्प आणतात. ते जूनला पश्चिम किनारपट्टीवर दक्षिण टोकालगत प्रथमता येऊन पोहचतात; तेथे पाऊस देतात. यालाच 'मान्सूनचा स्फोट' असे म्हणतात.

भारताच्या दक्षिणेकडील टोकामुळे हिंदी महासागरावरून येणाऱ्या नैर्ऋत्य मोसमी वाऱ्याचे दोन शाखांमध्ये रूपांतर होते.

१) अरबी समुद्रावरील शाखा
२) बंगालच्या उपसागरावरील शाखा

१) अरबी समुद्रावरील शाखा– ही नैर्ऋत्य मान्सूनची शाखा फार प्रभावी असून या शाखेपासून फार मोठ्या प्रदेशावर पाऊस पडतो. १ जूनच्या दरम्यान केरळ किनाऱ्यावर या शाखेचे आगमन होते व क्रमाक्रमाने नैर्ऋत्य मोसमी वारे उत्तरेकडे जातात. पश्चिम घाटामुळे नैर्ऋत्य मोसमी वारे अडविले जातात व त्यापासून कोकण, कर्नाटकचा किनारा व मलबार किनाऱ्याला (केरळला) व पश्चिम घाटाच्या (सह्याद्रीच्या) पश्चिम उतारावर भरपूर पाऊस देतात. याला 'प्रतिरोध पर्जन्य' असे म्हणतात. या भागात २५० सें.मी. पेक्षाही अधिक पाऊस पडतो. किनारपट्टीवर मंगलोरला ३२९ सें.मी., रत्नागिरीला २६० सें.मी., मुंबईला १८८ सें.मी. पाऊस पडतो. घाटमाथ्यावर पावसाचे प्रमाण ४०० ते ५०० सें.मी. असते. महाबळेश्वरला ६२० सें.मी. अंबोलीला ७२० सें.मी. इतका पाऊस पडतो. परंतु, सह्याद्रीच्या पूर्व उतारावर पावसाचे प्रमाण कमी कमी होत जाते. त्यामुळे तो प्रदेश 'पर्जन्य छायेचा प्रदेश' म्हणून ओळखला जातो. भारतीय पठारावरून मध्य प्रदेशात ही शाखा ईशान्येला जाते व नंतर बंगालच्या उपसागरातील शाखेत विलीन होते.

अरबी समुद्रावरील मान्सूनची एक शाखा कच्छ व गुजरात मधून राजस्थानकडे जाते परंतु या शाखेचा जोर कमी असतो. या शाखेच्या वाऱ्याच्या मार्गात कोणताही अडथडा येत नसल्याने वारे अरवली पर्वताला समांतर वाहत हिमालयाच्या पायथ्यापर्यंत जातात व तेथे पाऊस देतात. त्यामुळे राजस्थानमध्ये खूपच कमी पाऊस पडतो.

२) बंगालच्या उपसागरावरील शाखा– ही शाखा बंगालच्या उपसागरावरून उत्तरेकडे येते. या शाखेच्या दोन उपशाखा होतात. त्यापैकी एक शाखा गंगेच्या मैदानी खोऱ्यातून पश्चिम बंगालकडून पंजाबकडे जाते. या शाखेमुळे पश्चिम बंगालमध्ये पावसाचे प्रमाण जास्त असते तर पश्चिमेला बाष्पाचे प्रमाण कमी झाल्यामुळे कमी पाऊस पडतो. कोलकाता येथे १६० सें.मी., अलाहाबाद ६५ सें.मी., दिल्ली ५५ सें.मी. तर अमृतसर येथे ५० सें.मी. पाऊस पडतो.

दुसरी शाखा बांगलादेशातून ब्रह्मपुत्रेच्या खोऱ्यातून मेघालय, आसाम, अरुणाचल प्रदेशापर्यंत जाते. या शाखेमुळे उत्तर बंगाल, आसाममध्ये खूप पाऊस पडतो. या वाऱ्यापासून मेघालयातील खासी टेकडीच्या दक्षिण उतारावर असलेल्या 'मौसीनरम' येथे ११८७ सें.मी व 'चेरापुंजी' येथे ११५० सें.मी. पाऊस पडतो.

भारताला नैऋत्य मोसमी वाऱ्यापासून एकूण वार्षिक पर्जन्यापैकी ८०% पेक्षा जास्त पाऊस मिळतो.

३) नैऋत्य मान्सूनचा निर्गमन किंवा ईशान्य मान्सून (आक्टोबर व नोव्हेंबर)

तपमान व वायूभार

सूर्याच्या भासमान परिभ्रमणानुसार २१ सप्टेंबर नंतर सूर्य विषुववृत्ताच्या दक्षिणेकडे सरकू लागतो. त्यामुळे भारतातील तापमान कमी होऊ लागते. उत्तर गोलार्धात सूर्यकिरणे तिरपी पडतात व दिनमान लहान होत जाते. उत्तर भारतात जास्त वायूभार प्रदेश निर्माण होऊन तो हळूहळू दक्षिणेकडे विस्तारत जातो. यामुळे नैऋत्य मान्सून वाऱ्यांचा उत्तर भारतातील जोर कमी होऊ लागतो. ते दक्षिणेकडे व आग्नेयेकडे मागे मागे सरकू लागतात. त्यास 'मान्सूनचे निर्गमन' किंवा 'मान्सूनची माघार' असे म्हणतात. याकाळात पंजाब, हरियाणा, राजस्थान, उत्तरप्रदेशात थंड व शुष्क हवेचे प्रवाह येतात. पाऊस घटतो व आकाश निरभ्र होऊन थंडी वाढू लागते. उत्तर भारतातील तपमान १६^0 ते २०^0 से. तर द. भारतातील तपमान २०^0 ते २५^0 से. असते. त्याचवेळी उत्तर भारतात १०२० मि. बा. वायूभार असतो. तर दक्षिणेस किनाऱ्यालगत तो १०११ मि. बा. असतो. हा काळ पावसाळा व हिवाळा यांच्यातील संक्रमणाचा कालावधी असतो. पावसाचा जोर कमी झाल्यामुळे आकाश निरभ्र होते. दिवसा सूर्याच्या उष्णतेने पावसाळ्यातील भिजलेला भाग कोरडा होऊ लागतो. तेव्हा जमिनीलगत बाष्पयुक्त उष्ण हवेचा जोरात चटका बसतो या उष्णतेला 'ऑक्टोबर हिट' असे म्हणतात.

पर्जन्य– ऑक्टोबरच्या काळात बंगालच्या उपसागरावर उग्र स्वरूपाची उष्ण कटिबंधीय आवर्ते म्हणजे चक्रीवादळे निर्माण होतात. ही आवर्ते जेव्हा पूर्व किनाऱ्यावरून पठाराकडे येतात तेव्हा त्यांच्यापासून मेघ गर्जनेसह विजांचा कडकडाटासह मुसळधार पाऊस पडतो. हा पाऊस तमिळनाडूच्या किनाऱ्यावरही पडतो. या वादळी आवर्तामुळे आंध्र, ओरिसा व तमिळनाडूच्या किनाऱ्यावर दरवर्षी मोठी वित्त व प्राणहानी होते. तमिळनाडूच्या किनाऱ्यावर ५० सें.मी. पर्यंत पाऊस पडतो. या किनाऱ्यावर नोव्हेंबर व डिसेंबर या महिन्यात जास्तीत जास्त पाऊस पडतो. तमिळनाडूचा अंतर्गत भाग, केरळ व आंध्रच्या पूर्व व दक्षिण भागात १५ ते २५ सें.मी. च्या दरम्यान पाऊस पडतो.

४) हिवाळा– (डिसेंबर ते फेब्रुवारी)

या कालावधीत सूर्याचे भासमान परिभ्रमण दक्षिण गोलार्धात झालेले असते त्यामुळे भारतात सूर्यकिरणे तिरपी पडतात. या कालावधीत दिनमान लहान असते. त्यामुळे सौरशक्ती कमी मिळते; म्हणून या कालावधीत भारतात तपमान कमी असते.

तपमान व वायूभार

हिवाळा ऋतूत भारताच्या उत्तर भागात तपमान कमी असते व उत्तरेकडून दक्षिणेकडे ते वाढत जाते. उत्तर भारतात सरासरी तपमान १५^0 से. तर दक्षिण भारतात सरासरी तपमान २५^0 असते.

हिवाळ्यात थरच्या वाळवंटात जास्त वायूभाराचे केंद्र निर्माण होते. या जास्त वायूभाराच्या केंद्रापासून शीतलहरी सर्वत्र वाहतात. अशा शीतलहरींचा उपसर्ग पंजाब, उत्तर प्रदेश या राज्यांना होतो. कडक थंडीच्या दिवसात दैनिक किमान तपमान कालावधीतील सरासरी तपमान किमान तपमानापेक्षा ८^0 किंवा त्यापेक्षा कमी झाल्यास तीव्र थंडीची लाट आल्याचे समजतात. हाच फरक ६^0 ते ७^0 असल्यास मध्यम थंडीची लाट समजतात. अशा तीव्र थंडीच्या लाटा जम्मू काश्मीर, पंजाब, हरियाणा, उत्तरप्रदेश, बिहार, ओरिसा, आसाम, उत्तर बंगाल, मध्यप्रदेशाचा उत्तर भाग, उत्तर महाराष्ट्र, राजस्थान आणि गुजरात या प्रदेशांमध्ये बऱ्याच वेळा प्रत्ययास येतात.

पर्जन्य– या ऋतूत पर्जन्याचे प्रमाण फारच कमी असते. भारताच्या वायव्य भागात काही वेळा थंड हवेची वादळे निर्माण होतात. या आवर्तापासून कधीकधी पाऊस पडतो. ही वादळे भूमध्य समुद्रात निर्माण होऊन पंजाबपर्यंत येतात. त्यामुळे भारताच्या वायव्य भागात काही ठिकाणी पाऊस पडतो. हिमालयाच्या जवळपासच्या मैदानी भागात पर्जन्याचे प्रमाण १.८ सें.मी. ते २.५ सें.मी. या दरम्यान पाऊस पडतो. हा पाऊस पिकांना उपयुक्त ठरतो; अतिथंड हवामानामुळे उत्तर भारतात याच काळात काही ठिकाणी हिमवृष्टी होते.

▶ भारतातील पर्जन्य वितरण

भारतातील मान्सून पर्जन्याचे महत्त्वाचे वैशिष्ट्य म्हणजे पर्जन्याची अनिश्चितता होय. समुद्रकिनाऱ्यापासून अंतर्गत भूभागात जावे तसतसे पर्जन्यमान कमी होत जाते. उत्तर गुजरात, राजस्थान, हरियाना, पंजाब या प्रदेशात पर्जन्यमान कमी असते.

पर्जन्य वितरणानुसार भारताचे पुढील विभाग पडतात–

१) **अति पर्जन्य विभाग–** २०० सें.मी. किंवा त्यापेक्षा जास्त वार्षिक पर्जन्याचा प्रदेश– ईशान्य भारतातील आसाम, अरुणाचल प्रदेश, नागालँड, हिमालयाचा दक्षिण उताराचा पूर्वेकडील भाग, सह्याद्रीतील घाटमाथा, पश्चिम किनारपट्टीचा भाग, केरळ हे अति पावसाचे प्रदेश आहेत.

२) **जास्त पर्जन्य विभाग–** १०० ते २०० सें.मी. वार्षिक पर्जन्याचा प्रदेश– द्वीपकल्पीय पठाराचे पूर्वेकडील उतार, उत्तर भारतातील मैदानी प्रदेशाचा पश्चिम, उत्तर व दक्षिण भाग, बिहार, पश्चिम बंगाल, आंध्र किनारपट्टी, महाराष्ट्राचा पूर्व भाग, ईशान्य भारताचा दक्षिण भाग या क्षेत्रांचा समावेश होतो.

३) **मध्यम पर्जन्य विभाग–** ५० सें.मी. ते १०० सें.मी. वार्षिक पर्जन्याचा प्रदेश– गुजरात, महाराष्ट्र, पश्चिम मध्यप्रदेश, आंध्रप्रदेश, कर्नाटक, पंजाब, हरियाणा, राजस्थानचा पूर्व व मध्य भाग यांचा समावेश होतो.

४) **कमी पर्जन्य विभाग–** ५० सें.मी. पेक्षा वार्षिक सरासरी पर्जन्याचा प्रदेश– पश्चिम राजस्थान, कच्छ (गुजरात), आणि लडाख (जम्मू काश्मीर) या प्रदेशांचा समावेश होतो.

भारतीय हवामानाची वैशिष्ट्ये

१) भारताचे हवामान 'उष्ण कटिबंधीय मोसमी' प्रकारचे आहे.

२) भारताला नैर्ऋत्य मोसमी वाऱ्यापासून एकूण वार्षिक पर्जन्यापैकी ८० ते ९०% पाऊस मिळतो.

३) भारतात जून ते सप्टेंबर या विशिष्ट काळात मोठ्या प्रमाणात पाऊस पडतो त्यामुळे पावसाळा हा भारतात वेगळा ऋतू मानला जातो.

४) भारतात पडणारा पाऊस प्रतिरोध प्रकारचा आहे.

५) आंध्र, तमिळनाडूच्या पूर्व किनाऱ्यावर ईशान्य मोसमी वाऱ्यापासून पाऊस मिळतो.

६) भारतात जगातील सर्व प्रकारच्या हवामानाचे आविष्कार आढळून येतात. निकोबार येथे विषुववृत्तीय प्रकारचे हवामान आढळते. जम्मू काश्मीरमध्ये समशीतोष्ण प्रकारचे तर हिमालयाच्या उंच पर्वतरांगामध्ये शीतप्रकारचे हवामान आहे.

७) समुद्र किनाऱ्यावर हवामान उष्ण, सम व दमट तर खंडातर्गत भागात हवामान विषम व कोरडे आहे.

८) भारताच्या 20^0 अक्षवृत्ताच्या दक्षिणेकडे हिवाळ्यात कधीही पाणी गोठत नाही तर 20^0 अक्षवृत्ताच्या उत्तरेकडे ते गोठते.

९) भारतात सर्वात जास्त तापमान गंगानगर (राजस्थान) येथे 51^0 से. तर सर्वात कमी तापमान द्रास (जम्मू काश्मीर) येथे -45^0 से. आढळते.

१०) भारतात वार्षिक सरासरी पर्जन्य ११० सें.मी. पडतो.

११) भारताच्या ईशान्येकडील भागात मॉसिनरम येथे ११८७ सें.मी. हा सर्वात जास्त पाऊस पडतो तर पश्चिमेकडील राजस्थानच्या वाळवंटी भागात सर्वात कमी पाऊस पडतो.

▶ भारतातील पूरग्रस्त प्रदेश

भारतात एकूण ४० दशलक्ष हेक्टर क्षेत्र पूरग्रस्त म्हणून ओळखले जाते. पूरग्रस्त प्रदेशांचे पुरांच्या तीव्रतेवर आधारित प्रामुख्याने खालील तीन भागात विभाजन केले जाते.

१) हिमालयीन नद्यांचा पूरग्रस्त प्रदेश २) वायव्य नद्यांच्या खोऱ्यांचा पूरग्रस्त प्रदेश ३) मध्य भारत व द्विपकल्पीय पठारावरील नद्यांची खोरी

१) हिमालयीन नद्यांचा पूरग्रस्त प्रदेश

१) गंगा खोरे– या खोऱ्यात यमुना, घागरा, राप्ती, गंडक, कमला, भागमती आणि दामोदर या प्रमुख नद्यांचा समावेश होतो. या सर्व नद्यांच्या खोऱ्यांचा प्रदेश विशेषत: काठासभोवतालचा भाग पूरग्रस्त म्हणून ओळखला जातो. गंगा खोऱ्यात प्रामुख्याने पंजाबचा काही भाग, हिमाचल प्रदेश, राजस्थान, उत्तरप्रदेश, बिहार आणि पश्चिम बंगाल या घटक राज्यांचा समावेश होतो.

कोसी नदीने वाळू व चिखल यांचे पुराचे वेळी सभोवतालच्या भागात संचयन करून फार मोठा भाग नापिक बनविलेला आहे. पुराचे वेळी फार मोठ्या प्रमाणात मानव व प्राणी यांचे बळी घेते. त्यामुळेच कोसी नदीला भारताची 'अश्रूंची नदी' असे म्हटले जाते.

भारतात पुरांमुळे होणाऱ्या नुकसानीपैकी २७ टक्के नुकसान बिहार व ३३ टक्के नुकसान उत्तर प्रदेशात होते. म्हणजेच एकूण नुकसानीपैकी सुमारे ६०% नुकसान गंगा खोऱ्यात होते.

२) ब्रह्मपुत्रा खोरे– या खोऱ्यात आसाम व मेघालय घटक राज्यांचा समावेश होतो. ब्रह्मपुत्रेला प्रलयकारी पूर येतात. तिरंगा व तोरसा या उपनद्या प्रवाह मार्गात बदल करून प्रचंड हानी करतात. आसाम खोरे हा एक भारतातील महत्त्वाचा पूरग्रस्त प्रदेश आहे.

२) वायव्य नद्यांच्या खोऱ्यांचा पूरग्रस्त प्रदेश– यात जम्मू काश्मीर, पंजाबचा काही भाग, हरियाणा, उत्तरप्रदेशाचा पश्चिम भाग आणि हिमाचल प्रदेशाचा समावेश होतो. भारताच्या एकूण पूरहानीपैकी सुमारे १५ टक्के हानी पंजाब, हरियाणातील मैदानी प्रदेशात होते.

३) मध्य भारत व द्विपकल्पीय पठारावरील नद्यांची खोरी– मध्य भारतातून तापी, नर्मदा व चंबळ या प्रमुख नद्या वाहतात. या नद्यांच्या खोऱ्यात मध्यप्रदेश, ओरिसा, गुजरात व महाराष्ट्र या घटकराज्यांच्या प्रदेशाचा समावेश होतो.

भारतातील उत्तर भारताचे मैदान, आसाम खोरे व बंगालच्या मैदानाचा वायव्य भाग हे पूरग्रस्त म्हणून महत्त्वाचे आहेत. या प्रदेशातच जास्त प्रमाणात प्राणहानी व वित्तहानी होते. भारतात पुरामुळे होणाऱ्या एकूण हानीपैकी सुमारे ९० टक्के हानी वरील प्रदेशांमध्ये होते.

▶ अवर्षण

सर्वसाधारणपणे वार्षिक सरासरी ७५ सें.मी. पेक्षा कमी पाऊस पडणाऱ्या प्रदेशात अवर्षण पडण्याची भीती असते. भारतीय हवामान खात्याने या आधारावरच ७५ सें.मी. पेक्षा कमी पाऊस पडणारे प्रदेश अवर्षणग्रस्त प्रदेश म्हणून ओळखले जातात. अशा प्रदेशांना अवर्षण प्रवण क्षेत्र असे म्हटले जाते. जेव्हा सरासरी पर्जन्यापेक्षा ५०% पाऊस कमी पडतो. तेव्हा जे अवर्षण निर्माण होते; त्याला 'प्रखर अवर्षण' असे म्हणतात. जेव्हा एखाद्या प्रदेशात पर्जन्यात २० ते ३० टक्के घट होते तेव्हा जे अवर्षण निर्माण होते त्याला 'मध्यम अवर्षण' असे म्हणतात.

एखादा प्रदेश पहाणी केलेल्या एकूण वर्षांपैकी २० टक्के कालावधीत अवर्षणमय परिस्थितीत आढळत असेल तर ते प्रदेश अवर्षणग्रस्त प्रदेश म्हणून ओळखले जातात व जेव्हा हीच टक्केवारी ४० टक्क्यांच्या जवळपास असेल तर तेव्हा ते कायम किंवा दीर्घकालीन अवर्षणग्रस्त प्रदेश म्हणून ओळखले जातात.

भारतात सर्वाधिक अवर्षणग्रस्त प्रदेश राजस्थानमध्ये असून राजस्थानच्या क्षेत्रफळाच्या ६४% आहे. कर्नाटक राज्यात एकूण क्षेत्रफळाच्या ७९.३५ टक्के आंध्रप्रदेशात एकूण क्षेत्रफळाच्या ४५.५२ टक्के आहे. महाराष्ट्रात एकूण क्षेत्रफळाच्या ४०.२३ टक्के आहे.

भारतातील अवर्षणग्रस्त प्रदेश पुढील प्रमाणे आहेत.

१) गुजरात, राजस्थान व राजस्थान शेजारचा पंजाबचा भाग, पश्चिम उत्तरप्रदेश आणि पश्चिम मध्यप्रदेश.

२) मध्य महाराष्ट्र, कर्नाटकचा अंतर्गत भाग, रॉयल सीमा, दक्षिण तेलंगणा आणि तमिळनाडूचा काही भाग.

३) बिहारचा वायव्येकडील काही भाग आणि त्याच्या सभोवतालचा पूर्व उत्तर प्रदेशाचा काही भाग.

४) बिहारचा वायव्येकडील भाग आणि त्याच्या सभोवतालचा पश्चिम बंगालचा भाग कायम किंवा दीर्घकालीन अवर्षणग्रस्त प्रदेश

५) राजस्थानचा पश्चिम भाग व कच्छ

भारत सरकारने अवर्षणग्रस्त क्षेत्रीय विकास कार्यक्रम अमलात आणला आहे.

▶ भारतातील मृदा

एखाद्या प्रदेशात मूळ खडकांचे विखंडन होऊन किंवा खडक जागच्या जागी कुजून त्याच्या लहान-मोठ्या कणांच्या संचयनापासून मृदा तयार होते.

भारत हा कृषिप्रधान देश आहे. शेती हा भारतातील लोकांचा प्रमुख व्यवसाय आहे. भारताच्या एकूण लोकसंख्येपैकी सुमारे ७० टक्के लोकसंख्या प्रत्यक्ष वा अप्रत्यक्षरीत्या शेतीवर अवलंबून आहे. भारताच्या एकूण राष्ट्रीय उत्पन्नापैकी सुमारे ४५ टक्के उत्पन्न शेतीमधून मिळते. अन्नधान्य व बऱ्याच उद्योगधंद्यांना लागणारा कच्चा माल शेतीवरच अवलंबून असल्याने भारतीय शेतीला भारतीय अर्थव्यवस्थेचा कणा असे म्हटले जाते. अशा या महत्त्वाच्या शेतीचा विकास प्रामुख्याने जमीन, भूपृष्ठ, हवामान या भौगोलिक व जलसिंचन या आर्थिक घटकांवर अवलंबून आहे. पीक प्रकार, पिकांचा दर्जा व मशागत यावरही जमिनीचा परिणाम होतो.

कृषी संशोधन परिषदेने मृदेचे पुढील प्रकार पाडले आहेत.

भारतातील मृदा प्रकार

मृदा प्रकार	मृदेची वैशिष्ट्ये	प्रदेश	घेतली जाणारी पिके
गाळाची मृदा	० या मृदेत वाळू, चिकणमाती व सेंद्रिय पदार्थांचे मिश्रण तसेच पालाश व चुना यांचे प्रमाण जास्त असते. ० या मृदेचा रंग करडा असतो. ० ही मृदा सुपीक असते.	० उत्तर भारतात गंगा व ब्रह्मपुत्रा नद्यांच्या मैदानी भागात ही मृदा आढळते. ० तापी, नर्मदा, गोदावरी, कृष्णा, कावेरी या नद्यांची खोरी व त्रिभुज प्रदेशात मृदा आढळते. ० राजस्थानचा वायव्य भाग आणि पंजाब, हरियाणाच्या दक्षिण भागात ही मृदा सापडते. भारतातील सुमारे २२% क्षेत्र गाळाच्या मृदेने व्यापलेले आहे.	ही जमीन गहू, हरभरा, मसूर, ऊस, ताग व तांदूळ या पिकांसाठी योग्य आहे.
काळी मृदा (रेगूर मृदा, कापसाची काळी मृदा)	० या मृदेत कॅल्शियम, मॅग्नेशियम कार्बोनेट, आयर्न ऑक्साईड व कुजलेल्या सेंद्रिय द्रव्याचे प्रमाण जास्त असते. ० टिटॅनी फेरस, मॅग्नेटाईट या संयुगांमुळे मृदेचा काळा रंग प्रास होतो. ० मृदेची जलधारण क्षमता जास्त असते. ० ही मृदा अत्यंत सुपीक असते.	० ही मृदा महाराष्ट्र, उत्तर कर्नाटकचा पठारी प्रदेश, मध्यप्रदेशचा पश्चिम भाग, गुजरात व आंध्रप्रदेशात जास्त प्रमाणात आढळते. ० भारतातील सुमारे २९% क्षेत्र काळ्या मृदेने व्यापले आहे.	कापसाचे पीक मोठ्या प्रमाणात घेतले जाते. ऊस, ज्वारी, बाजरी, तंबाखू, भुईमूग, गहू, हरभरा अशी विविध पिके घेतली जातात.
तांबडी मृदा	० या मृदेत लोह संयुगाचे प्रमाण जास्त असल्याने तिला तांबडा रंग प्रास होतो. ० कॅल्शियम, फॉस्फेरिक	० भारतातील बहुतेक राज्यात थोड्याफार प्रमाणात आढळते. प्रामुख्याने तमिळनाडू, द.कर्नाटक, ईशान्य आंध्रप्रदेश	या जमिनीत कापूस, गहू, कडधान्ये, भरडधान्ये, तंबाखू, मका व फळांचे उत्पादन घेता येते. तसेच ज्वारी, बाजरी,

→

मृदा प्रकार	मृदेची वैशिष्ट्ये	प्रदेश	घेतली जाणारी पिके
	ॲसिड, नायट्रोजन आणि सेंद्रिय द्रव्याचे प्रमाण या मृदेत कमी असते. ○ या मृदेची सुपीकता कमी असते. ○ या मृदेत वाळूचे प्रमाण जास्त असल्याने भुसभुशीत असल्याने पाण्याचा निचरा अधिक होतो.	आणि मध्यप्रदेश व ओरिसा राज्याच्या प्रदेशात ही मृदा आढळते. ○ भारतातील सुमारे २७% क्षेत्र या मृदेने व्यापले आहे.	तांदूळ ही पिके घेतली जातात.
जांभी मृदा	○ कॅल्शियम व सिलिकाचे प्रमाण कमी असते. ○ लोह-संयुगाचे प्रमाण अधिक असते. त्यामुळे मृदेचा रंग लाल असतो. ○ या मृदेत नायट्रोजन, पोटॅश व सेंद्रिय पदार्थांचे प्रमाण अतिशय कमी असते. ○ आलटून पालटून सतत ओला व कोरडा ऋतू असलेल्या उष्ण व जास्त पावसाच्या प्रदेशात या मृदेची निर्मिती होते.	○ दक्षिण महाराष्ट्र, गोवा, कर्नाटक, केरळ, तमिळनाडू, ओरिसा, मेघालय या राज्यांच्या डोंगराळ भागात ही मृदा आढळते. ○ भारतातील सुमारे ३% क्षेत्र या मृदेने व्यापले आहे.	कापूस, गहू, तांदूळ, ऊस, केळी, कॉफी, चहा, रबर, नारळ या पिकांचे उत्पादन अतिशय चांगले येते.
पर्वतीय मृदा	○ मृदेचे कण मोठ्या आकारमानाचे असतात. ○ पाण्याचा निचरा लवकर होतो. ○ पोटॅश, फॉस्फरस, कॅल्शियम यांची कमतरता असते. ○ या मृदेस 'अपरिपक्व मृदा' असे म्हणतात.	○ जम्मू काश्मीर, हिमाचल प्रदेश, उत्तरांचल, सिक्कीम, अरुणाचल प्रदेश, नागालँड या राज्याच्या पर्वतीय प्रदेशात ही मृदा आढळते. ○ भारतातील सुमारे ८% क्षेत्र या मृदेने व्यापले आहे.	चहा, कॉफी, फळे

मृदा प्रकार	मृदेची वैशिष्ट्ये	प्रदेश	घेतली जाणारी पिके
वालूकामय मृदा	० या मृदेत क्षारांचे प्रमाण जास्त असते. ० वनस्पती आच्छादन कमी असल्याने सेंद्रिय पदार्थांचे प्रमाण कमी असते. ० शुष्क व निमशुष्क हवामानाच्या प्रदेशात तपमानातील फरकामुळे या मृदेची निर्मिती होते. ० पर्जन्याच्या तुलनेत बाष्पीभवन जास्त असल्याने क्षारांचे प्रमाण वाढते.	० अरवली पर्वताचा पश्चिम भाग, पंजाब, हरियाणाच्या दक्षिण भागापासून कच्छच्या रणापर्यंत आढळते. ० भारतातील सुमारे ६% क्षेत्र या मृदेने व्यापले आहे.	जलसिंचनाच्या सुविधा निर्माण झाल्या तर पिके घेता येतात. जलसिंचन सुविधा क्षेत्रात गहू व कापूस तसेच ज्वारी, बाजरी व मका या पिकाचे उत्पादन घेतले जाते.
क्षारयुक्त व अल्कली मृदा	० या मृदेची निर्मिती उष्ण वाळवंटी प्रदेश, कालवा, सिंचित क्षेत्र इ. प्रदेशात होते. ० या मृदेमध्ये सोडियम, कॅल्शियम व मॅग्नेशियमचे प्रमाण अधिक असते.	० ही मृदा राजस्थान, पंजाब व हरियाणा राज्याच्या शुष्क भागात तसेच गुजरात व महाराष्ट्रातील कालवा सिंचन क्षेत्रात आढळते. ० भारतातील सुमारे ३% क्षेत्र या मृदेने व्यापलेले आहे.	नापीक असल्याने काही भागात गवतही उगवत नाही.

▶ नैसर्गिक वनस्पती

जंगले ही महत्त्वाची नैसर्गिक साधनसंपत्ती असून देशाच्या आर्थिक विकासात तिचा फार मोठा सहभाग आहे. भारतात सुमारे ६,७७,०८८ चौ.कि.मी. जमीन वनाखाली असून भारताच्या एकूण भौगोलिक क्षेत्रापैकी २०.६० टक्के क्षेत्र वनाखाली आहे. घनदाट वनाखालील क्षेत्र ५४,५६९ चौ.कि.मी. म्हणजे देशाच्या एकूण भौगोलिक क्षेत्राच्या फक्त १.६६ टक्के इतके असून साधारण दाट वनक्षेत्र ३,३२,६४७ चौ.कि.मी. म्हणजे एकूण भौगोलिक क्षेत्राच्या १०.१२ टक्के इतके आहे. मुक्त वनप्रदेश २,८९,८७२ चौ.कि.मी. म्हणजे ८.८२ टक्के इतका आहे. खुरट्या वनस्पतींनी व्याप्त प्रदेश ३८,४७५ चौ.कि.मी. म्हणजे देशाच्या एकूण भौगोलिक क्षेत्राच्या १.१७ टक्के इतका आहे. या खुरट्या वनस्पतींनी व्याप्त प्रदेशात ०.१४ टक्के इतका मॅनग्रोव्ह वनांचा प्रदेश समाविष्ट आहे. कोणत्याही प्रदेशात वातावरणाचा समतोल राखण्यासाठी किमान ३३ टक्के जमीन वनाखाली असणे आवश्यक आहे. त्यादृष्टीने हे प्रमाण अतिशय कमी आहे.

भारताच्या एकूण क्षेत्रफळाच्या २०.६० टक्के भाग अरण्याखाली आहे. परंतु हे वितरण समान किंवा सलग नाही. सुमारे ५०% वनसंपत्ती दख्खनच्या पठारावरील टेकड्या व पठारांवर, २०% हिमालयीन प्रदेशात,

१२% पूर्व घाट व किनारी प्रदेशात, १०% कोकण किनारी प्रदेश व पश्चिम घाटात ७% उत्तरेकडील मैदानी प्रदेशात आहे. मध्यप्रदेश, आसाम, ओरिसा व आंध्र प्रदेशात जंगले अधिक आहेत.

मिझोराम राज्यात ८८.६४%, नागालँड ८२.७०%, अरूणाचल प्रदेश ८०.९०%, मेघालय ७५.७०%, अंदमाननिकोबार ८०.४०%, लक्षद्वीप ७८.१०% या राज्यात एकूण भूक्षेत्राशी असलेले जंगलव्याप्त क्षेत्राचे प्रमाण वरीलप्रमाणे आहे.

भारतातील जंगलांचे खालील प्रमुख पाच प्रकार पडतात–

१) उष्णकटिबंधीय सदाहरित जंगले

२) उष्णकटिबंधीय कोरड्या हवामानातील जंगले

३) डोंगरी (पर्वतीय) उपोष्ण कटिबंधीय जंगले

४) डोंगरी (पर्वतीय) समशितोष्ण कटिबंधीय जंगले

५) अल्पाईन जंगले

१) उष्ण कटिबंधीय सदाहरित जंगले किंवा पर्जन्य जंगले

ज्या भागात २०० सें.मी. किंवा त्यापेक्षा जास्त पाऊस पडणाऱ्या प्रदेशात ही जंगले आढळतात. या भागातील वार्षिक सरासरी तपमान $२५^०$ ते $२७^०$ से. असते. त्यामुळे ही जंगले घनदाट व उंच वनस्पतींची असतात. या वनस्पतींची उंची ४५ मीटरपेक्षा जास्त आढळते.

सदाहरित जंगले पश्चिम घाटाच्या पश्चिम बाजूस, उपोष्ण कटिबंधीय, हिमालयाचा पूर्व भाग, भारताचा ईशान्य भाग (लूशाई, खाशी, जयंती व गारोटेकड्या) आणि अंदमान बेटे या भागात आढळतात. या जंगलाचे खालील प्रकार पडतात–

अ) उष्ण कटिबंधीय आर्द्रसदाहरित जंगले ब) उष्ण कटिबंधीय निमसदाहरित जंगले क) उष्ण कटिबंधीय दमट हवामानाची पानझडी जंगले ड) सुंदरी जंगले किंवा मॅनग्रोव्ह

अ) उष्ण कटिबंधीय आर्द्र सदाहरित जंगले

ज्या प्रदेशात २०० ते ३०० सें.मी. पर्जन्य उष्ण व दमट हवामान असते त्या भागात सदाहरित जंगले आढळतात.

ही जंगले पश्चिम घाटाचा पश्चिम भाग, अरुणाचल प्रदेश, आसामचा उत्तर भाग, मेघालय, त्रिपुरा, अंदमान व निकोबार बेटे या भागात आढळतात.

ही जंगले उंच व घनदाट, नेहमी हिरवीगार असतात या जंगलातील वनस्पतींची उंची ४५ मी. किंवा त्यापेक्षा जास्त आढळते. या जंगलात गर्जन, महॉगनी, एबनी, रोझवूड, शीसम, धूप, रबर, वेत, पाम, आंबा, बांबू, बिशपवूड इ. महत्त्वाच्या वनस्पती आढळतात.

या जंगलातील वनस्पती आर्थिकदृष्ट्या महत्त्वाच्या असल्यातरी ही जंगले अत्यंत दुर्गम व घनदाट स्वरूपाची असल्याने तेथे वाहतूक व दळणवळण सुविधा नसल्याने त्यांची तोड मोठ्या प्रमाणावर होत नाही.

ब) उष्ण कटिबंधीय निम सदाहरित जंगले

ज्या प्रदेशात वार्षिक सरासरी २०० सें.मी. पेक्षा थोडासा कमी पाऊस पडतो. अशा प्रदेशात ही जंगले आढळतात. या प्रदेशात वार्षिक सरासरी तपमान $२४^०$ से. व आर्द्रता ८०% असते. या जंगलातील वनस्पती सदाहरित असतात; पण काही जातीच्या झाडांची विशिष्ट ऋतूत जास्त पानगळ होऊन अल्पकाळ

या जातीच्या वनस्पती पर्णहीन होतात म्हणून या जंगलांना निमसदाहरित जंगले म्हणतात.

अशी जंगले भारतात पश्चिमघाट, उत्तर आसाम, पूर्व हिमालयाचा सौम्य उतार, ओरिसा आणि अंदमान निकोबार बेटे येथे आढळतात.

या जंगलात हिरडा, बेहडा, अर्जुन, हलदू, अंजनी, जांभूळ, फणस, धूप, अंबा, नाना कुंकू, सादरा आणि सावर या वनस्पती आढळतात.

क) उष्ण कटिबंधीय दमट हवामानातील पानझडी जंगले

साधारणपणे ज्या भागात १०० ते १५० सें.मी. पाऊस पडतो व वार्षिक सरासरीत तपमान $२६^०$ ते $२७^०$ से. असते अशा भागात ही जंगले आढळतात.

पश्चिम घाटाचा पूर्व उतार, महाराष्ट्र, कर्नाटक, केरळ व तमिळनाडूतील सदाहरित पट्ट्याचा पश्चिम भाग, छोटा नागपूरचे पठार, महानदीचा वरचा भाग, मध्यप्रदेशातील टेकड्यांचा भाग, तमिळनाडूचा पूर्वघाट, अंदमान-निकोबार बेटे; महाराष्ट्र, गुजरात, कर्नाटक, ओरिसा, बिहार, पश्चिम बंगाल व केरळ यांच्या दमट हवामानाचा भाग यांचाही समावेश होतो.

साल, साग, चंदन हे आर्थिकदृष्ट्या महत्त्वाचे वृक्ष आढळतात. याशिवाय या जंगलांमध्ये शिसव, अर्जुन, कुंभी, बांबू, धावडा, सादडा, एबनी, सूर्या, कुसुम, बिजासाळ, हिरडा, जांभूळ, तिवस, बेहडा, हळद, सिरिस, आंबा, पळस, महू, धूप, केजू आणि बेर या प्रमुख वनस्पती आढळतात. सागाच्या लाकडाला आर्थिकदृष्ट्या फार महत्त्व आहे.

ड) सुंदरी जंगले किंवा मॅनग्रोव्ह जंगले

ही जंगले समुद्र किनाऱ्यावरील भरती-ओहटीच्या प्रदेशात व नदीच्या त्रिभुज प्रदेशात आढळतात. हा प्रकार पावसावर अवलंबून नाही. ही जंगले भरतीच्या पाण्यावर वाढतात. ही जंगले भारताच्या पश्चिम किनारपट्टीवर काही ठिकाणी दाट स्वरूपात आढळतात. परंतु पूर्व किनारपट्टीवर या जंगलात बराचसा सलगपणा आहे. गंगा, महानदी, गोदावरी, कृष्णा व कावेरी या नद्यांच्या त्रिभुज प्रदेशात ही जंगले भरपूर आढळतात.

या वृक्षाचे लाकूड अधिक जड, कठीण व टणक, टिकाऊ असते. या वनस्पतींचा उपयोग जहाज बांधण्यासाठी केला जातो. याशिवाय या जंगलामध्ये अमूर, भारा, निपा व अगार अशा प्रमुख वनस्पती आढळतात.

२) उष्णकटिबंधीय कोरड्या हवामानाच्या प्रदेशातील जंगले

ज्या भागात वार्षिक सरासरी पर्जन्य ७५ ते १२५ सें.मी. तपमान $२३^०$ से. आणि आर्द्रता ५१ ते ५८ टक्के आढळते. अशा भागात ही जंगले आढळतात.
या जंगलांचे उपप्रकार खालीलप्रमाणे-

अ) उष्ण कटिबंधीय कोरड्या हवामानाच्या प्रदेशातील पानझडी जंगले

ब) उष्ण कटिबंधीय कोरड्या हवामानाच्या प्रदेशातील काटेरी जंगले

क) उष्ण कटिबंधीय कोरड्या हवामानाच्या प्रदेशातील सदाहरित जंगले

अ) उष्ण कटिबंधीय कोरड्या हवामानाच्या प्रदेशातील पानझडी जंगले

ही जंगले हिमालयाच्या पायथ्यापासून कन्याकुमारीपर्यंत राजस्थान, पश्चिम घाट, पश्चिम बंगाल वगळता बऱ्याच ठिकाणी आढळतात.

कोरड्या ऋतूच्या सुरुवातीपासून झाडांची पानगळ होऊ लागते. हिवाळ्याच्या मध्यापर्यंत संपूर्ण जंगलामध्ये केवळ झाडांचे बुंधे व रिकाम्या फांद्या दिसु लागतात. झाडांची उंची साधारण २० मी. पर्यंत आढळते.

या जंगलामध्ये साग, शिरीष, बाभूळ, अंजन, जांभूळ, आंबा, मोह, चंदन, सालई, सावर, टेंभुर्णी, भेंडी, पळस, आपटा, खैर हे महत्त्वाचे वृक्ष आढळतात.

ब) उष्ण कटिबंधीय कोरड्या हवामानाच्या प्रदेशातील काटेरी जंगले

ज्या भागात पर्जन्याचे प्रमाण ७५ सें.मी.पेक्षा कमी, तपमान २५° ते २७° असते. तेथेही काटेरी जंगले आढळतात.

कच्छ व त्या सभोवतालचा गुजरातचा भाग, पंजाबचा नैर्ऋत्य भाग, पश्चिम हरियाना, पश्चिम व उत्तर राजस्थान, दख्खनचे पठार व भारतीय द्वीपकल्पाच्या दक्षिण भागात ही जंगले आढळतात.

या जंगल क्षेत्रात बाभूळ, हिवर, शिंदी, बोरी, लिंब, गराडी, काजू, चारोळी, पळस, घायपात, नागफणी या महत्त्वाच्या वनस्पती आढळतात.

क) उष्ण कटिबंधीय कोरड्या हवामानाच्या प्रदेशातील सदाहरित जंगले

सर्वसाधारणपणे ज्या भागात १०० सें.मी. वार्षिक पर्जन्य व सरासरी तपमान २८° से. आढळते; अशा भागात ही जंगले आढळतात. या भागात ईशान्य मोसमी वार्‍यापासून जास्त पाऊस पडतो. या वनस्पती ९ ते १२ मी. उंच आढळून येतात.

ही जंगले प्रामुख्याने भारतीय द्वीपकल्पाच्या तमिळनाडूच्या पूर्व किनारपट्टीपासून उत्तरेस नेल्लोरपर्यंत आढळतात.

या जंगलक्षेत्रातील महत्त्वाच्या वनस्पती खिरनी, जांभूळ, लिंब, तोडीपाम, व गायरी ह्या होय.

३) डोंगरी (पर्वतीय) उपोष्ण कटिबंधीय जंगले

या जंगलाचे खालील प्रकार पडतात-

(अ) डोंगरी उपोष्ण कटिबंधीय रुंदपर्णी जंगले

(ब) उपोष्ण कटिबंधीय पाईन जंगले

(क) उपोष्ण कटिबंधीय शुष्क सदाहरित जंगले

(अ) डोंगरी उपोष्ण कटिबंधीय रुंदपर्णी जंगले

साधारणत: समुद्र सपाटीपासून ९१५ ते १८३० मी. उंचीवर ज्या ठिकाणी वार्षिक सरासरी पर्जन्य ७५ ते १२५ सें.मी. व वार्षिक सरासरी तपमान १८° ते २१° से. आणि आर्द्रता ८०% आढळते. अशा प्रदेशात ही जंगले आढळतात.

ही जंगले प्रामुख्याने पाचमरी, बस्तरच्या पठारावरील उंचवट्याचा भाग, महाबळेश्वर, निलगिरी, पळणी व खाशी टेकड्या या भागात आणि आसाम व पश्चिम बंगालमधील हिमालयाच्या सौम्य उतारावर आढळतात.

येथे प्रामुख्याने जांभूळ, ऐन, कुंभ, करवंद, मोलिसोमा अशा वनस्पती आढळतात.

(ब) उपोष्ण कटिबंधीय पाईन जंगले

ज्या भागात १५० ते ३०० सें.मी. पाऊस पडतो अशा भागात ही जंगले आढळतात.

ही जंगले मध्य व पश्चिम हिमालय, पंजाब, उत्तर प्रदेशाचा उत्तर भाग, सिक्कीम व आसामच्या काही भागात आढळतात.

या जंगलांमध्ये ओक, चिर या प्रमुख वनस्पती आढळतात.

(क) उपोष्ण कटिबंधीय शुष्क सदाहरित जंगले

सर्वसाधारण ५० ते 100 सें.मी. पर्जनाच्या क्षेत्रात ही जंगले आढळतात.

ही जंगले भारताच्या वायव्य भागात पंजाब, उत्तरप्रदेश, हिमाचल प्रदेश आणि जम्मू काश्मीर भागात काही ठिकाणी आढळतात.

येथील वृक्षाची पाने लहान असून ती नेहमी हिरवीगार असतात. येथील वनस्पती भूमध्य सागरी प्रदेशातील ऑलिव्ह सारख्या आढळतात.

४) डोंगरी (पर्वतीय) समशीतोष्ण कटिबंधीय जंगले

समशितोष्ण स्वरूपाची जंगले प्रामुख्याने भारतात हिमालय पर्वतीय भागात आढळत असून त्यांना आर्थिकदृष्ट्या अत्यंत महत्त्व आहे. भारतातील सूचिपर्णी जंगले फक्त हिमालयात आढळतात.

पर्वतीय समशीतोष्ण जंगलाचे प्रकार पुढीलप्रमाणे-

(अ) डोंगरी (पर्वतीय) आर्द्र समशितोष्ण जंगले

(ब) हिमालय दमट हवामानातील समशितोष्ण जंगले

(क) हिमालय शुष्क समशितोष्ण जंगले

(अ) डोंगरी (पर्वतीय) आर्द्र समशीतोष्ण जंगले

ही जंगले सदाहरित असून प्रामुख्याने दक्षिण भारतात १५०० मी. पेक्षा जास्त उंचीवर, निलगिरी, अन्ना मलाई, तिरुनेलवेल्ली येथील टेकड्यांवर आणि पूर्व हिमालयातील उंच टेकड्यांवर आढळतात. दक्षिण भारतात या जंगलांना 'शोलास' असे म्हणतात. पूर्व हिमालयात १३३० मी. उंचीपर्यंत तराई अरण्ये आढळतात. ही सदाहरित जंगले आहेत. हिमालयात ओक, चेस्टनट, पोपलर, इल्म, मॅपल लॉरेल, बर्च इ. वनस्पती आढळतात.

साधारणपणे १३३० ते २७०० मी. उंचीवर आढळतात. तसेच २७०० ते ४००० मी. पर्यंतच्या उंचीवर सूचिपर्णी जंगले आढळतात. यात देवदार, ब्ल्यू पाईन, स्प्रूस, सिल्व्हर, फर हे महत्त्वाचे वृक्ष आढळतात.

(ब) हिमालय दमट समशीतोष्ण जंगले

हिवाळ्यातील दमट परंतु समशितोष्ण हवामानाच्या प्रदेशात सूचिपर्णी जंगले आढळतात. सर्वसाधारणपणे १५१६ ते ३३३६ मी. उंचीवर 100 ते २५४ सें.मी. पर्जन्याच्या प्रदेशात हिमालय पर्वतरांगात ही जंगले आढळतात.

ही जंगले साधारणत: जम्मू आणि काश्मीर, हिमाचल प्रदेश, पंजाब, उत्तर प्रदेशाचा उत्तर भाग, पश्चिम बंगालचा उत्तर भाग, आसाम या प्रदेशातील हिमालय पर्वताच्या भागात आढळतात.

सिडार, ब्ल्यू पाईन, फर हे वृक्ष या जंगलामध्ये महत्त्वाचे आहेत.

(क) हिमालयीन शुष्क समशीतोष्ण जंगले

ही जंगले जम्मू काश्मीर, पंजाब, हिमाचल प्रदेश व उत्तर प्रदेश या भागात हिमालयीन पर्वतीय प्रदेशात आढळतात. या भागात सूचिपर्णी जंगले आढळतात. या भागात जेथे पाऊस कमी पडतो तेथे

पानझडी वृक्षांची जंगले आढळतात.

या जंगलामध्ये चिरपाईन, स्प्रूस, ज्युनिफर हे महत्त्वाचे वृक्ष आढळतात. हिमालयाच्या पर्वतरांगांमध्ये जेथे १०० सें.मी. पेक्षा कमी पाऊस पडतो तेथे ओक व ऑश हे वृक्ष विखुरलेल्या स्वरूपात आढळतात. पर्वतीय भागातील नद्यांच्या सभोवतालच्या भागात ऐल्डर वृक्ष मोठ्या प्रमाणात आढळतात.

५) अल्पाईन जंगले

ही जंगले समुद्र सपाटीपासून २९०० ते ५००० मी. उंचीवर आढळतात. परंतु या जंगलांचे प्रमाण २८०० ते ३५०० मी. उंचीच्या दरम्यान जास्त आढळते. ५००० मी. उंचीनंतर सर्वत्र बर्फ असल्याने व कमी तपमान असल्याने झाडाची फारशी वाढ होत नाही.

या जंगलामध्ये अल्पाईन प्रकारचे गवत, विलोज, ज्यूनिपर भूर्जपत्र, खुजी, ऱ्होडोडेन्ड्रान हे महत्त्वाचे वृक्ष आढळतात.

काही भागात फर, टार्च व रंगीबेरंगी फुलांची झाडे दिसतात. या जंगलांना आर्थिकदृष्टीने फारच कमी महत्त्व आहे.

▶ भारतातील खनिजे

खनिज संपत्तीबाबत भारत समृद्ध आहे. भारतात विविध प्रकारची खनिजे कमी–अधिक प्रमाणात आढळतात. भारताच्या एकूण खनिज संपत्तीपैकी तीन चतुर्थांश खनिजे द्वीपकल्पीय पठारावर एकवटलेली आहेत. भारतात दगडी कोळसा, लोह खनिज यांचे मुबलक साठे आहेत; तर अॅल्युमिनियम, मँगनीज, टिटॅनियम यांचे पुरेसे साठे आहेत. तांबे, जस्त, शिसे यांचे साठे अत्यंत कमी प्रमाणात आहेत. त्यामुळे भारत काही खनिजांची निर्यात करतो तर काही खनिजे आयात करावी लागतात.

भारतातील खाणींमधून अंदाजे १०० खनिजांचे उत्पादन होते त्यापैकी साधारण ३० खनिजे अत्यंत महत्त्वपूर्ण आहेत. एकूण राष्ट्रीय उत्पादनात खनिजांचा वाटा १.५ ते २.५ टक्क्यांच्या आसपास आहे. भारताच्या निर्यात व्यापारात खनिजे व खनिजजन्य उत्पादनांचा वाटा फक्त १० टक्क्यांच्या आसपास आहे.

खालील विभागामध्ये विविध खनिजांचे साठे आढळतात.

१) द्वीपकल्पीय पठाराचा ईशान्येकडील प्रदेश– छोटा नागपूरचे पठार व ओरिसा पठार या पट्ट्यात झारखंड, पश्चिम बंगाल व ओरिसा राज्यांचा प्रदेश येतो. हा पट भारतातील सर्वाधिक खनिज संपन्न प्रदेश म्हणून ओळखला जातो. या पट्ट्यात मोठ्या प्रमाणात दगडी कोळसा, लोह, मँगनीज, बॉक्साईट, कायनाईट, क्रोमानाईट, तांबे इ. खनिजे सापडतात.

२) मध्य भारतातील पट्टा– या पट्ट्यात छत्तीसगड, मध्यप्रदेश, आंध्रप्रदेश, महाराष्ट्र या राज्यांमधील भागांचा समावेश होतो. हा पट खनिज संपत्ती बाबत भारतात दुसऱ्या क्रमांकावर आहे. या पट्ट्यात मँगनीज, बॉक्साईट, संगमरवर, चूनखडक, दगडी कोळसा, ग्राफाईट, लोहखनिज सापडते.

३) दक्षिण भारतीय पट्टा– या पट्ट्यात प्रामुख्याने कर्नाटक पठाराचा व त्यालगतच्या तमिळनाडूच्या प्रदेशाचा समावेश होतो. छोटा नागपूर पठारावर सापडणारी बहुतेक खनिजे येथे सापडतात. नेईवेल्ली (तमिळनाडू) येथे दगडी कोळसा सापडतो.

४) नैर्ऋत्य भारतातील पट्टा– दक्षिण कर्नाटक व गोवा या राज्याचा समावेश होतो. या पट्ट्यात लोहखनिज, चिकणमाती, गारनेट यांचे साठे आहेत.

५) वायव्य भारतातील पट्टा– या पट्ट्यात राजस्थान, अरवली पर्वतालगतचा प्रदेश, गुजरातलगतचा प्रदेश यांचा समावेश होतो. या प्रदेशात तांबे, शिसे, जस्त, युरेनियम, अभ्रक, बेरियम, मौल्यवान खडे इ. मुबलक साठे आहेत.

गुजरात राज्य जिप्सम, मँगनीज, मीठ, बॉक्साईट व्यतिरिक्त पेट्रोलियम उत्पादनांमध्ये आघाडीवर आहे.

या प्रदेशाव्यतिरिक्त भारतात आसाम (पेट्रोलियम, लिग्नाईट), हिमाचल प्रदेश (दगडी कोळसा, बॉक्साईट, तांबे), मुंबई हाय (पेट्रोलियम), गोदावरी खोरे (पेट्रोलियम व नैसर्गिक वायू) इ. खनिजांचे साठे आढळतात.

○ **खनिजांचे वर्गीकरण खालीलप्रमाणे केले जाते–**

१) **धातू खनिजे–** लोहखनिज, मँगनीज, बॉक्साईट, तांबे, सोने, चांदी, कथिल, शिसे, जस्त, टंगस्टन, निकेल ही सर्व धातू खजिने आहेत.

२) **अधातू खनिजे–** जिप्सम, चुनखडी, हिरे, डोलोमाईट, पोटॅशियम, ग्रॅफाइट इ. अधातू खनिजे आहेत.

३) **खनिज शक्तिसाधने–** खनिज तेल, दगडी कोळसा, नैसर्गिक वायू ही खनिज शक्ती साधने किंवा खनिज ऊर्जासाधने होत.

लोहखनिज

जगातील एकूण लोहखनिज साठ्यांच्या सुमारे २० टक्के लोहखनिज साठे भारतात असून लोहखनिज उत्पादनात भारताचा जगात सहावा क्रमांक लागतो. भारतातून निर्यात होणाऱ्या सर्व प्रकारच्या खनिजांमध्ये लोहखनिजाचा वाटा जवळजवळ ४० टक्के आहे.

लोहखनिजातील शुद्ध लोहाच्या प्रमाणावरून लोहखनिजांचे चार प्रकार पडतात.

१) **मॅग्नेटाईट–** सर्वोत्तम दर्जाचे लोहखनिज असून त्यामध्ये ७२ टक्के शुद्ध लोह उपलब्ध असते. यात पाण्याचा अंश अत्यल्प असतो. भारतात हे खनिज आंध्रप्रदेश, झारखंड, गोवा, केरळ, तमिळनाडू, कर्नाटक या राज्यात सापडते.

२) **हेमॅटाईट–** या लोह खनिजात ६० ते ७० टक्के शुद्ध लोहाचे प्रमाण असते. यांचा रंग तांबूस असून पाण्याचे प्रमाण १० टक्के असते. भारतात आंध्रप्रदेश, झारखंड, ओरिसा, छत्तीसगढ, गोवा, कर्नाटक, महाराष्ट्र, राजस्थान या राज्यात सापडते.

३) **लिमोनाईट–** या प्रकारात ४०-६० टक्के शुद्ध लोहाचे प्रमाण असते. रंग तपकिरी असतो. जगातील अनेक भागात हे लोहखनिज आढळते.

४) **सिडेराईट–** हे सर्वात कमी प्रतीचे लोहखनिज असून यामध्ये लोहाचे प्रमाण २० ते ३० टक्के असते. याचा रंग राखाडी व करडा असतो. पाण्याचा अंश अधिक असतो.

लोहखनिज उत्पादन व वितरण

उच्च दर्जाचे लोहखनिज छत्तीसगढच्या बैलदिला प्रदेशात, कर्नाटकातील बेल्लारी, हॉस्पेट प्रदेश, झारखंड, ओरिसा राज्यात सापडते.

झारखंड, ओरिसा, मध्यप्रदेश, छत्तीसगढ, कर्नाटक व गोवा या सहा राज्यात एकूण साठ्यापैकी ९५% साठे आहेत.

झारखंड राज्यात सर्वात जास्त साठे आहेत. ते एकूण साठ्यापैकी २५% आहेत. त्यानंतर ओरिसा (२१%), कर्नाटक (२०%), मध्यप्रदेश व छत्तीसगड (१८%), गोवा (११%) या राज्यांचा क्रमांक लागतो. उर्वरित ५% साठे महाराष्ट्र, आंध्रप्रदेश, राजस्थान, आसाम राज्यात आढळतात.

एकूण उत्पादनांपैकी ९९% उत्पादन कर्नाटक (२४.८०%), ओरिसा (२२.१९%), छत्तीसगड (१९.९७%) गोवा (१८.०५%) व झारखंड (१४.११%) या पाच राज्यांत होते.

१) कर्नाटक– भारतातील एकूण लोह साठ्यांच्या सुमारे २० टक्के साठे कर्नाटक राज्यात असून देशातील लोहखनिजाच्या एकूण उत्पादनाच्या २५% उत्पादन होते. चिकमंगळूर, शिमोगा, तुमकूर या जिल्ह्यांमध्ये लोहखाणी आहेत. सांडूर-हॉस्पेट (बेल्लारी), बाबा बुदान टेकड्या, कुद्रेमुख, कालाहट्टी (चिकमंगळूर), हूल्यार (तुमकूर) आणि होसदुर्ग (चित्रदूर्ग) ही राज्यातील प्रमुख खाणक्षेत्रे आहेत. एकट्या चिकमंगळूर जिल्ह्यात देशातील २६% साठे आहेत तर शिमोगा जिल्ह्यात ३ टक्क्यांहून अधिक साठे आहेत. हे लोहखनिज मंगळूर बंदरामार्गे इराणला निर्यात होते. केमानगुंडी क्षेत्रातील लोहखनिज भद्रावती येथील लोहपोलाद कारखान्यासाठी वापरले जाते.

२) ओरिसा– एकूण उत्पादनापैकी २२% उत्पादन ओरिसा राज्यात होते. लोहखनिजाच्या एकूण साठ्यापैकी २१% साठे या राज्यात आहेत. राज्यातील लोहखनिज सुंदरगड, मयूरभंज आणि केओनझार जिल्ह्यातील डोंगराळ भागात आहेत. सुंदरगड जिल्ह्यातील बोनाईगडरांगा, कोदूरा, मलंगटोली, कांडाधर पहाड, केआनझार जिल्ह्यात बांसपाणी, तोडा, ठाकुरानी व फिलौरा, मयूरभंज जिल्ह्यात बदामपहाड व सुलाईपेठ येथे राज्यातील प्रमुख लोहखाणी आहेत.

या खाणीतून काढण्यात येणारे लोह रूरकेला, बोकारो, जमशेदपूर येथील लोहपोलाद कारखान्यांना पुरविले जाते. काही लोहखनिज परद्वीप बंदरातून जपानला निर्यात केले जाते.

३) छत्तीसगड– भारतातील एकूण साठ्यापैकी १८% साठे व एकूण उत्पादनापैकी २०% उत्पादन छत्तीसगड राज्यात होते. बस्तर जिल्ह्यातील बैलादिला दुर्ग जिल्ह्यातील दल्ली राजहरा हे महत्त्वाचे उत्पादक प्रदेश आहेत. बैलादिला खाणीतील उच्चदर्जाचे लोहखनिज विशाखापट्टणम् बंदरातून जपान व इतर राष्ट्रांना निर्यात केले जाते.

४) गोवा– देशातील एकूण साठ्यापैकी ११% साठे व एकूण उत्पादनापैकी १८% उत्पादन गोव्यात होते. गोव्याच्या उत्तर, दक्षिण व मध्यभागात साठे आहेत. बहुतेक खाणी पश्चिम घाटातील डोंगराळ भागात आहेत. येथील लोहखनिज झुआरी नदीतून पडावाद्वारे मार्मागोवा बंदरापर्यंत आणतात व तेथून ते जपानला निर्यात केले जाते.

५) झारखंड– भारतातील एकूण साठ्यापैकी २५% साठे व एकूण उत्पादनापैकी १४% उत्पादन झारखंडमध्ये होते. बऱ्याच खाणी सिंगभूम जिल्ह्यातील गुआ, नोआमुंडी, बाराजामडा, सिंदूरपूर, कल्हान व परिसरात आहेत. एकट्या सिंगभूम जिल्ह्यात देशातील लोहखनिजांचे २०% हून अधिक साठे आहेत. याशिवाय पालामाऊ जिल्ह्यात डाल्टनगंज येथे मॅग्नेटाईट प्रकारचे लोहखनिज सापडते. हजारीबाग, रांची जिल्ह्यात खाणी आहेत. येथील लोहखनिज कुल्टी व बर्नपूर (प.बंगाल) येथील लोहपोलाद कारखान्याला पुरविली जाते. बरेचसे लोहखनिज कोलकाता व हल्डिया बंदरातून निर्माण केले जाते.

६) महाराष्ट्र– भारतातील साठ्यापैकी ७% साठे महाराष्ट्रात आहेत. चंद्रपूर जिल्ह्यातील पिंपळगाव, लोहरा, असोला, गडचिरोली जिल्ह्यातील सूरजगड, भामरागड, सिंधुदुर्ग जिल्ह्यातील रेडी, सावंतवाडी, वेंगुर्ला परिसरात प्रमुख लोहखाण क्षेत्रे आहेत. राज्यातील ९० टक्के उत्पादन सिंधुदुर्ग जिल्ह्यातून मिळते. येथील लोहखनिज रेडी बंदरातून निर्यात होते.

७) आंध्रप्रदेश– देशातील फक्त २ टक्के साठे आहेत. अनंतपूर, कडाप्पा, खामाम, कर्नुल आणि नेल्लोर जिल्ह्यात पसरलेले आहेत.

वरील राज्याशिवाय तमिळनाडू-सालेम, उत्तर अर्कांट, कोईमत्तूर, तिरुचिरापल्ली, मदुराई, राजस्थानात-जयपूर, उदयपूर, अलवार, सिकार, बुंदी, भिलवाडा, बिहारमधील भागलपूर जिल्ह्यातही लोहखनिज सापडते.

जागतिक लोहखनिज व्यापारात भारताचा वाटा सात टक्क्यांहून जास्त आहे. लोहखनिज निर्यातदार देशात भारताचा पाचवा क्रमांक लागतो. जपान, कोरिया, युरोपीय देश, आखाती देशांत लोहखनिज निर्यात होते. त्यापैकी ८० टक्के लोह जपानला निर्यात होते. विशाखापट्टण, पराद्वीप, मार्मागोवा, मंगलोर बंदरातूनही निर्यात होते.

मँगनीज

या खनिजाचा उपयोग लोहपोलाद कारखान्यात होतो. तसेच ब्लिचिंग पावडर, जंतुनाशके, रंग, बॅटरी, चिनी माती यांच्या उत्पादनासाठी होतो.

मँगनीजच्या जगातील एकूण साठ्यामध्ये झिम्बाब्वेनंतर भारताचा दुसरा क्रमांक लागतो. भारतात साधारण ४०६ दशलक्ष टन मँगनीजचे साठे आहेत. कर्नाटक, ओरिसा, मध्यप्रदेश, महाराष्ट्र, गोवा या राज्यात मँगनीजचे सर्वांत जास्त साठे आहेत. मँगनीज उत्पादन करणाऱ्या देशांमध्ये भारताचा पाचवा क्रमांक लागतो.(ब्राझील, गॅबॉन, दक्षिण आफ्रिका, ऑस्ट्रेलिया).

भारतातील एकूण उत्पादनांपैकी ९९% उत्पादन ओरिसा, महाराष्ट्र, मध्यप्रदेश, कर्नाटक आणि आंध्रप्रदेश राज्यामध्ये होते. एकूण उत्पादनांपैकी ५०% पेक्षा जास्त उत्पादन ओरिसा व महाराष्ट्र राज्यात होते.

१) ओरिसा– एकूण उत्पादनाच्या ३७% उत्पादन ओरिसा राज्यात होते. प्रमुख खाण क्षेत्र सुंदरगड, कोरापूत व कालहंडी जिल्ह्यामध्ये आहेत. याशिवाय बोलनगीर, केओनझार, ढेंकानाल आणि मयूरभंज जिल्ह्यातही विखुरलेल्या स्वरूपात खाणक्षेत्र आहेत.

२) महाराष्ट्र– भारताच्या एकूण उत्पादनांपैकी १४% उत्पादन महाराष्ट्रात होते. मध्यप्रदेशातील छिंदवाड-बालाघाटचाच पट्टा, महाराष्ट्रातील नागपूर व भंडारा जिल्ह्यामध्ये पसरलेला आहे. डोंगरी, बुजुर्ग, कुसुम्बा, सीतासावंगी (भंडारा), रामडोंगरी, बेलडोंगरी, माणेगाव, गुमगाव, कोदरगाव (नागपूर) ही महाराष्ट्रातील प्रमुख खाणक्षेत्र आहेत. याशिवाय रेडी, फोंडा (सिंधुदुर्ग), यवतमाळ, कोल्हापूर, सातारा जिल्ह्यात मँगनीजच्या खाणी आहेत. मँगनीज उत्पादनाचा विचार करता महाराष्ट्र भारतात दुसऱ्या क्रमांकावर आहे.

३) मध्यप्रदेश– भारताच्या एकूण उत्पादनांपैकी ११% उत्पादन मध्यप्रदेशात होते. मध्यप्रदेशातील बालाघाट व छिंदवाडा जिल्हे उत्पादनाच्यादृष्टीने महत्त्वाचे.

४) कर्नाटक– भारताच्या एकूण उत्पादनांपैकी १३% उत्पादन कर्नाटकमध्ये होते. कारवार, शिमोगा, तुमकूर, बेल्लारी, उत्तर कन्नडा आणि चित्रदुर्ग जिल्ह्यात प्रमुख खाणी आहेत.

५) आंध्रप्रदेश– एकूण उत्पादनांपैकी ४% उत्पादन आंध्रप्रदेशामध्ये होते. आंध्रप्रदेशातील विशाखापट्टणम् आणि श्रीकाकूलम जिल्हे उत्पादनाच्यादृष्टीने महत्त्वाचे आहेत.

इतर राज्ये– गुजरातमधील पंचमहल व बडोदा, राजस्थानमध्ये उदयपूर व बेसवाडा, झारखंडमधील सिंगभूम व धनबाद या जिल्ह्यांमध्ये गोव्यामध्ये पश्चिम घाट प्रदेशात मँगनीजच्या खाणी आहेत.

मँगनीजच्या एकूण उत्पादनांपैकी ३० टक्के मँगनीज निर्यात केले जाते. अमेरिका, ब्रिटन व पूर्व युरोपातील राष्ट्रांना मँगनीज मार्मागोवा व विशाखापट्टणम् बंदरातून निर्यात केले जाते.

बॉक्साईट

बॉक्साईटमध्ये ॲल्युमिनिअमचे ऑक्साइड मोठ्या प्रमाणात असते. बॉक्साईटचा वापर ॲल्युमिनियम बनविण्यासाठी होतो. ॲल्युमिनियम हा धातू वजनाने हलका, टिकाऊ, वीजवाहक, न गंजणारा असल्याने त्याला औद्योगिक महत्त्व आहे.

उत्पादन व वितरण

भारतात सुमारे ३२९ कोटी टन इतके बॉक्साईटचे साठे आहेत. देशात बहुतेक बॉक्साईटचे साठे उंच पठारी भागात जांभा खडकांच्या प्रदेशात आहेत. देशातील बॉक्साईटच्या एकूण उत्पादनांपैकी ९० टक्के उत्पादन- ओरिसा, झारखंड, छत्तीसगढ, महाराष्ट्र आणि गुजरात या पाच राज्यात होते.

१) ओरिसा– बॉक्साईटच्या साठ्याच्या व उत्पादनाच्यादृष्टीने विचार केल्यास ओरिसा हे भारतातील पहिल्या क्रमांकाचे राज्य ठरते. बॉक्साईटच्या एकूण साठ्यापैकी ४२ टक्के साठे ओरिसा राज्यात असून एकूण उत्पादनाच्या ५०% पेक्षा अधिक उत्पादन होते. कालाहंडी, कोरापूत, सुंदरगड, बोलनगीर व संबलपूर जिल्ह्यात मुख्य साठे आहेत. चांदगिरी, बाफलीमोली पर्वत, कथकल, मांजिमाली, पासेनमाली, कुत्रुनमाली इ. प्रमुख खाण क्षेत्र आहेत.

२) गुजरात– भारताच्या एकूण उत्पादनाच्या १५% उत्पादन गुजरातमध्ये होते. जामनगर, जुनागड, खेडा, कच्छ, सांबरकाठा, भावनगर हे बॉक्साईट उत्पादनाचे प्रदेश आहेत.

३) झारखंड– देशातील बॉक्साईट उत्पादनाच्या १२% इतके उत्पादन होते. झारखंडमध्ये पालामाऊ, रांची, लोहारदगा, गुमला जिल्ह्यात बॉक्साईटच्या खाणी आहेत. राज्यातील बॉक्साईट उत्पादनाच्या निम्मे उत्पादन एकट्या रांची जिल्ह्यातून मिळते.

४) छत्तीसगढ– एकूण उत्पादनापैकी ६ टक्के उत्पादन छत्तीसगढमध्ये होते. अमरकंटकपठार व मैकल डोंगररांगेत मुख्यत्वे बॉक्साईटचे साठे आहेत. बिलासपूर, रायपूर, सरगुजा, कोरबा आणि दुर्ग जिल्ह्यात बॉक्साईटच्या खाणी आहेत.

५) महाराष्ट्र– महाराष्ट्रात एकूण ९ कोटी टन इतके बॉक्साईटचे साठे आहेत. एकूण उत्पादनापैकी १० टक्के उत्पादन महाराष्ट्रात होते. महाराष्ट्रातील सर्वाधिक उत्पादन कोल्हापूर जिल्ह्यात होते. याशिवाय रत्नागिरी, सिंधुदुर्ग, सातारा, रायगड, ठाणे इ. जिल्ह्यात बॉक्साईटचे साठे आहेत.

६) तमिळनाडू– एकूण उत्पादनापैकी २% उत्पादन तमिळनाडूत होते. तमिळनाडूतील निलगिरी, सालेम व मदुराई हे जिल्हे उत्पादनाच्यादृष्टीने महत्त्वाचे.

७) आंध्रप्रदेश– कलाहनंदी व विशाखापट्टणम् जिल्ह्यात बॉक्साईटच्या खाणी आहेत.

८) कर्नाटक – राज्यातील बेळगाव परिसरात बॉक्साईटच्या खाणी आहेत.

९) गोवा– काणकोन परिसरात बॉक्साईटच्या खाणी आहे.

याशिवाय जम्मू काश्मीरमध्येही बॉक्साईटचे थोडे उत्पादन होते.

देशातील गरज भागवून शिल्लक राहिलेले बॉक्साईट इटली, ग्रेटब्रिटन, जर्मनी व जपान या देशांना निर्यात केले जाते.

तांबे

भारतातील सिंधू संस्कृतीत या धातूचा वापर केलेला होता. तांबे देशाच्या विविध भागात आढळत

असले तरी भारतात मिळणाऱ्या या धातूतील तांब्याचा अंश अतिशय कमी प्रमाणात असतो. तांब्याच्या एकूण उत्पादनापैकी ९०% उत्पादन झारखंड आणि राजस्थान या दोन राज्यातून मिळते.

मध्यप्रदेश– भारतातील पहिल्या क्रमांकाचे तांबे उत्पादक राज्य आहे. भारतातील एकूण उत्पादनाच्या ५७% उत्पादन मध्यप्रदेशातून मिळते. बालाघाट जिल्ह्यातील मलेजखेड पट्ट्यातील तरेगाव, बेतूल जिल्ह्यातील बारगाव क्षेत्रात तांब्याचे साठे आहेत.

राजस्थान– उत्पादनात दुसऱ्या क्रमांकावरील राज्य, एकूण उत्पादनापैकी ४०% उत्पादन राजस्थानमध्ये होते. खेत्री (झुंझनू), दरिबा (अल्वार) तसेच अजमेर, भीलवाडा, चित्तोडगड, डुंगरपूर, संथाल परगणा, जयपूर, उदयपूर या जिल्ह्यात तांब्याचे साठे आहेत.

झारखंड– उत्पादनात तिसऱ्या क्रमांकावर. हजारीबाग, संथाल परगाना, पलायू हे जिल्हे महत्त्वाचे; राखा, घाटसिली, मोसाबनी, बसी होड, दोबनी या पट्ट्यात मुख्य खाणी आहेत.

याशिवाय हसन (कर्नाटक), चांदा (महाराष्ट्र), दक्षिण अर्काट (तमिळनाडू), कुलूखोरे (हिमाचलप्रदेश) येथेही तांब्याचे साठे आहेत.

गरजेच्या मानाने भारतात तांब्याचे उत्पादन फारच कमी होते. त्यामुळे अमेरिका, कॅनडा, झिम्बाब्वे, जपान, मेक्सिको इ. देशाकडून तांब्याची आयात करतो.

सोने

अत्यंत मौल्यवान धातू आहे. आंतरराष्ट्रीय स्तरावर चलन म्हणून वापर होतो. जागतिक उत्पादनात भारताचा वाटा 0.७५% आहे. भारतातील सोन्याचे उत्पादन कोलार, हट्टी (रायचूर जिल्हा, कर्नाटक) आणि रामगिरी (जिल्हा अनंतपूर आंध्रप्रदेश) या तीन खाणीतून होते.

कर्नाटक– भारतातील सोन्याचे सर्वाधिक उत्पादन कर्नाटक राज्यातील कोलार येथील खाणीतून काढले जाते. कर्नाटक राज्यातील रायचूर जिल्ह्यातील हट्टी हे दुसरे महत्त्वाचे खाणक्षेत्र आहे. या व्यतिरिक्त गुलबर्गा, बेळगाव, बेल्लारी, म्हैसूर, मंड्या, शिमोगा, चिकमंगळूर या जिल्ह्यात कमी प्रमाणात उत्पादन होते.

आंध्रप्रदेश– मुख्य साठे रामगिरी (अनंतपूर) येथे आहेत. इतर महत्त्वाचे साठे बिसनत्तम, पल्लाच्चूर (चित्तूर) आणि जोन्नागिरी (कर्नूल) येथे आहेत. या प्रदेशाव्यतिरिक्त तमिळनाडू, केरळ, झारखंड या राज्यात अल्प प्रमाणात सोन्याचे साठे आहेत.

भारतात गरजेपेक्षा उत्पादन कमी असल्यामुळे ग्रेट ब्रिटन, संयुक्त संस्थाने, जर्मनी, श्रीलंका इ. देशातून सोने आयात करावे लागते.

चांदी

सोन्या पाठोपाठ मौल्यवान धातूंमध्ये चांदीचा क्रमांक लागतो. रसायने, छायाचित्रण, कांचेला रंग देणे, विद्युत विलेपन इ.साठी मोठ्या प्रमाणात वापर होतो.

भारतातील उत्पादक प्रदेश

राजस्थान – उदयपूर जिल्ह्यातील झावर खाण

झारखंड – टुंडू (धनबाद) सिंगभूम जिल्हा

कर्नाटक – कोलार व हट्टी

आंध्रप्रदेश – कडप्पा, गुंटूर, कर्नूल जिल्ह्यात साठे

गुजरात – बडोदा

जम्मू काश्मीर – बारामुल्ला

क्रोमाईट

भारतात ओरिसा राज्यात सर्वाधिक साठे आढळतात. याशिवाय बिहार, कर्नाटक, महाराष्ट्र व आंध्रप्रदेश तसेच मणिपूर राज्यातही साठे आढळतात.

शिसे

उत्पादक प्रदेश

राजस्थान – झावर, रिखाबदेव, देबारी, डुंगरपूर, बेसवाडा ९४% उत्पादन

आंध्रप्रदेश – कर्नुल, नालगोंडा, गुंटूर, खम्मम, कडप्पा

तमिळनाडू – उत्तर अर्कोट, दक्षिण अर्कोट

उत्तरांचल – तिहरी, गढवाल, पिठोरी गड

झारखंड – हजारी बाग, सिंगभूम, रांची, पलामू

जम्मू काश्मीर – बारामुल्ला, उधमपूर

आयात– ऑस्ट्रेलिया, कॅनडा व म्यानमार

निकेल

उत्पादक राज्ये– ओरिसा (कटक, केओझीर, मयूरभंज), झारखंड (सिंगभूम), राजस्थान (खेत्री–जयपूर), कर्नाटक (हासन–कोलार) नागालँड, केरळ, जम्मू काश्मीर

जस्त

प्रमुख उत्पादक राज्य– राजस्थान, सिक्कीम, जम्मू काश्मीर (उधमपूर), तमिळनाडू

आयात– झैरे, कॅनडा, ऑस्ट्रेलिया, रशिया इ. देशातून केली जाते.

टंगस्टन

भारतातील प्रमुख उत्पादक राज्ये– राजस्थान (देगाना), पश्चिम बंगाल (चेंद पठार), महाराष्ट्र (भंडारा, नागपूर) आंध्रप्रदेश (पूर्व गोदावरी जिल्हा), गुजरात (अहमदाबाद).

पायराईट

उत्पादक राज्य– बिहार, कर्नाटक व आसाम

● अधातू खनिजे

अभ्रक

आयुर्वेदात अभ्रकाचा उपयोग औषधात केला आहे. आधुनिक काळात अभ्रकाचा वापर विद्युतरोधक गुणधर्मांमुळे इलेक्ट्रॉनिक उद्योगात केला जातो. अभ्रक अग्निजन्य खडकांमध्ये शिरांच्या स्वरूपात आढळते. भारतातील अभ्रकाचे उत्पादन झारखंड, आंध्रप्रदेश, राजस्थान, कर्नाटक व तमिळनाडू या राज्यातून मिळते.

उत्पादक प्रदेश

राजस्थान– भारतातील एकूण साठ्यांपैकी ५१ टक्के साठे राजस्थानमध्ये आहेत. अभ्रकाच्या उत्पादनात भारताचा दुसरा क्रमांक लागतो. जयपूर, टोंक, भिलवाडा, उदयपूर, अजमेर या जिल्ह्यांमध्ये अभ्रकाच्या खाणी आहेत.

आंध्रप्रदेश– देशातील एकूण साठ्यापैकी २८ टक्के साठे आंध्रप्रदेशात आहेत. उत्पादनात आंध्रप्रदेश प्रथम स्थानावर आहे. राज्यातील नेल्लोर हा जिल्हा अभ्रकाचे साठे व खाणीबाबत प्रसिद्ध आहे. नेल्लोर शिवाय कृष्णा व विशाखापट्टणम् जिल्ह्यात अभ्रकाच्या खाणी आहेत.

झारखंड– एकूण उत्पादनात ११ टक्के हिस्सा झारखंडचा आहे. झारखंड मधील अभ्रकाच्या एकूण उत्पादनापैकी ७५ टक्के उत्पादन एकट्या हजारीबाग जिल्ह्यात होते. बाकीचे उत्पादन जया आणि मोंघीर जिल्ह्यातून मिळते.

वरील राज्यांशिवाय ओरिसामध्ये संबळपूर, गंजाम, कटक, छत्तीसगढमध्ये सरगुजा, बस्तर, मध्यप्रदेशमध्ये बालाघाट व ग्वाल्हेर, कर्नाटकमध्ये हसन, केरळमध्ये नकपूर, पून्नालूर, पश्चिम बंगालमध्ये मिदनापूर, बांकुडा, पंजाबमध्ये नारनौल व गुडगाव क्षेत्रात अभ्रकाचे उत्पादन होते.

ग्रेटब्रिटन, फ्रान्स, जर्मनी, प. युरोप, रशिया, हंगेरी, संयुक्त संस्थाने, जपान या देशांना अभ्रकाची निर्यात होते.

- **शक्तिसाधने**

दगडी कोळसा

कोळसा एक सेंद्रिय पदार्थ असून तो हायड्रोजन व कार्बन यापासून बनलेला आहे. कोळसा स्तरीत खडकाच्या स्वरूपात भूगर्भात सापडतो. कार्बनच्या प्रमाणानुसार दगडी कोळशाचे खालील प्रकार पडतात.

१) **अँथ्रासाईट कोळसा–** सर्वोत्तम दर्जाचा, 80 ते ९५% कार्बन असतो. सावकाश जळतो. जास्त उष्णता मिळते.

२) **बिट्यूमिनस कोळसा–** कार्बनचे प्रमाण– ४० ते ८०% ज्वालाग्राहीचे प्रमाण जास्त असते. झारखंड, ओरिसा, पश्चिम बंगाल, छत्तीसगड, मध्यप्रदेश राज्यात सापडतो.

३) **लिग्नाईट कोळसा–** कार्बनचे प्रमाण ४० ते ५५% असते. भारतात हा कोळसा राजस्थान (पालना), तमिळनाडू (नेईवेल्ली) आसाम (लखीमपूर) आणि जम्मू काश्मीर (कारेवा) येथे सापडतो.

४) **पीट –** कार्बनचे प्रमाण– ४०% पर्यंत असते. घरगुती इंधन म्हणून वापर जास्त.

भारताच्या एकूण द. कोळशाच्या साठ्यांपैकी ८५ टक्के साठा बिहार, झारखंड, पश्चिम बंगाल, मध्यप्रदेश, छत्तीसगड राज्यात आहे.

भारतातील दगडी कोळसा 'गोंडवन क्षेत्र' आणि टर्शरी क्षेत्र या दोन क्षेत्रांत आढळतो.

भारतातील विविध राज्यातील कोळसा उत्पादक क्षेत्र आणि उत्पादन–

अ.क्र.	राज्य	कोळसा उत्पादक क्षेत्र	साठे	उत्पादन
१	झारखंड	झारिया, बोकारो, संथाल परगणा, हजारीबाग, धनबाग कर्णपुरा, रामपूर	२९.२५%	४०%
२	पश्चिम बंगाल	राणीगंज, बर्द्वान, बोकुरा, पुरुलिया, दालिगकोर, जलपैगुरी, तिढारिया	११%	६%
३	मध्यप्रदेश	पाठरखेडा, पेंच, मोहपाती, रेवा, उमरिया, जोव्हिया सहारनपूर, सुहागपूर	८%	१३.४%
४	महाराष्ट्र	कामठी, उमरेड, बरोदा, घुघुस, नेलवासा, बल्लारपूर	४%	९%
५	आंध्रप्रदेश	अदिलाबाद, करीमनगर, वरंगल, तांदूर, सिंगरेती, कोठागुड्म	७%	८%
६	ओरिसा	रामपूर, हिमगीर, तालचेर	२४%	१५%
७	छत्तीसगड	कोर्बा, कोरियागड, बिलासपूर, झिलमिल व सोनहाट	१६%	१६%

खनिजतेल

विविध वनस्पती व प्राणी यांच्या अवशेषांपासून बनलेल्या विविध सेंद्रिय द्रव्यांच्या मिश्रणापासून निसर्गत: खनिजतेलाची निर्मिती होते. खनिजतेल गाळाच्या स्तरित खडकात सापडते. भारतात खनिजतेलाचे साठे टर्शरी काळातील स्तरित खडकात आढळतात. भारतातील खनिजतेलाचे साठे ब्रह्मपुत्रेच्या खोऱ्यामध्ये आसाम, अरुणाचल प्रदेश, नागालँड, मेघालय व त्रिपुरा या राज्यांमध्ये आढळतात.

१) आसाम – आसाम राज्यात लखीमपूर जिल्ह्यात महत्त्वाची क्षेत्रे आहेत. दिग्बोई, मोरान, बप्पायूंग, हन्सापूंग इ. खनिज तेल क्षेत्रे आहेत. काचर जिल्ह्यात सुरमा नदीच्या खोऱ्यात बादरपूर, मासीमपूर, पटारिया येथे तेल क्षेत्र आहेत. नहरकाठिया आणि रुद्रसागर, नूनमती येथेही तेलक्षेत्रे आहेत.

२) गुजरात– गुजरात राज्यात खंबायतच्या आखाताजवळ लुणेज व अंकलेश्वर आणि भडोच जिल्ह्यात कलोल येथे खनिजतेल साठे आहेत. नवगाव, मेहसाना, जबसर, कच्छ या प्रदेशात खनिजतेल विहिरी आहेत.

३) महाराष्ट्र– महाराष्ट्रात पश्चिम किनारपट्टीलगत अरबी समुद्रात बॉम्बे हाय येथे खनिज तेलाचा साठा आहे. गोदावरी, कृष्णा, कावेरी या नद्यांच्या खोऱ्यात व त्रिभुज प्रदेशात तेलसाठे आहेत. तमिळनाडू राज्यात नरीमनम व केविलप्पल येथे तेलक्षेत्र आहे. आंध्रप्रदेशात अमोलपूर हे तेलक्षेत्र आहे.

भारतातील प्रमुख तेलशुद्धीकरण प्रकल्प पुढीलप्रमाणे–

१) आसाम राज्यात– दिग्बोई, बोंगाई गाव, नूनमती, गुवाहटी

२) महाराष्ट्र– ट्रॉम्बे, देवगड, मुंबई

३) आंध्रप्रदेश– विशाखापट्टण, नेल्लोरे

४) तमिळनाडू– तुतीकोरीन, नरीमनाम, चेन्नई

५) उत्तरप्रदेश– मथुरा, जगदीशपूर, वाराणशी

६) हरियाणा– पानिपत

७) पंजाब– भटिंडा

८) बिहार– बैरोनी

९) पश्चिम बंगाल– हल्दिया

१०) ओरिसा– दैतारी

११) केरळ– कोची

१२) कर्नाटक– मंगलोर

भारतातील तेलवाहक नलिका मार्ग

१) नहारकटिया-नूनमती-बरौनी

२) मुंबई हाय- मुंबई- अंकलेश्वर- कोयाली

३) सालया- कोयाली- मथुरा

४) हाजीरा- विजापूर- जगदीशपूर

५) जामनगर- लोनी

६) कांडला-भटिंडा

नैसर्गिक वायू

नैसर्गिक वायूचे साठे तेलविहिरींमध्ये आढळतात. तेलविहिरी खोदल्यानंतर प्रथम नैसर्गिक वायू प्राप्त होतो व नंतर तेल प्राप्त करता येते.

नैसर्गिक वायू साठ्यांचे वितरण खालीलप्रमाणे–

खंबायतचे आखात– नंदा, राजस्थान– तानोट (जैसलमेर), दक्षिण बसिन (वसई), तमिळनाडू– अदियाक्रमंगलम्, गुजरात– अंदादा, आसाम-खोवाघाट, आंध्रप्रदेश– लिंगाला, कच्छ व मुंबईच्या किनाऱ्यापासून खोल समुद्रात, अंदमान, कृष्णा व गोदावरी खोरे इ.

जलविद्युत प्रकल्प–

अ. क्र.	प्रकल्पाचे नाव	कोणत्या नदीवर	राज्याचे नाव	उद्देश्य
१	श्रीशैल्यम् प्रकल्प	कृष्णा	आंध्रप्रदेश	वीजनिर्मिती
२	तुंगभद्रा प्रकल्प	तुंगभद्रा (मल्लापूरम येथे)	आंध्रप्रदेश	जलसिंचन व विद्युतनिर्मिती
३	नागार्जुनसागर	कृष्णा (नंदीकोना)	आंध्रप्रदेश	जलविद्युत
४	मुचकुंदी प्रकल्प	मुचकुंदी (जलपूत)	आंध्रप्रदेश	वीजनिर्मिती
५	पोचमपड प्रकल्प	गोदावरी	आंध्रप्रदेश	जलसिंचन
६	अप्पर व लोअर सिलेरू	सिलेरू	आंध्रप्रदेश	जलविद्युत
७	बालीमेला	सिलेरू	आंध्रप्रदेश	जलविद्युत
८	भाक्रा–नानगल	सतलज	हिमाचलप्रदेश व पंजाब	बहुउद्देशीय
९	बियास	बियास	पंजाब	बहुउद्देशीय
१०	दामोदर खोरे	दामोदर	बिहार	बहुउद्देशीय
११	फराक्का	गंगा	प.बंगाल	बहुउद्देशीय
१२	चंबळ	चंबळ	मध्यप्रदेश	वीजनिर्मिती
१३	तवा प्रकल्प	तवा	मध्यप्रदेश	वीजनिर्मिती
१४	हिराकुड	महानदी	ओरिसा	वीजनिर्मिती
१५	उकाई प्रकल्प	तापी	गुजरात	बहुउद्देशीय
१६	काक्रापार	तापी	गुजरात	बहुउद्देशीय
१७	मही प्रकल्प	मही	गुजरात	जलसिंचन
१८	नर्मदा प्रकल्प	नर्मदा	मध्यप्रदेश	बहुउद्देशीय
१९	साबरमती प्रकल्प	साबरमती	गुजरात	जलसिंचन
२०	शरावती	शरावती	कर्नाटक	जलविद्युत
२१	भद्रा	भद्रा	कर्नाटक	विद्युतनिर्मिती
२२	मैचूर	कावेरी	कर्नाटक व तमिळनाडू	विद्युतनिर्मिती
२३	पैकारा	पैकारा	तमिळनाडू, केरळ व कर्नाटक	विद्युतनिर्मिती

अ.क्र.	प्रकल्पाचे नाव	कोणत्या नदीवर	राज्याचे नाव	उद्देश्य
२४	पंबाकाक्षी	पंबाकाक्षी	केरळ	विद्युतनिर्मिती
२५	इडुकी	पेरियार व इडुकी	केरळ	विद्युतनिर्मिती
२६	कुंडा	कुंडा	तमिळनाडू	जलसिंचन व विद्युतनिर्मिती
२७	कोयना	कोयना	महाराष्ट्र	विद्युतनिर्मिती
२८	पूर्णा	पूर्णा	महाराष्ट्र	जलसिंचन व विद्युतनिर्मिती
२९	जायकवाडी	गोदावरी	महाराष्ट्र	जलसिंचन व विद्युतनिर्मिती
३०	रिहांद	रिहांद	उत्तरप्रदेश	वीजनिर्मिती व जलसिंचन
३१	गंडक	गंडक	उत्तरप्रदेश, बिहार	जलसिंचन व वीजनिर्मिती
३२	मातातिला	बेटवा	उत्तरप्रदेश, मध्यप्रदेश	जलसिंचन व विद्युतनिर्मिती
३३	रामगंगा	रामगंगा	उत्तरांचल	जलसिंचन व विद्युतनिर्मिती
३४	कोसी प्रकल्प	कोसी	बिहार	जलविद्युत

औष्णिक विद्युत प्रकल्प

प्रकल्पाचे स्थान	राज्य	प्रकल्पाचे स्थान	राज्य
कोराडी (नागपूर)	महाराष्ट्र	सातपुडा (पठारकडा)	मध्यप्रदेश
परळी (बीड)	महाराष्ट्र	अमरकंटक	मध्यप्रदेश
भुसावळ (जळगाव)	महाराष्ट्र	विंध्याचल	मध्यप्रदेश
चोला (ठाणे)	महाराष्ट्र	बदरपूर	दिल्ली
खापरखेडा	महाराष्ट्र	इंद्रप्रस्थ	दिल्ली
चंद्रपूर	महाराष्ट्र	फरिदाबाद	हरियाना
सिंगरोली	उत्तरप्रदेश	पानिपत	हरियाना
टांडा	उत्तरप्रदेश	रामागुंडम	आंध्रप्रदेश
दादरी	उत्तरप्रदेश	कोठागुंडम	आंध्रप्रदेश
ओबरा	उत्तरप्रदेश	विजयवाडा	आंध्रप्रदेश
उंचाहार (रायबरेली)	उत्तरप्रदेश	उत्तरण	गुजरात
हरदुआगंज	उत्तरप्रदेश	उकाई	गुजरात
आनपारा (मिर्झापूर)	उत्तरप्रदेश	गांधीनगर	गुजरात
कोरबा	छत्तीसगढ	वनाकबोटी	गुजरात
सिंद्री	झारखंड	अहमदाबाद	गुजरात
बोकारो	झारखंड	साबरमती	गुजरात
पत्रातू	झारखंड	एन्नोर	तमिळनाडू
दुर्गापूर	पश्चिम बंगाल	तूतीकोरीन	तमिळनाडू
टिटाघर	पश्चिम बंगाल	नेईवेल्ली	तमिळनाडू
फराक्का	पश्चिम बंगाल	बरौनी	बिहार

प्रकल्पाचे स्थान	राज्य	प्रकल्पाचे स्थान	राज्य
सन्तालदिह	पश्चिम बंगाल	कहालगाव	बिहार
कोलकाता	पश्चिम बंगाल	तालचेर	ओरिसा
कोटा	राजस्थान		

○ **अणुविद्युत प्रकल्प**

प्रकल्पाचे नाव	राज्य	प्रकल्पाचे नाव	राज्य
कल्पकम	तमिळनाडू	कुंडाकुलम	तमिळनाडू
तारापूर	महाराष्ट्र	कैगा	कर्नाटक
काक्रापारा	गुजरात	रावतभाटा	राजस्थान
हाजिरा	प.बंगाल	ट्रॉम्बे	महाराष्ट्र
नरोरा	उत्तर प्रदेश	कोटा	राजस्थान

▶ **भारतातील उद्योगधंदे**

भारताच्या आर्थिक विकासात उद्योगाचे स्थान

औद्योगिकरणाच्या विकासामुळे समाजात उद्योजकता व गतिमानता निर्माण होते. उद्योगाच्या निर्मितीमुळे प्राथमिक स्वरूपाच्या उत्पादनाचे स्वरूप बदलले आहे. औद्योगिकरणामुळे दरडोई उत्पादन वाढते, अधिक रोजगाराच्या संधी निर्माण होतात. त्यामुळे समाजाची क्रयशक्ती वाढते. साहजिकच बाजारपेठांची निर्मिती होते.

अर्थव्यवस्थेत औद्योगिक क्षेत्राचा वाटा मोठा आहे. भारत हा परंपरेने कृषीप्रधान देश आहे. देशाच्या अर्थव्यवस्थेत उद्योगाचा वाटा ४५% तर शेती क्षेत्राचा २७% आहे. भारतीय औद्योगिक क्षेत्रात १७% वाटा कृषी उद्योगाचा आहे.

भारतातील लोह–पोलाद उद्योग

अ.क्र.	पोलाद कारखान्याचे केंद्र	राज्य	कारखान्याचे स्थान	मालकी
१	जमशेदपूर	झारखंड	कोळसा क्षेत्रात	(खाजगी) टाटा आयर्न ॲण्ड स्टील वर्क्स
२	बोकारो	झारखंड	कोळसा क्षेत्रात	रशियाच्या मदतीने (सरकारी मालकी)
३	बर्नपूर	पश्चिम बंगाल	कोळसा क्षेत्रात	इंडियन आयर्न ॲण्ड स्टील वर्क्स (सरकारी)
४	दुर्गापूर	पश्चिम बंगाल	कोळसा क्षेत्रात	ग्रेटब्रिटनच्या मदतीने उभारणी हिंदुस्थान स्टील कंपनी सरकारी मालकी

अ.क्र.	पोलाद कारखान्याचे केंद्र	राज्य	कारखान्याचे स्थान	मालकी
५	रूरकेला	ओरिसा	लोहखनिज क्षेत्राजवळ	जर्मनीच्या मदतीने उभारणी हिंदुस्थान स्टील कंपनी लि. सरकारी मालकी
६	भिलाई	छत्तीसगड	लोहखनिज क्षेत्राजवळ	रशियाच्या मदतीने उभारणी हिंदुस्थान स्टील कंपनी सरकारी मालकी
७	भद्रावती	कर्नाटक	लोहखनिज क्षेत्राजवळ	विश्वेश्वरय्या आयर्न ॲण्ड स्टील कंपनी. सरकारी मालकी
८	विजयनगर	कर्नाटक	लोहखनिज क्षेत्राजवळ	सरकारी
९	सालेम	तमिळनाडू	लोहखनिज क्षेत्रात	सरकारी
१०	विशाखा पट्टणम्	आंध्रप्रदेश	लोहखनिज क्षेत्राजवळ	सरकारी

	उद्योगधंदे/कारखाने	शहरे
१	कापडगिरण्या	**महाराष्ट्र–** १२२ कापडगिरण्या- मुंबई (५४), कोल्हापूर, इचलकरंजी, सांगली, सोलापूर, पुणे, भिवंडी, मालेगाव, जळगाव, धुळे, चाळीसगाव, अमरावती, औरंगाबाद, अकोला, नांदेड.
		गुजरात– ११८ कापडगिरण्या- अहमदाबाद (६९), भडोच, बडोदा, भावनगर, सूरत, राजकोट, पोरबंदर.
		तमिळनाडू– १८८ कापडगिरण्या- कोईमतूर, चेन्नई, मदूराई, तिरुनेल्ली, तिरुचिरापल्ली, सेलम, पेरांबूर आणि तुतिकोरीन
		उत्तरप्रदेश– ४० कापडगिरण्या- कानपूर, मोदीनगर, मोरादाबाद, अलिगढ, आग्रा, वाराणसी, सहारानपूर, लखनौ, मिर्झापूर
		पश्चिमबंगाल– ४१ कापडगिरण्या- कोलकाता, हावडा, सेरमपूर, मुर्शिदाबाद, हुगळी, पणीहार
		मध्यप्रदेश– २४ कापडगिरण्या- इंदौर, ग्वाल्हेर, देवास, नागदा, भोपाळ, जबलपूर व राजनांदगाव
		राजस्थान– १८ कापडगिरण्या-कोठा, जयपूर, श्रीगंगानगर, भिलवाडा, उदयपूर व किसनगढ
		कर्नाटक– ३२ कापडगिरण्या- बंगलोर, दावणगिरी, म्हैसूर, हुबळी, बेल्लारी
२	साखर उद्योग	**उत्तरप्रदेश–** ११६ कारखाने- मिरत, मुझफ्फरनगर, सहारानपूर, गोरखपूर, देवरिया, वस्ती, कानपूर, लखनौ, अलाहाबाद, बरेली हे प्रमुख जिल्हे
		महाराष्ट्र– ११६ कारखाने- अहमदनगर, कोल्हापूर, सांगली, सोलापूर, सातारा, नाशिक व औरंगाबाद या जिल्ह्यात साखर कारखाने आहेत.

		तमिळनाडू– ३४ कारखाने– उत्तर व दक्षिण अर्काट, तिरुचिरापल्ली या जिल्ह्यात साखर कारखाने.
		आंध्रप्रदेश– ३३ साखर कारखाने– पूर्व व पश्चिम गोदावरी, कृष्णा, विशाखापट्टणम्, चित्तूर, निझामाबाद, हैदराबाद, पीठापूर या जिल्ह्यात साखर कारखाने.
		कर्नाटक– २९ साखर कारखाने– बेळगाव, विजापूर, बेल्लारी, शिमोगा, चित्रदुर्ग येथे कारखाने आहेत.
		बिहार– १९ साखर कारखाने– चंपारण्य, शाहाबाद, दरभंगा, पाटण, सारण जिल्ह्यात साखर कारखाने आहेत.
		गुजरात– १६ साखर कारखाने– सुरत, भावनगर, जुनागढ, राजकोट, जामनगर येथे साखर कारखाने आहेत.
		पंजाब– २१ साखर कारखाने– दासपूर, जालंधर, संगसर, रोमाटा, पतियाळा, अमृतसर जिल्ह्यात कारखाने आहेत.
३	कागद गिरण्या	नेपानगर– वृत्तपत्राचा कागद (मध्यप्रदेश), डालमियानगर (पलामू–झारखंड), बल्लारपूर (महाराष्ट्र), अमलाई (मध्यप्रदेश), टिटाघर व राणीगंज (प.बंगाल), दांडेली व भद्रावती (कर्नाटक), सिरपूर व राजमहेंद्री (आंध्रप्रदेश)
४	खताचे कारखाने	सिंद्री (झारखंड), गोरखपूर (उत्तरप्रदेश), नानगल (पंजाब), अलवाये (केरळ), बरौनी (बिहार), दुर्गापूर (प.बंगाल), नामरूप (आसाम), तुर्भे (मुंबई), थळवायशेत (महाराष्ट्र), भटिंडा (पंजाब), पानिपत (हरियाना), कोची (केरळ), तालचेर व पॅराद्वीप (ओरिसा), काकीनाडा (आंध्रप्रदेश), चेन्नई (तमिळनाडू), सालडीपूरा (राजस्थान), हाजीरा, कलोल व कांडला (गुजरात)
५	औषधाचे कारखाने	पिंपरी (पुणे) पेनिसिलीन, ऋषिकेश (उत्तरांचल) पेनिसिलीन, हैदराबाद (आंध्रप्रदेश) सिंथेटिक ड्रग्ज, गुरगाव (हरियाणा), मुझफ्फरपूर (बिहार), जयपूर (राजस्थान), लखनौ (उ.प्रदेश), भुवनेश्वर (ओरिसा), बंगळूर (कर्नाटक), मणिपूर (मणिपूर), नागपूर (महाराष्ट्र), कोलकाता (प.बंगाल), कानपूर (उ.प्रदेश), दिल्ली व मुंबई
६	रेल्वे इंजिन	चित्तरंजन (प.बंगाल), वाराणसी (उ.प्रदेश), जमशेदपूर (झारखंड), भोपाळ (मध्यप्रदेश)
७	रेल्वे डबे	पेरांपूर (चेन्नई–तमिळनाडू), बंगळूर (कर्नाटक), कपूरथळा (पंजाब)
८	जहाज बांधणी	विशाखापट्टणम् (आंध्रप्रदेश), कोची (केरळ), माझगाव डॉक (मुंबई)
९	विमानांचे कारखाने	ओझरमिग (नाशिक–महाराष्ट्र), बंगळूर (कर्नाटक), कोरापूत (ओरिसा), कानपूर (उत्तर प्रदेश), हैदराबाद (आंध्रप्रदेश)
१०	काच कारखाने	कोलकाता व राणीगंज (प.बंगाल), फिरोजाबाद (उ.प्रदेश), सालेम (तमिळनाडू), वडोदरा (गुजरात), तळेगाव दाभाडे (पुणे–महाराष्ट्र), ओगलेवाडी (सातारा–महाराष्ट्र), कोईमतूर (तमिळनाडू)

११	आगपेट्या	अंबरनाथ (महाराष्ट्र), शिमोगा (कर्नाटक)
१२	तागाच्या गिरण्या	कोलकाता व टिटाघर (प.बंगाल)
१३	लोकरी वस्तू	अमृतसर, जालंधर व पतियाळा (सर्व पंजाब)
१४	विजेचे बल्ब	म्हैसूर, कोलकाता, मुंबई
१५	हेवी इलेक्ट्रिकल्स	भोपाळ (मध्यप्रदेश), रामचंद्रपूरम, हैदराबाद (आंध्रप्रदेश), तिरुचिरापल्ली (तमिळनाडू), हरिद्वार (उत्तरांचल), जगदीशपूर (उत्तरप्रदेश), बंगळूर (कर्नाटक)
१६	कातडी वस्तू	कानपूर (उत्तरप्रदेश) व चेन्नई (तमिळनाडू)
१७	सिमेंट कारखाने	शहाबाद (कर्नाटक), कटनी व कायमोरी (जबलपूर-मध्यप्रदेश), खेत्री (राजस्थान)
१८	अवजड वाहने (लष्करी)	आवडी (तमिळनाडू)
१९	रासायनिक द्रव्ये	अंबरनाथ (ठाणे), रसायनी-पनवेल (रायगड-महाराष्ट्र), मिठापूर व धांगध्रा (गुजरात)
२०	अभियांत्रिकी उद्योग	मुंबई, पुणे, ठाणे, बेलापूर, कल्याण, अंबरनाथ (सर्व महाराष्ट्र), हैदराबाद, कोलकाता, बंगळूर, चेन्नई
२१	हेवी इंजिनिअरिंग	रांची (झारखंड), विशाखापट्टणम् (आंध्रप्रदेश), दुर्गापूर (प.बंगाल)
२२	काडतुसे व बंदुका	कानपूर (उत्तरप्रदेश)
२३	टेलिफोन व घड्याळे	बंगळूर (कर्नाटक)
२४	ट्रॅक्टर	फरिदाबाद व पिंजोर (हरियाना), दिल्ली, मुंबई व पुणे (महाराष्ट्र), चेन्नई (तमिळनाडू)
२५	मोटारी, ट्रक्स	प्रिमिअर मोटारी-मुंबई, ऑम्बॅसिडर्स- कोलकाता, स्टँडर्ड- चेन्नई, मारुती- गुरगाव (हरियाणा), बसेस व ट्रक्स- चेन्नई आणि मुंबई, जीप, रिक्षा, टेम्पो- मुंबई, पिंपरी (पुणे), औरंगाबाद (महाराष्ट्र), गुरगाव (हरियाणा)
२६	दारूगोळा व लष्करी साहित्य	खडकी (पुणे-महाराष्ट्र), जबलपूर (मध्यप्रदेश)

▶ भारतातील शेतीसंपदा

भारतीय अर्थव्यवस्थेतील शेतीचे महत्त्व

शेती हाच भारतीय अर्थव्यवस्थेचा कणा आहे. शेती हा भारतातील लोकांचा मुख्य व्यवसाय आहे. भारतातील एकूण लोकसंख्येपैकी ७२ टक्के लोक उदरनिर्वाहाचे साधन म्हणून शेतीवर अवलंबून आहेत. राष्ट्रीय उत्पन्नातील शेतीचा हिस्सा १५ टक्क्यांच्या दरम्यान असतो. भारतीय अर्थव्यवस्थेत शेतीच्या दृष्टिकोनातून खालील नऊ घटक महत्त्वाचे मानले जातात.

१) कच्चा माल पुरवठा– सुती कापड, साखर, तंबाखू, तेल, इ. बागायती पिकांवर आधारित उद्योग इ. उद्योगांना प्रत्यक्षपणे शेतीतून कच्च्या मालाचा पुरवठा होतो.

२) रोजगार– शेतीद्वारे देशातील लोकांना रोजगारी मिळते. एकूण काम करणाऱ्या लोकसंख्येच्या ७२ टक्के लोक शेतीवर अवलंबून आहेत. यावरून भारतातील कृषीमुळे उपलब्ध होणाऱ्या रोजगारीची कल्पना येते.

३) औद्योगिक प्रगती– उद्योगांना शेतीतून कच्चा माल पुरविला जात असल्यामुळे अनेक उद्योगांची प्रगती झाली. अप्रत्यक्षपणेदेखील अनेक उद्योग शेतीवर अवलंबून आहेत. उदा. हातमाग, तेलघाणी, तांदूळ सडणे इ.

४) खाद्य पुरवठा– भारतातील जवळजवळ ८०% जमीन खाद्य पिके, डाळी आणि भरड धान्याकरिता वापरली जाते. भारतात खाद्य पिकाखालील जमिनीचे प्रमाण जास्त असल्याने भारतातील खाद्यान्नाचे उत्पादन जास्त आहे. त्यामुळे देशातील लोकांना शेतीतून खाद्यान्नाचा पुरवठा होतो.

५) राष्ट्रीय उत्पन्न– भारतीय अर्थव्यवस्थेचा कृषी हा एक महत्त्वाचा भाग आहे. राष्ट्राला मिळणाऱ्या एकूण उत्पन्नाच्या ५०% भाग शेती व्यवसायातून मिळतो.

६) अंतर्गत व्यापार– भारतात चालणारा अंतर्गत व्यापार बहुतांशी शेतीमालावरच चालतो. उदा. तांदूळ, गहू, चहा, फळफळावळ इ. व्यापार

७) निर्यात– भारताची निर्यात प्रामुख्याने शेतीवर अवलंबून आहे. स्थूलमानाने एकूण निर्यातीच्या ५५% निर्यात शेतमालाची असते. शेतीपासून पक्क्या मालाच्या स्वरूपात २०% माल असतो. याप्रकारे भारताच्या निर्यात मालात ५५% माल शेतीविषयक असतो. भारतातून निर्यात होणाऱ्या मालात चहा, कॉफी, भुईमूग, काजू, मसाले, कातडी, ज्यूट, तेल, फळे, लाख, डिंक इ. माल प्रमुख असतो.

भारतीय शेतीचे वैशिष्ट्ये

१) भारतात एकूण लोकसंख्येच्या सुमारे ७०% लोक पूर्णपणे शेतीवर अवलंबून आहेत.

२) भारतात एकूण क्षेत्रफळाच्या ४५% भागावर शेती होते.

३) भारतात जास्तीतजास्त शेती मैदानात, नद्यांच्या खोऱ्यात व पठारावर होते.

४) भारतातील शेती पूर्णपणे मोसमी पर्जन्यावर अवलंबून आहे.

५) भारतीय शेतीचा आकार फारच लहान म्हणजे ६ हेक्टर्स आहे.

६) भारतातील लोकसंख्या जास्त असल्याने भारतातील दर माणशी जमिनीचे प्रमाण कमी आहे.

७) भारतात खाद्यपिकांचे प्रमाण ८० टक्के, अखाद्य पिकांचे प्रमाण ८ टक्के, तंतुपिकांचे प्रमाण ४%, गळीताच्या धान्यांचे प्रमाण ४ टक्के आणि जनावरांना लागणाऱ्या खाद्य पिकांचे प्रमाण ४ टक्के आहे.

८) भारतातील हवामान मोसमी असूनही प्रत्येक भागातील हवामान परिस्थिती भिन्न असल्याने वेगवेगळी पिके घेतली जातात.

९) केरळ, उत्तरप्रदेश, तमिळनाडू, बंगाल इ. राज्यांत सखोल पद्धतीने शेती होते. इतरत्र विस्तृत पद्धतीने शेती होते.

१०) भारतातील ८८ टक्के जमीन ज्वारी, बाजरी, गहू, तांदूळ, मका, द्विदल धान्य इ. पिकाखाली आहे.

११) भारताच्या एकूण क्षेत्रफळाच्या ५५ टक्के जमीन शेतीस योग्य आहे पण यापैकी फक्त ४५ टक्के जमीन लागवडीखाली आहे.

१२) भारतात अजूनही जुन्या अवजारांचा वापर केला जातो.

१३) जमिनीस आवश्यक त्या खतांचा पुरवठा केला जात नाही.

१४) भारतात उदरनिर्वाहाचे साधन म्हणून शेतीकडे पाहिले जाते.

१५) भात हे भारतातील मुख्य पीक आहे. तांदळाच्या पिकाखाली भारतातील ३०% जमीन आहे. जगाच्या २०% तांदळाचे उत्पादन भारतात होते.

१६) भारतातील १५% जमीन गळिताच्या धान्याखाली आहे.

१७) भारतात एकूण जमिनीच्या २०% जमीन जलसिंचनाखाली आहे.

१८) भारतात ज्यूट, ऊस, तंबाखू इ. रोखीच्या पिकांचे मोठ्या प्रमाणात उत्पादन होते.

१९) भारतात चहा, कॉफी, रबर इ. बागायती पिकांचे उत्पादन होते.

२०) भारतात आंबे, फणस, अननस, चिक्कू, काजू, संत्री, मोसंबी, द्राक्षे इ. फळांचेही उत्पादन होते.

२१) भारतात शेतीतील दर हेक्टरी उत्पादन कमी आहे.

२२) भारतात वर्षातून एकपेक्षा जास्त पिके घेतली जातात.

भारतातील शेतीचे प्रकार

स्थानिक नैसर्गिक परिस्थितीला अनुसरून देशाच्या वेगवेगळ्या भागांत वेगवेगळ्या प्रकारची शेती केली जाते.

स्थलांतरित शेती

हा पारंपरिक शेती प्रकार आहे. शेतीउत्पादनाचे प्रमाण कमी आहे. ही आसाम व नागालँडमध्ये 'झूम' नावाने, केरळमध्ये 'पोणम', आंध्र व ओरिसात 'पोडू', छत्तीसगढ मध्ये 'बेवार व दाहिया', मध्यप्रदेशातील बस्तर परिसरात 'दीपा', हिमालयीन प्रदेशात 'खिल', राजस्थानात 'वलरा' व 'बंत्रा', पश्चिम घाट प्रदेशात 'कुमरी' म्हणून ओळखली जाते. या शेतीप्रकारामुळे जंगलतोड मोठ्या प्रमाणावर होते. जमिनीची धूप होते, पुराचे प्रमाण वाढते. आजही आसाम, मेघालय, नागालँड, मणिपूर, त्रिपुरा, मिझोराम, अरुणाचल प्रदेश यासारख्या ईशान्येकडील राज्यात अशी स्थलांतरित प्रकारची शेती केली जाते.

कोरडवाहू शेती

ही उदरनिर्वाहाची पारंपरिक पद्धतीने केली जाते. भारतातील कमी पावसाच्या प्रदेशात मुख्यत: दख्खनच्या पठारावर व पर्जन्यच्छायेच्या प्रदेशात या प्रकारची शेती केली जाते. या शेतीतून ज्वारी, बाजरी, नाचणी, नागक्री यासारखी उत्पादने घेतली जातात.

सखोल उदरनिर्वाह शेती

वाढती लोकसंख्या व मर्यादित शेतजमीन यामुळे या प्रकारच्या शेतीला अधिक प्राधान्य दिले जाते. शेतीचा आकार लहान, अवलंबित लोक अधिक, दरहेक्टरी उत्पादन जास्त परंतु दरडोई उत्पादन अतिशय कमी असते. पंजाब व हरियाणा सारखी राज्ये वगळता देशात सर्वत्र या प्रकारची शेती केली जाते.

मळे शेती

हा शेती प्रकार ब्रिटिशांनी भारतात आणला. या प्रकारच्या शेतीतून काढले जाणारे उत्पादन व्यापारीदृष्टिकोनातून काढले जाते. अलीकडे निर्यात व्यापाराचे उद्दिष्ट ठेवून ही शेती केली जाते.

चहा उत्पादनात भारताचा जगात पहिला क्रमांक लागतो. पश्चिम बंगाल, हिमाचल प्रदेशात चहाचे प्रमुख उत्पादक क्षेत्र आहे. कर्नाटक, तमिळनाडू व केरळमध्ये कॉफीचे मळे आहेत. रबराचे उत्पादन केरळ,

कर्नाटक व तमिळनाडू या राज्यात, उसाचे उत्पादन उत्तर प्रदेश, महाराष्ट्र, बिहार, तमिळनाडू, कर्नाटक, पंजाब व हरियाणा या राज्यांत होते.

विस्तृत व्यापारी धान्यशेती

हरितक्रांतीच्या पार्श्वभूमीवर पंजाब, हरियाणा यासारख्या राज्यात विस्तृत व्यापारी धान्यशेतीला प्रारंभ झाला. गहू, तांदूळ व अन्य धान्योत्पादनात भारत आत्मनिर्भर बनविण्याच्यादृष्टीने या प्रकारच्या शेतीस प्रोत्साहन दिले गेले. गहू हे अशा शेतीतून घेतले जाणारे पीक होय.

व्यापारी मिश्रशेती

काही भागात उदरनिर्वाहाच्यादृष्टीने धान्योत्पादन घेतले जाते तर काही भागात व्यापारीदृष्टिकोनातून ऊस, कापूस, तंबाखू, द्राक्षे यासारखी नगदी पिके घेतली जातात. कमी पावसाच्या प्रदेशात जलसिंचन सुविधा निर्माण झाल्याने मिश्र व्यापारीशेतीकडे कल वाढला आहे.

मंडई बागायती

या शेतीमध्ये शेतातील माल जवळपासच्या शहरांना मालमोटारीमार्फत पाठविला जातो. भाज्या, फळे, फुले मोठ्या प्रमाणात पिकविली जातात. दूध, दुधाचे पदार्थ, अंडी यांचे उत्पादन होते. एका अर्थाने ही व्यापारी शेती असून शहर हेच या कृषिउत्पादनांची प्रमुख बाजारपेठ असते.

भारतातील प्रमुख शेती उत्पादने

तांदूळ– भारतातील सर्वाधिक क्षेत्र तांदूळ पिकाखाली आहे.

हवामान– तापमान– ३५⁰ ते ४५⁰ से. दरम्यान योग्य असते.

पर्जन्य– १०० ते १२० सें.मी. पेक्षा अधिक उपयुक्त.

जमीन– सुपीक गाळाची, चिकणमातीयुक्त जमीन उत्तम मानली जाते. त्रिभुजप्रदेश, गाळाची मैदाने, नदीमुखाचे प्रदेश, सागरकिनारे या भागात तांदळाचे उत्तम पीक येते.

एकूण लागवडीखालील क्षेत्रापैकी सुमारे २३% क्षेत्रात लागवड केली जाते.

उत्पादक प्रदेश– पश्चिम बंगाल, तमिळनाडू, बिहार, ओरिसा, आंध्रप्रदेश, उत्तर प्रदेश या राज्यांत एकूण उत्पादनाच्या तीन चतुर्थांशपेक्षा अधिक उत्पादन होते.

गहू– पिकाखालील क्षेत्राचा विचार करता भारतात गव्हाचा दुसरा क्रमांक लागतो. हे पीक प्रामुख्याने भारताच्या वायव्य व उत्तर भागात घेतले जाते.

हवामान– तापमान– १०⁰ ते २८⁰ से. दरम्यान तापमान गव्हाला मानवते.

पर्जन्य– ५० ते ८० सें.मी.

जमीन– सुपीक गाळयुक्त चिकणमाती मिश्रित मृदा गव्हाला उत्तम असते.

उत्पादक प्रदेश– पंजाब, हरियाणा, उत्तर प्रदेशाचा पश्चिम भाग, हे गव्हाचे प्रमुख उत्पादक प्रदेश आहेत.

गव्हाच्या उत्पादनात उत्तरप्रदेशाचा भारतात प्रथम क्रमांक लागतो. गव्हाच्या एकूण उत्पादनापैकी २५% उत्पादन या एकाच राज्यात होते. पंजाबचा दुसरा क्रमांक असून १६% उत्पादन होते.

ज्वारी– कमी पावसाच्या फार मोठ्या प्रदेशात ज्वारी हे प्रमुख पीक घेतले जाते. पठारी भागातील लोकांचे ज्वारी हे प्रमुख अन्न आहे. कमी पावसाच्या दख्खनच्या पठारी भागात ज्वारी अधिक प्रमाणात पिकविली जाते.

हवामान- तापमान- २७° ते ३२° से. तापमानात ज्वारी पिक चांगले येते.

पर्जन्य- 30 ते १०० सें.मी.

जमीन- उत्तम वा हलक्या प्रतीच्या गाळाच्या मातीत तसेच लाल, भुरकट व पिवळ्या मृदेत ज्वारीचे पीक घेतले जाते. द्वीपकल्पीय पठारावरील काळी मृदा ही ज्वारीसाठी सर्वांत योग्य मृदा होय.

उत्पादक प्रदेश- महाराष्ट्र, कर्नाटक, आंध्रप्रदेश, मध्यप्रदेश ही राज्ये ज्वारीची प्रमुख उत्पादक प्रदेश आहेत. गुजरात, राजस्थान, उत्तरप्रदेश ही ज्वारीची दुय्यम उत्पादक राज्ये आहेत. भारतात ज्वारी उत्पादनात महाराष्ट्राचा प्रथम क्रमांक लागतो. ज्वारीखालील एकूण क्षेत्रापैकी ३३ टक्के क्षेत्र व ३० टक्के उत्पादन महाराष्ट्रातून मिळते.

बाजरी- बाजरी उष्ण व कोरड्या हवामानात पिकविली जाते.

तापमान- २५° ते ३५° से.

पर्जन्य- ४० ते ५० सें.मी.

जमीन- हलक्या व वाळूमिश्रित जमिनीत बाजरीचे उत्पादन घेतले जाते.

उत्पादक प्रदेश- राजस्थान, गुजरात, उत्तरप्रदेश, पंजाब, हरियाणा या राज्यात बाजरीचे उत्पादन मोठ्या प्रमाणात घेतले जाते. महाराष्ट्र, कर्नाटक, मध्यप्रदेश या राज्यातही बाजरीचे उत्पादन घेतले जाते.

मका- स्टार्च व ग्लुकोजच्या उत्पादनाच्यादृष्टीने मक्यास आर्थिक महत्त्व आहे.

हवामान- तापमान- ३५° से. पर्यंत

पर्जन्य-७५ सें.मी. पर्यंत

जमीन- गाळाची सुपीक जमीन

उत्पादक प्रदेश- उत्तर प्रदेश, पंजाब, बिहार, राजस्थान, मध्यप्रदेश या राज्यात अधिक प्रमाणात उत्पादन घेतले जाते. गुजरात, कर्नाटक, जम्मू काश्मीर या राज्यात दुय्यम प्रमाणात उत्पादन होते.

ऊस- जगातील सर्वाधिक उसाखालील क्षेत्र भारतात आहे. भारतातील शेतीखालील एकूण क्षेत्रापैकी २ टक्के क्षेत्र उसाखाली येते.

हवामान- तापमान- १५° ते ४०° से. तापमान उपयुक्त असते.

पर्जन्य- १०० ते १५० सें.मी. पर्जन्य असणाऱ्या प्रदेशात ऊस चांगला येतो.

उत्पादक प्रदेश- उत्तरप्रदेश, महाराष्ट्र, पंजाब, बिहार, तमिळनाडू, आंध्रप्रदेश व प.बंगाल हे प्रमुख ऊस उत्पादक प्रदेश आहेत. उसाच्या उत्पादनात उत्तरप्रदेश आघाडीवर असून देशात सर्वांत जास्त उसाखालील क्षेत्र उत्तरप्रदेशात आहे. उत्पादकता लक्षात घेता महाराष्ट्र आघाडीवर आहे.

कापूस- भारतात सुतीकापड व्यवसाय अतिप्राचीन आहे. सिंधू नदीचे खोरे कापसाचे मूळ स्थान मानले जाते. कापसाच्या लागवडीखालील क्षेत्राचा विचार करता भारताचा जगात पहिला क्रमांक आहे. जागतिक कापूस उत्पादनाच्या सुमारे ८.५ टक्के कापसाचे उत्पादन भारतात होते.

हवामान- तापमान- २५° से. पेक्षा जास्त तापमानाची आवश्यक असते.

पर्जन्य- ५० सें.मी. पाऊस पुरेसा असतो. जलसिंचनावर कापसाचे पीक उत्तम येते.

जमीन- रेगूर मृदा उत्तम असते. कसदार व गाळाच्या जमिनीत हे पीक उत्तम येते.

उत्पादक प्रदेश- भारतातील एकूण कापूस उत्पादक क्षेत्रापैकी ३६ टक्के क्षेत्र महाराष्ट्रात आहे. भारतात

प्रामुख्याने महाराष्ट्र, गुजरात, कर्नाटक, मध्यप्रदेश, पंजाब, आंध्रप्रदेश व तमिळनाडू राज्यात कापसाचे उत्पादन घेतले जाते. याशिवाय राजस्थान, हरियाणा व उत्तरप्रदेशातही कापसाचे उत्पादन होते.

चहा– भारतातील महत्त्वाचे व्यापारी पीक आहे. जगातील चहाच्या एकूण उत्पादनात २८ टक्के वाटा भारताचा असून भारत जगातील सर्वांत मोठा चहा उत्पादक देश आहे.

हवामान–तापमान– २४° ते ३०° से. तापमान योग्य असते. ५° से.च्या खाली तपमान गेल्यास त्याची वाढ खुंटते.

पर्जन्य– चहा उत्पादक क्षेत्रात कमीत कमी १२५ ते ३७५ सें.मी. पाऊस असावा लागतो. दार्जिलिंगच्या चहा उत्पादकता प्रदेशात २५० ते ५०० सें.मी. पाऊस पडतो.

उत्पादक प्रदेश– १) ईशान्य भारत– हा विभाग चहाखालील क्षेत्र व उत्पादनात अग्रेसर आहे. भारतातील एकूण चहा क्षेत्राच्या ७५% क्षेत्र आणि उत्पादनाच्या ७०% उत्पादन या क्षेत्रात होते.

अ) ब्रह्मपुत्रा खोरे– सादिया ते ग्वालपाडा दरम्यान चहा उत्पादक क्षेत्र आहे. त्यात लखीमपूर, शीवसागर, दरांग, कायरूप नौगाँग, ग्वालपाडा या जिल्ह्यांचा समावेश होतो.

ब) चहाचे मळे सुरमा खोऱ्यात विखुरलेले आहेत.

क) पश्चिम बंगालमधील जलपैगुरी, कूचबिहार जिल्ह्यातील क्षेत्राला दुआरी क्षेत्र म्हणतात. या विभागात चहाचे मळे ९०० ते १२०० मी. उंचीवर आहेत.

ड) दार्जिलिंग क्षेत्रातील चहाचे मळे मंद उतारावर ९०० ते १८०० मी. उंचीवर आहेत.

२) वायव्य भारत– या विभागात उत्तरांचलमधील डेहराडून, आलमोरा, कुमाऊन या जिल्ह्यात, हिमाचल प्रदेशातील गढवाल मंडी आणि पंजाबमधील कांग्रा जिल्ह्यात चहाचे मळे आहेत. याशिवाय काही प्रमाणात छोटा नागपूर पठारावर रांची, हजारीबाग, पूर्णिया जिल्ह्यातही चहाचे मळे आहेत.

३) दक्षिण भारत– पश्चिम घाटाच्या घाटमाथ्यावर आणि त्रावणकोर विभागाच्या बाजूस तांबड्या जमिनीत चहाच्या मळ्याची लागण केलेली आहे. या विभागातील चहाचे मळे केरळ, तमिळनाडू, कर्नाटक या राज्यात आहेत. या तीन राज्यातून देशाच्या चहाच्या उत्पादनाच्या २५% उत्पादन या क्षेत्रात होते. हे २०% क्षेत्र आहे. निलगिरी क्षेत्रात ब्लू माऊंटन, कार्डमम, पळणी, अन्नामलाई भागात चहाचे मळे आहेत. देवकानन, त्रावणकोर, व्यानाड, कोचीन, मलबार हे केरळमधील जिल्हे, निलगिरी, अन्नामलाई, मदुराई, कन्याकुमारी, तिरुनेलवेल्ली हे तमिळनाडूतील जिल्हे आणि कूर्ग या कर्नाटकातील जिल्ह्यांत चहाचे मळे आहेत.

आसाममधील चहा उच्च प्रतीचा तर वायव्य भारतातील चहाची प्रत कमी मानली जाते. दक्षिण भारतातील चहा चव आणि वास यादृष्टीने चांगली आहे.

कॉफी– हवामान–तापमान– १०° ते २८° से. दरम्यान उपयुक्त कॉफीचे झाड उष्ण व आर्द्र हवेत चांगले वाढते.

पर्जन्य– १५० ते २०० सें.मी. च्या दरम्यान असावे लागते.

जमीन– डोंगर उताराची जमीन आवश्यक असते.

उत्पादक प्रदेश– दक्षिण भारतातील डोंगराळ भागात कॉफीचे उत्पादन घेतले जाते. भारतात कॉफीचे उत्पादन कर्नाटक व केरळ राज्यात घेतले जाते. तमिळनाडू व आंध्रप्रदेशातही कॉफीचे उत्पादन होते. कॉफी उत्पादनात कर्नाटकचा वाटा ५८% असून केरळ २४% तर तमिळनाडू ९% इतका आहे.

भारतातील कृषी उत्पादने व पहिली तीन राज्ये उत्पादनाच्या क्रमाने आहेत.

कृषी उत्पादन	पहिली तीन उत्पादक राज्ये उत्पादनाच्या क्रमाने
o **अन्नधान्ये पिके**	
तांदूळ	पश्चिम बंगाल, आंध्रप्रदेश व उत्तर प्रदेश
गहू	उत्तरप्रदेश, पंजाब व हरियाणा
मका	आंध्रप्रदेश, कर्नाटक व राजस्थान
ज्वारी, बाजरी	राजस्थान, महाराष्ट्र व कर्नाटक
कडधान्ये	महाराष्ट्र, मध्यप्रदेश व आंध्रप्रदेश
सर्वअन्नधान्ये पिके	उत्तरप्रदेश, पंजाब, आंध्रप्रदेश
o **तेलबिया पिके**	
भुईमूग	गुजरात, आंध्रप्रदेश व तमिळनाडू
जव व मोहरी	राजस्थान, उत्तरप्रदेश व हरियाणा
सोयाबीन	मध्यप्रदेश, महाराष्ट्र व राजस्थान
सूर्यफूल	कर्नाटक, आंध्रप्रदेश व महाराष्ट्र
सर्व तेलबिया	मध्यप्रदेश, महाराष्ट्र व गुजरात
o **नगदी पिके**	
ऊस	उत्तरप्रदेश, महाराष्ट्र व तमिळनाडू
कापूस	गुजरात, महाराष्ट्र व आंध्रप्रदेश
ताग	पश्चिम बंगाल, बिहार व आसाम
बटाटा	उत्तर प्रदेश, पश्चिम बंगाल व बिहार
कांदा	महाराष्ट्र, गुजरात व कर्नाटक

▶ भारतातील वाहतूक

वाहतूक व दळणवळण व्यवस्था ही देशाच्या आर्थिक विकासाची नाडी मानली जाते. विविध प्रकारच्या उत्पादन व व्यापार प्रक्रियेत कच्च्या व पक्क्या मालाची वाहतूक व वितरण या व्यवस्थेवरच अवलंबून असते. प्रवासी वाहतूक एकमेकांशी संपर्क यादृष्टीने ही व्यवस्था उत्तम असणे आवश्यक असते. दुष्काळ, पूर यासारख्या नैसर्गिक आपत्तींच्या प्रसंगी, युद्धप्रसंगी वाहतूक व्यवस्थेची गरज प्रकर्षने जाणवते. उत्तरेकडील मैदानी भागात तेथील प्रदेशाच्या सखलतेमुळे चांगली वाहतूक व्यवस्था असल्याने दाट लोकवस्ती व उद्योगधंदे निर्माण झाले आहेत.

रस्तेमार्ग

देशाच्या अंतर्गत भागात, कानाकोपऱ्यात रस्ते मार्गच पोहचू शकतात. त्यामुळे देशाच्या आर्थिक व सामाजिक विकासात रस्ते वाहतुकीस अत्यंत महत्त्वाचे स्थान आहे. लवचिकता, विश्वासार्हता, जलदता या गुणांमुळे कमी व मध्यम अंतराच्या वाहतुकीसाठी रस्ते वाहतूक उपयुक्त आहे.

भारतातील सर्व प्रकारच्या रस्त्यांची एकूण लांबी ३३.२० लक्ष कि.मी. आहे.

रस्त्यांनी जोडलेली ठिकाणे व त्यांची लांबी यानुसार त्यांचा दर्जा ठरतो. दर्जानुसार त्यांचे विविध प्रकार पार पाडले जातात.

राष्ट्रीय महामार्ग

या प्रकारच्या रस्त्यांद्वारा राज्याचा राजधान्या, राष्ट्रीय पातळीवरील महत्त्वाची शहरे व बंदरे जोडली जातात. या रस्त्यांच्या बांधणीचे व देखभालीचे काम मध्यवर्ती शासनाकडून केले जाते. भारतातील राष्ट्रीय महामार्गांची एकूण लांबी ७०,५४८ कि.मी. आहे. भारतातील रस्त्यांच्या एकूण लांबीशी तुलना करता राष्ट्रीय महामार्गांचे प्रमाण अवघे २ टक्के आहे. हे प्रमाण अतिशय अल्प असले तरी देशांतर्गत एकूण वाहतुकीपैकी जवळजवळ ४० टक्के वाहतूक राष्ट्रीय महामार्गांवरूनच होते.

राष्ट्रीय महामार्ग	कोठून कोठे जातो	कोणत्या राज्यांमधून वा प्रदेशातून जातो?	लांबी कि.मी.
१	दिल्ली–अंबाला–जालंधर–अमृतसर (पुढे भारत–पाकिस्तान सीमेपर्यंत)	दिल्ली, हरियाणा, पंजाब	४५६
२	दिल्ली–मथुरा–आग्रा–कानपूर–अलाहाबाद–वाराणशी–वैद्यवती–कोलकाता	दिल्ली, हरियाणा, उत्तरप्रदेश, बिहार झारखंड, पश्चिमबंगाल	१४६५
३	आग्रा–ग्वाल्हेर–इंदूर–धुळे–नाशिक–ठाणे–मुंबई	उत्तरप्रदेश, मध्यप्रदेश, महाराष्ट्र	११६१
४	ठाणे–पुणे–बेळगाव–हुबळी–बंगळूर–राणीपेट–चेन्नई	महाराष्ट्र, कर्नाटक, आंध्रप्रदेश, तमिळनाडू	१२३५
४अ	बेळगाव–पणजी	कर्नाटक, गोवा	११५३
४ब	न्हावाशिवा–पळस्पे (कळंबोली मार्गे)	महाराष्ट्र	२७
४क	राष्ट्रीय महामार्ग क्र. ४ ब–वरील १६,६८७ कि.मी. अंतरापासून कळंबोलीपर्यंत	महाराष्ट्र	७
५	बहारगोरा–कटक–भुवनेश्वर–विशाखापट्टणम्–विजयवाडा–चेन्नई	झारखंड, ओरिसा, आंध्रप्रेदश, तमिळनाडू	१५३३
६	हाजिरा–धुळे–नागपूर–रायपूर–संबळपूर–बहारगोरा–कोलकाता	गुजरात, महाराष्ट्र, छत्तीसगढ, ओरिसा झारखंड, पश्चिम बंगाल	१९४९
७	वाराणशी–रेवा–जबलपूर–नागपूर–हैदराबाद–कर्नुल–बंगळूर–सेलम–दिंडीगल–मदुराई कन्याकुमारी	उत्तरप्रदेश, मध्यप्रदेश, आंध्रप्रदेश, महाराष्ट्र कर्नाटक, तमिळनाडू	२३६९
८	दिल्ली–जयपूर–अजमेर–उदयपूर अहमदाबाद–वडोदरा–मुंबई	दिल्ली, हरियाना, राजस्थान, गुजरात, महाराष्ट्र	१४२८
८अ	अहमदाबाद–मोरवी–कांडला–मांडवी	गुजरात, गोवा	४७३
९	पुणे–सोलापूर–हैद्राबाद–विजयवाडा–मच्छलीपट्टणम्	महाराष्ट्र, कर्नाटक, आंध्रप्रदेश	८४१
१०	दिल्ली–फाजिल्का (भारत–पाक सरहद्दीवरून)	दिल्ली, हरियाना, पंजाब	४०३
११	आग्रा–जयपूर–बिकानेर	उत्तरप्रदेश, राजस्थान	५८२
१३	सोलापूर–मंगळूर	महाराष्ट्र, कर्नाटक	६९१

राष्ट्रीय महामार्ग	कोठून कोठे जातो	कोणत्या राज्यांमधून वा प्रदेशातून जातो?	लांबी कि.मी.
१७	पनवेल-महाड, पणजी-कारवार-मंगळूर-कोझ्झाईकोड-कुहीपूरम-चौघाट-एडापल्ली (कोचीजवळ)	महाराष्ट्र, गोवा, कर्नाटक, केरळ	१२६९
२४	दिल्ली-बरेली-लखनौ	दिल्ली, उत्तरप्रदेश	४३८
५०	नाशिक-पुणे	महाराष्ट्र	१९२

राज्यमार्ग

प्रत्येक राज्याची राजधानी राज्यातील इतर शहराशी जोडणारे राज्यरस्ते अंतर्गत दळणवळणाच्या व व्यापाराच्या दृष्टीने अत्यंत महत्त्वाचे ठरतात. राज्यमार्गांची देखरेख करणे व ते सुव्यवस्थित ठेवणे ही त्या त्या राज्यांची व संघराज्य प्रदेशांची जबाबदारी आहे.

जिल्हा मार्ग

जिल्ह्यातील प्रमुख व्यापारी केंद्रे व तालुक्याची गावे जिल्हा केंद्राशी जोडण्याचे काम हे रस्ते करतात. यांची दुरुस्ती, देखभाल इ. जिल्हा परिषद करते.

ग्रामरस्ते

ग्रामीण भागातील खेड्यांचे एकमेकांशी तसेच तालुका केंद्राशी दळणवळण प्रस्थापित करण्याचे महत्त्वाचे कार्य ग्रामरस्ते करीत असतात. बहुतेक ग्रामरस्ते कच्चे असून पावसाळ्यात वाहतुकीस जवळजवळ बंद असतात. या रस्त्यावरून प्रमुख्याने बैलगाड्या व तुरळक अवजड वाहनांची वाहतूक चालते.

रेल्वे वाहतूक

भारतीय रेल्वे व्यवस्था विस्तारात आशियातील सर्वांत मोठी व जगात चौथ्या क्रमांकाची आहे. लोहमार्गांची रचना मुख्यत: व्यापारी व लष्करी हेतूनेच करण्यात आली. परिणामी मुंबई, चेन्नई व कोलकाता या बंदरातूनच अंतर्गत भागात जाणारे मार्ग बांधण्यात आले.

सध्या भारतात ८५,१५८ कि.मी. लांबीचे लोहमार्ग पसरलेले आहेत.

रेल्वे व्यवस्थापनाच्या सोयीसाठी खालील नऊ विभाग पाडण्यात आले आहेत.

रेल्वे विभाग	मुख्य केंद्र
१) मध्य रेल्वे	मुंबई (छत्रपती शिवाजी टर्मिनल्स)
२) पूर्व रेल्वे	कोलकाता
३) पश्चिम रेल्वे	मुंबई (चर्चगेट)
४) दक्षिण रेल्वे	चेन्नई
५) उत्तर रेल्वे	नई दिल्ली
६) दक्षिण-मध्य रेल्वे	सिकंदराबाद
७) उत्तर-पूर्व रेल्वे	गोरखपूर
८) दक्षिण-पूर्व रेल्वे	कोलकाता
९) उत्तर-पूर्व सीमा	मालिगाव-गुवाहाटी

भारतातील लोहमार्ग विभाग

१) उत्तर रेल्वे– या विभागाचे मुख्य केंद्र नवी दिल्ली आहे. या रेल्वे मार्गांची लांबी १०,५१९ कि.मी. या विभागात सर्वात मोठे रेल्वेचे जाळे आहे. पंजाब, हरियाणा, दिल्ली, राजस्थानचा पश्चिम उत्तर प्रदेशाचा मुघलसराईपर्यंत प्रदेश या विभागात मोडतो. या मार्गाद्वारा मुख्यत: धान्य, साखर, कोळसा व लाकूड यांची वाहतूक होते.

नवी दिल्ली-भटिंडा- फिरोजपूर, नवी दिल्ली-अंबाला-कल्का, अंबाला-चंदिगड-अमृतसर, नवी दिल्ली-जाखल-लुधियाना-पठाणकोट, नवी दिल्ली-मुरादाबाद-लखनौ-मुघलसराई, नवी दिल्ली-आग्रा कानपूर-अलाहाबाद-मुघलसराई हे महत्त्वाचे लोहमार्ग आहेत.

२) उत्तर-पूर्व रेल्वे– गोरखपूर येथे विभागाचे मुख्यालय आहे. बिहार व उत्तराखंड प्रदेशाचा उत्तरभाग या विभागात येतो. गोरखपूर-वाराणशी-अलाहाबाद, गोरखपूर-गौदा-लखनौ-मथुरा, गोरखपूर-चापरा-कटिहार, हाजिपूर-मुझफ्फरपूर-राक्सौल हे या विभागातील प्रमुख रेल्वेमार्ग आहेत. या मार्गावरून धान्य, साखर, लाकूड, कोळसा यांची वाहतूक होते.

३) दक्षिण रेल्वे– या विभागाचे मुख्य केंद्र चेन्नई येथे आहे. या विभागात तमिळनाडू, केरळ, दक्षिण कर्नाटक व दक्षिण आंध्रप्रदेशाचा भाग या विभागात येतो. चेन्नई-बंगळूर, चेन्नई-सालेम, चेन्नई-रायचूर हे या विभागातील ब्रॉडगेज मार्ग आहेत. या मार्गावरून धान्य, कापूस, तेलबिया, लोहखनिज, मँगनीज, मीठ, साखर, तंबाखू याची वाहतूक केली जाते.

४) मध्य रेल्वे– मुंबई येथे या विभागाचे मुख्यालय आहे. या विभागात मध्य व उत्तर महाराष्ट्र आणि मध्यप्रदेश, उत्तर प्रदेश, आंध्रप्रदेश यांचा समावेश होतो. मुंबई-भुसावळ-इटारसी-भोपाळ-झाशी-आग्रा-नवी दिल्ली, झाशी-कानपूर, झाशी-खैरगड-अलाहाबाद, इटारसी-नागपूर, नागपूर-जळगाव, कल्याण-पुणे, दौंड-मनमाड हे महत्त्वाचे मार्ग आहेत. या मार्गावरून मँगनीज, कापूस, लाकूड यांची वाहतूक होते.

५) पश्चिम रेल्वे– मुंबई (चर्चगेट) हे या विभागाचे प्रमुख ठिकाण आहे. पूर्व राजस्थान, दक्षिण हरियाणा, पश्चिम उत्तर प्रदेश, पश्चिम मध्यप्रदेश, संपूर्ण गुजरात राज्य, महाराष्ट्र राज्याचा काही भाग या विभागात येतो.

६) दक्षिण-मध्य रेल्वे– सिकंदराबाद हे या विभागाचे मुख्यालय आहे. या विभागात दक्षिण महाराष्ट्र, उत्तर कर्नाटक, मध्य व पश्चिम आंध्रप्रदेश या प्रदेशांचा समावेश होतो. सिकंदराबाद-वाडी-सोलापूर, सिकंदराबाद-रायचूर, सिकंदराबाद-काझीपेट-विजयवाडा, विजयवाडा-काझीपेट-बल्लारशा, विजयवाडा-गुंटूर-पुणे-मिरज, सिकंदराबाद-औरंगाबाद-मनमाड, सिकंदराबाद-गुंटकल, विजयवाडा-गुंटकल, हुबळी-मिरज, लोंढा-वास्को हे या विभागातील प्रमुख मार्ग आहेत. या मार्गावरून कापूस, कडधान्ये, डाळी, लोहखनिज, मँगनीज व लाकूड यांची वाहतूक होते.

७) उत्तर-पूर्व-सीमा रेल्वे– मालिगाव (गुवाहाटी) येथे या विभागाचे मुख्यालय आहे. पश्चिम बंगालचा उत्तर भाग व आसाम हे प्रदेश या विभागात आहेत. कटिहार-जलपैगुडी-जोतीगोपा, कटिहार-सिलीगुडी-रांगिया-मूरकाँग-सेलेक, गुवाहाटी-लुबेडिंग-सीमालुगडी हे या विभागातील महत्त्वाचे मार्ग होत. या मार्गावरून खनिज तेल, चहा, लाकूड, धान्य यांची वाहतूक होते.

८) पूर्व रेल्वे– मुख्यालय कोलकाता येथे. पश्चिम बंगाल, मध्य बिहार, उत्तरप्रदेशाचा मुघलसराईपर्यंतचा प्रदेश या विभागात मोडतो. हावडा-गया-मुघलसराई, हावडा-पाटणा-मुघलसराई, हावडा-किडल हे या

विभागातील प्रमुख मार्ग आहेत. पश्चिम बंगालमधील कारखान्याचा प्रदेश आणि पश्चिम बंगाल व झारखंडमधील खनिज-समृद्ध प्रदेश या मार्गाद्वारा जोडलेले असल्याने या विभागाला विशेष महत्त्व आहे.

९) दक्षिण–पूर्व रेल्वे– मुख्यालय कोलकाता येथे. पश्चिम बंगालचा काही भाग, बिहार, मध्यप्रदेश, आंध्रप्रदेशाचा काही भाग व संपूर्ण ओरिसा राज्य या विभागात मोडते. हावडा-निमपुरा, बिलासपूर-नागपूर, हावडा-कटक-कोट्टापालेम, कटणी-अनुपूर-बिलासपूर-रायपूर-विशाखापट्टणम्, बैलादिली-विशाखापट्टणम् हे महत्त्वाचे मार्ग आहेत. या मार्गांवरून लोहखनिज, मँगनीज, कोळसा, धातू उत्पादने यांची वाहतूक केली जाते.

पूर्वीच्या नऊ विभागांचे विभाजन करण्यात येऊन आणखी सात नवीन विभाग निर्माण करण्यात आले आहेत.

नवीन विभाग	मुख्यालय
१) पूर्व किनारा रेल्वे	भुवनेश्वर
२) उत्तर-मध्य रेल्वे	अलाहाबाद
३) पूर्व-मध्य रेल्वे	हाजीपूर
४) उत्तर-पश्चिम रेल्वे	जयपूर
५) दक्षिण पश्चिम रेल्वे	हुबळी
६) पश्चिम-मध्य रेल्वे	जबलपूर
७) दक्षिण-पूर्व-मध्य रेल्वे	बिलासपूर

जलवाहतूक

भारताचा व्यापारी जहाजांचा ताफा सर्व विकसनशील देशात सर्वांत मोठा आहे. भारताला ७५१७ कि.मी. लांबीची किनारपट्टी लाभलेली आहे. तसेच गंगा व ब्रह्मपुत्रेसारख्या मोठ्या नद्याही आहेत. यामुळे जलवाहतुकीचे १) सागरी व २) अंतर्गत असे दोन विभाग पडतात. सागरी वाहतुकीतही किनाऱ्यालगत चालणारी स्थानिक स्वरूपाची वाहतूक व आंतरराष्ट्रीय वाहतूक असे दोन प्रकार पडतात.

१) अंतर्गत जलवाहतूक– जलवाहतुकीस योग्य अशा १४,५०० कि.मी. लांबीचे नदीमार्ग देशात उपलब्ध आहेत. परंतु यातील फक्त २००० कि.मी. लांबीचे नदी मार्ग वापरात आहे. गंगा, ब्रह्मपुत्रा, गोदावरी, कृष्णा, महानदी, नर्मदा यांच्या खालच्या टप्प्यात नदीमार्गनि जलवाहतूक केली जाते. आंध्रप्रदेश व तमिळनाडूतील बकिंगहॅम कालवा, केरळातील बॅकवॉटर्स, गोव्यातील मांडवी व झुआरी या नद्यातून मोठ्या प्रमाणात जलवाहतूक चालते. गंगा नदीत कानपूरपर्यंत तर ब्रह्मपुत्रा नदीत दिब्रूगढपर्यंत मध्यम आकाराची जहाजे ये-जा करू शकतात.नद्यांच्या तुलनेत फक्त ९०० कि.मी. लांबीचे कालवे वाहतूकीस उपलब्ध आहेत. गंगेवर अलाहाबाद ते हाल्दिया हा १६२० कि.मी. लांबीचा नदीचा पट्टा राष्ट्रीय जलमार्ग म्हणून १९८२ मध्ये घोषित करण्यात आला आहे. तसेच ब्रह्मपुत्रा नदीचा सादिया-धुब्री या दरम्यानचा ८९१ कि.मी. लांबीचा पट्टा व केरळमधील कोल्लम-कोट्टापूरम (२०५) कि.मी. हे राष्ट्रीय जलमार्ग विकसित होत आहेत. राष्ट्रीय अंतर्गत जलवाहतूक प्राधिकरणाची स्थापना कोलकाता येथे मे १९६७ मध्ये करण्यात आली.

भारतात चार मोठ्या व तीन मध्यम आकाराच्या गोद्या आहेत. सतरा कोरडी बंदरे जहाज दुरुस्तीची कामे करतात. विशाखापट्टणम् येथील हिंदुस्थान शिपयार्डची गोदी भारतात सर्वात मोठी आहे. आतापर्यंत विविध आकार व प्रकारची १०० हून अधिक जहाजे येथे बांधण्यात आली आहेत. कोचीन व हुबळी येथेही गोद्या आहेत.

○ **बंदरे–** भारताच्या किनारपट्टीवर १२ मोठी व २२६ लहान बंदरे आहेत. कांडला (गुजरात), मुंबई व न्हावाशिवा-

जवाहरलाल नेहरू बंदर (महाराष्ट्र), मार्मागोवा (गोवा), मंगळूर (कर्नाटक) व कोची (केरळ) ही सहा बंदरे भारताच्या पश्चिम किनारपट्टीवर आहेत; तर तुतिकोरीन व चेन्नई (तमिळनाडू), विशाखापट्टणम् (आंध्रप्रदेश), पॅराद्विप (ओरिसा), हल्दिया, कोलकाता (पश्चिम बंगाल) ही पूर्व किनाऱ्यावरील पाच मोठी बंदरे होत.

यांशिवाय ओखा (गुजरात), कालिकत (केरळ), अलेप्पी (केरळ), भावनगर (गुजरात), धनुष्यकोडी (तमिळनाडू), रेडी (महाराष्ट्र) ही देशातील अन्य महत्त्वाची बंदरे आहेत. चेन्नईजवळ 'एन्नोर' हे बंदर नव्याने विकसित झाले आहे.

भारतात एकूण १०० कंपन्या ७०७ जहाजांसह जलवाहतूक क्षेत्रात कार्यरत आहेत. भारतीय कंपन्यांद्वारा केल्या जाणाऱ्या मालवाहतुकीत शिपिंग कार्पोरेशन ऑफ इंडियाचा वाटा सुमारे ४० टक्के आहे. या निगमाकडे एकूण ८८ जहाजे आहेत. ग्रेट ईस्टर्न शिपिंग कं.लि., इस्सार शिपिंग कं. लि., साऊथ इंडिया शिपिंग कं.लि., चौगुले स्टीमशिप कं.लि., वरुण शिपिंग कं.लि., तोलानी शिपिंग कं., सन्नार शिपिंग, सेंचुरी शिपिंग इत्यादी क्षेत्रातील महत्त्वाच्या जहाज कंपन्या आहेत.

हवाई वाहतूक

भारताचे स्थान पश्चिम आणि पूर्व जगाच्या मध्यभागी असल्याने जगातील बरेचसे हवाईमार्ग भारतातूनच जातात. भारतातील बाराही महिने स्वच्छ असणारे हवामान आणि आंतरराष्ट्रीय दर्जानुसार सोयी असलेली मुंबई (सांताक्रूझ (सहारा), कोलकाता (डमडम), चेन्नई आणि दिल्ली (पालम) ही विमान केंद्रे यामुळे हे मार्ग महत्त्वाचे आहेत. वरील विमातळाशिवाय अहमदाबाद, नागपूर, हैदराबाद, बेंगलोर, गौहाटी, तिरुचिरापल्ली, पुणे वगैरे सुमारे ३८ दुय्यम प्रकारचे व इतर ३२ विमानतळ भारतामध्ये आहेत.

आज भारतामध्ये आंतरराष्ट्रीय मार्ग, राष्ट्रीय मार्ग आणि स्थानिक मार्ग असे तीन प्रकारचे मार्ग असून आंतरराष्ट्रीय मार्ग मुंबई, दिल्ली, कोलकाता, चेन्नई येथे इतर परदेशी मंडळाच्या आकाशमार्गशी मिळतात. राष्ट्रीय मार्ग परदेशी व स्थानिक मार्गाशी बेंगलोर, नागपूर, पुणे, हैदराबाद इ. ठिकाणी मिळतात. इतर सर्व विमानतळ असलेल्या ठिकाणाहून राष्ट्रीय व आंतरराष्ट्रीय मार्गावर वाहतूक चालू असते; हे सर्व प्रत्यक्ष व अप्रत्यक्ष मार्ग देशात मुंबई, दिल्ली, कोलकाता किंवा चेन्नई या केंद्राशी जोडलेले आहेत.

भारतातून जाणारे प्रमुख हवाई मार्ग पुढीलप्रमाणे आहेत-

१) भारत ते अमेरिका   (लंडनमार्गे बेरुत, रोम, पॅरिस, जिनेव्हामार्गे)
२) भारत ते पूर्व आफ्रिका   (नैरोबी, एडनमार्गे)
३) भारत ते जपान   (टोकियो, बँकॉक, हाँगकाँगमार्गे)
४) भारत ते ऑस्ट्रेलिया   (सिडने, सिंगापूर, जकार्तामार्गे)
५) भारत ते रशिया   (मास्को, ताश्कंदमार्गे)

भारतात शासकीय कंपनीमार्फत 'पवनहंस' हेलिकॉप्टर सेवा सुरू केली आहे. तेल व नैसर्गिक वायू मंडळाला मदत करण्यासाठी व दुर्गम आणि डोंगराळ प्रदेशात प्रवासी वाहतूक करण्यासाठी या सेवेचा उपयोग करण्यात येतो. हा ४२ हेलिकॉप्टरचा ताफा आहे.

▶ दळणवळण

संदेश, माहिती, बातमी, वार्ता यांची देवाणघेवाण म्हणजे दळणवळण होय. आधुनिक काळात जगात दळणवळणाला अनन्य साधारण महत्त्व प्राप्त झाले आहे. संरक्षण, कायदा व सुव्यवस्था, शिक्षण व संशोधन, कृषी, उद्योगधंदे इ. विविध क्षेत्राचा विकास दळणवळणाच्या विकासामुळेच शक्य झाला आहे.

भारतातील दळणवळण व संपर्क व्यवस्थेचे दोन गट पडतात-

१) **पूर्णवेळ सरकारी मालकीची साधने-** आकाशवाणी, दूरदर्शन, तार व टपालसेवा, दूरवाणी ही प्रसारमाध्यमे पूर्णपणे केंद्र सरकारच्या अधिपत्याखाली आहेत.

२) **खाजगी प्रसारमाध्यमे-** चित्रपट, वृत्तपत्रे व मुद्रित वाङ्मय काही प्रमाणात सरकारतर्फे ही माध्यमे वापरली जातात. परंतु, ही प्रसारमाध्यमे खाजगी मालकीची आहेत. प्रचार, लोकशिक्षण व करमणूक ही तीनही उद्दिष्टे या साधनाद्वारे साध्य होतात.

टपालसेवा

आधुनिक टपालसेवा भारतात १८३७ मध्ये सुरू करण्यात आली. पहिले डाक तिकीट इ.स. १८५२ मध्ये कराची येथे काढण्यात आले. हे तिकीट सिंधप्रांतापुरतेच मर्यादित होते. १८५४ मध्ये टपालखात्याची स्थापना करण्यात आली. एक टपाल कचेरी सरासरी ४६०० व्यक्तींना टपालसेवा पुरवते तर सुमारे २१.१७ चौ.कि.मी. क्षेत्रामागे एक टपालकचेरी असे प्रमाण पडते. सध्या भारताचे जगातील जवळजवळ सर्वच देशांशी टपालसंबंध आहेत. २०० देशांबरोबर आंतरराष्ट्रीय 'स्पीड पोस्ट' सेवा उपलब्ध आहे.

पिनकोड

टपाल वितरणात सोपेपणा यावा व कार्यक्षमता वाढावी म्हणून ही पद्धत १९७२ मध्ये सुरू करण्यात आली. या पद्धतीत सहा सांकेतिक अंक असून प्रत्येक अंक अर्थवाही आहे. पहिला अंक क्षेत्र तर दुसरा अंक उपक्षेत्र दर्शवितो. पहिले तीन अंक एकत्रितपणे एखादे पृथक्करण क्षेत्र दर्शवितात. शेवटचे तीन अंक पृथक्करण क्षेत्रांतर्गत एखादे विशिष्ट डाकघर दर्शवितात. थोडक्यात, सर्व सहा अंक एकत्रितपणे देशाच्या कोणत्याही भागातील विशिष्ट डाकघर दर्शवितात.

यासाठी भारताचे आठ विभाग (क्षेत्र) पाडले असून ते पुढीलप्रमाणे-

क्षेत्र क्र.	विभागांतर्गत येणारे प्रदेश
१	उत्तर विभाग- दिल्ली, हरियाणा, पंजाब, हिमाचल प्रदेश, जम्मू व काश्मीर
२	उत्तरप्रदेश
३	राजस्थान, गुजरात, दमण व दीव
४	महाराष्ट्र, मध्यप्रदेश व गोवा
५	आंध्रप्रदेश, कर्नाटक
६	तमिळनाडू, केरळ, लक्षद्वीप, पाँडेचरी
७	पूर्व विभाग- ओरिसा, प.बंगाल, आसाम, अरुणाचल प्रदेश, मिझोराम, मेघालय, नागालँड, त्रिपुरा, सिक्कीम, अंदमान व निकोबार बेटे
८	बिहार

दूरसंचार

देशातील पहिली तारयंत्रणा कोलकाता व डायमंड हार्बर यांच्या दरम्यान इ.स.१८५१ मध्ये सुरू करण्यात आली. पहिली दूरध्वनी सेवा कोलकाता शहरात १८८१ मध्ये कार्यान्वित झाली. टपाल व तार खात्यातर्फे मुंबई, कोलकाता, जबलपूर व भिलाई येथे दूरसंचरण सामग्रीचे कारखाने चालविले जातात. या क्षेत्रातील संशोधन व विकासाची जबाबदारी दूरसंचरण संशोधन केंद्र, नवी दिल्ली या स्वायत्त संस्थेकडे सोपविली आहे. केंद्रसरकारच्या

दूर संपर्क विभागाकडून दिल्या जाणाऱ्या सेवांचे सुसूत्रीकरण करण्यासाठी भारत संचार निगम लि. या सार्वजनिक क्षेत्रातील उपक्रमाची स्थापना ऑक्टोबर २००० मध्ये करण्यात आली. १९९७ मध्ये टेलिकॉम रेग्युलेटरी ऑथॉरिटी ऑफ इंडियाची स्थापना करण्यात आली. या क्षेत्रात मोठ्या प्रमाणावर विदेशी गुंतवणूक आकर्षित होत आहे. यासाठी सरकारने विशेष सवलती जाहीर केल्या आहेत.

आंतरराष्ट्रीय संपर्क

भारताच्या आंतरराष्ट्रीय दूरसंचरण सेवेसाठी विदेश संचार निगमची एप्रिल १९८६ मध्ये स्थापना करण्यात आली असून या सेवेची मुख्य कचेरी मुंबईत असून नवी दिल्ली, चेन्नई व कोलकाता येथे विभागीय कचेऱ्या आहेत. डेहराडून व आर्वी (जि.पुणे) येथील उपग्रह केंद्र हिंदी महासागरावर भूस्थिर केलेल्या इंटल सॅट उपग्रहामार्फत आंतरराष्ट्रीय संपर्काचे कार्य करित असतात. याद्वारे १७८ हून अधिक देशांशी संपर्क साधला जातो. याशिवाय चेन्नई व मलेशिया आणि मुंबई फुजाइरा (संयुक्त अरब अमिरात) यांच्या दरम्यान पाण्याखालून जाणाऱ्या दूरवाणी तारा टाकण्यात आल्या असून संबंधित प्रदेशाशी संपर्क साधणे अधिक सोपे झाले आहे. विदेश संचार निगमतर्फे आंतरराष्ट्रीय पातळीवर दूरवाणी, टेलेक्स, इंटरनेट, रेडिओ, फोटो, दूरचित्रवाणी, वातमीपत्रे, हवामानाची आकडेवारी, प्रमाणवेळा इ. सेवा पुरविल्या जातात. विविध प्रकारच्या आंतरराष्ट्रीय सेवांमध्ये सुसूत्रता आणण्यासाठी केंद्रीय दळणवळण मंत्रालयातर्फे १९ देशांत सूत्रसंचालन केंद्रे उभारण्यात आली आहेत.

आकाशवाणी

देशातील पहिले रेडिओ प्रसारण १९२७ मध्ये मुंबई व कोलकाता या दोन खाजगी कंपन्यांमार्फत सुरू करण्यात आले. १९३० मध्ये या सेवेचे सरकारीकरण झाले. १९३६ मध्ये त्याचे ऑल इंडिया रेडिओ असे नामकरण करण्यात आले. १९५७ मध्ये 'आकाशवाणी' अस्तित्वात आले. १९४७ मध्ये भारतात आकाशवाणीची फक्त सहा केंद्रे होती. आज भारतात २३२ आकाशवाणी केंद्रे व ३७४ पारेषक आहेत. याद्वारे भारताच्या एकूण क्षेत्राच्या ९१ टक्के क्षेत्र व ९९ टक्के लोकसंख्या सेवाव्याप्त झाली आहे.

युवकांसाठी युवावाणी, मुलांसाठी बालोद्यान, महिला, सैनिक, ग्रामीण जनता, कामगार अशा सर्वांसाठी विशेष कार्यक्रम होत असतात. संगीत व बातम्यांशिवाय नभोनाट्ये, तात्कालिक कार्यक्रम, चालू घडामोडींवरील चर्चा, संसद समाचार, नाट्य व पुस्तक परीक्षणे, क्रीडा, प्रश्नोत्तरे, शास्त्र व विज्ञानावरील चर्चा व मार्गदर्शन असे विविध कार्यक्रम होत असतात. नागरी विभागातील श्रोत्यांसाठी एफ.एम. रेडिओ वाहिनी उपलब्ध आहे.

दूरदर्शन

प्रायोगिक स्वरूपात दिल्ली येथे १५ ऑगस्ट १९५९ रोजी प्रसारणाची सुरुवात झाली. १९६५ पासून मात्र नियमित प्रसारण सुरू झाले.

२ ऑक्टोबर १९७२ रोजी मुंबई येथे देशातील दुसरे दूरदर्शन केंद्र सुरू करण्यात आले. त्यापाठोपाठ श्रीनगर, कोलकाता, चेन्नई येथे केंद्रे सुरू झाली. शालेय चित्रवाणीची सुरुवात ऑक्टोबर १९६१ तर व्यापारी प्रसारण सेवा १ जानेवारी १९७६ पासून सुरू झाली. राष्ट्रीय पातळीवर एकसूत्रीपणा असावा म्हणून १५ ऑगस्ट १९८२ पासून राष्ट्रीय कार्यक्रमांना सुरुवात झाली. विद्यापीठ पातळीवरील शैक्षणिक व संशोधनात्मक कार्यक्रमांना ऑगस्ट १९८४ मध्ये सुरुवात झाली. देशात २० ठिकाणी कार्यक्रम निर्मिती स्टुडिओ असून दिल्ली येथे दोन मध्यवर्ती कार्यक्रम निर्मिती केंद्र आहेत. दूरदर्शन सध्या २३ वाहिन्यांवर कार्यक्रम प्रसारित करते. त्यात मेट्रो, डीडीस्पोर्ट्स, ग्यानदर्शन, डीडीभारती तसेच अनेक खाजगी वाहिन्याही विविध कार्यक्रम, बातम्या प्रसारित करीत असतात.

शासकीय माहिती यंत्रणा

शासनाचे मनोगत, ध्येय-धोरणे लोकांपर्यंत पोहचावित म्हणून केंद्र तसेच राज्यशासनाची माहिती व जनसंपर्क संचालनालये आहेत. देशातील विविध भौगोलिक व सांस्कृतिक विषयावर ग्रंथ, पत्रिका, चित्रसंग्रह यांची निर्मिती केली जाते. रोजगार समाचार, योजना, कुरुक्षेत्र, आजकल, बालभारती (मुलांसाठी) ही या विभागाची प्रसिद्ध प्रकाशने होत.

▶ **भारताचा परराष्ट्रीय व्यापार**

भारताचे आज जगातील बहुतेक राष्ट्रांशी व्यापारी संबंध प्रस्थापित झाले आहेत. आज भारत जवळजवळ दोनशेहून अधिक देशांना विविध प्रकारच्या साडेसात हजारांहून अधिक वस्तुंची निर्यात करतो; तर जवळपास दीडशेहून अधिक राष्ट्रांकडून सहा हजारांहून अधिक वस्तूंची आयात करतो. आपल्या निर्यातीमध्ये शेतकी, औद्योगिक, हातमाग तसेच लघु व ग्रामोद्योग या क्षेत्रातून तयार झालेल्या विविध वस्तूंचा समावेश होतो. भारताच्या अर्थव्यवस्थेची गरज व विकासाच्या दृष्टीने वाटचालीमुळे आयातही मोठ्या प्रमाणावर असून त्यामध्ये खनिजतेल व खनिज वस्तू, उपभोग्य वस्तू, औद्योगिक यंत्रसामुग्री इ.चा समावेश आहे.

भारतात आयातीबरोबर निर्यातही झपाट्याने वाढत आहे. परंतु, भारताचा व्यापारशेष सातत्याने प्रतिकूल राहिला आहे. भारत खालील वस्तुंची प्रामुख्याने निर्यात करतो.

१) चहा– भारतीय चहाला वेगळी चव आणि गुणवत्ता असल्याने जगाच्या सर्व भागातून भारतीय चहाला मोठी मागणी आहे. इंग्लंड, रशिया, पोलंड, अरब राष्ट्रे, संयुक्त संस्थाने हे देश भारतातून चहा आयात करतात.

२) तागाच्या वस्तू– ताग उत्पादन आणि तागापासून तयार केलेल्या वस्तुंना मागणी आहे. प्रामुख्याने ज्यूटच्या कापडाचा उपयोग पॅकिंगसाठी केला जातो. यु.एस.ए., रशिया, जपान, इंग्लंड, अर्जेंटिना, कॅनडा या देशांना तागाची निर्यात केली जाते.

३) कातडी व कातड्याच्या वस्तू– भारतात जनावरांची संख्या सर्वांत जास्त आहे. त्यामुळे कातडी व चामड्याच्या वस्तू मोठ्या प्रमाणात निर्माण होतात. सध्या चामडी निर्यात करण्याऐवजी त्यांच्या तयार केलेल्या कातड्याच्या वस्तू निर्यात केल्या जातात. ही निर्यात संयुक्त संस्थाने, युरोपिय राष्ट्रांना होते.

४) कापड– कापडाच्या निर्यातीमध्ये भारत हा एक आघाडीचा देश आहे. अलीकडे कापडाशिवाय धागा निर्यात मोठ्या प्रमाणावर वाढलेली आहे. ही निर्यात आफ्रिका, मध्यपूर्व आशिया, आग्नेय आशिया येथील देशांना केली जाते. धाग्यांची निर्यात हाँगकाँग, जपान, पाकिस्तान या देशांना अधिक प्रमाणात होते.

५) खनिज पदार्थ– भारतातून लोहखनिज, अभ्रक, मँगनीज इ. खनिजांची निर्यात होते. लोहखनिज जपानला निर्यात केले जाते. कोरिया, रूमानिया, रशिया, मलेशिया, जर्मनी या देशांना लोह खनिज निर्यात केले जाते.

६) रासायनिक पदार्थ– भारताच्या एकूण निर्यात व्यापारात ३.५% निर्यात रासायनिक पदार्थांची असते. ही निर्यात संयुक्त संस्थाने, रशिया, इंग्लंड अन्य युरोपीयन राष्ट्र, अरब राष्ट्र आणि आग्नेय आशियाई देशांचा समावेश होतो.

७) अभियांत्रिकी वस्तू– सौदी अरेबिया, जपान, इराण, श्रीलंका, युगांडा हे देश अभियांत्रिकी वस्तुंची आयात करतात. सध्या कॉम्प्युटर्स, सॉफ्टवेअर्स, हार्डवेअर्सची निर्यात वाढत आहे.

८) तयार कपडे– विविध प्रकारच्या फॅशनचे कपडे, आंतरराष्ट्रीय बाजारपेठेत मोठ्या प्रमाणात खपतात व त्यांना चांगले मूल्यही मिळते. ही निर्यात युरोपीय आणि अमेरिकन विकसित राष्ट्रांत मोठ्या प्रमाणात होते. एकूण निर्यातीमध्ये अशा कपड्यांचे प्रमाण १२% आहे.

९) मसाल्याचे पदार्थ– विविध प्रकारचे मसाल्याचे पदार्थ युरोपीयन राष्ट्रांना निर्यात केले जातात. यामध्ये दालचिनी, मिरी, लवंगा, वेलदोडे यांचा प्रमुख्याने समावेश होतो.

१०) अन्य वस्तू– वरील प्रमुख वस्तूंशिवाय भारत अनेक प्रकारच्या वस्तू परदेशी निर्यात करतो. यामध्ये तांदूळ, गहू, साखर, हातमागावर विणलेले कापड, कलाकुसरीच्या वस्तू, खेळणी, खाद्यपदार्थ, कॉफी यांचा महत्त्वाचा सहभाग आहे.

भविष्यकाळात आंतरराष्ट्रीय बाजारपेठेबाबत ठरविलेली उद्दिष्टे, जागतिकीकरण, आर्थिक उदारीकरण, गॅट करार, याचा देशाच्या निर्यात व्यापारावर मोठा परिणाम होण्याची शक्यता आहे.

भारताचा आयात व्यापार

भारत हा आशिया खंडातील एक विकसित देश असून अलीकडे त्याचे आंतरराष्ट्रीय व्यापारात महत्त्व वाढत आहे. देशाची वेगवेगळ्या उत्पादनाची गरज भागविण्यासाठी भारताला त्याची आयात करावी लागते.

भारतात आयात केल्या जाणाऱ्या उत्पादनाचे विवेचन पुढीलप्रमाणे आहे.

१) खनिज तेल– वाढते औद्योगिकरण, स्वयंचलित वाहनांचा वाढता वापर यांच्या तुलनेत देशांतर्गत उत्पादन कमी असल्यामुळे खनिज तेलाची आयात करावी लागते. एकूण आयातीमध्ये ४० टक्के आयात खनिजतेलाची असून ती अरबराष्ट्रे, नायजेरिया, म्यानमार, लिबिया, रशिया कडून केली जाते.

२) यंत्रसामग्री– काही विशिष्ट प्रकारच्या यंत्रसामग्रीची आयात केली जाते. त्यामध्ये पॉवर जनरेटर, मशिन टूल्स, तेलशुद्धीकरण कारखान्यातील यंत्रसामग्री, विमानाचे सुटे भाग, मोटारगाड्यांचे सुटे भाग, कागद, सिमेंट उद्योगातील यंत्रे, खाण उद्योगातील यंत्रसामुग्री इ.चा समावेश होतो. संयुक्त संस्थाने, इंग्लंड, जपान, जर्मनी, रशिया, फ्रान्स, झेकोस्लोव्हाकिया या देशातून यंत्रसामग्री आयात केली जाते.

३) पोलाद– विशिष्ट प्रकारचे उच्च प्रतिचे पोलाद आयात केले जाते. लोहपोलादी आयात संयूक्त संस्थाने, स्वीडन, रशिया अन्य युरोपीयन देश, जपान, कोरिया या देशातून केली जाते.

४) खाद्य तेल– भारतीय आहारात खाद्यतेलाचा वापर अन्य देशांच्या तुलनेत अधिक प्रमाणात केला जात असल्याने दरवर्षी खाद्यतेलाची आयात करावी लागते. संयुक्त संस्थाने, ब्राझील आणि मलेशियातून खाद्यतेलाची आयात केली जाते.

५) खते– भारतातील विस्तृत शेतीक्षेत्र, व्यापारी पिकाखालील वाढते क्षेत्र, जलसिंचित क्षेत्रात होणारी वाढ, यामुळे मागणीच्या तुलनेत उत्पादन कमी असल्याने संयुक्त संस्थाने, जर्मनी व जपानकडून खतांची आयात केली जाते.

६) रासायनिक द्रव्ये– अमोनिया, सल्फेट, सुपर फॉस्फेट, नायट्रिक ऑक्सिड, सोडा, ऑश, ब्लिचिंग पावडर यांचा रासायनिक द्रव्यात समावेश होतो. संयुक्त संस्थाने, जपान, जर्मनी, नेदरलँड, बेल्जियम, फ्रान्स, इटली, कुवेत व कोरिया या देशातून रासायनिक द्रव्याची आयात केली जाते.

भारतात आयात केल्या जाणाऱ्या वरील प्रमुख उत्पादनांशिवाय कृत्रिमधागे, वैद्यकीय साहित्य, औषधे, अॅल्युमिनियम, रत्ने यांची निरनिराळ्या देशातून आयात केली जाते.

▶ भारत समाज रचना

भाषिक विविधता

भारतात उत्तरेकडील भाषा इंडोआर्यन उगमाच्या तर दक्षिणेकडील भाषा इंडो द्रविडी उगमाच्या आहेत. पंजाब, हरियाणा, उत्तरप्रदेश, उत्तराखंड, मध्यप्रदेश, छत्तीसगढ, बिहार, झारखंड, राजस्थान, गुजरात, महाराष्ट्र व ओरिसा या राज्यांमध्ये इंडोआर्यन गटातील भाषा बोलणाऱ्यांचे प्रमाण जास्त आहे. जम्मू-काश्मीरमधील लडाख जिल्हा हिमाचलप्रदेशातील उत्तरेकडील जिल्हे, सिक्कीम, आसामचा काही भाग, अरुणाचल प्रदेश, नागालँड, मेघालय, मणिपूर, त्रिपुरा, मिझोराम आदि परिसरात मंगोलाईड गटातील भाषा बोलल्या जातात. दक्षिण भारतातील तमिळनाडू, आंध्र प्रदेश, कर्नाटक व केरळ या चार राज्यात द्राविडी भाषा बोलल्या जातात. बहुतेक आदिम जमातीच्या भाषांना स्वतंत्र अशी लिपी नाही. तसेच या भाषा बोलणाऱ्यांची संख्याही मर्यादित आहे.

भारतात घटनेने मान्य केलेल्या एकूण १५ भाषा आहेत. जनगणनेच्यावेळी लोकांनी मातृभाषा म्हणून नोंद केलेल्या प्रमुख भाषा, उपभाषा यांची संख्या १६५० च्या वर आहे. त्यापैकी ३३ भाषा अशा आहेत की त्या बोलणारे लोक देशात प्रत्येकी किमान एक लाखाच्या वर आहेत.

भारतातील एकूण लोकसंख्येत हिंदी भाषिकांचे प्रमाण सर्वाधिक म्हणजे जवळजवळ ४० टक्के इतके आहे. हिंदी खालोखाल इंग्रजी भाषिकांची संख्या देशात सर्वाधिक आहे. फक्त भारतीय भाषांचा विचार करता भारतीय भाषांमध्ये हिंदीनंतर बंगाली व तेलगु भाषिकांचा क्रम लागतो. भारतातील एकूण लोकसंख्येत बंगाली भाषिकांचे प्रमाण ८.२२ टक्के तर तेलगु भाषिकांचे प्रमाण ७.८० टक्के आहे. मराठी ही भारतातील चौथ्या क्रमांकाची भाषा असून देशातील एकूण लोकसंख्येत मराठी भाषिकांचे प्रमाण ७.३८ टक्के इतके आहे. भारतीय घटनेच्या ८ व्या परिशिष्टात नोंदविलेल्या देशात २२ भाषा आहेत. त्यामध्ये आसामी, बंगाली, गुजराती, हिंदी, कानडी, काश्मिरी, कोकणी, मल्याळी, मणिपुरी, मराठी, नेपाळी, उडिया, पंजाबी, संस्कृत, तमिळ, तेलगू, ऊर्दू, सिंधी, साहित्य अकादमीने या १८ भाषांच्या बरोबरीने इंग्रजी, डोग्री, मैथली, राजस्थानी अशा एकूण २२ भाषांना मान्यता दिलेली आहे.

धर्म

भारतात बहुसंख्याकांचा धर्म हिंदू असला तरी देशाच्या विशिष्ट भागात विशिष्ट धर्मीयांचे केंद्रीकरण झाल्याचे आढळते.

जम्मू-काश्मीरमध्ये मुस्लीम धर्मीयांचे, पंजाबमध्ये शीख धर्मीयांचे, गुजरात-राजस्थान मध्ये जैन धर्मीयांचे तर महाराष्ट्र, लडाख (जम्मू-काश्मीर) व अरुणाचल प्रदेशामध्ये बौद्ध धर्मीयांचे प्रमाण अधिक आहे. गोवा, केरळ, ईशान्येकडील काही राज्यात ख्रिस्ती बांधवांची लोकसंख्या बरीच आहे. २००१ च्या जनगणनेनुसार भारतातील हिंदूंची संख्या एकूण लोकसंख्येच्या ८०.५% असून मुस्लीम धर्मीयांचे प्रमाण १३.४ टक्के आहे. ख्रिश्चन धर्मीयांचे देशाच्या एकूण लोकसंख्येतील प्रमाण २.३ टक्के असून शीख धर्मीयांचे प्रमाण १.९% आहे. बौद्ध धर्मीय लोक देशातील एकूण लोकसंख्येच्या ०.८ टक्के असून जैन धर्मीयांचे प्रमाण ०.४ टक्के इतके आहे. (भारताच्या लोकसंख्येविषयी माहिती, आकडेवारी आणि विश्लेषण प्रकरण पाचमध्ये दिली आहे. ते पहावे.)

● जगाचा भूगोल

▶ पृथ्वीची माहिती

सुमारे ४५० कोटी वर्षांपूर्वी पृथ्वीची निर्मिती झाली असावी, असे मानले जाते. प्रारंभिक अवस्थेत पृथ्वी वायुरूप होती. नंतर उष्णता-उत्सर्जनामुळे ती थंड होत गेली. तिला द्रवरूप अवस्था प्राप्त झाली. द्रवावस्थेतून तिला घनरूप अवस्था प्राप्त झाली.

पृथ्वीचा विस्तार व आकार (Size and Shape of Earth)

त्रिज्या व परीघ (Radius and Circumference)

क्षेत्रफळ – पृथ्वीचे एकूण क्षेत्रफळ ५१० दक्षलक्ष (५१ कोटी) चौरस किमी. असून यापैकी भूभागाचे क्षेत्र १४९ दशलक्ष चौरस किमी. आहे. म्हणजे पृथ्वीच्या एकूण क्षेत्रफळाच्या २९.२२% भाग भूभागांनी व्यापलेला आहे. जलभागाचे क्षेत्र ३६१ दशलक्ष चौरस किमी. आहे म्हणजे एकूण क्षेत्रफळाच्या ७०.७८% भाग महासागरांनी व्यापलेला आहे.

व्यास व त्रिज्या – पृथ्वीचा विषुववृत्तावर व्यास १२,७५६ किमी. असून ध्रुवावरती तो १२,७१४ किमी. आहे. त्यामुळे पृथ्वीचा सरासरी व्यास १२,७४२ किमी. इतका आहे. पृथ्वीची त्रिज्या ही व्यासाच्या जवळजवळ निम्मी म्हणजे विषुववृत्तावर ६,३७८.५ किमी., ध्रुवावर ६,३५७ किमी. असून पृथ्वीची सरासरी त्रिज्या ६,३७१ किमी. आहे.

परीघ – पृथ्वीचा विषुववृत्तीय परीघ ४०,०७७ किमी. असून ध्रुवीय परीघ ४०,००९ किमी. आहे, तर तिचा सरासरी परीघ ४०,००० किमी. एवढा आहे.

पृथ्वीचा आकार – पृथ्वीचा विषुववृत्तीय व्यास ध्रुवीय व्यासापेक्षा ४२ किमी. मोठा आहे. तसेच पृथ्वीचा स्वत:भोवती फिरण्याचा विषुववृत्तावर सर्वांत वेग जास्त असून तो दर ताशी १६६५.५ किमी. ४५° अक्षांशाला तो निम्मा तर ध्रुवावर तो शून्य असतो. त्यामुळे पृथ्वी विषुववृत्तावर फुगीर आणि ध्रुवावर चपटी आहे. त्यामुळे पृथ्वीचा आकार अंड्यासारखा किंवा गोल भोपळ्यासारखा आहे.

अक्षवृत्ते आणि रेखावृत्ते – पृथ्वीच्या पृष्ठभागावरील कोणत्याही स्थळाचे स्थान निश्चित करण्यासाठी ज्या विशिष्ट काल्पनिक रेषांचा वापर केला जातो, त्या रेषांना 'अक्षवृत्त व रेखावृत्त' असे म्हटले जाते.

अक्षवृत्ते – विषुववृत्ताला समांतर असलेल्या वर्तुळाकार काल्पनिक रेषांना 'अक्षवृत्ते' असे म्हणतात.

विषुववृत्त – पृथ्वीवरील उत्तर आणि दक्षिण ध्रुवांपासूनसारख्या अंतरावर पृथ्वीचे उत्तर गोलार्ध व दक्षिण गोलार्ध असे समसमान भाग करणाऱ्या व पृथ्वीच्या पृष्ठभागावरून कल्पिलेल्या वर्तुळास 'विषुववृत्त' असे म्हणतात.

- ० विषुववृत्त हे शून्य अंशाचे सर्वांत मोठे अक्षवृत्त आहे.
- ० विषुववृत्तामुळे पृथ्वी दोन समान भागांत विभागली जाते. त्यातील उत्तरेकडील आणि दक्षिणेकडील भाग अनुक्रमे 'उत्तर गोलार्ध' व 'दक्षिण गोलार्ध' म्हणून ओळखले जातात.
- ० विषुववृत्तापासून प्रत्येक १° (अंश) अंतरावर उत्तर गोलार्धात ९० अक्षवृत्त आणि दक्षिण गोलार्धात ९० अक्षवृत्त असे १८० अक्षवृत्त आणि विषुववृत्त धरून एकूण १८१ एवढे अक्षवृत्त आहेत.
- ० विषुववृत्तापासून उत्तर ध्रुवाकडे वाढत जाणाऱ्या अक्षवृत्तांना 'उत्तर अक्षवृत्ते' आणि दक्षिण अक्षवृत्ताकडे वाढत जाणाऱ्या अक्षवृत्तांना 'दक्षिण अक्षवृत्ते' असे म्हणतात.

- पृथ्वीवर कल्पिलेल्या दोन अक्षवृत्तांमधील अंतर सर्वत्र सारखे असते.
- विषुववृत्तापासून दोन्ही ध्रुवांतील अंतर परिघाच्या एक चतुर्थांश म्हणजे १०,००० किमी. एवढे आहे.
- या अंतराला अनुसरून प्रत्येक गोलार्धात १° च्या अंतराने ९० अक्षवृत्ते असतात आणि दोन अक्षवृत्तांमधील अंतर १११.०४ किमी. असते.
- अक्षवृत्तामुळे एखादे स्थळ कोणत्या गोलार्धात आणि कोणत्या अक्षवृत्तावर आहे हे समजते. उदा. मुंबई १९° उत्तर अक्षवृत्त तर दिल्ली २९° उत्तर अक्षवृत्तावर आहे.

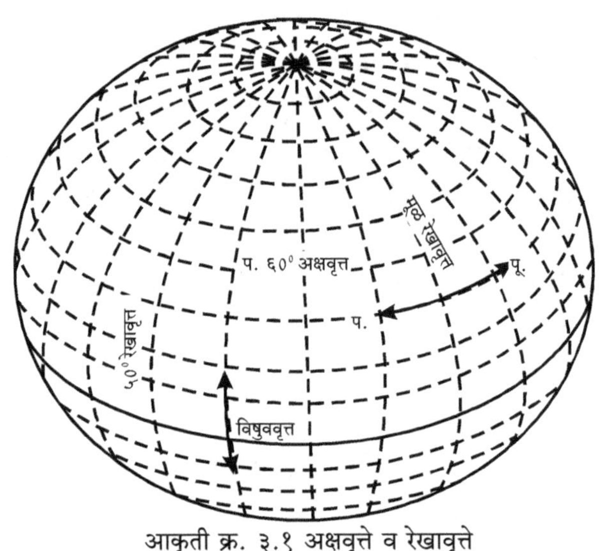

आकृती क्र. ३.१ अक्षवृत्ते व रेखावृत्ते

अक्षांश– विषुववृत्तापासून उत्तरेस किंवा दक्षिणेस मोजलेले अंशात्मक अंतर म्हणजे अक्षांश होय.

कर्कवृत्त – विषुववृत्तापासून उत्तरेस २३$\frac{१}{२}$° वर काढलेल्या काल्पनिक अक्षवृत्ताला ‘कर्कवृत्त’ असे म्हणतात.

मकरवृत्त – विषुववृत्तापासून दक्षिणेस २३$\frac{१}{२}$° वर काढलेल्या काल्पनिक अक्षवृत्ताला ‘मकरवृत्त’ असे म्हणतात.

आर्क्टिक वृत्त – ६६$\frac{१}{२}$° उत्तर अक्षवृत्तास ‘आर्क्टिक वृत्त’ असे म्हणतात.

अंटार्क्टिक वृत्त – ६६$\frac{१}{२}$° दक्षिण अक्षवृत्तास ‘अंटार्क्टिक वृत्त’ असे म्हणतात.

पृथ्वीवरील २४ तासांचा दिवस व २४ तासांची रात्र यांच्या उत्तर व दक्षिण गोलार्धातील आर्क्टिक वृत्त व अंटार्क्टिक वृत्त या मर्यादा आहेत.

रेखावृत्ते – पृथ्वीच्या पृष्ठभागावर उत्तर ध्रुवापासून दक्षिण ध्रुवापर्यंत जाणारी आणि विषुववृत्ताला काटकोनात छेदणारी जी अर्धवर्तुळे आहेत, त्यांना ‘रेखावृत्ते’ असे म्हणतात.

- एक अंश अंतरावर विषुववृत्ताचे समान भाग करून ते हे ३६० भागांत विभागले आहे. म्हणजेच ३६० रेखावृत्ते आहेत.
- शून्य अंश रेखावृत्ताला ‘मूळ रेखावृत्त’ असे म्हणतात. ते लंडनमधील ग्रिनिच शहरातून जाते. त्यामुळे त्याला ‘ग्रिनिच रेखावृत्त’ असेही म्हणतात.
- दोन रेखावृत्तांतील रेखांश अंतर १° रेखांश असते. ग्रिनिच शहराच्या म्हणजेच ०° रेखावृत्ताच्या पूर्वेकडील

रेखावृत्तांना 'पूर्व रेखावृत्ते' तर पश्चिमेकडील रेखावृत्तांना 'पश्चिम रेखावृत्ते' असे म्हणतात.

○ दोन रेखावृत्तांमधील अंतर हे सर्वत्र सारखे नसते. विषुववृत्तावर ते १११.०४ किमी. असते, तर ते ध्रुवाकडे कमी होत जाते. दोन्ही गोलार्धातील ६०⁰ अक्षवृत्तावर दोन रेखावृत्तातील अंतर ५५.५२ किमी. असते. दोन्ही ध्रुवांवर म्हणजेच ९०⁰ अक्षवृत्तावर ते शून्य असते.

रेखांश– पृथ्वीच्या पृष्ठभागावरून जाणाऱ्या कोणत्याही दोन रेखावृत्तांच्या पातळीने पृथ्वीच्या आसाजवळ केलेल्या कोनाला 'रेखांश' असे म्हणतात.

○ एखादे स्थान पूर्व गोलार्धात आहे की पश्चिम गोलार्धात आहे, हे रेखांशामुळे सांगता येते.

उदा. मुंबई ७३⁰ पूर्व, तर दिल्ली ७७⁰ पूर्व रेखावृत्तावर आहे.

▶ **स्थानिक वेळ व प्रमाण वेळ (Local time and standard time)**

स्थानिक वेळ– पृथ्वीवरील एखाद्या ठिकाणी सूर्य बरोबर डोक्यावर आला, म्हणजे दुपारचे १२ वाजले असे समजून कालगणना केली जाते. या वेळेला 'स्थानिक वेळ' असे म्हणतात.

वेळ ठरविण्यासाठी पृथ्वीची दैनिक गती व रेखावृत्तांचा उपयोग होतो. पृथ्वी स्वत:भोवती २४ तासांत एक प्रदक्षिणा पूर्ण करते. त्यामुळे ३६० रेखावृत्ते क्रमाक्रमाने समोर येत राहतात. परिभ्रमणाच्या वेळेस प्रत्येक रेखावृत्त एकदा सुर्याच्या समोर येते. त्या वेळी सूर्य डोक्यावर असतो. त्यामुळे त्या रेखावृत्तावरील सर्व ठिकाणांची स्थानिक वेळ सारखीच असते.

पृथ्वीवर ३६० रेखावृत्ते आहेत आणि २४ तासांत ती एकेकदा सूर्यासमोर येतात, म्हणजे दर १ तासात १५ रेखावृत्ते सुर्यासमोर येतात.

उदा. मुंबई ७३⁰ पूर्व, तर कोलकाता ८८⁰ पूर्व रेखावृत्तावर असल्याने या दोन्ही ठिकाणांत १५ रेखावृत्तांचा फरक आहे. म्हणजे दोन्ही शहरांच्या स्थानिक वेळेत १ तासाचा फरक आहे. म्हणजे मुंबईमध्ये दुपारचे दोन वाजले असताना कोलकात्यामध्ये दुपारचे तीन वाजले असतील. म्हणून सरकारी कार्यालये व इतर ठिकाणी स्थानिक वेळ ही मानली जात नाही.

प्रमाण वेळ– देशाच्या एका विस्तृत भागातील व्यवहारात वेळेच्यादृष्टीने एकसूत्रता येण्यासाठी देशातील मध्यवर्ती ठिकाणाहून किंवा महत्त्वाच्या शहरावरून जाणाऱ्या रेखावृत्ताची स्थानिक वेळ प्रमाणभूत मानून त्याप्रमाणे देशातील सर्व ठिकाणांची घड्याळे लावली जातात. याप्रमाणे अशा रेखावृत्तावरील स्थानिक वेळेला त्यासंबंध देशाची प्रमाण वेळ म्हणतात.

भारताची प्रमाण वेळ– ८२$\frac{१}{२}$⁰ पूर्व रेखावृत्तावरील स्थानिक वेळ हीच संपूर्ण भारत देशाची प्रमाण वेळ मानली जाते. १९०५ सालापासून ही वेळ प्रचलित आहे. ८२$\frac{१}{२}$⁰ पूर्व रेखावृत्तावरील स्थानिक वेळेत आणि भारतातील इतर रेखावृत्तावरील स्थानिक वेळेत एका तासापेक्षा अधिक फरक नाही. म्हणून संपूर्ण देशाच्या व्यवहारासाठी ८२$\frac{१}{२}$⁰ हे मूळ रेखावृत्त मानून त्यावरील स्थानिक वेळ ही 'प्रमाण वेळ' मानली आहे. ८२$\frac{१}{२}$⁰ हे मूळ रेखावृत्त भारतातील अलाहाबाद शहरावरून गेलेले आहे.

जगाची प्रमाण वेळ – जागतिक व्यवहारासाठी आंतरराष्ट्रीय वेळ म्हणून ग्रिनिच येथील स्थानिक वेळ ही 'प्रमाण वेळ' मानली जाते. ग्रिनिच वेळ भारतातील प्रमाण वेळ यामध्ये ५ तास ३० मिनिटांचे अंतर आहे. भारत पूर्वेकडे असल्याने भारताची प्रमाण वेळ ग्रिनिच वेळेच्या ५ तास ३० मिनिटाने पुढे आहे.

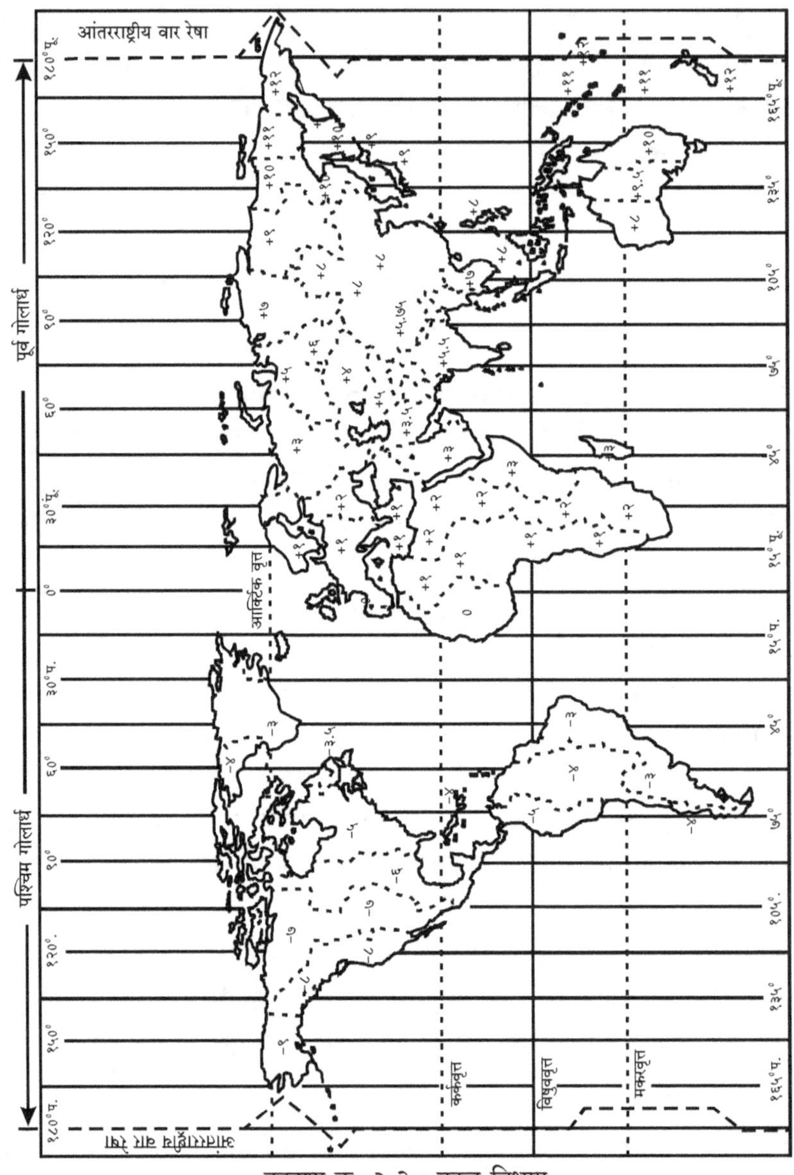

नकाशा क्र. ३.२ : काल विभाग

▶ आंतरराष्ट्रीय वार रेषा – (International Date Line)

१८०° रेखावृत्ताच्या अनुरोधाने वार व दिनांक यांच्यात आवश्यक ते बदल करण्यासाठी जी रेषा काल्पनिक आहे त्या रेषेला 'आंतरराष्ट्रीय वार रेषा' म्हणतात.

वेळेप्रमाणेच वार व तारीख यांमध्येदेखील गोंधळ होऊ शकतो. कारण वेळ, वार व तारीख यांचा एकमेकांशी संबंध असतो. संपूर्ण जगातील लोकांनी १८०° रेखावृत्त हे वार व दिनांकासाठी प्रमाण रेखावृत्त मानले आहे व त्यापासून पूर्व आणि पश्चिमेकडे जाताना वार व तारीख यांत बदल करण्यात आला आहे.

१८०° रेखावृत्त ओलांडून पूर्वेकडे जाताना एक दिवस मागची तारीख व वार धरावा, तर पश्चिमेकडे जाताना एक दिवस पुढची तारीख व वार धरावा.

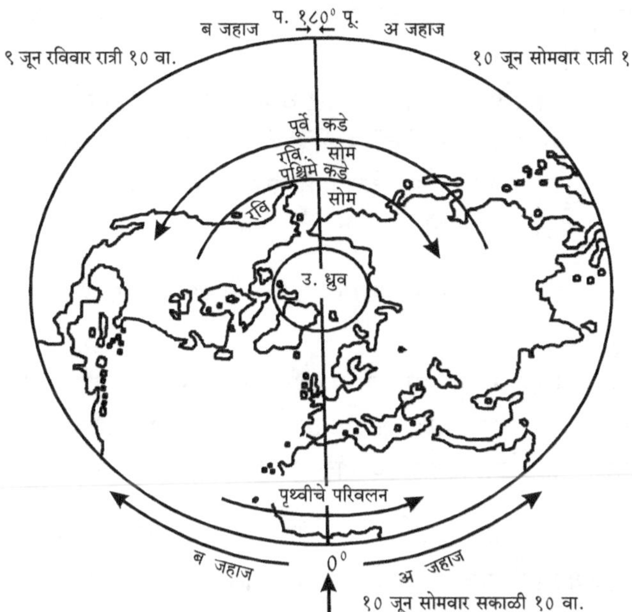

आकृती क्र. ३.३ आंतरराष्ट्रीय वार रेषा ओलांडताना होणारा वार व दिनांकातील बदल

▶ जगातील हवामान व पर्जन्यमान– (पृथ्वीवरील कटिबंध)

हवामान म्हणजे एखाद्या प्रदेशातील तापमान, आर्द्रता, पर्जन्यमान यांसारख्या घटकांची एकूण सरासरी होय. प्रामुख्याने हवामानाचे तीन पट्टे आहेत.

१) उष्ण कटिबंध

२) समशीतोष्ण

३) शीत कटिबंध

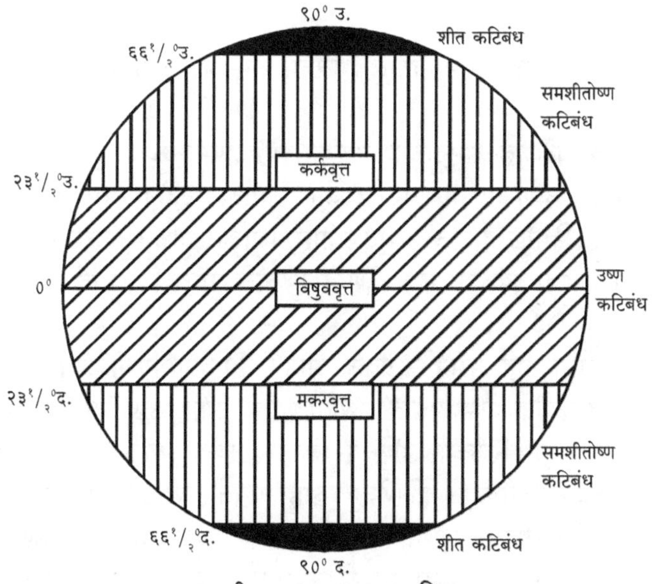

आकृती क्र. ३.४ तापमान विभाग

१) उष्ण कटिबंध– विषुववृत्तापासून उत्तरेकडे कर्कवृत्तापर्यंत व दक्षिणेस मकरवृत्तापर्यंत पृथ्वीचा जो भाग येतो त्याला 'उष्ण कटिबंध' असे म्हणतात.

सूर्यकिरणे पृथ्वीवर लंबरूपाने पडण्याच्या कर्कवृत्त व मकरवृत्त या अनुक्रमे उत्तरेकडील व दक्षिणेकडील मर्यादा आहेत. या प्रदेशात वर्षभर कोठेना कोठेतरी सूर्यकिरणे लंबरूपाने पडत असतात.

उष्ण कटिबंधातील विषुववृत्तीय हवामान विभागात उच्च तापमान व वर्षभर दररोज दुपारनंतर पडणाऱ्या पावसामुळे तेथील प्रदेशात दलदल निर्माण होते.

२) समशीतोष्ण कटिबंध– उत्तर व दक्षिण गोलार्धात $23\frac{1}{2}°$ ते $66\frac{1}{2}°$ या अक्षांशामध्ये असणाऱ्या प्रदेशास समशीतोष्ण कटिबंध असे म्हणतात.

या प्रदेशात सूर्यकिरणे तिरपी पडत असल्याने येथील तपमान उष्ण कटिबंधाच्यामानाने कमी असते. समशीतोष्ण कटिबंधात जगातील प्रमुख गवताळप्रदेश आढळतात. त्यामुळे या प्रदेशात पशुपालन व दुधव्यवसायाचा विकास झालेला आहे. गहू हे या प्रदेशातील मुख्य पीक आहे.

३) शीत कटिबंध– दोन्ही गोलार्धातील $66\frac{1}{2}°$ अक्षांशांपासून ध्रुवापर्यंतचा प्रदेश शीत कटिबंधात येतो. या प्रदेशात सूर्याची किरणे अतिशय तिरपी पडतात. दिवस व रात्र चोवीस तासांपेक्षा मोठी असते. उत्तर ध्रुवाजवळील प्रदेशात सहा महिने दिवस व रात्र असतात. तापमान अतिशय कमी असल्याने हा प्रदेश बर्फाने आच्छादलेला असतो.

सागरी प्रवाह– सागर पृष्ठावरील पाण्याच्या विशाल राशीच्या एका निश्चित दिशेने होणाऱ्या हालचालीस 'सागर प्रवाह' असे म्हणतात. महासागरातील किंवा समुद्रातील पाणी एकाच दिशेने एका ठिकाणाहून दुसऱ्या ठिकाणी वाहते त्यास 'समुद्र प्रवाह' असे म्हणतात. म्हणजे सागरी प्रवाह हे समुद्रातील नद्याच होत.

समुद्राच्या पृष्ठभागावरून सागरी प्रवाह निरनिराळ्या दिशेने वाहत असतात. या प्रवाहांत समुद्रातील पाणी एका ठिकाणाहून दुसऱ्या ठिकाणी निरंतर वाहत असते. समुद्र प्रवाहात पाण्याची पुढे जाण्याची गती दर तासाला ३ ते ४ किमी. इतकी असते.

समुद्र प्रवाह हे समुद्र पाण्याच्या तापमानातील भिन्नता, समुद्रजलाच्या क्षारतेतील व प्रचलित वारे यामुळे निर्माण होतात.

विषुववृत्तीय व ध्रुवीय प्रदेशांत समुद्राच्या पाण्यामध्ये तापमानाच्या दृष्टीने फरक निर्माण होतो. या फरकाला अनुसरून थंड आणि उष्ण पाण्याचे प्रवाह वाहू लागतात. दोन समुद्रांतील सागरजलाच्या क्षारतेत भिन्नता असल्यास समुद्र प्रवाह निर्माण होतात. समुद्र प्रवाह प्रचलित अथवा नित्य वाऱ्यांच्या दिशेने वाहतात. समुद्रप्रवाह उत्पन्न झाल्यावर त्या प्रवाहाच्या मूळ दिशेवर पृथ्वीचे परिवलन व खंडाचा आकार यांचा परिणाम होतो.

समुद्र प्रवाहांचे उष्ण आणि शीत असे दोन प्रकार आहेत. समुद्रप्रवाहांची उष्ण व शीत नावे सापेक्ष आहेत कारण समशीतोष्ण कटिबंधात ज्यांना उष्ण प्रवाह म्हणतात तेच प्रवाह उष्ण कटिबंधात शिरताच शीत प्रवाह नावाने ओळखले जातात. उत्तर अमेरिकेच्या पश्चिम किनाऱ्यापर्यंत आलेला क्युरोसिओ नावाचा प्रवाहपुढे कॅलिफोर्नियाच्या किनाऱ्याजवळून उत्तरेकडून दक्षिणेकडे वाहू लागतो. या उष्ण प्रवाहास येथे कॅलिफोर्निया शीत प्रवाह म्हटले जाते. या भागातील समुद्राचे पाणी त्या प्रवाहातील पाण्याच्या मानाने उष्ण असते.

थंड प्रवाहावरून वाहणारे वारे थंड असल्यामुळे ज्या देशांजवळून थंड प्रवाह वाहतात तेथील हवामान

थोडे थंड होते. लॅब्राडोर थंड प्रवाहामुळे न्यूफाऊंडलंड आणि कॅनडा येथील किनाऱ्यांच्या प्रदेशांत तापमान कमी होते. या उलट उष्ण प्रवाहामुळे किनाऱ्यावरील प्रदेशाचे तापमान वाढते. अटलांटिक महासागरातून आर्क्टिक महासागरात वाहणाऱ्या गल्फ प्रवाहामुळे युरोपच्या वायव्य किनाऱ्याजवळ तापमान वाढते. सहारा वाळवंटाजवळून कॅनरी हा थंड प्रवाह तर अॅटाकामा वाळवंटाजवळून हंबोल्ट हा थंड प्रवाह वाहत असल्याने या प्रवाहावरून वाहणाऱ्या वाऱ्याचे तापमान कमी होत असल्याने त्यांची बाष्पग्रहण शक्ती कमी होते म्हणजेच त्यांच्यापासून पाऊस पडू शकत नाही. जगातील प्रमुख वाळवंटी प्रदेशांच्या किनाऱ्याजवळून थंड प्रवाह वाहत असल्याने किनाऱ्यावर त्यांचा प्रभाव पडलेला आढळतो.

उष्ण व थंड समुद्र प्रवाह जेथे एकत्र येतात तेथे माशांचे खाद्य निर्माण होत असल्याने मासेमारीचा व्यवसाय जोरात चालतो.

एल निनो प्रवाह (El-Nino) – पॅसिफिक महासागरातील ताहीती बेट आणि पेरू देशाच्या किनारपट्टीजवळून वाहणारा एल निनो हा गरम पाण्याचा प्रवाह असून एल निनो हा शब्द मूळचा स्पॅनिश भाषेतील असून त्याचा अर्थ बालख्रिस्त होय. हा प्रवाह साधारण ख्रिसमस नंतर म्हणजे डिसेंबरनंतर वाहत असल्याने त्याचे नाव बाल येशू म्हणजे 'एल निनो' असे ठेवले. सर्वप्रथम पेरू देशाच्या जिओग्राफिक सोसायटीचे अध्यक्ष डॉ. लुईस कॅनान्झा यांनी १८११ मध्ये या प्रवाहाची दखल घेतली.

या प्रवाहाचा जोर फेब्रुवारी व मार्च महिन्यात जास्त असतो. ३° द. ते ३६° द. अक्षवृत्तापर्यंत पेरुच्या किनाऱ्यापासून १८९ किमी. अंतरावर विषुववृत्ताकडून दक्षिणेकडे जाणारा हा उष्ण प्रवाह हिवाळ्यात निर्माण होतो. एल निनो आल्यास मोसमी पाऊस भारत व शेजारील राष्ट्रांत कमी पडतो.

ला निना (LA-NINA) – 'ला निना' हा प्रवाह विषुववृत्तीय पॅसिफिक महासागरातील सागर जलाच्या सामान्य तापमान दरापेक्षा थंड असतो. 'ला निना' हा स्पॅनिश शब्द असून त्याचा अर्थ 'बालिका' (Little Girl) असा होतो.

ला निना हा पॅसिफिक महासागरातील पूर्वेकडून पश्चिमेकडे वाहणारा थंड प्रवाह आहे.

वारे – पृथ्वीवरील वायुदाबातील फरकामुळे वातावरणात हालचाली होतात. जास्त दाबाच्या प्रदेशाकडून कमी दाबाच्या प्रदेशाकडे भूपृष्ठावरून होणाऱ्या हवेच्या हालचालीस 'वारा' म्हणतात.

वाऱ्याचे प्रकार पुढील प्रमाणे आहेत.

  १) ग्रहीय वारे

  २) मान्सून वारे (नियमित वारे)

  ३) स्थानिक वारे

१) ग्रहीय वारे – पृथ्वी या गृहाच्या विस्तीर्ण प्रदेशात नियमितपणे वाहणाऱ्या वाऱ्यांना 'ग्रहीय वारे' असे म्हणतात.

ग्रहीय वाऱ्याचे प्रकार पुढील प्रमाणे आहेत.

  १) व्यापारी वारे

  २) प्रतिव्यापारी वारे

  ३) ध्रुवीय वारे

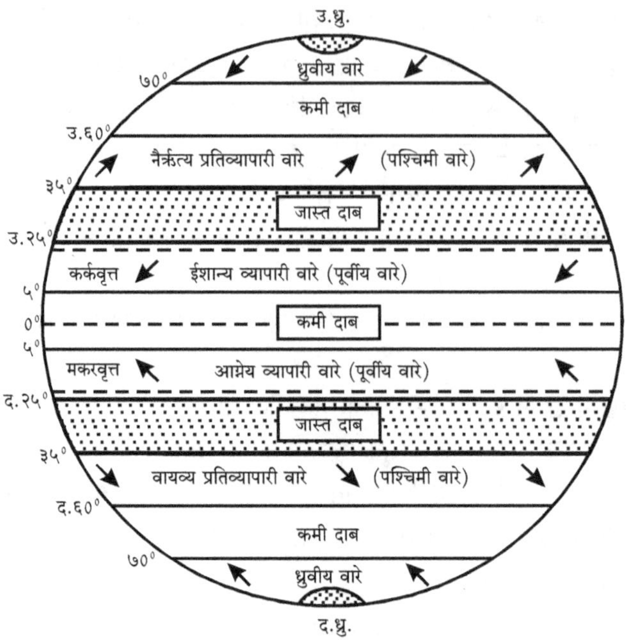

आकृती क्र. ३.५ हवेच्या दाबाचे पट्टे व ग्रहीय वारे

अ) व्यापारी वारे (Trade wind or Easterlies) – उत्तर व दक्षिण गोलार्धात २५° ते ३५° अक्षवृत्तदरम्यान कर्क व मकरवृत्तीय हवेच्या जास्त दाबाचे पट्टे आहेत. तेथून विषुववृत्ताजवळील ०° ते ५° उत्तर व दक्षिण अक्षवृत्तादरम्यान असणाऱ्या कमी दाबाच्या पट्ट्याकडे वाहणाऱ्या वाऱ्यांना 'व्यापारी वारे' असे म्हणतात. पूर्वीच्या काळी व्यापारासाठी जाणाऱ्या शिडांच्या जहाजांना सागरीय प्रवाहासाठी या वाऱ्यांचा उपयोग होत असे. व्यापारी वारे पूर्वेकडून पश्चिमेकडे वाहतात. म्हणून त्यांना पूर्वीय वारे (Easterlies) असे म्हणतात.

ब) प्रतिव्यापारी वारे (Antitrade winds or westerlies)– उत्तर व दक्षिण गोलार्धात २५° ते ३५° अक्षवृत्तादरम्यान जास्त दाबाच्या हवेचा पट्टा आहे. तेथून ध्रुववृत्ताजवळ ६०° ते ७०° उत्तर व दक्षिण अक्षवृत्ताच्या दरम्यान असणाऱ्या ध्रुववृत्तीय कमी दाबाच्या पट्ट्याकडे वाहणाऱ्या वाऱ्यांना 'प्रतिव्यापारी वारे' असे म्हणतात. दक्षिण गोलार्धामध्ये ४०° दक्षिण अक्षवृत्तापलीकडे भूप्रदेशाचा फारसा अडथळा नसल्याने वारे वेगाने वाहतात. त्यामुळे या वाऱ्यांतून विशिष्ट आवाज निर्माण होतो. म्हणून या वाऱ्यांना 'गरजणारे चाळीस वारे' (Roaring Forties) असे म्हणतात. ५०° दक्षिण अक्षवृत्ताच्या पलीकडे संपूर्ण सागरी प्रदेश असल्याने वाऱ्यांना कोणताच अडथळा नसतो. या भागात वारे अति वेगाने वाहतात व वारे उग्र स्वरूप धारण करतात. म्हणून या वाऱ्यांना 'खवळलेले पन्नास वारे' (Furious Fifties) किंवा 'शूर पश्चिमी वारे' (Bravest West Winds) असे म्हणतात.

क) ध्रुवीय वारे (Polar Winds) – ध्रुवाजवळील हवेच्या जास्त दाबाच्या प्रदेशाकडून ध्रुवाजवळ ६०° ते ७०° उत्तर व दक्षिण असणाऱ्या ध्रुववृत्तीय कमी दाबाच्या पट्ट्याकडे वाहणाऱ्या वाऱ्यांना 'ध्रुवीय वारे' असे म्हणतात. हे वारे पूर्वेकडून पश्चिमेकडे वाहतात, म्हणून त्यांना 'पूर्व ध्रुवीय वारे (Polar Easterlies wind)' असे म्हणतात.

२) मोसमी (मान्सून) वारे (नियमित वारे)– भूपृष्ठावर जे वारे उन्हाळ्यात आणि हिवाळ्यात म्हणजेच ऋतूमानानुसार आपल्या प्रवाहाची दिशा बदलतात, अशा वाऱ्यांना 'मोसमी वारे' असे म्हणतात. अरबी भाषेत 'मौसम' म्हणजे 'ऋतूमानानुसार दिशा बदलणारे वारे'. मोसमी वाऱ्यांचे ऋतूमानानुसार दोन प्रकार पडतात :

अ) **उन्हाळी मोसमी वारे–** नैर्ऋत्येकडून –ईशान्यकडे
ब) **हिवाळी मोसमी वारे–** ईशान्यकडून – नैर्ऋत्येकडे

३) स्थानिक वारे (Local Winds) – काही विशिष्ट प्रदेशांत तेथील स्थानिक परिस्थितीनुसार वारे निर्माण होतात. त्यांना 'स्थानिक वारे' म्हणतात. यात खारे वारे, मतलाई वारे, दरी वारे, डोंगर वारे या स्थानिक वाऱ्यांचा समावेश होतो.

▶ **महत्त्वाचे स्थानिक वारे**

जगातील पुष्कळशा भागात विशिष्ट स्थानिक परिस्थितीमुळे स्थानिक वारे निर्माण होतात. पुढील स्थानिक वारे विशिष्ट भागात विशिष्ट नावाने ओळखले जातात.

	वाऱ्याचे नाव	प्रदेश
उष्ण स्थानिक वारे	फॉन वारे	आल्पस पर्वत (युरोप)
	चिनूक वारे	रॉकी पर्वत (उ. अमेरिका)
	नॉर्वेस्टर्स व लू	उत्तर भारत
थंड स्थानिक वारे	बीरा	ग्रीनलंड
	मिस्ट्रल	फ्रान्स
	बुस्टर	न्यूझीलंड

सागरी जलाची क्षारता – (Salinity of Ocean Water) – सागरजलाची क्षारता १००० ग्रॅम पाण्यात किती ग्रॅम क्षार आहेत त्यावरून ठरविली जाते. त्यास 'सागरजलाची क्षारता किंवा लवणता' असे म्हणतात. सर्वसाधारणपणे सागरजलाची क्षारता ३५‰ असते. क्षारता मोजण्यासाठी लवणतामापक यंत्र (Salinometer) वापरले जाते.

संपूर्ण उत्तर गोलार्धाची क्षारता ३४‰ तर दक्षिण गोलार्धाची क्षारता ३५‰ आहे. कारण दक्षिण गोलार्धात सागराचा विस्तार जास्त असल्याने क्षारता जास्त आहे. विषुववृत्तीय प्रदेशात पर्जन्याचे प्रमाण जास्त असल्याने क्षारता कमी आहे. अटलांटिक महासागरात ३५.६७‰ क्षारता आहे. खंडांतर्गत समुद्रापैकी जगात सर्वांत जास्त क्षारता मृत समुद्रात २४०‰ आहे.

▶ **जगातील खंड व महासागर**

जग

	क्षेत्रफळ चौ.किमी.	क्षेत्रफळ %
जग	५१०,०००,०००	१००
भूभाग	१४९,०००,०००	२९.२२
जलभाग	३६१,०००,०००	७०.७८

खंड

नाव	क्षेत्रफळ (किमी.)	जगातील जमिनीच्या सरासरी %	एकूण देश
आशिया	४,४०,३०,०००	२९.५	४८
आफ्रिका	२,९७,८५,०००	२0.0	५४
उत्तर अमेरिका	२,४२,५५,०००	१६.३	२३
दक्षिण अमेरिका	१,७७,९८,०००	११.८	१२
अंटार्क्टिका	१,३३,३६,५००	९.६	–
युरोप	१,०४,९८,०००	६.२	५०
ऑस्ट्रेलिया	७६,८७,१२०	५.२	–

महासागर

नाव	क्षेत्रफळ (किमी.)²	सागरी क्षेत्र %	खोली	
			सरासरी मी.	सर्वाधिक खोली मी.
पॅसिफिक	१६,६२,४०,०००	४५.७	४,२८०	१,०९,०००
अटलांटिक	८,२३,६०,०००	२२.८	३,९२६	९,२१९
हिंदी	७,३५,५०,०००	२0.३	३,९६३	८,०४७
आर्क्टिक	१,३९,८०,०००	३.९	१,२०५	५,४४१

▶ जगातील प्रमुख नद्या

नदी	देश	लांबी (किमी.)
नाईल	आफ्रिका	६६९५
ऑमेझॉन	दक्षिण अमेरिका	६५१६
चँग जियांग	चीन/आशिया	६३८०
मिसिसिपी	अमेरिका	६३००
मिसुरी	उत्तर अमेरिका	६३००
हो–हँग–हो	आशिया/चीन	५४६४

▶ जगातील उंच शिखरे

शिखरे	स्थान	खंड	उंची (मी.)
माउंट एव्हरेस्ट	नेपाळ/तिबेट	आशिया	८८५०
के २ गॉडविन ऑस्टिन	भारत	आशिया	८६११
कांचनगंगा	भारत/नेपाळ	आशिया	८५८६
लोत्स	नेपाळ/चीन	आशिया	८५१६
मकालू	तिबेट/नेपाळ	आशिया	८४६३
धवलगिरी	नेपाळ	आशिया	८१६७
नंगा पर्वत	भारत	आशिया	८१२५

▶ जगातील खनिज निर्यातदार देश

निर्यात वस्तू	मुख्य निर्यात करणारे देश
ॲल्युमिनिअम	अमेरिका
कोळसा	अमेरिका
कॉफी	ब्राझील
तांबे	अमेरिका
सोने	दक्षिण आफ्रिका
लोखंड	अमेरिका
ज्यूट	बांगलादेश
मँगेनीज	रशिया
अभ्रक	भारत
तांदूळ	चीन
रबर	मलेशिया
चांदी	मेक्सिको
साखर	इंडोनेशिया
गहू	अमेरिका
लोकर	ऑस्ट्रेलिया

▶ जगातील महत्त्वपूर्ण पर्वतरांगा

नाव	खंड
हिमालय	आशिया
अँडीज	दक्षिण अमेरिका
आल्प्स	युरोप
रॉकी	उत्तर अमेरिका

▶ जगातील महत्त्वपूर्ण ज्वालामुखी पर्वत

नाव	उंची (मी.)	देश	स्थान
ओसोज डेल सॅलॅडो	७०८४	अर्जेंटिना	अँडीज
ग्वालातिरी	६०६०	चिली	अँडीज
कोटोपाक्सी	५८९७	इक्वेडोर	अँडीज
लस्कर	५६४१	चिली	अँडीज
तुपुन्गॅटिटो	५६४०	चिली	अँडीज
सेन्गे	५२३०	इक्वेडोर	अँडीज

▶ जगातील प्रमुख धबधबे

नाव	स्थान	नदी	उंची (मी.)
एंजेल	व्हेनेझुएला	रियो केरिनो	९७९
तुगेला	दक्षिण आफ्रिका	तुगेला	९४७
उटीकॉर्ड	नॉर्वे	हिमप्रवाह	८००
मॉंगे	नॉर्वे	मॉंगबेक	७७४
योसेमीट	कॅलिफोर्निया	योसेमीट खाडी	७३९

▶ जगातील प्रमुख वाळवंट

नाव	देश	क्षेत्रफळ
सहारा	उत्तर आफ्रिका	९,०६५,०००
गोबी	मंगोलिया (चीन)	१,२९५,०००
कलहरी	दक्षिण आफ्रिका	५८२,०००
व्हिक्टोरिया	ऑस्ट्रेलिया	३३८,५००
महावाळवंट	ऑस्ट्रेलिया	३३८,५००

▶ जगातील गवताळ प्रदेश

नाव	स्थान
प्रेअरी	उत्तर अमेरिका
पंपास	दक्षिण अमेरिका
स्टेप्स	युरोप
डाउन्स	ऑस्ट्रेलिया
व्हेल्ड	दक्षिण आफ्रिका

● **या प्रकरणावरील काही महत्त्वाचे प्रश्न.**

१) महाराष्ट्रात .... नदीची लांबी सर्वात कमी आहे.

१) गोदावरी २) तापी ३) कृष्णा ४) नर्मदा

२) 'श्रीशैल्यम जल-विद्युत् प्रकल्प' कोणत्या नदीवर बांधलेला आहे?

१) कृष्णा २) तुंगभद्रा ३) कावेरी ४) गोदावरी

३) भाटघर धरण कोणत्या नदीवर बांधलेले आहे?

१) प्रवरा २) भीमा ३) कृष्णा ४) वेलवंडी

४) उत्तर महाराष्ट्रातील दुष्काळग्रस्त प्रदेश .... आहे.

१) नाशिक २) मुंबई ३) सोलापूर ४) धुळे

५) महाराष्ट्रात भारताच्या सर्व दिशांनी स्थानांतर होत असते. या बाबतीत खालीलपैकी कोणते विधान सत्य आहे?

१) महाराष्ट्रात होणारी $\frac{१}{३}$ स्थानांतरे ही बिहारमधून होतात.

२) बंगालमधून येणारे ३०%पेक्षा जास्त स्थानांतरित पुरुष मुंबई उपनगर व ठाणे जिल्ह्यात येतात.

३) पुण्यात येणारे बहुसंख्य स्थानांतरित पुरुष उत्तर कर्नाटकमधून येतात.

४) नागपूरमध्ये येणारे स्थानांतरित पुरुष तमिळनाडूतून येतात.

६) महाराष्ट्र राज्याचा प्रमुख जलविभाजक पर्वत कोणता आहे?

१) सातपुडा पर्वत २) अजिंठ्याचे डोंगर ३) सह्याद्री पर्वत ४) यांपैकी कोणताही नाही.

७) महाराष्ट्रातील खालीलपैकी कोणत्या एका प्रशासकीय विभागात ज्वारीचे उत्पादन सर्वाधिक आहे?

१) पुणे २) औरंगाबाद ३) अमरावती ४) नागपूर

८) महाराष्ट्राने भारताचे .... क्षेत्रफळ व्यापले आहे.

१) ५% २) ९% ३) १०% ४) ६%

९) कृषि हवामानानुसार महाराष्ट्राचे किती विभाग पाडण्यात आले आहेत?

१) ७ २) ९ ३) १२ ४) १६

१०) भारतात पर्यावरण व वन मंत्रालय आणि आय.आय.टी. दिल्ली यांनी एकत्रितपणे देशातील प्रदूषित शहरांचे सर्वेक्षण केले आहे. या सर्वेक्षणानुसार महाराष्ट्रातील उतरत्याक्रमातील प्रदूषित शहरे कोणती?

१) चंद्रपूर-डोंबिवली-औरंगाबाद-तारापूर २) चंद्रपूर-औरंगाबाद-डोंबिवली-तारापूर

३) तारापूर-औरंगाबाद-चंद्रपूर-डोंबिवली ४) तारापूर-चंद्रपूर-औरंगाबाद-डोंबिवली

११) खालीलपैकी कोणत्या पिकासाठी इक्रिसॅट तंत्रज्ञान प्रामुख्याने जास्त फायदेशीर आहे?

१) ऊस २) गहू ३) भात ४) भुईमूग

१२) 'ताडोबा' व्याघ्रप्रकल्प कोणत्या जिल्ह्यात आहे?

१) बुलढाणा २) चंद्रपूर ३) गडचिरोली ४) कोल्हापूर

१३) जगातील सर्वात जास्त भूकंपप्रणव क्षेत्र .... आहे.

१) जपान २) भारत ३) सायबेरीया ४) थायलंड

१४) महाराष्ट्रातील खालीलपैकी कोणता प्रदेश तलावांचा प्रदेश म्हणून ओळखला जातो?

१) कोकण २) दक्षिण महाराष्ट्र ३) मराठवाडा ४) पूर्व विदर्भ

१५) आजच्या अनेक खंडांच्या निर्मितीच्या अगोदर एकजिनसी खंड होता. त्याचे नाव काय होते?

१) गोंडवाना २) लॉरेंशिया ३) पँजिया ४) टेथिस

१६) मेळघाट व्याघ्रप्रकल्पामुळे कोणत्या प्रदेशातील वन्य पशुसंवर्धन होते?

१) कोकण २) मराठवाडा ३) खानदेश ४) विदर्भ

१७) भूकंपाच्या धक्क्यापासून संरक्षण करण्यासाठी बांधण्यात येणाऱ्या इमारतीचे बांधकाम हे .... या प्रकारचे असावे लागते.

१) दगडी भिंतींचे बांधकाम २) जाड विटांच्या भिंतींचे बांधकाम

३) आर.सी.सी. सांगाडा पद्धतीचे बांधकाम ४) वजन तोलणाऱ्या भिंतींचे बांधकाम

१८) 'जागतिक पर्यावरण दिन' .... या दिवशी साजरा केला जातो.

१) ५ जून २) २१ जून ३) २२ एप्रिल ४) ६ नोव्हेंबर

१९) पुढीलपैकी कोणत्या गटातील नद्या बंगालच्या उपसागरास जाऊन मिळतात?

१) गंगा, साबरमती, महानदी २) तापी, कावेरी, पेन्नार

३) गोदावरी, ब्रह्मापुत्रा, गंगा ४) नर्मदा, कृष्णा, इंद्रावती

२०) खालील वैशिष्ट्ये कोणत्या भूकंप लहरींची आहेत?

१) भूकंप केंद्रापासून सरळ दिशेने प्रवास करणे आणि भूपृष्ठावर येणे.

२) जास्त घनतेच्या भागातून जाताना वेग वाढणे.

३) द्रव पदार्थांतून जाताना वेग मंदावणे.

१) प्राथमिक लहरी २) दुय्यम लहरी ३) भूपृष्ठ लहरी ४) सामान्य लहरी

२१) 'गंगापूर प्रकल्प' कोणत्या नदीवर आहे?

१) तापी २) गोदावरी ३) भीमा ४) कृष्णा

२२) खालीलपैकी कोणती पर्वतीय रांग नर्मदा आणि तापी खोरे यांमधील जलविभाजक आहे?

१) अरवली २) विंध्य ३) सातपुडा ४) सह्याद्री

२३) कोणत्या केंद्रशासित प्रदेशाला गुजरात आणि महाराष्ट्राच्या सीमांनी वेढले आहे?

१) दमण व दीव २) दादरा व नगरहवेली ३) लक्षद्वीप ४) पाँडिचेरी

२४) .... ला मध्यरात्रीच्या सूर्याची भूमी म्हणतात.

१) कोरिया २) फिनलंड ३) नॉर्वे ४) कॅनडा

२५) २५०० मिमी. पावसाची नोंद कुठे झालेली नाही?

१) रायगड जिल्ह्यातील माथेरान व कर्जत येथे

२) रत्नागिरी जिल्ह्यातील मंडणगड व लांजा येथे

३) सिंधुदुर्ग जिल्ह्यातील आंबोली व कणकवली येथे

४) पुणे जिल्ह्यातील खंडाळा व लोणावळा येथे

५) कोल्हापूर जिल्ह्यातील गगनबावडा व राधानगरी येथे

१) १ आणि २ २) २ आणि ५

३) १ आणि ५ ४) वरील कोणताही पर्याय योग्य नाही.

२६) वातावरणातील बदलाची हालचाल कोणत्या स्तरावर घडते?

१) स्ट्रटोस्पिअर २) ट्रोपोस्पिअर ३) आयनोस्पिअर ४) लिथोस्पिअर

२७) पनामा कालव्याने कोणते दोन सागर जोडले आहेत?

   १) हिंदी महासागर व प्रशांत महासागर   २) प्रशांत महासागर व अटलांटिक महासागर

   ३) हिंदी महासागर व भूमध्य समुद्र   ४) भूमध्य समुद्र व अटलांटिक महासागर

२८) ठिबक सिंचन पद्धतीत पाणी देण्याची कार्यक्षमता किती टक्के असते?

   १) 30-४० टक्के   २) ५०-६० टक्के   ३) ७०-८० टक्के   ४) ९०-९५ टक्के

२९) खालील जोड्यांपैकी कोणती एक जोडी बरोबर आहे?

   १) गोदावरी-जायकवाडी २) प्रवरा-सिद्धेश्वर   ३) मुळा-येलदरी   ४) बिंदुसरा-मुळशी

३०) पृथ्वीचा केंद्रभाग कोणत्या नावाने ओळखला जातो?

   १) सिआल   २) सायमा   ३) निफे   ४) शिलावरण

३१) महाराष्ट्रात सिंचनाखालील एकूण क्षेत्र लागवडीखालील एकूण क्षेत्राच्या .... टक्क्याने कमी आहे.

   १) 20   २) 30   ३) ३५   ४) ३८

३२) महाराष्ट्राने भारताचा .... प्रदेश व्यापलेला आहे.

   १) ६ टक्के   २) ५ टक्के   ३) ९ टक्के   ४) १० टक्के

३३) महाराष्ट्राच्या वायव्य भागात .... च्या सीमारेषा आहेत.

   १) मध्यप्रदेश   २) आंध्रप्रदेश

   ३) गुजरात राज्य व दादरा नगर हवेली   ४) कर्नाटक व गोवा

३४) खालीलपैकी कोणत्या गोष्टींची नोंद सिस्मोग्राफद्वारे केली जाते?

   १) भूकंपाचे धक्के   २) पावसाचे प्रमाण (टक्केवारी)

   ३) योग्य वेळ   ४) हवेचा दाब

३५) पृथ्वीचे भूकवच आणि मध्यावरण यांच्या दरम्यान .... विलगता आढळते.

   १) मोहोरव्हिसीक   २) गटेनबर्ग   ३) विचर्ट   ४) भूभौतिक

३६) महाराष्ट्रातील कोणत्या जिल्ह्यात सर्वात जास्त जंगलाखाली क्षेत्र आहे?

   १) रत्नागिरी   २) गडचिरोली   ३) भंडारा   ४) चंद्रपूर

३७) खालीलपैकी कोणते ठिकाण लाकडी खेळण्यांसाठी प्रसिद्ध आहे?

   १) वेंगुर्ले   २) मालवण   ३) सावंतवाडी   ४) कणकवली

३८) २००१च्या जनगणनेनुसार दर हजारी पुरुषांमागे स्त्रियांचे प्रमाण .... होते.

   १) ९३३   २) ९३०   ३) ९२७   ४) ९३७

३९) कोकण रेल्वे महाराष्ट्राच्या किती जिल्ह्यांतून धावते?

   १) ४ जिल्हे   २) ५ जिल्हे   ३) ६ जिल्हे   ४) ३ जिल्हे

४०) 'व्ही' आकाराच्या दऱ्या, घळई, जलप्रपात ही भूरूपे पुढीलपैकी कोणत्या कारकामुळे निर्माण होतात?

   १) नदी   २) हिमनदी   ३) समुद्रलाटा   ४) भूमिगत पाणी

४१) संपूर्ण महाराष्ट्राचे हवामान एका प्रकारचे आहे -

   १) उष्ण कटिबंधीय हवामान   २) विषुववृत्तीय हवामान

   ३) भूमध्य सागरी हवामान   ४) समशीतोष्ण कटिबंधीय हवामान

४२) पुढीलपैकी कोणत्या शहरात पहिली वनसंशोधन संस्था स्थापन झाली?

   १) बंगळुरू   २) हैदराबाद   ३) चंद्रपूर   ४) डेहराडून

४३) पुढीलपैकी कोणती विद्युत् पारस येथे निर्माण केली जाते?

    १) जलविद्युत्   २) अणु विद्युत्   ३) औष्णिक विद्युत्   ४) यांपैकी कोणतीही नाही

४४) महाराष्ट्रातील पुढीलपैकी कोणता एक विभाग संत्रीविभाग म्हणून ओळखला जातो?

    १) मराठवाडा   २) कोकण   ३) पुणे   ४) नागपूर

४५) खाली काही खनिजे व त्यांची खाणकाम स्थाने यांच्या जोड्या दिल्या आहेत. त्यांपैकी कोणती जोडी चूक आहे?

    १) सोने-हत्ती   २) पायराइट-अमजोर   ३) टंगस्टन-डेगना   ४) निकेल-कामटी

४६) खालीलपैकी कोणता जिल्हा 'तलावांचा प्रदेश' म्हणून ओळखला जातो?

    १) गडचिरोली   २) भंडारा   ३) चंद्रपूर   ४) वर्धा

४७) .... हे महाराष्ट्रातील पहिले कृषी महाविद्यालय होय.

    १) पुणे कृषी महाविद्यालय   २) नागपूर कृषी महाविद्यालय

    ३) अकोला कृषी महाविद्यालय   ४) राहुरी कृषी महाविद्यालय

४८) कोरकू ही अनुसूचित जमात .... मध्ये राहते.

    १) कोकण   २) मेळघाट   ३) ताडोबा   ४) सह्याद्री

४९) पुढीलपैकी महाराष्ट्रातील सर्वात मोठी नदी कोणती?

    १) गोदावरी   २) कृष्णा   ३) वैनगंगा   ४) वर्धा

५०) छोटा नागपूर पठार व शिलाँग पठार यांच्या दरम्यानचा प्रदेश खालीलपैकी कोणत्या प्रकारचा आहे?

    १) खचदरीचा   २) गंगेच्या खनन कार्यामुळे तयार झालेला

    ३) अधोभ्रंशीत प्रदेशाचा   ४) गंगेच्या गाळाच्या संचयनातून अधोवक्रित झालेला

५१) पुढीलपैकी कोणत्या एका जिल्ह्यात सर्वाधिक तांदूळ उत्पादन होते?

    १) वर्धा   २) चंद्रपूर   ३) गडचिरोली   ४) भंडारा

५२) भारतातील कोणत्या शहरात भूमिगत रेल्वेमार्ग सुरू करण्यात आला आहे?

    १) मुंबई   २) वाराणसी   ३) कोलकाता   ४) चंदीगढ

५३) २१ जून व २२ डिसेंबर या दिवसांना .... म्हणतात.

    १) शरद संपात   २) वसंत संपात   ३) विषुवदिन   ४) अयनदिन

५४) कोणत्या प्रक्रियेतून हिमालय पर्वत निर्माण झाला?

    १) भ्रंश   २) घड्या   ३) दरडी कोसळणे   ४) ज्वालामुखी उद्रेक

५५) कायमस्वरूपी व हंगामी हिमाच्छादित प्रदेशाच्या दरम्यानचा प्रदेश कोणत्या नावाने ओळखतात?

    १) हिमक्षेत्र   २) हिमटोपी   ३) हिमनदी   ४) वरीलपैकी नाही

५६) कोणती नदी महाराष्ट्र, गुजरात व मध्यप्रदेशातून वाहते?

    १) तापी   २) नर्मदा   ३) गोदावरी   ४) चंबळ

५७) सुंदरबनची निर्मिती कोणत्या मृदेच्या संचयनाने झाली?

    १) लाल माती   २) गाळाची माती   ३) रेगुर माती   ४) यांपैकी एकही नाही

५८) भारतातील दक्षिण रेल्वे विभागाचे मुख्यालय कोणते?

    १) चेन्नई   २) हैदराबाद   ३) सिकंदराबाद   ४) कोलकाता

५९) कोणत्या दोन ठिकाणांच्या दरम्यान भारतातील पहिला रेल्वे मार्ग तयार केला गेला?

    १) ठाणे-बेलापूर   २) आपटा-रोहा   ३) मुंबई-ठाणे   ४) मुंबई-पुणे

६०) गुजरातमध्ये कोणते बंदर सर्वात महत्त्वाचे आहे?

    १) पोरबंदर   २) सुरत   ३) कांडला   ४) दीव

६२) कोणत्या धातूमुळे जास्त मोटारगाड्या असलेल्या शहरात हवेचे प्रदूषण निर्माण होते?

    १) तांबे   २) क्रोमियम   ३) लोखंड   ४) शिसे

६३) लोकसंख्येचा वार्षिक वाढीच्या प्रमाणाचा १० वर्षांचा काळ धरता चांगला दर्शक कोणता?

    १) अंकगणितीय वार्षिक वाढीचे प्रमाण   २) उत्तरोत्तर सुधारीत जाणारे वाढीचे प्रमाण

    ३) सरासरी वार्षिक प्रतिनिधीरूप वाढीचे प्रमाण   ४) दहा वर्षीय वाढ भागिले दहा

६४) सर्वसाधारणत: महाराष्ट्रात बाजरीचे पीक कोणत्या हंगामात घेतले जाते?

    १) खरीप   २) रब्बी   ३) उन्हाळी   ४) हिवाळी

६५) खालीलपैकी कोणत्या तीर्थक्षेत्राच्या ठिकाणी नदीने विशिष्ट असा अर्धवर्तुळाकार आकार घेतल्याने नदीचे तसे नाव पडले आहे?

    १) देहू   २) आळंदी   ३) पंढरपूर   ४) नाशिक

६६) शेतातील तणाचा नाश करण्यासाठी कोणत्या रसायनाचा उपयोग करतात?

    १) २-४ डी   २) रोगार रसायन द्रवरूप जंतुनाशक खत

    ३) बी.एच.सी.   ४) डी.डी.टी.

६७) कोणते पीक सांगली, सातारा, कोल्हापूर जिल्ह्यातील शेतकरी नव्याने घेऊ लागले आहेत?

    १) ऊस   २) सोयाबिन   ३) भुईमूग   ४) मका

    १) फक्त १   २) फक्त २   ३) १ आणि २   ४) ३ आणि ४

६८) बाष्पीभवनाचे प्रमाण कोणत्या बाबीवर जास्त अवलंबून असते?

    १) आर्द्रता   २) हवेचे प्रमाण   ३) वाऱ्याचा वेग   ४) सर्व बरोबर

६९) महाराष्ट्र कृष्णा खोरे विकास महामंडळाचे मुख्यालय कोठे आहे?

    १) पुणे   २) कोल्हापूर   ३) सांगली   ४) सातारा

७०) पुढीलपैकी कोणते विधान चुकीचे आहे?

    १) महाराष्ट्राच्या लोकसंख्यावाढीचा वेग भारतापेक्षा कमी आहे.

    २) लोकसंख्या व क्षेत्रफळ दोन्ही बाबतीत महाराष्ट्र दुसऱ्या क्रमांकावर आहे.

    ३) महाराष्ट्राची लोकसंख्या दुप्पट होण्यास सन १९०१पासून ६० वर्षे लागली.

    ४) १९६१पासून ४० वर्षांत महाराष्ट्राची लोकसंख्या दुपटीपेक्षा अधिक झाली.

७१) खालील पिकांपैकी कोणते पीक तुषार सिंचन पद्धतीने पाणी देण्यास फायदेशीर नाही?

    १) गहू   २) तंबाखू   ३) भुईमूग   ४) कापूस

७२) पर्यावरणाचा समतोल राखण्यासाठी एकूण भौगोलिक क्षेत्राचा कितवा भाग जंगलाखाली (वनाखाली) असावा?

    १) $\frac{२}{३}$ भाग   २) $\frac{१}{३}$ भाग   ३) $\frac{१}{४}$ भाग   ४) $\frac{१}{५}$ भाग

७३) भारताच्या समुद्रकिनाऱ्याची एकूण लांबी किती किलोमीटर आहे?

१) ५६०० किमी.   २) ६२५० किमी.   ३) ७२५० किमी.   ४) ८०८५ किमी.

७४) केरळमध्ये खाडीलगतच्या काही भातशेतीच्या जमिनीत जेव्हा भात लावला नसेल तेव्हा अशा शेतजमिनी मत्स्य संवर्धनाकरिता वापरल्या जातात. अशा जमिनींना खालीलपैकी कोणत्या नावाने ओळखतात?

१) गझनी जमीन   २) खार जमीन

३) भात जमीन   ४) वरीलपैकी कोणतीही नाही

७५) भारतातील स्थानांतरित लोकसंख्येच्या बाबतीत खालीलपैकी कोणते विधान/विधाने योग्य आहे/आहेत?

१) भारतातील २५% गरीब लोकसंख्या शहरात राहते.

२) भारतातील शहरी ते शहरी व शहरी ते ग्रामीण स्थानांतरित लोकसंख्येपेक्षा ग्रामीण ते शहरी लोकसंख्येचे स्थानांतराचे प्रमाण जास्त आहे.

३) भारतातील स्थानांतरित होणाऱ्या लोकसंख्येच्या उतरत्या क्रमानुसार शहरी केंद्रे कोलकाता, मुंबई, दिल्ली अशी आहेत.

४) भारतांतर्गत सर्वात जास्त लोकसंख्येचे स्थानांतर विवाहामुळे होते.

योग्य पर्याय निवडा :

१) १, २ आणि ३   २) २ आणि ३   ३) १ आणि ३   ४) १, २ आणि ४

७६) खोल समुद्रातील मासेमारी मोठ्या प्रमाणावर न करण्यामागे कोणते प्रमुख कारण आहे?

१) सरकार खोल समुद्रातील मासेमारीला परवानगी देत नाही.

२) हे काम अति जोखमीचे आहे.

३) हे काम आर्थिकदृष्ट्या न परवडणारे आहे.

१) फक्त १ बरोबर   २) फक्त २ बरोबर   ३) फक्त ३ बरोबर   ४) सर्व बरोबर

७७) जगातील .... देश क्षेत्रफळाच्या दृष्टीने सर्वात मोठा आहे.

१) अमेरिका   २) कॅनडा   ३) रशिया   ४) चीन

७८) सोव्हिएत युनियनने अवकाशात सोडलेली अंतरिक्ष प्रयोगशाळा मार्च २००१मध्ये नष्ट झाली. तिचे नाव काय होते?

१) स्पुटनिक   २) अपोलो सोयुझ   ३) साल्युत   ४) मिर

७९) छत्तीसगड या राज्याची राजधानी कोणती?

१) रायपूर   २) बरेली   ३) दुर्गापूर   ४) जगदाळपूर

८०) एखाद्या अक्षवृत्तावर एखाद्या ठिकाणी पोहोचणारी सौरशक्ती वर्षांत निरनिराळी असते कारण-

१) ऋतूपरत्वे सूर्यकिरणांनी पृथ्वीच्या पृष्ठभागाशी केलेला कोन बदलतो.

२) दिवसाची लांबी बदलते.

३) सूर्यापासून पृथ्वीचे अंतर बदलते.

४) वरील सर्व

८१) भामरागड भागात डॉ. प्रकाश आमटे कोणत्या आदिवासी लोकांमध्ये काम करतात?

१) वारली   २) माडिया गोंड   ३) कातकरी   ४) भिल्ल

८२) वातावरणातील ओझोन वायूच्या थराचे प्रमाण खालील दिल्यापैकी कोणत्या एका वायूमुळे घटते आहे?

१) कार्बन डायऑक्साइड

२) सल्फर डाय ऑक्साइड

३) नायट्रोजन ऑक्साइड

४) क्लोरो फ्युरो कार्बन

८३) पुणे येथील वायुप्रदूषण हे पुढीलपैकी कोणत्या एका प्रमुख कारणामुळे घडून येते?

१) रासायनिक कारखाने

२) लोकसंख्येत वाढ

३) कापडगिरण्यांतील धूर

४) स्वयंचलित वाहनांतून निघणारा धूर

८४) ऊर्जाग्रामच्या संकल्पनेत .... ही गोष्ट गृहीत धरली आहे.

१) घरगुती कामासाठी LPG वापरणे.

२) महाऔष्णिक (Superthermal) विद्युत्‌निर्मिती केंद्र निर्माण करणे.

३) स्थानिक व पुनर्चक्रीकरण स्रोतांपासून (Renewable Sources) ऊर्जानिर्मिती करणे.

४) ऊर्जाबचत व ऊर्जा-व्यवस्थापन करणे.

१) १ आणि २ बरोबर   २) फक्त ३ बरोबर   ३) वरील सर्व बरोबर   ४) वरीलपैकी सर्व चूक

८५) वातावरणातील खालीलपैकी कोणत्या एका थरातील खालच्या भागात उंचीपरत्वे तापमान कमी होत नाही?

१) तपांबर

२) स्थितांबर

३) आयनांबर

४) वरीलपैकी एकही नाही

८६) भारतीय प्रमाण वेळ या ठिकाणी मोजतात –

१) मिर्झापूर

२) मिरज

३) मीरत

४) मेहसाणा

८७) लोकांचे ग्रामीण भागातून शहरी भागात स्थलांतर होण्याचे .... हे प्रमुख कारण आहे.

१) शहराचे आकर्षण

२) रोजगार मिळण्याची संधी

३) मनोरंजनाच्या सोयी

४) विकासाच्या संधी

८८) क्षेत्रफळाचा विचार केल्यास भारतात महाराष्ट्र राज्य .... क्रमांकाचे राज्य आहे.

१) ५वे

२) ४थे

३) २रे

४) ३रे

८९) महाराष्ट्रातील कोणता जिल्हा आकाराने सर्वात लहान, पण लोकसंख्येने मोठा आहे?

१) जालना

२) लातूर

३) मुंबई

४) गडचिरोली

९०) पुढीलपैकी कोणते एक विधान उंचीपरत्वे सरासरी तापमानात होणारी घट बरोबर दर्शविते?

१) 1^0 से. दर १६० मी.

२) 1^0 से. दर १७० मी.

३) 10^0 से. दर १०० मी.

४) 1^0 से. दर २६० मी.

९१) पुढीलपैकी कोणाला सह्याद्री म्हणून ओळखतात?

१) पूर्व घाट

२) पश्चिम घाट

३) हिमालय

४) शिवालिक

९२) पुढीलपैकी कोणते सरोवर निसर्गाचा चमत्कार म्हणून ओळखले जाते?

१) बोदलकसा

२) तानसा

३) ताडोबा

४) लोणार

९३) ब्रॉड गेज लोहमार्गाची रुंदी किती मि.मी. असते?

१) ७६२ मि.मी.

२) १००० मि.मी.

३) १६७० मि.मी.

४) १८०० मि.मी.

९४) भारतात पडणाऱ्या पावसापैकी बहुतांश पाऊस हा .... प्रकारचा आहे.

१) ईशान्य मान्सून

२) वायव्य मान्सून

३) नैर्ऋत्य मान्सून

४) आग्नेय मान्सून

९५) योग्य जोड्या लावा.

यादी १ (वारे)	यादी २ (स्थान)
अ) गरजणारे चाळीस	१) ५०° द. अक्षवृत्त
ब) शूर पश्चिमी वारे	२) ५° उ. ते ५° द. अक्षवृत्त
क) उन्मत्त साठ	३) ४०° द. अक्षवृत्त
ड) निर्वात पट्टा (Doldrums)	४) ६०° द. अक्षवृत्त

१) अ-१, ब-२, क-४, ड-२   २) अ-३, ब-१, क-४, ड-२

३) अ-४, ब-३, क-२, ड-१   ४) अ-१, ब-२, क-३, ड-४

९६) 'राष्ट्रीय पर्यावरण अभियांत्रिकी संशोधन संस्था' ही महाराष्ट्रात पुढीलपैकी कोणत्या ठिकाणी स्थापलेली आहे?

१) नागपूर   २) औरंगाबाद   ३) नाशिक   ४) पुणे

९७) नदीच्या पाण्याच्या प्रदूषणाचे प्रमाण द्रव्य प्राणवायूच्या मूल्यांकनाने मोजतात. कोणत्या शहरात गंगा सर्वात जास्त प्रदूषित आहे?

शहराचे नाव	द्राव्य प्राणवायू मूल्यांक
१) वाराणसी	७ मिग्रॅ./लिटर
२) पाटणा	८.९ मिग्रॅ./लिटर
३) कानपूर	८.१ मिग्रॅ./लिटर
४) कोलकाता	७.८ मिग्रॅ./लिटर

९८) महाराष्ट्र शासनाची जल व भूमी व्यवस्थापन ही संस्था खाली दिलेल्यापैकी कोणत्या ठिकाणी स्थापन करण्यात आली आहे?

१) नागपूर   २) औरंगाबाद   ३) पुणे   ४) अमरावती

९९) नेहमीच्या इमारतीच्या बांधकामासाठी सर्वसाधारणपणे वापरण्यात येणाऱ्या सिमेंटचा प्रकार खाली दिल्यापैकी कोणता एक आहे?

१) रॅपिड हार्डनिंग सिमेंट २) व्हाईट सिमेंट   ३) लो हिट सिमेंट   ४) ऑर्डिनरी पोर्टलँड सिमेंट

१००) खालीलपैकी कोणती भारतीय नदी पुढील दहा वर्षांत नष्ट होण्याच्या मार्गावरील नद्यापैकी एक आहे?

१) यमुना   २) गंगा   ३) गोदावरी   ४) कृष्णा

१०१) महाराष्ट्रामध्ये खाली दिल्यापैकी कोणत्या सरासरी दर चौ.किमी.मध्ये मीटरमध्ये एक 'टपाल कार्यालय' स्थापिले आहे?

१) २२.१७ चौ.किमी.   २) २४.७७ चौ.किमी.

३) २३.७७ चौ.किमी.   ४) गुरुत्वाकर्षणाच्या विरोधात हादरे

१०२) महाराष्ट्रामध्ये सामान्यतः आढळणारा बांधकामाचा दगड .... आहे.

१) संगमरवर   २) सँड स्टोन   ३) काळा ट्रॅप पत्थर   ४) शहाबाद स्टोन

१०३) भारतातील कोणत्या राज्यात जास्तीत जास्त खनिज उत्पादन मिळते?

१) उत्तर प्रदेश   २) बिहार   ३) पंजाब   ४) हरियाणा

१०४) पृथ्वीचे सूर्यापासूनचे अंतर अंदाजे किती आहे?

१) २०० दशलक्ष किमी.   २) २२७ दशलक्ष किमी.

३) २४० दशलक्ष किमी.   ४) २५० दशलक्ष किमी.

१०५) खालील विधानांचा नीट विचार करा.

भारतातील जैवविविधतेची कारणे कोणती?

१) हवामान स्थितीमधील विविधता   २) अफाट मानवी लोकसंख्या

३) देशाचे स्थान आणि विस्तार   ४) भूगर्भरचनेतील बदल

कोणती विधाने बरोबर आहेत?

१) १, २ आणि ३   २) २, ३ आणि ४   ३) १, ३ आणि ४   ४) २, ४ आणि १

१०६) खालीलपैकी कोणते पीक महाराष्ट्रात खरीप व रब्बी अशा दोन्ही हंगामात घेतले जाते?

१) गहू   २) बाजरी   ३) ज्वारी   ४) तांदूळ

१०७) पुढे दिलेल्या 'अ' व 'ब' ह्या दोन्ही विधानांचा विचार करून त्यांच्यातील परस्परसंबंध स्पष्ट करणारा आवश्यक पर्याय निवडा.

अ) खतांच्या किमती आणि त्यांच्यावर दिली जाणारी सूट ह्या धोरणाचे परीक्षण केले पाहिजे.

ब) खतावर दिल्या जाणाऱ्या आर्थिक सवलतीमुळे अंदाजपत्रकावर ताण पडत आहे.

१) 'अ' व 'ब' हे दोन्ही बरोबर आहेत आणि 'ब' हे 'अ' चे अचूक कारण आहे.

२) 'अ' व 'ब' हे दोन्ही बरोबर आहेत, पण 'ब' हे 'अ' चे अचूक कारण नाही.

३) 'अ' बरोबर आहे, पण ब चूक आहे.

४) 'अ' चूक आहे, पण ब बरोबर आहे.

१०८) भारतामध्ये लोह-पोलादचा पहिला आधुनिक कारखाना कुठे सुरू झाला?

१) दुर्गापूर   २) जमशेदपूर   ३) बर्नपूर   ४) बोकारो

१०९) खालीलपैकी कोणती नदी तापी नदीची प्रमुख उपनदी आहे?

१) कृष्णा   २) कोयना   ३) गिरणा   ४) वारणा

११०) खालीलपैकी कोणती एक जोडी बरोबर जुळते?

१) १९६३ – वन्यजीव संरक्षण कायदा.

२) १९८३ – हत्ती/गजराज प्रकल्प.

३) १९९३ – सुसर/मगर प्रसवण/निपजवन प्रकल्प.

४) वरीलपैकी एकही नाही.

१११) खालीलपैकी कोणत्या जिल्ह्यात महाराष्ट्रातील लोणार सरोवर निर्माण झाले आहे?

१) जळगाव   २) बुलढाणा   ३) अकोला   ४) भंडारा

११२) भारताने राजस्थानमध्ये खालीलपैकी कोणत्या जिल्ह्यात पोखरण अण्वस्त्र चाचणी स्फोट केलेले आहेत?

१) बारमेर   २) बिकानेर   ३) जयसेलमेर   ४) अजमेर

११३) खाली दिलेल्या भारतातील राज्यांपैकी कोणते राज्य १९९३-९४ या वर्षात गोड्या पाण्यातील मत्स्योत्पादनात अग्रेसर राहिलेले आहे?

१) तमिळनाडू   २) आंध्र प्रदेश   ३) महाराष्ट्र   ४) पश्चिम बंगाल

११४) 'फूड कार्पोरेशन ऑफ इंडिया'ची स्थापना पुढीलपैकी कोणत्या वर्षी झाली?

१) १९५५   २) १९६०   ३) १९६५   ४) १९७०

११५) मुंबई शहराचे 'स्थान' आणि 'स्थितिवैशिष्ट्य' मुंबईच्या विकासासाठी कारणीभूत ठरते कारण -

१) मुंबई एक नैसर्गिक बंदर आहे व सागरी मार्गाने सर्व जगाशी जोडलेले आहे.

२) मुंबई देशाच्या सर्व भागांशी रस्ते व रेल्वे मार्गाने जोडलेले आहे, त्यामुळे देशाच्या इतर भागांशी समृद्ध असे आर्थिक, सामाजिक आणि सांस्कृतिक संबंध विकसित झालेले आहे.

३) शासनाने मुंबईच्या विकासावर विशेष लक्ष पुरविलेले आहे.

४) मुंबई एक औद्योगिक शहर आहे.

वरीलविधानापैकी कोणते बरोबर आहे?

१) फक्त १ बरोबर   २) फक्त २ बरोबर   ३) १ आणि २ बरोबर   ४) ३ आणि ४ बरोबर

११६) खालीलपैकी कोणती जोडी बरोबर नाही?

१) मालथस-लोकसंख्या   २) एंजेल-कुटुंब खर्च

३) रिकार्डो-भाडे   ४) कार्ल मार्क्स-मजुरी

११७) जमिनीच्या अनेक भागांत वेगवेगळ्या ठिकाणी होणाऱ्या विभागणीस काय म्हणतात?

१) जमिनीचे विभागीकरण   २) जमिनीचे एकत्रीकरण

३) जमिनीची तुकडेवारी   ४) कमाल जमिन धारणा

११८) भारतातील निव्वळ लागवडीखालील क्षेत्राशी कोरडवाहू क्षेत्राचे प्रमाण किती आहे?

१) ७० टक्के   २) ४० टक्के   ३) ३० टक्के   ४) ८० टक्के

११९) कोणत्या वायूमुळे हवेचे वरचेवर अधिक प्रदूषण होते?

१) नायट्रोजन   २) कार्बन मोनोक्साईड   ३) कार्बन डायऑक्साईड   ४) हायड्रोजन

१२०) जपानमधील क्योटो शहरात १९९७मध्ये झालेल्या क्योटो थर्मल ट्रीटीमध्ये कोणती बाब निश्चित केली?

१) २००८-१२दरम्यान कार्बन डायऑक्साईड वायूत ३० प्रतिशत पर्यंत कपात

२) हरितगृह वायूच्या कपातीच्या निर्धारित भागाचे हस्तांतरण

३) सिंथेटिक रासायनिक घटकाचे उत्पादन कमी करणे

४) हॅलेन वायूचे उत्पादन थांबविणे

१२१) दक्षिण भारतातील सर्वात मोठी नदी कोणती?

१) गोदावरी   २) कृष्णा   ३) पेरीयार   ४) तुंगभद्रा

१२२) भारत आणि चीन ह्यांच्यामधील सीमारेषा कोणती?

१) रेड्क्लिफ   २) मॅकमहोन   ३) ड्युरांड   ४) सिगफ्रिड

१२३) आयोध्या हे शहर पुढीलपैकी कोणत्या नदीकाठी वसले आहे?

१) यमुना   २) चंबळ   ३) शरयू   ४) सरस्वती

१२४) भारताच्या पूर्वेस असणाऱ्या अरूणाचल प्रदेशाची राजधानी कोणती?

१) कोहिमा   २) आगरतळा   ३) ऐझवाल   ४) इटानगर

१२५) कार्बन डायऑक्साइड, जलबाष्प आणि हॅलोजनेटेड (halogenated) वायूंच्या हरितगृह परिणामांमुळे भूपृष्ठावरील तापमान वाढते कारण -

१) हे वायू सौर ऊर्जेला भूपृष्ठापर्यंत पोहचू देतात.

२) हे वायू भूपृष्ठाद्वारे उत्सर्जित उष्णता ग्रहण करतात आणि तिला परत भूपृष्ठाकडे उत्सर्जित करतात.

३) या वायूंचा भूपृष्ठावरील तापमान वाढविण्यात कोणताही सहभाग नाही.

४) हे वायू हरितगृह परिणामाचे घटक नाहीत.

१२६) जगातील सर्वोच्च एव्हरेस्ट शिखर सर करणारा पहिला महाराष्ट्रीय गिर्यारोहक कोण?

१) चेतन चव्हाण   २) नरेंद्र चव्हाण   ३) सुरेंद्र चव्हाण   ४) महेंद्र चव्हाण

१२७) दक्षिण भारतातील सर्वात लांब पश्चिम वाहिनी नदी कोणती?

१) तापी   २) नर्मदा   ३) पेरीयार   ४) गोदावरी

१२८) भाक्रा-नांगल हे धरण पुढीलपैकी कोणत्या नदीवर बांधलेले आहे?

१) चिनाब   २) बियास   ३) रावी   ४) सतलज

१२९) पुढील जोड्यांतील कोणती जोडी चुकीची आहे ते ओळखा.

१) केरळ – कथकली   २) तमिळनाडू – भरतनाट्यम्

३) आंध्र – कुचीपुडी   ४) ओरिसा – कथ्थक

१३०) प्राकृतिक पर्यावरणात स्वयंनियमन करणाऱ्या आंतररचित (inbuilt) व्यवस्थेला काय म्हणतात?

१) होमियास्टिक मेकॅनिझम   २) प्रकाशसंश्लेषण

३) जैवरासायनिक प्रक्रिया   ४) नैसर्गिक प्रक्रिया

१३१) महाराष्ट्र राज्याची उपराजधानी कोणती आहे?

१) औरंगाबाद   २) अमरावती   ३) पुणे   ४) नागपूर

१३२) चंद्रावरील खडक पृथ्वीवर आणल्यास ....

१) त्याचे वस्तुमान बदलेल   २) त्याचे वजन बदलेल, पण वस्तुमान बदलणार नाही

३) वजन व वस्तुमान दोन्ही बदलतील   ४) वजन व वस्तुमान दोन्ही बदलणार नाहीत

१३३) जास्त उंचीवर कमी तापमानास पाणी उकळते कारण –

१) जास्त उंचीवर हवेचा दाब कमी असतो   २) जास्त उंचीवर हवेचे प्रदूषण नसते

३) जास्त उंचीवर हवेत प्राणवायू कमी असतो   ४) जास्त उंचीवर गुरुत्वाकर्षणाचे बल जास्त असते.

१३४) खालीलपैकी कोणत्या जिल्ह्यात तेलबियांचे सर्वाधिक उत्पादन होते?

१) सांगली   २) धुळे   ३) परभणी   ४) पुणे

१३५) भारतातील पुढील समाजांना त्यांच्या संख्येनुसार चढत्या क्रमात लावा.

१) पारशी, ख्रिश्चन, जैन, बौद्ध, मुस्लीम   २) पारशी, ख्रिश्चन, बौद्ध, जैन, मुस्लीम

३) पारशी, ख्रिश्चन, जैन, मुस्लीम, बौद्ध   ४) पारशी, जैन, ख्रिश्चन, बौद्ध, मुस्लीम

१३६) आंतरराष्ट्रीय वार रेषा निश्चित करण्याचे कार्य करणारा शास्त्रज्ञ .... होय.

१) व्हॉन वायझेंकर   २) लॉर्ड रुदरफोर्ड

३) प्राध्यापक डेव्हिडसन   ४) ऑर्थर होल्म्स

१३७) नील क्रांती .... शी संबंधित आहे.

१) शेती   २) मासेमारी   ३) दूध   ४) खनिजे

१३८)पश्चिम युरोपियन देशांमध्ये दुध व्यवसाय प्रसिद्ध आहे. कारण तेथे .... आढळते.

१) दाट लोकसंख्या

२) थंड हवामान

३) पुष्कळ गवताळ कुरणे

४) सधन लोकसंख्या

१३९)तैगा वने या खालीलपैकी कोणत्या कटिबंधात आढळतात ?

१) उष्ण कटिबंध २) उपोष्ण कटिबंध ३) शीत कटिबंध ४) समशीतोष्ण कटिबंध

१४०)जगातील जैवविविधतेच्या दृष्टीने महत्त्वाच्या अशा २५ ठिकाणांपैकी दोन ठिकाणे भारतात आहेत. यांतील एक पश्चिम घाट आहेत, तर दुसरे कोणते?

१) पूर्व घाट २) पूर्व हिमालय ३) राजस्थान वाळवंट ४) सुंदरबन

१४१)महाराष्ट्र राज्याच्या उत्तर सीमेवर कोणता पर्वत आहे?

१) सह्याद्री २) सातपुडा ३) मेळघाट ४) सातमाळा

१४२)पुढीलपैकी कोणती अणुभट्टी नाही?

१) पृथ्वी २) ध्रुव ३) पुर्णिमा ४) सायरस

१४३)महाराष्ट्रातील सर्वात मोठा जलसिंचन बहुउद्देशीय प्रकल्प कोणता?

१) जायकवाडी २) कोयना ३) मुळा ४) भंडारदरा

१४४)महाराष्ट्रातील पुढीलपैकी कोणत्या जिल्ह्याच्या ठिकाणी ऐतिहासिक प्रसिद्ध अजंठा-एलोरा लेणी आहेत?

१) नांदेड २) नाशिक ३) औरंगाबाद ४) अकोला

१४५)योग्य जोड्या लावा.

यादी I (जीवावरण) यादी II (स्थान)

अ) मन्नारचे आखात १) मध्यप्रदेश

ब) शिमलीपाल २) अरुणाचल प्रदेश

क) देहांग-देबांग ३) ओरिसा

ड) पंचमढी ४) तमिळनाडू

उत्तर

१) अ-४, ब-३, क-२, ड-१ २) अ-१, ब-२, क-३, ड-४

३) अ-२, ब-१, क-४, ड-३ ४) अ-३, ब-४, क-१, ड-२

१४६)मँगनीज व कच्चे लोखंड यासाठी खाणकामाचे केंद्र असलेले रेडी हे गाव महाराष्ट्राच्या .... या जिल्ह्यात आहे.

१) रत्नागिरी २) रायगड ३) ठाणे ४) सिंधुदुर्ग

१४७)प्रत्येकी एक अंश रेखावृत्ताचा होणारा स्थानिक वेळेतील बदल .... इतका असतो.

१) १ मिनिट २) २ मिनिटे ३) ३ मिनिटे ४) ४ मिनिटे

१४८)फिलाडेल्फिया शहर ७५ अंश पश्चिम रेखावृत्तावर आहे. तेथील स्थानिक वेळेनुसार सकाळचे सहा वाजले, तर त्याचवेळेस ३५ अंश पूर्व रेखावृत्तावर असलेल्या कोटा येथे स्थानिक वेळेनुसार किती वाजले असतील?

१) दुपारनंतर १० २) दुपारनंतर ४

३) दुपारनंतर ६ ४) वरीलपैकी कोणतीही नाही

१४९) खालील विधाने वाचा.

अ) कोकणात जमिनीची धूप मोठ्या प्रमाणावर होते.

ब) बेसुमार जंगलतोड आणि कुरणांचा अनिर्बंध वापर कोकणात मोठ्या प्रमाणावर होतो.

खालील पर्यायातून अचूक उत्तर शोधा:

१) 'अ' व 'ब' दोन्ही विधाने सत्य आहेत व 'ब' हे 'अ' चे अचूक स्पष्टीकरण आहे.

२) 'अ' व 'ब' ही दोन्ही विधाने सत्य आहेत परंतु 'ब' हे 'अ' चे अचूक कारण नाही.

३) 'अ' हे विधान सत्य आहे पण 'ब' हे विधान असत्य आहे.

४) 'अ' हे विधान असत्य आहे पण 'ब' हे विधान सत्य आहे.

१५०) खालीलपैकी दोन विधाने चुकीची असलेला पर्याय कोणता आहे?

१) ढोर मुख्यत: दक्षिण महाराष्ट्रात आढळतात.

२) होलार मुख्यत: पूर्व महाराष्ट्रात आढळतात.

३) डोंब कैकाडी मुख्यत: मध्य महाराष्ट्रात आढळतात.

४) शेणवी मुख्यत: पश्चिम महाराष्ट्रात आढळतात.

१) १ आणि २   २) २ आणि ३   ३) ३ आणि ४   ४) कोणतेही नाही.

१५१) खालीलपैकी कोणत्या ठिकाणी सर्वाधिक पाऊस पडतो?

१) अलिबाग   २) आंबोली   ३) रत्नागिरी   ४) गडचिरोली

१५२) खालीलपैकी कोणते शहर कृष्णा नदीकाठी वसले आहे?

१) वाई   २) आळंदी   ३) नेवासे   ४) पंढरपूर

१५३) वळवाचा पाऊस पुढीलपैकी साधारणपणे कोणत्या महिन्यात पडतो?

१) एप्रिल-मे   २) जून-जुलै   ३) सप्टेंबर-आक्टोबर   ४) ऑगस्ट-सप्टेंबर

१५४) भारत-नेपाळ यांच्यातील सीमा .... किलोमीटर आहे.

१) १०००   २) १५६०   ३) १७००   ४) १९०३

१५५) ज्या खडकामध्ये सिलीकाचे प्रमाण ६५ टक्क्यांपेक्षा जास्त आढळते, त्यास काय म्हणतात?

१) बेसिक खडक   २) ॲसिडिक खडक

३) मेट्यॉमॉरफिक खडक   ४) प्लुटॉनिक खडक

१५६) खालीलपैकी कोणत्या ठिकाणी रसायननिर्मिती उद्योग मोठ्या प्रमाणावर चालतो?

१) पुणे   २) माधवनगर   ३) सोलापूर   ४) अंबरनाथ

१५७) खालीलपैकी कोणते मायक्रोफौना आहे?

१) बॅक्टेरिया   २) निर्मॅटोड्स   ३) ॲक्टिनोमायसेट्स   ४) फंगी

१५८) १) गोदावरी नदीला 'दक्षिण गंगा' या नावाने ओळखले जाते.

२) गोदावरी नदीने महाराष्ट्राचे ४९% क्षेत्र व्यापले आहे.

३) गोदावरी नदीने कृष्णा नदीचे ४९% क्षेत्र व्यापले आहे.

४) नाशिकजवळ त्र्यंबकेश्वर येथे गोदावरी नदीचा उगम आहे.

योग्य पर्याय निवडा.

१) १ आणि २ बरोबर   २) ३ आणि ४ बरोबर   ३) फक्त ३ चूक   ४) फक्त २ चूक

१५९) खोल जमिनीत पावसाच्या संवर्धनासाठी खालीलपैकी कोणती पद्धत अतिशय महत्त्वाची आहे?

१) जमिनीच्या वरच्या थरात बदल करणे

२) जमिनीच्या वरच्या थरात विशिष्ट आंतररचना करणे

३) खोल नांगरट करणे

४) जमिनीशी उभे आच्छादन करणे

१६०) भारतात मिट्टी बचाओ (माती वाचवा) चळवळीला कुठे सुरुवात झाली?

१) नागपूर (महाराष्ट्र)   २) म्हैसूर (कर्नाटक)   ३) दरभंगा (बिहार)   ४) होशंगाबाद (मध्यप्रदेश)

१६१) पुढीलपैकी कोणत्या देशाचा समावेश भारतीय उपखंडात होत नाही?

१) नेपाळ   २) चीन   ३) पाकिस्तान   ४) भूतान

१६२) पर्यावरणात राखेचे (Fly-ash) प्रदूषण कशामुळे होते?

१) ऑईल रिफायनरी   २) थर्मल पॉवर प्लाँट   ३) सीड प्रोसेसिंग प्लाँट   ४) स्ट्रीप मायनिंग

१६३) हवेच्या कोणत्या घटकामुळे हवेचा दाब बदलतो?

१) पाऊस   २) वारा   ३) आर्द्रता   ४) वरीलपैकी एकही नाही

१६४) पुढीलपैकी कोणता देश युरोप खंडातील नाही?

१) अर्जेंटिना   २) ग्रीस   ३) स्पेन   ४) जर्मनी

१६५) खालीलपैकी कोणत्या राज्यात एरंडीचे उत्पादन अधिक होते?

१) गुजरात आणि आंध्रप्रदेश   २) महाराष्ट्र आणि कर्नाटक

३) तमिळनाडू आणि ओरिसा   ४) राजस्थान आणि बिहार

१६६) भारतातील एकूण पर्जन्यमानापैकी दक्षिण-पश्चिम मौसमी पावसाचे योगदान किती आहे?

१) ४० ते ५० टक्के   २) ५० ते ६० टक्के   ३) ८० ते ९० टक्के   ४) वरीलपैकी एकही नाही.

१६७) मृदा तयार होण्याच्या प्रक्रियेत खालीलपैकी क्रियाशील घटक कोणते?

१) हवामान आणि प्रदेशाची स्वाभाविक रचना   २) वनस्पती आणि प्रदेशाची स्वाभाविक रचना

३) वनस्पती आणि भौतिक उगम (वंश)   ४) हवामान आणि वनस्पती

१६८) १) आशिया हा जगातील सर्वात मोठा खंड आहे.

२) ऑस्ट्रेलिया हा जगातील सर्वात लहान खंड आहे.

३) अंटार्क्टिका हा मानवविरहीत खंड आहे.

योग्य पर्याय निवडा.

१) फक्त १ बरोबर   २) फक्त २ बरोबर   ३) १ आणि २ बरोबर   ४) वरील सर्व बरोबर

१६९) दख्खनच्या पठारावर आढळणाऱ्या मृदेत सुपीक, अपुरा निचरा, चोपन व खारवटपणास प्रवृत्त होणारी मृदा कोणती आहे?

१) खोल काळी जमीन   २) लाल जमीन   ३) तपकिरी जमीन   ४) पोयट्याची जमीन

१७०) खालीलपैकी कोणते पीक क्षारास कमी सहनशील आहे?

१) भात   २) ऊस   ३) तीळ   ४) कापूस

१७१) सिंचनासाठी पाण्याची उपलब्धता कमी असल्यास खालीलपैकी कशाचा अवलंब करावा?

१) जमीन एका हंगामात पडीक ठेवावी

२) ठिबक आणि तुषार सिंचन पद्धतीचा अवलंब करावा

३) एका आड एक सरी भिजवावी

४) वरीलपैकी एकही नाही

१७२)१) नाईल नदी जगातील सर्वात लांब नदी असून ती दक्षिणोत्तर वाहते.

२) या नदीवर 'व्हिक्टोरिया' हा जगप्रसिद्ध धबधबा आहे.

योग्य पर्याय निवडा.

१) फक्त १ बरोबर   २) फक्त २ बरोबर   ३) १ आणि २ बरोबर   ४) १ आणि २ चूक

१७३)कोरडवाहू शेतीमध्ये खोल काळ्या जमिनीव्यतिरिक्त पावसाच्या पाणीसाठ्याच्या व्यवस्थापनासाठी कोणती पद्धत योग्य आहे?

१) सरी आणि वरंबा पद्धत   २) रुंद सरी आणि वरंबा पद्धत

३) खोलवर आच्छादन   ४) शेततळे

१७४)भारतातील सर्वात उंच शिखर कोणते?

१) कळसूबाई   २) दोडाबेट्टा   ३) के-२   ४) एव्हरेस्ट

१७५)शाश्वत शेतीच्या उद्दिष्ट-पूर्तीसाठी कोणत्या शेतीपद्धतीचा सहभाग महत्त्वाचा असतो?

१) सेंद्रिय शेती   २) कोरडवाहू शेती

३) पावसावर आधारित शेती   ४) चारा-गवत शेती

१७६)पाणलोट क्षेत्र प्रकल्प व पाणी संवर्धन योजना मुख्यत: कशावर आधारित असते?

१) पाणलोट क्षेत्र व्यवस्थापन तंत्रज्ञान   २) जमीन आणि माती संशोधन

३) पिकांचे नियोजन   ४) जमिनीच्या वापराच्या क्षमतेनुसार वर्गवारी करणे

१७७)विशिष्ट जातीचे तिच्या पर्यावरणाशी संबंध या अभ्यासाला काय म्हणतात?

१) मेटेरॉलॉजी   २) ऑटकॉलॉजी   ३) सिनेकॉलॉजी   ४) टर्मिनॉलॉजी

१७८)जोड्या लावा.

उद्यान	ठिकाण
अ) वृंदावन गार्डन	१) उटी (तमीळनाडू)
ब) नॅशनल बोटॅनिकल गार्डन	२) बेंगळुरू (कर्नाटक)
क) बोटॅनिकल गार्डन	३) अलिपूर (प. बंगाल)
ड) झूलॉजिकल गार्डन	४) लखनौ (उत्तर प्रदेश)

१) अ-१, ब-२, क-३, ड-४   २) अ-२, ब-४, क-१, ड-३

३) अ-४, ब-३, क-२, ड-१   ४) अ-२, ब-४, क-३, ड-१

१७९)पाण्यातील कठिनता काढण्यासाठी जी क्रिया करतात, त्यास काय म्हणतात?

१) झीओलाइट क्रिया   २) हॅबेरस क्रिया   ३) ओस्टवाल क्रिया   ४) वरीलपैकी नाही

१८०)लोहाची कमतरता सर्वसाधारणपणे कोणत्या प्रकारच्या जमिनीत आढळते?

१) अॅसिडिक जमिनीत   २) कॅलकॅरीअस जमिनीत

३) सलाइन जमिनीत   ४) अल्कलाइन जमिनीत

१८१)पृथ्वी व सूर्य यांच्यातील सरासरी अंतरावरील सूर्याचे पृथ्वीवरील प्रचरण सुमारे .... असते.

१) 470 W/m^2 २) 770W/m^2 ३) 1170 W/m^2 ४) 1370 W/m^2

१८२) जोड्या लावा.

नद्या	उगमस्थान
अ) प्रवरा	१) जालना
ब) दुधना	२) भंडारदरा
क) भीमा	३) महाबळेश्वर
ड) कृष्णा	४) भीमाशंकर
इ) तापी	५) कळसूबाई
ई) वारणा	६) सातपुडा पर्वत रांग

१) अ-१, ब-२, क-३, ड-४, इ-५, ई-६   २) अ-२, ब-१, क-४, ड-३, इ-५, ई-६
३) अ-१, ब-२, क-४, ड-३, इ-६, ई-५   ४) अ-२, ब-१, क-४, ड-३, इ-६, ई-५

१८३) उपग्रहाच्या माध्यमातून पृथ्विपृष्ठावरील एखाद्या गोष्टीची जागा, तिची गती व वेळ यांची अचूक माहिती देणारी यंत्रणा म्हणजे –

१) जी.आय.एस.   २) जी.पी.एस.
३) जी.एस.आय.   ४) वरीलपैकी कोणतीही नाही

१८४) प्रकाशामध्ये (दृश्य) .... असतात.

१) लघु लांबीच्या व उच्च वारंवारिता लहरी   २) दीर्घ लांबीच्या व निम्न वारंवारिता लहरी
३) लघु लांबीच्या व निम्न वारंवारिता लहरी   ४) दीर्घ लांबीच्या व उच्च वारंवारिता लहरी

१८५) १) भुईमुगाच्या उत्पादनामध्ये गुजरातचा प्रथम क्रमांक आहे.
२) भुईमुगाच्या उत्पादनामध्ये महाराष्ट्राचा चौथा क्रमांक आहे.

१) फक्त १ बरोबर   २) फक्त २ बरोबर   ३) १ आणि २ बरोबर   ४) यापेक्षा वेगळे उत्तर

१८६) .... हा सर्वोत्तम आणि व्यापारीदृष्ट्या सर्वाधिक वापरला जाणारा भौगोलिक माहिती प्रणालीतील प्रतिमा प्रक्रियण कार्यक्रम सामग्रीसंच आहे.

१) इरदास (ERDAS)   २) मॅटलॅब (MATLAB)
३) एक्सेल (EXCEL)   ४) फोटोस्मार्ट (PHOTOSMART)

१८७) .... या छायाचित्रातून (कल्पनाचित्र) जमीन व पाणी यांच्या सीमा सुस्पष्ट होतात.

१) कृष्णधवल   २) इन्फ्रारेड
३) क्ष-किरण   ४) वरीलपैकी कोणत्याही नाही

१८८) क्षेत्रफळाने जगातील सर्वात मोठा देश कोणता?

१) चीन   २) रशिया   ३) भारत   ४) अमेरिका

१८९) पुढीलपैकी योग्य विधाने निवडा.

१) पृथ्वीचा आकार गोल संत्र्यासारखा आहे. विषुववृत्तावर फुगीर, तर दोन्ही ध्रुवांवर तो कमी-अधिक चपटा आहे. पृथ्वीच्या या विशिष्ट आकाराला 'जिऑॉईड' ही संज्ञा आहे.
२) पृथ्वी स्वत:भोवती पश्चिमेकडून पूर्वेकडे फिरते.
३) पृथ्वीच्या परिवलनामुळे पृथ्वीवर दिवस व रात्र निर्माण होतात.
४) पृथ्वीच्या परिभ्रमणामुळे पृथ्वीवर ऋतूंची निर्मिती होते.

१) १ आणि २ बरोबर २) १ आणि ३ बरोबर
३) १, २ आणि ३ बरोबर ४) सर्व विधाने बरोबर

१९०) दोन्ही धुवांच्या बरोबर मध्ये, म्हणजे दोन्ही धुवांपासून समान अंतरावर भू-पृष्ठावरून जाणारी काल्पनिक वर्तुळाकार रेषा म्हणजे ....
१) विषुववृत्त २) अक्षवृत्ते ३) रेखावृत्ते ४) अक्षांश

१९१) पुढीलपैकी योग्य विधाने निवडा.
१) ज्या वेळी पृथ्वी; चंद्र व सूर्य यांच्या मध्ये येते, त्या वेळी चंद्रग्रहण लागते.
२) ज्यावेळी चंद्र सुर्य व पृथ्वी यांच्या मध्ये येतो, त्यावेळी सुर्यग्रहण लागते.
३) सुर्यग्रहण नेहमी पौर्णिमेस येते.
४) चंद्रग्रहण नेहमी अमावस्येस येते.
१) सर्व विधाने बरोबर आहेत. २) १ आणि २ बरोबर आहेत.
३) ३ आणि ४ बरोबर आहेत. ४) सर्व विधाने चूक आहेत.

१९२) योग्य विधाने निवडा.
१) पॅसिफिक महासागर हा जगातील सर्वात मोठा व खोल महासागर आहे.
२) पॅसिफिक महासागर आशिया व अमेरिका या खंडांच्या मध्ये पसरलेला आहे.
३) अटलांटिक महासागर हा जगातील सर्वात मोठा व खोल महासागर आहे.
४) अटलांटिक महासागर युरोप व आफ्रिका खंड आणि अमेरिका खंड यांच्या दरम्यान पसरला आहे.
१) १ आणि २ बरोबर २) ३ आणि ४ बरोबर
३) १, २ आणि ४ बरोबर ४) १, २, ३ आणि ४ बरोबर

१९३) योग्य विधाने निवडा.
१) २२ जून व २२ डिसेंबर हे दोन दिवस 'अयन दिन' म्हणून ओळखले जातात.
२) २१ मार्च व २२ सप्टेंबर हे दिवस 'विषुव दिन' म्हणून ओळखले जातात.
३) अमावस्या व पौर्णिमा या दिवशी येणाऱ्या सागराच्या भरती-ओहोटीस 'उधाणाची' भरती-ओहोटी असे म्हणतात.
४) प्रत्येक शुद्ध व वद्य अष्टमीस येणाऱ्या सागराच्या भरती-ओहोटीस 'भांगांची' भरती-ओहोटी म्हणतात.
१) ३ आणि ४ बरोबर २) १ आणि २ बरोबर
३) सर्व विधाने बरोबर ४) सर्व विधाने चूक

१९४) चंद्रावरील गुरुत्वाकर्षण पृथ्वीवरील गुरुत्वाकर्षणाच्या .... आहे.
१) १/८ २) १/६ ३) ६ पट ४) ८ पट

१९५) सर्व भूखंड मिळून पृथ्वी-पृष्ठाचा .... टक्के भाग जमिनीने व्यापलेला आहे?
१) ७१% २) ७९% ३) २१% ४) २९%

१९६) 'पॉडझॉल' हा मृदाप्रकार प्रामुख्याने .... येथे आढळतो.
१) सूचिपर्णी जंगल भाग २) पंपास गवताळ प्रदेश
३) फियार्ड प्रकारचे किनारे ४) यूक्रॉटिस नदीखोरे

१९७) टुंड्रा प्रदेशातील एस्किमो लोक हिवाळ्यात 'इग्लू' नावाच्या बर्फाच्या घरात राहतात, तर एस्किमोंच्या उन्हाळ्यातील घरास .... म्हणतात.

१) युर्ट   २) ट्युपिक   ३) क्रॉल   ४) कयाक

१९८) मरियाना ही जगातील सर्वात खोल गर्ता .... महासागरात आहे.

१) अटलांटिक   २) पॅसिफिक   ३) हिंदी   ४) आर्क्टिक

१९९) पुढीलपैकी कोणत्या सागरात क्षारांचे प्रमाण सर्वाधिक आहे?

१) अरबी समुद्र   २) बंगालचा उपसागर   ३) तांबडा समुद्र   ४) मृत समुद्र

२००) .... या समुद्रधुनीने हिंदी महासागर व पॅसिफिक महासागर हे दोन महासागर जोटले आहेत.

१) पाल्क   २) मलाक्का   ३) पनामा   ४) जिब्रल्टर

२०१) .... या देशाला 'मध्यरात्रीच्या सुर्याचा देश' असे म्हणतात.

१) जपान   २) स्वीडन   ३) नॉर्वे   ४) फिनलंड

२०२) योग्य विधाने निवडा.

१) पृथ्वीवर एकूण ३६० रेखावृत्ते आहेत.

२) पृथ्वीवर एकूण १८१ अक्षवृत्ते आहेत.

३) विषुववृत्त हे सर्वात मोठे अक्षवृत्त आहे.

४) शून्य अंश या रेखावृत्तानुसार येणारी वेळ ही जगाची प्रमाण वेळ मानली जाते.

१) १ आणि २ बरोबर   २) ३ आणि ४ बरोबर

३) १, २ आणि ३ बरोबर   ४) सर्व विधाने बरोबर आहेत.

२०३) .... हा पृथ्वीच्या इतिहासातील सर्वात प्राचीन कालखंड आहे.

१) पॅलीऑझ्नोईक   २) प्री-कॅम्ब्रिअन   ३) क्वार्टनरी   ४) मेसोझाइक

२०४) खंड व महासागर उत्पत्तीचा खंडवहन सिद्धान्त .... या शास्त्रज्ञाने मांडला.

१) आल्फ्रेड वेगनर   २) कोबर   ३) पॅव्हीग स्टोन   ४) आर्थर होम्स

२०५) दिवसा समुद्राकडून जमिनीकडे वाहणाऱ्या वाऱ्यांना .... वारे म्हणतात.

१) मतलई   २) खारे   ३) चिनुक   ४) फॉन

२०६) .... कालवा भूमध्य समुद्र व तांबडा समुद्र यांना जोडतो.

१) पनामा   २) किल   ३) नाईल   ४) सुवेझ

२०७) युरोप व आशिया खंडाची सीमा .... पर्वताने निश्चित झाली आहे.

१) आल्प्स   २) कॉकेशस   ३) उरल   ४) कारयेथीसेन

२०८) कोळशाच्या खाणीसाठी प्रसिद्ध असलेले 'ऱ्हुर' नदीचे खोरे कोणत्या देशात आहे?

१) इंग्लंड   २) जर्मनी   ३) फ्रान्स   ४) रशिया

२०९) 'सागरासो' समुद्र पुढीलपैकी कोणत्या महासागरात आहे?

१) पॅसिफिक   २) अटलांटिक   ३) आर्क्टिक   ४) हिंदी

२१०) क्षेत्रफळाने जगातील सर्वात मोठा खंड .... होय.

१) आशिया   २) युरोप   ३) आफ्रिका   ४) अमेरिका

२११) बर्म्युडा बेटे कोणत्या महासागरात आहेत?

१) पॅसिफिक   २) हिंदी   ३) अटलांटिक   ४) आर्क्टिक

२१२) जगाच्या .... भाग वाळवंटांनी व्यापला आहे.

१) १/४   २) १/३   ३) १/५   ४) २/३

२१३) .... ही नदी जगातील सर्वात मोठी नदी आहे.

१) अॅमेझॉन   २) नाईल   ३) गंगा   ४) सिंधू

२१४) .... ही बेटे महासागरीय बेटे आहेत.

१) अंदमान-निकोबार बेटे   २) हवाई बेटे

३) लक्षद्वीप बेटे   ४) विषुववृत्तीय बेटे

२१५) 'प्रेअरीज' हा गवताळ प्रदेश कोठे आहे?

१) आफ्रिका   २) ऑस्ट्रेलिया   ३) रशिया   ४) अमेरिका

२१६) स्वातंत्र्यदेवतेचा पुतळा कोणत्या शहरात आहे?

१) वॉशिंग्टन   २) न्यूयॉर्क   ३) पॅरिस   ४) मॉस्को

२१७) अपक्षरण चक्राची (Cycle of Erosion) संकल्पना कोणी मांडली?

१) आल्फ्रेड वेगनर   २) विल्यम मॉरीस डेव्हिड

३) मॉर्गन आणि लिपिचँग   ४) डटन

२१८) महाराष्ट्रातील सर्वात उंच शिखर .... आहे.

१) कळसूबाई   २) तोरणामाळ   ३) अस्तांभा डोंगर   ४) सप्तश्रृंगी

२१९) .... मधील नद्या अतिशय आखूड असतात.

१) पश्चिम महाराष्ट्र   २) खानदेश   ३) कोकण   ४) यांपैकी नाही.

२२०) महाराष्ट्रात .... टक्के क्षेत्र अवर्षणग्रस्त आहे.

१) २०   २) ३५   ३) ४०   ४) ५०

२२१) .... साली 'संत तुकाराम वनग्राम योजना' सुरू करण्यात आली.

१) २००४-०५   २) २००६-०७   ३) २००९-१०   ४) २०११-१२

२२२) महाराष्ट्रात एकूण .... राष्ट्रीय उद्याने आहेत.

१) ५   २) ६   ३) ४   ४) ७

२२३) महाराष्ट्रातील खनिजसंपत्तीचे प्रमुख क्षेत्र .... हे आहे.

१) विदर्भ   २) पश्चिम महाराष्ट्र   ३) खानदेश   ४) मराठवाडा

२२४) महाराष्ट्रातील दारिद्र्यरेषेखालील ग्रामीण कुटुंबाच्या टक्केवारीत .... जिल्ह्याचा पहिला क्रमांक आहे.

१) नंदुरबार   २) पुणे   ३) सातारा   ४) गडचिरोली

२२५) भारतात .... राज्याचा लोहखनिज साठ्यात प्रथम क्रमांक लागतो.

१) ओरिसा   २) छत्तीसगड   ३) महाराष्ट्र   ४) झारखंड

२२६) .... हा लोहखनिजाचा सर्वात शुद्ध व उच्च दर्जाचा प्रकार आहे.

१) हेमेटाईट   २) मॅग्नेटाईट   ३) सिडेराईट   ४) लिमोनाईट

२२७) कोणत्याही प्रदेशात हवामानदृष्ट्या समतोल राखण्यासाठी एकूण प्रदेशाच्या .... टक्के क्षेत्र जंगलव्याप असावे.

१) ३३   २) २२   ३) १७   ४) ३२

२२८) दगडी कोळसा उत्पादनात भारताचा .... क्रमांक लागतो.

१) ६ २) ४ ३) २ ४) यांपैकी नाही

२२९) आसाम राज्यात .... येथे सर्वप्रथम खनिजतेलसाठ्याचा शोध लावला.

१) दिग्बोई २) माकूम ३) पठारिया ४) यांपैकी नाही

२३०) भाक्रा-नांगल जलविद्युत् प्रकल्प .... नदीवर आहे.

१) दामोदर २) सतलज ३) कृष्णा ४) महानदी

उत्तरे (१ ते २३०)

क्र.	उ.	क्र.	उ.	क्र.	उ.	क्र.	उ.	क्र.	उ.	क्र.	उ.	क्र.	उ.	क्र.	उ.	क्र.	उ.	क्र.	उ.
१	३	२	३	३	४	४	४	५	२	६	३	७	१	८	२	९	२	१०	१
११	४	१२	२	१३	१	१४	४	१५	३	१६	४	१७	३	१८	१	१९	३	२०	१
२१	२	२२	३	२३	२	२४	३	२५	४	२६	२	२७	२	२८	४	२९	१	३०	३
३१	१	३२	३	३३	३	३४	१	३५	१	३६	२	३७	३	३८	३	३९	४	४०	१
४१	१	४२	४	४३	३	४४	४	४५	२	४६	३	४७	१	४८	२	४९	१	५०	२
५१	४	५२	३	५३	४	५४	२	५५	४	५६	२	५७	२	५८	१	५९	३	६०	२
६१	३	६२	४	६३	३	६४	१	६५	३	६६	१	६७	२	६८	४	६९	१	७०	१
७१	४	७२	२	७३	३	७४	२	७५	४	७६	२	७७	३	७८	४	७९	१	८०	४
८१	२	८२	४	८३	४	८४	२	८५	२	८६	१	८७	२	८८	४	८९	३	९०	१
९१	२	९२	४	९३	३	९४	३	९५	२	९६	१	९७	१	९८	२	९९	४	१००	२
१०१	१	१०२	३	१०३	२	१०४	४	१०५	३	१०६	३	१०७	२	१०८	२	१०९	३	११०	४
१११	२	११२	३	११३	३	११४	३	११५	३	११६	२	११७	३	११८	१	११९	३	१२०	२
१२१	१	१२२	२	१२३	३	१२४	४	१२५	२	१२६	३	१२७	४	१२८	४	१२९	४	१३०	१
१३१	४	१३२	२	१३३	१	१३४	२	१३५	१	१३६	३	१३७	२	१३८	३	१३९	३	१४०	२
१४१	२	१४२	१	१४३	१	१४४	३	१४५	१	१४६	४	१४७	४	१४८	२	१४९	३	१५०	२
१५१	२	१५२	१	१५३	१	१५४	३	१५५	२	१५६	२	१५७	२	१५८	३	१५९	२	१६०	४
१६१	२	१६२	२	१६३	४	१६४	१	१६५	१	१६६	३	१६७	४	१६८	४	१६९	१	१७०	३
१७१	२	१७२	१	१७३	४	१७४	३	१७५	१	१७६	१	१७७	२	१७८	२	१७९	१	१८०	२
१८१	४	१८२	४	१८३	२	१८४	१	१८५	३	१८६	१	१८७	२	१८८	२	१८९	४	१९०	१
१९१	२	१९२	३	१९३	३	१९४	२	१९५	४	१९६	१	१९७	२	१९८	२	१९९	४	२००	२
२०१	३	२०२	४	२०३	२	२०४	१	२०५	२	२०६	४	२०७	३	२०८	२	२०९	२	२१०	१
२११	३	२१२	२	२१३	१	२१४	२	२१५	४	२१६	२	२१७	२	२१८	१	२१९	३	२२०	१
२२१	२	२२२	२	२२३	१	२२४	१	२२५	१	२२६	२	२२७	१	२२८	२	२२९	४	२३०	२

भारत व महाराष्ट्रातील राज्यपद्धती आणि प्रशासन

प्राचार्य डॉ. बाळ कांबळे, प्राचार्य पी. डी. देवरे

- भारताची राजकीय आणि प्रशासकीय व्यवस्था
- राज्यशासन आणि प्रशासन (महाराष्ट्राच्या विशेष संदर्भासहित)
- भारताची राज्यघटना
- पंचायत राज्य
- शहरी शासनव्यवस्था
- सार्वजनिक धोरण
- हक्कांच्या संदर्भात काही महत्त्वाचे मुद्दे
- या प्रकरणावरील काही महत्त्वाचे प्रश्न

● भारताची राजकीय व प्रशासकीय व्यवस्था

१) केंद्रशासन – केंद्रीय कार्यकारी मंडळ, राष्ट्रपती, उपराष्ट्रपती, पंतप्रधान आणि मंत्रिमंडळ, भारताचा महान्यायवादी, भारताचा नियंत्रक व महालेखापरीक्षक.

२) केंद्रीय कायदेमंडळ – भारतीय संसद, राज्यसभा व लोकसभा, सभापती व उपसभापती, संसदीय समित्या, संसदेचे कार्यकारी मंडळावरील नियंत्रण.

३) न्यायमंडळ – न्यायालयाचे संघटन, एकेरी न्यायव्यवस्था, सर्वोच्च न्यायालय – अधिकार व कार्ये, उच्च न्यायालय – अधिकार व कार्ये, दुय्यम (कनिष्ठ) न्यायालये, लोकपाल, लोकायुक्त, लोकन्यायालये, न्यायालयीन सक्रियता, सार्वजनिक हिताचे दावे किंवा जनहितयाचिका,

४) भारतीय संघराज्याचे स्वरूप – केंद्र – घटकराज्ये यांच्यातील संबंध

५) प्रशासकीय व्यवस्था – केंद्रीय सचिवालय, कॅबिनेट सचिवालय, मंत्रिमंडळाचा सचिव.

(१) केंद्र शासन :
केंद्रीय कार्यकारी मंडळ :

यात राष्ट्रपती, उपराष्ट्रपती, पंतप्रधान आणि मंत्रिमंडळ यांचा समावेश होतो. तसेच येथे भारताचा महान्यायवादी आणि भारताचा महालेखापरीक्षक या घटनात्मक पदाबद्दल माहिती दिली आहे.

▶ **राष्ट्रपती :** राज्यघटनेच्या पाचव्या प्रकरणात कलम ५२ मध्ये भारताचे एक राष्ट्रपती असतील अशी नोंद आहे. भारतात संसदीय शासनपद्धती आहे. भारतात राष्ट्रपती हे घटनात्मक प्रमुख असून पंतप्रधान हे वास्तविक प्रमुख आहेत.

पात्रता :

१) भारताचा नागरिक असावा.

२) वयाची ३५ वर्षे पूर्ण असावीत.

३) लोकसभा सभासद म्हणून निवडून येण्याची पात्रता असावी.

४) संघ किंवा घटकराज्य शासनात कोणतेही फायद्याचे पद भूषवीत असू नये.

५) संघ किंवा राज्य कायदेमंडळाचा सदस्य असू नये.

सध्या राष्ट्रपतिपदासाठी उभ्या राहणाऱ्या उमेदवाराचे नाव त्याच्या निर्वाचन मंडळातील (Electoral College) किमान पन्नास सभासदांनी सुचविणे आवश्यक असून त्यास पन्नास सभासदांनी अनुमोदन देणे आवश्यक केले आहे. तसेच संबंधित निवडणूक लढविण्यासाठी उमेदवाराला अनामत रक्कम म्हणून रुपये पंधरा हजार भरावे लागतात.

निवडणूक पद्धती :

राष्ट्रपतीची निवडणूक अप्रत्यक्ष पद्धतीने, प्रमाणशीर प्रतिनिधित्व पद्धतीने आणि एकेल संक्रमणीय मताच्या तत्त्वानुसार आणि गुप्त पद्धतीने होते. त्यासाठी निर्वाचक मंडळ (Electoral College) निर्माण केलेले आहे. त्यामध्ये संसदेतील दोन्ही सभागृहांतील निर्वाचित सभासद आणि भारतातील सर्व घटकराज्यांच्या विधानसभांतील निर्वाचित सभासदांचा समावेश आहे. मतदार मत देताना उमेदवाराच्या नावापुढे पसंतीक्रम नोंदवून मतदान करतात.

विधानसभा सदस्यांच्या मतांचे मूल्य निर्धारित करण्याची पद्धती :

$$\frac{\text{राज्याची लोकसंख्या}}{\text{विधानसभेतील निर्वाचित सदस्यांची संख्या}} \times \frac{१}{१०००} = \text{विधानसभा सदस्याच्या एका मताचे मूल्य}$$

संसदसदस्यांच्या मतांचे मूल्य निर्धारित करण्याची पद्धती :

$$\frac{\text{सर्व राज्यांतील विधानसभा सदस्यांना प्राप्त झालेली एकूण मते}}{\text{संसदेतील निर्वाचित सदस्यसंख्या}} = \text{संसदसदस्याच्या एका मताचे मूल्य}$$

राष्ट्रपतिपदी निवडून येण्यासाठी पहिल्या पसंतीची किमान किती मते मिळाली पाहिजेत हे निश्चित करण्यासाठी पुढील सूत्रानुसार वाटा किंवा कोटा ठरविला जातो.

$$\text{वाटा (Quota)} = \frac{\text{एकूण मतांची संख्या}}{\text{निवडावयाच्या प्रतिनिधींची संख्या} + १} + १$$

कार्यकाल :

कार्यकाल पाच वर्षांचा आहे. राजीनामा दिल्यास, मृत्यू झाल्यास, संसदेने त्याच्या विरुद्ध महाभियोग यशस्वी केल्यास पद रिकामे होते.

वेतन व भत्ते :

दरमहा रु. १,५०,०००/- व इतर भत्ते व सोयीसवलती आहेत. संसदेला वेतन व भत्ते ठरविण्याचा अधिकार आहे. सेवानिवृत्तिवेतनाची तरतूद आहे. सध्या त्यांना रु. ९,००,०००/- (रुपये नऊ लाख) इतके निवृत्तिवेतन मिळते.

राष्ट्रपतींचे अधिकार आणि कार्ये :

(१) कार्यकारी अधिकार : संघशासनाचा कार्यकारी प्रमुख म्हणून महत्त्वाचे कार्य राष्ट्रपतीला करावे लागते. सर्व आदेश त्यांच्या नावाने निघतात. पंतप्रधानांची व त्यांच्या सल्ल्याने इतर मंत्र्यांच्या नेमणुका करणे, परराष्ट्रसंबंध ठेवणे, घटकराज्यांना सूचना करणे, केंद्रशासित प्रदेशातील प्रशासनावर नियंत्रण ठेवणे, सर्व सैन्यदलाचा सेनापती म्हणून कार्य करणे. त्याचबरोबर प्रशासनातील पुढील महत्त्वाच्या नेमणुका त्यांना कराव्या लागतात.

१) भारताचा महान्यायवादी

२) भारताचा महालेखापरीक्षक

३) राज्यपाल, नायब राज्यपाल, परदेशातील राजदूत, हायकमिशनर्स आणि प्रतिनिधी

४) सर्वोच्च न्यायालयातील सरन्यायाधीश, इतर न्यायाधीश, उच्च न्यायालयातील मुख्य न्यायाधीश व इतर न्यायाधीश

५) वित्त आयोग, संघ आणि संयुक्त लोकसेवा आयोगाचे अध्यक्ष आणि सदस्य

६) मुख्य निवडणूकआयुक्त तसेच सहनिवडणूकआयुक्त

७) अनुसूचित जाती – जमाती आयोगाचे अध्यक्ष आणि सभासद

८) आंतरराज्य मंडळाचे अध्यक्ष

राष्ट्रपतींना वरील अधिकाऱ्यांना बडतर्फ करण्याचेदेखील अधिकार दिलेले आहेत.

(२) कायदेविषयक अधिकार :

१) सार्वत्रिक निवडणुकीनंतर पहिल्या आणि दरवर्षीच्या पहिल्या अधिवेशनात संसदेच्या दोन्ही सभागृहांच्या संयुक्त अधिवेशनात अभिभाषण करणे.

२) दोन्ही सभागृहांच्या संयुक्त बैठका बोलावणे.

३) लोकसभा विसर्जित करणे.

४) विधेयकाला संमती देणे अथवा न देणे. (स्वाक्षरीसाठी आलेले विधेयक ते फक्त एकदाच नाकारू शकतात.)

५) राज्यसभेतील सभासदांची नियुक्ती करणे.

६) वटहुकूम किंवा अध्यादेश काढणे (कलम – १२३)

७) घटनात्मक यंत्रणांनी राष्ट्रपतींकडे सादर केलेले अहवाल स्वतःची सूचना करून संसदेपुढे मांडणे.

उदा. महालेखापरीक्षक, लोकसेवा आयोग, वित्त आयोग इत्यादींचे अहवाल.

८) लवाद आयोग, चौकशी आयोग नेमणे.

(३) अर्थविषयक अधिकार :

१) दर पाच वर्षांनी वित्त आयोगाची नेमणूक करणे.

२) अर्थविधेयके मांडण्यास पूर्वपरवानगी देणे.

३) देशाच्या आकस्मिक निधीतून घटकराज्यसरकारांना आर्थिक मदत करणे.

४) विविध खात्यांच्या खर्चाच्या मागण्या संसदेत सादर करणे.

(४) आणीबाणीचे अधिकार :

विशेष वटहुकूम काढून राष्ट्रपती आणीबाणी घोषित करू शकतात. आणीबाणीचे तीन प्रकार आहेत.

१) राष्ट्रीय आणीबाणी (कलम – ३५२)

२) घटकराज्यातील आणीबाणी किंवा घटकराज्यातील राष्ट्रपतीराजवट (कलम – ३५६)

३) आर्थिक आणीबाणी (कलम – ३६०)

(५) न्यायविषयक अधिकार :

१) न्यायाधीशांच्या नेमणुका करणे.

२) घटनात्मक पेचप्रसंगावर न्यायालयाचा सल्ला घेणे.

३) फाशीची शिक्षा कमी करणे किंवा माफ करणे.

४) दंडाची माफी देणे.

▶ **उपराष्ट्रपती :**

राज्यघटनेच्या ६३ व्या कलमात उपराष्ट्रपतिपदाची तरतूद केली आहे.

निवडणूक : संसदेच्या दोन्ही सभागृहातील मिळून तयार झालेल्या निर्वाचक मंडळाद्वारे प्रमाणशीर प्रतिनिधित्व, एकेल संक्रमणीय आणि गुप्त मतदानपद्धतीने होते. उपराष्ट्रपतीच्या निर्वाचक मंडळात फक्त लोकसभेतील व राज्यसभेतील निर्वाचित सभासदांचा समावेश होतो.

पात्रता :

१) भारताचा नागरिक असावा.

२) वयाची ३५ वर्षे पूर्ण असावीत.

३) राज्यसभेचा सभासद म्हणून निवडून येण्यास पात्र असावा.

४) संघ किंवा घटकराज्यशासनात कोणतेही फायद्याचे पद भूषवीत असू नये.

५) संघ किंवा राज्य कायदेमंडळाचा सदस्य असू नये.

सध्या उपराष्ट्रपतिपदासाठी उभ्या राहणाऱ्या उमेदवाराचे नाव त्याच्या निर्वाचन मंडळातील (Electoral College) किमान वीस सभासदांनी सुचविणे आवश्यक असून त्यास आणखी वीस सभासदांनी अनुमोदन देणेसुद्धा आवश्यक केले आहे. तसेच संबंधित निवडणूक लढविण्यासाठी उमेदवाराला अनामत रक्कम म्हणून रुपये पंधरा हजार भरावे लागतात.

कार्यकाल : कार्यकाल पाच वर्षांचा आहे. ते राजीनामा देऊ शकतात किंवा त्यांना पदच्युत करता येते.

वेतन व भत्ते : उपराष्ट्रपती म्हणून त्यांना वेतन न देता राज्यसभेचे अध्यक्ष म्हणून दिले जाते. दरमहा रु. १,२५,०००/– इतके वेतन, इतर भत्ते व सोयीसवलती आहेत.

पदच्युती : घटना कलम ६७ नुसार उपराष्ट्रपतीस पदच्युत करण्याचा ठराव फक्त राज्यसभेतच मांडता येतो.

उपराष्ट्रपतीचे अधिकार आणि कार्ये :

१)   उपराष्ट्रपती म्हणून राज्यघटनेने उपराष्ट्रपतीला काहीही अधिकार दिलेले नाहीत.

२)   उपराष्ट्रपती हे राज्यसभेचे पदसिद्ध अध्यक्ष असतात. अध्यक्ष या नात्याने राज्यसभेच्या बैठकीचे नियंत्रण करणे, राज्यसभेचे अध्यक्ष म्हणून निर्णायक मत देण्याचा त्यांना अधिकार आहे.

३)   राष्ट्रपतीच्या गैरहजेरीत भारताचा राष्ट्रपती म्हणून कार्य करणे.

४)   मेळावे, उद्घाटने, परिषदा या प्रकारच्या समारंभाचे औपचारिक नेतृत्व करणे.

▶   **पंतप्रधान व मंत्रिमंडळ :**

भारताच्या राज्यघटनेने पंतप्रधानपदाची तरतूद केली आहे. त्याची नियुक्ती राष्ट्रपतीकडून केली जाते. पंतप्रधानाच्या नियुक्तीच्या बाबतीत राष्ट्रपतीच्या मर्जीचा प्रश्न नसतो. लोकसभेत ज्या पक्षाचे खासदार बहुमताने निवडून येतात त्यांनी त्याला आपला नेता म्हणून निवडल्यानंतर राष्ट्रपती पंतप्रधान म्हणून त्यांची नेमणूक करतात. १९९६ नंतर भारतात आघाडीच्या शासनाची संकल्पना रुजलेली आहे. अशावेळी अनेक घटकपक्षांनी एकत्र येऊन तयार केलेल्या आघाडीचा तो नेता असावा लागतो. त्याप्रमाणे पाठिंबा देणाऱ्या खासदाराच्या सह्यांचे पत्र राष्ट्रपतीला द्यावे लागते. त्यानंतरच राष्ट्रपती त्याची पंतप्रधानपदी नियुक्ती करतात. अशावेळी राज्यसभेच्या खासदाराला आघाडीचा नेता केले तरी चालते. थोडक्यात संसदेच्या कोणत्याही सभागृहाची सदस्य नसलेल्या व्यक्तीचीही पंतप्रधानपदी नियुक्ती केली जाऊ शकते. परंतु ती व्यक्ती पंतप्रधानपदी नियुक्त झाल्यापासून सहा महिन्यांच्या आत संसदेच्या कोणत्यातरी एका सभागृहावर निवडून येणे तिच्यावर बंधनकारक केलेले आहे.

पंतप्रधान निवडीसंदर्भात राज्यघटनेत काही तरतुदी आहेत. ७४ व्या कलमानुसार राष्ट्रपतींना त्यांच्या कामात मदत करण्यासाठी आणि सल्ला देण्यासाठी पंतप्रधानाच्या नेतृत्वाखाली एक मंत्रिमंडळ असेल. ७५ व्या कलमानुसार राष्ट्रपती पंतप्रधानाची निवड करतील आणि पंतप्रधानाच्या सल्ल्यानुसार इतर मंत्र्यांची नियुक्ती करतील. पंतप्रधान हे मंत्रिमंडळाच्या केंद्रस्थानी असतात. भारताचा राज्यकारभार हा जरी राष्ट्रपतीच्या नावाने चालत असला तरी ते फक्त घटनात्मक प्रमुख असतात. केंद्र शासनाच्या सत्तेचा वास्तविक प्रमुख म्हणून पंतप्रधान असतात. कार्यकारी सत्ता ही मंत्रिमंडळाकडे असते आणि पंतप्रधान हे मंत्रिमंडळाचे प्रमुख असतात.

पंतप्रधानाचे अधिकार व कार्ये :

१)   शासनाच्या सत्तेचा वास्तविक प्रमुख म्हणून कार्य करणे.

२)   मंत्रिमंडळाची निर्मिती करणे.

३)   मंत्रिमंडळाचे खातेवाटप करणे आणि खातेपालट करणे.

४)   विविध खात्यांत एकसूत्रीकरण करणे.

५)   मंत्रिमंडळाचे अध्यक्षस्थान स्वीकारून मंत्रिमंडळाचे नेतृत्व करणे.

६)   शासनाचे धोरणनिर्धारण करणे.

७)   धोरणांची अंमलबजावणी करणे.

८)	संसदेचे नेतृत्व करणे.

९)	पक्षाचा नेता म्हणून काम करणे.

१०)	जनतेचा नेता म्हणून काम करणे.

११)	राष्ट्रपती व मंत्रिमंडळ यांना जोडणारा दुवा म्हणून कार्य करणे.

१२)	राष्ट्रीय विकास परिषद आणि राष्ट्रीय नियोजन आयोगाचा अध्यक्ष म्हणून काम करणे.

पंतप्रधान आणि मंत्रिमंडळ संबंध :

भारतीय राज्यघटनेतील तरतुदीनुसार पंतप्रधानाच्या सल्ल्यानुसारच राष्ट्रपती मंत्र्यांची नियुक्ती करतात. यावरून असे स्पष्ट होते की, राष्ट्रपती स्वतःच्या मर्जीनुसार मंत्री नेमू शकत नाहीत. मंत्रिमंडळ व पंतप्रधान यांच्यातील नात्याचा उल्लेख करताना राजकीय अभ्यासकांनी पंतप्रधानाला 'समानातील पहिला' असे मानले आहे. तसेच घटनाकलम ७५ (३) मध्ये मंत्रिमंडळ हे लोकसभेला सामूहिकरीत्या जबाबदार आहे अशी तरतूद केली आहे. त्यामुळे सर्व धोरणात्मक निर्णय हे मंत्रिमंडळाच्या बैठकीत घेतले जातात. निर्णयप्रक्रियेत संपूर्ण मंत्रिमंडळाचा उल्लेख होतो म्हणून पंतप्रधान हे समानातील पहिले असतात असा युक्तिवाद केला जातो. परंतु काही विचारवंत पंतप्रधानाबाबत या युक्तिवादाबद्दल समाधान व्यक्त करीत नाहीत. त्यांच्या मते, पंतप्रधान हाच मंत्रिमंडळाचा नेता असतो अशी घटनेनेच त्याच्यावर जबाबदारी टाकली आहे. आजपर्यंतच्या पंतप्रधानांच्या विविध निर्णयप्रक्रियेवरून पंतप्रधानाचे मंत्रिमंडळातील व देशातील स्थान व महत्त्व सर्वांच्या लक्षात आलेले आहे.

▶	**भारताचा महान्यायवादी (Attorney General of India) :**

भारतात संघशासनाला कायदेविषयक सल्ला देण्यासाठी आणि न्यायालयात शासनातर्फे दावे चालविण्यासाठी राज्यघटनेच्या ७६ व्या कलमानुसार महान्यायवादी या पदाची निर्मिती केली आहे. शासनात कायदामंत्री हे पद आहे तरीही सक्षम कायदेविषयक सल्ल्यासाठी महान्यायवादी हे पद निर्माण केलेले आहे. कायदामंत्री हा शासनाचा कायदेविषयक भार सांभाळतो. याचा अर्थ तो कायदेतज्ञ असतोच असा नाही. मात्र महान्यायवादी हा कायदेतज्ञच असतो त्यामुळे त्याची नियुक्ती केली जाते.

राष्ट्रपती उच्च न्यायालयात न्यायाधीश होण्याच्या योग्यता असलेल्याची नेमणूक महान्यायवादीपदी करतात. महान्यायवादी संसदेच्या कोणत्याही सभागृहाचा सभासद नसतो. तरीही संसदेत महत्त्वाच्या प्रश्नांची कायदेशीर बाजू मांडण्याचा त्याला अधिकार आहे. राष्ट्रपतीची म्हणजेच मंत्रिमंडळाची मर्जी असेपर्यंत ते आपल्या पदावर राहतात. मुदत संपण्याअगोदर ते राजीनामा देऊ शकतात.

पात्रता :

१)	भारताचा नागरिक असावा.

२)	भारतातील कोणत्याही न्यायालयात पाच वर्षे न्यायाधीश म्हणून काम किंवा कोणत्याही उच्च न्यायालयात १० वर्षे महाधिवक्ता (Advocate General) म्हणून काम.

३)	वय ६५ वर्षांपिक्षा अधिक असू नये.

४)	राष्ट्रपतीच्या मते – निष्णात कायदेपंडित असावा.

महान्यायवादीचे अधिकार व कार्ये :

१)	राज्यघटनेने व कायद्याने सोपविलेली कामे पार पाडणे.

२)	राष्ट्रपती मागतील त्यावेळी त्यांना कायदेशीर सल्ला देणे.

३) भारत सरकारचा वकील म्हणून कार्य करणे.

४) भारत सरकारची न्यायालयीन बाजू सर्वोच्च व उच्च न्यायालयात मांडणे.

५) संसदेच्या बाजूने न्यायालयात उभे राहणे आणि बाजू मांडणे.

▶ **भारताचा महालेखापरीक्षक**
(Comptroller and Auditor General of India)

संघशासन व घटकराज्ये यांच्यातील जमाखर्चाची नि:पक्षपाती वृत्तीने तपासणी करणे गरजेचे आहे. त्यासाठी घटनाकलम १४८ नुसार नियंत्रक व महालेखापरीक्षकाच्या पदाची निर्मिती केली आहे. अंदाजपत्रकानुसार कार्यकारी मंडळाने केलेल्या कामाची पाहणी करण्यासाठी संसदेची लोकलेखा समिती आहे. मात्र त्या समितीतील सभासद हे त्या विषयाचे तज्ज्ञ असतातच असे नाही. जमाखर्चाचे लेखापरीक्षणाचे काम बिनचूक व्हावे आणि हिशोबतपासणीच्या कार्यात मदत व्हावी या दृष्टिकोनातून नियंत्रक व महालेखापरीक्षकपदाची निर्मिती केली आहे. प्रत्यक्षात लोकलेखासमिती व महालेखापरीक्षक यांची कार्ये परस्परपूरक आहेत. भारताचे राष्ट्रपती नियंत्रक व महालेखपरीक्षकाची नियुक्ती करतात. सर्वोच्च न्यायालयातील न्यायाधीशाला ज्या पद्धतीने पदावरून दूर करता येते त्याच पद्धतीने महालेखापरीक्षकाला पदावरून दूर करता येते. मुदत संपण्याअगोदर ते राजीनामा देऊ शकतात.

महालेखापरीक्षकाचे अधिकार व कार्ये :

१) संसदीय कायद्याप्रमाणे केंद्र, घटकराज्ये, संस्था, मंडळे यांच्या हिशोबतपासणीचे कार्य करणे.

२) राष्ट्रपतींच्या संमतीने केंद्राचे व घटकराज्याचे हिशोब ठेवणे.

३) केंद्रशासनाच्या लेखापरीक्षणाचा अहवाल राष्ट्रपतीला सादर करणे.

४) घटकराज्याच्या लेखापरीक्षणाचे अहवाल संबंधित घटकराज्याच्या राज्यपालांना सादर करणे.

५) लेखांच्या बिनचूकपणाचा अहवाल तयार करणे त्याबद्दलचा शेरा देणे, सार्वजनिक खर्चाचा अपव्यय झाला असल्यास तसे ताशेरे मारणे, नियमबाह्य खर्चाबद्दल संबंधितांना तंबी देणे.

(२) केंद्रीय कायदेमंडळ : (भारतीय संसद) – राज्यघटनेच्या ७९ व्या कलमाने भारताच्या संसदेची निर्मिती केली आहे. त्यानुसार संघाची एक संसद असेल, संसदेत राष्ट्रपती व दोन सभागृहे असतील अशी नोंद आहे. वरिष्ठ सभागृहाला राज्यसभा म्हणतात तर कनिष्ठ सभागृहाला लोकसभा म्हणतात.

▶ **राज्यसभा :**

राज्यसभा हे सभागृह वरिष्ठ असले तरी राज्यघटनेनेच लोकसभेला राज्यसभेपेक्षा जास्त अधिकार दिले आहेत.

सभासदसंख्या : घटनेच्या कलम ८० नुसार राज्यसभेची सभासदसंख्या २५० इतकी आहे. त्यांपैकी २३८ सभासद हे घटकराज्यांचे व केंद्रशासित प्रदेशांचे प्रतिनिधी असतात तसेच कला, वाङ्:मय, शास्त्र आणि सामाजिक सेवा या क्षेत्रांतील बारा दिग्गजांची नियुक्ती भारताचे राष्ट्रपती राज्यसभेवर करतात.

सभासद होण्यासाठी पात्रता : भारताचे नागरिकत्व, वयाची ३० वर्षे पूर्ण असावीत, संसदेने वेळोवेळी ठरविलेल्या इतर अटींची पूर्तता करावी.

कार्यकाळ : राज्यसभा हे सभागृह कायमस्वरूपी सभागृह आहे. ते कधीही विसर्जित होत नाही. दर दोन वर्षांनी राज्यसभेचे १/३ सभासद निवृत्त होतात आणि त्याजागी तितकेच सभासद निवडले जातात. एका राज्यसभासभासदाचा कार्यकाळ एकूण सहा वर्षांचा असतो.

राज्यसभेचे अध्यक्ष : राज्यघटनेच्या ८९ व्या कलमानुसार भारताचे उपराष्ट्रपती हे राज्यसभेचे पदसिद्ध अध्यक्ष असतात. ते राज्यसभेचे सभासद नसल्यामुळे त्यांना राज्यसभेत मत देण्याचा अधिकार नसतो. परंतु राज्यसभेत दोन्ही पक्षांना समसमान मते मिळून पेचप्रसंग निर्माण झाला तर राज्यसभेचे अध्यक्ष त्यावेळी निर्णायक मत देऊ शकतात. अध्यक्ष म्हणून सभागृहातील चर्चा ते नियंत्रित करतात. त्याचबरोबर सभागृहाची प्रतिष्ठा आणि विशेषाधिकार यांचे रक्षण करणे, सभागृहाचे कामकाज नियमानुसार चालविणे इत्यादी महत्त्वाची कामे त्यांना करावी लागतात.

राज्यसभेचे उपाध्यक्ष : राज्यसभेचे सदस्य आपल्यातून एकाची उपाध्यक्ष म्हणून निवड करतात आणि त्याला पदावरून दूर करावयाचे असल्यास राज्यसभा बहुमताने तो निर्णय घेऊ शकते.

राज्यसभेचे अधिकार व कार्ये :

१) सामान्य विधेयक मंजूर करण्याच्या बाबतीत लोकसभेप्रमाणे अधिकार आहे. सामान्य विधेयक प्रथम राज्यसभेत मांडता येते.

२) धनविधेयकाच्या बाबतीत राज्यसभेला दुय्यम अधिकार आहेत. धनविधेयक राज्यसभेत मांडता येत नाही. मात्र राज्यसभा धनविधेयक १४ दिवसांसाठी अडवू शकते.

३) घटनादुरुस्तीचे अधिकार.

४) मंत्रिमंडळावर नियंत्रण ठेवणे. संसदेचे अधिवेशन चालू असताना सभासद सभागृहात मंत्र्यांना राज्यकारभाराविषयक प्रश्न, उपप्रश्न विचारून आवश्यक माहिती मागवू शकतात, सरकारच्या धोरणावर टीका करू शकतात तसेच एखाद्या विषयावर स्थगन प्रस्ताव आणू शकतात.

५) आणीबाणी पुकारल्यास त्याला मान्यता देणे.

६) महाभियोग आणि बडतर्फी प्रक्रियेत सहभागी होणे.

▶ ### लोकसभा :

भारतीय संसदेचे कनिष्ठ सभागृह असूनही शक्तिशाली सभागृह म्हणून ओळखले जाते. लोकांचे प्रत्यक्ष प्रतिनिधित्व करणारे सभागृह म्हणूनही लोकसभेची ओळख आहे.

सभासदसंख्या : लोकसभेची जास्तीत जास्त सभासदसंख्या ५५२ इतकी आहे. ५३० सभासद हे घटकराज्यांचे प्रतिनिधी असतात. 20 सभासद हे केंद्रशासित प्रदेशांचे प्रतिनिधी असतात तसेच अँग्लोइंडियन समाजाचे दोन प्रतिनिधी राष्ट्रपतींना नियुक्त करता येतात. सध्या लोकसभा सभासदसंख्या ५४५ इतकी आहे त्यापैकी ५३० सभासद राज्यांचे तर १३ प्रतिनिधी केंद्रशासित प्रदेशांचे प्रतिनिधित्व करतात आणि 02 सभासद राष्ट्रपतिनियुक्त आहेत.

सभासद होण्यासाठी पात्रता : भारताचे नागरिकत्व, वय वर्षे २५ पूर्ण व संसदेने वेळोवेळी ठरविलेली इतर आवश्यक पात्रता.

कार्यकाल : सामान्य परिस्थितीत पाच वर्षे. राज्यघटनेच्या ८३ व्या कलमाने लोकसभेचा कार्यकाल पाच वर्षांचा केला आहे. पाच वर्षांची मुदत संपताच सभागृह बरखास्त होते. मुदत पूर्ण होण्याअगोदर राष्ट्रपतीला घटनेच्या ८५ व्या कलमानुसार लोकसभा विसर्जित करण्याचे अधिकार आहेत.

अधिवेशने : लोकसभेची वर्षातून किमान दोन अधिवेशने होणे आवश्यक आहे आणि त्या दोन

अधिवेशनांमधील कालावधी मात्र सहा महिन्यांपेक्षा जादा असू नये.

▶ **लोकसभेचे सभापती :**

सार्वत्रिक निवडणुकीनंतर जेव्हा लोकसभेची पहिली बैठक होते तेव्हा निवडून आलेल्या सभासदांतूनच एकाची सभापती म्हणून निवड केली जाते. सभापतिपद हे अत्यंत सन्मानाचे पद आहे. आजपर्यंत त्या पदावर येणाऱ्या व्यक्तींनी त्या पदाचे महत्त्व वाढविले आहे. तसेच लोकसभेत सभापतीवर अविश्वास व्यक्त करून त्याला पदावरून दूर करता येते.

अधिकार व कार्ये :

१) बैठकीचे अध्यक्षस्थान स्वीकारणे व सभागृहातील कामकाज नियमाप्रमाणे पार पाडणे.

२) सभागृहातील चर्चेवर नियंत्रण ठेवणे.

३) तहकुबी सूचना व ठराव दाखल करून घेणे.

४) निर्णायक मत देऊन पेचप्रसंग सोडविणे.

५) एखादे विधेयक अर्थविधेयक आहे की सामान्य विधेयक आहे या बाबतीत निर्णय घेणे.

६) संसदेच्या संयुक्त बैठकीत अध्यक्ष म्हणून काम करणे.

७) संसदेचे दप्तर सांभाळणे.

▶ **लोकसभेचे उपसभापती :**

सार्वत्रिक निवडणुकीनंतर ज्यावेळी लोकसभेची पहिली बैठक होते त्यावेळी निवडून आलेल्या सभासदांतूनच सभापतीबरोबर उपसभापतीची निवड केली जाते. सभापतीच्या गैरहजेरीत उपसभापती सभापती म्हणून कार्य करतात. सभापतीप्रमाणेच लोकसभेत त्याच्याविरुद्ध अविश्वास व्यक्त करून त्याला पदावरून दूर करता येते.

लोकसभेचे अधिकार व कार्ये :

१) **कायदेविषयक कार्ये :** कायदेविषयक कार्य हे लोकसभेचे सर्वात महत्त्वाचे कार्य आहे. संघसूची आणि समवर्तिसूचीतील विषयावर कायदा करण्याचे लोकसभेला अधिकार आहेत.

२) **अर्थविषयक कार्य :** अर्थसंकल्प, धनविधेयक पहिल्या प्रथम लोकसभेतच मांडले जाते. राज्यसभेत ते कधीही मांडले जात नाही म्हणूनच देशाच्या तिजोरीवर लोकसभेचे नियंत्रण आहे असे म्हटले जाते.

३) **मंत्रिमंडळावर नियंत्रण :** राज्यघटनेच्या ७५ व्या कलमानुसार मंत्रिमंडळ हे सामुदायिक रीतीने लोकसभेला जबाबदार ठरविण्यात आलेले आहे. त्यानुसार लोकसभेचे मंत्रिमंडळाकडून राज्यकारभाराविषयी माहिती मागविली जाते आणि लोकसभेत सरकारवर टीका केली जाते या दोन पद्धतींनी लोकसभा मंत्रिमंडळावर नियंत्रण ठेवते.

४) **घटनादुरुस्तीचे कार्य :** घटनादुरुस्ती प्रक्रियेमध्ये सहभागी होणे.

५) **निर्वाचनकार्य :** लोकसभेतील सभासद हे राष्ट्रपती व उपराष्ट्रपती यांच्या निवडणुकीत भाग घेतात.

६) **इतर कार्य :** अध्यादेश काढणे. नवीन राज्ये निर्माण करणे त्यांची नावे, सीमा बदलणे, महाभियोग आणि बडतर्फी प्रक्रियेत सहभागी होणे.

▶ **संसदीय समित्या :**

सभागृहात सभासदसंख्या मोठी असल्यामुळे महत्त्वाच्या विषयावर चर्चा करण्यासाठी कमी सभासद

असलेली समिती नेमण्याची पद्धत सुरू झाली. समित्यांमध्ये सत्ताधारी व विरोधी या दोन्ही पक्षांचे सभासद असल्यामुळे संसदेच्या कामाचा ताण कमी करता येतो. संसदीय समितीच्या स्थापनेसंदर्भात घटनेत कोणतीही तरतूद नाही तरीही कायदेमंडळाच्या कामकाजात मदत करण्यासाठी समित्या स्थापन केल्या आहेत.

समित्यांचे प्रामुख्याने दोन प्रकार आहेत.

१)   स्थायी (Standing) समित्या

२)   तात्पुरत्या (Adhoc) स्वरूपाच्या समित्या

१)   संसदेच्या दैनंदिन कामकाजाशी संबंधित समित्या : कामकाज सल्लागार समिती (सभागृहाचे कामकाजाबाबत वेळापत्रक तयार करणे, विशिष्ट विषयाला चर्चेसाठी निश्चित कालावधी देणे इ.), नियम- समिती (सभागृहातील कामकाजाचे नियम तयार करणे), तक्रार-अर्ज समिती, विशेष अधिकार समिती, अर्ज समिती, याचिकासंबंधित समिती, दुय्यम विधिनियम समिती इ.

२)   अर्थविषयक समित्या : लोकलेखा समिती किंवा सार्वजनिक हिशेब समिती, अंदाज समिती, सार्वजनिक उद्योगासंबंधी समित्या.

३)   सामाजिक विकासासंबंधी निगडित संसदीय समित्या : उदा. अनुसूचित जाती, जमाती कल्याण समिती, मजूर व कल्याण समिती.

४)   प्रशासकीय संसदीय समित्या : गैरहजर सदस्यांच्या बाबतीतील समिती, निवास समिती, ग्रंथालय- समिती, सभासदांचे वेतन व भत्ते यांबाबत शिफारस करणारी समिती इ.

काही महत्त्वाच्या समित्या :

१)   लोकलेखा समिती किंवा सार्वजनिक हिशोब समिती :

शासनाच्या आर्थिक व्यवहाराशी निगडित ही समिती आहे. प्रामुख्याने कार्यकारी मंडळावर प्रभावीपणे आर्थिक नियंत्रण ठेवणारी ही समिती आहे. या समितीत २२ सभासद आहेत. (लोकसभेचे १५ सभासद आणि राज्यसभेचे ७ सभासद असतात) लोकसभेचे अध्यक्ष या समितीचे अध्यक्ष निवडतात. अध्यक्ष हा विरोधी पक्षाचा नेता असावा असा संकेत आहे. सदस्याचा कालावधी एक वर्षासाठी असतो. मंत्री या समितीचे सभासद नसतात.

समितीची कार्ये :

१) संघशासनाने अर्थसंकल्पात दर्शविल्याप्रमाणे योग्य गोष्टीवर खर्च केला किंवा नाही याची चिकित्सा करणे.

२) भारताच्या महालेखापरीक्षकाने जो अहवाल तयार केलेला असतो त्यावर ही समिती चिकित्सा करते.

३) सार्वजनिक संस्थांच्या हिशोबांची तपासणी करणे.

४) हिशोबतपासणीचे अहवाल संसदेला सादर करणे.

५) सरकारच्या एखाद्या खात्यात आर्थिक गोंधळ झाला असेल तर तो उजेडात आणणे.

२)   अंदाज समिती :

दरवर्षी ३१ मार्चपूर्वी लोकसभेला व राज्यसभेला वार्षिक खर्चाचे अंदाजपत्रक सादर केले जाते त्याची छाननी करण्यासाठी अंदाज समिती असते. भारत सरकारच्या आर्थिक व्यवहारावर नियंत्रण ठेवण्याचे कार्य ही समिती करते. या समितीत ३० सभासद आहेत. त्यांची निवड एका वर्षासाठी लोकसभेकडून केली जाते. समितीच्या अध्यक्षांची निवड मात्र लोकसभेच्या सभापतीकडून केली जाते. मंत्री या समितीचे सभासद नसतात.

समितीची कार्ये :

१) अंदाजपत्रकाची चिकित्सा करणे. त्याआधारे शासनाच्या विविध विभागांत खर्चात काटकसर करण्यासंबंधी सूचना देणे.

२) पैशाचा उपयोग अधिक कार्यक्षमतेने व्हावा म्हणून काही महत्त्वपूर्ण उपाययोजना सुचविणे.

३) तपासणी अहवाल लोकसभेला सादर करणे.

४) संसदेने मंजूर केलेल्या रकमांचा चांगला विनियोग करण्यासाठी सल्ला देणे.

▶ **संसदेचे कार्यकारी मंडळावरील नियंत्रण :**

मंत्रिमंडळ कायदेमंडळावर कशाप्रकारे नियंत्रण ठेवते याबद्दल सुरुवातीलाच काही बाबी लक्षात घ्याव्या लागतात. प्रत्येक मंत्री हा कायदेमंडळाचा सभासद असलाच पाहिजे आणि नसल्यास मंत्री म्हणून निवड झालेल्या दिवसापासून सहा महिन्यांच्या आत त्याने संसदेचे सभासदत्व प्राप्त केलेच पाहिजे. अन्यथा तो मंत्री म्हणून राहणार नाही. तसेच मंत्रिमंडळ हे सामुदायिकरीत्या लोकसभेला जबाबदार असते आणि व्यावहारिकदृष्ट्या लोकसभेचा विश्वास असेपर्यंतच मंत्रिमंडळ अधिकारपदावर राहते. पंतप्रधान कायदेमंडळावर पुढील पद्धतीने नियंत्रण ठेवतात.

१) साधारणत: कायदेमंडळाचे अधिवेशन केंव्हा बोलवायचे? त्याचा कालावधी किती ठेवायचा आणि त्या अधिवेशनात कोणती विधेयके मांडायची, याबाबत मंत्रिमंडळ निर्णय घेते आणि ते निर्णय राष्ट्रपतीला कळविले जातात.

२) मंत्रिमंडळ सरकारतर्फे मांडण्यात येणारी विधेयके मांडते.

३) बहुमताच्या जोरावर विधेयकाचे कायद्यात रूपांतर करण्याचे सामर्थ्य मंत्रिमंडळाकडेच असते.

४) पंतप्रधानांनी दिलेले आश्वासन म्हणजे कायदेमंडळाचे आश्वासन असा अर्थ होतो.

५) राज्यसभेत राष्ट्रपतींतर्फे करावयाच्या काही सभासदांच्या नेमणुकांसंबंधीचा निर्णय मंत्रिमंडळच घेते.

६) मंत्रिमंडळ हे कायदेमंडळाचे अपत्य असले तरी विशिष्ट प्रसंगानुसार पंतप्रधान राष्ट्रपतीला लोकसभा विसर्जित करण्याचा सल्ला देऊ शकतात.

मंत्रिमंडळ हे कायदेमंडळावर प्रभाव पाडत असले तरी कायदेमंडळ हे निष्प्रभ आहे असे आपणाला म्हणता येणार नाही. कारण घटनेनुसार लोकसभेलाच मंत्रिमंडळ जबाबदार आहे आणि लोकसभेचा विश्वास असेपर्यंत ते अधिकारपदावर असते.

संसद कार्यकारी मंडळावर पुढील पद्धतीने नियंत्रण ठेवते :

१) मंत्रिमंडळाला शासन कारभाराविषयी प्रश्न, उपप्रश्न विचारण्याचा अधिकार कायदेमंडळाच्या सभासदाला आहे. त्याची उत्तरे मंत्रिमंडळाला तोंडी अथवा लेखी स्वरूपात द्यावी लागतात.

२) कामकाज तहकुबीचा ठराव मांडणे.

३) मंत्रिमंडळाचा निषेध म्हणून सभात्याग करणे किंवा सभागृहात प्रश्न, उपप्रश्न विचारून गोंधळ माजविणे, सभागृहाचे कामकाज बंद करणे.

४) मंत्रिमंडळाने मांडलेले विधेयक नाकारणे.

५) मंत्रिमंडळाने मांडलेले अर्थ विधेयक असंमत करणे.

६) राष्ट्रपतीने केलेल्या अभिभाषणाविरुद्ध ठराव मंजूर करणे.

७) मंत्र्यांच्या वेतनात कपात करणारे विधेयक मंजूर करणे.

८) मंत्रिमंडळाविरुद्ध अविश्वास ठराव मंजूर करणे.

तसेच सार्वजनिक उपक्रमावरसुद्धा संसदेचे नियंत्रण असते. शासकीय उपक्रमाच्या अहवालावर भारताच्या महालेखापरीक्षकाच्या टीका, टिप्पणीनंतर त्याबाबत सविस्तर चर्चा कायदेमंडळात होते. त्यातून सभागृह शासकीय उपक्रमावर अप्रत्यक्ष नियंत्रण ठेवते. शासकीय उपक्रमाचा खर्चमंजुरीचा ठराव लोकसभेत मांडला जातो आणि त्यावर साधकबाधक चर्चा होते. त्यातून शासकीय पक्षाचा पराभव झाला तर त्या उपक्रमाची अकार्यक्षमता पुढे येते.

(३) न्यायमंडळ :

न्यायमंडळ हे शासनसंस्थेचे तिसरे महत्त्वाचे अंग आहे. आपल्या लोकशाहीत कायदेमंडळ, कार्यकारीमंडळाप्रमाणेच न्यायमंडळाला महत्त्व प्राप्त झालेले आहे. भारताची न्यायव्यवस्था ही स्वतंत्र न्यायव्यवस्था म्हणून ओळखली जाते. १९३५ च्या कायद्यानुसार आपण न्यायमंडळाचे एकात्म स्वरूप स्वीकारले आहे.

▶ एकेरी न्यायव्यवस्था :

भारतात कनिष्ठ न्यायालयापासून ते सर्वोच्च न्यायालयापर्यंत सर्व न्यायालये परस्परांना साखळीपद्धतीने बांधली आहेत. कनिष्ठ न्यायालयापासून ते वरिष्ठ न्यायालयापर्यंत अधिकाराच्या दृष्टीने सोपानपरंपरा आहे. भारतात सर्वोच्च न्यायालय हे सर्वश्रेष्ठ असून त्याचे उच्च न्यायालयावर व उच्च न्यायालयाचे घटकराज्यातील इतर कनिष्ठ न्यायालयांवर नियंत्रण आहे.

▶ सर्वोच्च न्यायालय :

भारताला एक सर्वोच्च न्यायालय असेल अशी तरतूद घटनेच्या १२४ व्या कलमात केलेली आहे. १९३५ च्या कायद्याने स्थापन केलेल्या 'फेडरल कोर्ट ऑफ इंडिया'चे रूपांतर सर्वोच्च न्यायालयात झाले आहे. २६ जानेवारी १९५० रोजी सर्वोच्च न्यायालयाची स्थापना झाली.

रचना :

सर्वोच्च न्यायालयात मुख्यन्यायाधीश (सरन्यायाधीश) आणि त्यांच्या मदतीसाठी इतर न्यायाधीश असतात. सध्या सर्वोच्च न्यायालयात एक सरन्यायाधीश व २५ इतर न्यायाधीश मिळून २६ इतकी न्यायाधीशांची संख्या आहे. त्यांच्या नेमणुका राष्ट्रपती करतात.

कार्यकाल :

राज्यघटनेच्या १२४ व्या कलमानुसार सर्वोच्च न्यायालयाच्या न्यायाधीशांचे सेवानिवृत्ती वय ६५ इतके ठरविले आहे. सेवानिवृत्तीनंतर भारतातील कोणत्याही न्यायालयात त्यांना वकिली करता येत नाही. कार्यकाल संपण्यापूर्वी आपल्या पदाचा राजीनामा न्यायाधीश देऊ शकतात. गैरवर्तनाबद्दल न्यायाधीशाला पदच्युत करता येते मात्र पदच्युतीचा ठराव संसदेच्या दोन्ही सभागृहात २/३ बहुमताने मंजूर व्हावा लागतो. त्यानंतर राष्ट्रपती न्यायाधीशांना बडतर्फ करू शकतात.

न्यायाधीशांची पात्रता : राष्ट्रपतींच्या मते ती व्यक्ती निष्णात कायदेपंडित असली पाहिजे त्याचबरोबर त्या व्यक्तीकडे पुढीलप्रमाणे पात्रता असावी.

१) भारताची नागरिक असावी.

२) उच्च न्यायालयात न्यायाधीश म्हणून काम केल्याचा पाच वर्षाचा अनुभव असावा. किंवा

३) उच्च न्यायालयात किमान १० वर्षे वकील म्हणून काम केलेले असावे.

वेतन :

न्यायाधीशाचे वेतन, भत्ते, निवृत्तिवेतन व इतर सवलती इत्यादी बाबी भारतीय संसद ठरविते. सध्या सरन्यायाधीशांना दरमहा रु. १,००,०००/– (रु. एक लाख फक्त) व इतर न्यायाधीशांना दरमहा रु. ९०,०००/– (रु. नव्वद हजार फक्त) इतके वेतन मिळते. त्याचबरोबर त्यांना इतर सोयी सवलती मिळतात.

सर्वोच्च न्यायालयाचे अधिकार व कार्ये :

१) **प्रारंभिक अधिकारक्षेत्र (Original Jurisdiction) :** जे खटले थेट सर्वोच्च न्यायालयातच पहिल्यांदा येतात त्या खटल्याचा प्रारंभच तेथे होतो. काही वादाचे मुद्दे खाली दिले आहेत त्या वादाचा विचार करण्याचा अधिकार फक्त सर्वोच्च न्यायालयाला दिलेला आहे.

उदा. (१) संघशासन आणि एक किंवा दोन घटकराज्ये यांच्यातील वाद.

(२) संघ, एखादे घटकराज्य आणि एक आणि अनेक घटकराज्ये यांच्यातील वाद.

(३) दोन किंवा जादा घटकराज्यांतील आपसातील वाद.

सामान्यत: राज्यघटनेतील तरतुदीचा अर्थ आणि अन्वयार्थ लावण्यावरून वाद निर्माण होतो. अशा प्रसंगी राज्यघटनेचा अर्थ स्पष्ट करण्यासाठी न्यायमंडळाची आवश्यकता असते. संसदेने कायदा करून राज्याराज्यातील पाणीवाटपाचा वाद न्यायालयाच्या प्रारंभिक अधिकार क्षेत्रातून वगळला आहे.

२) **पुनर्निर्णयाचे अधिकारक्षेत्र (Appellate Jurisdiction) :** सर्वोच्च न्यायालयाला दिवाणी आणि फौजदारी या दोन खटल्यांसंदर्भात अधिकार आहेत. घटनात्मक खटले, दिवाणी खटले, फौजदारी खटले आणि खास परवानगीने दाखल केलेले खटले या बाबतीत न्यायालयाला अपिलाचे विस्तारित अधिकार क्षेत्र दिले आहे.

३) **सल्ला देण्याचा अधिकार (Advisory Jurisdiction) :** सार्वजनिक दृष्टिकोनातून महत्त्वाच्या प्रश्नांवर राष्ट्रपतींना न्यायालयाचा सल्ला घेता येतो. राज्यघटनेच्या १४३ व्या कलमात तशी तरतूद केली आहे. संसदेत संमत होणारे विधेयक राज्यघटनेशी सुसंगत आहे किंवा नाही याबद्दलही राष्ट्रपती न्यायालयाचा सल्ला मागू शकतात. राष्ट्रपतींनी न्यायमंडळाचा सल्ला मागितल्याची खाली काही उदाहरणे दिली आहेत.

(१) १९५१ – कायद्याच्या संदर्भात

(२) १९५७ – केरळ शैक्षणिक धोरणाबाबत

(३) १९६० – भारत – पाकिस्तान कराराच्या संदर्भात

(४) १९७४ – राष्ट्रपती निवडणुकीसंदर्भात

(५) १९८२ – कावेरी पाणीवाटपाच्या विवादासंदर्भात नेमलेला लवाद

(६) १९९४ – रामजन्मभूमी वाद

(७) २००२ – गुजरात विधानसभेसंदर्भात

४) **नागरिकांच्या मूलभूत हक्कांचे संरक्षण करणे :** राज्यघटनेच्या ३२ व्या कलमानुसार नागरिकांना मूलभूत हक्कांच्या अंमलबजावणीसाठी योग्य पद्धतीने सर्वोच्च न्यायालयाकडे दाद मागण्याची हमी देण्यात आली आहे. न्यायालय विविध अर्जांच्या माध्यमातून आलेल्या विषयाबाबत निर्णय देते आणि नागरिकांच्या मूलभूत हक्कांचे संरक्षण करते.

५) **अभिलेख न्यायालय :** भारताचे सर्वोच्च न्यायालय हे अभिलेख न्यायालय असल्याची नोंद घटनेच्या

१२९ व्या कलमात केली आहे. न्यायालय अगोदरचे निर्णय दस्ताऐवज अभिलेख स्वरूपात ठेवते त्याच्या आधारावर पुढील निर्णय घेतले जातात.

६) न्यायालयीन पुनर्विलोकनाचा अधिकार : एखादा कायदा संविधानाशी सुसंगत आहे किंवा नाही हे तपासून पाहणे आणि सुसंगत नसल्यास तो रद्द ठरविण्याचा अधिकार सर्वोच्च न्यायमंडळाला आहे.

७) इतर अधिकार : घटनेचा अर्थ लावणे, कनिष्ठ न्यायालयावर नियंत्रण ठेवणे, आपल्या कामकाजपद्धतीसंबंधी नियम तयार करणे, न्यायालयाची बदनामी करणाऱ्या कोणालाही शिक्षा करणे इत्यादी.

▶ **उच्च न्यायालय :**

भारतातील प्रत्येक घटकराज्यासाठी एक उच्च न्यायालय असेल अशी घटनेच्या २१४ कलमामध्ये तरतूद केली आहे. १९५६ साली झालेल्या सातव्या घटनादुरुस्तीने भारताच्या संसदेला कायदा करून दोन किंवा त्यापेक्षा जादा घटकराज्यांना एकच उच्च न्यायालय स्थापन करण्याचा अधिकार दिला आहे. सध्या भारतात एकूण २१ उच्च न्यायालये आहेत. १८६२ साली मुंबई उच्च न्यायालयाची स्थापना झाली. सध्या पणजी, औरंगाबाद, नागपूर याठिकाणी मुंबई उच्च न्यायालयाची खंडपीठे आहेत. उच्च न्यायालयाची नावे व कंसात त्यांचे स्थापना वर्ष दिले आहे. (१) मुंबई (१८६२) (२) कोलकाता (१८६२) (३) मद्रास (१८६२) (४) अलाहाबाद (१८६६) (५) कर्नाटक (१८८४) (६) पाटणा (१९१६) (७) जम्मू काश्मीर (१९२८) (८) पंजाब व हरियाना (१९४७) (९) गुवाहाटी (१९४८) (१०) ओडिशा (१९४८) (११) राजस्थान (१९४९) (१२) आंध्रप्रदेश (१९५४) (१३) मध्यप्रदेश (१९५६) (१४) केरळ (१९५८) (१५) गुजरात (१९६०) (१६) दिल्ली (१९६६) (१७) हिमाचल प्रदेश (१९७१) (१८) सिक्किम (१९७५) (१९) उत्तराखंड (२०००) (२०) छत्तीसगड (२०००) (२१) झारखंड (२०००)

रचना :

उच्च न्यायालयात एक प्रमुख न्यायाधीश व इतर न्यायाधीश असतात. न्यायाधीशांची संख्या राष्ट्रपतींकडून ठरविली जाते. उच्च न्यायालयातील न्यायाधीशांच्या नेमणुका करताना राष्ट्रपती सरन्यायाधीशांचा उच्च न्यायालयातील प्रमुखन्यायाधीशांचा व राज्याच्या राज्यपालांचा सल्ला घेतात. उच्चन्यायालयातील न्यायाधीशांचे सेवानिवृत्ती वय ६२ इतके आहे. कार्यकाळ संपण्यापूर्वी आपल्या पदाचा राजीनामा ते राष्ट्रपतींकडे देऊ शकतात. सर्वोच्च न्यायालयातील न्यायाधीश ज्या पद्धतीने पदच्युत करता येतात त्याच पद्धतीने राष्ट्रपती उच्च न्यायालयातील न्यायाधीशांना पदावरून दूर करतात.

न्यायाधीश होण्यासाठी पात्रता :
१) भारताचा नागरिक असावा.
२) त्याला भारतातील प्रदेशात १० वर्षांचा न्यायखात्यातल्या हुद्द्यावरील अनुभव असावा किंवा उच्च न्यायालयात १० वर्षे वकील म्हणून अनुभव असावा.

वेतन :
१) मुख्य न्यायाधीश दरमहा वेतन रु. ९०,०००/- आणि इतर सोयी, सवलती इ.
२) इतर न्यायाधीशांना दरमहा वेतन रु. ८०,०००/- आणि इतर सोयी, सवलती इ.

उच्च न्यायालयाचे अधिकार व कार्ये :
१) प्राथमिक अधिकार : नागरिकांच्या मूलभूत हक्कांसंदर्भात, घटनेतील तरतुदींचा अर्थ स्पष्ट करणे, न्यायालयाची बदनामीसंदर्भात प्राथमिक अधिकार आहेत.

२) पुनर्निर्णयाचे अधिकार : कनिष्ठ न्यायालयाने दिलेल्या निर्णयावर फेरविचार करण्याचा अधिकार.

३) मूलभूत हक्कांची अंमलबजावणी करण्यासाठी उच्च न्यायालय, व्यक्ती, शासन, संस्था यांना आज्ञा देण्याचे अधिकार आहेत.

उदा. बंदिप्रत्यक्षीकरण, परमादेश, प्रतिषेध, अधिकारपृच्छा, उत्प्रेक्षण.

४) उच्च न्यायालय आपल्या कार्यक्षेत्रात असलेल्या सर्व दुय्यम न्यायालयांवर देखरेख व नियंत्रण ठेवते.

५) घटकराज्याचे अभिलेख न्यायालय : सर्वोच्च न्यायालयाप्रमाणे उच्च न्यायालय हे घटकराज्याचे अभिलेख न्यायालय आहे. त्यांनी दिलेले निर्णय त्याच घटकराज्यातील इतर न्यायालयांत प्रमाण मानले जातात.

६) उच्च न्यायालयातील प्रमुख न्यायाधीशांना न्यायालयातील अधिकारी व इतर सेवकवर्गाच्या नियुक्तीचे अधिकार आहेत. अशावेळी त्यांना राज्यलोकसेवा आयोगाचा सल्ला घ्यावा लागतो.

७) उच्च न्यायालयाचे दप्तर सांभाळणे.

▶ **दुय्यम (कनिष्ठ) न्यायालये :**

भारतीय राज्यघटनेत २३३ ते २३७ या कलमात कनिष्ठ न्यायमंडळाच्यासंबंधी तरतुदी आहेत. भारतात एकात्म न्यायव्यवस्था असल्यामुळे वरिष्ठ न्यायालयाच्या नियंत्रणाखाली कनिष्ठ न्यायालये आहेत.

कनिष्ठ न्यायालयाचे दोन प्रकार आहेत.

(१) फौजदारी न्यायालय   (२) दिवाणी न्यायालय

प्रत्येक जिल्ह्याच्या ठिकाणी एक जिल्हा न्यायालय असते. त्यालाच जिल्हा आणि सत्र न्यायाधीशांचे (डिस्ट्रिक्ट ॲण्ड सेशन्स जज) न्यायालय असे म्हणतात. त्यांची नियुक्ती उच्च न्यायालयाच्या प्रमुख न्यायाधीशाच्या सल्ल्याने राज्यपालाकडून केली जाते. दिवाणी खटले पाहताना त्याला जिल्हा न्यायाधीश (डिस्ट्रिक्ट जज) असे म्हणतात तर फौजदारी कामे पाहताना त्याला सत्रन्यायाधीश (सेशन जज) म्हणतात. जिल्हा न्यायालयात जिल्हा व सत्र न्यायालयांच्या मदतीसाठी संयुक्त जिल्हान्यायाधीश अतिरिक्त सत्रन्यायाधीश आणि साहाय्यक सत्रन्यायाधीशासारखे आणखी काही न्यायाधीश असतात.

जिल्हा न्यायाधीशाच्या (District Judge) नियंत्रणाखालील काही प्रमुख न्यायालये ↓	सत्र न्यायाधीशाच्या (Session Judge) नियंत्रणाखालील काही प्रमुख न्यायालये ↓
१) दिवाणी न्यायालय (प्रथम वर्ग)	१) चीफ ज्युडिशिअल मॅजिस्ट्रेटचे न्यायालय
२) दिवाणी न्यायालय (द्वितीय वर्ग)	२) प्रथम व द्वितीय वर्ग मॅजिस्ट्रेटचे न्यायालय
३) लघुवाद न्यायालय	
४) तालुका न्यायालय	

▶ **लोकपाल :**

देशातील सामान्य लोकांच्या तक्रारींचे निवारण करण्यासाठी भारतात लोकपालसारखी संस्था निर्माण केली आहे. पहिल्याप्रथम स्वीडनमध्ये ऑम्बड्समन ही संस्था निर्माण केली गेली. त्यानंतर इतर राष्ट्रांनी त्यांचा आपल्या अनुभवानुसार स्वीकार केला. १९६६ साली भारत सरकारने नेमलेल्या प्रशासकीय सुधारणा आयोगाच्या शिफारशीनुसार लोकपाल व लोकायुक्त या दोन पदांची निर्मिती केली. भारतात पहिले लोकपाल विधेयक १९६९ मध्ये राज्यसभेत मांडले गेले. ते मंजूर न झाल्याने १९७१, १९७७, १९८५, १९८९, १९९६,

१९९८, 2001, 2005, 2008 आणि 2011 मध्ये तेच लोकपाल विधेयक पुन:पुन्हा मांडण्यात आले. अद्यापही ते मंजूर झालेले नाही. त्यामुळेच भ्रष्टाचारविरोधी कोणताही कायदा सध्या नाही. नव्या मागण्यांसह समाजसुधारक अण्णा हजारे यांच्या नेतृत्वाखाली जनलोकपाल विधेयकासाठी नव्याने प्रयत्न सुरू झाले. शासनाकडे राजकीय इच्छाशक्तीचा अभाव असल्याने लोकपाल विधेयकाची अशी अवस्था झाली आहे.

रचना :

बहुसदस्य यंत्रणेत (तीन सभासद) एक अध्यक्ष असतात. ते सर्वोच्च न्यायालयातील प्रमुख न्यायाधीश असतात. इतर दोन सदस्य उच्चन्यायालयाचे प्रमुख न्यायाधीश अथवा अन्य न्यायाधीश असतात. लोकपालाला दिवाणी न्यायाधीशाचे अधिकार दिले आहेत.

नियुक्ती : भारताचे राष्ट्रपती सर्व सदस्यांची नियुक्ती पाच वर्षांच्या कालावधीसाठी करू शकतात.

वेतन : वेतन, भत्ते, सेवानिवृत्ती वेतन, लोकपालाला सर्वोच न्यायालयातील सरन्यायाधीशाप्रमाणेच मिळते. लोकपालाने गैरवर्तन केले किंवा अकार्यक्षमता दर्शवली तर राष्ट्रपती त्याला पदावरून दूर करतात.

अधिकार व कार्ये :

१) दहा वर्षांपूर्वीच्या प्रकरणाबाबतच्या तक्रारीची चौकशी करणे.

२) लोकपाल स्वत:हून एखाद्या गैरकृत्याची दखल घेऊन त्याची चौकशी करतात.

३) विविध प्रकरणांच्या चौकशीचे वार्षिक अहवाल राष्ट्रपतीस सादर करणे.

४) पंतप्रधान, मंत्री आणि संसद् सदस्यांच्या गैरकृत्याची चौकशी करणे.

या विधेयकामध्ये न्यायव्यवस्थेलाही लोकपालाच्या कार्यकक्षेत आणले परंतु पंतप्रधानाला लोकपालाच्या नियंत्रणात आणायचे का? तसेच लोकपालाकडे स्वत:ची छाननी करण्याची यंत्रणा असावी का? या दोन मुद्द्यांमुळे हे विधेयक वादात सापडले आहे.

► ## लोकायुक्त

आतापर्यंत भारतातील दहा घटकराज्यांत लोकायुक्त संस्था स्थापन करण्यात आलेली आहे. लोकायुक्त व उपलोकायुक्त कायदा करणारे महाराष्ट्र हे पहिले घटकराज्य आहे. महाराष्ट्र शासनाचा महाराष्ट्र लोकायुक्त व उपलोकायुक्त अधिनियम सन १९७१ साली कार्यान्वित झाला आहे.

नियुक्ती : लोकायुक्त व उपलोकायुक्त यांनी नियुक्ती राज्याचा राज्यपाल स्वत:च्या सही शिक्क्याने करतो. लोकायुक्ताची नेमणूक करताना राज्यपालाने राज्याच्या उच्च न्यायालयाचे सरन्यायाधीश व महाराष्ट्रातील विरोधी पक्षनेता ह्यांच्याशी विचारविनिमय केला पाहिजे. उपलोकायुक्ताची नेमणूक करताना राज्यपालाने लोकायुक्ताशी विचारविनिमय केला पाहिजे.

पात्रता : लोकायुक्त व उपलोकायुक्त हे निष्णात कायदेपंडित असले पाहिजेत. प्रत्यक्षात उच्च न्यायालयात न्यायाधीश होण्यासाठी पात्र असलेल्या व्यक्तीची नियुक्ती या पदावर होते.

कार्यकाल : लोकायुक्ताचा कार्यकाल पाच वर्षांचा आहे. लोकायुक्ताने किंवा उपलोकायुक्ताने गैरवर्तन केले किंवा अकार्यक्षमता दर्शविली तर राज्यपाल त्याला पदावरून कमी करू शकतो. त्यापूर्वी त्याची चौकशी सर्वोच्च न्यायालयाच्या न्यायाधीशांकडून व्हावी लागते. या चौकशीला विधिमंडळाच्या दोन्ही गृहांची संमती असावी लागते.

वेतन : लोकायुक्ताला राज्याच्या उच्च न्यायालयाच्या मुख्य न्यायाधीशाप्रमाणेच वेतन, भत्ते, सेवानिवृत्ती-वेतन मिळते.

अधिकार व कार्ये :

१) घटकराज्यातील नागरिकांकडून मंत्री व शासकीय अधिकारी यांच्याविरुद्ध तक्रारींचे निवारण करणे.

२) लोकायुक्त स्वत:हून एखाद्या गैरकृत्याची दखल घेऊन त्याची चौकशी करू शकतात. तसेच वर्तमानपत्रातील बातम्या वाचून काही गैरव्यवहाराबाबत व गैरकृत्याबाबत लोकायुक्त दखल घेऊ शकतात.

३) नागरी सेवेतील अधिकाऱ्याकडून सत्तेचा किंवा अधिकारांचा गैरवापर होऊन इतरांवर अन्याय झाला तर त्या संबंधीच्या तक्रारीचे निवारण लोकायुक्त करतात.

४) राज्यप्रशासनातील सार्वजनिक सेवकांविरुद्ध आलेल्या तक्रारीची चौकशी करणे.

५) चौकशी करून राज्यशासनाला शिफारशी सादर करणे. परंतु त्यांनी केलेल्या शिफारशी शासनावर बंधनकारक नसतात.

लोकायुक्त पदाची उपयुक्तता :

महाराष्ट्रातील लोकायुक्तांकडे होत असलेले दुर्लक्ष, सरकारची ही मानसिकता स्पष्टपणे दाखविते. देशात सर्वांत प्रथम १९७१ मध्ये महाराष्ट्रात लोकायुक्त पद निर्माण झाले. लोकायुक्त नेमले खरे, पण त्यांना कोणतेही अधिकार दिले गेले नाहीत. याचबरोबर लोकायुक्तांच्या खर्चाची पुरेशी व्यवस्था केली गेली नाही. लोकायुक्तांच्या कायदेशीर कक्षाही मर्यादित ठेवण्यात आल्या. नागरी समाजाच्या मागण्या लक्षात घेऊन लोकायुक्तांना पुरेसे अधिकार देऊ असे पंतप्रधान व काँग्रेसचे अन्य मंत्री वारंवार सांगतात. महाराष्ट्रात लोकायुक्तांना तसे अधिकार सरकारने ४० वर्षांत दिलेले नाहीत. माधव गोडबोले यांनी सादर केलेल्या अहवालात लोकायुक्तांना आर्थिक स्वातंत्र्याप्रमाणेच चौकशीचे स्वातंत्र्यही नाही. कर्नाटक, मध्यप्रदेश, आंध्रप्रदेश, उत्तरप्रदेश, छत्तीसगढ या राज्यांमधील लोकायुक्तांना स्वतंत्र चौकशी पथके देण्यात आली आहेत. संशयिताला अटक करण्याचे अधिकार त्यांना आहेत. महाराष्ट्रात पोलीस महासंचालक व ॲन्टी करप्शन ब्युरो यांना लोकायुक्तांच्या कार्यकक्षेत आणण्याच्या सूचना करण्यात आल्या होत्या. त्यांकडेही दुर्लक्ष करण्यात आले. थोडक्यात महाराष्ट्रात लोकायुक्त असूनही त्याचा प्रभाव कधीच जाणवला नाही. त्यामुळेच ज्येष्ठ समाजसेवक अण्णा हजारे यांचे याबाबतचे आंदोलन समजाऊन घ्यावे लागते.

▶ ### लोकन्यायालये :

लोकांच्या मनात न्यायालयाविषयी विश्वास दृढ करण्यात लोकन्यायालये साहाय्यभूत ठरली आहेत. न्यायालयात अनेक वर्षे प्रलंबित असलेली किंवा दाखल होऊ पाहणारी प्रकरणे लोकन्यायालयात निकाली निघतात. त्यामुळे प्रलंबित खटले सामंजस्याने सोडविण्यासाठी लोकन्यायालय अत्यंत महत्त्वाची भूमिका बजाविते.

वाद उद्भवला तर तो सामंजस्याने, तडजोडीने सोडविण्याची परंपरा जुनी आहे. गावातील जुनी-जाणती माणसे एकत्र येऊन कोणताही, कुठल्याही स्वरूपाचा वाद समजुतीने मिटवत असत. ज्यांच्यापुढे वाद नेला जात असे, ते त्या गावातील आदरणीय आणि नि:पक्षपाती लोक असत. यालाच गावपंचायत असे म्हटले जाते. सध्याचे लोकन्यायालय हे गावपंचायतीचे आधुनिक रूप आहे. येथे कायदा जाणणाऱ्या नि:पक्षपाती लोकांचे न्यायमंडळ असते. लोकन्यायालयात येणाऱ्या प्रकरणांमध्ये सामंजस्याने न्याय्य तडजोड केली जाते.

ठिकाण :

लोकन्यायालये राज्यातील सर्व न्यायालयांमध्ये नियमित भरविली जातात. प्रत्येक जिल्ह्याच्या आणि तालुक्याच्या ठिकाणी दोन महिन्यांतून एकदा आणि आवश्यकता भासल्यास त्याहून अधिक वेळा योग्य त्या सूचना देऊन त्या-त्या न्यायालयांमध्ये लोकन्यायालयाचे आयोजन केले जाते. जिल्ह्याच्या ठिकाणी होणारी लोकन्यायालये जिल्हा न्यायालयात; तर तालुक्याच्या ठिकाणी होणारी लोकन्यायालये तालुका न्यायालयात भरविली जातात. राज्यातील सर्वच जिल्ह्यांमध्ये आणि तालुक्याच्या ठिकाणी कायम व अखंडित लोकन्यायालये स्थापन करण्यात आलेली आहेत. त्यामुळे लोकन्यायालयांची वाट न पाहता वाद तसेच तंटा मिटवण्यासाठी कायम व अखंडित लोकन्यायालयात जाता येते. विधी सेवा प्राधिकरणागार्फत लोकन्यायालयाचे आयोजन केले जाते. राज्य व जिल्हा विधि सेवा प्राधिकरणे, तालुका विधि सेवा समित्या व उच्च न्यायालय विधि सेवा समिती त्याचे आयोजन करते.

सर्वसाधारण न्यायालयात एकच न्यायाधीश असतात तर लोकन्यायालयात किमान तीन जाणकार व्यक्तींचे पॅनल न्यायाधीशांची भूमिका बजावते. कार्यरत, निवृत्त आणि ज्येष्ठ न्यायाधीश पॅनलचे प्रमुख असतात; तर अनुभवी वकील किंवा कायद्याचा जाणकार व्यक्ती सदस्य म्हणून लोकन्यायालयाचे काम पाहतो.

खटले :

लोकन्यायालयामध्ये दिवाणी व फौजदारी असे दोन्ही प्रकारचे खटले समेटासाठी येऊ शकतात. मोटार अपघात व भूसंपादन नुकसानभरपाईचे दावे, बँका व अन्य वित्तीय संस्थांचे वसुलीचे दावे, वैवाहिक संबंधातील वाद, निगोशिएबल इन्स्ट्रुमेंट्स ऑक्टच्या कलम १३८ खाली दाखल झालेली प्रकरणे वगैरेंसाठी स्वतंत्ररीत्या खास लोकन्यायालये आयोजित केली जातात. या प्रकरणात मोडणारी आणि न्यायालयात प्रलंबित असलेली प्रकरणे लोकन्यायालयात घेता येतातच शिवाय दावा दाखल न झालेली प्रकरणेही लोकन्यायालयापुढे समेटासाठी येऊ शकतात. लोकन्यायालयात निवाडा होऊन वाद मिटू शकतो. म्हणजेच, दावा दाखल करण्यापूर्वींच वाद निकाली निघू शकतो.

प्रक्रिया :

ज्या न्यायालयात खटला प्रलंबित आहे तेथे एक साधा अर्ज देऊन केसच्या कुठल्याही टप्प्यावर खटला लोकन्यायालयापुढे नेता येतो. अर्ज आल्यावर न्यायाधीश दोन्ही पक्षांचे म्हणणे ऐकून घेतात. दाव्यातील वाद आपापसात समजुतीने मिटू शकेल, असे मत झाल्यास प्रकरण लोकन्यायालयापुढे ठेवण्याचा आदेश करतात. दावा व कैफियतीतील कथनांवरून संबंधित न्यायाधीशांना प्रकरण आपापसात समजुतीने मिटण्याची शक्यता वाटली तर कुठल्याही पक्षाचा अर्ज नसला तरी न्यायाधीश स्वत:हून खटला लोकन्यायालयाकडे वर्ग करतात.

कामकाज :

जाहीर झालेल्या तारखेस नेमलेल्या ठिकाणी लोकन्यायालयाचे पॅनल कामकाजास प्रारंभ करते. लोकन्यायालयात त्या दिवशी सुनावणीसाठी घ्यावयाच्या खटल्यांची यादी पूर्वींच जाहीर झालेली असते. त्यातील खटले अनुक्रमे लोकन्यायालयासमोर सुनावणीसाठी येतात. लोकन्यायालयासमोर पक्षकार स्वत: अथवा वकिलांमार्फत त्यांची बाजू मांडू शकतात. आवश्यकता भासल्यास लोकन्यायालय आवश्यक ती माहिती संबंधितांकडून पुराव्याच्या स्वरूपात मागवू शकतात. खटल्याची सर्व कागदपत्रे मूळ स्वरूपातच

लोकन्यायालयापुढे असतात व पॅनल सदस्य दोघांनाही समेटासाठी योग्य पर्यायही सुचवीत असतात. पॅनल सदस्य तटस्थपणे काम करीत असल्याने बहुतांश वेळा त्यांच्या सूचनांचा पक्षकारांकडून आदर केला जातो. त्यानुसार समेट घडून येतात. ज्या अटी व शर्तींवर आपसात समझोता होतो, त्या लगेचच लेखी स्वरूपात उतरविण्यात येतात व दोन्ही पक्षकार आणि त्यांचे वकील त्यावर स्वाक्षरी करतात. त्यानंतर लोकन्यायालयाचे पॅनल सदस्यदेखील स्वाक्षरी करतात. अशा प्रकारे खटला संपुष्टात येतो आणि वाद मिटतो.

अंमलबजावणी :

लोकन्यायालयात होणारा निवाडा म्हणजे न्यायालयाचा पक्का हुकूमनामाच असतो. लोकन्यायालयापुढे पक्षकार आपसात जी समजूत करतात किंवा आपसात समजुतीचा जो मसुदा तयार करतात त्याचेच रूपांतर लोकन्यायालयाच्या निवाड्यात होते. न्यायालयाच्या हुकूमनाम्याची व्हावी तशीच अंमलबजावणी लोकन्यायालयातील निवाड्याची होते. लोकन्यायालयात होणारा निवाडा हा अंतिम असतो. त्याविरुद्ध अपील करता येत नाही. भांडणाला पूर्णविराम मिळतो आणि कोर्टबाजीतून त्याक्षणीच सुटका होते.

काही कारणास्तव लोकन्यायालयात वाद मिटू शकला नाही तर दावा, खटला संबंधित न्यायालायाकडे परत जातो. प्रचलित न्यायपद्धतीप्रमाणे दाव्यासंदर्भातील दरम्यानच्या काळात तात्पुरती थांबलेली कारवाई पुढे सुरू होते.

लोकन्यायालयाचे फायदे :

१) खटल्याचा झटपट निकाल लागतो. तोंडी पुरावा–उलटतपासणी–दीर्घ युक्तिवाद या बाबी टाळल्या जातात.

२) लोकन्यायालयाच्या विरुद्ध अपील नाही. एकाच निर्णयात कोर्टबाजीतून कायमची सुटका होते.

३) दीर्घकाळ प्रकरणे अनिर्णित राहिल्याने होणारा त्रास, शत्रुत्व, काळजी, अनिश्चितता कडवटपणा यांतून मुक्ती मिळते.

४) परस्परांतील वैमन्यस्य संपुष्टात येते व बंधुभाव निर्माण होतो.

५) लोकन्यायालयात प्रकरणांचा निवाडा करण्यासाठी कोणतीही फी आकारली जात नाही.

६) लोकन्यायालयातील निवाडा हा आपसात समजुतीने होत असल्याने कोणाचा जय वा पराजय होत नाही.

७) लोकन्यायालयातील निवाडा दोन्ही पक्षांना समाधान देणारा असतो.

८) परस्पर संमतीने निकाल होत असल्याने एकमेकातील द्वेष वाढत नाही व कटुताही निर्माण होत नाही.

९) न्यायालयाच्या हुकूमनाम्याप्रमाणेच लोकन्यायालयात होणाऱ्या निवाड्याची अंमलबजावणी न्यायालयामार्फत करता येते.

१०) वेळ व पैसा या दोघांची बचत होते.

११) लोकन्यायालयात निकाली निघणाऱ्या प्रकरणांमध्ये कायद्यानुसार कोर्ट फी ची रक्कम परत मिळते.

▶ **न्यायालयीन सक्रियता :**

१९८० नंतर न्यायालयाने स्वत: पुढाकार घेऊन समाजातील दुर्बल आणि वंचित लोकांना न्याय देण्याचा प्रयत्न सुरू केला. राजकीय, सामाजिक जीवनातील भ्रष्टाचार, गुन्हेगारी, सत्ता गैरव्यवहारासंबंधी न्यायालयाने काही महत्त्वाचे निर्णय द्यायला सुरुवात केली. त्याला न्यायालयीन सक्रियता असे म्हटले जाते. शासनसंस्थेच्या कायदेमंडळ, कार्यकारीमंडळ, न्यायमंडळ या तीन विभागांचे परस्पर संबंध कसे असावेत हे भारतीय घटनेने ठरविलेले आहे. पण प्रत्यक्षात कायदेमंडळ, कार्यकारीमंडळ यांच्याकडे असलेल्या बऱ्याच

कामासंदर्भात न्यायमंडळाला निर्णय द्यावे लागतात. त्यावेळी न्यायमंडळ सक्रिय झाले असे संबोधतात. न्यायालयात सार्वजनिक कल्याणासाठीचे बरेच खटले येऊ लागले. त्यावर लवकरात लवकर न्यायनिवाडा करण्याबाबत न्यायमंडळाला अग्रक्रम द्यावा लागला. त्यामुळे समाजातील वंचित आणि दुर्बल घटकांना न्याय मिळण्यास मदत झाली आहे. थोडक्यात कायदेमंडळ आणि कार्यकारी मंडळाच्या उदासीनतेमुळे तयार झालेली पोकळी भरून काढण्याचे कार्य न्यायमंडळाने केलेले आहे.

न्यायालयीन सक्रियतेची काही उदाहरणे :

१) शासनातील उच्चपदस्थांच्या भ्रष्टाचारावर न्यायमंडळानी ताशेरे ओढायला सुरुवात केली त्याचबरोबर विविध आर्थिक घोटाळ्यासंदर्भात कडक भूमिका स्वीकारली.

२) न्यायालयाने झोपडपट्टीवासियांवर होणारी अतिक्रमणे मोडून काढीत त्यांना संरक्षण दिले.

३) लोकांच्या प्राथमिक गरजा पुरविण्यासंदर्भात न्यायालयाने राज्यकर्त्यांना कर्तव्याची जाणीव करून दिली.

४) महिलांवर होणारे अत्याचार, कैद्याचे पोलीस कोठडीत होणारे मृत्यू इत्यादी घटनांची दखल घ्यायला सुरुवात केली.

५) पर्यावरण, मानवी हक्क, लोकांची सुरक्षितता यांबाबत न्यायालय वास्तविक पद्धतीने निर्णय देऊ लागले.

न्यायालयीन सक्रियतेमुळे झालेले काही सकारात्मक परिणाम पुढीलप्रमाणे आहेत.

१) सार्वजनिक महत्त्वाच्या खटल्याबाबत लवकर न्याय देण्याचे प्रयत्न झाले.

२) सर्वसामान्य लोकांचा न्यायमंडळावरील विश्वास वाढला.

३) दुर्बल, वंचित घटकांना न्याय मिळाला.

४) पर्यावरण व शाश्वत विकास यांचा योग्य समन्वय राखायला मदत झाली.

५) प्रशासनातील गैरप्रकारावर प्रभावी नियंत्रण आले.

▶ ### सार्वजनिक हिताचे दावे किंवा जनहितयाचिका :

सामाजिक न्यायाच्या संकल्पनेतून जनहितयाचिकेचा उगम झालेला आहे. जनहितयाचिकेकडे न्यायालयीन सक्रियतेचेच एक उदाहरण म्हणून पाहिले जाते. समाजातील ज्या व्यक्तीला आपल्यावर अन्याय झाला असे वाटते तिने न्याय मागण्यासाठी न्यायालयात स्वत: अर्ज केला पाहिजे. त्यासाठी अगोदर न्यायालय स्वत: पुढाकार घेत नाही. आधुनिक काळात न्यायालयात जनहितयाचिका मोठ्या प्रमाणात दाखल होत आहेत. सार्वजनिक हिताच्या दृष्टीने प्रश्न मांडण्यासाठी समाजातील विविध संघटना, स्वयंसेवी संस्था न्यायालयाकडे मोठ्या प्रमाणात धाव घेत आहेत. गेल्या काही वर्षांत पर्यावरण, औद्योगिक, शिक्षण, आरोग्य इत्यादी क्षेत्रांत या संदर्भात याचिका दाखल होऊन लोकांच्या हक्कांचे मोठ्या प्रमाणात संवर्धन झाले आहे.

▶ ### भारतीय संघराज्याचे स्वरूप :

भारताची शासनपद्धती ही संघराज्यात्मक असली तरी भारत हे संघराज्य (Federal State) आहे असा शब्दप्रयोग राज्यघटनेत कोठेही आढळत नाही. राज्यघटनेतील पहिल्या कलमात भारत हा राज्यांचा संघ (Union of States) होईल असे म्हटले आहे. भारताचे संघराज्य हे केंद्रोत्सारी पद्धतीने निर्माण झालेले असून राष्ट्रीय एकता व सामर्थ्य यांना विशेष महत्त्व देण्यात आले आहे.

भारतीय संघराज्याची वैशिष्ट्ये :

१) लिखित राज्यघटना

२) केंद्र व घटकराज्यांत अधिकाराचे वाटप

३) स्वतंत्र न्यायमंडळ परंतु एकात्म

४) प्रबळ केंद्रसरकार

५) आणीबाणीच्या काळात एकात्म राज्य

६) कायदेमंडळाच्या वरिष्ठ सभागृहात (राज्यसभेत) सर्व घटकराज्यांना समान प्रतिनिधित्व नाही

७) संघराज्याची प्रवृत्ती अधिकाराच्या केंद्रीकरणाची

८) घटकराज्यांचे अस्तित्व संसदेच्या निर्णयावर अवलंबून

९) राष्ट्राचे ऐक्य व सार्वभौमत्वाला महत्त्व

१०) एकेरी नागरिकत्व

▶ **संघ व घटकराज्ये यांच्यातील संबंध :**

(राज्यघटनेच्या ११ व्या भागात दोघांतील संबंध स्पष्ट केले आहेत.)

राज्यघटनेच्या २४६ कलमात केंद्र व घटकराज्यांमध्ये तीन प्रकारे अधिकारांचे वाटप केलेले आहे. तसेच घटनेच्या ७ व्या परिशिष्टात तीन प्रकारच्या सूच्या दिल्या आहेत.

(१) संघसूची : मूळ राज्यघटनेत ९७ विषय होते. सध्या संघसूचीतील विषयाची संख्या ९९ इतकी आहे.

(२) राज्यसूची : अगोदर ६६ विषय होते सध्या ६१ विषय आहेत.

(३) समवर्ती सूची : अगोदर ४७ विषय होते सध्या ५२ विषय आहेत.

(४२ व्या राज्यघटना दुरुस्तीने १९७६ साली पाच विषय राज्यसूचीतून काढून समवर्ती सूचीमध्ये समाविष्ट केले)

१) कायदेशीर संबंध :

(१) संघसूचीत दिलेल्या विषयावर कायदे करण्याचा अधिकार फक्त संघसरकारला आहे.

(२) संघ व राज्यसरकारला समवर्ती सूचीतील विषयांबाबत कायदा करण्याचा अधिकार असला तरी संघशासनाला त्याबाबत विशेषाधिकार आहे. दोन्ही सरकारांनी त्यातील विषयावर एकाच वेळी कायदा केला तर घटकराज्याचा कायदा रद्द होतो.

(३) संघसरकारला विशिष्ट परिस्थितीत राज्यसूचीतील विषयावर कायदा करण्याचा अधिकार आहे. (कलम – २४९)

(४) राष्ट्रीय आणीबाणीच्या काळात घटकराज्याचे कायदा करण्याचे अधिकार नष्ट होतात. आणीबाणीच्या वेळी संघशासनाचे आदेश राज्यशासनावर बंधनकारक आहेत. (कलम – २५०)

(५) जगातील कोणत्याही राज्यघटनेने केल्या नसतील इतक्या सविस्तरपणे तीन सूच्या दिल्या आहेत. इतके करूनही उर्वरित विषयावर कायदा करण्याचा अधिकार संघ शासनाला आहे. त्यांना शेषाधिकार म्हणतात. (कलम – २४८)

२) प्रशासकीय संबंध :

देशातील शांतता व सुव्यवस्था राखणे हे संघ सरकारचे महत्त्वाचे कार्य आहे. त्यासाठी संघ व

राज्यसरकार यांच्यात प्रशासकीय संबंध निर्माण होतात. संघ सरकारच्या कायद्याची राज्यामध्ये प्रभावीपणे अंमलबजावणी झाली पाहिजे त्यामुळे संघ प्रशासन व घटक राज्यातील प्रशासन यांच्यात समन्वय निर्माण व्हावा म्हणून संघशासनाला जादा प्रशासकीय अधिकार दिले आहेत.

(१) प्रशासनाच्या बाबतीत संघशासनाकडून राज्यशासनाला मार्गदर्शन केले जाते. त्याचबरोबर संघशासनाचे आदेश त्यांना मान्य करावेच लागतात. (कलम - २५६)

(२) घटकराज्याची आपली कार्यकारी सत्ता वापरात आणताना संघाच्या कार्यकारी सत्तेत अडथळे निर्माण होणार नाहीत याची काळजी घ्यावी. (कलम - २५७)

(३) राज्याने संघसरकारचा आदेश मानला नाही तर त्याविरुद्ध संघशासन कडक कारवाई करू शकते (कलम - ३६५)

(४) देशातील महत्त्वाच्या दळणवळण साधनांचे रक्षण करण्याच्या जबाबदारीबाबत संघशासन राज्यशासनाला आदेश देऊ शकते. (कलम २५७ (२) व (३))

(५) एखाद्या घटकराज्यात कायदा व सुव्यवस्था यासंबंधी गंभीर परिस्थिती निर्माण झाल्यास संघशासन घटकराज्यात लष्करी किंवा इतर दले पाठवू शकते. संघशासनाच्या सूचनेनुसार ती कार्य करतील त्यामुळे घटकराज्याचे त्या दलावर कोणतेही नियंत्रण राहणार नाही. (कलम –२५७-अ, ४२ व्या घटनादुरुस्तीने या कलमाचा राज्यघटनेत समावेश केला आहे)

(६) संघशासन राज्याच्या परवानगीने व परवानगीशिवाय संघशासनाची काही कामे घटकराज्याकडे सोपवू शकते (कलम - २५८ (१) व (२))

(७) राज्याराज्यांत नदी पाणी वाटपाचा तंटा निर्माण झाला असेल तर त्याबाबत निर्णय घेण्याचा अधिकार संसदेला आहे (कलम - २६२)

(८) घटकराज्यांमध्ये परस्पर सामंजस्य निर्माण होण्यासाठी सल्लागार मंडळ नेमण्याचा अधिकार भारताच्या राष्ट्रपतीला आहे.

(९) मागासलेल्या जाती - जमातींच्या कल्याणकारी योजना निश्चित करून त्याची कार्यवाही करण्यासाठी राष्ट्रपती संघशासन व घटकराज्यांना सांगू शकतात (कलम - ३३९)

(१०) आणीबाणी जाहीर केल्यास सर्व प्रशासकीय अधिकार संघशासनाला मिळतात (कलम - ३५२, ३५६, ३६०)

(११) घटकराज्यांचे राज्यपाल राष्ट्रपतीची मर्जी असेपर्यंतच पदावर काम करतात (कलम - १५६)

(१२) घटकराज्यात संघशासनाकडून प्रशासकीय अधिकारी नियुक्त केले जातात त्यांच्यावर संघशासनाचेच नियंत्रण असते (कलम - ३१५)

(१३) उच्च न्यायालये, निवडणूक मंडळ यांवर पूर्णपणे संघशासनाचे नियंत्रण आहे.

३) आर्थिक संबंध :

संघशासन व राज्यशासनाच्या उत्पन्नाच्या बाबी पुढीलप्रमाणे आहेत.

(१) संघशासनाच्या उत्पन्नाच्या बाबी : प्राप्तिकर (शेतीचे उत्पन्न वगळून), निगमकर, आयात निर्यात कर, तंबाखूवरील कर, औद्योगिक कंपनीच्या भांडवलावरील कर, आंतरराज्य व्यापारावरील कर, वृत्तपत्रे व जाहिरातीवरील कर इत्यादी.

(२) घटकराज्यांच्या उत्पन्नाच्या बाबी : जमीन महसूल, शेती उत्पन्नावरील कर, विजेवरील कर, सामान्य विक्रीकर, करमणूक कर, व्यवसायकर, मादक पदार्थांच्या उत्पन्नावरील कर, जमिनी व इमारती यांवरील कर, चैनीच्या वस्तूंवरील कर, राज्यसूचीतील विषयावरील शुल्क इत्यादी.

संघ आणि राज्ये यांच्यात उत्पन्नाची विभागणी करताना दोघात ती वाटणी कशी करावयाची त्यासंबंधी राज्यघटनेत काही गोष्टी स्पष्ट केल्या आहेत.

(१) काही कर संघशासन बसविते, मात्र त्याची वसुली राज्याकडून केली जाते आणि ते उत्पन्नसुद्धा राज्यशासनालाच मिळते. उदा. सौंदर्यप्रसाधनांवरील कर, औषधांवरील कर इ.

(२) काही कर संघशासन बसविते आणि त्यांच्याकडून वसूल केले जातात त्यांचे उत्पन्न मात्र घटकराज्यांना दिले जाते (कलम – २६९) उदा. वृत्तपत्रातील जाहिरातीवरील कर, शेतजमिनीव्यतिरिक्त मालमत्तेवरील वारसा कर इत्यादी.

(३) संघशासनाने बसविलेले काही कर संघशासनच वसूल करते. त्यातून वसूल होणारे उत्पन्न मात्र संघ व राज्य दोघात वाटून दिले जाते. (कलम – २७०) उदा. शेतीच्या उत्पन्नाशिवाय उत्पन्नावरील कर.

(४) संघ व राज्य यांच्यामधील उत्पन्नाची विभागणी करण्यासाठी राज्यघटनेने वित्त आयोगाची तरतूद केली आहे. (कलम – 280)

(५) संघाद्वारे घटकराज्यांना अर्थसाहाय्य केले जाते. (कलम – २७५)

(६) संघाने नियोजन केलेले कर संसद कधीही वाढवू शकते. (कलम – २७१)

(७) संघशासनास कर्ज उभारणीचे अधिकार दिलेले आहेत. (कलम – २९२)

(८) घटकराज्यांना कर्ज उभारणीचे अधिकार दिलेले आहेत. (कलम – २९३)

भारतीय संघराज्याबाबत काही विचारप्रवाह :

(१) भारत हे संघराज्य नसून ते एकात्म राज्य आहे अशी टीका के. संथनाम आणि के. पी. मुखर्जी यांनी केली. त्यांनी प्रबळ केंद्रसरकारचा उल्लेख केलेला आहे. भारतातील घटकराज्ये संपूर्णपणे केंद्रावर अवलंबून आहेत आणि त्यांना स्वतःचे स्वतंत्र अस्तित्व नाही. त्यांना स्वायत्तता नसल्यामुळे घटकराज्यांचे स्थान गौण झाले आहे.

(२) के. सी. व्हिअर या राजकीय विचारवंताने भारत हे अर्ध – संघराज्य आहे असे म्हटले तर कन्हैय्यालाल मुन्शी यांनी भारतीय संघ एकात्म राज्याची अनेक वैशिष्ट्ये असलेला अर्ध – संघात्मक (Quasi - Federal) असे संबोधिले. भारतीय संघराज्याच्या प्रयोगाला प्रसिद्ध विचारवंत मॉरिस जोन्स यांनी सहकारी संघराज्य (Co-operative Federalism) असे म्हटले आहे.

(३) पॉल ॲपलबी यांनी भारत हे संघराज्य आहे असे मत व्यक्त केले. त्यांच्या मते घटनेने दोन्ही शासनांच्या अधिकारांची विभागणी निश्चित केली आहे. त्यासाठी लिखित राज्यघटनेची निर्मिती केली आहे.

● प्रशासकीय व्यवस्था

▶ केंद्रीय सचिवालय (Central Secretariat) :

भारताच्या शासनाची व्याप्ती खूप मोठी आहे त्यामुळे प्रशासकीय संरचनेचे जाळेसुद्धा जादा प्रमाणात विस्तारित आहे. तसेच ते जादा गुंतागुंतीचे झालेले आहे. प्रशासकीय रचनेत अंतर्गत आणि बाह्य यांत विविधता दिसते. त्यामुळेच भारतातील गृहमंत्रालय व रेल्वेमंत्रालय यांच्या संरचनेत बऱ्याच प्रमाणात फरक

आढळतो. याशिवाय भारतीय प्रशासनात प्रशासकीय कार्यासाठी वेगवेगळी कार्यालये निर्माण केली आहेत. खाती, आयोग, लोकनिगम (महामंडळे), ब्युरो, कक्ष, विभाग, उपविभाग, प्रभाग इत्यादी त्याची उदाहरणे आहेत. प्रशासकीय संरचनेच्या शिखरावर एक सचिवालय असते. त्यालाच सचिवांचे कार्यालय असे म्हणतात. सचिव हे मंत्र्यांचे मुख्य सल्लागार असतात. ते ज्या ठिकाणाहून ही कार्ये करतात त्याला सचिवालय म्हणतात.

केंद्रीय सचिवालय हे केंद्रशासनाची अंमलबजावणी करणारे प्रमुख साधन आहे. राष्ट्रीय महत्त्वाच्या सर्व घडामोडींमध्ये समन्वय निर्माण करण्याचे महत्त्वाचे कार्य सचिवालय करते. देशाच्या संपूर्ण प्रशासनाला एकत्रित ठेवून त्यावर नियंत्रण करण्याचे कार्य केंद्रीय सचिवालय करते.

सचिवालयाची कार्ये :

१) मंत्र्यांना धोरण ठरविताना मदत करणे, आवश्यक ती आकडेवारी व माहिती पुरविणे, धोरणात समन्वय साधणे व त्याचा अर्थ लावणे.

२) विविध कार्यक्रम व प्रकल्प तयार करून त्यांची प्रत्यक्ष अंमलबजावणी करणे.

३) मंत्र्यांना कायदेविषयक कार्य समजाऊन सांगणे तसेच कायदेमंडळात मांडावयाचे आराखडे तयार करणे.

४) मंत्र्यांना आपल्या संसदीय जबाबदाऱ्या पार पाडण्यासाठी मदत करणे.

५) संसदेत मंत्र्यांना विचारलेल्या प्रश्नांची उत्तरे तयार करणे.

६) संसदीय समित्यांना माहिती पुरविणे.

७) घटकराज्यांबरोबर संपर्क ठेवणे.

▶ ## कॅबिनेट सचिवालय (Cabinet Secretariat) :

केंद्रीय प्रशासनात कॅबिनेट सचिवालयाला फार महत्त्वाचे स्थान प्राप्त झालेले आहे. हे सचिवालय कॅबिनेटला कामामध्ये मदत करीत असते. भारतात राष्ट्रपतीच्या नावाने राज्यकारभार चालतो त्याला कार्यात मदत करण्यासाठी पंतप्रधान व त्यांचे मंत्रिमंडळ असते. कॅबिनेटची निर्मिती ही मंत्रिमंडळातूनच होते. या कॅबिनेटला आपले कार्य प्रभावीपणे पार पाडण्यासाठी एक सचिवालय आहे. कॅबिनेट सचिवालयास सर्वसामान्यपणे मंत्रिमंडळाचे सचिवालय म्हणण्याची पद्धत आहे. देशाचे धोरण ठरविणारे सचिवालय म्हणूनही कॅबिनेट सचिवालयाची ओळख आहे.

कार्ये :

१) मंत्रिमंडळाच्या निरनिराळ्या समित्यांसाठी कार्य करणे, त्यांच्या बैठकांची कार्यक्रमपत्रिका तयार करणे.

२) मंत्रिमंडळाचे दैनंदिन कामकाज चांगल्यारीतीने होण्यासाठी सचिवालयातील यंत्रणा पुरविणे, त्याचबरोबर वेळोवेळी घेतलेले विविध निर्णय, इतिवृत्त हे सर्व मंत्रालयांना पाठविणे.

३) केंद्रीय मंत्रालयाकडून बोलविलेल्या केंद्र व राज्याच्या बैठका, अधिवेशने, सेमिनार्स यांना सहकार्य करणे व त्यात समन्वय निर्माण करणे.

४) मंत्रिमंडळाच्या बैठकीत झालेल्या चर्चेचा वृत्तान्त, अहवाल तयार करणे.

५) ज्या विशेष विषयांसंबंधीचा कारभार मंत्रिमंडळाला सांभाळावा लागतो ते सर्व कार्य पाहणे व त्याचे निरीक्षण करणे. उदा. राष्ट्रपतीचे अभिभाषण, संसदेला पाठविले जाणारे सर्व संदेश, संसदेचे अधिवेशन, कायदे तसेच वटहुकूमाच्या सर्व बाबी, सर्व मंत्रालये आणि त्यांची खाती यांमध्ये संघटनात्मक कौशल्य वाढविण्यासाठी पुढाकार घेणे इत्यादी.

▶ **मंत्रिमंडळाचा सचिव (Cabinet Secretary) :**

मंत्रिमंडळाला जी कामे करावी लागतात त्याचे सूत्रसंचालन करण्याचे कार्य मंत्रिमंडळाचा सचिव करतो. कॅबिनेट सचिवालयाच्या प्रमुखपदी पंतप्रधान असतात. त्याला मदत करण्यासाठी एक मुख्य सचिव असतात. त्यालाच मंत्रिमंडळाचा सचिव (कॅबिनेट सेक्रेटरी) असे म्हणतात.

या सचिवाला मदत करण्यासाठी अनेक सचिव, उपसचिव व खूप मोठा सचिवालयीन कर्मचारी वर्ग असतो. त्यामुळे मंत्रिमंडळाचा सचिव हा सर्व सनदी सेवकांचा मित्र, तत्त्वज्ञ, मार्गदर्शक मानला जातो. देशाच्या प्रशासकीय सेवेतील सर्वोच्च पद भूषविणारी ती व्यक्ती ज्येष्ठ व तज्ज्ञ असते. १९६६ च्या प्रशासकीय सुधारणा- आयोगाने त्याची पंतप्रधानाची प्रमुख प्रशासकीय सल्लागार म्हणून शिफारस केल्यामुळे कॅबिनेट सचिवाला आणखी बलवान केले आहे. भारतातील राजकीय पदाधिकारी व प्रशासकीय अधिकारी यांच्यातील तो एक सकारात्मक दुवा झाला आहे. महाराष्ट्रातील श्री. बी. जी. देशमुख आणि इतर काहींनी ही जबाबदारी समर्थपणे पेलली.

कार्ये :

१) मंत्रिमंडळाच्या बैठकीत पंतप्रधानाच्या बाजूला बसून विषयपत्रिकेतील सर्व विषयांची माहिती देणे.

२) राज्यांच्या मुख्यसचिवांच्या अधिवेशनात अध्यक्षस्थान भूषविणे.

३) प्रशासनावरील सचिवांच्या समितीचा आणि केंद्रीय आस्थापना मंडळाचा अध्यक्ष म्हणून काम करणे.

४) केंद्रीय मंत्रिमंडळाच्या निर्णयाच्या अंमलबजावणीवर लक्ष ठेवणे.

५) पंतप्रधान व मंत्रिमंडळ सदस्यांत समन्वय ठेवणे.

● राज्यशासन आणि प्रशासन (महाराष्ट्राच्या विशेष संदर्भासहित)

राज्याची पुनर्रचना, संयुक्त महाराष्ट्र चळवळ आणि महाराष्ट्राची स्थापना, राज्यपाल, मुख्यमंत्री आणि मंत्रिमंडळ, घटकराज्यांचे कायदेमंडळ (विधानपरिषद व विधानसभा), विधिमंडळ समित्या, मुख्य सचिव, राज्याचे सचिवालय, संचालनालय.

▶ **राज्यांची पुनर्रचना**

स्वातंत्र्यपूर्व कालखंडात ब्रिटिशांनी त्यांच्या राज्यकारभाराच्या सोयीसाठी ११ प्रांत पाडले होते. त्यांनी केलेल्या प्रांतांच्या निर्मितीमध्ये कोणताही शास्त्रीय आधार नव्हता असे राष्ट्रीय सभेच्या काही नेत्यांचे म्हणणे होते. आसामचा अपवाद वगळता कोणताही प्रांत भाषिकदृष्ट्या एकजिनसी नव्हता. राष्ट्रीय सभेने भाषावार पुनर्रचनेसंबंधी १९२० साली विचार केला होता. थोडक्यात, स्वातंत्र्यपूर्व कालखंडात भारतातील राजकीय नेते भाषावार प्रांतरचनेला अनुकूल होते आणि स्वातंत्र्यप्राप्तीनंतर प्रांतांची भाषावार पुनर्रचना करणे हा त्यांच्या कार्यक्रमाचा एक महत्त्वाचा भाग ठरला होता.

स्वातंत्र्यानंतर मात्र राष्ट्रीय एकात्मता आणि भौगोलिक अखंडतेच्या दृष्टीने प्रांतांची पुनर्रचना करणे योग्य ठरणार नाही असे वाटू लागले. म. गांधींनी राष्ट्रीय एकात्मतेला अगोदर महत्त्व द्यावे त्यानंतर कालान्तराने पुनर्रचनेचा विचार करावा असे मत व्यक्त केले. न्यायमूर्ती दार यांनीही भाषावार प्रांत रचनेला विरोध केला. भाषावार प्रांतरचनेमुळे भारताच्या अंतर्गत अनेक राष्ट्रे निर्माण होतील आणि त्यामुळे राष्ट्रीय एकात्मता धोक्यात येईल असे डॉ. बाबासाहेब आंबेडकरांनी मत व्यक्त केले. त्यानंतर जे. व्ही. पी. समितीने भारताची सद्य: परिस्थिती लक्षात घेता आंध्रप्रदेशचा अपवाद वगळून भाषावार प्रांतरचना तूर्त लांबणीवर टाकण्याची शिफारस केली.

आंध्रप्रदेशातील आंदोलन :

त्यावेळच्या मद्रास राज्यातील तेलुगू भाषिकांनी आंध्रप्रदेशच्या मागणीसाठी १९५२ साली आंदोलन सुरू झाले. तेथील ज्येष्ठ गांधीवादी नेते श्री. पोट्टी श्रीरामलु यांनी आंदोलन सुरू केले. त्याला हिंसक वळण लागले आणि श्री. पोट्टी श्रीरामलु यांचे निधन झाले आणि परिस्थिती आणखी चिघळली. तेथील परिस्थिती नियंत्रणात राहण्यासाठी केंद्रशासनाने माघार घेतली आणि १९ डिसेंबर १९५२ रोजी मद्रास राज्याची विभागणी करून आंध्रप्रदेश या राज्याची निर्मिती केली.

राज्यपुनर्रचना आयोग (१९५३) :

आंध्रप्रदेशच्या निर्मितीनंतर देशात इतर ठिकाणी भाषावार पुनर्रचनेची मागणी पुढे आली. त्याचा विचार करण्यासाठी केंद्र शासनाने २२ डिसेंबर १९५३ रोजी पंतप्रधान पंडित नेहरू यांनी न्या. फाजल अली यांच्या अध्यक्षतेखाली त्रि-सदस्य राज्यपुनर्रचना आयोगाची नेमणूक केली. इतर सभासदांमध्ये हृदयनाथ कुंझरू आणि सरदार पणिक्कर यांचा समावेश होता. राज्यपुनर्रचना आयोगाने ३० सप्टेंबर १९५५ रोजी आपला अहवाल भारत शासनाला सादर केला. आयोगाने २८ घटकराज्यांऐवजी १६ घटकराज्ये व ६ केंद्रशासित प्रदेश स्थापन करण्याची शिफारस केली त्याचा तपशील खाली दिला आहे.

१४ घटकराज्ये : आंध्रप्रदेश, आसाम, बिहार, मुंबई, जम्मूकाश्मीर, केरळ, मध्यप्रदेश, मद्रास, म्हैसूर, ओरिसा, पंजाब, राजस्थान, उत्तरप्रदेश, पश्चिम बंगाल.

०६ केंद्रशासित प्रदेश : दिल्ली, मणिपूर, हिमाचल प्रदेश, त्रिपुरा, अंदमान निकोबार, लक्षद्वीप.

१९५६ च्या पुनर्रचना कायद्यानुसार भाषा हा निकष लावून राज्याची पुनर्रचना केली परंतु त्यास मुंबई व पंजाब हे प्रांत अपवाद होते. द्वैभाषिक तत्त्वावर लोकांची इच्छा नसताना मुंबई राज्याची निर्मिती केली त्याचबरोबर पंजाबी सुभ्याची मागणी फेटाळली. राज्यकर्त्यांच्या अशा चुकीच्या निर्णयामुळे भाषा हा वादाचा मुद्दा ठरला त्यातूनच भाषावाद व फुटीरतावादाला खतपाणी मिळाले. त्यामुळे वेगळ्याच वादाला तोंड फुटले. १९५६ नंतरच्या कालावधीत राज्यांच्या रचनेत अनेक बदल झाले. भारतात १९८७ वर्षापर्यंत २५ घटकराज्ये व ०७ केंद्रशासित प्रदेशांची निर्मिती झाली. त्यांचा तपशील खाली दिला आहे.

२५ घटकराज्ये : आंध्रप्रदेश, आसाम, बिहार, गुजरात, केरळ, मध्यप्रदेश, तमिळनाडू, महाराष्ट्र, कर्नाटक, ओरिसा, पंजाब, राजस्थान, उत्तरप्रदेश, पश्चिम बंगाल, जम्मू काश्मीर, नागालँड, हरियाना, हिमाचलप्रदेश, मणिपूर, त्रिपुरा, मेघालय, सिक्किम, मिझोराम, अरुणाचलप्रदेश, गोवा.

०७ केंद्रशासित प्रदेश : दिल्ली, अंदमान निकोबार, लक्षद्वीप, दादरा नगर हवेली, दमण व दीव, पॉण्डेचरी, चंदिगड.

त्यानंतर १९९२ यावर्षी दिल्लीला राष्ट्रीय राजधानीचा दर्जा मिळाला. तसेच २००० साली छत्तीसगड, उत्तराखंड आणि झारखंड या तीन नवीन घटकराज्यांची निर्मिती झाली. भारतात आज २८ घटकराज्ये आणि ०७ केंद्रशासित प्रदेश आहेत. जम्मूकाश्मीरला घटनाकलम ३७० नुसार विशेष दर्जा प्राप्त करून दिला आहे. १९५७ साली जम्मूकाश्मीरसाठी स्वतंत्र राज्यघटना लागू केली. भारतात फक्त जम्मूकाश्मीर या घटकराज्यातच स्वत:ची आणि केंद्रशासनाची अशा दोन राज्यघटना लागू आहेत.

संयुक्त महाराष्ट्र चळवळ आणि महाराष्ट्राची स्थापना :

स्वतंत्र भारतात मराठी भाषिकांचे राज्य स्थापन करण्यासाठी संयुक्त महाराष्ट्र चळवळ हा लढा उभारला गेला. या चळवळीमुळे १ मे १९६० रोजी महाराष्ट्र राज्य अस्तित्वात आले. महाराष्ट्र राज्यात मराठी भाषा

बोलणारे मुंबई, कोकण, देश, विदर्भ, मराठवाडा, खानदेश व अजूनही महाराष्ट्राबाहेरच असलेले डांग, बेळगाव, निपाणी, कारवार व बिदर हे भाग अभिप्रेत होते. साहित्यिक, सांस्कृतिक, वैचारिक, राजकीय या सर्व अंगांनी ही चळवळ उभी राहिली.

संयुक्त महाराष्ट्राच्या चळवळीचा पाया १९३८ च्या अखेर वऱ्हाडात घातला गेला. त्यावेळी वऱ्हाडचा प्रदेश जुन्या मध्यप्रांत व वऱ्हाड (सी. पी. अँड बेरार प्रॉव्हिन्स) प्रांतात समाविष्ट होता. त्यात बहुसंख्या हिंदी भाषिकांची होती. वऱ्हाडातून येणारे उत्पन्न अधिकतर हिंदी विभागावर खर्च होऊनही वऱ्हाड दुर्लक्षिलेला राहिला होता. त्यामुळे त्यातून मराठी वऱ्हाड वेगळा करण्याची मागणी चालू शतकाच्या प्रारंभीपासून व्हॉइसरॉयच्या कौन्सिलात होत होती. १९३५ साली प्रांतिक स्वायत्ततेचा कायदा पास झाला. १९३७ च्या निवडणुकीत प्रांतिक विधिमंडळात काँग्रेसला बहुमत लाभले, विधिमंडळाचे सदस्य रामराव देशमुख यांनी १ ऑक्टोबर १९३८ रोजी त्या विधिमंडळापुढे मांडलेला वेगळ्या वऱ्हाडाचा ठराव एकमताने मंजूर झाला.

मराठी भाषकांचे स्वतंत्र राज्य असावे ही पहिली मागणी सांगलीचे श्री. शंकर रामचंद्र शेंडे यांनी १९३३ च्या नागपूर साहित्य संमेलनात केली. १९३६ मध्ये माधवराव पटवर्धन तथा माधव ज्यूलियन (जळगाव); १९३९ मध्ये प्रा. द. वा. पोतदार (अहमदनगर) व १९४० मध्ये ग. त्र्यं. माडखोलकरांनी १९४६ मध्ये बेळगाव मराठी साहित्य संमेलनात महाराष्ट्र एकीकरणाचा विषय उपस्थित केला. माडखोलकरांनी महाराष्ट्र समाजात व्यापार व उद्योग भूमिपुत्रांच्या ताब्यात नसल्याचं व महाराष्ट्राचे काँग्रेस पुढारी एकीकरणासाठी प्रयत्न करत नसल्याचे म्हटले. १९४६ चे साहित्य संमेलन माडखोलकरांच्या अध्यक्षतेखाली झाले. या संमेलनात ‘संयुक्त महाराष्ट्र समिती’ स्थापन झाली व संयुक्त महाराष्ट्राची मागणी करणारे तीन ठराव साहित्यिकांनी पाठवले ज्याला राजकीय नेत्यांनी पाठिंबा दिला. त्यानंतर १५ दिवसांनी मुंबईत महाराष्ट्र साहित्य संमेलनात एकभाषी प्रांत त्वरित करण्याच्या मागणीचा ठराव झाला. सर्व मराठी भाषाभाषी प्रदेशांचा मिळून जो प्रांत बनेल त्यास ‘संयुक्त महाराष्ट्र’ असे नाव देण्यात आले. या मागणीचा पाठपुरावा करण्यासाठी १९४० च्या प्रारंभी मुंबईत भरलेल्या बैठकीत ‘संयुक्त महाराष्ट्र सभा’ स्थापन झाली. तिच्यात बदल करून पुढील वर्षी महाराष्ट्र एकीकरण परिषद भरली. (१८ जुलै १९४६) त्यात भाषणांपलीकडे काही झाले नाही. नंतर तीन महिन्यांत वऱ्हाडच्या प्रतिनिधींनी यापुढे सर्व लक्ष वऱ्हाडच्या प्रश्नावरच केंद्रित करण्याचे ठरविले. तरीही महाराष्ट्राच्या एकीकरणासाठी मदत करणे हे त्यांनी आपले कर्तव्यच मानले. त्याचवेळी देशातही स्वातंत्र्यलढ्याचे आंदोलन पेटले होते. दुसऱ्या युद्धसमाप्तीनंतर भारतात सत्तांतराची शक्यता स्पष्ट होऊ लागताच त्याच्या घटकांचा एकजिनसीपणा साधेल अशारीतीने भाषा तत्त्वावर पुनर्रचना करून घ्यावी या विचाराचा पुन्हा प्रादुर्भव झाला.

१९४६ मध्ये भरलेल्या महाराष्ट्र एकीकरण परिषदेत स. का. पाटील यांनी मुंबईला महाराष्ट्राची राजधानी करण्यास विरोध केला. महाराष्ट्रातील डाव्या पक्षांनी सुरुवातीपासूनच मुंबईसह महाराष्ट्राला पाठिंबा दिला. या वातावरणात बेळगावात (१९४६) भरलेल्या महाराष्ट्र साहित्य संमेलनाने ‘एकभाषी संयुक्त महाराष्ट्र ताबडतोब’ अशी घोषणा केली आणि तिच्या अंमलबजावणीसाठी समिती नेमली तिचे सूत्रधार शंकरराव देव होते. पुढे मुंबईत भरलेल्या परिषदेत ‘संयुक्त महाराष्ट्र परिषदे’ची स्थापना झाली. तिचे स्वरूप सर्वपक्षीय ठरले यादरम्यान स्वातंत्र्य प्राप्त होऊन घटना तयार करण्यासाठी घटना समिती निवडण्यात आली. तिचे घटक कसे असावेत याची चौकशी करून अहवाल देण्यासाठी ‘दार कमिशन’ नेमले. त्याने एक विक्षिप्त प्रश्नपत्रिका प्रसिद्ध करून त्या अन्वये निवेदने मागवली, तसेच साक्षींसाठी दौरा काढला. महाराष्ट्राची एकघटक राज्याची मागणी एकमुखाने मांडता यावी या हेतूने वऱ्हाडसह महाराष्ट्राच्या प्रतिनिधींची अकोल्यात ८ ऑगस्ट १९४७ रोजी बैठक झाली.

वऱ्हाड-नागपूरच्या मनात कसलाही किंतू राहू नये व त्याने संयुक्त महाराष्ट्राच्या मागणीस पाठिंबा द्यावा, म्हणून प्रसिद्ध 'अकोला करार' बैठकीत झाला. या दरम्यान मुंबईत 'संयुक्त महाराष्ट्र परिषदे'चे विराट अधिवेशन भरले. त्यात एकभाषी व स्वायत्तच नव्हे, तर समाजसत्ताक महाराष्ट्राच्या प्रतिष्ठापनेचा ठराव झाला.

१९४८ च्या शेवटी 'दार कमिशन' चा अहवाल आला. 'भाषिक राज्याच्या बुडाशी उपराष्ट्रवाद आहे' असे त्याचे सार होते. सर्वत्र त्याचा निषेध झाला. तो स्वीकारण्यास काँग्रेससही धजली नाही. या प्रश्नाचा पुन्हा विचार करण्यासाठी जवाहरलाल नेहरू, पटेल व पट्टाभी सीतारामय्या या तिघांची समिती नेमली. तिलाच 'जे. व्ही. पी. समिती' (जवप समिती) म्हणतात. या समितीने ५ एप्रिल १९४९ रोजी अहवाल सादर केला. त्यात तेलुगू भाषिक राज्याला मान्यता, कन्नडिग राज्याला आशीर्वाद आणि महाराष्ट्राला अविरोध, मात्र त्याला मुंबई मिळणार नाही ही अट; तसेच एकटा वऱ्हाडचा प्रांत निराळा होणार नाही, असे त्याचे तात्पर्य होते. अहवाल अनुकूल असलेल्या आंध्र व कर्नाटक प्रांतांना हायसे वाटले. त्यामुळे तेथील चळवळ सौम्य झाली. महाराष्ट्रात मात्र तीव्र निराशा व संताप पसरला. संयुक्त महाराष्ट्र परिषदेतील काँग्रेसजन निष्क्रिय झाले, परिषद निष्क्रिय झाली तेव्हा जनतेने लोकमत जागृत व बोलके ठेवण्याचा उपक्रम सुरू केला. त्यातील पहिली परिषद ठाणे जिल्ह्यातील कल्याण येथे भाऊसाहेब हिरे यांच्या अध्यक्षेखाली झाली. (१५ मे १९४९) या लढ्यासाठी जनतेला उद्युक्त केले पाहिजे या हेतूने सेनापती बापट यांनी 'प्रभातफेरी'चा उपक्रम सुरू केला. पुढे त्यास मिरवणुकीचे स्वरूप येऊ लागले.

त्यादरम्यान महाराष्ट्र काँग्रेसशी बोलून महाराष्ट्र – कर्नाटक दरम्यानचा सीमातंटा मिटवण्यासाठीचा पवित्रा कर्नाटकने टाकला. ३० ऑक्टोबर १९४९ रोजी त्यासाठी बैठकही झाली. मात्र ती निष्फळ ठरली. बेळगाव– कारवार भागावर हक्क सांगणारे निवेदन कर्नाटकने प्रसिद्ध केल्यापासून त्या भागातील मराठी समाज अस्वस्थ झाला होता. याबाबत चळवळीसाठी डॉ. शांताराम कोवाडकर यांच्या परिश्रमाने 'महाराष्ट्र एकीकरण परिषद' नावाची संघटना वर्षापासून निघालेली होती. या भागातील जनतेचे मत व्यक्त करण्यासाठी ९ जानेवारी १९५० रोजी प्रथमच संयुक्त महाराष्ट्र परिषद भरली. त्याआधी २८ नोव्हेंबर १९४९ रोजी आचार्य अत्रे व आर. डी. भंडारे यांनी मुंबई कॉर्पोरेशनपुढे महाराष्ट्राचा ठराव मांडला. तो मंजूरही झाला.

२६ जानेवारी १९५० रोजी स्वतंत्र भारताच्या नव्या घटनेची अंमजबजावणी सुरू झाली. परंतु ब्रिटिशांनी पाडलेले प्रांत घटनेने मान्य केले होते. याच्या विरोधी भावना संपूर्ण दाक्षिणात्य भारतात उफाळून आली. विशाल आंध्र महासभेची बैठक फेब्रुवारी १९५० मध्ये भरली. १ एप्रिल १९५० पर्यंत आंध्र राज्याची स्थापना न झाल्यास आंध्रने भारतीय संघराज्यातून फुटून निघावे, असा ठराव त्यात मांडला गेला. मात्र तो संताप तात्पुरता शमवला गेला. पण दोन वर्षांनतरही आंध्र राज्यस्थापनेचे चिन्ह दिसेना. तेव्हा पोट्टी श्रीरामलू यांनी उपोषण सुरू केले व अठ्ठावन्न दिवसांनी त्यांचा अंत झाला (१६ डिसेंबर १९५२). त्यामुळे संतापाचा डोंब उसळला. याच सुमारास कर्नाटकातही संतापाची लाट उसळली. महाराष्ट्रात असे काहीच झाले नाही. इथेही तीव्र संताप पसरलेला असला तरी त्याला एकसंध करणारी मध्यवर्ती संघटना अस्तित्वात नव्हती. ही अवस्था लक्षात घेऊनच पट्टाभी सीतारामय्या यांनी 'महाराष्ट्राची चळवळ अजून बाल्यावस्थेत आहे', असे हेटाळणीचे उद्गार काढले. संयुक्त महाराष्ट्र चळवळीस जोर येण्यास अजून चार वर्षांचा अवधी गेला. स्वातंत्र्यानंतर भाषिक राज्यांची मागणी होऊ लागली. आंध्रप्रदेश राज्याची मागणी पोट्टी श्रीरामलु यांच्या बलिदानानंतर पूर्ण झाली. भाषावार प्रांतरचनेसाठी नेमलेल्या कमिशनने महाराष्ट्र राज्याची मागणी डावलली.

चळवळीस सुरुवात :

राज्यपुनर्रचना आयोगाच्या विरोधात महाराष्ट्रभर असंतोषाचा डोंब उसळला. नेहरूंनी त्यामुळे सौराष्ट्रासह गुजरात, विदर्भासह महाराष्ट्र व स्वतंत्र मुंबई अशी त्रिराज्य योजना जाहीर केली. त्रिराज्य योजनेत महाराष्ट्रापासून मुंबई तोडण्यामुळे अन्यायाची भावना मराठीजनांत पसरली व संयुक्त महाराष्ट्र चळवळीने पेट घेतला. 'मुंबईसह संयुक्त महाराष्ट्र झालाच पाहिजे' हे या आंदोलनाचे घोषवाक्य बनले. महाराष्ट्रीय काँग्रेस नेत्यांनी केंद्रीय नेतृत्वापुढे गुडघे टेकले. यामुळे काँग्रेसनेते जनतेच्या नजरेतून उतरले. महाराष्ट्रातील कम्युनिस्ट, सोशलिस्ट व प्रजासमाजवादी पक्षातील डावे पुढारी, हिंदू महासभा व काँग्रेसेतरांनी संयुक्त महाराष्ट्राचा लढा हातात घेतला. सेनापती बापट, एस.एम. जोशी, प्रल्हाद केशव अत्रे, श्रीपाद डांगे, शाहीर अमर शेख, प्रबोधनकार ठाकरे हे चळवळीतील महत्त्वाचे नेते ठरले. एस.एम. जोशी, श्रीपाद डांगे यांनी लढ्याचे नेतृत्व केले. अत्र्यांनी आपल्या 'मराठा' या दैनिकात संयुक्त महाराष्ट्राचा जोरदार पुरस्कार केला तर विरोधकांवर बोचरी व कठोर टीका केली.

२० नोव्हेंबर १९५५ रोजी मोरारजी देसाई व स. का. पाटील या काँग्रेस नेत्यांनी चौपाटीवर सभा घेऊन प्रक्षोभक विधाने केली. पाटलांनी 'पाच हजार वर्षांनीसुद्धा मुंबई महाराष्ट्राला मिळणार नाही' व मोरारजींनी 'काँग्रेस जिवंत असेपर्यंत मुंबई महाराष्ट्राला मिळणार नाही, गुंडगिरीला योग्य उत्तर मिळेल' अशी मुक्ताफळं उधळली. लोकांनी संतापून सभा उधळली. २१ नोव्हेंबर १९५५ रोजी झालेल्या आंदोलनाच्या वेळी पोलिसांनी केलेल्या गोळीबारामुळे १५ जणांना प्राण गमवावा लागला. फेब्रुवारी १९५६ मध्ये केंद्रशासित मुंबईची घोषणा केल्यानंतर लोक रस्त्यावर उतरले. हरताळ, सत्याग्रह व मोर्चे सुरू झाले. मोरारजींच्या सरकारने सत्तेचा दुरुपयोग करून ८० लोकांना गोळीबारात निष्ठुरपणे मारले. संयुक्त महाराष्ट्राच्या आंदोलनात एकूण १०५ जणांनी आपल्या प्राणाची आहुती दिली. त्यांच्या स्मरणार्थ मुंबईच्या फ्लोरा फाउंटन भागात हुतात्मा स्मारक उभारले गेले. संयुक्त महाराष्ट्र समितीने दिल्ली येथे प्रचंड सत्याग्रह घडवून आणला. चळवळीच्या काळात जनतेच्या असंतोषामुळे, नेहरूंना महाराष्ट्रात सुरक्षारक्षकांसोबत फिरावे लागे व त्यांचे स्वागत काळ्या झेंड्यांनी व निषेधानेच होई. भारताचे अर्थमंत्री सी. डी. देशमुखांनी महाराष्ट्रावर होणाऱ्या अन्यायाच्या निषेधार्थ आपल्या पदाचा राजीनामा दिला. या राजीनाम्यामुळे चळवळीला अधिक बळ मिळाले.

संयुक्त महाराष्ट्राची स्थापना :

१ नोव्हेंबर १९५६ ला केंद्राने सौराष्ट्र, गुजरात, मराठवाडा, विदर्भ व मुंबई इलाख्यातील सर्व मराठी प्रदेश मिळून (परंतु बेळगाव-कारवार वगळून) विशाल द्विभाषिक स्थापले. परंतु या द्विभाषिकाला महाराष्ट्र व गुजरात येथेही कडाडून विरोध झाला. १९५७ च्या सार्वत्रिक निवडणुकीत संयुक्त महाराष्ट्र समितीला भरघोस यश मिळाले. काँग्रेसचे नेतृत्व या सर्व प्रकारामुळे व १९६२ ला होणाऱ्या निवडणुकीला सामोरे जायचे असल्यामुळे संयुक्त महाराष्ट्राला अनुकूल झाले. इंदिरा गांधींनी नेहरूंचे मन वळवले. मुंबईसह संयुक्त महाराष्ट्र स्थापन झाला तरी त्यात बेळगाव, कारवार, निपाणी, बिदर व डांगचा समावेश झाला नाही. महाराष्ट्र – कर्नाटक सीमाप्रश्न आजही चालू आहे. नेहरूंनी राज्याला हवे असलेले 'मुंबई' नाव वगळून समितीने 'महाराष्ट्र' असे नाव ठरवले व राज्याची स्थापना कामगारदिनी म्हणजे १ मे रोजी केली. महाराष्ट्र स्थापनेचा मंगलकलश पहिले मुख्यमंत्री यशवंतराव चव्हाण यांच्या हस्ते आणला गेला. महाराष्ट्र राज्याची मुंबई ही राजधानी व नागपूर उपराजधानी करण्यात आली. आजही महाराष्ट्र कायदेमंडळाचे हिवाळी अधिवेशन नागपूर येथे आयोजित केले जाते.

▶ राज्यपाल :

घटनेच्या १५३ व्या कलमानुसार राज्यपाल हा घटकराज्याचा घटनात्मक प्रमुख आहे. प्रत्येक घटकराज्यांसाठी एक किंवा दोन पेक्षा जास्त घटकराज्यासाठी एक राज्यपाल नेमण्याची घटनेत तरतूद आहे.

नेमणूक :

भारताचे राष्ट्रपती राज्यपालाची नेमणूक करतात. संबंधित घटकराज्यात राज्यपालाची नेमणूक करताना सर्वसाधारणपणे त्या राज्याच्या मुख्यमंत्र्याचा सल्ला घेतला जातो त्याचबरोबर राज्यपाल त्या संबंधित राज्यातील अधिवासी असणार नाही हेसुद्धा पाहिले जाते. राज्यपालाच्या नियुक्तीबाबत अंतिम निर्णय पंतप्रधान घेतात आणि राष्ट्रपती त्यांना नेमतात. घटकराज्यातील राज्यपालाला दुहेरी भूमिका करावी लागते. एका बाजूला त्या घटकराज्याचा प्रमुख असतो तर दुसऱ्या बाजूला त्याला केंद्रसरकार व घटकराज्ये यांना जोडणारा दुवा म्हणून काम करावे लागते. अलीकडच्या काळात मात्र राज्यपाल केंद्राचा हस्तक म्हणून घटकराज्यात काम करीत असल्याचे अनेकवेळा दिसून आले आहे. घटकराज्यात विरोधी पक्षाचे सरकार आल्यावर राज्यपाल व मुख्यमंत्री यांच्यात संघर्ष झाला आहे. राज्यपाल अनेकदा पक्षीय राजकारणाला बळी पडले आहेत.

पात्रता :

भारताचा नागरिक असावा, वयाची ३५ वर्षे पूर्ण असावीत, शासकीय सेवेत अधिकाराच्या जागेवर नसावा तसेच संसदेचा किंवा राज्य कायदेमंडळाचा सभासद नसावा.

कार्यकाल :

राज्यपालपदाचा कार्यकाल पाच वर्षांचा आहे. परंतु प्रत्यक्षात राष्ट्रपतीची मर्जी असेपर्यंतच ते पदावर राहू शकतात. आपला कार्यकाल पूर्ण होण्यापूर्वी ते राष्ट्रपतीकडे राजीनामा देऊ शकतात.

राज्यपालाचे अधिकार व कार्ये :

(१) कार्यकारी अधिकार :

१) घटकराज्यांचा कारभार त्यांच्या नावाने चालत असल्यामुळे ते घटकराज्याचे घटनात्मक कार्यकारी प्रमुख आहेत.

२) राज्यपाल हे मुख्यमंत्री व इतर मंत्री, राज्यलोकसेवा आयोगाचे अध्यक्ष व सभासद इ. नियुक्त्या करतात.

३) विद्यापीठाचे कुलपती म्हणून काम करतात.

४) घटकराज्यातील कायदा व सुव्यवस्था धोक्यात आली असल्यास प्रसंगी घटकराज्यात आणीबाणी आल्यास घटना कलम ३५६ नुसार राज्यपाल वास्तविक कार्यकारी प्रमुख म्हणून कार्य करतात.

५) मुख्यमंत्र्याकडून मंत्रिमंडळाच्या निर्णयाची आणि प्रशासनासंबंधी माहिती मागवितात.

(२) विधिविषयक अधिकार :

१) विधिमंडळाची बैठक नियंत्रित करणे, तहकूब करणे.

२) राज्याच्या कायदेमंडळात भाषण करणे तसेच विधिमंडळाला संदेश पाठविणे.

३) विधानसभेत आणि विधानपरिषदेत नियुक्त्या करणे.

४) राज्यकायदेमंडळाने मंजूर केलेल्या प्रत्येक विधेयकाला राज्यपालाची संमती आवश्यक आहे. त्याच्या सहीशिवाय विधेयकाचे कायद्यात रूपांतर होत नाही.

५) अधिवेशन विश्रांतिकाळात वटहुकूम काढण्याचे अधिकार आहेत. कायदेमंडळाचे कामकाज सुरू

झालेल्या दिवसापासून सहा आठवड्यांपर्यंत वटहूकूम अंमलात राहतात.

६) विधानसभा मुदतपूर्व विसर्जित करण्याचा अधिकार राज्यपालाला आहे.

(३) आर्थिक अधिकार :

१) राज्यपालाच्या पूर्वपरवानगीवाचून विधानसभेत अर्थविधेयक मांडता येत नाही.

२) अर्थमंत्री त्यांच्या संमतीने अर्थसंकल्प विधानसभेत सादर करतात.

३) आकस्मिक निधीचे नियंत्रण व त्याचे योग्य वाटप करण्याचे त्यांना अधिकार आहेत.

४) राज्याच्या संचित निधीच्या सुरक्षिततेसंबंधी नियम तयार करणे.

(४) न्यायालयीन अधिकार :

१) न्यायाधीश नेमणुकीबाबत त्यांचा सल्ला घेतला जातो तसेच राज्यातील दुय्यम न्यायालयातील न्यायाधीशाच्या नेमणुका राज्यपालाच्या नावाने केल्या जातात.

२) गुन्हेगारांना दिलेली शिक्षा कमी करण्याचा त्यांना अधिकार आहे.

(५) स्वविवेकाधीन अधिकार :

राज्यघटनेच्या १६३ व्या कलमानुसार घटकराज्यात राज्यपालाला कामात मदत करण्यासाठी आणि सल्ला देण्यासाठी मुख्यमंत्र्याच्या नेतृत्वाखाली एक मंत्रिमंडळ असेल अशी घटनेत तरतूद आहे. याचा अर्थ त्यांनी नेहमीच मुख्यमंत्र्याचा सल्ला घ्यावा असा होत नाही. काही निर्णय तो स्वतःच्या विवेकबुद्धीने घेऊ शकतो. त्यालाच स्वविवेकाधीन अधिकार म्हणतात. उदा.

१) विधानसभेत कोणत्याही एका पक्षाला स्पष्ट बहुमत नसेल तर ते संयुक्त मंत्रिमंडळास मान्यता देऊ शकतात.

२) विधानसभा विसर्जित करण्याचा त्यांचा स्वविवेकाधीन अधिकार महत्त्वाचा आहे.

३) अस्थिर परिस्थिती आणि पक्षांतरामुळे पक्षाचा नेता निवडता येत नसेल तर विवेकबुद्धीने निर्णय घेतात.

४) घटनाकलम ३५६ नुसार घटकराज्यात राष्ट्रपती राजवटीची शिफारस करणे.

५) घटना कलम २०० नुसार राज्यकायदेमंडळाने मंजूर केलेले एखादे विधेयक राष्ट्रपतीचा विचार होण्यासाठी राखीव ठेवणे.

६) मंत्रिमंडळ बरखास्त करणे.

७) मागास अनुशेष भरून काढण्यासाठी विकास मंडळाची स्थापना करणे (महाराष्ट्राच्या राज्यपालाचा हा स्वविवेकाधीन अधिकार आहे.)

(६) इतर अधिकार :

नागालॅण्डमधील हिंसक घटना थांबविण्यासाठी राज्यपालाला विशेष अधिकार आहेत, वनवासी क्षेत्राच्या बाबतीत विशेष स्वरूपाचे अधिकार आसामच्या राज्यपालांना दिलेले आहेत. तसेच राज्यपालाला राज्याच्या परिस्थितीसंदर्भात केंद्राला अहवाल पाठवावा लागतो.

राज्यपालाचे स्थान :

राज्यपालाच्या वास्तविकस्थितीचा विचार केला तर त्याने अनेकवेळा स्वविवेकाधीन अधिकार सक्षमपणे बजावले आहेत. कायदेमंडळाचे अधिवेशन बोलावणे, समाप्त करणे किंवा विधानसभा बरखास्त करणे याबाबतही

त्याने स्वविवेकाचा उपयोग केल्याची अनेक उदाहरणे आहेत. मात्र त्याला मिळालेल्या विवेकाधीन अधिकारांचा वापर त्याने अपवादात्मक परिस्थितीमध्येच करावा अशी त्याच्याकडून अपेक्षा व्यक्त केली जाते. राज्यपाल नेहमीच वादग्रस्त राहिले तर घटकराज्याच्या विकासावर त्याचा परिणाम होतो.

राज्यपालपद हे प्रतिष्ठेचे असले तरी ते अधिकाराचे मात्र राहिलेले नाही. राज्यपालांना मिळालेल्या अधिकाराचा वापर त्यांना राज्यमंत्रिमंडळाच्या सल्ल्याने करावा लागतो. थोडक्यात, राज्यपाल हा स्वयंशासक नाही. राष्ट्रपतीकडून राज्यपालाची नेमणूक होत असल्यामुळे तो राष्ट्रपतीलाच जबाबदार आहे आणि त्यामुळेच राज्यपाल केंद्रशासनाच्या इशाऱ्यानुसार कृती करतात. महाराष्ट्राचे पहिले राज्यपाल श्री. श्रीप्रकाश यांच्यापासून सध्याचे राज्यपाल डॉ. के. शंकरनारायणन हे सर्व राज्यपाल राज्याबाहेरचे आहेत. साधारणपणे सार्वजनिक जीवनात नावलौकिक असलेल्या व्यक्तीला हे पद दिले जाते. महाराष्ट्राचे चौथे राज्यपाल नवाब अलियावर जंग सार्वजनिक जीवनातील प्रसिद्ध व्यक्ती होते. क्वचित्प्रसंगी सेवानिवृत्त लष्करी अधिकारी व सनदी अधिकारी यांनासुद्धा राज्यपालपदी नियुक्त केले जाते. सेवानिवृत्त हवाईदल प्रमुख श्री. आय. एस. लतीफ, ज्येष्ठ सनदी अधिकारी श्री. पी. सी. अलेक्झांडर या सदराखाली येतात. सक्रिय राजकारणातून निवृत्त झालेले राजकारणीसुद्धा राज्यपाल झाले आहेत. त्यांत श्री. श्रीप्रकाश, श्री. सादिक अली, श्री. कोना प्रभाकरराव, डॉ. शंकरदयाळ शर्मा, सी. सुब्रह्मण्यम यांची नांवे सांगता येतील.

▶ **मुख्यमंत्री आणि मंत्रिमंडळ :**

घटकराज्यातही संसदीय शासनपद्धती आहे. घटकराज्याच्या कार्यकारी मंडळाचे मुख्यमंत्री व त्यांचे मंत्रिमंडळ यांना महत्त्वाची जबाबदारी पार पाडावी लागते. वास्तविक सत्ता ही त्यांच्याच हाती असते. घटनाकलम १६३ नुसार कार्यात मदत व सल्ला देण्यासाठी एक मंत्रिमंडळ असते. तसेच घटनाकलम १६४ नुसार राज्यपालाकडून मुख्यमंत्र्यांच्या सल्ल्याने इतर मंत्र्यांची नियुक्ती होते. मुख्यमंत्र्यांची नेमणूक राज्यपाल स्वेच्छेनुसार करू शकत नाहीत कारण विधानसभेत ज्या पक्षाला बहुमत मिळाले त्या पक्षनेत्यालाच त्याला मुख्यमंत्री नेमावे लागते. आता काही घटकराज्यांतही आघाडी शासनाची संकल्पना रुजली आहे. काही घटकपक्षांनी एकत्र येऊन तयार केलेल्या आघाडीचा तो नेता असला पाहिजे त्याप्रमाणे पाठिंबा देणाऱ्या आमदारांच्या सह्यांचे पत्र राज्यपालाला द्यावे लागते. त्यानंतरच राज्यपाल त्याची मुख्यमंत्रिपदी नियुक्ती करतात. त्यानुसार १९९५ साली महाराष्ट्रात युतीचे (शिवसेना-भाजप) शासन आले त्यानंतर आजपर्यंत आघाडीचे (काँग्रेस-राष्ट्रवादी काँग्रेस) शासन कार्यरत आहे.

केंद्रामध्ये जे स्थान पंतप्रधानाचे आहे तेच स्थान मुख्यमंत्र्याचे घटकराज्यात आहे. मुख्यमंत्री हे मंत्रिमंडळाच्या केंद्रस्थानी असतात. राज्यपाल हे घटनात्मक प्रमुख असतात. घटकराज्याचे वास्तविक प्रमुख म्हणून मुख्यमंत्री काम करतात.

मुख्यमंत्र्यांचे अधिकार व कार्ये :

३) घटकराज्याचा वास्तविक प्रमुख म्हणून कार्य करणे.

४) मंत्रिमंडळाची निर्मिती करणे.

५) मंत्रिमंडळाचे खातेवाटप करणे आणि खातेपालट करणे.

६) घटकराज्यातील विविध खात्यांत एकसूत्रीकरण करणे.

३७) मंत्रिमंडळाचे सर्व निर्णय राज्यपालांना कळविणे.

८) राज्यपाल व मंत्रिमंडळ यांना जोडणारा दुवा म्हणून कार्य करणे.

९) घटकराज्यातील जनतेचे नेतृत्व करणे.

१०) संमिश्र मंत्रिमंडळ असेल तर राज्यसरकार अधिक जबाबदारीने आणि कार्यक्षमपणे चालविणे.

मुख्यमंत्री आणि मंत्रिमंडळ संबंध :

राज्यमंत्रिमंडळाचे कार्य हे सामूहिक जबाबदारीच्या तत्त्वानुसार चालते त्यानुसार शासनाचे सर्व धोरणात्मक निर्णय हे मुख्यमंत्री व मंत्रिमंडळ घेतात. त्याच्या निर्णयाची जबाबदारीसुद्धा सर्व मंत्र्यांवर सामूहिक स्वरूपाची असते. राज्य मंत्रिमंडळाची निर्मिती मुख्यमंत्री करतात. त्यावेळी राज्यमंत्रिमंडळात राजकीय एकजिनसीपणा निर्माण करून समन्वयवादी पद्धतीने काम करतात. मंत्रिमंडळाच्या बैठकीतील महत्त्वाचे निर्णय राज्यपालाला कळविणे. आणि त्याच वेळी राज्यपालाचे संदेश मंत्रिमंडळापर्यंत पोहचविण्याचे काम मुख्यमंत्री अत्यंत सतर्क भूमिकेतून प्रामाणिकपणे करतात.

▶ घटकराज्याचे कायदेमंडळ (विधानपरिषद व विधानसभा) :

संघशासनाप्रमाणेच घटकराज्यातही संसदीय शासनपद्धती आहे. राज्याच्या कायदेमंडळात राज्यपाल तसेच एक किंवा दोन सभागृहे यांचा समावेश होतो. घटनाकलम १६८ नुसार भारतातील काही घटकराज्यांत कायदेमंडळाच्या एक सभागृहाची तर काही घटकराज्यांत कायदे मंडळाच्या दोन सभागृहांची निर्मिती केलेली आहे. घटनाकलम १६९ नुसार एखाद्या घटकराज्यात विधानपरिषद निर्माण करणे किंवा रद्द करण्याचे अधिकार तेथील विधानसभेला दिलेले आहेत. सध्या बिहार, जम्मू-काश्मीर, महाराष्ट्र, उत्तरप्रदेश, कर्नाटक आणि आंध्रप्रदेश या सहा घटकराज्यांची कायदेमंडळे द्विगृही आहेत. २ एप्रिल २००७ पासून आंध्रप्रदेशात नव्याने विधानपरिषद अस्तित्वात आली आहे. आंध्रप्रदेशातील विधानपरिषद सभासदसंख्या ९८ इतकी असून उत्तरप्रदेशची १०८, बिहारची ९६, कर्नाटकची ७५, जम्मू-काश्मीरची ३६ तर महाराष्ट्राची ७८ इतकी आहे. उर्वरित सर्व घटकराज्यांत कायदेमंडळाचे एकच सभागृह आहे. भारतातील सर्व घटकराज्यांत विधानसभा सभागृह अस्तित्वात आहे. परंतु घटनाकारांनी विधानपरिषदेच्या आवश्यकतेचा प्रश्न त्या संबंधित घटकराज्याच्या मर्जीवर सोपविला आहे.

विधानपरिषद :

विधानपरिषद हे घटकराज्याच्या कायदेमंडळाचे वरिष्ठ सभागृह असून विधानसभा कनिष्ठ सभागृह असूनही विधानपरिषदेपेक्षा त्याला घटनेने जास्त अधिकार दिलेले आहेत.

सभासदसंख्या :

विधानपरिषदेची सभासदसंख्या तेथील विधानसभेच्या सभासदसंख्येच्या १/३ जास्त नसावी आणि ४० पेक्षा कमी नसावी असे १९५६ साली झालेल्या सातव्या घटनादुरुस्तीने ठरविण्यात आले. महाराष्ट्र विधानपरिषदेची सभासदसंख्या ७८ इतकी आहे. विधानपरिषद हे स्थायी सभागृह आहे. त्याचे १/३ सभासद दर दोन वर्षांनी निवृत्त होतात. एका सभासदाला एकूण सहा वर्षांचा कालावधी मिळतो तसेच राज्यपालाला विधानसभा बरखास्त करता येते परंतु विधानपरिषद बरखास्त करता येत नाही.

विधानपरिषद सभासदसंख्येची रचना पुढीलप्रमाणे :

१) १/३ सभासद - विधानसभा सभासदांकडून निवडले जातात.

२) १/३ सभासद - राज्यातील स्थानिक स्वराज्यसंस्थांतर्फे निवडले जातात.

३) १/१२ सभासद - राज्यातील शिक्षक मतदारसंघातर्फे निवडले जातात.

४) १/१२ सभासद - राज्यातील पदवीधर मतदारसंघातर्फे निवडले जातात.

५) १/६ सभासद – राज्यपाल साहित्य, कला, विज्ञान, समाजसेवा आणि सहकारी चळवळ या क्षेत्रांतील नामांकित व्यक्तींची नियुक्ती करतात.

वरीलपैकी चार प्रकारच्या निवडणुका घटनाकलम १७१ (२) नुसार प्रमाणशीर पद्धतीने एकेल संक्रमणीय मताद्वारे घेतल्या जातात. राज्यसभेप्रमाणेच विधानपरिषदेवर राज्यपाल १२ सभासदांची नियुक्ती करतात. विधानपरिषदेच्या वर्षातून कमीत कमी दोन बैठका झाल्याच पाहिजेत. पहिल्या बैठकीच्या शेवटचा दिवस आणि दुसऱ्या बैठकीचा पहिला दिवस यांमध्ये १८० (सहा महिने) दिवसांपेक्षा जास्त कालावधी असू नये.

सभासद होण्यासाठी पात्रता :

भारताचे नागरिकत्व, वयाची ३० वर्षे पूर्ण असावीत, संसदेने कायदा करून ठरविलेली इतर आवश्यक पात्रता असावी.

विधानपरिषदेचे सभापती व उपसभापती :

विधानपरिषदेचे सभासद आपणामधूनच एकाची सभापती आणि दुसऱ्याची त्याच पद्धतीने उपसभापती म्हणून निवड करतात. बहुमताचा ठराव मंजूर करून त्यांची पदच्युतीसुद्धा विधानपरिषदच करू शकते. विधानपरिषदेच्या बैठकीचे अध्यक्षस्थान स्वीकारणे, कामकाजाचे संचालन करणे, सभागृहात शांतता ठेवणे, एखाद्या विषयावर समसमान मते पडल्यास निर्णायक मत देणे इत्यादी महत्त्वाची कामे सभापतीला करावी लागतात. सभापतीच्या गैरहजेरीत उपसभापती सभापतीचे काम करतात.

विधानपरिषदेचे अधिकार व कार्ये :

विधानपरिषदेत कोणतेही सामान्य विधेयक मांडता येते परंतु अर्थविधेयक, राज्याचा अर्थसंकल्प मांडता येत नाही तसेच घटनेनुसार मंत्रिमंडळ हे विधानसभेला जबाबदार असल्यामुळे विधानपरिषद मंत्रिमंडळाला नियंत्रित करू शकत नाही. विधानपरिषदसभासद मात्र मंत्र्यांना प्रश्न विचारू शकतात. थोडक्यात सांगायचे तर अधिकाराच्या बाबतीत विधानपरिषदेला खूपच मर्यादा आहेत.

विधानपरिषदेची भूमिका :

विधानपरिषदेतील सभासद अनुभवी, वयस्कर आणि तज्ज्ञ असतात त्यामुळे ते कोणत्याही विषयावर जास्त सखोल विचार करून सक्षम कायदा करू शकतात. विधानसभेतील सभासद हे प्रत्यक्ष जनतेकडून निवडून आलेले असतात. त्यामुळे तेथे सामान्य दर्जाचे सभासद मोठ्या प्रमाणात निवडून येण्याची शक्यता असते. अशावेळी त्यांच्याकडून एखादे विधेयक घाईघाईने मंजूर होऊ शकते. त्यावर नियंत्रण ठेवण्यासाठी विधानपरिषद या सभागृहांची आवश्यकता असते. आजपर्यंतच्या अनुभवानुसार असे लक्षात येते की, विधानपरिषदेने केलेल्या बऱ्याच दुरुस्त्या विधानसभेने स्वीकारल्या आहेत. थोडक्यात, सामान्य व अर्थविधेयकाच्या बाबतीत जास्त चिकित्सा होऊन राज्याचा कायदा विधानपरिषदेमुळे जास्तीत जास्त सक्षम होऊ शकतो.

विधानसभा :

राज्यकायदेमंडळाचे विधानसभा हे कनिष्ठ सभागृह असून अधिकाराच्या बाबतीत विधानपरिषदेपेक्षा शक्तिशाली सभागृह आहे. घटनाकलम १७० नुसार प्रत्येक घटकराज्यात विधानसभेची निर्मिती केली आहे.

सभासदसंख्या :

घटनाकलम १७० मध्ये घटकराज्याच्या विधानसभेत ६० पेक्षा कमी आणि ५०० पेक्षा जास्त सभासद

असणार नाहीत अशी नोंद आहे. सभासदाची निवड राज्यातील जनतेकडून प्रौढ मताधिकाराच्या साह्याने गुप्त मतदानपद्धतीने होते. प्रत्येक राज्यातील विधानसभेची संख्या तेथील लोकसंख्येच्या प्रमाणात निश्चित केली जाते. त्यामुळे प्रत्येक घटकराज्यातील विधानसभा सभासदसंख्या वेगवेगळी आहे. उदा. महाराष्ट्र – २८८, उत्तरप्रदेश – ४०३, हरियाणा – ९० इत्यादी.

पात्रता :

भारताचे नागरिकत्व, वयाची २५ वर्षे पूर्ण असावीत, संसदेने कायदा करून ठरविलेली इतर आवश्यक पात्रता.

अधिवेशने :

विधानसभेची वर्षातून किमान दोन अधिवेशने व्हावीत. पहिल्या व दुसऱ्या अधिवेशनांत सहा महिन्यांपेक्षा जास्त कालावधी असू नये अशी घटनात्मक तरतूद आहे. घटनाकलम १७४ नुसार राज्यपाल विधानसभेचे अतिरिक्त अधिवेशन बोलावू शकतात.

कार्यकाल :

राज्यघटनेने विधानसभेचा कार्यकाल पाच वर्षांचा निश्चित केला आहे परंतु पाच वर्षांचा कार्यकाल पूर्ण होण्याअगोदर राज्यपाल विधानसभा विसर्जित करू शकतात.

विधानसभेचे सभापती व उपसभापती :

विधानसभेचे सभासद आपणांमधून एकाची सभापती आणि दुसऱ्याची त्याच पद्धतीने उपसभापती म्हणून निवड करतात. तसेच विधानसभेच्या बहुमताच्या ठरावाद्वारेच त्यांना पदावरून दूर करण्याचा विधानसभेला अधिकार आहे किंवा सभापती, उपसभापती मुदतसंपण्याअगोदर केव्हाही स्वेच्छेने राजीनामा देऊ शकतात. सभापतीच्या अनुपस्थितीत उपसभापती सभापतीची कामे करतात.

सभापतीचे अधिकार व कामे :

लोकसभेच्या सभापतीला जी कामे लोकसभेत पार पाडावी लागतात त्याच प्रकारची कामे सभापतीला विधानसभेत पार पाडावी लागतात. सभापतीला मोठी प्रतिष्ठा आणि मान प्राप्त झालेला आहे. सभागृहात त्याचा शब्द अंतिम मानला जातो. महाराष्ट्राच्या विधानसभेचे सभापतीपद आतापर्यंत संयमी, नि:पक्षपाती व्यक्तींनी भूषविले आहे. विधानसभेत बैठकीचे अध्यक्षस्थान स्वीकारणे, सभागृहात शिस्त व शांतता राखणे, सभागृहातील चर्चेवर नियंत्रण ठेवणे, विधानसभेत मांडण्यात येणाऱ्या प्रस्तावाला मंजुरी देणे, एखाद्या विधेयकावर समसमान मते पडल्यास निर्णायक मत देणे, एखादे विधेयक सामान्य विधेयक आहे की धनविधेयक आहे याचा निर्वाळा देणे, विधानसभेच्या विविध समित्यांच्या अध्यक्षांची नेमणूक करणे, गोंधळ होत असल्यास विधानसभेचे कामकाज त्या दिवसापुरते तहकूब करणे इत्यादी महत्त्वाची कामे सभापतीला करावी लागतात.

विधानसभेचे अधिकार व कार्ये :

१) **कायदेविषयक अधिकार :** राज्यसूचीतील विषयावर तसेच विधानसभा समवर्ती सूचीत स्पष्ट केलेल्या विषयावर कायदा करणे. सामान्यविधेयकाच्या बाबतीत विधानसभा आणि विधानपरिषद यांच्यात मतभेद निर्माण झाले तर दोन्ही सभागृहांचे संयुक्त अधिवेशन भरविण्याची तरतूद घटनेने केली नाही.

२) **अर्थविषयक अधिकार :** घटनाकलम १९८ नुसार घटकराज्याचे अर्थविधेयक हे सर्वप्रथम विधानसभेतच

मांडले जाते. त्यामुळेच घटकराज्याच्या तिजोरीवर विधानसभेचे नियंत्रण आहे असे म्हटले जाते.

३) **मंत्रिमंडळावर नियंत्रण :** राज्याचे मंत्रिमंडळ हे सामूहिकरीत्या विधानसभेलाच जबाबदार आहे त्यामुळे विधानसभेचेच सभासद मंत्रिमंडळाला राज्यकारभारासंदर्भात प्रश्न, उपप्रश्न विचारून प्रभावी नियंत्रण ठेवतात. मंत्रिमंडळाला त्यांची तोंडी किंवा लेखी उत्तरे विशिष्ट मुदतीत द्यावी लागतात. तसेच विधानसभेचे सभासद राज्यमंत्रिमंडळाविरुद्ध अविश्वासाचा ठराव आणून सरकार पाडू शकतात.

४) **इतर अधिकार :** भारतीय घटनेच्या तिसऱ्या प्रकारच्या घटनादुरुस्तीसाठी मतदान करणे, राष्ट्रपतीच्या निवडणुकीत भाग घेणे, राज्यसभेसाठी काही सभासदांची निवड करणे, विधिमंडळाचे अधिवेशन चालू नसताना राज्यपालांनी काढलेल्या वटहुकुमांना मंजुरी देणे, सार्वजनिक महत्त्वाच्या प्रश्नावर शासनाचे लक्ष वेधून घेणे इत्यादी.

विधानसभेची भूमिका :

विधानसभा हे राज्यकायदेमंडळाचे कनिष्ठ सभागृह असूनही महत्त्वाचे सभागृह झालेले आहे. विधानसभेच्या हातीच कायदेमंडळाचे सर्व अधिकार एकवटलेले दिसतात. कायदेनिर्मिती, आर्थिक आणि प्रशासकीय दृष्टीने राज्याचा विचार केला तर विधानसभेला अत्यंत महत्त्वाची भूमिका बजवावी लागते.

▶ **विधिमंडळ समित्या :**

लोकलेखा समिती, अंदाज समिती आणि उपविधान समिती या घटकराज्यातील विधिमंडळाच्या प्रमुख समित्या आहेत. लोकसेवा आणि अंदाजसमिती ह्या शासनाच्या आर्थिक घडामोडींवर नियंत्रण ठेवतात. याशिवाय अधिवेशन- काळापुरत्या नेमल्या जाणाऱ्या समित्यांमध्ये कामकाज समिती, नियम समिती, तक्रार समिती, अर्ज समिती, विशेष सवलती संबंधीची समिती, शासकीय आश्वासन समिती इत्यादी समित्या कार्यरत असतात. विधिमंडळ संसदीय- समित्यांवर विरोधी पक्षांना स्थान दिले जाते.

▶ **मुख्य सचिव** (Chief Secretary) :

मुख्य सचिव हे महाराष्ट्र राज्य प्रशासनसेवेतील सर्वोच्च पद आहे. मुख्य सचिवपदी राज्य प्रशासनातील सर्वात ज्येष्ठ सनदी अधिकाऱ्याची नियुक्ती केली जाते. प्रशासनातील गाढा अनुभव असल्यामुळे राज्याची प्रशासकीय धोरणे त्यांच्याकडून अत्यंत सावधपणे तयार केली जातात. मुख्य सचिव हाच मुख्यमंत्र्यांचा मुख्य सल्लागार (Chief Advisor) असतो. मुख्यमंत्री जेव्हा मंत्रिमंडळाची बैठक बोलावतात त्या ठिकाणी मुख्य सचिवांना बोलावले जाते आणि त्यांच्याशी सल्लामसलत केली जाते. मुख्यमंत्री हे वास्तविक प्रमुख असतात. पण मुख्य सचिव हे राज्याचे संपूर्ण प्रशासन व्यवस्थितपणे हाताळणारे मुख्याधिकारी असतात.

मुख्य सचिवांची कामे :

१) राज्यप्रशासनाच्या सर्व धोरणात्मक बाबींसंबंधी मुख्यमंत्र्याला सल्ला देणे.

२) मंत्रिमंडळाचा पदसिद्ध सचिव म्हणून काम करणे.

३) राज्यातील सर्व सचिवांचे समन्वयक म्हणून काम करणे.

४) सचिवांच्या बैठकीचे अध्यक्षस्थान स्वीकारणे.

५) राज्यप्रशासनाचा प्रमुख म्हणून मंत्रालयाच्या कामकाजावर देखरेख व नियंत्रण ठेवणे.

३६) राज्याच्या खर्च अग्रक्रम समितीचे सचिव म्हणून काम करणे. मुख्य सचिव हे राज्याच्या अर्थमंत्री व वित्त- सचिवाबरोबर चर्चा करून आधी कोणत्या खर्चाला प्राधान्य द्यावयाचे याबाबत विचारविनिमय करतात.

७) विविध खात्यांमध्ये समन्वय निर्माण करून त्यांच्यातील मतभेद दूर करणे.

८) राज्याचे प्रशासन लोकाभिमुख करणे.

९) राज्यसरकारची गोपनीय कागदपत्रे सांभाळणे.

१०) राज्यकर्मचारी भरती महामंडळाचा पदसिद्ध सचिव म्हणून काम करणे.

▶ **राज्याचे सचिवालय** (State Secretariat) :

ब्रिटिशकाळापासून भारतात सचिवालयव्यवस्था अस्तित्वात होती. 'इम्पिरिअल सेक्रेटरिअट' या नावाचे शासनाचे सचिवालय होते. स्वातंत्र्यानंतर त्याचे रूपान्तर सचिवालयात झाले. त्याच पद्धतीने घटकराज्यांच्या पातळीवरही राज्यसचिवालयांची निर्मिती केली आहे. राज्यशासनाला धोरणांची निर्मिती करून त्याची अंमलबजावणी करावी लागते. त्यासाठी शासनाला मोठ्या प्रमाणात सनदी सेवकांची आवश्यकता असते. महाराष्ट्राचे प्रशासन जेथून चालविले जाते त्याला सचिवालय म्हणतात. त्याच इमारतीला सध्या मंत्रालय असे म्हणतात. महाराष्ट्राचे माजी मुख्यमंत्री श्री. शंकरराव चव्हाण यांनी सचिवालयाचे मंत्रालयात रूपांतर केले.

घटकराज्यातही खातेपद्धती अस्तित्वात आहे. शासनाचे कार्य हे मंत्रिमंडळात वाटून दिले जाते. सर्वसाधारणपणे प्रत्येक मंत्र्याकडे एक किंवा त्यापेक्षा अधिक खात्यांचा कार्यभार सोपविलेला असतो. विभागाचा राजकीय प्रमुख हा मंत्री असतो. तर प्रशासकीय प्रमुख हा त्या खात्याचा सचिव असतो. राजकीय नेते हे सतत बदलत असतात मात्र खात्याचे सचिव आणि इतर सनदी अधिकारी हे कायमस्वरूपी सनदी सेवक असतात. घटकराज्यात सत्तांतर झाल्यानंतरही खात्याचे सचिव आणि सेवकवर्ग अगोदरच्या सरकारच्या काळातील ध्येयधोरणांची अंमलबजावणी करण्यासाठी प्रयत्न करीत असतात.

राज्यशासनाच्या प्रशासनासाठी सचिवालयाची निर्मिती केलेली असते. राज्याच्या प्रशासनासाठी पदसोपान– परंपरेप्रमाणे काम करणाऱ्या संघटनेची आवश्यकता असते. ती संघटना म्हणजे सचिवालय होय. प्रामुख्याने राज्यशासन चालविण्यासाठी पुढील तीन घटकांची आवश्यकता असते. १) खाते २) शासनातील मंत्री ३) मुख्य सचिव. सर्वसाधारणपणे मंत्री धोरण ठरवून निर्णय घेतात. मंत्र्यांना माहिती व आकडेवारी पुरविण्याचे कार्य मुख्य सचिव करतात. मंत्र्याने संबंधित खात्याबाबत घेतलेले निर्णय लागू करण्यासाठी ते पर्यवेक्षण करतात. परंतु खात्याचा प्रमुख म्हणून काम करणारा कार्यकारी प्रमुख प्रत्यक्षात अंमलबजावणी करतो. सचिवालयामध्ये मुख्य सचिवाव्यतिरिक्त उपसचिव, अपर सचिव, सहाय्यक सचिव यांचा समावेश असतो. खात्याचा आकार मोठा असलेल्या ठिकाणी सहसचिव व अतिरिक्त सचिवांची नियुक्ती केली जाते.

सचिवालयाची आवश्यकता :

वरिष्ठ व कनिष्ठ श्रेणी लिपिक, टंकलेखक, लघुटंकलेखक इत्यादी कर्मचारीवर्ग असतो. 'कार्यालय' हा सचिवालय पद्धतीमध्ये कायमस्वरूपी घटक असतो. महाराष्ट्राची स्थापना १ मे १९६० रोजी झाली त्यावेळी महाराष्ट्र सचिवालयात एकूण १२ खाती होती. सध्या महाराष्ट्राच्या मंत्रालयात एकूण २९ खाती आहेत. पुढील महत्त्वाचे मुद्दे सचिवालयाची आवश्यकता स्पष्ट करतात.

१) कायमस्वरूपी प्रशासकीय यंत्रणा उभी करणे.

२) प्रशासकीय कार्य व त्यासंबंधी निर्णय घेण्यासाठी राजकीय पदाधिकाऱ्यांना मदत करणे. मंत्री नवखे आणि राजकीय पार्श्वभूमीचे असतात. त्यांना प्रशासकीय कार्य लगेचच जमेल असे सांगता येत नाही. त्यामुळे चांगले प्रशासकीय कार्य करण्यासाठी सचिवालयाची आवश्यकता असते.

३) एखादी योजना, विशिष्ट कार्यक्रम, चांगल्या कायद्याची रूपरेषा आणि उच्चस्तरीय धोरण, विकासकार्यक्रमाचा आराखडा तयार करणे आणि त्यासाठीच्या विविध भूमिका बजावणे.

४) लोककल्याणकारी राज्याची उद्दिष्टे प्रत्यक्षात आमलात आणण्यासाठी महत्त्वाची कामे करणे. प्रशासनात आधुनिक तंत्रज्ञानाचा वापर करणे, विविध खात्यांचे संगणकीकरण करणे, त्याचबरोबर मानवसंसाधनाचा पुरेपूर उपयोग करून घेणे आणि त्याचा फायदा जनतेला मिळवून देणे.

राज्य सचिवालयाची कार्ये :

१) धोरणांची निर्मिती आणि त्यांची अंमलबजावणी करणे.

२) नवीन कायद्यांची निर्मिती करणे.

३) वित्तीय नियंत्रण ठेवणे.

४) जनतेकडून आलेल्या तक्रारींची नोंद घेणे आणि त्यांबाबत योग्य ती कार्यवाही करणे.

५) कायदेमंडळातील प्रश्नोत्तरांसाठी लागणारी माहिती व आकडेवारी गोळा करणे आणि ती संबंधित मंत्र्याला पुरविणे.

६) राज्याचे प्रशासन चालविण्यासाठी कायदेशीर नियमावली तयार करणे त्यासंबंधित आदेश तयार करून ते लागू करणे.

७) केंद्रशासनाच्या घटकराज्यात असलेल्या विविध विभागांत चांगला समन्वय ठेवणे.

८) खातेप्रमुखाच्या नेमणुका करणे.

९) सर्व अधिकरणांवर नियंत्रण ठेवणे.

१०) सचिवालयसत्तेचे विकेंद्रीकरण करणे.

▶ **संचालनालय** (Directorate) :

संचालनालये एखादा निर्णय घेण्यासाठी विशिष्ट आणि तांत्रिक स्वरूपाची माहिती राज्य सचिवालयाला पुरवितात. संचालनालयाकडूनच राज्याच्या सचिवालयाने निश्चित केलेल्या योजनांना मूर्त स्वरूप दिले जाते. तसेच त्यांच्याकडूनच धोरणनिश्चितीसाठी मदत घेतली जाते. संचालनालयाचे हे काम स्टाफ अभिकरणासारखे (Staff Agency) असते. त्यामुळे राज्याच्या प्रशासकीय रचनेत संचालनालयाचे कार्य अत्यंत महत्त्वाचे झालेले आहे. संचालनालयाचा एक प्रमुख संचालक असतो. त्यालाच डायरेक्टर म्हणतात. धोरणाला कार्यान्वित करणारा घटक म्हणजे संचालनालय होय. सर्वसाधारणपणे खात्याचा प्रमुख किंवा विभागप्रमुख हा सामान्यज्ञ (Generalist) असतो. तसेच एखादे वेळी तो विशेषज्ञही (Specialist) असू शकतो. संचालनालयाचा प्रमुख मात्र विशेषज्ञच असतो. म्हणून कित्येकदा ते पद भारतीय नागरीसेवेतील उच्च अधिकाऱ्याकडे सोपविलेले असते. आधुनिक काळात राज्यप्रशासनाचे यश या संचालनालये आणि सचिवालय यांच्या सकारात्मक संबंधावर अवलंबून असल्याचे बोलले जाते.

राज्य सचिवालयाला त्यांच्या कामात मदत करण्यासाठी कार्यकारी खाती असतातच तरीसुद्धा संचालनालये राज्यसचिवालयाला राज्याचे धोरण निश्चित करण्यासाठी आणि त्यांची अंमलबजावणी करण्यासाठी मदत करीत असतात. कार्यकारी खाती अस्तित्वात असताना सुद्धा पुढील हेतूसाठी संचालनालयाची गरज लागते.

१) विशेषज्ञ म्हणूनच राज्यसचिवालयाला मार्गदर्शन करणे.

२) कार्याचे स्वरूप विशेष असल्यामुळे त्यासाठी स्वतंत्र संचालनालये स्थापन करणे महत्त्वाचे ठरते. उदा. महाराष्ट्रातील नगरपालिका, पर्यटन, प्रसिद्धी यांची संचालनालये.

३) काही खात्यांचा व्याप आणि कारभार मोठा असल्याने त्यांना मदत करण्यासाठी संचालनालयाची निर्मिती केली आहे.

संचालनालयाची कामे :

१) राज्य सचिवालयाला धोरण निश्चिती आणि धोरणाच्या अंमलबजावणीसाठी मदत करणे.

२) विशेषज्ञाची आणि विशेष प्रकारची कार्ये करून राज्य सचिवालयाला सल्ला देणे, मार्गदर्शन करणे.

३) राज्य सचिवालयाशी निगडित सर्व कार्यांत योग्य समन्वय स्थापित करणे.

४) संचालनालयाच्या कार्यालयावर नियंत्रण ठेवणे.

५) संचालनालयाच्या कार्यालयातील संचालनालयाच्या कामकाजाच्या पद्धती निश्चित करणे.

६) कर्मचाऱ्यांना नवीन माहिती उपलब्ध करून देणे. त्यासाठी कार्यशाळा, परिसंवाद, चर्चासत्रे आयोजित करणे. अद्ययावत माहिती देण्यासाठी विशेष उजळणीवर्ग सुरू करणे.

७) जनतेला नवनवीन माहिती व ज्ञान अद्ययावत करून त्यांच्याशी सतत संपर्क ठेवणे.

उदा. नवीन संशोधनाची माहिती देणे. तसेच शैक्षणिक, औद्योगिक, आरोग्यविषयक इ. धोरणांची माहिती देणे.

● भारताची राज्यघटना

भारतील राज्यघटनेची निर्मिती प्रक्रिया, राज्यघटनेची ठळक वैशिष्ट्ये, उद्देशपत्रिकेतील तत्त्वज्ञान, मूलभूत हक्क, मूलभूत कर्तव्ये, राज्याच्या ध्येयधोरणाची मार्गदर्शक तत्त्वे, मोफत व सक्तीचे प्राथमिक शिक्षण, समान नागरी कायदा, स्वतंत्र न्यायमंडळ, राज्यघटनेचे स्पष्टीकरण करताना देण्यात आलेले महत्त्वपूर्व न्यायालयीन निकाल, घटनादुरुस्तीची पद्धत, महत्त्वाच्या घटनादुरुस्त्या, महत्त्वाचे आयोग व मंडळे यांची रचना – अधिकार – कार्ये – निवडणूक आयोग, संघ व राज्यलोकसेवा आयोग, राष्ट्रीय महिला– आयोग, मानवी हक्क आयोग, राष्ट्रीय अल्पसंख्याक आयोग, राष्ट्रीय अनुसूचित जाती आयोग, राष्ट्रीय अनुसूचित जमाती आयोग.

▶ भारतीय राज्यघटनेची निर्मिती प्रक्रिया

ब्रिटिश ईस्ट इंडिया कंपनीचा भारतात व्यापाऱ्याच्या निमित्ताने प्रवेश झाला. ईस्ट इंडिया कंपनीची राजवट भारतात स्थापन होईल अशी परिस्थिती नव्हती परंतु भारतीय लोकांमध्ये काहीसुद्धा राजकीय जागृती नसल्याचे लक्षात आल्यानंतर मात्र त्यांनी सत्तेचे पाय रोवायला सुरुवात केली. भारतीय राज्यघटना निर्मिती प्रक्रियेत १७६५ ते १९४७ पर्यंत ब्रिटिशांनी केलेले विविध कायदे महत्त्वाचे मानले गेले.

भारतातील विविध राजवटींचे काही चांगले परिणामही दिसून आले त्यांतून भारतीयांना नव्या संस्कृतीची ओळख झाली, पाश्चात्य जीवनपद्धती समजली. त्यातूनच हळूहळू सुधारणा होऊ लागल्या. ब्रिटिशांच्या काळात भारतीय समाजाला राष्ट्रस्वरूप प्राप्त होऊ लागले. परंतु ब्रिटिशांच्या अन्यायी धोरणामुळे त्यांच्याविषयी भारतीय नागरिकांच्या मनात संताप निर्माण झाला आणि त्यातून स्वातंत्र्याची प्रेरणा मिळाली.

१८८५ साली राष्ट्रीय काँग्रेसची स्थापना झाल्यानंतर लोकांमध्ये हळूहळू राजकीय जागृती होऊ लागली. १९०९ साली मोर्ले – मिंटो सुधारणा या नावाने ओळखला जाणारा 'इंडियन कौन्सिल ऑक्ट' मंजूर झाला. १९१९ साली माँटेग्यू – चेम्सफर्ड सुधारणा आल्या. १९२० नंतर भारताला एक घटनासमिती असावी असा उल्लेख म. गांधींच्या वक्तव्यातून येऊ लागला. केंद्रीय कायदेमंडळात मोतीलाल नेहरू यांनी १९२४ साली भारताला एक संविधान असावे अशी मागणी केली. १९२८ साली त्यांच्याच अध्यक्षतेखाली घटनेची मूलभूत

तत्त्वे निश्चित करण्यासाठी एक समिती स्थापन केली. १९३५ च्या कायद्याने सरकारचे स्वरूप निश्चित केले. स्वातंत्र भारताच्या राज्यघटनेची रचना करताना घटनाकारांना या कायद्याचा उपयोग झाला. १९४० साली ऑगस्ट घोषणेतून सरकारने पहिल्यांदा भारतीय घटना तयार करण्यासाठी घटनासमिती असावी असे अप्रत्यक्षपणे मान्य केले. १९४२ मध्ये तर क्रिप्स मिशनने घटनानिर्मितीची सर्व प्रक्रिया भारतीयांवर टाकली. आणि १९४६ च्या कॅबिनेट कमिशनच्या शिफारशींनी भारतीय राज्यघटना समिती तयार करण्याची पद्धत ठरली.

घटनासमितीची निर्मिती :

त्रिमंत्री योजनेतील तरतुदीनुसार १९४६ साली ३८९ सभासदांची एक घटनासमिती निर्माण झाली. या घटनासमितीमध्ये पुढील तीन प्रकारचे प्रतिनिधी होते.

१) ब्रिटिश प्रांताचे - २९२, २) मुख्य कमिशनरच्या प्रांताचे -०४, ३) संस्थानिकांचे -९३

जुलै १९४६ मध्ये घटनासमितीच्या सभासदांची निवडणूक झाली. २५ जुलै १९४६ ला या निवडणुकीचा निकाल जाहीर झाला. एकूण जागा २९६ होत्या. त्यांपैकी काँग्रेस पक्षाला २१२, मुस्लिम लीगला ७३ आणि इतर पक्षांना ११ जागा मिळाल्या.

संस्थानांसाठी असलेल्या ९३ जागांसाठी निवडणुका झाल्या नाहीत. त्यांचे प्रतिनिधी नियुक्त झाले. काँग्रेसला जास्त जागा मिळाल्याने घटनासमितीवर काँग्रेसचे नियंत्रण आले. त्यानंतर मुस्लिम लीगने घटना समितीवर बहिष्कार टाकला. घटनासमितीवर काँग्रेसचे वर्चस्व निर्माण झाल्यानंतर त्या ठिकाणी देशाच्या सर्व भागांचे योग्य प्रतिनिधित्व होणे आवश्यक होते. त्यासाठी हिंदू, मुस्लिम, शीख, ख्रिचन, मागासलेल्या जाती- जमाती, महिला इत्यादींच्या प्रतिनिधित्वाबाबत विचार झाला. त्या दृष्टीने काँग्रेस कार्यकारणीने प्रांतिक काँग्रेसला उमेदवारनिवडीचा सल्ला दिला होता. त्यामुळे घटनासमितीवर पं. नेहरू, डॉ. राजेंद्रप्रसाद, वल्लभभाई पटेल, डॉ. राधाकृष्णन, मौलाना आझाद, एम. गोपालस्वामी अय्यंगार, कृष्णस्वामी अय्यर, टी. टी. कृष्णमाचारी, के. एम. मुन्शी, पंडित गोविंद वल्लभ पंत, जे. बी. कृपलानी, बी. जी. खेर, सी. राजगोपालाचारी, बॅ. जयकर यांच्या सारख्या तज्ज्ञ व्यक्ती आल्या. घटना- समितीत बहुसंख्य सदस्य हे काँग्रेस पक्षाचे होते. तरीही शेड्युल्ड कास्ट फेडरेशनचे नेते डॉ. बी. आर. आंबेडकर, मुस्लिम लीगचे नेते महंमद सादुल्ला, हिंदू महासभेचे नेते श्यामाप्रसाद मुखर्जी तसेच सरोजिनी नायडू, विजयालक्ष्मी पंडित, बेगम रसूल, दुर्गाबाई देशमुख, हंसा मेहता आणि रेणुका रे या प्रथितयश महिला सभासदांचाही घटनासमितीत समावेश होता.

९ डिसेंबर १९४६ रोजी घटना समितीचे पहिले अधिवेशन दिल्ली येथील संविधान सभागृहात (सध्याचा सेंट्रल हॉल) सुरू झाले. ते २३ डिसेंबर १९४६ पर्यंत चालले. पहिल्या अधिवेशनाच्या अध्यक्षस्थानी पहिले दोन दिवस डॉ. सच्चिदानंद सिन्हा हे होते. ११ डिसेंबर १९४६ नंतर डॉ. राजेंद्रप्रसाद हे घटनासमितीचे कायमचे अध्यक्ष झाले.

मसुदा समिती :

२९ ऑगस्ट १९४७ साली घटनेची मसुदा समिती (Drafting Committee) निर्माण केली. डॉ. बाबासाहेब आंबेडकर यांची मसुदा समितीच्या अध्यक्षपदी निवड झाली. या समितीवरच राज्यघटना लिहिण्याची जबाबदारी टाकली होती. मसुदासमितीचे सदस्य म्हणून अलादी कृष्णस्वामी अय्यर, डॉ. कन्हैयालाल मुन्शी, गोपालस्वामी अय्यंगार, मोहंमद सादुल्ला, टी. टी. कृष्णमाचारी (डी. पी. खैतान यांच्या मृत्यूनंतर नियुक्ती), एन. माधव राऊ (बी. एल. मित्तर यांनी राजीनामा दिल्यानंतर नियुक्ती) यांनी काम केले. राज्यघटनानिर्मिती करणे ही या समितीची महत्त्वाची जबाबदारी होती. अध्यक्ष म्हणून डॉ. बाबासाहेब

आंबेडकरांची जबाबदारी खूप मोठी होती. त्यांनी ती जबाबदारी समर्थपणे पेलली म्हणून त्यांना 'भारतीय राज्यघटनेचे शिल्पकार' असे संबोधले जाते.

ड्राफ्ट रिपोर्ट :

२१ फेब्रुवारी १९४८ साली मसुदा समितीने भारतीय राज्यघटनेचा अधिकृत मसुदा घटनासमितीला सुपूर्त केला, त्यानंतर घटना समितीत त्यावर सविस्तर चर्चा झाली. मसुदा समितीने तयार केलेल्या मसुद्यावर त्यानंतर एक 'ड्राफ्ट रिपोर्ट' प्रसिद्ध केला. भारतीय जनतेकडून ७६३५ इतक्या दुरुस्त्या सुचविल्या गेल्या. त्यातील २४७३ इतक्या दुरुस्त्यांवर प्रत्यक्षरीत्या चर्चा झाली व इतर दुरुस्त्या फेटाळल्या. घटनामसुद्यावर ११४ दिवस विचारविनिमय केला. डॉ. बाबासाहेब आंबेडकरांनी राज्यघटनेच्या संमतीचा ठराव मांडला. तो ठराव मंजूर झाल्याचे २६ नोव्हेंबर १९४९ रोजी घोषित करण्यात आले. त्यादिवशी घटना समितीचे अध्यक्ष डॉ. राजेंद्रप्रसाद यांची त्यावर स्वाक्षरी झाली. राज्यघटनेच्या अंतिम मसुद्याची एकूण तीन वाचने झाली.

१) प्रथम वाचन (४ नोव्हेंबर ते ९ नोव्हेंबर १९४८)

२) दुसरे वाचन (१५ नोव्हेंबर १९४८ ते १७ ऑक्टोबर १९४९)

३) तिसरे वाचन (१४ नोव्हेंबर ते २६ नोव्हेंबर १९४९)

भारतीय राज्यघटनेतील एकूण सदस्यांपैकी त्यादिवशी उपस्थित असणाऱ्या २८४ सदस्यांनी स्वाक्षऱ्या केल्या. त्यानंतर दोन महिन्यांनी म्हणजेच २६ जानेवारी १९५० रोजी राज्यघटनेची अंमलबजावणी सुरू झाली आणि भारत हे राष्ट्र प्रजासत्ताक गणराज्य झाले. आजही २६ जानेवारी हा दिवस संपूर्ण भारतभर 'भारतीय प्रजासत्ताक दिन' म्हणून साजरा केला जातो.

घटनासमितीच्या बैठका :

घटनासमितीच्या एकूण ११ बैठका झाल्या. ३१ ऑक्टोबर १९४७ रोजी झालेल्या घटनासामितीच्या बैठकीसाठी २९९ इतकेच सदस्य उपस्थित होते. १९४७ साली हिंदुस्थानची फाळणी झाल्यामुळे घटना समितीची सदस्यसंख्या कमी झाली. २४ जानेवारी १९५० रोजी घटनासमितीची शेवटची बैठक झाली. सर्व सभासदांनी त्यावेळी भारताच्या राज्यघटनेवर स्वाक्षऱ्या केल्या.

उद्दिष्टांचा ठराव (Objectives Resolution) :

घटनासमितीच्या कामाकाजामध्ये उद्दिष्टांच्या ठरावाला अत्यंत महत्त्व आहे. पं. नेहरू यांनी दि. १३ डिसेंबर १९४६ रोजी घटनासमितीपुढे उद्दिष्टांचा ठराव मांडला. २२ जानेवारी १९४७ रोजी हा ठराव घटना समितीने एकमताने मंजूर केला. या ठरावाने घटना समितीला दिशा देण्याचे आणि तिचे तत्त्वज्ञान स्पष्ट करण्याचे कार्य केले. हा ठराव मंजूर झाल्यानंतर राज्यघटना तयार करण्याच्या कामाला सुरुवात झाली. त्यातील काही तरतुदी पुढीलप्रमाणे आहेत.

१) भारत हे एक सार्वभौम, प्रजासत्ताक गणराज्य असेल.

२) सत्तेचे उगमस्थान – भारतीय जनता आहे.

३) सर्व लोकांना न्याय, स्वातंत्र्य, समता इत्यादींची हमी व संरक्षण दिले जाईल.

४) अल्पसंख्याक, मागास आदिवासी, वंचित व मागासवर्ग यांच्यासाठी संरक्षक तरतुदी असतील.

५) राष्ट्रीय एकात्मता जोपासली जाईल.

थोडक्यात, नव्या राज्यसंस्थेच्या स्वरूपाबाबत घटनासमितीने महत्त्वाचे निर्णय घेतले. लिखित राज्यघटना, सार्वभौम गणराज्य, संघराज्य पद्धती, संसदीय लोकशाही, धर्मनिरपेक्ष आणि कल्याणकारी राज्याची निर्मिती करून ती राष्ट्रकुल राष्ट्रांच्या संघटनेची सदस्य असावी असे ठरविले.

राज्यघटना कामकाज समित्या :

घटनासमितीने एकूण २२ समित्या स्थापन केल्या होत्या. त्यांतील १२ समित्या ह्या विशेष कामकाजासाठी होत्या तर १० समित्या ह्या कार्यपद्धतीशी निगडित होत्या.

विशेष कामकाजासंबंधीच्या काही महत्त्वाच्या समित्या पुढीलप्रमाणे होत्या.

१) मसुदा समिती (अध्यक्ष – डॉ. बाबासाहेब आंबेडकर)

२) मूलभूत हक्क आणि अल्पसंख्याक समिती (अध्यक्ष – सरदार वल्लभभाई पटेल)

३) घटकराज्याबरोबर बोलणी करणारी समिती (अध्यक्ष – डॉ. राजेंद्रप्रसाद)

४) केंद्र राज्यघटना समिती (अध्यक्ष – पं. नेहरु)

५) मसुद्याची चिकित्सा करणारी समिती (अध्यक्ष – अलादी कृष्णस्वामी अय्यर)

कार्यपद्धतीशी संबंधित काही भाषांतर आणि नियमसमित्या स्थापन केल्या होत्या.

घटनासमितीचे मूल्यमापन :

टीकाकारांच्या मते राज्यघटना समितीवर काँग्रेस पक्षाचे संपूर्ण वर्चस्व व नियंत्रण होते. तसेच भारतीय राज्यघटना भारतीय लोकांनी, लोकप्रतिनिधींनी बनविली असे म्हणणे वस्तुस्थितीला सोडून आहे. घटनासमितीने राज्यघटना तयार केली. घटनासमितीतील सभासद हे प्रत्यक्ष लोकांनी निवडलेले नव्हते परंतु त्यांची निवड प्रांतांच्या कायदेमंडळांतील प्रतिनिधींकडून झाली होती आणि प्रांतांच्या कायदेमंडळांतील सभासद हे लोकांनी निवडलेले होते. त्यामुळे घटनासमितीचे सभासद लोकप्रतिनिधी नव्हते असे म्हणता येणार नाही. म. गांधींनी घटनासमितीवर टीका केली होती. त्यांनी घटनासमिती ही सार्वभौम संस्था नसल्याचे म्हटले होते. भारतीय राज्यघटना राजकीय व सामाजिक लोकशाहीचे साधन बनण्याला असमर्थ आहे असे मत श्री. जयप्रकाश नारायण यांनी व्यक्त केले होते. मोठा विस्तार आणि त्यातील क्लिष्ट भाषा तसेच कायदेतज्ज्ञ व राजकारण्यांच्या वर्चस्वामुळे ती गुंतागुंतीची बनली.

तथापि, भारतीय राज्यघटना निर्मात्यांनी काही गोष्टी लक्षात घेऊन देशाला एक चांगला व मूलगामी कायदासंग्रह परिश्रमपूर्वक उपलब्ध करून दिला आहे. भारतीय घटनाकर्त्यांनी घटनेची निर्मिती करताना सैद्धांतिक दृष्टिकोनाऐवजी राजकीय व्यावहारिक दृष्टीचाच अवलंब केला तसेच शासनाचे स्वरूप व राज्याचे उद्दिष्ट स्पष्ट केले असे उद्गार भारतीय घटनेचे प्रसिद्ध विश्लेषक डॉ. ग्रॅनव्हिल ऑस्टिन यांनी काढले. आंतरराष्ट्रीय राजकीय विचारवंतांनी भारताच्या घटनासमितीच्या कामाचे कौतुक केले. दुसऱ्या महायुद्धानंतर स्वतंत्र झालेल्या अनेक आफ्रो – आशियाई राष्ट्रांनी भारतापासून प्रेरणा घेतली.

▶ भारतीय राज्यघटनेची ठळक वैशिष्ट्ये :

राष्ट्रीय स्वातंत्र्याच्या चळवळीच्या दीर्घ कालखंडात राष्ट्रीय नेत्यांनी आपल्या देशातील भवितव्याबद्दल काही योजना तयार केल्या होत्या. नवराष्ट्राची निर्मिती करताना, राष्ट्रबांधणी करताना त्या कशारीतीने अमलात आणता येतील याचा विचार त्यांनी केला होता. भारताची राजकीय, सामाजिक, आर्थिक, धार्मिक, सांस्कृतिक व शैक्षणिक स्थिती लक्षात घेऊन त्या प्रयत्नातून भारताची राज्यघटना निर्माण झाली. त्यामुळेच भारताची

राज्यघटना तयार करताना घटनाकारांनी प्रत्येक निर्णय अत्यंत काळजीपूर्वक, परिश्रमपूर्वक घेतल्याचे आपणाला दिसते. भारतीय राज्यघटनेवर पाश्चात्य तत्त्वज्ञान व व्यवहाराचा प्रभाव पडल्याचे दिसते आणि स्वातंत्र्यलढ्यातून आकारास आलेल्या भारतीय परिस्थितीचे अपत्यदेखील मानले जाते त्यामुळे भारतीय राज्यघटनेला विशेष स्वरूप प्राप्त झालेले आहे. तिची काही ठळक वैशिष्ट्ये पुढीलप्रमाणे आहेत.

१) लिखित व जगातील सर्वांत मोठी राज्यघटना : भारताची घटना ही विशिष्ट कालावधीमध्ये नेमण्यात आलेल्या घटनासमितीने निर्माण केली आहे. लिखित राज्यघटना असलेल्या जगातील कोणत्याही देशाच्या राज्यघटनेपेक्षा भारताची राज्यघटना मोठी आहे. सुरुवातीला राज्यघटनेत २२ प्रकरणे, ३९५ कलमे आणि ९ परिशिष्टे होती. सविस्तरपणे दिलेले नागरिकांचे मूलभूत हक्क, संघराज्यात्मक स्वरूप, आर्थिक व सामाजिक दृष्टीने लोकशाही प्रस्थापित करण्याची उद्दिष्टे, आणीबाणीच्या खास तरतुदी, प्रशासकीय तपशिलामुळे भारतीय राज्यघटना जगातील विस्तृत राज्यघटना झाली. आज भारतीय राज्यघटनेत २४ प्रकरणे, ४४८ कलमे आणि १२ परिशिष्टे आहेत.

२) ताठरता व लवचीकता यांचा समन्वय : राज्यघटनेचे लिखित, अलिखित, ताठर व लवचीक असे वर्गीकरण केले जाते. घटनादुरुस्तीच्या पद्धतीने ते लक्षात येते. त्यानुसार भारताची राज्यघटना अंशत: ताठर आणि अंशत: लवचीक आहे. घटनादुरुस्तीची प्रक्रिया ही सर्वसामान्य बाबीसाठी पुरेशी लवचीक आणि महत्त्वाच्या बाबीसाठी पुरेशी ताठर आहे. त्याचा योग्य मेळ भारतीय राज्यघटनेत घालण्यात आला आहे.

३) लोककल्याणकारी राज्य : भारतीय राज्यघटनेने लोककल्याणकारी राज्याचा पुरस्कार केला आहे. राज्यघटनेतील मार्गदर्शक धोरणांचा उद्देश व्यक्तीचा सर्वांगीण विकास साध्य करून कल्याणकारी राज्य निर्माण करणे हाच होय. धर्म, जात, वंश, प्रदेश असा कोणताही भेदभाव लोककल्याणाच्या बाबतीत न करता प्रत्येक व्यक्तीचा राजकीय, सामाजिक, आर्थिक, शैक्षणिक, सांस्कृतिक विकास साध्य करण्याची जबाबदारी शासनाची आहे.

४) मूलभूत हक्क : भारतीय राज्यघटनेच्या प्रकरण तीन मध्ये मूलभूत हक्कांचा विस्ताराने समावेश केलेला आहे. राज्यघटनेतील १२ ते ३५ ही कलमे नागरिकांचे मूलभूत हक्क स्पष्ट करतात. राज्यघटनेत सुरुवातीला सात प्रकारचे मूलभूत हक्क होते. परंतु १९७८ साली झालेल्या ४४ व्या घटनादुरुस्तीने मालमत्तेचा हक्क मूलभूत हक्कांच्या यादीतून काढून टाकण्यात आला आहे. सध्या एकूण सहा प्रकारचे मूलभूत हक्क आहेत. मूलभूत हक्कांमुळे व्यक्ति– स्वातंत्र्य अबाधित ठेवले जातेच शिवाय भारतातील अल्पसंख्याक जाती–जमातींना संरक्षण मिळते. किंवा सरकारकडून अतिक्रमण झाले तर नागरिकांना न्यायमंडळाकडे दाद मागता येते त्यामुळे मूलभूत हक्कांचे स्वरूप न्यायिक झाले आहे.

५) संसदीय शासनपद्धती : भारताने इंग्लंडपासून संसदीय शासनपद्धतीचा स्वीकार केलेला आहे. देशाच्या राज्यकारभारात संसद ही केंद्रस्थानी आहे. संसद ही शासनपद्धतीची दिशा निश्चित करते. भारतात पंतप्रधान आपल्या मंत्रिमंडळासह लोकसभेला जबाबदार आहे. राष्ट्रपतीच्या नावे सर्व कारभार चालत असला तरी राष्ट्रपतींना मंत्रिमंडळाच्या सल्ल्यानुसारच वागावे लागते. या पद्धतीत पंतप्रधान हे वास्तविक प्रमुख असतात.

६) संघराज्य शासनपद्धती : भारताने संघराज्यपद्धतीचा स्वीकार केला आहे. संपूर्ण देशासाठी केंद्र सरकार असून प्रत्येक घटकराज्यासाठी स्वतंत्र सरकार आहे. राज्यघटनेच्या ७ व्या परिशिष्टात केंद्र व घटकराज्य

यांच्यातील अधिकार विभागणी केली आहे. त्यांच्यातील वाद निष्पक्षपणे सोडविता यावेत म्हणून स्वतंत्र न्यायव्यवस्था निर्माण केली आहे. केंद्र व राज्य सरकार मधील सत्तासंबंध पाहिल्यावर आपणाला केंद्र सरकार घटकराज्यापेक्षा प्रबळ झालेले दिसते म्हणून काही विचारवंतांच्या मते भारताला पूर्ण संघराज्य न म्हणता आभासात्मक संघराज्य (Quasi Federal State) म्हणतात.

७) प्रौढ मताधिकार : भारतीय घटनेने भारतीय नागरिकांमध्ये धर्म, वंश, जात, लिंग असा कोणताही भेदभाव न करता सर्वांना सार्वत्रिक प्रौढमताधिकार दिलेला आहे. २१ वर्षे पूर्ण करणाऱ्या प्रत्येक नागरिकाला सुरुवातीला हा अधिकार प्राप्त झाला होता. परंतु १९८९ साली झालेल्या ६१ व्या घटनादुरुस्तीने १८ वर्षे पूर्ण करणाऱ्या प्रत्येक भारतीय नागरिकाला सरसकट मतदानाचा अधिकार दिलेला आहे.

८) स्वतंत्र न्यायव्यवस्था : न्यायमंडळ हे नि:पक्षपाती असेल तरच नागरिकांचा न्याय मंडळावर विश्वास बसतो. त्यासाठी न्यायमंडळ स्वतंत्र असावे लागते. भारताच्या राज्यघटनेने स्वतंत्र न्यायमंडळाचा पुरस्कार केला आहे. न्यायमंडळावर दडपण येऊ नये म्हणून न्यायाधीशाचे निवृत्तीवय, त्याचा कार्यकाळ घटनेने निश्चित केलेला आहे. तसेच न्यायाधीशांच्या नेमणुकीपासून ते इतर सर्व बाबीमध्ये पारदर्शकता निर्माण केली आहे. विविध प्रकारचे वाद मिटविण्यासाठी कोणत्याही दबावापासून मुक्त असणारी न्यायव्यवस्था आपण निर्माण केली आहे.

९) सार्वभौम, समाजवादी, धर्मनिरपेक्ष, लोकशाही, गणराज्य : भारतीय राज्यघटनेतील उद्देशपत्रिकेनेच राज्याचे स्वरूप स्पष्ट केले आहे. राज्यातील अंतिम सत्ता भारतीय लोकांच्या हाती आहे आणि भारतीय राज्यव्यवस्था परकीय नियंत्रणापासून मुक्त असल्याचे उद्देशपत्रिकेतून स्पष्ट होते. तेथेच समाजवादी व धर्मनिरपेक्षतेचा उल्लेख दिसून येतो. भारतातील सर्वोच्च अधिकार लोकांच्या हाती असल्याने भारत हा प्रजासत्ताक आहे. राष्ट्रपती देशाचे प्रमुख असून ते विशिष्ट काळासाठी निवडलेले लोकप्रतिनिधी आहेत. त्यामुळे भारत हा देश गणराज्य आहे असे आपणाला म्हणता येते.

१०) एकेरी नागरिकत्व : भारत हे संघराज्य असूनही भारतीय राज्यघटनेने एकेरी नागरिकत्वाचा स्वीकार केलेला आहे. भारतीय राज्यघटनेचे हे एक वेगळे वैशिष्ट्य मानले जाते. संघराज्यपद्धतीत सर्वसामान्यपणे केंद्राचे आणि घटकराज्यांचे असे दुहेरी नागरिकत्व देऊन समान नागरी हक्काचाही पुरस्कार राज्यघटनेने केलेला आहे. त्यातूनच भारतामध्ये विविधतेतून एकता निर्माण करण्याचा प्रयत्न केला आहे.

११) अल्पसंख्याकांना संरक्षण : मागासलेल्या जाती, जमाती व अल्पसंख्याक यांच्या विकासासाठी राज्यघटनेत काही तरतुदी आहेत. त्यांच्या विकासाची जबाबदारी राज्याची आहे. केंद्र व राज्य कायदेमंडळांत अनुसूचित जाती व जमातींसाठी राखीव जागा ठेवल्या आहेत. त्याचबरोबर अल्पसंख्याकांना आपली भाषा, लिपी, संस्कृती जतन करण्याचा हक्क राज्यघटनेने दिलेला आहे आणि अशा हक्कांचे रक्षण करण्याची जबाबदारी शासनव्यवस्थेवर टाकलेली आहे.

▶ **राज्यघटनेच्या उद्देशपत्रिकेतील तत्त्वज्ञान :**

भारताच्या राज्यघटनेची उद्देशपत्रिका विशेष स्वरूपाची आहे. विचारधनाच्या बाबतीत पाश्चिमात्यांनादेखील मागे टाकू शकेल असा उद्देशपत्रिकेचा आशय आहे. उद्देशपत्रिकेला घटना समजण्याची गुरूकिल्ली समजतात. उद्देशपत्रिकेतून राजकीय, सामाजिक आणि आर्थिक तत्त्वज्ञान स्पष्ट होते. राज्यघटनेची उद्देशपत्रिका ही भारताचे पंतप्रधान पं. नेहरू यांनी मांडलेल्या उद्दिष्टांच्या ठरावावर अवलंबून आहे.

भारतीय राज्यघटनेची उद्देशपत्रिका (सरनामा) :

'आम्ही भारतीय जनता, भारताचे एक सार्वभौम, समाजवादी, धर्मनिरपेक्ष, लोकशाही गणराज्य घडविण्याचा व त्याच्या सर्व नागरिकांस : सामाजिक, आर्थिक व राजनैतिक न्याय; विचार, अभिव्यक्ती, विश्वास, श्रद्धा व उपासना यांचे स्वातंत्र्य; दर्जाची व संधीची समानता; निश्चितपणे प्राप्त करून देण्याचा आणि त्या सर्वांमध्ये व्यक्तीची प्रतिष्ठा व राष्ट्राची एकता व अखंडता यांचे आश्वासन देणारी बंधुता प्रवर्धित करण्याचा संकल्पपूर्वक निर्धार करून; आमच्या संविधानसभेत आज दिनांक २६ नोव्हेंबर १९४९ रोजी याद्वारे हे संविधान अंगीकृत आणि अधिनियमित करून स्वत:प्रत अर्पण करीत आहोत.'

उद्देशपत्रिकेतून पुढील बाबी स्पष्ट होतात.

१) आम्ही भारतीय लोक : आम्ही भारतीय लोकांनी राज्यघटना मान्य करून तिला कायद्याचे स्वरूप दिले आहे असे उद्देशपत्रिकेत म्हटले आहे. राज्यघटनेला लोकांची मान्यता आहे असेही म्हणता येते. राज्याच्या सत्तेचे उगमस्थान लोकांमध्ये आढळते. घटनासमितीचे सभासद हे जनतेचे खरेखुरे प्रतिनिधी नव्हते असाही आक्षेप घेतला जातो. त्यांची निवड प्रौढमतदानाऐवजी प्रांतिक कायदेमंडळाने केली होती तरीही सभागृह हे लोकनियुक्तच होते असे म्हटले जाते. घटनासमितीच्या निर्णयावर जनतेने शिक्कामोर्तब केले होते. १९५२ साली देशात पहिल्या सार्वत्रिक निवडणुका झाल्या. ज्या भारतीय नेत्यांचा घटना बनविण्यासाठी पुढाकार होता त्यांनाच निवडणुकीत प्रचंड यश मिळाले. याचा अर्थ त्यांनी निर्माण केलेल्या राज्यघटनेला लोकसंमती होती हे लक्षात येते.

२) भारतीय शासनव्यवस्थेचे स्वरूप : राज्यघटनेतील उद्देशपत्रिकेतून भारताच्या शासनव्यवस्थेचे स्वरूप लक्षात येते. भारत हे सार्वभौम, समाजवादी, धर्मनिरपेक्ष, लोकशाही गणराज्य आहे असे त्यावरून लक्षात येते.

३) भारतीय शासनव्यवस्थेची उद्दिष्टे : भारतीय जनतेला न्याय, स्वातंत्र्य, समता आणि बंधुता यांची प्राप्ती करून देणे ही शासनव्यवस्थेची उद्दिष्टे आहेत. श्रीमंताची श्रीमंती वाढू न देता व गरिबांची गरीबी वाढू न देता आर्थिक विषमता कमी करणे म्हणजे समाजवाद आणणे होय. समाजवादाच्या संकल्पनेत लोकशाही समाजवादावर आधारित कल्याणकारी राज्य अपेक्षित आहे. परंतु समाजवादी आशय घडायला १९९१ नंतर स्वीकारलेले मुक्त अर्थव्यवस्थेचे धोरण कारणीभूत ठरले आहे.

४) धर्मनिरपेक्ष : १९७६ साली झालेल्या ४२ व्या घटनादुरुस्तीने उद्देशपत्रिकेत हा शब्द जोडला. त्यानुसार भारताचे शासन कोणत्याही एका धर्माचा स्वीकार करणार नाही आणि शासनाला कोणताही एक अधिकृत धर्म नसतो असा त्याचा अर्थ होतो.

उद्देशपत्रिकेतील महत्त्वपूर्ण बाबी :

१) सार्वभौम : 'आम्ही भारतीय जनता' हा शब्द भारतीय जनतेचे स्वातंत्र्य व सार्वभौमत्व स्पष्ट करतो. आपण अंतर्गत व बाह्य सार्वभौमत्व मान्य केलेले आहे. स्वातंत्र्यानंतरही भारताने राष्ट्रकुल संघाचे सभासदत्व कायम ठेवले आहे. त्या सभासदत्वामुळे भारताच्या सार्वभौमत्वाचा संकोच होत नाही किंवा ते नष्ट होत नाही. ते सभासदत्व स्वेच्छेने स्वीकारले आहे.

२) समाजवादी : १९७६ साली झालेल्या ४२ व्या घटनादुरुस्तीने 'समाजवादी' हा शब्द उद्देशपत्रिकेत जोडला. आर्थिक समतेतूनच सामाजिक व आर्थिक न्याय निर्माण व्हावा हा उद्देश त्यामागे होता.

३) धर्मनिरपेक्ष : धर्मनिरपेक्ष राज्य म्हणजे धर्मविरोधी राज्य असा मात्र त्याचा अर्थ नाही. धार्मिकदृष्ट्या राज्याची वागणूक निष्पक्षपातीपणाची असते. उद्देशपत्रिकेत 'धर्मनिरपेक्ष' राज्य याचा विशेष उल्लेख करण्यामागे देशातील धर्मनिरपेक्ष प्रवृत्ती बळकट करणे आणि धार्मिक अल्पसंख्याकांना दिलासा देणे हा उद्देश आहे.

४) लोकशाही : जनतेचे सार्वभौमत्व मान्य करूनच प्रातिनिधिक व संसदीय लोकशाहीचा स्वीकार केलेला आहे. भारतासारख्या राष्ट्रामध्ये लोकशाहीला व्यापक असा अर्थ लाभलेला आहे. घटनाकारांना राजकीय लोकशाही- बरोबरच सामाजिक व आर्थिक लोकशाही अभिप्रेत होती. त्यासाठी शासनव्यवस्थेने राजकीय, सामाजिक या तत्त्वांचा आधार घेऊनच लोकशाही प्रक्रिया यशस्वी करावयाची आहे.

५) गणराज्य : इंग्लंडचे शासन लोकशाही स्वरूपाचे आहे परंतु ते गणराज्य नाही. भारताचे शासन हे लोकशाही आणि गणराज्य दोन्ही आहे. भारतात राज्यप्रमुख हे वंशपरंपरेने नव्हे तर निवडणुकीच्या मार्गाने पदावर येतात. घटनेनुसार घटनात्मक प्रमुखत्व राष्ट्रपतीकडे सोपविण्यात आले आहे.

६) न्याय : घटनाकारांनी राजकीय, सामाजिक आणि आर्थिक न्यायाला महत्त्व दिलेले आहे. त्यांनी स्वातंत्र्य, समता व बंधुता यांच्या तुलनेत न्यायाला प्राधान्य दिले. राजकीय लोकशाही यशस्वी होण्यासाठी लोकशाही समाज निर्माण होणे आवश्यक असते. अशा प्रकारचा लोकशाही समाज निर्माण होण्यासाठी सामाजिक व आर्थिक न्यायाची हमी देणे घटनाकारांना महत्त्वाचे वाटले. सामाजिक न्यायामध्ये शासनव्यवस्था व्यक्ती व्यक्तींमध्ये भेदभाव करणार नाही. आर्थिक न्यायामध्ये प्रत्येक व्यक्तीला उपजीविकेचे साधन उपलब्ध करून देणे, आर्थिक समता निर्माण करून देणे या बाबी येतात. राजकीय न्यायामध्ये प्रौढ मतदानाच्या अधिकाराने मतदान करणे, निवडणुकीला उभे राहणे, राजकीय पक्ष स्थापन करणे, सत्ता हस्तगत करणे याचा समावेश आहे.

७) स्वातंत्र्य : हेरॉल्ड लास्की यांच्या मते, व्यक्तीच्या संपूर्ण व्यक्तिमत्त्वविकासासाठी आवश्यक असलेली परिस्थिती म्हणजे स्वातंत्र्य होय. सामाजिक स्वास्थ्य, सुरक्षितता आणि नीतिमत्ता याला बाधा येईल असे कोणतेही वर्तन करण्यास राज्य परवानगी देत नाही. स्वातंत्र्य म्हणजे स्वैराचार नव्हे तर बंधनात राहणे हाच एक स्पष्ट अर्थ त्यातून निघतो. घटनेच्या १९ व्या कलमानुसार भारतीय नागरिकांना विचार, अभिव्यक्ती, उपासना, संघटना, व्यवसाय आणि वास्तव्य या बाबतीत स्वातंत्र्य दिले आहे. घटनेतील २०, २१, २२ ही कलमे स्वातंत्र्याला पाठिंबा देतात.

८) समता : समता म्हणजे दर्जा व संधीची समानता होय, समता म्हणजे सारखेपणा नाही तर मानवनिर्मित भेदाभेद नष्ट करणे होय, कायद्यासमोर सर्व नागरिक समान आहेत. त्यांच्यात धर्म, वंश, जाती इत्यादींच्या आधाराने भेद केला जाणार नाही.

९) बंधुता : भारतासारख्या विविधतेने नटलेल्या देशात बंधुभावाची नितांत आवश्यकता आहे. देशाच्या विविध भागांत विविध रूढी परंपरा, चालीरीती, भाषा व लिपी आहेत. अशावेळी संपूर्ण भारतीय समाज एकात्म होण्यासाठी बंधुतेची आवश्यकता आहे. व्यक्तीची प्रतिष्ठा राखून राष्ट्राची एकता निर्माण व्हावी असे आपण ठरविले आहे. त्याचबरोबर घटनेने निश्चित केलेली उद्दिष्टे अमलात आणताना राष्ट्र अखंडित राहील याची हमी आपण दिली आहे.

उद्देशपत्रिकेचे मूल्यमापन :

उद्देशपत्रिकेवर काही आक्षेप घेतले गेले. उद्देशपत्रिका ही राज्यघटनेचा एक भाग नसून तो फक्त प्रास्ताविक भाग आहे. तसेच तो कायदेशीरदृष्ट्या मसुद्याचा भाग नाही म्हणून बंधनकारक नाही अशी टीका

झाली परंतु कालांतराने घटनेतील कलमांचा अर्थ स्पष्ट करताना उद्देशपत्रिकेचा उपयोग होतो हे लक्षात आले. उद्देशपत्रिका ही घटनेच्या बाहेर असल्यामुळे तिला कायदेशीर महत्त्व नसले तरी नैतिक दृष्टीने तिला अधिक महत्त्व आहे. तसेच उद्देशपत्रिकेतून सामाजिक – आर्थिक – राजकीय तत्त्वज्ञान स्पष्ट होते. राज्याचे स्वरूप आणि उद्दिष्टे सुद्धा त्यातून स्पष्ट होतात. विविध विचारवंतांनी उद्देशपत्रिकेचे महत्त्व पुढीलप्रमाणे स्पष्ट केले आहे.

१) के. एम. मुन्शी – उद्देशपत्रिका ही राज्यघटनेचे तत्त्वज्ञान व्यक्त करणारी राजकीय कुंडली आहे.

२) सर अर्नेस्ट बार्कर – भारतीय घटनेच्या उद्देशपत्रिकेमुळे बार्कर प्रभावित झाले. त्यांनी १९५१ साली लिहिलेल्या 'प्रिन्सिपल्स ऑफ सोशल ॲण्ड पोलिटिकल थिअरी' या आपल्या पुस्तकात सुरुवातीलाच राज्यघटनेची उद्देशपत्रिका छापली आणि त्याबद्दल गौरवोद्गार काढले. भारतीय राज्यघटनेतील उद्देशपत्रिकेत मोजक्या शब्दांत सूत्ररूपाने बरेच काही स्पष्ट केले आहे. भारताने आपल्या स्वतंत्र राजकीय जीवनाची सुरुवात काही तत्त्वाधिष्ठित उदात्त अशा राजकीय प्रथांनी केली आहे.

३) एम. व्ही. पायली – भारतीय राज्यघटनेतील उद्देशपत्रिका ही एक उत्कृष्ट उद्देशपत्रिका आहे.

४) पंडित ठाकूरदास भार्गव – उद्देशपत्रिका ही भारतीय राज्यघटनेचा आत्मा आहे. राज्यघटनेची गुरूकिल्ली आहे. राज्यघटनेचा दर्जा मोजण्याचे एक साधन आहे.

५) एम. हिदायतुल्ला – राज्यघटनेतील उद्देशपत्रिका राजकीय समाजाच्या प्रारूपाचे कथन करणारी आपल्या राज्यघटनेची आत्मा आहे.

▶ **मूलभूत हक्क :**

व्यक्तीच्या विकासासाठी काही हक्कांना विशेष महत्त्व द्यावे लागते. त्यांना मूलभूत हक्क असे म्हणतात. व्यक्तिस्वातंत्र्याची जपवणूक करण्यासाठी जे उपाय सुचविले जातात त्यांतील महत्त्वाचा उपाय म्हणजे मूलभूत हक्क घोषित करणे होय. त्याचबरोबर त्या हक्कांना राज्यघटनेत समाविष्ट करून न्यायालयीन संरक्षण द्यावे लागते आणि जनतेत त्या हक्कांची जाणीव निर्माण करावी लागते.

मूलभूत हक्कांची वैशिष्ट्ये :

१) विस्तृत, सविस्तर नोंद आहे.
२) न्यायालयीन संरक्षण आहे.
३) आणीबाणीच्या काळात स्थगित होतात.
४) सर्व सत्तांवर बंधन आहे.
५) सार्वजनिक संस्थांवरदेखील बंधनकारक आहेत.
६) काही हक्क सकारात्मक तर काही हक्क नकारात्मक आहेत.
७) राज्यघटनेचा भाग आहेत.

राज्यघटनेतील मूलभूत हक्क :

राज्यघटनेच्या प्रकरणात १२ ते ३५ या कलमांमध्ये मूलभूत हक्क विस्ताराने दिलेले आहेत.

मूलभूत हक्क	घटनेतील त्यासंबंधीची कलमे
१) समतेचा हक्क	१४, १५, १६, १७, १८
२) स्वातंत्र्याचा हक्क	१९, 20, 21, 22
३) शोषणाविरुद्धचा हक्क	23, 24
४) धर्मस्वातंत्र्याचा हक्क	25, 26, 27, 28
५) सांस्कृतिक व शैक्षणिक हक्क	29, 30
६) घटनात्मक उपायाचा किंवा न्यायालयात दाद मागण्याचा हक्क	32

घटनेच्या १२ व १३ या कलमांमध्ये मूलभूत हक्कांशी संबंधित प्रास्ताविक दिलेले आहे. ३१, ३१(अ), ३१(ब), ३१(क) ही कलमे मालमत्तेच्या हक्काशी निगडित आहेत तर ३३, ३४, ३५ या कलमांमध्ये घटनात्मक संरक्षणाची हमी दिली आहे.

१) समतेचा हक्क (कलमे १४ ते १८)

कलम १४ – कायद्यापुढे समानता.

कलम १५ – भेदभावाचा अभाव

कलम १६ – संधीची समानता

कलम १७ – अस्पृश्यतानिवारण

कलम १८ – पदव्यांची समाप्ती (भेदभाव निर्माण करणाऱ्या पदव्या देण्यास बंदी)

२) स्वातंत्र्याचा हक्क (कलमे १९ ते २२)

कलम १९ – विशेष महत्त्वाचे कलम असून त्यात पुढील सहा प्रकारची स्वातंत्र्ये आहेत.

१) भाषण व अभिव्यक्ती स्वातंत्र्य.

२) शांततेने व विनाशस्त्र एकत्र येण्याचे स्वातंत्र्य.

३) संघटनस्वातंत्र्य.

४) संचारस्वातंत्र्य.

५) वास्तव्यस्वातंत्र्य.

६) व्यवसायस्वातंत्र्य.

ज्यावेळी राज्यघटना लिहिली त्यावेळी राज्यघटनेतील सात प्रकारची स्वातंत्र्ये दिली होती. त्यातून मालमत्तेचा हक्क रद्द केला आहे. त्यामुळे सध्या राज्यघटनेत वरील सहा प्रकारची स्वातंत्र्ये आहेत.

कलम 20 – कायद्यामध्ये शिक्षेबाबत जी तरतूद आहे तेवढीच शिक्षा व्यक्तीला दिली जाईल.

कलम 21 – कोणत्याही व्यक्तीचे व्यक्तिगत (जीवित) स्वातंत्र्य कायद्याने ठरवून दिलेल्या पद्धतीखेरीज अन्य मार्गाने हिरावून घेतले जाणार नाही.

कलम 22 – व्यक्तीला अटकेचे कारण दाखविल्याशिवाय अटक केली जाणार नाही.

३) शोषणाविरुद्धचा हक्क (कलमे 23 व 24)

कलम 23 – माणसांची विक्री, वेठ आणि बिगार यांवर बंदी घातली आहे. याचा भंग केल्यास गुन्हा ठरविला जातो.

कलम 24 – १४ वर्षाखालील मुलांना कारखाने, खाणी किंवा कोणत्याही जोखमीच्या जागी काम करण्यास बंदी करण्यात आली आहे.

४) धर्मस्वातंत्र्याचा हक्क (कलमे २५ ते २८)

कलम २५ – सर्व व्यक्तींना आपल्या सदसद्विवेकबुद्धीनुसार वागण्याचे स्वातंत्र्य आहे, तसेच आपल्या धर्माचा आचार, विचार व प्रचार करता येईल.

कलम २६ – भारतीय नागरिकांना आपल्या धर्मप्रचारासाठी धार्मिक संस्था स्थापन करण्याचा तसेच त्या संस्था चालविण्याचा, धर्मविषयक बाबतीत कारभार पाहण्याचा, स्थावर व जंगम मालमत्ता मिळविण्याचा आणि त्यासंबंधी कारभार पाहण्याचा हक्क दिला आहे.

कलम २७ – धर्मप्रचारासाठी आवश्यक असलेला पैसा उभा करण्यासाठी सक्तीने कर लादले जाणार नाहीत.

कलम २८ – सरकारमान्य किंवा शासकीय अनुदानातून चालविलेल्या शिक्षणसंस्थेत विद्यार्थ्यांना विशिष्ट धर्माचे शिक्षण दिले जाणार नाही.

५) सांस्कृतिक व शैक्षणिक हक्क (कलमे २९ व 30)

देशातील अल्पसंख्याकांचे हक्क सुरक्षित राहावेत म्हणून या हक्काचा समावेश मूलभूत हक्कात केला आहे.

कलम २९ – भारतीय समाजातील कोणत्याही व्यक्तिसमूहाला स्वत:ची संस्कृती, भाषा, लिपी यांचे रक्षण व संरक्षण करण्याचे स्वातंत्र्य आहे. तसेच कोणत्याही नागरिकाला शासनाने चालविलेल्या शिक्षणसंस्थांमधून धर्म, वंश, जात, भाषा या किंवा इतर कोणत्याही कारणावरून प्रवेश नाकारता येणार नाही.

कलम 30 – देशातील भाविक किंवा धार्मिक अल्पसंख्याकांना स्वत:च्या शिक्षणसंस्था स्थापन करण्याचा व चालविण्याचा अधिकार आहे. अशा संस्थांना आर्थिक मदत देण्याच्या बाबतीत केंद्रशासन किंवा राज्यशासन भेदभाव करणार नाही.

६) घटनात्मक उपायांचा / न्यायालयात दाद मागण्याचा हक्क (कलम ३२)

कलम ३२ – या हक्काने राज्यघटनेतील मूलभूत हक्कांना कायद्याचे पाठबळ दिलेले आहे. डॉ. बाबासाहेब आंबेडकरांनी या हक्काला राज्यघटनेचा प्राण असे म्हटले होते. व्यक्तीच्या मूलभूत हक्कांची कोणी पायमल्ली केली तर या हक्कानुसार त्या व्यक्तीला न्यायालयाकडे दाद मागता येते. त्यासाठी न्यायालय पुढील पाच प्रकारचे आदेश काढू शकते.

१) बंदी प्रत्यक्षीकरण (रिट ऑफ हेबिअस कॉर्पस्) : व्यक्तिस्वातंत्र्याचे रक्षण करण्यासाठी हा आदेश महत्त्वाचा आहे. बेकायदेशीरपणे एखाद्या व्यक्तीला अटक केली असेल तर हा आदेश काढण्याची विनंती न्यायालयात केली जाते. हा अधिकार प्रतिबंधक स्थानबद्धतेविरुद्ध वापरता येतो.

२) परमादेश (रिट ऑफ मॅडामस) : 'दिलेल्या आदेशाप्रमाणे कृती करावी' या प्रकारचा आदेश न्यायालय देते. कारखानदार कामगार कायद्यातील तरतुदीप्रमाणे नुकसानभरपाई देण्यास विलंब लावत असतील तर हा आदेश न्यायालय देते.

३) प्रतिबंध (रिट ऑफ प्रोहिबिशन) : वरिष्ठ न्यायालय कनिष्ठ न्यायालयावर हा आदेश काढते त्याला मनाई हुकूम असेही म्हणतात. एखाद्या प्रकरणात न्यायाधीशांचे हितसंबंध गुंतले असल्यास तेथे त्या न्यायाधीशाने काम करू नये यासंबंधी न्यायालय प्रतिबंध आदेश काढते.

४) अधिकारपृच्छा (रिट ऑफ को वारंटो) : एखादे सार्वजनिक पद एखादी व्यक्ती पात्रता नसताना भूषवीत असेल तर त्या व्यक्तीविरुद्ध न्यायालय आदेश काढते.

५) उत्प्रेक्षण (रिट ऑफ सर्शिओररी) : एखाद्या विशिष्ट न्यायप्रविष्ट प्रकरणी संबंधित प्रकरणातील सर्व कागदपत्रे, इतर नोंदी कनिष्ठ न्यायालयाने वरिष्ठ न्यायालयाकडे पाठवाव्यात या प्रकारचा न्यायालयाचा आदेश असतो.

भारतीय राज्यघटनेने नागरिकांच्या मूलभूत हक्कांचे रक्षण करण्याची जबाबदारी न्यायमंडळावर सोपविली आहे. न्यायालय त्या हक्काच्या विरोधी असलेले कायदे रद्द करू शकते.

मूलभूत हक्कांवरील आक्षेप :

नागरिकांच्या विकासासाठी हक्कांची गरज असते. तसेच लोकशाहीच्या सुदृढ वाढीसाठी त्यांची गरज असते. असे असले तरी त्यावर काही आक्षेप घेतले जातात ते पुढीलप्रमाणे.

१) खऱ्या हक्कांचा समावेश नाही – सर्वसामान्य लोकांच्या दृष्टीने ज्यांना मूलभूत व महत्त्वाचे हक्क म्हणता येईल असे हक्क दिसत नाहीत उदा. उपजीविकेचा हक्क, शैक्षणिक हक्क, व्यक्तीचे आजारपण, म्हातारपण, बेकारी, अपंगत्व याप्रसंगी राज्याकडून मदत मिळविण्याचा हक्क इत्यादी. थोडक्यात घटनेतील हक्क फक्त राजकीय स्वरूपाचे आहेत.

२) मूलभूत हक्कांवरील मर्यादा – मूलभूत हक्कावर अनेक मर्यादा घातल्यामुळे मूलभूत हक्कांचे हक्क हे स्वरूप लोप पावले आहे. मूलभूत हक्कांच्या प्रकरणाला मूलभूत हक्कांवरील मर्यादा असे शीर्षक द्यावे असे काही टीकाकारांचे त्यासंबंधी मत आहे.

३) तत्त्व व व्यवहार यांत फरक – राज्यघटनेत अतिशय विस्ताराने मूलभूत हक्क दिल्यामुळे व्यापक व्यक्तिस्वातंत्र्याचा पाया घातला असे म्हटले जाते. परंतु राष्ट्रीय हितसंबंध व सामाजिक कल्याण या गोंडस नावाखाली अनेकवेळा घटनादुरुस्ती करून नागरिकांच्या हक्कांवर बंधने घातली गेली.

४) संदिग्ध शब्दप्रयोगांचा वापर – शासन काही शब्दांचा अर्थ त्यांच्या सोयीनुसार लावते त्यामुळेच अनेक प्रकरणे न्यायालयात जातात त्यामुळे घटनादुरुस्तीला उत्तेजन मिळते. उदा. सार्वजनिक हितसंबंध, जोखमीची नोकरी, अल्पसंख्याक इ.

५) कागदोपत्री हक्क – मूलभूत हक्क हे कागदोपत्री राहिले आहेत असेही आपणाला म्हणता येते. सद्य:परिस्थितीत समाजातील खूपच कमी नागरिक मूलभूत हक्क उपभोगू शकतात असे दिसते. दारिद्र्य, निरक्षरता आणि बेकारी यांमुळे समाजातील मोठा घटक यांपासून दूर झालेला आढळतो.

▶ ## मूलभूत कर्तव्ये :

राज्यघटना लिहिली त्यावेळी त्यामध्ये मूलभूत कर्तव्यांचा समावेश केलेला नव्हता. सरदार स्वर्णसिंग समितीच्या शिफारशीनुसार १९७६ साली झालेल्या ४२ व्या घटना दुरुस्तीने भारतीय राज्यघटनेत भाग चार 'ए' येथे ५१ (अ) या कलमात एकूण दहा मूलभूत कर्तव्ये जोडली. लोकशाहीत लोकांनी नेहमीच हक्कांची मागणी न करता त्यांच्यात जबाबदारीची जाण यावी यासाठी कर्तव्यभावनाही रुजली पाहिजे म्हणून मूलभूत कर्तव्यांचा मोठ्या प्रमाणात आग्रह झाला. २००२ साली झालेल्या ८६ व्या घटनादुरुस्तीने मूलभूत कर्तव्याच्या यादीत ११ वे कर्तव्य समाविष्ट केले आहे. सध्या भारतीय राज्यघटनेत ११ मूलभूत कर्तव्ये आहेत. सामुदायिक कल्याणासाठी व्यक्तीने ज्या गोष्टी अवश्य केल्या पाहिजेत अशी समाजाची अपेक्षा असते त्या गोष्टीची कृती म्हणजे कर्तव्य होय. ती पुढीलप्रमाणे आहेत.

१) घटनेतील आदर्शांचा, राष्ट्रीय ध्वजाचा व राष्ट्रगीताचा आदर राखणे.

२) देशाचे सार्वभौमत्व, ऐक्य व एकात्मता यांचे संरक्षण करणे.

३) राष्ट्राचे संरक्षण करणे आणि राष्ट्रीय सेवा करण्यास तयार राहणे.

४) स्वातंत्र्यलढ्यातून निर्माण झालेल्या उदात्त आदर्शांची जोपासना करणे आणि त्यांचे अनुपालन करणे.

५) भारतातील सर्व नागरिकांमध्ये एकात्मता व भ्रातृभाव निर्माण करणे तसेच स्त्रियांची प्रतिष्ठा वाढविणे.

६) सार्वजनिक मालमत्तेचे संरक्षण करणे.

७) आपल्या संमिश्र संस्कृतीचे जतन करणे.

८) शास्त्रीय दृष्टिकोन, मानवतावाद व अभ्यासूवृत्तीत वाढ करणे.

९) वने, सरोवरे, तळी, नद्या, वन्यप्राणी यांसारख्या नैसर्गिक पर्यावरणाचे रक्षण करणे.

१०) व्यक्तिगत व सार्वजनिक अशा प्रत्येक क्षेत्रात उच्चतम पातळी गाठण्याचा प्रयत्न सतत करून प्रगतीस हातभार लावणे.

११) ६ ते १४ वयोगटातील मुलांना शिक्षणाची संधी उपलब्ध करून देणे.

काही त्रुटी :

१) मूलभूत कर्तव्ये अतिशय त्रोटक व संदिग्ध आहेत.

२) मूलभूत कर्तव्यांचे पालन केले नाहीतर शिक्षेची तरतूद नाही.

३) मूलभूत कर्तव्ये ही न्यायप्रविष्ट नाहीत.

४) आपल्या एकात्मिक संस्कृतीचा वैभवशाली वारसा जतन करणे हे एक महत्त्वाचे कर्तव्य आहे परंतु त्यासाठी नेमके काय करावयाचे याचे कोणतेही मोजमाप नाही.

५) राज्याची कर्तव्ये घटनेत दिलेली नाहीत.

महत्त्व :

१) हक्क आणि कर्तव्ये एकाच नाण्याच्या दोन बाजू आहेत. नागरिक त्याचा विचार करू लागले आहेत.

२) मूलभूत कर्तव्यांची ऐच्छिक पातळीवर अंमलबजावणी होऊन भारतीय लोकशाही सुदृढ होऊ लागली आहे.

३) नागरिकांना जबाबदारीची जाणीव झाल्यामुळे कर्तव्यांचे पालन करण्याची वृत्ती वाढीस लागली आहे.

▶ **राज्याच्या ध्येयधोरणाची मार्गदर्शक तत्त्वे :**

भारतीय राज्यघटनेच्या चौथ्या प्रकरणात ३६ ते ५१ या कलमात राज्याच्या ध्येयधोरणासंबंधी मार्गदर्शक तत्त्वे दिलेली आहेत. त्यांचा स्वीकार आपण आयर्लंडच्या राज्यघटनेकडून केला आहे. मूलभूत हक्कांना न्यायालयीन संरक्षण दिलेले आहे तर मार्गदर्शक तत्त्वे ऐच्छिक असून त्यांना न्यायालयीन संरक्षण दिलेले नाही. मार्गदर्शक तत्त्वे भारतीय राज्यघटनेतील एक नावीन्यपूर्ण वैशिष्ट्य आहे असे डॉ. बाबासाहेब आंबेडकरांनी म्हटले होते. या तत्त्वांमधूनच राज्यकारभार करताना केंद्रशासन व राज्यशासनासमोर काही आदर्श ठेवलेले आहेत. त्याचबरोबर केंद्र सरकार व राज्य सरकार ही मार्गदर्शक तत्त्वांना नैतिक दृष्टीने बांधलेली आहे. भारतात सामाजिक व आर्थिक लोकशाही प्रस्थापित करताना, लोककल्याणकारी राज्याची निर्मिती करताना या तत्त्वांचा आजपर्यंत उपयोग झालेला आहे. शासनाने राज्यकारभार करताना सर्वसाधारणपणे कोणत्या धोरणाचा अंगीकार करावा यासंबंधी मार्गदर्शक करणारी ही तत्त्वे आहेत.

मार्गदर्शक तत्त्वांचे वर्गीकरण :

समाजवादी तत्त्वे	व्यक्तिस्वातंत्र्यवादी तत्त्वे	गांधीवादी तत्त्वे	आंतरराष्ट्रवादी तत्त्वे

१) समाजवादी तत्त्वे : या मार्गदर्शक तत्त्वांमधून समाजवादी विचार व्यक्त होतात.

कलमे	समाजवादी तत्त्वे
३८ (i)	लोककल्याण साधणे (न्यायावर आधारित कल्याणकारी समाजरचना)
३८ (ii)	उत्पन्नातील विषमता कमी करणे.
३९	उत्पन्नाच्या साधनांचे विकेंद्रीकरण करणे, स्त्री आणि पुरुष यांना समान कामासाठी समान वेतन मिळवून देणे, मुलांना मुक्त आणि सन्मानपूर्ण वातावरणात स्वत:चा विकास करण्याची संधी निर्माण करणे आणि त्यांना भौतिक आणि नैतिक पिळवणुकीपासून संरक्षण देणे.
४१	सर्वांना शिक्षण व रोजगार देण्याचा प्रयत्न राज्य करील तसेच म्हातारपण, बेकारी, आजारपण व अपंगत्व इत्यादी प्रसंगीं राज्य सार्वजनिक मदत करेल.
४२	कामधंद्याच्या बाबतीत न्याय व माणुसकीचे वातावरण तसेच स्त्रियांना बाळंतपणाच्या काळात मदत मिळवून देणे.
४३	सर्व श्रमिकांसाठी योग्य कायदे निर्माण करून रोजगार, वेतन, विश्रांती, राहणीमानसुधारणा करण्यासाठी राज्य प्रयत्नशील राहील.
४६	समाजातील अनुसूचित जाती, जमातींना अन्याय शोषणापासून संरक्षण देणे तसेच दुर्बल घटकांचे शैक्षणिक व आर्थिक हितसंबंध सुरक्षित ठेवण्यासाठी राज्य प्रयत्नशील राहील.
४७	आरोग्यसंवर्धनाचे महत्त्वाचे कार्य राज्य करील.
४८	पर्यावरणात सुधारणा घडवून आणणे आणि वने व वन्यजीवांच्या संवर्धनावर भर देणे.

२) व्यक्तिस्वातंत्र्यवादी तत्त्वे : या मार्गदर्शक तत्त्वांमधून व्यक्तिस्वातंत्र्यवाद दिसून येतो.

कलमे	व्यक्तिस्वातंत्र्यवादी तत्त्वे
४४	समान नागरी कायद्याची हमी.
४५	१४ वर्षापर्यंतच्या मुलांसाठी मोफत व सक्तीचे शिक्षण उपलब्ध करून देणे.
५०	कार्यकारी मंडळाकडून न्यायमंडळ विभक्त ठेवण्याचा राज्य प्रयत्न करील.

३) गांधीवादी तत्त्वे : या मार्गदर्शक तत्त्वांमधून गांधीवाद व्यक्त होतो.

कलमे	गांधीवादी तत्त्वे
४०	ग्रामपंचायतीची स्थापना करणे. त्यांना कार्यक्षम करण्यासाठी योग्य ते अधिकार व सत्ता देणे.
४३	ग्रामीण भागात वैयक्तिक आणि सहकारी पायावर कुटीरोद्योग स्थापन करणे.
४७	आरोग्याला अपायकारक अशी मादकद्रव्ये आणि नशा आणणाऱ्या पदार्थांचे सेवन करण्यास प्रतिबंध करणे.
४८	गोहत्याबंदी.

४) आंतरराष्ट्रवादी तत्त्वे : या मार्गदर्शक तत्त्वांमधून आंतरराष्ट्रवाद स्पष्ट होतो.

कलमे	आंतरराष्ट्रवादी तत्त्वे
५१	आंतरराष्ट्रीय शांतता व सुरक्षा निर्माण करणे, राष्ट्राराष्ट्रांत न्याय आणि सन्मानाचे संबंध प्रस्थापित करणे. आंतरराष्ट्रीय कायदा व करार, शांततेचे परराष्ट्रीय धोरण इत्यादी तरतुदी आंतरराष्ट्रवाद व्यक्त करणाऱ्या आहेत.

मार्गदर्शक तत्त्वांचे मूल्यमापन :

१) संदिग्ध आहेत.

२) योग्य वर्गीकरण नाही. उदात्त, जुन्या व नव्या शास्त्रीय विचारांची त्यात सरमिसळ झाली आहे.

३) 'दोन जानेवारीला मांडली जाणारी नव्या वर्षाची शपथ आहे.' असे मत घटनासमितीचे सभासद नासिरुद्दीन यांनी या तत्त्वांची संभावना केली.

४) न्यायालयीन संरक्षण नसल्यामुळे ती अर्थहीन ठरली आहेत.

५) त्यांची कार्यवाही राज्याच्या मर्जीवर अवलंबून आहे त्यामुळे ही तत्त्वे 'बँकेच्या सोयीनुसार मांडला जाणारा चेक आहे' असे मत के. टी. शहा यांनी मांडले.

६) व्यवहार्य नसून केवळ आदर्शवादी आहेत. त्यामुळे प्रा. के. सी. व्हिअर यांनी या तत्त्वांना आशा–आकांक्षाचा जाहीरनामा असे म्हटले आहे. तसेच व्यवहारात ही तत्त्वे कुचकामी ठरतात असे सांगताना तुषार चतर्जी या साम्यवादी नेत्याने त्याला राज्यघटनेची शोभा वाढविणारा भाग समजले आहे.

मार्गदर्शक तत्त्वांचे महत्त्व :

१) लोककल्याणकारी राज्यकारभारामुळे अंमलबजावणी करणे शासनाला भाग पाडले.

२) कायदेशीर संरक्षण नसले तरी या तत्त्वांचा विचार करणे हे न्यायालयाचेसुद्धा नैतिक कर्तव्य आहे.

३) घटना ही शासनावर बंधनकारक आहे त्यामुळे घटनेत दिलेल्या या भागाकडे शासन दुर्लक्ष करू शकत नाही.

४) सरकार बदलले तरी राज्याच्या ध्येयधोरणाची तत्त्वे स्थिर असल्यामुळे नवीन येणाऱ्या सरकारला त्यांची अंमलबजावणी करण्याचे बंधन असते.

५) विविध कल्याणकारी धोरणांचा त्यांत समावेश केला असल्यामुळे त्याचे महत्त्व वाढले आहे.

मार्गदर्शक तत्त्वांची कार्यवाही :

भारतात गेल्या ६२ वर्षांच्या कालावधीत मार्गदर्शक तत्त्वांची अंमलबजावणी समाधानकारक झालेली आहे ती पुढीलप्रमाणे –

१) समाजवादी समाजव्यवस्था निर्माण करून व्यापक समाजहित साधण्याचा प्रयत्न केला आहे.

२) दारिद्र्यनिर्मूलन आणि रोजगारनिर्मिती या गोष्टी आत्तापर्यंत टिकल्या हे आपल्या पंचवार्षिक योजनेचे उद्दिष्ट आहे. मार्गदर्शक तत्त्वे हाच त्याचा आधार आहे.

३) अनुसूचित जाती – जमातींच्या लोकांसाठी शासकीय नोकऱ्यांमध्ये राखीव जागा ठेवल्या आहेत. या विद्यार्थ्यांसाठी सर्व पातळ्यांवर मोफत शिक्षण, वसतिगृहे आणि वैद्यकीय मदत यांची सोय केली आहे. भारतीय समाजातील दुर्बल घटकांच्या विकासासाठी अनेक योजना हाती घेतल्या आहेत.

४) प्राथमिक शिक्षणाचे सार्वत्रिकीकरण केले आहे. २००२ साली झालेल्या ८६ व्या घटना दुरुस्तीनुसार प्राथमिक शिक्षण हा आता मूलभूत हक्क केला आहे.

५) ७३ व्या व ७४ व्या घटनादुरुस्तीनुसार ग्रामीण व शहरी पंचायत राज्याची चांगल्या प्रकारे अंमलबजावणी झाली आहे. या व्यवस्थेला घटनात्मक अधिकार दिले असून पंचायत राज्य निवडणूकप्रक्रियेत महिला आणि इतर मागास जातींना आरक्षण दिले आहे. त्यामुळे लोकशाही विकेंद्रीकरणाला योग्य दिशा मिळाल्याचे दिसते.

६) तमिळनाडू, केरळ, बिहार, आंध्रप्रदेश, गुजरात या घटकराज्यांनी गोहत्याप्रतिबंधक कायदे केले आहेत.

७) शेती उत्पादनात वाढ करण्यासाठी देशात हरित क्रांती घडवून आणली आहे. आज आपले कृषी-उत्पादन १९५० च्या दशकाशी तुलना करता चौपटीने वाढले आहे. तसेच भारतातील सर्व घटकराज्यांनी शेती सुधारणांसंबंधी कायदे केलेले आहेत.

८) पुरातन अवशेष व स्मारके यांचे संरक्षण करण्यासाठी स्वतंत्र कायदा केला तसेच पर्यावरणसंरक्षणाचे अनेक महत्त्वाचे कायदे केलेले आहेत.

९) स्वातंत्र्यानंतर लगेचच विविध क्षेत्रांचे राष्ट्रीयीकरण करण्यावर भर दिला. उदा. आयुर्विमा, बँका, खाणी इ. १९९० नंतर मात्र राष्ट्रीयीकरणाऐवजी आपण नवीन जागतिक आर्थिक धोरणानुसार सध्या खाजगीकरणावर भर देत आहोत.

१०) देशात विविध कर रूपाने जमा होणारा पैसा गरिबांच्या कल्याणासाठी वापरला जात आहे.

११) १९५६ साली खादी आणि ग्रामोद्योग मंडळाची स्थापना करून ग्रामोद्योगाला आपण प्रोत्साहन दिले आहे.

१२) गेल्या ६३ वर्षांपासून भारताचे परराष्ट्रीय धोरण शांततेचे आणि सामंजस्याचे राहिले आहे.

१३) गेल्या ६३ वर्षांपासून आपल्या खंडप्राय देशात संसदीय शासनपद्धतीचा प्रयोग यशस्वी ठरला आहे.

१४) भारतीय न्यायव्यवस्थेने कायद्याचा अर्थ लावताना राज्यघटनेतील मार्गदर्शक तत्त्वांचा बऱ्याचदा विचार केलेला आहे.

देशात आर्थिक क्षेत्रात मोठा प्रमाणावर गुंतवणूक करूनसुद्धा भारतात आजपर्यंत कल्याणकारी राज्य निर्माण करता आलेले नाही. लोकसंख्या वाढीमुळे राष्ट्रीय उत्पन्नात वाढ होऊनही वास्तव दरडोई उत्पन्नात समाधानकारक वाढ झालेली आढळत नाही. बेकारांची संख्या वाढत चालली आहे. नवीन आर्थिक धोरणाचा अवलंब केल्यानंतरही त्यात वाढच होत आहे. त्यामुळे मार्गदर्शक तत्त्वांची प्रभावीपणे अंमलबजावणी करताना लोकसंख्यावाढ, राजकीय अस्थिरता, नकारात्मक प्रशासन, घटकराज्यांची केंद्रावर अवलंबून राहण्याची वाढलेली प्रवृत्ती, विकासासाठी सत्तेचे राजकारण, लोकवादी धोरणे इत्यादी प्रमुख अडचणी आहेत.

► मोफत व सक्तीचे प्राथमिक शिक्षण :

६ ते १४ वर्षे वयोगटातील प्रत्येक मुलाला मोफत व सक्तीचे प्राथमिक शिक्षण मिळविण्याचा अधिकार आहे. त्याला जवळच त्यांच्या राहत्या घराशेजारी मोफत शिक्षण मिळावयास हवे. यासंबंधी ८६ व्या घटनादुरुस्ती (२००२) २१ व्या कलमात २१ अ असे कलम जोडण्यासाठी ४५ वे कलम परत लिहिले आहे. ४५ व्या कलमात १४ वर्षापर्यंतच्या मुलामुलींना मोफत व सक्तीचे शिक्षण द्यावे असे म्हटले आहे. सार्वत्रिक

शिक्षणासाठी फक्त ४५ व्या कलमाचा विचार न करता आता ४५, ४६ व ४७ या सर्व कलमांचा आता एकत्रित विचार करावा लागणार आहे.

२००९ च्या शिक्षणाधिकार कायद्याची प्रमुख वैशिष्ट्ये :

१) ६ ते १४ वयोगटातील मुलामुलींना मोफत व सक्तीचे प्राथमिक शिक्षण देणे.

२) कोणत्याही विद्यार्थ्याला नापास न करणे.

३) शाळेत प्रवेश मिळविण्यासाठी वयाचे प्रमाणपत्र देणे.

४) शिक्षण गुणवत्ता सुधारणेचा आग्रह धरणे.

५) विद्यार्थी – शिक्षक सरासरी प्रमाणाचा विचार करणे.

६) मोडकळीस आलेल्या शालेय इमारतीची डागडुजी करणे.

प्राथमिक शिक्षणाच्या प्रसारासाठी केंद्र शासनाने औपचारिक शिक्षणाबरोबर अनौपचारिक शिक्षणावरसुद्धा भर दिलेला आहे. विद्यार्थ्यांच्या गळतीचे प्रमाण कमी करण्यासाठी १९९१ पासून 'किमान अध्ययन पातळी' हा कार्यक्रम हाती घेतला आहे. खडू–फळा योजनेवरही भर दिला आहे. १५ ऑगस्ट १९९५ या वर्षापासून 'राष्ट्रीय पोषक आहार योजना' सुरू करून विद्यार्थ्यांची शाळेतील पटावरील संख्या वाढविली जात आहे. तसेच प्राथमिक शिक्षणाच्या सार्वत्रिकीकरणासाठी १९९४ या वर्षापासून जिल्हा प्राथमिक शिक्षण कार्यक्रम सुरू केला आहे.

▶ **समान नागरी कायदा (Uniform Civil Code) :**

भारतीय राज्यघटनेच्या मार्गदर्शक तत्त्वांच्या प्रकरण चार मधील कलम ४४ मध्ये भारतातील सर्व नागरिकांकरिता समान नागरी कायदा असावा असे म्हटले आहे. भारतातील विविध धर्मांतील वैयक्तिक कायदे वेगवेगळे आहेत. तेव्हा 'एक राष्ट्र समान कायदा' या तत्त्वानुसार भारतातील विविध वैयक्तिक कायद्यांऐवजी सर्व नागरिकांना समान नागरी कायदा असावा असे प्रतिपादन केले जाते. देशहितासाठी समान नागरी कायदा प्रस्थापित होणे आवश्यक आहे त्यामध्ये सर्व नागरिकांना समान कायदा आणि सर्व नागरिक कायद्यापुढे समान अशी त्यामागची भूमिका असते.

विवाह, घटस्फोट, वारसा हक्क, मालमत्ता इत्यादींबाबतीत राज्याने सर्वधर्मीयांसाठी समान कायदा करावा असे घटनेला अपेक्षित होते. प्रत्यक्ष व्यवहारात मात्र तसे झालेले नाही. हिंदूंच्या व्यक्तिगत कायद्यात सुधारणा केल्यावर मुस्लिमांच्या व्यक्तिगत कायद्यातही सुधारणा होणे आवश्यक होते. परंतु तसे घडले नाही. भारतातील तीन ते चार धर्मीयांमध्ये आजही परस्परविरोधी प्रथा आढळतात. समान नागरी कायदा करावा अशी इच्छा व्यक्त केली तरी राजकीय इच्छाशक्तीच्या अभावामुळे आजपर्यंत न्यायालयाने अनेक वेळा आठवण करून दिली तरी समान नागरी कायदा मंजूर झाला नाही हे प्रकर्षने जाणवते.

▶ **स्वतंत्र न्यायमंडळ :**

भारतात न्यायमंडळाला कायदेमंडळ व कार्यकारी मंडळाच्या नियंत्रणापासून दूर ठेवले आहे. घटनाकारांनी न्यायव्यवस्था ही नि:पक्षपाती व्हावी म्हणून घटनात्मक तरतुदी केलेल्या आहेत. न्यायमंडळाला स्वातंत्र्य असणे याचा पुढीलप्रमाणे अर्थ होतो.

१) न्यायमंडळ शासनाच्या इतर विभागांच्या हस्तक्षेपापासून दूर असणे.

२) न्यायाधीशांना भरपूर वेतन आणि बदनामीपासून दूर ठेवणे.

३)   न्यायाधीशांना त्यांच्या कार्यकालाची सुरक्षितता देणे.

४)   न्यायाधीशांसाठी उच्च दर्जाची गुणवत्ता व पात्रता निश्चित करणे.

५)   न्यायाधीशांच्या सेवानिवृत्तीनंतर त्यांना वकिली करण्यास बंदी घालणे.

६)   न्यायाधीशांच्या बडतर्फीची प्रक्रिया कठीण व गुंतागुंतीची करणे.

७)   न्यायाधीशांनी दिलेल्या निर्णयावर संसदेत किंवा इतर कोठेही टीका न करणे.

▶ **राज्यघटनेचे स्पष्टीकरण करताना देण्यात आलेले महत्त्वपूर्ण न्यायालयीन निकाल:**

न्यायव्यवस्थेला भारतीय राज्यघटनेतील तरतुदींना योग्य अर्थ लावण्याचा अंतिम अधिकार आहे. न्यायमंडळाच्या न्यायालयीन पुनर्विलोकनाच्या अधिकारामुळे त्याला आणखी महत्त्व प्राप्त झाले आहे. स्वातंत्र्यानंतर देशातील राजकीय, सामाजिक व आर्थिक परिस्थितीत झपाट्याने बदल झाले आहेत. विशेषत: १९८० च्या दशकापासून न्यायालयांनी लोकशाही प्रक्रियेत पुढाकार घेतल्याचे आढळते. जनहितयाचिकांची संख्या वाढल्यामुळे न्यायालयांची सक्रियता वाढलेली दिसते. सर्वोच्च न्यायालय ही मूलभूत हक्काचे संरक्षण करणारी यंत्रणा ठरली. लोकशाहीतील तिन्ही शाखांतील सत्तासमतोल राखणे व त्याचबरोबर विविध घटक व स्वतंत्र स्थाने विकसित करताना निर्णयप्रक्रियेत झालेले सत्तेचे विकेंद्रीकरण या लोकशाही तत्त्वांचे रक्षण करणे महत्त्वाचे झाले आहे. राज्यघटनेत दुरुस्ती करताना अनेकवेळा वाद झाले आहेत त्यावेळी राज्यघटनेचे स्पष्टीकरण करताना सर्वोच्च न्यायालयाने दिलेले पुढील निकाल उपयोगी पडले आहेत.

सर्वोच्च न्यायालयाचा महत्त्वपूर्ण निकाल :

१) ए. के. गोपालन खटला (१९५०) – यानुसार मूलभूत हक्क महत्त्वाचे मानले.

२) **शंकरीप्रसाद विरुद्ध केंद्र शासन खटला (१९५२)** – मूलभूत हक्कांचा संकोच होतो म्हणून पहिल्या घटनादुरुस्तीला सर्वोच्च न्यायालयात आव्हान दिले होते. सर्वोच्च न्यायालयाने मात्र फिर्यादी विरोधी निकाल देऊन संसदेचा ३६८ व्या कलमात दुरुस्ती करण्याचा हक्क मान्य केला.

३) **सज्जनसिंग विरुद्ध राजस्थान सरकार खटला (१९६५)** – यामध्ये सतराव्या घटनादुरुस्तीला मूलभूत हक्कांवर गदा येते या कारणाने आव्हान दिले गेले होते. प्रत्येक भारतीय नागरिकाला दिलेल्या मूलभूत हक्कांमध्ये दुरुस्ती करण्याचा अधिकार कलम ३६८ नुसार संसदेस दिला.

४) **गोलखनाथ विरुद्ध पंजाब राज्य खटला (१९६७)** – जमिनीच्या मालकी हक्कांच्या संदर्भात मूलभूत हक्कावर घाला येतो, या मुद्द्यावरून उद्भवलेल्या गोलखनाथ विरुद्ध पंजाब राज्य या खटल्याच्या निकालात मूलभूत हक्कांचा संकोच करणारे कायदे व घटनादुरुस्ती करण्याचा संसदेचा अधिकार सर्वोच्च न्यायालयाने अमान्य केला. अकरा न्यायमूर्तींच्या पीठाने ६ विरुद्ध ५ अशा बहुमताने हा निर्णय दिला. घटनेतील १३ (२) कलमातील अर्थाने घटनादुरुस्ती हा कायदाच असल्याचा निर्णय देऊन त्यामुळे मूलभूत हक्कांचा संक्षेप करणारी घटनादुरुस्ती त्या हद्दीपर्यंत रद्दबातल ठरविली.

५) **स्वामी केशवानंद भारती विरुद्ध केरळ शासन खटला (१९७३)** – स्वामी केशवानंद भारती व दोन संस्थानिक यांनी २४, २५, २६ व २९ व्या घटनादुरुस्तीला आव्हान दिले. गोलखनाथ खटल्याइतकाच केशवानंद खटला महत्त्वाचा ठरला. या खटल्याच्या अनुषंगाने संसद व सर्वोच्च न्यायालय यांच्या अधिकार- क्षेत्राची पुन्हा एकदा चर्चा झाली. स्वामी केशवानंद भारती खटल्यात सर्वोच्च न्यायालयाच्या १३ न्यायाधीशांच्या विशेष पीठाने ७ विरुद्ध ६ बहुमताने गोलखनाथ खटल्याचा निर्णय रद्दबातल ठरवून

घटनेच्या मूलभूत चौकटीची (Basic Structure) कल्पना मांडून या मूलभूत चौकटीच्या मर्यादित कायदा करण्याचे संसदेचे स्वातंत्र्य मान्य केले. न्यायालय व संसद यांच्यातील अधिकारक्षेत्राचा गोलखनाथ निवाड्याने ढळलेला समतोल सावरण्याचे काम स्वामी केशवानंद निवाड्याने केले.

६) **इंदिरा गांधी विरुद्ध राजनारायण खटला** – यामध्ये ३९ व्या घटनादुरुस्तीनुसार ३२९ कलमात केलेली घटनादुरुस्ती घटनाबाह्य असल्याचे व ती मूलभूत संरचनेचा भंग करणारी असल्याचे सर्वोच्च न्यायालयाने स्पष्ट केले.

७) **मनेका गांधी खटला** – सर्वोच्च न्यायालयाने कलम २१ च्या संबंधित असलेली व्यक्तीच्या जीविताच्या हक्काची संकल्पना व्यापक केली.

८) **मिनव्हाँ मितल्स विरुद्ध भारतसरकार खटला (१९८०)** – या खटल्यात सर्वोच्च न्यायालयाने स्वामी केशवानंद निवाडा प्रमाण मानून 'मूलभूत चौकट' तत्त्वावर शिक्कामोर्तब केले. घटनेची कोणती कलमे, कोणता भाग म्हणजे मूलभूत चौकट हे अजून स्पष्ट करण्यात आले नसले तरी वेळोवेळी वेगवेगळ्या खटल्यांत ही 'मूलभूत चौकट' रेखांकित केली जात आहे.

९) **वामनराव खटला (१९८१)** – या प्रकरणात ९ व्या परिशिष्टाबद्दल सर्वोच्च न्यायालयाने स्पष्ट केले की, मूलभूत हक्कांवर गदा आणणरा कायदा नवव्या परिशिष्टात टाकण्याबाबतची दुरुस्ती नवव्या परिशिष्टात टाकली जात नाही तोपर्यंत तो अवैध ठरेल.

१०) **बंधुआ मुक्ती मोर्चा विरुद्ध भारतशासन खटला (१९८४)** – १९७८ नंतरच्या काळात मात्र जीवित व स्वातंत्र्याचा हक्क व्यापक होत गेला. मनेका गांधी खटल्यापासून ही सुरुवात होऊन बंधुआ मुक्ती मोर्चा व अन्य खटल्यांत जीवितांच्या हक्कांची सांगड मार्गदर्शक तत्त्वांशी घातली गेली. त्यानुसार जगण्याचा अधिकार म्हणजे प्रतिष्ठेने जगण्याचा अधिकार हे न्यायालयाने स्पष्ट केले. जीवित व स्वातंत्र्याचा अधिकार, कामगारांचे आरोग्य इत्यादींशी जोडला गेला.

११) **इंदिरा साहनी विरुद्ध भारतशासन खटला (१९९२)** – १९९२ साली तामिळनाडू राज्यात एकूण ६९ टक्के राखीव जागा ठेवल्या होत्या. या संदर्भातील खटल्याचा निकाल सर्वोच्च न्यायालयाने १६ नोव्हेंबर १९९२ रोजी दिला. त्यानुसार कोणत्याही परिस्थितीत १६(४) अन्वये आरक्षण ५० टक्के पेक्षा अधिक नसावे. तामिळनाडू सरकारने मात्र या निकालाविरुद्ध १९९३ साली मागासवर्गीयांना आरक्षण देणारे विधेयक मंजूर करून ते केंद्रशासनाकडे संमतीसाठी पाठविले. घटनेच्या ३१ (ब) कलमानुसार केंद्राने त्याला मान्यता दिली. या निर्णयाला घटनेची मान्यता प्राप्त व्हावी म्हणून तामिळनाडू ACT 45 OF 1994 या कायद्याचा घटनेच्या ९ व्या परिशिष्टात समावेश करून कलम ३१ (ब) नुसार त्याला न्यायालयीन पुनर्विलोकनापासून संरक्षण मिळविले.

१२) **आरक्षण खटल्यातील सर्वोच्च न्यायालयाचा आदेश (२००६)** – १७ ऑक्टोबर २००६ रोजी सर्वोच्च न्यायालयाने सांगितले की, सार्वजनिक रोजगार व पदोन्नती दरम्यानच्या आरक्षणाची तरतूद करताना अनुसूचित जाती, अनुसूचित जमाती संवर्गातील क्रिमीलेअर गटांना वेगळे करावे. अनुसूचित जाती, जमाती आणि इतरमागास वर्गीयांचे एकत्रित आरक्षण ५० टक्के पेक्षा जास्त असू नये तसेच उच्चशिक्षणसंस्थांमध्ये इतर मागास वर्गीयांना (OBC) २७ टक्के आरक्षण लागू करण्यासंबंधी संसदेच्या स्थायी समितीचा अहवाल संसदेत सादर करण्यापूर्वी न्यायालयात सादर करावा. या आदेशाबाबत

न्यायालय संसदेच्या अंतर्गत कामकाजात हस्तक्षेप करित असल्याचा आरोप संसद्सभासदांनी केला होता.

१३) आर. आर. कोएल्डो विरुद्ध तमिळनाडूराज्य खटला (२००७) – सर्वोच्च न्यायालयाने घटनेच्या ९ व्या परिशिष्टातील कायद्याच्या पुनर्विलोकनाचा अधिकार स्वत:कडे घेतला. न्यायालयातील छाननी टाळण्यासाठी २४ एप्रिल १९७३ नंतर ९ व्या परिशिष्टाद्वारे संरक्षण देण्यात आलेल्या कायद्याची समीक्षा होऊ शकत असल्याचा ऐतिहासिक आणि दूरगामी परिणाम करणारा निर्णय सर्वोच्च न्यायालयाच्या नऊ सदस्यांच्या घटनापीठाने दिला. त्याचबरोबर शिक्षेमध्ये सूट देण्याच्या तरतुदीचे न्यायालयीन पुनर्विलोकन, भ्रष्ट खासदारांना निलंबित करण्याचा संसदेचा अधिकार इत्यादींबाबत सर्वोच्च न्यायालयाने दिलेले निकाल महत्त्वाचे आहेत.

▶ **घटनादुरुस्तीची पद्धत :**

भारताच्या घटनाकारांनी देशाच्या सामाजिक व आर्थिक परिवर्तनाचा विचार करून राज्यघटना अंशत: लवचीक आणि अंशत: ताठर बनविली आहे. भारताची राज्यघटना इंग्लंडच्या राज्यघटनेइतकी लवचिक नाही आणि अमेरिकेच्या राज्यघटनेइतकी ताठर नाही. प्रा. के. सी. व्हिअर यांच्या मते भारताच्या राज्यघटनेने ताठरता व लवचिकता यांचा समतोल साधला आहे.

घटनादुरुस्तीची पद्धत घटनेच्या २० व्या भागातील ३६८ व्या कलमात स्पष्ट केली आहे. भारताच्या राज्यघटनेत पुढील तीन पद्धतींनी घटनादुरुस्ती केली जाते.

घटनादुरुस्ती

↓(१)	↓(२)	(३)↓
काही तरतुदी संसदेतील साध्या बहुमताने केल्या जाणाऱ्या घटना–दुरुस्त्या	काही तरतुदी संसदेतील विशेष बहुमताने आणि घटकराज्यांच्या अनुमतीने केल्या जाणाऱ्या घटना दुरुस्त्या	उरलेल्या तरतुदी संसदेच्या विशेष बहुमताने केल्या जाणाऱ्या घटनादुरुस्त्या

१) साध्या बहुमताने होणाऱ्या घटना दुरुस्त्या : घटनेतील काही तरतुदी संसद साध्या बहुमताने दुरुस्त करू शकते. या प्रकारच्या दुरुस्तीविधेयकाला संसदेत दोन्ही सभागृहांत साधे बहुमत मिळाले की ते मंजूर होते. सर्वात कमी विषयांसाठी घटनादुरुस्तीची ही पद्धती उपयोगात आणली जाते. पुढील घटनादुरुस्त्या साध्या बहुमताने करता येतात.

(१) घटकराज्यांची नावे बदलणे.

(२) संघराज्यात नवीन राज्य प्रविष्ट करणे.

(३) भारतातील घटकराज्यांच्या सीमा बदलणे.

(४) नागरिकत्वासंबंधी सर्व तरतुदी.

(५) राष्ट्रपती, उपराष्ट्रपती, सभापती, सर्वोच्च व उच्च न्यायालयाचे न्यायाधीश इत्यादींचे पगार, भत्ते व सेवेच्या अटी ठरविणे.

(६) आसाम, मेघालय, मिझोराम या विभागातील प्रशासनासंबंधी नियम करणे.

(७) मतदारसंघाची फेरआखणी करणे, राज्याच्या लोकसभेतील जागांचे फेरवाटप करणे.

(८) संसद व घटकराज्याच्या विधिमंडळांच्या निवडणुकीसंबंधी कायदे करणे.

२) विशेष बहुमताने आणि राज्याच्या अनुमतीने होणाऱ्या घटनादुरुस्त्या : घटनेती काही तरतुदी दुरुस्त करण्यास संसदेचे २/३ बहुमत तर आवश्यक असतेच त्यानंतरही त्यासाठी निम्म्याहून अधिक घटकराज्यांच्या विधिमंडळांची मान्यता लागते. किमान घटकराज्यांचा पाठिंबा मिळालेले दुरुस्ती विधेयक राष्ट्रपतीच्या सहीने अमलात येते. ३६८ व्या कलमातील ए ते इ हे विषय या गटात मोडतात. ते पुढीलप्रमाणे आहेत.

(१)   राष्ट्रपतीच्या निवडणुकीसंबंधी तरतुदी (कलम ५४ व ५५)

(२)   केंद्र सरकार व राज्यसरकारच्या घटनात्मक कार्यकारी अधिकाराच्या मर्यादा (कलम ७३ व १६३)

(३)   ३६८ व्या कलमातील घटनादुरुस्तीची पद्धती.

(४)   सर्वोच्च न्यायालयासंबंधी तरतुदी (सहाव्या भागातील प्रकरण चार)

(५)   घटकराज्यातील उच्च न्यायालयासंबंधी तरतुदी (सहाव्या भागातील प्रकरण पाच)

(६)   राज्यघटनेचे ७ वे परिशिष्ट

(७)   संसदेतील राज्याचे प्रतिनिधित्व (४ थे परिशिष्ट)

(८)   विधिविषयक अधिकाराचे वितरण (११ व्या भागातील प्रकरण एक)

३) विशेष बहुमताने होणाऱ्या घटनादुरुस्त्या : घटनेतील उरलेल्या सर्व तरतुदी दुरुस्त करण्यास संसदेचे २/ ३ बहुमत आवश्यक असते. त्यानंतर ते संमतीसाठी राष्ट्रपतीकडे जाते. राष्ट्रपतीची संमतिदर्शक स्वाक्षरी झाल्यावर घटना दुरुस्ती कायदा होतो.

▶   **महत्त्वाच्या घटनादुरुस्त्या :**

घटनादुरुस्ती क्रमांक	वर्ष	घटनादुरुस्तीचा आशय
१ ली	१९५१	सार्वजनिक सु-व्यवस्था टिकावी आणि आंतरराष्ट्रीय संबंधांना बाधा येऊ नये म्हणून १९ व्या कलमात बदल करून लेखन, भाषण व व्यवसाय- स्वातंत्र्यावर मर्यादा घातल्या व घटनेच्या १५ व्या कलमात फेरफार केला.
३ री	१९५४	सातव्या परिशिष्टातील समवर्ती सूचीतील ३३ व्या विषयाची व्याप्ती वाढविली
४ थी	१९५५	३१ व्या कलमातील खाजगी मालमत्ता सार्वजनिक करण्यासाठी ताब्यात घेण्याचे शासनाचे अधिकार वाढविण्यात आले. सार्वजनिक कार्यासाठी जर खाजगी मालमत्ता काढून घेतली तर नुकसानभरपाईबाबतचा वाद न्यायालयात उपस्थित करता येणार नाही असे या घटनादुरुस्तीतून प्रस्थापित केले.
५ वी	१९५५	घटनेच्या कलम ३ मध्ये दुरुस्ती केली त्यानुसार घटकराज्यांच्या सीमा बदलताना संबंधित घटकराज्यांची संमती घेण्याची पद्धत बदलण्यात आली.
१३ वी	१९६२	नागालँण्डला राज्याचा दर्जा देण्यात आली.

घटनादुरुस्ती क्रमांक	वर्ष	घटनादुरुस्तीचा आशय
१७ वी	१९६४	३१(अ) मधील मालमत्ता (Estate) शब्दाची व्याख्या व्यापक केली त्यामध्ये रयतवारी जमिनीबरोबरच इतर जमिनींचाही त्यात समावेश केला. नवव्या परिशिष्टात जमीन सुधारण्यासंबंधीचे कायदे अंतर्भूत केले आहेत.
२४ वी	१९७१	या घटनादुरुस्तीनुसार संसदेला मूलभूत हक्क कमी करण्याचा अधिकार प्राप्त झाला. मूलभूत हक्काविषयी संसद घटनादुरुस्ती करू शकेल. १३(२) या कलमाने मूलभूत हक्कांना जे संरक्षण दिले होते ते २४ व्या घटनादुरुस्तीने नष्ट झाले. तसेच घटनादुरुस्ती विधेयकास संमती देण्याचे राष्ट्रपतीवर बंधनकारक ठरविण्यात आले.
२५ वी	१९७१	केंद्रशासनाने दोन महत्त्वाचे कायदे केले. १) संस्थानिकांना दिले जाणारे तनखे रद्द करणे. २) १४ बँकांचे राष्ट्रीयीकरण करणे. ↓ या दोन्ही कायद्यांना न्यायमंडळात आव्हान दिले गेले. ↓ त्यातून २५ वी घटनादुरुस्ती करावी लागली. सार्वजनिक हितासाठी व्यक्तीची खाजगी मालमत्ता काढून घेताना त्याला नुकसानभरपाई द्यावी लागत होती मात्र नुकसानभरपाईची रक्कम हा न्यायालयातील वादाचा विषय ठरत होता. त्यामुळे या घटना दुरुस्तीने नुकसान भरपाई हा शब्द काढून पैसा हा शब्द ठेवण्यात आला.
४२ वी	१९७६	देशाच्या इतिहासात अत्यंत खळबळजनक ठरलेली ४२ वी घटना दुरुस्ती आहे. त्यातील प्रमुख बाबी पुढीलप्रमाणे होत्या. (१) राज्यघटनेच्या उद्देशपत्रिकेत समाजवादी व धर्मनिरपेक्ष हे दोन शब्द नव्याने सामाविष्ट केले. (२) मूलभूत कर्तव्यांचा कलम ५१ ए येथे घटनेत प्रथमच समावेश करण्यात आला. (३) लोकसभा आणि विधानसभांचा कार्यकाल पाच वर्षावरून सहा वर्षापर्यंत वाढविण्यात आला. (४) मंत्रिमंडळाचा सल्ला राष्ट्रपतीवर बंधनकारक केला. (५) मूलभूत हक्कापेक्षा मार्गदर्शक तत्त्वांना अधिक महत्त्व दिले. (६) घटनेच्या ३६८ व्या कलमात दुरुस्ती केली. (७) ३९ ए, ४३ ए, ४८ ए ही कलमे नव्याने समाविष्ट केली.

घटनादुरुस्ती क्रमांक	वर्ष	घटनादुरुस्तीचा आशय
४४ वी	१९७८	(१) ही जनतापक्ष सत्तेवर असताना ४२ व्या घटनादुरुस्तीने राज्यघटनेची जी मोडतोड झाली होती ती या घटनादुरुस्तीने रुळावर आणली आणि राज्यघटना पुन्हा मूळ स्वरूपात आणली. (२) संपत्तीचा हक्क हा मूलभूत हक्कातून वगळण्यात आला.
५२ वी	१९८५	पक्षांतराच्या वाढत्या प्रमाणावर बंधने घालण्याच्या दृष्टीने ही घटनादुरुस्ती केली. पक्षांतरबंदी विधेयक संमत झाले. राजकारणातील पक्षांतराच्या प्रवृत्तीवर नियंत्रण ठेवण्याच्या उद्देशाने पंतप्रधान राजीव गांधी सत्तेवर आल्याबरोबर ही घटनादुरुस्ती झाली. याच घटनादुरुस्तीने घटनेला दहावे परिशिष्ट जोडले आणि घटनेच्या १०१, १०२, १९० आणि १९१ या कलमामध्ये सुधारणा केली.
६१ वी	१९८९	भारतातील मतदारांची वयोमर्यादेची अट २१ वर्षांवरून १८ वर्षांपर्यंत खाली आणली.
७३ वी आणि ७४ वी	१९९२	७३ वी घटनादुरुस्ती ही ग्रामीण पंचायत राज्याशी निगडित आहे. तर ७४ वी घटनादुरुस्ती शहरी पंचायत राज्याशी निगडित आहे. अकराव्या आणि बाराव्या अनुसूचीद्वारे काही अधिकारविषय घटनेत नमूद केलेले आहेत. महिलांसाठी ३३ टक्के राखीव जागा, राज्य निवडणूक आयोग, राज्यवित्त आयोगाची निर्मिती इत्यादी महत्त्वाच्या बाबींची तरतूद केली आहे.
८६ वी	२००२	या घटनादुरुस्तीने ६ ते १४ या वयोगटातील मुलांसाठी शिक्षणाचा हक्क हा मूलभूत हक्क म्हणून सामाविष्ट करण्यात आला.
९३ वी	२००६	अनुसूचित जाती – जमाती व इतर मागासवर्गीयांसाठी खाजगी शिक्षणसंस्थांमध्ये राखीव जागा ठेवण्याची तरतूद केली.
११० वे घटना दुरुस्ती विधेयक	२००९ साली लोकसभेत मांडले	कलम २४३ (ड) मध्ये दुरुस्ती – महिलांसाठी १/३ आरक्षणाऐवजी ५० टक्के पर्यंत वाढविण्याचे ठरविले.

▶ **भारतातील काही महत्त्वाचे आयोग आणि मंडळे :**

आपल्या देशात विविध आयोग आणि मंडळे स्थापन झाली आहेत. या भागात पुढील काही प्रमुख आयोग व मंडळे यांची रचना व कार्ये दिलेली आहेत.

१) निवडणूक आयोग

२) संघ व राज्य लोकसेवा आयोग

३) राष्ट्रीय महिला आयोग

४)   राष्ट्रीय मानवी हक्क आयोग
५)   राष्ट्रीय अल्पसंख्याक आयोग
६)   राष्ट्रीय अनुसूचित जाती आयोग
७)   राष्ट्रीय अनुसूचित जमाती आयोग

१) निवडणूक आयोग :

भारतात लोकशाही शासनपद्धती आहे. त्यामुळे सुदृढ लोकशाहीसाठी निवडणुकीची नितांत आवश्यकता असते. निवडणुका घेतल्याशिवाय लोकशाही शासनयंत्रणा राबवली जाऊ शकत नाही. तसेच प्रभावी निवडणूक-यंत्रणा ही प्रातिनिधिक शासनाचा पाया असतो. पण त्या निवडणुका स्वतंत्र व मुक्त वातावरणात होणेसुद्धा खूप महत्त्वाचे आहे. म्हणून निष्पक्षपातीपणे निवडणुका होण्यावरच लोकशाहीचे भवितव्य अवलंबून असते असे म्हटले जाते. त्यासाठी घटनेच्या ३२४ व्या कलमात स्वतंत्र निवडणूक आयोगाची तरतूद केली आहे.

रचना :

निवडणूक आयोगात एक प्रमुख निवडणूक आयुक्त व राष्ट्रपती वेळोवेळी ठरवतील तितके इतर निवडणूक- आयुक्त असतात. त्यांची नियुक्ती, पगार, भत्ते, पात्रता इत्यादी गोष्टी संसदेच्या कायद्यानुसार ठरतात. प्रमुख निवडणूक आयुक्तांची नेमणूक सहा वर्षांसाठी केली जाते किंवा त्याच्या वयाची ६५ वर्षे पूर्ण होईपर्यंत केली जाते. सर्वोच्च न्यायालयाच्या न्यायाधीशाला पदभ्रष्ट करण्याची जी पद्धत आहे तीच पद्धत प्रमुख निवडणूक आयोगाच्या बाबतीत लागू केलेली आहे. भारताच्या सर्वोच्च न्यायालयाच्या न्यायाधीशाला जे वेतन, भत्ते व इतर सवलती देण्यात येतात तेच वेतन व इतर सवलती मुख्य निवडणूक आयुक्त व इतर निवडणूक आयुक्तांना मिळतात. राजीव गांधी पंतप्रधान असताना १९८९ साली इतर दोन निवडणूक आयुक्त नेमून आयोग बहुसदस्यीय केला होता. सध्या आयोग बहुसदस्यीय आहे.

सध्या संपूर्ण देशासाठी एकच निवडणूक आयोग आहे. घटकराज्यांसाठी स्वतंत्र निवडणूक आयोग नव्हते परंतु १९९२ साली झालेल्या ७३ व्या व ७४ व्या घटनादुरुस्तीनुसार घटकराज्यासाठी निवडणूक आयोगाची स्थापना केली आहे. त्याकडे स्थानिक शासनाच्या निवडणुकांची जबाबदारी सोपविली आहे.

निवडणूक आयोगाची कार्ये :

१)   मतदारसंघाची आखणी करणे.
२)   मतदारयाद्या तयार करणे.
३)   राष्ट्रपती, उपराष्ट्रपती, लोकसभा, राज्यसभा, विधानसभा, विधान परिषद यांच्या निवडणुका घेणे तसेच या ठिकाणी काही कारणामुळे रिकाम्या झालेल्या जागांवर पोटनिवडणुका घेणे.
४)   निवडणुकांचे दिनांक जाहीर करणे.
५)   राजकीय पक्षांना मान्यता देऊन निवडणूक चिन्हे देणे.
६)   निवडणूकखर्चावर निगराणी ठेवणे.
७)   निवडणूकयंत्रणा उभी करून प्रत्यक्ष निवडणुका घेणे.
८)   मतमोजणी करून अधिकृत निकाल जाहीर करणे.
९)   निवडणुकीसंदर्भात शासनाला अहवाल देणे.

निवडणूक सुधारणा :

१९९६ पूर्वी निवडणूक सुधारणासंबंधी काही पावले उचलली त्यांमध्ये इलेक्ट्रानिक व्होटिंग मशिनचा वापर करण्याचा निर्णय घेतला. या पद्धतीमध्ये मतदार बटण दाबून आपल्या पसंतीच्या उमेदवाराला मत देतो. त्यामुळे निवडणुकीतील गैरप्रकारांना आळा बसला आहे. उदा. बोगस मतदान करणे, चुकीच्या मतपत्रिका वापरणे, मतपेट्या पळविणे इ. आणि या मशिनमुळे निवडणुकीचा निकाल खूपच लवकर लागतो. निवडणुकीला उभे राहण्यासाठी किमान सूचकांची संख्या वाढविली. ६१ वी घटनादुरुस्ती करून मतदानासाठी वयाची पात्रता २१ वर्षांवरून १८ वर्षांवर आणली. मतदारांना ओळखपत्रे दिली आणि निवडणूकखर्चावर मर्यादा आणली.

निवडणूक सुधारणा संदर्भात शासनाने न्या. तारकुंडे समिती नेमली होती. त्यात पक्षाच्या उत्पन्नाच्या मार्गाचा उल्लेख, जमाखर्च, हिशेब लिहिणे. सर्व राजकीय पक्षावर बंधनकारक करावे अशी एक महत्त्वाची शिफारस होती. व्ही. पी. सिंग सरकारने १९९० साली त्यावेळचे कायदामंत्री दिनेश गोस्वामी यांच्या अध्यक्षतेखाली निवडणूक सुधारणा करण्यासाठी समिती नेमली होती. त्याच वर्षी समितीने सुधारणा सुचविल्या व त्यानंतर त्यांतील काही शिफारशींची अंमलबजावणी १९९६ नंतर झाली. त्यामध्ये उमेदवाराच्या रकमेत वाढ, सहा महिन्यांच्या आत पोटनिवडणूक घेणे, प्रचाराचा कालावधी २० दिवसांहून १४ दिवसांचा करणे, निवडणूक मतदानाच्या दिवशी सार्वजनिक व खाजगी क्षेत्रातील कर्मचाऱ्यांना पगारी सुट्टी देणे, मतदानकेंद्रात किंवा परिसरात शस्त्रे बाळगण्यास प्रतिबंध करणे, इलेक्शन ड्यूटीसाठी शासकीय कर्मचाऱ्यांबरोबरच इतर क्षेत्रांतील कर्मचाऱ्यांची नेमणूक करणे, पोस्टाच्या मतदानपत्रिकेद्वारे मतदान करणे, निवडणूक अर्ज भरताना प्रत्येक उमेदवाराने शपथेवर काही माहिती देणे त्यांच्यावर बंधनकारक करणे इत्यादी बाबींचा समावेश होता.

२) संघ लोकसेवा आयोग :

भारतीय राज्यघटनेतील ३१५ व्या कलमानुसार संघ लोकसेवा आयोग, राज्य लोकसेवा आयोग स्थापनेसंबंधी तरतूद केली आहे. राज्यघटनेने सनदी सेवकांच्या भरतीसाठी लोकसेवा आयोगाची निर्मिती केली आहे. केंद्रीय सेवा व राज्य सेवा या दोन्ही सनदी सेवकांची भरती लोकसेवा आयोगामार्फत केली जाते. ही एक घटनात्मक यंत्रणा असून सक्षम व गुणवत्ताधारक उमेदवाराची प्रशासकीयपदी अंतिम निवड करण्याचे महत्त्वाचे काम करते. आयोगाचे अध्यक्ष व इतर सभासदांची नेमणूक राष्ट्रपतीकडून केली जाते. त्यांचा कार्यकाल सहा वर्षांचा किंवा वयाच्या ६५ व्या वर्षी निवृत्ती यांपैकी जो आधी पूर्ण होईल तो असतो. नवी दिल्ली येथे संघ लोकसेवा आयोगाचे कार्यालय आहे.

संघ लोकसेवा आयोगाची कार्ये :

१) केंद्रीय सेवांसाठी घेतल्या जाणाऱ्या पदांसाठी परीक्षा घेणे.

२) पात्र उमेदवारांच्या मुलाखती घेणे.

३) आपल्या कामाचा वार्षिक अहवाल राष्ट्रपतीकडे सादर करणे.

४) संघशासनाला सनदी सेवांसंबंधीच्या काही महत्त्वाच्या प्रश्नांबाबत सल्ला देणे. उदा. सेवकांच्या शिस्तसंदर्भात, बदल्या आणि बढत्या संदर्भात उमेदवाराची योग्यता ठरविणे, सेवकाने विशिष्ट परिस्थितीत केलेली नुकसानभरपाईची किंवा निवृत्ती वेतनाची मागणी इ.

५) उमेदवारांची अंतिम निवड करून अंतिम निवडयादी शासनाकडे पाठविणे.

महाराष्ट्र लोकसेवा आयोग :

१९३५ च्या भारत प्रशासन कायद्यानुसार तत्कालीन मुंबई प्रांताकरिता लोकसेवा आयोगाची स्थापना १९३७ साली करण्यात आली. राज्यघटनेच्या कलम ३१५ नुसार राज्यासाठी लोकसेवा आयोगाची तरतूद करण्यात आली. त्याप्रमाणे १९५२ साली द्वैभाषिक मुंबई राज्याचे लोकसेवा आयोग स्थापन करण्यात आले. राज्यघटनेच्या कलम ३१५ प्रमाणे दोन किंवा अधिक राज्यांकरिता संयुक्त लोकसेवा आयोगाची तरतूद आहे. त्यानुसार १९६०–१९६२ या कालावधीत महाराष्ट्र व गुजरात या दोन राज्यांकरिता द्वैभाषिक मुंबई राज्याचे लोकसेवा आयोग हे संयुक्त आयोगाची जबाबदारी पार पाडत असे. म्हणजे १९६२ पासून सध्या अस्तित्वात असलेला महाराष्ट्र राज्य लोकसेवा आयोग प्रस्थापित आहे. मुंबईत आयोगाचे कार्यालय आहे.

कलम ३१५ अन्वये राज्य लोकसेवा आयोगात अध्यक्ष आणि इतर सभासद असतात. सभासदांची संख्या निर्धारित करण्याचा अधिकार राज्यपाल घेतात. कलम ३१६ नुसार राज्य लोकसेवा आयोगाच्या अध्यक्ष व सभासदांची नेमणूक राज्यपालाकडून केली जाते. प्रत्यक्षात या नेमणुका मंत्रिमंडळाच्या सल्ल्यानुसार केल्या जातात. कलम ३१६ मध्ये ज्या व्यक्तींनी केंद्र आणि राज्यसरकारच्या सेवेत किमान १० वर्षे सेवा केली असेल त्यांची नेमणूक करण्याची तरतूद आहे. त्यांची किमान संख्या एकूण सभासदांच्या निम्म्याहून कमी असता कामा नये अशी घटनातरतूद आहे. अध्यक्षांचा व सभासदांचा कार्यकाल पदग्रहण केल्यापासून सहा वर्षांचा असतो. मात्र हा कार्यकाल संपण्यापूर्वी त्यांच्या वयाची ६२ वर्षे पूर्ण झाल्यास त्याचा कार्यकाल आपोआप संपुष्टात येत असतो. तसेच राज्यपालाकडे राजीनामा देऊन ते पदमुक्त होऊ शकतात. अयोग्य वर्तणुकीच्या कारणास्तव राज्यपाल त्यांना अधिकारपदावरून बडतर्फ करू शकतो.

राज्यलोकसेवा आयोगाचे सभासद हे नेमणुकीस अपात्र समजले जातात. मात्र त्यास काही अपवाद असतो. उदा. सभासदांची अध्यक्ष म्हणून नेमणूक करणे, सभासदाची केंद्रीय लोकसेवा आयोगाचा अध्यक्ष किंवा सदस्य म्हणून नियुक्ती होणे, अधिकारपदावरून निवृत्त झाल्यावर त्यांची कोणत्याही शासकीय पदावर नेमणूक न करणे किंवा त्यांना कोणतेही आर्थिक प्राप्तीचे अधिकारपद न देणे.

राज्यलोकसेवा आयोगाच्या अध्यक्ष व सदस्यांचे वेतन, भत्ते, सेवाशर्ती निर्धारित करण्याचे अधिकार राज्यपालास दिले आहेत.

महाराष्ट्र लोकसेवा आयोगाची कार्ये :

राज्यघटनेच्या कलम ३२२, ३२३ मध्ये नमूद करण्यात आली आहेत. ती पुढीलप्रमाणे आहेत.

(१) प्रामुख्याने महाराष्ट्रातील राजपत्रित श्रेणी १ व २ मधील पदासाठी लेखी परीक्षा व मुलाखत घेऊन अंतिम निवड करणे तसेच राज्यसरकारच्या रिक्त जागांवर कर्मचाऱ्यांची नेमणूक करण्याकरिता स्पर्धापरीक्षा आयोजित करणे, त्याच्या आधारे उमेदवारांची अंतिम गुणवत्ता यादी तयार करणे व कर्मचाऱ्यांच्या नेमणुकीसंबंधीच्या शिफारशी करणे.

(२) राज्यपालास, सनदी नोकरांच्या भरतीसंबंधीच्या प्रक्रियेबाबत सल्ला देणे.

(३) आपल्या कार्याचा वार्षिक अहवाल राज्यपालास सादर करून राज्यसरकारने जर विशिष्ट उमेदवाराबाबत लोकसेवा आयोगाची शिफारस स्वीकारली नसेल तर त्यासंबंधीचे स्पष्टीकरण या अहवालात सादर करणे आवश्यक असते.

(४) राज्यघटनेनुसार काही प्रशासकीय बाबींसंबंधी निर्णय घेताना राज्यलोकसेवा आयोगाचा सल्ला घेणे आवश्यक आहे. त्यामध्ये नेमणूकपद्धत व प्रस्थापित पद्धतीत बदल आणि एका मुलकी सेवेतून दुसऱ्या

मुलकी सेवेत बदली करणे, बढती करणे इ. संबंधी निकष निश्चित करण्याविषयक बाबी येतात.

३) राष्ट्रीय महिला आयोग :

समाजात स्त्री–पुरुष समानता निर्माण व्हावी, स्त्रियांचे स्वतःचे असे स्वतंत्र स्थान निर्माण व्हावे आणि महिलांना समाजात मानाचे स्थान मिळावे म्हणून आपल्या देशात १९९० साली संमत केलेल्या कायद्यानुसार ३१ जानेवारी १९९२ रोजी राष्ट्रीय महिला आयोगाची स्थापना करण्यात आली.

रचना :

एक अध्यक्षा व इतर पाच सदस्या मिळून हा आयोग तयार झाला आहे. त्यांची नियुक्ती केंद्र शासनाकडून केली जाते. आयोगात अध्यक्षा व इतर सभासदांशिवाय कामकाज सुरळीत चालण्यासाठी एक सचिव नेमला जातो. राष्ट्रीय महिला आयोगाचे मुख्य कार्यालय नवी दिल्ली येथे आहे.

महिला आयोगाची कार्ये :

१)	महिलांच्या हक्कांबाबत समाजात जागरूकता वाढविणे.

२)	महिलांवरील अन्यायाची व अत्याचारांची चौकशी करणे.

३)	अन्यायग्रस्त महिलांना लवकरात लवकर न्याय मिळवून देणे.

४)	महिलांच्या सुधारणांच्या संदर्भात असलेल्या कायद्यामध्ये शासनास सुधारणा सुचविणे.

५)	महिला विकासाचे मूल्यमापन करणे.

या आयोगास दिवाणी न्यायालयाचे अधिकार दिलेले आहेत. महिलांच्या विविध समस्यांचा अभ्यास करण्यासाठी आयोगाने चार स्वतंत्र समित्या नेमल्या आहेत.

राज्य महिला आयोग :

राष्ट्रीय महिला आयोगाच्या धर्तीवर काही घटकराज्यांमध्ये राज्य महिला आयोगाची स्थापना केली आहे. महाराष्ट्र राज्य महिला आयोगाची स्थापना महाराष्ट्रात १९९३ साली झाली आहे. राष्ट्रीय महिला आयोगाप्रमाणेच घटकराज्याच्या पातळीवर महिला आयोगाचे कामकाज चालते.

४) राष्ट्रीय मानवी हक्क आयोग :

१९९३ साली भारतीय संसदेने मानवी हक्क संरक्षण कायदा मंजूर केला. त्यानुसारच राष्ट्रीय मानवी हक्क आयोगाची स्थापना करण्यात आली. राज्य मानवी हक्क आयोग व मानवी हक्क न्यायालयांची स्थापना करण्याबाबत त्यामध्ये तरतुदी आहेत.

रचना :

राष्ट्रीय मानवी हक्क आयोगात अध्यक्षासह इतर चार सभासद असतात. आयोगात एक सचिव असतो तो आयोगाचा प्रमुख कार्यकारी अधिकार म्हणून कार्य करतो. या आयोगाकडे येणाऱ्या तक्रारींची चौकशी करण्यासाठी दिवाणी न्यायालयाचे अधिकार दिलेले आहेत. अध्यक्ष व इतर सभासद यांची नियुक्ती राष्ट्रपतीकडून केली जाते. सर्वोच्च न्यायालयातील मुख्यन्यायाधीश म्हणून काम केलेल्या न्यायाधीशाला अध्यक्षपद दिले जाते.

राष्ट्रीय मानवी हक्क आयोगाची कार्ये :

१)	मानवी हक्कांच्या उल्लंघनाच्या तक्रारीची चौकशी करणे.

२) न्यायालयापुढे असलेल्या मानवी हक्क भंग प्रकरणात संबंधित न्यायालयाच्या मान्यतेने हस्तक्षेप करणे.

३) मानवी हक्कांसंदर्भात राज्यघटनेतील तरतुदींच्या अंमलबजावणीसंदर्भात आग्रही असणे.

४) मानवी हक्कांसंदर्भात काम करणाऱ्या संस्था व स्वयंसेवी संस्था यांच्या कार्याला प्रेरणा देणे, उत्तेजन देणे.

५) जागतिक पातळीवर चाललेल्या मानवी हक्कांच्या घटनांचे अध्ययन करणे व परिस्थितीनुसार त्यांची आपल्याकडे कशाप्रकारे अंमलबजावणी करता येईल ते पाहणे.

राज्य मानवी हक्क आयोग :

१९९३ साली झालेल्या मानवी हक्क संरक्षण कायद्यातच राज्य मानवी हक्क आयोगाच्या स्थापनेची तरतूद केली आहे. त्यानुसार **महाराष्ट्र मानवी हक्क आयोगाची स्थापना** १९९३ साली झाली. राष्ट्रीय मानवी हक्क आयोगाप्रमाणेच घटकराज्याच्या पातळीवर मानवी हक्क आयोगाचे कामकाज चालते.

५) राष्ट्रीय अल्पसंख्याक आयोग :

केंद्रशासनाने १९९२ साली अल्पसंख्याक राष्ट्रीय आयोग कायदा केला. यानंतर या कायद्याअंतर्गत १९९३ साली 'राष्ट्रीय अल्पसंख्याक आयोगा'ची स्थापना केली. या आयोगात शासनाकडून नेमलेले अध्यक्ष, उपाध्यक्ष आणि इतर पाच सभासद असतात. २००८ साली १०३ व्या घटनादुरुस्तीद्वारे शासनाने राष्ट्रीय अल्पसंख्याक आयोगाला घटनात्मक स्थान दिले आहे.

कार्ये :

१) अल्पसंख्याकांच्या रक्षणासाठी केलेल्या कायद्याच्या अंमलबजावणीचा आढावा घेणे.

२) केंद्र व राज्यातील अल्पसंख्याकांच्या विकासाचे मूल्यमापन करणे.

३) अल्पसंख्याकांचा सामाजिक – आर्थिक – शैक्षणिक – सांस्कृतिक विकास करण्यासाठी शासकीय पातळीवर काही योजना सुरू करण्याची शिफारस करणे.

४) अल्पसंख्याकांच्या संरक्षणासाठी संविधानात असलेल्या तरतुदींची अंमलबजावणी करता येईल याचे मूल्यमापन करणे.

भारतातील काही घटकराज्यांत राज्य अल्पसंख्याक आयोगाची निर्मिती केलेली आहे. महाराष्ट्र अल्पसंख्याक आयोग महाराष्ट्रात आहे. त्याचे कार्य राष्ट्रीय अल्पसंख्याक आयोगाप्रमाणे महाराष्ट्रात चालते.

६) राष्ट्रीय अनुसूचित जाती आयोग :

भारतातील अनुसूचित जातींचे अनेक वर्षांपासून शोषण झालेले आहे. त्यांना अस्पृश्य मानले गेले म्हणून त्या जातीच्या रक्षणासाठी भारतीय घटनेत ३३८ व्या कलमात काही महत्त्वाच्या तरतुदी केल्या आहेत. अनुसूचित जाती आणि जमातींसाठी एकच आयोग नेमण्याची सुरुवातीला तरतूद होती परंतु २००३ साली झालेल्या ८९ व्या घटनादुरुस्तीने अनुसूचित जाती व अनुसूचित जमाती यांच्यासाठी दोन स्वतंत्र आयोग स्थापन केलेले आहेत. या आयोगाला त्यांच्याकडे येणाऱ्या तक्रारींची चौकशी करण्यासाठी दिवाणी न्यायालयाचे अधिकार दिलेले आहेत.

रचना : या आयोगात एक अध्यक्ष, उपाध्यक्ष आणि इतर तीन सदस्य असतात. त्यांची नियुक्ती राष्ट्रपतीकडून केली जाते.

कार्ये :

१) अनुसूचित जातींच्या रक्षणासाठी राज्यघटनेत असलेल्या तरतुदींची योग्यप्रकारे अंमलबजावणी होईल याकडे लक्ष देणे.

२) अनुसूचित जातींचे हक्क हिरावून घेण्याच्या घटना घडल्या असल्यास, त्या स्वरूपाच्या तक्रारी आल्या असल्यास त्यांची सविस्तर चौकशी करणे.

३) अनुसूचित जातीच्या विकासासाठी शासनाच्या कार्यक्रमांची अंमलबजावणी केंद्र व राज्य पातळीवर कशाप्रकारे चालू आहे याचा आढावा घेणे.

४) अनुसूचित जातींना राष्ट्रीय प्रवाहात आणण्यासाठी केंद्र शासनाला विविध कार्यक्रम सुचविणे.

७) राष्ट्रीय अनुसूचित जमाती आयोग :

दुर्गम भागात, जंगलात, डोंगरात राहणाऱ्या काही मागासलेल्या जमाती भारतात आहेत. त्यांचा सर्वांगीण विकास करण्यासाठी भारतीय राज्यघटनेत काही तरतुदी केल्या आहेत. २००३ साली झालेल्या ८९ व्या घटनादुरुस्तीने कलम ३३८-अ हे नवे कलम राज्यघटनेत जोडले त्यानुसार राष्ट्रीय अनुसूचित जमाती आयोग स्थापन केला आहे.

या आयोगाची रचना आणि कार्ये राष्ट्रीय अनुसूचित जातीच्या आयोगाप्रमाणेच आहेत.

● पंचायत राज्य

७३ वी घटनादुरुस्ती, त्यातील महत्त्वाच्या तरतुदी आणि मूल्यमापन, जिल्हा परिषद – रचना, अधिकार व कार्ये, पंचायत समिती – रचना, अधिकार व कार्ये, ग्रामपंचायत – रचना, अधिकार व कार्ये, महाराष्ट्रातील पंचायतराज्याची उद्दिष्टे, महाराष्ट्रातील पंचायतराज्याची वैशिष्ट्ये, भारतातील व महाराष्ट्रातील पंचायतराज्याचा विकास, ७३ व्या घटनादुरुस्तीची महत्त्वाची वैशिष्ट्ये, पंचायतराज्य संस्थांच्या कार्याचा व स्थितीचा आढावा, पंचायतराज्याची अंमलबजावणी करताना येणाऱ्या अडचणी, पंचायतराज्य प्रभावी करण्यासाठी उपाययोजना.

▶ ७३ वी घटनादुरुस्ती :

७३ वी घटनादुरुस्ती ही ग्रामीण पंचायतराज्याशी निगडित आहे. १९९२ साली ७३ वे घटनादुरुस्ती विधेयक मान्य झाले आणि त्यानुसार २४ एप्रिल १९९३ पासून पंचायत राज्याची अंमलबजावणी सुरू झाली. त्यामुळे पंचायत राज्यातील संस्थांना घटनात्मक दर्जा मिळाला. भारतीय राज्यघटनेत २४३ व्या कलमात पंचायतराज्याची तरतूद केली आहे. ग्रामसभा, ग्रामपंचायत स्थापना, रचना – अधिकार, कार्ये, निधी, हिशेबतपासणी, निवडणुका व निवडणूकयंत्रणा यांबाबत तरतुदी केल्या आहेत. ७३ वी घटनादुरुस्ती प्रामुख्याने लोकशाहीचा विकास तसेच नियोजनप्रक्रियेत जास्तीत जास्त लोकांचा सहभाग व्हावा यासाठी करण्यात आली. या घटनादुरुस्तीनुसार पंचायती या शीर्षकाखाली राज्यघटनेतील भाग ९ – अ हा समाविष्ट केला. त्यामध्ये कलम २४३ (अे) ते २४३ (ओ) समाविष्ट केले व २९ विषय आकराव्या परिशिष्टात जोडले.

महत्त्वाच्या तरतुदी :

१) **त्रिस्तरीय रचना : कलम २४३ (बी) :** गावपातळीवर ग्रामपंचायत, तालुकापातळीवर पंचायत समिती, जिल्हापातळीवर जिल्हा परिषद या प्रकारे देशात तीनस्तरीय पंचायतराज्य अस्तित्वात येईल.

२) **राखीव जागा : कलम २४३ (डी) :** (१) पंचायत राज्याच्या संस्थांमध्ये अनुसूचित जाती, जमातींच्या लोकांना त्यांच्या लोकसंख्येच्या प्रमाणात राखीव जागा ठेवल्या आहेत. तसेच विविध मतदारसंघांत ते आळीपाळीने ठेवलेले आहे. तसेच १/३ राखीव जागा याच प्रवर्गातील महिलांसाठी राखीव ठेवल्या आहेत.

(२) नागरिकाच्या मागासवर्गातील प्रवर्गातील लोकांना २७ टक्के जागा पंचायतराज्यात राखीव ठेवल्या आहेत. तसेच विविध मतदारसंघांत ते आळीपाळीने ठेवतात. या राखीव जागांपैकी १/३ जागा ह्या याच प्रवर्गातील महिलांसाठी राखीव ठेवल्या आहेत.

(३) पंचायत राज्यातील संस्थांमध्ये एकूण सभासदसंख्येच्या १/३ जागा महिलांसाठी राखीव ठेवल्या आहेत. मात्र अनुसूचित जाती – जमातींच्या महिलांसाठी राखून ठेवलेल्या जागा धरूनच महिला आरक्षणाचा विचार केला आहे. राखीव जागांचे आरक्षण आळीपाळीने सर्व जागांना लागू केले जाते.

३) **ग्रामसभा : कलम २४३ (अे) :** ग्रामसभेची स्थापना व अधिकारासंबंधी तरतूद कलम २४३ (ए) मध्ये केली आहे.

४) **पंचायतराज्यातील संस्थांचा कार्यकाल :** कलम २४३ (इ) : पाच वर्षांचा कालावधी दिलेला आहे. पंचायतराज्याची एखादी संस्था राज्यशासनाने कार्यकाल पूर्ण होण्याअगोदर बरखास्त केली तर सहा महिन्यांच्या आत तेथे निवडणूक घ्यावी लागते.

५) **सामाजिक न्याय व आर्थिक विकासाची जबाबदारी पंचायत राज्यावर सोपविली आहे.**

६) **पंचायत राज्यातील संस्थांना आर्थिक अधिकार दिले आहेत :** उदा. कर लावणे, गोळा करणे व त्यांचा विनियोग करणे इ. तसेच गोळा केलेले कर आणि राज्याच्या संचित निधीतून या संस्थांना देण्यात येणारे अनुदान राज्यकायदेमंडळ कायदा करून निश्चित करते.

७) **राज्य वित्त आयोगाची स्थापना : कलम २४३ (आय) :** राज्यपाल राज्य वित्त आयोगाची स्थापना करतील अशी तरतूद आहे. महाराष्ट्रात १९९४ साली पहिल्या वित्तआयोगाची स्थापना केली. वित्तआयोग स्थापन झाल्यापासून पाचही वर्षांच्या आर्थिक स्थितीचे परीक्षण करून राज्यपालाला या आयोगाकडून शिफारसी सादर केल्या जातात. त्यानंतर राज्यपाल संबंधित शिफारसी विधानसभेत मांडतात.

८) **लेखापरीक्षण : कलम २४३ (जे) :** पंचायत राज्यातील विविध संस्थांनी लेखापरीक्षणाबाबत आपले हिशेब ठेवून त्यांचे लेखापरीक्षण व्हावे यासाठी राज्य कायदेमंडळाच्या कायद्याद्वारा तरतूद करता येते.

९) **राज्य निवडणूक आयोगाची स्थापना : कलम २४३ (के) :** महाराष्ट्र शासनाने १९९४ साली राज्य निवडणूक आयोगाची स्थापना केली आहे. राज्यातील पंचायत राज्याच्या निवडणुका स्वतंत्रपणे घेण्यासाठी राज्य निवडणूक आयोगाची स्थापना केली आहे. मतदारयाद्या तयार करणे, निवडणुकांचे आयोजन करणे त्यांवर नियंत्रण व देखरेख ठेवणे तसेच निकाल जाहीर करणे इ. महत्त्वाची कामे निवडणूक आयोगाला करावी लागतात.

१०) **निवडणुकांसंबंधी निर्माण झालेल्या वादामध्ये न्यायालयाला हस्तक्षेप करता येणार नाही :** स्थानिक शासनातील संस्थाच्या विविध मतदारसंघांच्या सीमा निश्चित करणे, तेथील जागा वाटपासंदर्भात निर्माण झालेल्या प्रश्नसंदर्भात कोणत्याही न्यायालयात अपील करता येणार नाही.

११) **पंचायत राज्य संस्थांचे अधिकार व कार्ये :** 20 एप्रिल १९९३ च्या या घटनादुरुस्तीने भारतीय

राज्यघटनेत ११ वी अनुसूची समाविष्ट केली असून या परिशिष्टात पंचायत राज्याच्या संदर्भात येणाऱ्या २९ विषयांचा समावेश केला आहे. ग्रामपंचायतीने करावयाच्या कामांची ती यादी आहे.

१) शेती व शेती – विस्तार. २) जमिनीचा विकास, जमिन सुधारणा विकास कार्यक्रमांची अंमलबजावणी व जमिनीचे संरक्षण. ३) लघुपाटबंधारे, जलसिंचन व्यवस्थापन आणि पाणलोट क्षेत्रविकास. ४) पशुपालन, दुग्धविकास व कुक्कुटपालन. ५) मत्स्यपालन. ६) सामाजिक वनीकरणे व वनशेती. ७) वन– उत्पादन. ८) लघुउद्योग आणि खाद्यपदार्थ प्रक्रिया उद्योग. ९) खादी ग्रामोद्योग व कुटीरोद्योग. १०) ग्रामीण घरबांधणी योजना. ११) पिण्याचे पाणी. १२) जळण व चारा. १३) रस्ते, पूल, दळणवळणाची साधने. १४) ग्रामीण वीजपुरवठा व वीज वाटप. १५) अप्रचलित ऊर्जास्रोत. १६) दारिद्र्यनिर्मूलन कार्यक्रम. १७) प्राथमिक व माध्यमिक शिक्षण. १८) तांत्रिक शिक्षण व धंदेशिक्षण. १९) प्रौढ व अनौपचारिक शिक्षण. 20) वाचनालये. २१) सांस्कृतिक कार्यक्रम. २२) बाजार व जत्रा. २३) आरोग्य व स्वच्छता (हॉस्पिटल), प्राथमिक आरोग्य केंद्र. २४) कुटुंबकल्याण. २५) महिला व बालविकास. २६) समाजकल्याण, अपंग व मतिमंद कल्याण. २७) दुर्बल घटक, अनुसूचित जाती/ जमाती कल्याण. २८) सार्वजनिक वितरण व्यवस्था. २९) सामाजिक मालमत्तेची व्यवस्था.

७३ व्या घटनादुरुस्तीचे मूल्यमापन :

फायदे :

१) पंचायतराज्यातील संस्थांना घटनात्मक दर्जा प्राप्त झाला.

२) सत्तेचे विकेंद्रीकरण होऊन सत्ता समाजाच्या तळागाळापर्यंत पोहचली आहे.

३) ग्रामसभेला महत्त्व दिल्यामुळे महात्मा गांधींचे पंचायतराज्याचे स्वप्न पूर्ण झाल्यासारखे वाटते. राज्याचे कायदेमंडळ कायद्यानुसार निश्चित करून देईल त्याप्रमाणे ग्रामसभा स्थानिक पातळीवर अधिकारांचा वापर करून आपली कार्ये पार पाडत आहे.

४) राज्यातील अनुसूचित जाती, जमाती, मागासवर्ग, महिला यांना राज्यकारभारात सहभागी करून घेतले आहे.

५) या घटनादुरुस्तीने राज्य निवडणूक आयोग, राज्य वित्तआयोग, लेखापरीक्षण इत्यादी महत्त्वाच्या तरतुदी केल्यामुळे पंचायत राज्याला बळकटी आली आहे.

६) राज्यघटनेत ११ वे परिशिष्ट जोडून त्यात पंचायतराज्याकडे २९ विषय सोपविले त्यामुळे राज्यशासनाचा तेथील हस्तक्षेप कमी झाला.

७) ग्रामीण विकास व विकासाचे प्रशासन यांमध्ये योग्य मेळ घालता आला.

तोटे :

१) पंचायत राज्य संस्थांना अधिकार देण्यासंबंधीची जबाबदारी राज्यविधिमंडळाला दिली आहे. परंतु देशातील सर्व घटकराज्यांतील पंचायतराज्य संस्थांना भरीव स्वरूपाचे अधिकार विधिमंडळाने दिलेले दिसत नाहीत.

२) राज्य वित्त आयोगाच्या शिफारसी राज्य शासनावर बंधनकारक नसल्यामुळे वित्त आयोगाच्या तरतुर्दींना महत्त्व राहत नाही.

३) अनेक ठिकाणी ग्रामसभेला दुय्यम स्थान प्राप्त झाल्याचे दिसते. राष्ट्रीय सणादिवशी त्याचे आयोजन करून त्यांचा मोठा गाजावाजा, गौरवीकरण केलेले दिसते.

४) पंचायत राज्यातील महिलांना मोठ्या प्रमाणात सत्ता मिळालेली दिसते मात्र त्या सत्तेचा वापर महिला स्वत: करत नसल्याचे मोठ्या प्रमाणात आढळते. निर्णय घेणारे दुसरेच आहेत त्यामुळे महिलांच्या राजकीय सबलीकरणाचा सकारात्मक मुद्दा बाजूलाच राहतो.

५) पंचायत राज्य सक्षम होण्यासाठी प्रत्यक्षात सत्तेचे विकेंद्रीकरण झालेले नाही. ते फक्त कागदावरच आणि नेत्यांच्या जाहीरसभांमधील भाषणांमध्येच दिसते.

६) लोकशाहीचे विकेंद्रीकरण करण्यासाठी पंचायतराज्य संस्थांना या घटनादुरुस्तीने मोठ्या प्रमाणात बळकटी आणण्याचा प्रयत्न झाला परंतु पंचायत राज्यातील निवडणुकातील गटबाजी, स्पर्धा, द्वेष पाहता त्यातील विकासाचा दृष्टिकोन मागे पडत असल्याचे लक्षात आले आहे.

► जिल्हा परिषद :
- महाराष्ट्र जिल्हा परिषद व पंचायत समिती अधिनियम – १९६१ नुसार कामकाज चालते.
- कार्यक्षेत्र – जिल्ह्यातील सर्व ग्रामीण विभाग.
- कार्यालय ठिकाण – जिल्ह्याच्या गावी.

जिल्हा परिषदेची रचना
- जिल्हा परिषदेचे सुमारे पन्नास ते पंचाहत्तर सभासद संपूर्ण जिल्ह्यातून प्रौढ मतदानाद्वारे प्रत्यक्ष निवडणुकीने निवडले जातात.
- निवड पाच वर्षांच्या मुदतीसाठी होते.
- राखीव जागा – अनुसूचित जाती, अनुसूचित जमाती, नागरिकांचा मागासवर्ग व सर्व वर्गातील स्त्रियांसाठी एकतृतीयांश जागा राखीव असतात.
- जिल्ह्यातील सर्व पंचायत समित्यांचे सभापती जिल्हा परिषदेचे सभासद असतात.
- जिल्हा परिषदेचे अध्यक्ष व उपाध्यक्ष यांची निवड जिल्हा परिषदेतील निवडून आलेले सभासद करतात. निवड पाच वर्षांसाठी करतात.

जिल्हा परिषदेच्या समित्या
१) स्थायी समिती
२) वित्त समिती
३) बांधकाम समिती
४) कृषि समिती
५) समाजकल्याण समिती
६) शिक्षण समिती
७) आरोग्य समिती
८) पशुसंवर्धन व दुग्धशाळा समिती
९) महिला व बालकल्याण समिती
१०) जलसंधारण व पिण्याचे पाणीपुरवठा समिती

यांपैकी 'स्थायी समिती' सर्वात महत्त्वाची असते. ती इतर समित्यांच्या कामकाजावर नियंत्रण ठेवते. जिल्हापरिषदेचा अध्यक्ष तिचा 'पदसिद्ध अध्यक्ष' असतो. जिल्हापरिषद सभासदांनी त्यांच्यापैकी निवडून दिलेले ०८ सभासद समितीत असतात. त्यांपैकी ०२ जागा अनुसूचित जाती किंवा जमाती किंवा नागरिकांच्या मागासवर्ग प्रवर्गासाठी राखीव आहेत.

जिल्हा परिषदेची प्रशासनयंत्रणा
मुख्य कार्यकारी अधिकारी हा जिल्हा परिषदेच्या प्रशासनयंत्रणेचा 'प्रमुख' असतो. या पदावर भारतीय प्रशासकीय सेवा परीक्षा उत्तीर्ण झालेल्या व्यक्तीची नेमणूक राज्य सरकारकडून होते. जिल्हा परिषदेच्या सर्व

विभागांवर तो देखरेख करतो. जिल्हा परिषदेचे सभासद आणि जिल्हा परिषदेची प्रशासनयंत्रणा यांना जोडणारा तो दुवा असतो. तो जिल्हा परिषदेच्या व राज्यसरकारच्या विकासयोजनांची अंमलबजावणी करतो.

सर्वसाधारण प्रशासन, अर्थ, बांधकाम, शेती, समाजकल्याण, शिक्षण, आरोग्य आणि पशुविकास व दुग्धशाळा असे जिल्हा परिषदेच्या प्रशासनाचे विविध विभाग असतात. राज्य सरकारने नेमलेले वरिष्ठ अधिकारी या विभागांचे प्रमुख म्हणून काम करतात. जिल्हा परिषदेच्या प्रशासनयंत्रणेतील कनिष्ठ सेवकांची नेमणूक जिल्हा परिषद करते.

जिल्हा परिषदेची कामे

मुख्य कार्ये : ग्रामीण भागातील जनतेस आवश्यक त्या सेवासुविधा पुरविणे व जिल्ह्याच्या विकासाच्या योजना आखून त्यांची अंमलबजावणी करणे.

शेतीच्या विकासासाठी शेतकऱ्यांना सुधारित बी-बियाणे पुरविणे, शेती कसण्याच्या नव्या पद्धतींची माहिती शेतकऱ्यांना देणे, लघुपाटबंधारे व पाझर तलाव बांधणे, कुरणे व चराऊ रानांची देखभाल करणे, गावोगावी शाळा उघडणे, प्रौढांना साक्षर करणे, वाचनालय चालविणे, गावोगावी प्राथमिक आरोग्यकेंद्रे व दवाखाने उघडणे, लसीकरण करणे, कुटुंबनियोजनाचा प्रचार करणे, रस्ते व पूल बांधणे, उद्योजकांना प्रोत्साहन देणे इ.

उत्पन्नाची साधने

पाणीपट्टी, यात्रा कर, बाजार कर, राज्य सरकारकडून जमीन महसुलाच्या प्रमाणात मिळणारे अनुदान इ.

▶ **पंचायत समिती**

पंचायत समितीत १२ ते २५ सभासद असतात. पंचायत समितीची स्थापना १९६१ च्या कायद्यातील कलम ५६ नुसार झाली. सर्वसाधारणपणे 20,000 लोकसंख्येसाठी मतदारसंघ असतो.

महाराष्ट्रात प्रत्येक तालुक्याच्या ठिकाणी 'पंचायत समिती' आहे. तालुक्यातील सर्व गावे हे तिचे कार्यक्षेत्र असते. त्या कार्यक्षेत्राला 'विकासगट' (ब्लॉक) म्हणतात. गटातील सर्व गावांच्या विकासकार्याचा मेळ घालण्याचे काम पंचायत समिती करते. गावपातळीवर असलेली ग्रामपंचायत व जिल्हापातळीवर असलेली जिल्हा परिषद या दोहोंमधील दुवा म्हणूनही पंचायत समिती कार्य करते.

पंचायत समितीची रचना

- ○ विकासगटातील मतदारांनी निवडून दिलेल्या प्रतिनिधींची मिळून पंचायत समिती बनते.
- ○ राखीव जागा – पंचायत समितीच्या काही जागा अनुसूचित जाती, अनुसूचित जमाती, नागरिकांचा मागासवर्ग व सर्व वर्गांतील स्त्रिया यांच्यासाठी राखीव असतात. स्त्रियांसाठी एकतृतीयांश जागा राखीव ठेवल्या होत्या. सध्या स्त्रियांसाठी ५० टक्के जागा राखीव आहेत.
- ○ पंचायत समितीची मुदत पाच वर्षांची असते.
- ○ सभापती व उपसभापती हे मुख्य राजकीय पदाधिकारी असतात. या दोघांची निवड पंचायत समितीतील निवडून आलेले सदस्य आपल्यामधून करतात. त्यांची मुदत पाच वर्षांची असते.
- ○ पंचायत समितीचा सभापती आपल्या कार्यक्षेत्रातील विकासाच्या सर्व कामांवर देखरेख करतो.

पंचायत समितीची प्रशासनयंत्रणा :

- ○ पंचायत समितीच्या प्रशासनयंत्रणेच्या प्रमुखाला 'गटविकास अधिकारी' म्हणतात. तो पंचायत समितीचा 'सचिव' म्हणून काम करते. संपूर्ण गटाच्या यंत्रणेचा तो प्रमुख असतो. त्याची नेमणूक राज्य सरकार करते.

○ पंचायत समितीच्या प्रशासनयंत्रणेची विभागणी सात भागांत करण्यात आली आहे. - प्रशासन, वित्त, सार्वजनिक बांधकाम, शेती, आरोग्य, शिक्षण व समाजकल्याण. प्रत्येक विभागासाठी एक अधिकारी असतो. प्रशासनाचे हे सर्व भाग गटविकास अधिकाऱ्याच्या देखरेखीखाली काम करतात.

पंचायत समिती (प्रशासन यंत्रणा)

१) सर्वसाधारण प्रशासन, २) सार्वजनिक बांधकाम, ३) वित्त विभाग, ४) शेती विभाग, ५) आरोग्य विभाग, ६) शिक्षण विभाग ७) समाजकल्याण विभाग.

पंचायत समितीची कामे

विकासगटातील लोकांच्या गरजा व मागण्या लक्षात घेऊन विकासाची योजना तयार करणे, पाझर तलावांच्या कामांना गती देणे, जलसिंचनाच्या सोई उपलब्ध करून देणे, पशुधनाचा विकास करणे, सार्वजनिक आरोग्याच्या व शिक्षणाच्या सोई ग्रामीण भागात पुरविणे, गावांना जोडणाऱ्या रस्त्यांची दुरुस्ती करणे, हस्तोद्योग व कुटिरोद्योगांच्या विकासाला चालना देणे, समाजकल्याणाच्या योजनांची अंमलबजावणी इ.

उत्पादनाची साधने

जिल्हा परिषदेच्या अधीन असलेल्या जिल्हा निधीतून मिळणारी काही रक्कम, राज्य सरकारकडूनही जमीन– महसूलाच्या प्रमाणात जिल्हा परिषदेतर्फे मिळणारी काही अनुदाने मिळतात. राज्यातील प्रत्येक पंचायत समितीला दरवर्षी काही ठरावीक रक्कमेचे अनुदान स्थानिक विकास योजनांसाठी दिले जाते.

▶ ### ग्रामपंचायत :

○ स्थापना तरतूद – मुंबई ग्रामपंचायत अधिनियम – १९५८.

○ गावाचा कारभार ग्रामपंचायत ही संस्था पाहते. ग्रामपंचायत हा पंचायत व्यवस्थेचा पाया आहे.

○ सहाशेपेक्षा जास्त लोकसंख्या असणाऱ्या गावात ग्रामपंचायत स्थापता येते.

○ जेथे लोकसंख्या सहाशेपेक्षा कमी आहे, अशा दोन वा अधिक गावांसाठी एकच ग्रामपंचायत असते, तिला 'गट पंचायत' म्हणतात.

○ ग्रामपंचायतीच्या सभासदांची म्हणजेच पंचांची निवड प्रौढ व गुप्त मतदानाद्वारे प्रत्यक्ष निवडणुकीने केली जाते.

○ ही निवड पाच वर्षांच्या मुदतीसाठी असते.

○ या निवडणुकीत उभे राहण्यासाठी उमेदवाराने वयाची एकवीस वर्षे पूर्ण करण्याची अट असते.

○ ग्रामपंचायतीत कमीत कमी सात व जास्तीत जास्त सतरा पंच असतात.

○ त्यांपैकी काही जागा अनुसूचित जाती, जमाती व स्त्रिया यांच्यासाठी राखीव असतात, तर काही जागा 'नागरिकांच्या मागासवर्गा'साठी राखीव असतात. राज्य सरकारने वेळोवेळी ज्या वर्गांना इतर मागासवर्ग, विमुक्त जाती व भटक्या जमाती म्हणून घोषित करते, त्यांचा अंतर्भाव नागरिकांचा मागासवर्ग या प्रकारात होतो.

○ स्त्रियांसाठी एकतृतीयांश जागा राखीव असतात.

सरपंच

○ ग्रामपंचायतीचा प्रमुख

ग्रामपंचायतीचे निवडून आलेले सभासद (पंच) आपल्यातून सरपंचाची व उपसरपंचाची निवड पाच वर्षांसाठी करतात.

- ० सरपंच ग्रामपंचायतीच्या सभांचे अध्यक्षपद भूषवतो. तो ग्रामपंचायतीच्या कामकाजावर देखरेख ठेवतो, आपल्या गावाच्या विकासयोजनांची तो अंमलबजावणी करतो.
- ० उपसरपंच सरपंचाला त्याच्या कामकाजात मदत करतो.

ग्रामसेवक :

- ० ग्रामपंचायतीच्या कामात मदत करण्यासाठी एक सरकारी सेवक असतो, त्यास 'ग्रामसेवक' म्हणतात.
- ० तो ग्रामपंचायीचा 'सचिव' म्हणून काम पाहतो.
- ० कामे – ग्रामपंचायतीचे दप्तर सांभाळणे, गावातील लोकांना आरोग्य, शेती, ग्रामविकास, शिक्षण इ. बाबत सल्ला देणे, ग्रामविकासाच्या वेगवेगळ्या शासकीय योजनांची माहिती लोकांना देणे.

ग्रामपंचायतीची कामे

गावात रस्ते बांधणे, रस्त्यांची दुरुस्ती करणे, दिवाबत्तीची सोय करणे, गावाचा बाजार, उत्सव, जत्रा, ऊरूस यांची व्यवस्था ठेवणे, गावातील जन्म – मृत्यू व विवाह यांची नोंद ठेवणे, सार्वजनिक स्वच्छता ठेवणे, सांडपाण्याची व्यवस्था करणे, लोकांना पिण्याच्या पाण्याचा पुरवठा करणे, शिक्षणविषयक तसेच आरोग्यविषयक सोई व सुविधा पुरविणे, शेतीविकासाच्या व पशुधन सुधारणेच्या योजना अमलात आणणे इ.

उत्पन्नाची साधने

ग्रामपंचायतीच्या हद्दीतील घरे व मोकळ्या जागा यांवरील कर, व्यवसाय कर, यात्रा कर, जनावरांच्या खरेदी-विक्रीवरचा कर, जमीन महसुलाच्या प्रमाणात राज्य सरकारकडून मिळणारे अनुदान, विकासासाठी जिल्हा– परिषदेकडून मिळणारे अनुदान इ.

ग्रामसभा

- ० गावातील अठरा वर्षांवरील सर्व स्त्री – पुरुषांची मिळून ग्रामसभा होते.
- ० हेतू – गावातील लोकांना प्रत्यक्ष सहभागातून व परस्पर सहकार्यातून आपला विकास साधता यावा.
- ० ग्रामसभेची बैठक वर्षातून सहा वेळा होते.
- ० ग्रामसभेपुढे गावाचे त्या वर्षाचे अंदाजपत्रक व गावाच्या विकासाच्या सर्व योजना विचारासाठी व मंजुरीसाठी ठेवण्यात येतात. त्यासंबंधी लोकांनी विचारलेल्या प्रश्नांना सरपंच व इतर पंच उत्तर देतात. लोकांचे विविध प्रश्न व अडचणी यांवरही चर्चा होते.

▶ **महाराष्ट्रातील पंचायत राज्याची वैशिष्ट्ये :**

महाराष्ट्रात सध्या एकूण ३५ जिल्हे आहेत. त्यापैकी ३३ जिल्ह्यांत जिल्हापरिषदा आहेत. बृहन्मुंबई आणि मुंबई उपनगर या दोन जिल्ह्यांसाठी जिल्हापरिषद अस्तित्वात नाही. जिल्हा परिषद ही जिल्ह्याच्या मुख्य ठिकाणी असते. परंतु ती जिल्ह्याच्या ग्रामीण भागाच्या विकासाकरिता कार्य करते. पंचायतराज्याची उद्दिष्टे पुढीलप्रमाणे आहेत.

१) सर्वसमावेशक ग्रामीण विकास कार्यक्रमांची अंमलबजावणी करणे.

२) लोकांच्या सहकार्याने ग्रामीण भागाचा सामाजिक व आर्थिक विकास जलदगतीने करणे.

३) शेती उत्पन्न वाढीवर विशेष लक्ष देणे.

४) जिल्ह्याला पंचायतराज्याचे प्रादेशिक कार्यक्षेत्र समजून त्या ठिकाणी पंचायत राज्याची यंत्रणा कार्यक्षमपणे राबविणे.

५) नैसर्गिक साधनसंपत्ती, मनुष्यबळ आणि तंत्रज्ञानाचा पुरेपूर वापर करणे.

६) ग्रामीण विकासकार्यक्रम लोकाभिमुख करणे आणि त्यातून लोकसहभाग वाढविणे.

७) स्थानिक पातळीवर लघु व कुटीर उद्योगांचा विकास करणे.

८) जनतेची व लोकप्रतिनिधीची कर्तव्ये व जबाबदाऱ्या निश्चित करणे.

९) लोकशाही विकेंद्रीकरणावर भर देणे.

१०) स्थानिक पातळीवरील शासकीय, निमशासकीय व खाजगी संस्थांच्या अधिकाऱ्यांची कार्यक्षमता वाढविण्यासाठी प्रशिक्षण कार्यक्रम राबविणे व त्यांना प्रोत्साहन देणे.

१ मे १९६० रोजी महाराष्ट्राची स्थापना झाल्यानंतर महाराष्ट्रात पंचायतराज्याची अंमलबजावणी करण्यासाठी तत्कालीन महसूलमंत्री वसंतराव नाईक यांच्या अध्यक्षतेखाली लोकशाही विकेंद्रीकरण समिती नेमली. १९६१ साली वसंतराव नाईक समितीने महाराष्ट्र शासनाला अहवाल दिला. शासनाने त्याचा स्वीकार करून १९६१ साली 'महाराष्ट्र जिल्हा परिषद व पंचायत समिती अधिनियम' मंजूर केला. १ मे १९६२ पासून त्याची अंमलबजावणी सुरू केली. १९५७ साली बलवंतराय मेहता समितीने पंचायतराज्य व्यवस्थेचे तीन स्तर सांगितले होते. परंतु त्रिस्तरीय पंचायतराज्य व्यवस्थेत पंचायतसमितीला जिल्हापरिषदेपेक्षा जादा अधिकार दिले होते त्यांनी त्याचे योग्य समर्थनही केले होते. महाराष्ट्रात पंचायतराज्य व्यवस्थेची अंमलबजावणी करताना वसंतराव नाइकांनी बलवंतराय मेहता शिफारसीनुसार तीन स्तर निश्चित केले परंतु पंचायतसमितीला विकासाचा गट न करता जिल्हापरिषदेला ते स्थान दिले आणि जिल्हापरिषदेत योग्य प्रकारचा प्रशासकीय समन्वय राहण्यासाठी 'मुख्य कार्यकारी अधिकारी' हे पद निर्माण केले व त्याची अंमलबजावणी केली.

▶ **महाराष्ट्रातील पंचायतराज्यांची उद्दिष्टे :**

१) **जिल्हापरिषदेला अग्रक्रम दिला :** गाव पातळीवर ग्रामपंचायत, तालुका पातळीवर पंचायतसमिती व जिल्हा पातळीवर जिल्हा परिषद स्थापन करून जिल्हापरिषदेचे स्वतंत्र व महत्त्वाचे स्थान निर्माण केले. ग्रामीण विकासाच्या विविध शासकीय योजनांची अंमलबजावणी जिल्हापरिषदेमार्फत होते.

२) **प्रत्यक्ष निवडणुकीचा स्वीकार :** महाराष्ट्रात जिल्हापरिषदेचे सभासद हे प्रत्यक्ष निवडणूक पद्धतीने निवडले जातात. जिल्हापरिषदेचा मतदारसंघ हा सर्वसाधारणपणे ३५००० लोकसंख्येचा असतो. तर पंचायत समितीचा एक मतदारसंघ १७,५०० लोकसंख्येचा असतो. ग्रामपंचायतीमध्येही प्रत्यक्ष मतदान पद्धतीने विविध प्रभागातून लोकप्रतिनिधी निवडले जातात.

३) **आमदार व खासदारांना स्थान दिलेले नाही :** पंचायतराज्यातील प्रत्येक मतदारसंघात स्वतंत्र नेतृत्व– निर्मिती व्हावी हा त्यामागचा हेतू आहे. तेथील आमदार व खासदारांना पंचायतराज्यात स्थान दिले असते तर तेथे कधीही स्वतंत्र व नवनेतृत्व आले नसते. किंबहुना इतरांना नेतृत्व करण्याची संधी आमदार, खासदारांनी दिलीच नसती.

४) **राखीव मतदार संघाची निर्मिती :** महाराष्ट्र शासनाने ठरविलेल्या धोरणानुसार अनुसूचित जाती, जमाती, नागरिकच मागासवर्ग यांच्या लोकसंख्येच्या प्रमाणानुसार राखीव व फिरते मतदारसंघ निर्माण केलेले आहेत. तसेच ७३ व्या घटनादुरुस्तीनुसार महिलांसाठी ३३ टक्के राखीव जागा तर २०११ पासून ५० टक्के राखीव जागा आणि फिरते मतदारसंघ ठेवले आहेत.

५) **निर्वाचित सभासदांकडून पदाधिकाऱ्यांची निवड होते :** जिल्हापरिषद अध्यक्ष, उपाध्यक्ष, पंचायतसमिती सभापती, उपसभापती तसेच ग्रामपंचायतीचे सरपंच, उपसरपंच त्याचबरोबर विविध

समित्यांचे पदाधिकारी संबंधित संस्थेच्या सभासदाकडूनच निवडले जातात.

६) **स्थायी व विषय समित्यांच्या पदाधिकाऱ्यांचे अधिकार :** जिल्हापरिषदेच्या स्थायी व विषय समित्यांच्या पदाधिकाऱ्यांचे अधिकार महाराष्ट्रातील पंचायतराज्य व्यवस्थेत कायद्याने स्वतंत्रपणे ठरवून दिलेले आहेत.

७) **राज्य निवडणूक आयोग :** ७३ व्या घटनादुरुस्तीनुसार पंचायतराज्य संस्थाच्या सर्व निवडणुका घेण्याची जबाबदारी राज्य निवडणूक आयोगाला दिली आहे. त्यानुसार या आयोगाला निष्पक्षपातीपणे पंचायतराज्याच्या निवडणुकांचे आयोजन करावे लागते.

८) **राज्य वित्त आयोग :** ७३ व्या घटनादुरुस्तीनुसार राज्य वित्तआयोगाची स्थापना केली आहे. त्यामुळे वित्तआयोगाला राज्यशासन आणि पंचायतराज्यातील विविध संस्था यांच्यात चांगला आर्थिक समन्वय निर्माण करून योग्य प्रमाणात उत्पन्नाचे वितरण करणे आता शक्य झाले आहे.

▶ **भारतातील व महाराष्ट्रातील पंचायतराज्याचा विकास :**

भारतातील विकास :

शासनाने स्वातंत्र्यानंतरच्याकाळात देशाचा ग्रामीण विकास करण्यासाठी काही ठोस कार्यक्रम सुरू केले. त्यात १९५२ साली सुरू केलेला समाज विकास कार्यक्रम आणि १९५३ साली सुरू केलेला राष्ट्रीय विस्तार स्तर यांचा समावेश होतो. या कार्यक्रमांची अंमलबजावणी करताना शासकीय यंत्रणा उदासीन राहिली व जनतेबरोबर योग्य प्रकारचे संसूचन झाले नाही. शासनाला या कार्यक्रमाची प्रभावीपणे अंमलबजावणी करता आली नाही. म्हणून त्यांच्या अधिक तपशिलात जाऊन ग्रामीण विकासाचा अभ्यास करण्यासाठी केंद्र शासनाने पुढील अभ्यासगट, समित्या स्थापन केल्या व घटनात्मक तरतुदी सुद्धा केल्या.

समिती / घटनात्मक तरतूद	प्रमुख शिफारशी
१) बलवंतराय मेहता समिती (स्थापना- १९५७) (समितीने १९५८ साली केंद्र शासनाला अहवाल दिला व १९५९ साली या समितीच्या शिफारशी स्वीकारल्या त्यानुसार देशात २ ऑक्टोबर १९५९ या दिवशी राजस्थानने पहिल्याप्रथम पंचायतराज्य स्वीकारले)	१) त्रिस्तरीय रचना सांगितली. (गावपातळीवर ग्रामपंचायत, तालुकापातळीवर पंचायत समिती आणि जिल्हापातळीवर जिल्हा परिषद) २) पंचायत समितीला आटोपशीर विकासगट करावे, जमीन महसूल गोळा करणे व अंदाजपत्रक तयार करण्याचे अधिकार पंचायत समितीला द्यावेत. ३) जिल्हापरिषद ही विकासगटाला सल्ला आणि मार्गदर्शन करण्याचे काम करील.
२) अशोक मेहता समिती (१९७७) (आत्तापर्यंतच्या पंचायतराज्याचे मूल्यमापन करण्यासाठी केंद्रशासनाने अशोक मेहता यांच्या अध्यक्षतेखाली समिती नेमली)	१) मंडल पंचायत (ग्रामपंचायत आणि पंचायत समिती एकत्रित आणून) आणि जिल्हापरिषद या पंचायत राज्याच्या दोन स्तरांची निर्मिती करावी. २) जिल्हा आर्थिक नियोजनाचे कार्य जिल्हापरिषदेकडे द्यावे. ३) स्वतंत्र न्यायपंचायत असण्याची तरतूद केली.

समिती / घटनात्मक तरतूद	प्रमुख शिफारशी
३) जी. व्ही. के. राव समिती (१९८५) या समितीने १९८६ साली आपला अहवाल सादर केला.	जिल्हापरिषदेला मध्यवर्ती स्थान प्राप्त करून द्यावे व चारस्तरीय पंचायतराज्याची व्यवस्था सुचविली.
४) एल.एम. सिंघवी समिती (१९८७) लोकशाही आणि विकास यांचा अभ्यास करण्यासाठी ही समिती नेमली होती.	प्रामुख्याने पंचायतराज्य संस्थांना घटनात्मक मान्यता देण्यात यावी यासाठी या समितीने काही महत्त्वाच्या शिफारसी केल्या.
५) पी. के. थुंगन समिती (१९८८)	शासनाने पंचायतराज्य विकासासंदर्भात शिफारसी करण्यासाठी ही एक सल्लागार समिती नेमली होती.
६) ७३ वी घटनादुरुस्ती (१९९२ साली ही घटनादुरुस्ती झाली आणि त्यानुसार १९९३ साली पंचायत राज्य अधिनियम झाला. पंचायतराज्याला त्यामुळे घटनात्मक दर्जा प्राप्त झाला.)	या प्रकरणाच्या सुरुवातीला या घटनादुरुस्तीच्या प्रमुख शिफारसी दिल्या आहेत.

महाराष्ट्रातील पंचायतराज्याचा विकास :

१ मे १९६२ पासून महाराष्ट्रात पंचायत राज्याची मुहूर्तमेढ रोवली. त्यासाठी वसंतराव नाईक समितीच्या शिफारसीचा अभ्यास करावा लागतो. आत्तापर्यंत महाराष्ट्रातील पंचायतराज्याच्या कामाचे मूल्यमापन करण्यासाठी विविध समित्या नेमल्या. त्यांनी केलेल्या काही महत्त्वाच्या शिफारसी महाराष्ट्र शासनाने लागू केलेल्या आहेत. या ठिकाणी त्याचा आढावा घेतला आहे.

समिती	प्रमुख शिफारसी
१) वसंतराव नाईक समिती- १९६० (महाराष्ट्रात पंचायतराज्य सुरू करणे हा प्रमुख उद्देश)	१) महाराष्ट्र पंचायतराज्य व्यवस्थेत बलवंतराव मेहता यांनी सुचविलेले तीन स्तर असावेत असे नाईक समितीने सुचविले परंतु विकासाचा गट म्हणून पंचायत समितीऐवजी जिल्हा परिषदेला महत्त्व द्यावे अशी प्रमुख शिफारस केली. २) तालुका पातळीवरील पंचायत समिती ही जिल्हापरिषदेला विकास कामात मदत करील. ३) आमदार, खासदारांना जिल्हा परिषदेत कोणतेही स्थान देऊ नये. ४) जिल्हा परिषदेच्या अंतर्गत कारभारात जिल्हाधिकाऱ्याला कोणताही हस्तक्षेप करता येणार नाही. ५) प्रत्येक ग्रामपंचायतीमध्ये एक ग्रामसेवक असावा.

समिती	प्रमुख शिफारसी
	६) जिल्हा परिषदेत मुख्य कार्यकारी अधिकारी हे पद निर्माण करून तेथे आय.ए.एस. अधिकारी नेमावा. ७) जिल्हा परिषदेच्या कामकाजासाठी समिती व्यवस्था असावी. ८) पंचायत समितीचा प्रशासकीय अधिकारी म्हणून गटविकास अधिकारी नेमावा. ९) १ मे १९६२ पासून महाराष्ट्रात पंचायतराज्य सुरू झाले. पंचायतराज्याची अंमलबजावणी करणारे महाराष्ट्र हे देशातील ११ वे राज्य ठरले. त्याचे मुख्य श्रेय वसंतराव नाईक समितीला द्यावे लागते.
२) ल. ना. बोंगिरवार समिती (१९७०) (आत्तापर्यंतच्या पंचायत राज्याच्या कार्याचे मूल्यमापन करण्यासाठी या समितीची स्थापना केली. यालाच पुनर्विलोकन-समिती म्हटले जाते. या समितीने एकूण २०२ शिफारसी केल्या.)	१) पंचायत राज्यात प्रत्यक्ष निवडणुकांवर जादा भर द्यावा. २) जिल्हा परिषदेच्या मुख्य कार्यकारी अधिकाऱ्याला जि. प. सभासदत्व द्यावे व जिल्हा नियोजन समितीचे प्रमुखपद द्यावे. ३) ५० टक्के पं. स. गटविकास अधिकाऱ्याच्या जागा ह्या महाराष्ट्र लोकसेवा आयोगाकडून भराव्यात. ४) एखादी ग्रामपंचायतीची लोकसंख्या १०,००० पेक्षा जास्त झाली तर तेथे नगरपरिषद स्थापन करावी. ५) जिल्हा परिषदेत दुग्धविकास व पशुसंवर्धन या समित्यांची स्थापना करावी.
३) बाबूराव काळे समिती (१९८०) (तत्कालीन महाराष्ट्र राज्य ग्रामविकास खात्याचे मंत्री बाबूराव काळे यांच्या अध्यक्षतेखाली पंचायत राज्य संस्थांचे मूल्यमापन करण्यासाठी एक उपसमिती नेमली.)	१) आर्थिक स्वरूपाच्या काही शिफारसी केल्या. २) ग्रामीण पुनर्रचना करण्यावर भर दिला.
४) प्राचार्य पी. बी. पाटील समिती (१९८४) (महाराष्ट्रातील पंचायत राज्यातील कार्याचे पुनर्विलोकन करणे आणि ग्रामपंचायतीच्या प्रशासनात सुधारणा करण्यासाठी शिफारसी करणे यासाठी १९८४ साली समिती नेमली. १९८६ साली समितीने आपला अहवाल महाराष्ट्र शासनाला दिला)	१) ग्रामपंचायत अधिनियम – १९५८ व महाराष्ट्र जिल्हा परिषद व पंचायत समिती अधिनियम – १९६१ यांचे एकत्रीकरण करावे. २) लोकसंख्येच्या आधारावर ग्रामपंचायतीचे अ, ब, क, ड असे वर्गीकरण करावे. ३) जिल्हा परिषदेत निर्वाचित सभासदसंख्या ४० पेक्षा कमी आणि ७५ पेक्षा जास्त असू नये. ४) जिल्हा नियोजन मंडळावर आमदार व खासदार असावेत. नियोजनात ग्रामसभेच्या निर्णयाचा विचार करावा.

समिती	प्रमुख शिफारसी
	५) आर्थिक विकेंद्रीकरणावर भर द्यावा आणि शेतीपूरक उद्योग, लघुउद्योग ग्रामीण भागात आणावेत.
५) अरुण बोंगिरवार समिती (स्थापना – 2000)	जिल्हापरिषदेकडे हस्तांतरण करण्यात येणाऱ्या विविध योजनांचा विचार करणे.

त्यानंतरही महाराष्ट्र शासनाने भूषण गगराणी व सादिक अली या समित्या नेमल्या होत्या. भूषण गगराणी समितीने ग्रामपंचायतीमध्ये आर्थिक स्वायत्तेवर भर द्यावा असे सांगितले तर ग्रामसभेला वैधानिक दर्जा मिळाला पाहिजे असे मत सादिक अली समितीने मांडले होते.

▶ ७३ व्या घटनादुरुस्तीची महत्त्वाची वैशिष्ट्ये :

स्वातंत्र्य मिळाल्यानंतरही बऱ्याच वर्षापर्यंत ग्रामविकासाच्या प्रक्रियेला पाहिजे तेवढा वेग येत नव्हता त्यांची कारणे शोधून प्रभावीपणे अंमलबजावणी करण्यासाठी १९५७ पासून १९८६ पर्यंत त्यासाठी विविध समित्या व अभ्यासगट नेमलेले होते. त्यांनी काही महत्त्वाच्या शिफारसी केल्या परंतु त्याची कार्यक्षमपणे अंमलबजावणी मात्र होत नव्हती. राजीव गांधी भारताचे पंतप्रधान झाल्यानंतर त्यांनी लोकशाही विकेंद्रीकरणाला प्राधान्य दिले. त्यानंतर पी. व्ही. नरसिंहराव भारताचे पंतप्रधान झाले. त्यांनी सत्तेचे विकेंद्रीकरण करण्यासाठी आणि पंचायतराज्य व्यवस्थेला घटनात्मक दर्जा देण्यासाठी २२ डिसेंबर १९९२ यादिवशी लोकसभेत पंचायत राज्यविधेयक मांडले ते राज्यसभेत २३ डिसेंबर १९९२ रोजी मंजूर झाले. राष्ट्रपर्तींनी पंचायतराज्य या विधेयकास २० एप्रिल १९९३ रोजी संमतिदर्शक सही केली. राज्यघटनेतील २४३ व्या कलमात पंचायत राज्य कायद्याची तरतूद करून राज्यघटनेत ११ वे परिशिष्ट समाविष्ट केले.

महत्त्वाची वैशिष्ट्ये :

१) पंचायत राज्य व्यवस्थेला घटनात्मक दर्जा मिळाला.

२) संपूर्ण भारतात पंचायतराज्य व्यवस्थेमध्ये एकसूत्रता आणून तिचे स्वरूप त्रिस्तरीय केले.

३) निवडणुका घेण्यासाठी स्वतंत्र यंत्रणा स्थापन केली. त्यासाठी राज्यनिवडणूक आयोगाची स्थापना केली.

४) पंचायतराज्य संस्थांचे आर्थिक हितसंबंध जोपासण्यासाठी राज्य वित्त आयोगाची स्थापना केली तसेच लेखा व लेखापरीक्षणाची तरतूद केली.

५) पंचायतराज्य संस्थांचा कालावधी पाच वर्षांचा निश्चित करण्यात आला. जर एखादी पंचायतराज्य संस्था– राज्यशासनाने मुदतीपूर्वी बरखास्त केली तर सहा महिन्यांच्या आत पुन्हा निवडणुका घेण्याची तरतूद केली.

६) पंचायतराज्य व्यवस्थेत महिलांसाठी १/३ राखीव जागा आणि अनुसुचित जाती-जमातींना लोकसंख्येच्या प्रमाणात राखीव जागा ठेवल्या तसेच आळीपाळीने सर्व जागांना आरक्षण ठेवले. नागरिकांच्या मागासप्रवर्गासाठी २७ टक्के राखीव जागा ठेवल्या.

७) राज्याच्या कायदेमंडळाने कायदा करून पंचायतराज्य संस्थांना आवश्यक असे अधिकार देण्यासंबंधी तरतुदी केल्या.

८) निवडणूक अपात्रतेसंबंधी कायद्याद्वारे एखाद्या व्यक्तीला निवडणुकीसाठी अपात्र म्हणून घोषित केले असल्यास त्यांना पंचायत राज्याच्या निवडणुकांमध्ये भाग घेता येणार नाही याप्रकारच्या ठळक तरतुदी केल्या.

९) राज्यविधिमंडळाला कर आकारणी व वसुलीसंबंधित अधिकार दिले.

१०) राज्यघटनेत ११ वे परिशिष्ट समाविष्ट करून त्यात पंचायत राज्याकडे एकूण २९ विषयांची यादी निश्चित केली.

▶ **पंचायत राज्याचा कार्याचा व स्थितीचा आढावा**

१ मे १९६२ पासून महाराष्ट्रात पंचायतराज्याची मुहूर्तमेढ रोवली आणि ग्रामीण जीवनाचा कायापालट करण्याच्या भरीव अशा कार्याला सुरुवात झाली. त्यानुसार कार्याचे वेळोवेळी विविध समित्या नेमून मूल्यमापन केले गेले. परंतु कार्यक्षमता व विकासाच्या बाबतीत अनेक प्रश्न निर्माण झाले होते. १९९३ साली ७३ व्या घटनादुरुस्तीने आलेल्या सुधारित पंचायतराज्यामुळे प्रामुख्याने विकासाच्या प्रशासनाकडे विशेष लक्ष देण्यात आले. खरे लोकशाही विकेंद्रीकरण व्हावे म्हणून प्रयत्न झाले परंतु राज्यशासनाकडून पंचायत राज्यांना त्यांचे कामकाज सुरळीत होण्यासाठी पुरेसे अर्थसहाय्य दिले जात नसल्याचे जाणवते.

महाराष्ट्रातील पंचायतराज्य कार्यक्षम करण्यासाठी शासनाकडून निश्चितच चांगले प्रयत्न झाले. प्रामुख्याने राज्याने माहितीचा अधिकार लोकांना दिला. त्यामुळे स्थानिक प्रशासनातील गोपनीयता दूर होऊन त्यात पारदर्शकता आली आहे. स्थानिक स्वराज्य संस्थेत महिलांची टक्केवारी मोठ्या प्रमाणात वाढल्यामुळे महिला राजकारणाकडे सकारात्मक दृष्टीने पाहत असल्याचे दिसते. ग्रामविकासाचे, ग्रामस्वच्छतेचे अनेक प्रश्न महिला पदाधिकाऱ्यांनी पुरुष पदाधिकाऱ्यांपेक्षा अधिक कार्यक्षमतेने सोडविले आहेत.

महाराष्ट्रातील विकासाचे प्रशासन लक्षात घेताना पंचायत राज्याची विकास प्रशासनातील भूमिका महत्त्वाची ठरते. केंद्र व राज्यशासनाच्या अनेक विकास योजनांची अंमलबजावणी करण्यासाठी जिल्हापरिषद, पंचायतसमिति आणि ग्रामपंचायतीने प्रामाणिक प्रयत्न केलेले एका बाजूला दिसतात. आणि पंचायतराज्यातील राजकीय पदाधिकारी व प्रशासनातील अधिकारी यांच्यातील संघर्षामुळे संपूर्ण मंजूर निधीचा खर्च झाला नाही हेसुद्धा दुसऱ्या बाजूला दिसते. त्याचबरोबर पंचायत राज्यातील सत्ता ही कागदोपत्री प्रस्थापितांकडून विस्थापितांकडे गेल्याचे दिसते. अनुसूचित जाती, जमाती, मागासवर्ग, महिला या घटकांकडे सत्ता आलेली दिसते. परंतु प्रत्यक्षात निर्णयप्रक्रियेत त्यांचा सहभाग कमी असल्याचे दिसते.

महाराष्ट्र शासनाने गावातील पिण्याच्या पाण्याचे साठे वाढावेत आणि उपलब्ध पाणीसाठ्याचे योग्य वितरण व्हावे म्हणून महत्त्वाचे अधिकार ग्रामसभेला दिलेले आहेत. त्यानुसार त्याचा आढावा घेतला जातो. परंतु ग्रामसभेच्या बैठकीला ग्रामस्थांची कमी उपस्थिती हा चिंतेचा विषय बनत चालला आहे. लोकसहभाग वाढविण्यासाठी शासनाला आणखी वाव आहे. त्यासाठी यशवंत ग्रामसमृद्धी योजनेसारखे लोकसहभागाचे अनेक कार्यक्रम महाराष्ट्र शासनाने सुरु करायला हरकत नाही. स्थानिक पातळीवरील लोकांच्या इच्छा, अपेक्षा राज्यशासनाकडे पोहोचवण्याचे कार्य पंचायत राज्यातील संस्था करतात त्यानुसार राज्यशासन विविध विकासयोजना, धोरणे, कार्यक्रम तयार करते. ग्रामीण जनता व राज्यसरकार यांतील मध्यस्थ म्हणून पंचायतराज्याची भूमिका येथूनपुढे महत्त्वाची ठरणार आहे.

▶ **पंचायत राज्याची अंमलबजावणी करताना येणाऱ्या अडचणी :**

७३ व्या व ७४ व्या घटनादुरुस्तीनंतर पंचायत राज्याला घटनात्मक स्थान मिळाले हे जरी खरे असले

तरी त्यांची अंमलबजावणी करताना त्यात पुढील काही उणिवा दिसतात.

१) **लोकप्रतिनिधी व प्रशासकीय अधिकाऱ्यांमधील संघर्ष :** या क्षेत्रात विकास कार्यक्रम चांगले राबवायचे असतील तर लोकप्रतिनिधी व प्रशासकीय अधिकारी यांच्यात समन्वय असायला हवा. विशेत: महिला मोठ्या प्रमाणात लोकप्रतिनिधी म्हणून पुढे आल्यानंतर त्यांचे नेतृत्व परिपक्व नसल्याचे प्रशासकीय अधिकाऱ्यांना वाटते. त्यामुळे प्रशासकीय अधिकारी अनेकवेळा महिला पदाधिकाऱ्यांना कमी समजतात व आपले वर्चस्व निर्माण करण्याच प्रयत्न करतात. या वादामुळे अनेकदा विकासकार्यक्रमाची चांगल्याप्रकारे अंमलबजावणी झाली नसल्याचे दिसते.

२) **लोकसहभाग कमी होत असल्याची खंत :** शासनाकडून अल्पभूधारक, शेतमजूर, बेघर, बेरोजगार, निराधार, महिला, वृद्ध इत्यादींसाठी विविध विकासयोजना राबविल्या जातात. याबद्दल लोकांना माहिती देण्यासाठी शासनही फारसे आग्रही दिसत नाही. समाजातील काही श्रीमंत लोकांनाच विविध योजनांबद्दल माहिती असल्याचे दिसते आणि ज्यांना माहिती आहे ते लोकही फायदा घेण्यासाठी संबंधित व्यक्तींना भेटत नाहीत. सर्वसामान्य लोक तर त्याच्या जवळपासही पोहचत नाहीत त्यामुळे आपल्या परिसरात होणाऱ्या विकासकार्यक्रमाकडे नागरिक दुर्लक्ष करतात आणि आपला त्याचा काहीही संबंध नाही असे दाखवितात.

३) **राजकीय पक्षांचा हस्तक्षेप :** स्थानिक स्वराज्य संस्था ह्या लोकशाहीच्या पाठशाळा आहेत असे म्हटले जाते. पंचायत राज्यामुळे स्थानिक भागातील प्रश्नांची माहिती असणारे नेतृत्व पुढे यावे असा एक उद्देश होता परंतु केंद्र व राज्यपातळीवरील विविध राजकीयपक्षातील नेत्यांची आपल्या पक्षांची सत्ता पंचायत राज्यात यावी म्हणून राजकारण सुरू केले. त्यामुळे पंचायतराज्य संस्था राजकारणाचे अड्डे झाल्याची लोकभावना तयार होण्यास मदत झाली आहे.

४) **लोकशाही मूल्यांची मोडतोड :** पंचायत राज्याच्या निवडणुकांच्या राजकारणामुळे धर्म, जात, वर्ग, गट यामध्ये नागरिकांची मोठ्या प्रमाणात विभागणी झालेली दिसते. लोकशाही मूल्यांचा विविध राजकीय पक्षांतील नेत्याप्रमाणेच ग्रामस्थांनासुद्धा विसर पडल्याचे आज दिसते. पंचायत राज्यातील निवडणुकांमध्ये निवडून येणे, सत्ता काबीज करून आपल्या स्वार्थाची कामे करणे, भ्रष्टाचारी व्यक्तीला नातेवाइकांना कामे देण्याच्या पद्धतीमुळे आणि सर्वसामान्य जनतेला फक्त मतदानापुरते वापरणे यासारख्या घटना सतत घडल्याने लोकशाही मूल्याची मोडतोड झाल्याचे दिसते.

५) **जबाबदारी टाळण्याच्या वृत्तीत वाढ :** ग्रामविकास व शहरविकास विविध योजनांच्या अंमलबजावणीची जबाबदारी प्रामुख्याने लोकप्रतिनिधी व शासकीय अधिकाऱ्यांवर टाकलेली आहे. परंतु योजना यशस्वी झाली तर त्याचे श्रेय घेण्यासाठी दोन्ही घटक आघाडीवर असतात. मात्र विकासयोजना अंमलबजावणीत अपयश आले तर एक-दुसऱ्याला दोष दिले जात आहेत. त्यामुळे लोकप्रतिनिधी व शासकीय अधिकारी आपल्या जबाबदाऱ्या टाळत असल्याचे आज दिसते.

६) **अपरिपक्व, दोषपूर्ण नेतृत्व :** पंचायतराज्य संस्थांमध्ये स्थानिक प्रश्नांची जाण असणारे तरुण, परिपक्व, अभ्यासू नेतृत्व निर्माण केले जावे ही अपेक्षा होती परंतु आज या विविध संस्थांमध्ये बऱ्याच ठिकाणी अकार्यक्षम, अपरिपक्व, गुंड प्रवृत्तीचे नेतृत्व पुढे आलेले दिसते. ग्रामविकास आणि शहरविकासाची त्यांना काहीही देणेघेणे नसते. या प्रकारची स्थानिक पार्श्वभूमीच निर्माण झाल्यामुळे पंचायतराज्यात अपेक्षित विकास झालेला दिसत नाही.

७) **विकास योजनांचा फायदा घेणाऱ्यांमध्ये चुकीच्या लाभार्थींची निवड :** स्थानिक परिसरातील सर्वसामान्य समाजघटकांतील लोकांच्या जीवनात कायापालट व्हावा म्हणून शासनाने विविध विकास कार्यक्रम राबविले. या दृष्टिकोनातून पंचायतराज्य योजनाअंतर्गत गरीबांसाठी काही योजना तयार केल्या परंतु त्या योजनांचा जास्तीत जास्त फायदा श्रीमंत लोकांनीच घेतल्याचे दिसून येते.

८) **स्थानिक पातळीवरील पंचायतराज्य संस्था, इतर स्वयंसेवी संस्था, संघटना व मंडळे यांच्यातील परस्पर सहकार्याचा अभाव :** समाजातील विविध स्वयंसेवी संघटना, संस्था, महिला व युवक मंडळे हे कार्य करताना पंचायतराज्यातील विविध संस्थांबरोबर चर्चा करून विशिष्ट धोरणे ठरवीत नाहीत. त्यामुळे एकसारखे काम अनेकवेळा होते. दोघांत परस्पर सहकार्य नसल्यामुळे, सल्लामसलत होत नसल्यामुळे विकासाच्या विविध मुद्द्यांकडे दुर्लक्ष होताना दिसते.

▶ **पंचायतराज्य प्रभावी करण्यासाठी उपाययोजना :**

१) सर्वांगीण विकासाच्या निर्णयप्रक्रियेत जास्तीतजास्त लोकांना सहभागी करून निर्णय घ्यावेत.

२) पंचायतराज्याच्या विविध संस्थातील अनेक पदे एकाच व्यक्तीने अनेकदा भूषवू नयेत. इतरांना संधी देण्यामुळे नवनेतृत्व निर्माण होऊन विकासाला गती मिळेल.

३) ग्रामपंचायत किंवा नगरपालिका ह्या राजकारणाचे अड्डे नसून विकासाचे प्रशासन करणाऱ्या मूलभूत संस्था आहेत अशी भावना नागरिकांमध्ये निर्माण करावी.

४) सध्या पंचायतराज्यात महिलांचे नेतृत्व प्रभावी नसेलही परंतु ते पुरुष नेतृत्वाप्रमाणे प्रभावी आणि प्रस्थापित होण्यासाठी प्रयत्न करायला हवेत.

५) पंचायतराज्यातील संस्थांनी कोणताही भेदभाव न करता कार्यक्षेत्रातील प्रत्येक व्यक्तीला सुरक्षा व न्याय देण्याच्या दृष्टिकोनातून कार्य करायला हवे.

६) पंचायतराज्यातील संस्थांनी शेती उत्पन्न वाढीवर भर देऊन विविध विकास योजना तयार कराव्यात.

७) गावांची विकास योजना तयार करताना त्यासाठी एक 'विकास योजना समिती' स्थापन करावी. त्या समितीत राजकीय पदाधिकाऱ्यांबरोबर तेथील सामाजिक कार्यकर्ते, पोलीस पाटील, ग्रामसेवक, तलाठी, गुरांचे डॉक्टर, परिचारिका, जिल्हा बँकेचे अधिकारी, प्राथमिक व माध्यमिक शाळांचे मुख्याध्यापक, गाव व तहसील शांततासमितीचे सदस्य, हवालदार यांचा समावेश असावा आणि त्या सर्वांनी मिळून सर्वसमावेशक स्थानिक गरज लक्षात घेऊन विकासयोजना तयार करावी.

८) प्राथमिक शिक्षणावर भर द्यावा. ते देण्यासाठी आधुनिक तंत्रज्ञानाचा जास्तीत जास्त वापर करावा.

९) पंचायतराज्यातील संस्थांनी स्वत:च्या पातळीवर निधी उभा करावा. निधीसाठी नेहमी शासनावर अवलंबून राहू नये.

१०) आधुनिक तंत्रज्ञान, व्यवस्थापनशास्त्र, विविध क्षेत्रातील प्रगतज्ञान इत्यादी पुरोगामी दृष्टिकोन समोर ठेवून प्रभावीपणे सामाजिक व आर्थिक बदल घडवून आणण्याचा प्रयत्न करावा.

११) पंचायतराज्यातील संस्थांबाबत बरेचसे महत्त्वपूर्ण निर्णय राज्यपातळीवर घेतले जातात. तसे एकतर्फी निर्णय न घेता त्या निर्णयांचे विकेंद्रीकरण करावे.

१२) पंचायतराज्याच्या संदर्भात वित्तआयोगाच्या अहवालावर विधिमंडळात सखोल चर्चा व्हावी व त्याची योग्यप्रकारे अंमलबजावणी करावी.

● शहरी शासनव्यवस्था

७४ वी घटनादुरुस्ती, महानगरपालिका – रचना, अधिकार व कार्ये, नगरपालिका – रचना, अधिकार व कार्ये, छावणीमंडळे (कटक मंडळे) – रचना, अधिकार व कार्ये, ७४ व्या घटनादुरुस्तीची महत्त्वाची वैशिष्ट्ये आणि अंमलबजावणीतील समस्या.

▶ ७४ वी घटनादुरुस्ती :

७४ वी घटनादुरुस्ती ही शहरी पंचायत राज्याशी निगडित आहे. ७४ व्या घटनादुरुस्तीचे विधेयकही १९९२ साली मान्य झाले. त्यानुसार १ जून १९९३ पासून त्याची अंमलबजावणी सुरू झाली. नगरपालिका शीर्षकाखाली भाग ९ – अ मध्ये २४३ (पी) ते २४३ (झेड, जी) ही कलमे व १२ वे परिशिष्ट जोडले.

१) **संज्ञांचा अर्थ व व्याख्यांचे स्पष्टीकरण केले :** नगरपालिकेच्या संदर्भातील समिती, जिल्हा महानगरक्षेत्र, नगरपालिकाक्षेत्र लोकसंख्या इत्यादी संज्ञांचा अर्थ दिला.

२) **नागरी स्थानिक शासन संस्था : कलम २४३ (क्यू) :** प्रत्येक राज्यात तीन नागरी शहरी स्थानिक स्वराज्यसंस्था स्थापन करता येतील. (१) नगरपंचायत (२) नगरपालिका (३) महानगरपालिका.

३) **नगरपालिकांची रचना : कलम २४३ (आर) :** प्रत्यक्ष निवडणुकीतून जागा भरल्या जातील. प्रत्येक नगरपालिकाक्षेत्राची प्रभागात प्रादेशिक मतदारसंघामध्ये विभागणी केली जाईल. त्याचबरोबर प्रभाग– समित्यांची स्थापना करण्यासंदर्भातील तरतुदी केल्या आहेत.

४) **राखीव जागा : कलम २४३ (टी) :** अनुसूचित जाती, जमाती, महिला, मागासवर्गासाठी राखीव जागांची तरतूद करण्यात आली.

५) **नागरी संस्थांचा कार्यकाल : कलम २४३ (यू) :** कार्यकाल पाच वर्षांचा आहे. शहरी पंचायत राज्यातील एखादी संस्था राज्यशासनाने कार्यकाल पूर्ण होण्याअगोदर बरखास्त केली तर सहा महिन्यांच्या आत तेथे निवडणूक घ्यावी लागते.

६) **राज्य वित्त आयोग : कलम २४३ (वाय) :** राज्यपाल या आयोगाची स्थापना करतील व राज्यपालांना वित्त आयोग महत्त्वाच्या आर्थिक बाबीबाबत अहवाल देईल.

उदा. (१) राज्याकडून आकारले जाणारे कर, शुल्क, पथकर व फी यांपासून मिळणारे उत्पन्न राज्य व नगरपालिका यांच्यात विभागणी करणे.

(२) नागरी स्थानिक स्वराज्य संस्थांच्या आर्थिक स्थितीचे पुनर्विलोकन करून योग्य उपाययोजना सुचविणे.

(३) राज्याच्या एकत्रित निधीतून नगरपालिकांना द्यावयाचे साहाय्यक अनुदान.

७) **राज्य निवडणूक आयोग : कलम २४३ (झेड – ए) :** नागरी स्थानिक स्वराज्य संस्थांच्या निवडणुका स्वच्छ, खुल्या वातावरणात घेण्यासाठी महाराष्ट्र शासनाने १९९४ साली राज्य निवडणूक आयोगाची स्थापना केली आहे.

८) **जिल्हा नियोजन समिती : कलम २४३ (झेड – डी) :** राज्यातील जिल्हापातळीवरील त्या जिल्ह्यातील नगरपालिकांनी तयार केलेल्या योजना एकत्रित करून संपूर्ण जिल्ह्याचे एकच प्रारूप विकास योजना करण्यासाठी जिल्हा नियोजन समितीची स्थापना केली आहे.

त्याचबरोबर महानगर नियोजनसमिती, नगरपालिकांचे अधिकार व जबाबदाऱ्या, नागरी संस्थांचे लेखापरीक्षणसंबंधी तरतुदी केल्या आहेत.

▶ महानगरपालिका :

महाराष्ट्रात प्रथम मुंबई येथे महानगरपालिका स्थापन करण्यात आली. सर्वसाधारणपणे ज्या शहराची लोकसंख्या तीन लाखांपेक्षा जास्त आहे, त्या शहरात राज्यशासन महानगरपालिकेची स्थापना करते. महानगरपालिकेचा कारभार मुंबई प्रांतिक महानगरपालिका अधिनियम – १९४९ नुसार चालतो.

महानगरपालिकेची रचना –

- महानगरपालिकेच्या सभासदांची संख्या लोकसंख्येच्या प्रमाणात ठरवली जाते.
- ३ ते ६ लाख लोकसंख्येसाठी ६५ सभासद, ६ ते १२ लाख लोकसंख्येसाठी ८५ सभासद, १२ ते २४ लाख लोकसंख्येसाठी ११५ सभासद आणि २४ लाखांपेक्षा जास्त लोकसंख्येसाठी १४५ सभासद संख्या निश्चित केली आहे. मुंबई, पुणे, नागपूर, नाशिक या शहरातील सभासदसंख्या मात्र वाढली आहे.
- निवडणुकीसाठी वेगवेगळ्या प्रभागांमध्ये शहराची विभागणी केली जाते.
- या प्रभागांमधून प्रौढ व गुप्त मतदान पद्धतीने तीन ते पाच सभासद निवडतात.
- ही निवड पाच वर्षांच्या मुदतीसाठी करण्यात येते.
- महानगरपालिकेतील काही जागा अनुसूचित जाती, अनुसूचित जमाती, मागासवर्ग आणि सर्व वर्गातील स्त्रिया यांच्यासाठी राखीव आहेत.
- स्त्रियांसाठी सुरुवातीला १/३ जागा राखीव ठेवल्या होत्या. सध्या त्यांच्यासाठी ५० टक्के जागा राखीव आहेत.
- महानगरपालिकेच्या प्रमुखास 'महापौर' असे म्हणतात.
- महापौरांची निवड महानगरपालिकेचे सभासद करतात.
- उपमहापौरांची निवडही त्याचवेळी करण्यात येते.
- या दोन्ही पदाधिकाऱ्यांची निवड पाच वर्षांसाठी होते.
- महापौर हा शहराचा पहिला नागरिक मानला जातो.
- तो महानगरपालिकेच्या बैठकीचा 'अध्यक्ष' म्हणून काम करतो.
- महानगरपालिकेचा कारभार वेगवेगळ्या समित्यांमार्फत चालतो. प्रत्येक महानगरपालिकेत एक स्थायी समिती असते. सर्व धोरणविषयक निर्णय ती घेते.
- पाणीपुरवठा, आरोग्य, परिवहन, शिक्षण वगैरे विषयांसाठी महानगरपालिका विषय समित्यांची नेमणूक करते.
- त्याचप्रमाणे प्रभागसमित्यांचीही नेमणूक महानगरपालिका करते.
- प्रत्येक प्रभागसमितीत दोन किंवा अधिक प्रभागांचे प्रतिनिधी असतात.
- महानगरपालिकेत एक सभागृहनेता आणि विरोधी पक्षनेता असतो.

महानगरपालिकेची प्रशासन यंत्रणा –

- 'महानगरपालिका आयुक्त' हा महानगरपालिकेच्या प्रशासन यंत्रणेचा प्रमुख असतो. या पदावर भारतीय प्रशासकीय सेवा परीक्षा उत्तीर्ण झालेल्या ज्येष्ठ अधिकाऱ्याची नेमणूक सरकारकडून केली जाते. तो महानगरपालिकेचा प्रमुख कार्यकारी अधिकारी म्हणून काम पाहतो. महानगरपालिकेने घेतलेल्या सर्व निर्णयांची अंमलबजावणी तो करतो.
- महानगरपालिकेचे वार्षिक अंदाजपत्रक तो तयार करतो.

- महानगरपालिकेच्या बैठकीस उपस्थित रहातो, परंतु निर्णय घेताना मतदान घेतल्यास त्याला मत देण्याचा अधिकार नसतो.
- प्रत्येक विभागासाठी एक अधिकारी असतो, ते सर्व महानगरपालिकेच्या प्रशासकीय कामात मदत करतात.
- नगरपालिकेपेक्षा महानगरपालिकेची प्रशासनयंत्रणा जास्त मोठी असते. कारण त्याचा कामाचा व्याप मोठा असतो.

महानगरपालिकेची कामे

- महानगरात राहणाऱ्या लोकांना आवश्यक त्या सेवा व सुविधा पुरविणे ही महत्त्वाची जबाबदारी.
- इतर कामे - पिण्याच्या पाण्याचा नियमित पुरवठा, जन्म-मृत्यूची नोंद ठेवणे, दवाखाने-इस्पितळे उघडणे, रोगप्रतिबंधक लस टोचणे, रस्ते साफ करणे, रस्ते दुरुस्त करणे, सांडपाणी वाहून नेण्याची व्यवस्था करणे, नाल्यांची गटारांची दुरुस्ती करणे, रस्त्यावरील अडथळे दूर करणे, झोपडपट्ट्यांची सुधारणा करणे. अग्निशामक सेवा पुरवणे, प्राथमिक - माध्यमिक शाळा चालवणे, गरिबांसाठी घरे बांधणे, धर्मशाळा व विश्रांतिगृहे बांधणे, वाचनालये चालवणे, नाट्यगृहे बांधणे, झाडे लावणे, बागबगीचे तयार करणे, वीजपुरवठा करणे व शहरवाहतूकसेवा पुरवणे शहरांची विकासयोजना तयार करणे. इमारतींचे सर्वेक्षण आणि डागडुजी करणे. शहराची वाढ नीट आणि पद्धतशीर व्हावी यासाठी महानगरपालिका विविध प्रकारे प्रयत्न करते. प्रदूषणामुळे पर्यावरणाची हानी होऊ नये याची काळजी महानगरपालिका घेते. आरोग्यास अपायकारक ठरणाऱ्या उद्योगांना परवानगी नाकारण्याचा अधिकार महानगरपालिकेच्या आयुक्ताला असतो. विषारी रासायनिक द्रव्ये पाण्यात सोडणाऱ्या कारखान्यांविरुद्ध तो कारवाई करू शकतो.

उत्पन्नाची साधने

- महानगरपालिकेचा कामाचा व्याप जास्त, त्यामुळे खर्चही मोठा असतो.
- जकातकर हे महानगरपालिकेचे उत्पन्नाचे सर्वांत मोठे साधन आहे. त्याचप्रमाणे पाणीपट्टी, घरपट्टी, मनोरंजन कर, यात्रा कर इ. कर महानगरपालिका गोळा करते.
- आपल्या ताब्यातील जमिनीची विक्री करून महानगरपालिका पैसा उभारते.
- विविध विकासयोजनांसाठी राज्यसरकार महानगरपालिकेला आर्थिक मदत करते.
- राज्यशासनाकडून मिळणारे अनुदान आणि कर्जउभारणी या दोन मार्गांनीही महानगरपालिकेला पैसा मिळतो.

▶ **नगरपालिका :**

महाराष्ट्रात नगरपालिकेचा कारभार १९६५ अधिनियमानुसार चालतो. शहरांसाठी स्थानिक स्वराज्य संस्थांची स्थापना करताना सरकार लोकसंख्येच्या आधारे शहरांचे वर्गीकरण करते.

- सरकारने 'लहान नागरी क्षेत्र' म्हणून घोषित केलेल्या शहरांसाठी नगरपालिका असतात.
- 'मोठे नागरी क्षेत्र' म्हणून घोषित केलेल्या शहरांसाठी महानगरपालिका असतात.
- जेथे ग्रामीण भागाचे रूपांतर शहरांत होत असते, अशा संक्रमणावस्थेतील भागांसाठी नगर पंचायत स्थापता येते.

भारतातील नगरपालिकांचा इतिहास १०० वर्षांपेक्षा जास्त जुना आहे. महाराष्ट्रात ज्या गावाची लोकसंख्या पंचवीस हजारांपेक्षा जास्त असते, त्या गावात नगरपालिका स्थापन करता येते. लोकसंख्येच्या आधारावर नगरपालिकांची अ, ब व क या तीन वर्गांत विभागणी करतात. नगरपालिकेला 'नगर परिषद' असेही म्हणतात.

नगरपालिकेची रचना

नगरपालिकेच्या सभासदांची निवड दर पाच वर्षांनी प्रौढ मतदानाद्वारे होते. त्यासाठी लोकसंख्येच्या प्रमाणात शहराची निरनिराळ्या 'प्रभागांत' (वॉर्ड) विभागणी करतात. प्रत्येक प्रभागात तीन ते पाच सभासदांची निवड होते. निवडणुकीस उभे राहण्यासाठी उमेदवाराने वयाची एकवीस वर्षे पूर्ण केलेली असावी लागतात. नगरपालिकेच्या सभासदांना 'नगरसेवक' म्हणतात.

राखीव जागा – काही जागा अनुसूचित जाती, अनुसूचित जमाती १८ (१/३) जागा नागरिकांचा मागासवर्ग व सर्व वर्गांतील स्त्रियांसाठी राखीव ठेवल्या होत्या. सध्या त्यांच्यासाठी ५० टक्के राखीव जागा आहेत.

- नगरपालिकेच्या अध्यक्षास 'नगराध्यक्ष' म्हणतात. त्याची निवड प्रत्यक्षरीत्या नगरपालिका क्षेत्रातील मतदारांकडून पाच वर्षांसाठी होते. तो नगरपालिकेचा प्रमुख असतो व नगरपालिकेच्या सभांचे अध्यक्षपद भूषवितो, नगरपालिकेच्या कामकाजावर नियंत्रण ठेवतो, शहराच्या विकासाबाबतचे निर्णय घेऊन त्यांची अंमलबजावणी करवून घेतो.
- उपनगराध्यक्षाची निवड नगरपालिकेत निवडून आलेले सभासद करतात. तो नगराध्यक्षास कामकाजात मदत करतो.
- नगरपालिकेचे कामकाज वेगवेगळ्या समित्यांमार्फत केले जाते. पाणीपुरवठा, सार्वजनिक आरोग्य, शिक्षण, नियोजन व विकास अशा विषयांशी संबंधित समित्या असतात. मोठ्या शहरांतील नगरपालिका प्रभाग समित्यांची नेमणूक करतात. प्रत्येक प्रभाग समितीत दोन किंवा अधिक प्रभागांचे प्रतिनिधी असतात. पाणीपुरवठा, रस्त्यांची देखभाल, सार्वजनिक जागांची देखभाल इ. बाबत नागरिकांची गाऱ्हाणी त्वरीत दूर करण्याचे कार्य प्रभागसमित्यांमार्फत होते.
- महाराष्ट्रात तीन प्रकारच्या नगरपालिका लोकसंख्याप्रमाणानुसार स्थापन केल्या आहेत.
  १) अ – वर्ग,   लोकसंख्या – १ लाख, सभासदसंख्या ४० ते ६०.
  २) ब – वर्ग,   लोकसंख्या – ४० हजार ते १ लाखांपर्यंत, सभासदसंख्या ३० ते ४०.
  ३) क – वर्ग,   लोकसंख्या – २५ हजार ते ४० हजारपर्यंत, सभासदसंख्या १७ ते २५.

नगरपालिकेची प्रशासनयंत्रणा

मुख्याधिकारी हा नगरपालिकेच्या प्रशासनयंत्रणेचा प्रमुख असतो. महाराष्ट्र लोकसेवा आयोगाची परीक्षा उत्तीर्ण होऊन निवड झालेल्या व्यक्तीची या पदावर सरकारकडून नेमणूक होते. तो नगरपालिकेच्या सर्व प्रशासकीय व्यवहारांवर देखरेख ठेवतो. नगरपालिकेच्या प्रशासकीय कामकाजात त्याला मदत करण्यासाठी काही अधिकाऱ्यांची नेमणूक केली जाते. त्यामध्ये अभियंता, स्वच्छता निरीक्षक, आरोग्याधिकारी व शिक्षणाधिकारी इ. चा समावेश होतो.

नगरपालिकेची कामे

पिण्याच्या पाण्याचा पुरवठा करणे, शहरात दवाखाने उघडणे, वेळोवेळी रोगप्रतिबंधक लस टोचणे,

रस्त्यांची सफाई व दुरुस्ती करणे, दिवाबत्तीची सोय करणे, सांडपाणी वाहून नेण्याची सोय व नाल्यांची सोय व दुरुस्ती करणे, सार्वजनिक स्वच्छता व आरोग्य राखणे, जन्म-मृत्यूंची नोंद ठेवणे, अग्निशामक दलाची व्यवस्था करणे, जुन्या व धोकादायक इमारतींची देखभाल करणे, बाजारपेठा व मंडई यांचे बांधकाम करणे. शिक्षणाची सोय उपलब्ध करून देणे, सार्वजनिक वाचनालये उघडणे, सार्वजनिक उद्योग व बागबगिचे तयार करणे इ.

उत्पन्नाची साधने

शहरात राहणाऱ्या नागरिकांकडून मिळणारी घरपट्टी, पाणीपट्टी, बाजारपट्टी, मनोरंजनकर, वाहनकर याव्यतिरिक्त नगरपालिकेच्या विकासयोजनांची अंमलबजावणी करण्यासाठी सरकार काही रक्कम अनुदान म्हणून देते. तसेच पैशाची गरज भासल्यास नगरपालिका कर्जाची उभारणी करू शकते.

▶ **छावणीमंडळ (कटक मंडळ–Cantonment Board)**

छावणीमंडळाचा कारभार १९२४ च्या भारतीय छावणी मंडळ अधिनियमाच्या अंतर्गत चालतो. छावणीमंडळाचे महत्त्वाचे एक वैशिष्ट्य म्हणजे या मंडळावर केंद्रशासनाच्या संरक्षण मंत्रालयाचे नियंत्रण असते त्यामुळे छावणी मंडळाच्या रचना, अधिकार आणि कार्ये यांसंबंधी अंतिम निर्णय घेण्याचे अधिकार केंद्रशासनाला आहेत. सध्या देशात एकूण ६२ छावणीमंडळे आहेत. महाराष्ट्रात पुणे कॅम्प, खडकी, देहू रोड, औरंगाबाद, भिंगार, देवळाली कॅम्प आणि कामठी या सात ठिकाणी छावणीमंडळे आहेत. छावणीमंडळात सैनिक आणि सर्वसामान्य जनता अशा दोन्ही प्रकारच्या लोकांचा समावेश असतो.

छावणीमंडळाचे वर्गीकरण :

छावणीमंडळात छावणीच्या आजूबाजूला राहणाऱ्या लोकांच्या संख्येनुसार छावणीमंडळाचे पुढील तीन प्रकारे वर्गीकरण केले आहे.

१) **प्रथम श्रेणी छावणीमंडळ :** ज्या छावणीची नागरी लोकसंख्या १०,००० पेक्षा अधिक आहे अशा ठिकाणी प्रथमश्रेणी छावणीमंडळ असते. भारतात प्रथम श्रेणीची एकूण ३० छावणीमंडळे आहेत.

२) **द्वितीय श्रेणी छावणीमंडळ :** ज्या छावणीची नागरी लोकसंख्या २५०० पेक्षा जास्त आणि १०,००० पेक्षा कमी आहे, अशा छावणीचा द्वितीयश्रेणी छावणी मंडळात समावेश होतो. भारतात द्वितीय श्रेणीची एकूण १९ छावणीमंडळे आहेत.

३) **तृतीय श्रेणी छावणीमंडळ :** ज्या छावणीची नागरी लोकसंख्या २५०० पेक्षा कमी असते, अशा छावणीचा समावेश या प्रकारात होतो. भारतात तृतीयश्रेणीची एकूण १३ छावणीमंडळे आहेत.

छावणीमंडळाची रचना :

प्रथमश्रेणी छावणीमंडळात एकूण सभासदसंख्या १५ इतकी आहे. त्यांपैकी आठ सभासद नियुक्त तर सात हे निर्वाचित असतात. छावणीचा प्रमुख अधिकारी हा छावणीमंडळाचा पदसिद्ध अध्यक्ष असतो. निवडून आलेले सात सभासद आपल्यातून एकाची उपाध्यक्ष म्हणून निवड करतात.

छावणी मंडळातील आठ नियुक्त सभासद :

१) छावणीचा प्रमुख अधिकारी
२) जिल्हाधिकाऱ्याने नेमलेला प्रथम श्रेणीचा दंडाधिकारी

३)   छावणीचा आरोग्य अधिकारी

४)   छावणीचा कार्यकारी अधिकारी

५)   छावणीच्या मुख्याधिकाऱ्याने नामनिर्देशित केलेले चार सैनिक अधिकारी.

या नियुक्त सभासदांचा कार्यकाल ते जोपर्यंत त्या पदावर आहेत तोपर्यंत असतो.

छावणीमंडळात सात सभासद हे छावणी क्षेत्रातील प्रौढ नागरिकांकडून निवडलेले असतात. या निर्वाचित सभासदांचा कार्यकाल तीन वर्षांचा असतो.

छावणीमंडळात निर्वाचित सभासदांपेक्षा नियुक्त सभासद जादा असल्याने छावणीमंडळे ही लोकशाहीच्या विरोधात आहेत अशी टीका त्यावर केली जाते. नियुक्त सभासदांचे पारडे जड असल्याने महत्त्वाचे अनेक निर्णय छावणीमंडळाचे प्रमुख अधिकारी घेतात. हे अनेकदा निवडून आलेल्या सभासदांना खटकले आहे परंतु छावणीमंडळाच्या क्षेत्रात राजकारण येऊ नये आणि सर्व नियोजित कामे वेळेवर व्हावीत यासाठीच अशी व्यवस्था स्वीकारली आहे असे सांगितले जाते.

छावणीमंडळाची कार्ये :

अ) अनिवार्य कार्ये :

१)   छावणीक्षेत्रातील लोकांच्या जन्ममृत्यूंची नोंद ठेवणे.

२)   छावणीक्षेत्रातील रस्ते आणि सार्वजनिक स्वच्छता, दिवाबत्तीची इ. कामे करणे.

३)   पिण्यासाठी शुद्ध पाणीपुरवठा व सोयीसाठी रस्त्यावरील अडथळे दूर करणे.

४)   सार्वजनिक सुरक्षा, आरोग्य व सोयीसाठी रस्त्यावरील अडथळे दूर करणे.

५)   सामाजिक वनीकरणासारख्या कार्याला प्राधान्य देऊन रस्त्याच्या दुतर्फा झाडे लावणे.

६)   प्राथमिक शाळा, सार्वजनिक दवाखाने निर्माण करून त्यांचे व्यवस्थित संचलन करणे.

७)   मोडकळीस आलेल्या इमारती नागरिकांना खाली करायला सांगणे, त्यांनी खाली न केल्यास आपण स्वत: त्या इमारती खाली करून घेणे.

८)   स्मशानभूमी व दफनभूमीची निर्मिती करणे व त्या सुस्थितीत ठेवणे.

९)   अग्निशामक दलांची उभारणी करणे.

ब) ऐच्छिक कामे :

१)   जनगणना करणे.

२)   सार्वजनिक तळी, विहिरींची निर्मिती करणे.

३)   विद्युत् पुरवठ्याची सोय करणे.

४)   सार्वजनिक वाहतूक व्यवस्था निर्माण करून त्याची शिस्त पाळण्यासाठी प्रयत्न करणे.

५)   छावणी क्षेत्रातील भेडसावणाऱ्या विविध प्रश्नांचे सर्वेक्षण करणे.

▶   **७४ व्या घटना दुरुस्तीची महत्त्वाची वैशिष्ट्ये आणि अंमलबजावणीतील समस्या :**

काही बाबी फक्त नागरिस्वरूपाच्या असल्याने त्यांचा समावेश ७४ व्या घटनादुरुस्तीत करण्यात आला आहे. ७४ वी घटनादुरुस्ती नगरपंचायत, नगरपालिका आणि महानगरपालिका यासंबंधी आहे. दोन्ही क्षेत्राशी संबंधित असलेली नियोजन आणि विकास समितीची तरतूद फक्त ७४ व्या घटना दुरुस्तीत करण्यात आली आहे. ७३ व्या घटनादुरुस्तीप्रमाणेच काही तरतुदी ७४ व्या घटना दुरुस्तीमध्ये समाविष्ट आहेत. उदा. राखीव

जागांसंबंधी तरतुदी, कार्यकाल व उत्पन्नाच्या साधनाविषयीच्या तरतुदी, राज्य वित्तआयोग, राज्यनिवडणूक आयोगासंबंधी तरतुदीचा त्यात समावेश आहे.

परंतु, ७४ व्या घटनादुरुस्तीतील काही महत्त्वाची वैशिष्ट्ये पुढीलप्रमाणे आहेत.

१) नागरी स्थानिक शासन संस्था : कलम – २४३ (क्यू) :

राज्यकायदेमंडळ कायदा करून नागरी क्षेत्रात नगरपंचायत, नगरपालिका आणि महानगरपालिका स्थापन करू शकते.

२) नागरी स्थानिक शासनसंस्थांची रचना : कलम – २४३ (आर) :

राज्यकायदेमंडळ कायदा तयार करून पुढील गटांना प्रतिनिधित्व द्यावे अशी शिफारस केली आहे.

अ) सहयोगी सदस्य नियुक्ती (नागरी प्रशासनाचे विशेषज्ञान व अनुभव असणारी व्यक्तीची)

ब) संसद व राज्यकायदेमंडळाच्या नागरीक्षेत्रातील सदस्यांची नियुक्ती.

क) वॉर्ड किंवा विभाग समित्यांच्या कार्याध्यक्षांची नगरपरिषद व महानगरपालिकेत नियुक्ती.

३) विभागीय समित्या : कलम – २४३ (एस) :

नागरी क्षेत्रातील स्थानिक समित्या एक किंवा अधिक विभागीय समित्या स्थापन करण्याची तरतूद केली आहे. विभागीय समित्यांच्या क्षेत्रातून नगरपालिका, महानगरपालिकेतील निर्वाचित सदस्य या विभागीय समितीचा सदस्य असेल.

४) नागरी शासन संस्थांचे अधिकार व कार्ये : कलम – २४३ (व्ही) :

त्यासंबंधीच्या तपशीलवार तरतुदी परिशिष्ट १२ मध्ये दिल्या आहेत. या परिशिष्टात नमूद केलेल्या १८ बाबी या संस्थांकडे सोपविणे अनिवार्य केले आहे. त्यामध्ये नगरनियोजन, सामाजिक व आर्थिक विकासासाठी नियोजन, नागरी दारिद्य्रनिमूर्लन, गलिच्छवस्ती सुधारणा, जमिनीचा वापर आणि बांधकाम यांवरील नियंत्रण यांचा समावेश आहे.

५) जिल्हा नियोजन व विकास समिती : कलम – २४३ (झेड-डी) :

या समितीच्या कार्यक्षेत्रात जिल्ह्यातील सर्व नागरी व ग्रामीण स्थानिक स्वराज्य संस्थांचा समावेश केला आहे. संपूर्ण जिल्ह्यासाठी एकत्रित विकास योजनेची जबाबदारी त्यावर टाकली आहे. जिल्हानियोजन व विकाससमितीने संमत केलेला जिल्ह्याच्या विकास योजनेचा आराखडा या समितीचा अध्यक्ष राज्यशासनाकडे अंतिम मंजुरीसाठी पाठवितो.

६) महानगर प्रादेशिक क्षेत्र नियोजन समिती : कलम – २४३ (२ ई) :

मुंबई, दिल्ली, कोलकत्ता, चेन्नई ही भारताची महानगरे आहेत. या महानगरांच्या सभोवतालच्या क्षेत्राचा समावेश महानगर प्रादेशिक क्षेत्रात केला आहे. उदा. महाराष्ट्र शासनाने मुंबई महानगर क्षेत्रासाठी 'मुंबई मेट्रोपोलिटन रिजन डेव्हलपमेंट ऑथॉरिटी'ची (MMRDA) स्थापना केली आहे. या क्षेत्राच्या विकास– कार्यासाठी आवश्यक असणारा निधी केंद्र व राज्यांच्या विविध योजनांमधून उपलब्ध होतो तसेच जागतिक बँक आंतरराष्ट्रीय नाणेनिधी या संस्थासुद्धा आर्थिक मदत देतात. उपलब्ध निधीच्या आधारावरच महानगर प्रादेशिक क्षेत्राच्या विकास योजना तयार केल्या जातात.

अंमलबजावणीतील समस्या :

१) नागरी स्थानिक स्वराज्य संस्थांच्या विकासकामात योग्य समन्वय नाही.

२) वित्त आयोगाने केलेल्या तरतुर्दींना अनेकदा केराची टोपली दाखविली.

३) नागरी स्थानिक संस्थामध्ये सहयोगी सभासद नेमताना घाणेरडे राजकारण झाले.

४) विभागीय समित्यांची नाराजी.

५) जिल्हा नियोजन व विकास समितीच्या कामकाजाचे पक्षांचे राजकारण आडवे आले आहे.

देशातील फक्त चार महानगरांच्या सभोवतालच्या क्षेत्रांचा विकास करण्यावर भर दिला जात आहे. महाराष्ट्रातील फक्त मुंबई शहराचा त्यात समावेश आहे. पुणे, नाशिक, नागपूर, औरंगाबाद या मोठ्या प्रमाणात शहरीकरण होणाऱ्या शहरांचा विकास करण्यासाठी शासन या योजनेअंतर्गत विशेष प्रयत्न करताना दिसत नाही.

● सार्वजनिक धोरण

▶ **सार्वजनिक धोरण – प्रक्रिया – (Public Policy - Process)** भारतीय संविधानातील तरतुदींतील मार्गदर्शक तत्त्वांमध्ये भारतीय स्वातंत्र्य आंदोलनातील वैचारिक मूल्यांचे प्रतिबिंब आढळते. म्हणून मार्गदर्शक तत्त्वामध्ये व्यक्तिस्वातंत्र्यवादी, समाजवादी, गांधीवादी व आंतरराष्ट्रीय तत्त्वांचा समावेश केला आहे. त्यातून सामाजिक न्यायावर आधारित नवसमाजरचना निर्माण करण्याचे निश्चित करून कल्याणकारी राज्यव्यवस्था स्थापन करण्याचे सुचविले आहे. शासनकर्त्यांनी शासकीय धोरणांची निश्चिती करताना या तरतुदीचा आधार घ्यावा व लवकरात लवकर नवीन व्यवस्था स्थापन करून संविधानाच्या उद्देशपत्रिकेत हमी दिलेल्या व्यवस्थेच्या स्थापनेसाठी प्रयत्न करावा हे अपेक्षित आहे.

संघराज्य व्यवस्था – भारतात १९३५ च्या कायद्याने संघराज्यरचना काही अंशी स्वीकारली. भारत एकसंघ राखून संघराज्य या शब्दाचा कुठेही उल्लेख न करता संघराज्याची आगळीवेगळी व्यवस्था स्वीकारुन लिखित राज्यघटनेत केंद्र-घटकराज्यातील अधिकारांचे वाटप विशद केले आहेत. सार्वजनिक धोरण ठरविताना घटकराज्य आणि केंद्रसरकार यांची कार्यक्षेत्रे संविधानाने त्याच्या अधिकाराचे वाटप करून निश्चित केली आहेत. संविधानाच्या ११ व्या भागातील २४६ व्या कलमात तीन प्रकारच्या सूच्या दिल्या आहेत. अधिकार वाटणी करून केंद्र-घटकराज्याचे कायदेशीर प्रशासकीय आणि आर्थिक सबंध स्पष्ट होतात. व त्यासोबत त्यांच्या सार्वजनिक धोरण निश्चितीच्या मर्यादा आणि अधिकारही निश्चित होतात. वरील अधिकार विभागणीत केंद्र सरकार अधिक प्रबळ करण्याचा प्रयत्न झालेला दिसतो.

नियोजन मंडळ – ब्रिटिश गेल्यानंतर देशातील दारिद्र्य, विषमता, निरक्षरता सारख्या समस्यांचे निर्मूलन करून नियोजित काळात अधिकाअधिक विकास साधण्यासाठी नियोजनाचा आग्रह धरला. पंचवार्षिक योजनांमधून विकास साधावा म्हणून १९५० ला नियोजनमंडळ (Planning Commission) स्थापन करण्यात आले. त्याद्वारे घटकराज्याच्या अधिकारावर मर्यादा आल्या. व एककेंद्री शासननिर्मितीला बळ मिळाले. त्यासाठी राष्ट्रीय विकास परिषद (National Development Council) स्थापन करून प्रभावी सत्ताकेंद्र निर्माण झाले. त्यामुळे केंद्र-घटकराज्य अधिकाराच्या वाटणीला गवसणी घालण्यात आली. त्याला १९६७ पर्यंत फारसा विरोध झाला नाही. कारण एकपक्षीय (काँग्रेसची) सत्ता केंद्र व घटकराज्यांत असल्याने तणाव निर्माण झाले नाहीत. परंतु १९६७ मध्ये काँग्रेसचे झालेले विघटन, घटकराज्यांतील विरोधी पक्षांची सरकारे यामुळे केंद्र घटकराज्य संबंधाबाबत तणावाचे वातावरण निर्माण होऊन राज्यांच्या स्वायत्ततेचा प्रश्न पुढे आला. १९९० नंतर संमिश्र शासनव्यवस्था प्रकार केंद्र आणि घटकराज्यांत रूढ झाल्यानंतर या संबंधात तणाव दिसू लागले. त्यातूनच सरकारिया आयोगाची नेमणूक होऊन १९८८ मध्ये त्यांनी केंद्र घटकराज्यातील विधिविषयक, प्रशासकीय

सबंध, राज्यपालाची भूमिका आणीबाणीची तरतूद, वटहुकूम जारी करण्याची तरतूद, राष्ट्रपतीची भूमिका, सशस्त्र दले तैनात करणे, अखिल भारतीय सेवा, आंतरप्रशासकीय मंडळ, आर्थिक सबंध इत्यादींबाबत मौलिक सूचना केल्या. परंतु त्याची अंमलबजावणी झाली नाही. त्यामुळे घटकराज्यांना केंद्र सरकारवर बऱ्याचअंशी अवलंबून राहावे लागते. त्यांचा परिणाम सार्वजनिक धोरण निश्चितीवरही होतो. मर्यादित साधनसंपत्ती आणि अमर्याद गरजा याचा मेळ बसविण्याचे काम अवघड होते. त्या दृष्टिकोनातून नियोजन मंडळाची भूमिका ही महत्त्वपूर्ण होती.

कल्याणकारी राज्य व कल्याणकारी समाजरचना – संविधानाच्या चौथ्या भागातील मार्गदर्शक तत्त्वांमध्ये कल्याणकारी राज्य व समाजरचना संबंधाची अपेक्षा कलम ३८ मध्ये व्यक्त करण्यात आली आहे. संविधानातील अपेक्षित मूल्ये व तत्त्वज्ञानाची प्रत्यक्षात अंमलबजावणी करणे त्यासाठी आर्थिक व तांत्रिक सुविधांचा वापर करणे, राजकीय, आर्थिक आणि सामाजिक उद्दिष्टे साध्य करण्याचा प्रयत्न करणे व त्याद्वारे कल्याणकारी राज्याची स्थापना करून व्यक्ती, समाज, राष्ट्रविकास साध्य करणे आवश्यक होते. वेब्स्टरच्या डिक्शनरीत कल्याण शब्दाचा अर्थ चांगले जीवन म्हणजे चांगले आरोग्य, आनंदी जीवन, समाधान प्राप्ती आणि व्यक्ति विकास म्हणजे मानवसंसाधनांचा विकास होय. त्यासोबत समाजकल्याण म्हणजे सामाजिक समस्यांचे निराकरण करून सामाजिक विकास घडविणे होय, सामाजिक कल्याणासोबत सामाजिक कल्याणाच्या योजना, कामगार कल्याण आणि सामाजिक सुरक्षा- देखील अभिप्रेत असतात. कल्याणकारी राज्य स्थापित करण्याचे अभिवचन संविधानकर्त्यांनी भारतीय जनतेला दिले होते. त्यानुसार नियोजन मंडळ आणि पंचवार्षिक योजनांच्या साह्याने कल्याणकारी योजनांची आखणी आणि अंमलबजावणी करण्यात आली. त्याद्वारे जमिनसुधारणा, दारिद्र्यनिर्मूलन, औद्योगिक धोरण व विकास, पंचायत- राज संस्थेचा विकास व त्याद्वारे ग्रामीण विकास साध्य करण्यात बरेच या मिळविता आले.

मिश्र अर्थव्यवस्था (Mixed Economy)

भारताला स्वातंत्र्य मिळाले तेव्हा भांडवलशाही अर्थव्यवस्था आणि समाजवादी अर्थव्यवस्था यांचा प्रभाव होता. कोणती अर्थप्रणाली स्वीकारावी असा प्रश्न राज्यकर्त्यांसमोर होता. तेव्हा १९५४ ला समाजवादी समाजरचना प्रकार संसदेने स्वीकारून देशातील मोठे उद्योग उभारण्यासाठी राज्याने सहभाग व नेतृत्व करावे आणि जलदगतीने विकास साधावा म्हणून एकाचवेळी सार्वजनिक व खाजगी क्षेत्राची हातात हात घालून सार्वजनिकक्षेत्र (Public Sector) उभारण्याची जबाबदारी राज्याने स्वीकारून लवचीक धोरणाच्या आधारे मिश्र अर्थव्यवस्थेचा अंगीकार करून अवजड उद्योग, हिंदुस्थान मशिन टूल्स, इंडियन टेलिकॉम इंडस्ट्रीज, भारत इलेट्रॉनिक्स, हिंदुस्थान ऑन्टिबायोटिक्ससारखे अनेक उद्योग राज्याने उभारून प्रारंभीच्या कालखंडात आर्थिक विकास साध्य करून विकासाचा पाया भक्कम केला. त्यासोबत खाजगी क्षेत्रातील गुंतवणुकीलाही प्रोत्साहन दिले म्हणून भारताचे मिश्र अर्थनीतीचे धोरण प्रारंभी प्रभावी ठरले.

पंचवार्षिक योजना (Five Year Plan) – नियोजन मंडळाच्या सल्ल्यानुसार १९५१ पासून पंचवार्षिक योजनांची आखणी व अंमलबजावणी केली. १९५१ ते २०१२ पर्यंत अकरा पंचवार्षिक योजना संपन्न झाल्या. या योजनांच्यामुळे माध्यमातून भारताचा आर्थिक विकास समाधानकारक झाला. आर्थिक विकासदर वाढला, बचत व गुंतवणूकही वाढली. अन्नधान्याबाबत देश स्वावलंबी झाला. शेत संरचनेत अनेक परिवर्तने करण्यात आली. उच्च दर्जाच्या कुशल मानवसंसाधनाच्या प्रशिक्षणाची क्षमता वाढविण्यात यश मिळाले. जन्मदर,

मृत्युदर, बालमृत्यूदर, सरासरी आयुर्मान यांत इष्ट परिवर्तने झाली. आर्थिक विकासासोबत कृषी क्षेत्रात प्रगती झाली. उद्योगधंद्यात प्रगती झाली, बचतीचे प्रमाण वाढले. अन्नाचा दरडोई उपभोगही वाढला. आर्थिक आधार संरचनेचा विकास झाला, निर्यात वाढली. भारतीयांच्या सरासरी आयुर्मानात वाढ झाली. विशाल शिक्षणपद्धतीचा विकास झाला. विज्ञान व तंत्रज्ञानाच्या क्षेत्रात मोठी प्रगती झाली आणि वरील प्रगतीचे सामाजिक संकेत दिसू लागले आहेत. आरोग्यसेवाही विकसित झाली. मात्र अद्याप दारिद्र्यनिर्मूलन होऊ शकले नाही, बेरोजगारी वाढते आहे. उत्पन्न व संपत्तीचे केंद्रीकरण वाढते आहे. त्यामुळे सामाजिक न्याय स्थापनेच्या प्रक्रियेत अनेक अडथळे येत असून विषमता वाढते आहे. देश श्रीमंत होत आहे मात्र जनता अधिकाअधिक गरीब होत आहे. सार्वजनिक धोरण ठरविण्यासाठी महाराष्ट्र व भारताच्या पातळीवर हे मोठे आव्हान आहे.

सार्वजनिक धोरण (Publlic Policy) - देशातील जनता, हितसंबधी गट, जनमत, शिक्षणाचा प्रभाव व मागण्यांचा रेटा, प्रसारमाध्यमे आणि अशासकीय संस्थांच्या दबावातून धोरणांची निश्चिती शासनसंस्थेमार्फत होत असते. धोरण ठरविणे म्हणजे त्यासबंधीचे कायदे करणे होय. (A major aspect of public policy is law) म्हणून सार्वजनिक धोरणाचे स्वरूप निश्चित करतांना १) सार्वजनिक धोरणेही उद्दिष्टांशी निर्धारित असतात. धोरण ठरविताना विशिष्ट ध्येये निश्चित केली जातात. धोरण आणि कार्यक्रमाद्वारे जनहित साध्य करण्याचा प्रयत्न असतो. (Public policies are goal oriented) २) सार्वजनिक धोरण हा शासनसंस्थेच्या सामूहिक कृतीचा आविष्कार असतो. (Public Policy is the outcome of the governments collective actions) या सार्वजनिक धोरणाच्या अंतर्गत अनेक सामूहिक कृतीचा कार्यक्रम, योजना, प्रकल्प इत्यादींचा समावेश असतो. ३) सार्वजनिक धोरण म्हणजे शासनाने निश्चित केलेला व अंमलात आणावयाचा प्रत्यक्ष कार्यक्रम असतो. या धोरणाच्या अनुषंगाने शासकीय यंत्रणा, प्रशासन,आवश्यक कायदे, न्यायालयीन निर्णय, अंमलबजावणीसाठीचे आदेश आणि त्यावरील निर्णयप्रक्रिया इत्यादींचा समावेश करण्यात येतो. (Public policy is what the government actually decides and work out) ४) सार्वजनिक धोरणामध्ये सकारात्मक (Positive) व नकारात्मक (Negative) दोन्हा बाबींचा समावेश असतो. धोरणाच्या सकारात्मक घटकात समस्या सोडविण्यासाठी करावयाच्या कृतिकार्यक्रमाचा समावेश असतो तर नकारात्मक घटकांत वरील धोरणांची प्रभावी अंमलबजावणी करतांना दुर्लक्षित घटकांचा समावेश असतो. किंवा ज्या गोष्टी करावयाच्या नाहीत त्यांचा त्यात समावेश असतो. वरील स्वरूपावरून सार्वजनिक धोरणा संदर्भातील विविध वैशिष्ट्ये असतात हे स्पष्ट होते.

▶ **धोरणनिश्चितीकरणाची प्रक्रिया (Polilcy Making Process)** :- १. धोरणनिश्चितीकरण वा धोरण ठरविण्याची प्रक्रिया गुंतागुतीची असते. या प्रक्रियेत आदान–प्रदान–प्रत्यादान (Input-Output-Feedback) शी निगडित अनेक घटकांचा समावेश होतो. धोरणनिश्चितीकरणात त्यांची प्रक्रिया, करावयाचे नियोजन, आवश्यक कायदे त्यांची अंमलबजावणी, त्यासाठी योजना, कार्यक्रम, त्याला पूरक असलेले घटक, त्याला विरोध करणारे घटक त्यासाठी आवश्यक यंत्रणा इत्यादि घटकांचा समावेश होतो. म्हणून धोरण ठरविणे हे अवघड व गुंतागुतीचे असते २) धोरणनिश्चितीकरण ही गतिशील प्रक्रिया असते. त्यात सातत्य असते. त्या प्रक्रिया, उपप्रक्रिया, घटक उपघटक, व्यवस्था, उपव्यवस्था, यांच्यात समन्वय साधला जातो. त्यातून काळानुसार निर्णय घेणे, आवश्यक बदल घडविणे, निर्णयात दुरुस्ती व सुधारणा करणे व त्याचे सातत्य टिकवून ही प्रक्रिया गतिशील राखणे महत्त्वाचे असते. ३) धोरण ठरविण्याच्या प्रक्रियेत विविध घटकांचा समावेश आणि समन्वय असतो. म्हणूनच ती प्रक्रिया गुंतागुतीची असते. त्यात जनतेच्या गरजा, मागणी, त्यातून येणारा दबाव, त्यानुसार होणारी निर्णयप्रक्रिया, त्यातील फायदे आणि तोटे, त्यातील दोष, त्यांची संरचना, संरचनेची

उपसंरचना, त्यांच्यावर प्रभाव पाडणारे त्याला पाठिंबा देणारे व विरोध करणारे घटक, त्यामुळे निर्माण होणारे प्रश्न, त्यांची सोडवणूक करण्यासाठीची उपाययोजना इत्यादी विविध घटकांचा समावेश पद्धतीने विचार करून धोरणांची आखणी करावी लागते. ४) धोरणाची रचना करताना त्यासाठी आवश्यक वेगळी प्रशासकीय व्यवस्था निर्माण करावी लागते. ही नवीन व्यवस्था एकूण व्यवस्थेतील भरीव योगदान ठरते. धोरणनिश्चितीकरणासोबत त्याची वेगळी संरचना द्यावी लागते व प्रारूप (Model) हे प्रस्थापित संरचना किंवा व्यवस्थेसाठी भरीव योगदान ठरते. ५) धोरणनिश्चितीकरणासोबत त्यासाठी मार्गदर्शक तत्त्वेदेखील द्यावी लागतात त्यात धोरणाचा उद्देश, कालावधी, अंमलबजावणीची व्यवस्था, संरचना, त्यासाठी आवश्यक संसाधने, मनुष्यबळ, पूरक योजना, अंमलबजावणी करतांना निर्माण होणाऱ्या अडचणीची सोडवणूक करण्याची पद्धत इत्यादींची दिग्दर्शक तत्त्वे निश्चित करावी लागतात. ६) सार्वजनिक धोरणे ही सर्वसाधारणपणे शासन संस्थेमार्फत निश्चित केली जातात. त्यात खाजगी संस्था, अशासकीय संस्था, शासकीय यंत्रणा याचा समावेश होऊ शकतो. परंतु मुख्य भूमिका ही शासनसंस्थेचीच असते. ७) धोरण ठरविण्यात मुख्य हेतू हा जनहिताचा असतो. जनतेकडून विविध मागण्या पुढे येतात. त्याची पूर्तता करणे यावर शासनसंस्थेची क्षमता आणि जनमान्यता अवलंबून असते. म्हणून धोरण ठरविताना अधिकाअधिक जनहिताला प्राधान्य दिले जाते. ८) धोरण उपलब्ध साधने, उपलब्ध करून द्यावयाची साधने व यंत्रणा निश्चित करून अधिकाअधिक लाभ व कमीत कमी तोटा किंवा नुकसान तत्त्वाचा अंगीकार केला जातो. त्यासोबत पर्यायी उपाययोजनांची आखणी केली जाते. ९) धोरण आखणीच्या प्रक्रियेत शासनसंस्थेसोबत खाजगी क्षेत्र, शासकीय यंत्रणा, नोकरशाही, राजकीय पक्ष, कार्यकारी घटक, न्यायव्यवस्था, कामगार, मतदार, बुद्धिजीवी वर्ग, आणि जनप्रतिनिधींचा समावेश होतो. म्हणून ही प्रक्रिया म्हणजे अनेक घटकांनी मिळून तयार झालेली संरचना असते. १०) धोरणनिश्चितीकरणासोबत त्याची फलनिष्पत्ती (Results), मूल्यमापन, त्यातील बलस्थाने, उणिवा आणि पर्यायी योजना याचाही विचार केलेला असतो. म्हणून फलनिष्पत्ती तपासणे, त्यासंदर्भात कृतिकार्यक्रम आखणे, त्यासंदर्भात निर्णय घेणाऱ्या संस्थेला सूचना, शिफारसी करणे व त्यानुसार धोरणात्मक बदल करणे महत्त्वाचे असते. ११) प्रस्थापित धोरणनिश्चितीसोबत त्या धोरणातून भविष्यकालीन योजनांचा, वेध घेतला जातो. त्यानुसार प्रक्रियेत आवश्यक परिवर्तने आणली जातात व भविष्यात निर्णय घेण्यासाठी मार्गदर्शक ठरतात. म्हणून धोरणनिश्चितीकरण ही सातत्याने चालणारी गतिशील प्रक्रिया ठरते व भविष्यातील संभाव्य गोष्टीसाठी वेळीच निर्णय करणे सोयीचे ठरते. म्हणून धोरणनिश्चितीकरणाची प्रक्रिया गतिशील, गुंतागुतीची, सर्वसमावेशक, दिग्दर्शक, लोकहिताचा आविष्कार करणारी असते.

▶ **सार्वजनिक धोरणाचे प्रकार** (Types of Public Policy) धोरण निश्चित करताना त्यातील गुंतागुंत कमी करणे, भूतकालीन अनुभवाचा आढावा घेणे आणि आदर्शवत प्रारूप देणे आवश्यक असते. त्या दृष्टीने धोरणाचे उपप्रकार सांगितले जातात.

१) आशयात्मक जनहितार्थ सार्वजनिक धोरणे (Substantive) - या धोरण प्रकाराचा आशय, हेतू जनतेचे अधिकाअधिक हित, लोककल्याण, समाजविकास, निर्धारण करणे व समाजाची प्रगती घडविणे हा असतो. उदा. शैक्षणिक धोरण, रोजगारविषयक धोरण, प्रदूषणविरोधी धोरण, इत्यादी. ही धोरणे सर्वसमावेशक व एकूण समाजासाठी पूरक फलदायी असतात. त्याचे कार्यक्षेत्र व्यापक असते. या धोरणाद्वारा समाजाचा सामाजिक, आर्थिक विकास घडविण्यावर भर असतो.

२) नियमनात्मक धोरणे (Regulatory) - विशिष्ट व्यवस्थेचे, उपव्यवस्थेचे नियमन करण्यासाठी काही धोरणे

निश्चित करण्यात येतात.अशा धोरणांमध्ये, व्यापार, व्यवसाय, सुरक्षात्मक उपाययोजना, जनउपयोगी घटक, यांचे नियमन शासनामार्फत केले जाते. उदा. रिझर्व्हबँक, विमा कंपनी, हिंदुस्थान स्टील, राज्य विद्युत् मंडळ, राज्य परिवहन मंडळ इत्यादि मार्फत नियमनात्मक क्रिया केली जाते. शासनाने निर्धारित केलेल्या धोरणानुसार या एजन्सीज नियमानाचे कार्य करीत असतात.

३) वितरणात्मक धोरणे (Distributive) – सामाजिक व्यवस्था प्रस्थापित करण्यासाठी समाजातील घटकांना चांगल्या सेवा उपलब्ध करून देण्याच्या दृष्टीने वितरणात्मक धोरणे आखली जातात. त्यात लोककल्याण, आरोग्यसेवा, वस्तुवितरण इत्यादींसाठी कल्याणकारी कार्यक्रमाची आखणी करून त्याद्वारे आर्थिक साहाय्य केले जाते. त्यात प्रौढ शिक्षण कार्यक्रम, अन्नधान्य वा सामाजिक सुरक्षा विमा, प्रतिबंधक लसीकरण सारखे कार्यक्रम समाविष्ट केले जातात.

४) पुनर्वितरणात्मक धोरणे (Redistributive) सामाजिक न्याय प्रस्थापित करण्यासाठी व जो वर्ग मागास आहे ज्या वर्गावर गतकाळात अन्याय झाला आहे, त्यांना न्याय मिळवून देण्यासाठी आणि नवीन आर्थिक व सामाजिक व्यवस्था स्थापण्यासाठी Redistributive Justice Theory नुसार सेवा व संधीची पुनर्वाटणी करण्यासाठी धोरणे आखावी लागतात. त्यात आरक्षण, मागासवर्ग, महिला, बालके यांना विशेष सवलती प्रदान करून सामाजिक, आर्थिक समानता प्रस्थापित करण्याचा प्रयत्न केला जातो. या दृष्टीने सामाजिक कल्याण योजना, कल्याणकारी योजना, कल्याणकारी राज्याची कल्पना राबविली जाते.

५) भांडवली पुरवठा करणारी धोरणे किंवा पतपुरवठा विषयक धोरणे – (Capitalisation) – केंद्र घटकराज्य-अधिकार विभागणीनुसार घटक सरकारे केंद्रावर अवलंबून असतात. तेंव्हा केंद्रामार्फत घटकराज्ये व स्थानिक संस्थांना कल्याणकारी योजनांच्या अंमलबजावणीसाठी केंद्रामार्फत आर्थिक पुरवठा व आर्थिक निधी पुरविला जातो. काही वेळा सवलती दिल्या जातात. या आर्थिक साहाय्यातून कल्याणकारी योजना घटकराज्य व स्थानिक स्वराज्य संस्थास्तरावर प्रभावीपणे राबविणे सोपे जाते. म्हणून नियोजन मंडळ पंचवार्षिक योजनांमार्फत अशा आर्थिक धोरणावर भर दिला जातो.

▶ **सार्वजनिक धोरणाचे लोकशाही व्यवस्थेतील महत्त्व (Importance of Public Policy in Democratic System)** – भांडवलाही अर्थव्यवस्थेत खाजगीकरणाला प्राधान्य दिले जाते. त्यामुळे तेथे सार्वजनिक धोरणांना कमी प्राधान्य असते. त्यामुळे राज्याची भूमिका काही अंशी निर्हस्तक्षेपाची किंवा मर्यादित असते. तेथे राज्य फक्त नियमनसंस्था म्हणून कार्य करते. मात्र भारतासारख्या लोकशाही व समाजवादी समाजरचना स्वीकारलेल्या देशात राज्याची भूमिका सार्वजनिक धोरण क्षेत्रात मोलाची असते. म्हणून संविधानात कल्याणकारी राज्य, समाजवादी समाजरचना, मिश्र अर्थव्यवस्था यांना प्राधान्य देण्यात येऊन नियोजन मंडळाने पंचवार्षिक योजनांच्या माध्यमातून आर्थिक, सामाजिक विकास प्राधान्यक्रमाने धोरणाची आखणी केली. राजकीय धोरण निश्चिती ही राजकीय कृती राज्यकर्त्या वर्गाकडून केली जाते तर धोरणाची अंमलबजावणी नोकरशाही व प्रशासक वर्गाकडून केली जाते.

लोकशाहीत जनतेत जागृती निर्माण होऊन ते आपल्या विविध मागण्या पुढे करतात, त्यासाठी हितसंबंध- मागण्यांची नीट मांडणी करतात व दबावगटाच्याद्वारा राजकीय पक्ष, अशासकीय संघटना आणि प्रसारमाध्यमाच्या मदतीने आपला प्रभाव वाढविला जातो. निर्णय घेणाऱ्या संस्थेपर्यंत – संसद – राज्यविधिमंडळ आणि मंत्रिमंडळ याबाबत निर्णय घेऊन धोरणाची आखणी करतात. धोरणांना मान्यता मिळाल्यानंतर त्यांची प्रशासनाद्वारे अंमलबजावणी होते.

धोरणाची चक्रीय व्यवस्था (The Policy Cycle) - जनमानसाचा रेटा, लोकप्रतिनिधींकडून कायदेमंडळात विविध धोरणे, त्याच्याशी संबंधित कायदे - विधिनियम पारित होतात. प्रसारमाध्यमे, स्वयंसेवी संस्था शासनाचे लक्ष वेधून जनहितार्थ प्रश्न पुढे रेटतात. धोरण निश्चितीकरण संस्थेमार्फत ते पोहचविले जातात आणि निर्णय घेणारी संस्था - संसद - राज्य कायदेमंडळे यासंदर्भात मंत्रिमंडळाच्या सल्ल्याने धोरण निश्चित करतात. धोरणांना मान्यता मिळाल्यानंतर प्रशासन - नोकरशाही मात्र याची अंमलबजावणी करतात. त्यासाठी कार्यक्रम आखला जातो. आवश्यक यंत्रणा उभी केली जाते. व धोरणात निर्धारित उद्दिष्टपूर्तीसाठी प्रयत्न केले जातात. धोरण निश्चितीसाठी तज्ज्ञ मार्गदर्शकाचा सल्ला घेतला जातो. विशिष्ट कालावधीनंतर त्या धोरणांचे मूल्यांकन, कार्यक्रमाची फेरतपासणी केली जाते. त्यात सूचना, शिफारशी सुचवून धोरणात्मक बदल घडवून आणले जातात. त्यासोबत या अनुषंगाने पुढे येणाऱ्या नव्या मागण्यांचा रेटा वाढतो. त्यासाठी पुन्हा धोरणात्मक निर्णय घेतले जातात, त्यांची अंमलबजावणी केली जाते, अशा पद्धतीने हे चक्र सतत सुरू असते. म्हणून धोरणप्रक्रिया ही गतिशील व सातत्याने चालणारी प्रक्रिया असते. तिचे स्वरूप चक्रीय प्रकाराचे असते.

भारतातील सार्वजनिक धोरणातील मूलभूत घटक किंवा मुख्य उद्दिष्टे (Basic Objectives of Public Policy in India) - (१) भारत हा लोकशाही गणराज्य, समाजवाद, धर्मनिरपेक्ष व्यवस्था स्वीकारणारा आणि संघराज्य व संसदीय लोकशाही असलेला देश असून कायदेमंडळ, कार्यकारीमंडळ, न्यायमंडळ या तीन घटकांच्या साह्याने शासनाचे धोरणनिश्चितीचे कार्य पार पडते. नियोजन, मिश्र अर्थव्यवस्था, समाजवाद, गांधीवाद या घटकांचा स्वीकार करून दारिद्र्यनिर्मूलन, निरक्षरतानिर्मूलन, सामाजिक न्यायाची स्थापना, श्रीमंत व गरीब वर्गांतील विषमतेची दरी कमी करणे, मागासवर्ग, वंचित घटकांना न्याय मिळवून देणे, संधीची समानता, मानव संसाधनाचा योग्य वापर त्यासाठी मानव संसाधनाचा विकास, त्यासाठी शिक्षण - प्रशिक्षण, अन्न, वस्त्र, निवारा सारख्या मूलभूत गरजांची पूर्ती, कृषिविकास, आर्थिक व औद्योगिक क्षेत्रातील स्वावलंबन, लोकसंख्यानियंत्रण आर्थिक स्वावलंबन, आर्थिक विकास, औद्योगिकीकरण, आधुनिकीकरण आणि सामाजिक न्यायाची स्थापना या दृष्टीने शासकीय धोरण निश्चित करतांना प्राधान्य दिले जाते.

(२) या सर्व प्रक्रियेत केंद्रशासन संस्थेची कायदेमंडळ, कार्यकारीमंडळ आणि न्यायमंडळ यांसोबत घटकराज्य संस्थेची वरील यंत्रणा आणि अशासकीय संस्था, विविध हितसंबंध गट, दबावगट, राजकीय पक्ष, देशातील सांस्कृतिक, नैतिक मूल्यव्यवस्था यांचा प्रभाव पडतो. वरील सर्व घटक वेगवेगळ्या धोरणनिश्चितीकरण प्रक्रियेत सहभागी होत असतात.

(३) संसदीय लोकशाहीत राजकीय पक्षाची भूमिका महत्त्वाची असते. प्रत्येक राजकीय पक्षाची उद्दिष्टे धोरण, कार्यक्रम वेगवेगळे हितसंबंध यांनुसार ते धोरण निश्चितीकरणाच्या प्रक्रियेवर प्रभाव टाकतात.

(४) वेगवेगळे प्रश्न घेऊन अनेक सामाजिक चळवळी स्थापित होतात. त्या सामाजिक चळवळी दबाव गटाची भूमिका संपन्न करून विशिष्ट हितसंबंध जोपासण्यासाठी किंवा विशिष्ट धोरण आखू नये म्हणून चळवळी करून शासनावर दबाव आणतात. अनुकूल धोरणासाठी पाठपुरावा व प्रतिकूल धोरणांना विरोध दर्शवितात.

(५) संघराज्यव्यवस्थेत - अधिकाराची विभागणी केलेली असते. त्यामुळे केंद्र - घटकराज्य परस्परावलंबन हे धोरण निश्चित करतांना आवश्यक असते. त्यामुळे केंद्र - घटकराज्ये, घटकराज्य व दुसरे घटकराज्य यांच्यात परस्पर संबंध प्रस्थापित झाल्याशिवाय धोरणांची प्रभावी अंमलबजावणी होऊ शकत नाही.

(६) भारतात संघराज्य व्यवस्थेसोबत संसदीय लोकशाही आहे. त्यामुळे केंद्रातील कायदेमंडळ, कार्यकारीमंडळ व न्यायमंडळ यांच्यात धोरणाबाबत समन्वय व परस्पर संबंध आवश्यक असतात. त्याचप्रमाणे घटकराज्यस्तरावरही वरील तीन घटकांप्रमाणे परस्पर संबंध महत्त्वाचे असतात.

(७) भारतात सहभाग लोकशाही दृढ व्हावी म्हणून स्थानिक स्वराज्य संस्थांना प्राधान्य दिले जाते. त्या दृष्टीने केंद्र, घटकराज्ये व स्थानिक स्वराज्य संस्था यांच्यातही सामंजस्य व समन्वय आवश्यक असतो. त्यांच्यातील परस्पर समन्वय व सहकार्यातून धोरणाची प्रभावी अंमलबजावणी होऊ शकते.

(८) लोकशाही व्यवस्थेत लोकप्रतिनिधी, कार्यकारी प्रमुख व नोकरशाही यांच्यात देखील समन्वय व सामंजस्य आवश्यक ठरते. त्याच्यात बेबनाव असेल तर धोरणाची प्रभावी अंमलबजावणी होऊ शकत नाही.

(९) राजकीय नेतृत्व, मंत्रिमंडळाची भूमिका, नोकरशाहीचा दृष्टिकोन, प्रसारमाध्यमे, अशासकीय संस्था, लोकमत या घटकांवर धोरणनिश्चिती आणि त्याची अंमलबजावणी अवलंबून असते.

(१०) धोरणनिश्चिती व अंमलबजावणी करताना वाटाघाटी (Bargaining), स्पर्धा (Competition), नियंत्रण (Control), संघर्ष (Conflict), सहकार्य (Co-operation) या वेगवेगळ्या तंत्रांचा अवलंब करून धोरण आखणी व अंमलबजावणी करावी लागते.

(११) धोरण आखणी आणि अंमलबजावणीप्रक्रियेत तज्ज्ञ नोकरशाहीची भूमिका महत्त्वाची असते. ते योग्य माहिती पुरवू शकतात. सूचना करू शकतात, माहितीचे विश्लेषण करू शकतात, कारण त्यांच्याजवळ व्यावसायिक गुणवत्ता असते. त्यांना नियम व पद्धतीची माहिती असते. त्या क्षेत्रातील विशेष ज्ञान त्यांना अवगत असते. त्यांच्या मदतीने अचूक धोरण आखण्यात आणि त्याची प्रभावी अंमलबजावणी करण्यासाठी मदत होऊ शकते. म्हणून धोरण आखणी व अंमलबजावणीत नोकरशाहीची भूमिका महत्त्वाची ठरते.

(१२) न्यायमंडळाची भूमिका – लोकशाहीत कायदेमंडळ, कार्यकारीमंडळ आणि न्यायमंडळ यांच्यात कामाची विभागणी केलेली असते. त्यांच्यात परस्पर समन्वय व परस्पर नियंत्रण असते. परंतु काही वेळा कायदेमंडळाचे निर्णय न्यायमंडळ घटनाबाह्य ठरविते त्यातून धोरण आखणी प्रक्रियेत अडथळा निर्माण होतो. व शासनसंस्थेच्या घटकांत विसंवाद निर्माण होतो. मूलभूत हक्क आणि आदर्श तत्त्व अंमलबजावणी संदर्भात भारतात अनेकदा संसद विरुद्ध सर्वोच्च न्यायालय असे चित्र निर्माण झाल्याचे दिसते. त्यातूनच अनेक घटनादुरुस्त्यादेखील संमत झाल्या. तेव्हा शासनसंस्थेला तिन्ही घटकांतील समन्वय महत्त्वाचा असतो.

एकंदरीत, शासनसंस्था या शासनसंस्थेतील कायदेमंडळ, कार्यकारीमंडळ, न्यायमंडळ, नोकरशाही, राजकीय पक्ष व राजकीय नेतृत्च, अशासकीय संस्था, प्रसारमाध्यमे, केंद्र – घटकराज्य संस्था, स्थानिक संस्था, लोकमत घडविणाऱ्या विविध संस्था, सामाजिक चळवळी यांचा संबंध धोरण निश्चितीकरण प्रक्रिया व अंमलबजावणी प्रक्रियेशी येतो.

▶ **धोरण अंमलबजावणीतील समस्या** – कायदेमंडळ, राजकीय नेतृत्व, लोकप्रतिनिधी, तज्ज्ञांचे मार्गदर्शन, सूचना शिफारशींवर धोरणनिश्चिती करतात. मात्र धोरणाची अंमलबजावणी कायमस्वरूपी असलेल्या कार्यकारी अधिकाऱ्यामार्फत कार्यकारीमंडळ करून घेत असते. नोकरशाही ही ज्ञान, कौशल्य आणि अनुभव संपन्न असते. त्यांच्यामार्फत धोरणांची अंमलबजावणी होते. तरीदेखील भारतात धोरणाच्या अंमलबजावणीत अनेक उणिवा आढळतात. त्यामुळे धोरण अंमलबजावणीस विलंब, दिरंगाई होते. अनुभवी, मजबूत नोकरशाही यंत्रणा असतांना देखील हा अनुभव नेहमीचाच झाला आहे. अर्थात त्याला फक्त नोकरशाहीच कारणीभूत आहे

असे नाही तर इतरही अनेक कारणांमुळे विलंब होतो.

भारतात कायदेमंडळाने धोरणाला विधेयकाच्या रूपाने मान्यता दिल्यानंतर राष्ट्रपतीची संमतिदर्शक सही झाल्यानंतर त्याचे कायद्यात रूपांतर होते. त्याचप्रमाणे घटकराज्यात विधिमंडळाच्या संमतीनंतर राज्यपालाची मान्यता आवश्यक असते. त्या कायद्याला विधान धोरण (Policy Statement) म्हणून ओळखले जाते. या पॉलिसी स्टेटमेंटमध्ये ध्येय आणि उद्दिष्टे ज्यांच्यासाठी ही पॉलिसी केली आहे तो निर्धारित घटक (Target Group) निश्चित केलेला असतो. तसेच ज्या भागासाठी ही योजना आहे तो भाग (Target Area) देखील निश्चित केलेला असतो. या प्रक्रियेत पहिली समस्या उद्भवते ती म्हणजे–

१) पॉलिसी स्टेटमेंट – धोरण विधानाच्या अचूक मांडणीचा अभाव – (Policy Statement is not clearly worked) यामुळे धोरणाची अंमलबजावणी करण्यात संदिग्धता निर्माण होते. धोरण ठरविणारी संस्था राजधानी स्तरावर कार्यरत असते मात्र जिल्हा, तालुका स्तरावर काम करणाऱ्या यंत्रणेला धोरणाची नीट अंमलबजावणी करताना अडचणी येतात. बऱ्याचदा केंद्राकडून अडचणीचे स्पष्टीकरण येईपर्यंत कामकाज ठप्प होते. म्हणून धोरणविधानातील संदिग्धता आणि संदर्भाच्या अभावामुळे विलंब होतो. त्यातच पुष्कळ कालावधी वाया जातो.

२) धोरण विधान (Policy Statement) मध्ये कायदेशीर शब्दप्रयोग, कल्पना, संकल्पना याचा अवलंब केलेला असतो. त्याचा अर्थ लावणे, त्याचे विश्लेषण करणे व त्यातून अर्थ, अन्वयार्थ काढणे कठीण जाते. काही वेळा चुकीचा अर्थ काढला जाऊन त्याचे फायदे निश्चित टार्गेट गटापर्यंत पोहचत नाही. स्पष्टीकरण मागणी प्रक्रियेत बराच वेळ वाया जातो.

३) दूरदृष्टीचा अभाव – धोरण निश्चित करताना भविष्याचा वेध घेऊन नियोजन आखणी करावी लागते. अल्पमुदतीतील योजनांचा तात्पुरता लाभ होतो, परंतु दीर्घ मुदतीचे नियोजन अधिक प्रभावी ठरते. परंतु तात्पुरत्या लोकानुरंजनापोटी दूरदर्शीपणाच्या अभावामुळे दीर्घ मुदतीच्या धोरणाला टाळले जाते. त्यातूनही विसंगती निर्माण होऊ शकते.

४) आवश्यक कर्मचारी – मनुष्यबळाचा अभाव (Lack of staff) – कल्याणकारी योजना आणि धोरणे आखताना योजनांची संख्या वाढते. त्यासोबत मोठी नोकरयंत्रणाही आवश्यक असते. परंतु बऱ्याचवेळा आहे त्या मनुष्यबळाच्या मदतीने अनेक योजनांच्या अंमलबजावणीचा प्रयत्न केला जातो. त्यामुळे कामाचा बोजा वाढतो आणि मनुष्यबळात अकार्यक्षमता बळावते. त्याचबरोबर त्यांना प्रशिक्षण दिले जाणे आवश्यक असते. तसे झाले नाही तर धोरण– अंमलबजावणीवर विपरीत परिणाम होऊ शकतो.

५) आवश्यक निधी व मूलभूत सुविधांचा अभाव – (Financial and Infrastructural Constraints) धोरण आणि कार्यक्रम निश्चितीकरणानंतर अंमलबजावणीसाठी पुरेसा व वेळेवर प्राप्त होणारा निधी आवश्यक असतो. बऱ्याचदा योजना येते, परंतु आवश्यक निधीची तरतूद होत नाही किंवा निधी मंजुरीची प्रक्रिया वेळकाढू स्वरूपाची ठरते. मंजुरीसाठी मोठ्या साखळी यंत्रणेतून जावे लागते त्यामुळे प्रभावीपणे योजना राबविता येते. बऱ्याचदा निधी उपलब्ध होतो, परंतु आवश्यक मनुष्यबळाच्या अभावामुळे आवश्यक मूलभूत सुविधांच्या अभावामुळे कामाची सुरुवात होत नाही. आवश्यक इमारत, साधनसामुग्री यांच्या अभावामुळे योजनांची अंमलबजावणी रखडते.

६) श्रेणीबद्ध यंत्रणेतील वरिष्ठांचा दृष्टिकोन – नोकरशाही रचनेत श्रेणीबद्धता असते. वरिष्ठ अधिकारी कनिष्ठ

अधिकाऱ्यांबरोबर सहकार्याच्या भावनेने वागत नाहीत. बऱ्याचदा कनिष्ठ अधिकाऱ्यांना वेगवेगळ्या बाबतीत वरिष्ठांचे मार्गदर्शन, सहकार्य व मान्यता आवश्यक असते. परंतु वरिष्ठांकडून तत्काळ मदत व सहकार्य मिळत नाही. त्यामुळे अंमलबजावणीस कनिष्ठ स्तरावर अडचणी निर्माण होतात. त्यामुळे फील्डवर्क करणाऱ्यांना अडचणी येतात.

७) वेळ मर्यादा – (Shortage of time) – धोरण ठरविताना योजनेसाठीची कालमर्यादा निश्चित केली जाते. परंतु धोरण निश्चित करतांना अंमलबजावणी आवश्यक घटकांची जुळवणी करण्यासाठी वेळ लागतो. तोपर्यंत योजनांचा बराच कालावधी निघून जातो. काही प्रसंगी योजना फक्त कागदावरच राहते. तेंव्हा योजना आखतांना आवश्यक असलेल्या घटकांचा प्रथम विचार होणे महत्त्वाचे असते.

८) विविध प्रभावी घटक – (Heavy Pressures) कोणतीही योजना आली की, तिचे समर्थक व विरोधक असतातच. समर्थकांना योजनेच्या त्वरित अंमलबजावणीची घाई असते तर विरोधक योजनेची अंमलबजावणी होऊ नये म्हणून दबाव आणतात. प्रत्येक हितसंबंधी गट आपल्या हितसंबंधाच्यादृष्टीने पाहतो. या दबाव प्रकारात (१) राजकीय दबाव (२) नागरिकांच्या सहभागाचा अभाव (३) हितसंबंध गुंतलेल्या गटाचा दबाव यामुळे धोरण- अंमलबजावणीत अडथळे निर्माण होतात. याव्यतिरिक्त (१) इच्छाशक्तीचा अभाव (२) सहभागाचा अभाव (३) सांघिकभावाचा अभाव (४) भ्रष्टाचारी व्यवस्थेचा प्रभाव (५) प्रेरणेचा अभाव (६) जबाबदार वृत्तीचा – उत्तरदायित्वाचा अभाव यामुळे धोरण अंमलबजावणीत अडथळे आणि समस्या निर्माण होऊ शकतात. म्हणून धोरण विधानात अचूकता, स्पष्टता असावी. वरिष्ठांना विचारपूर्वक सहकार्य करावे, त्यासाठी प्राधान्यक्रम निश्चित करावेत. आवश्यक मनुष्यबळ, निधी, मूलभूत सुविधा, साधन-सामुग्री उपलब्ध करून द्यावी. आवश्यक प्रशिक्षण मनुष्यबळास द्यावे. धोरण आणि योजनेस जनसहभागातून जनसहकार्य मिळवावे. नियमन व मूल्यांकन यंत्रणा प्रभावी करावी. त्यासाठी राजकीय, प्रशासकीय आणि शैक्षणिक कृतिकार्यक्रमाची आखणी करावी जेणेकरून धोरणाची प्रभावी अंमलबजावणी होऊन योजनेचा खरा लाभ जनतेला होऊन विकासप्रक्रिया गतिशील होईल.

९) १९९० नंतरची बदललेली परिस्थिती – अ) प्रादेशिक अस्मिता, भाषा, जात, धर्म इत्यादींच्या आधारे स्थापन झालेल्या प्रादेशिक पक्षांचे प्राबल्य वाढले. या प्रादेशिक पक्षांचा संकुचित आधार राष्ट्रीय हितसंबंधांना बाधा आणतो. त्यासोबत केंद्र आणि राज्य सरकारात संमिश्र पक्षीय शासनव्यवस्था रूढ झाली. या संमिश्र शासनव्यवस्थेत निर्णय घेण्याच्या प्रक्रियेवर मर्यादा येते. सध्याच्या डॉ. मनमोहन सिंग सरकारसमोर रेल्वेबजेट, परकीय प्रत्यक्ष गुंतवणूक, जनतेच्या बँक खात्यात सबसिडी जमा करण्याचे धोरण, पाणीसमस्या, वीजसमस्या, तसेच लोकपालसारख्या धोरणासंदर्भात निर्णय घेताना सर्व सत्ताधारी, राजकीय पक्षांत एकमत होत नाही त्यामुळे अनेक निर्णय प्रलंबित राहतात. चांगली धोरणे व कार्यक्रम बाजूला सारले जाऊन फक्त लोकानुरंजन, मतांचे राजकारण, अनुनय करणाऱ्या योजनांवर भर दिला जातो.

ब) १९९१ पासून भारताने उदारीकरण, जागतिकीकरण व खाजगीकरणाचे धोरण स्वीकारले, त्याचप्रमाणे भारत 'विश्वव्यापार संघटनेचा' सभासद झाला. भारताने गॅट करारावर स्वाक्षरी केली. त्यामुळे सार्वजनिक उद्योग, सार्वजनिक कल्याणकारी धोरणे आणि सबसिडी दिल्या जाणाऱ्या धोरणांवर मर्यादा आल्या. सार्वजनिक उद्योग मोडीत निघाले. खाजगी क्षेत्रात आरक्षण लागू नाही त्यामुळे सामाजिक न्याय तत्त्व बाजूला सारले गेले. कल्याणकारी राज्य, समाजवादी समाजरचना नाकारून वित्तीय भांडवलशाहीचे प्रस्थ वाढले. स्पर्धा आली त्यातून विकासदर काही अंशी वधारला परंतु विषमतेची दरी विस्तारली. मूठभर लोक अधिक श्रीमंत झाले.

क) भ्रष्टाचार, लालफितीचा कारभार वाढला - वास्तविक खाजगीकरणाची प्रक्रिया सुरू करून लायसेन्स, परमिटराज व्यवस्था नाकारण्यात आली. त्यामुळे स्पर्धा वाढली. त्यासोबत भांडवलशाहीचा अविभाज्य घटक 'भ्रष्टाचार' हा बोकाळला व अनेक प्रकारचे घोटाळे झाले. त्यात भ्रष्ट नेते, नोकरशाही व व्यापारी यांनी स्वत:चे उखळ पांढरे केले. जनता मात्र दारिद्र्य, विषमता, निरक्षरता, बेरोजगार यांच्याशीच झुंज देत आहे.

ड) संविधान मूल्यांना तिलांजली - संविधानकर्त्यांनी उद्देशपत्रिका व आदर्श तत्त्वांद्वारे सामाजिक न्याय, कल्याणकारी राज्य, समाजवादी समाजरचना स्थापित करण्याचे अभिवचन दिले होते. परंतु त्यांचे स्वप्न भंग झाले. सामान्य जनता त्यापासून वंचित झाली. हे २०११ च्या भारत सरकारच्या मानव संसाधन निर्देशक अहवालावरून स्पष्ट होते. या मर्यादांमुळे सार्वजनिक धोरणांची महाराष्ट्र व केंद्रस्तरावर अंमलबजावणी करतांना अडचणी येतात. महाराष्ट्रासारख्या पुरोगामी म्हटल्या गेलेल्या घटक राज्यात पाणीटंचाई, वीजटंचाई, बेरोजगारी, प्रादेशिक असमतोल यासारख्या समस्यांना तोंड द्यावे लागत आहे.

ई) जात, धर्म, सांस्कृतिक मूल्ये, प्रादेशिक असमतोल यांमुळे एकाच सार्वजनिक धोरणाचा प्रभाव व परिणाम वेगवेगळा आढळतो. त्यामुळे आदिवासी, मागासवर्ग, महिला ह्या लाभापासून वंचित आढळतात. तर भारतातील घटकराज्यांचे विकासाचे चित्र असमतोल दर्शविणारे आहे. त्याचा सार्वजनिक धोरण निर्धारण प्रक्रियेवर विपरित परिणाम होतो.

फ) मतपेढीचे राजकारण - (Vote Bank Politics) यामुळे जातिभेद, धर्मभेद कमी होण्याऐवजी वाढतो आहे. त्यामुळे त्यांचेच हितसंबंध दृढ होतांना दिसतात. जुनाट जातिसंस्था, धर्मसंस्था आणि रूढी परंपरा यांमुळे गावपातळीपासून देशपातळीपर्यंत आपआपसात संघर्ष उभे राहिले आहेत. आपापसातील सहिष्णुता संपत आली आहे. त्यामुळे धोरण निश्चितीकरण व अंमलबजावणी प्रक्रियेत अडथळे निर्माण होतात. त्यामुळे ही अनेक निर्णय, योजना, प्रकल्प प्रलंबित राहतात.

▶ **काही महत्त्वाची धोरणे व योजना** – १५ ऑगस्ट १९४७ ला देश स्वतंत्र झाल्यानंतर आणि २६ जानेवारी १९५० ला संविधान लागू झाल्यानंतर स्वातंत्र्यासाठी लढणाऱ्या पहिल्या पिढीने सत्तासूत्रे हाती घेऊन देशातील वेगवेगळ्या समस्या निराकरणाच्या दृष्टीने पाऊल टाकायला सुरुवात केली. त्यासाठी समाजवादी समाजरचना हे प्रारूप स्वीकारून नियोजन मंडळामार्फत पंचवार्षिक योजनांची आखणी आणि अंमलबजावणी करून १९५१ ते २०१२ पर्यंत ११ पंचवार्षिक योजनांची पूर्तता करून १२ व्या पंचवार्षिक योजनेची आखणी केली आहे. या कालखंडात अनेक महत्त्वपूर्ण सार्वजनिक धोरणांचा अंगीकार करून अनेक क्षेत्रांत विकास आणि परिवर्तनाचा टप्पा गाठला आहे. नैसर्गिक साधन संपत्ती, लोकसंख्या, कृषिक्षेत्र, भुसुधारणा, हरितक्रांती, ग्रामविकास, कृषिविपणन, औद्योगिक विकास, कुटीर व लघुउद्योग, सार्वजनिक क्षेत्र, दारिद्र्यनिर्मूलन, रोजगाराची हमी, कामगार कल्याण, पर्यावरण संरक्षण, शिक्षण विस्तार, आरोग्य, पशुधन, सहकार इत्यादी क्षेत्रात महत्त्वाची कामगिरी संपन्न केली आहे. त्यापैकी ठळक धोरणांचा परामर्श घेणे आवश्यक आहे.

१) भू सुधारणा – घटक राज्यसरकारसमोर जमिनीचे प्रश्न, ही फार मोठी समस्या होती. स्वातंत्र्यपूर्व काळात आणि नंतरही या प्रश्नावरून अनेक उठाव व आंदोलने झाली. जमिनदारी, जहागिरी नष्ट करण्यासाठी प्रथम १९५० ते १९६५ च्या दरम्यान आणि १९७० ते १९८३ च्या दरम्यान भू मर्यादा कायदा आला. (Land Ceiling Act) उत्तरप्रदेश, केरळ, पश्चिम बंगाल, राजस्थान, बिहार, मध्यप्रदेश, महाराष्ट्र या घटकराज्यात कायदे करण्यात आले. भूमिहिनांना जमीन वितरित करण्यात आली. केंद्र व घटकराज्य यांनी मिळून कुटुंबाने संपादित करावयाची भूमी –मर्यादा, खातेफोड करण्यावर मर्यादा, नुकसानभरपाई जलद्गतीने कारवाईसाठी यंत्रणा स्थापित

केली. त्यासाठी वेळमर्यादा निश्चित करण्यात आली. काही ठिकाणी तांत्रिक अडचणी आल्या. ग्रामीण भागातील अशिक्षित गरीब, अज्ञानी लोकांचा काहींनी गैरफायदाही घेतला. परंतु भू सुधारणा धोरणामुळे ग्रामीण क्षेत्रात परिवर्तन झाले.

२) गरीबी निर्मूलन कायदा – स्वातंत्र्यप्राप्तीच्या वेळी देशात दारिद्र्याने थैमान घातले होते, त्यामुळे कुपोषण, झोपडपट्टी, जन्मदरवाढ, निरक्षरता इत्यादी अनेक समस्या वाढत होत्या. देशातील ७० टक्के जनता ग्रामीण भागात राहत असून त्यापैकी मोठी संख्या दारिद्र्यात राहते. यादृष्टीने पंचवार्षिक योजनांद्वारा गरीबी निर्मूलनाचे कार्यक्रम आखण्यात आले. ग्रामविकास, गरिबांना रोजगार, कृषिविकास, पीकसुधार योजना, लहान शेतकरी विकास योजना, ट्रायसेमच्या माध्यमातून युवकांना रोजगारासाठी प्रशिक्षण, राष्ट्रीय रोजगार हमी कार्यक्रम इत्यादी प्रत्येक पंचवार्षिक योजनेत प्राधान्य देऊन गरीबी कमी करण्यात आली. तरी अद्याप २५ टक्के लोक दारिद्र्यरेषेखाली जगत आहेत, ही चिंतेची बाब होय.

३) औद्योगिक विकास धोरण – ब्रिटिश काळात व्यापारी इंग्रजांनी भारतात उद्योगधंदे विकसित होऊ दिले नाहीत. उद्योगधंद्यांची उभारणी अतिशय अल्प प्रमाणात झाली होती. स्वातंत्र्यप्राप्तीनंतर मिश्र अर्थव्यवस्थेचा स्वीकार करून राज्यांनीच पुढाकार घेऊन मूलभूत उद्योग सुरू केले. त्यासोबत खाजगी क्षेत्रालाही प्राधान्य दिले. त्यातून कामगार वर्ग वाढला, लोकांना रोजगार मिळाला. औद्योगिक विकासाचा देशाच्या आर्थिक विकासाशी जवळचा संबंध असतो. म्हणून सार्वजनिक व खाजगी क्षेत्रात (Public and Private Sector) उद्योगधंद्यांना मान्यता देण्यात आली. भारतात कापूस उद्योग, ब्रिटिश काळात विकसित होत होता. १९५६ नंतर देशाचे औद्योगिक धोरण निश्चित करण्यात आले. १९९१ नंतर खाजगीकरणाला प्राधान्य दिल्याने परदेशी उद्योग भारतात आले. बहुराष्ट्रीय कंपन्यांचे उद्योग सुरू झाले. उद्योगधंद्याच्या धोरणातील बदलाचे चांगले परिणाम होत असताना विकासाचा असमतोलही वाढला. पंजाब, गुजरात, महाराष्ट्र, कर्नाटक, आंध्रप्रदेश या राज्यात उद्योगधंदे वाढले. इतरत्र असमतोल राहिला. तशीच परिस्थिती महाराष्ट्रातही राहिली. मुंबई, पुणे, नाशिक या परिसरात उद्योगधंद्यांची वाढ झाली. मराठवाडा, विदर्भ, खानदेश मागे राहिले. त्यांचे दुष्परिणाम तेथील विकासप्रक्रियेवर झाले. तो असमतोल दूर करणे ही केंद्र व राज्यासाठी आव्हानात्मक बाब ठरली आहे. त्याचबरोबर भारतातील सार्वजनिक उद्योग तोट्यात गेल्यामुळे ते बंद पडण्याच्या मार्गावर आहेत. सूतगिरण्या बंद पडल्या आहेत. त्यामुळे कामगारांची उपासमारी वाढली आहे. अवजड उद्योगाऐवजी नवीन तंत्रज्ञान विकसित झाले. संगणक, यंत्रमानव, यामुळे देखील उद्योग धोरणात परिवर्तने झाली आहेत.

४) ग्रामीण विकासाचे धोरण – ग्रामीण विकासासाठी पंचायतराज व्यवस्था स्थापन करून महाराष्ट्रात व देशातील सर्व घटकराज्यांत सत्तेचे विकेंद्रीकरण करण्यात आले आहे. बलवंतराय मेहता समितीच्या शिफारशीनुसार प्रथम राजस्थानात व त्यानंतर आंध्रप्रदेश, महाराष्ट्र या ठिकाणी त्रिस्तरीय व्यवस्था आली. महाराष्ट्रात वसंतराव नाईक समितीने त्रिस्तरीय व्यवस्था सुचविल्यानुसार ग्रामपंचायत, तालुका पंचायत समिती व जिल्हा परिषद असे गाव, तालुका व जिल्हा स्तरावर सत्तेचे विकेंद्रीकरण करण्यात आले. आसाम, बिहार, गुजरात राज्यात द्विस्तरीय व्यवस्था स्थापन करण्यात आली. मात्र पंचायत राज व्यवस्थेतील राज्याचे नियंत्रण व हस्तक्षेप, पुरेशा अधिकाराचा अभाव, शासकीय अधिकारी आणि राजकीय नेतृत्व यातील बेबनाव, जातीय राजकारणाचे वर्चस्व, आर्थिक परावलंबन यामुळे पंचायतराज व्यवस्था सक्षम होऊ शकली नाही. देशपातळीवर मागासवर्गीय, ओबीसी, महिलांना ३३ टक्के आरक्षण देण्यात आले आहे. तर महाराष्ट्रात ती मर्यादा ५० टक्के करण्यात आली आहे. परंतु राजकीय सहकार्याचा अभाव, आर्थिक स्वायत्ततेचा अभाव, राजसत्तेचा हस्तक्षेप, यामुळे चांगली

योजना अकार्यक्षम ठरत आहे. वास्तविक लोकशाही अधिक दृढ करण्यासाठी तिचा पाया असलेल्या पंचायतसंस्था अधिक कार्यक्षम व सक्षम स्वायत्त होणे ग्रामविकासासाठी आवश्यक आहे.

५) महाराष्ट्र स्तरावरील प्रयत्न – भारतीय स्तरावर केंद्र शासनामार्फत राबविली जाणारी धोरणे व योजना महाराष्ट्रात प्रामुख्याने राबविल्या जातात. महाराष्ट्राची राजधानी मुंबई ही देशाची आर्थिक राजधानी असल्याने कृषी उद्योग क्षेत्रात आघाडी असलेले राज्य मात्र आता काहीसे पिछाडीवर आहे. महाराष्ट्र प्रगत व पुरोगामी राज्य मानले जाते. मोठा समुद्र किनारा, कृषिविकास, सहकारक्षेत्रातील भरभराट व आता त्याला लागलेली घरघर, शेत जलसिंचनाचा प्रश्न, असमतोल विकास, शैक्षणिक विकासाचे केंद्र व त्यासोबत बेरोजगारीचा प्रश्न, उद्योगधंद्यांचे विशिष्ट ठिकाणी झालेले केंद्रीकरण, महाराष्ट्राने राबविलेल्या लोककल्याणाच्या अनेक योजना, प्राथमिक क्षेत्राचा विकास, बेकारी निर्मूलनाचा प्रयत्न, शिक्षणातील आमूलाग्र परिवर्तने, व्यावसायिक शिक्षण, सार्वजनिक शिक्षण, कृषिशिक्षण, ग्रामविकासासाठी योजना, लोकसंख्यावाढीवर नियंत्रण याद्वारे इतर राज्यांच्या मानाने महाराष्ट्र पुढे दिसतो. मात्र संमिश्र सरकारमुळे निर्णयप्रक्रियेतील विलंब, बेबनाव, राजकीय नेतृत्वाचा अभाव, राजकीय इच्छाशक्तीचा अभाव, संकुचित गोष्टींना प्राधान्य, सहकार चळवळींना लागलेले ग्रहण यांमुळे नवीन समस्या निर्माण होत आहेत.

▶ **धोरणाचे प्रभाव व मूल्यांकन –** धोरणांची आखणी निश्चित उद्दिष्टे साध्य करणे व निर्देशित घटकांचे हित साध्य करणे हा हेतू असतो. १) त्यामुळे धोरणांचे आणि योजनांचे प्रत्यक्ष फायदे दिसून येतात. उदा. आरक्षण धोरणामुळे मागासवर्गीयांना सरकारी सेवेत समावेश मिळाला. तर पंचायत राजव्यवस्थेमुळे निर्णयप्रक्रियेत सहभाग मिळाला. प्रत्यक्ष प्रभावातून धोरणांचे मूल्यांकन करून त्यातील उणिवा दूर करता येतात.

२) अप्रत्यक्ष प्रभाव - अनेक धोरणांचे आणि योजना ह्या उद्दिष्ट गटापुरत्या मर्यादित नसतात. तेव्हा अशा योजनांचा प्रभाव मोजता येत नाही परंतु त्याचा एकूण समाजाला फायदा होतो. त्याचे मोजमाप करणे अवघड असते. उदा. बेरोजगार सुशिक्षित युवकांना व्यवसाय व रोजगारांसाठी कर्जपुरवठा करणे, शेतकऱ्यांना खत, बी-बियाणे यासाठी सबसिडी देणे इत्यादींचा प्रभाव मोजता येत नाही. त्याचे अप्रत्यक्ष फायदे होतात.

३) तत्काळ प्रभाव - काही योजना ह्या विशिष्ट काळासाठी विशिष्ट उद्दिष्टांना, विशिष्ट घटकांपुरत्या मर्यादित असतात. त्यांचा प्रभाव लगेच मोजता येतो. वेतनश्रेणीत वृद्धी त्यामुळे नोकरवर्गावरील प्रभाव आकडेवारीने मांडता येतो. किंवा आयकर सवलतीमुळे आयकरदात्याचा लगेच फायदा दिसतो.

४) भविष्यलक्षी प्रभाव - काही योजना ह्या दीर्घकालीन स्वरूपाच्या असतात. त्यात सातत्य आढळते व त्यातून भविष्यात त्याचा प्रभाव दिसतो. उदा. शिक्षण, आरोग्य, राहणीमान विषयक योजनांचा आणि माता-बाल संगोपन, लसीकरण यामुळे जन्मदरात घट, मृत्युदरात घट आणि बाल मृत्युदरातही घट होऊन लोकसंख्या नियंत्रित करण्यासही मदत होते. या योजना १९९०-2000 मध्ये अंमलात आणल्या आहेत. तेव्हा २०११ मधील जनगणनेत त्याचा प्रभाव दिसून आला. १९९१ मध्ये अंमलात आणलेल्या आर्थिक सुधारणांचे चांगले त्याचबरोबर वाईट प्रभाव २०११ नंतर दिसायला लागले. तेव्हा दीर्घकालीन योजनांचा प्रभाव भविष्यलक्षी असतो.

त्याबरोबर योजनांचा खर्च, त्याचा लाभ, तिचे फायदे यांचीही तज्ज्ञ लोक मांडणी करतात. त्याद्वारे देखील योजनेचे वा धोरणांचे यश मोजता येते. नवीन तंत्रज्ञान, संगणकतंत्र यामुळे आकडेवारी उपलब्ध करून त्याचे विश्लेषण करता येते. त्याआधारे योजनेची यशस्वीता, मूल्यांकन, मूल्यमापन करून भविष्यासाठीच्या सुधारणा करता येतात. योजनेतील उणिवा दूर करण्यास मदत होऊन धोरणे व कार्यक्रम अधिक यशस्वी

धोरणाची आखणी करता येते म्हणून धोरण आखणी व अंमलबजावणी (Policy making and implementation of policy) ही लोकप्रशासनातील महत्त्वपूर्ण प्रक्रिया मानली जाते, या प्रक्रियेत भारत व घटकराज्य (महाराष्ट्र) स्तरावर वेगवेगळ्या धोरणांद्वारे व योजनांद्वारे अभ्यास करता येऊ शकतो. त्याआधारे देश व राज्य यांचा विकासदर ठरविता येतो.

● हक्काच्या संदर्भात काही महत्त्वाचे मुद्दे

'राज्य' आणि 'व्यक्ति' संबंधाचे विश्लेषण करतांना 'हक्क' महत्त्वाचे मानले जातात. व्यक्तीची प्रतिष्ठा व त्याच्या व्यक्तिमत्त्वाच्या विकासासाठी हक्कांची आवश्यकता असते. (The rights are essential for promoting human dignity and personality) म्हणूनच हॉब्ज आणि बेथॅम यांच्या मते 'हक्काच्या स्वरूपावरून राज्याची ओळख ठरते'. (Rights as claims recognized by the state) हक्क म्हणजे अशी परिस्थिती या परिस्थितीचा घटक ज्याद्वारे व्यक्तीला आपल्या व्यक्तिमत्त्वाच्या सर्वांगीण विकासाची संधी उपलब्ध करून दिली जाते. हक्कांच्या माध्यमातून व्यक्तीला स्वातंत्र्य प्राप्त होते. म्हणूनच प्रा. हॅराल्ड लास्की म्हणतात की, व्यक्तीला आपल्या आंतरिक चांगुलपणाचा आविष्कार ज्या सामाजिक परिस्थितीच्या संकेताशिवाय साधारणपणे करता येणार नाही ती सामाजिक परिस्थिती (संकेत) म्हणजेच अधिकार होत. प्रा. हॉलंडच्या मते अधिकार म्हणजे समाजाचे मत आणि शक्ती यांच्या साहाय्याने इतरांच्या आचारावर प्रभाव पाडण्याची पात्रता होय. (A right is the man's capacity of influencing the acts of another by means of the opinion and the force of the society- Holland)

हक्कांच्या संदर्भात व्यक्ती आणि राज्य यांच्या संबंधांचा विचार केला जातो. म्हणूनच मानवी इतिहासात मानवाने हक्कप्राप्तीसाठी प्रदीर्घ लढा दिलेला आहे. अमेरिकेच्या संविधानातील 'बिल ऑफ राइट्स (Bill of Rights), फ्रान्सच्या क्रान्तीतील मानवी हक्कांचा जाहीरनामा, आयर्लंड, जपान यांच्या संविधानातील मूलभूत हक्कांची तरतूद, संयुक्त राष्ट्रसंघाने जाहीर केलेली मानवी हक्कांची सनद आणि भारतीय संविधानातील मूलभूत हक्क इत्यादी मानवी अधिकारांसाठीचे महत्त्वाचे टप्पे आहेत.

नकारात्मक व सकारात्मक अधिकार :– (Negative and Positive Rights)

व्यक्तीसाठी राखीव असलेल्या क्षेत्र व परिस्थितीत राज्याचा हस्तक्षेप नसणे, व्यक्तीला समाजघटक म्हणून त्या अधिकाराचा उपभोग घेता येईल व राज्य त्यांचा संकोच करु शकणार नाही त्याला नकारात्मक अधिकार म्हणतात. म्हणजे व्यक्तीला अशा प्रकारचे विशेष अधिकार असतील ज्याच्यावर राज्यसंस्था आक्रमण करू शकणार नाही. (It means that certain privileges enjoyed by the individuals shall not be encroached upon by the state)

सकारात्मक अधिकार म्हणजे असे अधिकार जे राज्याद्वारा व्यक्तीला दिले जातात व त्याच्या सुरक्षितेची हमी राज्य देते. म्हणूनच गरीब, मागास, स्त्रिया, बालके यांच्या हक्कांना सुरक्षितता राज्याद्वारा प्राप्त करून दिली जाते (Positive rights mean the specific right of the individuals which are to be secured and guaranteed by the state)

व्यक्तीला समाजाचा घटक म्हणून हक्क प्राप्त होतात.त्यांना समाज व राज्याची मान्यता असते. अधिकार हे देशकाल आणि परिस्थतीसापेक्ष असतात. अधिकारांना दंडाचा वा दंडशक्तीचा आधार असतो. अधिकार आणि कर्तव्ये ही परस्परपूरक असतात. कोणताही अधिकार हा अमर्यादित आणि अनिर्बंध नसतो. अधिकारनिर्मितीचे सिद्धांत– व्यक्तीला अधिकार का आवश्यक आहेत. त्या अधिकारांची निर्मिती कशी होते.

त्यांचे स्वरूप कोणते या संदर्भात वेगवेगळी सैद्धांतिक मांडणी केली जाते.

१) नैसर्गिक हक्कांचा सिद्धान्त– (Theory of Natural rights)

ग्रीक तत्त्ववेत्ते हॉब्ज, लॉक, रूसो, थॉमस पेन इत्यादी विचारवंत अधिकारांची कोणी निर्मिती केली नसून अधिकार व्यक्तीला जन्मतःच प्राप्त होतात. त्यामुळे ते कोणीही नाकारू शकत नाही. म्हणून त्यांना नैसर्गिक हक्क (Natural rights) म्हणतात.

२) हक्कांचा ऐतिहासिक सिद्धांत– (Historical Theory of rights)

इतिहासामधून अधिकारांची निर्मिती झाली. मनुष्याच्या विविध अवस्थांमधील जीवनामध्ये निरनिराळ्या रुरूढी, परंपरा प्रथा, संकेत आणि चालीरिती यांमधूनच अधिकाराची निर्मिती झाली. प्रा. रिची यांच्या मते, रूढी आणि प्रथा हा अप्रगत समाजाचा कायदा असतो आणि त्यातूनच अधिकार निर्माण होतात. इंग्लंडमधील राज्यक्रांती, हक्कांची सनद, मॅग्राचार्टा, पिटिशन ऑफ राइट्स ही इतिहासाचीच अपत्य होत असे एडमंड बर्क म्हणतो म्हणून हक्कांची निर्मिती ही इतिहासातून घडते असे हा सिद्धांत मानतो.

३) वैधानिक अधिकार सिद्धान्त– (Thory of Legal rights)

या सिद्धांतानुसार हक्क हे नैसर्गिक नसून ते राज्यनिर्मित आहेत. राज्यातील कायद्यानेच अधिकारांची निश्चिती होते. अधिकाराची मर्यादा आणि व्याप्ती राज्याद्वारेच निश्चित केली जाते. अधिकार हे स्वयंसिद्ध नाहीत. अधिकारांचा उपभोग घेण्यासाठी राज्याद्वारेच परिस्थितीची निर्मिती होते. (All rights of man depend on the state for their existence, rights are no rights until and unless they are recognized by the state, there can be no right prior to the state as there is no legal authority to enforce their rights) हॉब्ज, बेथॅम नैसर्गिक घटक हक्क सिद्धान्त नाकारतात व वैधानिक अधिकारांचे समर्थन करतात.

४) अधिकारांचा समाजहितवादी सिद्धान्त– (The Social Welfare Theory of rights) अधिकार हे समाजनिर्मित व समाजमान्य असतात. अधिकाराचा मुख्य आधार सामाजिक उपयोगिता आहे. राज्याद्वारे समाजोपयोगी व सामाजिक कल्याणाशी निगडित अधिकारांना मान्यता दिली जाते. प्रा. लास्की, बेथॅम जे.एस. मिल हे उपयुक्ततावादी विचारवंत अधिकतमांचे अधिकतम सुख (Greatest happiness of the greatest number) हीच अधिकारांची कसोटी मानतात. (The Social Welfare theory of rights is based on the concept that rights are essentially conditions of social welfare. The states should therefore recognize only those rights which are meant to promote social welfare) प्रा. चॅफी (Chaffee) व रोस्को पाउंड (Roscoe Pound) हेदेखील या मताचे समर्थन करतात.

५) अधिकाराचा आदर्शवादी सिद्धान्त– (Ideal Theory of rights) टी.एच. ग्रीन अधिकारासंदर्भात नैतिक अधिष्ठानाला प्राधान्य देतात. अधिकार म्हणजे व्यक्तीच्या आंतरिक विकासासाठी आवश्यक असणारी बाह्य परिस्थिती होय. व्यक्तिमत्त्वविकासासाठी अधिकार आवश्यक असतात परंतु व्यक्तीने आपला विकास करताना समाजहिताचा, समाजकल्याणाचाही विचार करणे आवश्यक आहे. कारण प्रत्येक व्यक्ती समाजाचे अभिन्न अंग असते. व्यक्तीचा नैतिक विकास हा अधिकारांचा पाया असतो. म्हणून हा सिद्धांत व्यक्तीचा नैतिक विकास हा आधार मानतो.

६) प्रा. लास्कीचे मत– अधिकाराची निर्मिती राज्याद्वारा होत नाही उलट राज्याची ओळख ही किती प्रमाणात व्यक्तीला अधिकार देतो, यावरून होते. राज्य फक्त हक्कांना मान्यता देते, म्हणून ते ऐतिहासिक

सिद्धान्त नाकारतात. त्याचप्रमाणे नैसर्गिक सिद्धान्तही अमान्य करतात म्हणून ते उदारमतवादी व्यक्तिवादी सिद्धान्तात ही सुधारणा करतात व हक्कांना नैतिक अधिष्ठान देऊन व्यक्तिविकासासोबत सामाजिक कल्याणही महत्त्वाचे मानतात. म्हणून लास्की हे उदारमतवादी आणि सामाजिक कल्याणवादी विचारांचा समन्वय साधतात. A Grammar of Politics या आपल्या ग्रंथामध्ये त्या बाबत सविस्तर मांडणी करतात.

७) मार्क्सवादी विचार– (The Marxian View-rights) कार्ल मार्क्सची हक्काची संकल्पना ही वर्ग सिद्धान्ताशी निगडित आहे. प्रस्थापित भांडवलाही वर्गप्रदान व्यवस्थेत मूठभर, श्रीमंत सत्ताधारी व्यक्तीलाच अधिकार मिळतात व त्याद्वारे ते कामगारांचे शोषण करतात म्हणून हुकूमशाही, भांडवलाहीतील हक्क व्यवस्था नाकारून संपूर्ण समाजव्यवस्थेच्या परिवर्तनानंतर वर्गविहीन समाजव्यवस्थेत राज्याची अवस्था राहणार नाही. राज्य लयास जाईल व खरी व परिपूर्ण समता प्रस्थापित झाली की सर्वांना समान हक्क प्राप्त होतील व क्षमता व गरज यांचा समन्वय साधला जाईल. (From each according to his ability to each according to his need)

हक्क आणि कर्तव्ये– (Rights and Duties)

व्यक्तीला विकासासाठी विविध हक्क प्रदान केले जातात. त्या सोबत कर्तव्यपालन आवश्यक असते. कर्तव्यपालनामुळे अधिकारांची प्राप्ती होते म्हणूनच चाणक्य आपल्या अर्थशास्त्र ग्रंथात अधिकारापेक्षा कर्तव्यांना महत्त्व देतो. त्यास त्याने स्वधर्मपालन असे म्हटले आहे. कर्तव्य म्हणजे एखादी कृती करणे किंवा न करणे यासबंधी घातलेले बंधन होय. कर्तव्याचे अनेक प्रकार सांगितले जातात.

१) नैतिक कर्तव्य

जी नीतिमूल्यांवर आधारित असतात. त्यात आई–वडील, गुरुजन सेवा, वडिलधाऱ्यांचा आदर राखणे, गरीबांना मदत करणे इत्यादींचा समावेश होतो. ह्या कर्तव्यांना कायदेशीर बंधन नसते.

२) कायदेशीर कर्तव्ये

ज्या कर्तव्यांचे पालन करणे कायद्याने बंधनकारक केलेले असते त्यांना कायदेशीर (वैधानिक) कर्तव्ये म्हणतात. त्यात कायदेपालन, शांतता राखणे, सुव्यवस्था राखणे, कायद्याचे पालन करणे आवश्यक असते. कर्तव्यांचे पालन न केल्यास व्यक्तीला कायद्याने सांगितलेली शिक्षा भोगावी लागते.

३) आदर्श कर्तव्ये

समाजात राहाताना काही आदर्श तत्त्वे पाळावी लागतात. त्यात देश, समाजासाठी त्याग करणे, समाजसेवा करणे, अपंगांना मदत करणे, इत्यादींचा समावेश होतो.

४) सकारात्मक (विधायक) व अकारात्मक कर्तव्ये

जी कर्तव्ये व्यक्तीने राज्य व समाजात राहताना पालन करणे आवश्यक आहेत ज्यामुळे शांतता व सुव्यवस्थेला बळकटी मिळेल. उदा. कायदेपालन, रहदारीचे नियम पाळणे, सरकारी कार्यात मदत करणे, शासकीय आदेशाचे पालन करणे इत्यादी विधायक कर्तव्ये असून राज्य व समाज काही गोष्टी करण्यास व्यक्तीला मज्जाव करतो, अशी कृती व्यक्तीने करू नये अशी अपेक्षा असते त्यांना नकारात्मक कर्तव्ये म्हणतात. उदा. लाच न घेणे व न देणे, काळाबाजार न करणे इत्यादी.

५) राजकीय कर्तव्ये

राज्याचा घटक म्हणून व्यक्तीला नागरिक या नात्याने जी कर्तव्ये पार पाडावी लागतात, त्यांना राजकीय कर्तव्ये म्हणतात. त्या कर्तव्यांमध्ये राजनिष्ठा, राज्य आज्ञापालन, कर भरणे, मतदान करणे, सार्वजनिक पद भूषविणे, न्यायदानास मदत करणे इत्यादींचा समावेश होतो, म्हणून प्रा. लास्की हक्क आणि कर्तव्ये ही परस्परपूरक मानतात.

६) भारतीय राज्यघटनेतील कर्तव्ये

लोकशाही राज्यव्यवस्थेत हक्क आणि कर्तव्ये परस्परांपासून अविभाज्य असतात. कर्तव्याशिवाय हक्कांचा आग्रह धरणे बेजबाबदारपणाचे निदर्शन असते म्हणूनच जगातील अनेक राष्ट्रांच्या राज्यघटनांमध्ये नागरिकांच्या कर्तव्यांची यादी समाविष्ट केलेली आढळते. २६ जानेवारी १९५० ला अमलात आलेल्या भारतीय राज्यघटनेत मात्र हक्कासंदर्भात सविस्तर तरतूद होती. मात्र कर्तव्यांची यादी समाविष्ट केलेली नव्हती, कारण हक्क आणि कर्तव्ये ही परस्परपूरक असतात. ग्राह्यावर त्यांचा विश्वास होता. मात्र प्रत्यक्षात हक्कांसाठी संघर्ष करणारे नागरिक कर्तव्यांकडे डोळेझाक करीत होते. तेंव्हा १९७६ ला ४२ वी घटनादुरुस्ती करून भाग चारमध्ये ५१ अ येथे समावेश करून दहा कर्तव्ये निर्देशित करण्यात आली. २००२ साली झालेल्या ८६ व्या घटनादुरूस्तीने मूलभूत कर्तव्याच्या यादीत ११ वे कर्तव्य समाविष्ट केले आहे.

भारतीय राज्यघटनेतील मूलभूत हक्क

भारतीय स्वातंत्र्य आंदोलन काळात भारतीयांना हक्क द्यावेत, यासाठी १८९५ पासून मागणी होत होती. त्यात शासनव्यवस्थेला मन मानेल तसे वागता येऊ नये, सामाजिक न्याय स्थापित करण्यासाठी प्रयत्न व्हावेत आणि अल्पसंख्याक व मागास समाजास आपले हक्क मिळावेत व ते सुरक्षित राखता यावेत, हा त्या मागणी मागील हेतू होता.

राज्यघटना स्थापण्यापूर्वी आपल्या देशात सर्व क्षेत्रांत विषमता आढळत होती. लिंगभेद, जातिभेद, वर्गभेद, धर्मभेद इ. सर्वत्र जाणवत होता. या पार्श्वभूमीवर स्वातंत्र्य, समता, न्याय आणि बंधुतेवर आधारित नवीन व्यवस्था स्थापित करणे मोठे आव्हान होते. ते पेलण्याचे सामर्थ्य संविधान समितीने दाखविले आणि भारतीय राज्यघटनेतील तिसऱ्या विभागात १२ ते ३५ या कलमात मूलभूत हक्कांची तरतूद करण्यात आली आहे. (अधिक माहितीसाठी याच प्रकरणातील मूलभूत हक्क हा भाग वाचावा)

इतर काही हक्क

१) करार करण्याचा अधिकार :-

प्रत्येक व्यक्तीला खाजगी स्वरूपात करार करण्याचा आणि त्याची अंमलबजावणी करण्याचा (Right to contract) अधिकार असतो. करार करणे हा वैयक्तिक हक्क आहे. त्यामुळे करार करणाऱ्यावर तो बंधनकारक असतो. अर्थात कराराचा अधिकार अमर्यादित वा अनियंत्रित नसतो, अनैतिक, राज्यविरोधी, सार्वभौमसत्तेला बाधक किंवा कायदा आणि सुव्यवस्थेला बाधक असे करार बेकायदेशीर करून रद्द करण्याचा अधिकार राज्याला असतो.

२) शैक्षणिक अधिकार :-

शिक्षणामुळे व्यक्तिजीवनातील अंधकार नाहीसा होतो. शिक्षणातून व्यक्तीचे व्यक्तिमत्त्व विकसित होऊन व्यक्ती आदर्श नागरिक होऊ शकते. प्रत्येक व्यक्तीला शिक्षणाची संधी प्राप्त होणे हा व्यक्तीचा

अधिकार असतो. व ती संधी उपलब्ध करून देणे राज्याचे कर्तव्य असते. परंतु भारतीय संविधानातील आदर्श तत्त्वांतील कलम ४५ मध्ये १४ वर्षापर्यंतच्या मुला मुलींना मोफत व सक्तीचे शिक्षण द्यावे असे म्हटले आहे. मात्र सक्तीचे व मोफत शिक्षणाचा अधिकार प्राप्त करण्यासाठी २००९ च्या शिक्षणाधिकार कायद्याची वाट पाहावी लागली. प्राथमिक शिक्षणाचे सार्वत्रिकीकरण २००२ च्या ८६ व्या घटना दुरुस्तीनुसार होऊन प्राथमिक शिक्षण हा मूलभूत हक्क म्हणून मान्यता देण्यात आली. २००९ च्या कायदयानुसार ६ ते १४ वयोगटातील मुलामुलींना मोफत व सक्तीचे प्राथमिक शिक्षण देणे, विद्यार्थ्यांना नापास न करणे, शिक्षण गुणवत्ता सुधारणे यासाठी घटनादुरुस्ती द्वारा कलम २१ अ अशी दुरुस्ती करून मूलभूत हक्क मान्य करण्यात आला.

३) कौटुंबिक जीवन जगण्याचा अधिकार :–

शारीरिक व मानसिकदृष्टया योग्य, निरोगी आणि पूर्णपणे वयात आलेल्या प्रत्येक स्त्री पुरुषास स्व:मतानुसार वैवाहिक जीवन जगण्याचा अधिकार (Right of Family Life) असतो. वैयक्तिक जीवन जगण्यासाठी एकत्र आलेली स्त्री पुरुष व त्यांची मुले यांचे मिळून कुटुंब तयार होते त्यातुन कौटुंबिक जीवन जगण्याचा हक्क विकसित होतो व हा हक्क राज्य व समाजाकडून संरक्षित केला जातो. वैवाहिक जीवन काही कारणाने असफल ठरल्यास घटस्फोट घेण्याचाही त्याला अधिकार असतो. या दृष्टीने प्रत्येक धर्म, पंथ यांचे वेगवेगळे व्यक्तिगत कायदे आहेत.

४) राजकीय अधिकार :–

व्यक्ती जसा समाजाचा घटक असतो तसा तो राज्याचाही घटक असतो. त्यामुळेच त्याला राजकीय अधिकार प्राप्त होतात. विशिष्ट वय मर्यादा पूर्ण करण्याच्या व्यक्तीस नागरिक म्हणून हे हक्क प्राप्त होतात. भारतात वयाची १८ वर्षे पूर्ण करण्याच्या प्रत्येक भारतीयास हे हक्क प्राप्त होतात. मात्र त्याला परकीय नागरिक, गंभीर गुन्हा केलेली, देशद्रोही, निवडणूक कायद्याचा भंग करणारी व्यक्ती, यांचा अपवाद ठरतो. या राजकीय अधिकारामध्ये १) मतदानाचा अधिकार- भारतीय संविधानाने वयाची १८ वर्षे पूर्ण करण्याच्या भारतीय नागरिकास सार्वत्रिक प्रौढ मताधिकार बहाल केला आहे. अर्थात वेडे, दिवाळखोर, राष्ट्रद्रोही यांना मतदानाचा अधिकार दिला जात नाही. २) सार्वजनिक पदप्राप्तीचा अधिकार- शासनमान्य सार्वजनिक पदासाठी निर्धारित कायद्याने निश्चित केलेली पात्रता पूर्ण करण्याच्या नागरिकाला असे मिळविण्याचा अधिकार आहे. निवडणुकीद्वारा वा स्पर्धा परीक्षाद्वारा अशी पदे भरली जातात त्यामुळे विशिष्ट व्यक्ती, गट इ. ची मक्तेदारी राहात नाही. त्यात सरकारी सेवा व राजकीय पदे यांचाही समावेश होतो. ३) निवडणूक लढविण्याचा अधिकार – मतदानाचा अधिकार आणि निवडणुकीचा अधिकार संलग्न आहेत. विशिष्ट पदासाठी निर्धारित अट वा पात्रता पूर्ण करण्याच्या नागरिकास निवडणुकीत सहभाग घेता येतो. सहभाग लोकशाहीत या अधिकाराला विशेष महत्त्व असते. त्यासाठी स्वतंत्र, नि:पक्ष निवडणूक यंत्रणा म्हणजे निर्वाचन आयोगाची भारतीय संविधानात तरतूद केली आहे. ४) अर्ज करण्याचा अधिकार – लोकशाहीत जनतेला आपले मत, गाऱ्हाणी, तक्रार मांडण्याचा अधिकार असतो. त्याद्वारे जनतेची शासनाप्रतीची भावना व्यक्त होते. याद्वारा नागरिक सरकारकडे तक्रार देखील करू शकतो. याच अधिकाराचा विस्तार म्हणून जनहितासाठी न्यायालयाकडे दाद मागण्याची परंपरा भारतात जनहित याचिकेद्वारा प्रस्थापित झाली आहे. ५) शासनावर टीका करण्याचा अधिकार – व्यक्ति स्वातंत्र्यातील भाषण, मुद्रण स्वातंत्र्याचा आधार घेऊन सरकारची धोरणे, कार्यक्रम, खर्च इ. बाबत सरकारचे समर्थनासोबत टीकाही करता येते. तो नागरिकाचा अधिकार असतो. त्यातून राजकीय सहभाग व राजकीय जागृती व्यक्त होते. त्यासाठी सभा, मोर्चे, घेराव,

आंदोलने याचा शांततापूर्ण पद्धतीने अवलंब करता येतो. ६) सरकारला विरोध (प्रतिकार) करण्याचा अधिकार – (Right to Resist) या अधिकाराबाबत मत मतांतरे आहेत. हुकूमशाही, साम्यवादी व्यवस्था हा अधिकार अमान्य करतात. मर्यादित स्वरूपात लोकशाही व्यवस्थेत त्याला मान्यता दिली जाते. प्रा. टी. एच. ग्रीन, हेरॉल्ड लास्की या अधिकाराचे समर्थन करतात. हिंसात्मक मार्गाला विरोध दर्शवितात. रक्तहीन क्रांतीचे ते समर्थन करतात. आणीबाणीला विरोध करण्यासाठी जनतेने केलेला प्रतिकार यांचे उदाहरण ठरू शकते. जयप्रकाश नारायण यांनी संपूर्ण क्रांतीचा नि:शस्त्र लढा दिला होता व लोकशाही व्यवस्थेची विस्कटलेली घडी बसविली होती. ७) मानवी हक्क – (Human Rights) प्रा. लास्की म्हणतात 'हक्क म्हणजे समाज जीवनातील अशी परिस्थिती की, त्याशिवाय व्यक्तीला सामान्यत: स्वत:चा सर्वांगीण विकास करणे शक्य होत नाही'. मानवाधिकारासाठी मानवाला मोठा लढा द्यावा लागला. त्याचे फलित म्हणजे १९४५ मध्ये युनोने मानवी हक्कांची सनद जाहीर केली व मानवाधिकार आयोगाची स्थापना केली. त्यासोबत अल्पसंख्याक, महिला आयोगांची स्थापना केली. भारतीय संविधानातील उद्देशपत्रिकेत आणि मूलभूत हक्कांमध्ये या अधिकाराचा समावेश करण्यात आला आहे. १९९३ ला मानवी हक्क संरक्षण कायदा पारित करण्यात आला व राष्ट्रीय मानवी हक्क आयोगाची राष्ट्रीय स्तरावर व राज्य मानवी हक्क आयोगाची राज्यस्तरावर स्थापना करण्यात आली. परंतु देशातील गरीब, दारिद्र्य, जुनाट रूढी– परंपरा, जातिसंस्था, जातिभेद, धर्मभेद, विषमता, वाढती लोकसंख्या, निरक्षरता, बेरोजगारी, सदोष शिक्षण पद्धती, हिंसाचार, भ्रष्टाचार, दहशतवाद, पोलीस कोठडीतील गुन्हे आणि शोषण इ. कारणांमुळे सामान्य माणूस मानवी हक्कांपासून वंचित राहिला. त्यामुळे महाराष्ट्र व भारताच्या पातळीवर मानवी हक्कांची स्थापना व अंमलबजावणी करण्याची मोठी जबाबदारी आहे. ८) माहितीचा अधिकार – लोकशाही व्यवस्थेत जनता सार्वभौम मानली जाते. तेंव्हा जनतेला हवी असलेली माहिती उपलब्ध होणे त्यांचा हक्क आहे. परंतु १९२३ च्या ऑफिशियल सीक्रेट्स ऑक्ट ची अंमलबजावणी स्वातंत्र्यप्राप्तीनंतरही २००५ पर्यंत सुरूच होती. महाराष्ट्र शासनाने २००३ मध्ये हा कायदा लागू केला. परंतु २००५ मध्ये केंद्र शासनाने माहितीचा अधिकार अधिनियम लागू केला. तेंव्हा महाराष्ट्राचा कायदा मागे घेण्यात आला. या अधिकारासाठी ५५ वर्षे वेगवेगळ्या अशासकीय संघटना प्रचार, प्रसारमाध्यमे यांना संघर्ष करावा लागला. या अधिकारामुळे शासकीय कारभारात पारदर्शकता व जनताभिमुखता देईल व भ्रष्टाचारास आळा बसविण्यास मदत होईल. ९) ग्राहक हक्क :– व्यापारव्यवस्थेत ग्राहक हा महत्त्वाचा घटक मानला जातो. परंतु गळेकापू स्पर्धा, फसवाफसवी, लबाडीमुळे कमी दर्जाचा माल ग्रहाकाच्या माथी मारला जातो. या परिस्थितीत ग्राहकाचे संरक्षण व्हावे व ग्राहक हा महत्त्वाचा घटक मानून त्याचे हित संभाळले जावे म्हणून ग्राहकाला आपले हितसंरक्षणाचा हक्क आहे. त्यासाठी १९८६ मध्ये भारतात ग्राहक संरक्षण कायदा करण्यात आला. भेसळ प्रतिबंधक, अत्यावश्यक वस्तू, निर्बंधित व्यापार, काळा बाजार इ. ला आळा बसावा म्हणून ग्राहक हक्क मान्य करून वरील कायदा करण्यात आला. १०) नागरी हक्क – भारतीय संविधनात समतातत्त्वाचा स्वीकार करून अस्पृश्यता, जातीभेद अमान्य करण्यात आला त्यानुसार १९५५ ला नागरी हक्क संरक्षण अधिनियम, १९८९ ला अनुसूचित जाती व अनुसूचित जमाती (अत्याचार प्रतिबंधक) अधिनियम, १९९५ अनुसूचित जाती व अनुसूचित जमाती (अत्याचार प्रतिबंध) अधिनियम पारित करून मागास वर्गास होणारा अत्याचार, अन्याय नाकारून मानवाअधिकार स्वीकारून नागरी हक्कांची स्थापना करण्यात आली आहे. ११) महिला हक्कांना मान्यता – मागास वर्गाप्रमाणेच महिलावर्गदेखील सामाजिक प्रथा, रूढी, जातिव्यवस्था, धर्मव्यवस्थेमुळे मागास राहिला, त्यांच्यावर सतत कोणत्यानाकोणत्या कारणाने अन्याय होत आला म्हणून भारतीय संविधानात समता

तत्त्वांचा स्वीकार करताना महिलांना विशेष संरक्षण दिले आहे. त्यासाठी आरक्षण, महिलांचे कौटुंबिक हिंसाचारापासून संरक्षण व्हावे म्हणून २००५ व २००६ चा अधिनियम, महिला आयोगाची राज्य व राष्ट्रीय पातळीवर नेमणूक आणि त्यासंबंधी विविध कायदे संमत करून महिला संरक्षणाचा हक्क दिला आहे. १२) अनियंत्रित अधिकार – एक आव्हान- भारतीय संविधानात मूलभूत हक्कांचा समावेश केला असला व मागास वर्ग, महिला, बालक, युवक, आदिवासी, वंचित वर्ग, वृद्ध, कामगार, अपंग, पुनर्वसनग्रस्त इ.साठी वेगवेगळे कायदे व तरतुदी करण्यात आल्या व रोजगार हमी योजनेसारख्या योजनांद्वारा रोजगार हमी देण्यात आली असली तर २०११ चा भारताचा मानव विकास निर्देशांक अहवालात दर्शविलेली सत्यता लक्षात घेता उपजीविकेचा हक्क, आरोग्याचे हक्क, रोजगार मिळविण्याचा हक्क आणि वरील वंचित घटकांचे हक्कासंबंधीच्या तरतुदी काही अंशी कागदावर आढळतात, प्रत्यक्षात मात्र त्या हक्कापासून देशातील मोठा वर्ग वंचित दिसतो. १३) मार्गदर्शक तत्त्वांतील तरतुदींची पूर्तता – संविधानकर्त्यांनी मार्गदर्शक तत्त्वाचा संविधानात समावेश करण्यामागील हेतू हाच होता की, ज्या बाबींचा समावेश मूलभूत हक्कात होऊ शकला नाही, त्यात आर्थिक व सामाजिक व लोकशाहीची स्थापना करून कल्याणकारी समाजरचना स्थापन करून समाजातील मानवनिर्मित विषमता नष्ट करणे, आर्थिक उत्पन्नाच्या साधनांचे विकेंद्रीकरण व पुनर्वाटप करणे, सर्वांना शिक्षण व रोजगार उपलब्ध करून देणे, म्हातारपण, बेकारी, आजारपण, अपंगत्व, इ. प्रसंगी आर्थिक मदत, स्त्रियांना सन्मान, बालकाचे संवर्धन, दुर्बल घटकांना सामाजिक न्याय, आरोग्यसंवर्धन इ. संदर्भात अपेक्षा व्यक्त केल्या. काही अंशी त्यादृष्टीने प्रयत्नही झाले. परंतु १९९१ नंतर आलेल्या खाउजा म्हणजे खाजगीकरण, उदारीकरण आणि जागतिकीकरणाने पुन्हा नवे प्रश्न निर्माण केले आहेत व त्यातून आहेरे- नाहीरे– ची दरी वाढते आहे. शहरी–ग्रामीण दरी वाढती आहे. इंडिया विरुद्ध भारत असे चित्र उभे राहिले आहे. त्यातून राज्य व राष्ट्र पातळीवर बहुसंख्य समाजाचे हक्काचे प्रश्न पुन्हा ऐरणीवर आले आहेत.

नैतिक अधिकार, कायदेशीर अधिकार, नागरी अधिकार व राजकीय अधिकारांसोबत प्रा. लास्की आर्थिक व सामाजिक अधिकारासाठी त्यामुळे आग्रह धरतात. त्यात बेकारभत्ता, बेकारांचा विमा, कामगार विमा, शिक्षण, आरोग्याचा हक्क, भ्रष्टाचारमुक्त वातावरण, शोषणमुक्त व्यवस्था यांचे समर्थन करून व्यक्तीचे हक्क आणि सामाजिक कल्याण यांचा समन्वय साधतात.

लोकशाही शासन प्रणाली महाराष्ट्र आणि भारताच्या पातळीवर यशस्वी होण्यासाठी नागरिकांना अधिकाधिक अधिकार बहाल करून व्यक्ती विरुद्ध राज्य असे वातावरण न राहता सहभाग लोकशाहीतून सर्वांना विकास साधणे शक्य होईल, परंतु त्यासाठी बराच काळ वाट पाहावी लागेल असे दिसते.

● या प्रकरणावरील काही महत्त्वाचे प्रश्न.

१) –––––––––––––––––––– हे घटना समितीचे अध्यक्ष होते.

    १) डॉ. बाबासाहेब आंबेडकर   २) डॉ. राजेंद्र प्रसाद

    ३) आचार्य कृपलानी   ४) महात्मा गांधी

२) घटकराज्यांच्या सीमा बदलण्याचे अधिकार –––––––––– यांच्याकडे आहेत.

    १) राष्ट्रपती   २) राज्याचे मुख्यमंत्री   ३) भारतीय संसद   ४) सर्वोच्च न्यायालय

३) योग्य पर्याय निवडा

अ) ९ डिसेंबर १९४९ — १) डॉ. राजेंद्रप्रसाद यांची घटनासमितीचे कायमचे अध्यक्ष म्हणून निवड

ब) ११ डिसेंबर १९४६ — २) घटनेची अंमलबजावणी सुरू झाली

क) १३ डिसेंबर १९४६ — ३) घटना समितीची पहिली बैठक

ड) २६ जानेवारी १९५० — ४) पं. नेहरू यांनी घटनासमितीत उद्दिष्टांचा ठराव मांडला

उत्तर –

(१) अ–१, ब–२, क–३, ड–४.   (२) अ–२, ब–१, क–३, ड–४.

(३) अ–४, ब–३, क–१, ड–२.   (४) अ–३, ब–१, क–४, ड–२.

४) भारतीय शासनपद्धती संसदीय स्वरूपाची आहे कारण –

१) भारतीय राज्यघटनेने संसदेच्या दोन सभागृहांची निर्मिती केली आहे.

२) भारतीय राज्यघटना देशाच्या नागरिकांना त्यांच्या हक्काची हमी देते.

३) कार्यकारी मंडळ संसदेला जबाबदार असते आणि संसद सदस्यांच्या बहुमताचा पाठिंबा असेपर्यंतच अधिकार-पदावर राहते.

४) संसदेचे सर्व सदस्य प्रत्यक्ष जनतेकडून निवडलेले असतात.

५) जोड्या लावा.

देश	देशापासून काय घेतले
अ) जर्मनी	१) घटना दुरुस्ती पद्धती
ब) द. आफ्रिका	२) केंद्राकडे विशेषाधिकार
क) कॅनडा	३) आणीबाणीची तरतूद
ड) जपान	४) विषय सूच्या
ई) ग्रेट ब्रिटन	५) कायद्याने प्रस्थापित केलेली पद्धती
	६) कॅबिनेट व्यवस्था

उत्तर –

(१) अ–१, ब–२, क–३, ड–४, ई–५.   (२) अ–२, ब–१, क–४, ड–३, ई–५.

(३) अ–१, ब–२, क–५, ड–३, ई–४.   (४) अ–३, ब–१, क–२, ड–५, ई–६.

६) घटनेच्या १९(१)(अ) व्या कलमामध्ये मान्य केलेल्या नागरिकांच्या अधिकारावर खालील कारणांमुळे वाजवी बंधने येऊ शकतात :

१) देशाचे सार्वभौमत्व   २) देशाची एकता

३) प्रांताची सुरक्षितता   ४) सर्वसाधारण जनतेच्या हितासाठी

योग्य पर्याय निवडा :

१) १ आणि ३   २) २ आणि ४   ३) १ आणि २   ४) फक्त ४

७) भारताच्या संविधानाचे कोणते घटक न्यायनिर्णय पात्र (Non-Justifiable) नाहीत?

१) उद्देशपत्रिका, १० वे परिशिष्ट

२) उद्देशपत्रिका, मूलभूत कर्तव्ये व १० वे परिशिष्ट

३) उद्देशपत्रिका, आणीबाणीविषयक तरतुदी व मूलभूत कर्तव्ये

४) उद्देशपत्रिका, मार्गदर्शक तत्त्वे

योग्य पर्याय निवडा :

१) १ आणि ३   २) २ आणि ४   ३) फक्त ३   ४) फक्त ४

८) 'भारतीय राज्यघटना म्हणजे राष्ट्राचे स्वप्न व महत्त्वाकांक्षा होय' असे पुढीलपैकी कोणी प्रतिपादन केले?

१) डॉ. आंबेडकर   २) पं. नेहरू   ३) म. गांधी   ४) बॅ. जयकर

उत्तर –

(१) १ आणि २ बरोबर   (२) १ आणि ३ बरोबर

(३) फक्त २ बरोबर   (४) फक्त ४ बरोबर

९) खालीलपैकी कोणते विषय घटनेच्या समवर्ती सूचीत अंतर्भूत आहेत?

१) शिक्षण   २) व्यवसाय कर   ३) वजन माप मानके (प्रमाण) ४) वीज   ५) वने

योग्य पर्याय निवडा :

१) १, ४, ५   २) १, २, ३   ३) सर्व   ४) एकही नाही

१०) पं. नेहरूंनी मांडलेला उद्दिष्टांच्या ठरावातील महत्त्वाचा निकष कोणता होता?

१) भारत हा स्वतंत्र, सार्वभौम, गणराज्य असणार आहे.

२) या ठरावाचे सुधारित स्वरूप म्हणजेच आजच्या राज्यघटनेची उद्देशपत्रिका आहे.

उत्तर –

(१) १ आणि २ बरोबर   (२) फक्त १ बरोबर

(३) फक्त २ बरोबर   (४) यापेक्षा वेगळे उत्तर

११) प्रतिपादन (A) : अर्थ विधेयक हे प्रथम लोकसभेत मांडले जाते.

कारण (R) : लोकसभेच्या सभापतींना, एखादे विधेयक हे अर्थ विधेयक आहे की नाही, हे ठरविण्याचा अंतिम अधिकार आहे.

योग्य पर्याय निवडा :

१) दोन्ही, A आणि R बरोबर आहेत आणि R हे A चे स्पष्टीकरण आहे.

२) A आणि R बरोबर आहेत, परंतु A हे R चे बरोबर स्पष्टीकरण नाही.

३) A बरोबर आहे, R बरोबर नाही.

४) A बरोबर नाही, R बरोबर आहे.

१२) 'गणराज्य' म्हणजे काय?

१) भारतातील शासनाचा प्रमुख हा नियुक्त नसून जनतेमार्फत निवडला जातो.

२) भारतीय शासनाचा प्रमुख राजा नसून अप्रत्यक्ष निवडणुकीद्वारे जनतेने निवडलेला राष्ट्रपती असतो.

उत्तर –

१) फक्त १ बरोबर २) फक्त २ बरोबर ३) १ आणि २ बरोबर ४) यापेक्षा वेगळे उत्तर

१३) ९४ वे घटना दुरुस्ती विधेयक ------------- या घटना दुरुस्ती विधेयकाशी संबंधित आहे.

१) ८४ वी   २) ८५ वी   ३) ८६ वी   ४) ८७ वी

१४) महाराष्ट्रात राज्यसभेवर ------------- सदस्य पाठवले जातात.

१) १९   २) 20   ३) २१   ४) २२

१५) आणीबाणीत लोकसभेचा कार्यकाल एका वेळी ----------- वाढविता येतो.

१) एक वर्ष   २) सहा महिने   ३) दोन महिने   ४) दोन वर्ष

१६) आपल्या राज्यघटनेत ---------- या नागरिकत्वाची तरतूद आहे.

१) दुहेरी नागरिकत्व   २) धर्माने मिळणारे नागरिकत्व

३) भाषेने मिळणारे नागरिकत्व   ४) एकेरी नागरिकत्व

१७) जोड्या लावा.

अ) कलम २५   १) सदसद्विवेकबुद्धीनुसार वागण्याचे आणि आपल्या पसंतीच्या धर्माचा उच्चार, आचार, प्रचार करण्याचे स्वातंत्र्य.

ब) कलम २६   २) करांचे उत्पन्न एखाद्या धर्मप्रचारासाठी किंवा रक्षणासाठी खर्च होणार असले तर सक्तीने कर वसूल करता येणार नाही.

क) कलम २७   ३) धार्मिक संस्था स्थापन करणे, त्यांचा कारभार चालविण्याचे स्वातंत्र्य.

ड) कलम २८   ४) शासकीय अनुदानप्राप्त शिक्षण संस्थांमध्ये धार्मिक शिक्षण देण्यावर बंदी.

उत्तर –

(१) अ–१, ब–२, क–३, ड–४.   (२) अ–२, ब–३, क–४, ड–१.

(३) अ–३, ब–२, क–४, ड–१.   (४) अ–४, ब–३, क–२, ड–१.

१८) मूलभूत अधिकारामध्ये खालीलपैकी कोणत्या अल्पसंख्याकांचा उल्लेख केला आहे?

१) आदिवासी व धार्मिक अल्पसंख्याक   २) सांस्कृतिक व भाषिक

३) भाषिक व धार्मिक   ४) राजकीय व सामाजिक

१९) घटनेच्या कलम ८२ मधील सध्याच्या तरतुदीप्रमाणे, राज्यां–राज्यांमध्ये लोकसभेच्या जागांचे समायोजन यापुढे कोणत्या वर्षानंतर होऊ शकते?

१) २०१६   २) २०२१   ३) २०२६   ४) २०३१

२०) केंद्र सरकारच्या राज्यांना निर्देश देण्याच्या अधिकारात -------- या गोष्टींचा समावेश होतो.

१) लष्करी दृष्ट्या महत्त्वाच्या दळणवळणाच्या साधनांचे बांधकाम आणि दुरुस्ती.

२) राज्यातील काही लोक वापरत असलेल्या भाषेला मान्यता

३) राज्यामधील रेल्वेमार्गांचे संरक्षण

४) मार्गदर्शक तत्त्वांची अंमलबजावणी

५) राज्यसूचीतील विषयांवर केलेल्या कायद्यांची अंमलबजावणी

वरीलपैकी कोणते विधान बरोबर आहे?

१) ३, ४, ५   २) २, ३, ४   ३) १, २, ४   ४) १, २, ३

२१) खालीलपैकी कोणत्या बाबी राज्याच्या महसुलाचा भाग नाहीत?

१) जमीन महसूल   २) मालमत्ता कर   ३) आय कर   ४) मनोरंजन कर

५) संपत्ती कर

१) २, ३, ४ आणि ५   २) २ आणि ३

३) १ आणि २   ४) १, ३, ४ आणि ५

२२) विधान (A) : राज्यपाल घटकराज्यातील घटनात्मक प्रमुख आहेत.

कारण (R) : राज्यपाल हे विद्यापीठाचे कुलपती आहेत.

योग्य पर्याय निवडा :

१) दोन्ही, A आणि R बरोबर आहेत आणि R हे A चे स्पष्टीकरण आहे.

२) A आणि R बरोबर आहेत, परंतु R हे A चे बरोबर स्पष्टीकरण नाही.

३) A बरोबर आहे, R बरोबर नाही.

४) A बरोबर नाही, R बरोबर आहे.

२३) राज्यपालाच्या स्थानाच्या संदर्भात पुढील योग्य पर्याय निवडा.

१) वास्तविक प्रमुख, राष्ट्रपतींचा प्रतिनिधी, संघराज्य व घटकराज्य यांतील दुवा, नामधारी प्रमुख

२) नामधारी प्रमुख, राष्ट्रपतीचा प्रतिनिधी, आणीबाणीच्या काळात वास्तविक प्रमुख, संघराज्य व घटकराज्य यांतील दुवा.

३) नामधारी प्रमुख, घटनात्मक प्रमुख, पंतप्रधानाचा प्रतिनिधी, राज्यशासनाचा प्रतिनिधी.

४) नामधारी प्रमुख, घटनात्मक प्रमुख, मुख्यमंत्र्यांचा प्रतिनिधी, वास्तविक प्रमुख.

२४) केंद्रीय मंत्रिमंडळ आणि राष्ट्रपती यांना सांधणारा दुवा म्हणून कोण कार्य करतो?

१) पंतप्रधान   २) उपराष्ट्रपती   ३) राष्ट्रपती   ४) दिल्लीचे राज्यपाल

२५) राज्य मंत्रिमंडळाच्या बैठकीचा अध्यक्ष ---------- असतो.

१) मुख्यमंत्री   २) राज्यपाल   ३) सभापती   ४) अध्यक्ष

२६) ------------- हा केंद्र व घटकराज्ये यांना जोडणारा शासनाचा दुवा आहे.

१) मुख्यमंत्री   २) मुख्य सचिव

३) उच्च न्यायालयातील मुख्य न्यायाधीश   ४) राज्यपाल

२७) भारतीय राज्यघटनेतील ------- ही कलमे स्वातंत्र्याच्या अधिकाराशी निगडीत आहेत.

१) १९ ते २२   २) ३२ ते ३५   ३) १४ ते १८   ४) २३ ते २४

२८) संसदीय शासनपद्धतीच्या संदर्भात पुढील विधानांचा विचार करा.

१) संसदीय शासनपद्धतीत कार्यकारी मंडळ हे कार्यकारी मंडळाला जबाबदार असते.

२) या पद्धतीत दोन प्रमुख असतात, एक घटनात्मक प्रमुख आणि दुसरा खरा प्रमुख

३) याच पद्धतीला जबाबदार शासनपद्धती असे म्हणतात

४) या पद्धतीत पंतप्रधानाच्या नावाने राज्यकारभार चालतो

१) १ आणि २ बरोबर   २) १, २ आणि ३ बरोबर

३) १, २, ३ आणि ४ बरोबर   ४) फक्त ३ बरोबर

२९) भारतात न्यायालयीन पुनर्विलोकनात खालील बाबींचा समावेश होतो :

१) एखादा कायदा सनदशीर आहे, असे जाहीर करणे.

२) एखादा कायदा बेसनदशीर आहे, असे जाहीर करणे.

३) पुनर्विलोकन आयोगाची स्थापना करणे.

४) घटनेच्या तरतुदींचा अर्थ लावणे.

५) न्यायनिर्णयाचे पुनर्विलोकन करणे.

वरीलपैकी कोणते विधान बरोबर आहे?

१) २, ३, ४ आणि ५   २) १, २ आणि ४

२) ३, ४ आणि ५   ४) १, ४ आणि ५

३०) खालीलपैकी कोणत्या राज्यांमध्ये विधान परिषद अस्तित्वात नाही?

१) कर्नाटक   २) गुजरात   ३) बिहार   ४) मध्यप्रदेश

१) २ आणि ४   २) २, ३ आणि ४ ३) १, २ आणि ३ ४) ३ आणि ४

३१) भारतातील खालील घटकराज्यांतच फक्त द्विगृही कायदेमंडळे अस्तित्वात आहेत –

१) महाराष्ट्र, उत्तरप्रदेश, बिहार, कर्नाटक, जम्मू काश्मीर

२) महाराष्ट्र, उत्तरप्रदेश, बिहार, कर्नाटक, जम्मू काश्मीर, आंध्रप्रदेश

३) महाराष्ट्र, उत्तरप्रदेश, बिहार, गुजरात, मध्यप्रदेश, त्रिपुरा

४) उत्तरप्रदेश, गुजरात, तमिळनाडू, केरळ, पं. बंगाल, त्रिपुरा

३२) विधान (अ) भारताचे राष्ट्रपती भारताचे राज्यप्रमुख आहेत.

(ब) भारताचे राष्ट्रपती हे तिन्ही दलांचे सरसेनापती आहेत.

१) (अ) व (ब) हे दोन्ही सत्य असून (ब) हे (अ) चे खरे कारण नाही.

२) (अ) व (ब) हे दोन्ही सत्य असून (ब) हे (अ) चे खरे कारण आहे.

३) (अ) बरोबर, (ब) चूक

४) (अ) चूक, (ब) बरोबर

३३) राज्यपालांची नियुक्ती ------------------- करतात.

१) भारताचे राष्ट्रपती   २) महाराष्ट्राचे मुख्यमंत्री

३) भारताचे प्रधानमंत्री   ४) संबंधित राजकीय पक्षाचे अध्यक्ष

३४) राष्ट्रपती राज्याच्या राज्यपालाची नेमणूक -------- यांच्या सल्ल्याने करतात.

१) भारताचे सरन्यायाधीश   २) पंतप्रधान

३) मुख्यमंत्री   ४) उपराष्ट्रपती

३५) प्रतिपादन (A) : मार्गदर्शक तत्त्वांची अंमलबजावणी न झाल्याने न्यायालयाकडे दाद मागता येत नाही.

कारण (R) : देशाच्या शासनकारभारात मार्गदर्शक तत्त्वे ही मूलभूत आहेत.

योग्य पर्याय निवडा :

१) दोन्ही, A आणि R बरोबर आहेत आणि R हे A चे स्पष्टीकरण आहे.

२) A आणि R बरोबर आहेत, परंतु R हे A चे बरोबर स्पष्टीकरण नाही.

३) A बरोबर आहे, R बरोबर नाही.

४) A बरोबर नाही, R बरोबर आहे.

३६) खालीलपैकी कोणते एक कार्य राष्ट्रीय निर्वाचन आयोगाचे नाही?

१) मतदारांच्या याद्या तयार करण्यावर देखरेख ठेवणे.

२) संघराज्यांच्या संसदेकरिता निवडणुका घेणे

३) घटकराज्यांच्या विधानमंडळाकरिता निवडणुका घेणे.

४) नगरपालिकांकरिता निवडणुका घेणे.

३७) भारताचे उपराष्ट्रपती हे --------------------- यांचे पदसिद्ध अध्यक्ष असतात.

१) लोकसभा   २) नियोजन आयोग ३) राज्यसभा   ४) निवडणूक आयोग

३८) भारतीय संविधानाच्या कोणत्या भागात 'कायद्याचे राज्य' या तत्त्वाचा समावेश केला आहे?

१) संविधानाची प्रस्तावना २) भाग III – मूलभूत हक्क

३) भाग IV-A मूलभूत कर्तव्ये

खालीलपैकी योग्य पर्याय निवडा :

१) १ आणि २ फक्त २) १, २ आणि ३

३) २ आणि ३ फक्त ४) वरीलपैकी कोणताही नाही

३९) कोणत्या घटनादुरुस्तीद्वारे राष्ट्रपतींना मंत्रिपरिषदेच्या सल्ल्यानुसार वागणे बंधनकारक आहे?

१) ४२ वी घटनादुरुस्ती २) ४४ वी घटनादुरुस्ती

३) २४ वी घटनादुरुस्ती ४) ५२ वी घटनादुरुस्ती

४०) उच्च न्यायालयाच्या त्याखालच्या न्यायालयांवरील प्रशासकीय नियंत्रणात पुढीलपैकी कोणत्या बाबींचा समावेश होतो?

१) नेमणुका २) निवृत्तिवेतन ३) बदल्या ४) पगार

५) सक्तीची निवृत्ती

योग्य पर्याय निवडा :

१) १, २ आणि ३ २) १, ३ आणि ५ ३) २, ३ आणि ४ ४) ३, ४ आणि ५

४१) भारतीय राज्यघटनेची उद्देशपत्रिका ही ------------- आहे.

१) राज्यघटनेचे हृदय २) राज्यघटनेचा आत्मा

३) राज्यघटनेचे डोके ४) यांपैकी नाही

योग्य पर्याय निवडा :

१) १ आणि ३ २) २ आणि ३ ३) फक्त २ ४) फक्त ४

४२) जोड्या लावा :

राज्य विधानपरिषद सभासद संख्या

अ) उत्तरप्रदेश १) ९८

ब) बिहार २) १०८

क) कर्नाटक ३) ७५

ड) आंध्रप्रदेश ४) ९६

उत्तर –

(१) अ–२, ब–४, क–३, ड–१. (२) अ–१, ब–२, क–३, ड–४.

(३) अ–२, ब–३, क–४, ड–१. (४) अ–४, ब–३, क–२, ड–१.

४३) ----------- यांच्या कडून राज्याच्या मुख्यमंत्र्यांची नियुक्ती केली जाते.

१) राष्ट्रपती २) राज्याचे राज्यपाल ३) पंतप्रधान ४) राज्याचे मुख्य न्यायाधीश

४४) संसदेचे अधिवेशन वर्षातून किती वेळा बोलावणे आवश्यक असते?

१) चार वेळा २) पाच वेळा ३) दोन वेळा ४) तीन वेळा

४५) घटक राज्यांना वित्तीय वाटणी ---------- शिफारशीनुसार केली जाते.

१) नियोजन आयोग २) पंतप्रधान

३) रिझर्व्ह बँक ऑफ इंडिया ४) वित्त आयोग

४६) भारताचे राष्ट्रपती लोकसभा विसर्जित करू शकतात

    १) पंतप्रधानांच्या सल्ल्यावरून   २) सरन्यायाधीशांच्या सल्ल्यावरून

    ३) लोकसभेच्या शिफारशीनुसार   ४) राज्य सभेच्या शिफारशीनुसार

४७) पुढील विधानांचा विचार करा.

    १) नियोजन आयोग ही घटनात्मक संस्था नाही आणि वैधानिक संस्थाही नाही.

    २) केंद्रीय कॅबिनेटच्या कार्यकारी ठरावानुसार नियोजन आयोगाची स्थापना झाली आहे.

    (१) फक्त १ बरोबर   (२) फक्त २ बरोबर

    (३) १ आणि २ बरोबर   (४) यापेक्षा वेगळे उत्तर

४८) 'मार्गदर्शक तत्त्वे कोऱ्या चेकप्रमाणे आहेत, ज्यांचे वटविणे बँकेच्या इच्छेवर सोडलेले आहे.' असे कोणी म्हटले आहे?

    १) डॉ. बी. आर. आंबेडकर   २) प्रो. के. टी. शाह

    ३) एन. जी. रंगा   ४) बी. एन. राव

४९) जोड्या लावा :

राज्य	विधानसभा सभासद संख्या
अ) महाराष्ट्र	१) २८८
ब) आंध्रप्रदेश	२) ४०३
क) उत्तरप्रदेश	३) ९०
ड) हरियाना	४) २९४

उत्तर –

    (१) अ–१, ब–४, क–३, ड–२.   (२) अ–१, ब–४, क–२, ड–३.

    (३) अ–१, ब–२, क–३, ड–४.   (४) अ–३, ब–४, क–२, ड–१.

५०) भारतीय राज्यघटनेत नमूद मूलभूत कर्तव्यामध्ये नमूद आशय अंतर्भूत असला तरी खालील विधानांमधील काही शब्द विशेषत्वाने नमूद नाहीत ते जादाचे नमूद केले आहेत अशी खालीलपैकी कोणती विधाने आहेत?

    १) राष्ट्रध्वज, राष्ट्रगीत व देशातील कायद्याचा आदर करणे

    २) स्त्रियांच्या व बालकांच्या प्रतिष्ठेला उणेपणा आणणाऱ्या प्रथांचा त्याग करणे

    ३) सार्वजनिक व खाजगी मालमत्तेचे रक्षण करणे

    ४) आठव्या वर्गापर्यंत शिक्षणाची संधी उपलब्ध करणे

योग्य पर्याय निवडा :

    १) १ आणि ३   २) फक्त २   ३) फक्त ४   ४) वरील सर्व

५१) सध्या महाराष्ट्र विधानसभेत अनुसूचित जाती व जमातींसाठी किती जागा राखीव आहेत?

    १) २५ आणि २१   २) २५ आणि २९   ३) २५ आणि १८   ४) १८ आणि २२

५२) केंद्र सरकारने १९७७ आणि १९८० मध्ये नऊ राज्यांच्या विधानसभा बरखास्त केल्या होत्या. ––– –––––– या राज्याची विधानसभा फक्त एकदाच बरखास्त करण्यात आली.

    १) मध्यप्रदेश   २) बिहार   ३) उत्तरप्रदेश   ४) महाराष्ट्र

५३) दबावगटाचे प्रमुख उद्दिष्ट --------------- हे असते.

१) राजकीय सत्ता प्राप्त करणे   २) निवडणुका लढवणे

३) शासनाच्या निर्णयावर प्रभाव टाकणे   ४) राजकीय पक्षांशी सहकार्य करणे

५४) राज्यसभेतील प्रत्येक राज्याचे प्रतिनिधी ------------ यांच्याकडून निवडले जातात.

१) राज्यसभेचे निर्वाचित सदस्य   २) विधानसभेचे निर्वाचित सदस्य

३) विधानपरिषदेचे निर्वाचित सदस्य   ४) लोकसभेचे निर्वाचित सदस्य

५५) निर्वाचन आयोगाच्या सदस्यांना या कारणावरून पदच्युत केले जाते.

१) शाबीत झालेले दुर्वर्तन आणि असमर्थता   २) भ्रष्टाचार

३) अकार्यक्षमता   ४) वशिलेबाजी

५६) भारताचे कोणते मुख्य न्यायाधीश होते ज्यांनी काही काळ प्रभारी राष्ट्रपती पदाची जबाबदारी सांभाळली?

१) एम. सी. छागला   २) एम. हिदायतुल्ला   ३) वाय. चंद्रचूड   ४) यापैकी नाही

५७) भारत सरकारने नियुक्त केलेल्या राज्यपुनर्रचना आयोगाचे अध्यक्ष कोण होते?

१) हृदयनाथ कुंझरू   २) के. एम. पणिक्कर   ३) फाझल अली   ४) के. एम. मुन्शी

५८) खालीलपैकी भारतीय रिझर्व्ह बँकेचे गव्हर्नर कोण नव्हते?

१) सी. रंगराजन   २) मनमोहन सिंग   ३) डॉ. डी. सुब्बाराव   ४) नरेंद्र जाधव

५९) भारतीय राज्यघटनेची उद्देशपत्रिका प्रथमत: केव्हा दुरुस्त करण्यात आली?

१) १९५२   २) १९६६   ३) १९७६   ४) १९८६

६०) पुढील राज्यांचा निर्मितीनुसार क्रम लावा.

१) झारखंड, उत्तराखंड, छत्तीसगढ   २) उत्तराखंड, झारखंड, छत्तीसगढ

३) छत्तीसगढ, झारखंड, उत्तराखंड   ४) छत्तीसगढ, उत्तराखंड, झारखंड

६१) भारतात खरी कार्यकारी सत्ता पुढीलपैकी कोणाकडे असते?

१) भारताचे राष्ट्रपती आणि उपराष्ट्रपती   २) पंतप्रधान आणि मंत्रिमंडळ

३) भारतातील सनदी नोकरवर्ग   ४) भारताचे सर्वोच्च न्यायालय

६२) महाराष्ट्राच्या लोकसेवा आयोगाच्या अध्यक्षांची नियुक्ती ---------- यांच्याद्वारे केली जाते.

१) मुख्यमंत्री   २) राज्यपाल   ३) राष्ट्रपती   ४) पंतप्रधान

६३) भारतीय संघराज्याच्या सेनादलाचा सर्वोच्च सेनापती कोण असतो?

१) पंतप्रधान   २) राष्ट्रपती   ३) संरक्षणमंत्री   ४) उपराष्ट्रपती

६४) भारतीय संविधानाने नागरिकांना आर्थिक न्यायाची खात्री कशाद्वारे दिली?

१) उद्देशपत्रिका   २) मूलभूत अधिकार

३) मूलभूत कर्तव्ये   ४) राज्याच्या धोरणाची मार्गदर्शक तत्त्वे

६५) खालीलपैकी कोणत्या भारतीय राज्यघटनेच्या वैशिष्ट्यांवरून असे निदर्शनास येते की, वास्तविक कार्यकारी सत्ता पंतप्रधानाच्या नेतृत्वाखाली कार्य करणाऱ्या मंत्रिमंडळाच्या हातात आहे?

१) प्रतिनिधिक लोकशाही   २) अध्यक्षीय लोकशाही

३) संसदीय लोकशाही   ४) प्रत्यक्ष लोकशाही

६६) भारतीय संविधानाच्या १९(१) व्या कलमात खालीलपैकी कोणत्या स्वातंत्र्याचा विशेषत्वाने समावेश नाही?

    १) भाषण व अभिव्यक्ती स्वातंत्र

    २) मुद्रणस्वातंत्र्य

    ३) भारताच्या राज्यक्षेत्रात सर्वत्र मुक्तपणे संचार स्वातंत्र्य

    ४) बिनाशस्त्र व शांततेने एकत्र जमण्याचे स्वातंत्र्य

६७) खालीलपैकी कोणती संसदीय समिती नाही?

    १) अंदाज समिती   २) सार्वजनिक हिशेब समिती

    ३) कामकाज सल्लागार समिती   ४) अनुदान समिती

६८) भारताचा राष्ट्रपती हा केंद्रशासनाचा --------------- प्रमुख असतो.

    १) वास्तविक   २) नामधारी   ३) तात्पुरता   ४) कायमस्वरूपी

६९) प्रशासकीय न्यायालये --------------------- स्थापन करू शकतात.

    १) केवळ राज्य विधिमंडळ   २) केवळ केंद्रीय विधिमंडळ

    ३) राष्ट्रपतींचा आदेश   ४) राज्य तसेच केंद्रीयशासन

७०) खाली दिलेली भारतीय राज्यघटनेची वैशिष्ट्ये आणि त्यासमोर दिलेले स्रोत तपासून योग्य पर्याय निवडा.

    १) कॅबिनेट व्यवस्था - फ्रान्स   २) मूलभूत हक्क - सोव्हिएत युनियन

    ३) शेषाधिकार - ऑस्ट्रेलिया   ४) मार्गदर्शक तत्त्वे - जर्मनी

    १) १ आणि २ बरोबर तर ३ आणि ४ चूक आहेत.

    २) १, ३, ४ बरोबर तर २ चूक आहे.

    ३) सर्व चूक आहेत.

    ४) ३ आणि ४ बरोबर तर १ आणि २ चूक आहेत.

७१) घटनेच्या कलम १६ संदर्भात खालील विधाने तपासा आणि उत्तराचा योग्य पर्याय निवडा :

    १) पोटकलम ४-A चा ७७ व्या घटनादुरुस्तीद्वारे समावेश केला गेला.

    २) पोटकलम ४-A हे पदोन्नतीमधील आरक्षणासंदर्भात आहे.

    ३) पोटकलम ४-A हे अनुसूचित जाती, अनुसूचित जमाती आणि इतर मागासवर्ग यांच्या हिताकरता, पदोन्नतीमधील आरक्षणासंदर्भात आहे.

    १) १ आणि २ बरोबर तर ३ चूक आहे.   २) १ आणि ३ बरोबर तर २ चूक आहे.

    ३) सर्व बरोबर आहेत.   ४) १ बरोबर, तर २ आणि ३ चूक आहेत.

७२) भारतीय घटनेचे शिल्पकार म्हणून ------------------ यांना ओळखले जाते.

    १) पंडित नेहरू   २) डॉ. राजेंद्र प्रसाद   ३) डॉ. आंबेडकर   ४) महात्मा गांधी

७३) भारताचे उपराष्ट्रपती --------------------- द्वारे निवडले जाते.

    १) राज्यविधिमंडळाची दोन्ही सभागृहे   २) संसदेची दोन्ही सभागृहे

    ३) संसद व राज्य विधिमंडळाची सभागृहे   ४) वरीलपैकी कोणतेच नाही

७४) अर्थविधेयक सर्वप्रथम कोठे सादर करण्यात येते?

    १) दोन्ही सभागृहांच्या संयुक्त बैठकीत   २) लोकसभेत

    ३) राज्यसभेत   ४) मंत्रिमंडळात

७५) घटनेमध्ये मूलभूत कर्तव्यांचा समावेश ------------- च्या शिफारशीवरून करण्यात आला.

१) वल्लभभाई पटेल समिती   २) कृपलानी समिती

३) सरकारिया आयोग   ४) स्वर्णसिंग समिती

७६) खालीलपैकी कोणती/त्या संस्था वैधानिक नाहीत?

१) राष्ट्रीय विकास परिषद   २) विद्यापीठ अनुदान आयोग

३) नियोजन आयोग   ४) केंद्रीय दक्षता आयोग

१) फक्त १   २) १ आणि २   ३) १ आणि ३   ४) २ आणि ४

७७) भारतीय राज्यघटनेच्या कलम --------- अन्वये राष्ट्रपती आणीबाणी घोषित करू शकतात.

१) ३५६   २) ३६0   ३) ३५२   ४) ३५४

७८) विधानसभेचा सदस्य म्हणून निवडून येण्यासाठी उमेदवाराने आपल्या वयाची -------- वर्षे पूर्ण करणे आवश्यक असते.

१) १८   २) २१   ३) २५   ४) ३0

७९) भारतीय राज्यघटनेत ५२ वी घटनादुरुस्ती कोणत्या हेतूने करण्यात आली?

१) पक्षांतराला आळा घालणे   २) मतदाराची वयोमर्यादा ठरविणे

३) निर्वाचित प्रक्रियेत बदल करणे   ४) निवडणूक आयोग बहुसदस्यीय करणे

योग्य पर्याय निवडा.

१) १ फक्त   २) १ आणि २ फक्त   ३) १, २ आणि ३   ४) १, २ आणि ४

८0) संयुक्त राष्ट्राच्या आमसभेचे अध्यक्षपद भूषविणाऱ्या पहिल्या महिला -------------- होत.

१) इंदिरा गांधी   २) श्रीमती मागरिट थॅचर

३) श्रीमती विजयालक्ष्मी पंडित   ४) श्रीमती भंडारनायके

८१) पंतप्रधानांचा राजीनामा हा संपूर्ण मंत्रिपरिषदेचा राजीनामा मानला जातो, कारण -----------

१) तो मंत्रिपरिषदेचा प्रमुख असतो   २) तो मंत्र्यांची निवड करतो

३) ही संयुक्त जबाबदारी असते   ४) हे सत्तेचे राजकारण असते.

८२) सूची १ व सूची २ यामधून योग्य जोड्या लावा.

सूची १   सुची २

अ) चंद्राबाबू नायडू   १) राष्ट्रवादी काँग्रेस

ब) शरद पवार   २) भारतीय जनता पक्ष

क) सुषमा स्वराज   ३) भारतीय काँग्रेस

ड) सोनिया गांधी   ४) तेलगू देसम

उत्तर –

(१) अ–२, ब–३, क–१, ड–४.   (२) अ–४, ब–१, क–२, ड–३.

(३) अ–३, ब–२, क–४, ड–१.   (४) अ–१, ब–४, क–३, ड–२.

८३) भारतीय संविधानातील मूलभूत हक्काच्या संदर्भात कलम १९(२) अंतर्गत भाषण आणि अभिव्यक्ति स्वातंत्र्यावर पुढीलपैकी कोणत्या मर्यादा टाकण्यात आल्या आहेत?

१) कोणाची बदनामी, निंदा करणे   २) न्यायालयाचा अवमान करणे

३) राज्याची सुरक्षा धोक्यात आणणे   ४) सभ्यता व नीतिमत्तेच्या मर्यादा भंग करणे

वरीलपैकी कोणते विधान बरोबर आहे?

१) १ फक्त   २) १ आणि २ फक्त ३) १, २ आणि ३   ४) १, २ आणि ४

८४) पंचायती राज्यसंस्थांपैकी कोणत्या संस्थेला बलवंतराय मेहता समितीने सर्वाधिक महत्त्व दिले?

१) जिल्हा परिषद   २) पंचायत समिती   ३) ग्रामपंचायत   ४) ग्रामसभा

८५) महाराष्ट्रात जिल्हा परिषदेच्या स्थायी समितीचा अध्यक्ष कोण असतो?

१) जिल्हाधिकारी   २) जिल्हा परिषदेचा उपाध्यक्ष

३) जिल्हा परिषदेचा अध्यक्ष   ४) मुख्य कार्यकारी अधिकारी

८६) ग्रामपंचायतीच्या सरपंचाची निवड प्रत्यक्षरीत्या लोकांकडून करावी अशी शिफारस खालीलपैकी कोणत्या समितीने केली?

१) पी. बी. पाटील समिती   २) वसंतराव नाईक समिती

३) अशोक मेहता समिती   ४) बोंगिरवार समिती

८७) खालीलपैकी कोणता विकासकार्यक्रम पंचायती राज्य व्यवस्थेत विलीन करण्यात आला?

१) सामूहिक विकास   २) एकात्मिक ग्रामीण विकास

३) आर्थिक व सामाजिक विकास   ४) जवाहर ग्रामीण रोजगार

८८) पंचायत समिती विसर्जित करण्याचा अधिकार कोणास आहे?

१) विभागीय आयुक्त   २) जिल्हाधिकारी

३) राज्य सरकार   ४) यांपैकी कोणासही नाही

८९) महाराष्ट्र शासनातील कोणता अधिकारी पंचायत राजव्यवस्थेवर नियंत्रण ठेवतो?

१) मुख्यमंत्री   २) मंत्रिमंडळ   ३) मुख्य सचिव   ४) ग्रामीण विकासखात्याचा सचिव

९०) २८ जून २००२ रोजी निवडणूक आयोगाने काढलेला आदेश पुढीलपैकी कोणत्या बाबींशी संबंधित आहे?

१) उमेदवाराने निवडणूक अर्जासोबत प्रतिज्ञापत्र (शैक्षणिक पात्रता, गुन्हेगारी पार्श्वभूमी, संपतीची स्थिती, इ. बाबी) निवडणूक निर्णय अधिकाऱ्याजवळ सादर करणे बंधनकारक आहे.

२) उमेदवाराने जात वैधता प्रमाणपत्र सादर करणे

३) निवडणुकीत इलेक्ट्रॉनिक मतदान यंत्र (EVM) चा उपयोग करणे

४) मतदारांसाठी ओळखपत्र

योग्य पर्याय निवडा.

१) १ फक्त   २) १ आणि २ फक्त ३) १, २ आणि ३   ४) १, २ आणि ४

९१) भारतीय राज्यघटनेतील ६१ वी घटनादुरुस्ती कोणत्या बाबींशी संबंधित आहे?

१) मतदाराची वयोमर्यादा १८ वर्षे करणे   २) उमेदवाराच्या पात्रतेसंबंधी

३) निवडणूक आयुक्तांची संख्या   ४) निवडणुकीतील गुन्हेगारी प्रवृत्तीला आळा घालणे

योग्य पर्याय निवडा.

१) १ फक्त   २) १ आणि २ फक्त ३) १, २ आणि ३   ४) १, २ आणि ४

९२) पुढीलपैकी कोणती विधाने सत्य आहेत?

१) भारताचे राष्ट्रपती राज्यसभेचे पदसिद्ध अध्यक्ष असतात.

२) उपराष्ट्रपती पदावर नियुक्त होण्यास भारतीय नागरिक असणे आवश्यक असते.

३) उपराष्ट्रपती लोकसभेचे पदसिद्ध सभापती असतात.

४) हमीद अन्सारी सध्या भारताचे उपराष्ट्रपती आहेत.

१) २ आणि ४   २) १ आणि २ दोन्ही ३) फक्त ३   ४) १ आणि ४ दोन्ही

९३) खालीलपैकी कोणते विधान चूक आहे?

१) जिल्हा परिषदेचा मुख्य कार्यकारी अधिकारी पंचायत समितीच्या बैठकांना हजर राहू शकतो

२) गट विकास अधिकाऱ्यावर जिल्हा परिषदेच्या मुख्य कार्यकारी अधिकाऱ्यांचे नियंत्रण असते

३) पंचायत समितीच्या बैठकांना तहसिलदार हजर राहू शकतो

४) गट विकास अधिकारी ग्रामपंचायतीच्या प्रशासनावर नियंत्रण ठेवतो

९४) जिल्हा परिषदेच्या पदाधिकाऱ्यांवर शिस्तभंगाची कारवाई करण्याचा अधिकार कोणाला आहे?

१) सचिवालय   २) ग्रामीण विकासखात्याचे सचिव

३) विभागीय आयुक्त   ४) जिल्हाधिकारी

९५) ग्रामपंचायतीचे अंदाजपत्रक कोण मंजूर करते?

१) जिल्हा परिषद   २) पंचायत समिती   ३) ग्रामसभा   ४) ग्राम पंचायत सदस्य मंडळ

९६) ग्रामपंचायतीचे प्रभाग (वॉर्ड्स) कोण जाहीर करतो?

१) तहसिलदार   २) उपजिल्हाधिकारी

३) राज्य निर्वाचन आयोग   ४) जिल्हाधिकारी

९७) पंचायत समिती सभापतीच्या निवडणुकीच्या वैधतेबाबत वाद निर्माण झाल्यास निर्णय देण्याचा अधिकार ------------ यांना आहे.

१) आयुक्त (महसूल)   २) विभागीय आयुक्त

३) जिल्हाधिकारी   ४) तहसिलदार

९८) समान नागरी कायद्याची तरतूद भारतीय संविधानाच्या कोणत्या भागात केली आहे?

१) मूलभूत हक्क   २) मूलभूत कर्तव्य   ३) उद्देशपत्रिका   ४) मार्गदर्शक तत्त्वे

९९) बहुसदस्यीय निर्वाचन आयोगाची निर्मिती या हेतूने करण्यात आली-

१) निवडणूकविषयक एखाद्या बाबींसंबंधी आयुक्तांमध्ये मतभिन्नता असल्यास निर्णय बहुमताने घेता यावा.

२) निवडणुका मुक्त आणि न्याय वातावरणात संचलित व्हाव्यात.

३) निर्वाचन आयोगावर शासनाचे नियंत्रण असावे.

४) निवडणुकीतील गैरप्रकाराला आळा घातला जावा.

योग्य पर्याय निवडा.

१) १ फक्त   २) १ आणि २ फक्त

३) १, २ आणि ३   ४) १, २ आणि ४

१००) ग्रामसभेबाबत कोणते वाक्य चुकीचे आहे?

१) सर्व मतदार ग्रामसभेमध्ये समाविष्ट असतात.

२) आर्थिक वर्षात ग्रामसभेच्या दोन बैठका होणे आवश्यक आहे.

३) ग्रामसभा ग्रामपंचायतीपेक्षा श्रेष्ठ आहे.

४) ग्रामसेवक ग्रामसभेच्या अध्यक्षस्थानी असतो.

१०१) पंचायत समितिमध्ये कार्य करणारा उच्च अधिकारी वर्ग हा -------- या सेवेतील असतो.

    १) केंद्रीय सेवा   २) राज्य सेवा   ३) स्वतंत्र सेवा   ४) विशेष सेवा

१०२) पंचायत समितीमध्ये असलेले नेते हे समाजातील ------------- स्तरातून येतात.

    १) लोकप्रिय नेते   २) समाजातील गरीब लोकांमधून

    ३) समाजातील शैक्षणिकदृष्ट्या पुढारलेल्यांमधून

    ४) श्रीमंत शेती व्यावसायिकांतून (शेतकऱ्यांमधून)

१०३) स्थानिक स्वराज्य संस्थांचा जनक म्हणून कोणास ओळखले जाते?

    १) लॉर्ड रिपन   २) पंडित जवाहरलाल नेहरू

    ३) पंडित हृदयनाथ कुंझरू   ४) म. गांधी

१०४) राज्य प्रशासनात अध्यादेश काढण्याचे अधिकार कोणास आहेत?

    १) उच्च न्यायालय   २) मुख्य सचिव   ३) मुख्यमंत्री   ४) राज्यपाल

१०५) महाधिवक्त्याची नियुक्ती --------- तर्फे करण्यात येते.

    १) राज्यपाल   २) पंतप्रधान

    ३) मुख्यमंत्री   ४) उच्च न्यायालयाचे मुख्यन्यायाधीश

१०६) उच्च न्यायालयाच्या न्यायाधीशांचे निवृत्तीचे वय ---------- आहे.

    १) ६० वर्षे   २) ६२ वर्षे   ३) ६५ वर्षे   ४) ५८ वर्षे

१०७) राज्य पुनर्रचनेनंतर महाराष्ट्रात ग्रामपंचायतीमध्ये एकसूत्रता आणण्यासाठी कोणत्या वर्षी कायदा करण्यात आला?

    १) १९५७   २) १९५८   ३) १९५९   ४) १९६२

१०८) भारतातील निर्वाचन आयोगाने निवडणूक प्रक्रियेत बदल घडवत असतांना इलेक्ट्रॉनिक मतदान यंत्राचा (EVM) वापर या हेतूने केला :

    १) निवडणुकीतील बोगस मतदान करण्याची प्रवृत्ती टाळण्यासाठी

    २) जलद निवडणुका घेता याव्यात

    ३) निवडणूकप्रक्रिया सुलभ व्हावी

    ४) निवडणूक प्रक्रियेत शासनाचा अधिकार राहावा

    वरीलपैकी कोणती विधाने बरोबर आहेत?

    १) १ फक्त   २) १ आणि २ फक्त   ३) १, २ आणि ३   ४) १, २ आणि ४

१०९) खालीलपैकी कोणत्या मार्गदर्शक तत्त्वाचे मूलभूत अधिकारात रूपांतर झाले आहे?

    १) काम करण्याचा अधिकार   २) माहितीचा अधिकार

    ३) चांगल्या पर्यावरणाचा अधिकार   ४) शिक्षणाचा अधिकार

११०) भारताच्या राष्ट्रपती ------------------- असतो.

    १) प्रत्यक्ष निवडलेला   २) अप्रत्यक्षपणे निवडलेला

    ३) वारसातत्त्वाने निवडलेला   ४) नेमलेला

१११) अंदमान व निकोबार या केंद्रशासित प्रदेशाचा समावेश कोणत्या उच्चन्यायालयाच्या कक्षेत करण्यात आला आहे?

    १) कोलकाता   २) गुवाहाटी   ३) चेन्नई   ४) हैद्राबाद

११२) प्रशासकीय अधिकारी व लोकनियुक्त पदाधिकारी यांच्यातील समन्वयाबाबत 'अधिकाऱ्यांनी होय तर पदाधिकाऱ्यांनी नाही म्हणायला शिकले पाहिजे' हे प्रसिद्ध उद्गार कोणाचे आहेत?

१) वसंतदादा पाटील २) यशवंतराव चव्हाण
३) शरद पवार ४) वसंतराव नाईक

११३) भारतीय घटनेच्या विहित तरतुदीनुसार महाराष्ट्राच्या मंत्री परिषदेत मंत्री, राज्यमंत्री, उपमंत्री यांची कमाल संख्या मर्यादा तूर्त किती आहे?

१) ४५ २) ४० ३) ४३ ४) ४४

११४) महाराष्ट्राचे पहिले मुख्यमंत्री श्री यशवंतराव चव्हाण यांनी कोणती खाती केंद्रीय मंत्री म्हणून सांभाळली होती?

१) वित्त, कृषि, संरक्षण २) गृह, ग्रामविकास, नियोजन
३) परराष्ट्र व्यवहार, गृह, वित्त ४) संरक्षण, उद्योग, विधी व न्याय

११५) शिक्षक मतदार संघातून विधानपरिषदेवर निवडून द्यावयाच्या आमदाराबाबत कोणते विधान चुकीचे आहे?

१) प्राथमिक शाळेच्या शिक्षकांना मतदानाचा अधिकार नाही.

२) पात्र शिक्षकांना मतदार यादीत अंतर्भूत होण्याकरिता किमान तीन वर्षे अध्यापनाचा अनुभव आवश्यक असतो.

३) निवडणुकीस उमेदवार म्हणून उभे राहण्यासाठी मतदार यादीत उमेदवाराचे नाव असणे आवश्यक आहे.

४) शिक्षक नसणारापण ही निवडणूक लढू शकतो.

११६) भारतातील पंचायत राज योजना ----------- समितीच्या अहवालावर आधारित आहे.

१) संथानम समिती २) जी. व्ही. के. राव समिती
३) बलवंतराय मेहता समिती ४) हेबळे समिती

११७) भारतात पंचायत राज्य पद्धतीपूर्वी ---------------- कार्यवाहीत होता.

१) ग्रामपंचायत २) न्याय पंचायत
३) जिल्हा परिषद ४) सामूहिक विकास कार्यक्रम

११८) महाराष्ट्रातील पंचायत समितीचे महत्त्वाचे उत्पन्नाचे साधन कोणते?

१) कर २) फी
३) गट अनुदाने ४) स्थानिक उपकर समायोजन अनुदान

११९) जिल्हा परिषदेचे अध्यक्ष आपला राजीनामा पुढीलपैकी कोणास सादर करतात?

१) जिल्हा परिषद मुख्य कार्यकारी अधिकारी २) जिल्हाधिकारी
३) विभागीय महसूल आयुक्त ४) राज्यपाल

१२०) पुढीलपैकी कोणती कार्ये ग्राम पंचायतीने करावयाची असतात?

१) रस्ते बांधणे २) ग्रामसफाई
३) जन्ममृत्यूची नोंद ठेवणे ४) दिवाबत्ती लावणे इ.
१) फक्त १ २) १ आणि २ ३) १, २ आणि ३ ४) वरील सर्व

१२१) कोणत्या मुख्य निर्वाचन आयुक्ताच्या काळात निर्वाचन आयोग आणि सर्वोच्च न्यायालय यांनी एकत्रितपणे लोकशाहीच्या दृष्टीने गरज असलेली कायदेशीर चौकट बळकट करण्याचा प्रयत्न केला?

१) मनोहर सिंग गिल १) टी. एन. शेषन

३) जे. एम. लिंगदोह ४) जी. व्ही. कृष्णमूर्ती

१२२) भारतीय संविधानातील अनुसूचित जाती व अनुसूचित जमाती यांच्या विकासासाठी खालीलपैकी कोणत्या घटनात्मक तरतुदी करण्यात आल्या आहेत?

१) लोकसभा आणि विधानसभेत राखीव जागेची तरतूद

२) राज्यातील सार्वजनिक क्षेत्रातील नोकऱ्यांमध्ये राखीव जागेची तरतूद

३) अनुसूचित जाती आणि अनुसूचित जमाती करिता विशेष आयोगांची राष्ट्रपतीद्वारे नेमणूक करण्याची तरतूद

४) गृह निर्माण योजनेची तरतूद

वरीलपैकी कोणती विधाने बरोबर आहेत?

१) १ फक्त २) १ आणि २ फक्त ३) १, २ आणि ३ ४) १, २ आणि ४

१२३) ग्रामसभेच्या बैठका वर्षातून किमान ------------- वेळेस घेतल्या जातात.

१) चार २) तीन ३) दोन ४) एक

१२४) खालीलपैकी कोणती जोडी बरोबर नाही?

१) ग्रामपंचायत - ग्रामसेवक २) पंचायत समिती - गटविकास अधिकारी

३) जिल्हा परिषद - मुख्य कार्यकारी अधिकारी ४) जिल्हा परिषद - तहसिलदार

१२५) महाराष्ट्र पंचायत समिती आणि जिल्हा परिषद कायदा, १९६१ ----------- समितीच्या शिफारशीवर आधारलेली आहे.

१) सादिक अली २) पी. बी. पाटील ३) राजकुमार झुत्शी ४) वसंतराव नाईक

१२६) ग्रामपंचायतीचा सभासद कोणत्या पद्धतीने निवडला जातो?

१) हात उंचावून २) गुप्त मतदान पद्धतीने

३) वरील दोन्ही पद्धतींनी ४) वरील कोणत्याही पद्धतीने नाही

१२७) प्रशासकीय सुधारणेसाठी खालीलपैकी कोणत्या जिल्ह्यात 'लखिना पॅटर्न' चा सर्वप्रथम प्रयोग करण्यात आला?

१) नाशिक २) पुणे ३) औरंगाबाद ४) अहमदनगर

१२८) महाराष्ट्रातील नागरी व ग्रामीण स्थानिक संस्थांच्या निवडणुका खालीलपैकी कोणाकडून घेतल्या जातात?

१) भारतीय निवडणूक आयोग २) राज्यशासन

३) राज्य निवडणूक आयोग ४) स्थानिक निवडणूक आयोग

१२९) महानगरपालिका, नगरपालिका आणि नगरपंचायत क्षेत्र निर्मितीबाबतचा अधिकार खालीलपैकी कोणास आहे?

१) केंद्र सरकार २) राज्य सरकार

३) विभागीय आयुक्त ४) जिल्हाधिकारी

१३०) भारतातील पंचायतराज्याचा उगम व विकासाला पुढीलपैकी कारणीभूत घटक कोणते?

१) म. गांधींची शिकवण

२) भारतीय राज्यघटनेतील मार्गदर्शक तत्त्वे

३) पंचवार्षिक योजना व त्यामध्ये जनतेच्या सहभागावर भर

४) सामूहिक विकास कार्यक्रम

१) १ आणि २ बरोबर २) २ आणि ४ बरोबर

३) फक्त २ बरोबर ४) वरील सर्व बरोबर

१३१) छावणी मंडळाबाबत कोणते(ती) विधान(ने) सत्य आहेत.

१) नागरी प्रशासनातील छावणी मंडळ ही व्यवस्था ब्रिटिश परंपरेचा वारसा (देणगी) आहे.

२) संरक्षण मंत्रालयाने पारित केलेल्या ठरावाची ती एक रचना आहे

३) संरक्षण मंत्रालयाचे त्यावर प्रत्यक्ष नियंत्रण असते.

४) त्यात केवळ निवडून आलेल्या सदस्यांचा समावेश असतो

वरीलपैकी कोणती विधाने बरोबर आहेत?

१) १ आणि २ फक्त २) १ आणि ३ फक्त

३) २ आणि ३ फक्त ४) १, २ आणि ३

१३२) अभिलेखाचे सर्वश्रेष्ठ न्यायालय ---------------- हे आहे.

१) सर्वोच्च न्यायालय २) उच्च न्यायालय ३) जिल्हा न्यायालय ४) तहसील न्यायालय

१३३) परराष्ट्र धोरणाचे मुख्य प्रवक्ते ---------------- असतात.

१) राज्यपाल २) पंतप्रधान

३) लोकसभेचे सभापती ४) परराष्ट्र व्यवहार मंत्री

१३४) मंत्रिमंडळाने घेतलेल्या निर्णयांची माहिती राष्ट्रपतींना कोण देतात?

१) पंतप्रधान २) उपपंतप्रधान ३) गृहमंत्री ४) संसदीय कामकाज मंत्री

१३५) कायद्याच्या कच्च्या मसुद्याला ------------- म्हणतात.

१) विधेयक २) ठराव ३) अध्यादेश ४) प्रोसीडिंग

१३६) लोकशाही व्यवस्था भक्कम करण्याची जबाबदारी कोणावर असते?

१) कार्यकारी मंडळ २) न्यायमंडळ ३) कायदेमंडळ ४) मंत्रिमंडळ

१३७) खालीलपैकी कोणते विधान असत्य आहे?

१) जिल्हा परिषदेच्या वर्षातून ४ बैठका होतात.

२) ग्रामसभेच्या वर्षातून ५ बैठका होतात.

३) ग्रामपंचायतीची बैठक प्रत्येक महिन्यात होते.

४) पंचायत समिती दर १५ दिवसाला बैठक घेते.

१३८) 'राज्यपाल हे संविधानाचे औचित्यपूर्वक रखवालदार असून ते एका शृंखलेसमान आहेत ज्याद्वारे राज्याला केंद्राबरोबर जोडून भारताच्या एकात्मतेचे उद्दिष्ट प्राप्त करतात' हे विधान कोणाचे आहे?

१) बी. जी. खेर २) डॉ. बाबासाहेब आंबेडकर

३) एम. व्ही. पायली ४) के. एम. मुन्शी

१३९) पंचायत राज व्यवस्थेला घटनात्मक दर्जा खालील पैकी कोणत्या घटनादुरुस्तीने मिळाला?

१) ४२ वी घटनादुरुस्ती २) ४७ वी घटनादुरुस्ती

३) ७३ वी घटनादुरुस्ती ४) ७४ वी घटनादुरुस्ती

१४०) यशवंतराव चव्हाण यांच्यानंतर महाराष्ट्र राज्याचे मुख्यमंत्री कोण होते?

१) मोरारजी देसाई २) वसंतराव नाईक

३) मारोतराव कन्नमवार ४) शंकरराव चव्हाण

१४१) महाराष्ट्राच्या रचनेनंतर इ.स. १९६० या वर्षी महाराष्ट्र राज्य विधानसभेचे अध्यक्ष कोण होते?

१) श्री. ग. मावळणकर २) श्री. त्र्यं. शि. भारदे

३) श्री. स. ल. सिलम ४) श्री. शे. कृ. वानखेडे

१४२) महाराष्ट्र विधिमंडळाचे सुवर्णमहोत्सवी वर्ष कोणते?

१) १९८० २) १९८५ ३) १९८८ ४) १९९०

१४३) भारतातील भाषावार प्रांतरचनेच्या प्रक्रियेत खालीलपैकी कोणत्या भागाचा अधिक पुढाकार होता?

१) मराठवाडा २) महाराष्ट्र ३) आंध्रप्रदेश ४) कर्नाटक

१४४) खालीलपैकी कोणती यंत्रणा ७३ व्या किंवा ७४ व्या घटनादुरुस्तीची निर्मिती नाही?

१) राज्य निवडणूक आयोग २) राज्य वित्त आयोग

३) राज्य नियोजन मंडळ ४) जिल्हा नियोजन समिती

१४५) पुढीलपैकी कोणते विधान बरोबर आहे?

१) मुख्यसचिव राज्यमंत्रिमंडळाची बैठक आयोजित करून त्याचे अध्यक्षस्थान स्वीकारतात.

२) मुख्यसचिव जिल्हाधिकाऱ्याची नियुक्ती करतात.

३) मुख्यसचिव राज्यकर्मचारी भरती महामंडळाचा पदसिद्ध सचिव म्हणून काम पाहतात.

४) मुख्यसचिव विधानपरिषदेचा पदसिद्ध अध्यक्ष म्हणून काम पाहतात.

१) फक्त १ आणि ३ २) फक्त २

३) फक्त ३ ४) फक्त २ आणि ३

१४६) मंत्रिमंडळाचा पदसिद्ध सचिव म्हणून कोण काम करतात?

१) गृहसचिव २) मुख्यसचिव

३) अतिरिक्त मुख्य सचिव ४) या पेक्षा वेगळे उत्तर

१४७) मुख्यसचिव मंत्र्यांना पुढीलपैकी काय पुरवितात?

१) फक्त माहिती २) फक्त आकडेवारी

३) माहिती व आकडेवारी हे दोन्ही ४) फक्त तंत्रज्ञान

१४८) सध्या महाराष्ट्रात मंत्रालयात एकूण किती खाती आहेत?

१) १२ २) २० ३) २९ ४) ३९

१४९) सध्या ५१-A या कलमात किती कर्तव्ये दिली आहेत?

१) ९ २) 10 ३) ११ ४) १२

१५०) चारपैकी अधिक राज्यात सक्रिय असलेल्या पक्षांना ---------- पक्ष म्हणतात.

१) प्रादेशिक पक्ष २) स्वतंत्र पक्ष ३) राष्ट्रीय पक्ष ४) आघाडी पक्ष

१५१) खालीलपैकी कोणते विधान चुकीचे आहे?

१) ग्रामपंचायत गठणाची तरतूद भारतीय राज्यघटनेत ७३ व्या घटनादुरुस्तीपूर्वी सुद्धा होती

२) महाराष्ट्रात ग्रामपंचायती आणि जिल्हा परिषदा/पंचायत समित्या विषयक दोन स्वतंत्र कायदे अस्तित्वात आहेत.

३) अनुसूचित क्षेत्रातील ग्रामपंचायतीकरिता भारतीय राज्यघटनेत व महाराष्ट्रातील संबंधित ग्रामपंचायत कायद्यात काही विशेष तरतुदी आहेत.

४) भारतीय राज्यघटनेत इतर मागासवर्गियांसाठी स्थानिक स्वराज्य संस्थेमध्ये जास्तीत जास्त ५० टक्के जागा राखीव ठेवण्याची विशेष तरतूद आहे.

१५२) भारतीय राज्यघटनेच्या कलम १२ नुसार 'राज्य' या संज्ञेत खालीलपैकी कोणती संस्था/यंत्रणा अंतर्भूत होत नाही?

१) विधानसभा   २) विधान परिषद   ३) उच्च न्यायालय   ४) जिल्हा परिषद

१५३) राज्यात सर्वात शेवटी जाहीर करण्यात आलेली महानगरपालिका कोणती?

१) वसई-विरार   २) चंद्रपूर   ३) लातूर   ४) धुळे

१५४) आपल्या देशात खालीलपैकी कोणत्या राज्यांत पंचायत पद्धती प्रथम सुरू झाली.

१) आंध्रप्रदेश   २) बिहार   ३) महाराष्ट्र   ४) राजस्थान

१५५) पंचायतराज व्यवस्थेत ५०टक्के (टक्के) जागा कोणासाठी राखीव ठेवण्यात आल्या आहेत?

१) अनुसूचित जाती   २) अनुसूचित जमाती

३) महिला   ४) इतर मागास वर्ग

१५६) ग्रामपंचायतीच्या निवडणुकीत मतदान करण्याचा अधिकार कोणाला आहे?

१) गावातील सर्व प्रौढ पुरुषांना   २) गावातील सर्व प्रौढ स्त्रियांना

३) गावातील २१ वर्षावरील सर्व स्त्रीपुरुषांना   ४) गावातील सर्व १८ वर्षावरील स्त्रीपुरुषांना

१५७) ग्रामपंचायत प्रशासनाचा प्रमुख कोण असतो?

१) ग्रामसेवक   २) पटवारी   ३) पाटील   ४) खंड विकास अधिकारी

१५८) खालीलपैकी कोणाला पंचायत राज्य संस्थांमध्ये आरक्षण नाही?

१) अनुसूचित जाती   २) अनुसूचित जमाती ३) महिला   ४) अल्पसंख्याक

१५९) ग्रामसभेच्या बैठकी संदर्भातील -------------- हे विधान चुकीचे आहे.

१) ग्रामसभेत गावाचे सर्व मतदार असतात.

२) ग्रामसभेचे अध्यक्षपद सरपंच भूषवितो.

३) सरपंचाच्या अनुपस्थितीत उपसरपंच अध्यक्षपद भूषवितो.

४) सरपंच, उपसरपंच यांच्या अनुपस्थितीत पोलीस पाटील अध्यक्षपद भूषवितात.

१६०) राज्याच्या विधानपरिषदेबाबत खालीलपैकी कोणते विधान चुकीचे आहे?

१) संसद कायद्याद्वारे विधानपरिषद गठित करू शकते.

२) यासाठी राज्याच्या विधानसभेने सभागृहाच्या एकूण सदस्यांच्या बहुमताने प्रथम ठराव पारित करावा लागतो.

३) विधानसभेतील उपस्थित व मतदान करणाऱ्या सभासदांच्या २/३ हून कमी नाही इतक्या बहुमताने ठराव पारित करावा लागतो.

४) विधानपरिषदेची स्थापना भारतीय राज्यघटनेच्या कलम १६९(३) अन्वये संवैधानिक सुधारणा असल्याचे गृहीत धरली जाते.

१६१) राज्यपालांकडे एखाद्या विषयाबाबत अध्यादेश काढण्याचा प्रस्ताव सादर करण्यासाठी खालीलपैकी कुणाच्या शिफारशींची/ठरावाची गरज असते?

१) राज्य मंत्रिमंडळ २) विधान परिषद
३) विधानसभा अध्यक्ष ४) मुख्यमंत्री

१६२) जनतेला नवनवीन माहिती व ज्ञान देऊन अद्ययावत करून त्यांच्याशी सतत संपर्क ठेवण्याचे कार्य पुढीलपैकी कोण करते?

१) मंत्रालय २) संचालनालय ३) राज्य विधिमंडळ ४) मुख्य सचिव

१६३) राज्य पुनर्रचनेसंबंधी फाजल-अली आयोगाने केलेल्या प्रमुख शिफारशी

१) विदर्भाचे स्वतंत्र राज्य निर्माण करावे

२) मुंबईसह संयुक्त महाराष्ट्र बनवता येणार नाही

३) गुजरात, मराठवाडा व महाराष्ट्र यांचे द्वैभाषिक राज्य करावे

४) मुंबईला स्वतंत्र ठेवण्यात यावे

वरीलपैकी कोणती विधाने बरोबर आहेत?

१) फक्त १ २) फक्त १ आणि २
३) फक्त १ आणि ३ ४) १, २, ३ आणि ४

१६४) राज्यपाल वटहुकूम कोणत्या परिस्थितीत पारित करू शकतात?

१) जेव्हा एखाद्या कायद्याची परिस्थिती वा निकड निर्माण झाली असेल, परंतु ती पूर्ण करण्यासाठी राज्यविधिमंडळाचे अधिवेशन सुरू नसते.

२) राज्यविधिमंडळाचे अधिवेशन सुरू असेल तरी एखाद्या परिस्थिती वा निकड निर्माण झाली असेल तर ती पूर्ण करण्याकरिता.

३) जेव्हा त्यांना आवश्यक वाटते

४) जेव्हा भारताचे राष्ट्रपती तसे करण्याचे निर्देश देतात.

योग्य पर्याय निवडा.

१) फक्त १ २) फक्त १ आणि २ ३) फक्त २ ४) फक्त ३ आणि ४

१६५) महाराष्ट्र राज्यातील नगरपरिषदांचा कारभार कोणत्या अधिनियमान्वये चालविला जातो?

१) महाराष्ट्र नगरपरिषदा, नगरपंचायती आणि औद्योगिक नागरी अधिनियम १९६५

२) मुंबई शहर नगरपालिका अधिनियम १९२२

३) मुंबई जिल्हा नगरपालिका अधिनियम १९०१

४) महाराष्ट्र नगरपालिका अधिनियम १९६०

१६६) सहा लाखापेक्षा जास्त व बारा लाखापर्यंत लोकसंख्या असलेल्या शहराच्या महानगरपालिकासदस्यांची संख्या किती असते?

१) किमान ५५ व अधिकतम ८५ २) किमान ८५ व अधिकतम ११५
३) किमान ११५ व अधिकतम १४५ ४) किमान १४५ व अधिकतम २२१

१६७) खालीलपैकी कोणते सार्वजनिक व्ययावर नियंत्रण ठेवण्याचे साधन नाही?

१) संसद

२) वित्तमंत्रालय

३) भारताचा नियंत्रक आणि महालेखा परीक्षक

४) नियोजन आयोग

वरीलपैकी कोणता पर्याय बरोबर आहे?

१) ४ फक्त

२) १ आणि २ फक्त

३) ३ आणि ४ फक्त

४) १, २ आणि ४ फक्त

१६८) भारताचे नियंत्रक व महालेखा परीक्षक खालीलपैकी कोणती कर्तव्ये पार पाडतात?

१) भारताच्या संचित निधीत येणाऱ्या व निधीतून खर्च होणाऱ्या सर्व लेख्यांचे परीक्षण

२) शासनाकडून अर्थसाहाय्य प्राप्त संस्थांचे लेखापरीक्षण

३) राज्याच्या लेखांकनाचे संकलन करणे

४) शासकीय कंपन्या आणि वैधानिक मंडळांच्या लेख्यांचे लेखापरीक्षण

वरीलपैकी कोणते विधान बरोबर आहे?

१) १ फक्त   २) ४ फक्त   ३) १ आणि ३ फक्त   ४) १, २, ३ आणि ४

१६९) अंदाज समितीचे सदस्य असतात –

१) दोन्ही सभागृहांतून समान प्रमाणात

२) सभागृहातील सदस्य संख्येच्या प्रमाणात

३) केवळ संसदेच्या कनिष्ठ सभागृहातून

४) १५ सदस्य लोकसभेतून आणि ७ सदस्य राज्यसभेतून

योग्य पर्याय निवडा.

१) २ फक्त   २) १ फक्त   ३) २ आणि ४ फक्त ४) ३ फक्त

१७०) विनियोजन विधेयक कशासाठी मांडले जाते?

१) संचित निधीतून सरकारला पैसा काढण्याचा अधिकार प्राप्त करण्यासाठी

२) विविध कर गोळा करण्याचा अधिकार प्राप्त करण्यासाठी

३) विविध करांची निश्चिती करण्यासाठी

४) सामान्य विधेयकाला मंजुरी मिळण्यासाठी विनियोजन विधेयक मांडले जाते.

योग्य पर्याय निवडा.

१) १ फक्त   २) २ फक्त   ३) ३ आणि ४ फक्त ४) १, २, ३ फक्त ४

१७१) संयुक्त लोकसेवा आयोगाची स्थापना खालीलपैकी कोण करू शकते?

१) भारतीय संसद

२) संघ लोकसेवा आयोग

३) भारताचे राष्ट्रपती

४) मानव संसाधन मंत्रालय

१७२) भारतीय संसदेतील स्थायी समितीची महत्त्वाची कार्ये कोणती?

१) शासकीय कार्याचे नि:पक्षपाती परीक्षण

२) कामगिरीचे मूल्यमापन व देखरेख

३) राज्यशासनाच्या कार्याचे मूल्यमापन

४) पुरवणी अंदाजाचे परीक्षण

योग्य पर्याय निवडा :

१) १, २ आणि ३ फक्त

२) १, २ आणि ४ फक्त

३) १, ३ आणि ४ फक्त

४) २, ३ आणि ४ फक्त

१७३) लोकलेखा समितीवर शासनाचे किती प्रतिनिधी नेमलेले असतात?

१) एक   २) दोन   ३) तीन   ४) एकही नाही

१७४) लोकलेखा समितीचे (PAC) सदस्य खालीलपैकी कोणत्या मतदान पद्धतीने निवडले जातात ?

    १) एकेल मतदान पद्धतीने

    २) एकेल संक्रमणीय मतदान पद्धतीने

    ३) त्यांची निवडणूक होत नाही, नेमणूक केली जाते

    ४) प्रत्यक्ष मतदान पद्धतीने

१७५) सार्वजनिक धोरणाच्या बाबतीत वरील विधानांचा विचार करा.

    १) सार्वजनिक धोरणाद्वारे जनहित साध्य करण्याचा प्रयत्न केला जातो.

    २) सार्वजनिक धोरण हा शासनसंस्थेच्या सामूहिक कृतीचा आविष्कार असतो.

    ३) सार्वजनिक धोरण म्हणजे शासनाने निश्चित केलेला व अंमलात आणावयाचा प्रत्यक्ष कार्यक्रम असतो.

    ४) सार्वजनिक धोरणामध्ये फक्त सकारात्मक बाबींचा समावेश असतो.

    १) १ आणि २ बरोबर   २) ३ आणि ४ बरोबर

    ३) १, २ आणि ३ बरोबर   ४) फक्त ३ बरोबर

१७६) सध्या शासन धोरण ठरविताना पुढीलपैकी कशाबाबत विचार करते असे लोकांना वाटते ?

    १) लोकानुरंजनवादी धोरणे   २) मतांचे राजकारण

    ३) अनुनय करणाच्या धोरणावर भर   ४) देशातील कळीचे प्रश्न लक्षात घेणे

    १) १ आणि २ बरोबर   २) फक्त २ बरोबर

    ३) १, २ आणि ३ बरोबर   ४) फक्त ४ बरोबर

१७७) सार्वजनिक धोरण ठरविताना पुढीलपैकी कोणाची प्रमुख भूमिका असते ?

    १) शासकीय यंत्रणा   २) खाजगी संस्था

    ३) अशासकीय यंत्रणा   ४) शासनसंस्था

१७८) विधान (A) : भांडवलशाही अर्थव्यवस्थेत खाजगीकरणाला प्राधान्य दिले जाते.

    कारण (R) : तेथे सार्वजनिक धोरणनिर्मितीला कमी प्रमाणात प्राधान्य दिले जाते.

    १) दोन्ही, A आणि R बरोबर आहेत आणि R हे A चे स्पष्टीकरण आहे.

    २) A आणि R बरोबर आहेत, परंतु R हे A चे बरोबर स्पष्टीकरण नाही.

    ३) A बरोबर आहे, R चूक आहे.

    ४) A चूक आहे, R बरोबर आहे.

१७९) १९५० मध्ये जेव्हा भारताचे संविधान अंमलात आले तेव्हा संविधान सभेचे रूपांतर --------- मध्ये झाले.

    १) भारताची न्यायिक सत्ता   २) भारताची हंगामी संसद

    ३) भारतीय राज्य संस्थेची पालक   ४) भारत सरकारचे सल्लागार मंडळ

१८०) 'भारताच्या सार्वभौमत्वाचे, ऐक्याचे व एकात्मतेचे जतन व संरक्षण करणे' हे --------- आहे.

    १) मूलभूत अधिकार   २) राज्याच्या धोरणाचे मार्गदर्शक तत्त्व

    ३) मूलभूत कर्तव्य   ४) उद्देशपत्रिकेचा भाग

१८१) खालीलपैकी कोणता विषय संघसूचीमध्ये आहे ?

    १) टपाल व तार खाते   २) स्थानिक शासन

    ३) तुरूंग   ४) मत्स्योद्योग

१८२) कोणत्या राज्यामध्ये भाजप कधीच सत्तेवर आलेला नाही?

    १) पंजाब, राजस्थान, गुजरात आणि महाराष्ट्र

    २) महाराष्ट्र, कर्नाटक, तमिळनाडू आणि आंध्रप्रदेश

    ३) महाराष्ट्र, मध्यप्रदेश, गुजरात आणि आंध्रप्रदेश

    ४) तमिळनाडू, केरळ, आंध्रप्रदेश आणि प.बंगाल

१८३) श्रीमती इंदिरा गांधींच्या मृत्यूनंतर लोकसभेच्या किती निवडणूका झाल्या आहेत?

    १) ६   २) ७   ३) ८   ४) ९

१८४) 'ऑम्बूडस्मन' चा भारतीय अविष्कार म्हणजे?

    १) महाधिवक्ता   २) लोकपाल/लोकायुक्त

    ३) केंद्रीय दक्षता आयोग   ४) मानव अधिकार आयोग

१८५) भारताच्या राष्ट्रपती विरूद्धचा महाभियोगाचा ठराव खालीलपैकी कोणत्या सभागृहात २/३ बहुमताने मान्य होणे गरजेचे आहे?

    १) लोकसभा व राज्यसभा

    २) लोकसभा

    ३) लोकसभा, राज्यसभा व राज्य विधानसभा

    ४) लोकसभा, राज्यसभा व चौकशी करणारी समिती

१८६) न्यायालयीन पुनर्विलोकनाची संकल्पना भारतीय राज्यघटनेत खालीलपैकी कोणत्या देशांमधून घेतली आहे?

    १) युनायटेड किंगडम २) अमेरिका   ३) फ्रांस   ४) आयरलँड

१८७) खालीलपैकी कोणत्या घटक राज्यामध्ये निवडणुकीकरीता 'खाम' समीकरण अस्तित्वात आले?

    १) राजस्थान   २) महाराष्ट्र   ३) मध्यप्रदेश   ४) गुजरात

१८८) निवडणुक आयोगाची निर्मिती कुणी केली?

    १) केंद्रिय कार्यकारी मंडळ   २) संसद

    ३) राज्यघटना   ४) सर्वोच्च न्यायालय

१८९) खालीलपैकी कोणती चळवळ फुटीरतावादी मागणीवर आधारलेली आहे?

    १) तेलंगणा चळवळ २) विदर्भ चळवळ   ३) नागांची चळवळ ४) बोडोलँडची चळवळ

१९०) मंडल आयोगाचे अध्यक्ष कोण होते?

    १) बी. एन. मंडल २) बी. पी. मंडल ३) डी. एल. मंडल ४) आर. एन. मंडल

१९१) भारतात आंतर-राज्य परिषद केव्हा स्थापन झाली?

    १) १९८७   २) १९८९   ३) १९९०   ४) १९९२

१९२) भारतीय राज्यघटनेतील खालीलपैकी कोणती कलमे घटनेचा मूळ भाग नाहीत?

    १) अनुच्छेद ५२ ए २) अनुच्छेद ५१ ए ३) अनुच्छेद १४ ४) अनुच्छेद ३०० ए

पुढीलपैकी योग्य पर्याय निवडा.

    १) १ आणि २   २) १ आणि ३   ३) २ आणि ३   ४) २ आणि ४

१९३) जोड्या लावा

पुस्तक	लेखक
अ) दलित व्हिजन्स् : दि एंटि-कास्ट मूव्हमेन्ट एण्ड दी कंस्ट्रक्शन ऑफ इंडियन आइडेन्टिटी	१) झोया हसन
ब) पिजेंट मूव्हमेंट्स इन इंडिया	२) वी. वेंकटेसन
क) फॉरेन आइडेन्टिटीस, जेण्डर कम्युनिटीस एण्ड दी स्टेट (एडि.)	३) गेल ऑम्वेट
ड) इंस्टीट्यूशन्लाइजिंग पंचायती राज इन इंडिया	४) डी. एन. धनागरे

१) अ-३, ब-४, क-१, ड-२ २) अ-४, ब-२, क-३, ड-१
३) अ-१, ब-२, क-३, ड-४ ४) अ-४, ब-३, क-२, ड-१

१९४) भ्रष्टाचार निर्मुलन करण्यासाठी संथनाम समितीची स्थापना केव्हा केली होती?
१) १९६१ २) १९६२ ३) १९६३ ४) १९६४

१९५) केंद्रीय सतर्कता आयोग कोणाच्या शिफारशीनुसार स्थापन केला होता?
१) पहिला प्रशासन सुधारणा आयोग २) गोरवाला समिती अहवाल
३) कृपलानी समिती अहवाल ४) संथनाम समिती अहवाल

१९६) पुढीलपैकी कोणत्या समितीने पंचायत राज्यासाठी द्विस्तरीय रचना असावी अशी शिफारस केली?
१) अशोक मेहता समिती २) जी. वी. के. राव समिती
३) प्राचार्य पी. बी. पाटील समिती ४) एल. एम. सिंघवी समिती

१९७) पुढीलपैकी कोणत्या आयोगाला घटनात्मक दर्जा मिळालेला नाही?
१) वित्त आयोग २) संघ लोकसेवा आयोग
३) राष्ट्रीय अनुसूचित जाती आयोग ४) योजना आयोग

१९८) खालील राज्यांची स्थापना झाल्यानुसार कालानुक्रम सांगा?
१) गोवा २) हिमाचल प्रदेश ३) हरियाना ४) सिक्कीम
१) ३, २, ४, १ २) ३, १, २, ४ ३) १, २, ३, ४ ४) ४, २, ३, १

१९९) जोड्या लावा.

अ) बी. जे. पी. ची स्थापना	१) १९९०
ब) सरकारकडून मंडल आयोगाच्या अहवालाची स्वीकृती	२) १९७६
क) भारतीय राज्यात पहिल्यांदा साम्यवादी सरकारची स्थापना	३) १९८०
ड) ४२ व्या घटनादुरूस्तीचा परिच्छेद	४) १९५७

१) अ-२, ब-३, क-१, ड-४ २) अ-३, ब-४, क-२, ड-१
३) अ-४, ब-१, क-३, ड-२ ४) अ-३, ब-१, क-४, ड-२

२००) पुढीलपैकी कोणत्या विधानसभाच्या बैठका तेथील राज्याच्या राजधानीच्या शहराशिवाय इतर ठिकाणी होतात?
१) जम्मू-काश्मिर व मध्यप्रदेश २) मध्यप्रदेश व कर्नाटक
३) महाराष्ट्र व आंध्रप्रदेश ४) जम्मू-काश्मिर व महाराष्ट्र

उत्तरे (१ ते २००)

१	२	२	३	३	४	४	३	५	४	६	३	७	४	८	३	९	१	१०	१
११	२	१२	२	१३	२	१४	१	१५	१	१६	४	१७	१	१८	३	१९	३	२०	४
२१	२	२२	२	२३	२	२४	१	२५	१	२६	४	२७	१	२८	२	२९	२	३०	१
३१	२	३२	१	३३	१	३४	२	३५	२	३६	४	३७	३	३८	१	३९	१	४०	२
४१	३	४२	१	४३	२	४४	३	४५	४	४६	१	४७	१	४८	२	४९	२	५०	४
५१	२	५२	४	५३	३	५४	२	५५	१	५६	२	५७	३	५८	४	५९	३	६०	४
६१	२	६२	२	६३	२	६४	१	६५	३	६६	२	६७	२	६८	२	६९	२	७०	३
७१	१	७२	३	७३	२	७४	२	७५	४	७६	३	७७	३	७८	३	७९	१	८०	३
८१	१	८२	२	८३	४	८४	२	८५	३	८६	२	८७	१	८८	३	८९	४	९०	१
९१	१	९२	१	९३	३	९४	३	९५	२	९६	४	९७	२	९८	४	९९	१	१००	३
१०१	२	१०२	४	१०३	१	१०४	४	१०५	१	१०६	२	१०७	२	१०८	३	१०९	४	११०	२
१११	१	११२	२	११३	३	११४	३	११५	३	११६	३	११७	४	११८	३	११९	३	१२०	४
१२१	२	१२२	३	१२३	१	१२४	४	१२५	४	१२६	२	१२७	४	१२८	३	१२९	२	१३०	२
१३१	२	१३२	१	१३३	२	१३४	१	१३५	१	१३६	२	१३७	४	१३८	४	१३९	३	१४०	३
१४१	३	१४२	३	१४३	३	१४४	३	१४५	३	१४६	२	१४७	३	१४८	३	१४९	३	१५०	३
१५१	४	१५२	३	१५३	२	१५४	४	१५५	३	१५६	४	१५७	१	१५८	४	१५९	४	१६०	४
१६१	१	१६२	२	१६३	३	१६४	१	१६५	१	१६६	२	१६७	१	१६८	४	१६९	४	१७०	१
१७१	१	१७२	२	१७३	४	१७४	२	१७५	३	१७६	३	१७७	४	१७८	१	१७९	२	१८०	२
१८१	१	१८२	४	१८३	३	१८४	२	१८५	१	१८६	२	१८७	४	१८८	३	१८९	३	१९०	२
१९१	३	१९२	४	१९३	१	१९४	४	१९५	४	१९६	१	१९७	४	१९८	१	१९९	३	२००	४

आर्थिक, सामाजिक व शाश्वत विकास

प्राचार्य पी. डी. देवरे, प्राचार्य डॉ. बाळ कांबळे

- आर्थिक व सामाजिक विकास
- शाश्वत विकास
- लोकसंख्या
- गरिबी
- निरक्षरता
- बेरोजगारी
- सामाजिक क्षेत्रातील पुढाकार
- या प्रकरणावरील काही महत्त्वाचे प्रश्न

आर्थिक व सामाजिक विकास

आर्थिक विकासाचे घटक :

'विकास' हा अर्थशास्त्रातील घटक ॲडम स्मिथच्या (१७२३-१७९०) 'वेल्थ ऑफ नेशन्स' या ग्रंथाच्या कालखंडापासून विचारात घेतला जातो. विकासप्रक्रियेतील आर्थिक व सामाजिक हे दोन घटक महत्त्वाचे असतात. शाश्वत प्रक्रियेत या दोन्ही घटकांना म्हणजेच आर्थिक विकासासोबत सामाजिक विकासासाठी प्राधान्य दिले जाते. परंतु प्रारंभीच्या काळात ॲडम स्मिथ, रिकार्डो, माल्थस इत्यादींनी पारंपरिक पद्धतीने मांडणी केली. त्यात समाजवादी विचाराच्या प्रभावातून आणि २० व्या शतकातील आर्थिक मंदी, युद्ध व इतर समस्यांमुळे 'विकासाचे अर्थशास्त्र' सुप्तपणाचे राहिले. कारण सुरुवातीला स्थितिशील विश्लेषणावर भर दिला जात होता.

आर्थिक विकास : दुसऱ्या महायुद्धानंतरच्या आफ्रो-आशियाई व दक्षिण अमेरिकन देशांच्या आर्थिक पुनर्बांधणीच्या संदर्भात 'विकासाचे अर्थशास्त्र' पुढे आले. 'आर्थिक विकास म्हणजे अशी प्रक्रिया ज्याद्वारे अर्थव्यवस्थेतील राष्ट्रीय उत्पन्न दीर्घकाळपर्यंत वाढत असणे होय.' त्यात देशातील प्रतिव्यक्ती उत्पन्न दीर्घकाळपर्यंत वाढत जाणे गृहीत असते. 'राष्ट्रीय वास्तव उत्पन्नातील दीर्घकालीन प्रक्रिया म्हणजे आर्थिक विकास होय.' वरील व्याख्येनुसार (१) आर्थिक विकास ही समग्र राष्ट्राच्या संदर्भातील प्रक्रिया आहे. (२) आर्थिक विकास ही दीर्घकालीन प्रक्रिया आहे. (३) आर्थिक विकास म्हणजे वास्तव उत्पन्नातील वाढ होय. (४) आर्थिक विकास म्हणजे राष्ट्रीय उत्पन्नातील निव्वळ वाढ होय.

आर्थिक विकासाचे मोजमाप करण्यासाठी १) शुद्ध राष्ट्रीय उत्पन्न २) प्रतिव्यक्ति उत्पन्न ३) आर्थिक समता ४) आर्थिक कल्याण या घटकांचा निर्देशक म्हणून उपयोग केला जातो. आर्थिक विकासासंदर्भात वाणिज्यवादी विचारवंत 'सोने चांदी साठा' हे आर्थिक विकासाचे मापदंड मानतात. ॲडम स्मिथच्या मते 'वस्तू व सेवा यांची उत्पादनवाढ', मार्क्सच्या मते, सहकार्यावर भर देऊन लोककल्याणाला महत्त्व देतात, तर जे. एस. मिल सहकार्य –सिद्धान्तातून 'बहुजनहिताय बहुजनसुखाय' सुचवितात.

आर्थिक विकासाचे घटक : आर्थिक विकासासाठी १) नैसर्गिक साधनसंपत्ती २) मानवी शक्ती ३) भांडवलसंचय ४) संघटनव्यवस्था ५) तांत्रिक घटक ६) श्रमविभागणी ७) नव परिवर्तन ८) परकीय भांडवल ९) भांडवल–उत्पादन अनुपात १०) प्रशिक्षणव्यवस्था ११) व्यावसायिक रचना इत्यादी घटक महत्त्वाचे ठरतात. परंतु त्यासोबत कांही गैर आर्थिक घटकदेखील आर्थिक विकासप्रक्रियेवर प्रभाव टाकतात. त्यात (१) धार्मिक प्रवृत्ती (२) सामाजिक मूल्ये (३) राजकीय बदल (४) कौटुंबिक रचना (५) संस्कृती (६) प्रशासकीय व्यवस्था इत्यादी घटकांचाही प्रभाव पडतो.

आर्थिक वाढ व आर्थिक विकास (Growth and Development) : हे दोन शब्द समानअर्थी नाहीत. वृद्धी म्हणजे वाढ, तर विकास म्हणजे संस्थांतर्गत परिवर्तन, 'लोकसंख्याविकास' असे म्हणतात, आपण 'लोकसंख्यावाढ' म्हणतो. अर्थात वाढ व विकास हे दोन्ही शब्द परस्परपूरक आहेत. 'आर्थिक विकास' हा शब्द मुख्यत: अविकसित देशांच्या विकासांच्या समस्यांसंदर्भात वापरला जातो. तर 'आर्थिक वृद्धी' हा शब्द प्रगत देशाच्या संदर्भात वापरला जातो.

प्रदूषण (Pollution) : ही समस्या असून त्याचा दुष्परिणाम अर्थव्यवस्थेवर व देशाच्या आर्थिक विकासावर होतो. निसर्गावर मात करण्यासाठी आणि ऐहिक सुख उपभोगण्यासाठी नैसर्गिक मानवाने संपत्तीचा आजवर बेसुमार उपयोग केला. त्यामुळे एक बाजूस अरण्ये, खजिने, खनिज तेल, दगडी कोळसा इत्यादींचा साठा संपत आला आहे आणि दुसरीकडे त्यांचा उपयोग करताना हवा, पाणी, अन्न, जमीन या अतिआवश्यक घटकांचे प्रदूषण करून मानवाने आपला नाश जवळ आणला आहे. हवेतील प्रदूषण, पाण्यातील प्रदूषण, कचऱ्याद्वारे प्रदूषण, कीटकनाशके व तणनाशकाद्वारे प्रदूषण, किरणोत्सर्गाद्वारे प्रदूषण, सागरी प्रदूषण, ध्वनी प्रदूषण, शक्ती साधनांमुळे प्रदूषण होत असून त्याच्यावरील उपाय म्हणून निसर्गनियंत्रण सक्षम करणे, वनीकरणाला गती देणे, वाहनप्रदूषण कमी करणे, जलप्रदूषणाचे प्रश्न सोडविणे, कचरा प्रदूषण नियंत्रण व्यवस्था निर्माण करणे, कारखान्यांचे विकेंद्रीकरण करून परिस्थिती संतुलन वाढविणे व टिकविणे आवश्यक आहे.

त्याद्वारे पर्यावरण संतुलन टिकविणे व नैसर्गिक व सांस्कृतिक (मानवनिर्मित) पर्यावरण यांत समतोल निर्माण करणे कारण अर्थव्यवस्थेत पर्यावरण हा महत्त्वाचा घटक ठरतो.

▶ **विकासप्रक्रिया (Development Process)** – आर्थिक विकासाच्या प्रक्रियेत विविध घटक सहाय्यक ठरत असतात. त्यात नैसर्गिक साधने व मानवनिर्मित साधने समाविष्ट असतात, नैसर्गिक साधनसंपत्तीमध्ये निसर्गाने दिलेली शेतजमीन, हवामान, पाण्याची उपलब्धता, खनिज संपत्ती, जंगले, समुद्रसंपत्ती आणि देशाचे नैसर्गिक स्थान या घटकांचा समावेश होतो. ज्या देशामध्ये वरील घटकांची उपलब्धता मोठ्या प्रमाणावर असते त्या देशाचा आर्थिक विकास जलदगतीने होतो. त्यासोबत लोकसंख्या व श्रमपुरवठा, भांडवलसंचय वृद्धी, तांत्रिक प्रगती, मानव संसाधन विकास व त्याचे घटक – शिक्षण, आहार, आरोग्य हेदेखील आर्थिक विकासाशी संबंधित प्रभावी घटक ठरतात. त्याचबरोबर औद्योगिक विकास व कृषिविकास परस्पर पूरक घटक व परस्पर पूरक भूमिका ठरवीत असतात.

▶ **सामाजिक विकास (Social Development)** - आर्थिक वृद्धी, आर्थिक विकासामुळे सामाजिक विकास घडतोच असे नाही, कारण आर्थिक वाढ, विकास होऊनदेखील देशातील दारिद्र्य, निरक्षरता, जन्मदर, लोकसंख्यावाढीचा दर, लोकांचे आरोग्य, आयुर्मान या घटकांचा विचार होणे आवश्यक असते. म्हणजे सामाजिक विकासाशिवाय आर्थिक विकास हा अर्थहीन ठरतो. प्रामुख्याने १९९० नंतर आर्थिक विकास म्हणजे मानवीय विकासाचे ध्येय गाठणारे साधन असून आर्थिक विकासाचे उद्दिष्ट हे जनतेचे जीवन समृद्ध करणे हे असावे, हे मान्य करून रोजगार संधी वाढविणे, गरिबी हटविणे, समाजातील दुर्बल व निर्धन वर्गाला सबळ व संपन्न करणे, विकास –प्रक्रियेत जनतेचे सहकार्य घेणे, विकासाला पोषक दीर्घकालीन योजना आखणे म्हणजेच मानवी विकासाकरिता वृद्धी क्रिया विकास, समानता व लोकशाही या तीन उद्दिष्टांना प्राधान्य देणे होय.

● **शाश्वत विकास (Sustainable Development) :** पर्यावरणातील असंतुलनामुळे विविध समस्या निर्माण झाल्या, तेव्हा त्याला तोंड देण्यासाठी स्थानिक व जागतिक पातळीवर शासकीय संस्था, नागरी समाज संस्था, उद्योगधंदे, व्यापार या सर्व क्षेत्रांत पर्यावरणसंतुलनासाठी आपले हित, आपल्या आकांशा, अपेक्षा, महत्त्वाकांक्षांचा अवलंब करून शाश्वत विकासाला प्राधान्य देणे गरजेचे आहे.

औद्योगिक क्रांतीनंतर मोठ्या प्रमाणात भौतिक प्रगती झाली, परंतु त्यासोबत पर्यावरणअसंतुलनही वाढले. म्हणूनच 20 व्या शतकाच्या उत्तरार्धात जागतिक पातळीवर 'शांतता, स्वातंत्र्य – विकास व पर्यावरण' या घटकांना केंद्रबिंदू मानून विचार होऊ लागला. १९४५ ला जपानवर दोन अणुबॉम्ब टाकण्यात आले आणि दुसऱ्या महायुद्धानंतर शीतयुद्धाला सुरुवात होऊन पुन्हा जागतिक अशांततामय वातावरण निर्माण झाले. या दरम्यान स्वातंत्र्य, साम्राज्यशाहीतील दमन, मानवी हक्कांची पायमल्ली, स्त्रियांचे हक्क, अल्पसंख्याकांचे प्रश्न पुढे आले. त्यासोबत विकसनशील देशांनी विकासाची कास धरून वाटचाल सुरू केली. त्यामुळेही पर्यावरणाचा प्रश्न पुढे आला व १९७० ते १९८० दरम्यान त्याबाबत विचार होऊ लागला. १९८२ ला युनोच्या जनरल असेंब्लीच्या 'आवर कॉमन फ्युचर' ठराव १९८७ ला 'ब्रंटलँड कमिशनने (Brundtland Commission) ने १९७२ च्या स्टॉकहोम परिषदेचा संदर्भ दिला. १९९० ला जागतिक पातळीवर निसर्गसंवर्धनावर (Conservation of Nature) भर देण्यात आला. आणि 'विकास पर्यावरण' यांना वेगवेगळे करता येणार नाही, हे मान्य करण्यात आले व १९९२ ला रिओ-दी-जेनेरिओमधील 'वसुंधरा परिषदे'नेही २१ आकांक्षा व्यक्त केल्या व २१ व्या शतकातील शाश्वत विकासासाठी २००२ मध्ये जोहान्सबर्ग येथील विश्व परिषदेत 'शाश्वत विकासाला' मान्यता देण्यात आली.

शाश्वत विकासात दोन घटक अंतर्भूत असतात. १) गरीब व श्रीमंत राष्ट्रांतील विकासातील दरी कमी करून सर्व मानवजातीच्या कल्याणासाठी प्रयत्न करणे, त्यासाठी विकसित देशांनी अविकसित देशांना त्यांच्या सामाजिक, आरोग्य, शिक्षण इत्यादींसाठी सहकार्य करणे व दोघातील असमानता कमी करणे आणि २) नैसर्गिक साधनसंपत्तीचा बेसुमार वापर थांबविणे व परिस्थितिक संतुलन राखण्यासाठी प्रयत्न करणे. म्हणजेच (१) नैसर्गिक साधनसंपत्तीचा आवश्यकतेनुसार (यथायोग्य) वापर करणे, तो वापर करताना भविष्यकालीन पिढीच्या हितासाठी विचार करणे (२) भविष्यकालीन पिढीच्या गुणात्मक जीवनमानाचे भान राखणे (३) प्रदूषण कमी करणे (४) आर्थिक विकास साधताना पर्यावरणसंतुलनावरही भर देऊन वर्तमान व भविष्यकालीन आर्थिक विकासाचा वेग यांत समन्वय साधणे. म्हणजेच वर्तमानाचा विचार करतांना भविष्यहिताचे भान राखणे आवश्यक आहे. (५) साधनसंपत्तीच्या वहनक्षमतेच्या (carrying capacity) प्रणालीवर शाश्वत विकासाची प्रणाली अवलंबून असते. नैसर्गिक साधनसंपत्तीचा अतिवापर म्हणजे वहनक्षमता ओलांडणे होय, त्यामुळे

पर्यावरण अवनतीला सुरुवात होते. म्हणून शाश्वत विकास अपरिहार्य ठरतो. (६) जागतिक पातळीवर विकासाची प्रक्रिया ही वेगवेगळ्या विकास अवस्थेत आढळते. काही देश अतिविकसित, तर कांही देश अविकसित आहेत, त्यामुळे जग विकसित – अविकसित अशा दोन गटांत विभागले गेले आहे. मानवकेंद्रित विकास करताना प्रदूषणाचे वाढते प्रमाण विनाशाकडे नेत आहे. म्हणून (७) अर्थव्यवस्था, समाजव्यवस्था आणि पर्यावरण यांत विकास साधताना समन्वय व संतुलन असावे म्हणजे आर्थिक विकासासोबत पर्यावरणीय व सामाजिक समस्यांकडे दुर्लक्ष करून चालणार नाही.

▶ **शाश्वत विकासाची आवश्यकता :** मानवजातीचा विकास व्हावा, त्यासाठी शाश्वत विकास प्रक्रियेचा अवलंब करून २००२ मधील जोहान्सबर्ग जाहीरनाम्यानुसार तीन मुख्य घटक म्हणजे पर्यावरण, आर्थिक व सामाजिक यावर भर द्यावा. त्यासाठी १) समाजाचा विकास व समाजाची प्रगती (Social Development and Social Progress) २) मानवी विकास (Human Development) आणि मानवी कल्याण (Human Wellbeing) किंवा लोकन्याय (Just 'People') ३) न्याय आणि समानता, सामाजिक न्याय, समता व दारिद्र्यनिर्मूलन (Justice Equality and Poverty Alleviation) ही उद्दिष्टे २०१५ पर्यंत साध्य करण्याचे न्यूयार्क येथे इ.स. २००० मध्ये संपन्न झालेल्या युनोच्या जनरल असेंब्लीने युनायटेड नेशन्स मिलेनियम डेक्लेरेशन म्हणून स्वीकारली. त्यांत शांतता, विकास, पर्यावरण, मानवी हक्क, दारिद्र्यनिर्मूलन यांचा समावेश करण्यात आला. यासोबत श्रीमंत – गरीब दरी कमी करणे, पर्यावरणप्रदूषण कमी करणे, मृदा–भूमी अवनतीवर निर्बंध घालणे व नैसर्गिक साधनसंपत्ती आणि जैवविविधता यांचे संवर्धन करणे यांवर भर दिला आहे.

▶ **शाश्वत विकासाची तत्त्वे (Principles of Sustainable Development) :** शाश्वत विकास करण्यासाठी कांही मूलभूत तत्त्वे आवश्यक ठरतात त्यांत –

१) मानवक्षमतेचा पूर्ण विकास म्हणजे विकासाचा केंद्रबिंदू हा माणूस असला पाहिजे (Primary of developing full human potential) २) विज्ञान व तंत्रज्ञानाचा सर्वसमावेशक दृष्टिकोन (Holistic approach towards science and appropriate technology) – मानवी विकासातील अडसर शोधून पर्यावरण व सामाजिक दृष्टिकोनांतून सामाजिक व पर्यावरण– विषयक समस्या सोडविण्यासाठी प्रयत्न करणे ३) सांस्कृतिक, नैतिक, आध्यात्मिक संवेदनशीलता विकसित करणे (Cultural, Moral and Spiritual Sensitivity) – स्थानिक व मूलभूत ज्ञानाचा उपयोग करून सांस्कृतिक विविधता टिकविण्यासाठी 'जगा व जगू द्या' या तत्त्वाचा आदर करणे ४) स्वयंनिर्णयाचा अधिकार – प्रत्येक देशाला आपल्या क्षमतेप्रमाणे विकास करू देण्याची संधी देऊन तेथील जनतेला त्याच्या विकाससंदर्भात निर्णय व सहभाग घेऊ देण्याची संधी उपलब्ध करणे ५) राष्ट्रीय सार्वभौमत्व (National Sovereignty) – स्वयंनिर्णय तत्त्वानुसार स्थानिक पर्यावरणासंदर्भात व मानव आणि पर्यावरण सुरक्षासंदर्भात त्यांना त्यांचे निर्णय घेण्याची संधी देणे ६) लिंगभेदप्रक्रियेत स्त्री-पुरुष दोन्ही घटकांना समान पातळीवर मान्यता देऊन विकासाची संधी उपलब्ध करून देणे ७) शांतता, सुव्यवस्था व राष्ट्रीय एकात्मता (Peace, Order and National Integrity)– सर्वांच्या अधिकारांना मान्यता देऊन सहअस्तित्व व शांततापूर्ण सहजीवन आणि राष्ट्रीय एकात्मता स्थापित करण्यास मदत करणे ८) सामाजिक न्याय अंतर्गत व सामान्य समतेसाठी प्रयत्न – समाजातील विविधता स्वीकारून समाजात समन्वय घडवून संसाधनाचे समान वितरण, विकासात समान सहभागाची संधी घेऊन विकासाची फळे आजच्या पिढीला व भविष्यातील पिढींनाही मिळावीत ९) सहभाग लोकशाही (Participatory Democracy) – समाजातील सर्व घटकांच्या सक्षमीकरणासाठी सर्व समाजघटकांना सहभागाची हमी व विकासप्रक्रियेत निर्णय घेण्याची संधी आणि घटकांतर्गत आणि

बहुघटकांच्या संमतीने विकास निर्णय घेण्यासाठी संधीची खात्री देणे १०) संस्थात्मक मान्यता सहजता (Institutional Viability) – विकासप्रक्रियेत सामूहिक सहभागासोबत व्यक्तिगत जबाबदारीचे भान ठेवून संस्थात्मक बांधिलकीच्या तत्त्वाची (The spirit of solidarity) जपणूक करून विविध घटकांत सहभाग व भागीदारी विकसित करून विकासप्रक्रियेतील सर्व सहभागाला मान्यता देणे ११) परिवर्तनशील, भक्कम व विस्तृत पायावर आधारित आर्थिक विकास (Viable, Sound and broad-band Economic Development) – स्थिर अर्थव्यवस्थेद्वारा विकास स्थापित करताना आर्थिक प्रगतीत सर्वांना समान वाटा देताना वय, समूह, लिंग, वर्ग, वंश, जन्मस्थान (भूगोल) व पिढी (Generation) यांबाबत कोणताही भेदभाव होऊ नये म्हणजेच सर्वांना समान संधी व समान विकास व्हावा १२) शाश्वत लोकसंख्या (Sustainable Population) – नियंत्रित लोकसंख्यांचा अवलंब करून निसर्ग व लोकसंख्येंतर्गत घटक, संस्कृती, संसाधने, पर्यावरण व विकास या संदर्भात लोकसंख्येची पातळी, संरचना व लोकसंख्येची वाटणी या घटकांच्याद्वारा विकासप्रक्रिया टिकविणे १३) पर्यावरणसक्षमता, भक्कमपणा (Ecological Soundness) – निसर्ग हा संपूर्ण मानवजातीचा वारसा असून त्याची वहनक्षमता आणि त्यातील एकात्मिकता यांचा सन्मान राखून वर्तमान आणि भविष्यकालीन पिढींसाठी विकासप्रक्रिया निश्चित करणे १४) जैवसमन्वयकता आणि जैवविविधतांवर आधारित संसाधनव्यवस्थापन व्हावे. निसर्गातील व पर्यावरणातील परिसंस्था व संसाधनाचे व्यवस्थापन करून परिसंस्थांवर होणारा सकारात्मक व नकारात्मक प्रभाव टाळण्यासाठी प्रयत्न करणे व १५) वैश्विक सहकार्य (Global Cooperation) – प्रत्येक राष्ट्राची स्वत:ची वेगळी क्षमता असून त्या क्षमतेचे वैश्विक सहकार्यात रूपांतर करून शाश्वत विकास घडवून आणण्यासाठी प्रयत्न व्हावे.

कारण आधुनिक समाजातील सामाजिक, आर्थिक आणि राजकीय वाढींसाठी शाश्वत विकास संज्ञेशिवाय पर्याय नाही, तसेच सामाजिक, आर्थिक व राजकीय विकासात व्यावसायिक व नागरी समाजाचा सहभाग वाढवून शासनसंस्थेसोबत, अशासकीय संस्थांसह सर्व घटकांचा सहभाग महत्त्वाचा आहे. (संदर्भ: http:// image08webshots.com/8/0/32/28/126032281uxvpc_fs.jpg)

शाश्वत विकास संपादन – शाश्वत विकास ही प्रक्रिया असून या प्रक्रियेत विविध घटक महत्त्वाचे ठरतात. आर्थिक, सामाजिक व पर्यावरणीय गरजांमध्ये संतुलन साधणे आवश्यक असते. त्यासाठी १) उत्पादन व उपभोगपद्धतीत सुसंगती हवी २) त्यासाठी मानसिकता दृष्टिकोन आणि मूल्यात्मक परिवर्तन आवश्यक असते ३) भविष्यकालीन पिढीच्या हिताचा आजच्या पिढीने विचार करणे आवश्यक आहे ४) भविष्यकालीन साधनसंपत्तीची पुनर्निर्मितीची प्रक्रिया अखंड चालू ठेवण्यासाठी प्रयत्न आवश्यक आहे त्यामुळे पर्यावरणीय साधनसंपत्तीचे मूल्य आणि काही आवश्यक परिस्थितिक प्रणालीच्या संवर्धनासाठी मदत होईल ५) शाश्वत विकासप्रक्रियेतील अडथळे कमी करणे ६) मानसिकता, दृष्टिकोन आणि जीवनमूल्यांतील बदल स्वीकारणे ७) पर्यावरणीय जबाबदार विकासाला प्राधान्य देणे म्हणजे विकासासोबत पर्यावरणसंवर्धनालाही प्राधान्य देणे ८) टिकाऊ विकासाकडे लक्ष देण्यासाठी कांही अंशी त्यागभावना स्वीकारून उद्याचे दीर्घकालीन लाभ होण्यासाठी वर्तमानात कांही तडजोडी स्वीकारणे आवश्यक ठरते.

▶ **शाश्वत विकासाचे निर्देशक (Indicators)** – शाश्वत विकास म्हणजे काय, तो कसा मापावा, त्यातील गृहात तत्त्वे कोणती, कोणत्या घटकांना प्राधान्य द्यावे या दृष्टिकोनातून १) युनोने २००१ मध्ये नोंदविलेले शाश्वत विकासाचे एकूण ५८ निर्देशक सांगितले असून त्यांत वातावरण, स्वच्छ हवा, भूउत्पादन, सागरी उत्पादन, स्वच्छ पाणी आणि जैवविविधतेसाठी २०१५ पर्यंत समानता, आरोग्य, शिक्षण, निवास,

सुरक्षा, स्थिर लोकसंख्या या दृष्टीने प्रयत्न करावे असे सुचविले आहे २) कन्सल्टिव्ह ग्रुप ऑन सस्टेनेबल डेव्हलपमेंटने एकूण ४६ निर्देशक सुचविले. त्यांनी वरील उल्लेखित घटकांनाच प्राधान्य दिले आहे ३) दि वेलबिइंग ऑफ नेशन – २००१ मध्ये जीवनमान व पर्यावरणासंदर्भात ८८ निर्देशक सांगितले आहेत व प्रत्येकाने आपल्या क्षमतेप्रमाणे विकास करावा, निर्णय घेण्याच्या क्षमतेवर भर देऊन पर्यावरणातील परिसंस्था, विविधता आणि गुणवत्ता यांवर लक्ष केंद्रित करून व्यक्तिविकास साधावा व त्यासाठी प्रत्येकाला संधी प्राप्त व्हावी, असे सुचविले आहे ४) वर्ल्ड इकॉनॉमिक फोरमने ६६ निर्देशक सांगितले असून व्यक्तिकौशल्य, दृष्टिकोन व राष्ट्रीय पातळीवर पर्यावरणासंदर्भात निर्माण झालेल्या आव्हानांना जागतिक पातळीवर सहकार्य करून पर्यावरणविषयक समान समस्या निराकरणावर भर द्यावा आणि पर्यावरणव्यवस्था सुदृढ व्हावी म्हणून प्रयत्न करावेत ५) कोब, ग्लोकमन आणि सेस्लाग यांनी २६ निर्देशक सुचविले असून आर्थिक समृद्धी, कौटुंबिक विकास व सुरक्षितता यांवर भर देऊन शुद्ध हवा, भू आणि पाणी याला प्राधान्य दिले आहे. यांसारखे अनेक अहवाल, तज्ज्ञ मते नोंदविली असून सर्वांनी शाश्वत विकासप्रक्रिया आवश्यक ठरविली आहे.

सहस्रक जाहीरनामा व मूल्ये (Values underlying the Millennium Declaration) – इ.स. २००० मध्ये युनोने एकूण ६० उद्दिष्टे जाहीर करून शांतता, विकास, पर्यावरण, मानवी हक्क, विषमतामुक्ती, गरिबी निवारण यांना प्राधान्य देऊन २१ व्या शतकातील आंतरराष्ट्रीय संबंधासाठी कांही महत्त्वपूर्ण मूल्ये निर्धारित केली आहेत.

१) स्वातंत्र्य (Freedom) – स्त्री-पुरुषांना आपल्या मुलांची (अपत्यांची) प्रतिष्ठा राखून विकास करण्याची व भूक, हिंसा, अन्याय, शोषण यांपासून मुक्ती व लोकशाही सहभागातून लोकांच्या हक्कांची हमी आणि शाश्वती मिळावी.

२) समानता (Equality) – कोणत्याही व्यक्ती किंवा राष्ट्राला विकासाची संधी न नाकारता, विकासाचे फायदे मिळविण्याचा समान हक्क आहे व सर्व स्त्री-पुरुषांना समान हक्क व संधीची समानता यांची शाश्वती देणे.

३) बांधिलकी (Solidarty) – सामाजिक न्याय व समानता या तत्त्वांवर आधारित वैश्विक आवाहनांना सामोरे जाण्यासाठी सर्वांचा सहभाग वाढविणे.

४) सहनशीलता (Tolerance) – परस्परांबद्दल आदरभाव, भाषा संस्कृती व श्रद्धांच्या विविधतेचा सन्मान, परस्परविरोधी समाजघटकांतील समस्यांचे सामंजस्याने निराकरण व्हावे. त्यासाठी भय, दहशतीचा अवलंब नको. शांतता, संवाद, सहअस्तित्व, सहजीवन या आधारावर मानवताविकासासाठी प्रयत्न व्हावेत.

५) निसर्गाचा आदर (Respect for Nature) – निसर्गातील विविध जाती, प्रजाती व नैसर्गिक संसाधने यांचा शाश्वत विकासप्रक्रियेतून संतुलित विकास करावा व नैसर्गिक संसाधनांचे जतन व संवर्धन करावे. उपभोगवादाऐवजी भविष्यातील कल्याण व पुढील पिढ्यांच्या हिताचा विचार करावा.

६) जबाबदारीची भागीदारी (Shared Responsibility) – वैश्विक, सामाजिक व आर्थिक विकासाच्या जबाबदारीसोबत जागतिक शांतता व सुरक्षेसंदर्भात निर्माण होणाऱ्या भीतीपासूनच्या मुक्ततेसाठी सर्वांचा सहभाग व प्रत्येकाने आपली जबाबदारी पेलून युनोच्या प्रयत्नांना सहकार्य करावे.

शाश्वत विकासाची आवश्यकता व उपाययोजना – १) मानव हा निसर्गाचा घटक म्हणून उपभोक्ता ही भूमिका संपन्न करताना 'निसर्गमित्र' (Eco-friendly) व साधनसंपत्तीचा 'संवर्धक' या नात्याने

महत्त्वाची भूमिका पार पाडू शकतो. त्यासाठी निसर्गस्नेही उत्पादनांवर भर देण्याची आवश्यकता आहे. त्यासाठी प्रदूषण कमी होईल याची काळजी घेऊन उत्पादनांचे पुनर्चक्रीकरण, उत्पादित साधनसंपत्तीचे संवर्धन व त्यासाठीच्या नियमांचे, कायद्यांचे पालन करून निसर्गमित्र ठरू शकतो. २) आपली मानसिकता व जीवनशैलीत परिवर्तन करून जैवविघटन उत्पादनाचा वापर, पुनर्चक्रित उत्पादनांचा वापर, नैसर्गिक उत्पादनांचा उपभोग यांवर भर देऊन चांगल्या संपत्तीपेक्षा चांगले आरोग्य, चांगले जीवन याला महत्त्व दिले पाहिजे. ३) चांगल्या मानवी आरोग्यासाठी आधुनिक तंत्रज्ञानाचा सुयोग्य वापर, निसर्ग-स्नेही पद्धतीचा अवलंब, साधनसंपत्तीचा कमी वापर, पुनर्चक्र व पुनर्वापरावर भर देणे आवश्यक ठरते. ४) शाश्वत विकास संकल्पनेचा स्वीकार करून वस्तूंची रचना, बांधकाम करताना पारंपरिक ऊर्जा स्रोताचा किमान वापर करून 'हरित वास्तू' (Green Building) संकल्पना स्वीकारावी. ५) पारंपरिक ऊर्जास्रोत हे मर्यादित असून केव्हातरी त्यांत घट होणार आहे, तेव्हा अपारंपरिक ऊर्जास्रोताचा वापर वाढवून सौर ऊर्जा, पवन ऊर्जा, भरती-ओहोटी ऊर्जा, गोबर गॅस यांचा वापर वाढवावा. ६) पर्यावरणातील गुणवत्तावाढीसाठी व्यापक धोरणाचे निर्धारण करून त्याज्य पदार्थांची कमी निर्मिती, रासायनिक पदार्थांचा कमी वापर यादृष्टीने धोरणे, उपक्रम राबविणे आवश्यक आहे. ७) प्रवासमार्गातील प्रदूषण टाळण्यासाठी वाहनाचा किमान वापर, प्रदूषणविरहित साधनांचा वापर, चारचाकी वाहनाच्या तंत्रज्ञानात बदल, रस्ते वाहतूक सुधारणा, स्वस्त रेल्वे वाहतुकीत भर, सायकल वापरांवर भर, भेसळयुक्त इंधनावर बंदी. ८) शाश्वत विकास मार्गातील अडथळ्यांमध्ये सामाजिक घटक लोकसंख्या वाढ महत्त्वाची ठरते, तेव्हा स्थिर लोकसंख्येसाठी प्रयत्न व्हावेत, अन्यथा आर्थिक विकासावर त्यांचे विपरीत परिणाम होतात म्हणून कुटुंबकल्याण कार्यक्रमांची प्रभावी अंमलबजावणी, दारिद्र्यनिर्मूलनासाठी प्रभावी उपाययोजना आखणे, रोजगार संधी उपलब्ध करून देणे, जेणेकरून लोकसंख्या हा बोजा न ठरता तो राष्ट्राचा 'ॲसेट' किंवा विकासाचा अत्यावश्यक घटक ठरू शकतो. ९) विकासप्रक्रियेतील विकसित-विकसनशील व अविकसित यांमधील अंतर कमी होणे महत्त्वाचे आहे कारण, त्यामुळे साधनसंपत्तीच्या उपभोगात तफावत वाढते तेव्हा श्रीमंत देशांनी आपली जबाबदारी ओळखली पाहिजे. १०) निरक्षरता हा लोकसंख्येअंतर्गत येणाऱ्या समस्येपैकी एक घटक असतो. त्यासाठी स्त्री साक्षरता वाढ, त्यातून वेगवेगळ्या वाईट – अनिष्ट रूढि परंपरांना फाटा दिला जाऊ शकतो व लोकसंख्यानियंत्रण व पर्यावरणसंवर्धनास मदत होऊ शकते. ११) शाश्वत विकासासाठी मानवी दृष्टिकोन, विचार, कौशल्य आणि प्रशिक्षण यांवर भर देऊन पर्यावरणशिक्षण देणे आवश्यक केले पाहिजे, भारतात सर्वोच्च न्यायालयाने त्यामुळे 'पर्यावरणशास्त्र' हा सर्व शाखांसाठी अत्यावश्यक विषय म्हणून शिकविण्याची सक्ती केली आहे. १२) शासनसंस्थेने राजकीय इच्छाशक्ती दाखवून पर्यावरणसंतुलनासाठी शाश्वत विकासावर भर देऊन धोरणांची आखणी करून त्यांची अंमलबजावणी, कार्यक्रमाची आखणी व त्यासाठी लोकसहभाग वाढवून नैसर्गिक संसाधन संपत्तीच्या संवर्धनासाठी प्रयत्न केले पाहिजेत. १३) अर्थात जागतिक व स्थानिक पातळीवर केवळ शासनसंस्थांनी प्रयत्न करून भागणार नाही तर त्यासाठी शासनसंस्थेबाबत अशासकीय संस्था, स्वयंसेवी संघटना व समाजपातळीपासून व्यक्तिगत पातळीपर्यंत प्रयत्न होणे आवश्यक आहेत. १४) आर्थिक विकासाचे धोरण ठरविताना शाश्वत आर्थिक विकासाला प्राधान्य देऊन विकासाचा केंद्रबिंदू 'माणूस' असावा व माणूस व निसर्ग यांचे संबंध चांगले असावेत, त्या विकासप्रक्रियेत दारिद्र्य, निरक्षरता, विषमता यांचे निर्मूलन करून आरोग्यसंवर्धन, चांगले आयुर्मान यांवर भर देण्याच्या भक्कम आर्थिक धोरणाची अंमलबजावणी व धोरणात्मक बदलांची आवश्यकता आहे. १५) शाश्वत विकास हा भक्कम पायावर व्हावा म्हणून इ.स. २००० मध्ये सहस्रक जाहिरनाम्यातील उद्दिष्टांच्या अंमलबजावणीसाठी जागतिक, राष्ट्रीय व स्थानिक पातळीवर प्रयत्न

करून उत्पादक शाश्वतता (Proctuctive Sustainability) सौंदर्यविषयक शाश्वतता (Aesthetic Sustainability) आणि सामाजिक – आर्थिक शाश्वतता (Socio - Economic Sustainability) वाढविण्यासाठी प्रगतिशील व लवचीक धोरणांचा अवलंब करणे. १६) उचित तंत्रज्ञानाचा अवलंब करणे व पर्यावरणीय व सामाजिक शाश्वत विकास संकल्पनेला प्राधान्य देणे व समयोचित तंत्रज्ञानाचा वापर वाढविणे. १७) त्यासाठी शिक्षण, प्रशासकीय, तंत्रज्ञान, साधनसंपत्ती व सुधारणा पद्धतीमध्ये सुधारणा घडवून आणून नागरिकांमध्ये जबाबदारीची जाणीव वाढविणे. १८) मानवी दृष्टिकोनाचा अवलंब करून मानवकल्याणासाठी निसर्गसंवर्धन या दृष्टिकोनानुसार मानव विकास निर्देशांकातील निर्देशक घटकांना प्राधान्य देणे आणि व्यक्ति व समूहपातळीवर त्यासाठी प्रयत्न करणे ज्यामुळे पाण्याचे संवर्धन, ऊर्जासंवर्धन व बचत, मृदासंरक्षण, शाश्वत कृषि– चालना यांवर भर देऊन सामूहिक सहभागावरही भर द्यावा. १९) शाश्वत कृषि उपक्रमांना प्राधान्य देण्यात यावे, निसर्ग शेती, भू व जल संधारण, रासायनिक खते व कीटकनाशके व तण नाशकांचा कमी वापर, गांडूळ शेतीचा प्रयोग, सेंद्रिय खतांचा वापर, ठिबक सिंचन, तुषार सिंचन, मिश्रशेतीचा अवलंब, फळबागा व पशुचारा प्रणालीचा वापर, चक्राकार पीकप्रणाली इत्यादी पद्धतींचा अवलंब करून हरितक्रांती घडविता येईल. १९७० नंतरच्या कालखंडात हरितक्रांतीसाठी नवीन बियाणे, नवीन खते, नवीन रसायने, नवीन कीटकनाशके, पाण्याचा अधिक वापर यांमुळे शेतजमीन, पर्यावरण यांचे मोठे नुकसान झाले आहे ते टाळण्यासाठी शाश्वत कृषि धोरणाचा अंगीकार करून आर्थिक विकास, सामाजिक विकास व शाश्वत विकासातून पर्यावरण संवर्धन व संतुलन राखता येईल. २०) वरील प्रक्रियेतून शाश्वत विकास घडून येऊन संतुलित विकासही साधता येईल व मानव आणि निसर्ग यांचे संबंध पूर्ववत होऊन निसर्गसंवर्धनातून मानवी कल्याण साधता येईल. वर्तमानातील गरजांची पूर्तता करून भविष्यातील पिढीसाठी चांगला वारसा जपता येईल. शाश्वत विकास म्हणजेच आर्थिक विकासासोबत सामाजिक व पर्यावरणविकास व संवर्धन करणे होय. २१) "The Principles of Sustainable development are committed to environmentally sound and sustainable economic development and all as worth question of how we can have economic development without continuing to deplete and destroy the natural resources upon which we all depend." ' म्हणजे पर्यावरण व मानव हे परस्परांवलंबी असून शाश्वत विकास हा पर्यावरणाच्या विकासासोबतच होऊ शकतो.

एकंदरीत शाश्वत विकास घडविताना अशाश्वत विकास प्रक्रियेकडून शाश्वत विकास प्रक्रियेचा स्वीकार करणे, ग्रामीण व शहरी ऊर्जा समस्या निराकरणासाठी धोरणात्मक बदल करून समस्या सोडविणे, त्यासाठी अपारंपरिक ऊर्जास्रोताचा वापर वाढविणे, जलसंवर्धन, पाण्याचे साठे वाढविणे, ते जमिनीत मुरविणे, मोठ्या धरणांमुळे निर्माण होणाऱ्या पुनर्वसनाच्या समस्यांच्या निराकरणांना प्राधान्य देणे, पर्यावरणनीतीमध्ये सकारात्मक बदल घडविणे, वातावरणातील बदल थांबविण्यासाठी जागतिक पातळीपासून स्थानिक पातळीपर्यंत प्रयत्न करणे, पडीक जमिनीचा विकास करणे, टाकाऊपासून टिकाऊकडे जाणे, पर्यावरणसंबंधी नियमांचे काटेकोरपणे पालन करणे. लोकसंख्यावाढीतून निर्माण होणाऱ्या आर्थिक विकास व पर्यावरणसंवर्धनास होणारा अडथळा थांबविण्यासाठी लोकसंख्या स्थिर करण्यासाठी कुटुंब कल्याण कार्यक्रम, आरोग्यविषयक धोरणाची अंमलबजावणी, मानवी हक्कांची अंमलबजावणी, मूल्यशिक्षणावर भर, आरोग्यसंवर्धनासाठी रोगराई निराकरणासाठी प्रयत्न आणि विशेषत: महिला व बाल कल्याणासाठी विशेष प्रयत्न झाल्यास आर्थिक विकासातून मानव विकास आणि मानवविकासातून सामाजिक विकास तसंच पर्यावरण विकास साध्य होईल.

● **लोकसंख्या (Population) :** आर्थिक विकास प्रक्रियेत मानव हा महत्त्वाचा घटक ठरतो. मानव संसाधन म्हणून उत्पादन प्रक्रियेत वापरला जाणारा घटक जसा आवश्यक असतो त्याचप्रमाणे लोकांचे हित, लोकांचे कल्याण हा आर्थिक विकासाचा 'मुख्य' हेतू असतो. देशाची लोकसंख्या ही राष्ट्रीय संपत्ती मानली जाते. म्हणूनच राज्यसंस्थेच्या चार घटकांमध्ये – भू प्रदेश, लोकसंख्या, शासनसंस्था व सार्वभौमत्व यांत लोकसंख्या महत्त्वाचा घटक मानला जातो. २०११ च्या जनगणनेनुसार भारताची लोकसंख्या १,२१,०१,९३,४२२ असून पुरुषांची संख्या ६२,३७,२४,२४८ असून स्त्रियांची संख्या ५८,६४,६९,१७४ आहे.

आर्थिक विकास आणि लोकसंख्येतील वाढ यांचा परस्पर संबंध असतो. लोकसंख्येचा विचार करताना संख्यात्मक दृष्टिकोन व गुणात्मक दृष्टिकोनातून विचार होणे आवश्यक असते. आर्थिक विकासाचा लोकसंख्या-वाढीवर परिणाम होऊ शकतो त्याचप्रमाणे लोकसंख्यावाढीचादेखील आर्थिक विकासावर परिणाम होतो.

साधारणत: शेतीप्रधान अर्थव्यवस्थेत जन्मदर व मृत्युदर, हे दोन्हीही मोठे असतात. त्यामुळे लोकसंख्या-वाढीचा दर कमी किंवा बराचसा स्थिर असतो. मात्र, अर्थव्यवस्था जेव्हा विकासाकडे वाटचाल करते, तेव्हा कल्याणकारी योजनांची अंमलबजावणी केली जाते. त्यामुळे मृत्युदर कमी होतो. परंतु, जन्मदर स्थिर राहतो, तेव्हा लोकसंख्यावाढीचा दर जास्त असतो. अर्थव्यवस्था जेव्हा औद्योगिकीकरणावर भर देते, उद्योगधंदे वाढतात, शहरीकरण वाढते, रोजगार वाढतो तेव्हा मृत्युदराबरोबरच जन्मदरही कमी होतो त्यामुळे लोकसंख्येत अल्पशी वाढ होते. परंतु भारताची लोकसंख्या इतकी मोठी आहे की, त्यात जन्मदर कमी होऊनदेखील लोकसंख्यावाढ ही देशाची जमेची बाजू (Asset) न राहता ती समस्या ठरते. भारतातील विवाह करण्याची प्रवृत्ती, बालविवाह, निरक्षरता, दारिद्र्य, वारसातत्त्वाची कल्पना, सामाजिक प्रथा, एकत्र कुटुंबपद्धत, निम्नदर्जाचे राहणीमान इत्यादी कारणांमुळे देशाच्या लोकसंख्येत भरमसाठ वाढ होताना दिसते.

तक्ता क्र. १ : भारतातील लोकसंख्या वाढ

वर्ष	एकूण लोकसंख्या (कोटी)	दशकातील वाढदर (टक्के)
१९०१	२३.८३	-----
१९११	२५.२	५.७५
१९२१	२५.१२	०.३१
१९३१	२७.४९	११.००
१९४१	३१.८५	१४.२२
१९५१	३६.१	१३.३१
१९६१	४३.९१	२१.५०
१९७१	५४.८२	२४.८०
१९८१	६८.५२	२४.७०
१९९१	८४.६	२३.५०
२००१	१०२.७	२१.५०
२०११	१२१.२	१७.६०

१९६१ च्या दशकात २१.५ टक्के सरासरी दराने लोकसंख्येत वाढ झाली ती १९७१ मध्ये २४.८ एवढी राहिली, मात्र १९८१ मध्ये २४.७ व १९९१ मध्ये २३.५, 2001 मध्ये आणि 2011 मध्ये अनुक्रमे २१.५ व १७.६ वाढ दिसते. 2001 व 2011 मध्ये सरासरी दर काही अंशी कमी झालेला असला तरी एकूण लोकसंख्येच्या प्रमाणात ती वाढ खूपच मोठी ठरते.

▶ **लोकसंख्येची लिंगानुसार रचना (Sex Composition) :**

लोकसंख्येतील स्त्री-पुरुष प्रमाण 2001 च्या जनगणनेनुसार ९३३ महिला : 1000 पुरुष असे होते. तर 2011 च्या जनगणनेनुसार स्त्री-पुरुष प्रमाण ९४०:1000 असे आहे. 2001 च्या जनगणनेनुसार ग्रामीण लोकसंख्येत स्त्रियांचे प्रमाण हजारी ९४६ होते. तेच प्रमाण 2011 मध्ये हजारी ९४७ दिसते; मात्र स्त्री-पुरुष प्रमाण शहरीभागात 2001 मध्ये हजारी ९०० व 2011 मध्ये ते प्रमाण ९२६ आढळते. यांचा अर्थ स्त्रियांचे घटतेप्रमाण शहरी भागात अधिक दिसते ही चिंतेची बाब ठरते. शहरीकरण हे आधुनिकतेचे महत्त्वाचे लक्षण मानले जाते परंतु आधुनिकता व शिक्षणाचे प्रमाण अधिक असलेल्या शहरी व्यवस्थेत भ्रूणहत्या वाढावी आणि महिलांचे प्रमाण कमी व्हावे, ही मोठी सामाजिक समस्या ठरते आहे.

तक्ता क्र. २ : शून्य ते सहा वयोगटातील लोकसंख्या व महिलांचे प्रमाण
(दर हजारी पुरुषांमागे)

वर्ष	0 ते ६ मधील मुलींचे प्रमाण	महिलांचे प्रमाण
१९६१	९७६	९४१
१९७१	९६४	९३०
१९८१	९६२	९३४
१९९१	९४५	९२७
2001	९२७	९३३
2011	९१४	९४०

वरील तक्त्यात दर्शविल्याप्रमाणे जन्मदर कमी होताना दिसत असला तरी ६ वर्षांआतील मुलांमध्येदेखील मुलींच्या प्रमाणातील घट भविष्यातील मोठी चिंतेची बाब ठरू शकते, कारण दर हजारी मुलांमागे मुलींचे प्रमाण ९१४ असणे ही सामाजिक समस्या ठरते. मुलींचा गर्भ नाकारणे, भ्रूणहत्या यांचे वाढते प्रमाण, त्यासोबत पाच वर्षांपर्यंतच्या बालकांमध्ये मृत्युप्रमाणात मुलींचे प्रमाण अधिक असणे, लसीकरणात मुलींच्या लसीकरणाकडे दुर्लक्ष करणे, मुलगा आणि मुलीच्या शिक्षणात भेदभाव करणे, मुलगा वंशाचा दिवा ही भावना आढळते. १५ ते ४९ या युवा वयोगटातील फक्त पाच टक्के महिला पदवीधर आहेत. शून्य ते सहा वयोगटातील 2001 ते 2011 मधील तफावत खालीलप्रमाणे आहे.

तक्ता क्र. ३ – शून्य ते सहा वयोगटातील लोकसंख्या (लाखात)

वर्ष	पुरुष	महिला
2001	८४९.९	७८८.२
2011	८२९.५	७५८.३

२०११ मधील घट काही अंशी कल्याणकारी योजनांचे फलित मानले जाते. या वयोगटातील – शहरी व ग्रामीण लोकसंख्या खालीलप्रमाणे आहे.

तक्ता क्र. ४ – शून्य ते सहा वयोगटातील लोकसंख्या (लाखात)

वर्ष	पुरुष		महिला	
	शहरी	ग्रामीण	शहरी	ग्रामीण
२००१	१५५.९	६५४.०	१७७.५	६१०.६
२०११	२१६.६	६१२.८	१९५.३	५६३.०

वरील आकडेवारीतील घट ही जन्मदरातील घट दर्शविते. परंतु त्यासोबत शहरी लोकसंख्येतील घट ही चिंताजनक ठरते. ० ते ९ वयोगटातील लोकसंख्या २३८७ लाख असून त्यापैकी पुरुष १२३८ लाख पुरुष व ११४९ लाख मुर्लींची (स्त्रिया) संख्या दिसते. १० ते १४ वयोगटातील लोकसंख्या १२४८ लाख आहे. तर १५ ते १९ वयोगटातील लोकसंख्या १००२ लाख आहे.

▶ **युवा लोकसंख्या –** लोकसंख्येतील होणारे बदल लक्षात घेता इ.स. २०२० ते इ.स. २०४० च्या कालावधीत भारतातील तरुणांच्या लोकसंख्येत मोठी वाढ होणार आहे. २०११ च्या आकडेवारीवरून लोकसंख्याबदलाची चाहूल लक्षात येते. एका बाजूस भारताची वाढती लोकसंख्या ही भारताबरोबर जगाची समस्या ठरू पाहात आहे. कारण २०३०-४० पर्यंत भारत लोकसंख्येच्या प्रमाणाबाबत चीनला मागे टाकेल असे भाकीत केले जात आहे. असे असताना या कालावधीत युवा वर्गाची संख्या वाढते आहे. युवा वर्ग ही काम करणारी लोकसंख्या, उत्पादक लोकसंख्या व त्या अर्थाने मानव संसाधन मानले जाते, म्हणून ही वाढती लोकसंख्या एका अर्थाने 'इष्टापत्ती' ठरू शकते. या युवा वर्गाचा योग्य वापर झाला, त्यासाठी योग्य नियोजन व व्यवस्थापन झाले तर त्यामुळे देशाच्या विकासात मोलाची भर पडेल.

▶ **लोकसंख्येचे ग्रामीण – शहर स्थलांतर (Rural-Urban Migration) :**
भारत हा मुळात शेतीप्रधान देश राहिला आहे. कारण ब्रिटिश काळात शासकांनी उद्योगधंद्यांना प्रोत्साहन दिले नाही. स्वातंत्र्यप्राप्तीनंतर वेगवेगळ्या कारणांमुळे उद्योगधंदे वाढले नाहीत. मात्र शेतीवरील वाढता लोकसंख्येचा भार, कृषी क्षेत्रातील हंगामी काम, त्यातून वाढणारी छुपी बेकारी, लोकसंख्येत होणारी भरमसाठ वाढ, परंपरांचा प्रभाव इत्यादींमुळे ग्रामीण लोकसंख्या वाढली. त्या प्रमाणात रोजगारात वाढ होऊ शकली नाही. त्यासोबत शिक्षणाचे प्रमाण वाढले. पण खेड्यात संधीचा अभाव, यामुळे मोठा प्रमाणात युवक शहराकडे धाव घेऊ लागले, त्यामुळे मुंबई-पुण्यासारख्या शहरांवर मोठा ताण वाढतो आहे. ग्रामीण भागातून शहरी भागाकडे जाण्याच्या या प्रक्रियेला ग्रामीण – शहर स्थलांतर असे म्हटले जाते. ग्रामीण व शहरी लोकसंख्या पुढीलप्रमाणे आहे.

तक्ता क्र. ५ : ग्रामीण – शहरी लोकसंख्या (लाखात)

वर्ष	लोकसंख्या	
	ग्रामीण	शहरी
१९०१	२०७३	२५६
१९५१	२९८७	६२४
१९६१	३०६३	७८९
१९७१	४३१९	१०९१
१९८१	५२५७	१५९५
१९९१	६२७१	२१७२
२००१	७४२४	२८६१
२०११	८३३०	३७७१

वरील तक्त्यातील २००१ व २०११ मधील शहरी लोकसंख्यावाढ ही स्थलांतरणप्रक्रियेचा परिणाम होय. २००१ मध्ये ग्रामीण पुरुष लोकसंख्या ३८१६ लाख व महिला लोकसंख्या ३६०८ लाख होती. २०११ मध्ये ग्रामीण पुरुष लोकसंख्या ४२७९ लाख होती व महिला लोकसंख्या ४०५१ लाख आहे. २००१ मध्ये शहरी पुरुष संख्या १५०५ लाख होती ती २०११ मध्ये १९५८ लाख झालेली दिसते. तर २००१ मध्ये शहरी महिला लोकसंख्या १३५५ होती, ती २०११ मध्ये १८१२ लाख झाली. याचा अर्थ रोजगारांच्या निमित्ताने पुरुष वर्ग मोठ्या प्रमाणात शहराकडे धावतो आहे. त्यामुळे विधानसभा मतदारसंघ पुनर्रचनेत शहरी मतदार संघांची संख्या वाढली असून ग्रामीण मतदार संघांची संख्या घटली आहे. १९८१ मध्ये शहरी लोकसंख्या १५९५ लाख होती, ती २०११ मध्ये ३७७१ लाख होते. याचा अर्थ गेल्या चाळीस वर्षात २१७६ लाख शहरी लोकसंख्या वाढली. हा स्थलांतरणाचा प्रभाव आहे.

▶ **जन्मदर व मृत्युदर**

लोकसंख्यावाढ, लोकसंख्यास्थिरता ही जन्मदर-मृत्युदर प्रमाणावर अवलंबून असते. खालील तक्ता भारतातील जन्मदर-मृत्युदर दर्शवितो.

तक्ता क्र. ६ : जन्मदर – मृत्युदर व फरक

कालावधी	जन्मदर	मृत्युदर	फरक
१९०१–१०	४८.१	४२.६	५.५
१९११–२०	४९.२	४८.६	0.६
१९२१–३०	४६.४	३६.३	१०.१
१९३१–४०	४५.२	३१.२	१४.0
१९४१–५०	३९.९	२७.४	१२.५

कालावधी	जन्मदर	मृत्युदर	फरक
१९५१-६०	४०.०	१८.०	२२.००
१९६१-७०	४१.२	१९.२	२२.०
१९७१-८०	३७.२	१५.०	२२.२
१९८१-९०	३३.१	१२.५	२०.६
१९९१-२०००	२५.४	८.४	१७.०
२००१-२०१२	२२.२	६.४	१५.८

वर उल्लेखित तक्त्यातील आकडेवारीनुसार भारतातील जन्मदर व मृत्युदर दोन्हींमध्ये घट झालेली दिसते. कल्याणकारी योजनांचा परिणाम, दुष्काळांचे कमी झालेले प्रमाण, आरोग्यविषयक सुविधांमधील वाढ, आरोग्य- विषयक जागरूकता, वाढती साक्षरता व वाढते आयुर्मान यामुळे मृत्युदर घटला व जन्मदरही घटला. मात्र १२२ कोटी लोकसंख्येच्या (२०१२) प्रमाणात जन्मदराप्रमाणे लोकसंख्येतील १७.६४ टक्के वाढ ही भरमसाठ लोकसंख्या- वाढ दर्शविते. शेतीप्रधान अर्थव्यवस्था, कायदेशीर विवाह वयोमर्यादिआधी विवाह (बालविवाह), जननक्षमता असलेली मोठी लोकसंख्या, 'मुलगा हवा'साठीचा आग्रह, गरिबी, वाईट रूढिपरंपरा, एकत्र कुटुंबव्यवस्था, निरक्षरता, निकृष्ट राहणीमान, सामाजिक प्रथा, देशाचे उष्ण हवामान, कुटुंबनियोजन साधनांचा अभाव व त्याबाबतची उदासीनता आणि सरकारी धोरणातील उदासीनता व मतांच्या राजकारणासाठी (Vote Bank Politics) केलेले दुर्लक्ष यामुळे लोकसंख्येसंबंधी धोरणात सातत्य, निर्भयता, दूरदृष्टीचा अभाव आढळतो. या वेगवेगळ्या कारणांमुळे भारताची लोकसंख्या वाढते आहे. देशाच्या लोकसंख्येची घनता (Density) २०११ मध्ये प्रतिकिलोमीटर ३२५ होती, ती २०११ मध्ये ३८२ झाली.

▶ लोकसंख्याबदल

भारतातील २००१ ते २०११ मधील दशकात लोकसंख्या दरवाढीत ३.९० टक्के दराने घसरण दिसत असली तरी उत्तरप्रदेश व महाराष्ट्रात अनुक्रमे १९.९ व ११.२ टक्के लोकसंख्या ही सर्वात अधिक तर आंध्रप्रदेशाची व तमिळनाडूची लोकसंख्या अनुक्रमे ३.५ टक्के व ३.९ टक्के आहे. याचा अर्थ भारताच्या वेगवेगळ्या प्रदेशांतील लोकसंख्येचे प्रमाण वेगवेगळे आढळते.

डडले किर्क (Dudley Kirk) लोकसंख्या स्थित्यंतराचा सिद्धान्त (Demographic Transition Theory) मांडताना म्हणतो की, जन्मदरातील बदलांचा सामाजिक, आर्थिक बदलांवर प्रभाव पडतो. त्यामुळे विकासाला गती मिळते. परंतु त्याचबरोबर कल्याणकारी विकासामुळे, आर्थिक व सामाजिक बदलांमुळेही जन्मदर कमी होण्यास मदत होते. कारण वाढती साक्षरता, वैद्यकीय व आरोग्यविषयक सुविधांमधील वाढ, आरोग्यविषयक जाणिवा, निरक्षरता व गरिबांचे घटते प्रमाण यामुळे जन्मदर व मृत्युदर दोन्हीही कमी होऊन लोकसंख्येत स्थिरता आणता येऊ शकते. भारताची लोकसंख्या स्थिर करावयाची असेल तर जन्मदराचे प्रमाण आणखी कमी करावे लागेल.

१) पहिली अवस्था – स्थिर लोकसंख्या : जन्मदर व मृत्युदर प्रमाण अधिक असेल तर जन्माला येणारे आणि मृत्यू पावणाऱ्यांच्या प्रमाणामुळे लोकसंख्येत स्थिरता येते. भारतात २० व्या शतकाच्या सुरुवातीच्या दोन दशकांत अशी अवस्था आढळते.

२) दुसरी अवस्था – आरोग्यविषयक सुविधा, अन्नधान्याचा मुबलक पुरवठा इत्यादी कारणांमुळे मृत्युदराच्या प्रमाणात मोठी घट होते. परंतु त्याचवेळी सामाजिक प्रथा–परंपरांचा प्रभाव, सामाजिक विकासाचा अभाव, कुटुंबनियोजनसाधनांचा मर्यादित वापर यामुळे जन्मदरात वाढ होते व त्यामुळे लोकसंख्येत स्थिरता जाणवते. १९५१ ते १९६० च्या कालावधीत मृत्युदराचे प्रमाण काही अंशी कमी झाले, मात्र जन्मदर अधिक राहिल्यामुळे लोकसंख्यावाढ झाली.

३) तिसरी अवस्था – जन्मदरात घट होते. परंतु प्रजननक्षमता असलेली लोकसंख्या अधिक असली तर जन्माला येणाऱ्यांची संख्या अधिक प्रमाणात वाढते. मागील पिढीच्यामुळे लोकसंख्येत वाढ होते. आज भारताची अवस्था या तिसऱ्या गटात मोडते. कारण युवा लोकसंख्येतील वाढ होय.

४) चौथी अवस्था – सामाजिक व आर्थिक विकासामुळे देशातील जन्मदर व मृत्युदर दोन्हींचे प्रमाण घटते, कमी होते. त्यामुळे त्या देशाची लोकसंख्या स्थिर राहते, या प्रकारातील लोकसंख्येची स्थिरता ही पहिल्या अवस्थेपेक्षा अनेक पटींनी चांगली असते.

भारतातील प्रादेशिक विविधतेमुळे, वेगवेगळ्या प्रांतांतील लोकसंख्याविषयक स्थिती भिन्न भिन्न स्वरूपाची आढळते. उत्तरप्रदेश, बिहार, महाराष्ट्र, मध्यप्रदेश वेगळ्या अवस्थेत, तर केंद्रशासित प्रदेश, केरळ, गोवा, पूर्वेकडील राज्ये, हिमाचल प्रदेश, पंजाब वेगळी आढळतात. यामुळे लोकसंख्याघनतेत प्रादेशिक पातळीवर बदल दिसतो.

▶ **आयुर्मान (Life Expectancy)**

सरासरी आयुर्मान; देशातील जन्माला येणारी व्यक्ती सरासरी किती वर्षे जगते, याची स्पष्टता होते. मानवी विकास अहवाल – २०११ मध्ये वृद्ध लोकसंख्येसंबंधी माहिती संग्रहित केली आहे. या अहवालात वृद्धांचे जीवन, त्यांच्यासाठीच्या सुविधा व त्यांची स्थिती स्पष्टपणे मांडली आहे. या अहवालातील नोंदीत – (१) भारतात युवा लोकसंख्या (Young Population) वाढली आहे. (२) जन्मदर व मृत्युदर घटतो आहे. (३) ६० वर्षे वय व त्यापेक्षा अधिक वय असणाऱ्यांची लोकसंख्यादेखील वाढते आहे. (४) ही वयस्क लोकसंख्या कुटुंबात व खासगी बचतीतून आपले दैनंदिन जीवन जगते. (५) जगभरातील वृद्धांच्या लोकसंख्येचे वैशिष्ट्य असे की, वृद्ध लोकसंख्येत महिलांचे आयुर्मान अधिक आहे. (६) भारतात खेड्यांतील गावांमध्ये वृद्धांची वाढ जाणवते. भारतातील ६० वर्षांपेक्षा वय असलेल्यांची संख्या २०११ च्या जनगणनेनुसार खालीलप्रमाणे आहे. –

तक्ता क्र. ७ – (२०११) ६० वर्षे व अधिक वयोगटातील लोकसंख्या (लाखात)

वयोगट	एकूण	पुरुष	महिला
६०–६४	२७४	१३५	१३९
६५–६९	१९७	९४	१०३
७०–७४	१४७	७५	७२
७५–७९	६४	३२	३२
८०+	८०	३९	४१

टीप – दशांशातील आकडे गृहीत धरलेले नाहीत.

(१) वरील आकडेवारी व १९६१ व २००१ ची टक्केवारी पाहिली तर वृद्धांच्या प्रमाणात वृद्धी आढळते. १९६१ ला ज्येष्ठ नागरिकांचे प्रमाण ५.६ टक्के होते; ते २००१ मध्ये ७.४ टक्के वाढलेले आढळते. नॅशनल सॅम्पल सर्व्हे २००५ नुसार ही वाढ ८.० टक्के पर्यंत झाली आहे.

(२) ही टक्केवारी वेगवेगळ्या घटकराज्यांत वेगवेगळी आढळते. केरळमध्ये ज्येष्ठ नागरिकांचे प्रमाण १३.० टक्के आहे. जगभरातील विविध देशांतील ज्येष्ठ नागरिकांच्या आयुर्मानात महिलांचे आयुर्मान अधिक आहे, मात्र भारतात तसे नाही. उत्तरप्रदेश व पंजाबमधील प्रमाण कमी आढळते.

(३) समाजातील विविधता आणि भिन्नता विचारात घेतली तर अल्पसंख्या जैन समाजात ज्येष्ठ नागरिकांचे प्रमाण, ख्रिश्चन व शीख यांचे समान म्हणजे १२.७ टक्के आहे. आयुर्मानाचे प्रमाण (ज्येष्ठातील) समाजातील उच्च जातींमध्येही अधिक आढळते. ते प्रमाण १०.० टक्केपर्यंत आहे. आयुर्मानाचे प्रमाण दलितांमध्ये ७.२ टक्के, आदिवासींमध्ये ६.६ टक्के व मुस्लिमांमध्ये ६.३ टक्के आढळते. प्रादेशिक भिन्नता व सामाजिक भिन्नतादेखील आयुर्मानप्रमाणावर प्रभाव टाकताना आढळतात.

(४) ग्रामीण भागात ज्येष्ठ नागरिकांपैकी ७२ टक्के पुरुष वयाच्या ७० वर्षांपर्यंत शेतीत काम करतात. तर ५४ टक्के महिला शेतीत काम करतात. ६० ते ७० वयोगटातील शहरी लोकसंख्येतील ४३ टक्के पुरुष व १३ टक्के स्त्रिया काम करतात.

याचा अर्थ प्रादेशिक स्तरावरील भिन्नता, सामाजिक भिन्नता, शहरी व ग्रामीण भिन्नता, लिंगभिन्नता या वेगवेगळ्या प्रकारांच्या भिन्नतेनुसार ज्येष्ठ नागरिकांची स्थिती वेगवेगळी आढळते.

(५) ज्येष्ठ नागरिकांतील महिलांपैकी ५६ टक्के महिला विधवा व पुरुषांपैकी १८ टक्के पुरुष विधुर आढळतात. (लग्नवयातील फरकामुळे)

(६) जादातर वृद्ध स्वअर्जित उत्पन्नांवर व कुटुंबावर अवलंबून असून १७ टक्के वृद्धांना सरकारी योजनेचा (अनुदानाचा) लाभ मिळतो.

(७) ७७ टक्के वृद्ध त्यांच्या कुटुंबांसोबत वा मुलांसोबत राहतात.

(८) कुटुंबातील शिक्षणाचे प्रमाण अधिक असलेल्या कुटुंबांमध्ये व संयुक्त कुटुंबांत, विकसित व कमी विकसित खेड्यांत, अधिक उत्पन्न गटातील कुटुंबांत व उच्च जातीतील कुटुंबांत यांचे राहणीमान बरे आढळते. याउलट निरक्षर, विभक्त, मोठ्या शहरात, कमी उत्पन्न असलेल्या कुटुंबांत व मागास जाती, आदिवासीत व मुस्लिम लोकसंख्येत यांचे राहणीमान कष्टाचे आढळते.

(९) भारतातील १९५१ मधील सरासरी आयुर्मान ३६.७ वर्ष होते. ते १९८१ मध्ये ५४ वर्षे होते. २००० मध्ये ६४.६ वर्षे राहिलेले आहे व २०११-१२ मध्ये आयुर्मान ७० वर्षांपर्यंत पोहोचल्याचा अंदाज आहे. भारतीयांच्या आयुर्मानात वाढ ही लोकसंख्या घटकाची गुणात्मक बाजू मानली जाते. मात्र वाढत्या आयुर्मानासोबत शासन, गैर-शासकीय संस्था आणि समाजव्यवस्थेच्या भूमिका आणि जबाबदाऱ्या बदलणार आहेत व वाढणारही आहेत.

(१०) ज्येष्ठ नागरिक वयोगटातील साक्षरतेचे प्रमाण त्यांच्या लोकसंख्येच्या प्रमाणात कमी आढळते कारण स्वातंत्र्यपूर्व व स्वातंत्र्यानंतर पहिल्या दोन दशकांत शिक्षणाच्या सोयींचा अभाव होता. हे खालील आकडेवारी स्पष्ट करते.

तक्ता क्र. ८ : ६० वर्षांपेक्षा अधिक वय असलेल्या लोकसंख्येतील साक्षरतेचे प्रमाण

वयोगट	लोकसंख्या (६० वर्षांच्या वर)	साक्षर लोकसंख्या (लाखात)
६०–६४	२७५	७.४६
६५–६९	१९८	५.२७
७०–७४	१४७	४.०१
७५–७९	६५	१.८५
८०+	८०	२.२५

टीप – २०११ च्या मानवी विकास अहवालानुसार आहे.

वरील तक्त्यानुसार व भारतातील वयोवृद्धांतील प्रमाण खूप कमी आढळते; त्यातही पदवीधरांचे प्रमाण खूप कमी आहे. शिक्षण हे मानवी जीवनाचे महत्त्वाचे साधन मानले जाते. त्याचा त्या काळात अभाव होता.

(११) ज्येष्ठ नागरिक आणि त्यांची उदरनिर्वाहाची साधने म्हणून २०११ च्या मानवी विकास अहवालातील आकडेवारी त्याची आर्थिक स्थिती दर्शविण्यास मदत करते. ६० ते ६९ वयोगटातील स्त्री-पुरुषांचे कामाचे स्वरूप पुढीलप्रमाणे आहे. –

तक्ता क्र. ९ : कामानुसार ६० ते ६९ वयोगटातील स्त्री-पुरुष प्रमाण

लोकसंख्या गट	कामाचे स्वरूप						
	१	२	३	४	५	६	७
	पगारदार	व्यापार	शेती	शेतमजुरी	इतर मजुरी	पशुपालन	इतर
ग्रामीण पुरुष	३.७	७.७	३८.५	१५.९	८.०	४१.१	७२.३
ग्रामीण महिला	१.१	१.७	१४.५	७.९	१.४	२६.४	३९.८
शहरी पुरुष	१०.४	१६.५	३.९	३.८	८.५	४.८	४३.४
शहरी महिला	३.०	२.२	१.१	१.७	२.३	३.८	१३.०

वरील आकडेवारीवरून भारतातील ६० ते ६९ वयोगटातील ज्येष्ठ नागरिक मोठ्या प्रमाणात इतर कामे करतात. तसेच मोठ्या संख्येने शेतीत राबताना दिसतात. त्याबरोबर पशुपालनासारखी कामे ग्रामीण भागात करतात. वरील चित्र कल्याणकारी लोकशाहीच्या आणि संविधानातील मानवी हक्काच्या आश्वासनांच्या दृष्टीने समाधानकारक दिसत नाही. वरील व्यवसायानुसारची आकडेवारी प्रतिनिधिक मानली तर एकूण लोकसंख्येतील कामानुसारचे चित्र वेगळे दिसत नाही.

(१२) भारतातील एकूण लोकसंख्या १९७१ च्या संख्येतील ७२.१ टक्के, १९८१ मधील ६८.७ टक्के, १९८१ च्या लोकसंख्येच्या ६६.८ टक्के लोकसंख्या प्राथमिक क्षेत्र म्हणजे शेती करणे व शेतमजुरी या क्षेत्रात मोडते. ते प्रमाण २०११ च्या जनगणनेनुसार ५८.२ टक्के आहे. २०११ मधील इतर क्षेत्रातील काम करण्याचे प्रमाण ३७.६ टक्के व उद्योगधंद्यातील प्रमाण ४.२ टक्के दर्शविले आहे. यावरून अद्यापही भारतीय लोकसंख्या मोठ्या प्रमाणात कृषिक्षेत्रावर अवलंबून आहे, असे आढळते.

▶ **लोकसंख्येची गुणात्मक वैशिष्ट्ये** (Qualitative Aspects of Population)

लोकसंख्येच्या संख्यात्मकतेपेक्षा त्या लोकसंख्येची गुणात्मकता ही देशाच्या विकासासाठी महत्त्वाची मानली जाते. खाणाऱ्या तोंडांसोबत राबणारे हात जास्त महत्त्वाचे असतात. लोकसंख्येची गुणात्मकता तपासताना लोकसंख्येतील साक्षरतेचे प्रमाण, लोकांचे आरोग्य, त्यांचे राहणीमान, रोजगार, आयुर्मान, उत्पादक शक्तीचे प्रमाण, कौशल्यप्रधान, ज्ञानधिष्ठित लोकसंख्या, शहरीकरणातून येणारी आधुनिक व मानव संसाधन म्हणूनच उपयोगिता पाहावी लागते.

▶ **साक्षरतेचे प्रमाण** (Literacy)

मानवी विकासाचे आणि सर्व अर्थांनी परिवर्तनाचे प्रभावी साधन म्हणून शिक्षणाचा उपयोग होतो; म्हणून जे जे देश विकसित आहेत, त्या त्या देशांतील शिक्षणाचे व साक्षरतेचे प्रमाण अधिक आढळते. सामाजिक व आर्थिक प्रगतीची (शिक्षण) साक्षरता ही गुरूकिल्ली मानली जाते. २०११ मध्ये भारताची साक्षरता ७५.०६ टक्क्यांपर्यंत पोहचली. १९४७ ला ब्रिटिश शासनकाळाचा शेवट झाला, तेव्हा साक्षरतेचे प्रमाण १२.० टक्के होते. ही वृद्धी सहापटींपेक्षा अधिक असली तरी जागतिक साक्षरतेचे सरासरी प्रमाण हे ८४.० टक्के आहे. आजदेखील जगातील सर्वांत मोठा निरक्षर देश म्हणून भारताची ओळख दिली जाते.

(१) साक्षरतेच्या क्षेत्रात ज्या पद्धतीने वृद्धी होत आहे, त्याचा विचार करता एका अभ्यासगटाने १९९० ला दिलेल्या अंदाजानुसार २०६० मध्ये भारत पूर्णपणे साक्षर होऊ शकेल. २००१ ते २०११ या दशकातील साक्षरतादराची वृद्धी ही ९.२ टक्के असून या साक्षरतेच्या प्रमाणात लिंगभिन्नतेनुसार भिन्नता आढळते.

(२) ७ वर्षे वयोगटातील अधिकच्या वयोगटातील देशाच्या २०११ मधील साक्षरताप्रमाणात पुरुष– साक्षरता ही ८२.१४ टक्के असून महिलांची साक्षरता ६५.४६ टक्के आहे. महिलांमधील निरक्षरतेच्या प्रमाणाचा कुटुंबनियोजनावर व लोकसंख्या स्थिरतेसाठीच्या प्रयत्नांवर नकारात्मक परिणाम होतो. २००१ ते २०११ च्या दशकात स्त्रियांमधील साक्षरतादरात ११.८ टक्के वृद्धी झाली, तर पुरुषसाक्षरता दरात ही वृद्धी फक्त ६.९ टक्के आहे. एका अभ्यासगटाच्या मतानुसार कुटुंबनियोजनासाठीच्या साधनांचा उपयोग साक्षर महिलांमध्ये अधिक दिसतो; म्हणून लोकसंख्यानियोजनात महिला साक्षरता हा घटक महत्त्वाचा ठरतो.

(३) २०११ मधील साक्षरतेचे तौलनिक प्रमाण – सात वर्षे वयापेक्षा अधिकच्या लोकसंख्येतील साक्षरता तपासताना भारतातील पुरुष वर्ग, महिला वर्गासोबत शहरी व ग्रामीण लोकसंख्येतील साक्षरताप्रमाणाचा विचार करणे आवश्यक असते. खालील तक्त्यात याबाबतची आकडेवारी दिली आहे.

तक्ता क्र. १० : ७ वर्षांपेक्षा अधिकच्या लोकसंख्येतील साक्षरताप्रमाण

वर्ष	साक्षरता			ग्रामीण			शहरी		
	एकूण	पुरुष	महिला	एकूण	पुरुष	महिला	एकूण	पुरुष	महिला
२००१	६४.८४	७५.२६	५३.६७	५८.७४	७०.७	४६.१३	७९.९२	८६.२७	७२.८६
२०११	७४.०४	८२.१४	६५.४६	६८.९१	७८.५७	५८.७५	८४.९८	८९.६७	७९.९२

(४) भारतातील एकूण १,२१,०१,९३,४२२ लोकसंख्येपैकी ७ वर्षे वयापेक्षा अधिक वयोगटातील साक्षर लोकसंख्या ७७,८४,५४,१२० आहे. २००१ मध्ये ३०,४१,४६,८६२ लोक निरक्षर होते. ती संख्या

३,११,९६,८४७ ने घटून २०११ मध्ये २७,२९,५०,०१५ झाली. २००१ व २०११ मधील साक्षरतादरात १६.६८ टक्के फरक असून त्यातील पुरुष साक्षरता दरात ६.८८ टक्के व महिला साक्षरतादरात ११.२९ टक्क्यांचा फरक आशादायक वाटतो. कारण पुरुषांपेक्षा या दशकात महिला साक्षरताप्रमाण वाढते आहे. सदर साक्षरता व निरक्षरता प्रमाणांचा आढावा खाली दिला आहे.

तक्ता क्र. ११ : २००१ व २०११ मधील ७ वर्षे वयापेक्षा अधिक वयोगटाची

लोकसंख्या – साक्षरता – निरक्षरता संख्या (लाखात)			
साक्षर / निरक्षर	वर्ष	पुरुष	महिला
(१) ७ वर्षे वय + लोकसंख्या	२००१	४४७२	४१७६
	२०११	५४०७	५१०६
दशकातील लोकसंख्या वाढ	-----	९३५	९२९
(२) साक्षरतासंख्या	२००१	३३६५	२२४१
	२०११	४४४२	३३४२
दशकातील वाढ	----	१०७६	११००
(३) निरक्षर संख्या	२००१	११०६	१९३५
	२०११	९६५	१७६३
दशकातील वाढ	----	-१४०	-१७१

२००१ ते २०११ या दाकातील साक्षरतेत काही लाखांची वृद्धी असली तरी २७२९ लाख निरक्षर लोकसंख्या ही जगातील सर्वांत जास्त निरक्षरता ठरते. निरक्षरतेच्या प्रमाणात ३११ लाखांची घट असली तरी जागतिक साक्षरता– प्रमाणात ती कमी आढळते.

(५) १९५१ ते २०११ या कालावधीत साक्षरताप्रमाणात सातत्याने वाढ होत आहे. याचे कारण स्वातंत्र्य– प्राप्तीनंतर शासकीय प्रयत्न, जनतेतील जागरूकता, शैक्षणिक सुविधांची उपलब्धता व शिक्षणाचा प्रसार यामुळे साक्षरताप्रमाणात बदल दिसतो. १९५१, १९६१ व १९७१ च्या जनगणनेत साक्षरता मोजताना ५ वर्षे वयोमर्यादा गृहीत धरली होती. ती १९८१ पासून ७ वर्षे वयोमर्यादा अधिकची लोकसंख्या विचारात घेण्यात आली व १९८१ च्या जनगणनेत आसामचा समावेश होऊ शकला नव्हता. तसेच १९९१ च्या जनगणनेत जम्मू-काश्मीरचा समावेश नव्हता, याची नोंद घ्यावी लागते.

तक्ता क्र. १२ : १९५१ ते २०११ भारतातील साक्षरतादर

जनगणना वर्ष	एकूण	पुरुष	महिला	पुरुष–महिलांमधील साक्षरता दरातील अंतर
१९५१	१८.३३	२७.१६	८.८६	१८.३०
१९६१	२८.३३	४०.४	१५.३५	२५.०५
१९७१	३४.४५	४५.९६	२१.९७	२३.९८

१९८१	४३.५७	५६.३८	२९.७६	२६.६२
१९९१	५२.२१	६४.१३	३९.२९	२४.८४
२००१	६४.८३	७५.२६	५३.६७	२१.५९
२०११	७४.०४	८२.१४	६५.४६	१६.६८

वरील आकडेवारी स्पष्ट करते की, साक्षरतेच्या प्रमाणात सातत्याने वाढ होत आहे. पुरुषसाक्षरतेपेक्षा महिला साक्षरतेतील अंतर कमी होत आहे. त्यापुढे भविष्यात शिक्षणासाठी लिंगभेदभाव कमी होण्यास मदत होईल. मात्र देशाची एकूण लोकसंख्या विचारात घेता निरक्षरांची संख्या २७२८ लाख ही जागतिक निरक्षर संख्येच्या प्रमाणात खूप अधिक आहे. साक्षरतेतील गुणात्मक फरक हा शिक्षणाविषयीच्या दृष्टिकोनातील बदलाचा परिणाम होय.

(६) शिक्षणाची समान संधी हे परिपक्व नागरी समाजाचे लक्षण मानले जाते; म्हणून जागतिक पातळीवर 'सर्वांना शिक्षण' हा मूलभूत विचार मानला गेला आहे. मात्र शिक्षणाच्या खासगीकरणामुळे पुन्हा शिक्षणक्षेत्रात वेगळी विषमता निर्माण होण्याची शक्यता आहे व त्यासोबत सर्वांना कौशल्यप्रधान शिक्षण मिळणार नाही; त्यामुळे- देखील विषमता निर्माण होऊ शकते. मानवी विकास अहवाल - २०११ मध्ये नोंदल्याप्रमाणे देशातील ९० टक्के बालके शाळाप्रवेशित झाली आहेत. परंतु संख्यावाढ आणि गुणात्मकता यांचे व्यस्त नाते असते. संख्यात्मकता वाढते तेव्हा गुणात्मकता घटते. त्यातून स्त्री–पुरुष, प्रगतजाती, मागास जाती, आदिवासी आणि मुस्लिम यांच्यातील अंतर वाढते.

(७) प्रादेशिक भिन्नतेतून शिक्षणाचे आणि साक्षरतेचे प्रमाण भिन्न आढळते; केरळ, दिल्ली, उत्तरपूर्वेकडील राज्ये, हिमाचल प्रदेशामध्ये साक्षरता प्रगतिशील आहे. तर जम्मू-काश्मीर, बिहार, राजस्थान, आंध्रप्रदेशात साक्षरतेचे प्रमाण कमी आढळते.

तक्ता क्र. १३ : भारतातील काही राज्यांतील साक्षरता प्रमाण – २०११

राज्य	साक्षरता		त्यातील	दशकातील फरक %	
	पुरुष %	महिला %	फरक %	पुरुष %	महिला %
भारत	८२.१४	६५.४६	१६.६८	६.८८	११.७९
केरळ	९६.०२	९१.९८	४.८४	१.७८	४.२६
दिल्ली	९१.०३	८०.९३	१०.१०	३.७०	६.२२
मिझोराम	९३.७२	८९.४०	४.३२	३.०	२.६५
हिमाचल प्रदेश	९०.८३	७६.६०	१४.२३	५.४८	९.१८
महाराष्ट्र	८९.८२	७५.४८	१४.३४	३.८५	८.४५
जम्मू-काश्मीर	७८.२६	५८.०१	२०.२५	११.६६	१५.०१
बिहार	७३.३९	५३.३३	२०.०६	१३.७१	२०.२१
राजस्थान	८०.५१	५२.६६	२७.८५	४.८१	८.८१
आंध्रप्रदेश	७५.५६	५९.७४	१५.८२	५.२४	९.३१

वरील प्रातिनिधिक घटकराज्यांतील साक्षरताप्रमाणातील भिन्नता प्रादेशिक विषमतेला आणि प्रादेशिक असमतोलास कारणीभूत ठरते. प्रामुख्याने बिहार, राजस्थान या राज्यांसोबत जम्मू–काश्मीरमधील महिलासाक्षरता–संदर्भात मोठा फरक जाणवतो. सर्वात जास्त फरक राजस्थानात २७.८५ टक्के, जम्मू–कामीरमध्ये २०.२५ टक्के, बिहारमध्ये २०.०६ टक्के दिसून येतो आणि हा फरक स्त्री–पुरुष विषमता, दारिद्र्य, सामाजिक परंपराप्रभाव इत्यादी कारणांमुळे उद्भवतो. एका बाजूस साक्षरताप्रमाण वाढते आहे; परंतु प्रादेशिक व लैंगिक विषमतेमुळे विकास–प्रक्रियेवर दुष्परिणाम होताना दिसतो.

(८) **मानवी विकास अहवाल** दर्शवितो की, प्रगत जातीतील शिक्षणाचे प्रमाण वेगळे आहे, ते प्रगतिशील आढळते. उलट दलित, आदिवासी व मुस्लिमांमध्ये ते प्रमाण कमी आढळते. जैन, ख्रिश्चन व प्रगत जाती आघाडीवर आहेत. तर ओबीसी, मागासवर्ग आदिवासी, मुस्लिम पिछाडीवर आहेत. याची कारणे वेगवेगळी आहेत. प्रवेशितांमध्ये गळतीचे प्रमाण मोठे आढळते. १० वी पर्यंत प्रवेशितांपैकी ५० टक्के गळती होते. शिक्षणातील गुणवत्तेचा अभाव, गरिबीमुळे दलित, आदिवासी व मुस्लिमांतील मुलांचे गळतीचे प्रमाण अधिक आहे.

(९) **गुणवत्ता शिक्षणाच्या** अभावामुळे बालकांचा विकास होत नाही. ८ ते ११ वयोगटातील १९ टक्के बालकांना अंक ओळखता येत नाहीत. ११ टक्के बालकांना वाचता येत नाही. ७० टक्के मुलांना वाचता येते त्यामध्ये आदिवासी, दलित, मुस्लिम मुलांचे प्रमाण ४४–४६ टक्के आढळते.

(१०) वरील भिन्नतेमुळे **शिक्षणक्षेत्रात संख्यावाढीसोबत** गुणवत्तावाढ आढळत नाही. मागास वर्गीयांची मुले दुर्लक्षित होतात. त्यात खासगीकरणामुळे विषमता वाढते. ९ टक्के पुरुष व ५ टक्के महिला पदवीधर व ४ टक्के महिला व ७ टक्के पुरुष कौशल्यशिक्षित असणे चांगले लक्षण नाही.

▶ **लोकसंख्या व आरोग्य**

अर्थशास्त्रात विकासाचे निकष निश्चित करताना एकूण राष्ट्रीय उत्पन्न व त्या आधारे ठरविले जाणारे दरडोई उत्पन्न यालाच महत्त्व होते. परंतु १९९० नंतर विकासाच्या संकल्पनेत महत्त्वपूर्ण बदल झाले व 'मानव' हा विकासाचा केंद्रबिंदू मानला गेला. मानवी विकासाचे घटक निश्चित करण्यात आले. मानव हीच राष्ट्राची संपत्ती मानून तिच्या विकासातून राष्ट्राचा विकास घडतो; म्हणून मानवी भांडवल (Human Capital) हे भौतिक भांडवलासोबत (Natural Capital सोबत) विचारात घेतले. मानवाच्या विकासप्रक्रियेत माणसाचे राहणीमान, त्याचे शिक्षण, रोजगार, आरोग्य, वेगवेगळी कौशल्ये इत्यादी घटक महत्त्वाचे मानण्यात आलेत. या घटकांपैकी 'आरोग्य' हा घटक अतिशय महत्त्वपूर्ण ठरणारा आहे.

(१) भारतातील प्रादेशिक विविधतेमुळे आणि वेगवेगळ्या घटकराज्यांनी धोरण ठरविताना 'आरोग्य' या घटकाला वेगवेगळ्या पद्धतीने प्राधान्यक्रम दिल्यामुळे प्रत्येक घटकराज्याची आरोग्यविषयक परिस्थिती भिन्न भिन्न आढळते. प्रादेशिक भिन्नतेसोबत सामाजिक भिन्नतेमुळे उदा. पुरुषवर्ग–स्त्रीवर्ग, भिन्न जाती यांतदेखील आरोग्यविषयक सुविधा, आरोग्यासंबंधीची जाणीव, आर्थिक परिस्थिती, शिक्षण इत्यादींमुळे आरोग्यासंदर्भात भिन्नता दिसते.

(२) आरोग्य दृष्टिकोन : अॅलोपॅथी, आयुर्वेद, होमिओपॅथी व युनानी या चारही वैद्यकीय शाखांमध्ये प्रतिबंधकात्मक व रोगउपचार यांवर भर होता. सर्वांपर्यंत औषधे व वैद्यकीय सेवा पोहचविणे आवश्यक होते.

(३) १९८३ मध्ये राष्ट्रीय आरोग्य धोरण निश्चित करण्यात आले व आरोग्य सेवा व्यवस्था निर्माण करण्यात आली.

(४) शासकीय धोरणे, कार्यक्रम व जनतेतील जागरूकता यामुळे देवी (Smallpox) व चिकनगुणियाचे जंतु या आजारांचे उच्चाटन करण्यात आले. मागील वर्षी २०१०-११ मध्ये पोलिओचा एकही रुग्ण आढळला नाही. कुष्ठरोग (Leprosy), काळाआजार व फिलारियासिस यांचेही नजीकच्या भविष्यकाळात उच्चाटन होईल, असा प्रयत्न आहे.

लोकसंख्येतील जन्मदर आणि मृत्युदर घट होणेदेखील आरोग्यक्षेत्रातील यश मानले जाते; कारण कुटुंबनियोजन, लोकसंख्याशिक्षण आणि विविध आरोग्यसेवापूर्ती, राहणीमानाचा दर्जासुधारणा यांमुळे जन्मदर-मृत्युदर घटतो. १९५१ ते २००० पर्यंतच्या बदलांची नोंद पुढीलप्रमाणे स्पष्ट होते.

तक्ता क्र. १४ :

१९५१ ते २००० या कालावधीत विविध आरोग्य सेवापूर्ती, राहणीमानाचा दर्जा यांत झालेला बदल

घटक	वर्ष		
	१९५१	१९८१	२०००
A) लोकसंख्येतील बदल			
(१) आयुर्मान	३६.७	५४	६४.६
(२) जन्मदर	४०.५	३३.९	२६.१
(३) मृत्युदर	२५	१२.५	८.७
(४) बालमृत्युदर	१४६	११०	७०
B) साथीचे आजार			
(१) मलेरिया (लाखात)	७.५	०.२७	०.२२
(२) कुष्ठरोगी (दर १०,०००)	३८.१	५७.३	३.७४
(३) देवी – एकूण संख्या	४४८८७	निर्मूलन	निर्मूलन
(४) जिनिया वर्म संख्या	---	३९७९२	निर्मूलन
(५) पोलिओ	---	२९७०९	२६५
C) भौतिक सुविधा			
(१) एस.पी.पी.एच.सी./सी.एच.सी.	७२५	५७३६३	१६३१८१
(२) डिस्पेन्सरीज व हॉस्पिटल्स	९२०९	२३५५५	४३३२२ (९५-९६ ची संख्या)
(३) बेड्स खासगी व सार्वजनिक	११७१९८	५६९४९५	८७०१६१ (९५-९६ ची संख्या)
(४) डॉक्टर्स (ॲलोपॅथी)	६१८००	२६८७००	५०३९००
(५) नर्सेसची संख्या	१८०५४	१४३८८७	७३७०००

वरील आकडेवारी स्पष्ट करते की, १९५१ ते २००० पर्यंत आरोग्यक्षेत्रात वाढ झाली. आरोग्यविषयक सुविधांबाबत ग्रामीण विकास, कृषिक्षेत्र, अन्नधान्य उत्पादन, सांडपाणी व्यवस्था, पिण्याचे पाणी, शिक्षण इत्यादी क्षेत्रांतही परिवर्तने झाली. तरीदेखील दुर्धर आजार, अपंगत्व व मृत्युदर यांचे प्रमाण समाधानकारक

पद्धतीने कमी करता आले नाही.

(५) संसर्गजन्य आजार, मलेरिया यांच्या प्रमाणात घट झाली. परंतु वेगवेगळ्या प्रदेशांत अजूनही ते आजार डोकी वर काढताना दिसतात. पी.फाल्सिपेरॅम, मलेरिया अद्यापही ५० टक्के प्रमाणात देशभरात आढळतो. क्षयरोगाचे उच्चाटन झालेले नाही. एच.आय.व्ही. एड्सच्या आजाराने मोठे आव्हान निर्माण केले आहे.

(६) पाण्यापासून होणाऱ्या आजारांचे प्रमाण दिवसेंदिवस वाढत आहे. ६०-६५ वर्षांत शुद्ध पिण्याच्या पाण्याची व्यवस्था न झाल्यामुळे प्रदूषित पाण्यामुळे उद्भवणारे आजार – गॅस्ट्रोएन्टेरायटिस, कॉलरा, हिपॅटायटिस यांचे प्रमाण वाढत आहे.

(७) आयुर्मान वाढले परंतु बदलत्या जीवनशैलीमुळे कर्करोग (कॅन्सर), मधुमेह, हृदयविकाराचे प्रमाण खूप वाढले आहे.

(८) जीवन गतिमान झाले, रस्त्यांची काही अंशी सुधारणा झाली. परंतु वाहनांची संख्या अनेकपटींनी वाढली. शिस्तीचा अभाव, वेगवान वाहने, वाहतुकीच्या नियमांचे उल्लंघन यामुळे अपघातांचे प्रमाण वाढले आहे.

(९) महिला आणि बालकांमधील कुपोषण यांमुळे जन्मत: कुपोषित बालकांच्या संख्येत वाढ, जन्मत: कमी वजन असलेली बालके, त्यातून होणाऱ्या प्रादुर्भावामुळे शारीरिक व मानसिक आजारात झालेली वाढ ही आजची आरोग्यविषयक मोठी समस्या आहे.

(१०) अपंग, अंध, मूकबधिर, मानसिक संतुलन बिघडलेले यांचीही संख्या मोठी आहे.

(११) **वृद्धांचे प्रश्न** – त्यांचे आरोग्य, बालकांचे प्रश्न – त्यांचे आरोग्य हीदेखील आरोग्य विषयकसेवा- संदर्भातील मोठी समस्या ठरते आहे.

(१२) **प्रादेशिक भिन्नता व आरोग्यसुविधा** – भारतीय संविधानातील चौथ्या विभागातील मार्गदर्शक तत्त्वामध्ये कलम ४७ नुसार सार्वजनिक आरोग्य सुधारण्यासाठी अत्यावश्यक पावले उचलावीत असे सुचविले आहे. आरोग्य हा महत्त्वाचा घटक असताना केंद्र सरकारच्या आरोग्यसेवेवरील खर्च १.४ % पेक्षा अधिक नाही. त्याचबरोबर घटकराज्यांचा वैद्यकीय व आरोग्यक्षेत्रातील खर्च ७.० टक्क्यांवरून ५.५ क्क्यांवर घसरला आहे. अर्थात विविध घटकराज्यांत त्याबाबत भिन्नता असल्यामुळे काही घटकराज्ये आरोग्यक्षेत्रात प्रगतिपथावर तर काही घटकराज्ये पिछाडीवर दिसतात.

(१३) **सामाजिक भिन्नता** – भारतीय समाजव्यवस्था हीच मुळात विषमतेवर आधारित व्यवस्था असल्यामुळे स्त्री-पुरुष भेदभाव, सामाजिक भिन्नता यामुळे उपलब्ध सुविधांचा लाभ वंचित, दलित, आदिवासी यांना मिळत नाही; किंवा त्यांच्या वाट्याला कमी मिळतो. राष्ट्रीय लोकसंख्याधोरण २००२ निश्चित करताना ही बाब स्पष्टपणे निदर्शनास आली होती.

तक्ता क्र. १५ : सामाजिक–आर्थिक घटकांतील आरोग्याच्या स्थितीतील फरक

घटक	बालमृत्यूचे दरहजारी प्रमाण	५ वर्षांखालील	कमी वजनाच्या बालकांची %
भारत	७०	९४.९	४७
अनुसूचित जाती	८३	११९.३	५३.५
अनुसूचित जमाती	८४.२	१२६.६	५५.९
इतर वंचित	७६	१०३.१	४७.३
इतर	६१.८	८२.६	४१.१

वरील आकडेवारी स्पष्ट करते की, बालमृत्यूचे प्रमाण दलित, आदिवासी व वंचित घटकांत अधिक आहे. त्यासोबत कुपोषणाचे प्रमाणही अधिक आहे. ही विषमता कमी होणे गरजेचे आहे.

(१४) **भौतिक सुविधांत वाढ** – १९५१ मध्ये भौतिक सुविधांचा अभाव होता. ती परिस्थिती १९८१ च्या नंतर बरीच बदलली, हे आधीच्या तक्त्यावरून स्पष्ट झाले आहे. २०११ मध्ये त्यात मोठ्या प्रमाणात गुंतवणूक होऊन आरोग्याची उपकेंद्रे, कम्युनिटी आरोग्य केंद्रे, पी.एच.सी. डिस्पेन्सरीझ, दवाखाने, बेड्स, डॉक्टर्स व नर्सेस यांच्या संख्येत मोठ्या प्रमाणात वाढ झाली. जागतिक पातळीवर वेगवेगळ्या संस्थांकडून आर्थिक साहाय्यामुळे या कार्यक्रमाला वेग आला. त्यात खाजगीक्षेत्राने मोठ्या प्रमाणात गुंतवणूक केली. २०१२ च्या अर्थसंकल्पात १५ टक्के वाढ करून २०८२० कोटी रूपये खर्च वाढविला व 'आशा' कार्यकर्त्यांच्या प्रशिक्षणासाठी व सक्षमीकरणासाठी प्रयत्न व आरोग्यसुविधांसाठी २१००० कोटी रुपये व २०० जिल्ह्यांची निवड करून कुपोषणापासून मुक्तीची घोषणा केली जाते व १२ व्या योजनेत सामाजिक क्षेत्र – शिक्षण, आरोग्य व सामाजिक सुरक्षेसाठी २१.७ टक्के खर्च करण्यावर भर दिला आहे. तरीदेखील ५ पैकी ४ व्यक्ती खाजगी वैद्यकीय सेवा घेतात. फक्त ४२ टक्के स्त्रिया मॅटर्निटी होममध्ये बाळंतीण होतात, तर फक्त ३५ टक्के महिला गरोदरकाळात तपासणी करतात. एकंदरीत वाढत्या लोकसंख्येच्या मानाने आरोग्यसुविधा, औषधे, दवाखाने, डॉक्टर्स, नर्सेस यांचे प्रमाण खूप कमी आहे. ग्रामीण व आदिवासी भागाची स्थिती बिकट आहे. मिडियाने एच.आय.व्ही. एड्स संदर्भात जागृती आणली आहे. आरोग्यसाक्षरता (Health Literacy) वाढविणे गरजेचे आहे; कारण मानवाचे आरोग्य चांगले, सुदृढ राहिले तर त्याची उत्पादनक्षमता टिकू शकते; अन्यथा बाजारबुणगे वाढणार व लोकसंख्येतील न कमविणाऱ्यांची संख्या वाढली, तर तो समाज सामाजिक आरोग्याच्या दृष्टीने आजारी ठरतो.

▶ **भारताची लोकसंख्या : एक तौलनिक विश्लेषण**

भारताची लोकसंख्या २०११ मध्ये १२१ कोटी होती. ती २०१२ मध्ये १२२ कोटी झाली असून जगातील दुसऱ्या क्रमांकाचा सर्वांत मोठी लोकसंख्या असलेला देश भारत राहिला आहे. चीनची लोकसंख्या १३५ कोटी आहे. भारत जगातील लोकसंख्येच्या १७.३१ टक्के लोकसंख्या असलेला देश आहे. जगातील सहा व्यक्तींपैकी एकजण भारतीय असतो. जगातील प्रथम क्रमांकाची लोकसंख्या असल्याचा मान चीन या दशकाच्या अंतापर्यंत (२०३० पर्यंत) गमावणार आहे. कारण १.५८ टक्के हा लोकसंख्यावाढीचा दर लक्षात घेता २०३० पर्यंत ती १५३ कोटींपर्यंत पोहचेल. याउलट चीनची लोकसंख्या ही १४६ कोटींपर्यंत पोहचेल.

(१) भारतातील २५ वर्षे वयापेक्षा कमी वयाची लोकसंख्या ५० टक्क्यांपेक्षा अधिक असून ३५ वर्षे

वयापेक्षा कमी लोकसंख्या ही ६५ टक्क्यांपेक्षा अधिक आहे. जवळपास ७२.२ टक्के भारतीय लोक ६,३८,००० खेड्यांमध्ये राहतात. तर २७.८ टक्के लोक ५,४८० शहरात राहतात. देशातील २०१२ ची लोकसंख्या १२२ कोटी असून त्यापैकी पुरुष ६२.८ कोटी व महिला ५९.१ कोटी असून पुरुष : महिला प्रमाण १००० : ९४० आहे.

(२) भारतातील काही घटकराज्यांची लोकसंख्या जगातील काही देशांच्या लोकसंख्येपेक्षा अधिक आढळते. उदा. उत्तरप्रदेशाची लोकसंख्या १९ कोटी (२००१) ही ब्राझीलच्या लोकसंख्येच्या बरोबरीची आहे. मोठी लोकसंख्या असलेले दुसऱ्या क्रमांकाचे घटक राज्य म्हणजे महाराष्ट्र. त्याची लोकसंख्या मेक्सिकोच्या लोकसंख्येच्या बरोबरीची आहे. लोकसंख्येच्या बाबतीत तिसऱ्या स्थानी असलेल्या बिहारची लोकसंख्या जर्मनीपेक्षा अधिक आहे.

(३) लोकसंख्यावाढीची कारणमीमांसा करताना दारिद्र्य, निरक्षरता, मोठा जन्मदर, मृत्युदरात मोठी घट, या कारणांसोबत नेपाळ आणि बांग्लादेशामधून येणारे निर्वासित, स्थलांतर इत्यादींमुळे लोकसंख्येत वाढ दिसते.

(४) स्वातंत्र्यप्राप्तीनंतर १९५२ पासून कुटुंब नियोजन कार्यक्रम आखून भारत जगातील पहिला देश ठरला, ज्याने लोकसंख्या धोरण निश्चित केले. १९६५ ते २०११ च्या कालावधीत या धोरणाचा चांगला परिणामही जाणवला. ज्यामुळे जन्मदर कमी झाला. चीनने १९७८ मध्ये 'एक मूल धोरण' (One Child Policy) स्वीकारले. त्याचा प्रभावी परिणाम जाणवला व १९७८ ते 2000 पर्यंत 25 ते 30 कोटी लोकसंख्या प्रतिबंधित केली. १९७९ ते २०१० पर्यंत ती ४० कोटींपर्यंत थांबविली. (प्रत्यक्षात चीनची लोकसंख्या नियंत्रित होऊन २००१ मध्ये ते २३.८ कोटी लोकसंख्या नियंत्रित करू शकले व २०११ पर्यंत १३.१ कोटी लोकसंख्या त्यांनी नियंत्रित केली). जागतिक लोकसंख्येत चीनची लोकसंख्या २२ टक्के तर भारताची १७–३१ टक्के (२०११) आहे. जगातील मोठी लोकसंख्या असलेले पहिले दहा देश पुढीलप्रमाणे आहेत. मात्र, १९९० नंतर रशियन संघराज्याचे विघटन झाल्यामुळे त्यांची लोकसंख्या वेगळी झाली.

तक्ता क्र. १६ : निवडक देशांची लोकसंख्या (२०१०) (कोटीत)

देश	लोकसंख्या	दशकातील बदल (टक्केवारी)
चीन	१३४.१	५.४३
भारत	१२१.०	१७.६४
अमेरिका	३०.८	७.२६
इंडोनेशिया	२३.७	१५.०५
ब्राझील	१९.०	९.३९
पाकिस्तान	१८.४	२४.३८
बांगलादेश	१६.४	१६.७६
नायजेरिया	१५.८	२०.८४
रशियन संघराज्य	१४.०	-४.२९
जपान	१२.८	१.१
इतर देश	२८४.४	१५.४३
जगाची लोकसंख्या	६९०.८	१२.९७

(५) अमेरिका, इंडोनेशिया, ब्राझील, पाकिस्तान, बांग्लादेश व जपान या देशांची एकूण लोकसंख्या भारताच्या लोकसंख्येबरोबर आहे. वरील सहा देशांची एकूण लोकसंख्येची बेरीज १२१.४ कोटी आहे. पृथ्वीचा २.४ टक्के भूभाग असलेल्या १३.५ कोटी चौरस किलोमीटरमध्ये पसरलेला देश म्हणजे भारत आहे. याउलट अमेरिकेचा भूभाग पृथ्वीच्या ७.२ टक्के असून त्याची लोकसंख्या जगाच्या ४.५ टक्के आहे, तर भारताची लोकसंख्या जगाच्या १७.५ टक्के आहे. जगाच्या लोकसंख्या घनतेचा विचार करता बांग्लादेशची लोकसंख्या घनता भारतापेक्षा अधिक आहे, इतर नऊ देशांची कमी आहे.

(६) युनोचे भाकीत – युनोने नोंदविलेल्या लोकसंख्यावाढीच्या अंदाजानुसार २००० ते २०१० दरम्यान जागतिक वार्षिक दर ९.२३ टक्के नोंदविला असून, या दशकातील चीनची वाढ 0.५३ टक्के व भारताची १.६४ टक्के (२००१ ते २०११) आहे. वरील दहा देशांपैकी चीनची वाढ ही तिसऱ्या स्थानी आहे. जपान व रशियन संघराज्य चीनच्या पुढे आहेत. मात्र, अमेरिका आधी चीनचा क्रमांक लागतो. हीच स्थिती राहिली व भारताची वाढ याचा दराने होत राहिली तर २०३० मध्ये भारत चीनच्या पुढे जाईल, असे युनोने भाकीत केले आहेत.

(७) लोकसंख्याबदलांची व त्यांच्या परिणामांची नोंद घेताना जनसंख्या स्थिरता कोश (२०११) दर्शवितो की, कुटुंबांमध्ये मोठ्या प्रमाणात दारिद्र्य वाढेल. विकसित देशांतील युवावर्गातील संख्यावाढीमुळे कुटुंबामधील मुलांची संख्या घटते आहे. परंतु तरीदेखील जन्माला येणाऱ्यांची संख्या वाढते. कारण प्रजननक्षमता अधिक असते. याउलट युरोपियन देशातील 'तरुण मृत्यु-प्रमाण' (Youth Death) वाढल्यामुळे प्रजननक्षमता कमी होऊन लोकसंख्या घटते आहे व तेथे वृद्धजनांचे पेन्शन (निवृत्तिवेतन) व सामाजिक सुरक्षा योजनांवरील खर्च वाढतो आहे.

(८) भारतातील आठ घटकराज्यांतील लोकसंख्यावाढीच्या संदर्भात आठ 'एम्पॉवर्ड ॲक्शन ग्रुप' (Empowered Action Group (EAG)) राज्ये : राजस्थान, उत्तरप्रदेश, उत्तराखंड, बिहार, झारखंड, मध्यप्रदेश, छत्तीसगढ आणि ओरिसा – ही एगस्टेट म्हणून ओळखली जातात. त्यांची लोकसंख्या १९५१ ते २०११ दरम्यान ४३ टक्के ते ४६ टक्क्यांपर्यंत वाढली आहे.

(९) भारताच्या लोकसंख्या इतिहासात २०११ ची जनगणना हा मैलाचा दगड ठरली असून पहिल्यांदा लोकसंख्यादरात घट झाली आहे.

(१०) लोकसंख्यागणती ही देशाच्या विकासकामासाठी, देशाची आर्थिक नीतिनिर्धारणासाठी उपयुक्त ठरते. त्यावरून देशाची प्रगती, विकास दर ठरविता येतो.

तक्ता क्र. १७ : लोकसंख्या, जी.डी.पी. व अन्नधान्य उत्पादन

कालावधी	लोकसंख्या (कोटीत)	जीडीपी (कोटीत)	अन्नधान्य उत्पादन (कोटी टन)
१९५०-५१	३६.१	२२४७८६	५.०
१९६०-६१	४३.९	३२९८२५	८.२
१९७०-७१	५४.८	४७४१३१	१०.८
१९८०-८१	६८.३	६४१९२१	१२.९
१९९०-९१	८४.६	१०८३५७२	१७.६
२०००-२००१	१०२.८	१८६४३००	१९.६
२०१०-२०११	१२१.०	४४९३७४३	२१.८

लोकसंख्यावाढीसोबत देशाच्या जीडीपीत अनेकपटींनी वाढ झाली. २००१-२०११ च्या दशकात लोकसंख्यावाढ दरात घट झाली. तर जीडीपी दुपटीने वाढला. दुसऱ्या हरितक्रांतीच्या काळात अन्नधान्यातही मोठी उत्पादनवाढ दिसते आहे. तेव्हा देशाचे नियोजन, संरक्षण, शिक्षण, आरोग्य, वेगवेगळ्या सुविधा, यांच्यासाठी लोकसंख्या गणना ही खूपच उपयुक्त ठरते. त्या आधारे लोकसंख्यावाढ दराबरोबर विकासदरही मोजता येतो.

(११) २०११ च्या जनगणनेचे महत्त्वाचे वैशिष्ट्य म्हणजे प्रजननक्षमता दरात घट होय; कारण 0 ते ६ वयोगटातील लोकसंख्येत घट दिसते. त्याचे कारण महिलासाक्षरता, आरोग्यविषयक सुविधांत वाढ, महिलारोजगारात वाढ, साक्षरतावाढ, शाळाप्रवेशितांची वाढती टक्केवारी इत्यादी मुद्दे २०११ चा जनगणना अहवाल नोंदवितो.

(१२) शेवटी सत्य नाकारून काही चालणार नाही. ते म्हणजे लोकसंख्येसंदर्भात घट दर्शवीत असताना जागतिक मानव विकास निर्देशांक अहवाल, जो युनोमार्फत प्रसिद्ध होतो, त्यातील मोठी लोकसंख्या असलेल्या देशाच्या तुलनेने भारत विकास निर्देशांकानुसार खूप मागे आहे. त्याचप्रमाणे दरडोई उत्पन्नाबाबतदेखील भारत पिछाडीवर आहे. लोकसंख्या व मानवसंसाधन विकासासंबंधी विचार करताना देशाला लोकसंख्याधोरणासंदर्भात किती गांभीर्याने विचार करण्याची आवश्यकता आहे; हे लक्षात येते.

▶ **लोकसंख्या धोरण (Population Policy)**

(१) व्याख्या – 'धोरण म्हणजे कृतिकार्यक्रम होय.' 'धोरण म्हणजे शासन, राजकीय पक्ष, उद्योग समूहाने उद्दिष्टे आणि मूल्ये – संदर्भात केलेली मांडणी होय.' या धोरणाचा सद्य:स्थितीतील व भविष्यातील निर्णय घेण्यासाठी उपयोग होतो. युनोने सांगितल्याप्रमाणे 'लोकसंख्या वैशिष्ट्ये, विभागणी, संरचना, आकार यांवर परिणाम करणारे प्रयत्न म्हणजे लोकसंख्याधोरण होय.' (Population Policy is an effort to affect the size, structure and distribution or characteristics of population. UN 1973) या लोकसंख्याधोरणाद्वारा लोकसंख्येच्या संदर्भात आर्थिक व सामाजिक स्थिती नियंत्रित करण्याचा प्रयत्न असतो.

(२) लोकसंख्याधोरणाच्या माध्यमाने भविष्याविषयी धोरणे आखणे, अपेक्षित ध्येय – उद्दिष्टे गाठण्यासाठी प्रयत्न करणे, त्यासाठी लोकसंख्याधोरणात सहभाग, मूल्ये, उद्दिष्टांसोबत काम करणाऱ्या संस्था आणि संसाधने यांचाही समावेश केला जातो. या धोरणाचे दोन भाग असतात – १) लोकसंख्यावाढ दर कमी करण्याच्या दृष्टीने प्रयत्न करणे व २) लोकसंख्येसंदर्भातील असमतोल कमी करण्यासाठी संसाधनाचे वितरणधोरण आखणे.

(३) लोकसंख्याधोरणाची उद्दिष्टे (Aims) – भारतासारख्या विकसनशील देशाची लोकसंख्याधोरणाची उद्दिष्टे साधारणत: अशी असतात. १) जन्मदर कमी करणे, घटविणे. २) कुटुंबातील मुलांची संख्या – दोनपर्यंत करणे, ३) मृत्युदरात घट करणे. ४) लोकसंख्येसंदर्भात लोकांमध्ये जागरूकता निर्माण करणे. ५) कुटुंबनियोजन व प्रतिबंधात्मक उपाययोजनांवर भर देणे ६) गर्भपातासारख्या बाबींसाठी कायदा करणे ७) कुटुंबनियोजन करणाऱ्यांना प्रोत्साहन फायदेयोजना घोषित करणे व न करणाऱ्यांना त्याचा लाभ नाकारणे इत्यादी. धोरण निश्चितीसाठी तज्ज्ञांची समिती, आयोग नियुक्त करतात. ही समिती वा आयोग आपला अहवाल, सल्ला व तज्ज्ञमत मांडतात. त्यांनी सुचविल्याप्रमाणे कार्यक्रमाची आखणी व अंमलबजावणी केली जाते व वेळोवेळी त्या धोरणांचे आणि कार्यक्रमांचे मूल्यमापन करून नवीन धोरण आखले जाते.

(४) भारतातील लोकसंख्याधोरणाचा मुख्य प्रभाव वा परिणाम – १) लोकसंख्या आकार, २) लोकसंख्या वाढदर व ग्रामीण व शहरी भागातील वितरणप्रणालीतील दोषांवर झालेला दिसतो. भारतीय लोकसंख्याधोरणात जेव्हा बदल करण्यात आलेत, तेव्हा (१) चांगले राहणीमान वृद्धी (Enhance the quality life) व (२) व्यक्तीच्या आनंदी जीवनात वाढ करण्यासाठी सामाजिक व व्यक्तीचा सर्वांगीण विकास यांवर भर देण्यात आला. त्यादृष्टीने अनेक प्रयत्न भारताच्या पातळीवर झाले आहेत.

(१३) डॉ. राधाकमल मुखर्जी उपसमिती – १९३८ ला राष्ट्रीय काँग्रेसने नियुक्त केलेल्या राष्ट्रीय नियोजन समितीद्वारा डॉ. राधाकमल मुखर्जींच्या अध्यक्षतेखाली १९४० मध्ये लोकसंख्येसाठी उपसमिती नियुक्त करण्यात आली. सदर उपसमितीने स्वयंनियंत्रण, गर्भनिरोधकासंबंधी ज्ञान, जन्मनियंत्रणासाठी सुरक्षित पद्धत व त्यासाठी जन्मनियंत्रक क्लिनिक्सची स्थापना यावर भर देऊन, विवाह वय मर्यादा वाढविणे, बहुपत्नीत्वाला विरोध वा प्रतिबंध व संसर्गजन्य आजार प्रतिबंधासाठी उपाययोजना करणे, अशा शिफारशीदेखील केल्या आहेत.

(१४) भोरे समिती – १९४३ मध्ये सरकारमार्फत भोरे समितीची नियुक्ती करण्यात आली. सदर समितीने कुटुंबावर मर्यादा आणण्यासाठी शिफारस केली व मुखर्जी समितीने सुचविलेल्या स्वयंनियंत्रण दृष्टिकोनावर टीका केली.

(१५) लोकसंख्या धोरण समिती – (१९५२) – स्वातंत्र्यप्राप्तीनंतर जागतिक पातळीवर भारताने लोकसंख्याधोरण ठरविण्यासाठी १९५२ मध्ये लोकसंख्या धोरण समिती नियुक्त केली आणि १९५३ मध्ये कुटुंबनियोजन संशोधन व कार्यक्रम समितीची स्थापना केली. १९५६ मध्ये केंद्रीय कुटुंबनियोजन मंडळाची (Central Family Planning Board) स्थापना करून कुटुंबनियोजन शस्त्रक्रियांवर भर देण्यात आला. १९६० च्या दरम्यान कुटुंबनियोजन कार्यक्रमावर अधिक जोर देऊन यथायोग्य कालावधीत लोकसंख्यावाढ स्थिर करण्यावर भर दिला. या काळात कुटुंबनियोजनकार्यक्रमासंदर्भात जनतेत जागृती करण्यात आली. जनतेला आवश्यक प्रतिबंधकात्मक सवलती पुरविण्यासाठी शासकीय प्रयत्नांवर भर देऊन कुटुंबनियोजनशिक्षणावर भर देण्यात आला.

चौथ्या पंचवार्षिक योजनेत (१९६९–७४) कुटुंबनियोजनाला प्राधान्य देण्यात येऊन १९७४ पर्यंत जन्मदर ३२ पर्यंत कमी करण्याचे उद्दिष्ट आखण्यात आले.

१९७१ ला गर्भपातसंबंधी कायदा संमत करण्यात आला (Medical Termination of Pregnancy (MTP) Act 1971) व पाचव्या पंचवार्षिक योजनेत कुटुंब नियोजन कार्यक्रमांतर्गत माता–बाल संगोपन कार्यक्रम आखण्यात आला. याचा चांगला परिणाम होऊन मृत्युदर घटविण्यास मदत झाली, मात्र जन्मदर कमी होऊ शकला नाही.

भारताचे आरोग्य व कुटुंबनियोजन मंत्री डॉ. करणसिंग यांनी १९७६ मध्ये 'राष्ट्रीय लोकसंख्या धोरणाचा मसुदा' मांडला. सदर मसुदा अनेक तज्ज्ञ, वेगवेगळ्या क्षेत्रांतील विद्वान, शासकीय, बिगर शासकीय संघटना यांच्याशी चर्चा करून आखला होता. सदर मसुद्यात विवाह वयोमर्यादित वाढ, कुटुंबनियोजनक्षेत्रात चांगले काम करणाऱ्या राज्यांना उत्तेजनार्थ अनुदान, महिलासाक्षरतेवर भर, प्रसारमाध्यमांद्वारा लोकशिक्षण, कुटुंबनियोजन शस्त्रक्रिया करणाऱ्यांना आर्थिक लाभ आणि आरोग्यशास्त्र, शरीरशास्त्र आणि प्रतिबंधात्मक साधनांच्या संशोधनावर भर देण्यात आला होता.

या मसुद्यास संसदेने संमती दिली होती, यासाठी कार्यक्रमआखणीची वेळ आली असतानाच देशात आणीबाणी जाहीर झाली. याच काळात इंदिरा गांधींनी अतिशय घिसाडघाईने हे धोरण हाताळले. त्यामुळे उत्तर भारतात लोकमताचा प्रवाह त्याविरुद्ध गेला आणि १९७७ च्या निवडणुकीत ते पराभवाचे कारण ठरले. म्हणून १९८० मध्ये इंदिरा गांधी जेव्हा सत्तेवर पुन्हा आल्या. तेव्हा त्यांनी सावध भूमिका घेऊन या धोरण व कार्यक्रमांकडे दुर्लक्ष केले. त्यामुळे लोकसंख्यावाढदर २ टक्क्यांपर्यंत येण्याऐवजी २.३५ टक्क्यांवर राहिला.

▶ राष्ट्रीय लोकसंख्या धोरण – १९८३

भारताने प्रथम मोठ्या प्रमाणात परिवर्तन करणारे आणि अनेक घटकांना व्यापणारे लोकसंख्या धोरण १९८३ मध्ये निर्धारित केले. परंतु २००० पर्यंत त्या धोरणानुसार व्यक्त केलेल्या काही अपेक्षांची पूर्ती झाली. या धोरणाने आरोग्यक्षेत्राशी निगडित अनेक महत्त्वपूर्ण शिफारसी केल्या होत्या. या शिफारशींमध्ये-

(१) देशातील जनतेचा सहभाग वाढवून प्राथमिक आरोग्यविषयक समस्यांचा स्थानिक स्तरापासून अभ्यास करून, विस्तारसेवा व आरोग्यशिक्षणाच्या मदतीने प्राथमिक आरोग्य निर्धारणसेवांची उभारणी करणे.

(२) आवश्यक तंत्रज्ञानाची माहिती असलेल्या, आरोग्यविषयी घटकांचे ज्ञान असलेल्या व साधी कौशल्ये प्राप्त आरोग्य स्वयंसेवकांची साखळी उभारणे.

(३) आरोग्यसेवेचे विकेंद्रीकरण करून विकेंद्रापासून वरच्या श्रेणीतील केंद्रापर्यंत कोणावर कमीत कमी ताण पडेल, अशी आरोग्य सेवा यंत्रणा स्थापन करणे.

(४) स्पेशॅलिटी व सुपर एकात्म जाळे गुंफून या क्षेत्रातील खाजगी गुंतवणूकदारांना प्रोत्साहित करणे; जेणेकरून ज्यांची आर्थिक क्षमता चांगली आहे, त्यांना त्याचा लाभ घेता येईल व सरकारी यंत्रणेवरील ताण कमी होऊन सर्वसामान्यांना मोफत सेवा मिळू शकतील.

(५) या धोरणामुळे देवी, चिकनगुनियासारखे आजार यांचे उच्चाटन झाले, पोलिओ उच्चाटनाच्या अवस्थेत आहे. कुष्ठरोग, काळा आजार यांचा लवकरात लवकरच नायनाट होईल. आता जन्मदर व मृत्युदराचे प्रमाण घटले आहे; त्यासोबत आयुर्मानवृद्धी झाली, बालमृत्युदर कमी झाला, मलेरियाचे प्रमाण घटले. कुष्ठरोग्यांची संख्या कमी झाली. देवीच्या उच्चाटनासोबत चिकनगुनियाचे प्रमाण कमी झाले आहे.

मूलभूत सुविधांमध्ये मोठा प्रमाणात वृद्धी झाली. आरोग्यकेंद्रे, डॉक्टर्स, नर्सेस, बेड्स यांच्या संख्येत मोठी वाढ झाली. (आधीच्या तक्त्यातील आकडेवारी पाहावी) मात्र, मलेरिया आटोक्यात आला नाही. टी.बी., एच.आय.व्ही./एड्स मध्ये वाढ, दूषित पाण्यापासूनचे आजार यांचा प्रादुर्भाव वाढला व नवीन जीवनपद्धतीचा परिणाम म्हणून हृदयविकार, मधुमेह, कॅन्सर – कर्करोग रुग्णांची संख्या वाढली. अपघातांचे प्रमाण वाढले. कुपोषित माता व बालकांचे प्रमाण वाढले. शारीरिक व मानसिक व्याधी वाढल्या.

(६) २००० पर्यंत 'सर्वांसाठी आरोग्य' या ध्येयासाठी सार्वजनिक आरोग्यसेवांचे सार्वत्रिकीकरण करण्यासाठी केंद्र व राज्याच्या आर्थिक गुंतवणीत वाढ अपेक्षित होती. मात्र तसे झाले नाही. त्यामुळे २००२ मध्ये आरोग्य- विषयक नवीन धोरण निर्धारित करावे लागले.

▶ स्वामिनाथन समिती

१९९३ मध्ये स्वामिनाथन समिती नियुक्त करण्यात आली. सदर समितीने १९९४ मध्ये आपला धोरण- मसुदा अहवाल सादर केला. हा अहवाल सादर करण्याआधी समितीने आधीच्या धोरणांचे व कार्यक्रमांचे मूल्यमापन केले. त्यातील १) उद्दिष्टयुक्त कार्यक्रम २) खालच्या स्तरापासून म्हणजे स्थानिक पातळीपासून केंद्राकडे वा विकेंद्रित दृष्टिकोन ३) जन्मदर, मृत्युदर घटविण्यावर भर ४) आरोग्यसेवांचे श्रेणीबद्ध जाळे (Network) गुंफणे ५) मनुष्यबळाला प्रशिक्षित करणे, प्रशिक्षण केंद्रांची उभारणी करणे व ६) गैर शासकीय संस्थांची व खाजगी क्षेत्रांची मदत घेणे आणि या धोरणामुळे मिळालेल्या यशाचे मूल्यमापन करून स्वामिनाथन समितीने आपला सर्वसमावेशक अहवाल दिला. या अहवालात काही संरचनात्मक बदलही सुचविले आहेत.

या समितीने महत्त्वपूर्ण सूचना केल्या – १) २०१० पर्यंत जन्मदर २.१ पर्यंत नेऊन लोकसंख्या स्थिर करावी. २) किमान गरजा कार्यक्रमाची वेगवान पद्धतीने व प्रभावीपणे अंमलबजावणी करावी. ३) प्रस्थापित

ऊर्ध्वरेषीय संरचनात्मक कुटुंब कल्याण कार्यक्रमांऐवजी विकेंद्रित, लोकशाही नियोजन स्वीकारून पंचायती, नगरपालिका व घटकराज्य कायदेमंडळाच्या मदतीने कार्यक्रमांची अंमलबजावणी करावी. ४) लोकसंख्यानियंत्रणासाठी प्रयत्न करणाऱ्या सर्व घटकांचा समावेश करावा. ५) जन्मदर घट करणे हे उद्दिष्ट गृहित धरून केंद्र व राज्यांनी धोरणे आखावीत व विशिष्ट ध्येय, उद्दिष्टे गृहीत धरून राबवू नयेत. ६) गर्भनिरोधक साधने व कुटुंब नियोजन शस्त्रक्रिया करणाऱ्यांना आर्थिक लाभ देणे बंद करून त्याऐवजी केंद्र, राज्य व देणगीदारांमार्फत निधी उभारून केंद्र, राज्य, जिल्हा, शहर व खेड्यापर्यंत आरोग्यसेवांची प्रभावी अंमलबजावणी करावी. ७) राज्यपातळीवर लोकसंख्या व सामाजिक विकास आयोगांची स्थापना करून त्यांच्याद्वारा नियोजन, अंमलबजावणी व नियंत्रण करून लोकसंख्या धोरणांची अंमलबजावणी व्हावी. त्याचप्रमाणे जिल्हा, तालुका स्तरावर उपसमितीची स्थापना करावी आणि ८) कुटुंबनियोजन ही फक्त महिलांची जबाबदारी नसून संपूर्ण कुटुंबाची जबाबदारी आहे याची जाणीव कुटुंबात निर्माण करावी.

यासोबत समितीने काही सामाजिक, आर्थिक व वैद्यकीय ध्येये सुचविली होती. १) मुलींच्या लग्नाची कायदेशीर वयोमर्यादा १८ वर्षे असताना, त्या आधी लग्ने होतात, त्यांचे प्रमाण कमी करावे. २) १०० टक्क्यांपर्यंत मातांच्या डिलिव्हरीज् (बाळंतपण) प्रशिक्षित दाई व दवाखान्यात व्हाव्यात, या दृष्टीने प्रयत्न वाढवावेत. ३) माता-बालमृत्युदर कमी करणे. ४) टी.बी., पोलिओ सारख्या आजारांना प्रतिबंध करण्यासाठी सार्वत्रिक लसीकरण- मोहीम राबवावी. ५) सर्वांसाठी प्राथमिक आरोग्य सुविधा उपलब्ध व्हाव्यात. ६) कुटुंबनियोजनाची माहिती देऊन कुटुंबामध्ये त्याबाबत जाणीव निर्माण करावी. ७) कुटुंबनियोजनासाठी गर्भनिरोधक साधने सर्वांना उपलब्ध होतील, अशी व्यवस्था करावी; आणि ८) प्राथमिक शिक्षणाचे सार्वत्रिकीकरण घडवून आणावे.

या अहवालावर मोठ्या प्रमाणात टीका झाली. राजकीय उदासीनता, लोकसंख्यानियंत्रण न होण्याची कारणमीमांसा, कुटुंबनियोजन नियमांचे उल्लंघन करणाऱ्यांना शिक्षा, उद्दिष्टनिश्चितीचा अभाव आणि विकासयोजनांचा अभाव असलेला अहवाल आहे. वरील गोष्टी अहवालात आल्या नाहीत.

▶ **राष्ट्रीय लोकसंख्या धोरण – २००२**

(१) १९८३ च्या धोरणातील दोष, त्या काळातील यशस्विता, आणि २००२ पर्यंत परिस्थितीत झालेले बदल, त्यांचे मूल्यमापन करून नवीन धोरण निश्चित करण्याचे ठरविले गेले. ते ठरवत असताना आरोग्यावर होणारा खर्च, निधीची उपलब्धता व वेगवेगळ्या घटकराज्यांची वेगवेगळी धोरणे, निधीत होणारी घट, याची वास्तवता, प्रादेशिक व सामाजिक भिन्नता कमी करून समन्याय तत्त्वानुसार धोरणांची आखणी करणे, ग्रामीण-शहरी भागातील आरोग्यसुविधांतील फरक कमी करणे, राज्या-राज्यांतील फरक कमी करणे, सर्वसामान्यांपर्यंत आरोग्ययोजना पोचविणे, राष्ट्रीय लोक आरोग्य – किंवा जनताभिमुख कार्यक्रम आखणे, ऊर्ध्वरेषीय संरचनेऐवजी विकेंद्रित संरचना करणे, मूलभूत आणि पायाभूत सुविधांमध्ये वाढ करणे व सेवांमध्ये वृद्धी करून गावपातळीपर्यंत आरोग्य नेण्याच्या दृष्टीने प्रयत्न करणे.

(२) स्थानिक स्वराज्य संस्थांच्या आरोग्यकार्यक्रमातील सहभाग वाढविणे, आरोग्यसेवेतील कर्मचाऱ्यांचे नीतिनियम व दर्जा निश्चित करणे, आरोग्यक्षेत्रातील कर्मचाऱ्यांना शिक्षण, प्रशिक्षण देऊन वैद्यकशास्त्रातील नवीन बदलांची माहिती देणे, सार्वजनिक आरोग्यक्षेत्रात तज्ज्ञ लोकांचा सहभाग वाढविणे, या बाबत सकारात्मक निर्णय घ्यावेत.

(३) त्यासोबत परिचारिकांची (नर्सेसची) संख्या वाढविणे, जेनेरिक औषधे व लस वापरणे व कमी

पैशांत चांगली आरोग्यसेवा दिली जाते, याउलट जागतिक पातळीवर ही सेवा खूप महाग झालेली आहे. तेव्हा कमीत कमी खर्चात चांगली औषधे उपलब्ध करण्यासाठी प्रयत्न व्हावेत.

(४) शहरांची लोकसंख्या ३० टक्क्यांपर्यंत वाढली आहे, त्यात २०१० पर्यंत भर पडून ती ३३ टक्के वाढणार आहे; कारण होणारे स्थानांतर, वाढत्या झोपडपट्ट्या, यांचा विचार करून शहरातील आरोग्यसेवाक्षेत्रांत सारखेपणा आणावा. वाढत्या शहरात वाढती लोकसंख्या, वाढती वाहनांची संख्या व वाढते अपघातांचे प्रमाण विचारात घेऊन अपघात विभागाची वाढ करावी.

(५) मानसिक आरोग्य असंतुलन मोठ्या प्रमाणात वाढते आहे, त्याचा गैरफायदा अंधश्रद्धा, जादूटोणा यामार्फत घेतला जातो. त्यासाठी Mental Health Institutes स्थापन करून प्रशिक्षित मनुष्यबळाची नेमणूक करावी.

(६) माहिती, शिक्षण आणि संसूचनाचा अधिकाधिक उपयोग करून आरोग्यसाक्षरता (Health Literacy) वाढविण्यासाठी Information, Education & Communication Programmes (IEC) (माहिती, शिक्षण आणि संज्ञापन कार्यक्रम) तयार करून त्याची अंमलबजावणी करणे व शाळा – महाविद्यालयातून आरोग्यशिक्षण, लैंगिक शिक्षण, लोकसंख्याशिक्षणावर भर द्यावा.

(७) वैद्यकशास्त्रात होणाऱ्या बदलांची नोंद घेऊन इंडियन कौन्सिल ऑफ मेडिकल रिसर्चद्वारा संशोधनावर अधिक लक्ष केंद्रित करावे व त्यासाठी खाजगी क्षेत्रांनाही प्रोत्साहित करावे.

(८) १९९१ नंतर नव्या आर्थिक धोरणानुसार आणि जागतिकीकरणाच्या प्रक्रियेचा लाभ घेऊन खाजगी क्षेत्रातील गुंतवणूक वैद्यकीय व आरोग्यसेवा क्षेत्रांत वाढवावी. त्यासाठी आवश्यक नियमन यंत्रणा, सेवेचा दर्जा, निश्चित करावा; कारण खाजगी आरोग्यसेवा मोठ्या प्रमाणात वाढते आहे. २००१-२००२ मध्ये एकूण आरोग्यावरील खर्चाच्या २०.३ टक्के खर्च सार्वजनिक क्षेत्राकडून, ७७.४ टक्के खर्च खाजगी क्षेत्राकडून व २.३ टक्के खर्च बहि:स्थ संस्थांमार्फत झाला असे २०११ च्या मानवी विकास अहवालातील आकडेवारीनुसार लक्षात येते.

(९) बिगर-शासकीय संस्था, सिव्हिल सोसायटी, यांनी या क्षेत्रात योगदान वाढवावे.

(१०) सेल्फ असेसमेंट मेथडचा अवलंब करून धोरण व कार्यक्रम अंमलबजावणीचे मूल्यमापन सातत्याने होईल, या दृष्टीने प्रयत्न करावेत. त्यासाठी सांख्यिकी माहिती सेल उभारावा.

(११) महिला आरोग्याच्या दृष्टीने विशेष योजना आखून सामाजिक, सांस्कृतिक व आर्थिक परिस्थितीत परिवर्तने घडून आणावीत. स्त्री आरोग्य आणि कुटुंबाचे आरोग्य यांचा जवळचा संबंध आहे.

(१२) वैद्यक क्षेत्रातील नीतिमूल्ये निश्चित करावीत (Medical Ethics). त्यांतील व्यापारीकरण, सेवांऐवजी धंदा या क्षेत्रातील वाईट व्यवहार प्रतिबंधित व्हावेत म्हणून १९६० मध्ये Indian Council of Medical Research ने गाइडलाइन दिली होती. त्यात २००१ मध्ये दुरुस्ती करण्यात आली. फसवणूक, उद्धटपणा, फसवेगिरी, अवाजवी आर्थिक शोषण यांना आळा घालण्याच्या दृष्टीने प्रयत्न करावेत.

(१३) दर्जा मानांकन (Quality Standards) निश्चित करून दर्जेदार अन्न व औषधे उपलब्ध होतील, या दृष्टीने धोरण निश्चित करावे व पॅरा मेडिकल शाखेतदेखील यादृष्टीने सुधारणा करावी.

(१४) सामूहिक आरोग्य सुरक्षित व्हावे, आरोग्याचा धोका टाळावा म्हणून पिण्याचे शुद्ध पाणी, सॅनिटेशन, शुद्ध हवा यांसाठी प्रदूषण टाळण्याच्या दृष्टीने प्रयत्न व्हावेत. उद्योगक्षेत्रातील कामगारांचे आरोग्य व्यवस्थित राहावे म्हणून प्रयत्न व्हावेत व दुर्धर आजार, बालमजुरी यांना प्रतिबंध करण्यासाठी प्रयत्न करावेत.

राष्ट्रीय लोकसंख्या धोरण २००० मधील धोरणातील मूलभूत गोष्टींमध्ये कुटुंबनियोजन साधने व सुविधा पुरेशा प्रमाणात पुरवठा करणे, प्रजननदर घटविणे व २०४५ पर्यंत लोकसंख्या स्थिर करणे, बालमृत्युदर घटविणे. हे ठरविण्यात आले. तसेच या धोरणांचा सर्वसमावेशक विचार करून संसर्गजन्य आजार, एच.आय.व्ही. व एड्स यांना प्रतिबंध करणे, सार्वत्रिक लसीकरणावर भर देणे, त्यासाठी लोकसंख्या धोरणात, कार्यपद्धती व यंत्रणेत बदल करणे आणि आदिवासी भागासाठी पर्यायी व्यवस्था उभी करणे व त्यांनाही सामान्य तत्त्वाप्रमाणे आरोग्यसुविधा उपलब्ध करून देणे यांसाठी उद्दिष्टांची आखणी करण्यात आली.

तक्ता क्र. १८ : २००० ते २०१५ सालची उद्दिष्टे

अ.क्र.	आजार / घटक	निर्धारित वर्ष
(१)	पोलिओचे निर्मूलन	२००५
(२)	कुष्ठरोग नायनाट करणे	२००५
(३)	काळा आजार संपविणे	२०१०
(४)	फिलारीआसिसचे उच्चाटन	२०१५
(५)	एच.आय.व्ही./एड्समधील वाढ शून्यांपर्यंत आणणे	२००७
(६)	टी.बी., मलेरिया, दूषित पाण्यापासून आजार-मृत्युप्रमाण ५० टक्क्यांपर्यंत घटविणे	२०१०
(७)	अंधत्व दर ०.५ टक्क्यांनी कमी करणे	२०१०
(८)	बालमृत्युदर दरहजारी ३० पर्यंत घटविणे	२०१०
(९)	सार्वजनिक आरोग्य सेवा लाभांचे आजचे २० टक्क्यांवरील प्रमाण ७५ टक्क्यांपर्यंत वाढविणे	२०१०
(१०)	एकात्म आरोग्य व्यवस्था स्थापणे	२००५
(११)	जीडीपीच्या ०.९ टक्के प्रमाणे होणारा खर्च २.० टक्क्यांपर्यंत वाढवावा	२०१०
(१२)	केंद्राचा आरोग्यासाठी निधी २५ टक्क्यांपर्यंत वाढवावा	२०१०
(१३)	घटकराज्याचा निधी ५.५ टक्क्यांवरून ७ टक्क्यांपर्यंत वाढवावा	२००५
(१४)	घटकराज्याचा खर्च ८ टक्क्यांपर्यंत वाढवावा	२०१०

वरील उद्दिष्टे साध्य करण्यासाठी कार्यक्रमाची आखणी करण्यात आली. पायाभूत सुविधा वाढण्याने, खाजगी गुंतवणूक वाढली व त्या सर्वांचा सकारात्मक परिणाम २०११ च्या जनगणना अहवालात दिसून आला.

▶ राष्ट्रीय लोकसंख्या आयोग – २०१०

आर्थिक व सामाजिक विकासासाठी दर्जेदार गुणवत्ताधारक जीवनमान आवश्यक असते. त्यासोबत संधींची व उत्पादक घटकांची वाढ होणे समाजासाठी महत्त्वाचे असते. सरासरी आयुर्मानात वृद्धी, कुटुंबनियोजनाबाबत जागरूकता, जन्मदरात घट करून १९९१ ते २०१६ पर्यंतच्या लोकसंख्येचे प्रमाण खाली दर्शविले आहे (लाखात).

(१) वर्ष	१९९१ (मार्च)	२००1 (मार्च)	२०११ (मार्च)	२०१६ (मार्च)
(२) लोकसंख्या	८४६.३	१०१२.४	११७८.९	१२६३.५

प्रत्यक्षात मात्र २०११ मध्येच भारत १२१ कोटींपर्यंत पोहचला व २०१२ मध्ये लोकसंख्या १२२ कोटी झाली.

(१) टिकाऊ स्वरूपाच्या विकासासाठी लोकसंख्या स्थिर राहणे व स्थिरता कायम टिकविणे आवश्यक आहे. त्यासोबत समन्यायी वितरणव्यवस्था, आरोग्यसेवेत वृद्धी आवश्यक ठरते.

(२) प्राथमिक व माध्यमिक शिक्षणविस्तार, सामाजिक व आर्थिक क्षेत्रांत चांगल्या सुविधा, मूलभूत गरजांची पूर्ती, सॅनिटेशन, सुरक्षित पिण्याचे पाणी, निवास, महिला सक्षमीकरण, रोजगारसंधींत वाढ व दळणवळण– सोयींत वाढ यांवर भर देण्यात आला.

▶ **धोरणात्मक व्यूहरचना (Strategies)**

धोरणनिश्चितीकरणात अंमलबजावणी करताना व्यूहरचना आखावी लागते. धोरणांची अंमलबजावणी दंडात्मक पद्धतीने, सक्तीने करावी की, जनसहभागाद्वारा करावी, सहभागीला अधिकचा फायदा द्यावा वा देऊ नये, केरळचे मॉडेल वापरावे की, चीनचे मॉडेल वापरावे याबाबत मतभिन्नता आढळते. अमर्त्य सेन जनसहभागावर भर देतात व फ्रान्सच्या कोंडासेटच्या सिद्धांताप्रमाणे कुटुंबाचा आकार लहान असण्यावर भर, महिलाशिक्षणावर भर, कुटुंबकल्याणावर भर द्यावा. केरळ मॉडेलमध्ये प्राथमिक शिक्षण व आरोग्यसुधारणा यांचा जवळचा संबंध सांगितला आहे. याउलट, चीनच्या मॉडेलमध्ये सक्तीने अंमलबजावणीवर भर दिला, 'एक मूल फक्त' याची सक्तीने अंमलबजावणी यावर भर, मात्र या मॉडेलला जगभरातून विरोध झाला.

याउलट भारतात जनसहभाग, पंचायत, नगरपालिकांचे सहकार्य, ऊर्ध्वरिषीय संचरनेऐवजी विकेंद्रित संरचना, खाजगी संस्थांना प्राधान्य एन.जी.ओ.चे सहकार्य, महिला सक्षमीकरण, रोजगारात वाढ, लोकसंख्याशिक्षण, प्राथमिक शिक्षणाचे सार्वत्रिकीकरण, प्रोत्साहनपर बक्षिसे, नसबंदी व गर्भनिरोधकांचा अधिक वापर, दारिद्र्याचे उच्चाटन, स्त्री-साक्षरता, आरोग्य विमा यांवर भर देण्यात आला.

▶ **२०५० सालापर्यंतचा अंदाज**

भारताच्या लोकसंख्यावाढ दरावर पुढील काळात जगातील लोकसंख्यावाढदर ठरणार; कारण भारताचा दर नियंत्रित झाला नाही तर भारत २०३० मध्ये चीनच्या पुढे जाईल व पहिल्या क्रमांकाचा देश ठरेल. त्यामुळे जागतिक पातळीवर जगाची लोकसंख्या व भारताच्या लोकसंख्येसंदर्भात विविध प्रकारे भाकिते नोंदविली जातात. २०११ ला भारताची लोकसंख्यावाढ ११९ कोटी गृहीत धरली होती, ती १२१ कोटी झाली. जर २०२१ मध्ये वृद्धिदर कमी झाला व तो 0.७ राहिला तर लोकसंख्या १३२ कोटी होईल. २०३१ ला वृद्धिदर 0.४० गृहीत धरला तर लोकसंख्या १४१ कोटी होईल. असाच वृद्धिदर राहिला तर २०४१ मध्ये १४७ कोटी आणि २०५१ मध्ये भारताची लोकसंख्या स्थिर होईल व १५० कोटींपर्यंत जाईल. जागतिक लोकसंख्या २०२५ मध्ये ८०४ व २०५० मध्ये ९३७ कोटींपर्यंत वाढेल, असा अंदाज वर्तविला आहे. परंतु प्रत्यक्षात लोकसंख्या वृद्धिदरातील घट तशी होत नाही; त्यामुळे अंदाज हे फक्त अंदाज राहतात. अर्थात त्याचा फायदा भविष्यकालीन नियोजन, धोरणांची आखणी करण्यासाठी होतो.

● गरिबी (Poverty) :

१९४८ ला युनोने मानवी हक्कांचा जाहीरनामा जाहीर केला. त्यासोबत राजकीय, आर्थिक, सामाजिक आणि सांस्कृतिक हक्कांची यादीही जाहीर केली. त्याचा हेतू प्रत्येक व्यक्तीला स्वातंत्र्य, समता, मानवप्रतिष्ठा प्राप्त व्हावी; वां, जात, वर्ण, लिंग, भाषा, धर्म इत्यादी कारणांवरून कोणताही भेदाभेद होऊ नये, असा होता. त्यासाठी १९६६ मध्ये युनोने मानवी हक्कांना कायदेशीर अधिष्ठान प्राप्त व्हावे, म्हणून आंतरराष्ट्रीय कायदा संमत केला व मानवी हक्कांसाठी 'हाय कमिशनर' (High Commissioner) च्या कार्यालयाची स्थापना १९९३ च्या व्हिएन्ना येथील युनोच्या मानवी हक्क परिषदेनुसार झाली. अम्नेस्टी इंटरनॅशनल सह जगभरातील अनेक अशासकीय संस्था (NGO) मानवी हक्कांसाठी कार्यरत असताना मात्र, गरिबीमुळे जगातील मोठा मानवसमूह मानवी हक्कांपासून वंचित आहे.

जगभरातील काही मूठभर देश विकसित आहेत. परंतु विकसनशील व अविकसित देशांची संख्या खूप मोठी आहे. या देशांमधील बहुसंख्य जनता गरिबीने त्रस्त आहे. या पराकोटीच्या दारिद्र्यामुळे त्यांना माणूस म्हणून जगणे अशक्य होत आहे. त्यामुळे आपोआपच हा मानवसमूह दारिद्र्यामुळे मानवी हक्कांपासून वंचित राहिलेला आहे.

ब्रिटिश शासनकाळात भारतात मोठ्या प्रमाणात दारिद्र आणि शोषण होते. परंतु स्वातंत्र्यप्राप्तीनंतरच्या ६५ वर्षांत भारतातील गरिबीचे प्रमाण कमी झाले नाही. उलट जागतिकीकरणाच्या प्रक्रियेमुळे त्यात भर पडत आहे.

दारिद्र म्हणजे काय?

दारिद्र म्हणजे 'आहे रे' आणि 'नाही रे' (Haves and Haves not) यांच्यातील संघर्ष काय आहे आणि काय हवे (what one has and what one should have) यांमधील विसंगती म्हणजे दारिद्र. दारिद्र्यामुळे सत्ताहीनपणा (Powerlessness) आणि संसाधनहीनपणा (Resourcelessness) यांची भावना निर्माण होते. बर्स्टेन हेन्रीने गरिबीविषयीचे विविध पैलू विशद केले आहेत.

(१) जीवन जगण्यासाठी आवश्यक असलेल्या घटकांचा अभाव (२) संसाधनाचा (पैसा, भूमी, पत) अभाव (३) असुरक्षितता व भ्रमनिरासाची भावना (४) संसाधनाच्या अभावामुळे इतरांशी संबंध प्रस्थापित करण्याची व वाढविण्याची क्षमता नसणे.

मानवी जीवन जगण्यासाठी, किमान गरजा भागविण्यासाठी आवश्यक असलेला पैसा, राहणीमानाचा दर्जा निश्चित करताना जगण्यासाठी आवश्यक असलेला किमान स्तर या आधारे गरिबीची रेषा निश्चित केली जाते. त्याला दारिद्र्यरेषा (Poverty line) असे संबोधिले जाते. त्याबाबत वेगवेगळे निकष वापरले जातात. बऱ्याचदा मूठभर श्रीमंत व बहुसंख्य गरीब यांच्यातील तौलनिक राहणीमानाच्या दर्जानुसार दारिद्र्याची निश्चिती केली जाते. वरील विश्लेषणात आर्थिक आणि सामाजिक संकल्पनांचा समावेश दिसतो. मानव म्हणून जीवन जगण्यासाठी आवश्यक असलेली परिस्थिती वा परिस्थितीच्या घटकाला मानवाच्या प्राथमिक गरजा मानले जाते. ज्या परिस्थितीत मानव आपल्या प्राथमिक गरजा भागवू शकत नाही, त्या परिस्थितीला 'गरिबी' असे म्हटले जाते. जगण्यासाठी आवश्यक असलेले किमान उत्पन्न (Minimum Income) प्राप्ती, म्हणजे ती व्यक्ती दारिद्र्यरेषेच्या वर जीवन जगते, असा अर्थशास्त्रीय अर्थ होतो. प्रत्येक मानवाला आपल्या भौतिक गरजा, शारीरिक गरजा भागविण्यासाठी संसाधनांची आवश्यकता असते. त्यामुळे त्याला जगण्यासाठी, सुरक्षित व संरक्षित जीवन हवे असते. आवश्यक गरजांमध्ये रोटी, कपडा और मकानसोबत आरोग्य आणि शिक्षण या

मूलभूत गोष्टींचा समावेश केला जातो. भारतात शहरी भागांसाठी किमान २१०० कॅलरीज् व ग्रामीण भागासाठी २४०० कॅलरीज् प्रत्येक व्यक्तीला जीवन जगण्यासाठी निश्चित करून, त्याआधारे त्याला आवश्यक असलेले मासिक उत्पन्न व रोजचे किमान उत्पन्न निश्चित केले जाते. या आर्थिक आकडेवारीच्या खेळाद्वारे दारिद्र्येरेषेवरील व रेषेखालील (Above poverty line and below poverty line) यांचे निदान सरकार आपल्या सोयीनुसार कमी-अधिक दाखवून गरिबीच्या संख्येत घट झाल्याचे विशद करते.

▶ **भारतातील दारिद्र्याचे चित्र स्पष्ट करणारे काही अहवाल**

भारतातील सर्व प्रदेशांत दारिद्र्याचे भीषण चित्र : इ.स. २००५ च्या जागतिक बँकेच्या अहवालानुसार भारतातील एकूण लोकसंख्येच्या ४१.६ टक्के लोकसंख्या आंतरराष्ट्रीय दारिद्र्येरेषेच्या (International Poverty Line) खाली जीवन जगते. म्हणजे वरील गरीब लोकसंख्येचे दर दिवसाचे उत्पन्न १.२५ युएस डॉलर नाही. यु. एन. डी. पी. अहवाल २०१० नुसार भारतातील दारिद्र्येरेषेखालील लोकसंख्या ३७.२ टक्के आहे. भारत जगातील २६ गरीब आफ्रिकन देशांपेक्षा गरीब देश ठरतो, अशी माहिती 'ऑक्सफोर्ड पॉवर्टी ॲण्ड ह्युमन डेव्हलपमेंट' अहवालात आढळते. युनोच्या सहस्रक उद्दिष्ट अहवालात २०१५ मध्ये भारतातील दारिद्र्याचे प्रमाण २२ टक्केपर्यंत राहील. या गरिबीचे दुष्परिणाम विशद करताना युनिसेफची सांख्यिकी माहिती दाखविते की, भारतातील पाच वर्षांच्या आतील ४२ टक्के बालके कुपोषित आढळतात.

२०११ च्या ग्लोबल हंगर निर्देशांकानुसार उपासमारीचे प्रमाण १९९६ मध्ये २२.९ टक्के होते, ते २०११ मध्ये २३.७ टक्के वाढले असून, जगातील ८१ गरीब देशांपैकी ७८ देशांनी उपासमारीचे प्रमाण कमी केले आहे. भारताच्या नियोजन मंडळाने तेंडुलकर समितीचा अहवाल मान्य करून ३७ टक्के लोक दारिद्र्येरेषेखाली जीवन जगतात; मात्र अर्जुन सेनगुप्ता अहवाल, (जो १९९३-९४ ते २००४-०५ च्या दरम्यानच्या परिस्थितीवर आधारित आहे) विशद करतो की, भारतातील ७७ टक्के लोक रु. २० पेक्षा कमी उत्पन्नावर रोज जगतात. दुसरा अहवाल एन.सी. सक्सेनांचा असून, त्यांच्या मते ५० टक्के भारतीय दारिद्र्येरेषेखालील जीवन जगतात.

भारतातील दारिद्र्येरेषेखाली जीवन जगणाऱ्यांचे प्रमाण वेगवेगळ्या अहवालांत वेगवेगळे नोंदविले असले, तरी त्या आकडेवारीची सरासरी स्पष्ट करते की, भारतातील ३० टक्क्यांपेक्षा अधिक लोक दारिद्र्येरेषेखालील जीवन जगतात. यु.एन.डी.पी. २०११ नुसार जगातील सर्वांत गरीब देश नायजेरिया असून, त्याचा MDI ९३ टक्के व BPL ६६ टक्के असून, भारताचा MDI (Multiple Dimension Index) ५५ टक्के, BPL ४२ टक्के दर्शविला असून चीन मात्र प्रगती करतो आहे. त्याचा MDI १२ टक्के व BPL १६ टक्के आहे.

भारतीय मानव विकास निर्देशांक अहवाल २०११ दर्शवितो की, भारतातील बालमृत्यूचे प्रमाण भयावह आहे. कारण दारिद्र्येरेषेखालील कुटुंब पुरेशा वैद्यकीय सेवा उपलब्ध करू शकत नाही. २०११ च्या अहवालानुसार भारतातील ग्रामीण भागातील दरडोई उत्पन्न रु. ४७१२ व शहरी भागातील दरडोई उत्पन्न रु. ११,४४४ दर्शविले आहे. त्यातदेखील बिहार, ओरिसा, आंध्रप्रदेश, छत्तीसगढ खूप मागे असून हिमाचल प्रदेश, केरळ, पंजाब प्रगति- पथावर आहेत. वरील प्रादेशिक विषमतेसोबत प्रगत जातींचे उत्पन्न अधिक असून दलित, आदिवासी, मुस्लिमांतील गरिबीचे प्रमाण अधिक आहे.

नियोजन मंडळाच्या आकडेवारीनुसार भारतातील दारिद्र्याचे ग्रामीण व शहरी भागातील प्रमाण खालीलप्रमाणे आहे.

तक्ता क्र. १९ : दारिद्र्याचे ग्रामीण शहरी प्रमाण

वर्ष	दारिद्र्याचे प्रमाण		गरीब लोकसंख्या	
	ग्रामीण	शहरी	ग्रामीण	शहरी
१९७३–७४	५६.४	४९.०	२६.१	६.०
१९७७–७८	५३.१	४५.२	२६.४	६.४
१९८३	४५.६	४०.८	२५.२	७.०
१९८७–८८	३९.१	३८.२	२३.१	७.५
१९९३–९४	५०.१	३१.८	३२.८	७.४
१९९९–2000	२७.१	२३.८	१९.३	६.७
२००४–२००५	२८.३	२५.७	२२.०	८.०

वरील आकडेवारी देशातील गरिबीचे आणि प्रामुख्याने ग्रामीण भागातील गरिबीचे चित्र स्पष्ट करते. भारतात दारिद्र्याचे प्रमाण मोठे आहे. १९९० नंतर युनोने आर्थिक विकासाचे निकष मानवविकास निर्देशांकांच्या आधारे निश्चित करताना, मानवी गरजांची किती प्रमाणात पूर्तता होते, याकडे लक्ष वेधले आहे. दर वर्षी प्रसिद्ध होणारा जागतिक अहवाल व भारताचा अहवाल यांतील विषमताविषयक दरी कशी विस्तारते आहे हे स्पष्ट होते. अन्न, वस्त्र, निवारा, आरोग्य, शिक्षण, पिण्याचे पाणी, रस्ते, सॅनिटेशन इत्यादींची मानवाला आवश्यकता असते; असे निकष मानव विकास निर्देशांक दर्शवितो.

गरिबीची कारणे

गरिबीच्या कारणांचे विश्लेषण करताना धार्मिक, सामाजिक, आर्थिक कारणांसोबत व्यक्तिगत कारणेदेखील दिली जातात. भारतीय धर्म शिकवणीतील कर्मसिद्धान्तात, गरिबी म्हणजे 'मागील जन्माचे पाप' संबोधिले आहे.

(१) व्यक्तिगत कारणे – व्यक्तिवादातून दारिद्र्य जन्माला येऊ शकते. व्यक्तीमधील अकार्यक्षमता, आळस, यांमुळे व्यक्ती गरीब बनते. तसेच निसर्गनियमाप्रमाणे 'बळी तो कान पिळी' (The fittest will survive) काही मूठभर लोकच बलवान असतात, इतर असू शकत नाहीत, हे निसर्गालाच मान्य आहे; त्यामुळे विषमता ही निसर्गदत्त बाब आहे. याउलट, मॅक्स वेबर प्रोटेस्टंट इथिक्समध्ये (Protestant Ethics) 'काम हीच पूजा' (Work is Workship) मंत्र सांगून कार्यसंस्कृतीमुळे (Work Culture) दारिद्र्य नष्ट होऊ शकते, असे विशद करतो. भारतातील लोकांमधील निराशावाद, दैववाद आणि आळस, 'चलता है' प्रवृत्ती दारिद्र्यास कारणीभूत मानली जाते.

(२) सांस्कृतिक कारणे – संस्कृतीच्या माध्यमातून व्यक्तिवर्तन ठरत असते. जीवन जगण्याची रीत ठरत असते. ऑस्कर लेव्हिसने 'The nation of culture of poverty' द्वारा विभिन्न संस्कृतींचा अभ्यास करून, संस्कृती आणि दारिद्र्य यांचा संबंध सिद्ध करण्याचा प्रयत्न केला आहे. विचार करण्याची प्रवृत्ती, 'ठेविले अनंते तैसेचि राहावे, चित्ती असू द्यावे समाधान' यांमुळे आळस, दारिद्र्य वाढते व दारिद्र्यातही सुख मानण्याची प्रवृत्ती बळावते.

(३) सामाजिक संरचना – भारतासारख्या देशातील सामाजिक संरचना म्हणजे जातिव्यवस्था, वर्ण-व्यवस्था, विषमताप्रधान व्यवस्था, लिंगभेद, यांमुळे दारिद्र्य वाढते. जातीनुसार व्यवसाय यामुळे गतिशीलता कमी होते, समाज कुंठित बनतो व दारिद्र्य वाढीस कारणीभूत ठरतो. म्हणूनच भारतातील मागासवर्ग, आदिवासी स्त्रिया या मोठा प्रमाणात दारिद्र्यरेषेखालील जीवन जगताना आढळतात.

(४) आर्थिक कारणे – अर्थव्यवस्थेचा दारिद्र्याशी फार जवळचा संबंध आहे. आर्थिक विकास न होणे, वाढत्या महागाईचा दबाव, भांडवलाचा अभाव, कौशल्यहीनता आणि बेरोजगारी यांमुळे गरिबी वाढते. भारतात आर्थिक विकासाचा दर कमी आहे. त्यातच विकास झाला; पण त्याची फळे मूठभर लोकांनाच मिळाली आहेत. या विषम वाटणीमुळे दारिद्र्यात वाढच झाली. जागतिक स्तरावरील स्थित्यंतरे, भारतातील अस्थिरता यांमुळे महागाई प्रचंड वाढते आहे. त्यामुळे सामान्य माणसाला जीवन जगणे अशक्य झाले आहे. बेरोजगारी मोठ्या प्रमाणात वाढते आहे. कौशल्यप्रधान लोकसंख्येचा अभाव आहे. नवीन तंत्रज्ञान आले व त्यामुळे पुन्हा बेरोजगारीत वाढ झाली. कामगार वर्ग बुडाला. उद्योगधंदे ठप्प झाले, कुटीरउद्योग, ग्रामीणउद्योग बहुराष्ट्रीय कंपन्यांच्या विळख्यामुळे बंद पडले आणि बेकारी वाढून पुन्हा श्रीमंत व गरीब यांच्यातील दर्जात वाढ झाली. ४0 क्क्यांपेक्षा अधिक युवक ग्रामीण व शहरी व्यवस्थेत बेरोजगार आहेत. शिक्षणाचा प्रसार झाला पण त्याबरोबर रोजगाराची सोय झाली नाही; त्यामुळे दारिद्र्य वाढते आहे. हे चित्र भारताच्या पातळीवर दिसते; तेच चित्र जागतिक स्तरावर विकसित, अविकसित देशांतही पहावयास मिळते.

(५) लोकसंख्या – लोकसंख्या हा देशाचा महत्त्वाचा घटक व संसाधन मानले जात असले, तरी तिची होणारी वाढ ही देशाला दारिद्र्याकडे नेणारी ठरते. एका व्यक्तीला अन्न, वस्त्र, निवारा, आरोग्य व शिक्षणासाठी दरडोई दरवर्षी उपभोग खर्च १९८१ च्या प्राइस लेव्हलनुसार २००१ मध्ये रु. १०३२ दाखविला होता व दरडोई उत्पन्नवाढ ६ टक्के दराने झाली; तर १९९४-९५ मध्ये ती रक्कम रु. २३६२ व १९९७ च्या प्राइस लेव्हलनुसार रु. 20,000 होईल. २००१ मध्ये लोकसंख्या १00 कोटींपर्यंत स्थिर राहिली, तर दरडोई उत्पन्न वाढवू शकू, असे भाकीत केले जाते. आर्थिक विकासासोबत सरासरी वयोमानात वाढ होते. लोकसंख्यावाढ व गरिबीचा जवळचा संबंध येतो. त्यामुळे आरोग्य, निवास, शिक्षण, सुखसोयी यांचे प्रश्न निर्माण होतात. अर्थात, कौशल्यप्रधान व गुणवान लोकसंख्यावाढीच्या दरामुळे दारिद्र्य व त्यासोबत इतर समस्यांची वाढ होऊन मानव जीवन जगणे अशक्य होत आहे.

(६) सामाजिक कारणे – विषमताप्रधान समाजव्यवस्था, भेदभाव, पूर्वग्रहदूषित दृष्टिकोन, जातिवाद, जमातवाद, निराशावाद वृत्ती यांमुळे कार्यसंस्कृती, रोजगार यांवर परिणाम होतो व असमतोल विकास, त्यातून जन्माला येणारा प्रदेशवाद इत्यादींमुळे गरिबी वाढते व मानवी हक्कउल्लंघनाचे प्रकार वाढतात. दारिद्र्याचे प्रमाण ग्रामीण भागात व शहरी झोपडपट्टीत अधिक आढळते. विषमताप्रधान व्यवस्थेमुळे मानवसमूह अत्यावश्यक बाबींपासून वंचित होवो. पुरेशी घरे-निवारा, अन्न, रोजगार, शिक्षण, आरोग्य यांच्या सुविधा न मिळाल्याने आपोआपच मानवी हक्कांचे उल्लंघन होते. जगातील आणि भारतातील लोकसंख्येचा मोठा हिस्सा गरिबीमुळे युनोच्या मानवी हक्क जाहीरनाम्यातील आणि भारतीय संविधानातील मूलभूत हक्कविषयक तरतुदींपासून वंचित आहे. गरिबीमुळे मानव म्हणून जगण्यासाठी आवश्यक असलेल्या मूलभूत गरजांची पूर्तता होऊ शकत नाही, त्या अभावातून अन्याय वाढतो त्याचे आर्थिक शोषण होते, व्यक्तिमत्त्वविकासाला बाधा पोहोचते. रोजगार, शिक्षण, आरोग्य या मूलभूत गोष्टींपासून माणूस वंचित राहातो. भारताची लोकसंख्या २००१ मध्ये १०२८६ लाख होती; ती २०११ मध्ये १२१०१ लाखाच्या घरात पोहोचली. १९९१ ते २००१ दाकातील लोकसंख्या

वाढ १.९३ होती; ती २००१ ते २०११ दशकात १.६४ झाली असली, तरी एकूण लोकसंख्या खूप प्रचंड असल्याने, त्या प्रमाणात होणारी वाढ ही गरिबीकडे नेते. म्हणून भारतातील निम्म्यापेक्षा अधिक लोकांना एक वेळचे जेवण मिळविणे अशक्य होते. ३० टक्के पेक्षा जास्त लोक दारिद्र्यरेषेखालील जीवन जगतात. म्हणून लोकसंख्या मानवसंसाधन न राहता ती समस्या ठरते व मानवी हक्कांना बाधक ठरून त्या हक्कांपासून मोठा जनसमूह वंचित राहातो.

● निरक्षरता (Illiteracy)

निरक्षरता आणि अन्याय यांचे जवळचे नाते आहे. भारतीय लोकसंख्येतील निरक्षरता हा स्वातंत्र्यपूर्व कालखंडापासून मिळालेला वारसा आहे. साक्षर म्हणजे काय, याचे युनोस्कोने विश्लेषण मांडले की, दैनंदिन जीवनात आवश्यक असलेले लिहिता वाचता येणारी व्यक्ती होय. भारतातील साक्षरतेचे प्रमाण वाढत आहे. २०११ च्या जनगणनेनुसार भारतातील साक्षरताप्रमाण पुरुष लोकसंख्या ८२ टक्के व स्त्री लोकसंख्या ६५.४६ टक्के असून, २००१ च्या जनगणनेनुसार ते प्रमाण पुरुष लोकसंख्या ७५.२६ टक्के व स्त्री लोकसंख्या ५३.६७ टक्के होते. ही साक्षरतावाढ लक्षणीय असली, तरी २००१ मध्ये ३०४१ लाख निरक्षर होते, तर २०११ मध्ये २७२९ लाख निरक्षर आहेत. एकूण लोकसंख्येच्या प्रमाणात ही संख्या खूपच मोठी ठरते व भारत त्यामुळे जगातील मोठा निरक्षर देश मानला जातो. या एकूण निरक्षरतेत महिलांचे प्रमाण अधिक असून, ग्रामीण भागात ते प्रमाण अधिक आहे. २००१ मधील साक्षरता ६४.८४ टक्के व २०११ मधील साक्षरता ७४.०४ टक्के वाढ प्रभावकारी असली, २८ कोटी लोक निरक्षर असणे व निरक्षरतेमुळे अविद्या, अभाव व अन्याय यांतून मानव हक्कांपासून वंचितता वाढते. निरक्षरता आणि गरिबी यांचे जवळचे नाते आहे. गरिबीमुळे शिक्षण नाही, शिक्षण नाही म्हणून कौशल्य नाही, कौशल्य नाही म्हणून रोजगार नाही आणि रोजगार नाही म्हणजे पैसा नाही व पैसा नसला की, दैनंदिन गरजा भागविणे अशक्य ठरते.

भारतात निरक्षरतेचे प्रमाण दक्षिण भारतापेक्षा उत्तर भारतात अधिक आहे. निरक्षरता ही महिला, मागासवर्ग, आदिवासींमध्ये अधिक आढळते. निरक्षरतावाढ ही वेगवेगळ्या कारणांनी घडून येते. त्यात (१) प्रचंड वेगाने वाढणारी लोकसंख्या व साक्षरतेसंबंधीच्या सुविधांचे विषम प्रमाण (२) प्राथमिक शाळांची अपुरी संख्या व सुविधा (३) शिक्षणाकडे बघण्याचा पारंपरिक नकारात्मक दृष्टिकोन (४) दारिद्र्याच्याच कारणाने शिक्षणापासून वंचितता (५) योग्य शिक्षणधोरणाचा अभाव (६) शिक्षणाकडे शासनाचे असलेले दुर्लक्ष व निधीचा अभाव यांमुळे निरक्षरता वाढते. निरक्षरता हा मानवी हक्क प्रस्थापित करण्याच्या प्रक्रियेतील मोठा अडथळा आहे.

● बेरोजगारी (Unemployment)

व्यक्तीला वेगवेगळ्या भूमिका कराव्या लागतात, त्यांपैकी 'कमवती व्यक्ती' (An earning member) ही महत्त्वपूर्ण भूमिका असते. पैसे कमविण्यासाठी काम पाहिजे, रोजगार पाहिजे, अन्यथा बेरोजगारी ही भयावह सामाजिक समस्या ठरते. 'बेकार व्यक्ती म्हणजे ज्यात क्षमता, कौशल्य असून, तो काम करण्यास इच्छुक असून त्यास काम न मिळणे होय' (An unemployed person is 'one who having potentialities and willingness to earn, is unable to find a remunerative work.')

समाजशास्त्रीय भाषेत १५ ते ५९ वयोगटातील व्यक्तीला वा व्यक्तिसमूहाला कामाच्या वेळेत, सामान्य परिस्थितीत, सामान्य वेतनात काम करण्यापासून वेगळ्या, वंचित वा वेगळ्या केल्या गेलेल्या व्यक्ती वा

व्यक्तिसमूहाला बेकार मानावे. डी. मिलो हा समाजशास्त्रज्ञ म्हणतो की, व्यक्तीची काम करण्याची इच्छा असूनदेखील त्यास वेतनाधारित काम न मिळणे, म्हणजे बेकारी होय. संशोधक दास त्याला 'अनैच्छिक आळशीपणाची अवस्था म्हणतात.' 'बेरोजगारीत तीन घटक आढळतात – (१) व्यक्तीमध्ये काम करण्याची क्षमता असते. (२) त्याची काम करण्याची इच्छा असते आणि (३) ती व्यक्ती काम शोधण्याचा प्रयत्नही करते. तरीदेखील तिला काम मिळत नाही.

बेकारीचे अनेक उपप्रकार केले जातात.

(१) हंगामी बेकारी – शेतीव्यवस्थेत, साखरउद्योगात विशिष्ट कालावधीसाठी रोजगार असतो. तो हंगाम संपला की, तेथे काम करणारे बेरोजगार होतात.

(२) चक्रीय बेकारी – उद्योगधंद्यातील चढ-उतारांमुळे, तेजी-मंदीमुळे कामगारवाढ किंवा कपात उद्योजक करीत असतो, त्यामुळे बेकारी वाढते.

(३) औद्योगिक बेकारी – उद्योगधंद्याचे केंद्रीकरण शहरी भागात होते, त्यामुळे मोठा प्रमाणात खेड्यातून तरुण रोजगारासाठी शहराकडे धाव घेतात, त्यामुळे रोजगार कमी व रोजगार मागणारे जास्त होतात. त्यातच तेजी-मंदी, नवीन तंत्रज्ञान यांमुळे कामगारकपात होते व बेकारीची कुऱ्हाड कोसळते.

(४) शेती व्यवसायातील मागासलेपण – पारंपरिक पद्धतीचा शेती व्यवसाय हेदेखील बेकारीचे महत्त्वाचे कारण मानले जाते. कारण ७० टक्के जनता शेतीवर अवलंबून असताना या लोकसंख्येचा भार शेती अर्थव्यवस्था पेलू शकत नाही.

(५) अतिरिक्त लोकसंख्या – लोकसंख्या वाढ व त्यासोबत कोणतेही कौशल्य नसलेल्यांची वाढती संख्या बेकारीला कारणीभूत ठरते. तसेच उपलब्ध रोजगार आणि लोकसंख्येतील अतिरिक्त वाढ यांच्या व्यस्त प्रमाणामुळे बेकारी वाढते.

(६) तांत्रिक बेकारी – तंत्रज्ञानातील परिवर्तने झपाट्याने होत असून स्वयंचलित, संगणकामार्फत नियंत्रित यंत्रामुळे मानवी श्रमाची आवश्यकता कमी होते व त्यातून बेकारी वाढते.

(७) शैक्षणिक बेकारी – शिक्षणाचा वाढता प्रचार-प्रसार झाला, त्या प्रमाणात रोजगारवाढीसाठी धोरणात्मक प्रयत्न झाले नाहीत. त्यामुळे सुशिक्षित बेकारांची फौज दिवसेंदिवस वाढते आहे.

कारणे –

बेकारी वेगवेगळ्या कारणांनी जन्माला येते.

(१) अर्थशास्त्रात – बेकारीची कारणमीमांसा करताना भांडवलाचा अभाव, भांडवली गुंतवणुकीचा अभाव, यंत्राद्वारे अधिक उत्पादन यांमुळे बेकारी वाढते; असे सांगितले जाते. (२) मागणी व पुरवठा – यांतील असमतोलामुळे बेकारी वाढते. (३) सामाजिक कारणे – सामाजिक प्रतिष्ठा, विशिष्ट काम करणे, इतर कामे नाकारणे, सेवाक्षेत्रांत न जाणे, शेती व्यवसायाला कमी लेखणे, स्त्रियांना मज्जाव करणे, पारंपरिक व्यवसायावर भर देणे यांमुळेही बेकारीत भर पडते. (४) वाढता जन्मदर व वाढती लोकसंख्या व मर्यादित रोजगार यांमुळे बेकारीत वाढ होते.

लोकसंख्या स्थलांतर

दळणवळणाची साधने वाढली, माहिती-तंत्रज्ञान विकसित झाले, त्यामुळे लोकसंख्या स्थलांतरित

होण्याच्या प्रमाणात वाढ झाली. खेड्यातून शहराकडे व अविकसित प्रदेशातून विकसित प्रदेशाकडे जाणाऱ्यांचे प्रमाण वाढल्यामुळे बेकारीत भर पडते. कारण उपलब्ध रोजगार आणि उपलब्ध मानव संसाधन यांत तफावत वाढते.

सदोष शिक्षणपद्धती

भारतीय शिक्षणव्यवस्था स्वातंत्र्यप्राप्तीनंतरच्या काही दशकांत ब्रिटिश शिक्षणपद्धतीवर आधारित राहिली. त्यामुळे कौशल्याधिष्ठित शिक्षणाअभावी बेकारांची फौज वाढली. पदवी आहे पण काम नाही, अशी अवस्था झाली.

भारताचा मानव विकास निर्देशांक अहवाल २०११

२०११ मध्ये रोजगारासंबंधी माहिती संग्रहित करताना भारतातील बदलत्या अर्थव्यवस्थेचा परामर्श घेतला आहे. या पाहणीत (१) भारतातील शेतीव्यवस्थेतील रोजगाराकडून बिगरशेती रोजगाराकडे जाणाऱ्यांचा कल वाढतो आहे. (२) सरकारी व सार्वजनिक क्षेत्रांतील वेतनात वृद्धीमुळे या क्षेत्राकडे जाणाऱ्यांचा कल वाढतो आहे. परंतु (३) हा अहवाल विशद करतो की, काम करणाऱ्या एकूण श्रमिकांमधील स्त्रियांचे प्रमाण घटते आहे. (४) स्त्री-पुरुष वेतनात तफावत आढळते. (५) शिक्षणानेदेखील वरील दरी भरून निघाली नाही. (६) त्यासोबत भारतातील प्रादेशिक असमतोल व रोजगार यांतही विषमता आढळते. त्या पार्श्वभूमीवर भारतातील ग्रामीण व शहरी भागातील बेकारी अभ्यासणे महत्त्वाचे ठरते; त्याची कारणे –

१) शिक्षणाचे प्रमाण वाढते आहे. उच्च शिक्षणातील युवकांचा सहभाग ६ टक्क्यांवरून १२ टक्क्यांवर नेण्यासाठी शिक्षणविषयक धोरणांद्वारे नवीन सोयी – सुविधांमध्ये वाढ करण्याचा प्रयत्न होत आहे. मात्र त्या प्रमाणात कौशल्यप्रधान, प्रशिक्षित युवकांचे प्रमाण वाढेल, अशी परिस्थिती नाही व त्या प्रमाणात रोजगार उपलब्धता निर्माण होण्याची शक्यता नाही.

२) स्त्री-पुरुष भेदासोबत ग्रामीण-शहरी भेद रोजगारात आढळतो.

३) महिलांसोबत मागास जाती, आदिवासी, मुस्लिमांमध्ये बेरोजगाराचे प्रमाण अधिक आहे.

४) १९९१ नंतरच्या नवीन आर्थिक धोरणांमुळे खाजगी क्षेत्रातील रोजगार वाढला. याउलट, सार्वजनिक क्षेत्रांतील रोजगारात घट होऊन बेरोजगारी वाढली.

५) संघटित व असंघटित क्षेत्रांत ५२ टक्के कामगार आहेत. परंतु सेवेची शाश्वती नाही; ते तात्पुरते कामगार ठरतात, म्हणजेच अंशकालीन बेरोजगार ठरतात.

कृषी व ग्रामीण विकास कार्यक्रमांतर्गत रोजगारवृद्धीसाठी १२ व्या पंचवार्षिक योजनेस प्राधान्य देऊन, रोजगारासाठी होणारे स्थलांतर रोखण्याची हमी दिली आहे व बेकारी निर्मूलनासाठी प्रयत्न वाढविण्याचे आश्वासन दिले आहे. भारतात २०११ च्या जनगणनेनुसार नॉन-वर्कर्सची संख्या ६२६३ लाख दर्शविली आहे. हे मोठे आव्हान आहे.

बेकारीचे परिणाम –

बेकारीमुळे व्यक्तिगत, कौटुंबिक आणि सामाजिक दुष्परिणाम घडून येतात.

१) काम न करणाऱ्याला ऐतखाऊ म्हणून हिणविले जाते. त्यातून नैराश्य निर्माण होते. व्यक्ती वाममार्गी बनण्याची शक्यता वाढते, गुन्हेगारी प्रवृत्तीला बळी पडते किंवा आत्महत्या वा तणावपूर्ण जीवनाला सामोरी जाते. व्यक्तिगत पातळीवर व्यक्तीला जीवन जगणे अशक्य होऊन, ती व्यक्ती सर्वार्थाने आपल्या हक्कापासून वंचित ठरते. काम नाही म्हणून पैसा नाही, पैसा नाही म्हणून गरजापूर्ती नाही, प्रतिष्ठा

नाही; त्यामुळे त्याची सर्वत्र मानहानी होते. त्यामुळे मानव म्हणून जगणे अशक्य होते.

२) कुटुंबातील त्याची भूमिका दुर्लक्षित होते. तो कुटुंबावर भार ठरतो. त्यातून कुटुंबात ताण-तणाव, आर्थिक पेच निर्माण होतात, त्यामुळे कुटुंबाचे विघटन होते, पालक-पाल्य तणाव वाढतो व बेकारांकडे दुर्लक्ष केले जाते.

३) समाजात बेकारांची संख्या अधिक झाली, तर सामाजिक आरोग्याला धोका संभवतो. भूकबळी, उपासमार यांतून गुन्हेगारी वाढते. बेकाराला समाजात प्रतिष्ठा मिळत नाही. एकंदरीत बेकारी म्हणजे व्यक्तीचा काम करण्याचा हक्क नाकारणे होय. हा हक्क नाकारला की, त्याला जीवन जगण्याचा, अन्न, वस्त्र, निवारा, आरोग्यासारख्या मूलभूत सोयी-सुविधा आपोआप नाकारल्या जातात व ती व्यक्ती मानवी हक्कांपासून वंचित ठरते.

● सामाजिक क्षेत्रातील पुढाकार :

सामाजिक विकासासाठी भारतीय राज्यघटनेतील मूलभूत हक्क आणि मार्गदर्शक तत्त्वांमध्ये काही सामाजिक तत्त्वांचा समावेश केलेला आहे. मूलभूत हक्क राजकीय लोकशाहीची हमी देतात; तर मार्गदर्शक तत्त्वे सामाजिक व आर्थिक लोकशाहीची हमी देतात. भारतीय राज्यघटना निर्मात्यांना घटनेद्वारे फक्त उच्च आदर्श निर्माण करावयाचे नव्हते तर आदर्शाचा भारतातील प्रामुख्याने सामाजिक व आर्थिक परिस्थितीशी मेळ बसवावयाचा होता. त्यासाठी भारतीय लोकांची सर्वांगीण प्रगती करणे आणि त्यासाठी लोकशाही पद्धतीची समाजवादी समाजरचना प्रस्थापित करणे हे भारतीय राज्यघटनेचे एक महत्त्वाचे उद्दिष्ट्य मानले आहे. सामाजिक विकासामध्ये अनेक मुद्द्यांचा समावेश होतो. शिक्षण, महिला विकास, बालविकास, युवक विकास, अपंगांचा विकास, कामगार कल्याण, मागासवर्गीय व अल्पसंख्याकांसाठी विविध विकासाच्या योजना इत्यादींचा समावेश होतो.

१) शैक्षणिक विकास :

शिक्षणातून सामाजिक परिवर्तन प्रभावीपणे घडते. त्याद्वारे नवीन बदल शिकवले जातात. प्रामुख्याने नवीन बदल स्वीकारण्याची क्षमता वाढते. व्यक्ती परिवर्तनशील बनून तिच्यात विविध प्रकारची कौशल्ये येतात. त्यासाठी भारतात राष्ट्रीय शैक्षणिक धोरणांची पंचवार्षिक योजनांमधून योग्य प्रकारची अंमलबजावणी करण्याचे प्रयत्न केलेले दिसतात. समाजातील मागासवर्गीयांसाठी, अल्पसंख्याकांसाठीही शासनाने विशेष शैक्षणिक कार्यक्रम राबविण्यावर भर दिला आहे. शाळा सुधार योजना, सर्व शिक्षा अभियान, केंद्र शासनाच्या मुलींच्या शिक्षणासाठी वसतिगृह योजनेबरोबरच महिला व्यवसाय शिक्षणाचे प्रशिक्षण सुरू केले आहे.

२) महिला विकास :

महिला सबलीकरणाच्या प्रक्रियेमध्ये प्रामुख्याने सामाजिक, आर्थिक, राजकीय, शैक्षणिक क्षेत्रांमध्ये महिलांच्या विकासासाठी पोषक वातावरण निर्मितीवर भर दिला जातो. त्यासाठी केंद्रसरकारने महिला कल्याणासंदर्भात पुढील योजनांच्या अंमलबजावणीवर भर दिला आहे.

१) इंदिरा गांधी मातृत्व सहयोग योजना

२) लिंगाधारित अर्थसंकल्प योजना

३) स्वयंसिद्धा योजना

४) स्वाधार योजना

५) नोकरी करणाऱ्या महिलांसाठी वसतिगृह योजना

६) स्त्री शक्ती पुरस्कार

७) स्टेट सपोर्ट टू ट्रेनिंग ऑण्ड एम्प्लॉयमेंट प्रोग्राम फॉर वुमेन्स

३) युवकांचा विकास :

युवकांमधील असंतोषामागे आर्थिक, सामाजिक, राजकीय स्वरूपाची कारणे आहेत. ज्या राजकीय, सामाजिक, आर्थिक व्यवस्थेमध्ये आजचा युवक जगतो आहे, त्या व्यवस्थेकडून अपेक्षापूर्ती न झाल्यामुळे युवकांमध्ये असंतोष निर्माण झालेला दिसतो. 'शिक्षण' व 'रोजगार' हे दोन मुद्दे भारतीय युवकांच्या असंतोषामागील कळीचे मुद्दे आहेत. भारतीय समाजव्यवस्थेमध्ये निर्माण झालेली शहरी – ग्रामीण दरी युवकांमधील असंतोषाचे दुसरे महत्त्वाचे कारण आहे; बदलती मूल्यव्यवस्था हे ही युवकांमधील असंतोषाचे महत्त्वाचे कारण अलीकडे सांगितले जाते.

युवकांमधील असंतोष कमी करण्यासाठी शासनाने २०१२ साठी समग्र असे युवा धोरण जाहीर केले आहे. त्यानुसार देशातील युवकांचा विविध व्यवस्थेत सहभाग वाढविण्यावर भर दिला आहे. बेकारी निर्मूलनासाठी केंद्र शासनाच्या पुढील विविध योजना सध्या कार्यरत आहेत.

१) स्वर्णजयंती ग्राम स्वरोजगार योजना

२) जवाहर ग्रामसमृद्धी योजना

३) ग्रामीण युवकांना स्वयंरोजगारासाठी प्रशिक्षण योजना (ट्रायसेम)

४) राष्ट्रीय ग्रामीण रोजगार कार्यक्रम

५) एकात्मिक कोरडवाहू शेती विकास कार्यक्रम

६) सीमांत शेतकरी व शेतमजूर विकाससंख्या

४) अपंगाचा विकास :

समाजातील दृष्टिहीन, कर्णबधिर, अस्थिव्यंग, मनोविकलांग व कुष्ठरोग मुक्त अपंग व्यक्तीकडे त्याच्या अपंगत्वाकडे न पाहता, त्याच्याकडे असलेल्या सामर्थ्याकडे पाहून, त्याच्यामधील असलेले सुप्त गुण विकसित करून त्यांना सबल बनविण्याचा प्रयत्न विविध योजनांमधून केला जातो. त्यांच्या हक्कांचे संरक्षण व्हावे, या दृष्टीने महाराष्ट्र शासनाच्या सामाजिक न्याय व इतर विविध विभागामार्फत विविध कल्याणकारी योजना राबविण्यात येतात. त्याचप्रमाणे सामाजिक सुरक्षिततेसाठी अपंगांना काही क्षेत्रामध्ये आरक्षण, सवलती, सूट व प्राधान्य देण्यात आलेले आहे. या सर्वांचा उद्देश अपंग व्यक्तींना सक्षम बनवून त्यांना समाजाच्या मुख्य प्रवाहात सामील करणे हा आहे.

अपंगविषयक राष्ट्रीय धोरण २००५ साली जाहीर करण्यात आले. अपंग व्यक्तींना समान संधी उपलब्ध करून देणे, त्यांच्या अधिकाराचे रक्षण करणे हे राष्ट्रीय धोरणाचे उद्दिष्ट आहे. राष्ट्रीय धोरणातील महत्त्वाचे मुद्दे पुढीलप्रमाणे आहेत.

१) अपंगत्व निवारण

२) अपंग व्यक्तीला पूरक अशी यंत्रसामुग्री उपलब्ध करून देणे.

३) अपंगांना शैक्षणिक संधी निर्माण करून देणे आणि शासकीय नोकरीत त्यांना ३% इतके आरक्षण देणे.

४) खाजगी क्षेत्रात अपंग व्यक्तींना रोजगारासाठी प्रोत्साहन देणे.

५) अपंग व्यक्तीला स्वयंरोजगारासाठी प्रोत्साहन देणे.

६) अपंग कल्याणाच्या क्षेत्रात अशासकीय संघटनांना कार्यासाठी प्रोत्साहन देणे.

५) कामगार कल्याण :

कामगार हा आधुनिक समाजव्यवस्थेचा एक अविभाज्य घटक आहे. आधुनिक औद्योगिक व्यवस्था कामगाराच्या बळावर उभी आहे. मात्र, औद्योगिक क्रांती – उत्तर प्रदीर्घ कालखंडानंतरही कामगारांचे प्रश्न अद्यापही कायम आहेत.

कामाच्या ठिकाणी परिस्थिती, वेतन व आरोग्य यासंदर्भात असंघटित क्षेत्रातील कामगारांचे प्रश्न संघटित क्षेत्रापेक्षा कितीतरी अधिक बिकट आहेत. कागद, काच, पत्रा गोळा करणारे कामगार, घर कामगार, सफाई कामगार, बांधकाम क्षेत्रातील कामगार यांचा समावेश असंघटित क्षेत्रात होतो. या क्षेत्रात काम करणाऱ्या कामगारांच्या कामाचे ठिकाणच अनेकदा अनारोग्यकारक स्वरूपाचे असते. या कामाच्या ठिकाणच्या परिस्थितीतूनच अनेकदा कामगारांमध्ये आरोग्याचे प्रश्न उद्भवतात.

असंघटित क्षेत्रामध्ये काम करणाऱ्या कामगारांचे मुळात उत्पन्नच इतक्या तोकड्या स्वरूपाचे असते की, हे कामगार मिळणाऱ्या उत्पन्नातून स्वतःवर उपचार करण्यास आर्थिकदृष्ट्या पुरेसे सक्षम नसतात.

असंघटित क्षेत्रातील कामगारांना संघटित क्षेत्राप्रमाणे वेतन आयोग, वाढत्या महागाई निर्देशांकाप्रमाणे वाढीव महागाई भत्ता अशा कोणत्याही सुविधा उपलब्ध होत नाहीत. औपचारिक शिक्षणाचा अभाव, विशेष कौशल्याचा अभाव यामुळे या क्षेत्रातील कामगारांना स्थायी स्वरूपाचा रोजगार मिळत नाही. उपलब्ध पर्यायी कामगारांची संख्या मोठी असल्यामुळे, संघटन करून वेतनवाढ मागण्याचा प्रयत्न या कामगारांनी केल्यास, या कामगारांना बऱ्याचदा रोजगार गमवावा लागतो.

असंघटित कामगारांसाठीचे प्राधिकरण :

असंघटित कामगारांना मुख्य धारेत समाविष्ट करून घेण्यासाठी व असंघटित कामगारांना आर्थिकदृष्ट्या व सामाजिकदृष्ट्या सक्षम बनविण्यासाठी, महाराष्ट्र शासनाने १ जुलै २००४ रोजी उच्चाधिकार प्राधिकरणाची स्थापना केली आहे.

या प्राधिकरणाची उद्दिष्टे पुढीलप्रमाणे –

१) असंघटित क्षेत्रातील कामगारांची आकडेवारी गोळा करून त्यांची संख्या निर्धारित करणे.

२) असंघटित कामगारांचे सामाजिक व आर्थिक सर्वेक्षण करणे.

३) दारिद्र्यरेषेखालील व्यक्तिकरिता असलेल्या केंद्र व राज्य शासनाच्या योजना असंघटित क्षेत्रातील कामगारांसाठी राबविणे.

४) बालकामगार प्रथेचे उच्चाटन करणे.

५) असंघटित कामगारांना किमान वेतन व इतर कामगार कायद्यांचे लाभ उपलब्ध करून देणे.

कामगार कल्याणाच्या योजना व कार्यक्रम :

मुंबई कामगार कल्याण निधी अधिनियम १९५३ अंतर्गत कामगार व त्यांच्या कुटुंबातील सदस्यांसाठी राबविण्यात येणाऱ्या विविध आर्थिक लाभाच्या कल्याणकारी योजना :

१) असाध्यरोग साहाय्यता योजना

२) आत्महत्या केलेल्या कामगारांच्या कुटुंबीयांना आर्थिक मदत

३) अपघातात विकलांग होऊन काम करण्यास असमर्थ झालेल्या कामगारास आर्थिक मदत

४) पाठ्यपुस्तक योजना

५) सर्वसाधारण शिष्यवृत्ती

६) क्रीडा शिष्यवृत्ती

७) परदेशी शिक्षण शिष्यवृत्ती

८) एम.पी.एस.सी./यु.पी.एस.सी. परीक्षा उत्तीर्ण कामगार विद्यार्थ्यांना आर्थिक मदत

९) शिवणयंत्र अनुदान योजना

१०) कामगार लेखकांना पुस्तकप्रकाशनासाठी अनुदान योजना

महाराष्ट्र शासनाद्वारे कामगार क्षेत्रातील कार्यासाठी देण्यात येणारे पुरस्कार :

१) गुणवंत कामगार पुरस्कार योजना

२) कामगारभूषण पुरस्कार

३) रावबहद्दूर नारायण मेघाजी लोखंडे कामगारमित्र पुरस्कार

महाराष्ट्र शासनाच्या कामगार विभागाची मुख्य उद्दिष्टे :

१) कामगार कायदे, नियम व विविध योजना यांची अंमलबजावणी करणे.

२) औद्योगिक क्षेत्रामध्ये शांतता राहील, याकडे लक्ष देणे.

३) असंघटित क्षेत्रातील कामगारांसाठी विविध योजना राबविणे.

महाराष्ट्र कामगार कल्याण मंडळातर्फे कामगारांसाठी पुढील महत्त्वाचे उपक्रम राबविण्यात येतात :

१) औद्योगिक व व्यावसायिक कामगारांसाठी नाट्य महोत्सव

२) कामगार साहित्य संमेलन

३) कामगारांसाठी राज्यस्तरीय कबड्डी स्पर्धा

४) राज्य कामगार केसरी कुस्ती स्पर्धा

५) राज्यस्तरीय समरगीत स्पर्धा

६) राज्यस्तरीय कामगार भजन स्पर्धा

७) राज्यस्तरीय लोकनृत्य स्पर्धा

'जनश्री' विमा योजना :

राज्यात असंघटित क्षेत्रात मोठ्या संख्येने कामगार काम करतात. त्यांना संघटित क्षेत्रातील कामगारांना मिळणारे लाभ व सुविधा मिळत नाहीत; म्हणून महाराष्ट्र शासन भारतीय आयुर्विमा महामंडळाच्या सहकार्याने 'जनश्री' विमा योजना राबविते. ही योजना केंद्र सरकारने प्रायोजित केलेली असून, राज्यसरकार या योजनेच्या खर्चाचा १/४ वाटा उचलते.

६) मागासवर्गीय, अल्पसंख्याकांसाठी विकासाच्या योजना :

सामाजिक क्षेत्रातील पुढाकारामध्ये देशातील सामाजिक पायाभूत संरचनेशी संबंधित बार्बींचा अभ्यास करावा लागतो. त्यामध्ये देशातील सामाजिक न्याय मिळवून देणारी धोरणे, वंचित समाजाला न्याय मिळवून देणारी धोरणे, सामाजिक विषमता कमी करण्यासाठी केलेले प्रयत्न, त्यासाठी आयोग नेमून त्यावर लोकशाही मार्गाने उपाययोजना केली जाते. विकसित व मागास समाजातील विषमतेची दरी कमी करण्यासाठी काही कार्यक्रम राबविले जातात. शासकीय पातळीवर सामाजिक न्याय खाते, अल्पसंख्याक विकास खाते, आदिवासी व पुनर्वसन खाते, महिला व बालकल्याणा खाते निर्माण केले असून भारतातील मागासवर्गीय व अल्पसंख्याकांच्या विकासासाठी शासनाने प्रयत्न केलेले दिसतात.

● **या प्रकरणावरील काही महत्त्वाचे प्रश्न.**

१) केंद्रीय नियोजन
    १) लोकशाहीमध्ये शक्य आहे.   २) साम्यवादी राजवटीत शक्य आहे.
    ३) भांडवलशाही अर्थव्यवस्थेत शक्य आहे.   ४) हुकूमशाहीत शक्य आहे.

Centralized planning is possible under -
1) a democracy   2) a communist regime
3) a capitalist economy   4) a dictatorship

२) आर्थिक विकासाच्या बाबतील पुढील विधानांचा विचार करा.
    १) आर्थिक विकास ही समग्र राष्ट्राच्या संदर्भातील प्रक्रिया आहे.
    २) आर्थिक विकास ही अल्पकालीन प्रक्रिया आहे.
    ३) आर्थिक विकास म्हणजे वास्तव उत्पन्नातील वाढ होय.
    ४) आर्थिक विकास म्हणजे राष्ट्रीय उत्पन्नातील निव्वळ वाढ होय.
    १) १ आणि २ बरोबर   २) १, २ आणि ३ बरोबर
    ३) १, ३ आणि ४ बरोबर   ४) फक्त २ बरोबर

Think over the following statements regarding economic development :
1) Economic development is the process related to the whole nation
2) Economic development is a short term process
3) Economic development means increase in net income
4) Economic development means gross increase in national income
1) 1 and 2 are correct   2) 1, 2 and 3 are correct
2) 1, 3 and 4 are correct   4) Only 2 is correct

३) खालीलपैकी कोणत्या मंडळाने शाश्वत विकासाची संकल्पना अस्तित्वात आणली?
    १) १९९७ मध्ये भारतीय नियोजन मंडळाने   २) १९८७ मध्ये पर्यावरण व विकास मंडळाने
    ३) १९९७ मध्ये भारताच्या वित्तीय मंडळाने   ४) १९८७ मध्ये भारताच्या राजकोशीय मंडळाने

Which of the following commission brought into vogue the term 'Sustainable Development' ?
1) Planning Commission of India in 1997
2) Commission of Environment and Development in 1987
3) Finance Commission of India in 1997
4) Fiscal Commission of India in 1987

४) पुढीलपैकी बरोबर विधाने सांगा
    १) भारतातील ५० % पेक्षा जास्त लोकसंख्येला पिण्यायोग्य पाण्याचा पुरवठा होत नाही.
    २) देशात दरवर्षी सुमारे १.२ कोटी लोकांचा मृत्यू अस्वच्छ पाणी आणि मलमूत्र निस्सारणाच्या गैरसोयीमुळे होतो.
    ३) भारतातील सुमारे ८० % लोकांना योग्य स्वच्छतेच्या सोयी उपलब्ध नाहीत.
    ४) ९० ते ९५ % सांडपाणी त्यावर कोणत्याही प्रकारची प्रक्रिया न करता नदिच्या पाण्यात सोडले जाते.
    १) १ आणि २ बरोबर   २) ३ आणि ४ बरोबर
    ३) २, ३ आणि ४ बरोबर   ४) वरीलपैकी सर्व बरोबर

Which of the following is correct?
1) More than 50 % of Indian population is not provided with drinkable water.
2) 1.2 crore people die per year because of absence of facilities regarding excretion of stool, urine and impure water.
3) The proper facilities of cleanliness are not available to more than 80 % of Indians.
4) 90 % to 95 % sanitary water is sent to the river without any process.

1) 1 and 2 are correct	2) 3 and 4 are correct
2) 2, 3 and 4 are correct	4) All of the above

५) विकासाचे निर्देशक कोणते ?

१) उत्पन्न निर्देशांक   २) उत्पन्नेतर निर्देशांक

३) सामाजिक आणि राजकीय विकास निर्देशांक   ४) मानवी विकास निर्देशांक

वरीलपैकी कोणता पर्याय बरोबर आहेत ?

१) १ फक्त   २) १ आणि २ फक्त   ३) १, २ आणि ३   ४) १, २ आणि ४

What are the indicators of development?
1) Income index   2) Non-income index
3) Social and political development index 4) Human Development index
Which of the option(s) given above is / are correct?

1) 1 only   2) 1 and 2 only   3) 1, 2 and 3   4) 1, 2 and 4

६) जोड्या लावा.

अ) ग्रामीण गरीब   १) असंघटित क्षेत्रात रोजंदारीवर काम करणारे मजूर

ब) ग्रामीण श्रीमंत   २) संघटित क्षेत्रात काम करणारे कामगार

क) शहरी गरीब   ३) प्रामुख्याने ओलिताखालील शेतजमिनीचे मालक

ड) शहरी श्रीमंत   ४) भूमिहीन शेतमजूर

उत्तर –

(१) अ–१, ब–२, क–३, ड–४.   (२) अ–२, ब–३, क–४, ड–१.

(३) अ–४, ब–३, क–१, ड–२.   (४) अ–४, ब–३, क–२, ड–१.

Match the following pairs correctly :
a) Rural Poor   1) Labourers working on daily wages in unorganized sectors
b) Rural Rich   2) Workers working in organized sectors
c) Urban Poor   3) Mainly the owners of irrigated lands
d) Urban Rich   4) Landless labourers
1) a - 1, b - 2, c - 3, d - 4.   2) a - 2, b - 3, c - 4, d - 1.
3) a - 4, b - 3, c - 1, d - 2.   4) a - 4, b - 3, c - 2, d - 1.

७) नैसर्गिक साधनसामग्रीत कोणत्या साधनांचा समावेश होतो ?

१) पाणी   २) वनसंपत्ती   ३) खाणी   ४) लोकसंख्या

वरीलपैकी कोणते पर्याय बरोबर आहेत ?

१) १ फक्त   २) १ आणि २ फक्त   ३) १, २ आणि ३   ४) १, २ आणि ४

Which resources are included in the natural resources?
1) Water   2) Forestry   3) Mines   4) Population

Which of the options given above is / are correct?
1) 1 only 2) 1 and 2 only 3) 1, 2 and 3 4) 1, 2 and 4

८) विकास आधारभूत सुविधा निर्माण करण्यासाठी पुढीलपैकी कोणत्या क्षेत्राचे योगदान महत्त्वाचे आहे.

१) मिश्र क्षेत्र २) सार्वजनिक क्षेत्र ३) खाजगी क्षेत्र

१) १ आणि २ बरोबर २) १ आणि ३ बरोबर

३) २ आणि ३ बरोबर ४) फक्त २ बरोबर

Which of the following sector's contribution is important in creation of development based facilities?
1) Mixed Sector 2) Public Sector 3) Private Sector
1) 1 and 2 correct 2) 1 and 3 correct 3) 2 and 3 correct 4) Only 2 is correct

९) २१ व्या शतकातील शाश्वत विकासाला पुढीलपैकी कोणत्या वर्षी जोहानसबर्ग येथील विश्व परिषदेत मान्यता दिली?

१) २००० २) २००१ ३) २००२ ४) २००४

In which of the following year, the sustainable development in 21st century was approved in world conference of Johannesburg?
1) 2000 2) 2001 3) 2002 4) 2004

१०) जोड्या लावा.

शाश्वत विकासाचे घटक	त्याचा अर्थ
अ) सामाजिक शाश्वतता	१) जास्तीत जास्त लोकांना लाभकारी व्यवस्थेत सामील करून वंचित राहणारे कमीत कमी कसे होतील असा प्रयत्न करणे.
ब) आर्थिक शाश्वतता	२) कल्याणकारी आर्थिक व्यवस्थेचा टिकाऊपणा
क) पर्यावरण शाश्वतता	३) नैसर्गिक संसाधनाचा उपभोग घेताना त्याचे पुढील पिढ्यांसाठी संरक्षण व संवर्धन करणे.

१) अ–१, ब–२, क–३ २) अ–२, ब–१, क–३

३) अ–३, ब–१, क–२ ४) यापेक्षा वेगळे उत्तर

Match the following pairs correctly :

Factors of sustainable development	Its meaning
a) Social Sustainability	1) Attempt to minimize the numbers of deprived by inclusion of majority of people in welfare system.
b) Economic Sustainability	2) Edurance of welfare economic system
c) Environmental Sustainability	3) Safeguarding and conservation of natural resources for upcomming generation while consuming them.

1) a - 1, b - 2, c - 3 2) a - 2, b - 1, c - 3
3) a - 3, b - 1, c - 2 4) None of the above

११) शाश्वत विकासाच्या तत्त्वाबाबत पुढील विधानाचा विचार करा.

१) मानवक्षमतेचा पूर्ण विकास म्हणजे विकासाचा केंद्रबिंदू हा माणूस असला पाहिजे.

२) स्थानिक व मूलभूत ज्ञानाचा उपयोग करून सांस्कृतिक विविधता टिकविण्यासाठी 'जगा व जगू द्या' या तत्त्वाचा आदर करणे.

३) प्रत्येक देशाला आपल्या क्षमतेप्रमाणे विकास करण्याची संधी देणे

४) जैवसमन्वयकता आणि जैवविविधतांवर आधारित संसाधन व्यवस्थापन करणे

१) १ आणि २ बरोबर

२) १, २ आणि ३ बरोबर

३) फक्त ४ बरोबर

४) वरील सर्व बरोबर

Think about following statements regarding principles of sustainable development.

1) The total development of human abilities means the centre of development should be human being.

2) Respecting the Principle of "Live and Let Live" to preserve the multi-culturalism by using local and basic knowledge.

3) To provide each country with opportunities to develop according to their own abilities.

4) To do resource - management based on bio-coordination and bio-diversity.

1) 1 and 2 are correct

2) 1, 2 and 3 are correct

3) Only 4 correct

4) All of the above are correct

१२) ग्रामीण भागात शहरी सुखसोयींचे प्रावदान हे पुढीलपैकी कोणाचे ग्रामीण भारताच्या परिवर्तनाचे स्वप्न आहे?

१) डॉ. मनमोहन सिंग

२) डॉ. ए. पी. जे. अब्दुल कलाम

३) सी. रंगराजन

४) डॉ. अमर्त्य सेन

'Provision of Urban Amenities in Rural Areas' is a vision of transformation of rural India of

1) Dr. Manmohan Singh

2) Dr. A.P.J. Abdul Kalam

3) C. Rangrajan

4) Dr. Amartya Sen

१३) २००१ आणि २०११ च्या जनगणनेनुसार दरहजारी पुरुषांमागे स्त्रियांचे प्रमाण किती होते?

१) ९२० आणि ९३३   २) ९३३ आणि ९४०   ३) ९३३ आणि ९४५   ४) यापेक्षा वेगळे उत्तर

What is the sex-ratio according to 2001 and 2011 census?

1) 920 and 933   2) 933 and 940   3) 933 and 945   4) None of the above

१४) २०११ मधील जागतिक व भारतीय साक्षरतेचे प्रमाण किती टक्के आहे?

१) ७४ आणि ८४   २) ९४ आणि ७४   ३) ७४ आणि ७८   ४) ८४ आणि ७४

What is the precentage of literacy in the World and India according to census of 2011?

1) 74 and 84   2) 94 and 74   3) 74 and 78   4) 84 and 74

१५) आर्थिक वाढीशी संबंधीत असलेले जन्ममृत्यू यांचे क्रमवार स्थित्यंतर खालीलपैकी कोणत्या प्रणालीने दाखविते?

१) वाढते जन्माचे प्रमाणाबरोबर वाढते मृत्यूचे प्रमाण

२) घटते जन्माचे प्रमाणाबरोबर घटते मृत्यूचे प्रमाण

३) वाढते जन्माचे प्रमाणाबरोबर घटते मृत्यूचे प्रमाण

१) १, २, ३   २) ३, १, २   ३) २, १, ३   ४) १, ३, २

Which arrangement of the following would show the correct sequence of demographic transition as typically associated with economic development?
1) High birthrate with high death rate
2) Low birthrate with low death rate
3) High birthrate with low death rate

1) 1, 2, 3 2) 3, 1, 2 3) 2, 1, 3 4) 1, 3, 2

१६) पुढील कोणते विधान सत्य आहे?

१) साक्षरतेत महाराष्ट्राचा देशातील क्रमांक २०११ मध्ये २००१ च्या तुलनेत सुधारला.

२) साक्षरतेत महाराष्ट्राचा देशातील क्रमांक २००१ च्या तुलनेत २०११ मध्ये घसरला.

३) साक्षरतेत महाराष्ट्राचा २००१ मधील देशातील क्रमांकात २०११ मध्ये बदल झाला नाही.

४) असे क्रमांक प्रत्यक्षात लावताच येत नाहीत.

Which of the following statements is correct?
1) Maharashtra improved upon its position in 2011 census from its position in 2001 in literacy.
2) In literacy, Maharashtra's position deteriorated in 2011 from its position in 2001.
3) Maharashtra's position remained the same in 2011 as that in 2001.
4) Such positions cannot be determined.

१७) २०११ च्या जनगणनेचे ऐतिहासिक वैशिष्ट्य कोणते?

१) प्रथमच लोकसंख्यावाढीत घट झाल्याचे दिसते.

२) प्रथमच दर हजारी पुरुषांमागे स्त्रियांचे प्रमाण वाढल्याचे दिसते.

३) प्रथमच युवकांच्या वाढीत घट झाल्याचे दिसते.

४) प्रथमच ही जनगणना २० वर्षांनंतर झाली.

What is the historical feature of 2011 census?
1) Derease in the rate of population increase is observed for the first time
2) Increase in the proportion of women population as per thousand men is obersved
3) Decrease in the growth of youth population is observed for the first time
4) The census was conducted after 20 years for the first time

१८) भारतीय युवा धोरणानुसार युवक म्हणजे पुढीलपैकी कोणता वयोगट?

१) १५ ते ३० वर्षे २) १३ ते ३५ वर्षे ३) १६ ते २५ वर्षे ४) १३ ते ४० वर्षे

According to the National Youth Policy of India, "Youth" denotes the age group between
1) 15 to 30 Years 2) 13 to 35 Years 3) 16 to 25 Years 4) 13 to 40 Years

१९) २०११ च्या जनगणनेचे घोषवाक्य कोणते?

१) लोकाभिमुख २) आपली जनगणना, आपले भवितव्य

३) शिक्षणाभिमुख ४) समुदायाभिमुख

What is the motto of Census 2011?
1) People oriented 2) Our Census, Our Future
3) Education oriented 4) Community oriented

२०)भारताच्या एकूण लोकसंख्येपैकी पुढीलपैकी कोणत्या घटकराज्यात ४० % पेक्षा जास्त लोकसंख्या आहे असे दिसते?

१) उत्तरप्रदेश, बिहार, महाराष्ट्र, गोवा, त्रिपुरा

२) उत्तरप्रदेश, महाराष्ट्र, बिहार, पं. बंगाल, आंध्रप्रदेश

३) उत्तरप्रदेश, महाराष्ट्र, मध्यप्रदेश, अरूणाचल प्रदेश, नागालँड

४) आंध्रप्रदेश, केरळ, तमिळनाडू, गोवा, छत्तीसगड

Which of the following states form more than 40 % of population of India's total population?

1) Uttar Pradesh, Bihar, Maharashtra, Goa, Tripura

2) Uttar Pradesh, Maharashtra, Bihar, West Bengal, Andra Pradesh

3) Uttar Pradesh, Maharashtra, Madhya Pradesh, Arunachal Pradesh, Nagaland

4) Andra Pradesh, Kerala, Tamil Nadu, Goa, Chhattisgarh

२१)'राष्ट्रीय लोकसंख्या धोरण (NPP), समिती' प्रमुख म्हणून --------- यांची निवड झाली.

१) डॉ. करुणाकरणन २) डॉ. एम. एस. स्वामिनाथन

३) डॉ. अहलुवालिया ४) अनिल अगरवाल

___________ was appointed as the head of the expert group for preparing a draft on a 'National Population Policy (NPP)'

1) Dr. Karunakaran 2) Dr. M. S. Swaminathan

3) Dr. Ahluwalia 4) Anil Agarwal

२२)एका चौ.किमी मध्ये १०० व्यक्तीपेक्षा कमी घनता असलेल्या भारतातील पुढील भागाचा उतरता क्रम सांगा.

१) अरुणाचल प्रदेश, अंदमान निकोबार बेटे, मिझोराम, सिक्किम

२) सिक्किम, मिझोराम, अंदमान निकोबार बेटे, अरुणाचल प्रदेश

३) मिझोराम, सिक्किम, अंदमान निकोबार बेटे, अरुणाचल प्रदेश

४) अंदमान निकोबार बेटे, मिझोराम, सिक्किम, अरुणाचल प्रदेश

Arrange the following states in descending order according to density of less than 100 people per square km.

1) Arunachal Pradesh, Andaman & Nicobar, Mizoram, Sikkim

2) Sikkim, Mizoram, Andaman & Nicobar, Arunachal Pradesh

3) Mizoram, Sikkim, Andaman & Nicobar, Arunachal Pradesh

4) Andaman & Nicobar, Mizoram, Sikkim, Arunachal Pradesh

२३)२०११ जनगणनेच्या आधारे भारतात सर्वात जास्त लोकवस्ती असलेल्या जिल्ह्याचे नाव काय?

१) दिंडिगुल २) २४ परगणा ३) दरभंगा ४) ठाणे

Name the most populated district in India according to 2011 census.

1) Dindigul 2) 24 Parganas 3) Darbhanga 4) Thane

२४) भारताला लोकसंख्येसंदर्भात होणारा फायदा कशामुळे होत आहे?

१) जननदरात घट २) सरासरी आयुर्मानात सुधारणा

३) दारिद्याच्या स्तरामध्ये घट

योग्य पर्याय निवडा :

१) फक्त १   २) १ आणि ३   ३) १ आणि २   ४) १, २ आणि ३

The demographic dividend in India is due to

1) Decline in fertility rate   2) Improvement in life expectancy

3) Decline in level of poverty

1) Only 1   2) 1 and 3   3) 1 and 2   4) 1, 2 and 3

२५) जोड्या लावा.

राज्य	ग्रामीण लोकसंख्या
अ) महाराष्ट्र	१) ५०.२४ %
ब) हरियाना	२) ५७.५८ %
क) प. बंगाल	३) ७१.०८ %
ड) गोवा	४) ७२.०३ %

(१) अ-१, ब-२, क-३, अ-४.   (२) अ-२, ब-३, क-१, ड-४.

(३) अ-३, ब-२, क-४, अ-१.   (४) अ-२, ब-३, क-४, ड-१.

Match the pairs.

State	Rural Population
a) Maharashtra	1) 50.24 %
b) Haryana	2) 57.58 %
c) West Bengal	3) 71.08 %
d) Goa	4) 72.03 %

(1) a - 1, b - 2, c - 3, d - 4.   (2) a - 2, b - 3, c - 1, d - 4.

(3) a - 3, b - 2, c - 4, d - 1.   (4) a - 2, b - 3, c - 4, d - 1.

२६) भारतात काम करू शकणाऱ्या वयोगटातील लोकसंख्येचे प्रमाण खालील कारणांमुळे वाढेल :

१) सरासरी आयुर्मान कमी होईल.   २) अधिक संख्येने उद्योगधंदे सुरू होतील.

३) जन्मदर घटता राहील.   ४) अधिक संख्येने लोक जास्त काळ जगतील.

योग्य पर्याय निवडा :

१) २, ३ आणि ४   २) १ आणि २   ३) फक्त ३   ४) फक्त ४

In India, working age population will increase due to following reasons/s:

1) Life expectancy will come down.   2) More industries will be set up

3) Birth rate will keep declining   4) More number of people will live longer

२७) भारतातील पुढीलपैकी कोणत्या राज्यात आदिवासी लोकसंख्या सर्वात जास्त आहे?

१) बिहार   २) मध्यप्रदेश   ३) छत्तीसगढ   ४) महाराष्ट्र

In which of the following states in India the population of adivasis is the most?

1) Bihar   2) Madhya Pradesh 3) Chhattisgarh   4) Maharashtra

२८) २०११ च्या जनगणनेनुसार भारतातील पुरुष आणि स्त्रियांचे साक्षरताप्रमाण सांगा.

१) ७० आणि ५०%   २) ८२ आणि ६५.४६%

३) ७५.२६ आणि ५३.६७ %   ४) यापेक्षा वेगळे उत्तर

What is the proportion of literacy among the Indian male and female according to 2011 census?

1) 70 & 50 %   2) 82 & 65.46 %   3) 75.26 & 53.67   4) None of the above

२९) भारताच्या सन २००० च्या लोकसंख्याविषयक धोरणाचे दीर्घकालीन उद्दिष्ट काय आहे?

१) सन २०२० पर्यंत किमान जन्मदर साध्य करणे

२) सन २०३० पर्यंत सुदृढ लोकसंख्या साध्य करणे

३) सन २०४० पर्यंत स्त्री-पुरुष प्रमाणात वाढ करणे

४) सन २०४५ पर्यंत स्थिर लोकसंख्या साध्य करणे

What is the long-term objective of India's Population Policy 2000?

1) To achieve minimum birth rate by 2020   2) To achieve healthy population rate by 2030

3) To increase the sex-ratio by 2040   4) To achieve a stable population by 2045

३०) २०११ च्या जनगणनेनुसार लोकसंख्येच्या बाबतीत महाराष्ट्रातील जिल्ह्याचा उतरता क्रम –

१) ठाणे, पुणे, मुंबई उपनगर, नाशिक   २) ठाणे, पुणे, नाशिक, मुंबई उपनगर

३) ठाणे, मुंबई उपनगर, पुणे, नाशिक   ४) मुंबई उपनगर, ठाणे, पुणे, नाशिक

Arrange the following districts of Maharashtra in descending order of population according to the 2011 census :

1) Thane, Pune, Mumbai Sub-urban, Nashik 2) Thane, Pune, Nashik, Mumbai Sub-urban

3) Thane, Mumbai Sub-urban, Pune, Nashik 4) Mumbai Sub-urban, Thane, Pune, Nashik

३१) जोड्या लावा.

राज्य	लिंग गुणोत्तर
अ) केरळ	१) ९९५
ब) तमिळनाडू	२) ९९२
क) आंध्रप्रदेश	३) ८७७
ड) हरियाना	४) १०८४

(१) अ-१, ब-२, क-३, ड-४.   (२) अ-४, ब-१, क-२, ड-३.

(३) अ-४, ब-३, क-२, ड-१.   (४) अ-३, ब-४, क-१, ड-२.

Match the pairs.

State	Sex Ratio
a) Kerala	1) 995
b) Tamil Nadu	2) 992
c) Andhra Pradesh	3) 877
d) Haryana	4) 1084

(1) a - 1, b - 2, c - 3, d - 4.   (2) a - 4, b - 1, c - 2, d - 3.

(3) a - 4, b - 3, c - 2, d - 1.   (4) a - 3, b - 4, c - 1, d - 2.

३२) २०११ च्या जनगणनेतील आकडेवारी अनुसार भारतातील शहरीकरणाचे प्रमाण त्यापूर्वीच्या गणनेशी तुलना करता

१) घटले आहे   २) मागच्या इतकेच आहे

३) थोडेसे वाढले आहे   ४) लक्षणीयरीत्या घटले आहे

According to the 2011 census data, the level of urbanization in India in comparison with that of the previous census has
1) decreased
2) remained the same
3) slightly increased
4) drastically decreased

३३) -------- यांनी देशातील बेकारीचे मूळ कारण लोकसंख्यावृद्धी हे जाणून बेकारीवरील प्रतिबंधक उपाय म्हणून संततिनियमनाचा पुरस्कार करण्याचे आवाहन केले होते.
१) डॉ. बी. आर. आंबेडकर
२) महर्षी कर्वे
३) म. फुले
४) म. गांधी

__________ appealed for birth control as he realized that the fundamental reason for unemployment is growth in population.
1) Dr. B. R. Ambedkar
2) Maharshi Karve
3) M. Phule
4) M. Gandhi

३४) एकूण लोकसंख्येशी असलेले नागरी लोकसंख्येचे प्रमाण लक्षात घेता महाराष्ट्राचा क्रमांक पुढीलपैकी कोणत्या दोन घटकराज्यांनंतर लागतो?
१) गोवा व तमिळनाडू
२) तमिळनाडू व केरळ
३) केरळ व गोवा
४) यापेक्षा वेगळे उत्तर

Taking into consideration the proportion of Urban population to the total population, Maharashtra follows which of the following two states?
1) Goa & Tamilnadu 2) Tamilnadu & Kerala 3) Kerala & Goa   4) None of the above

३५) आधुनिक भारतातील कामगार हा कोणत्या क्षेत्रात वाढत आहे?
१) संघटित क्षेत्र
२) असंघटित क्षेत्र
३) कारखानदारी क्षेत्र
४) बिझनेस प्रोसेसिंग संस्था (कॉल सेंटर)

In which sector modern Indian Labour is growing?
1) Formal sector
2) Informal sector
3) Corporate sector
4) Business Processiong Organisation (Call Centers)

३६) पुष्कळशा विकसनशील देशात रोगराईची आणि मृत्यूची तीन महत्त्वाची कारणे आहेत.
१) चांगल्या पिण्याच्या पाण्याचा अभाव, कीटकनाशक, औषधांचा वाढता उपयोग आणि ओझोनचा पातळ थर
२) दूषित अन्न, सर्वव्यापी उष्ण वातावरण आणि औद्योगिक क्लोरोफ्लुरोकार्बन्स
३) प्रदूषित हवा, ग्रीन हाउसचा परिणाम आणि जमिनीची झीज
४) घाणेरडे पाणी, दूषित अन्न आणि प्रदूषित हवा

In many developing countries, three major causes of disease and death are ————
1) Lack of safe dirnking water, increasing use of pesticides and thinning of ozone layer.
2) Contaminated food, global warming and industrial chloroflurocarbons
3) Polluted air, green house effect and soil erosion
4) Dirty water, contaminated food and polluted air

३७) महाराष्ट्रात चांदोली अभयारण्य कोणत्या जिल्ह्यात आहे?
१) रायगड
२) सांगली
३) सातारा
४) अहमदनगर

To which of the district of Maharashtra does the Chandoli Sanctuary belongs?
1) Raygad
2) Sangali
3) Satara
4) Ahmednagar

३८) बेरोजगारीचा अभ्यास करण्यासाठी १९७३ साली नेमलेली तज्ज्ञांची समिती या नावाने ओळखली जाते.

१) दांडेकर समिती   २) भगवती समिती   ३) दांतवाला समिती   ४) राज समिती

Committee of Experts of Unemployment appointed in 1973 is also known as

1) Dandekar Committee
2) Bhagavati Committee
3) Dantwala Committee
4) Raj Committee

३९) खालील दोन विधानांपैकी 'अ' ठाम व 'र' कारण दिलेले आहे.

ठाम विधान (अ) : १९४७ पासून एकूण राष्ट्रीय उत्पन्न वाढत आहे. परंतु दरडोई उत्पन्न मात्र वाढत नाही.

कारण (र) : भारताचे बहुसंख्य लोक दारिद्र्यरेषेखाली आहेत.

योग्य पर्याय निवडा.

१) दोन्ही अ आणि र बरोबर आहेत. आणि र हे अ चे बरोबर कारण आहे.

२) अ आणि र दोन्ही खरे आहेत. परंतु र हे अ बरोबर कारण नाही.

३) अ बरोबर आहे र चूक आहे.

४) अ चूक आहे र बरोबर आहे.

Assertion (A) :
Total National Income is increasing since 1947. But per capita income is not increasing.
Reason (R) :
Most of the Indian population is below poverty line.
Select the correct option.
1) Both (A) and (R) are correct and (R) is the correct explanation of (A)
2) Both (A) and (R) are correct. But (R) is not correct explanation of (A)
3) (A) is correct. (R) is wrong
4) (A) is wrong. (R) is correct

४०) महाराष्ट्रात स्थापन करण्यात आलेल्या सत्यशोधक समितीचा उद्देश कोणता होता?

१) ग्रामीण कर्जबाजारीपणा निश्चित करणे

२) राज्यातील दारिद्र्य रेषा निश्चित करणे

३) राज्यातील प्रादेशिक असमतोल निश्चित करणे

४) ग्रामीण बेरोजगार निश्चित करणे

What was the purpose of Fact Finding Committee which was set up in Maharashtra?
1) To determine rural indebtedness
2) To determine poverty line in the State
3) To determine regional imbalance in the State
4) To determine rural unemployment

४१) भारतातील ग्रामीण दारिद्र्य दूर करण्यासाठी कोणता कार्यक्रम जाहीर करण्यात आला?

१) वीसकलमी कार्यक्रम   २) किमान गरजा कार्यक्रम

३) एकात्मिक ग्रामीण विकास कार्यक्रम   ४) वरील सर्व

Which progamme has been announced for eliminating rural poverty in India?
1) Twenty Point Programme   2) Minimum Needs Programme
3) Integrated Rural Development Programme 4) All of the above

४२) देशातील ग्रामीण व शहरी दोन्ही भागांत खालीलपैकी कोणत्या योजनेचा विस्तार करण्यात आला?

१) जवाहर रोजगार योजना   २) नेहरू रोजगार योजना

३) जे. पी. नारायण रोजगार गॅरन्टी योजना   ४) प्रधानमंत्री रोजगार योजना

Which of the following programmes has been implemented both in rural as well as in urban areas?

1) Jawahar Rozgar Yojana   2) Nehru Rozgar Yojana

3) J. P. Narayan Rozgar Guarantee Yojana   4) Prime Minister Employment Yojana

४३) १९९६-९७ मध्ये नियोजन मंडळाने व्यक्त केलेल्या दारिद्र्याच्या अंदाजासाठी कोणता निकष वापरला होता?

१) ग्रामीण भागासाठी दरमहा दरडोई रु. १२२.६० उपभोग खर्च आणि शहरी भागासाठी रु. १५८.३० प्रत्येक महिन्याला

२) ग्रामीण भागासाठी दरमहा दरडोई रु. १६०.३० उपभोग खर्च आणि शहरी भागासाठी रु. १६५.२० प्रत्येक महिन्याला

३) ग्रामीण भागासाठी दरमहा दरडोई रु. १६५.४५ उपभोग खर्च आणि शहरी भागासाठी रु. १४८.३० प्रत्येक महिन्याला

४) ग्रामीण भागासाठी दरमहा दरडोई रु. १७५.५५ उपभोग खर्च आणि शहरी भागासाठी रु. १८५.२० प्रत्येक महिन्याला

What criteria was used by the Planning Commission for estimation of poverty in 1996-97?

1) Per month per capita Rs. 122.60 consumption expenditure for rural sector and Rs. 158.30 for urban sector

2) Per month per capita Rs. 160.30 consumption expenditure for rural sector and Rs. 165.20 for urban sector

3) Per month per capita Rs. 165.45 consumption expenditure for rural sector and Rs. 148.30 for urban sector

4) Per month per capita Rs. 175.55 consumption expenditure for rural sector and Rs. 185.20 for urban sector

४४) UNDP च्या २०११ च्या मानव विकास अहवालामध्ये बहुअंगी दारिद्र्य निर्देशांकाचे मापन खालील देशांसाठी केलेले आहे :

१) भारत   २) कोलंबिया   ३) केनिया   ४) नायजेरिया

१) फक्त १, २ आणि ३   २) फक्त २, ३ आणि ४

३) फक्त १, ३ आणि ४   ४) फक्त १, २ आणि ४

In UNDP's Human Development Report 2011, Multidimensional Poverty Index has been determined for the following countries :

1) India   2) Colombia   3) Kenya   4) Nigeria

1) Only 1, 2 and 3   2) Only 2, 3 and 4   3) Only 1, 3 and 4   4) Only 1, 2 and 4

४५) कोकणातील धरणाबाबत पुढीलपैकी बरोबर पर्याय निवडा.

१) वाडे तालुक्यात वैतरणा नदीवर मोडकसागर धरण बांधले आहे.

२) शहापूर तालुक्यात तानसा नदीवर 'तानसा' धरण बांधले आहे.

१) फक्त १ बरोबर   २) फक्त २ बरोबर   ३) १ आणि २ बरोबर   ४) यापेक्षा वेगळे उत्तर

Choose the correct alternative regarding dams in Konkan.
1) Modaksagar dam is constructed on Vaitarana river in Wade Taluka.
2) Tanasa dam is constructed on Tanasa river in Shahapur Tehsil.
1) Only 1 Correct   2) Only 2 Correct   3) 1 and 2 correct   4) None of those

४६) अकराव्या पंचवार्षिक योजनेत दारिद्र्यरेषेखालील व्यक्तींचे प्रमाण कमी करण्याबाबत निश्चित करण्यात आलेले उद्दिष्ट होते :

१) दर वर्षी १ टक्क्याप्रमाणे पंचवार्षिक योजनेच्या काळात ५ %

२) दर वर्षी २ टक्क्याप्रमाणे पंचवार्षिक योजनेच्या काळात १० %

३) पंचवार्षिक योजनेच्या पहिल्या दोन वर्षांच्या काळात प्रत्येकी १%, नंतरच्या तीन वर्षांच्या काळात २ % या प्रमाणे एकूण १० %

४) वरीलपैकी कोणतेही नाही

Which of the following objective is correct regarding reduction of poverty in the 11th Five Year Plan period?
1) Reduce poverty by 1 % per annum totalling to 5 % during the plan
2) Reduce poverty by 2 % every year totalling to 10 % during the plan
3) Reduce poverty by 1 % in the first two years and 2 % per annum in the remaining three years totaling to 10 % in the plan period.
4) None of the above.

४७) जागतिकीकरणाच्या काळात भारताची रोजगाराची स्थिती कशामुळे वाईट झाली आहे?

१) रोजगार वृद्धिदरात घट होत आहे.

२) कृषी क्षेत्रातील नकारात्मक रोजगार वृद्धीदर

३) सार्वजनिक क्षेत्रातील नकारात्मक रोजगार वृद्धीदर

४) सहकारक्षेत्रातील रोजगार वृद्धीदर कमी होणे

वरीलपैकी कोणते विधान बरोबर आहे?

१) १ फक्त   २) २ आणि ३   ३) १, २ आणि ३   ४) १, २ आणि ४

Why has the employment situation in India worsened in the era of globalization?
1) Declining growth rate of employment
2) Negative growth rate of employment in agriculture
3) Negative growth rate of employment in the public sector
4) Decreased growth rate of employment in co-operative sector
Which of the statements given above is / are correct?
1) 1 Only   2) 1 and 2 only   3) 1, 2 and 3   4) 1, 2 and 4

४८) विशेष आर्थिक क्षेत्र कायदा २००५ हा या हेतूने करण्यात आला

१) आंतरराष्ट्रीय व्यापार वाढविणे आणि परकीय चलन मिळविणे.

२) परकीय गुंतवणूक आकर्षित करणे

३) पायाभूत सेवा सुविधा निर्माण करणे

४) परकीय विनिमयदर निश्चित करणे

योग्य पर्याय निवडा :

१) १ फक्त २) १ आणि २ फक्त ३) १, २ आणि ३ ४) १, २ आणि ४

The Special Economic Zone Act 2005 was passed with a view to
1) Promote international trade and earn foreign exchange
2) Attract foreign investment
3) Create infrastructure facilities
4) Determine foreign exchage rate
Select the correct option :
1) 1 noly 2) 1 and 2 only 3) 1, 2 and 3 4) 1, 2 and 4

४९) भारत निर्माणच्या कार्यसूचीत पुढील बाबींचा समावेश आहे :

१) पाणीपुरवठा २) गृहनिर्माण ३) रस्तेविकास ४) बंदरेविकास

योग्य पर्याय निवडा :

१) १ आणि २ फक्त २) १, २ आणि ३ ३) २ आणि ३ फक्त ४) १, २ आणि ४

The following areas are on agenda of Bharat Nirman :
1) Water supply 2) Housing 3) Road development 4) Port development
Select the correct option :
1) 1 and 2 only 2) 1, 2 and 3 3) 2 and 3 only 4) 1, 2 and 4

५०) UNDP जागतिक विकास अहवाल २०१० नुसार मानव विकास निर्देशांकामधील घटक कोणते?

१) अपेक्षित जीवन निर्देशांक, शैक्षणिक निर्देशांक आणि उत्पन्न निर्देशांक

२) अपेक्षित जीवन निर्देशांक, शैक्षणिक निर्देशांक आणि स्थूल स्वदेशी उत्पादन निर्देशांक

३) अपेक्षित जीवन निर्देशांक, साक्षरता निर्देशांक आणि उत्पन्न निर्देशांक

४) अपेक्षित जीवन निर्देशांक, शैक्षणिक निर्देशांक आणि नामधारी उत्पन्न निर्देशांक

The components of Human Development Index as presented in the UNDP World Development Report 2010 are
1) Life Expectancy Index, Education Index and Income Index
2) Life Expectancy Index, Education Index and GDP Index
3) Life Expectancy Index, Literacy Index and Income Index
4) Life Expectancy Index, Education Index and Nominal Income Index

उत्तरे (१ ते ५०)

१	१	२	३	३	२	४	४	५	४	६	३	७	३	८	४	९	३	१०	१
११	४	१२	२	१३	२	१४	४	१५	४	१६	२	१७	१	१८	२	१९	२	२०	२
२१	२	२२	२	२३	४	२४	३	२५	४	२६	३	२७	१	२८	२	२९	४	३०	१
३१	२	३२	३	३३	१	३४	२	३५	२	३६	१	३७	२	३८	२	३९	१	४०	३
४१	४	४२	४	४३	१	४४	२	४५	३	४६	२	४७	३	४८	३	४९	२	५०	१

पर्यावरण, जैवविविधता आणि वातावरण बदलासंदर्भात मुद्दे

प्राचार्य पी. डी. देवरे
प्राचार्य डॉ. बाळ कांबळे
प्रा. मेहबूब आदम शेख

- पर्यावरण – अर्थ, व्याख्या, घटक, प्रकार, वैशिष्ट्ये, स्वरूप आणि व्याप्ती
- नैसर्गिक साधनसंपदा – संसाधने
- पर्यावरण दिन – जागतिक व राष्ट्रीय
- पर्यावरण संरक्षण व संवर्धन
- परिसंस्था
- जैवविविधता आणि संवर्धन
- जैवविविधता भारत
- पर्यावरणाच्या प्रमुख समस्या
- पर्यावरण संरक्षण कायदा
- वातावरणीय बदल, प्रदूषण
- या प्रकरणावरील काही महत्त्वाचे प्रश्न

● पर्यावरण– अर्थ, व्याख्या, घटक, प्रकार, वैशिष्ट्ये, स्वरूप आणि व्याप्ती

'पर्यावरण' हा शब्द इंग्रजीतील (Environment) या संज्ञेची पारिभाषिक संज्ञा म्हणून वापरला जातो. पर्यावरण म्हणजे सभोवतालची स्थिती, ज्यात सर्व प्रकारच्या जैविक, अजैविक, सजीव, निर्जीव घटकांचा समावेश होतो. या घटकांमध्ये हवामान, जल, प्रकाश, मृदा, वनस्पती, पर्वत, नद्या, प्राणी, पशू-पक्षी, इमारती, रस्ते इत्यादींचा समावेश होतो. म्हणून पर्यावरण ही संकल्पना बहुव्यापक, बहुसमावेशक व गुंतागुंतीची ठरते. वायू मंडल, जलमंडल, स्थलमंडल, यात अस्तित्वात असलेल्या जीवांचा विकास व वृद्धीसाठी साहाय्यक असणाऱ्या घटकांचा त्यात समावेश होतो. वरील घटकांतील संतुलनातून पृथ्वीतलावर सजीव सृष्टीची निर्मिती झाली व तिचा विकास झाला. याउलट ज्या ग्रहांवर असे संतुलन नव्हते तेथे सजीव सृष्टीचा विकास झाला नाही. याचा अर्थ वरील विभिन्न घटकांमध्ये संतुलन साधले जात नाही, तेव्हा सजीव सृष्टीला धोका संभवतो.

व्याख्या– सभोवतालातील दृश्य, अदृश्य, सजीव, निर्जीव, हवा, पाणी, जमीन, वृक्षवेली आणि मानव ह्यांचा परस्पर संबंध म्हणजे पर्यावरण होय. पर्यावरणासंदर्भात वेगवेगळ्या तज्ज्ञांनी वेगवेगळ्या व्याख्या दिल्या असल्यातरी त्यांचा सारांश वरीलप्रमाणेच आहे. फंक व वॅग्नल्स (Funk & Wagnalls) यांच्या मते, ''व्यक्ती, जीव किंवा समूह यांचे अस्तित्व व विकास यांच्यावर परिणाम करणारी बाह्य स्थिती घटक किंवा वस्तू म्हणजे पर्यावरण होय.'' ए.जी. टान्स्लेच्या (A.G.Tansley) मते, ''पर्यावरण म्हणजे अशी संपूर्ण प्रभावी परिस्थिती की ज्या अंतर्गत सजीव राहतात.'' याचा अर्थ पर्यावरण ही एक स्थळ, काल व जीव सापेक्ष संकल्पना आहे. त्यामुळे स्थलपरत्वे, काळपरत्वे सजीव घटकांत भिन्नता आढळते. म्हणजेच पर्यावरणातील भिन्नतेचा सजीव भिन्नतेवरही प्रभाव पडत असतो.

▶ **पर्यावरणाचे घटक–** पर्यावरणात अजैविक (Abiotic or non-living components) घटक, जैविक घटक (Biotic or living components) व ऊर्जा घटक (Energy components) या तीन घटकांचा समावेश होतो.

अ) **अजैविक घटक–** यामध्ये १) मृदावरण म्हणजे विविध सजीव घटकांचे वसतिस्थान होय. पृथ्वीच्या एकूण क्षेत्रफळापैकी २९% क्षेत्र मृदावरणाने व्यापले आहे.

  २) मृदा– वनस्पतिवाढीसाठी मृदा आवश्यक असते. हे ऊर्जा संक्रमणाचे महत्त्वाचे साधन आहे.

  ३) भूकवच– पृथ्वीचा ९९% भाग मूलद्रव्यांनी व्यापलेला असून भूकवचामध्ये विविध मूलद्रव्ये व खनिजद्रव्ये आहेत.

  ४) तापमान– सजीवाच्या अस्तित्वासाठी विशिष्ट तापमानाची आवश्यकता असते. तापमानातील बदलानुसार सजीव आपल्या वर्तनात बदल करून तापमानसमायोजन करतात.

  ५) पाणी– जीवन जगण्यासाठी पाणी हा आवश्यक घटक आहे म्हणूनच त्याला जीवन असे म्हणतात. प्रत्येक सजीवाला पाण्याची गरज असते.

  ६) प्रकाश– वनस्पतीची अन्ननिर्मिती, वाढ, प्रकाशावर अवलंबून असते. सजीवांचे जीवन प्रकाशावरच अवलंबून असते.

  ७) आर्द्रता– वातावरणात आर्द्रता वाफेच्या स्वरूपात अस्तित्वात असते. त्याच्या प्रमाणानुसार पर्जन्यवृष्टीचे प्रमाण स्पष्ट होते.

  ८) वारा– वारा हवामान नियंत्रित करतो. वृक्ष, फुलझाडे, वनस्पतींच्या बियाण्यांचा प्रसार करण्यास उपयुक्त ठरतो.

  ९) खनिज द्रव्ये– खनिजद्रव्ये सजीवांच्या वाढीसाठी आवश्यक असतात. त्यांच्या कमी-अधिक प्रमाणामुळे प्राणि-मृत्यू घडू शकतो.

ब) **जैविक घटक–** जैविक घटकांमध्ये १) वनस्पती २) प्राणी ३) सूक्ष्म जीव यांचा समावेश होतो.

क) **ऊर्जा घटक–** प्रत्येक सजीव घटकाला ऊर्जेची आवश्यकता असते. काम करण्याची क्षमता ऊर्जेतून निर्माण होते. ऊर्जेचा मुख्य स्रोत सूर्य आहे. ऊर्जेचे संक्रमण वेगवेगळ्या अन्नसंक्रमणातून होत असते.

▶ **पर्यावरणाचे प्रकार–** वरील घटकांच्या विश्लेषणावरून पर्यावरणाचे तीन प्रकार केले जातात.

१) नैसर्गिक (Natural or Abiotic) – हे पर्यावरण निसर्गनिर्मित असते. मानवाच्या सहभागाशिवाय निर्माण झालेल्या पर्यावरणास नैसर्गिक पर्यावरण किंवा अजैविक पर्यावरण म्हणतात. ते स्थलकालपरत्वे भिन्न भिन्न असते. वरील अजैविक घटकांचा त्यांत समावेश होतो. या पर्यावरणाची कार्यप्रणाली स्वयंचलित व स्वयंनियंत्रित आणि संतुलित स्वरूपाची असते.

२) जैविक पर्यावरण (Biotic)– जैविक पर्यावरणाची संरचना ही जीवांद्वारे होते. ह्यात वनस्पती व जीवजंतूंचा समावेश होतो. त्यात प्राणी, पशू, पक्षी, जलचर प्राणी, वनस्पती, कीटक, सूक्ष्म जीव, जीवाणू इत्यादी जैविक घटकांचा समावेश होतो.

३) मानवनिर्मित किंवा सांस्कृतिक पर्यावरण (Manmade or cultural)– मानवाच्या क्रियांमुळे जी सांस्कृतिक परिस्थिती निर्माण होते, तिला सांस्कृतिक वा मानवनिर्मित पर्यावरण म्हणतात. मानवाचे आचार-विचार, आर्थिक क्रिया, राजकीय व्यवस्था, मानवनिर्मित आवास इत्यादी घटक त्यात मोडतात. पृथ्वीतलावर बदल घडवून आणणारा हा एकमेव प्राणी असून तो आपल्या भौतिक सुखांसाठी नैसर्गिक साधनसंपत्तीचा उपयोग करतो. परंतु, उपभोगवृत्तीतून नैसर्गिक संपत्तीची लूट करून तो नैसर्गिक असंतुलन निर्माण करतो व मानवनिर्मित प्रदूषण ही पर्यावरणासमोरील भयावह समस्या ठरते. आवास-निवास समस्या, झोपडपट्टी, बेकारी, गुन्हेगारी यांतून सांस्कृतिक पर्यावरण-प्रदूषित होते. हे मानवनिर्मित पर्यावरण भिन्न-भिन्न ठिकाणी भिन्न भिन्न असते.

▶ **पर्यावरणीय तत्त्वाची वैशिष्ट्ये–** पर्यावरणव्यवस्थेचे अवलोकन केल्यास त्याची तत्त्ववैशिष्ट्ये स्पष्ट करता येतात. त्यात–

१) **विशिष्ट कार्यपद्धती–** नैसर्गिक नियमांनी संचलित होणारी पर्यावरणाची एक विशिष्ट कार्यपद्धती अस्तित्वात असते. वनस्पती आपला आहार सौर ऊर्जेद्वारे मिळवीत असतात व त्यामुळे दुसऱ्या जीवांना आहार मिळतो. आहारशृंखला, पर्यावरणचक्र, पर्जन्यचक्र, जलचक्र ही त्यांची उदाहरणे होत.

२) **स्वयंचलित कार्यपद्धती–** पर्यावरणात समतोल अवस्थेत स्वयंचलित व स्वतंत्र असा पोषणक्रम दिसतो. वातावरणातील बदलांचा जीवजंतूंवर चांगला-वाईट प्रभाव पडतो.

३) **परिस्थितिजन्य तंत्रांची रचना–** पर्यावरण हे परिस्थितिजन्य तंत्राची रचना करीत असते. पर्यावरणतत्त्वांच्या असमान वितरणामुळे पृथ्वीवर अनेक प्रकारची परिस्थितिजन्य तंत्रे दिसतात.

४) **पर्यावरणस्वरूपात परिवर्तन–** विशेषत: जल व वायू ह्यांत होणाऱ्या परिवर्तनामुळे पर्यावरणात बदल घडून येतात.

५) **एकरूपता–** पर्यावरणाचे जैविक व अजैविक तत्त्व नैसर्गिक नियमांद्वारे एकरूप असल्याचे आढळून येते. विशिष्ट ठिकाणच्या जीवजंतूत सामंजस्य दिसून येते. जल-वायूचा प्रभाव इतर तत्त्वांवर पडतो.

६) **जीव जगतांवर प्रभाव–** पर्यावरणाचा जीवजगतावर प्रत्यक्ष व अप्रत्यक्ष परिणाम घडून येतो.

मानवनिर्मित गरजा भागविण्यासाठी तो नैसर्गिक साधनसंपत्तीचे शोषण करतो व त्यातून पर्यावरणअसंतुलन वाढते. मानवनिर्मित प्रदूषण ही त्यामुळे भयावह समस्या असून त्यामुळे मानवजातीसमोर मोठा प्रश्न उभा राहिला आहे.

▶ **पर्यावरणशास्त्र–** मानव हा पर्यावरणाचा एक अविभाज्य घटक असून मानवी जीवनावर पर्यावरणाचा परिणाम होतो. मानव, त्याची जीवनपद्धती, त्यावर प्रभाव टाकणारे पर्यावरणातील घटक व या घटकांशी असलेले मानवी संबंध यांचा शास्त्रीय पद्धतीने अभ्यास करणाऱ्या ज्ञानशाखेला पर्यावरणशास्त्र म्हणतात. पर्यावरणातील विविध परिसंस्था, त्यांचा परस्परसंबंध यांचे शास्त्रीय पद्धतीने अध्ययन करणारे शास्त्र म्हणजे पर्यावरणशास्त्र होय. बर्नार्ड नोबेल यांच्यामते, ''पर्यावरण म्हणजे विविध परिसंस्था प्रणालीचे परस्पर संबंधांतील संतुलनमूलक तत्त्वांचे शास्त्रीय अध्ययन होय.'' डॅनियल डी चिरास यांच्या मते, ''पर्यावरणशास्त्र हे जैविक व अजैविक घटक, त्यांचे पर्यावरण व त्या घटकांतील परस्पर क्रियांच्या अभ्यासाचे शास्त्र होय.''

▶ **स्वरूप व व्याप्ती–** या शास्त्राचा विकास साधारणत: १९६० च्या सुमारास झाला असून ज्ञानशाखा म्हणून पर्यावरणाचे नियोजन व व्यवस्थापन यांचा अभ्यास त्याद्वारा केला जाऊ लागला. १) हे शास्त्र सर्वस्पर्शी व सर्वंकषशास्त्र असून त्यात भौतिक-अभौतिक घटकांच्या अभ्यासासोबत सर्व नैसर्गिक व सामाजिकशास्त्रांशी जवळचा संबंध येतो. २) पर्यावरणशास्त्राचे स्वरूप आंतरविद्याशाखीय असून नैसर्गिक शास्त्रे व सामाजिक शास्त्रे यांच्याशी या शास्त्राचे जवळचे संबंध आहेत. ३) पर्यावरणातील परिवर्तनाचा परामर्श या शास्त्रात घेतला जातो म्हणून ते परिवर्तनशील स्वरूपाचे शास्त्र आहे. ४) पर्यावरणातील अजैविक व जैविक सृष्टीचा अभ्यास या शास्त्राद्वारा होतो. यातील जैविक घटकांतील प्रामुख्याने मानव हा क्रियाशील घटक असून त्याद्वारे पर्यावरणात परिवर्तन घडवून आणतो. त्यामुळे अनेक घटकांत बदल होतात, त्या बदलांचा परामर्श घेणारे हे गतिशील शास्त्र ठरते. ५) पर्यावरणातील जैविक व अजैविक घटकांचा अनुभवाधिष्ठित पद्धतीने, त्यांचे परस्परसंबंध तपासणारे, त्यांचे निरीक्षण व अनुभव नोंदणारे शास्त्र म्हणून हे अनुभवाधिष्ठित शास्त्र ठरते. ६) पर्यावरणशास्त्र हे पर्यावरणातील जटिलता, सर्वसमावेशकता आणि पर्यावरणातील समस्या निराकरण करणारे आणि पर्यावरण उपदेशन व भविष्यातील परिस्थितीचे भाकीत करणारे शास्त्र आहे.

या शास्त्राद्वारे मानव व निसर्ग संबंध, पर्यावरणसंतुलनाचे महत्त्व, पर्यावरणाचे महत्त्व, नैसर्गिक विविधता, नैसर्गिक साधनसंपदा, मानवाचा वाढता हस्तक्षेप, त्यासाठी मानवजागृती, पर्यावरणसाक्षरता, प्रदूषकाचे दुष्परिणाम, भविष्यातील धोके, प्रदूषणाचे प्रकार व घटक, पर्यावरणातील असंतुलनामुळे निर्माण होणाऱ्या समस्या, धोके, लोकसंख्यावाढ आणि पर्यावरणसमस्या व पर्यावरणसंतुलनासाठीच्या उपाययोजना इत्यादी महत्त्वाच्या घटकांचा यात अभ्यास केला जातो. म्हणून सर्व विद्याशाखांसाठी हा अभ्यासक्रम अनिवार्य करण्यात आला आहे.

● **नैसर्गिक साधनसंपदा–संसाधने–** माणूस हा निसर्गावर अवलंबून असून तो निसर्गाचा एक घटक आहे. निसर्गाद्वारा त्याच्या अन्न, वस्त्र, निवारा ह्या मूलभूत गरजा भागविल्या जातात. निसर्गात उपलब्ध होणाऱ्या व मानवी उपयुक्ततेसाठी वापरल्या जाणाऱ्या वस्तू म्हणजे नैसर्गिक साधनसंपदा होय. मानवी गरजा पूर्तीसाठी व प्रगतीसाठी केल्या जाणाऱ्या नैसर्गिक पर्यावरणातील घटकांना नैसर्गिक संसाधन वा साधनसंपदा म्हणतात. जॅकी स्मिथच्या मते, ''मानवाला कोणत्या ना कोणत्या तरी प्रकारे उपयोगी पडणारे पर्यावरणीय घटक म्हणजे संसाधन होय.'' संसाधन ही एक व्यापक व सापेक्ष संज्ञा आहे. समाजासमाजानुसार संसाधनाचे स्वरूप भिन्न भिन्न असू शकते. संसाधनाची उपयुक्तता वेगवेगळ्या समाजांत वेगवेगळी असू शकते. पूर्वी संसाधने विपुल प्रमाणात होती. लोकसंख्यावाढीसोबत संसाधनांचा वापर वाढला व त्यातून संसाधने संपुष्टात येण्याची समस्या निर्माण झाली.

▶ **नैसर्गिक संसाधनांचे वर्गीकरण–** पृथ्वीतलावर नैसर्गिक संसाधनांचे वितरण विषम प्रमाणात झालेले आहे. काही संसाधने विपुल प्रमाणात सर्वत्र आढळतात, तर काही संसाधने विशिष्ट प्रदेशातच आढळतात. काही संसाधने संपुष्टात न येणारी तर काही संपुष्टात येणारी आहेत.

१) अक्षय किंवा संपुष्टात न येणारी संसाधने– निसर्गात अमर्याद प्रमाणात उपलब्ध संसाधनांना अक्षय संसाधने म्हणतात. उदा. सौर ऊर्जा, पवनऊर्जा, पर्जन्य, भरती–ओहोटी, जलशक्ती, सागरजल, गुरुत्वाकर्षण यांपैकी सौरऊर्जा, पवनऊर्जा सर्वत्र आढळते.

२) क्षय किंवा संपुष्टात येणारी साधने– काही संसाधनांचा साठा मर्यादित स्वरूपात आहे. मानवाने त्यांच्या केलेल्या भरमसाठ उपयोगामुळे त्यांचा क्षय होत आहे. यामध्ये खनिजे, जल, दगडी कोळसा, खनिज तेल इत्यादींचा समावेश होतो.

मात्र, काही नैसर्गिक संसाधने पुन्हापुन्हा निर्माण होणारी असतात. अर्थात, पुनर्निर्मितीपेक्षा त्या संसाधनांचा मानवाकडून अधिक वापर झाला तर त्यांचाही तुटवडा निर्माण होऊ शकतो. या पुनर्निर्मिती होणाऱ्या संसाधनांना ''पुनर्नविकरणीय संसाधने'' असे म्हणतात. त्यात वनस्पती, प्राणी, मानव, मृदा, सुपीकता, जल, प्राणवायू इत्यादींचा समावेश होतो.

याउलट काही संसाधने एकदा वापरल्यानंतर कायमची नष्ट होतात. त्यांची पुनर्निर्मिती होण्यासाठी दीर्घ कालावधी लागतो. अशा संसाधनांना 'अपुनर्नवीकरणीय संसाधने' असे म्हणतात. त्या संसाधनांत लोहखनिज, दगडी कोळसा, खनिल तेल व इतर धातू खनिजे यांचा समावेश होतो.

▶ **काही महत्त्वाची नैसर्गिक संसाधने–** १) घन संसाधने २) जल संसाधने ३) खनिज संपत्ती ४) अन्नधान्य संपदा ५) ऊर्जासाधने ६) भूमी संसाधने यांचा यामध्ये समावेश होतो.

१) वन संसाधने (Forest Resources) – वने ही नैसर्गिक संपत्ती असून माणूस मूलभूत गरजा अरण्यातून भागवीत असे. वन ह्या संसाधनावर माणसासोबत प्राणी, पशु, पक्षीही अवलंबून असतात. म्हणून वनसंपत्ती ही राष्ट्राची मौल्यवान संपत्ती मानली जाते. त्यात ''झाडे, झुडपे, गवत, वेली इत्यादी विविध प्रकारच्या वनस्पतींचे अभिक्षेत्रीय संघटन असते.'' हवामानशास्त्रानुसार ३३% भूभाग वन व्याप्त असावा. परंतु दिवसेंदिवस जंगलतोडीमुळे हे प्रमाण घटताना आढळते. जगातील वनांचे सरासरी दरडोई क्षेत्रफळ 0.६४ हेक्टर असून भारतात हे प्रमाण 0.0६ हेक्टर म्हणजे जागतिक प्रमाणाच्या केवळ $\frac{१}{१0}$ एवढे आहे. वन संपत्ती ही अनेक बाबतीत प्रत्यक्ष: अप्रत्यक्ष फायदेशीर असते. अन्न, वस्त्र, निवाऱ्यासोबत लाकूड, इंधन, वनौषधी इत्यादी अनेक उपयुक्त वस्तुनिर्मिती वनांमधून होते. वनांमुळे उत्पादक, संरक्षणात्मक नियमित कार्ये घडतात.

मात्र निर्वनीकरण (Deforestation) वेगवेगळ्या कारणांनी होत आहे. लोकसंख्येचा विस्फोट, शेती लागवड, उद्योगधंद्यासाठी जंगलतोड, रस्ते, लोहमार्ग, धरणे, खाण व्यवसाय, वनस्पतींवर रोगांचा प्रादुर्भाव, हवामानातील बदल इत्यादींमुळे निर्वनीकरण होत आहे. त्यामुळे हवामानावर परिणाम, तापमानात वाढ, पर्जन्यमानात घट, जमिनीची धूप, मृदा झीज, भूजल पातळीमध्ये घट, पशु-पक्ष्यांचे नामशेष होणे, कार्बन डायऑक्साइडच्या प्रमाणात वाढ अशा दुष्परिणामांमुळे आदिवासींच्या जीवनावर विपरीत परिणाम घडून येतो. धरणे ही माणसांची मरणे ठरत आहेत.

२) जलसंसाधन (Water Resources)– पाणी हे महत्त्वाचे संसाधन असून त्याच्या शिवाय सजीवांचे अस्तित्व शक्य नाही. म्हणूनच पाण्यास 'जीवन' असेही म्हणतात. पृथ्वीचा पृष्ठभाग ७१% पाण्याने व्यापला आहे. परंतु उपयुक्त पाणीसाठा मर्यादित आहे. कारण ९७.२% पाणी खारट आहे. केवळ २.८% पाणी गोड स्वरूपाचे आहे. या गोड पाण्यापैकी ७५% पाणी धृवीय प्रदेशात, गोठलेल्या स्वरूपात असून उर्वरित २५% पाणी नद्या, सरोवरे, भूगर्भात व मृदा वातावरणात आहे. ९७.२५% पाणी हे महासागर व सागरातील असून २.0५% पाणी गोठलेल्या अवस्थेत आहे. भूपृष्ठभागावरील पाणी आणि भूगर्भातील पाणी असे स्थानानुसार प्रकार करता येतात. उपलब्ध पाण्यापैकी ७0% पाणी शेतीसाठी जगभरात वापरले जाते.

पूर व अवर्षण ह्या दोन नैसर्गिक आपत्ती असून दोन्ही पर्जन्यमानाशी संबंधित आहेत. दुष्काळ म्हणजे पर्जन्याचा अभाव, कोरडा काळ होय. जेव्हा पर्जन्य ६0 ते ८५% पर्यंत कमी होतो तेव्हा तेथे दुष्काळ- अवर्षण- स्थिती निर्माण होते. भारतात ७५% पेक्षा कमी पर्जन्य असेल तेव्हा त्यास अवर्षण मानावे, असे भारतीय हवामान विभागाने ठरविले आहे. अवर्षण तीव्र व साधारण असे दोन प्रकारचे असू शकते. भारतीय

कृषि आयोगाने वातावरणीय अवर्षण, जलीय अवर्षण व कृषि अवर्षण असे तीन प्रकार सांगितले आहेत.

अवर्षणाची कारणमीमांसा करतांना १) जंगलांचा अभाव २) जंगलतोड ३) मोसमी वाऱ्याची अनियमितता ४) पाण्याचा अयोग्य वापर ५) जलवितरणप्रणालीतील दोष ६) अण्वस्त्रचाचण्यांचा दुष्परिणाम ७) भूजलाचा अतिरेकी उपसा इत्यादी कारणे सांगितली जातात. त्यासाठी धरणे बांधली जातात, याच धरणांचेही अनेक फायदे-तोटे आहेत.

३) खनिज संपत्ती (Mineral Resources)– देशाच्या आर्थिक विकासाच्या दृष्टीने महत्त्वपूर्ण असलेला घटक म्हणजे खनिज संपदा होय. पृथ्वीवर अनेक प्रकारची खनिजे आहेत. त्याचा वापर मानव प्राणी करीत आला आहे. या खनिजांचे १) धातुखनिजे– ज्यात लोह, तांबे, कथिल, जस्त, सोने, चांदी, मॅगनीज, बॉक्साइट, शिसे इत्यादींचा समावेश होतो. २) अधातू खनिजे– अभ्रक, ग्राफाइट, गंधक, पोटॅश, फॉस्फेट, जिप्सम इत्यादींचा यामध्ये समावेश होतो. ३) ऊर्जा खनिजे– दगडी कोळसा, युरेनिअम, प्लॅटिनम, खनिज तेल इत्यादींचा समावेश होतो. खनिजे जरी मानवाला उपयुक्त असली तरी त्यांचा होणारा अतिरेकी वापर हा पर्यावरणातील समतोल बिघडवितो म्हणूनच खाणकामाचा पर्यावरण व मानवी जीवनावर विपरीत परिणाम होतो. खाणीमुळे पाणी दूषित होते. जंगलतोड व वनस्पतींचे नुकसान वाढते. भूगर्भातील संतुलन बिघडते.

४) ऊर्जा संपदा (Energy Resources)– देश व लोकांचे जीवनमान उंचावण्यासाठी ऊर्जा ही महत्त्वाची बाब ठरते. देशाच्या आर्थिक उत्पादनात ऊर्जा आवश्यक असते. दगडी कोळसा, खनिज तेल, नैसर्गिक वायू हे पारंपरिक ऊर्जास्रोत होत, म्हणून सौरऊर्जा, पवनऊर्जा, जलविद्युत या अपारंपरिक व पुनर्नवीकरणीय ऊर्जासाधनांची निर्मिती केली जाते. कारण पारंपरिक ऊर्जास्रोत मर्यादित आहेत, म्हणून सौरऊर्जा, पवनऊर्जा, जलऊर्जा व सागरी लाटांपासून मिळणारी ऊर्जा याचा वापर अधिक होणे आवश्यक झाले आहे.

५) अन्नधान्य संपदा (Food Resources)– मानवाच्या मूलभूत गरजांपैकी एक गरज म्हणजे अन्न होय. लोकसंख्यावाढीसोबत अन्नधान्यटंचाई निर्माण होते. त्यावर मात करण्यासाठी हरितक्रांतीच्या माध्यमातून आधुनिक शेती करून पारंपरिक शेतीपद्धतीत अनेक परिवर्तने केली व तांत्रिक शेतीत भर पडली. शेतीच्या आधुनिकीकरणासोबत कीटकनाशके, तणनाशके, रासायनिक खते इत्यादींचा वापर वाढला. त्यामुळे हवाप्रदूषण, जलप्रदूषण, मृदाप्रदूषण वाढले. शेती क्षेत्र वाढीच्या नावाखाली जंगले व गवत कुरणे नष्ट झाली. परंतु अन्नधान्य टंचाईची समस्या सुटली नाही. युनोच्या अन्न व शेती संघटना अहवाल–२०१२ नुसार उपाशी झोपणाऱ्यांची संख्या खालीलप्रमाणे दिली आहे.

उपाशी झोपणाऱ्यांची संख्या

	देश	संख्या (कोटींत)
१)	विकसित देशात	१.९०
२)	पूर्व व उत्तर आफ्रिकेत	३.७०
३)	लॅटिन अमेरिका व कॅरिबियन बेटे	५.३०
४)	सहारा व आफ्रिका	२३.९०
५)	आशिया व प्रशान्त महासागर विभागात	५७.८०

अन्नधान्य उत्पादन कमी होण्याची कारणे– १) शेतीची चुकीची पद्धत २) अतिचराई ३) शेत जमिनीची क्षारता वाढणे ४) रासायनिक खतांचा अतिरिक्त वापर ५) कीटकनाशके व तणनाशके यांचा अधिक वापर

६) पाण्याचा अतिरिक्त वापर यामुळे शेती उत्पादनात घट होते व सोबत प्रदूषण वाढते. त्यासाठी पाणी व्यवस्थापन, ठिबक सिंचन, सेंद्रिय खते, गांडुळ शेती यांचा वापर करावा.

६) भूमी संसाधने (Land Resources)– मनुष्य आपल्या अनेक लाभांसाठी जमिनीचा वापर करतो, तेव्हा जमीन हे संसाधन ठरते. त्यात जमिनीवरील मृदा, पिकांसाठी, झाडे लावणे, खनिजे उपसणे, भूगर्भातील पाणी वापरणे, मानवी निवासासाठी जमीन आवश्यक ठरते. ज्या जमिनीवर मानवाचा वावर आहे तोच माणूस कृतघ्नपणे जमिनीचे अवमूलन घडवून आणतो. या अवमूल्यनास नैसर्गिक कारणेदेखील असतात. भूकंप, वारा, पूर, समुद्राच्या पाण्यातील लाटा, इत्यादी नैसर्गिक कारणांमुळे अवमूल्यन घडते पण त्यासोबत मानवनिर्मित कारणांमुळे जमिनीचे अवमूल्यन होते. त्यात पाण्याचा जादा वापर, त्यामुळे जमीन पाणथळी बनते. अतिरिक्त चराईमुळे जमिनीची धूप होते. रासायनिक खते, कीटनाशके यांच्या अतिरिक्त वापरातून प्रदूषण, प्रदूषित पाण्यामुळे जमिनीचे प्रदूषण, निर्वनीकरण, खाणकाम व्यवसाय, उद्योगनिर्मिती, शहरांची वाढ, रस्ते, पाइपलाइन इत्यादींमुळे मानवनिर्मित भूअवमूलन घडते. त्यामुळे मृदा धूप वाळवंटीकरण वाढते.

नैसर्गिक साधनसंपत्तीच्या संवर्धनासाठी मानवाने विशेष प्रयत्न केले नाहीत तर पर्यावरणसंतुलन बिघडून मानवाचे अस्तित्व धोक्यात येईल. म्हणून नैसर्गिक साधनसंपत्तीचा अवास्तव व गैरवापर टाळावा. भूगर्भातील पाणी साठा वाढविण्यासाठी प्रयत्न करावेत, जंगल संवर्धन करावे. रासायनिक खते व कीटकनाशके टाळावीत. सेंद्रिय शेतीचा अवलंब करावा, पुनर्नवीकरणीय ऊर्जास्रोत वापरावेत. पाणी प्रदूषण टाळावे. वनीकरण वाढवावे, पशु-पक्षीसंवर्धन करून पर्यावरण समतोल राखावा, वायुप्रदूषण, जलप्रदूषण, ध्वनिप्रदूषण, घनकचरा प्रदूषण टाळावे, प्लॅस्टिकचा वापर टाळावा आणि शाश्वत जीवनशैली (Sustainacle life style) चा स्वीकार करून धारणक्षम, टिकाऊ, शाश्वत विकासाकडे वळावे.

● पर्यावरण दिन – जागतिक व राष्ट्रीय

जागतिक दिन

फेब्रुवारी	०२	जागतिक पाणथळ स्थल दिन World Wetlands Day
मार्च	२१	जागतिक वन दिन World Forestry Day
मार्च	२२	जागतिक जल दिन World Day for Water
मार्च	२३	जागतिक हवामान दिन World Climate Day
एप्रिल	१८	जागतिक वारसा दिन World Heritage Day
एप्रिल	२२	जागतिक वसुंधरा/पृथ्वी दिन World Earth Day
जून	०५	जागतिक पर्यावरण दिन World Environment Day
जून	१७	आंतरराष्ट्रीय वाळवंटीकरण व अवर्षण निवारण दिन International Day to Combat Desertification and Drought
जुलै	११	जागतिक लोकसंख्या दिन World Population Day
सप्टेंबर	१६	जागतिक ओझोन बचाव दिन World Day to Save Ozone
सप्टेंबर	२१	जागतिक जीवावरण दिन World Biosphere Day
सप्टेंबर	२७	जागतिक पर्यटन दिन World Tourism Day
ऑक्टोबर	०१	जागतिक शाकाहारी दिन World Vegetarian Day

ऑक्टोबर ०३	जागतिक अधिवास दिन	World Habitat Day
ऑक्टोबर ०४	जागतिक पशू कल्याण दिन	World Animal Welfare Day
ऑक्टोबर १३	जागतिक नैसर्गिक आपत्ती विरोधी दिन	World Day to Avoid Natural Destruction
ऑक्टोबर १६	जागतिक अन्न दिन	World Food Day
ऑक्टोबर २४	संयुक्त राष्ट्रसंघ दिन	United Nations Day
नोव्हेंबर ०१	जागतिक परिस्थितिकी दिन	World Ecology Day
डिसेंबर ०१	जागतिक महासागर दिन/महासागर काळजी दिन	World Ocean Day/Ocean Care Day
डिसेंबर ०३	जागतिक संवर्धन दिन	World Conservation Day
डिसेंबर १९	आंतरराष्ट्रीय जैवविविधता दिन	International Bio-diversity Day

राष्ट्रीय दिन

फेब्रुवारी २८	राष्ट्रीय विज्ञान दिन	National Science Day
डिसेंबर १४	राष्ट्रीय ऊर्जा संवर्धन दिन	National Energy Conservation Day
ऑगस्ट २०	राजीव गांधी अक्षय ऊर्जा दिन	Rajiv Gandhi Renewable Energy Day
मे ११	राष्ट्रीय तंत्रज्ञान दिन	National Technology Day

● पर्यावरण संरक्षण व संवर्धन – जागतिक प्रयत्न

१) संयुक्त राष्ट्रसंघ– या जगातील संघटनेची स्थापना २४ ऑक्टोबर १९४५ रोजी झाली. या संघटनेच्या युनिसेफ (UNICEF), युनेप (UNEP), युनेस्को (UNESCO), डब्लूएचओ (WHO) इत्यादी घटक-संस्था जगात शांतता, सामंजस्य, मैत्री, संरक्षण, आरोग्यसंवर्धन, जागृती, शिक्षण, विकास व समस्या-निवारण इत्यादींसाठी जागतिक स्तरावर कार्य करतात.

२) वन्यजीवांचे संरक्षण या हेतूने १९६१ मध्ये 'विश्व वन्य कोष' स्थापित झाला. १९६९ साली नाटो (NATO) राष्ट्रांनी CCMM ची स्थापना केली. त्याचा हेतू टाकाऊ पदार्थ, हवा व पाणी व्यवस्थापन हा होता.

३) पर्यावरणविषयक प्रथम जागतिक परिषद ५ जून १९७२ रोजी स्टॉकहोम (स्वीडन) या शहरात भरली. स्टॉकहोम दस्तऐवजाला पर्यावरणाचा मॅग्ना चार्टा (Magna Charta) म्हणतात. या परिषदेत ११९ राष्ट्रांनी प्रथमत: 'एकच पृथ्वी' हा सिद्धान्त स्वीकारला.

या परिषदेमुळे त्याच वर्षी म्हणजे १९७२ पासून संयुक्त राष्ट्रसंघ पर्यावरण कार्यक्रम (युनेप– United Nations Environmental Programme-UNEP) सुरू झाला. यात २६ अधिनियम/कायदे स्वीकारले गेले. युनेपचे मुख्यालय नैरोबी (केनिया) येथे आहे.

४) १६ सप्टेंबर १९८७ रोजी 'मॉन्ट्रिअल प्रोटोकॉल' संमत झाला. मॉन्ट्रिअल (कॅनडा) या शहरात संयुक्त राष्ट्रसंघाच्या १६० सदस्य देशांनी ओझोन थराच्या ऱ्हासास कारणीभूत पदार्थाचे उत्पादन व वापर यांना नियंत्रित करण्यासाठी हा तह केला. १ जानेवारी १९८९ पासून तो अमलात आला.

५) १९८७ साली 'आपला सामायिक भविष्यकाळ' (Our Common Future) हा अहवाल पर्यावरण आणि विकास यांवरील जागतिक आयोग (WCED- World Commission on Environment and Development) या संस्थेने मांडला. मानवी गरजा भागविताना अडचणी येणार नाहीत असा विकास असावा असे या अहवालात मांडण्यात आले.

६) १९८९ मध्ये ब्रिटिश सरकार व युनेप यांच्याद्वारा ओझोन थराचा बचाव (Saving of Ozone Layer) यावर लंडन येथे परिषद घेण्यात आली.

७) २१ विकसनशील देशांनी एप्रिल १९९० मध्ये भारतात आंतरराष्ट्रीय परिषद घेतली. 'जागतिक पर्यावरण–समस्या' याविषयी विकसनशील देशांचे धोरण ठरविण्यासाठी ही परिषद घेण्यात आली.

८) पहिली वसुंधरा शिखर परिषद ३ ते १४ जून १९९२ या कालावधीत ब्राझील देशातील रिओ दि जनेरिओ या शहरात झाली. यांत १५६ देशांनी भाग घेतला.

९) दुसरी वसुंधरा परिषद (Earth Summit-II) न्यूयॉर्क येथे १९९७ मध्ये भरली. पहिल्या वसुंधरा परिषदेनंतर (रिओ दि जनेरिओ–ब्राझील) ५ वर्षांत पर्यावरण आणि शाश्वत विकास (Environment & Sustainable Development) यांत झालेल्या प्रगतीचा आढावा घेण्यात आला.

१०) तिसरी वसुंधरा परिषद (Earth Summit-III) जोहानसबर्ग (दक्षिण आफ्रिका) येथे सप्टेंबर २००२ मध्ये घेण्यात आली. पहिल्या वसुंधरा परिषदेनंतर १० वर्षांनी पर्यावरण व शाश्वत विकास यांचा आढावा घेण्यात आला.

११) हवामानबदल व जागतिक तापमानवाढ रोखण्यासाठी (मॉट्रिअल प्रोटोकॉल नंतर) १९९७ मध्ये क्योटो प्रोटोकॉल (Kyoto Protocol) हा जपानच्या क्योटो शहरात झालेला तह आहे. यात १६० देशांनी करारावर स्वाक्षरी केल्या. हरितगृहवायू (Green House Gases-GHG) कमी करण्याचा या तहाचा हेतू होता.

▶ **पर्यावरणाशी निगडित जगातील प्रमुख महिला व्यक्ती**

१) जेन गुडाल – चिंपांझी माकडांचा अभ्यास

२) ओरिया हॅमिल्टन – हत्तीच्या स्थलांतराचा अभ्यास

३) सिंथिया मॉस – हत्तीच्या कळपांचा अभ्यास

४) डायना फॉसी – गोरिला माकडांचा अभ्यास

५) सारा हार्डी – हनुमान लंगर माकडांचा अभ्यास

६) फ्रँकलिन रोझालिनो – अनुवांशिकतेचा अभ्यास

७) लिझ माइटनर – आण्विक अस्त्रांचा पर्यावरणावर होणाऱ्या परिणामांचा अभ्यास

८) स्टेफानी फोलिनी – गुहेतील अंतर्गत वातावरणाचा अभ्यास

९) राशेल कारसन – कीटकनाशकांचा पर्यावरणावर होणाऱ्या परिणामांचा अभ्यास.

१०) डी. बोअस्मा – पेंग्विन पक्ष्यांचा अभ्यास, 'पेंग्विन पक्ष्यांची आई' असे यांना संबोधतात

११) जेनेट पॉट्रिशिया गिब्सन – समुद्रकिनारपट्टीचा अभ्यास, जागतिक गोल्डमन पुरस्कार

१२) लॉइस गिब्ज – रासायनिक प्रदूषकांचा पर्यावरणावर होणाऱ्या परिणामांचा अभ्यास. जागतिक गोल्डमन पुरस्कार

१३) वांगारी मथाई – जंगलांचे संरक्षण व संवर्धनासाठी आफ्रिकन जनतेत जागृती, केनिया राष्ट्राच्या पर्यावरण मंत्री असताना २००४ वर्षाचे शांततेचे नोबेल पारितोषिक

▶ **पर्यावरणाशी निगडित जगातील व भारतातील प्रमुख पुरुष व्यक्ती**

१) चार्ल्स डार्विन – सजीव जाती व त्यांचा अधिवास यांतील संबंधाचे स्पष्टीकरण उत्क्रांतिवादाचा जनक. ओरिजिन ऑफ स्पिसिज (Origin of Species) या ग्रंथाचा लेखक

२)	राल्फ इमरसन	–	१८४० मध्ये वाणिज्य-व्यापार घडामोडींचा पर्यावरणावरील धोका स्पष्ट केला.
३)	हेन्री थोरो	–	१८६० मध्ये वन्यजीव संवर्धनाचे महत्त्व विशद केले.
४)	जॉन मूर	–	कॅलिफोर्निया जंगलांमधील प्राचीन सिकिओया (Sequoia) झाडे वाचवली. सिएरा क्लब (Sierra Club) नावाची अशासकीय संस्था अमेरिकेत स्थापन केली.
५)	अल्डो लिओपोल्ड	–	१९२० च्या सुमारास वन्यजीव व्यवस्थापन संबंधीचे नियम तयार केले.
६)	ई.ओ. विल्सन	–	कीटकशास्त्रज्ञ. पृथ्वीवर मानवाला टिकून राहण्यासाठी जैव विविधतेच्या महत्त्वाचे वर्णन केले. डायव्हर्सिटी ऑफ लाइफ (Diversity of Life) या ग्रंथाचा लेखक

भारत

१)	डॉ. सलीम अली	–	जगप्रसिद्ध पक्षी तज्ज्ञ, 'बुक ऑफ इंडियन बर्ड्स' व 'फॉल ऑफ स्पॅरो' या ग्रंथांचे लेखक
२)	एस. पी. गोदरेज	–	१९९९ मध्ये पद्मभूषण सन्मान.
३)	एम. एस. स्वामिनाथन	–	भारतीय हरितक्रांतीचे जनक, त्यांनी एम.एस. स्वामिनाथन रिसर्च फौंडेशनची स्थापना चेन्नई येथे केली.
४)	माधव गाडगीळ	–	प्रसिद्ध परिस्थितिकीशास्त्रज्ञ (Ecologist)
५)	एस. सी. मेहता	–	प्रसिद्ध पर्यावरणवादी विधिज्ञ
६)	अनिल अग्रवाल	–	प्रसिद्ध पर्यावरणवादी पत्रकार
७)	मेधा पाटकर	–	प्रसिद्ध पर्यावरणवादी कार्यकर्ती, नर्मदा बचाव आंदोलनाच्या प्रमुख,
८)	सुंदरलाल बहुगुणा	–	चिपको आंदोलन, टिहरी धरणाच्या उभारणीच्या विरोधात आंदोलन

▶ **पर्यावरणाशी संबंधित प्रमुख जागतिक आणि भारतीय संघटना/संस्था**

▶ **जागतिक संघटना/संस्था**

१) पर्यावरण संरक्षण मध्यस्थक– यू.एस.ए.– १९७०
(EPA- Environment Protection Agency- U.S.A.)

२) निसर्ग आणि नैसर्गिक साधनसंपत्ती संवर्धन आंतरराष्ट्रीय संघ– स्वित्झर्लंड
(IUCN- International Union for Conservation of Nature and Natural Resources- Switzerland)

३) संयुक्त राष्ट्रसंघ पर्यावरण आणि विकास परिषद
(UNCED- United Nations Conference on Environment & Development)

४) निसर्ग संवर्धन जागतिक निधी
(WWF-World Wildlife Fund for Nature)

५) शाश्वत विकास मंडळ
(CSD- Commission on Suistanable Development)

६) केअर – न्यूयॉर्क
(Care- NewYork)

७) ग्रीन पीस
(Green Peace)

८) युनिस्को
(UNESCO- United Nations Educational, Scientific and Cultural Organisation)

९) साइटस
(CITES - Conuention on International Trade in Endangered Species)

१०) ट्राफिक
(TRAFFIC- Trade Record Analysis of Flora & Fauna In Commerce)

▶ **भारतीय संघटना/संस्था**

१) बॉम्बे नॅचरल हिस्टरी सोसायटी (BNHS) मुंबई, स्थापना १८८३ (बॉम्बे निसर्ग इतिहास संस्था)
Bombay Natural History Society- Mumbai

२) वाइल्ड लाइफ प्रिझर्व्हेशन सोसायटी ऑफ इंडिया–डेहराडून स्थापना–१९५८ (भारतीय वन्यजीवन संवर्धन संस्था)
Wild Life Preservation Society of India- Dehradun

३) वर्ल्ड वाइल्ड लाइफ फंड– इंडिया (WWF-I) – नवी दिल्ली, WWF च्या या भारतीय शाखेची स्थापना १९६९ साली मुंबई येथे झाली. नंतर त्याचे मुख्यालय नवी दिल्ली येथे गेले.
World Wild Life Fund- India (WWF-I) - 1969 New Delhi

४) सेंटर फॉर सायन्स ॲन्ड एनवायरन्मेंट (CSE) – नवी दिल्ली (विज्ञान व पर्यावरण केंद्र) ह्या संस्थेतर्फे प्रकाशित होणारे प्रसिद्ध मासिक 'डाउन टू अर्थ'
Centre for Science of Environment (CSE) New Delhi

५) सी.पी.आर.– एनवायरमेंटल एज्युकेशन सेंटर (CPR-EEC) – चेन्नई (सी.पी.आर. पर्यावरण शिक्षण केंद्र)
C.P.R.- Environmental Education Centre- Chennai

६) सेंटर फॉर एनवायरमेंट एज्युकेशन (CEE) अहमदाबाद, स्थापना, १९८९ (पर्यावरण शिक्षण केंद्र)
Centre for Environment Education (CEE)- Ahmedacad

७) भारती विद्यापीठ इन्स्टिट्यूट ऑफ एनवायरमेंट एज्युकेशन ॲन्ड रिसर्च (BVIEER), पुणे
Bharati Vidyapeeth Institute of Environment Education & Research- Pune

८) उत्तराखंड सेवा निधी (UKSN)– अलमोरा, अशासकीय संस्था
Uttarakhand Seva Nidhi- Almora

९) कल्पवृक्ष–पुणे, अशासकीय संस्था
Kalpavriksha - Pune

१०) सलीम अली सेंटर फॉर ऑरनिथॉलॉजी ॲन्ड नॅचरल हिस्टरी (SACON) – कोइम्बतुर
Salim Ali Centre for Ornithology & Natural History)- Coimbatore

११) वाइल्ड लाइफ इन्स्टिट्यूट ऑफ इंडिया (WII)– डेहराडून, स्थापना– १९८२ (भारतीय वन्य प्राणी संस्था) Wild Life Institute of India (WII)- Dehradun.

१२) बॉटनिकल सर्व्हे ऑफ इंडिया (BSI) – कोलकाता, स्थापना–१८९०, (भारतीय वनस्पती सर्वेक्षण)
Botnical Survey of India- Kolkata

१३) झुलॉजिकल सर्व्हे ऑफ इंडिया (ZSI) – कोलकाता, स्थापना–१९१६, (भारतीय प्राणी सर्वेक्षण)
Zoological Survey of India - Kolkata

१४) मद्रास क्रोकोडाइल बॅन्क ट्रस्ट (MCBT) – चेन्नई, स्थापना– १९७६, आशिया खंडातील मगर संवर्धनाचे पहिले केंद्र.
Madras Crocodile Bank Trust- Chennai

१५) अंदमान ऑन्ड निकोबार आयलँड एनवायरमेंटल टीम (ANET), स्थापना–१९९२ (अंदमान व निकोबार द्वीप पर्यावरण संघ)
Andaman & Nikobar Islan Environmental Team

१६) नॅशनल ब्यूरो ऑफ फिश जेनेटिक रिसोर्सेस–कर्नाल, हरियाणा
National Bureau of Fish Genetic Resources- Karnal (Haryana)

१७) डिपार्टमेंट ऑफ एनवायरमेंट ऑन्ड फॉरेस्ट (DOE)

१८) टाटा एनर्जी रिसर्च इन्स्टिटट्यूट (TERI) टेरी– अहमदाबाद
Tata Energy Research Institute (TERI)- Ahmadabad

१९) सेंट्रल पोल्युशन कंट्रोल बोर्ड (CPCB)– नवी दिल्ली, (केंद्रीय प्रदूषण मंडळ)
Central Pollution Control Board

२०) नॅशनल एनवायरमेंटल इंजिनिअरिंग रिसर्च इन्स्टिटट्यूट (राष्ट्रीय पर्यावरण अभियांत्रिकी संशोधन संस्था) (NEERI–निरी)–नागपूर
National Environmental Engineering Research Institute- Nagpur

२१) डेक्कन डेव्हलपमेंट इन्स्टिटट्यूट–हैद्राबाद (डेक्कन विकास संस्था)
Deccan Development Institute- Hyderabad

२२) वनराई–पुणे
Vanrai- Pune

२३) नॅशनल ऑनिमल म्युझिअम (राष्ट्रीय प्राणी संग्रहालय)
National Animal Museum- New Delhi

२४) इंडियन ऑनिमल वेल्फेअर बोर्ड– चेन्नई (भारतीय प्राणी कल्याण मंडळ)
Indian Animal Welfare Board- Chennai

२५) गोविंद वल्लभ पंत हिमालय एनवायरमेंट ऑन्ड डेव्हलपमेंट इन्स्टिटट्यूट–अल्मोरा (गोविंद वल्लभ पंत हिमालय पर्यावरण व विकास संस्था)
Govind Vallabh Pant Himalaya Environment and Development Institute- Almora

२६) केरळ शास्त्र साहित्य परिषद
Kerala Shastra Sahitya Parishad (KSSP)

२७) नैसर्गिक संशोधन विकास व ऊर्जा प्रकल्प– कन्याकुमारी
Natural Research Development and Energy Project- NARDEP- Kanyakumari

२८) भारतीय वन शिक्षण व वन संशोधन मंडळ – डेहराडून
Indian Council of Forestry Research and Education- ICFR- Dehradun

▶ **भारतीय पर्यावरण संरक्षण अधिनियम/कायदे**

१९७६ साली भारतीय संसदेने ४२ व्या घटनादुरुस्तीनुसार पर्यावरणास संरक्षण देणे व चालना देणे सर्व

राज्यसरकारांना व देशाच्या नागरिकांना बंधनकारक केले आहे.

केंद्र सरकारने वेगवेगळे कायदे केले व वेळोवेळी संशोधित स्वरूपात मांडले आहेत. आज भारतात पर्यावरण संबंधित जवळपास २०० कायदे आहेत.

भारतात १९८० मध्ये स्वतंत्र पर्यावरण विभागाची स्थापना झाली तर १९८५ मध्ये पर्यावरण मंत्रालय सुरू झाले.

भारतीय स्वातंत्र्यप्राप्तीअगोदरचे पर्यावरण रक्षणाचे काही कायदे-

१) मोटर वाहन कायदा – १९३९
   (Motor Vehicle Act)

२) भारतीय वन कायदा – १९२७
   (The Indian Forests Act)

३) भारतीय बंदर कायदा – १९०८
   (Indian Ports Act)

४) इंडियन फिशरीज ॲक्ट – १८९७
   (Indian Fisheries Act)

स्वातंत्र्यप्राप्तीनंतरचे कायदे खालीलप्रमाणे–

१) हवा प्रदूषण प्रतिबंध आणि नियंत्रण कायदा – १९८१
   (Air Prevention and Control of Pollution Act)

२) वन संवर्धन कायदा – १९८०
   (Forest Conservation Act)

३) वन्य जीव संरक्षण कायदा – १९७२
   (Wildlife Protection Act)

४) पर्यावरण संरक्षण कायदा – १९८६
   (Environment Protection Act)

५) जल प्रदूषण प्रतिबंध आणि नियंत्रण कायदा – १९७४
   (Water Prevention and Control of Pollution Act)

६) सार्वजनिक जबाबदारी संरक्षण कायदा – १९९१
   The Public Liability Insurance Act

७) पर्यावरण (औद्योगिक प्रकल्प स्थान) कायदा – १९९६
   Environment (Industrial Project Location) Act

८) धोकादायक टाकाऊ पदार्थ (व्यवस्थापन व हाताळणी) नियम – १९८९
   Hazardous Wastes (Management & Handling) Rules

९) धोकादायक जैविक वैद्यकीय पदार्थ (व्यवस्थापन व हाताळणी) नियम – १९९८
   Dangerous Bio-Medical Waste (Management & Handling Rules)

१०) पुन: प्लास्टिक निर्मिती व वापर नियम – १९९९
   Recycled Plastics Manufacture & Usage Rules

११) ध्वनी प्रदूषण (नियंत्रण व निर्बंध) नियम – 2000

The Noise Pollution (Regulation & Control) Rules

१२) ओझोन ऱ्हासास कारणीभूत पदार्थ (निर्बंध) नियम – २०००

The Ozone Depleting Substances (Regulation) Rules

● **परिसंस्था (Eco System)–** Eco चा अर्थ नैसर्गिक निवासक्षेत्र व System म्हणजे व्यवस्था. म्हणजेच सजीवांच्या निवास क्षेत्रातील व्यवस्था म्हणजे परिसंस्था होय. सजीव ज्या भौगोलिक प्रदेशात राहतो, आपले जीवन व्यतीत करतो, त्या स्थळांना सजीवाचा अधिवास वा वसतिस्थान असे म्हणतात. Eco System ही संज्ञा प्रथम १९३५ ला ए.जी. टान्सले यांनी वापरली. सजीवांच्या जन्माचे, वाढीचे व ऱ्हासाचे जे ठिकाण असते, त्यास सजीवांचा अधिवास म्हणतात व हा सजीवांचा निवास जैविक व अजैविक (Biotic and Aciotic) घटकांच्या परस्परसंबंधातून उदयास येतो. परिसंस्था हे एक गुंतागुंतीचे जाळे असते. ए.जी. टान्सलेच्या मते, ''जैविक व अजैविक घटक यांच्यातील परस्पर व एकत्रित संरचना म्हणजे परिसंस्था होय.'' नोबल यांच्या मते, ''परिसंस्था म्हणजे पृथ्वीवरील विविधवर्गीय जीवांच्या परस्पर आंतरक्रिया व त्यांचे पर्यावरण होय.'' जैविक व अजैविक घटकातील परस्परसंबंध, त्यांच्या आंतरक्रियातून पर्यावरण म्हणजे विशिष्ट कार्यप्रणाली म्हणजे परिसंस्था उदयास येते.

▶ **परिसंस्था रचना–** परिसंस्थेतील सजीवांच्या परस्पर अवलंबन किंवा आंतरसंबंधास परिसंस्था रचना म्हणतात. परिसंस्था रचनेत प्राणी व वनस्पती यांच्यातील अन्योन्य संबंधातून परस्परावलंबन निर्माण होते म्हणूनच प्राणी व वनस्पती यांच्यातील विशिष्ट संबंधास परिसंस्था रचना म्हटले जाते. या रचनेत मुख्यत: दोन घटक अंतर्भूत असतात. १) अजैविक घटक २) जैविक घटक

१) अजैविक घटकांमध्ये– रासायनिक व भौतिक घटकांचा समावेश होतो. रासायनिक घटकांत कार्बन, हायड्रोजन, ऑक्सिजन, नायट्रोजन, लोह, सोडिअम इत्यादींचा समावेश होतो. वनस्पती व प्राणी यांना शरीरवाढीसाठी हे घटक आवश्यक असतात. ते पदार्थ पाणी, हवा, जमिनीतून प्राप्त होतात.

अ) भौतिक घटकांमध्ये सूर्यप्रकाश, हवेचे तापमान, जल, मृदा इत्यादींचा समावेश होतो. सूर्य ऊर्जा पुरवितो, अन्न द्रव्य तयार करण्यासाठी वनस्पतींना त्यामुळे मदत होते. वनस्पतीवाढीसाठी सूर्यप्रकाश आवश्यक असतो. फूल, फळ धारणासाठी सूर्यप्रकाश आवश्यक ठरतो. सूर्यप्रकाश हा परिसंस्थेचा अजैविक घटक प्राणी व वनस्पती या जैविक घटकांच्या विविध क्रियांवर परिणाम करतो.

ब) तापमानावर वनस्पती व वृक्ष प्रकार अवलंबून असतात. समशीतोष्ण कटिबंधीय हवामानाच्या प्रदेशातील वनस्पती, उष्ण कटिबंधातील वनस्पती वेगवेगळ्या प्रकारच्या असतात. मानवी जीवन सुखकारक होण्यासाठी विशिष्ट तापमानाची गरज असते. साधारणत: ५० ते ५५ डिग्री फॅरनहाइट तापमान मानवी जीवनास आदर्श मानले जाते.

क) पर्जन्य– पृथ्वीवर पर्जन्याचे प्रमाण सर्वत्र सारखे नाही. पर्जन्य प्रमाणातील भिन्नतेमुळे विषुववृत्तीय प्रदेशातील वृक्ष, वनस्पती, थंड प्रदेशातील वनस्पती व उष्ण वाळवंटी प्रदेशातील वनस्पती वेगवेगळ्या प्रकारच्या आढळतात.

ड) मृदा– पृथ्वीच्या पृष्ठभागावरील खडकांच्या विखंडनातून सूक्ष्म कण वेगळे होऊन त्यापासून तयार झालेला पातळ थर म्हणजे मृदा. मृदा म्हणजे सुपीकता व उत्पादनक्षमता असलेला जमिनस्तर. वनस्पतीच्या पालनपोषणासाठी मृदा आवश्यक व उपयुक्त असते. मृदेमध्ये अनेक पोषकद्रव्ये असतात. मृदा प्रदेशानुसार वेगवेगळी आढळते. त्यातून सुपीक-नापीक जमीन ओळखली जाते. मृदेमध्ये असंख्य जीवजंतू, कीटक व लहान प्राणी बिळे करून राहतात. ते सुपीकता वाढविण्यास मदत करतात.

इ) पाणी– सजीव सृष्टीच्या अस्तित्वासाठी पाणी आवश्यक असते. पाण्यात चार प्रकारच्या वनस्पती आढळतात. १) जलीय (Hydro-Phytes) २) भूपृष्ठीय (Meso-Phytes), ३) शुष्कोद्भिद् (Xero-Phytes) ४) लवणस्मृतिपादप (Halo-Phytes) वनस्पती होत. जलीय वनस्पतीमध्ये कमल, शैवाल, हैड्रिला इत्यादींचा समावेश होतो. भूपृष्ठीय वनस्पतीत मका, आंबा, कडुलिंब इ.चा समावेश होतो. शुष्कोद्भिद् वनस्पतीत कमी पाण्यात वाढणाऱ्या घायपात, कोरफड इत्यादींचा समावेश होतो. व लवण स्मृती पादप वनस्पतीत विशिष्ट प्रकारचे शैवाल इत्यादींचा समावेश होतो.

२) जैविक घटक– वनस्पती, प्राणी व सूक्ष्मजीव हे प्रमुख आहेत. वनस्पती ह्या स्वत:चे अन्न तयार करतात म्हणून त्यांना 'स्वयंपोषी' म्हणतात. ज्या इतरांवर अवलंबून असतात त्यांना 'परपोषी' म्हणतात. काही सूक्ष्म जीव विघटनाचे कार्य करतात त्यांना 'विघटक' म्हणतात. वनस्पती ह्या 'उत्पादक' व प्राणी 'भक्षक' असतात.

▶ **परिसंस्थेची कार्य–** परिसंस्थेच्या कार्यामध्ये चार घटकांचा समावेश होतो. १) अन्नसाखळी, २) ऊर्जाविनिमय स्तर, ३) अन्नजाळी व ४) परिस्थितिक कार्यस्थल, परिसंस्थेचे कार्य परिसंस्थेतील ऊर्जास्रोतावर पोषकद्रव्यांच्या चक्रीकरणावर आधारलेले असते.

१) अन्नसाखळी (Food Chain) ऊर्जा ही सजीवांच्या अस्तित्वाला आवश्यक असते. ही ऊर्जा सूर्यापासून मिळते. सूर्यापासून मिळणाऱ्या एकूण प्रकाशापैकी ३% प्रकाश वनस्पतीवर पडतो. अन्ननिर्मितीसाठी फक्त 0.2% प्रकाश उपयोगी पडतो. इतर प्रकाश वातावरणात मिसळतो. अन्नाच्या क्रमवार संक्रमणाला अन्नसाखळी असे म्हणतात. गवत → नाकतोडा → बेडूक → साप → ससाणा अशी अन्नसाखळी तयार होते. तसेच गवत → हरीण → कोल्हा → वाघ किंवा कीटक → चिमणी → मांजर → कुत्रा

तृणभक्षक प्राणी वनस्पतिभक्षण करून ऊर्जा मिळवितात, हे तृणभक्षक प्राणी मांसभक्षक प्राण्यांचे अन्न असते व तृणभक्षक प्राण्यांकडून मांसभक्षक प्राण्यांकडे ऊर्जेचे संक्रमण होते. पाण्यातील वनस्पती, त्यावर जगणारे सूक्ष्म जलचर, त्यांना खाणारे लहान मासे, लहान माशांना खाणारे मोठे मासे व माशांना खाणारी माणसे ही मोठी साखळी ठरते. तृणभक्षक साखळी आणि कुजलेल्या वनस्पती व प्राणिजन्य अवशेषांची अन्नसाखळी असे दोन प्रकार असतात.

२) ऊर्जाविनिमय स्तर– अन्न ऊर्जा निम्नस्तरीय जीवांकडून उच्चस्तरीय जीवांकडे संक्रमित होत असते. या ऊर्जासंक्रमण विविध पातळ्यांना ऊर्जाविनियम स्तर अशी संज्ञा १९४२ ला लिंडमनने वापरली. एका घटकाकडून दुसऱ्या घटकाकडे, दुसऱ्या घटकाकडून तिसऱ्या घटकाकडे या पद्धतीने होणाऱ्या ऊर्जासंक्रमणास ऊर्जा संक्रमणाच्या विविध पातळ्या किंवा ऊर्जा विनियम स्तर म्हणतात. प्रथम स्तर-सूर्य →वनस्पती, द्वितीय स्तर-वनस्पती→ तृणभक्षक, तृतीय स्तर- तृणभक्षक→मांसभक्षक व चतुर्थ स्तर-मांसभक्षक→मोठे मांसभक्षक अशा पद्धतीने वेगवेगळे स्तर ऊर्जा संक्रमणासंदर्भात केले जातात.

३) अन्नजाळी (Food Web)– निसर्गात अनेक परिसंस्था आहेत. प्रत्येक परिसंस्थेत अन्नसाखळ्या असतात. या अन्नसाखळ्या विविध प्रकारच्या सजीवांनी युक्त आहेत. एका भक्षकाचे अनेक भक्ष असू शकते, तसेच एकच भक्ष अनेक भक्षकांचे असू शकते. यामुळे एकाच परिसंस्थेत अनेक अन्नसाखळ्यांतील सजीव एकापेक्षा अनेक पोषण पातळ्यांमध्ये असतात. विविध अन्नसाखळ्या परस्परांशी संबंधित असल्याने त्यांचे गुंतागुंतीचे जाळे निर्माण होते. त्याला अन्नजाळी म्हणतात. अन्नसाखळ्यांच्या परस्परसंबधाने बंदिस्त झालेल्या जाळीला अन्नजाळी असे म्हणतात.

उदा.१) वनस्पती नाकतोडा– घार २) वनस्पती–नाकतोडा सरडा घार, अन्नजाळीतील ग्रहण केलेल्या ऊर्जेपैकी काही ऊर्जा उत्सर्जित होते. काही ऊर्जा शोषली जाते, तर काही ऊर्जा विविध क्रियांसाठी खर्ची पडते. विविध स्तरांवर ऊर्जा संक्रमण होताना तिचा क्षय होत जातो.

४) परिस्थितिक कार्यस्थळ– वनस्पती व प्राणी यांच्या जीवनविषयक गरजा भिन्न भिन्न विशिष्ट भौगोलिक परिस्थितीमुळे सजीवांची कार्ये व वसतिस्थाने निश्चित होतात. त्यामुळे परिसंस्थेतील सजीवांची वसतिस्थाने व कार्ये यांचे साकलीय वर्णन म्हणजे ''परिस्थितिक कार्यस्थळ'' होय. जोसेफ ग्रीनले या संशोधकाने पक्ष्यांच्या अभ्यास करताना ही संज्ञा वापरली. प्रत्येक सजीव जातीने वसतिस्थानासाठी व्यापलेला विशिष्ट भाग म्हणजे 'कार्यस्थळ' होय. सजीव प्राण्याच्या शरीर आकार, त्याची हालचालक्षमता या गुणधर्मानुसार सजीवांची परिस्थितिक कार्यस्थळमर्यादा निश्चित होते. म्हणून सजीव प्रजातीची परिस्थितिक कार्यस्थळ मर्यादा ही भिन्न भिन्न असते.

परिस्थितिक मनोरा (Ecological Pyramid) १९२७ ब्रिटिश अभ्यासक चार्ल्स एल्टन याने 'परिस्थितिक मनोरा' ही संकल्पना वापरली. अन्नसाखळीत विविध ऊर्जाविनिमय स्तर असतात. प्रत्येक ऊर्जाविनिमय स्तरावर अनेक सजीव असतात. या ऊर्जाविनिमय स्तराद्वारे ऊर्जासंक्रमण होतांना निम्नस्तराकडून उच्चस्तराकडे कमी कमी होत जाते. त्यामुळे सजीवांची संख्या निम्नस्तराकडून उच्च स्तराकडे कमी कमी होत जाते. या प्रक्रियेद्वारा जो आकृतिबंध तयार होतो त्याला 'परिस्थितिक मनोरा' म्हणतात. निम्नस्तरावर उत्पादक सजीव असतात व वरच्या स्तरावर त्यांची संख्या कमी होत जाते, त्याला संख्येचा पिरॅमिड असेही म्हणतात. तृणभक्षक–कीटक– मांसभक्षक–मोठे मांसभक्षक अशी संख्या कमी कमी होत जाते.

परिस्थितिक मनोरा

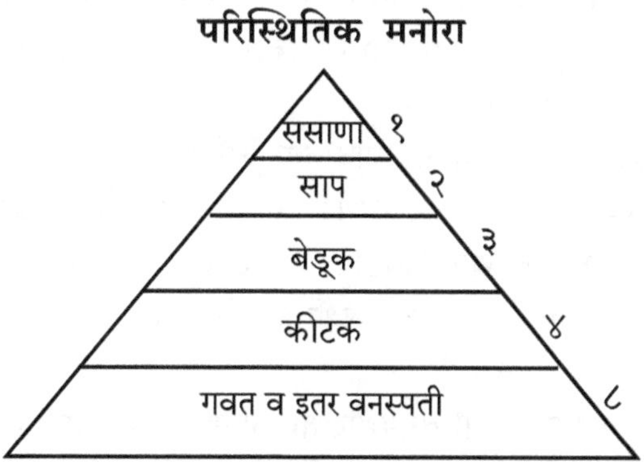

पायाभूत स्तरावर गवत व इतर वनस्पती, तृणभक्षक कीटक, कीटकभक्षक (मांसभक्षक–लहान) बेडूक, बेडूक खाणारे साप व सापांना खाणारा ससाणा अशा चढत्या क्रमाने ही संख्या कमी कमी होत जाते.

जैविक मनोरा– पिरॅमिड– जैविक वस्तुमानासाठी हा असू शकतो. सूक्ष्म जलचर जीव– कीटक–नाकतोडा–बेडूक– साप–घार–ससाणा या क्रमाने किंवा लहान जलचर–लहान मासे–मोठे मासे असा पिरॅमिड ठरू शकतो.

याच पद्धतीने ऊर्जेचा पिरॅमिड (मनोरा) आहे. यानुसार तृणभक्षकांना कमी ऊर्जा, त्यावर अवलंबून असणाऱ्या मांसभक्षकांना अधिक ऊर्जा आणि मांसभक्षकावर अवलंबून असणाऱ्या मोठ्या मांसभक्षकांना अधिक ऊर्जा ही क्रमाक्रमाने वाढतांना दिसते.

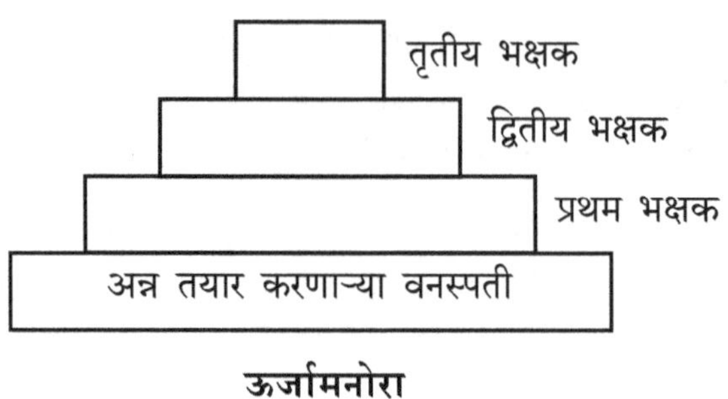

ऊर्जामनोरा

● जैवविविधता व संवर्धन (Bio-diversity and its Conservation)

जैवविविधता समुदाय आणि परिसंस्थाच्या कार्याशी आणि स्थिरतेशी अतिशय घनिष्टपणे निगडित असते. मानवाच्या अनेक दृष्टिकोनांतून त्याचे महत्त्व आहे. जैवविवधता आर्थिकदृष्ट्याही महत्त्वाची असते, कारण मानवाच्या मूलभूत गरजा, औषधे व उद्योगधंद्यांसाठी आवश्यक मूलभूत द्रव्यांचा पुरवठा जैवविविधतेद्वारा होतो.

'जैवविविधता' ही संज्ञा परिस्थितिक तज्ज्ञांनी प्रचलित केली आहे. ब्राझीलची राजधानी रिओ-दी-जनेरिओ येथे १९९२ ला संपन्न झालेल्या पर्यावरण आणि विकासासंबंधी संयुक्त राष्ट्रसंघाची परिषद संपन्न झाली होती. या परिषदेत प्रथम जागतिक स्तरावर जैवविविधता संरक्षण व संगोपन यांवर सर्वांचे एकमत झाले. "पृथ्वीवरील विविधतापूर्ण जीवन व त्यांच्या अगणित प्रक्रिया म्हणजे जैवविविधता" होय. त्यात एकपेशीय, आदिजीवापासून बहुपेशीय वनस्पती, पक्षी, मासे आणि सस्तन प्राण्यांचा समावेश होतो. १९८० च्या आसपास जैवविविधता ही संज्ञा प्रचलित झाली. इ.ओ. विल्सन या जीवशास्त्रज्ञाने ही संज्ञा लोकप्रिय केली. जैवजाती आणि निवासक्षेत्रे/अधिवासाचा ऱ्हास, जैविक साधनसंपत्तीचा उपयोग, मूल्य त्यांचे व्यवस्थापन, संवर्धन इत्यादी घटकांचा जैवविविधतेमध्ये समावेश होतो.

जागतिक साधनसंपत्ती संस्थेने "जागतिक जीवांच्या विविधतेत त्यांच्या आनुवंशिक विविधता आणि त्यांच्या विविध गटांचे एकत्रीकरण यांचा समावेश म्हणजे जैवविविधता होय" असे म्हटले आहे. १९९२ च्या वसुंधरा- परिषदेने "जीवित जीवांचे सर्व स्रोत भूपृष्ठीय, सागरी व अन्य जलीय परिसंस्था आणि त्याचा एक भाग असलेली जटिलता तसेच जैवजाती आणि परिसंस्थेतील विविधता यांचा समावेश म्हणजे जैवविविधता" असे नमूद केले आहे.

जीवित जीवांमधील विविधता व परिवर्तनशीलता आणि पारिस्थितिक जटिलता आढळते. त्याला "जैवविविधता" असे म्हणतात.

▶ **जैवविविधतेचे मूल्य** (Value of Bio-diversity)- मॅक्नीलो याने जैवविविधता मूल्यांचे बहुउपयोगानुसार वर्गीकरण केले आहे. त्यात प्रत्यक्ष मूल्ये व अप्रत्यक्ष मूल्ये असे वर्गीकरण तो करतो.

१) प्रत्यक्ष मूल्यांचे पुन्हा दोन प्रकार- उपभोगक्षम उपयोग मूल्य व उत्पादनक्षम उपभोग मूल्य हे ते दोन प्रकार होत.

अ) उपभोगक्षम उपयोग मूल्य म्हणजे पृथ्वीच्या पाठीवरील अन्नधान्य पुरवण्याची गरज भागविणाऱ्या जैवविविधतेला 'उपभोगक्षम उपयोग मूल्य' म्हणतात. मानवाच्या अन्नाचा प्रमुख स्रोत वनस्पती, प्राणी व मासे आहेत. त्यासोबत पुष्पधारी वनस्पतींची संख्या २५०,००० अंदाजे असून त्यांपैकी काही हजार जाती प्रत्यक्ष अन्नाचा स्रोत आहेत. कृषी हा महत्त्वाचा अन्नस्रोत असून ९०% अन्नधान्य १५ ते २० पिकांपासून मिळते.

ब)   उत्पादनक्षम उपभोगमूल्य म्हणजे जे उत्पादन बाजारपेठेत पाठवून विकले जाते आणि त्याला व्यापारीदृष्टच्या वापरण्यास योग्य असते. त्यात वन्य जनुक, उद्योगधंद्यावर अवलंबून असलेली कागद, रेशीम, कापड, कातडी, हस्तिदंत इत्यादि. जैवविविधतेची सुसंपन्न ठिकाणे–आफ्रो–आशियाई देशात आहेत. औषध व वैद्यकासाठी उपयुक्त वन्य वनस्पती, औषधी वनस्पती, कीटकनाशके म्हणून वापरात येणाऱ्या वनस्पती इत्यादींचा त्यात समावेश होतो.

२) अप्रत्यक्ष मूल्ये– नैसर्गिक साधनसंपत्तीचा नाश न होता जैवविविधतेद्वारा फायदा होतो. त्याला अप्रत्यक्ष मूल्ये असे म्हणतात. त्यात

अ)   अ–उपभोगक्षम उपभोगमूल्य– ज्याच्या मूल्याची जाणीव होत नाही, परंतु त्याचा प्रभाव होत राहतो. उदा. परागसिंचन, जनुकवहन, कार्बन, नायट्रोजन व ऑक्सिजन पोषणचक्र नियमन इत्यादि

ब)   सामाजिक मूल्ये– लोकांच्या सामाजिक जीवनाशी निगडित सामाजिक मूल्ये आहेत. त्यात पवित्र वनस्पती– पूजा, पत्री, फुले, पवित्र पाणी–गाय, बैल, साप, मोर इत्यादी, राष्ट्रीय श्रद्धेचे प्रतीक–मोर, कमळ, वाघ, डॉल्फिन इ.

क)   नैतिक मूल्ये– नैतिक मूल्यास अस्तित्वमूल्ये असेही म्हणतात. त्यात सर्व जीवांचे सरक्षण–संवर्धन–जगा आणि जगू द्या मंत्र येतात, प्रत्येकाला जगण्याचा हक्क यास नैतिक आधार दिला जातो. निसर्गावर प्रेम करा. म्हणूनच युनोने जैवजातींना त्यांचे अस्तित्व व संरक्षणाचा अधिकार आहे असे ठरविले.

ड)   सौंदर्याभिरुची मूल्य– निसर्गातील विविधतेत मानवाला निरीक्षणांनी सौंदर्याभिरुची मूल्याचा अनुभव येतो. निसर्गसहवासात मिळणारा आनंद, वनश्री पाहून मिळणारा आनंद व सौंदर्याभिरुची वा सौंदर्याचा आस्वाद मिळतो. म्हणून मानवाला पर्यटन, सहल, इको टुरिझम आवडतो. कामातून विश्रांती, मानसिक आनंद, निसर्गसानिध्यात मिळतो व त्यापुढे मानवाची सौंदर्याभिरुची वाढीस मदत होते.

इ)   ऐच्छिक मूल्य– निसर्गातील जैवविविधतेच्या अनेक क्षमता मानवाला अद्याप माहीत नाहित, त्यांचे संशोधन सुरू आहे. त्या क्षमतांची माहिती वा शोध मानव जातीस उपयुक्त ठरणारा राहील, अशा अज्ञान क्षमतांना ऐच्छिक मूल्य संबोधले जाते. म्हणून जैवविविधतेचे संगोपन मानवजातीच्या हिताचे आहे. मात्र मानवी भौतिक भुकेपोटी तो त्या विविधतेचा ऱ्हास करीत आहे.

▶ **जैवविविधतेच्या श्रेणी पातळ्या** (Bio-diversity of Hierarchical Level)– जैवविविधतेच्या तीन श्रेणी पातळ्या आहेत. १) जननिक/आनुवंशिक/गुणसूत्रीय/जनुकीय विविधता २) जातीय विविधता व ३) परिसंस्थीय विविधता.

१) जनुकीय विविधता– निसर्गातील एखाद्या जातीमध्ये अनेक प्रकार असतात की, त्याचा आकार, विस्तारमान, रोगप्रतिकारक्षमता कमी अधिक अशी भिन्न असतात. या भिन्नतेला जनुकीय विविधता म्हणतात. उदा. तांदळाच्या विविध जाती, त्यातील विविधता, निसर्गात टिकून राहण्यासोबत परिवर्तन, उत्क्रांती त्यातून नवीन जाती निर्मिती ही प्रक्रिया सतत सुरू आहे. त्याला प्रजननसुधारणा म्हणता येईल. पीक, प्राणी यात ही क्रिया सतत सुरू असते.

२) जातीय विविधता– परिसंस्थेतील जातीच्या सुसंपन्नतेला जातीय विविधता म्हणतात. पृथ्वीतलावर अशा जातींची संख्या अगणित आहे.

जातीमध्ये– प्राणी, वनस्पती यातील सर्वात लहान एकक (Species) असतो.

प्रजातीमध्ये- समान जाती, मिळून प्रजाती तयार होतात. अनेक भिन्न भिन्न जातींचा संघ म्हणजे प्रजाती होय. समान प्रजाती (Genera) मिळून कुळे (Families) तयार होतात. या प्राणी वनस्पतीची वर्गवारी शारीरिक व जैव रासायनिक व इतर संबंधाच्या आधारे सजीव रचना श्रेणीद्वारा करता येते. त्याला वर्ग किंवा वर्गीकरण (Class or Classification) म्हणतात. सजीवाच्या वर्गीकरणात प्राणी किंवा वनस्पती यांपैकी कोणत्याही एका प्रकारच्या घटकाचा सर्वांत उच्च संच म्हणजे कोटी (संच) (Kingdom) हा सजीवांच्या वर्गीकरणाचा उच्चतम प्रवर्ग आहे.

जागतिक स्तरांवर आतापर्यंत १.७ कोटी दशलक्ष जातींची ओळख पटलेली आहे. पृथ्वीतळावर एकूण जातींची संख्या ५ ते १०० दशलक्ष असावी, असा अंदाज मांडला जातो.

३) परिसंस्था विविधता– निवासक्षेत्रे/अधिवास, जैविक समुदाय आणि परिस्थितिक प्रक्रियेचे विविध प्रकार व त्यातील जटिलता याला परिसंस्था विविधता म्हणतात. जग स्तरावर, खंडानुसार, परिस्थितीनुसार या परिसंस्थांची विविधता आढळते. जातीय घटकात साधारणत: समान स्वरुपाची विपुलता असल्यास प्रणालीत अधिक विविधता आढळते.

▶ **भारतातील जैव भौगोलिक विवरण–** भारतात जवळपास दहा जैव भौगोलिक क्षेत्रे आहेत.

अ) ट्रान्स हिमालय क्षेत्र- लडाख, स्पिटी व हिमालयाला समान्तर पर्वतरांगा. त्यात ८० जातींच्या वनस्पती आढळतात. पांढरा चित्ता, लांडगा ही आढळतो.

ब) हिमालयीन क्षेत्र- ट्रान्स हिमालय क्षेत्राच्या दक्षिणेकडील व उत्तरेकडील पूर्व हिमालयीन क्षेत्र. सदाहरित वृक्ष व रानम्हशी, गेंडा, लाल पांडा, याक इत्यादी प्राणी आढळतात.

क) वाळवंटी प्रदेश- गुजरात व राजस्थानात वाळवंटीय प्रदेशात खुरटे गवत, निवडुंग, काटेरी झुडपे, सोबत साप, सरडा, पाली, कोल्हा, रानमांजर, रानगाढव, काळवीट, हरिण इ. प्राणी आढळतात.

ड) निम्न वाळवंटी प्रदेश- वाळवंटी प्रदेश व दख्खनचे पठार या दोघांमधील प्रदेश- दाट झाडी, विविध प्रकारचे गवत व साप, उंट, कोल्हा इ. प्राणी आढळतात.

इ) पश्चिम घाटप्रदेश- भडोच ते कन्याकुमारी पर्यंतचा प्रदेश-कोकण-उष्णकटिबंधीय पानझडी, ताड, साग, सुपारी व वानर, लंगूर, मार्जार, पाणमांजर, वाघ इ.

ई) दख्खनचा प्रदेश-पठारी आकाराचा त्रिकोणी प्रदेश, सातपुडा पर्वतरांगापासून दक्षिणेकडील प्रदेश

उ) गंगा खोरे- अरवली पर्वतापासून बंगालपर्यंतचा प्रदेश, पानझडी, साल, सुंदरबनची दलदल

ऊ) पूर्वांचल क्षेत्र- भारताचा उत्तरपूर्व भाग- ऑर्किड, फर्न, नेचे, बांबू आढळतात. बिबट्या, हुल्लूक, बोकड, मेंढ्या इ.

फ) समुद्रकिनारी प्रदेश- पूर्व व पश्चिम किनारपट्टी व लक्षद्वीप बेटे, जलीय वनस्पती व जलीय प्राणी आढळतात.

प) द्वीपसमूह- बंगालच्या उपसागरातील अंदमान, निकोबार बेटे, येथे अनेक सजीवांच्या जाती, प्रजाती आढळतात. वटवाघळाच्या २६ जाती व २४२ प्रकारचे विविधरंगी पक्षी व अनेक प्राणी आढळतात.

▶ **मानवजातीच्या पोषकद्रव्यांसाठी जैवविविधता–** मानव आपले अन्न, औषधे आणि औद्योगिक उत्पादनासाठी वनस्पती, प्राणी आणि सूक्ष्म जीवजंतूंसारख्या जैविकतेवर अवलंबून आहे. परंतु मानवाने विकासाच्या नावाखाली जैविकतेची हानी केली आहे.

अ) अन्नाच्या पुरवठ्याच्या निश्चितीनंतर सुरुवातीस मानवी संस्कृतीचा विकास झाला. नदीची खोरी, कृषिसंस्कृती शोध, अन्न म्हणून विविध वनस्पतींचा उपयोग, खाद्यतेले, आहारात पशुधनांचा वापर, अन्नासाठी

मांसाचा वापर, फळे, भाजीपाला, ऊस, बीट पासून साखर यामुळे मानवी अन्न समस्या सुटली.

ब) पूर्वी लोकसंख्या कमी व अन्नसंपदा अधिक होती. परंतु लोकसंख्या वाढीसोबत अन्नाची व कच्च्या मालाची आवश्यकता भागविण्यासाठी मानवाने अनेक प्रयत्न केले. वनस्पतीची पैदास व पीक सुधारणा, जनुकीय विविधतेच्या पद्धतीचा वापर, संकरणातून अधिक उत्पादन, बहुगुणित पैदास, ऊती संवर्धन (Tissue Culture) चा प्रयत्न- नियंत्रित वातावरणात रोपट्यांची वाढ व अधिक उत्पादन, गुणसूत्रीय अभियांत्रिकी (Genetic Engineering) चा अवलंब करून फळबागा वृद्धी, अधिक उत्पादनाचा प्रयत्न व जैवतंत्रज्ञान (Biotechnology)चा अवलंब करून सूक्ष्मजीव, वनस्पती किंवा प्राणी पेशी पासून उत्पादनवाढीचा प्रयत्न.

क) कृषिक्षेत्रात आधुनिक तंत्राचा वापर- बियाणे, कीटकनाशके, खते, जमीन, सकसता वाढविणे, अल्पकालावधीत पीक घेणे, पाणीटंचाईवर मात करणारी पिके घेणे, आरोग्यवर्धक तेलबिया, सौंदर्यप्रसाधने व औषधे निर्मितीसाठी प्रयत्न होत आहेत.

ड) जननिक संपन्नतेचे वितरण- उत्तर गोलार्धातील औद्योगिक देश जनुक निर्धन तर दक्षिण गोलार्धातील विकसनशील देश जनुक संपन्न आहेत. उच्च कटिबंधीय प्रदेशात वनस्पतींची विविधता तर समशीतोष्ण कटिबंधात मर्यादित वनस्पती आहेत. विकसित देशांनी विकासाच्या नावाखाली वनस्पतीचा उपयोग केला व उत्पादनात ही सुधारणा केली. जागतिक अन्नामध्ये विकसनशील देशांचा वाटा महत्त्वाचा आहे. ९६% अन्नाचा वाटा विकसनशील देश पुरवितात. वन्य जातीतील जैवविविधता असंख्य प्रकारांची असून त्यापासून मानव जातीला मोठा फायदा आहे. म्हणूनच मानवाच्या पोषणासाठी जैवविविधतेचे संवर्धन आवश्यक आहे. जैवविविधता संवर्धन हे प्रमुख कर्तव्य असून त्यातच मानवाचे कल्याण आहे. त्यासाठी संशोधन व जननिक मुल्यात समन्वय साधणे, सर्व देशांनी एकत्रितपणे काम करणे सर्व जीवजातींच्या अधिवास/परिसंस्था संरक्षण व संवर्धन करणे, त्यात लोकांचा सहभाग वाढविणे आवश्यक आहे.

▶ **जैवविविधतेची आर्थिक क्षमता-** मानव हा निसर्गाचा अविभाज्य घटक आहे. मानवजातीच्या पोषणद्रव्यात सुसंपन्न जैवविविधता आवश्यक असते. त्यापासून अन्न, औषधे, औषधनिर्माण द्रव्य, धागे, रबर, लाकूड, इ.स्रोत प्राप्त होतात. उतार वन याचा अर्थ जमिनीची स्थिती छान आहे. पाणी, हवा, जमीन यांच्या आंतरक्रिया चालू आहेत. वनसंपत्तीपासून मानवाला इंधननिर्मिती, निवाऱ्यासाठी लाकूड, फर्निचरसाठी लाकूड, वाहने-अवजारे निर्मिती, लाकडापासून तंतू, धागे व कापड उत्पादन, कागद, पेपरबोर्ड, औषधनिर्मिती, खेळ साहित्य, पशूपालन, पिके, औषध व वैद्यक मिळतात. वनापासून सम हवामान, पर्जन्य विपुलता, भूजल पातळी उंचावणे, विनाशकारी पुरांना अटकाव, भूसंवर्धन, मृदेतील सुपीकता, वन्यपशु पक्षी संरक्षण, निसर्गपर्यटन व विकासस्थळे, प्रदूषण कमी होणे इत्यादी फायदे होतात.

त्यासोबत पशुधनवाढ, शेतव्यवसायास मदत, वाहतूक, उद्योगधंदे वाढीस मदत, मानवी आहार व पशुधन यांसाठी वने आवश्यक असतात. जैवविविधतेमुळे मानवाच्या आर्थिक क्षमता वाढीस मदत होते. दुग्धोत्पादन, मांसोत्पादन, लोकर उत्पादन, वराह पालन, कातडी व चामडी उत्पादन व मासेमारी करता येते. जैवविविधतेमुळे मानवाच्या आर्थिक क्षमतावाढीस मदत होते. म्हणून उपभोग्यता, उत्पादकता, सामाजिकता, नैतिकता इत्यादीचे दृष्टीने जैवविविधता महत्त्वपूर्ण ठरते.

▶ **जैवविविधतेची हानी आणि त्याची प्रमुख कारणे-** भू-शास्त्रीय कालखंडात वनस्पती व प्राण्यांच्या अनेक जाती नैसर्गिक शक्तीमुळे विलोप पावल्या आहेत. परंतु जैवसृष्टीतील उत्क्रांती आणि नवीन उत्पत्तीदेखील

झालेली आहे. विकासाच्या नावाखाली वनकटाई, अतिचराई, नागरीकरण, उद्योगधंदे, खाणकाम इत्यादींमुळे नैसर्गिक परिसंस्थेत अनर्थ स्थितीचा वेग वाढला आहे. लोकसंख्या वाढ, चंगळवाद, ग्राहकवाद इत्यादींमुळे जैवविविधतेची मोठी हानी होत आहे.

प्रमुख कारणे–वेगवेगळ्या कारणांनी जैवविविधता धोक्यात आली आहे. त्यापैकी

१) अधिवास/निवासक्षेत्र परिसंस्था विस्कळीत होत आहे. त्यामुळे प्राण्यांचे आश्रयस्थान धोक्यात आले आहेत.

२) अधिवासाचे विखंडन– मानवाने वाढवलेली नागरी वसाहत, बागा, रस्ते, खाणकाम, धरणे इत्यादीमुळे अधिवासाचे विखंडन होऊन जैवजातीच्या जगण्याची आणि वसाहत करण्याची क्षमता कमी होते.

३) निर्वनीकरण– जंगलतोड करण्याने प्राण्यांच्या आश्रयस्थानांना धोका निर्माण होऊन त्यांच्या मुक्त हालचालीवर मर्यादा पडते. त्यामुळे ते नागरीवस्तीत शिरण्याचा प्रयत्न करतात. कारण जंगले नष्ट झाली आहेत.

४) विशेष परिस्थितिक सुस्थळावर परिणाम– मानवाच्या विकासप्रक्रियेमुळे वनस्पतींच्या जातींना धोका निर्माण होतो. अरुंद मर्यादित प्रदेश वा विशेष परिस्थितिक सुस्थळे या गटात समाविष्ट होऊन वनस्पती धोक्यात येते. दुर्मीळ वनस्पती नामशेष होण्याचा धोका वाढतो.

५) व्यवस्थेमधील विस्कळीतपणा मानव व निसर्गनिर्मित अव्यवस्थेमुळे जैवविविधतेवर विपरीत परिणाम होतो. त्यातून अव्यवस्था निर्माण होते. जैवविविधतेच्या अधिवासावर विपरीत परिणाम होतो.

६) विदेशी जैवजातीचा प्रवेश– विदेशी जैवजाती या मूळ जैवजातींना खाऊन टाकतात, तेव्हा त्या जास्त काळ टिकून राहात नाही. बेटावरील परिसंस्थेवर त्याचा सर्वात जास्त प्रभाव दिसतो.

७) उच्च बी-पैदास-संकर-बी बियाणामुळे परंपरागत पीक जाती नष्ट होतात. किंवा रोगराईला बळी पडतात.

८) शिकार व अतिशोषण– प्राणी, पक्षी, शिकारीमुळे अनेक प्राणी, पक्षी विलोपनाच्या मार्गाला आहेत.

९) प्राणी पकडणे, ठार करणे, त्यांचा वापर करणे, त्यांची तस्करी करणे. यामुळे गंभीर धोका निर्माण होतो.

१०) वाढत्या प्रदूषणामुळे संवेदनशील जातींची संख्या घटते आहे.

यामुळे जैवविविधता धोक्यात आली असून मानवाच्या चुकीच्या वागण्यातून विघटन वाढते आहे. अनेक जाती, पक्षी, प्राणी, नष्ट होत आहेत. प्रामुख्याने दुबळ्या जाती, संवेदनशील जाती, दुर्मीळ जाती ह्या संकटग्रस्त, निर्वंश होण्याची शक्यता वाढते आहे. भारतातील प्राण्यांच्या संकटग्रस्त जाती ४५४, चिंताजनक संकटग्रस्त जाती-१८, संवेदनशील जाती-१४३, वनस्पतीमधील चिंताजनक जाती-११३ व संवेदनशील जाती-८७ ही आकडेवारी यातील भीषणता दर्शविते. भारतात वानरवर्ग, अस्वल, हिंस्रपशू, एकशिंगी गेंडा, वन्य गाढव, कासव, मगर, सुसर, अनेक पक्षी, कीटक गण संकट जातीत मोडतात.

जैवविविधतेच्या संवर्धनासाठी– १) जैवविविधतेचे संवर्धन करणे, परिसंस्था किंवा अधिवासात जनुक, जैवजाती आणि जीवसंख्येचे संरक्षण महत्त्वाचे ठरते. त्यासाठी अधिवासाची अवनती आणि ऱ्हास थांबविणे आवश्यक आहे.

२) जैवविविधता संवर्धनासाठी कृतिकार्यक्रम आखणे– नैसर्गिक अधिवास आणि प्राणी व वनस्पती उद्याने यावर परस्थानाचे अधिवास यांचे संरक्षण करणे, संकटग्रस्त जाती संवर्धनासाठी विशेष प्रयत्न करणे, वन्यजीवांच्या जीवाधार प्रणालीचे यथायोग्य व्यवस्थापन करणे, स्थलांतरित पक्षी, प्राण्यांचे रक्षण करणे, आंतरराष्ट्रीय

व्यापाराचे नियमन करून तस्करी रोखणे, वन्यजीव संवर्धनाच्या पद्धतींचा अवलंब करणे. नैसर्गिक परिसंस्थेमधील जातींच्या संवर्धनास मूळस्थानी संवर्धन करणे, त्यासाठी सुरक्षित क्षेत्र विकसित करणे, राष्ट्रीय उद्याने, अभयारण्ये उभारणे, व्याघ्र प्रकल्प, गिर सिंह प्रकल्प, हत्ती प्रकल्प उभारणे, राष्ट्रीय व आंतरराष्ट्रीय पातळीवर त्यांसाठी प्रयत्न सुरू आहेत.

जागतिक प्रयत्न– १) युनोने १९८० ला जागतिक संवर्धन कृतियोजना २) १९९१चा आंतरराष्ट्रीय संस्थांमार्फत पृथ्वी कृतियोजनेसाठी खबरदारी ३) १९९२ च्या जागतिक स्तरावरील जैवविविधतेच्या संवर्धनाची कृतियोजना ४) १९९२ च्या ब्राझीलची राजधानी रिओ–दी–जनेरिओ येथील वसुंधरा परिषद ज्यात १५२ देशांनी भाग घेऊन जैवविविधता संवर्धनासाठी कृतिकार्यक्रम आखला. ५) युनोने १९९४–२००३ हे आंतरराष्ट्रीय जैवविविधता दशक साजरे केले.

लोक व वन्यजीव संघर्ष शमविणे, लोक व वन्यजीव संघर्ष कमी करणे, त्यासाठी उपाययोजना आखणे, पर्यावरणविकास व संवर्धनासाठी देश व आंतरराष्ट्रीय पातळीवर प्रयत्न होणे आवश्यक आहे. लोकसंख्या मर्यादित करणे, विकास व पर्यावरण संतुलन राखणे, साधनसंपत्तीचा वापर कमी करणे, शाश्वत विकासावर भर देणे, पर्यावरण व्यवस्थापनावर भर देणे.

भारतात १९८० नंतर सहाव्या योजनेपासून पर्यावरणीय आणि पारिस्थितिक प्रोत्साहनात्मक संरक्षण आणि सुधारणा करण्यासाठी अल्पकालीन व दीर्घकालीन योजनांवर भर देण्यात आला. त्यानंतरच्या सर्व पंचवार्षिक योजनांमध्ये सर्व विकासाच्या वास्तवात अतिशय मूलभूत पाया पर्यावरणीय संवर्धन ठरविण्यात आला आहे. त्यासाठी पर्यावरण व्यवस्थापन नीतिशास्त्राचा आधार, पर्यावरण व्यवस्थापनात आर्थिक घटकांचा समावेश, पर्यावरण व्यवस्थापनातील सामाजिक घटक आणि तांत्रिक घटक महत्त्वाचे ठरतात.

१९७२ चा वन्यजीव, प्राणी संरक्षण कायदा, जल (प्रतिबंध व नियंत्रण) कायदा– १९७४, हवा (प्रदूषण आणि नियंत्रण) कायदा–१९८१, पर्यावरण (संरक्षण) कायदा–१९८६ या महत्त्वपूर्ण कायदेशीर तरतुदी करण्यात आल्या आहेत.

▶ जैवविविधता व जग (Bio-diversity and World)

१६ व्या शतकापासून सुरू झालेल्या आधुनिक विज्ञानयुगामुळे मानवी जीवन कमी कष्टप्रद होत गेले, मात्र मानवी हस्तक्षेप वाढल्याने पृथ्वीवरील सजीव सृष्टीचा नाश होऊ लागला. ह्या ऱ्हासाची कारणे म्हणजे अधिवास कमी होणे, शिकार, शहरीकरण, कृषीभूमी विस्तार, औद्योगिकीकरण, लोकसंख्यावाढ, जंगलतोड इत्यादी आहेत. यामुळे जागतिक स्तरावर जैवविविधता संरक्षण व संवर्धनाचे प्रयत्न सुरू झाले. यासाठी जागतिक स्तरावर जैवविविधतेचा आढावा घेण्यात आला.

शास्त्रज्ञ नॉर्मन मेयर्स (Norman Mayers) यांनी मांडलेली संकल्पना म्हणजे जैवविविधतेने संपन्न अशी जगातील एकूण २५ स्थळे आहेत.

विकसित देशात जैवविविधता खूप कमी आहे तर विकसनशील देश जैवविविधते बाबतीत संपन्न आहेत.

संपन्न जैवविविधता क्षेत्र (Mega Bio-diversity Area)– जगातील १२ देशांचा या क्षेत्रासाठी समावेश करण्यात आला आहे. जेथे जैवविविधता भरपूर प्रमाणात आढळते. त्या देशांची नावे पुढीलप्रमाणे आहेत. मेक्सिको, मादागास्कर, इक्वेडोर, कोलंबिया, कॅमरून, पेरू, ब्राझील, झैरे, चीन, मलेशिया, इंडोनेशिया आणि भारत.

जैवविविधता संरक्षण व संवर्धनासाठी सजीव जातींचे खालील प्रकार करतात.

निर्वंश जाती (Extinct Species) – ज्या जाती पृथ्वीवरून कायमच्या नाहीशा झाल्या आहेत, नामशेष झाल्या आहेत. उदा. डोडो (Dodo) पक्षी, प्रवासी कबूतर, गुलाबी बदक, भारतीय चित्ता (Indian Leopard), इत्यादी. एखादी जात सलग ५० वर्षे दिसली नाही तर ती जात नष्ट झाली असे मानतात.

संकटग्रस्त जाती (Endangered Species)– नजीकच्या काळात नामशेष होऊ शकणाऱ्या जाती. जगात सुमारे ५९२ जाती धोक्यात आहेत. तसेच अस्तित्व धोक्यात असलेल्या सजीव जाती अशा एकूण १६७२ जाती जगात सध्या आहेत. संवेदनशील/विकारक्षम जाती सध्या जाती त्यांच्या संख्येने जास्त असल्या तरी नजीकच्या काळात धोक्यात येऊ शकतात. जगात सुमारे ५७९ जाती आहेत.

दुर्मीळ जाती– ज्या सजीव जाती त्यांच्या संख्येने अत्यंत कमी प्रमाणात आढळतात. जगात अशा ४९१ जाती आहेत.

प्रदेशनिष्ठ जाती (Endemic Species)– या सजीव जाती ठराविक प्रदेशातच आढळतात.

जैवविविधतेच्या शाश्वत विकासासाठी, ब्राझीलच्या पहिल्या पृथ्वी परिषदेत अजेंडा-२१ ची निर्मिती झाली. १९९२ साली जैवविविधता संवर्धनासाठी कार्यान्वित झालेली जागतिक योजना म्हणजे 'जैवविविधता संवर्धन कृतियोजना' (Biodiversity Conservation Strategy) होय. संकटग्रस्त जातीबद्दल विचार करण्यासाठी १९७३ मध्ये वॉशिंग्टन येथे आंतरराष्ट्रीय करार (Convention on International Trade in Endangered Species - CITES) झाला. जगातील १२१ देश या कराराचे सदस्य आहेत. तसेच युनोने १९९४-२००३ हे दशक आंतरराष्ट्रीय जैवविविधता दशक (International Biodiversity Decade) म्हणून साजरे केले.

ट्रेड रेकॉर्ड ॲनालिसिस ऑफ फ्लोरा ॲण्ड फॉना इन कॉमर्स (Trade Record Analysis of Flora and Fauna In Commerce-TRAFFIC) ही आंतरराष्ट्रीय संस्था वन्य जीवांच्या जागतिक व्यापारावर नजर ठेवते. तसेच निसर्ग आणि संवर्धन यांसाठी आंतरराष्ट्रीय संघद्वारा (International Union for Conservation of Nature-IUCN) द्वारा रेड डाटा बुक (Red Data Book) या पुस्तकातून दुर्मीळ संकटग्रस्त व धोकादायक अस्तित्व बनलेल्या सजीव जातींची माहिती दिली जाते. युनेस्को द्वारा १९७१ मध्ये राखीव जीवावरणाचे जागतिक जाळे (World Network of Biosphere Reserves) तयार करण्यात आले आणि इ.स. १९७१ मध्ये इराण देशातील 'रामसर' येथे पाणथळ (दलदलीच्या) प्रदेशाबाबतचा आंतरराष्ट्रीय करार जैवविविधता संवर्धनासाठी झाला.

• जैवविविधता व भारत

भारतात जागतिक भू-प्रदेशापैकी २.४% भाग आहे, तर जागतिक जैवविविधतेत भारताचा वाटा ८.२२% आहे. जैवभौगोलिकदृष्ट्या भारत तीन प्रकारच्या प्रदेशांच्या त्रिकोणावर वसला आहे. १) ॲफ्रो-ट्रॉपिकल २) इंडो मलायन ३) पॅलिओ–आर्क्टिक या प्रत्येकांच्या वैशिष्ट्यपूर्ण गुणधर्मामुळे भारतात संपन्न जैवविविधता आढळते. तसेच जगामधील १२ मेगा जैवविविधता देशांपैकी भारत एक आहे. भारतात जागतिक वनसृष्टीपैकी १०.८८% जैवविविधता आहे. तर भारतात जागतिक प्राणीसृष्टीपैकी ७.३१% जैवविविधता आहे. भारताचा वनस्पती- विविधतेमध्ये जगात १० वा आणि आशिया खंडात ४ था क्रमांक आहे. जगात भारताचा सस्तन जातींच्या संख्येत १० वा क्रमांक आहे. भारताचा जगामध्ये उच्च पृष्ठवंशीय प्रदेशनिष्ठ जातींमध्ये ११ वा क्रमांक आहे. कृषी आणि पशुसंगोपन जातींच्या संख्येत भारताचा जगात ७ वा क्रमांक आहे.

भारतात तीन जीवसंहती (Biomes) आहेत.

१) उष्ण कटिबंधीय आर्द्र वने

२) उष्ण कटिबंधीय शुष्क पानझडी वने

३) उष्ण व निम वाळवंटे

तसेच जगामधील २५ संपन्न जैवविविधता स्थळांपैकी (Hot spots of biodiversity) भारतात ०२ स्थळे आहेत. १) पश्चिम घाट, २) पूर्व हिमालय

भारतात 'जागतिक वारसा स्थाने' ०५ आहेत. ती पुढीलप्रमाणे

१) काझीरंगा राष्ट्रीय उद्यान (आसाम)

२) सुंदरबन राष्ट्रीय उद्यान (पश्चिम बंगाल)

३) कोयलादेव राष्ट्रीय उद्यान (राजस्थान)

४) नंदादेवी राष्ट्रीय उद्यान (उत्तरांचल)

५) मानस वन्यजीव अभयारण्य (आसाम)

भारतात १० जैव भौगोलिक प्रदेश आहेत. ते पुढीलप्रमाणे

१) ट्रान्स हिमालय विभाग

२) हिमालय विभाग

३) वाळवंटी विभाग

४) निमओसाड विभाग

५) पश्चिम घाट विभाग

६) दख्खन द्वीपकल्प विभाग

७) गंगेचे मैदान विभाग

८) ईशान्य भारत विभाग

९) किनारपट्टी विभाग

१०) सागरी बेटे विभाग

भारतात १४ 'राखीव जीवावरण' क्षेत्रे आहेत. भारतात ७ रामसार आर्द्र (पाणथळ दलदलीचे) प्रदेश आहेत.

१) हरिके- पंजाब

२) वेंबनाड कोल- केरळ

३) चिलका सरोवर व भितरकणिका खारफुटींची वने- ओरिसा

४) ईस्ट कोलकाता वेटलॅन्ड्स- कोलकता

५) सांबर सरोवर व केवलादेव राष्ट्रीय उद्यान- राजस्थान

६) भोज- मध्यप्रदेश

७) लोकटाक सरोवर- मणिपूर

भारतात वनस्पती उद्याने-३३, राष्ट्रीय उद्याने-९२, प्राणी संग्रहालये-२७५, अभयारण्ये-५०४ आहेत.

▶ **वन्यजीव संवर्धनासाठीचे भारताचे प्रयत्न-**

१) **व्याघ्र प्रकल्प (Project Tiger)-** जागतिक निसर्ग संवर्धन निधी (WWF)च्या मदतीने १९७३ मध्ये भारत सरकारने व्याघ्र प्रकल्प सुरू केला. सध्या भारतात वाघांच्या संवर्धनासाठी २७ ठिकाणे महत्त्वाची ठरविण्यात आली आहेत.

२) **हत्ती प्रकल्प (Project Elephant)-** भारताने हत्ती प्रकल्पाची सुरुवात १९९२ मध्ये केली. भारतातील १२ राज्यांत या प्रकल्पाची अंमलबजावणी होत आहे.

३) **मगर संवर्धन प्रकल्प (Crocodile Conservation Project)-** भारतात हा प्रकल्प १९७५ साली सुरू झाला. भारतातील ८ राज्यांत १६ ठिकाणी मगर पैदास केंद्र सुरू करण्यात आली आहेत.

४) **गेंडा संवर्धन योजना (Rhinoceros Conservation Scheme)-** भारतात गेंडा संवर्धन योजना केंद्र सरकारने १९८७ पासून आसामामध्ये पुरस्कृत केली.

५) **चिरू संवर्धन योजना (Chiru Conservation Scheme)-** चिरू हा हिमालयात आढळणारा प्राणी आहे. या प्राण्यांच्या कातडीचा उपयोग शाली (Shawls) तयार करण्यासाठी केला जातो. या कारणाने चिरू प्राण्याची संख्या कमी होत असल्याने सरकारने त्यांच्या संवर्धनाची योजना सुरू केली आहे.

महत्त्वाची माहिती

भारताची एकूण समुद्रकिनारपट्टी ७५१६ किलोमीटर आहे.

भारतात खारफुटी वनस्पतींच्या ४५ जाती आहेत. प्रवाळाच्या ३४२ जाती आहेत.

भारताने इ.स. २००२ मध्ये जैवविविधता कायदा लागू केला. जैवविविधता कायदा अंमलबजावणीकरिता चेन्नई येथे 'राष्ट्रीय जैवविविधता संचालनालय (National Biodiversity Authority) ची स्थापना करण्यात आली आहे. या संचलनालयाचे मुख्यालय चेन्नई येथे आहे.

भारतातील १४ 'राखीव जीवावरण' भाग किंवा क्षेत्रे खालील आहेत.

१) निलगिरी	–	तमिळनाडू, कर्नाटक, केरळ
२) नंदादेवी	–	उत्तराखंड
३) नोकरेक	–	मेघालय
४) मानस	–	आसाम
५) सुंदरबन	–	पश्चिम बंगाल
६) मन्नारचे आखात	–	भारत (तमिळनाडू) व श्रीलंका दरम्यानचा प्रदेश
७) सिमलीपाल	–	ओडिशा
८) दिब्रु-साईखोवा	–	आसाम
९) देहांग-देबांग	–	अरुणाचल प्रदेश
१०) पचमढी	–	मध्यप्रदेश
११) कांचनगंगा (कांचनजुंगा)	–	सिक्किम
१२) अगस्तीमलाई	–	केरळ
१३) अचनाकमर-अमरकंटक	–	मध्यप्रदेश व छत्तीसगढ
१४) ग्रेट निकोबार	–	अंदमान व निकोबार बेटे

वन्यजीवांच्या संरक्षण व संवर्धनासाठी १९८२ मध्ये पर्यावरण व वन मंत्रालयाने 'भारतीय वन्य जीव संस्था' (Wildlife Society of India) ची स्थापना केली.

इ.स. 2000 मध्ये राष्ट्रीय जैवविविधता धोरण व कृती आराखडा (National Biodiversity Strategy & Action Plan- NBSAP) तयार करण्यात आला.

▶ **भारतातील संकटग्रस्त जातींचा मागोवा–**

१) **वानरवर्गी प्राणी (Primates)–** १९ पैकी १२ जाती संकटग्रस्त आहेत. उदा. सिंहपुच्छ माकड, वराहपुच्छ माकड, सोनेरी माकड, निलगिरी लंगूर, गिबन इत्यादी.

२) **मांसभक्षक प्राणी (Carnivores)–** ३६ पैकी २८ जाती संकटग्रस्त आहेत. उदा. लांडगा, कोल्हा, वन्य शेळी, तरस, वाघ, सिंह, बिबटा, हिमालयीन अस्वल, तांबडे अस्वल, मुंगूस व मांजरींच्या काही जाती.

३) **विषमखुरी गण (Perissodactyla)–** भारतीय एकशिंगी गेंडा, दोनशिंगी गेंडा, वन्य गाढव इत्यादी

४) **समखुरी गण (Artiodactyla)–**अंदमान वन्य वराह, हुंगल किंवा काश्मिरी काळवीट, कस्तुरी मृग, दलदली हरिण, चिंकारा बारशिंगा, चौशिंगा, गवा, याक, म्हैस, चितळ, सांबर इत्यादी

५) **कुरतडणारे प्राणी (Rodents)–** उडती खार, मारमोट, छोटी त्रावणकोर खार, तपकिरी खार इत्यादी

६) **सरपटणारे प्राणी (Reptiles)–** अनेक प्रकारची कासवे, मगर, सुसर, सरडा, साप, अजगर इत्यादी

७) **पक्षी (Birds)–** विविध प्रकारची बदके, हंस, गरुड, बहिरी ससाणा, मोर, बगळे, निकोबार कबुतर, हॉर्नबिल, ठिपक्यांचे घुबड इत्यादी

८) **कीटक गण (Insecta)–** पतंग, फुलपाखरे, भुंगे इत्यादी भारतात आढळणाऱ्या ५५ कीटक गण पैकी १४ दुर्मीळ आहेत.

९) **वनस्पती (Plants)–** ऱ्होडोडेंड्रॉन (ट्रान्स हिमालय) सर्पगंधा, चंदन, अनेक जातींची ऑर्किड्स, सागो पाम इत्यादी

▶ **भारतातील प्रदेशनिष्ठ जाती**

१) देशामधील ३३% पुष्पधारी वनस्पती प्रदेशनिष्ठ आहेत.

२) लागवडीच्या वनस्पतीमध्ये १६७ जातींचे मूळ स्थान भारत आहे.

३) भारतातील ज्ञात उभयचर प्राण्यांपैकी ६२% उभयचर प्राणी प्रदेशनिष्ठ आहेत. तर सरडा गटातील ५०% जाती प्रदेशनिष्ठ आहेत.

४) भारतात आढळणारे पक्षी विचारात घेतले तर, ५५ प्रजाती स्थानिक किंवा प्रदेशनिष्ठ आहेत. उभयचर प्राण्यांच्या ११० प्रजाती, सरपटणाऱ्या प्राण्यांच्या १८४ प्रजाती या स्थानिक आहेत.

● पर्यावरणाच्या प्रमुख समस्या

जगात सर्वत्र भौगोलिक परिस्थिती सारखी नाही, पाऊस, हवा, भूकंप, जंगलाचे प्रमाण इत्यादी नैसर्गिक बाबींमुळे सर्व ठिकाणी हवामानही सारखे नसते. त्यात नैसर्गिक क्रियांनी बदल होत असतो. मात्र, मानवी क्रियांमुळे जसे, औद्योगिकीकरण, दळणवळण, लोकसंख्या वाढ, ऊर्जेचा अतीवापर, वाहनातून होणारे धूराचे उत्सर्जन, आधुनिक शेती पद्धती, जंगलतोड, भौतिकवाद, टाकाऊ पदार्थांतील वाढ अशा अनेक क्रियांमुळे

जगात 'हवामान- बदल' वेगाने घडताना दिसत आहे.

तसेच जागतिक तापमान वाढ, ओझोन थराचा नाश आम्ल वर्षा यासारख्या जागतिक पातळीच्या समस्या निर्माण झाल्या आहेत.

१) जागतिक तापमान वाढ (Global Warming) –

पृथ्वीभोवती असणाऱ्या उबदार वातावरणामुळेच पृथ्वीवर जीवसृष्टी टिकून आहे. तापमान दिवसा खूपच जास्त व रात्री खूपच कमी होणे, असे घडत नाही.

वातावरणातील हवेतील काही वायू घटक ऊर्जा शोषून घेतात व दीर्घ काळ टिकवून ठेवतात त्यामुळेच वातावरण उबदार राहू शकते. त्यांची उत्सर्जन ऊर्जा पृथ्वीकडेच येते.

उष्णता ऊर्जेचे शोषण व दीर्घकाळानंतर उत्सर्जन करणाऱ्या वातावरणातील वायूंना हरितगृह वायू (Green House Gases - GHG) म्हणतात.

१) कार्बन डायऑक्साइड २) मिथेन ३) क्लोरोफ्ल्युरो कार्बन्स ४) नायट्रस ऑक्साइड ५) पाण्याची वाफ व ६) ओझोन हे वातावरणातील प्रमुख हरितगृह आहेत.

हरितगृह परिणाम (Green House Effect) –

हरितगृह वायूंमुळे हरितगृह परिणाम घडतो. सूर्याकडून येणारी १४ टक्के ऊर्जा वातावरणात शोषली जाते तसेच पृथ्वीकडून उत्सर्जित होणारी ३० टक्के उष्णता ऊर्जाही हे वायू शोषून घेतात. त्यामुळे वातावरणाचे व पर्यायाने पृथ्वी गृहाचे पृष्ठभाग तापमान वाढते. यास हरितगृह परिणाम म्हणतात.

ग्लोबल वार्मिंगमुळे दिसून येणारे दुष्परिणाम –

१) ध्रुवावरील, बर्फाळ प्रदेशातील बर्फ वितळणे त्यामुळे समुद्रपाण्याची पातळी वाढणे बर्फाखालील मिथेन वायू मुक्त होऊन तापमानवाढीचा वेग वाढणे भूभाग जलमय होणे

२) कृषी उत्पादन घटणे, तापमान संवेदनशील वनस्पती नष्ट होणे, भू-परिसंस्था विस्कळीत होणे

३) पर्जन्य, आर्द्रता वाऱ्याची दिशा यांवर प्रतिकूल परिणाम होणे

४) पूर, दुष्काळ, चक्री वादळे, ऋतुमानात बदल यांसारखी नैसर्गिक संकटे वाढणे

२) ओझोन थराचा क्षय (Depletion of Ozone layer) –

फिक्या निळ्या रंगाचा ओझोन (O_3) वायू पृथ्वीलगतच्या तपांबरात असल्यास सजीवांना विषारी असतो, मात्र हाच वायू स्थितांबरात असल्यास सजीव सृष्टीला वरदान ठरतो. पृथ्वीभागापासून ६० किलोमीटरपर्यंत ओझोनचे अस्तित्व दिसून येत असले तरी दाट स्वरूपात तो २० ते २५ किलोमीटरच्या पट्ट्यात दिसून येतो. स्थितांबरातील या पट्ट्याला ओझोन – थर म्हणतात.

पृथ्वीपृष्ठभागापासून ५० किलोमीटर पर्यंतच्या हवेच्या स्तंभातील ओझोन थराची जाडी (thickness) मोजण्यासाठी Dobson Unit (DU) डॉबसन एककाचा वापर करतात

$$3\,O_2 \rightleftharpoons 2\,O_3$$

अतिनील किरणे

काही अतिनील किरणांमुळे, ऑक्सिजन रेणूंचे ओझोन रेणूत रूपांतर होते. ओझोन रेणू इतर रासायनिक घटकांबरोबर अभिक्रिया पावल्यास, ऑक्सिजन व ओझोन मधील संतुलन बिघडते व ओझोनही नष्ट होतो.

सूर्यापासून येणारी अती ऊर्जेची, संहारक ठरणारी अतिनील किरणे शोषून घेणे व पुन्हा अवकाशात

परावर्तित करण्याचे काम ओझोन करत असल्याने पृथ्वीचे अतिनील किरणांपासून संरक्षण होते म्हणूनच, ओझोन थराला पृथ्वीचे 'संरक्षण कवच' असे म्हणतात.

आगप्रतिबंधक रसायने, शीतकरण उपकरणे रेफ्रिजरेटर, रुम फ्रेशनर व औद्योगिक प्रक्रियातून CFCs (क्लोरो फ्ल्युरो कार्बन्स) यांचे उत्सर्जन होते. तपांबरात स्थिर असणारी ही हॅलोजन संयुगे स्थिर असतात हवेच्या झोताने ज्यावेळेस स्थितांबरात पोहचतात, त्यावेळी अतिनील किरणांमुळे त्यांचे विघटन घडून क्लोरीन मुक्त होतो. हा क्लोरीन ओझोनशी अभिक्रिया पावून ओझोनला संपवितो. असाच परिणाम इतर हॅलोजन (ब्रोमीन, आयोडीनमुळेही घडतो.)

$$O_3 + Cl \longrightarrow O_2 + O - Cl$$

ओझोनचा नाश होण्याचे दुसरे प्रमुख कारण म्हणजे नायट्रोजनयुक्त खते व स्थितांबरातून उडणारी जेट विमानातून उत्सर्जनामुळे बाहेर पडणारी, नायट्रोजनची ऑक्साइड्स

$$a) \quad NO + O_3 \longrightarrow NO_2 + O_2$$

$$c) \quad 2 NO_2 + O_3 \longrightarrow N_2 O_5 + O_2$$

१९६७ मध्ये रशियन शास्त्रज्ञांनी, ओझोन क्षय होत असल्याचे शोधले. १९८५ मध्ये अमेरिकेच्या निम्बस – ७ उपग्रहाने दक्षिण ध्रुवावरील प्रदेशात, अंटार्क्टिका वर ओझोन थराला मोठे छिद्र पडल्याचे शोधले.

हॅलोनसची रचना CFCs सारखीच असते त्यात क्लोरीन अणूऐवजी ब्रोमीन अणू असतात. ते ओझोनसाठी CFCs पेक्षा जास्त धोकादायक असतात.

१९९० मध्ये भारतावरील ओझोन थराचा ६ टक्के क्षय झाल्याचे आढळून आले आता ही टक्केवारी वाढून ८ पेक्षा जास्त झाली आहे. भारत सरकारने या समस्येला तोंड देण्यासाठी स्वतंत्र 'ओझोन कक्ष' निर्माण केला आहे.

पृथ्वीलगतच्या वातावरणाच्या थरात म्हणजे तपांबरात ओझोन वायूमुळे मानव व वनस्पतींचे आरोग्य धोक्यात येते. मानवाला श्वसनाचे आजार जसे अस्थमा, ब्रोंकाइटिसचा त्रास होतो, डोळे चुरचुरतात, वनस्पतींची वाढ खुंटते.

हरितगृह परिणाम घडवणारे वायू व त्यांची हा परिणाम घडवण्यातील टक्केवारी पुढीलप्रमाणे –

हरितगृह वायू	हरितगृह परिणामातील टक्केवारी
१) कार्बन डाय ऑक्साइड (CO_2)	६४ %
२) मिथेन (CH_4)	१९ %
३) नायट्रस ऑक्साइड (N_2O)	०६ %
४) सी.एफ.सीज. (CFCs)	०६ %
५) हॅलोजन्स, पाण्याची वाफ व ओझोन	०५ %
	१०० %

३) आम्ल वर्षा (Acid Rain) –

आम्ल पर्जन्य ही संज्ञा १८५२ मध्ये रार्बट स्मिथ यांनी वापरली. आम्लासहित होणाऱ्या पावसाला 'आम्ल– वर्षा' म्हणतात. आम्लयुक्त पावसाच्या पाण्याचा सामू (P^H) हा ७ पेक्षा कमी असतो.

हवेतील CO_2 (कार्बन डायऑक्साइड) SO_2 (सल्फर डायऑक्साइड) NO_2 (नायट्रोजन डायऑक्साइड) पाण्याबरोबर अभिक्रिया पावून क्रमशः कार्बोनिक आम्ल (H_2CO_3), सल्फ्युरिक आम्ल (H_2SO_4), नायट्रिक आम्ल (HNO_3) तयार होतात.

$$\text{a) } CO_2 + H_2O \longrightarrow H_2CO_3$$

$$\text{c) } 2\,SO_2 + O_2 \longrightarrow 2\,SO_3$$

$$SO_3 + H_2O \longrightarrow H_2SO_3$$

$$\text{c) } 3\,NO_2 + H_2O \longrightarrow 2\,HNO_3 + NO$$

$$2\,NO + O_2 \longrightarrow 2\,NO_2$$

आम्ल वर्षा आता फक्त विकसित देशापर्यंतच मर्यादित राहिलेली समस्या नाही. झपाट्याने औद्योगिक क्षेत्र विकसित होणाऱ्या भारतासारख्या विकसनशील देशातील अनेक मोठ्या शहरांना या समस्येने ग्रासले आहे.

आगरा, भोपाळ, कोलकाता, चंदिगड, दिल्ली, नागपूर, विशाखापट्टणम् येथे मध्यम स्वरूपातील आम्ल वर्षा (सामू ७ ते ६) तर तिरुअनंतपुरम (सामू ६ ते ४.५) आणि चेंबूर (मुंबई) येथे ४.५ पेक्षा कमी सामू असलेली आम्ल वर्षा झाल्याची नोंद झाली आहे.

वाढत्या प्रमाणात CO_2 वायू समुद्रपाण्यात विरघळत असल्याने समुद्राचे पाणी दिवसेंदिवस आम्लयुक्त बनत चालले आहे. जलीय परिसंस्थेतील सजीवांस धोका, इमारतींचे रंग, खराब होणे, धातूंची झीज, वनस्पतीवाढ खुंटणे, नष्ट होणे इत्यादी धोके निर्माण झाले आहेत.

● पर्यावरण संरक्षण कायदा – १९८६

'पर्यावरण' म्हणजे पाणी, हवा, जमीन, जीवसृष्टी, वनस्पती, सूक्ष्म सेंद्रिय पदार्थ इत्यादींचा समावेश होय. त्यात पर्यावरणपद्धती, पर्यावरणशास्त्र आणि जीवचक्र यांचा समावेश होतो. पर्यावरणातील प्रदूषण दिवसेंदिवस वाढत आहे. त्यामुळे मानवी जीवनच धोक्यात आले आहे. भूकंप, पूर, दुष्काळ आणि वादळ या नैसर्गिक कारणांमुळे प्रदूषण वाढते, परंतु मानवनिर्मित प्रदूषण हे अधिक भयावह आहे. हवा, पाणी, भूमी, अन्न, ध्वनी इत्यादी क्षेत्रांत प्रदूषण वाढते आहे. रासायनिक खतांचा वापर, ग्रीन हाऊस गॅसेस, घन कचरा, मैला, सांडपाणी, ध्वनी इत्यादींमुळे प्रदूषण वाढून पर्यावरण धोक्यात येत आहे. पर्यावरणसंरक्षणासाठी विविध कायदेशीर तरतुदी आधी करण्यात आलेल्या आहेत.

१) दिवाणी व्यवहार संहिता – या संहितेत सार्वजनिक उपद्रव दूर करण्यासाठी १९०८ च्या दिवाणी व्यवहार संहितेतूल कलम ९१ मधील सार्वजनिक पीडाविषयक तरतूद, कलम ९२ मधील सार्वजनिक धर्मादाय तरतुदीसोबत कलम २६८ मध्ये साधारण सर्व लोकांस पीडा, कलम २६९ मधील जीवास धोका असणारा रोग पसरण्यासारखी स्थिती वा कृत्य, त्यासंबंधी नियम मोडणे, भेसळ करणे, अपायकारक भक्ष व पेय विकणे, औषध- द्रव्यात भेसळ करणे, ती विकणे, पाणी गढूळ करणे, हवा प्रदूषित करणे, विषारी पदार्थांबाबत निष्काळजीपणा करणे इत्यादींमुळे पर्यावरणावर धोका निर्माण होऊ शकतो. म्हणून प्रतिबंधात्मक, दंडात्मक तरतुदी या संहितेत आहेत.

२) फौजदारी व्यवहार संहिता १९७३ – या संहितेतदेखील पर्यावरणप्रदूषणासंदर्भात काही तरतुदी

आहेत, ज्या कृतीमुळे सार्वजनिक उपद्रव वाढेल, अशी कृती करण्यास प्रतिबंध करणाऱ्या अनेक तरतुदी या संहितेत आहेत. **कलम १३३** अन्वये रस्ता, पाणी वा कालव्याच्या सार्वजनिक वापराबाबत, आरोग्यास हानिकारक कृती, आग, स्फोटसंबंधी बळी, वृक्षतोड इत्यादींमुळे होणारा त्रास वा वाढणारे प्रदूषण प्रतिबंधित केले जाईल.

३) घटनात्मक तरतुदी – राज्यघटनेतील मार्गदर्शक तत्त्वातील **कलम ४७** मध्ये पौष्टिक आहार, सार्वजनिक आरोग्य, राहणीमान उंचावणे याबाबत सरकारने कार्य करावे. आरोग्याला हानिकारक अशा मद्य व इतर मादक पदार्थांवर बंदी घालणे आणि **कलम २१** नुसार जीवन जगण्याचा हक्क प्रदान करणे व ४२ व्या घटना दुरुस्तीने कलम ५१ अ मधील तरतुदींचा समावेश करण्यात येऊन नैसर्गिक पर्यावरणाचे संरक्षण करणे व त्याचा विकास करणे ज्यात जंगले, सरोवरे, नद्या, वन्य जीवनाचा समावेश करण्यात आला व जीवमात्रावर दया करणे, हे प्रमुख कर्तव्य मानले गेले.

पर्यावरणविषयक विविध कायदे – पर्यावरण संरक्षणबाबत केंद्र व राज्य सरकारामार्फत वेगवेगळे **दोनशे** कायदे केल्याचे दिसते. त्यातील प्रमुख कायद्यांपैकी (१) भारतीय वन अधिनियम १९७२, (२) अणुऊर्जा अधिनियम १९६२, (३) कारखाने अधिनियम – १९४८ (४) कीटक संघटक द्रव्य अधिनियम १९६८ (५) वन्य जीवन संरक्षण अधिनियम १९७२ (६) पाणी (प्रदूषण प्रतिबंध व नियंत्रण) अधिनियम १९७७ (७) हवा (प्रदूषण प्रतिबंध व नियंत्रण) अधिनियम १९८१ (८) पर्यावरण (संरक्षण) १९८६ (९) राष्ट्रीय पर्यावरण प्राधिकरण अधिनियम १९९५ असून घटनेतील केंद्रसूचीत, राज्यसूचीत, समवर्तीसूचीत आणि अनेक पर्यावरणविषयक विषयांचा समावेश केला आहे.

या तरतुदींमधील **राष्ट्रीय पर्यावरण प्राधिकरण अधिनियम –** १९९५ मध्ये प्राधिकरण, खंडपीठ, त्यांची रचना, कार्यपद्धती इत्यादींची तरतूद आहे. **१९७४** च्या पाणी (प्रदूषण व नियंत्रण)अधिनियमात पाणी प्रदूषणास व नियंत्रण करण्यासंबंधीच्या तरतुदी आहेत. पाण्याचा दर्जा टिकविणे व वाढविणे, त्यासाठी केंद्र-राज्यस्तरावर मंडळाची स्थापना करणे इत्यादी तरतुदी आहेत. **१९८१** च्या हवा (प्रदूषण व नियंत्रण) अधिनियमात राज्य मंडळ स्थापन करणे, केंद्रिय मंडळ स्थापन करणे, त्यांची रचना, कार्यपद्धती तसेच हवाप्रदूषणास प्रतिबंध करणे, इत्यादी तरतुदी आहेत. वरील तिन्ही अधिनियम अतिशय सविस्तरपणे कायदेशीर उपाययोजना विशद करून पर्यावरणसंरक्षणास मदत करण्यास व पर्यावरण संवर्धित करण्यास उपयुक्त ठरले आहेत.

पर्यावरण संरक्षण अधिनियम – १९८६

प्रदूषण समस्येवर परिणामकारक उपाययोजना करण्यासाठी केंद्र सरकारला अनेक अधिकार या अधिनियमाद्वारे प्राप्त झाले आहेत. त्यासाठी प्राधिकरण स्थापणे, सामान्य नागरिकांनादेखील तक्रार करण्याची सोय, कडक शिक्षेची तरतूद या कायद्यात निर्देशित केली आहे.

सदर कायद्याच्या **तीन** प्रकरणांत एकूण २६ कलमांचा समावेश केला आहे.

पहिल्या प्रकरणात अधिनियमाचे संक्षिप्त नाव, व्याप्ती आणि सुरुवातविषयक तरतूद असून हा कायदा संपूर्ण भारतासाठी लागू आहे. त्यात पर्यावरण, प्रदूषण इत्यादी संदर्भातील व्याख्यादेखील दिलेल्या आहेत.

प्रकरण दोन मध्ये **कलम ३ ते ६** मध्ये केंद्र सरकारला पर्यावरणसंरक्षण व विकास याबद्दल उपाययोजना करण्याचा अधिकार दिलेला आहे. त्या दृष्टीने उपाययोजना करणे, राज्य सरकार व केंद्र समन्वय साधणे, राष्ट्रव्यापी कार्यक्रमांची आखणी करणे. त्यासाठी योग्य अधिकारी नियुक्त करणे. वेळोवेळी निर्देश देणे व प्रकरण ३ मध्ये ७ ते **२६ कलमांत** पर्यावरणीय प्रदूषणास शिस्त लावण्यासाठी नियम तयार करणे, पर्यावरण प्रदूषण

प्रतिबंध, नियंत्रण आणि नष्ट करणेबाबत उपाययोजना करणे, नमुना घेण्याचा अधिकार, त्यासंबंधात पाळावयाची कार्यपद्धती, पर्यावरण प्रयोगशाळा, सरकारी परीक्षक, त्या परीक्षकाचा अहवाल व या अधिनियमातील तरतुदी, नियम आदेश व निर्देशांचे उल्लंघन केल्यास शिक्षेची तरतूद, वेगवेगळ्या कंपन्यांकडून होणारे गुन्हे, सरकारी खात्याकडून घडलेले गुन्हे. सद्भावनेने केलेल्या कृतीस संरक्षण, माहिती अहवाल व परवाने, प्राधिकरण स्थापणे, त्याचे सदस्य, अधिकारी आणि कर्मचारीविषयक तरतुदी, प्रकरण तीन मधील **७ ते २१** कलमात नमूद करण्यात आली आहे. **कलम २२** मध्ये सदर कार्यवाही, आदेश, निर्देशाबाबत कोणताही दावा चालविण्याची न्यायकक्षा कोणत्याही दिवाणी न्यायालयास नाही, अशी तरतूद आहे. **कलम २३** नुसार केंद्र सरकार राज्य सरकार व अन्य अधिकाऱ्यास निर्देश देऊ शकेल. या कायद्यातील तरतुदी अन्य कायद्याशी विसंगत असल्या तरी त्या कायम राहतील, अशी **कलम २४** मध्ये तरतूद आहे. **कलम २५** मध्ये नियम करण्याचे अधिकार बहाल करण्यात आले आहेत आणि शेवटी **कलम २६** अन्वये या अधिनियमाखाली तयार केलेले नियम संसदेसमोर ठेवण्याबाबत तरतूद आहे. कलमानुसार तरतूद खालीलप्रमाणे–

कलम १ व २	– अधिनियमाचे संक्षिप्त नाव, व्याप्ती व सुरुवात.
कलम ३	– केंद्र सरकारचे सामान्य अधिकार.
कलम ४	– अधिनियम उद्देशपूर्तीसाठी अधिकारी नेमणे, त्यास अधिकार व कर्तव्ये सोपविणे.
कलम ५	– निर्देश करण्याचे अधिकार.
कलम ६	– पर्यावरणीय प्रदूषणास शिस्त लावण्यासाठी नियम करणे.
कलम ७	– उद्योग व कृती चालविणाऱ्या व्यक्तींनी उत्सर्जनास किंवा प्रमाणाच्या बाहेर पर्यावरणीय प्रदूषके सोडण्यास परवानगी न देणे.
कलम ८	– कोणीही व्यक्ती कोणताही धोकादायक पदार्थ हाताळणार नाही वा त्याला कारणीभूत ठरणार नाही.
कलम ९	– काही प्रकरणांची माहिती अधिकारी मंडळास व एजंटास देणे.
कलम १०	– मदत मागणे व **आवश्यक तेथे प्रवेश मिळविणेबाबत अधिकार.**
कलम ११	– नमुना घेण्याचा अधिकार आणि त्यासंबंधात पाळावयाच्या कार्यपद्धतीबाबत उपाययोजना.
कलम १२	– पर्यावरण प्रयोगशाळासंबंधी तरतूद.
कलम १३	– सरकारी परीक्षक नियुक्तीबाबत तरतूद.
कलम १४	– सरकारी परीक्षकांचे अहवाल व त्यानुसार कार्यवाही.
कलम १५	– अधिनियमातील तरतुदी, नियम, आदेश, निर्देशाचे उल्लंघन केल्यास शिक्षा संबंधीची सोय.
कलम १६	– कंपनीकडून घडलेल्या गुन्ह्याबाबत उपाययोजना
कलम १७	– सरकारी खात्याकडून घडलेले गुन्हे.
कलम १८	– सद्भावनेने केलेल्या कृतीस संरक्षण देणेबाबत.
कलम १९	– गुन्ह्यांची दखल देणे.
कलम २०	– माहिती अहवाल व परवाने देणेबाबत.
कलम २१	– कलम ३ नुसार स्थापित प्राधिकरणाचे सदस्य, अधिकारी आणि कर्मचारी संबंधीच्या उपाययोजना.

कलम २२ — न्याय कक्षेस घातल्या जाणाऱ्या अडसरांबाबत.

कलम २३ — अधिकार सुपूर्त करणेबाबत.

कलम २४ — इतर कायद्यांचा परिणाम.

कलम २५ — नियम करण्याचे अधिकार आणि

कलम २६ — या अधिनियमाखाली तयार केलेले नियम संसदेसमोर ठेवण्याबाबतची तरतूद.

अशाप्रकारे १९८६ चा पर्यावरण संरक्षण अधिनियम सर्वबाबीत क्षेत्रांना स्पर्श करतो. या कायद्याचा आधार घेऊन सर्वोच्च न्यायालयाने वेळोवेळी खाण, प्रदूषण वायु गळती, किरणोत्सर्जन, गंगा प्रदूषण, भोपाळमधील युनियन कार्बाइड कंपनीद्वारा घडलेल्या अमानुष प्रकारासंबंधी महत्त्वपूर्ण निवाडे देऊन सकारात्मक भूमिका वठविली आहे.

- ● **वातावरणीय बदल (Climate Change)–** भारतात आणि जगभर वातावरणातील बदलामुळे ग्रीनहाउस इफेक्ट (Greenhouse Effect) वाढतो आहे. साधारणत: मागील ५० वर्षापासून वातावरणातील कार्बनचे प्रमाण लोकसंख्या वृद्धिदराच्या दुप्पट वेगाने वाढले आहे. ग्रीन हाउस गॅसेसच्या वाढीमुळे १९७९ नंतरच्या काळात उष्णतेचे प्रमाण वाढले आहे.

वातावरणातील बदलामुळे उष्णतेच्या लाटा, भीषण दुष्काळ, महापूर, भयावह नुकसानकारी वादळे, जंगलात मोठ्या प्रमाणात लागणाऱ्या आगीसारखी संकटे मानवजातीसमोर उभी ठाकली आहेत. कमी पावसामुळे अन्न– धान्यउत्पादनावर दुष्परिणाम होत आहे. पृथ्वीतळावरील जैवविविधता आणि परिसंस्था धोक्यात आली आहे. त्यासोबत वेगवेगळ्या रोगांनी मानवजात ग्रस्त झालेली आहे. आरोग्याचे प्रश्न निर्माण झाले आहेत. आंतरराष्ट्रीय वातावरण बदल समितीने (IPCC) वातावरणातील $\frac{2}{3}$ कार्बन डाय ऑक्साइडचे प्रमाण कमी करण्याची गरज वर्तविली आहे. ५५% कार्बन डाय ऑक्साइड विकसित देशांद्वारा वातावरणात येतो.

१) उद्योगधंद्याची विकसनशील देशातील वाढ उदा. चीन, भारत यापुढे कार्बन वाढीत भर पडते आहे. २) लोकसंख्यावाढीचाही वातावरणावर प्रभाव पडतो. ३) जंगलतोड व जमिनीचा अन्य कारणासाठी वापर यांमुळे कार्बन वाढतो. कारण जंगल नष्ट होण्याने निसर्गचक्र बाधित होते. ४) जंगलांना लागलेल्या मोठमोठ्या आगींमुळे वातावरणात कार्बन वाढतो.

वातावरणातील या बदलाचा मानवी आरोग्यावर विपरीत परिणाम होतो. शुद्ध अन्न, पाणी यांचा अभाव वाढतो. लोक विस्थापित होतात. वेगवेगळ्या रोगांचा प्रादुर्भाव वाढतो. वातावरणातील तापमानातील किंचित बदलामुळेदेखील मानवी जीवनावर दुष्परिणाम होऊ शकतात. तापमानातील वाढ, त्यातून येणारी रोगराई देशातील दारिद्र्य, झोपडपट्टी, रोगराई, वाढत्या लोकसंख्येची समस्या आणि वैश्विक उष्णतावृद्धीचा वाढता धोका, जैवविविधतेवर आणि परिसंस्थेवर होणारा दुष्परिणाम, इंधनाचा मोठा वापर, त्यातून निर्माण होणारा कार्बन व एकूण वातावरणातील बदल मोठी माणसे सहन करू शकतात मात्र त्याचा लहान बालकांवर मोठा दुष्परिणाम होतो. वातावरणातील बदलामुळे नवीन नवीन आजारांचा प्रादुर्भाव वाढतो आहे. वातावरणातील वाढत्या तापमानामुळे पर्जन्यचक्रावर वाईट परिणाम होत असून पाऊस, उष्मा, वादळे आणि आजार वाढत आहेत. त्याचा उत्पादन– व्यवस्थेवर आणि कृषिव्यवस्थेवरही दुष्परिणाम जाणवतो.

बदलत्या वातावरणामुळे समुद्रपातळीत वाढ होणे, अंटार्क्टिकावरील बर्फ वितळणे, ओझोनचा स्तर विरळ होणे, वातावरणातील विविध वायूंच्या असलेल्या निश्चित प्रमाणात बदल होणे, त्यांच्या निश्चित गुणोत्तरात बदल

होत आहे. वातावरणात ७८.८% नायट्रोजन, २०.९४% ऑक्सिजन, 0.९३% ऑरगॉन, 0.0३% कार्बन डायऑक्साइड असतो. म्हणून अन्न, पाण्याशिवाय काही दिवस जिवंत राहू शकतो, पण हवा नसली तर त्याचे जीवन अशक्य होते. हवेतील गुणवत्तेचे संतुलन बिघडले असून हवा प्रदूषण मोठ्या प्रमाणात वाढले आहे. प्रदूषणाचे नैसर्गिक स्रोत म्हणजे ज्वालामुखी, धुलीकण, समुद्राचे खारे पाणी वातावरणात पसरते. मानवनिर्मित स्रोत म्हणजे इंधन, कारखाने, वातानुकूलन यंत्रे, औष्णिक, अणु व रासायनिक प्रयोग इत्यादींमुळे हवामान दूषित होते.

म्हणजेच हवामान दूषित होण्यासाठी निसर्गनिर्मित कारणांमध्ये ज्वालामुखी उद्रेक, धुळीची वादळे, तापमानाची विपरीतता इत्यादि कारणे असून मानवनिर्मित कारणांमध्ये औद्योगिकीकरण, वाहनांचा वापर, औष्णिक विद्युत केंद्रे, अणुस्फोट चाचण्या, जंगलतोड इत्यादींमुळे वातावरणात प्रदूषण होते. त्यामुळे वातावरणात उष्मा वाढतो, आम्ल पर्जन्य पडतो, वनस्पती जीवनावर विपरीत परिणाम होतो, तसेच प्राणिजीवनावरही दुष्परिणाम होतो, मानवी आरोग्य बिघडते.

म्हणून वातावरणातील बदल आणि जैवविविधता धोक्यात येते, पर्यावरणात असमतोल वाढतो व जीवसृष्टी, मनुष्य व प्राणी सृष्टी धोक्यात येऊ शकते.

▶ **पर्यावरण प्रदूषण (Environmental Pollution)–**

मानवाच्या सभोवताली असणाऱ्या परिस्थितीला पर्यावरण म्हणतात. पर्यावरण व माणूस यांचा परस्पर संबंध असतो, पर्यावरणात मानवनिर्मित व निसर्गनिर्मित घटकांचा समावेश असतो. मानवाने आपल्या अस्तित्वासाठी आणि विकासासाठी पर्यावरणावर विपरीत परिणाम केले आहेत. त्या विपरीत परिणामांनाच प्रदूषण म्हणतात. निसर्गाने सढळ हाताने अनेक संसाधने मानवास उपलब्ध करून दिली आहेत. परंतु मानवाने त्याचा अविवेकी व अधाशीपणे उपयोग करून पर्यावरणबिघाड केला.

'पर्यावरण प्रदूषण' ही संकल्पना पर्यावरणीय गुणवत्तेशी संबंधित आहे. निसर्गपर्यावरणाची गुणवत्ता टिकून ठेवतो परंतु मानवी क्रियाप्रक्रियांचा पर्यावरणावर विपरीत परिणाम होतो व पर्यावरणाची गुणवत्ता ढासळते, ज्यामुळे सजीवसृष्टी धोक्यात येते. पर्यावरण प्रदूषणामुळे हवा, पाणी, मृदा, वनस्पती, इतर सजीव यांची गुणवत्ता ढासळते. इंग्रजीतील Pollution हा शब्द लॅटिन Pollutus म्हणजे दूषित करणे, अस्वच्छ करणे म्हणून प्रदूषण म्हणजे पर्यावरण दूषित करणे होय.

"वायु, जल, मृदा यांच्यातील भौतिक, रासायनिक व जैविक गुणधर्मातील प्रतिकूल परिवर्तनास प्रदूषण म्हणतात." एनसायक्लोपिडिया ब्रिटानिकानुसार "मानवी जीवनाच्या दृष्टिकोनातून कोणत्याही नैसर्गिक घटकांमध्ये होणारा हानिकारक बदल म्हणजे प्रदूषण होय.''

पर्यावरणातील विविध घटकांच्या अस्तित्वामुळे प्रदूषण वाढते. म्हणजे पर्यावरणाची गुणवत्ता घसरते. त्यात अ) स्वरूप व स्थितीनुसार प्रदूषकांचे प्रकार-घनरूप, द्रवरूप व वायुरूप प्रदूषके येतात. ब) दृष्यतेनुसार प्रदूषके- दृश्य प्रदूषके, अदृश्य प्रदूषके यांचा समावेश होतो. क) निर्मितीनुसार प्रदूषके- यात प्राकृतिक, सांस्कृतिक, जैविक प्रदूषकांचा समावेश होतो.

प्रदूषणाची कारणे– आर्थिक विकास साध्य करण्याच्या प्रयत्नात मानवाने पर्यावरण संतुलनाकडे दुर्लक्ष केले. पर्यावरण प्रदूषणाची अनेक कारणे आहेत. १) साधनसंपदेची कमतरता २) औद्योगिकीकरण ३) जंगलतोड ४) वाढती लोकसंख्या ५) वाहन इंधनाचा वापर ६) तापमानात वाढ ७) परंपरागत ऊर्जा साधनांचा अती वापर ८) दूषित वायूचे वाढते प्रमाण ९) कीटकनाशके व जंतू नाशकांचा अती वापर १0) नैसर्गिक साधनसंपदेचा अविवेकी वापर यामुळे प्रदूषणात वाढ होते.

प्रदूषणाचे प्रकार– प्रदूषके व प्रदूषकांचे वहन व प्रसार करण्याची माध्यमे परस्परांशी संबंधित व परस्परावलंबित आहेत. त्याचे अनेक प्रकार होतात. १) स्वरूपानुसार प्रदूषके– अ) भौतिक प्रदूषके– त्यात हवा, पाणी, भूमी प्रदूषण इत्यादींचा समावेश होतो. २) सामाजिक प्रदूषणात– धार्मिक प्रदूषण, राजकीय प्रदूषण, वांशिक प्रदूषण इत्यादी. ब) स्थानानुसार प्रदूषके– १) बिंदु प्रदूषण– कारखान्याची चिमणी, कारखान्याचे दूषित पाणी २) अबिंदु प्रदूषण– कीटकनाशके, रासायनिक खते इत्यादि, क) प्रभावक्षेत्रानुसार प्रदूषके– १) स्थानिक प्रदूषण– कारखान्यामुळे परिसरात होणारे प्रदूषण २) प्रादेशिक प्रदूषण– विशिष्ट प्रदेशात होणारे प्रदूषण–भोपाळ वायुगळती ३) जागतिक प्रदूषण–वातावरणात सोडलेले विषारी वायू, तेल गळती, ओझोनक्षय विषाणू प्रसार इत्यादी. ड) प्रदूषकांच्या स्रोतानुसार प्रदूषण–प्रदूषणाच्या उगमस्थानानुसार प्रकार– औद्योगिक प्रदूषण, कृषिप्रदूषण, वाहन प्रदूषण, रासायनिक प्रदूषण इ. (इ) माध्यमानुसार प्रदूषण– ज्या माध्यमातून प्रदूषिके प्रसारित होतात.

▶ **हवा प्रदूषण** (Air Pollution)– प्राकृतिक स्रोत मानवनिर्मित स्रोत, वायुप्रदूषके व हवेतील बाष्पीय प्रदूषके इत्यादी. त्यात ज्वालामुखी, धुळीची वादळे, जंगलातील आगी, तापमानातील विपरीतता या निसर्गनिर्मित कारणांचा समावेश होतो. तर मानवनिर्मित कारणांत औद्योगिकीकरण, इंधन–वाहनांचा वापर, औष्णिक विद्युत् केंद्रे, अणुस्फोट चाचणी, जंगलतोड इत्यादि कारणे येतात.

हवाप्रदूषणामुळे हवामानाचा समतोल ढासळतो. हवामानातील गुणोत्तर बिघडते. पर्यावरणगुणवत्ता ढासळते, दृश्यता कमी होते. आम्लपर्जन्य होतो. दूषित हवामानाचा वनस्पतीवर विपरीत परिणाम होतो, तसेच प्राणिमात्र व मानवी आरोग्यावर दुष्परिणाम होतो.

हवा प्रदूषण नियंत्रणासाठी उपाय– हवाप्रदूषण ही जागतिक समस्या असून जंगल क्षेत्रफळ वाढविणे, वृक्षारोपण, वनीकरण, वनसंवर्धन करणे, हरित पट्टा गावपातळीवर करणे, स्वयंचलित वाहनाचा कमी वापर, इंजिन वापरात देखभाल, कोळशयाचा कमी वापर, परंपरागत इंधनाचा कमी वापर, अपारंपारिक ऊर्जा स्रोताचा वापर वाढविणे, कारखानदारीवर मर्यादा, प्रदूषणविषयक नियमांचे काटेकोर पालन, कारखान्यांची धुराडी उंच करणे, टाकाऊ पदार्थांचा वापर, अणुस्फोट चाचणीवर बंदी व प्रदूषण नियंत्रक कायद्यांची चोख अंमलबजावणी आवश्यक आहे.

▶ **जलप्रदूषण (Water Pollution)–** पृथ्वीवरील पाण्याचे विषम वितरण आढळते. पृथ्वीचा ७१% भाग पाण्याने व्यापला असला तरी त्यापैकी ९७.२% पाणी महासागर व सागरात असून ते खारट आहे. २.८% पाणी गोड व स्वच्छ आहे त्यापैकी ७५% पाणी गोठलेले आहे. २५% पाणी भूगर्भ, नद्या, सरोवरे, मृदा यांमध्ये आहे. भूगर्भातील फक्त ०.२५% एवढेच पाणी उपसले जाऊ शकते. शुद्ध पाण्याचे सुरक्षित, शुद्ध व संदूषित, प्रदूषित असे प्रकार केले जातात.

अनेक प्रकारच्या जलप्रदूषकांमुळे जल प्रदूषित होते. त्यात अ) भौतिक, रासायनिक व जैविक गुणधर्मानुसार १) भौतिक जलप्रदूषकांत–गाळ, वाळू, प्लॅस्टिक, लगदा, धातू कण, भुसा, पालापाचोळा इत्यादींचा समावेश होतो. २) रासायनिक प्रदूषकांत–क्लोराइड्स, सल्फाईड्स, कार्बोहायड्रेट्स, कीटकनाशके, तणनाशके इ. रासायनिक संयुगांचा समावेश होतो. ३) जैविक प्रदूषकांत– शेवाळ, बुरशी, सूक्ष्मजीवाणू, जंतू, कृमी इत्यादि. ब) स्रोतानुसार– औद्योगिक, नागरी, नैसर्गिक इत्यादी प्रकार आढळतात.

जलप्रदूषणाची कारणे– अनेक कारणांनी जलप्रदूषण वाढते १) औद्योगिक सांडपाणी व टाकाऊ पदार्थ २) शेतीत वापरली जाणारी रासायनिक खते व कीटकनाशके ३) घरगुती सांडपाणी व मैलामिश्रित पाणी

४) तेलगळतीमुळे होणारे जलप्रदूषण ५) मृदेची धूप ६) सेंद्रिय पदार्थ कुजणे ७) किरणोत्सर्गी कचरा ८) ज्वालामुखीय राख ९) धार्मिक यात्रा कर्मकांड 10) औष्णिक वीजनिर्मिती केंद्रे इत्यादी कारणांमुळे जलप्रदूषण होते.

दुष्परिणाम– जलप्रदूषणामुळे मानवी आरोग्य धोक्यात येते. जलपरिसंस्था धोक्यात येतात. जलचर सजीवांची अनावश्यक वाढ होते, पाण्यातील ऑक्सिजन कमी होतो. विषारी रसायनामुळे जलचर प्राणी व वनस्पती मरतात, पिकांचे नुकसान होते. मृदाक्षमता कमी होते, क्षारयुक्त जमीन होते व उत्पादनक्षमता घटते आणि जलपरिसंस्था नष्ट होण्याचा धोका असतो.

उपाय– अशुद्ध पाण्याचे शुद्धीकरण, घनकचऱ्याची नीट विल्हेवाट, नीट व्यवस्थापन, औद्योगिक सांडपाण्याचे नियोजन, रासायनिक खतांचा वापर कमी करणे, सेंद्रिय शेतीचा अवलंब करणे, नैसर्गिक खतांचा वापर करणे, इंधनवाहने मर्यादित करणे, अणुभट्ट्यांवर बंदी आणणे, जलचर जीवांची काळजी घेणे, जलप्रदूषण नियंत्रण कायद्याची योग्य अंमलबजावणी करून जनजागृती वाढविणे.

▶ **मृदा प्रदूषण (Soil Pollution)–** मृदा ही पृथ्वीतलावरील सर्वात मौल्यवान नैसर्गिक साधनसंपदा आहे. पृथ्वीचा सुमारे २१% भाग जमिनीने व्यापलेला असला तरी कृषियोग्य जमीन कमी आहे. मृदानिर्मितीस हजारो वर्षांचा कालावधी लागतो. परंतु, मानवाने मृदेचे संरक्षण न करता दुर्लक्ष केले व धूप होण्याचे प्रमाण वाढले. वाढती लोकसंख्या, नागरीकरण, औद्योगिकीकरण, रासायनिक खते, कीटकनाशके इत्यादींमुळे मृदा प्रदूषण समस्या वाढते आहे. घरगुती कचरा, नागरी कचरा, औद्योगिक व खाण कचरा, कृषिजन्य कचरा, किरणोत्सर्गी घटक इत्यादि कारणांमुळे मृदा प्रदूषण वाढते.

मृदाप्रदूषणामुळे उत्पादनक्षमतेत घट होते, सुपीक जमीन ओसाड होते. अन्नसाखळी घटकावर परिणाम होतो. जमीन नापीक होते, जमिनीखालील जीवाणू नष्ट होतात व मानवी आरोग्य व जलपरिसंस्था आणि अन्नसाखळी यांवर दुष्परिणाम होतात.

त्यासाठी उपाय म्हणून रासायनिक खते, कीटकनाशकांचा वापर टाळावा, टाकाऊ कचऱ्याचे व्यवस्थापन करावे, कृषिकचऱ्याचे कंपोस्ट खत करावे, औद्योगिक कचरा व सांडपाण्याची नीट विल्हेवाट लावावी, प्लॅस्टिकचा वापर टाळावा, घन कचऱ्याचा पुनर्वापर, वृक्षारोपण, जैविक कीटकनाशक, जलसिंचन योग्य पद्धतीने व्हावे. मातीतील रासायनिक प्रदूषणे मातीचा थर काढून कमी करावीत इत्यादि

▶ **सागरी प्रदूषण (Marine Pollution)–** सागर म्हणजे खाद्य व अन्न पुरविणारा स्रोत, सागर म्हणजे नैसर्गिक संपदेचे भांडार आहे. अनेक प्रकारची खनिजे, सागरी वाहतूक-नैसर्गिक वायू इत्यादींसाठी उपयुक्त आहे. मात्र तेलसंशोधनासाठी तेलविहिरीचे खोदकाम, तेल उत्पादन, तेलगळती, इतर दूषित घटक, तेल वाहतूक जहाजांचे अपघात, त्यातून तेलगळती, त्यामुळे जलप्रदूषण, प्रदूषित सांडपाण्याची विल्हेवाट, दूषित द्रव्ये, औद्योगिक कचरा व इतर दूषितके सागरी पाण्यात मिसळून प्रदूषण वाढते, नदीजलप्रवाह दूषित होण्याचे प्रमाण वाढले आहे. अणुकेंद्रातील किरणोत्सर्गी पदार्थ, अणु प्रयोगातील दूषित पदार्थांचे वाढते प्रमाण सागरी पाण्यात जाते.

या वाढत्या सागरी प्रदूषणामुळे पाण्यातील ऑक्सिजनचे प्रमाण कमी होऊन जलचरांचे अस्तित्व धोक्यात आले आहे. तेलगळती, तेलजहाजांना लागलेल्या आगीमुळे विषारी वायू निर्मितीतून सागरी पाण्याच्या तापमानात वाढ, त्यामुळे जलचर व पक्षी मरण्याचे प्रमाण वाढते आहे. सागरी पाण्यातील प्रदूषणामुळे रासायनिक व दूषित पाण्याद्वारे जलचर प्राण्याच्या शरीरात जातात व वनस्पती परिसंस्था ही धोक्यात येते.

त्यामुळे मानवी आजार बळावतात, पाण्यातील सूक्ष्म जीव मृत्यू पावतात, पाणी तापमान वाढीमुळे बाष्पीभवन वाढते व क्षारताही वाढते, त्यामुळे परिसंस्था धोक्यात येते. अणुकेंद्र, तेलगळती, तेल आग यामुळे तापमान वाढून परिसंस्था नष्ट होण्याची संभावना वाढते.

म्हणून जहाज-तेलगळती धोका टाळावा, तेल गळती झाल्यास तवंग लवकर नष्ट करण्याची व्यवस्था व्हावी. समुद्राच्या पाण्यात सोडल्या जाणाऱ्या कारखान्यातील सांडपाण्याचे संस्करण करण्यात यावे. अणु भट्ट्यांचे उष्ण पाणी थंड झाल्यावर समुद्रात सोडावे. सागरी जैवविविधता संधारण योजना आखावी. सागरी संपत्तीचे रक्षण व संवर्धन करावे, लोकांमध्ये जाणीवजागृती वाढवावी. सागरी पर्यटन स्थळांवरील प्रदूषण कमी करावे इ.

▶ **ध्वनिप्रदूषण (Noise Pollution)**– ध्वनि म्हणजे परस्परांशी सुसंवाद साधण्याचे व आपल्या भावना व्यक्त करण्याचे एक प्रभावी साधन आहे. परंतु वेगवेगळ्या कारणांनी वाढणाऱ्या गोंगाटामुळे तीव्र ध्वनितरंग निर्माण होऊन मानसिक व शारीरिक क्रियांमध्ये अडथळा निर्माण होतो. जो ध्वनि ऐकणाऱ्यास अप्रिय वाटतो त्यास गोंगाट म्हणतात. Noise हा शब्द Nausea या लॅटिन शब्दापासून झाला असून त्याचा अर्थ नकोसा वाटणारा, त्रासदायक आवाज असा होतो. ध्वनिप्रदूषण ही आज गंभीर समस्या बनली आहे. ध्वनितीव्रता/ पातळीचे मापन केले जाते. त्यासाठी डेसिबल मीटर या उपकरणाचा उपयोग केला जातो.

ढगांचा ढगढगाट, विजांचा चमचमाट, चक्री वादळे, हिमवादळे, ज्वालामुखी स्फोट, सागरी लाटांचा आवाज, भूकंप इत्यादी नैसर्गिक कारणांमुळे ध्वनिप्रदूषण घडते. तसेच औद्योगिक क्षेत्रातील आवाज, वाहतुकीचा आवाज, बांधकाम उद्योग, मनोरंजनसाधने, विस्फोट इत्यादि मानवनिर्मित कारणांमुळे ध्वनिप्रदूषण वाढते.

ध्वनिप्रदूषणामुळे श्रवणशक्तीचा ऱ्हास, मन एकाग्र न होणे, मानसिक स्वास्थ्यावर परिणाम, हृदयावर परिणाम होतो, झोपेच्या तक्रारी वाढतात. गर्भवती मातांवर दुष्परिणाम होतो. पशुपक्षी, वनस्पतींवर व मानवी आरोग्यावर दुष्परिणाम होतो.

त्यासाठी जनजागृती करून ध्वनिप्रदूषण कमी करण्यासाठी जाणीवपूर्वक प्रयत्न करावेत. कारखाने नागरी वस्तीपासून लांब अंतरावर असावेत, जुनी यंत्रे बदलावीत. अवजड वाहनांना नागरी वस्तीतून वाहतुकीस मज्जाव करावा. वनस्पती लागवड वाढवावी, त्यामुळे ध्वनीतीव्रता कमी होते. हॉर्नचा वापर कमी करावा. ध्वनिअवरोधक वापरावेत व ध्वनि नियंत्रण कायद्याची नीट अंमलबजावणी व्हावी.

▶ **औष्णिक प्रदूषण (Thermal Pollution)**– ऊर्जा निर्मिती, औष्णिक केंद्र, अणुभट्ट्या, थंड राखण्यासाठी पाण्याचा वापर व ते गरम पाणी बाहेर सोडले जाते. त्यामुळे उष्णता वाढते, तापमान वाढते, वायुप्रदूषण व ओझोन क्षय वाढतो.

त्यामुळे जलाशयातील पाण्याचे तापमान वाढते. त्यामुळे परिसंस्था धोक्यात येते, जीवजातींचा नाश होतो. पाण्यातील बाष्पीभवनामुळे क्षारता वाढते, जलचरांचे अस्तित्व धोक्यात येते. पाण्यातील भौतिक व रासायनिक गुणधर्मात बदल होतात, त्यांचे विपरीत परिणाम होतात.

म्हणून औद्योगिक क्षेत्रात तांत्रिक बदल करून औष्णिक प्रदूषण कमी करावे, शीतकरण मनोरे उभारावेत. औष्णिक केंद्राच्या बाजूस तळे निर्माण करावे व तेथे गरम पाणी सोडावे. औष्णिक उष्णतेचे ऊर्जेत रूपांतर करावे व औष्णिक प्रदूषण नियंत्रित करण्यासाठी प्रयत्न व्हावेत. आण्विक आपत्तीचा धोका टाळावा म्हणून परिणामकारक उपाययोजना करावी, किरणोत्सर्ग टाळावा. अणुशक्ती चाचण्या टाळाव्यात. तेथे होणारे अपघात टाळण्यासाठी उपाययोजना आखावी. अणुस्फोटावर संपूर्ण बंदी आणावी व शस्त्रास्त्रे वापरावरही बंदी आणावी.

▶ **घनकचरा प्रदूषण (Solid Waste Pollution)–** घनकचरा ही अलिकडील मोठी समस्या झाली असून टाकाऊ, निरुपयोगी व त्याज्य पदार्थ कुजून अनेक प्रकारचे रोगजंतू, दुर्गंधी, हवा, जल, भू-प्रदूषण वाढते. घराघरांतील कचरा, औद्योगिक कचरा, नागरी कचरा, किरणोत्सर्गी कचरा, चारचाकी वाहनांचा कचरा, खाणकामातील कचरा, कृषिजन्य कचरा, दवाखान्यातील कचरा यांमुळे प्रदूषण वाढते.

त्यामुळे कचरा ढीग, त्यातून निर्माण होणारी रोगराई, वेगवेगळे जीवजंतू, वेगवेगळ्या रोगांच्या साथीत वाढ होऊन दुर्गंधी पसरते. त्यातील काही भाग पाण्यात मिसळतो मानवी आरोग्य धोक्यात येते, प्लॅस्टिक पिशव्या व इतर द्रव्ये जनावरांच्या खाण्यात गेल्याने जनावरे मृत्यूमुखी पडतात.

त्यासाठी कचरा व्यवस्थापन, हा मानवनिर्मित प्रश्न असून मानवात जागृती निर्माण करून प्लॅस्टिक वापर टाळावा, त्याचे प्रमाण कमी करावे वा त्याचा पुनर्वापर करून कापडी पिशव्या वापराव्यात, कचऱ्याची योग्य विल्हेवाट लावावी व जागृती वाढवावी. घनकचरा व्यवस्थापनासाठी प्रयत्न व्हावेत. कंपोस्ट खत करणे, गांडुळपालन, गांडुळशेती, ऊर्जानिर्मितीसाठी वापर, मानवी वस्तीपासून लांब अंतरावर खड्ड्यात विल्हेवाट करावी, त्यासाठी व्यक्तिगत पातळीवर व सामूहिक पातळीवर आणि शासकीय पातळीवर प्रयोग होणे आवश्यक आहेत. त्यासाठी अरिष्टांचे व्यवस्थापन करावे.

त्याचबरोबर पूर, हिमखंड वितळणे, चक्री वादळे, नद्यांची नागमोडी वळणे, त्सुनामी लाटा, नद्यांच्या पाण्यात गाळाचे संचयन, नैसर्गिक बांध फुटणे, सागरीजलपातळीत वाढ, भूकंपामुळे धरणे फुटणे, जंगलतोड, नदीमार्गात अडथळे निर्माण करणे, नागरीकरणाचा वाढता वेग, वारंवार होणारे भूकंप, ज्वालामुखी उद्रेक, पातालिक स्फोट, भूपृष्ठाच्या संतुलनावर अडथळे त्यामुळे भूकंपाला सामोरे जावे लागते. त्याचबरोबर चक्रीवादळे, भूमिपात वा भूस्खलन इत्यादी कारणांमुळे प्रदूषण वाढते व मानवजातीसमोरील संकटे वाढत आहेत.

एकंदरीत, प्रदूषण ही नैसर्गिक व मानवनिर्मित समस्या असून त्यासाठी विकासप्रक्रिया ही अशाश्वतकडून शाश्वताकडे नेणे आवश्यक आहे. प्रदूषण ही सामाजिक समस्या म्हणून अभ्यासताना समाजानेच ती सोडविण्यासाठी प्रयत्न करणे गरजेचे आहे.

● **पर्यावरण व सामाजिक प्रश्न–** पर्यावरणातील प्रदूषण, हवामानातील वाढती उष्णता, तापमान, कार्बनचे वाढते प्रमाण, हरितगृहाचा प्रभाव, जल, हवा, ध्वनि प्रदूषणातील वाढ यात मानवी विकासाची चुकीची वाटचाल कारणीभूत आहे. म्हणून लोकसंख्यावाढीवर नियंत्रण, जैवविविधता संरक्षणाची गरज, ऊर्जासाधनांचा वापर, अनावश्यक वीजवापर टाळावा. अपारंपरिक ऊर्जास्रोत वापरावेत, बायोगॅसचा वापर, वाहनांचा कमी वापर, जलसंवर्धनासाठी विशेष प्रयत्न करावेत. पावसाचे पाणी साठविणे, जमिनीत मुरविणे, वॉटरशेड मॅनेजमेंट करावे. मोठमोठी धरणे बांधू नयेत. धरणग्रस्तांचे पुनर्वसन करावे. पर्यावरणनीतीची नीट व प्रभावी अंमलबजावणी व्हावी.

वातावरणातील बदल, तापमान वाढ, ओझोनचा क्षय, त्यासाठी उपाययोजना, आम्लपर्जन्यांचे दुष्परिणाम, आण्विक अपघात व त्यातून होणारा विनाश टाळावा. पडीक जमिनीचा विकास करावा, टाकाऊ पदार्थापासून टिकाऊ वस्तू बनविण्यासाठी प्रयोग व्हावेत, पर्यावरणसंरक्षण अधिनियमाची प्रभावी अंमलबजावणी व्हावी. जलप्रदूषण प्रतिबंध व नियंत्रक कागद, वनसंवर्धन कायदा, वन्यजीवन संरक्षण कायदा यांचा प्रभावी अंमल व्हावा, त्यातील अडथळे दूर करावेत. त्यासाठी जनजागृती वाढवावी व लोकसहभागातून पर्यावरण संतुलन राखावे.

मानवी लोकसंख्या व पर्यावरण– निसर्ग व मानव हे परस्परपूरक व आपल्या अस्तित्वासाठी प्रयत्नशील राहतात. परंतु मानवी लोकसंख्यावाढीमुळे पर्यावरणावर दुष्परिणाम होऊन मानवाने विकासाच्या नावाखाली निसर्गविनाशाकडे वाटचाल करून निसर्गाचे चक्र व पर्यावरण संतुलन बिघडविले आहे. लोकसंख्यावाढ देखील वेगवेगळ्या देशांत वेगवेगळ्या प्रमाणात होत असल्याने तिची भिषणता वेगवेगळी आहे.

इ.स. १७०० मध्ये जगाची लोकसंख्या ७० कोटी होती ती १९ व्या शतकाच्या अखेरीस १६६ कोटीपर्यंत पोहोचली. ती आज ७०० कोटीपर्यंत पोहचली आहे. २०२५ पर्यंत ती ८०० कोटी होण्याचा अंदाज आहे. भारताची आजची लोकसंख्या १२२ कोटींच्या पुढे आहे.

लोकसंख्यावाढ तिचा विस्फोट, त्यामुळे निसर्गावर होणारे आक्रमण, पर्यावरणप्रदूषणाची वाढती समस्या टाळावी म्हणून १) कुटुंबकल्याण कार्यक्रम राबविले जात आहेत. पर्यावरणातील बदलांचा मानवी आरोग्यावर विपरीत परिणाम होऊन रोगराई वाढते आहे. मानवी अधिकारावर घाला घातला जात आहे. त्यासाठी अशाश्वत विकासाकडून शाश्वत विकासाकडे जाणे आवश्यक आहे. लोकसंख्यावाढीमुळे घटत जाणाऱ्या संसाधनांवर दडपण येत आहे. पर्यावरण व मानव यांचा परस्पर संबंध राखताना नैसर्गिक संसाधनांचा अवाजवी वापर टाळावा. पर्यावरणप्रदूषण निवारणासाठी, नियंत्रणासाठी प्रयत्न व्हावेत.

● या प्रकरणावरील काही महत्त्वाचे प्रश्न

१) वन्यजीव सप्ताह .... या कालावधीत साजरा करतात.

१) १ ते ७ ऑक्टोबर   २) १ ते ७ जानेवारी   ३) १ ते ७ डिसेंबर   ४) १ ते ७ मार्च

२) पहिला पृथ्वी दिन कोणत्या वर्षी साजरा केला गेला ?

१) १९६९   २) १९७०   ३) १९७१   ४) १९७२

३) दरवर्षी जागतिक वन दिन .... ह्या दिवशी साजरा करतात.

१) डिसेंबर २१   २) ऑगस्ट २१   ३) जून २१   ४) मार्च २१

४) पहिली पर्यावरण परिषद स्वीडन देशाच्या स्टॉकहोम शहरी १९७२ मध्ये .... ह्या दिवशी भरली होती.

१) फेब्रुवारी २   २) एप्रिल २२   ३) जून ५   ४) सप्टेंबर १६

५) १९८७ मध्ये .... ह्या दिवशी ३५ राष्ट्रांनी मॉट्रियल करारावर स्वाक्षरी केली. हा करार ओझोन थराला क्षय करणाऱ्या पदार्थांचा वापर मर्यादित करण्यासाठी होता व हा दिवस जागतिक ओझोन दिन म्हणून पाळतात.

१) फेब्रुवारी २   २) एप्रिल २२   ३) जून ५   ४) सप्टेंबर १६

६) जागतिक आरोग्य संघटना (WHO) ची स्थापना ७ एप्रिल .... ला झाली.

१) १९४८   २) १९४९   ३) १९५०   ४) १९५१

७) खालील कोणत्या संस्थेच्या स्थापनादिनी जागतिक आरोग्य दिन पाळण्यात येतो ?

१) जागतिक आरोग्य संघटना   २) युनिसेफ

३) जागतिक बँक   ४) संयुक्त राष्ट्रे

८) ११ जुलै १९८७ रोजी जगाची लोकसंख्या किती होती ?

१) १ अब्ज   २) ३ अब्ज   ३) ५ अब्ज   ४) ७ अब्ज

९) जागतिक आरोग्य संघटनेनुसार .... डेसिबेल ही ध्वनी तीव्रतेची सुरक्षित पातळी आहे.

   १) १५०   २) १००   ३) ८०   ४) ४५

१०) जागतिक पाणथळ स्थल दिन, पाणथळांविषयी जागृती व मानवास त्यांचे मूल्य समजावे म्हणून .... या दिवशी पाळतात.

   १) जानेवारी १   २) फेब्रुवारी २   ३) मार्च ३   ४) एप्रिल ४

११) भारतात 20 ऑगस्ट हा दिवस काय म्हणून साजरा करतात ?

   १) राष्ट्रीय विज्ञान दिन   २) ऑगस्ट दिन
   ३) राष्ट्रीय नैसर्गिक वायू संवर्धन दिन   ४) राजीव गांधी नूतनशील (अक्षय) ऊर्जा दिन

१२) 04 ऑक्टोबर हा दिवस जागतिक .... दिन म्हणून पाळतात.

   १) पशू कल्याण   २) अन्न   ३) वारसा (विरासत)   ४) निसर्ग

१३) आण्विक आपत्तीला विरोध म्हणून जगभर कोणता दिवस ६ ऑगस्टला पाळतात ?

   १) नागासकी दिन   २) संयुक्त राष्ट्रसंघ दिन ३) हिरोशिमा दिन   ४) आण्विक अस्त्र दिन

१४) पर्यावरणविषयक प्रथम जागतिक परिषद कोणत्या देशात भरली होती ?

   १) भारत   २) कॅनडा   ३) स्वीडन   ४) ब्राझील

१५) कोणते वर्ष युनोने 'आंतरराष्ट्रीय निवारा वर्ष' म्हणून घोषित केले होते.

   १) १९७७   २) १९८७   ३) १९९७   ४) २००७

१६) स्टॉकहोम येथे भरलेल्या पहिल्या पर्यावरण परिषदेत ११९ राष्ट्रांनी स्वीकारलेला सिद्धान्त म्हणजे-

   १) एकच पृथ्वी   २) कारखानदारीतून विकास
   ३) प्लॅस्टिकवर बंदी   ४) नूतनशील ऊर्जा स्रोतांद्वारे विकास

१७) 'संयुक्त राष्ट्रसंघ पर्यावरण कार्यक्रम' (युनेप) चे मुख्यालय कोठे आहे?

   १) स्वित्झर्लंड   २) लंडन   ३) नैरोबी   ४) नवी दिल्ली

१८) १९९० मध्ये, २१ विकसनशील देशांनी 'जागतिक पर्यावरण समस्या' यावर धोरण ठरविण्यासाठी .... या देशात परिषद घेतली.

   १) चीन   २) भारत   ३) भूतान   ४) केनिया

१९) निसर्ग संवर्धन जागतिक निधी/विश्व प्रकृती निधी संस्थेचे चिन्ह .... हा प्राणी आहे.

   १) पांडा   २) कांगारू   ३) वाघ   ४) सिंह

२०) युनेस्को मार्फत 'मानव व जीवावरण' कार्यक्रम कोणत्या वर्षी चालू झाला?

   १) १९७०   २) १९७५   ३) १९८०   ४) १९८६

२१) दुसरी वसुंधरा परिषद .... येथे .... साली भरली.

   १) रिओ-दि-जनेरिओ, १९९२   २) न्यूयॉर्क, १९९७
   ३) जोहान्सबर्ग, 2002   ४) बेजिंग, 2003

२२) तिसरी वसुंधरा परिषद .... या देशात भरली होती.

   १) दक्षिण आफ्रिका   २) अमेरिका   ३) ब्राझील   ४) चीन

२३) १९८७ साली पुढीलपैकी कोणत्या पर्यावरण संस्थेने 'आपला सामायिक भविष्यकाळ' हा अहवाल मांडला?

   १) पर्यावरण आणि विकास यांवरील जागतिक आयोग

२) यूनेप

३) नाटो राष्ट्रे

४) जागतिक आरोग्य संघटना

२४) कोणत्या पर्यावरणप्रेमीने 'सायलेंट स्प्रिंग' हा ग्रंथ लिहिला?

१) राशेल कारसन   २) ई.ओ. विल्सन   ३) चार्ल्स डार्विन   ४) डॉ. सलीम अली

२५) जंगलांचे संरक्षण व संवर्धन कार्यासाठी २००४ मध्ये शांततेचे नोबेल पारितोषिक देऊन गौरविण्यात आलेली व्यक्ती-

१) वांगारी मथाई   २) सारा हार्डी   ३) ई.ओ.विल्सन   ४) मदर तेरेसा

२६) जोड्या लावा.

पर्यावरण तज्ज्ञ	ग्रंथ
अ) ई.ओ. विल्सन	१) फॉल ऑफ द स्पॅरो
ब) चार्ल्स डार्विन	२) सायलेंट स्प्रिंग
क) राशेल कारसन	३) ओरिजिन ऑफ स्पिसिज
ड) डॉ. सलीम अली	४) डायव्हर्सिटी ऑफ लाइफ

१) अ-१, ब-२, क-३, ड-४   २) अ-२, ब-३, क-४, ड-१

३) अ-४, ब-३, क-२, ड-१   ४) अ-४, ब-३, क-२, ड-१

२७) राष्ट्रीय पर्यावरण आभियांत्रिकी संशोधन संस्था या ठिकाणी आहे...........

१) नवी दिल्ली   २) नागपूर   ३) बंगळूरू   ४) भोपाळ

२८) कोणत्या भारतीय संस्थेमार्फत 'नॅचरल हिस्ट्री' यावर जर्नल प्रकाशित करण्यात येते?

१) बॉम्बे नॅचरल हिस्ट्री सोसायटी   २) बॉटॅनिकल सर्व्हे ऑफ इंडिया

३) केंद्रीय प्रदूषण नियंत्रण मंडळ   ४) राष्ट्रीय पर्यावरण आभियांत्रिकी संशोधन संस्था

२९) डॉक्टर सलीम अली हे जगप्रसिद्ध .... होते.

१) कीटक तज्ज्ञ   २) शिक्षण तज्ज्ञ   ३) पक्षी तज्ज्ञ   ४) भूगर्भ तज्ज्ञ

३०) चिपको आंदोलनाशी निगडित प्रमुख व्यक्ती कोण?

१) सुंदरलाल बहुगुणा   २) मेधा पाटकर   ३) एम. सी. मेहता   ४) अनिल अग्रवाल

३१) 'फॉल ऑफ द स्पॅरो' हे आत्मचरित्र कोणत्या भारतीय व्यक्तीने लिहिले आहे?

१) शांतिस्वरूप भटनागर   २) डॉ. ए.पी.जे. अब्दुल कलाम

३) माधव गाडगीळ   ४) डॉ. सलीम अली

३२) सरकारने जल (प्रदूषण प्रतिबंध आणि नियंत्रण) कायदा कोणत्या साली संमत केला?

१) १९७२   २) १९७४   ३) १९८०   ४) १९८१

३३) 'डाउन टू अर्थ' हे पाक्षिक प्रकाशित करणारी संस्था-

१) विज्ञान व पर्यावरण केंद्र, दिल्ली   २) पर्यावरण शिक्षण केंद्र, अहमदाबाद

३) कल्पवृक्ष, पुणे   ४) जिऑलॉजिकल सर्व्हे ऑफ इंडिया, कोलकाता

३४) भारतीय हरित क्रांतीचे जनक कोणाला म्हणतात?

१) एम. एस. स्वामिनाथन   २) के. राधाकृष्णन

३) सी. रंगराजन   ४) व्यंकटरामन रामाकृष्णन

३५) भारत सरकारने, पर्यावरण संरक्षण कायदा .... यावर्षी पारित केला.
१) १९७६ २) १९८६ ३) १९९६ ४) २००६

३६) केरळ शास्त्र साहित्य परिषद ही संस्था .... येथील जैवविविधता संरक्षणासाठी कार्य करते.
१) हिमालय २) पूर्वोत्तर विभाग ३) दख्खनचा पठारी भाग ४) सायलेंट व्हॅली

३७) परिसंस्थेचे महत्त्व हे -
१) ऊर्जास्रोतामुळे आहे २) अन्नद्रव्य स्रोतामुळे आहे
३) १ आणि २ मुळे आहे ४) १ आणि २ दोन्हींवर अवलंबून नसते

३८) सरोवरातील परिसंस्थेत जैविक वस्तुमानाचा मनोरा हा.............
१) सरळ असतो २) उलटा असतो
३) दोन्ही प्रकारचा असू शकतो ४) दोन्ही प्रकारचा नसतो

३९) शैवाल हे .... जैविक घटक आहे.
१) स्वयंपोषी २) परपोषी ३) मृतोपजीवी ४) विघटक

४०) १८६९ मध्ये परिस्थितिकी ही संज्ञा पहिल्यांदा कोणत्या शास्त्रज्ञाने मांडली?
१) डॉ. नॉरमन बोरलॉग २) अन्र्स्ट हॅकेल ३) ए. जी. हान्स्ले ४) चार्ल्स एल्टन

४१) पृथ्वीपृष्ठभागावर जीवावरण तयार होण्यासाठी खालीलपैकी कशाची गरज असते?
१) फक्त मृदावरण २) मृदावरण व जलावरण
३) मृदावरण व वातावरण ४) वातावरण, जलावरण व मृदावरण

४२) तृणभक्षक हे .... असतात.
१) उत्पादक २) प्राथमिक भक्षक ३) द्वितीयक भक्षक ४) विघटक

४३) पृथ्वीवरून सर्व उत्पादक वनस्पती नाहीशा झाल्यास-
१) सर्व प्राणी मरतील २) वनस्पती भक्षक फक्त मरतील
३) मांसाहारी फक्त जगतील
४) सूक्ष्मजीव जसे जीवाणू पासून अन्न गरज भागविता येईल.

४४) कोणत्याही अन्नसाखळीत हिरव्या वनस्पतींचा सहभाग असतोच. खालीलपैकी योग्य कारण निवडा-
अ) नैसर्गिकरित्या तृणभक्षकांची संख्या जास्त असते.
ब) हिरव्या वनस्पती सहज उपलब्ध असतात.
क) फक्त त्याच अन्ननिर्मिती करू शकतात.
ड) त्यांची चव चांगली असते.
१) अ २) ब, ड ३) क ४) अ, क

४५) 'बीज बचाव आंदोलन' हे कोणत्या ठिकाणी सुरू झाले?
१) नागपूर, महाराष्ट्र २) अहमदाबाद, गुजरात
३) टिहरी गढवाल, उत्तराखंड ४) भोपाळ, मध्यप्रदेश

४६) खालीलपैकी जैवविविधता कमी करणारा घटक कोणता?
अ) अधिवासाचा ऱ्हास ब) नैसर्गिक संपत्तीचा अमर्याद वापर
क) जैव तंत्रज्ञान ड) दुसऱ्या क्षेत्रातील सजीवांचा शिरकाव
१) अ २) अ, ब ३) अ, ब, ड ४) अ, ब, क, ड

४७) प्रसिद्ध जीवशास्त्रज्ञ .... यांनी १९८५ मध्ये जैवविविधता ही संकल्पना मांडली.

१) एडवर्ड विल्सन   २) चार्ल्स डार्विन   ३) कॅलिकॉट   ४) मॅक्नीली

४८) खालीलपैकी कशाचा समावेश मूलस्थानी संवर्धनात होतो?

अ) अभयारण्य   ब) ऊती संवर्धन केंद्र   क) हत्ती प्रकल्प   ड) प्राणी संग्रहालय

१) अ, ब   २) अ, क   ३) अ, ड   ४) अ, ब, क, ड

४९) .... चा समावेश दूरस्थानी संवर्धन पद्धतीत होतो.

१) वनस्पती उद्यान   २) गेंडा प्रकल्प

३) पाणथळ प्रदेश संवर्धन   ४) पक्षी अभयारण्य

५०) .... विविधतेत वनस्पतींच्या जाती कृत्रिमपणे जनुकीय बदल करून मिळविल्या जातात.

१) जनुकीय   २) जातींच्या   ३) परिसंस्था   ४) गृहसंवर्धित

५१) अ) काँग्रेस गवत किंवा पार्थेनिअम अनेक स्थानिक सजीव जातींच्या नाशास कारणीभूत आहे.

ब) शिकार आणि अधिवास ऱ्हास यामुळे माळढोक पक्ष्यांची संख्या कमी झाली आहे

१) अ बरोबर आहे.   २) ब बरोबर आहे.

३) दोन्ही अ व ब बरोबर आहेत.   ४) दोन्ही अ व ब चुकीचे आहेत.

५२) मानवाला ज्ञात १.८ दशलक्ष सजीव जातींमध्ये सर्वांत जास्त टक्केवारी .... यांची आहे.

१) वनस्पती   २) सूक्ष्मजीव   ३) प्राणी   ४) कीटक

५३) भात, गहू, मका व बटाटा ही चारच पिके जगातील मानवाची सुमारे .... टक्के अन्न ऊर्जा (कॅलरीज) गरज भागवितात.

१) २५   २) ५०   ३) ७५   ४) १००

५४) पृथ्वीवरील ज्ञात जैवविविधतेत .... यांच्या जातींची टक्केवारी सर्वात जास्त आहे.

१) कीटक   २) सूक्ष्मजीव   ३) वनस्पती   ४) प्राणी

५५) 'संपन्न जैवविविधता क्षेत्र' यात जगातील किती देशांना समाविष्ट करण्यात आले आहे?

१) ०२   २) १२   ३) २२   ४) ३२

५६) संकटग्रस्त जातींसाठीचा आंतरराष्ट्रीय करार (CITES) .... या साली .... येथे झाला.

१) १९७३, वॉशिंग्टन   २) १९७३, ब्राझील   ३) १९९२, वॉशिंग्टन   ४) १९९२, ब्राझील

५७) यूनो ने .... हे दशक 'आंतरराष्ट्रीय जैवविविधता दशक' म्हणून साजरे केले.

१) १९९१-२०००   २) १९९२-२००१   ३) १९९३-२००२   ४) १९९४-२००३

५८) 'रेड डाटा बुक' द्वारा .... ही संस्था अस्तित्वास धोका असणाऱ्या सजीव जातींची माहिती व वर्गीकरण देत असते.

१) आय. यू. सी. एन.   २) डब्ल्यू. डब्ल्यू. एफ   ३) यू. एन. ई. पी.   ४) ट्रॅफिक

५९) .... डाटा बुक मुळे जगातील दुर्मिळ, संकटग्रस्त व संवेदनशील जातींची माहिती उपलब्ध होते.

१) ब्लॅक   २) व्हाइट   ३) ग्रीन   ४) रेड

६०) खालीलपैकी निर्वंश जाती ओळखा-

अ) डोडो   ब) माळढोक   क) प्रवासी कबुतर   ड) भारतीय चित्ता

१) अ, ब, क, ड   २) अ, ब, क   ३) अ, क, ड   ४) ब, क, ड

६१) जैवविविधतेच्या शाश्वत विकासासाठी, ब्राझीलच्या पृथ्वी परिषदेत .... अजेंडाची निर्मिती झाली.

१) ०१ २) ११ ३) २१ ४) ३१

६२) 'प्रोजेक्ट टायगर' भारत सरकारने जागतिक निसर्ग (संवर्धन) निधीच्या मदतीने ...... या वर्षी सुरू केला.

१) १९७० २) १९७१ ३) १९७२ ४) १९७३

६३) नामशेष झालेला भारतीय प्राणी, भारतीय चित्ता याची शेवटची नोंद बस्तर, मध्यप्रदेश येथे .... या साली झालेली सापडते.

१) १९४७ २) १९४८ ३) १९४९ ४) १९५०

६४) .... प्रकल्पास भारताने १९९२ साली प्रारंभ केला.

१) हत्ती २) वाघ ३) मगर संवर्धन ४) गेंडा संवर्धन

६५) दालचिगम अभयारण्य या एकाच ठिकाणी, भारतात आढळणारे दुर्मिळ हरिण म्हणजे ....

१) चितळ २) बाराशिंगा ३) हंगुल ४) सांबर

६६) .... येथील सागरी राष्ट्रीय उद्यानामुळे समुद्रद्वीपांच्या खोलगट भागातील सजीव सृष्टी, प्रवाळ बेटे यांचे रक्षण होते.

१) मुंबई २) कोलकाता ३) चेन्नई ४) गुजरात

६७) एकेकाळी संपूर्ण गंगेच्या खोऱ्यातील प्रदेशात आढळणारा एकशिंगी गेंडा आत्ता फक्त .... येथेच सीमित झाल्याचा दिसतो.

१) त्रिपुरा २) मणिपूर ३) पश्चिम बंगाल ४) आसाम

६८) भारतात, जंगली म्हैस किंवा गौर या प्राण्याचे अस्तित्व फक्त .... या जैवभौगोलिक विभागातच मर्यादित झालेले आहे.

१) तराई २) पश्चिम घाट ३) दख्खनचे पठार ४) थरचे वाळवंट

६९) गुजरातच्या गीर अभयारण्यामुळे उरलेल्या .... यांची संख्या संरक्षित केली जात आहे.

१) गवा २) वाघ ३) गेंडा ४) आशियाई सिंह

७०) .... राष्ट्रीय उद्यान भारतातील सर्वात मोठे आहे.

१) पेंच २) भरतपूर ३) संजय गांधी ४) ग्रेट हिमालयीन

७१) राजस्थानमधील .... वनातून २००४ साली सर्व वाघ नष्ट झाले.

१) घाना २) हजारीबाग ३) सरिस्का ४) भरतपूर

७२) आशिया खंडात, सर्वात जास्त संख्येने हत्ती .... या देशात आढळतात.

१) भारत २) म्यानमार ३) थायलंड ४) श्रीलंका

७३) जंगली (वन्य) गाढव ही स्थानिक प्राणी जात भारतात फक्त .... या ठिकाणी आढळते.

१) हिमालयीन पर्वत रांगा २) गुजरातचे कच्छ
३) पश्चिम घाट ४) अंदमान व निकोबार बेटे

७४) दुर्मिळ .... हेच फक्त जगातील आढळणारे काळवीट आहे ज्यास चार शिंगे असतात.

१) चौशिंगा २) चिंकारा ३) हंगुल ४) नीलगाय

७५) भारतात एकूण .... जैवभौगोलिक प्रदेश आहेत.

१) ५ २) 10 ३) १३ ४) १४

७६) भरतपूर अभयारण्य हे .... यांच्यासाठी जगातील एक प्रसिद्ध अभयारण्य म्हणून ओळखले जाते.

१) वाघ २) गवा ३) मोर ४) पाण-पक्षी

७७) भारताने .... या साली जैवविविधता कायदा लागू केला.

१) 2000 २) 2002 ३) 2004 ४) 2006

७८) जैवविविधता कायद्याची अंमलबजावणी करण्याकरिता भारताने 'राष्ट्रीय जैवविविधता संचालनालया' ची स्थापना केली. त्याचे मुख्यालय.......येथे आहे.

१) दिल्ली २) कोलकाता ३) मुंबई ४) चेन्नई

७९) जगातील एकूण 25 संपन्न जैवविविधता स्थळांपैकी भारतात .... स्थळे आहेत.

१) 02 २) 05 ३) १0 ४) १४

८0) भारताचा वनस्पती विविधतेमध्ये जगात .... आणि आशिया खंडात .... क्रमांक आहे.

१) पहिला, पहिला २) दुसरा, पहिला ३) पाचवा, दुसरा ४) दहावा, चौथा

८१) जोड्या जुळवा.

भारत	संख्या
अ) जैविक जागतिक वारसा स्थळे	१) 02
ब) राखीव जीवावरणे	२) 05
क) रामसर पाणथळ (आर्द्र) स्थाने	३) 06
ड) जैवविविधतासंपन्न स्थळे	४) १४

१) अ-१, ब-२, क-३, ड-४ २) अ-२, ब-४, क-३, ड-१

३) अ-४, ब-३, क-२, ड-१ ४) अ-३, ब-१, क-२, ड-४

८२) भारतातील पहिले पक्षी अभयारण्य .... येथे उभारले गेले.

१) म्हैसूर २) अहमदाबाद ३) कर्नाळा ४) गुडगाव

८३) जोड्या जुळवा.

वनस्पती	उत्पादन
अ) निंब	१) बायो-डिझेल/जैव इंधन
ब) हळद	२) सौंदर्यप्रसाधने
क) करंज	३) टूथपेस्ट
ड) महुआ (मोह)	४) मदिरा

१) अ-१, ब-२, क-३, ड-४ २) अ-२, ब-३, क-१, ड-४

३) अ-३, ब-१, क-४, ड-२ ४) अ-३, ब-२, क-१, ड-४

८४) जोड्या जुळवा.

अ) कान्हा राष्ट्रीय उद्यान	१) वाघ
ब) मणिपूर	२) हत्ती
क) आसाम	३) करकोचा
ड) बन्नरघट्टा राष्ट्रीय उद्यान	४) हरिण

१) अ-१, ब-२, क-३, ड-४ २) अ-१, ब-४, क-३, ड-२

३) अ-४, ब-३, क-२, ड-१ ४) अ-२, ब-४, क-१, ड-३

८५) .... कासवे ओरिसाच्या समुद्रतटीय प्रदेशात घरटी करण्यासाठी मोठ्या संख्येने येतात.

१) स्टार   २) त्रावणकोर   ३) ऑलिव्ह रिडले   ४) हरित

८६) जोड्या जुळवा.

राष्ट्रीय उद्यान   राज्य

अ) ताडोबा   १) उत्तरप्रदेश

ब) दुधवा   २) बिहार

क) हजारीबाग   ३) कर्नाटक

ड) बंदीपूर   ४) महाराष्ट्र

१) अ–४, ब–१, क–२, ड–३   २) अ–१, ब–२, क–३, ड–४

३) अ–३, ब–४, क–१, ड–२   ४) अ–२, ब–३, क–४, ड–१

८७) खालीलपैकी कोणाला 'जैविक जागतिक वारसा स्थान' नाही.

१) काझीरंगा राष्ट्रीय उद्यान   २) सुंदरबन राष्ट्रीय उद्यान

३) कोओलादेव घाना राष्ट्रीय उद्यान   ४) पेरियार राष्ट्रीय उद्यान

८८) शास्त्रज्ञांच्या अनुमानानुसार पुढील .... वर्षात पृथ्वीवरील प्रजातीपैकी २ ते ८ टक्के प्रजाती नामशेष होतील.

१) ५   २) १५   ३) २५   ४) १००

८९) भारतीय गिधाडांची ९९ टक्के संख्या नष्ट करणारे औषध कोणते?

१) आल्ड्रीन   २) बी. एच. सी. (बेन्झिन हेक्झा क्लोराइड)

३) डायक्लोफेनॅक   ४) व्हेलियम

९०) जैवविविधतेचा योग्य उपयोग कशा प्रकारे घ्यावा, याविषयी .... हाच एकमेव स्रोत आहे.

१) पारंपरिक ज्ञान   २) आंतरराष्ट्रीय कायदे ३) तांत्रिक सुविधा   ४) संशोधन

९१) भारताचा राष्ट्रीय प्राणी ....

१) सिंह   २) हत्ती   ३) वाघ   ४) बैल

९२) भारताचा राष्ट्रीय पक्षी ....

१) मोर   २) गिधाड   ३) गरुड   ४) पोपट

९३) भारताचा राष्ट्रीय जलचर प्राणी ....

१) ऑलिव्ह रिडले कासव   २) गंगा खोऱ्यात आढळणारे डॉल्फिन

३) व्हेल   ४) शार्क

९४) एम.पी.सी.बी. (महाराष्ट्र प्रदूषण नियंत्रण मंडळ) या संस्थेची स्थापना कधी झाली?

१) १९७०   २) १९८५   ३) १९८६   ४) १९९४

९५) .... हा महाराष्ट्र राज्याचा राज्यप्राणी आहे.

१) सांबर   २) वाघ

३) महाकाय खार–शेकरू   ४) शेळी

९६) अन्न आणि कृषी संघटना (एफ.ए.ओ.) ही संस्था .... या पातळीवर कार्य करते.

१) राज्य   २) राष्ट्रीय   ३) खंडीय   ४) आंतरराष्ट्रीय

९७) CGAEAR या आंतरराष्ट्रीय कृषीविषयक बाबींवर कार्य करणाऱ्या संस्थेने, जागतिक तापमानवाढीमुळे, भविष्यकाळातील बटाटा या प्रमुख पिकाला सुचविलेले पर्याय म्हणून सुचविलेले पीक म्हणजे-

१) ऊस २) केळी ३) बाजरी ४) तूर

९८) खालीलपैकी कशाचा समावेश 'इन-सिटू' संवर्धनात होतो?

१) देवराई २) ॲकेरिया

३) संरक्षित खारफुटी जंगल ४) वनस्पती उद्यान

९९) पॅराथिऑन, थायमेट, मॅलेथिऑन ही .... युक्त कृषी औषधे अती वापराने प्रदूषणाचे कारण बनली आहेत.

१) कॉपर २) क्लोरिन ३) फॉस्फरस ४) कॅल्शिअम

१००) डी.डी.टी., बी.एच.सी., आल्ड्रीन या क्लोरिनयुक्त औषधांचा वापर .... यात होतो.

१) पाणी शुद्धीकरण २) कृषी क्षेत्र ३) अन्नप्रक्रिया ४) हवा स्वच्छ करणे

१०१) २, ४- डी (२, ४ डायक्लोरो फिनॉक्सी ॲसेटिक ॲसिड) हे प्रदूषण घडविणारे कृषी रासायनिक औषध .... म्हणून वापरले जाते.

१) कवकनाशक २) कीटकनाशक ३) कीडनाशक ४) तृणनाशक

१०२) 'कॅटालायटिक कनव्हर्टर' हे वाहनांच्या प्रदूषणाला आळा घालणारे सयंत्र किती स्तरात कार्य करते?

१) एक २) दोन ३) तीन ४) चार

१०३) 'पितांबर पंत राष्ट्रीय पर्यावरण शिष्यवृत्ती' पर्यावरणातील उत्कृष्ट कार्य व संशोधनासाठी भारत सरकार .... या वर्षापासून देत आहे.

१) १९७८ २) १९९५ ३) २००१ ४) २०११

१०४) संख्येने खूपच कमी असणाऱ्या सजीव जातीला .... जात म्हणतात.

१) संवेदनशील २) धोक्यात असणारी ३) दुर्मीळ ४) निर्वंश/नामशेष

१०५) जगात असणाऱ्या जैवभौगोलिक विभागांपैकी ...... विभाग भारतात आढळतात.

१) दोन २) तीन ३) चार ४) बहुतेक सर्व

१०६) खालीलपैकी कार्बनमुक्त नवीन ऊर्जास्रोत निवडा.

अ) अल्कोहोल ब) सौर घट

क) सी. एन. जी. ड) लिथिअम-कॅडमिअम बॅटरी

१) अ, ब २) ब, क ३) ब, ड ४) अ, ब, क, ड

१०७) भारतीय शहरात, शिसे या हवाप्रदूषकांचे प्रमुख स्रोत .... आहे.

१) लेड संचयित विद्युत घट २) शिसेयुक्त रंग

३) शिसेयुक्त पेट्रोल ४) शिसे असणारी भांडी व यंत्रे

१०८) 'कॅटालायटिक कनव्हर्टर' वाहनांच्या धुरातील विषारी व प्रदूषक वायूंचे रूपांतर साध्या वायूत करतांना-

१) ऑक्सिडीकरण पहिल्या स्तरात तर क्षपण दुसऱ्या स्तरात होते.

२) क्षपण पहिल्या स्तरात व ऑक्सिडीकरण दुसऱ्या स्तरात घडते.

३) दोन्ही स्तरात ऑक्सिडीकरण घडते.

४) दोन्ही स्तरात क्षपण घडते.

१०९) .... हे भारतातील १९८६ साली स्थापित झालेले पहिले 'राखीव जीवावरण' आहे.

१) मानस २) देहाँग-देबांग ३) नंदा देवी ४) निलगिरी

११०) खालीलपैकी कोणते 'राखीव जीवावरण' नाही.

१) नोकरेक २) मन्नारचे आखात ३) पश्चिम घाट ४) ग्रेट निकोबार

१११) ओझोन वायू वातावरणाच्या ...... थरात असल्यास हानिकारक असतो. मात्र ...... थरात वरदान ठरतो.

१) तपांबर, आयनांबर २) तपांबर, स्थितांबर ३) स्थितांबर, दलांबर ४) दलांबर, आयनांबर

११२) हिम चित्ता भारतातील कोणत्या जैवभौगोलिक विभागात आढळतो?

१) निम-ओसाड विभाग २) ट्रान्स हिमालयीन विभाग

३) दख्खन द्वीपकल्प विभाग ४) गंगेचे खोरे

११३) स्थानिक जैवविविधतेने समृद्ध 'सायलेंट व्हॅली' भारतात कोठे आहे?

१) पश्चिम बंगाल २) हिमाचल प्रदेश ३) आसाम ४) केरळ

११४) स्थानिक व प्रदेशनिष्ठ जैवविविधतेने नटलेली 'फूलों की घाटी' भारतात कोठे आहे?

१) उत्तराखंड २) मध्यप्रदेश ३) लक्षद्वीप ४) त्रिपुरा

११५) खालीलपैकी कोणता (कोणते) वायू हरितगृह वायू आहे?

अ) कार्बन मोनोक्साइड ब) कार्बन डायऑक्साइड क) नायट्रस ऑक्साइड ड) नायट्रोजन

१) अ, ब, क, ड २) अ, ब ३) ब, क ४) ब, ड

११६) रक्तातील हिमोग्लोबिनशी संयोग पावणारा हवेतील विषारी वायू ....

१) कार्बन मोनोक्साइड २) कार्बन डायऑक्साइड

३) सल्फर डायऑक्साइड ४) गरम पाण्याची वाफ

११७) कार्बन डायऑक्साइडनंतर येणारा प्रमुख हरितगृह वायू कोणता?

१) मिथेन २) नायट्रोजन ३) अरगॉन ४) ओझोन

११८) भोपाळ वायू दुर्घटनेस जबाबदार प्रदूषक वायू कोणता?

१) अमोनिया २) मिथाइल आयसो सायनेट

३) मिथाइल क्लोराइड ४) क्लोरीन

११९) जलप्रदूषण कमी असते जेव्हा BOD चे प्रमाण.................

१) ५ पी.पी.एम. पेक्षा कमी असते. २) २५ पी.पी.एम. पेक्षा कमी असते.

३) ५० पी.पी.एम. पेक्षा कमी असते. ४) १०० पी.पी.एम. पेक्षा कमी असते.

१२०) आम्ल वर्षा होण्यासाठी खालीलपैकी कारणीभूत काय?

अ) सल्फर (गंधक) याची ऑक्साइड्स तयार होणे. ब) नायट्रोजनची ऑक्साइड्स तयार होणे.

क) कारखान्यातून आम्लांचे प्रचंड उत्पादन होणे. ड) आम्लयुक्त टाकाऊ पदार्थांचे पाण्यात विसर्जन.

१) अ २) अ, ब ३) अ, ब, क ४) अ, ब, क, ड

१२१) BOD द्वारा कशाचे मोजमाप केले जाते?

१) पाण्यातील सेंद्रिय प्रदूषक पदार्थ

२) पाण्यातील असेंद्रिय प्रदूषक

३) सल्फर, पोटॅशिअम व नायट्रोजनची हवेतील ऑक्साइड संयुगे

४) पाण्यातील सूक्ष्म घनपदार्थ/घनकण

१२२) वातावरणातील ह्या वायू थरामुळे बरचसे हानिकारक अतिनील किरणे पृथ्वीपर्यंत पोहचत नाहीत.

१) कार्बन डाय ऑक्साईड २) ओझोन ३) नायट्रोजन ४) मिथेन

१२३) ओझोनचा थर वातावरणातील .... या थरात आहे.

१) तपांबर २) स्थितांबर ३) दलांबर ४) आयनांबर

१२४) खालीलपैकी कोणती प्रक्रिया वातावरणात CO_2 (कार्बन डायऑक्साईड)चे प्रमाण वाढवत नाही.

१) मृत प्राण्याचे विघटन (कुजणे) २) श्वसन

३) जीवाश्म इंधनाचे ज्वलन ४) प्रकाश संश्लेषण

१२५) महानगरात हवेचे प्रदूषण प्रामुख्याने कशामुळे घडते.

१) स्वयंचलित वाहनांचे वायू उत्सर्जन २) कीडनाशकांचे अवशेष

३) घरगुती कचरा (टाकाऊ पदार्थ) ४) आण्विक कचरा/टाकाऊ पदार्थ

१२६) खालीलपैकी सर्वात मोठे (प्रमुख) पाण्याचे प्रदूषक कोणते ?

१) अपमार्जके २) कीटकनाशके

३) उद्योगातील टाकाऊ पदार्थ ४) अमोनिया

१२७) खालीलपैकी नैसर्गिकरीत्या विघटनशील होणारे प्रदूषक कोणते ?

१) नरम प्लास्टिक २) ऑस्बेस्टॉस ३) सेंद्रिय कचरा ४) डी.डी.टी. कीडनाशक

१२८) जागतिक तापमानवाढीमुळे खालीलपैकी काय घडू शकते ?

अ) पूर ब) वेगवान जनुकीय बदल क) चक्रीवादळे ड) पीक उत्पन्नात वाढ

१) अ, ब २) अ, क ३) अ, ड ४) ब, क

१२९) खालीलपैकी कशाचा वाईट परिणाम मार्बलवर होऊ शकतो ?

१) धातू प्रदूषके २) अमोनिया प्रदूषके ३) आम्लयुक्त प्रदूषके ४) गरम पाण्याची वाफ

१३०) खालीलपैकी जागतिक पर्यावरणीय समस्या कोणत्या ?

अ) वृक्षारोपण ब) आम्ल वर्षा क) ओझोनथराचा क्षय ड) हरितगृह

१) अ, ब, क, ड २) अ, ब ३) अ, क ४) अ, ड

१३१) कारखान्यातील (अ) घन व द्रव टाकाऊ पदार्थ (ब) धूर (क) गरम पाणी मिसळणे (ड) तीव्र आवाज, विचारात घ्या. यांपैकी जलीय परिसंस्थेस थेट नुकसान कशामुळे पोहचते ?

१) अ, ब, क, ड २) अ, ब ३) अ, क ४) अ, ड

१३२) कारखान्यातील पारायुक्त टाकाऊ पदार्थ मिसळलेल्या दूषित पाण्यातील मासे खाल्ल्याने होणारा आजार–

१) मिनामाटा २) सिलिकॉसिस ३) फ्ल्युरोसिस ४) झिरोप्थाल्मिया

१३३) पुढील वायू विचारात घ्या. (अ) मिथेन (ब) कार्बन डायऑक्साइड (क) सल्फर डायऑक्साइड (ड) नायट्रोजन डायऑक्साइड, यांपैकी कोणता (कोणते) वायू आम्ल वर्षा घडविण्यास कारणीभूत असतात ?

१) अ, ब, क २) ब, क, ड ३) अ, क, ड ४) अ, ब, ड

१३४) डी.डी.टी. (डायक्लोरो डायफिनाईल ट्रायक्लोरो इथेन) यासाठी खालीलपैकी कोणत्या बाबी बरोबर आहेत.

अ) कीडनाशक ब) सोपे विघटनशील प्रदूषक

क) प्रदूषणनियंत्रक ड) अविघटनशील प्रदूषक

१) अ २) अ, ब ३) अ, क ४) अ, ड

१३५) साधारणपणे मैलायुक्त सांडपाण्याने प्रदूषित पाणी स्रोतांतील मासे मरण्याचे कारण म्हणजे

    १) सूक्ष्मजीव   २) दुर्गंधी

    ३) ऑक्सिजनची कमतरता   ४) जलीय वनस्पतींची वाढ

१३६) मैलायुक्त गटारातील सांडपाण्याचा BOD ....

    १) पाण्यापेक्षा कमी असतो.   २) पाण्यापेक्षा जास्त असतो.

    ३) पाण्याइतकाच असतो.   ४) दिवसा जास्त व रात्री कमी असतो.

१३७) हवेतील सर्वांत जास्त प्रमाणातील हायड्रोकार्बन प्रदूषक कोणते?

    १) मिथेन   २) इथिलिन   ३) ब्युटेन   ४) बेन्झिन

१३८) प्रकाश-रासायनिक धुरके घडविणारा वायू-

    १) कार्बन मोनोक्साइड   २) कार्बन डायऑक्साइड

    ३) ओझोन   ४) नायट्रोजन डायऑक्साइड

१३९) खालीलपैकी कार्बन मोनोक्साइड वायू निर्माण करणारे स्रोत ओळखा.

    १) कार्बनचे अपुऱ्या हवेतील ज्वलन   २) जंगलतोड

    ३) श्वसनप्रक्रिया   ४) स्वयंचलित वाहनांचा धूर

१४०) 'लॉस एंजलिस'चे धुरके हे कोणत्या प्रकारचे असते?

    १) प्रकाश-रासायनिक धुरके   २) सल्फ्युरस धुरके

    ३) औद्योगिक धुराचे धुरके   ४) खास क्लोरीन धुरके

१४१) खालीलपैकी दुय्यम प्रदूषक कोणते ?

    १) कार्बन मोनोक्साइड   २) कार्बन डायऑक्साइड

    ३) पेरॉक्सी ऑसिटिल नायट्रेट   ४) धातू कण

१४२) 'श्वेत फुफ्फुस कर्करोग' प्रामुख्याने, खालीलपैकी कोणत्या उद्योगातील कामगारांना होणारा आजार आहे?

    १) ॲस्बेस्टॉस   २) वस्त्र (कापड)   ३) कोळसा   ४) कागद

१४३) मिथेन वायूची निर्मिती खालीलपैकी कशापासून होते.

    अ) गहू पिकाचे क्षेत्र   ब) तांदूळ पिकाचे क्षेत्र क) प्राण्यांचे मलमूत्र   ड) जीवाश्म इंधनाचे ज्वलन

    १) अ, ब   २) ब, क   ३) क, ड   ४) अ, ड

१४४) खालीलपैकी कोणती जोडी चुकीची आहे?

    अ) फ्ल्युरोसिस - पाण्यातील फ्ल्युराईड्स   ब) मिनामाटा - माशांच्या शरीरातील पारा हे प्रदूषक

    क) श्वेत फुफ्फुस कर्करोग - पांढरे केरोसिन   ड) सिलिकॉसिस - दगड खाणी

    १) अ   २) ब   ३) क   ४) ड

१४५) खालीलपैकी अयोग्य जोड्या ओळखा.

    अ) कार्बन मोनोक्साइड - कार्बन मूलद्रव्यांचे विषारी ऑक्साइड/संयुग

    ब) ओझोन - तपांबरातील प्रदूषक वायू

    क) कार्बन डायऑक्साइड - वनस्पतींना हानिकारक

    ड) ऑक्सिजन - ज्वलनशील वायू

    १) अ, ब   २) क, ड   ३) अ, ड   ४) ब, क

१४६) 'लंडन धुरके' यासाठी सर्वात उपयुक्त कालावधी कोणता ?

    १) उन्हाळ्याची पहाट व रात्र   २) हिवाळ्याची पहाट व रात्र

    ३) उन्हाळ्याचा दिवस   ४) हिवाळ्याचा दिवस

१४७) धूरके खालीलपैकी प्रामुख्याने .... मुळे घडते-

    १) ऑक्सिजन व ओझोन   २) नायट्रोजन व ऑक्सिजन

    ३) सल्फर डायऑक्साइड व नायट्रोजन डायऑक्साइड

    ४) हायड्रोजन व मिथेन

१४८) रासायनिक खतांमधील कोणत्या घटकामुळे नवजात बालकांना 'ब्लू बेबी' हा आजार होतो ?

    १) नायट्रेट   २) कार्बोनेट   ३) सल्फेट   ४) फॉस्फेट

१४९) 'सेंद्रिय शेती' यासाठी पुढीलपैकी कोणता (कोणते) पर्याय बरोबर ठरतात?

    १) पर्यावरणाचा ऱ्हास घडत नाही

    २) सेंद्रिय अन्नामुळे हानिकारक रासायनिक पदार्थ शरीरात जात नाहीत

    ३) रासायनिक खते जास्त प्रमाणात लागतात

    ४) नवीन तंत्रज्ञानाचा वापर करता येत नाही

    १) १, २, ३, ४   २) १, २, ३   ३) १, २   ४) १

१५०) गंगा नदीचे प्रदूषण रोखण्यासाठी 'गंगा कृती आराखडा' भारताने कोणत्या वर्षी सुरू केला ?

    १) १९८५   २) १९९०   ३) १९९५   ४) २००१

उत्तरे (१ ते १५०)

१	१	२	२	३	४	४	३	५	४	६	१	७	१	८	३	९	४	१०	२
११	४	१२	१	१३	३	१४	३	१५	२	१६	१	१७	३	१८	२	१९	१	२०	१
२१	२	२२	१	२३	१	२४	१	२५	१	२६	४	२७	२	२८	१	२९	३	३०	१
३१	४	३२	२	३३	१	३४	१	३५	२	३६	४	३७	३	३८	२	३९	१	४०	२
४१	४	४२	२	४३	१	४४	३	४५	३	४६	३	४७	१	४८	२	४९	१	५०	४
५१	३	५२	४	५३	२	५४	१	५५	२	५६	१	५७	४	५८	१	५९	४	६०	३
६१	३	६२	४	६३	२	६४	१	६५	३	६६	४	६७	४	६८	१	६९	४	७०	४
७१	३	७२	१	७३	२	७४	१	७५	२	७६	४	७७	२	७८	४	७९	१	८०	४
८१	२	८२	३	८३	४	८४	२	८५	३	८६	१	८७	४	८८	३	८९	३	९०	१
९१	३	९२	१	९३	२	९४	१	९५	३	९६	४	९७	२	९८	२	९९	३	१००	२
१०१	४	१०२	२	१०३	१	१०४	३	१०५	४	१०६	३	१०७	३	१०८	२	१०९	४	११०	३
१११	२	११२	२	११३	४	११४	१	११५	३	११६	१	११७	१	११८	२	११९	१	१२०	२
१२१	१	१२२	२	१२३	२	१२४	४	१२५	१	१२६	३	१२७	३	१२८	२	१२९	३	१३०	२
१३१	३	१३२	१	१३३	२	१३४	४	१३५	३	१३६	२	१३७	१	१३८	४	१३९	३	१४०	१
१४१	३	१४२	२	१४३	२	१४४	३	१४५	२	१४६	२	१४७	३	१४८	१	१४९	३	१५०	१

सामान्य विज्ञान

प्रा. मेहबूब आदम शेख

- विज्ञान व तंत्रज्ञानाचा प्राचीन व आधुनिक काळातील परामर्श.
- रसायनशास्त्र
- भौतिकशास्त्र
- जीवशास्त्र
- शरीरशास्त्र
- विज्ञान व तंत्रज्ञान घडामोडी
- नोबेल पुरस्कार
- पारंपरिक व अपारंपरिक उर्जा स्रोत
- संरक्षण क्षेत्र
- महत्त्वाचे भारतीय शास्त्रज्ञ
- भारतीय विज्ञान विषयक महत्त्वाच्या संस्था
- या प्रकरणावरील काही महत्त्वाचे प्रश्न.

● विज्ञान व तंत्रज्ञानाचा प्राचीन व आधुनिक काळातील परामर्श :

प्राचीन काळात ग्रीक मेसोपोटेमियन (सुमेरियन, बॅबिलोनियन इत्यादी), चिनी, हिंदू, इजिप्तिशियन, रोमन आदी महत्त्वाच्या संस्कृती होऊन गेल्या.

(अ) ग्रीक संस्कृती :

थेल्स	: सर्व पदार्थांची निर्मिती एकाच समान तत्त्वापासून झाली आहे ते म्हणजे जल, हे मांडले. भूमितीचे ज्ञान होते.
डेमॉक्रेटिस	: परमाणुवादाचा सिद्धान्त मांडला.
इम्पे जॉकल	: प्राणी सृष्टीचा उत्क्रांतिवादाचा सिद्धान्त मांडला.
ऑरिस्टॉटल	: जीवशास्त्राचा अभ्यासक. 'प्राणीसृष्टीचा इतिहास' हा ग्रंथ लिहिला. खगोलशास्त्र, भौतिकशास्त्र यांचाही अभ्यास केला. तर्कशास्त्राचा पाया रोवला.
थिओफ्रेस्टस्	: 'वनस्पतींचा इतिहास' हा आद्य ग्रंथ लिहिला. यांना 'वनस्पतिशास्त्राचा जनक' मानतात.

ऑरिस्टॉर्कस	: सूर्य मध्य सिद्धान्त मांडला. चंद्र पृथ्वीभोवती फिरतो व तो स्वयंप्रकाशित नाही, हेही स्पष्ट केले.
टॉलेमी	: खगोलशास्त्र व भूगोलाचा अभ्यास. पृथ्वीचा परीघ मोजला होता. 'अल्माजेस्ट' ग्रंथाचा लेखक.
आर्कीमिडिज्	: तरफेचा सिद्धान्त सापेक्ष घनतेचा सिद्धान्त, कप्प्याचे तत्त्व मांडले. "मला पृथ्वी-व्यतिरिक्त इतरत्र उभे राहण्यास थोडीशी जागा द्या. मी ही पृथ्वी (तरफेने) उचलून दाखवीन" असे म्हटले होते.
	वर्तुळाच्या परिघाचे त्याच्या व्यासाशी असलेले प्रमाण २२/७ असते हे सिद्ध केले.
	π ची गणितीय आकडेवारी करून किंमत काढण्याचा प्रयत्न करणारा पहिला गणिती.
गालेन	: वैद्यकशास्त्रज्ञ, हाडे, स्नायू व रक्तवाहिन्यांचा अभ्यास.
पायथागोरस	: भूमितीचा, काटकोन त्रिकोणाचा सिद्धान्त मांडला. 'काटकोन त्रिकोणाच्या कर्णाचा वर्ग हा इतर दोन बाजूंच्या वर्गाच्या बेरजेइतका असतो.'
हिरो	: 'यांत्रिक वायू विद्या' पुस्तकाचा लेखक.
युक्लिड	: भूमितीचा संशोधक मानतात. 'Elements of Geometry' हा भूमितीवरचा ग्रंथ लिहिला.

(ब) मेसोपोटेमियन संस्कृती :

या संस्कृतीच्या कालखंडात विज्ञानाची अनेक क्षेत्रे विकसित झाली.

खगोलशास्त्र	: ग्रह, ग्रहण यांची शास्त्रीय माहिती होती. त्यांची विभागणी बारा राशीत केली होती. दिवसाचे २४ तास, तासाची ६० मिनिटे, मिनिटाचे ६० सेकंद हे कोष्टक तयार केले होते. गुरू, शुक्र, शनी, मंगळ व बुध या पाच ग्रहांचा शोध.
गणित	: पावकी, निमकी, पाऊणकी, वर्ग, घन यांची कोष्टके तयार केली होती.
	वर्तुळाच्या परिघाचे ३६० अंशांमध्ये विभाजन, अक्षांश, रेखांश माहीत होते.

खगोलशास्त्राप्रमाणेच व्यापारात प्रगती असल्याने वजन-मापे याचे ज्ञान होते. कुंभाराच्या चाकाचा शोध सुमेरियन लोकांनी लावला होता.

(क) इजिप्शियन संस्कृती :

जगातील प्राचीन संस्कृती. गणित व भूमितीमध्ये खूप प्रगती पिरॅमिड स्थापत्यावरून त्याची कल्पना येते. पूर्णांक, अपूर्णांक यांच्या बेरीज-वजाबाकीचे ज्ञान, गुणाकार-भागाकाराच्या पद्धती ज्ञात, वर्तुळ, चौकोन यांचे क्षेत्रफळ, तर दंडगोल-गोलक यांचे घनफळ काढणे माहीत होते. ग्रह त्यांवरून कालगणना माहिती होती. कालमापनासाठी जलयंत्र व छायायंत्र यांचा शोध.

वर्षात ३६५ दिवस, १२ महिन्यांचे वर्ष. मात्र प्रत्येक महिना ३० दिवस शेवटच्या महिन्यात ५ दिवस अधिक धरले जात.

(ड) चिनी संस्कृती :

ज्योतिषशास्त्र व खगोलशास्त्र प्रगत होते. ३२० ताऱ्यांचा शोध. कालगणनेची माहिती होती. ग्रहणांच्या

नोंदी आहेत. जीवशास्त्रातील उत्क्रांतवादाचा सिद्धान्त माहीत होता. भूलीचे औषध, भूकंपनिर्देशंक यंत्र, बंदुकीची दारू, छपाई, होकायंत्र, कागद, काच, रेशीम, अग्निबाणाचा शोध. पूल, कालवे, रस्ते, मातीची भांडी यावरून वैज्ञानिक प्रगती स्पष्ट होते.

(ई) हिंदू संस्कृती :

गणित : शून्य व दशांश (दशमान) पद्धतीच्या शोधाची जगाला देणगी

आर्यभट्ट : गणितज्ञ व खगोलशास्त्रज्ञ. 'पृथ्वी स्वत:च्या आसाभोवती फिरते' हे खगोलशास्त्रीय सत्य मांडले.
भारतीय ज्योतिषशास्त्राचा जनक मानतात.
'आर्यभट्टीयम्' हा खगोलशास्त्रावरील ग्रंथ.

भास्कराचार्य : गणितज्ञ. π ची किंमत ३.१४१६ अशी काढली.

वैद्यकशास्त्र : १) चरक – चरक संहिता ग्रंथ
२) सुश्रुत – सुश्रुत संहिता ग्रंथ
३) नागार्जुन – ऊर्ध्वपातनपद्धतीचा शोध
४) वाग्भट – 'अष्टांग – हृदयसंहिता' ग्रंथ

ज्योतिषशास्त्र : १) भास्कराचार्य – गणिततज्ञ व ज्योतिषशास्त्र अभ्यासक. 'सिद्धान्तशिरोमणी' हा ज्योतिषावरील गणिती भाषेतील ग्रंथ. कन्या लीलावती हिला गणित शिकविण्यासाठी लिहिलेला 'लीलावती ग्रंथ'.
२) आर्यभट्ट – हा गणिततज्ञ व ज्योतिषाचा अभ्यासक होता. 'आर्यसिद्धान्त' हा ज्योतिषावरील ग्रंथ. याचा आजही वापर पंचागांसाठी होतो.
३) वराहमिहिर – 'पंच – सिद्धान्तिक' हा ज्योतिषावरील ग्रंथ.
४) ब्रह्मगुप्त – 'ब्राह्मस्फुटसिद्धान्त' हा ग्रंथ.

पदार्थ विज्ञान : कणाद व कपिल दोन महान शास्त्रज्ञ.
कणाद यांचे नाव कश्यप; मात्र त्यांनी कणवाद मांडला म्हणून कश्यप ऋषींना 'कणाद ऋषी' असे नाव पडले. 'चराचरातील प्रत्येक गोष्ट सूक्ष्म कणांनी बनलेली आहे' असे मांडले. हेच पुढे जॉन डाल्टन या इंग्लिश रसायनशास्त्रज्ञाने १८०८ मध्ये अणु सिद्धान्त स्वरूपात मांडले. 'कणांचे भंजन करणाऱ्यास पस्तवावे लागले' असे भाकीतही केले होते. अमेरिकेने जपानवर १९४५ मध्ये केलेल्या अणुबॉम्ब हल्ल्यावरून याची प्रचिती जगाला आली आहे.
'वैशेषिक सूत्रे' हा ग्रंथ.
'कणवाद' प्रमाणेच 'आरंभवाद' ही मांडला.
'सृष्टीतील प्रत्येक घटनेला काही ना काही कारण असते' असे या आरंभवादाचे सूत्र आहे.

रसायनशास्त्र : सिद्धनागार्जुन, सोमदेव, सिंघण बाणासुर, वासुदेव, भैरवनाथ हे महत्त्वाचे रसायनशास्त्रज्ञ.

भस्मीकरण, ऊर्ध्वपातन, बाष्पीकरण, धातुरस निर्मिती, रंग तयार करणे, कातडी कमावणे, काच, साबण, पोलाद तयार करणे या रसायनकला अवगत होत्या.

(फ) रोमन संस्कृती :

ग्रीक संस्कृतीनंतर रोमन संस्कृतीचा उदय झाला. ल्युक्रेशिअस, प्लिनी 'स्ट्रॅबो' सेल्सस असे श्रेष्ठ शास्त्रज्ञ होऊन गेले. मात्र, विज्ञानापेक्षा राजकारणाला महत्त्व आल्याने विज्ञानसंशोधन परंपरा टिकली नाही. मोजकेच शास्त्र-अभ्यासक होऊन गेले.

▶ **आधुनिक युगातील विज्ञान व तंत्रज्ञान :**

१६ वे शतक : १६ व्या शतकापासून आधुनिक विज्ञान युगास प्रारंभ झाला.

लिओनार्डो–द–व्हिन्ची : हवाई उड्डाणाचे तंत्र जाणले होते. मोनालिसा, 'लास्ट सपर' या कलाकृती तयार करणारा कलावंत.

कोपर्निकस : सूर्यमध्य सिद्धान्त

ब्रूनो : पृथ्वीसारखे अनंत ग्रह विश्वात आहेत, असे मांडले. त्याला जिवंत जाळण्यात आले.

केप्लर : ग्रहांच्या कक्षा व गतीसंबंधीचे नियम शोधले.

ॲन्ड्रयूज व्हेसॅलिअस: शरीरविज्ञान शास्त्रज्ञ. गालेन (ग्रीक संस्कृतीतील वैद्यकशास्त्रज्ञ) यांच्या ग्रंथातील चुका दाखवून दिल्या.

'On the fabric of Human Body' हा ग्रंथ लिहून आधुनिक वैद्यकशास्त्राचा पाया रचला. 'आधुनिक वैद्यकशास्त्राचा जनक'

विल्यम गिलबर्ट : विद्युत् शास्त्राचा जनक मानतात चुंबक व स्थिरविद्युत याविषयी मूलभूत नियम तयार केले. विद्युत् शक्तीला Electricity (इलेक्ट्रीसिटी) नाव दिले. चुंबकांच्या टोकांना दक्षिण ध्रुव व उत्तर ध्रुव ही नावे दिली. 'पृथ्वी हा एक मोठा चुंबक आहे' हे सांगितले. 'डी मॅग्नेटी' ग्रंथाचा जनक.

गॅलिलीओ : प्राचीन ग्रीक शास्त्रज्ञ ॲरिस्टॉटल यांचे गतीविषयक नियम, चुकीचे असल्याचे सिद्ध केले व नवीन नियम सांगितले. गॅलिलिओ यास 'वैज्ञानिक पद्धतींचा' जनक मानतात. 'वैज्ञानिक प्रयोगांचे गणिताच्या भाषेत वर्णन करून निसर्ग-नियमांना शोधणे शक्य आहे' असे मांडले. तापमापीचा शोध लावला (१५९३). शास्त्रीय दुर्बीण तयार करून चंद्रावरील पर्वत, सूर्यावरील डाग असल्याचे स्पष्ट केले. गुरू ग्रहाचे गनमीड, कॅलिस्टो, आयो व युरोपा हे चार उपग्रह शोधले. आकाशातील काही तार्‍यांचाही शोध दुर्बीण वापरून घेतला. शुक्राच्या कला शोधल्या. गॅलिलिओ यास तुरुंगात टाकण्यात आले होते. गुरू ग्रहाच्या गॅलिलिओने शोधलेल्या उपग्रहांना 'गॅलिलीय उपग्रह' म्हणतात.

नीळकंठ : भारतीय गणिततज्ञ

विल्यम हार्वे : रुधिराभिसरणासंबंधीचा सिद्धान्त मांडला.

१७ वे शतक :

आयझॅक न्यूटन	: १७ वे शतक 'न्यूटनचे युग' समजले जाते. गुरुत्वाकर्षाचा सिद्धान्त, पदार्थांचे गतीविषयक तीन नियम मांडले. 'पांढरा प्रकाशकिरण सात रंगांचा बनलेला असतो' हे सिद्ध केले.
फ्लामस्टेड	: खगोलशास्त्रज्ञ. 20 हजार ताऱ्यांचा अभ्यास करून ताऱ्यांचा नकाशा तयार केला.
एडमंड हॅले	: खगोलशास्त्रज्ञ. ग्रहांच्या कक्षा व धूमकेतूंचे संशोधन केले. धूमकेतूशोधकाचे नाव शोधलेल्या धूमकेतूस देण्यात येते. 'हॅले' नावाचा धूमकेतू शोधक.
टॉरिसेली	: पदार्थविज्ञानशास्त्रज्ञ. हवेवर संशोधन, (Barometer) वायुभारमापक यंत्र तयार केले, शोधले (१६६४).
पास्कल, बॉइल व गॅरिक	: पदार्थविज्ञान शास्त्रज्ञ. हवेच्या दाबावर संशोधन करून वायूवरील नियम शोधले. 'स्थिर तापमानाला, दिलेल्या वस्तुमानाच्या वायूचे आकारमान त्याच्या दाबाच्या व्यस्त प्रमाणात असते' असे बॉइलने मांडले. तर 'बंदिस्त द्रवावर दिलेला दाब, सर्व बाजूंनी सारख्याच प्रमाणात असतो' असे ब्लास पास्कलने मांडले.
ॲन्टोनी लिबेन हॉक	: जीवशास्त्रज्ञ. सूक्ष्मदर्शकाचा शोध लावला.
रॉबर्ट हूक व ग्रू	: वनस्पती आंतररचनेचा अभ्यास.
स्वामरडाम	: रोहिणी (धमन्या) व नीला (शिरा) यांचा शोध लावला. रोहिणी व नीला यांना जोडणाऱ्या सूक्ष्म रक्तवाहिन्या असतात असे शोधले.

१८ वे व १९ वे शतक :

या दोन शतकात विज्ञानक्षेत्र प्रचंड विकसित झाले.

पदार्थ विज्ञान	:१) जेम्स वॉट – बाष्पयंत्र
	२) बेंजामिन फ्रँकलिन – विजेचा घन व ऋण गुणधर्म.
	३) व्होल्टा – पहिला विद्युत्घट तयार केला.
	४) मायकेल फॅराडे – पहिली विद्युत् मोटर तयार केली.
	५) विल्यम रॉन्टजेन – 'क्ष' किरणांचा शोध.
रसायनशास्त्र	:१) हेनरी कॅव्हेन्डिश – हायड्रोजन वायूचा शोध
	२) जोसेफ ब्लॅक – कार्बन–डाय–ऑक्साइड वायूचा शोध
	३) जोसेफ प्रीस्टले – ऑक्सिजन वायूचा शोध
	४) लव्हायझर – वस्तुमान अक्षय्यतेचा नियम, रसायनशास्त्राचा जनक
	५) जॉन डाल्टन – अणु सिद्धान्त
	६) हम्प्रे डेव्ही – बेरिअम, मॅग्नेशिअम, कॅल्शियम इत्यादी मूलद्रव्यांचा शोध.
जीवशास्त्र	:१) कार्ल्सलिनिअस – प्राणी व वनस्पतींचे शास्त्रीय वर्गीकरण. वनस्पतिशास्त्राचा पाया.
	२) कुन्हीअर – जीवावशेषशास्त्र उदयास आणले.

३) चार्ल्स डार्विन – उत्क्रांतिवादाचा सिद्धान्त 'सर्व जीवसृष्टी एकपेशीय सजीवांपासून उत्क्रांत झाली आहे' असे मांडले.

'Origin of species by means of Natural Selection' या ग्रंथाद्वारे 'Survival of the Fittest' हे तत्त्व मांडले.

वैद्यकशास्त्र : १) एडवर्ड जेनर – देवीची लस

२) रॉबर्ट कॉक – कॉलरा, पटकी व क्षय जंतूचा शोध.

३) फ्रेडरिक लोफ्लर – घटसर्पाच्या सूक्ष्मजीवाचा शोध.

४) एमिल बेहरिंग – घटसर्प व धनुर्वाताची लस.

५) कार्लोस फिन्ले – पीतज्वर एका विशिष्ट जातीच्या डासामुळे होतो, हे दाखवून दिले.

६) डॉ. सिम्पसन व हॅरिसन – शस्त्रक्रियेसाठी गुंगीचे औषध 'क्लोरोफॉर्म' याचा शोध.

७) डॉ. जोसेफ लिस्टर – शस्त्रक्रिया निर्जंतुक होण्यासाठी कार्बोलिक आम्ल वापराचा शोध.

सुवर्ण दशक (गोल्डन डिकेड–Golden Decade) :

आधुनिक विज्ञान युगातील १८९५ ते १९०५ हे दशक सुवर्ण दशक म्हणून समजले जाते. विज्ञान तंत्रज्ञान–क्षेत्राचा कायापालट करणारे अनेक महान शोध या दशकात लागले.

१८९५ विल्यम रॉन्टजेन या जर्मन शास्त्रज्ञाने 'क्ष' किरणांचा शोध.

१८९६ हेनरी बेक्केरेल या फ्रेंच शास्त्रज्ञाने नैसर्गिक किरणोत्सारिता शोधून काढली.

१८९६ 'झिमन परिणाम' (Zeeman effect) चा शोध लागला. ॲटॉमिक स्पेक्ट्रममधील प्रत्येक तेजस्वी रेषा, चुंबकीय क्षेत्रात अनेक लहान लहान रेषांमध्ये विभागली जाते.

१८९६ जोसेफ जॉन थॉमसन किंवा जे. जे. थॉमसन यांनी 'इलेक्ट्रॉन' या अणूच्या मूलभूत कणाचा शोध लावला. १८९७ मध्ये इलेक्ट्रॉनचे अस्तित्व सप्रयोग सिद्ध केले. त्यामुळे जॉन डाल्टनचा अणुसिद्धान्त फोल ठरला.

१८९७ मलेरिया रोगास कारणीभूत सूक्ष्मजीवाचा शोध रोनॉल्ड रॉस यांनी लावला.

१८९८ बेअरिक मार्टिनस विल्येम यांनी जीवाणूचा शोध लावला.

१९०० मॅक्स प्लॉंक यांनी शक्ती पुंजवाद सिद्धान्त (Quantum Theory) मांडला.

१९०० ग्रिगॉरमेंडेल यांच्या नियमावरील कोरेन ह्युगो व टेशेरनॅक यांचे संशोधन 'आनुवंशिकता' यासाठी महत्त्वाचे ठरले.

१९०१ कार्ल लॅन्डस्टायनर या वैद्यकशास्त्रज्ञाने रक्ताचे गट शोधून काढले.

१९०१ ह्युगो यांनी 'म्युटेशन' पद्धतीचा शोध लावला.

१९०१ मार्कोनी यांनी रेडिओ लहरींचे बिनतारी संदेशवहन घडविले.

१९०२ पृथ्वी वातावरणातील थरांचा शोध लागला.

१९०२ विल्यम बेलिस आणि अर्नेस्ट स्टर्लिंग यांनी ग्रंथी रसायने शरीरातील कार्यांसाठी आवश्यक असतात हे दाखवून दिले. त्यांना 'हार्मोन्स' म्हणजेच संप्रेरके असे नाव दिले.

१९०३ १७ डिसेंबर १९०३ रोजी आर्व्हिल व बिल्बर या राईट बंधूंनी विमानाचे ५९ सेकंद उड्डाण करून दाखविले.

१९०४ जॉन अम्ब्रोज फ्लेमिंग या शास्त्रज्ञाने डायोड व व्हॅक्युम ट्यूब यांचा शोध लावला आणि इलेक्ट्रॉनिक्स शाखेचा पाया घातला.

१९०५ अल्बर्ट आइनस्टाइन या शास्त्रज्ञाने तीन महत्त्वपूर्ण शोध लावले – (१) ब्राऊनियन मोशन (२) प्रकाश विद्युत्कीय परिणाम (३) सापेक्षता सिद्धान्त.

सापेक्षता सिद्धान्तात त्यांनी मांडले की, अवकाश, काल व वस्तुमान या तीन गोष्टी पूर्णता स्वतंत्र नाहीत; तर परस्परांशी संबंधित आहेत, सापेक्ष आहेत.

'सर्व विश्वात काळ तोच असतो' हे न्यूटनप्रणीत गृहीतक अल्बर्ट आइनस्टाइनमुळे त्याज्य ठरले. आधुनिक भौतिकशास्त्राचा पाया आइनस्टाइन यांनी घातला.

२० वे शतक : १९०५ नंतरचा, गोल्डन डिकेड नंतरचा कालावधी.

१९०६ ली. डी. फॉरिस्ट यांना 'ट्रायोड' या इलेक्ट्रॉनिक क्षेत्रातील महत्त्वाच्या भागाचा शोध लागला.

१९१० पॉल एर्लिक यांनी 'साल्वार्सन' औषध शोधले.

१९१९ अर्नेस्ट रूदरफोर्ड यांनी एका मूलद्रव्याचे दुसऱ्या मूलद्रव्यात रूपांतर करता येणारी कृत्रिम पद्धत 'न्युक्लिअर ट्रान्सम्युटेशन' शोधली.

१९२८ अॅलेक्झांडर फ्लेमिंग यांनी पेनिसिलिन या प्रतिजैविकाचा शोध लावला.

१९२९ अॅलन ट्युरिंग (Alan Turing) यांनी 'इलेक्ट्रिक कॉम्प्युटर' चा शोध.

१९३४ इरिन क्युरी व फ्रेडरिक ज्युलिएट यांनी 'कृत्रिम किरणोत्सारिता' याचा शोध लावला.

१९३५ गेऱ्हार्ट डॉमॅग यांनी 'सल्फा निलामाइड' या पहिल्या सल्फा औषधाचा शोध लावला.

१९३९ ओटो हान व स्ट्रास्मन यांनी अणुकेंद्रकीय विभंजन पद्धती शोधली.

१९४२ एन्रिको फर्मी यांनी जगातील पहिली अणुभट्टी शिकागो (अमेरिका) येथे उभारली.

१९४६ एक्सर्ट आणि मोचली यांनी जगातील पहिला इलेक्ट्रॉनिक्स संगणक तयार केला.

१९५२ चार्ल्स टाउन यांनी मेसर (MASER) चा शोध लावला.

१९५३ डॉ. साल्क यांनी पोलिओ लस शोधली. फ्रेडरिक बेटिंग यांनी 'इन्शुलिन' कृत्रिमपणे तयार केले.

१९५७ ४ ऑक्टोबर १९५७ रोजी पहिला मानवनिर्मित किंवा कृत्रिम उपग्रह स्पुटनिक – १ रशियाने अवकाशात सोडला.

१९६० थिओडार हेरॉल्ड यांनी लेसर (LASER) चा शोध लावला.

१९६७ डॉ. ख्रिश्चन बर्नाड यांनी पहिली हृदयरोपण शस्त्रक्रिया केली.

२० व्या शतकात अणुयुग→अवकाशयुग→इलेक्ट्रॉनिक्स संगणक युग→आय.टी. (माहिती तंत्रज्ञान युग) असा प्रवास २० व्या शतकाने पाहिला. २१ व्या शतकाच्या आरंभी सध्या बी. टी. युग म्हणजे जैव तंत्रज्ञान युगामुळे क्रांतिकारक बदल घडताना दिसत आहेत.

- ## रसायनशास्त्र :

आवर्तसारणी आणि मूलद्रव्ये (Periodic Table and Elements) :

मूलद्रव्यांची संख्या वाढत गेल्यावर त्यांच्या शास्त्रोक्त अभ्यासासाठी वर्गीकरण करणे शास्त्रज्ञांना आवश्यक वाटू लागले. त्यातूनच आजची आधुनिक आवर्तसारणीची निर्मिती झाली.

१८२९ मध्ये जे. डब्ल्यू. डोबेरायनर (J. W. Dobereiner) यांनी प्रथमत: मूलद्रव्यांच्या त्रिकांचे वर्गीकरण केले. तीन मूलद्रव्यांच्या एका गटात पहिल्या व तिसऱ्या मूलद्रव्यांच्या अणुवस्तुमानांची सरासरी मधल्या मूलद्रव्यांच्या वस्तुमानाइतकी येते.

उदा. ^{7}Li, ^{23}Na, ^{39}K

$$\frac{7 + 39}{2} = \frac{46}{2} = 23$$

१८६५ मध्ये जॉन न्युलॅण्ड यांचे वर्गीकरणासाठी अष्टकाचे तत्त्व (Principle of Octaves) सांगितले. १८६७ मध्ये रशियन शास्त्रज्ञ डिमिट्री मेन्डेलिव्ह याने ज्ञात मूलद्रव्यांची मांडणी त्यांच्या चढत्या अणुवस्तुमानांकानुसार करून त्यांचा वर्गीकरण तक्ता तयार केला.

१९१३ साली हेन्री मोसले यांनी क्ष-किरणांच्या साहाय्याने सप्रयोग दाखवून दिले की, मूलद्रव्यासाठी अणुवस्तुमानांकापेक्षा अणुक्रमांक जास्त मूलभूत गुणधर्म ठरतो.

त्यानुसार, आजची आधुनिक आवर्तसारणी तयार करताना मूलद्रव्यांची मांडणी त्यांच्या चढत्या अणुक्रमांकानुसार करण्यात आली आहे. मेंडेलिफच्या आवर्तसारणीतील दोष काढून. आधुनिक आवर्तसारणी मोस्ले (Mosely) यांनी तयार केली. 'आधुनिक आवर्तसारणीचा जनक' मोस्ले यांना मानतात. सध्या आधुनिक आवर्तसारणीत ११८ मूलद्रव्ये आहेत. प्रत्येक मूलद्रव्याला वेगळी रासायनिक संज्ञा (Chemical Symbol) असते.

काही मूलद्रव्यांच्या रासायनिक संज्ञा त्यांच्या इंग्रजी नावावरून घेतल्या आहेत. जसे H (Hydrogen), C (Carbon), N (Nitrogen), F (Fluorine) हायड्रोजन, कार्बन, नायट्रोजन, फ्लोरिन यांच्या संज्ञा त्यांच्या इंग्रजी नावावरून आल्या आहेत.

काही मूलद्रव्यांच्या संज्ञा त्यांच्या लॅटिन नावावरून घेतल्या आहेत.

उदा., सोडिअम मूलद्रव्याचे लॅटिन नाव Natrium त्यावरून संज्ञा Na पोटॅशिअमचे लॅटिन नाव Kalium. त्याची संज्ञा K. सोने या धातूचा मूलद्रव्याचे लॅटिन नाव Aurum आणि संज्ञा Au, टिन धातूचे लॅटिन नाव Stannum त्यावरून संज्ञा Sn इत्यादी.

७४ अणुक्रमांक असणाऱ्या टंगस्टन मूलद्रव्याची संज्ञा त्याच्या जर्मन नाव Wulfrum वरून घेतली आहे. टंगस्टनची संज्ञा W आहे.

रासायनिक संज्ञेत एकापेक्षा जास्त इंग्रजी अक्षरे असतील तर पहिले अक्षर नेहमी 'कॅपिटल' असते व इतर अक्षरे लहान असतात व त्यांची 'साइज' सुद्धा पहिल्या अक्षरापेक्षा लहान असते.

उदा. कोबाल्ट ची संज्ञा **Co** अशी असते **CO** नसते. आधुनिक आवर्तसारणीत उभे एकूण १८ ग्रुप्स आहेत व आडवे ७ पिरियड्स आहेत.

निसर्गात एकूण ८२ मूलद्रव्ये आढळतात. इतर मूलद्रव्ये मानवनिर्मित (man made) किंवा कृत्रिमरीत्या अणुकेंद्रकीय अभिक्रियाद्वारे मिळवलेली आहेत.

यातील बरीच मूलद्रव्ये आंतरराष्ट्रीय प्रयोगशाळेत एकापेक्षा जास्त देशांच्या शास्त्रज्ञांच्या प्रयोगातून मिळवल्यामुळे १०० पेक्षा जास्त अणुक्रमांक किंवा प्रोटॉन्स अणूत असणाऱ्या मूलद्रव्यांसाठी IUPAC (International Union of Pure and Applied Chemistry) नुसार तीन अक्षरांचा वापर करून संज्ञा ठरविल्या जातात. त्यासाठी खालील पद्धत वापरतात.

अंक	रूट
१	un
२	bi
३	tri
४	quad
५	pent
६	hex
७	sept
८	oct
९	enn
0	nil

नावासाठी शेवटी ium लावतात.

मूलद्रव्यांचा अणुक्रमांक	IUPAC नाव	IUPAC संज्ञा
१००	Un-nil-nilium	Unn
१०१	Un-nil-unium	Unu
१०२	Un-nil-bium	Unb
१०३	Un-nil-trium	Unt
१०४	Un-nil-quadium	Unq
१०९	Un-nil-ennium	Une
११०	Un-un-nilium	Uun
११५	Un-un-pentium	Uup
११६	Un-un-hexium	Uuh
११७	Un-un-septium	Uus
११८	Un-un-octium	Uuo

भविष्यात नवीन शोधलेल्या, ११८ अणुक्रमांकापेक्षा जास्त अणुक्रमांक असला तरी या पद्धतीने मूलद्रवांचे नाव व संज्ञा ठरविली जाईल.

उदा. १२० अणुक्रमांकाच्या मूलद्रव्याचे नाव असले Un-bi-nilium आणि संज्ञा असेल Ubn. निसर्गात आढळणाऱ्या ९२ मूलद्रव्यांपैकी ५ मूलद्रव्ये द्रव अवस्थेत आढळतात. (a) मर्क्युरी पारा (Hg), (b) ब्रोमिन (Br), (c) गॅलियम (Ga), (d) सिजिअम (Cs) व (e) फ्रॉन्सिअम (Fr)

११ मूलद्रव्ये वायू अवस्थेत, सर्वसामान्य तापमान असताना आढळतात. हायड्रोजन, नायट्रोजन, ऑक्सिजन, क्लोरिन, फ्ल्युओरिन, हेलिअम निऑन, अरगॉन, क्रेप्टॉन झिनॉन व रेडॉन.

बाकीची मूलद्रव्ये स्थायू अवस्थेत असतात. त्यांचे तीन गट करता येतात – (१) धातू मूलद्रव्ये, (२) स्थायूरूपातील अधातू आणि (३) धातुसदृश मूलद्रव्ये. वायू मूलद्रव्यांना वायू रूपातील अधातू मुलद्रव्ये समजतात.

सोने, सोडिअम, पोटॅशिअम, मॅग्नेशियम, आयर्न (लोह), जस्त (झिंक) ही काही धातू मूलद्रव्यांची उदाहरणे. कार्बन, सल्फर, फॉस्फरस ही स्थायूरूपातील अधातूची तर सिलिकॉन, अर्सेनिक, जर्मॅनिअम ही काही धातुसदृश मूलद्रव्यांची उदाहरणे आहेत.

आधुनिक आवर्तसारणीतील सर्वांत उजवीकडे असणाऱ्या उभ्या १८ व्या ग्रुपमध्ये सध्या ७ मूलद्रव्ये आहेत. त्यांच्या गटाला 'राज वायू' गट किंवा 'निष्क्रिय वायू' गट (Group of Noble gases OR group of Inert gases) म्हणतात, कारण ती रासायनिकदृष्ट्या निष्क्रिय असतात व ती दुर्मिळ आहेत.

वनस्पतींना एकूण २० खनिज मूलद्रव्यांची आवश्यकता असते. N (नायट्रोजन), K (पोटॅशिअम), P (फॉस्फरस) ही तीन प्राथमिक पोषक मूलद्रव्ये वनस्पतींना लागतात. N : P : K चा संतुलित वापर ४ : २ : १ इतका असतो.

वनस्पतींची दुय्यम पोषक मूलद्रव्ये तीन आहेत. ती म्हणजे Ca, Mg व S म्हणजे कॅल्शिअम, मॅग्नेशिअम व सल्फर (गंधक).

मानवी शरीरालाही अनेक मूलद्रव्यांची गरज भासते. मानवी शरीराचा ९८.८ टक्के भाग फक्त ६ मूलद्रव्यांपासून बनलेला असतो.

ऑक्सिजन	६.५ टक्के
कार्बन	१८.५ टक्के
हायड्रोजन	९.५ टक्के
नायट्रोजन	३.३ टक्के
कॅल्शिअम	१.५ टक्के
फॉस्फरस	१.० टक्के

निसर्गात काही मूलद्रव्ये त्यांच्या शुद्ध (Pure) स्वरूपात सापडतात. बाकीची त्यांच्या संयुगांच्या स्वरूपात खनिजात आढळतात. शुद्ध स्वरूपात आढळणारी मूलद्रव्ये – सोने, चांदी, कार्बन, सल्फर, प्लॅटिनम इत्यादी.

	मूलद्रव्य	प्रमुख खनिज
१.	ऑल्युमिनिअम (Al)	बॉक्साइट, क्रायोलाइट
२.	आयर्न (लोह, Fe)	हेमाटाइट, मॅग्नेटाइट
३.	मँगनीज (Mn)	पायरोल्युसाइट
४.	मर्क्युरी (पारा, Hg)	सिन्नाबार
५.	मॅग्नेशिअम (Mg)	डोलामाइट
६.	लेड (शिसे, Pb)	गॅलेना

मूलद्रव्य म्हणजे असा पदार्थ जो कोणत्याही रासायनिक क्रियेने दोन किंवा जास्त पदार्थांत विभागता येत नाही. अणूच्या संदर्भानुसार मूलद्रव्य (element) म्हणजे असा पदार्थ ज्यामध्ये एकाच प्रकारचे अणू असतात.

समस्थानिके (Isotopes) म्हणजे एकाच मूलद्रव्याचे अणू ज्याचा अणुक्रमांक (Atomic Number Z) सारखा असतो. मात्र अणु वस्तुमानांक (Atomic mass number A) वेगळा असतो.

X मूलद्रव्याचा अणू पुढीलप्रमाणे दाखविता येतो. $^{A}_{Z}X$

X म्हणजे मूलद्रव्याची रासायनिक संज्ञा, A म्हणजे अणुवस्तुमानांक व Z म्हणजे अणुक्रमांक.

कार्बन (C) मूलद्रव्याची तीन समस्थानिके आहेत. $^{12}_{6}C, ^{13}_{6}C, ^{14}_{6}C$

$^{14}_{6}C$ किंवा C-14 हे कार्बन मूलद्रव्याचे किरणोत्सारी समस्थानिक आहे.

हायड्रोजन (H) मूलद्रव्याचीही तीन समस्थानिके आहेत. $^{1}_{1}H, ^{2}_{1}H, ^{3}_{1}H$

$^{1}_{1}H$ समस्थानिक असणाऱ्या पाण्याला साधे पाणी म्हणतात.

$^{2}_{1}H$ समस्थानिक असेल तर जड पाणी (Heavy water) म्हणतात.

$^{1}_{1}H$ समस्थानिकाला प्रोटीअम, $^{2}_{1}H$ ला ड्युटेरिअम तर $^{3}_{1}H$ ला ट्रिटीअम म्हणतात.

$^{35}_{17}Cl$ स $^{87}_{17}Cl$ ही क्लोरिन मूलद्रव्याची दोन समस्थानिके आहेत.

समस्थानिकांचे रासायनिक गुणधर्म सारखे असतात मात्र भौतिक गुणधर्म वेगळे असतात.

अपरूपे (Allotropes) म्हणजे एकाच पदार्थाची वेगवेगळी रूपे, ज्याचे रासायनिक गुणधर्म सारखे मात्र भौतिक गुणधर्मांत बदल असतो. कार्बन मूलद्रव्याची पाच अपरूपे आहेत. डायमंड (हिरा) व ग्राफाइट ही स्फटिकी रूपे; तर कोक, कोळसा व काजळी ही अस्फटिकी अपरूपे.

काही मूलद्रव्ये स्वतःच्या अणूपासून रेणू तयार करतात. ऑक्सिजन, नायट्रोजन, हायड्रोजन, क्लोरिन या मूलद्रव्यांचे रेणू क्रमशः O_2, N_2, H_2, Cl_2 दोन अणूपासून बनतात.

फॉस्फरस मूलद्रव्याचे चार अणू एकत्र येऊन P_4 हा रेणू तयार करतात; तर सल्फर मूलद्रव्याचे 8 अणू एकत्र येऊन S_8 हा सल्फरचा रेणू (molecule) तयार होतो.

ऑक्सिजन मूलद्रव्यापासून दोन प्रकारचे रेणू तयार होतात O_2 व O_3

अणूला साधारणपणे दोन भागांत विभागतात.

१. मध्यभागी असणारे सूक्ष्म अणू केंद्रक. त्यात प्रोटॉन्स व न्यूट्रॉन्स हे मूलभूत कण असतात. अणुचा भार प्रामुख्याने अणुकेंद्रकामुळे असतो.

२. अणुकेंद्रकाभोवतीच्या कक्षापासून बनलेला भाग. यात इलेक्ट्रॉन्स हे मूलभूत कण फिरतात.

e, p व n या संज्ञा क्रमशः इलेक्ट्रॉन, प्रोटॉन व न्यूट्रॉन हे मूलभूत कण दाखविण्यासाठी वापरतात.

मूलभूत कण दर्शविताना संज्ञेच्या वरचा अंक एकक वस्तुमान तर खालचा अंक एकक भार.

उदा., $^{0}_{-1}e, ^{1}_{1}p, ^{1}_{0}n$

म्हणजेच इलेक्ट्रॉनचे वस्तुमान खूपच कमी म्हणून शून्य घेतात. तर प्रत्येक इलेक्ट्रॉनवर एक एकक ऋण भार असतो.

प्रोटॉनचे वस्तुमान एक एकक व त्यावरील भार एक एकक मात्र धन असतो.

न्यूट्रॉनचे वस्तुमान एक एकक व तो भाररहित असतो.

अणुक्रमांक (Z) म्हणजे अणुकेंद्रकातील प्रोटॉन्सची संख्या किंवा अणुकेंद्राबाहेरील एकूण इलेक्ट्रॉन्सची संख्या.

अणुवस्तुमानांक म्हणजे अणुकेंद्रकातील प्रोटॉन्स व न्यूट्रॉन्स दोघांची मिळून येणारी एकूण संख्या.

A मधून Z वजा केल्यावर अणुकेंद्रकातील एकूण न्यूट्रॉन्सची संख्या मिळते.

किरणोत्सारी समस्थानिकांचा उपयोग आरोग्य व कृषी क्षेत्रात करतात, जसे C-14 समस्थानिकाचा उपयोग वनस्पतींची प्रकाशसंश्लेषण प्रक्रिया समजण्यासाठी व रेडिओ कार्बन डेटिंग पद्धतीने कार्बनी पदार्थाचे वय काढण्यासाठी करतात. Na-24 या सोडिअमच्या समस्थानिकाचा उपयोग रक्ताभिसरणातील दोष शोधण्यासाठी, P-32 या फॉस्फरसच्या समस्थानिकांचा उपयोग रक्ताचा कर्करोग (ल्युकेमिया) यावरील उपचार, I-131 हे आयोडिनचे समस्थानिक कंठस्थ ग्रंथीतील बिघाड शोधण्यासाठी वापरतात.

१८९६ मध्ये इलेक्ट्रॉनचा शोध जे. जे. थॉमसन यांनी लावला, प्रोटॉनचा शोधक गोल्डस्टाइन आहे; तर १९३२ मध्ये न्यूट्रॉनचा शोध जेम्स चॅडविक यांनी लावला.

अणूमध्ये मध्यभागी असणाऱ्या सूक्ष्म व जड अणुकेंद्रकाचा शोध रूदरफोर्ड यांनी १९११ साली लावला.

सल्फर किंवा गंधक मूलद्रव्याची दोन स्फटिकी अपरूपे (Allotropes) आहेत – (१) रोम्बिक सल्फर (२) प्रिस्मॅटिक सल्फर. तर सल्फरची दोन अस्फटिकी अपरूपे आहेत – (१) प्लास्टिक सल्फर (२) मिल्क ऑफ सल्फर.

फॉस्फरस दोन अपरूपांत आढळतो – (१) पिवळा फॉस्फरस व (२) तांबडा फॉस्फरस

ऑक्सिजन वायू (O_2) व ओझोन वायू (O_3) ही ऑक्सिजन मूलद्रव्याची दोन अपरूपे आहेत.

सोडिअम हा नरम धातू आहे. चाकूनेही तो सहज कापता येतो. सोडिअम धातूला केरोसिन मध्ये ठेवतात कारण सामान्य तापमानाला हा क्रियाशील धातू हवेत पेट घेतो; पाण्याशीही क्रिया पावतो म्हणून थंड ठेवण्यासाठी केरोसिनमध्ये बुडवून ठेवतात. पिवळा फॉस्फरस ३४^{0}c तापमानाला पेट घेतो; म्हणून तो थंड ठेवण्यासाठी पाण्यात ठेवतात. पाण्याशी तो अभिक्रिया पावत नाही.

गंजू नये म्हणून लोखंडावर जस्ताचा थर देतात. या पद्धतीला गॅल्व्हनायझेशन (Galvanisation) म्हणतात.

आवर्तसारणीतील १७ वा उभ्यागुपमध्ये फ्लोरीन (Fluorine), क्लोरीन (Chlorine), ब्रोमीन (Bromine), आयोडीन (Iodine), ॲस्टाटीन (Astatine) व १७ व्या अणुक्रमांकाचे Ununseptium अशी एकूण सहा मूलद्रव्ये आहेत. १७ व्या ग्रुपच्या मूलद्रव्यांना 'हॅलोजन' मूलद्रव्ये म्हणतात.

आयोडिनचा संयोग पिष्टमय पदार्थाशी आल्यास निळसर जांभळा रंग तयार होतो. कापडातील पिष्टमय पदार्थ (Starch) किंवा बटाट्यातील पिष्टमय पदार्थ यावर आयोडिन पडल्यावर निळसर जांभळा रंग त्यामुळेच मिळतो.

आधुनिक आवर्तसारणीत एकूण उभे ग्रुप्स किंवा गण १८ आहेत; तर एकूण ८ पिरिअड्स किंवा आडवी आवर्तने आहेत. आवर्तसारणीचे चार ब्लॉक्स पाडले जातात. त्यांना s, p, d व f ब्लॉक्स अशी नावे आहेत. शेवटचा इलेक्ट्रॉन अणूच्या ज्या प्रकारच्या ऑरबिटल (Orbital) मध्ये प्रवेश करतो त्या प्रकारच्या ब्लॉकमध्ये मूलद्रव्याचा समावेश होतो.

इ. स. १८०८ मध्ये जॉन डाल्टन या इंग्लिश रसायनशास्त्रज्ञाने अणु-सिद्धान्त मांडला. त्यानुसार, प्रत्येक पदार्थ किंवा द्रव्य (matter) लहान लहान सूक्ष्म कणांनी बनलेला असतो. सूक्ष्मकणास त्याने अणु (Atom) असे नाव दिले. अणु पदार्थांचा सर्वांत लहान (Ultimate, smallest) कण असून तो अविभाजित असतो असे त्याने मांडले होते.

१९ व्या शतकाच्या आरंभी मांडलेली डाल्टन यांची ही संकल्पना १९ व्या शतकाच्याच अंताला चुकीचे आहे हे वेगवेगळ्या शोधामुळे स्पष्ट झाले. त्यांतील काही प्रमुख शोध म्हणजे - इलेक्ट्रॉनचा शोध, किरणोत्सारिता.

१८९८ मध्ये अणूचे पहिले मॉडेल (प्रतिकृती) जे. जे. थॉमसन यांनी दिले. ते चुकीचे ठरवत दुसरे मॉडेल अर्नेस्ट रूदरफोर्ड यांनी १९११ साली दिले. अणूमध्ये केंद्रक (Atomic nucleus) असते हे त्यांनी प्रथमत: मांडले. त्यांच्या मॉडेल मधील कमतरता दूर करण्याच्या प्रयत्नातून त्यांचा शिष्य नील्स बोर (Neils Bohr) यांनी अणूचे मॉडेल मांडले. या सर्व मॉडेल मध्ये न्यूट्रॉन या अणूच्या मूलभूत कणांचा विचार करण्यात आला नव्हता; कारण तोपर्यंत न्यूट्रॉनचा शोध लागला नव्हता. न्यूट्रॉनचा शोध जेम्स चॅडविक यांनी १९३२ मध्ये लावला.

सध्याचे अणूचे मॉडेल किंवा प्रारूप क्वांटम मेकॅनिक्स (Quantum Mechanics) यावर आधारित आहे.

आवर्तसरणीतील उभ्या ग्रुप किंवा गणातील मूलद्रव्यांचे रासायनिक व भौतिक गुणधर्म जवळपास सारखे असतात.

s ब्लॉकमध्ये पहिले दोन गण असतात. d ब्लॉकमध्ये एकूण १० गण (गणक्रमांक ३ ते १२) आहेत. तर p ब्लॉकमध्ये एकूण उभे ६ गण (गणक्रमांक १३ ते १८) यांचा समावेश होतो.

f ब्लॉक मधील सर्व मूलद्रव्ये ३ क्रमांकाच्या गणातील सदस्य मूलद्रव्ये आहेत. गणामध्ये सर्वांत जास्त मूलद्रव्ये ३ क्रमांकाच्या गणात आहेत. एकूण ३२ मूलद्रव्ये ३ क्रमांकाच्या गणात आहेत.

पहिल्या पिरीयड किंवा आवर्तनात २ मूलद्रव्ये २ व ३ क्रमांकाच्या आवर्तनात प्रत्येकी ८ मूलद्रव्ये, ४ व ५ क्रमांकाच्या आवर्तनात प्रत्येकी १८ मूलद्रव्ये तर ६ व ७ क्रमांकाच्या आवर्तनात प्रत्येकी ३२ मूलद्रव्ये आहेत.

संयुगे आणि धातू संमिश्रे (Compounds and Metal Alloys) :
पदार्थांचे दोन प्रकारांत विभाजन करतात – मूलद्रव्ये व संयुगे
संयुगे :
संयुगे म्हणजे असे पदार्थ ज्यांचे दोन किंवा दोनापेक्षा जास्त पदार्थांत विघटन किंवा विभाजन करता येते. दोन किंवा दोनापेक्षा जास्त मूलद्रव्ये संयोग पावल्यावर संयुग तयार होते.

H_2O, $NaCl$, $CaCO_3$ ही संयुगे आहेत, कारण त्यात दोन किंवा जास्त मूलद्रव्ये रासायनिक संयोगाने एकत्र आलेली असतात.

संयुग (Compound) व मिश्रण (mixture) यांतील फरक म्हणजे संयुगात घटक पदार्थ रासायनिकदृष्ट्या संयोग पावतात. तर मिश्रणात घटक रासायनिक दृष्ट्या संयोग पावत नाहीत.

उदा. सल्फ्युरिक आम्ल H_2SO_4 संयुग आहे तर हवा वेगवेगळ्या वायूंचे मिश्रण आहे.

नायट्रोजन व ऑक्सिजन मूलद्रव्ये संयोग पावून पाच संयुगे (ऑक्साईड्स) तयार होतात.

NO म्हणजे नायट्रिक ऑक्साइड

N_2O नायट्रस ऑक्साइड, यास हर्ष वायू म्हणतात.

NO_2 नायट्रोजन डाय ऑक्साइड

N_2O_3 नायट्रोजन ट्राय ऑक्साइड व

N_2O_5 नायट्रोजन पेंटा ऑक्साइड

कार्बन व ऑक्सिजन मूलद्रव्यापासून दोन ऑक्साइड संयुगे तयार होतात. (a) कार्बन मोनॉक्साइड CO (b) कार्बन-डाय-ऑक्साइड – CO_2

हायड्रोजन व ऑक्सिजन पासूनही दोन ऑक्साइड-संयुगे तयार होतात. H_2O व H_2O_2

H_2O चे रासायनिक नाव हायड्रोजन ऑक्साइड किंवा ऑक्सिजन हाड्राइड आहे. H_2O_2 म्हणजे हायड्रोजन परॉक्साईड.

संयुगांची संख्या अगणित आहे व रोज त्यात नवीन संयुगांची भर पडत असते.

ऑक्सिजनचे प्रमाण भरपूर असेल तर कार्बनच्या ज्वलनाने CO_2 तयार होतो.

$$C + O_2 \rightarrow CO_2$$

अपुर्‍या ऑक्सिजन पुरवठ्यात कार्बन ज्वलनाने CO हे विषारी संयुग तयार होते.

$$C + \frac{1}{2}O_2 \dashrightarrow CO$$

कार्बन मोनॉक्साइड (CO) रक्तातील हिमोग्लोबिनशी ऑक्सिजनपेक्षा वेगाने अभिक्रिया पावते. त्यामुळे शरीराला ऑक्सिजनचा पुरवठा कमी होतो. प्राणवायू कमी पडल्याने प्रसंगी मृत्यू येऊ शकतो.

बरीच संयुगे त्यांच्या व्यावहारिक नावाने वापरली जातात.

	संयुगाचे रासायनिक सूत्र	रासायनिक नाव	व्यावहारिक नाव
१.	$NaCl$	सोडिअम क्लोराइड	मीठ
२.	$NaNO_3$	सोडिअम नायट्रेट	चिली सॉल्ट पिटर
३.	KNO_3	पोटॅशिअम नायट्रेट	नायटर/बेंगाल सॉल्ट पिटर
४.	$AgNO_3$	सिल्व्हर नायट्रेट	ल्युनॉर कॉस्टिक
५.	$NaOH$	सोडिअम हायड्रॉक्साइड	कॉस्टिक सोडा
६.	$NaHCO_3$	सोडिअम बाय कार्बोनेट	बेकिंग सोडा/खाण्याचा सोडा
७.	Na_2CO_3	सोडिअम कार्बोनेट	वॉशिंग सोडा/धुण्याचा सोडा
८.	$CaSO_4\,2H_2O$	कॅल्शिअम सल्फेट	जिप्सम सॉल्ट
९.	$MgSO_4$	मॅग्नेशिअम सल्फेट	इप्सम सॉल्ट
१०.	$FeSO_4.7H_2O$	फेरस सल्फेट	ग्रीन व्हिट्रिऑल (हिराकस)
११.	$CuSO_4.5H_2O$	कॉपर सल्फेट	ब्ल्यू व्हिट्रीऑल (मोरचूद)
१२.	$CaCO_3$	कॅल्शिअम कार्बोनेट	लाइमस्टोन (चुनखडी)
१३.	$Na_2B_4O_7.10H_2O$	सोडिअम टेट्रा बोरेट	बोरॅक्स (टाकणखार)

काही स्थायू पदार्थ उष्णता दिल्यावर थेट वायू अवस्थेत पोहचतात. (द्रव अवस्थेत न जाता) अशा पदार्थांना संप्लवनशील पदार्थ (Sublimating substances) म्हणतात. उदा. नवसागर (अमोनिअम क्लोराईड

NH_4Cl), कापूर (Camphor), नॅप्थॉलिन (Naphthalene), आयोडिन, अमोनिअम सल्फेट (($NH_4)_2SO_4$) इत्यादी.

काही पदार्थ उष्णता न देताही सहजपणे त्यांच्या वाफेत रूपांतरित होतात. अशा पदार्थांना बाष्पनशील पदार्थ (Volatile Substances) म्हणतात. उदा., पेट्रोल, केरोसिन, आयोडिन, अल्कोहोल, इथर, बेन्झिन इत्यादी.

धातू संमिश्रे, दूध, हवा, शाई, गनपावडर, समुद्राचे खारे पाणी, सर्व प्रकारची द्रावणे, कागद ही सर्व मिश्रणाची उदाहरणे आहेत.

सर्व ऑक्साईड्स, सर्व आम्ले, आम्लारी व क्षार, साखर, साबण, वाळू, पाणी, खडू ही काही संयुगांची उदाहरणे आहेत.

चुनखडी अथवा 'लाइमस्टोन' म्हणजे पांढऱ्या रंगाचे कॅल्शिअम कार्बोनेट हे संयुग तापवले असता चुना म्हणजे कॅल्शिअम ऑक्साइड मिळते व CO_2 वायू मुक्त होतो.

$$CaCO_3 \quad \text{उष्णता} \quad CaO + CO^2$$
$$\text{चुनखडी} \longrightarrow \text{चुना}$$

कॅल्शिअम ऑक्साइड व पाण्यापासून चुन्याची निवळी (lime water) तयार होते. चुन्याच्या निवळीतून CO_2 वायू प्रवाहित केल्यास चुन्याची निवळी दुधी होते. दुधी होण्याचे कारण म्हणजे पाण्यात अद्राव्य $CaCO_3$ तयार होते.

$$CaO + H_2O \ ----\rightarrow \ \underset{\text{चुन्याची निवळी}}{Ca(OH)_2}$$

$$Ca(OH)_2 + CO_2 \ ----\rightarrow \ \underset{\text{पांढरी चुनखडी}}{CaCO_3 + H_2O}$$

धातू संमिश्रे (Metal Alloys) :

धातू संमिश्र हे दोन किंवा जास्त धातूंचे एकजीव मिश्रण असते. धातू संमिश्रे, चांगले गुणधर्म टिकविण्यासाठी व हानिकारक, नको असणारे गुणधर्म टाळण्यासाठी तयार केली जातात. कधी-कधी अधातू मूलद्रव्यांचाही त्यात समावेश असतो.

उदा. स्टेनलेस स्टील (पोलाद) हे लोह (आयर्न) पासून तयार होणाऱ्या धातू संमिश्रांत लोहाचा कठीणपणा टिकून राहतो. मात्र, लोहासारखे गंजत नाही.

धातू संमिश्र	समाविष्ट मूलद्रव्ये		
१. स्टेनलेस स्टील	लोह (Fe)	+	क्रोमिअम (Cr)
	निकेल (Ni)	+	कार्बन (C)
२. क्रोम स्टील	लोह (Fe)	+	क्रोमिअम (Cr)
३. नायक्रोम	निकेल (Ni)	+	क्रोमिअम (Cr)
	(Ni	+	Cr)

४.	जर्मन सिल्व्हर	कॉपर +	झिंक +	निकेल		
		(तांबे +	जस्त +	निकेल)		
		Cu +	Zn +	Ni		
५.	गन मेटल	कॉपर +	झिंक +	टीन		
		(तांबे +	जस्त +	कथिल)		
		Cu +	Zn +	Sn		
६.	ब्रास (पितळ)	कॉपर +	झिंक			
		(तांबे +	जस्त)			
		Cu +	Zn			
७.	ब्रॉन्झ (कांस्य)	कॉपर +	टिन			
		(तांबे +	कथिल)			
		Cu +	Sn			
८.	ॲल्युमिनिअम ब्रॉन्झ	कॉपर +	ॲल्युमिनिअम			
		(Cu +	Al)			
९.	मॅग्नेलिअम	मॅग्नेशिअम +	ॲल्युमिनिअम			
		(Mg +	Al)			
१०.	सोल्डर	टिन +	लेड			
		(कथील +	शिसे)			
		Sn +	Pb			
११.	बॅबिट मेटल	कॉपर +	टिन +	ॲन्टिमनी		
		(तांबे +	कथील +	ॲन्टिमनी)		
		Cu +	Sn +	Sb		
१२.	सोडिअमचे पारद संमिश्र	सोडिअम +	मर्क्युरी			
		(सोडिअम +	पारा)			
		Na +	Hg			

पारदसंमिश्रातील एक मूलद्रव्य म्हणजे पारा किंवा मर्क्युरी. सोने चांदी हे नरम धातू आहेत म्हणून त्यांची नाणी तयार करताना या धातूंची संमिश्रे वापरतात. ही संमिश्रे तयार करताना वापरण्यात येणार दुसरा धातू म्हणजे तांबे. म्हणजेच कॉपर होय.

आम्ल व आम्लारी :

(१) आम्ल (Acids) :

आम्ल म्हणजे पाण्यात विरघळले असता H^+ आयन देणारे संयुग.

आम्लाच्या पाण्याच्या द्रावणात निळा लिटमस कागद तांबडा होतो. आम्लाची आम्लारी बरोबर

अभिक्रिया झाल्यास क्षार व पाणी तयार होतात. आम्लाची चव आंबट (Sour) असते. खनिज पदार्थांपासून मिळणाऱ्या आम्लांना खनिज आम्ले (mineral acids) म्हणतात. H_2SO_4, HCl, HNO_3 ही खनिज आम्ले आहेत. खनिज आम्ले धातूबरोबर अभिक्रिया पावल्यास हायड्रोजन वायू मुक्त होतो. कार्बन मूलद्रव्ययुक्त आम्ले म्हणजे कार्बनी आम्ले हाही आम्लाचा एक गट आहे. उदा. फॉर्मिक आम्ल H-COOH

काही जीवनसत्त्वेदेखील आम्ले आहेत. जसे जीवनसत्त्व 'क' म्हणजेच अस्कॉर्बिक आम्ल, व्हिटामिन B_9 म्हणजे फॉलिक ॲसिड, B_5 म्हणजे पॅन्टोर्थेनिक ॲसिड; हिमोग्लोबिनच्या निर्मितीसाठी फॉलिक आम्लाची आवश्यकता असते. सल्फ्युरिक आम्ल हे खनिज आम्ल त्वचेवर पडल्यास तीव्र स्वरूपाच्या जखमा होतात, कारण ते निर्जलक (dehydrating agent) आहे. सल्फ्युरीक आम्ल पाण्यात विरघळतात मोठ्या प्रमाणात उष्णता बाहेर पडते.

फिनॉल (C_6H_5 - OH) हे कार्बनी संयुगाला कार्बोलिक आम्ल (Carbolic acid) म्हणतात, ते H^+ आयन पाण्यात देते. कार्बोलिक आम्लामुळे साबण निर्जंतुक बनतो. कार्बन–डाय–ऑक्साइड पाण्यात विरघळल्यास कार्बोनिक आम्ल (Carbonic acid) तयार होते.

आम्लाचा सामू (P^H) नेहमी ७ पेक्षा कमी असतो. रक्त हे रासायनिक दृष्ट्या आम्लारिधर्मी असते. आम्लारींचा सामू नेहमी ७ पेक्षा जास्त असतो. रक्ताचा सामू ७.३ असतो.

अपमार्जक (detergent) यातील किटो ग्लुटारिक आम्ल प्रकाशदीप्ती वाढवते. सीताफळ वृक्षास वाळवी (turmide) लागत नाही; कारण त्यात असणारे हायड्रोसायनिक आम्ल. साबण म्हणजे स्निग्धाम्ल क्षार (Salt of fatty acid) दुधाचे दही होताना दुधातील लॅक्टोज साखरेचे रूपांतर लॅक्टिक आम्लात होते. या आम्लामुळे दही आंबट लागते. प्रथिनांच्या जलापघटनाने अमिनो आम्ले तयार होतात. छाट कलम करताना, फांदीच्या तळाचे टोक जिब्रेलिक आम्ल (Gibberellic acid) द्रावणात बुडवितात. वनस्पतीवाढीसाठी आवश्यक असणारे हे आम्ल आहे. तेजाब म्हणजे संहत सल्फ्युरिक आम्ल. सल्फ्युरिक आम्ल (H_2SO_4), नायट्रिक आम्ल (HNO_3) ही ऑक्सिडीकारक आम्ले आहेत.

ॲक्वा फोर्टिस (Aqua Fortis) म्हणजे संहत नायट्रिक आम्ल. आम्लांचा सोन्यावर काही परिणाम होत नाही. ॲक्वा रेजिआ (Aqua Regia) म्हणजेच आम्लराज. आम्लराज तीन भाग संहत हायड्रोक्लोरिक आम्ल व एक भाग संहत नायट्रिक आम्लाचे मिश्रण होय. आम्लराजचा उपयोग सोने व प्लॅटिनम धातू विरघळण्यासाठी द्रावक (Solvent) म्हणून करतात.

लिंबूवर्गीय फळात असणारे आम्ल म्हणजे सायट्रिक आम्ल (Citric acid). सायट्रिक आम्ल हे मानवाच्या आहारातून, खाण्यात येणारे आम्ल आहे. पचनसंस्थेत तयार होणारे हायड्रोक्लोरिक आम्ल हे अन्नपचनासाठी उपयोगी ठरते.

ॲसिटिक आम्ल (acetic acid) याच्या ४ ते ७ टक्के द्रावणास व्हिनेगर म्हणतात. व्हिनेगरचा वापर परिरक्षक किंवा 'फुड प्रिझर्व्हेटर' म्हणून करतात.

सोडा वॉटर आम्लासारखे असते कारण सोडा वॉटर, सोडा व पाणी यांचे द्रावण नसून, कार्बन–डाय–ऑक्साइड व पाणी यांचे द्रावण असते. कार्बन–डाय–ऑक्साइड पाण्यात विरघळल्याने तयार होणारे द्रावण म्हणजे कार्बोनिक आम्ल; म्हणूनच सोडा वॉटर चवीला आंबट लागते व त्यात निळा लिटमस तांबडा होतो.

P^H स्केलनुसार, आम्लद्रावणाचा कमीत कमी सामू शून्य असतो. द्रावणाचा सामू बरोबर ७ असल्यास ते द्रावण उदासीन (Nautral) असते. P^H स्केल पद्धती सॉरेनसेन (Sorensen) या शास्त्रज्ञाने शोधून काढली.

कार्बनी आम्लामध्ये कार्बोझिलिक ग्रुप (- COOH) हा संक्रिय गट असतो.

चिंच, द्राक्षे, सफरचंद यांमध्ये आढळणारे आम्ल म्हणजे टार्टारिक आम्ल. युरिक आम्ल मूत्रात सापडते. आंबा या फळात मॅलिक आम्ल सापडते.

(२) आम्लारी (Alkalies or bases) :

आम्लारी (base) म्हणजे पाण्यातील द्रावणात OH^- आयन किंवा हायड्रॉक्साइड आयन देणारे पदार्थ.

आम्लारी चवीला कडू (bitter) असतात. स्पर्श साबणासारखा बुळबुळीत (soapy) लागतो. आम्लारींच्या पाण्यातील द्रावणात तांबडा लिटमस कागद निळा होतो. आम्लारीमुळे आम्ल उदासीन (Neutral) होते. धातूची ऑक्साइड व पाण्यापासून अनेक आम्लारी तयार होतात. उदा. CaO, ZnO, MgO, Na_2O ही धातूंची ऑक्साइड पाण्यात टाकल्यास क्रमश: $Ca(OH)_2$ कॅल्शिअम हायड्रॉक्साइड, $Zn(OH)_2$ झिंक हायड्रॉक्साइड, $Mg(OH)_2$ मॅग्नेशिअम हायड्रॉक्साइड, $NaOH$ सोडिअम हायड्रॉक्साइड हे आम्लारी तयार होतात.

अमोनिया (NH_3) वायू पाण्यात विरघळल्यास अमोनिअम हायड्रॉक्साइड (NH_4OH) हे आम्लारी तयार होते.

आम्लारीचा सामू (P^H) नेहमी ७ पेक्षा जास्त असतो. आम्लारीच्या सामू P^H स्केलनुसार जास्तीत जास्त १४ असतो.

सोडिअम धातू अत्यंत क्रियाशील आहे. पाण्याशी तो संयोग पावतो; म्हणून पाण्यात ठेवत नाहीत. सोडिअम धातू पाण्याशी संयोग पावल्यावर सोडिअम हायड्रॉक्साईड व हायड्रोजन वायू तयार होतात.

$$2Na + 2H_2O \longrightarrow 2NaOH + H_2$$
सोडिअम धातू + पाणी ⟶ सोडिअम हायड्रॉक्साइड + हायड्रोजन वायू

कॉस्टिक सोडा हे सोडिअम हायड्रॉक्साइड या आम्लारीचे व्यावहारिक नाव आहे. कॉस्टिक सोड्याचा उपयोग साबण व इतर रंगद्रव्य उद्योगात रंग पक्का करण्यासाठी करतात.

वायू (Gases) :

आज शास्त्रज्ञांना पदार्थांच्या पाच अवस्था माहीत आहेत. स्थायू, द्रव, वायू, प्लाझ्मा व बोस– आइनस्टाइन कन्डनसेशन अवस्था. मात्र 'दैनंदिन जीवनात आपल्याला स्थायू' वायू व द्रव या अवस्थेतील पदार्थांशी सामना होतो. या तीन अवस्थांतील सर्वांत साधी-पदार्थ अवस्था म्हणजे वायू अवस्था.

निसर्गात आढळणाऱ्या ९२ मूलद्रव्यांपैकी ११ वायू अवस्थेत सापडतात हे आपण पाहिले आहेच. अनेक संयुगेही, सामान्य तापमानाला वायू अवस्थेत राहतात.

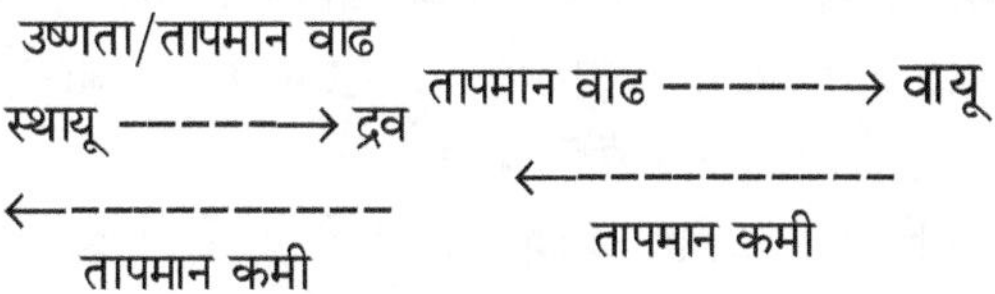

तापमान वाढत गेल्यास स्थायू पदार्थ द्रवात रूपांतरित होतो व पुढे तापमान वाढल्यास पदार्थांची वायू अवस्था मिळते. ज्या तापमानास स्थायू पदार्थाचे त्याच्या द्रवात रूपांतर होते त्या तापमानास स्थायूचा वितळण बिंदू (Melting Point) म्हणतात. तसेच ज्या तापमानाला द्रव पदार्थाचे त्याच्या वायू अवस्थेत रूपांतर होते ते तापमान म्हणजे द्रव पदार्थाचा उत्कलन बिंदू (Boiling Point) होय.

याउलट , वायू पदार्थाचे तापमान कमी करून तो द्रव व नंतर स्थायू अवस्थेत मिळविता येतो. वायू पदार्थांचे रूपांतर द्रव अवस्थेत होणाऱ्या तापमानास वायूचा द्रवणांक (liquefaction point) म्हणतात. तर, द्रव

पदार्थ ज्या तापमानाला त्याच्या स्थायू अवस्थेत पोहचतो ते तापमान म्हणजे द्रवाचा गोठणबिंदू/गोठणांक (Freezing Point) होय.

एकाच पदार्थासाठी, वितळण बिंदू व गोठण बिंदू सारखे असतात. तसेच उत्कलन बिंदू व द्रवणांक सारखे असतात.

या प्रकरणात आपण काही महत्त्वाच्या वायूंचा अभ्यास करणार आहोत.

(A) ऑक्सिजन वायू (Oxygen Gas) :

- आवर्तसारणीतील ८ व्या क्रमांकाचे वायू मूलद्रव्य. रासायनिक सूत्र O_2, अणुभारांक १६, संयुजा २.
- हवेत मुक्त स्वरूपात आढळणाऱ्या वायूचे हवेतील प्रमाण आकारमानाने २०.९४ टक्के आहे. म्हणजेच हवेचे सुमारे १/५ आकारमान या वायूने व्यापलेले आहे.
- जगण्यास आवश्यक असणारा हा वायू 'प्राणवायू' म्हणून ओळखला जातो. याचा शोध जोसेफ प्रीस्टले या शास्त्रज्ञाने १७७४ मध्ये लावला. मर्क्युरिक ऑक्साइडला उष्णता देऊन त्याने हा वायू मिळविला.
- प्रयोगशाळेत पोटॅशिअम क्लोरेट ($KClO_3$) व मँगेनीज-डाय-ऑक्साइड (MnO_2) यांच्या ३ : १ प्रमाणातील मिश्रणाला उष्णता देऊन हा वायू मिळवितात.

$$2KClO_3 + MnO_2 \longrightarrow 2KCl + MnO_2 + 3O_2$$

- रंगहीन, चवहीन, गंधहीन असा हा वायू हवेपेक्षा जड आहे. पाण्यात काही प्रमाणात विरघळतो, लिटमससाठी उदासीन आहे.
- ज्वलन होत नाही. मात्र, ज्वलनास आवश्यक असणारा वायू. अनेक मूलद्रव्ये ऑक्सिजनशी संयोग पाऊन त्यांची 'ऑक्साइड' संयुगे बनवितात.
- द्रवणांक, – १८२.५°C आहे. द्रवाचा रंग फिक्का निळा.
  गोठणांक, – २१८.५°C आहे. स्थायुरूप रंगहीन असते.
- कमी प्रमाणात उपलब्ध असल्यास, कार्बन ज्वलनाने विषारी कार्बन मोनॉक्साइड CO भरपूर प्रमाणात हवेत असल्यास CO_2 तयार होतो.
- ऑक्सिजन व हायड्रोजन वायू पासून 'ऑक्सी-हायड्रोजन' व ऑक्सिजन व ऑसिटीलिन वायूपासून 'ऑक्सी-ऑसिटिलिन' ज्योत तयार करून धातूंचे वेल्डिंग व कटिंग करतात. 'ऑक्सिडीकारक' म्हणून वापरतात. पाण्यात सोडून सेंद्रिय पदार्थांचे ऑक्सिडीकरण करून पाण्याचे प्रदूषण कमी करतात. पाण्याचा BOD त्यामुळे कमी होतो. प्रामुख्याने आढळणारी संयुजा २ असते. मात्र, पॅरॉक्साइडमध्ये १ दिसून येते. उदा. H_2O_2 हायड्रोजन पॅरॉक्साईड.
- द्रवरूप ऑक्सिजनचा अग्निबाणात इंधन म्हणून वापर होतो. लिनोलियम (linoleum) व वार्निश तयार करण्यासाठी वापरतात.

(B) हायड्रोजन वायू (Hydrogen Gas) :

- आवर्तसारणीतील १ ल्या क्रमांकाचे मूलद्रव्य, रासायनिक संज्ञा H रासयनिक सूत्र H_1 संयुजा १.
- हवेत अत्यंत कमी प्रमाण, आकारमानाने 0.00006 टक्के. पृथ्वीचे ७१ टक्के पृष्ठभाग पाण्याने व्यापलेला आहे. पाण्यात हायड्रोजन व ऑक्सिजन वायूंचे आकारमानानुसार प्रमाण २ : १ आहे तर वजनानुसार १ : ८ आहे.

- आम्ल, आम्लारी, वनस्पती व प्राण्यांत आढळणारे महत्त्वपूर्ण घटक मूलद्रव्य. १७६६ मध्ये हेन्री कॅव्हेन्डिश या शास्त्रज्ञाने हा वायू शोधला.

- प्रयोगशाळेत धातूवर, खनिज आम्लाची अभिक्रिया घडवून मिळवितात.

$$Zn + H_2SO_4 \longrightarrow ZnSO_4 + H_2$$
जस्त + सल्फ्युरीक आम्ल

- रंगहीन, वासरहित, चव नसणारा हा वायू निसर्गातील सर्वांत हलका वायू असून, पाण्यात काही प्रमाणात द्रावणीय आहे.

- हा वायू स्वत: जळतो; मात्र ज्वलनास मदत करत नाही. हवेत अदृश्य निळसर ज्योतीने जळणारा हा वायू ज्वलनाने पाणी तयार करतो. हायड्रोजनचा अर्थच 'वॉटर प्रोड्यूसर' असा आहे.

- हायड्रोजन वायूला ऑक्सिजन वायूची तीव्र आसक्ती असते. ते एकत्र आल्यास स्फोट घडून हायड्रोजन वायू पेट घेतो; म्हणून हायड्रोजन वायूला हवेतील 'स्फोटक वायू' असे म्हणतात.

- क्षपणक म्हणून आधुनिक वाहनात इंधन म्हणून, हायड्रोजन-ऑक्सिजन विद्युत घरात, आम्ल, स्फोटके, खते तयार करण्यासाठी, रंग व वार्निश लवकर सुकविण्यासाठी, हायड्रोजन वायू उपयोगी ठरतो. 'हायड्रोजिनीकरण' प्रक्रियेने वनस्पती तेलाचे रूपांतर 'वनस्पती घी' मध्ये करतात. या प्रक्रियेत उत्प्रेरक म्हणून निकेलची भूकटी वापरतात.

(C) कार्बन-डाय-ऑक्साइड वायू (Carbon Dioxide Gas) :

- कार्बन व ऑक्सिजन मूलद्रव्यांचे संयुग रासायनिक सूत्र CO_2, रेणूभार ४४, शुद्ध हवेतील प्रमाण आकारमानाने 0.0३१८ टक्के. ज्वलन, श्वसन, किण्वन या क्रियांद्वारे तयार होतो.

- शोध जोसेफ ब्लॅक (Joseph Black) यांनी लावला मात्र ऑक्साइड असल्याचे लवायझर (Lavoisier) या शास्त्रज्ञाने दाखवून दिले.

- प्रयोगशाळेत कॅल्शिअम कार्बोनेट ($CaCO_3$) व खनिज आम्ल (mineral acid) जसे HCl, HNO_3, H_2SO_4 यांच्या अभिक्रियेतून मिळवितात.

$$CaCO_3 + H_2SO_4 \longrightarrow CaSO_4 + H_2O + CO_2$$

- हा रंगहीन वायू पाण्यात विरघळल्यास पाणी आम्लधर्मी बनते कारण तयार होते कार्बोलिक आम्ल. (H_2CO_3)

$$H_2O + CO_2 \longrightarrow H_2CO_3$$

म्हणून CO_2 च्या पाण्याच्या द्रावणात निळा लिटमस तांबडा होतो.

- हा वायू सहजतेने रंगहीन द्रवात बदलता येतो व सहजतेने स्थायुरूपात मिळविता येतो. घन रूपातील CO_2 ला शुष्क बर्फ (Dry Ice) म्हणतात. या बर्फाचा उपयोग वैद्यकीय शस्त्रक्रिया व शीतकरणासाठी करतात.

- CO_2 हे स्थिर संयुग असून जळत नाही व ज्वलनास मदतही करत नाही; म्हणून याचा उपयोग 'अग्निरोधक पदार्थ' म्हणून करतात.

- जळती मेणबत्ती CO_2 वायूत विझते. मात्र 'मॅग्नेशिअम' सोडिअम, पोटॅशिअम मूलद्रव्ये CO_2 वायूत जळतच राहतात व कार्बन कण तयार होतात. उदा. $2Mg + CO_2 \rightarrow 2MgO + C$

- शीतपेयाचे झाकण उघडताच दिसणारे बुडबुडे, धुण्याचा सोडा, खाण्याचा सोडा यावर आम्ल पडल्यावर तयार होणारे बुडबुडे CO_2 वायूचे असतात. साधारणपणे कार्बोनेट संयुगावर आम्ल क्रिया झाल्यास CO_2 वायू मुक्त होतो.

○ पोलादाचा कठीणपणा वाढविण्यासाठी द्रवरूप CO_2 वापरतात. वनस्पती अन्न तयार करण्यासाठी पानांच्या रंध्रांद्वारे हवेतील CO_2 शोषून घेतात. वनस्पती दिवसा CO_2 घेतात रात्री मात्र वनस्पती O_2 घेतात व CO_2 सोडतात. प्राणी दिवसरात्र O_2 घेतात व CO_2 च श्वसनाद्वारे सोडतात.

○ 'कार्बोजेन' (Carbo-gen) हे कार्बन-डाय-ऑक्साइड व ऑक्सिजनचे मिश्रण न्यूमोनिया रुग्णास देतात. CO चा विषारीपणा कमी करण्यासाठी कृत्रिम श्वसन पद्धतीत CO_2 वापरतात.

(D) नायट्रोजन वायू (Nitrogen Gas) :

○ आवर्तसारणीतील ७ व्या क्रमांकाचे वायू मूलद्रव्य, रासायनिक संज्ञा N, रासायनिक सूत्र N_2, अणुभारांक १४, सामान्य संयुजा ३.

○ हवेतील सर्वांत मोठा वायू घटक हवेतील आकारमानाने असणारे प्रमाण ७८.०८ टक्के; म्हणजे हवेचा जवळजवळ ४/५ भाग हा वायू व्यापतो. प्राणी व वनस्पती प्रथिनांतील आवश्यक घटक मूलद्रव्य.

○ १७७२ मध्ये N_2 वायू डॅनिअल रूदरफोर्ड या शास्त्रज्ञाने शोधला. मात्र, 'नायट्रोजन' हे नाव १७९० मध्ये चापटल (Chaptal) यांनी सूचविले.

○ प्रयोगशाळेत अमोनिअम क्लोराइड (NH_4Cl) व सोडिअम नायट्राइट ($NaNo_2$) तापवून N_2 वायू मिळवितात.

$$NH_4Cl + NaNO_2 \longrightarrow NaCl + 2H_2O + N_2$$

○ हा वायू रंगहीन, गंधहीन व चवहीन असून काही प्रमाणात पाण्यात द्रावणीय आहे. लिटमससाठी उदासीन असून, जळत नाही व ज्वलनास मदतही करत नाही. हवेपेक्षा थोडासा जड आहे.

○ या बिनविषारी वायूची संयुजा स्थिर दिसत नाही. उदा. N_2 मध्ये ३, N_2O मध्ये १, NO_2 मध्ये ४, NO मध्ये २, NH_3 मध्ये ३, N_2O_5 मध्ये ५.

○ H_2 व N_2 वायूपासून अमोनिया वायू (NH_3) मिळविण्याच्या प्रयोगशाळा पद्धतीला 'हेबर पद्धत' म्हणतात. लोह भुकटीचा वापर या पद्धतीत उत्प्रेरक (Catalyst) म्हणून होतो.

○ N_2 वायू $-१९५.७°C$ ला रंगहीन द्रवात बदलतो. तर $-२०९.८°C$ तापमानास पांढऱ्या स्थायूत मिळतो.

○ निष्क्रिय वातावरण तयार करण्यासाठी इलेक्ट्रिक बल्बमध्ये, नत्रयुक्त खते, स्फोटके, उच्च तापमान मोजण्यासाठी वापरात येणाऱ्या तापमापी यासाठी उपयोगी पडतो.

○ ऑक्सिजन व नायट्रोजन यांची 'पाच' ऑक्साइड संयुगे बनतात. नायट्रिक ऑक्साइड (NO), नायट्रस ऑक्साइड (N_2O), नायट्रोजन डायऑक्साइड (NO_2), नायट्रोजन ट्राय ऑक्साइड (N_2O_3) व नायट्रोजन पेंटा ऑक्साइड (N_2O_5).

(E) क्लोरीन वायू (Chlorine Gas) :

○ आवर्तसारणीतील १७ व्या क्रमांकाचे वायू मूलद्रव्य, रासायनिक संज्ञा Cl, रासायनिक सूत्र Cl_2, अणुभारांक ३५.५, संयुजा १.

○ वातावरणात मुक्त स्वरूपात आढळत नाही. प्रामुख्याने क्लोराइड संयुगाच्या रूपाने आढळतो. उदा. मीठ म्हणजेच सोडिअम क्लोराइड.

○ १७७४ मध्ये शिले (Scheele) या शास्त्रज्ञाने हा वायू शोधला. मात्र, मूलद्रव्य असल्याचे १८१० मध्ये हंफ्री डेव्ही (Humphrey Davy) यांनी सिद्ध केले.

- क्लोरिन नाव ग्रीक शब्द Chloros यावरून आले आहे. या ग्रीक शब्दाचा अर्थ हिरवट पिवळा. क्लोरीन वायू हिरवट पिवळ्या रंगाचा असतो.

- शिले शास्त्रज्ञाने Cl_2 वायू ज्याप्रमाणे तयार केला तसा प्रयोगशाळेत हायड्रोजन क्लोराइड किंवा हायड्रोक्लोरिक आम्ल (HCl) व मँगेनीज-डाय-ऑक्साईड (MnO_2) यांना तापवून मिळवता येतो.

$$4HCl + MnO_2 \longrightarrow MnCl_2 + 2H_2O + Cl_2$$

पोटॅशिअम परमँग्नेट $(KMnO_4)$ व हायड्रोजन क्लोराईडचा वापर करूनही Cl_2 वायू मिळवितात.

- नाकाला झोंबणारा हा वायू काही प्रमाणात पाण्यात द्रावणीय आहे. हा विषारी वायू श्वसनाने थोड्या प्रमाणात शरीरात गेल्यास चक्कर येते, डोके दुखते, जास्त प्रमाण झाल्यास जीवावर बेतू शकते.

- श्वसनमार्गाला इजा पोहचविणारा हा वायू खूपच क्रियाशील असून जळत नाही. मात्र, काही मूलद्रव्यांच्या ज्वलनास मदत करतो. जसे फॉस्फरसचे ज्वलन.

- क्लोरीन 'ऑक्सिडीकारक' उपयोगी ठरतो. याचे उत्तम उदाहरण म्हणजे क्लोरिनमुळे सेंद्रिय पदार्थाचे होणारे ब्लिचिंग (Bleaching) यात हवेतील पाण्याबरोबर Cl_2 वायू अभिक्रिया पावून नवजात ऑक्सिजन अणु (Nascent Oxygen atom) तयार होतात; ते सेंद्रिय पदार्थांचा रंग नाहीसा करतात.

   (a) $Cl_2 + H_2O \rightarrow$ $2HCl + [O]$ नवजात ऑक्सिजन अणु

   (b) $[O]$ + रंगीत सेंद्रिय पदार्थ $\rightarrow$ रंगहीन सेंद्रिय पदार्थ

क्लोरीन वायूमूळे घडणारे 'ब्लिचिंग' हे कायमस्वरूपाचे असते.

- Cl_2 वायूचा द्रवणांक -३४.६^oC असून द्रवाचा रंग पिवळा असतो. गोठणांक -१०१.६^oC असून स्थायूचा रंग पिवळसर पांढरा असतो.

- क्लोरिन जंतुनाशक (Germicide) असल्याने पिण्याच्या पाण्याचे शुद्धीकरण 'क्लोरीनेशन' द्वारा करतात.

- क्लोरिन व कार्बन मोनॉक्साईडवायूपासून 'फॉस्जीन' $COCl_2$ हा विषारी वायू तयार होतो.

$$CO + Cl_2 \rightarrow COCl_2$$

- पेट्रोलीय शुद्धीकरण, क्षार तयार करणे, रंगद्रव्य (dyes) निर्मिती यासाठी उपयोगी पडतो.

(F) सल्फर-डाय-ऑक्साइड वायू (Sulphur Dioxide Gas) :

- सल्फर किंवा गंधक व ऑक्सिजन मूलद्रव्यांचे संयुग. रासायनिक सूत्र SO_2, रेणुभार ६४.

- ज्वालामुखी उद्रेकावेळी बाहेर पडणारा हा वायू जोसेफ प्रिस्टले यांनी १७७० मध्ये शोधला.

- प्रयोगशाळेत गंधकाम्ल (H_2SO_4) व धातू (उदा. कॉपर) यांच्या अभिक्रियेतून मिळवितात.

$$2H_2SO_4 + Cu \rightarrow CuSO_4 + 2H_2O + SO_2$$

- या वायूमुळे गुदमरल्या सारखे होते. हा रंगहीन वायू सहजतेने पाण्यात विरघळतो. तयार झालेले पाणी चवीला आंबट असते; कारण पाणी आम्लधर्मी बनते. (आम्लाची चव आंबट असते.) हवेपेक्षा जवळपास दुपटीने जड असणारा हा वायू १८^oC तापमानाला रंगहीन द्रवात बदलतो. तर -७०^oC तापमानास बर्फासारखा पांढरा स्थायू बनतो.

- 'पोटॅशिअम डायक्रोमेट (K_2CrO_4) चा कागद SO_2 वायूत हिरव्या रंगाचा बनतो.' ही या वायूची ओळखण्याची चाचणी आहे.

- पोटॅशिअम परमँग्नेट $(KMnO_4)$ चे जांभळट गुलाबी पाण्यातील द्रावण व रंगीत फुले SO_2 वायूत

रंगहीन बनतात. नाजूक रेशमी व लोकरी कपड्यांचे 'ब्लिचिंग' करण्यासाठी SO_2 वायू वापरतात.

- क्षपणक म्हणून, कागद उद्योग, शीतकरण, आगरोधी पदार्थ म्हणून, जंतुनाशक म्हणून द्रावक (Solvent) या वायूचा उपयोग होतो.

- क्लोरिन वायू ब्लिचिंग पद्धतीत जास्तीचा क्लोरिन वायू काढून टाकण्यासाठी SO_2 वायू 'अँटीक्लोर' म्हणून वापरतात.

(G) हायड्रोजन सल्फाइड वायू (Hydrogen Sulphide Gas) :

- हायड्रोजन व सल्फर मूलद्रव्यांचे संयुग, रासायनिक सूत्र H_2S, रेणुभारांक ३४.

- अपुऱ्या हवेत, सडणाऱ्या वनस्पती व प्राण्यांपासून हा वायू तयार होतो. कुजक्या, सडक्या अंड्यासारखा वास असणारा हा वायू रंगहीन असून पाण्यात द्रावणीय आहे. H_2S युक्त पाण्याला तापविले असता H_2S वायू पाण्यापासून मुक्त होतो.

- १७७७ मध्ये के. डब्ल्यू. शिले या शास्त्रज्ञाने हा वायू शोधला. ज्वालामुखी उद्रेकावेळी हा वायू हवेत मिसळतो.

- फेरस सल्फाईड (FeS) व खनिज आम्ल अभिक्रियेतून हा वायू प्रयोगशाळेत तयार करतात. H_2S वायू तयार करणाऱ्या उपकरणास 'कीपचे' उपकरण म्हणतात.

$$FeS + H_2SO_4 \longrightarrow FeSO_4 + H_2S$$

- आम्लधर्मी असणारा हा वायू हवेत फिक्कट निळ्या ज्योतीने जळतो. ज्वलनास मात्र मदत करत नाही. या वायूच्या पाण्याच्या द्रावणात निळा लिटमस तांबडा होतो. तांबडा मात्र तांबडाच राहतो.

- क्षपणक म्हणून, धातूंना त्यांच्या क्षारापासून वेगळे करण्यासाठी या वायूचा उपयोग होतो.

(H) अमोनिआ वायू (Ammonia Gas) :

- हायड्रोजन व नायट्रोजन मूलद्रव्यांचे संयुग, रासायनिक सूत्र NH_3, रेणुभारांक १७.

- हवेत खूपच कमी प्रमाणात आढळणारा हा वायू. १७७४ मध्ये जोसेफ प्रीस्टले यांनी शोधला.

- प्रयोगशाळेत अमोनिअम क्लोराइड (NH_4Cl) या क्षार पदार्थवर $Ca(OH)_2$ कॅल्शिअम हायड्रॉक्साइड आम्लारीची अभिक्रिया करून हा वायू मिळवितात.

$$2NH_4Cl + Ca(OH)_2 \longrightarrow CaCl_2 + 2H_2O + 2NH_3$$

हायड्रोजन व नायट्रोजन वायूद्वारा हेबर पद्धतीनेही हा वायू मिळतो.

- रंगहीन, चवीला तुरट, नाकाला झोंबणारा हा वायू हवेपेक्षा हलका आहे. पाण्यात मोठ्या प्रमाणात द्रावणीय असणारा हा वायू डोळ्यात गेल्यास अश्रू येतात. या वायूचे पाण्यातील द्रावण आम्लारिधर्मी असते, कारण पाण्यात अमोनिआ वायू विरघळल्याने अमोनिअम हायड्रॉक्साइड हे आम्लारी तयार होते.

$$NH_3 + H_2O \longrightarrow NH_4OH$$

- ज्वलनाला NH_3 मदत करत नाही व सहजतेने जळतही नाही. मात्र, भरपूर प्रमाणात ऑक्सिजन असल्यास निळ्या ज्योतीने जळतो.

$$4NH_3 + 3O_2 \longrightarrow 2N_2 + 6H_2O$$

- आकाशातील वीज व विद्युत ठिणगीमुळे अमोनिआ वायू N_2 व H_2 वायूत विभागला जातो.

$$2NH_3 \longrightarrow N_2 + 3H_2$$

- अमोनिआ वायूत ओला तांबडा लिटमस कागद निळा होतो. 'या वायूत हळदीचा ओला कागद विटकरी (Brown) होतो' ही NH_3 वायू ओळखण्यासाठी चाचणी आहे.
- क्षपणक म्हणून 'ड्रायक्लीन' पद्धतीने कपडे स्वच्छ करणे, शीतकरणासाठी, खते तयार करण्यासाठी NH_3 वायू उपयोगी ठरतो.
- – ३३.४°C तापमानास रंगहीन द्राव तयार होतो तर – ७८°C ला रंगहीन स्थायू तयार होतो.

(I) कार्बन मोनॉक्साइड वायू (Carbon Monoxide Gas) :

- कार्बन व ऑक्सिजन मूलद्रव्यांचे संयुग, रासायनिक सूत्र CO, रेणुभारांक २८.
- ऑक्सिजनच्या कमी उपलब्धतेत कार्बनच्या ज्वलनाने तयार होणारा हा वायू तंबाखू ज्वलनाने, ज्वालामुखी, वाहनांच्या जीवाश्म इंधन ज्वलनानेही तयार होतो.
- १७७६ मध्ये डी. लॅसोने (De Lassone) यांनी हा वायू शोधला. मात्र, कार्बनचे ऑक्साइड असल्याचे १८०० साली सिद्ध झाले.
- प्रयोगशाळेत हा विषारी वायू, गंधकाम्ल (H_2SO_4) व ऑक्झॅलिक आम्ल ($H_2C_2O_4$) यांपासून मिळवितात.

$$H_2C_2O_4 + H_2SO_4 \longrightarrow CO_2 + (H_2SO_4 + H_2O) + CO$$

सल्फ्युरिक आम्ल किंवा गंधकाम्ल (H_2SO_4) जलशोषक आहे. ते ऑक्झॅलिक आम्लातून पाण्याचा रेणू काढून घेते.

ऑक्झॅलिक आम्लाऐवजी फॉर्मिक आम्ल (H-COOH) सुद्धा वापरून हा वायू मिळवता येतो.

- हा रंगहीन, चवहीन वायू पाण्यात जवळजवळ पूर्णपणे अद्रावणीय आहे. निळ्या ज्योतीने जळणारा हा वायू द्रवरूपात मिळविणे खूप कठीण जाते. –१९०°C तापमानास, दाबाखाली तो द्रवरूपात मिळतो.
- O_2 वायूपेक्षा वेगाने रक्तातील हिमोग्लोबिनशी संयोग पावत असल्याने शरीराला प्राणवायूची कमरता भासू लागते. कमी प्रमाणात शरीरात गेल्यास गुंगी येते. मनुष्य बेशुद्ध पडतो. जास्त प्रमाणात शरीरात गेल्यास मृत्यू होतो.
- मिथेल अल्कोहोल (CH_3OH) तयार करणे; क्षपणक म्हणून, प्रोड्यूसर गॅस, वॉटर गॅस तयार करण्यासाठी, फॉस्जीन तयार करण्यासाठी वापरला जातो.

● भौतिकशास्त्र :

भौतिक राशी (Physical Quantities) :

अंतर, क्षेत्रफळ, आकारमान, दाब, कार्य, वस्तुमान, वजन, बल, त्वरण, वेग या काही भौतिक राशी आहेत. प्रत्येक भौतिक राशी मांडताना दोन गोष्टींची गरज भासते अंक व एकक.

भौतिक राशीचे दोन गट करतात (१) मूलभूत भौतिक राशी (२) साधित भौतिक राशी

मूलभूत भौतिक राशी (Fundamental Physical Quantities) या राशी मापनासाठी दुसऱ्या राशीवर अवलंबून नसतात.

साधित भौतिक राशी (Derived Physical Quantities) या मापनासाठी इतर राशीवर अवलंबून

असतात. या राशींचे मूल्य इतर राशींच्या साहाय्याने मिळवावे लागते.

१७९० च्या CGS मापन पद्धतीत लांबी, वजन व काळ या भौतिक राशी व त्यांची सेंटीमीटर, ग्रॅम व सेकंद या एककाचा विचार करण्यात आला.

१९०१ च्या MKS मापन पद्धतीत वरील तीन भौतिक राशींना मूलभूत मानून त्यांच्या मीटर, किलोग्रॅम व सेकंद या एककांचा विचार झाला.

FPS (फुड, पाउंड, सेकंद) मापन पद्धत. अशा वेगवेगळ्या मापन पद्धतींमुळे शास्त्रीय जगतात गोंधळ निर्माण होऊ लागला. उदाहरणार्थ, 'अमेरिकन अवकाश संशोधन संस्था - नासा' च्या मंगळ हवामान अभ्यासक उपग्रहाचा तापमानवाढीमुळे नाश झाला. त्याचे कारण म्हणजे पृथ्वी व मंगळ यांतील अंतर ठरविताना वापरण्यात आलेल्या वेगवेगळ्या पद्धतींमुळे निर्माण झालेला गोंधळ.

त्यासाठी १९६० पासून सुधारित मेट्रिक पद्धतीचा SI पद्धती (फ्रेंच नाव Systeme Internationale) चा वापर सुरू झाला. यात पद्धतीनुसार ७ भौतिक राशींना 'मूलभूत राशी' मानण्यात येते.

मूलभूत राशी	SI एकक	संज्ञा
१. लांबी (length)	मीटर	m
२. वस्तुमान (mass)	किलोग्रॅम	Kg
३. काल (time)	सेकंद	s
४. तापमान (temperature)	केल्विन	K
५. विद्युत धारा (Electric Current)	ॲम्पीअर	A
६. दीप्ती तीव्रता (Luminous Intensity)	कॅन्डेला	Cd
७. वस्तू द्रव्यसमुच्चय (amount of substance)	मोल	mol

अदिश राशी (Scalar Quantities) : ज्या भौतिकराशी केवळ **परिणाम** दिल्याने मांडता येतात त्यांना अदिश राशी म्हणतात. उदा. वस्तुमान, काल, चाल, घनता, कार्य, दाब, उष्णता, शक्ती इत्यादी.

सदिश राशी (Vector Quantities) : ज्या भौतिक राशी व्यक्त करण्याकरिता **परिणाम** व **दिशा** या या दोन्हींची गरज असते. त्यांना सदिश राशी म्हणतात. उदा. वेग, गुरुत्व, त्वरण, संवेग, विस्थापन, बल, वजन, गतिज ऊर्जा इत्यादी.

$$\text{चाल (Speed)} = \frac{\text{अंतर (distance)}}{\text{काल (time)}}$$

चाल यात दिशेचा विचार होत नसल्याने, ही भौतिक राशी अदिश राशी.

$$\text{वेग (Velocity)} = \frac{\text{विस्थापन (displacement)}}{\text{काल (time)}}$$

विस्थापन म्हणजे ठराविक दिशेने कापलेले अंतर, वेग ठरविताना दिशेचा विचार होता म्हणून वेग सदिश राशी.

चाल म्हणजे एकक कालावधीत वस्तूने कापलेले अंतर.

वेग म्हणजे वस्तूच्या विस्थापनाचा दर किंवा एकक कालावधीतील वस्तूचे विस्थापन.

$$\text{त्वरण (acceleration)} = \frac{\text{(अंतिम वेग) – (प्रारंभिक वेग)}}{\text{काल}}$$

$$\therefore \text{त्वरण} = \frac{\text{वेग बदल}}{\text{काल}}$$

म्हणून त्वरण म्हणजे वेग बदलाचा दर.

व्याख्येवरून,

$$\text{वेगाचे SI एकक} = \frac{\text{विस्थापनाचे SI एकक}}{\text{कालाचे SI एकक}} = \frac{m}{s} = ms^{-1}$$

$$\text{त्वरणाचे SI एकक} = \frac{\text{वेगाचे SI एकक}}{\text{कालाचे SI एकक}} = \frac{m}{s} \times \frac{1}{s} = \frac{m}{s^2}$$

$$\text{घनता (density)} = \frac{\text{वस्तुमान (mass)}}{\text{आकारमान (Volume)}}$$

$$\text{क्षेत्रफळ (Area)} = \text{लांबी} \times \text{रुंदी}$$

लांबी व रुंदी म्हणजे अंतरे. अंतराचे SI एकक मीटर (m) आहे.

$\therefore$ क्षेत्रफळाचे SI एकक m^2 आहे.

आकारमान (Volume) = लांबी x रुंदी x उंची

म्हणून आकारमानाचे SI एकक m^3 आहे.

$$\text{घनतेचे SI एकक} = \frac{\text{वस्तूमानाचे SI एकक}}{\text{आकारमानाचे SI एकक}} = \frac{Kg}{m^3} = Kg\,m^{-3}$$

घनता म्हणजे पदार्थांच्या एकक आकारमानात सामावलेले वस्तुमान.

बल (Force) = वस्तुमान (mass) x त्वरण (Acceleration)

म्हणून बलाचे SI एकक $= Kg = \dfrac{m}{s^2}$

बलाच्या SI एककास न्यूटन (N) म्हणतात.

याचाच अर्थ, $\boxed{N = Kg \times \dfrac{m}{s^2}}$ $\qquad$ $\boxed{\text{न्यूटन} = \text{किलोग्रॅम} \times \dfrac{\text{मीटर}}{(\text{सेकंद})^२}}$

कार्य (Work) = बल (Force) x विस्थापन (displacement)

म्हणून कार्याचे SI एकक = N x m

परंतु कार्याच्या SI एककास ज्यूल (J) म्हणतात.

$$\therefore \quad \boxed{J = N \times m} \qquad\qquad \boxed{\text{ज्यूल} = \text{न्यूटन} \times \text{मीटर}}$$

$$\text{शक्ती (Power)} = \frac{\text{कार्य (work)}}{\text{काल (time)}}$$

कार्य करण्याच्या दरास शक्ती असे म्हणतात. शक्तीचे SI एकक वॅट (Watt) आहे. शक्तीचे मोठे एकक म्हणजे अश्वशक्ती (Horse Power Hp).

1 अश्वशक्ती = 746 वॅट

$$\text{शक्ती} = \frac{\text{कार्य}}{\text{काल}} \qquad = \frac{\text{बल} \times \text{विस्थापन}}{\text{काल}} \qquad = \text{बल} \times \text{वेग}$$

यावरून शक्तीचे मूल्य बल व वेग यांच्या गुणाकाराने मिळविता येते. किंवा कार्य व बल यांच्या गुणोत्तराने मिळते.

टेरा म्हणजे 10^{12}, गिगा म्हणजे 10^9, मेगा म्हणजे 10^6 किलो म्हणजे 10^3 तर डेका म्हणजे 10 हेक्टो म्हणजे 10^2

त्याचप्रमाणे डेसि म्हणजे 10^{-1}, सेन्टी म्हणजे 10^{-2} मिली म्हणजे 10^{-3} मायक्रो म्हणजे 10^{-6} नॅनो म्हणजे 10^{-9} व पिको म्हणजे 10^{-12} आणि फेमटो म्हणजे 10^{-15}.

उदा.१. मेगा वॅट शक्ती म्हणजे 10^6 वॅट शक्ती.

२. किलोग्रॅम वजन म्हणजे 10^3 ग्रॅम वजन.

३. डेसिलिटर आकारमान म्हणजे 1/10 लीटर = 0.1 लीटर आकारमान

४. मायक्रोमीटर अंतर म्हणजे 10^{-6} मीटर अंतर.

५. मिलीबार दाब म्हणजे 10^{-3} बार दाब इत्यादी.

प्रकाश वर्ष (light year), गज, मैल, ऑगस्ट्रॉम (A°) ही काही अंतर मोजण्याची एकके आहेत.

१ प्रकाश वर्ष अंतर	=	प्रकाशाने एका वर्षात कापलेले अंतर = ९.४६ X $10^{८५}$ मीटर
१ गज	=	0.९१४ मीटर
१ मैल	=	१६०९.४ मीटर
१ ऑगस्ट्रॉम	=	१ X $10^{-८०}$ मीटर

डाइन हे बलाचे CGS एकक आहे. १ न्यूटन (N) = $१०^{५}$ डाइन (dynes)

वस्तुमान (mass) म्हणजे पदार्थातील एकूण द्रव्य समुच्चय. कोणत्याही ठिकाणी, इतर ग्रह, उपग्रहावर यात बदल होत नाही.

वजन (weight) म्हणजे पदार्थावर कार्य करणारे ग्रहाचे गुरुत्वबल किंवा गुरुत्वाकर्षण.

म्हणजे पदार्थाला 'वजन' ग्रहाच्या गुरुत्वाकर्षणबलामुळे प्राप्त होते. प्रत्येक ग्रहाचे, उपग्रहाचे गुरुत्वाकर्षण बल वेगवेगळे असल्याने वेगवेगळ्या ग्रह, उपग्रहावर वस्तूचे वजन भिन्न असते. पृथ्वीवर वस्तुमान (mass) व वजन (weight) समान मानतात.

पृथ्वीचे गुरुत्व त्वरण (Acceleration due to gravity) = ९.८ $\dfrac{\text{मीटर}}{(\text{सेकंद})^२}$ = $9.8\ \dfrac{m}{S^2}$ इतके आहे.

पृथ्वीवर वजन = वस्तुमान $\times$ गुरुत्वत्वरण

$W = m \times g$ या सूत्राने मिळविता येते.

चंद्र या पृथ्वीच्या नैसर्गिक उपग्रहाचे गुरुत्वाकर्षण बल पृथ्वीच्या १/६ पट आहे. त्यामुळे चंद्रावर वस्तूचे वजन पृथ्वीवरील वजनाच्या १/६ पट असते.

उंचीवरून पडणाऱ्या वस्तूचा वेग गुरुत्वाकर्षणबलामुळे वाढतो. गुरुत्वाकर्षणाच्या परिणामामुळे खाली पडणाऱ्या वस्तूमध्ये त्वरण निर्माण होते. त्या वस्तूवरील कार्य (w) खालील प्रमाणे काढता येते.

कार्य (w) = (गुरुत्व) बल x विस्थापन (उंची)

w = वस्तुमान x गुरुत्वत्वरण x उंची

w = m x g x h

संवेग (momentum) = वस्तुमान x वेग

संवेग ही सदिश राशी आहे व संवेगाची दिशा वेगाच्या दिशेने असते. वेग जास्त असल्यास, वस्तूचा संवेगही जास्त असतो; कारण ते सम प्रमाणात बदलतात.

दाब (Pressure) = $\dfrac{\text{बल (force)}}{\text{क्षेत्रफळ (area)}}$

दाब म्हणजे एकक क्षेत्रफळावरील बल होय.

दाबाचे SI एकक पास्कल (Pascal, Pa) आहे. तर वातावरणीय दाब (Atmosphere) हे दाबाचे सामान्य एकक आहे.

१ ॲटमॉस्फिअर = १.०१३२५ x १०⁵ पास्कल

दाबाचे (SI) एकक = $\dfrac{\text{बलाचे (SI) एकक}}{\text{क्षेत्रफळाचे (SI) एकक}}$

म्हणून $\boxed{Pa = \dfrac{N}{m^2}}$ पास्कल = $\dfrac{\text{न्यूटन}}{(\text{मीटर})^२}$

७६ सेंटीमीटर उंचीच्या किंवा ७६० मिलीमीटर उंचीच्या पाऱ्याच्या स्तंभाचा समुद्रसपाटीला असणारा दाब म्हणजे एक वातावरणीय दाब. स्वस्थ व्यक्तीच्या प्रौढपणी, रक्ताचा दाब १२०/८० mm of Hg इतका असतो. वातावरणात जसेजसे उंच जावे वातावरणातील हवेचा दाब कमी होत जातो. ज्या वेळेस वातावरणीय दाब व द्रवाच्या वाफेचा दाब सारखा होतो, द्रव उकळतो. जास्त उंचीवर, दाब कमी असल्याने पाणी 100^oC तापमानापेक्षा कमी तापमान असतानाच उकळते. कारण पाण्याच्या वाफेचा दाब कमी तापमानास वातावरणाच्या दाबाइतका होतो. म्हणूनच अन्न शिजविण्यासाठी अधिक उंचीवर प्रेशर कुकर वापरतात. प्रेशर कुकरने दाब वाढवून जास्त तापमानास म्हणजे 100^oC ला पाणी उकळवून वाफेच्या ऊर्जेने अन्न शिजवले जाते.

ऊर्जा (Energy) व कार्य (Work) दोघांचे SI एकक सारखेच आहे. ते 'ज्यूल' आहे.

हवामान शास्त्रात दाबाचे 'बार' (Bar) हे एकक वापरतात १ 'बार' दाब म्हणजे $१०^५$ पास्कल दाब शरिराला वातावरणाचा दाब जाणवत नाही, कारण रक्ताचा दाब वातावरणीय दाबापेक्षा थोडासा जास्त असतो. वायुभारमापक (Barometer) चा शोध इ. टॉरिसेली यांनी १६६४ मध्ये लावला.

पदार्थ द्रवात बुडवल्यावर त्या द्रवाचे बल पदार्थाला वरच्या दिशेने ढकलते. द्रवाच्या या बलाला प्लावी बल (Upthrust) म्हणतात. प्लावीबलामुळेच द्रवात बुडालेल्या पदार्थाचे वजन आहे त्यापेक्षा कमी भासते. जेव्हा पदार्थाची घनता द्रवाच्या घनतेपेक्षा जास्त असते. पदार्थ द्रवात बुडतो कारण द्रवाचे प्लावीबल पदार्थाला तरंगविण्यास पुरेसे पडत नाही.

थोडक्यात जर पदार्थाची घनता द्रवाच्या घनतेपेक्षा जास्त असल्यास तो पदार्थ द्रवात बुडतो व ज्या पदार्थाची घनता कमी तो तरंगतो.

तेलाची घनता पाण्यापेक्षा कमी असल्याने तेल पाण्यावर तरंगते.

लोखंडाचा गोळा पाण्यात जास्त घनतेमुळे बुडतो मात्र लोखंडाचा पातळ पत्रा घेतल्यास, आकारमान वाढल्याने घनता कमी होत असल्याने पातळ पत्रा पाण्यावर तरंगतो.

$$\text{घनता} = \frac{\text{वस्तुमान}}{\text{आकारमान}}$$

घनता व आकारमान यांचे व्यस्त प्रमाण आहे. आकारमान वाढल्यास घनता कमी होते. याच कारणामुळे जास्त आकारमानाची जहाजे समुद्रपाण्यावर तरंगतात. पाऱ्याची घनता जास्त असल्याने लोखंडी खिळा पाऱ्यावर तरंगतो.

साधारणपणे, उष्णता (heat) ऊर्जा वाढल्यास पदार्थाची घनता कमी होते, कारण आकारमान वाढते. यास एक अपवाद म्हणजे पाणी. पाण्याचे असंगत आचरण (Abnormal behaviour of water) दिसून येते.

स्थायू अवस्थेतील बर्फाला उष्णता दिल्यावर पाणी बनते.

बर्फाचे पाण्यात रूपांतर होताना आकारमान **कमी** होते; किंवा पाण्यापेक्षा बर्फाचे आकारमान **जास्त** असल्याने बर्फाची घनता कमी असते. म्हणूनच कमी घनतेचा बर्फ जास्त घनतेच्या पाण्यात तरंगतो.

नदीच्या पाण्यापेक्षा समुद्राच्या पाण्यात पोहणे सोपे असते, कारण समुद्राच्या पाण्याची घनता **जास्त** असते. समुद्राच्या पाण्याची घनता वाढण्याचे कारण म्हणजे त्यात विरघळलेले विविध क्षार. त्यामुळे एकक आकारमानाचे वस्तुमान वाढते. मृत समुद्र (dead sea) पाण्याची घनता इतकी जास्त आहे की त्यात पोहता न येणारा मनुष्यही बुडत नाही. तरंगत रहातो.

द्रव पदार्थाची घनता हेअरच्या उपकरणाने मोजतात. दुधाचे सत्त्व व सापेक्ष घनता मोजण्यासाठी लॅक्टोमीटर उपकरण वापरतात. पाण्याची महत्तम घनता $४^\circ C$ या तापमानास असते. ती १ ग्रॅम प्रती $(\text{सेंमी})^३$ इतकी असते.

बर्फच्या द्रवणाचा अप्रकट उष्मा ८० कॅलरी प्रती ग्रॅम तर, पाण्याच्या बाष्पणाचा अप्रकट उष्मा ५४० कॅलरी प्रती ग्रॅम.

तापमान (Temperature) :
तापमान म्हणजे पदार्थाचा असलेला थंडपणा किंवा उष्णपणा. तापमानाचे मापन तीन पद्धतींनी करतात.
१. डिग्री सेल्सिअस किंवा डिग्री सेंटीग्रेड ($^\circ C$).

२. डिग्री फॅरनाइट (Degree Fahrenheit, ^{o}F)

३. केल्विन (K)

तापमानाचे SI एकक केल्विन (K) आहे.

तापमान डिग्री सेल्सिअस २७३ = तापमान केल्विन.

उदा. २५^{o}C तापमानाचे केल्विन तापमान किती ?

२५ + २७३ = २९८ केल्विन तापमान.

निरोगी माणसाच्या शरीराचे तापमान ३६.९^{o}C असते. म्हणजेच, ३६.९ + २७३ = ३०९.९K (केल्विन) डिग्री सेल्सिअस (^{o}C) तापमानाचे डिग्री फेरनाहाईट (^{o}F) मध्ये रूपांतर करण्यासाठी खालील सूत्राचा वापर करतात.

$$\left(\text{तापमान }^{o}C \times \frac{9}{5}\right) + 32 \ = \text{तापमान डिग्री फेरनहाईट}$$

किंवा $(\text{तापमान }^{o}C \times 1.8) + 32 = \text{तापमान }^{o}F$

उदा. ३७^{o}C म्हणजे किती ^{o}F ?

$$(37 \times 1.8) + 32 = 98.6^{0}F$$

याचप्रमाणे, $-40^{0}C = -40^{0}F$

म्हणजेच ^{o}C व ^{o}F दोन्हींमध्ये समान उत्तर −४० तापमानाला मिळते.

निरपेक्ष शून्य तापमान (Absolute Zero Temperature) :

म्हणजे शून्य केल्विन तापमान किंवा −२७३^{o}C तापमान.

सर्वसामान्य तापमानाला पारा द्रव अवस्थेत आढळतो.

तापमापकात (Thermometer) पारा वापरण्याची कारणे म्हणजे

१. पाऱ्याचा गोठणबिंदू −३९^{o}C व उत्कलनबिंदू ३५७^{o}C असल्याने मोठे तापमान फरक पाऱ्याच्या तापमापीने मोजता येवू शकते.

२. पारा एकसमान गतीने प्रसारण व आकुंचन पावतो.

३. अपारदर्शक पारा पारदर्शक काचेतून सहज दिसतो.

४. पारा काचेला चिकटत नाही.

अल्कोहोलचा गोठणबिंदू −११७^{o}C असल्याने, अल्कोहोल तापमापीचा वापर कमी तापमान मोजण्यासाठी करतात. अतिशय कमी तापमान मोजण्यासाठी 'क्रायोमीटर' चा वापर करतात; तर अतिशय जास्त तापमानासाठी 'थरमो इलेक्ट्रिक पायरोमीटर' उपयोगात आणले जाते. 'क्रायोजेनिक्स' म्हणजे 'कमी तापमान' संदर्भातील शास्त्र शाखा.

जर्मन शास्त्रज्ञ, डॅनिअल गॅब्रिअल फॅरनहिट यांची फॅरनहिट तापमान पद्धती (Fahrenheit Temperature Scale) सर्वांत जुनी आहे. त्यानंतर स्वीडिश शास्त्रज्ञ ॲन्डर सेल्सिअस यांनी तापमान पद्धती शोधली. नंतर केल्विन तापमान मापन पद्धती आली.

गोठण मिश्रण म्हणजे मीठ व बर्फ यांचे १ : २ प्रमाणातील मिश्रण. मीठ बर्फात विरघळल्याने तयार होणाऱ्या द्रावणाचे तापमान कमी होते. −२३^{o}C पर्यंत पोहोचते.

तापमापीच्या (thermometer) शोध १५९३ मध्ये गॅलिलिओ गॅलिली यांनी लावला.

ऊर्जा (Energy) :

कार्य करण्याच्या क्षमतेस 'ऊर्जा' असे म्हणतात.

ऊर्जा वेगवेगळ्या स्वरूपात आढळते. जसे प्रकाश ऊर्जा, उष्णता ऊर्जा, विद्युत् ऊर्जा, ध्वनी ऊर्जा, रासायनिक ऊर्जा, अणु ऊर्जा, यांत्रिक ऊर्जा.

यांत्रिक ऊर्जा (Mechanical Energy) यांचे दोन प्रकार आहेत – (१) गतिज ऊर्जा (२) स्थितिज ऊर्जा.

गतिज ऊर्जा गतीमुळे प्राप्त होते. धावणारा खेळाडू गतिज ऊर्जा धारण करतो.

स्थिर स्थितीमुळे प्राप्त होणारी ऊर्जा म्हणजे स्थितिज ऊर्जा.

जेव्हा एखादा पदार्थ कार्य करतो, त्याची ऊर्जा कमी होते. त्या उलट, जर पदार्थावर कार्य झाले तर पदार्थांची ऊर्जा वाढते. जेवढे कार्य झाले तेवढीच ऊर्जा वाढते.

ऊर्जा अक्षय्यतेचा नियम (Law of Conservation of Energy) :

"ऊर्जा निर्माण करता येत नाही व नष्टही करता येत नाही, मात्र एक प्रकारची ऊर्जा दुसऱ्या प्रकारच्या ऊर्जेत रूपांतरित होऊ शकते."

प्रकाशसंश्लेषणात प्रकाश ऊर्जेचे रूपांतर रासायनिक ऊर्जेत होते. पंखा बटण दाबताच फिरतो, यात विद्युत् ऊर्जेचे रूपांतर यांत्रिक ऊर्जेत होते. विद्युत इस्त्री गरम होणे, यात विद्युत ऊर्जा उष्णता उर्जेत बदलते. फटाक्याचा आवाज होतो, यात रासायनिक ऊर्जा ध्वनी ऊर्जेत तर-विजेरी (Dry Cell) चा दिवा लागतो. यात रासायनिक ऊर्जा प्रकाश उर्जेत बदलते.

सायकलचा डायनोमा (Dynoma) सायकल चालविल्यावर लागणे, यात यांत्रिक ऊर्जा, प्रकाश ऊर्जेत रूपांतरित होते. सायकल चालविण्यासाठी व्यक्ती शरीर-स्नायू उर्जेचा उपयोग करते. संचयी विद्युत् घट (Storage Battery) यात घट 'चार्ज' होत असताना जे विद्युत् ऊर्जेचे रूपांतर रासयनिक ऊर्जेत होते. तर ज्यावेळेस बॅटरी वापरात येत असते म्हणजे 'डिस्चार्ज' होत असते आपणास विद्युत् मिळते. म्हणजे डिस्चार्ज होताना, साचलेल्या रासायनिक ऊर्जेचे रूपांतर विद्युत् ऊर्जेत होते. औष्णिक विद्युत् केंद्रात कोळसा (नै.वायू इत्यादी) जाळून पाण्याची वाफ मिळवितात. पाण्याच्या वाफेने टर्बाईन फिरवून वीज मिळवितात, म्हणजेच औष्णिक विद्युत् केंद्रात कोळशाच्या रासायनिक ऊर्जेचे वीज ऊर्जेत रूपांतर होते.

अणु विद्युत् केंद्रात अणु ऊर्जा विद्युत् ऊर्जेत बदलते; तर जलविद्युत् केंद्रामध्ये पाण्याच्या गतिज ऊर्जेचे वीज ऊर्जेत रूपांतर होते.

दूरध्वनी (Telephone) यंत्रातून आवाज ऐकताना विद्युत् ऊर्जेचे रूपांतर ध्वनी ऊर्जेत होत असते.

ऊर्जेचे SI एकक ज्यूल (Joule) आहे. सामान्य एकक म्हणून कॅलरी (Calorie) वापरतात. CGS एकक अर्ग (erg) आहे. अणुकेंद्रकीय अभिक्रियात ऊर्जा मापनासाठी इलेक्ट्रॉन व्होल्ट (electron volt, ev) हे एकक वापरतात.

$$\text{१ कॅलरी} = ४.१८४ \text{ ज्यूल्स}$$
$$\text{१ ज्यूल} = १ \times १०^७ \text{ अर्ग}$$
$$\text{१ इलेक्ट्रॉन व्होल्ट} = १.६ \times १०^{-१९} \text{ ज्यूल्स}$$

अन्नाची ऊर्जा नेहमी कॅलरी एककात मोजतात.

उष्णता ऊर्जा (Heat Energy) :

सर्व प्रकारांतील ऊर्जा शेवटी उष्णता ऊर्जेत रूपांतरित होते. 'उष्णता ही एक ऊर्जा आहे' हे सप्रयोग जेम्स प्रेस्कॉट ज्यूल या शास्त्रज्ञाने दाखवून दिले.

पदार्थाला उष्णता ऊर्जा दिली तर त्याच्या रेणूंमधील अंतर वाढते.

सूर्यापासून पृथ्वीपर्यंत, सौर ऊर्जा प्रकाश व उष्णता या रूपात पोहचते.

उष्णता सिद्धान्त (Dynamic Theory of Heat) केल्विन या शास्त्रज्ञाने दिला.

उष्णता ऊर्जा एका ठिकाणावरून दुसऱ्या ठिकाणी **तीन** प्रकारे प्रसारित (propogate) होते.

१. वहन (Conduction) : प्रामुख्याने घन (किंवा स्थायू) माध्यमात वहनाद्वारे उष्णता प्रसारित होते.

२. अभिसरण (Convection) : मुख्यत: द्रव व वायू माध्यमात उष्णतेचे प्रसारण अभिसरणाने होते.

३. किरण–प्रारण (Radiation) : उष्णता किरणाद्वारे प्रसारित होताना माध्यमाची गरज नसते.

सौर ऊर्जा (Solar Energy) पृथ्वीपर्यंत निर्वात पोकळीतून प्रकाश व उष्णता स्वरूपात पोहचते. प्रकाश व उष्णता या दोन्ही ऊर्जाप्रकारांना किरणांद्वारे प्रसारित होण्यासाठी माध्यमाची (medium) गरज भासत नाही. स्पिरिट हातावर पडल्यावर हात थंड लागतो कारण स्पिरिटचे बाष्पीभवन जलद होते व त्यासाठी लागणारी उष्मा (heat) हाताकडून घेतली जाते. माठातील पाणी थंड असेच होते. सच्छिद्र माठाच्या पृष्ठभागावर पाण्याचे बाष्पीभवन होण्यासाठी पाण्याची उष्मा वापरली जाते.

ध्वनी ऊर्जा (Sound Energy) :

ध्वनी लहरी (Sound wave) प्रसारित होण्यासाठी माध्यमाची गरज असते. चंद्रावर आवाज ऐकू शकत नाही, कारण चंद्रावर वातावरण नाही. निर्वात (Vacuum) पणा आहे.

वस्तू कंप (Vibrate) पावली म्हणजे ध्वनी निर्माण होतो. गळ्यातील स्वरयंत्राच्या कंपनाने आवाज निर्माण होतो. लहरींची वारंवारिता (frequency) हर्ट्झ एककात मोजतात. वारंवारिता म्हणजे एका सेकंदातील कंपनसंख्या. मनुष्य २० हर्ट्झ (H_z) ते २०,००० हर्ट्झ (H_z) वारंवारितेच्याच ध्वनीलहरी ऐकू शकतो.

आवाजाचा वेग,

स्थायू माध्यम > द्रव माध्यम > वायू माध्यम

ध्वनीचा वेग तापमान वाढल्यास वाढतो.

$0^{\circ}c$ तापमानाला ध्वनीचा हवेतील वेग आहे ३३१ मीटर प्रती सेकंद. तर $25^{\circ}c$ तापमानास ध्वनीचा हवेतील वेग ३४० मीटर प्रती सेकंद. शून्य डिग्री सेल्सिअस तापमानाला ध्वनीचा पाण्यातील वेग १४३५ मीटर प्रती सेकंद व लोखंडातील वेग ५१३० मीटर प्रती सेकंद. आवाजाचा प्रतिध्वनी (Echo) म्हणजे **आवाजाचे परावर्तन** होय. अल्ट्रासॉनिक ध्वनिलहरी म्हणजे ऐकण्याच्या क्षमतेपेक्षा जास्त वारंवारिता असणाऱ्या ध्वनिलहरी. वटवाघूळ (Bat) हा सस्तन प्राणी उडण्यासाठी व किटक हे अन्न शोधण्यासाठी अल्ट्रासॉनिक ध्वनिलहरींचा वापर करतो. व्हेल माशेही एकमेकांना ध्वनीलहरी वा आवाजाच्या लहरींद्वाराच संदेश देतात. अल्ट्रासॉनिक ध्वनीलहरींचा वापर गर्भाचे वय व हालचाल, समुद्राची खोली तपासणे, शरीरातील गाठी शोधणे यांसाठी केला जातो. ८० डेसीबेल पेक्षा जास्त तीव्रतेचा आवाज व्यक्तीच्या कानांना असह्य होतो. टेलिफोनचा शोधक ऑलेक्झांडर ग्रहम बेल यांनीच ध्वनी तीव्रता मापनाची पद्धत शोधली.

१ लीटर = १० डेसिलीटर (dl)

१ बेल = १० डेसिबेल (dB)

वाऱ्याची दिशा व आर्द्रता (Humidity) यांचाही ध्वनिवेगावर परिणाम घडतो.

दमट हवेत आर्द्रता जास्त असते. हवा हे ध्वनीचे माध्यम जास्त दाट बनते; म्हणून दमट हवेत ध्वनीचा वेग जास्त असतो. हवेची आर्द्रता मोजण्यासाठी वापरण्यात येणारे उपकरण म्हणजे हायग्रोमीटर. आवाजाचा प्रतिध्वनी किंवा आवाजाचे परावर्तन रोखण्यासाठी श्रोतृवर्गाच्या (Auditorium) भिंती व छत यांना तंतुमय सच्छिद्र पदार्थांनी झाकण्यात येते. Sound Navigation of Ranging म्हणजे SONAR (सोनार) ही यंत्रणा 'आवाजाचा प्रतिध्वनी' या तत्त्वावर चालते.

'सुपरसॉनिक' विमाने म्हणजे ध्वनीच्या हवेतील वेगापेक्षा जास्त वेगाने उडणारी विमाने. कॉनकॉर्ड सारखे प्रवासी–विमान तर सुखोई सारखे लढाऊ विमान आवाजाच्या वेगाची मर्यादा भेदतात. 'सुपरसॉनिक' यापुढचा टप्पा म्हणजे 'हायपर सॉनिक', 'स्क्रॅमजेट रॉकेट' हायपरसॉनिक तंत्रज्ञानावर आधारित असते.

अमेरिका ऑस्ट्रेलिया नंतर भारत जगातला तिसरा देश बनला आहे; ज्याने हायपर सॉनिक तंत्रज्ञानावर आधारित स्क्रॅमजेट रॉकेटची यशस्वी चाचणी घेतली आहे. आवाजापेक्षा **सातपट** वेगाने हे रॉकेट उडू शकते. भारताने आपल्या हायपरसॉनिक रॉकेटचे नाव 'अवतार' ठेवले आहे.

विद्युत् ऊर्जा (Electric Energy) :

एकाच दिशेने इलेक्ट्रॉनच्या वहनाने विद्युत धारा वाहते. ज्या पदार्थातून विद्युत वाहते त्यास 'विद्युत् वाहक' म्हणतात. धातू विद्युतचे सुवाहक असतात कारण त्यांच्यात मुक्त इलेक्ट्रॉनची संख्या मोठी असते.

'इलेक्ट्रॉन्स' स्थिर आहेत की गतिमान यावरून विद्युतचे दोन प्रकार होतात (१) स्थितिक विद्युत (Static Electricity) (२) प्रवाही विद्युत (Current Electricity)

स्थितिक विद्युत, ऋण व धन विद्युत प्रभार निर्माण झाल्यामुळे मिळते. जेव्हा दोन वस्तू एकमेकांना घासतात, घर्षणाने एका पदार्थावरील इलेक्ट्रॉन्स दुसऱ्या पदार्थाकडे जातात. इलेक्ट्रॉन गमावणाऱ्या पदार्थावर धन विद्युत प्रभार येतो तर इलेक्ट्रॉन मिळविणाऱ्यावर ऋण विद्युत प्रभार येतो.

उदाहरणार्थ, काचेचा दांडा रेशमी कापडाला घासला तर रेशमी कापड ऋण विद्युत्भारित व काचेचा दांडा धनविद्युत्भारित बनतात. वस्तूवर निर्माण झालेल्या स्थितीक विद्युतचे वहन होत नाही. विद्युत् रोधकातही ती तयार करता येऊ शकते. प्रवाही विद्युत यात इलेक्ट्रॉनच्या एकाच दिशेच्या वहनामुळे विद्युत धारा निर्माण होते. इलेक्ट्रॉन्स व विद्युत् धारा यांच्या दिशा एकमेकांच्या विरुद्ध असतात. इलेक्ट्रॉन्स कमी विभव (Potential) क्षेत्राकडून जास्त विभव क्षेत्राकडे जातात. तर विद्युत धारा जास्त विभव क्षेत्राकडून कमी विभव क्षेत्राकडे वाहते.

विद्युत् धारा (Electric Current) 'ऑम्पिअर' एककात मोजतात. विद्युत् धारा ही SI मापन पद्धतीमधील एक मूलभूत भौतिक राशी आहे. विद्युत् धारा ऑमीटर, मिलीऑमीटर उपकरणाने मोजतात.

विद्युत विभवांतर (Potential difference) किंवा विद्युत दाब याचे एकक व्होल्ट (Volt) असून, व्होल्टमीटर उपकरणाने मोजतात.

विद्युत् रोध (Electric Resistance) ओहम (ohm Ω) एककात मोजतात. तर मोजण्यासाठी रोधमापी (Rehostat) चा वापर करतात.

विद्युत् प्रभार (Electric charge) कुलोम (Coulomb) एककात मोजतात. प्रत्येक इलेक्ट्रॉन वर १.६ X १०$^{-१९}$ कुलोम इतका **ऋण** विद्युत भार असतो. प्रत्येक प्रोटॉन वर तितकाच म्हणजेच १.६ X १०$^{-१९}$ कुलोम इतका **धन** विद्युत भार असतो. विद्युत दिव्यात टंगस्टन धातू (रासायनिक संज्ञा W) ची फिलोमेंट वापरतात. कारण टंगस्टनचा विलयबिंदू सर्वात जास्त आहे ३०००°C.

घरगुती वीज वॅट (watt) या परिमाणात मोजतात.

वॅट हे शक्तीचे SI एकक आहे.

$$\text{शक्ती} = \frac{\text{कार्य}}{\text{काल}}$$ कार्य करण्याच्या दरास शक्ती म्हणतात.

म्हणून, शक्ती (power) चे SI एकक $$= \frac{\text{कार्य (work) चे SI एकक}}{\text{काल (time) चे SI एकक}}$$

म्हणून, वॅट (watt) $$= \frac{\text{ज्युल (Joule)}}{\text{सेकंद (Second)}}$$ $\therefore$ watt $= {}^{J}\!/_{S}$

घरगुती वापरासाठी वीज मंडळे २२० व्होल्टेजचा A.C. (Alternate Current) विद्युत् प्रवाह वापरतात.

घरातील विद्युत उपकरणांचा वीजप्रवाह दाब २२० ते २३० व्होल्टच्या आसपास ठेवण्यासाठी 'व्होल्टेज स्टॅबिलायझर' उपकरण वापरतात.

विद्युत् दाब वाढल्यास विद्युत् उपकरणांची हानी होऊ नये म्हणून पूर्वी विद्युत् मंडळ (electric circuit) खंडित होण्यासाठी कमी विलयबिंदू असणाऱ्या, सहज वितळणाऱ्या वितळतारेचा (Fuse wire) चा वापर करण्यात येत असे. सध्या विद्युत मंडळ खंडित होण्यासाठी MCB (Mini Circuit Breaker) चा वापर करतात.

औद्योगिक क्षेत्रात शक्तीच्या मापनासाठी अश्वशक्ती (Horse Power H_p) हे एकक वापरतात

$$१ \ H_p = ७४६ \ watt$$

विद्युत चुंबकात तात्पुरते (temporary) चुंबकत्व येते. विद्युत उपकरणे 'अर्थिंग' (earthing) करण्याचे कारण म्हणजे उपकरणापासून 'शॉक' (विद्युत झटका) बसू नये.

ॲन्टेना (Antenna) म्हणजे रेडिओ लहरींचे ग्रहण करणारा **विद्युत् वाहक** होय.

रेक्टीफायर व डायोडचा उपयोग A.C. (Alternate Current) चे रूपांतर D.C. (Direct Current) मध्ये करण्यासाठी करतात.

सुके लाकूड, अभ्रक (mica), प्लास्टिक विद्युतचे दुर्वाहक आहेत. अभ्रक व प्लास्टिकचा त्यामुळेच विद्युत उपकरणात जसे बटन, बोर्ईस, इस्त्री यांसाठी उपयोग होतो.

विद्युत् उपकरणात ऋण व धन अर्धवाहक (N and P semi conductors) यांचा वापर होतो.

सिलिकॉन (Si) च्या शुद्ध स्फटिकात अर्सेनिक (As) मूलद्रव्य खूप कमी प्रमाणात अशुद्धी स्वरूपात टाकल्यास थोडे ऋण इलेक्ट्रॉन्स वाढल्याने ऋण अर्धवाहक तयार होतो.

तसेच जर सिलिकॉनच्या शुद्ध स्फटिकात थोड्या प्रमाणात बोरॉन (B) मूलद्रव्य मिसळल्यास, इलेक्ट्रॉन्स थोडे कमी पडून धन भारित होल्स (Holes) तयार झाल्याने धन अर्धवाहक तयार होतो.

विद्युत जनित्राचा (Dynomo डायनोमा) चा जनक म्हणजे – मायकेल फॅराडे. फॅराडे (Faraday F) हे विद्युतप्रभार मोजण्याचे मोठे एकक आहे.

$$१ \ Faraday = ९६५०० \ Coulomb$$

विद्युत धारा वाहक किंवा धातूच्या तारेतून जाताना त्यास जो रोध-विरोध होतो त्यास विद्युत रोध (Electrical Resistance) संबोधतात. 'R' ही संज्ञा त्यासाठी वापरतात व ओहम (Ω) हे त्याचे एकक आहे.

ओहमचा नियम म्हणजे "वाहकाच्या दोन टोकांतील विभवांतर (V) व वाहकातून जाणारी विद्युत्धारा (I) यांचे

गुणोत्तर स्थिर असते." थोडक्यात सूत्ररूपाने ओहमचा नियम खालीलप्रमाणे दाखवता येतो.

$$\frac{V}{I} = R$$

विद्युतधारेचा चुंबकीय परिणाम इ. स. १८२० मध्ये ओरस्टेड (Oersted) या वैज्ञानिकाने शोधून काढला. वाहकातून जाणारी विद्युतधारा वाहकाच्या भोवताली चुंबकीय क्षेत्राची निर्मिती करते.

विद्युत रोधकांची एकर तीन (Series) जोडणी केल्यास व त्यांच्या मधून समान विद्युतधारा प्रवाहित केल्यास एकूण रोध (R_T) म्हणजे सर्व रोधांच्या बेरजेइतका असतो. समजा R_A, R_B, R_C हे तीन रोध एकसर जोडणीने जोडले आहेत व समान विद्युत्धारा प्रवाहित केली तर एकूण रोध R_T असा मिळतो.

$$R_T = R_A + R_B + R_C$$

दोन सामायिक बिंदूत जर अनेक रोध जोडले तर रोधांची समांतर (parallel) जोडणी होते व एकूण रोध (R_T) साठी वरील रोधांसाठी खालील सूत्र उपयोगी पडेल.

$$\frac{1}{R_T} = \frac{1}{R_A} + \frac{1}{R_B} + \frac{1}{R_C}$$

$$\text{विद्युत् धारा (I)} = \frac{\text{विद्युत् प्रभार (Q)}}{\text{काल (t)}}$$

$$\text{यावरून, विद्युत् धारेचे SI एकक} = \frac{\text{विद्युत् प्रभाराचे SI एकक}}{\text{कालाचे SI एकक}}$$

$$\boxed{\text{म्हणून ऑम्पिअर} = \frac{\text{कुलोम}}{\text{सेकंद}}}$$

प्रकाश ऊर्जा (Light Energy) :

प्रकाश ऊर्जेचे एक रूप आहे. प्रकाश सरळ रेषेत तरंगस्वरूपात प्रवास करतो. प्रकाशाच्या मार्गात अपारदर्शक वस्तू आल्यास त्याची छाया (Shadow) पडते.

सूर्यग्रहणात, स्थिर तारा सूर्य – चंद्र – पृथ्वी अशा क्रमाने ते एका रेषेत येतात. सूर्यग्रहणात, अपारदर्शक चंद्र सूर्याचा प्रकाश अडवत असल्याने चंद्राची सावली पृथ्वीवर पडते. पृथ्वीवरून सूर्य दिसत नाही. (खग्रासमध्ये अंशत: तर खंडग्रास मध्ये पूर्णत: सूर्य दिसत नाही.)

चंद्रग्रहणात, स्थिर तारा सूर्य – पृथ्वी – चंद्र अशा क्रमाने ते एका रेषेत येतात. अपारदर्शक पृथ्वी सूर्याचा प्रकाश अडवते. पृथ्वीची छाया चंद्रावर पडते. पृथ्वीवरून आपणास चंद्र दिसत नाही.

समान प्रकाश देणाऱ्या CFL (Compact Fluoroscent Lamp) व सामान्य बल्ब यांची तुलना करता CFL ला कमी विद्युत लागते. सुमारे ८० टक्के वीज कमी लागते.

प्रकाश वर्ष (Light Year) हे **अंतराचे** एकक आहे. प्रकाशाने '३ लाख किलोमीटर प्रती सेकंद या वेगाने एका वर्षात कापलेले अंतर' म्हणजे एक प्रकाश वर्ष.

$$\text{१ प्रकाश वर्ष} = \text{९.४७ X १०}^{१२} \text{ किलोमीटर}$$

सूर्याचा प्रकाश पृथ्वीपर्यंत पोहचण्यास साधारण **८ मिनिटे** लागतात. सूर्यापासून पृथ्वीचे अंतर सुमारे १४.९५ कोटी किलोमटीर आहे.

सूर्यानंतर पृथ्वीला सर्वांत जवळचा तारा म्हणजे 'प्रोक्झिमा सेन्टॉरी' पृथ्वीचे या ताऱ्यापासूनचे अंतर ४.२२ प्रकाश वर्ष आहे.

चंद्राचा प्रकाश पृथ्वीपर्यंत पोहण्यास **१.३ सेकंद** इतका वेळ लागतो.

सूर्य, मेणबत्ती, दिवा हे स्वत: प्रकाश देणारे (Luminous Objects) आहेत. जे पदार्थ स्वत: प्रकाश निर्माण करू शकत नाहीत मात्र प्रकाश परावर्तित केल्याने चमकतात, प्रकाशित दिसतात त्यांना परप्रकाशी (non-luminous) पदार्थ म्हणतात. जसे धातूचा पत्रा, सपाट भिंत, चंद्र, पृथ्वी इत्यादी.

वस्तू ज्या रंगाचा प्रकाश शोषत नाही त्या रंगाची ती वस्तू दिसते. सूर्य प्रकाश, पांढरा प्रकाश म्हणजे ७ रंगांच्या प्रकाशाचे मिश्रण होय. (तांबडा + नारंगी + पिवळा + हिरवा + निळा + पारवा + जांभळा).

सर्व रंगांच्या प्रकाश शोषणारी वस्तू काळी दिसते; तर सर्व रंगांच्या प्रकाशाचे परावर्तन करणारी वस्तू पांढरी दिसते.

एकाच तरंगलांबीचे (Wave Length) तरंग असणाऱ्या प्रकाशास एकवर्णी प्रकाश (Monochromatic Light) म्हणतात. उदाहरणार्थ, लेसर प्रकाश, निष्क्रिय वायूपासून मिळणारा प्रकाश. एकापेक्षा जास्त तरंगलांबीचे तरंग असणारा प्रकाश म्हणजे संयुक्त प्रकाश. उदाहरणार्थ, विद्युत् दिव्याचा प्रकाश, सूर्य प्रकाश, प्रकाशाची तीव्रता मोजणारे उपकरण म्हणजे फोटोमीटर. प्रकाशसंश्लेषण क्रियेसाठी दृश्य प्रकाश (Visible light) यातील तांबडा प्रकाश जास्त परिणामकारक ठरतो. मनुष्य जो प्रकाश पाहू शकतो त्यास दृश्य प्रकाश (Visible light) म्हणतात. दृश्य प्रकाशापेक्षा जास्त ऊर्जेचा, जास्त वारंवारिता असणाऱ्या किरणांचा प्रकाश मनुष्य पाहू शकत नाही; जसे अतिनील किरणांचा (Ultra Violet Radiation) प्रकाश.

त्याचप्रमाणे दृश्य प्रकाशापेक्षा कमी ऊर्जा व कमी वारंवारिता असणाऱ्या किरणांचा (Infra Red radiations) प्रकाशही मानव पाहू शकत नाही.

रेडिओ लहरी	मायक्रोव्हेव लहरी	इन्फ्रारेड किरण लहरी	दृश्य प्रकाश लहरी	अल्ट्रा व्हॉयलेट किरण लहरी	क्ष किरण लहरी	गॅमा किरण लहरी	अंतरिक्ष किरण लहरी

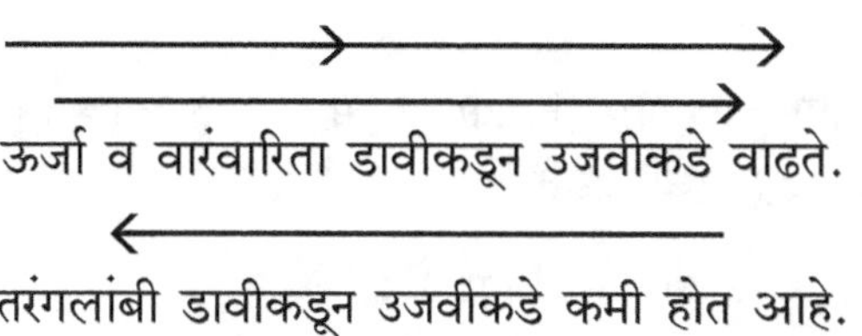

ऊर्जा व वारंवारिता डावीकडून उजवीकडे वाढते.

तरंगलांबी डावीकडून उजवीकडे कमी होत आहे.

या सर्व विद्युत चुंबकीय लहरींचा वेग समान असतो. ३ X १०⁶ मीटर प्रती सेंकद. यास 'प्रकाशाचा वेग' म्हणतात.

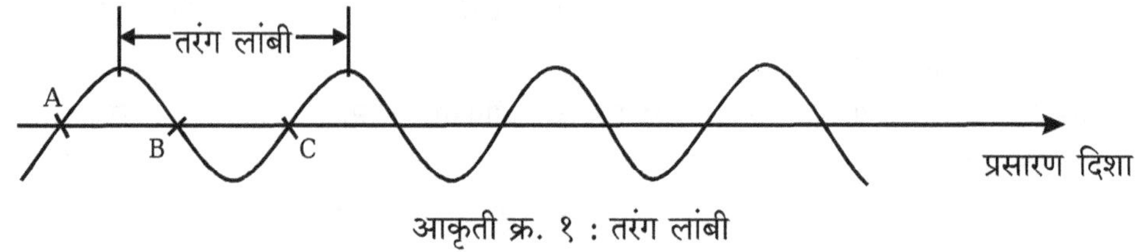

आकृती क्र. १ : तरंग लांबी

तरंगलांबी म्हणजे तरंगातील दोन सर्वांत जवळच्या समान बिंदूंमधील अंतर. तरंगलांबी (Wavelength) दाखविण्यासाठी लॅमडा (λ) चिन्ह वापरतात. आकृती मधील A ते B ही half cycle व B ते C ही दुसरी half cycle मिळून A ते C एक cycle तयार हाते.

वारंवारिता (frequency) म्हणजे एक सेकंद कालावधीतील cycles ची संख्या वारंवारिता दर्शविण्यासाठी न्यू (nu) म्हणजेच υ चे चिन्ह वापरतात.

(विद्युत् चुंबकीय लहरींची वारंवारिता x लहरीची तरंगलांबी) = प्रकाशाचा वेग

$$\gamma \text{ x } \lambda = C$$

विद्युत् चुंबकीय लहरींची ऊर्जा = प्लँक्सचा स्थिरांक x लहरींची वारंवारिता

$$\boxed{\begin{aligned} E &= h \text{ x } \gamma \\ \text{किंवा } E &= h \text{ x } \frac{C}{\lambda} \end{aligned}}$$

या सूत्रावरून, विद्युत् चुंबकीय लहरींची ऊर्जा, तिच्या वारंवारितेशी सम प्रमाणात असते व तरंगलांबीच्या व्यस्त प्रमाणात असते. प्लँक्सच्या स्थिरांक (h) यांची किंमत आहे ६.६ X १०$^{-३४}$ ज्यूल.सेकंद.

चलनी नोटांचे Fluoroscent Number तपासण्यासाठी अल्ट्राव्हॉयलेट (UV) किरणांचा उपयोग करतात. UV किरण प्रकाशात हे नंबर्स चमकतात. रिमोट द्वारा टी. व्ही. संच चालू-बंद करणे; चॅनेल बदलणे, चोरापासून सावध करणारी घंटा वाजणे यांसाठी इन्फ्रारेड (IR) किरणलहरींचा उपयोग होतो. शरीरातून बाहेर पडणारी ऊर्जा IR किरणलहरींद्वारा बाहेर पडते. मोबाइल फोन तंत्रज्ञानासाठी ध्वनिलहरी वाहून नेण्याचे काम रेडिओ लहरी करतात. रडारमध्येही रेडिओ लहरींचा वापर होतो. रडारचा शोध १९२२ मध्ये ए. एच. टेलर व यंग या शास्त्रज्ञांनी लावला.

प्रकाशाचे अपस्करण (Dispersion of Light) :

पांढरा प्रकाश पारदर्शक माध्यमातून (उदा. लोलक) गेल्यास सात रंगांच्या प्रकाशात विभागतो, यास प्रकाशाचे अपस्करण म्हणतात.

पावसाळ्यात पाण्याचे थेंब लोलकाचे (Prizm) काम करतात त्यांच्यामुळे पांढऱ्या सूर्यप्रकाशाचे सात रंगाच्या प्रकाशात विभाजन होऊन इंद्रधनुष्य दिसते.

प्रकाशाचे अपवर्तन (Refraction of Light) :

जेव्हा प्रकाशकिरण, एका पारदर्शक माध्यमातून, दुसऱ्या पारदर्शक माध्यमात प्रवेश करतो, त्यावेळी पृष्ठतलाशी त्याचा मार्ग बदलतो, यास प्रकाशाचे अपवर्तन म्हणतात.

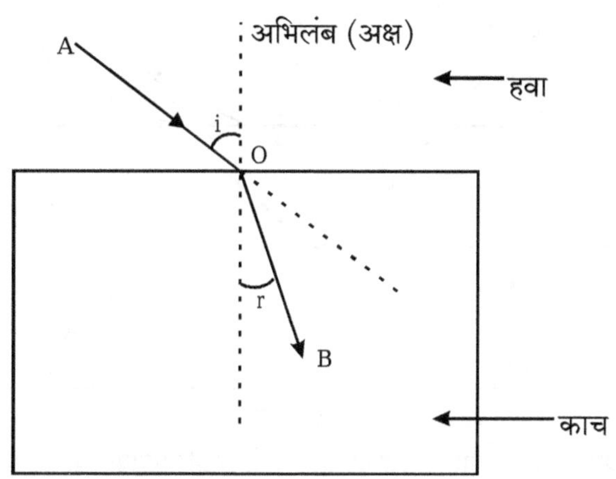

आकृती क्र. २ : प्रकाशाचे अपवर्तन

AO = आपती प्रकाश किरण, $\angle i$ = आपतन कोन

OB = अपवर्तित प्रकाश किरण $\angle r$ = अपवर्तन कोन

अभिलंब = आपतन बिंदू O, येथे पृष्ठभागाला, काल्पनिक लंब रेषा

विरळ माध्यम (rarer medium) यातून दाट माध्यम (denser medium) यात प्रकाश जाताना अभिलेन अक्षाकडे झुकतो. म्हणून

$$\angle i \ > \ \angle r$$

आपतन हा अपवर्तन कोना पेक्षा मोठा असतो. दाट माध्यमातून विरळ माध्यमात प्रकाश गेल्यास या उलट दिसते. म्हणजे आपतन कोन हा अपवर्तन कोनापेक्षा लहान असतो. जर प्रकाशकिरण काचेवर लंब किंवा काटकोनात पडल्यास प्रकाशाचे अपवर्तन घडणार नाही.

$$\angle i \ = \ \angle r = 0$$

प्रकाशाचे अपवर्तन होण्याचे कारण म्हणजे माध्यम बदल्यास प्रकाशाचा वेग बदलतो. प्रकाशाचा निर्वात व हवेतील वेग ३ X १०^८ मीटर प्रती सेकंद तर प्रकाशाचा काचेतील वेग आहे २ X १०^८ मीटर/सेकंद

माध्यमांचा अपर्वनांक (Refractive Index of Medium) = $\dfrac{\text{प्रकाशाचा हवेतील वेग}}{\text{प्रकाशाचा माध्यमातील वेग}}$

म्हणून काचेचा अपर्वनांक = $\dfrac{3 \, X \, 10^8 \, m/s}{3 \, X \, 10^8 \, m/s}$ = $\dfrac{3}{10}$ = 1.5

माध्यम	अपवर्तनांक
हवा	१.०
बर्फ	१.३१
पाणी	१.३३
अल्कोहोल	१.३६
केरोसिन	१.४४
बेन्झिन	१.५०
माणिक	१.७१
हिरा	२.४२

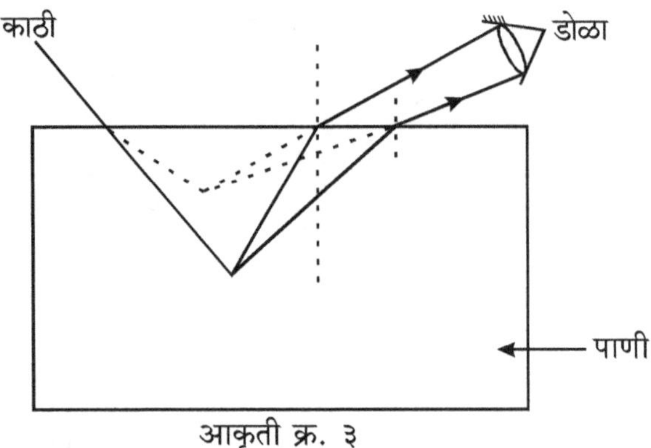

आकृती क्र. ३

प्रकाश – अपवर्तनामुळे पाण्यात अर्धवट बुडालेली काठी पाण्याच्या पृष्ठभागाशी वाकडी झालेली दिसते. पाण्याखालील वस्तू वर उचललेली दिसते तलावाचा तळ आहे त्यापेक्षा जवळ दिसतो.

थोडक्यात, प्रकाशाच्या अपवर्तनामुळे विरळ माध्यमातून, घन माध्यमातील वस्तू आहे त्यापेक्षा जवळ दिसते.

म्हणूनच निर्वात पोकळी (vacuum) असलेल्या अवकाशातून (space) पृथ्वी आहे त्यापेक्षा जास्त जवळ दिसते.

या उलट, जर दाट (denser) माध्यमातून विरळ (rares) माध्यमातील वस्तू पाहिल्यास ती आहे त्यापेक्षा जास्त दूर दिसते.

म्हणूनच पृथ्वी वातावरणामुळे (दाट माध्यम) अवकाशातील (विरळ माध्यम) तारे पाहताना ते आहेत त्यापेक्षा जास्त दूर दिसतात. पांढरा प्रकाश लोलकातून जाताना त्याचे अपस्करण होताना **सर्वात कमी** अपवर्तन **तांबड्या** रंगाच्या प्रकाशाचे होते; व सर्वात जास्त अपवर्तन जांभळ्या रंगाच्या प्रकाशाचे होते. प्रकाशाचे अपवर्तन किंवा विकिरण शोधणारा शास्त्रज्ञ म्हणजे डब्ल्यू. स्नेल (W. Snell) होय.

प्रकाशाचे परावर्तन (Reflection of Light) :

कोणतीही वस्तू पडलेल्या प्रकाशाचे परावर्तन करत असल्यामुळेच दिसते. ज्या रंगाचा प्रकाश वस्तू शोषत नाही त्या रंगाची ती वस्तू दिसते. सर्व प्रकारचा प्रकाश परावर्तित करणारी वस्तू पांढरी दिसते. कोणत्याही पृष्ठभागावर प्रकाश पडल्यावर, प्रकाशकिरणांचा काही भाग पृष्ठभागापासून त्याच माध्यमात परत फेकला जाणे, यास प्रकाशाचे परावर्तन म्हणतात.

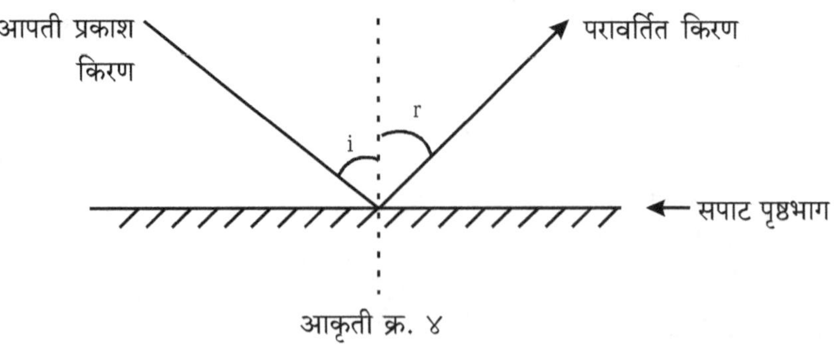

आकृती क्र. ४

प्रकाशाच्या परावर्तनात आपतन कोन ∠ i व परावर्तन कोन ∠ r नेहमी सारखे असतात.

गुणित परावर्तन (Multiple Reflections) :

दोन समांतर सपाट आरश्यात एका वस्तूच्या दोनच प्रतिमा मिळतात. समांतर दोन आरशांतील कोन शून्य डिग्री असतो.

जर दोन आरसे कलते केले व कोनात ठेवले तर त्यातील मिळणाऱ्या पदार्थ प्रतिमांची संख्या वाढते.

$$\text{प्रतिमांची संख्या (n)} = \frac{३६०}{\text{दोन आरशातील कोन डिग्रीत}} - १$$

$$n = \frac{360}{\omega} - 1$$

ω = दोन आरशांतील कोन डिग्रीमध्ये.

उदाहरणार्थ, जर दोन सपाट आरशांतील कोनाचे माप ४५° असेल तर एकूण ७ प्रतिमा मिळतात.

$$\text{प्रतिमांची संख्या} = \frac{360}{45} - 1 = \frac{360-45}{45} = \frac{315}{45} = 7$$

किरणोत्सारिता व अणुकेंद्रकीय अभिक्रिया :

नैसर्गिक किरणोत्सरिता :

जड व अस्थिर पदार्थातून अल्फा (α), बिटा (β), गॅमा (γ) यांसारखी किरणे उत्स्फूर्तपणे बाहेर पडण्याच्या प्रक्रिया म्हणजे नैसर्गिक किरणोत्सारिता.

नैसर्गिक किरणोत्सारितेचा शोध १८९६ मध्ये हेन्री बेक्वेरेल यांनी लावला. युरेनियमच्या संयुगापासून अदृश्य किरणे बाहेर पडतात हे त्यांनी शोधले. म्हणूनच बेक्वेरेल यांना 'किरणोत्सारितेचा जनक' मानतात. किरणोत्सारी पदार्थापासून मिळणाऱ्या तीन प्रकारच्या किरणांना अल्फा, बिटा व गॅमा किरणे असे नामकरण अर्न्सेस्ट रूदरफोर्ड यांनी केले. मेरी क्युरी व पेरी क्युरी यांनी १८८१ मध्ये पोलोनिअम व १८९८ मध्ये रेडिअम ही किरणोत्सारी मूलद्रव्ये शोधली. अल्फा किरणे ऋण विद्युत ध्रुवाकडे आकर्षित होतात. कारण त्यात धन भारित अल्फा कण असतात. हेलिअम अणूचा केंद्रक म्हणजे एक अल्फा कण. अल्फा किरणांचा वेग प्रकाशाच्या वेगाच्या सुमारे १/१० असतो. मेरी क्युरीचा मृत्यू ल्युकेमिया (रक्ताचा कर्करोग) यामुळे झाला.

बिटा किरणात ऋण भारित बिटा कण असतात त्यामुळे ते धनभारित विद्युत ध्रुवाकडे आकर्षित होतात. प्रत्येक बिटा कण म्हणजे एक इलेक्ट्रॉन होय. बिटा किरणांचा वेग प्रकाशाच्या वेगाच्या ९/१० इतका असतो.

गॅमा किरण उदासीन असतात. त्यात कोणतेही द्रव्य-कण नसतात. गॅमा किरण म्हणजे फक्त ऊर्जा. गॅमा किरणांचा वेग प्रकाशाच्या वेगा इतका म्हणजे ३ लाख किलोमीटर प्रती सेकंद इतका असतो. गॅमा किरणे म्हणजे विद्युत चुंबकिय किरणांच्या स्वरूपातील ऊर्जा. अल्फा, बिटा व गॅमा किरणांमध्ये सर्वात जास्त भेदनशक्ती गॅमा व सर्वात कमी भेदनशक्ती अल्फा किरणांची असते. अल्फा व बिटा किरणे मानवी त्वचा भेदू शकत नाहीत. गॅमा किरणे मात्र भेदू शकतात. उतींचा नाश करतात.

किरणोत्सारी मूलद्रव्यांचे अणू अस्थिर असतात α, β व γ किरणांच्या उत्सर्जनाने स्थिरता मिळविण्याचा त्यांचा प्रयत्न असतो. एकावेळी α व β कण कधीही सोबतीने बाहेर पडत नाहीत. अणुक्रमांकावरून अणू कोणत्या मूलद्रव्याचा आहे हे ठरते.

किरणोत्सारी अणुच्या केंद्रकातून एक α कण बाहेर पडल्यास अणुक्रमांक २ ने व अणुवस्तुमानांक ४ ने कमी होतो व नवीन अणूचा केंद्रक तयार होतो.

अस्थिर अणुकेंद्रकातून एक β कण बाहेर पडल्यास अणुवस्तुमानांकात काहीही फरक पडत नाही मात्र अणुक्रमांक १ ने वाढतो व नवीन अणूचा केंद्रक तयार होतो. गॅमा किरण जर अणूकेंद्रकातून बाहेर पडला तर अणुक्रमांक किंवा अणुवस्तुमानांक बदलत नाही. म्हणजेच नवीन मूलद्रव्याच्या अणुचा केंद्र तयार होत नाही फक्त ऊर्जा पातळी कमी होते.

जड अस्थिर अणु केंद्रकातून α, β कण बाहेर पडून नवीन मूलद्रव्यांच्या अणुकेंद्रकाची निर्मिती होणे, शिसे (लेड) मूलद्रव्यांच्या अणूचा केंद्रक तयार होण्यापर्यंत चालते कारण ८२ अणुक्रमांक असलेला शिश्याचा अणु स्थिर असतो.

निसर्गात आढळणारे सर्वात जड व ९२ अणुक्रमांकाचे मूलद्रव्य म्हणजे युरेनियम. U-235 हे युरेनियमचे समस्थानिक किरणोत्सारी आहे.

कार्बनचे C-14, सोडिअम मूलद्रव्याचे Na-24, फॉस्फरसचे P-32, आयोडिनचे I-131, फॉस्फरसचे आणखी एक समस्थानिक P-34, कोबाल्ट मूलद्रव्याचे Co-60, सल्फरचे S-35, लोहाचे Fe-59, सोन्याचे Au-198, प्लुटोनिअमचे Pu-238, स्ट्रान्शिअमचे Sr-90 तर रेडिअमचे Ra-226, फ्ल्युओरिनचे F-19 समस्थानिक किरणोत्सारी आहे.

कृत्रिम किरणोत्सारितेचा शोध इरिन क्युरी व तिचा पती फेडरिक ज्युलिएट यांनी १९३४ मध्ये लावला. स्थिर अणूच्या केंद्रावर वेगवान सूक्ष्म कणांचा मारा करून अस्थिर अणूचे केंद्रक मिळविले जाते.

प्रत्येक किरणोत्सारी मूलद्रव्याचा ठरविक अर्ध–आयुष्य काल असतो. अर्ध आयुष्य काल म्हणजे मूळ वजनातील अर्ध्या वजनाची किरणोत्सारिता संपण्यासाठी लागणारा कालावधी. C-14 या कार्बनच्या किरणोत्सारी समस्थानिकाचा अर्धआयुष्य काल ५७३० वर्षे आहे. याचाच वापर करून जुन्या सेंद्रिय पदार्थांचे जसे लाकूड, कापड, कातडी यांचे वय काढले जाते. या पद्धतीला 'कार्बन डेटिंग' असे म्हणतात. कार्बन डेटिंग पद्धती शोधणाऱ्या विलार्ड लीब्बे या शास्त्रज्ञास शोधामुळे १९५६ सालचे नोबेल पारितोषिक मिळाले.

$$\text{उत्सर्जित एकूण अल्फा कण} = \frac{(\text{मूळ अणुचा अणुक्रमांक}) - (\text{तयार होणाऱ्या अणुचा अणुक्रमांक})}{४}$$

$$\text{उत्सर्जित बिटा कण संख्या} = \left[2 \times \left(\begin{array}{c}\text{उत्सर्जित अल्पा}\\ \text{कण संख्या}\end{array}\right)\right] - \left[\left(\begin{array}{c}\text{मूळ अणुचा}\\ \text{अणुक्रमांक}\end{array}\right) - \left(\begin{array}{c}\text{शेवटच्या तयार}\\ \text{अणुचा अणुक्रमांक}\end{array}\right)\right]$$

या सूत्रांचा वापर करून किती अल्फा व बिटाकण उत्सर्जित झाले हे शोधता येते.

किरणोत्सारितेचे SI एकक **'बेक्वरेल'** आहे. क्युरी व रूदरफोर्ड ही इतर किरणोत्सारिता मोजण्याची एककं आहेत.

सर्वात हलके किरणोत्सारी समस्थानिक हायड्रोजन मूलद्रव्याचे आहे. हायड्रोजनचे ट्रिटिअम–३ हे ते समस्थानिक. रेडिअम हे सर्वात जास्त किरणोत्सारी मूलद्रव्य आहे.

मेरी क्युरी यांनी दोन किरणोत्सारी मूलद्रव्यांचा शोध लावला – रेडिअम व पोलोनिअम.

एकाच मूलद्रव्याच्या वेगवेगळ्या किरणोत्सारित समस्थानिकांचा अर्ध आयुष्य काल वेगवेगळा असतो. उदाहरणार्थ, थेरिअम–२३१, समस्थानिकाचा अर्ध आयुष्यकाल २४.६ तास आहे तर थोरिअम–२३२ चा १.३ X $१०^{१०}$ वर्षे.

रेडिअम–२३४ चा ३.६४ दिवस तर रेडिअम–२२६ चा १५९० वर्षे.

वातावरणात रेडॉन हा निष्क्रिय वायू आढळत नाही कारण किरणोत्सारित असल्याने अल्फा, बिटाकण उत्सर्जित करून तो इतर मूलद्रव्यांच्या अणूत बदलतो.

किरणोत्सारी मूलद्रव्य समस्थानिकांचा उपयोग ऊर्जा, आरोग्य व कृषी क्षेत्रांत करण्यात येतो.

आरोग्यक्षेत्रातील किरणोत्सारी समस्थानिकांचे उपयोग :

१.	आयोडिन – १३१ समस्थानिक	कंठस्थ ग्रंथी उपचार
२.	फॉस्फरस – ३२	रक्ताचा कर्करोग म्हणजेच ल्युकेमिया यावर उपचार
३.	फॉस्फरस – ३४	हाडातील फ्रॅक्चर शोधणे
४.	सोडिअम – २४	रक्ताभिसरण संस्था बिघाड शोधणे
५.	कोबाल्ट – 60	गॅमा किरणे (उत्सर्जित) कर्करोग उपचारासाठी
६.	सल्फर – ३५	त्वचाविकार उपचार
७.	लोह – ५९	अॅनेमिया (रक्तक्षय) शोधणे
८.	प्लुटोनिअम – २३८	हृदयास कृत्रिमपणे झटका देऊन कार्यरत ठेवणाऱ्या पेसमेकर उपकरणातील बॅटरीमध्ये ऊर्जाशक्ती देण्यासाठी.
९.	सोने – १९८	काही प्रकारच्या कर्करोग उपचारासाठी
10.	गॅमा किरणांचा उपयोग शस्त्रक्रियेची उपकरणे निर्जंतुक करण्यासाठी	

कृषी क्षेत्रातील किरणोत्सारी समस्थानिकांचे उपयोग :

१.	कोबाल्ट – 60	उत्सर्जित गॅमा किरणे वापरून अन्नाची सुरक्षित साठवण
२.	सल्फर – ३५	कवकनाशक म्हणून
३.	फॉस्फरस – ३२	वनस्पतींची फॉस्फरस (प्राथमिक पोषक मूलद्रव्यांपैकी एक) घेण्याची क्षमता तपासणे.
४.	कार्बन – १४	प्रकाश संश्लेषण पद्धतीचा अभ्यास
५.	गॅमा किरणांचा वापर करून कीड व कीटकांवर नियंत्रण मिळविणे.	

अणु केंद्रकीय सम्मीलन अभिक्रिया (Nuclear Fusion Reaction) :

लहान अणुकेंद्रके एकत्र येऊन, सम्मिलित होऊन मोठे अणुकेंद्रक तयार होते.

यास अतिशय जास्त तापमानाची गरज असते. काही दशलक्ष डिग्री सेल्सिअस तापमानास शक्य होणारी ही प्रक्रिया आहे. किरणोत्सारी समस्थानिके उपउत्पादिते म्हणून मिळत नाहीत. मात्र, प्रचंड ऊर्जा उत्सर्जित होते. नियंत्रण मिळविता येत नाही.

सूर्यापासून मिळणारी ऊर्जा याच प्रक्रियेमुळे मिळते. सूर्य व इतर तारे म्हणजे अतितप्त वायूंचे गोळे आहेत. चार हायड्रोजनच्या सम्मीलनाने एक हेलिअम अणू तयार होत असतो; आणि ऊर्जा उत्सर्जित होत असते.

$$4\,{}^{1}_{1}\text{H} \rightarrow {}^{4}_{2}\text{He} \quad + \quad 2\,{}^{0}_{+1}\text{e} \quad + \quad \text{ऊर्जा}$$

4(हायड्रोजन अणू)　(हेलिअम अणू)　(पॉझिट्रॉन)

अणुकेंद्रकीय अणु सम्मीलनावर आधारित अणुभट्ट्या काही देशांत उभारल्या जात आहेत. उदा. दक्षिण कोरिया.

हायड्रोजन बॉम्ब पासून अणुकेंद्रकीय सम्मीलन अभिक्रियेनेच ऊर्जा मिळते. पहिली हायड्रोजन बॉम्ब चाचणी घेणारा देश म्हणजे अमेरिका. ही चाचणी १९५२ साली घेण्यात आली.

अणुकेंद्रकीय विभंजन/विखंडन अभिक्रिया (Nuclear Fusion Veaction) : ही अभिक्रिया ओटो हान (Otto Haun) व स्ट्रासमन (Strassman) यांनी शोधली (१९३९). युरेनिअमच्या अणुचे न्यूट्रॉन कणांद्वारा विभंजन केले. जड मूलद्रव्यांच्या अणूवर वेगवान सूक्ष्मकणाचा भार केल्यास मोठे अणुकेंद्रक भंजन होऊन, लहान लहान अणुकेंद्रके मिळतात. सोबत प्रचंड ऊर्जा उत्सर्जित होते. अणुविभंजन प्रक्रियेने मिळणाऱ्या ऊर्जेस अणुउर्जा म्हणतात. साधारण तापमान असताना घडणारी ही प्रक्रिया नियंत्रित करता येऊ शकते. मात्र, अनेक किरणोत्सारी समस्थानिके उप-उत्पादिते स्वरूपात निर्माण होतात.

अणुकेंद्रकीय अभिक्रियेतून मिळणारी ऊर्जा मोजण्यासाठी व्होल्ट (eV) हे एकक वापरण्यात येते. ज्यूल या SI एककात व सामान्य एकक म्हणजे कॅलरी यातही ऊर्जा मोजतात.

अणुबॉम्ब (Atom Bomb) पासून तयार होणारी विध्वंसक ऊर्जा अणुकेंद्रकीय विखंडनप्रक्रियेवर आधारित असते. जगातली पहिली अण्वस्त्रचाचणी अमेरिकेने १६ जुलै १९४५ रोजी मेस्किकोच्या वाळवंटात घेतली. अणुबॉम्बचा प्रथम वापर अमेरिकेने जपानवर केला. पहिला अणुबॉम्ब, ज्याचे नाव 'लिटिल बॉय' असे होते अमेरिकेने ६ ऑगस्ट १९४५ रोजी जपानच्या हिरोशिमा शहरावर टाकला. एन्रिको फर्मी यास अणूबॉम्बचा जनक मानतात.

दुसऱ्या युद्धाच्या या काळात, अमेरिकेने दुसरा अणुबॉम्ब ९ ऑगस्ट १९४५ रोजी जपानच्या नागासाकी शहरावर फोडला.

रशियाने अण्वस्त्रचाचणी २१ ऑगस्ट १९४९ रोजी घेतल्याने अण्वस्त्रचाचणी घेणारा दुसरा देश बनला.

अणु ऊर्जेचा 'अणु बॉम्ब' साठी वापर म्हणजे या ऊर्जेचा दुरुपयोग मात्र वैद्यकशास्त्र व कृषी क्षेत्रासाठी समस्थानिके मिळविणे; अणु विद्युत मिळविणे म्हणजे सदुपयोग. या चांगल्या उद्देशानेच जगभर अणुभट्ट्या व अणु-विद्युत् केंद्रांची निर्मिती झाली आहे व होत आहे. मात्र, आण्विक अपघात, अणु चाचण्या, अणुभट्टीतील कचऱ्याचे गंभीर व दीर्घकालीन दुष्परिणाम, आतंकी हमल्याची भीती, किरणोत्सारी पदार्थांच्या गळतीमुळे सजीवसृष्टी व पर्यावरणावर होणारा परिणाम यामुळे अणुऊर्जा या नाण्याची काळी बाजू स्पष्ट होते. यामुळेच अणुऊर्जा वापरावी की नाही असा वाद विज्ञान जगतात होताना दिसतो.

जगातील पहिली अणुभट्टी एन्रिको फर्मी यांनी १९४२ मध्ये शिकागो (अमेरिका) येथे उभारली. एका युरेनिअम-२३५ समस्थानिकाच्या विभंजनाने सुमारे २०० मिलियन इलेक्ट्रॉन व्होल्ट ऊर्जा मिळते किंवा २३५ ग्रॅम युरेनिअम पासून 2×10^{10} किलो ज्यूल ऊर्जा मिळते; ती तेवढ्याच वजनाच्या कोळशापासून मिळणाऱ्या ऊर्जेच्या २ दशलक्ष पट अधिक आहे !

जगाच्या वाढत्या लोकसंख्येची ऊर्जा गरज विचारात घेता अणुऊर्जा त्यामुळेच एक प्रभावी उपाय ठरतो. जगात विद्युतरूपात सर्वांत जास्त ऊर्जा वापरली जाते.

वॉल्टर झिने या शास्त्रज्ञाने प्रथमत: अणुऊर्जेचा वापर करून विद्युतऊर्जा १९५१ साली तयार केली. जगात पहिले अणुविद्युत् केंद्र अमेरिकेने १९५१ मध्येच स्थापले. त्यानंतर सोव्हिएट रशियाने १९५४ मध्ये अणुविद्युत् प्रकल्प उभारला. आज जगात अंदाजे १७ टक्के विद्युतऊर्जा अणुऊर्जेपासून मिळवली जाते. फ्रान्समध्ये ७५ टक्के, स्वीडन मध्ये ५० टक्के, अमेरिकेत २० % विद्युतऊर्जा अणुऊर्जेपासून मिळवितात. भारतात अणु विद्युतऊर्जेचा वाटा सुमारे ४ टक्के आहे.

जगातील अनेक देश अण्वस्त्रनिर्मितीसाठी अणुभट्ट्यांची उभारणी करतात. आज जगात ३५० पेक्षा जास्त अणुभट्ट्या कार्यरत आहेत. या अणुभट्ट्यांतून अपघात घडून मानवी जीवन व पर्यावरणास धोका होण्याचे संकट कसे काय टाळणार हा यक्षप्रश्न मात्र मानवास छळत आहे.

जगातील पहिला अणुभट्टी अपघात १९५२ साली कॅनडा देशात घडला. कॅनडाच्या चॉक रिव्हर येथील अणुभट्टीतून किरणोत्सारी पाणी गळती झाली होती.

अमेरिकेच्या इडव्होफाल्स या लष्करी अणुभट्टीच्या स्फोट झाला होता. १९७९ मध्ये पेनसिल्व्हानिया राज्यातील अणुभट्टीतून अपघाताने किरणोत्सारी पदार्थ हवेत मिसळले गेले. भारतात १९८६ मध्ये तारापूर (ट्रॉम्बे) येथील अणुभट्टी व उत्तर प्रदेशातील राऊर अणुकेंद्रातून किरणोत्सारी पाणी गळती झाली होती. २६ जानेवारी १९८६ मध्ये तत्कालीन सोव्हिएट रशिया व सध्याच्या युक्रेन देशातील चेर्नोबिल अणुभट्टीचे तापमान वाढल्याने स्फोट झाला होता. ग्रेट ब्रिटनमधील अणुभट्टीला आग लागली होती. तर, जपान मधील झुरुगा येथे १९९१ मध्ये अणुऊर्जा केंद्रातून किरणोत्सारी पाणी गळती झाली. जपान मध्येच त्सुनामीमुळे २०११ मध्ये फुकुफुशिमा अणुऊर्जा केंद्राचा स्फोट घडल्याचे उदाहरण ताजेच आहे.

सध्या भारतातील महाराष्ट्र राज्यातील जैतापूर अणुऊर्जा प्रकल्प व तमिळनाडू राज्यातील कुडानकुलम अणुऊर्जा प्रकल्पांना, लोकांचा सुरक्षेच्या कारणावरूनच विरोध होत आहे.

अणुभट्टीत युरेनिअम–२३५, प्लुटोनिअम–२३९, थोरिअम–२३२ यांचा विभंजक पदार्थ किंवा इंधन म्हणून वापर करतात.

ड्युटेरिअम या हायड्रोजनच्या समस्थानिकापासून व ऑक्सिजनपासून बनलेल्या जड पाण्याचा उपयोग अणुभट्टीत मंदायक (moderator) म्हणून करतात. जड पाणी न्यूट्रॉनची गती कमी करतात.

विभंजन प्रक्रियेवर आधारित अणुभट्टीत शृंखला अभिक्रिया नियंत्रित करण्यासाठी न्यूट्रॉनची संख्या कमी करणे आवश्यक असते. न्यूट्रॉन शोषून घेण्यासाठी बोरॉनयुक्त पोलाद व कॅडमिअम धातूच्या रॉडचा वापर करतात.

कुलंट (coolant) म्हणून साधे पाणी वापरतात. अनावश्यक उष्णता ऊर्जा कमी करण्याचे व अणुभट्टी थंड करण्याचे काम साधे पाणी करते. साध्या पाण्याच्या निर्माण झालेल्या वाफेचा उपयोग वीज तयार करण्यासाठी होतो.

एप्रिल २०१२ मध्ये इंग्लिश खाडीत असणाऱ्या फ्रान्सच्या अणुभट्टीत आग लागल्यामुळे किरणोत्साराचा फैलाव करणाऱ्या द्रव पदार्थाची गळती सुरू झाली. फ्रान्स अणुऊर्जेचा वापर करणारा जगातील सर्वांत मोठा देश आहे फ्रान्समध्ये ५८ अणुभट्ट्या आहेत.

भारताच्या मुंबईजवळील ट्रॉम्बे येथील बार्क (BARC) द्वारा किरणोत्सारी कचऱ्यावर प्रक्रिया करण्याची सुविधा निर्माण करण्यात आली आहे.

अमेरिका, फ्रान्स व जपान नंतर भारताचा याबाबतीत जगात चौथा क्रमांक लागतो.

भारताचा अणु संशोधन कार्यक्रम (India's Atomic Research Programme) :

१६ जुलै १९४५ रोजी अमेरिकेन न्यू मोक्सिकोच्या वाळवंटात जगातील पहिला अणुस्फोट केला आणि अणुयुगाची सुरुवात झाली.

भारतातही २० व्या शतकाच्या ५ व्या दशकातच अणुविज्ञान संशोधनास प्रारंभ झाला. जून १९४५ मध्ये उद्योगपती दोराबजी टाटा यांच्या प्रोत्साहन व साहाय्याने सरकारने टाटा मूलभूत संशोधन संस्था (TIFR) ची स्थापना मुंबई येथे केली. संचालकपदी डॉ. होमी भाभा यांची नियुक्ती झाली. ऑगस्ट १९४८ मध्ये भारत सरकारने अणुऊर्जा आयोगाची स्थापना करून प्रमुखपद डॉ. भाभा यांना दिले.

१९५४ साली तुर्भे (ट्रॉम्बे) येथे अणुऊर्जा संशोधन केंद्राच्या उभारणीचे कार्य सुरू झाले.

डॉ. भाभांच्या मृत्यूनंतर १९६७ मध्ये भारताच्या अणुविज्ञानचे जनक मानल्या जाणाऱ्या भाभांच्या सन्मानार्थ ट्रॉम्बेच्या अणुऊर्जा संशोधन केंद्राचे नाव 'भाभा ॲटॉमिक रिसर्च सेंटर' (BARC) असे करण्यात आले.

बार्क म्हणजेच भाभा अणु संशोधन केंद्र या तुर्भे येथील असणाऱ्या अणुभट्ट्या :

१. अप्सरा (APSARA) : भारताची पहिली अणुभट्टी. १ मेगावॉट क्षमतेच्या या अणुभट्टीची स्थापना ४ ऑगस्ट १९५६ मध्ये करण्यात आली.

२. सायरस (CIRUS) : भारताची दुसरी ४० मेगावॉट क्षमतेची अणुभट्टी १० जुलै, १९६० मध्ये स्थापण्यात आली. कॅनडा देशाच्या सहकार्यातून बांधली गेली.

३. झर्लिना (ZERLINA) : ही भारतीय तिसरी अणुभट्टी १४ जुलै १९६१ मध्ये स्थापण्यात आली. या तीन अणुभट्ट्यात युरेनियमचा वापर इंधन म्हणून करण्यात येतो.

४. पौर्णिमा (PURNIMA) : ४ थी अणुभट्टी २२ मे, १९७२ ला कार्यान्वित झाली. प्लुटोनिअम चा इंधन म्हणून वापर ही शून्य शक्ती जलद अणुभट्टी आहे.

५. पौर्णिमा २ : या पाचव्या अणुभट्टीला R-5 असेही म्हणतात. १०० मेगावॉट क्षमता.

६. ध्रुव : भारताची ही सहावी अणुभट्टी ४ ऑगस्ट १९९५ ला कार्यान्वित झाली. १०० मेगावॉट क्षमतेची 'बार्क' मधील सर्वांत मोठी अणुभट्टी.

१९६२ साली पंजाबमधील नानगल येथे भारताचा पहिला 'जड पाणी प्रकल्प' स्थापन झाला.

१९६७ मध्ये तुर्भे येथील अणुऊर्जा केंद्र याचे नाव BARC करण्यात आले.

१९६९ मध्ये देशाचा पहिला अणुविद्युत प्रकल्प सुरू झाला. तारापूर (ठाणे, महाराष्ट्र) येथे स्थापित या अणुविद्युत केंद्राची वीज महाराष्ट्र व गुजरात या दोन राज्यांना मिळते. याच वर्षी कल्पकम (तमिळनाडू) येथे अणु संशोधन केंद्र स्थापण्यात आले. तारापूर अणुविद्युत प्रकल्पास अमेरिका देशाचे सहकार्य लाभले.

१९८३ साली कल्पकम अणुविद्युत प्रकल्प कार्यान्वित झाला. दोन अणुभट्ट्या असणारा हा प्रकल्प स्वदेश-निर्मित आहे.

१९८७ मध्ये 'भारतीय अणुविद्युत महामंडळ' ची स्थापना झाली.

१९८९ नरोडा (उत्तर प्रदेश) अणुविद्युत प्रकल्प-१ कार्यान्वित झाला.

१९९१ मध्ये अणुविद्युत प्रकल्पाचा दुसरा टप्पा कार्यान्वित झाला. या प्रकल्पात दोन अणुभट्ट्या असून स्वदेशी प्रकल्प आहे.

१९९२ काक्रापार (गुजरात) अणुविद्युत प्रकल्पाचा भाग १ कार्यान्वित

१९९७ मध्ये इंदिरा गांधी अणु संशोधन केंद्र (तमिळनाडू) येथे 'फास्ट ब्रीडर टेस्ट रिअॅक्टर' प्रकारच्या अणुभट्टीला विकसित करण्यात यश.

रावतभाटा अणुविद्युत् प्रकल्प राजस्थान राज्यात असून यासाठी कॅनडा देशाने सहकार्य केले आहे. कैगा अणुविद्युत प्रकल्प कर्नाटक राज्यात आहे.

याशिवाय १२ व्या पंचवार्षिक योजनेत ५३०० मेगावॉट अणुविद्युत मिळविण्याच्या उद्दिष्टासाठी नवीन पाच अणुविद्युत् प्रकल्प प्रस्तावित केलेले आहेत.

कुडानकुलम् (तमिळनाडू राज्य) येथे प्रत्येकी १००० मेगावॉटचे दोन प्रकल्प. कल्पकम (तमिळनाडू राज्य)

येथे ५०० मेगावॅटचा एक प्रकल्प. काक्रापार (गुजरात) व रावतभाटा (राजस्थान) या ठिकाणी ७०० मेगावॅटचा एक-एक प्रकल्प.

कामिनी (Kamini) : ही अणुभट्टी तमिळनाडू राज्यातील कल्पकम येथे आहे. 'थोरिअमचा' वापर इंधन म्हणून करण्यात येतो. भारताची कामिनी ही पहिली न्यूट्रॉन अणुभट्टी आहे. थोरिअम पासून युरेनिअम-२३३ या इंधन चक्राचा वापर करणारी कामिनी जगातील पहिली अणुभट्टी आहे.

'शांततेसाठी अणुऊर्जा' हे भारताचे धोरण आहे. भावी 'महासत्ता' ठरू पहाणाऱ्या विकसनशील देशाला विकासासाठी व वाढत्या लोकसंख्येची ऊर्जा गरज भागविण्यासाठी अणुऊर्जेचे साहाय्य घ्यावेच लागेल.

भारताची अणु क्षेत्राची सद्य:स्थिती :

भारताकडे सध्या नागरी वापरासाठीच्या वीजऊर्जा तयार करणाऱ्या १९ अणुभट्ट्या कार्यान्वित असून ४ भट्ट्या कार्यान्वित होण्याच्या मार्गावर आहेत.

सध्या एकूण वीज उत्पादनात अणुविद्युत्चा वाटा ४ % इतका आहे.

भारताकडे कोळसा व युरेनिअमचे साठे मर्यादित आहेत. जगाच्या तुलनेत भारताकडे युरेनिअमचा साठा फक्त 0.८ टक्के आहे. मात्र, थोरिअम विपुल आहे. जगात उपलब्ध साठ्यांपैकी थोरिअमचे ३२ टक्के साठे भारतात आहेत. केरळच्या किनारपट्टी भागातील मोनाझाइट वाळूत थोरिअमचे प्रमाण भरपूर आहे.

भारताने अणुऊर्जा प्रकल्पाच्या पहिल्या टप्प्यात वापरलेले इंधन म्हणजे नैसर्गिक युरेनिअम.

दुसऱ्या टप्प्यात 'प्लुटोनिअम' चा वापर इंधन म्हणून तर तिसऱ्या टप्प्यात अणुभट्टीसाठी वापरण्यात येणारे इंधन आहे थोरीअम.

१२ व्या पंचवार्षिक योजनेच्या अणुऊर्जेचा वापर करून भारताने ५३०० मेगावॅट वीज निर्मितीचे उद्दिष्ट ठेवले आहे. यामुळे भारताची अणुऊर्जा निर्मिती क्षमता ९९८० मेगावॅट होणार आहे. कुडानकुलम (तमिळनाडू) येथील १००० मेगावॅटचे दोन. तमिळनाडूमधील कल्पकम येथील ५०० मेगावॅटचा एक, काक्रापार (गुजरात) व रावतभाटा (राजस्थान) येथील ५०० मेगावॅट क्षमतेच्या या नवीन अणुभट्ट्या १२ व्या पंचवार्षिक योजनेच्या उद्दिष्टांसाठी वापरण्यात येतील. १९५० च्या सुमारास अणुऊर्जा क्षेत्र विकसित होत असताना अमेरिकेने भारताला मदत केली. मात्र, भारताने दुसऱ्या वेळी अणुस्फोट १९९८ मध्ये केल्यावर अमेरिकेने आपल्या धोरणात बदल केला.

१९६८ मध्ये भारताने NPT (Non-Proliferation Treaty) म्हणजेच 'अण्वस्त्र बंदी करार' यावर स्वाक्षरी करण्यास नकार दिला.

१८ मे १९७४ रोजी, भारताने राजस्थानच्या वाळवंटात पोखरण येथे, पहिला अणुस्फोट घडवून आणला. यास पोखरण-I असे म्हणतात.

भारताने १९९८ मध्ये दुसऱ्यांदा राजस्थानच्या पोखरण वाळवंटात अणुचाचणी घेतली. यास पोखरण-II म्हणतात. पोखरण-II मध्ये एकूण ५ अणुस्फोट भारताने केले. ११ मे १९९८ ला तीन स्फोट व १३ मे १९९८ ला दोन अणुस्फोट १९९८ मध्ये भारताने देशाला अण्वस्त्रधारी देश म्हणून घोषित केले आणि ११ मे 'राष्ट्रीय तंत्रज्ञान दिन' घोषित केला.

भारताने 'पहिला तंत्रज्ञान दिन' ११ मे १९९९ रोजी साजरा केला.

भारताने अमेरिका देशाबरोबर नागरी अणुऊर्जा करार केला आहे. २० जुलै २००७ मध्ये दोन्ही राष्ट्रांनी

या करारावर स्वाक्षऱ्या केल्या आहेत. भारत-अमेरिका नागरी अणुऊर्जा करारास '१२३ करार' असेही म्हणतात.

या करारामुळे त्रिस्तरीय आखणी अणुभट्टीत करून विद्युत्ऊर्जा नागरी कार्यासाठी वापरता येईल.

१. पहिला स्तर : जडपाणी अणुभट्टीत नैसर्गिक युरेनिअम-डाय-ऑक्साइडचा वापर करून प्लुटोनिअम मिळविणे.

२. दुसरा स्तर : प्ल्युटोनिअम व थोरिअम इंधन स्वरूपात वापर करून अणुभट्टीत विभंजन प्रक्रियेने युरेनिअम-२३३ मिळविणे.

३. तिसरा स्तर : युरेनिअम – २३३ चा वापर अणुभट्टीत इंधन म्हणून वापर करून विद्युत्ऊर्जा मिळविणे.

महाराष्ट्रभूषण सन्मान प्राप्त, भारताच्या सरकारद्वारे 'पद्मविभूषण' देऊन गौरविलेले जागतिक ख्यातिप्राप्त ज्येष्ठ अणुशास्त्रज्ञ डॉ. अनिल काकोडकर यांच्यानुसार थोरिअमचा वापर अणुभट्टीत केल्यास सुमारे ७५ टक्के ऊर्जानिर्मिती शक्य होईल व देशापुढचा ऊर्जेचा प्रश्न कायमचा मिटेल. १९९६ ते २००० या काळात BARC चे संचालक असणाऱ्या डॉ. अनिल काकोडकर यांना 'ऑटॉमिक एनर्जी मॅन' म्हणून ओळखले जाते. ऑडव्हान्स हेवी वॉटर रिऑक्टरची निर्मिती हा त्यांचा ड्रीम प्रोजेक्ट आहे.

● जीवशास्त्र :

अन्न (Food) :

अन्न म्हणजे काही रासायनिक घटकांपासून बनलेला पदार्थ, जो खाल्ला असता शरीरामध्ये त्याचे पचन व शोषण होते, ज्यामुळे शरीराला ऊर्जा मिळते व शरीराच्या वेगवेगळ्या क्रियांवर नियंत्रण ठेवले जाते.

अन्नातील रासायनिक घटकांना पोषणद्रव्ये (Nutrients) म्हणतात. अन्नात सहा प्रकारची पोषणद्रव्ये असतात. (१) कर्बोदके (Carbohydrates), (२) प्रथिने (Proteins), (३) स्निग्धपदार्थ (Fats and Oils), (४) खनिज मूलद्रव्ये (Mineral elements), (५) जीवनसत्त्वे (Vitamins) व (६) पाणी (Water)

संतुलित आहार (Balanced diet) म्हणजे शरीराची ऊर्जेची गरज भागविणारा आणि योग्य प्रमाणात पोषणद्रव्ये असणारा आहार होय.

संतुलित आहारात कर्बोदके स्निग्ध पदार्थ व प्रथिने यांचे प्रमाण ६० : २५ : १५ असे असते.

'नॅशनल इन्स्टिट्यूट ऑफ न्युट्रिशन' ही संस्था भारतात हैद्राबाद येथे आहे.

अन्नाची ऊर्जा नेहमी 'कॅलरी' या एककात मोजतात.

(A) पाणी (Water) :

पाण्याशिवाय 'जीवन' नाही म्हणून पाण्यास 'जीवन' असेही म्हणतात. द्राव (Solute) आणि द्रावक (Solvent) यांचे एकजीव मिश्रण म्हणजे द्रावण (Solution); पाण्याला वैश्विक द्रावक (Universal Solvent) म्हणतात; कारण बहुतेक पदार्थ पाण्यात विरघळून त्यांचे पाण्यातील द्रावण तयार होते. पाण्याच्या द्रावणामुळेच सूक्ष्म पेशींतील हजारो क्रिया-अभिक्रिया शक्य होतात.

मानवी शरीरात सुमारे ६५ टक्के पाणी असते. पाणी हे हायड्रोजन ऑक्साइड किंवा ऑक्सिजन हायड्राइड (H_2O) या संयुगाचे द्रवरूप आहे. हायड्रोजन व ऑक्सिजन या मूलद्रव्यांचे हे संयुग आहे. यात H व O चे वजनाचे प्रमाण १ : ८ असते; तर आकारमानाने २ : १ असते.

शरीराला अनेक मूलद्रव्यांची आवश्यकता असली तरी शरीराचा ९८.८ टक्के भाग हा सहाच

मूलद्रव्यांपासून बनलेला असतो. ऑक्सिजन ६५ टक्के, कार्बन १८.५ टक्के, हायड्रोजन ९.५ टक्के, नायट्रोजन ३.३ टक्के, कॅल्शिअम १.५ टक्के व फॉस्फरस १ टक्का. भारतात दूषित पाण्यामुळे सुमारे २/३ आजार होतात.

पाण्यात खनिजमूलद्रव्यांचे प्रमाणही प्रमाणापेक्षा जास्त झाल्यास वेगवेगळे आजार होतात जसे फ्ल्युओरिन (Fluorine) मूलद्रव्याचे प्रमाण वाढल्यास फ्ल्युओरोसिस (Fluorosis) आजार होतो.

वनस्पती प्रकाशसंश्लेषण क्रियेद्वारा सूर्यप्रकाशात कार्बनडाय ऑक्साइड व पाणी यांपासून कर्बोदकाच्या रूपात अन्न तयार करतात. या क्रियेत ऑक्सिजन हा पाण्याच्या विघटनामुळे तयार होतो.

$$n\,CO_2 \;+\; n\,H_2O \quad \xrightarrow[\text{हरितद्रव्य}]{\text{सूर्यप्रकाश}} \quad C_nH_{2n}O_n \;+\; n\,O_2$$

कार्बन–डाय–ऑक्साइड पाणी मुळांद्वारे
पानांद्वारे

कर्बोदक
(अन्न)

ऑक्सिजन
वायू हवेत मुक्त

प्रकाशसंश्लेषणात (photosynthesis) दृश्य प्रकाशातील लाल रंगाचा प्रकाश जास्त परिणामकारक असतो.

पाण्याद्वारा पदार्थाचे रासायनिक विघटन (Chemical decomposition) होते; या प्रक्रियेस जलापघटन (Hydrolysis) असे म्हणतात.

(B) कर्बोदके (Carbohydrates) :

शरीराला ऊर्जा अन्नातील कर्बोदके, प्रथिने व स्निग्ध पदार्थ पुरवतात प्रामुख्याने ऊर्जा (६० ते ८० टक्के) कर्बोदकांपासून मिळते.

कर्बोदके म्हणजे कार्बन, हायड्रोजन व ऑक्सिजन या मूलद्रव्यांपासून तयार झालेले पदार्थ. कर्बोदकांचे तीन प्रकार पडतात – (१) शर्करा (Sugars), (२) पिष्टमय पदार्थ (Starch) (३) सेल्युलोज (Cellulose)

पिष्टमय पदार्थ :

पिष्टमय पदार्थांच्या जलापघटनाने प्रथम माल्टोज (maltose) व नंतर ग्लुकोज (Glucose) तयार होते.

पिष्टमय पदार्थांचा आयोडिन बरोबर संपर्क आल्यास निळसर जांभळा रंग येतो. उदा. बटाट्याच्या कापावर आयोडिन टाकल्यास जेथे आयोडिनचा थेंब पडतो तो भाग निळसर जांभळा बनतो. अमायलेज (amylase) हे पिष्टमय पदार्थांचे विघटन करणारे विकर आहेत.

सेल्युलोज :

सेल्युलोज तंतुमय पदार्थ असतो. त्यांस 'नॉन शुगर' असेही म्हणतात. मनुष्य सेल्युलोज पचवू शकत नाही. मात्र, गाय पचवू शकते. फळभाज्यात, धान्याच्या कडब्यात, उसाच्या चिपाडात, लाकडात, कागदात, गवतात भरपूर सेल्युलोज असते.

ताग, कापूस म्हणजे जवळजवळ पूर्णपणे सेल्युलोज. सेल्युलोजचा उपयोग जिलेटिन, सूत कापड, कागद इत्यादी तयार करण्यासाठी करतात.

सेल्युलोजची नायट्रिक आम्ल (HNO_3) बरोबर अभिक्रिया करून मिळविलेल्या नायट्रो–सेल्युलोजचा स्फोटक पदार्थात वापर करतात. अन्नात सेल्युलोजचे प्रमाण भरपूर असल्यास बद्धकोष्ठता होत नाही.

शर्करा :

फळातील साखर म्हणजे फ्रुक्टोज (Fructose), उसाच्या रसातील साखर म्हणजे सुक्रोज (Sucrose), मक्यातील साखर माल्टोज (Maltose), दुधातील साखर लॅक्टोज (lactose).

शर्करेला गोड चव असते. कार्बनचे पाच अणु असणारी साखर म्हणजे पेन्टोज (Pentose), सहा अणु असल्यास हेक्सोज (Hexose), सात कार्बन अणु असल्यास हेप्टोज (Heptose) इत्यादी.

भारतात पिण्यास योग्य बहुतेक मद्य साखरेच्या मळीपासून किण्वन प्रक्रियेने मिळवितात. शर्करा व पिष्टमय पदार्थांचे किण्वन झाल्यास मद्य तयार होते. इथाईल अल्कोहोल (C_2H_5-OH) हे पिण्यास योग्य तर मिथाईल अल्कोहोल विषारी अल्कोहोल आहे.

दुधापासून दही होणे या रासायनिक बदलात दुधातील लॅक्टोज साखरेचे रूपांतर लॅक्टिक आम्लात होते. आम्ल चवीला आंबट असल्याने दही आंबट लागते. ही प्रक्रिया लॅक्टोबेसिली या जीवाणूमुळे घडते. जीवाणू उत्प्रेरकाचे (Catalyst) काम करतात.

विकर (enzymes) : रासायनिक अभिक्रिया नियंत्रित करतात जसे विघटन.

उत्प्रेरक (catalyst) : अभिक्रियेचा वेग बदलतात, अभिक्रियेत भाग घेत नाहीत.

संप्रेरक (Harmones) : ग्रंथीतून स्रवणारे हे स्राव वाढ व विकास नियंत्रित करतात.

धान्यांत कर्बोदकाचे प्रमाण जास्त असते.

मनुष्याला तत्काळ ऊर्जा शरीरातील ग्लुकोजपासून मिळते. श्वसन ही ऊर्जा प्रदान करणारी क्रिया असून आपली बहुतेक ऊर्जा ग्लुकोज पासून मिळविते. वनस्पती अन्न कर्बोदकाच्या रूपात साठवतात. उदा. कांदा (Onion) मध्ये अन्न कर्बोदकाच्या स्वरूपात साठवले जाते.

(C) प्रथिने (Proteins) :

कार्बन, हायड्रोजन, ऑक्सिजन व नायट्रोजन या मूलद्रव्यांपासून तयार झालेली संयुगे म्हणजे प्रथिने. काही प्रथिनांत इतर मूलद्रव्ये जसे सल्फर, फॉस्फरस, आयर्न, आयोडिनसुद्धा आढळतात. प्रथिनांना 'नायट्रोजन असणारी कार्बनी संयुगे' असेही म्हणतात. प्रथिनांच्या जलापघटनाने अमिनो आम्ले (Amino-acids) तयार होतात; तर अमिनो आम्लाच्या रेणू एकत्रीकरणामुळे प्रथिने तयार होतात.

आहारात कर्बोदके व स्निग्ध पदार्थ कमी असल्यास शेवटचा स्रोत म्हणून शरीर प्रथिनांचा वापर करते. ऊर्जा पुरविणे हे प्रथिनांचे प्रमुख कार्य नसून, शरीराच्या वाढीस मदत करणे, झीज भरून काढणे ही प्रमुख कार्ये आहेत. डाळी, कवचाची फळे, तेलबिया, मांस, मासे, अंडी, दूध यात प्रथिनांचे प्रमाण भरपूर असते.

अंड्याच्या बलकातील प्रथिन म्हणजे अलब्युमिन, मटणात मायोसिनोजेन, रक्तात हिमोग्लोबिन, मक्यात झाइन, केसात सिसटाइन, दुधात केसिन, गव्हात ग्लुटेनिन प्रथिने असते.

स्वादुपिंड ग्रंथीच्या बिटासेल्स मधून, पेशीमधून स्रवणारे इन्शुलिन (Insulin) हे हार्मोन आहे व प्रथिनही आहे. इन्शुलिनमुळे शरीरातील ग्लुकोज साखरेचे रूपांतर ऊर्जेत होते. इन्शुलिन नसल्यास साखर पचत नाही. प्रमाणापेक्षा जास्त साखर रक्तात वाढल्यास मधुमेह (diabetes) आजार होतो. मधुमेह किंवा डायबेटिज् आजार बरा होत नाही; मात्र नियंत्रणात ठेवता येतो.

रक्त गोठण्याच्या कामी येणारे फायब्रोनिजेन हे प्रथिन आहे.

(D) जीवनसत्त्वे (Vitamins) :

१९१० मध्ये फुर्क शास्त्रज्ञाने तांदळाच्या कोंड्यातून B-1 हे पहिले जीवनसत्त्व मिळविले. Vitamin हा शब्द प्रथमत: फन्क (Funk) या शास्त्रज्ञाने १९१२ मध्ये वापरला.

जीवनसत्त्वे व खनिजमूलद्रव्ये (mineral elements) शरीराला आवश्यक असतात. मात्र, खूप कमी प्रमाणात लागतात म्हणून त्यांना सूक्ष्म पोषके (micro-nutrients) म्हणतात.

जीवनसत्त्व A गट :

रासायनिक नाव कॅरोटिन (Carotene), स्रोत – कॉडलिव्हर ऑईल, दूध, अंडी, लोणी, गाजर इत्यादी. याची वैशिष्ट्ये म्हणजे जास्त उष्णतेने नस्ट होते. चरबीत विरघळते; त्यामुळे शरीरात साठवले जावू शकते. कमी पडल्यास रातआंधळेपणा (night blindness) नेत्रविकार होतात. जसे 'झिरोप्थॅलेमिया' यात डोळ्यांचा कॉर्निया शुष्क होतो. गाईचे दूध पिवळे असते कारण त्यात कॅरोटिनचा पूर्व घटक बिटा कॅरोटिन असते. कॅरोटिन पिवळ्या रंगाचे असते.

जीवनसत्त्व B गट :

अनेक प्रकारची B जीवनसत्त्वे आहेत.

B_1 म्हणजे थायमिन (Thiamine) याच्या अभावी 'बेरीबेरी' आजार होतो.

B_2 म्हणजे रिबोफ्लाविन (Riboflavin)

B_6 म्हणजे पायरीडॉक्झीन (Pyridoxin)

B_7 म्हणजे बायोटिन (Biotin)

B_5 म्हणजे पॅन्टोथॅनिक ऑसिड (Pantothanic acid)

B_3 म्हणजे नायसिन (Nycin) याच्या अभावी पेलेग्रा (चर्मग्राह) हा आजार होतो.

B_9 म्हणजे फॉलिक ऑसिड (Folic Acid)

B_{12} म्हणजे सायनो कोबालबुमिन (Cyano-cobalbumin). याच्या अभावी अॅनेमिया (रक्तक्षय) होतो.

व्हिटॅमीन B गटाचे वैशिष्ट्य म्हणजे पाण्यात द्रावणीय आहेत. त्यामुळे शरीरात साठवून ठेवली जात नाहीत.

जीवनसत्त्व C गट :

या व्हिटॅमिनचे रासायनिक नाव आहे अस्कॉर्बिक ऑसिड (Ascorbic Acid). हे जीवनसत्त्व एक आम्ल असून पाण्यात द्रावणीय आहे. फक्त दोन प्रकारची जीवनसत्त्वे B व C पाण्यात द्रावणीय आहेत. त्यामुळे शरीरात साठवली जात नाहीत. म्हणून रोजच्या आहारात गरजेची. या जीवनसत्त्वाच्या अभावी स्वर्ही (Scurvey) हा आजार होतो. हिरड्या कमकुवत होतात व त्यातून रक्त येते.

जीवनसत्त्व D गट :

रासायनिक नाव – कॅल्सिफिरॉल (Calciferol). सूर्यप्रकाशातील अतीनील किरणांद्वारे शरीरात तयार होणारे एकमेव जीवनसत्त्व आहे. सूर्याच्या कोवळ्या उन्हातील अतिनील किरणांमुळे त्वचेत तयार होते. शरीरात 'कॅल्शिअम' शोषणासाठी आवश्यक असणारे व्हिटॅमिन. चरबीत द्रावणीय असणारे हे जीवनसत्त्व दूध, लोणी, यातूनही कॉड लिव्हर ऑईल यातूनही मिळते. व्हिटॅमिन D च्या कमतरतेने मुद्दूस किंवा रिकेट्स (rickets) हा आजार होतो. दात व हाडाच्या वाढीसाठी आवश्यक असणाऱ्या या जीवनसत्त्वाअभावी अस्थिरोग होतात. जसे ऑस्टियो मॅलेशिया.

जीवनसत्त्व E गट :

या जीवनसत्त्वाचे रासायनिक नाव आहे – टोकोफिरॉल (Tocopherol) गहू, वाटाणा, मका, हिरव्या पालेभाज्या, अंकुरित कडधान्ये ही या जीवनसत्त्वाची काही स्रोते आहेत.

चरबीत द्रावणीय असलेले हे जीवनसत्त्व A जीवनसत्त्वाचा नाश टाळते. कमतरतेमुळे पुनरुत्पादनक्षमता (Fertility) कमी होते. नपुंसकत्व, वांझपणा (Sterility) येतो.

जीवनसत्त्व K गट :

या जीवनसत्त्वाचे रासायनिक नाव म्हणजे थिओकोल (phthiocol) यास मॅनोफथोन (menophthone) असेही म्हणतात. आंबा, अंड्याच्या बतक, हिरव्या पालेभाज्या, मासे, गहू, दूध हे काही स्रोते आहेत.

चरबीत विरघळणारे हे जीवनसत्त्व रक्ताचे गोठणे वा साकळणे जलद करते; या जीवनसत्त्वाअभावी 'हिमोरेजिस' आजार होतो.

(E) खनिज मूलद्रव्ये (Mineral-elements) :

मानवास एकूण १७ प्रकारची खनिजमूलद्रव्ये आवश्यक असतात. शरीराचे आरोग्य चांगले टिकविण्यासाठी, अत्यल्प प्रमाणात ती आवश्यक असतात.

जागतिक आरोग्य संघटना (WHO) नुसार आरोग्य म्हणजे 'शारीरिक, मानसिक व सामाजिक स्वास्थ'

कॅल्शिअम मूलद्रव्य दात व हाडासाठी आवश्यक असते. कॅल्शिअम शिवाय फॉस्फरसचे प्रमाणही शरीरात दात व हाडांच्या वाढ व विकासासाठी आवश्यक असते. अन्यथा ऑस्टीओपोरॅसिस (Osteoporosis) हा हाडे ठिसूळ होणारा आजार होतो. रक्तातील हिमोग्लोबिनच्या निर्मितीसाठी लोह, दंतक्षय रोखण्यासाठी फ्ल्युओरिन (Fluorine) कंठस्थ ग्रंथीत थायरॉक्झिन हार्मोन तयार होण्यासाठी आयोडिन, या खनिज मूलद्रव्यांची गरज असते.

(F) स्निग्ध पदार्थ :

चरबी व मेद हे स्निग्ध पदार्थ शरीराला ऊर्जा पुरवितात. त्यांचे प्रमाण वाढल्यास लठ्ठपणा (Obesity) वाढतो. B व C सोडून इतर जीवनसत्त्वे शरीरात चरबीत साठवली जातात. चरबी व मेद यांचे विघटन करणारे विकर म्हणजे लायपेज. शरीरात चरबी 'अडिपोज ऊती' मध्ये साठवली जाते. ऊती म्हणजे पेशींचा समूह.

कठीण कवचाची फळे जसे बदाम, आक्रोड यात स्निग्ध पदार्थांचे प्रमाण भरपूर असते.

फॅट काढून घेतलेल्या दुधात व्हिटॅमिन A व D चे प्रमाण कमी असते कारण ती चरबीत द्रावणीय आहेत.

दुधाला पूर्ण अन्न (Complete Food) म्हणतात. मात्र, त्यात नसणारे जीवनसत्त्व म्हणजे जीवनसत्त्व C. चहातील 'टॅनिन' चा दुष्परिणाम कमी करण्यासाठी त्यात दूध मिसळणे योग्य असते.

सूक्ष्मजीव (Micro-organisms) :

सूक्ष्मजीवाचे पाच गट करतात – (१) विषाणू (Virus), (२) जिवाणू (Bacteria), (३) आदिजीव (Protozoans), (४) शैवाल (Algae), (५) कवक (Fungus)

(A) विषाणू (Virus) :

विषाणू अपेशीय (acellular) सूक्ष्मजीव खरेतर न्यूक्लिक आम्ल असणारा मोठा प्रथिन रेणू. सजीवांत सर्वांत सूक्ष्म सजीव व निर्जीव दोघांचे काही गुणधर्म दाखवतो.

सजीव गुणधर्म जसे – वाढ होणे, पुनरुत्पादन

निर्जीव गुणधर्म जसे – श्वसनक्रिया नसणे, स्फटिकीरण करता येणे इत्यादी.

विषाणू मानव व वनस्पतींना हानिकारकच असतात.

मानवाला पुढील रोग विषाणूंमुळे होतात –

देवी (Small pox), शीतज्वर (Influenza-flu), स्वाइन फ्ल्यू (Swine flu), गोवर (measles), कावीळ (Juandice), बालपक्षाघात किंवा पोलिओ (Polio), श्वानदंशरोग (Rabies) किंवा हाड्रोफोबिया, एड्स (AIDS), डेंग्यू (Dengue). कोमा कंजक्टिव्हायटिस यांसारखे नेत्रविकार, सर्दी–पडसे, गालफुगी.

एडवर्ड जेन्नर (Edward Jenner) यांनी देवीच्या लशीचा शोध लावला. त्यांना प्रतिरक्षा विज्ञानाचा जनक म्हणतात.

श्वानदंश रोग (रेबीज) यावरची लस लुईस पाश्चर यांनी शोधली.

१९५३ मध्ये डॉ. साल्क यांनी पोलिओ लस शोधली.

कावीळ आजारात यकृत (liver) या शरीर अवयवावर जास्त अपाय होतो. यकृत शरीरातील सर्वांत मोठी ग्रंथी आहे. काही प्रमाणात यकृत खराब झाल्यावर त्याला 'रिपेअर' करण्याची नैसर्गिक शक्ती मानवी शरीरात असते. 'जंतूंपासून (सूक्ष्मजीवांपासून) रोग होतात' हे सत्य लुईस पाश्चर यांनी दाखवून दिले.

संसर्गजन्य रोगाचे (contagious diseases) जंतू स्पर्श, हवा, पाणी, अन्न, मानव, प्राणी यांमार्फत पसरतात.

पोलिओ आजार ५ वर्षांखालील मुलांना होतो. या रोगाचे विषाणू लहान मुलांच्या विष्ठेमार्फत वातावरणात पसरतात. एकाच वेळी सर्व ५ वर्षांखालील मुलांच्या शरीरातील पोलिओ विषाणू नष्ट करण्यासाठी 'पोलिओ लस' एकाच वेळी सर्वांना देणे गरजेचे असते. विषाणू संबंधीच्या अभ्यासाला virology म्हणतात.

'इंडियन इन्स्टिट्यूट ऑफ व्हायरॉलॉजी' ही संस्था पुणे येथे आहे.

रशियन वनस्पतिशास्त्रज्ञ इवानोस्का यांनी १८९२ साली विषाणूंचे अस्तित्व प्रथमत: शोधून काढले. तंबाखूच्या पानावरील ठिपक्यांच्या रोगात त्यांना सापडलेला विषाणू म्हणजे टोबॅको मोझॅक व्हायरस (TMV).

१९३१ साली शीतज्वर (Flu) चा विषाणू सापडला.

एड्स या रोगाचे विषाणू प्रथम अमेरिका देशात सापडले (१९८१).

भारतात एड्स रोगी प्रथम तमिळनाडू राज्यात सापडला. एलायझा चाचणी एड्स रोगाच्या निदानासाठी वापरतात.

१९६३ साली पहिला डेंग्यू रुग्ण भारतात कोलकातामध्ये सापडला.

पोलिओ रोगात 'चेतासंस्थेस' इजा पोहचते.

दूषित रक्त, असुरक्षित शरीरसंबंध, एड्सग्रस्त माता, दूषित सिरिंज यांद्वारा प्रामुख्याने एड्स रोग पसरतो.

इन्फ्ल्युएन्झा (किंवा केवळ फ्ल्यू) हा श्वसनसंस्थेचा आजार आहे.

फ्ल्यू (शीतज्वर) रोगाच्या विषाणूचे नाव – आर्थोनिक्सो व्हायरस

कॉमन कोल्ड किंवा सर्दीच्या विषाणूचे नाव – रायनो व्हायरस

एड्स रोगाच्या विषाणूचे नाव – एच. आय. व्ही. (ह्युमन इम्युनो व्हायरस)

डेंग्यूच्या विषाणूचे नाव – फ्लेव्ही व्हायरस

चिकनगुनियाच्या विषाणूचे नाव – टोगा व्हायरिडे

बर्ड फ्ल्यू विषाणू – H_5N_1 किंवा एच-5 एन-1

स्वाइन फ्ल्यू विषाणू – H_1N_1

'लिव्हर सिऱ्होसिस' हा यकृताचा आजार आहे.

विषाणू प्रथिन थरास कॅप्सिड (Capsid) म्हणतात.

एड्सचे विषाणू रक्तातील पांढऱ्या पेशीत वाढतात व त्यांचा नाश करतात म्हणून एड्स रुग्णाची रोग–प्रतिकार शक्ती कमी होते.

डेंग्यू (dengue) या रोगाच्या विषाणूचे वाहक **'एडीस एजिप्ती'** हे डास असतात.

(B) जीवाणू (Bacteria) :

जीवाणू हे एकपेशीय (unicellular) सूक्ष्मजीव आहेत. काही फायदेशीर तर काही हानिकारक ठरतात.

जीवाणू फायदेशीर कसे ठरतात हे खालील उदाहरणांवरून स्पष्ट होते.

दुधाचे दही बॅक्टेरियामुळे होते.

वनस्पतींना नत्र (नायट्रोजन) पुरविण्याचे काम मुळावरील गाठींवरील बॅक्टेरिया करतात.

जीवाणूंपासून खते तयार करता येतात. उदा. ऑझटोबॅक्टर, रायझोबिअम, ऑझोस्पायरिलम.

मात्र काही बॅक्टेरियांमुळे मानव व वनस्पती यांना अनेक रोग होतात.

मानवाला जिवाणुंमुळे पुढील रोग होतात.

पटकी किंवा कॉलरा (Cholera), विषमज्वर (Typhoid), कुष्ठरोग (Leprosy), क्षय (Tuberculosis or TB), घटसर्प (Diphtheria), प्लेग (Plague), धनुर्वात (Tetanus), मेंदू मज्जावरण दाह किंवा मेंदूज्वर (Meningitis, Tuberculosis), डांग्या खोकला (Whooping cough), न्युमोनिया (Pneumonia).

कॉलरा जीवाणूचे नाव – व्हिब्रिओ कॉलरी

घटसर्प जीवाणूचे नाव – कोरिन बॅक्टेरिअम डिप्थेरी

प्लेग जीवाणूचे नाव – पॉसट्युरेला पोल्टेस

मॅनेंजायटिस (मेंदूज्वर) जीवाणूचे नाव – निसेरयि मॅनेंजायटिस

न्यूमोनिया जीवाणूचे नाव – डिप्लोकॉकस न्यूमोनी

धनुर्वात (टिटनस) जीवाणूचे नाव – क्लॉस्ट्रीडिअम टिटॅनी

डांग्या खोकला जीवाणूचे नाव – हिमोफिलस परट्यूसिस

डॉ. एडवर्ड जेन्नर यांनी देवी रोगाच्या लसीशिवाय कॉलरा, कांजण्या (Chiocken pox) यांच्याही लसी शोधल्या.

डॉ. एडवर्ड जेन्नर यांना 'लसीकरणाचा जनक' मानतात.

रॉबर्ट कॉक यांनी कॉलरा व क्षय रोगांचे जंतू शोधले.

पोटॅशिअम परमँगनेट ($KMnO_4$) या संयुगाचा उपयोग प्रामुख्याने कॉलऱ्याचे जंतू मारण्यासाठी करतात.

कॉलरा प्रसार दूषित पाणी व घरमाशी यांमुळे होतो.

स्ट्रेप्टोमायसिन (streptomycin) हे टी. बी. वरील प्रमुख प्रतिजैवक औषध आहे. क्षय किंवा टी. बी. वर हे प्रतिजैवक वापरल्यास दिसून येणारा सहपरिणाम (side effect) म्हणजे बहिरेपणा (deafness) येणे.

क्षय रोग टाळण्यासाठी लहान मुलांना बी. सी. जी. लस देतात. बी. सी. जी. (B.C.G.) लसीचे शोधक – कालमेट व गुएरिन.

कुष्ठरोगाच्या जीवाणूचा शोधक – डॉ. आरमार हॅन्सन

कॉलरा प्रतिबंधासाठी लसीकरण, डी. डी. टी. फवारून घर माशा मारणे, पिण्याचे पाणी उकळून गार करून पिणे हे उपाय केले जातात. वांत्या व जुलाब ही कॉलरा रोगाची लक्षणे आहेत.

घटसर्पचे जीवाणू लोफ्लर यांनी शोधले. घटसर्प व धनुर्वात यांची लस एमिल बेहरिंग यांनी शोधली.

भारतातील सुमारे २/३ आजार दूषित पाण्यामुळे होतात. उदा. कॉलरा, विषमज्वर, अतिसार, कावीळ, जंत.

जीवाणूसारख्या हानीकारक सूक्ष्मजीवांचा नाश शरीरातील पांढऱ्या पेशी (WBC) करतात.

मृत प्राणी व वनस्पती यांच्या विघटनाचे काम जीवाणू करतात.

गोवर, पोलिओ, क्षय, घटसर्प, डांग्या खोकला आणि धनुर्वात या सहा रोगांपासून मुलांचा बचाव करण्यासाठी जागतिक आरोग्य संघटना (W.H.O.) ने १९९४ साली लसीकरण कार्यक्रम सुरू केला.

जीवाणूसंबंधीच्या अभ्यासाला बॅक्टेरिऑलॉजी (Bacteriology) म्हणतात.

खोकला येणे व थुंकीतून रक्त पडणे ही क्षयरोगाची लक्षणे आहेत.

'पाश्चरायझेशन' या प्रक्रियेत द्रव्य पदार्थ जसे मद्य व दूध उच्च तापमानापर्यंत तापवून शीघ्रगतीने थंड करतात यामुळे हानिकारक जीवाणू नष्ट होतात. मात्र, दुधाच्या पाश्चरायझेशनमुळे 'बी' जीवनसत्त्वाचा नाश होतो.

आंतरराष्ट्रीय प्रवासाच्यावेळी कॉलरा प्रतिबंधक लस टोचून घेणे बंधनकारक आहे.

प्लेगच्या जीवाणूचा वाहक 'पिसू' (शास्त्रीय नाव Xenopsylla Cheopis) असतात. पिसवांचा प्रसार उंदरांमुळे होतो.

भारत कुष्ठरोगमुक्त देश झाल्याचे तत्कालीन केंद्रीय आरोग्य मंत्री अंबूमणी रामदास यांनी फ्रेबुवारी २००६ मध्ये जाहीर केले.

'सेंट्रल लेप्रसी रिसर्च इन्स्टिटट्यूट' चिंगलपूट, तामिळनाडू येथे आहे. कुष्ठरोगावर MDT (Multiple Drug Theorapy) उपचार पद्धती वापरतात. लॅम्प्रीन, डेप्सॉन, रिफामसीन ही कुष्ठरोगाची औषधे आहेत.

प्राथमिक अवस्थेतील कुष्ठरोग बरा करण्यासाठी 'रोम' नावाचे औषध वापरतात.

प्रतिजैवक म्हणजे Anti-biotic म्हणजे Anti-bacterial म्हणजे जीवाणू विरोधी.

ॲलेक्झांडर फ्लेमिंग यांनी १९२९ मध्ये पेनिसिलिअम या बुरशी (कवक) पासून पेनिसिलिन (Penicillin) हे पहिले प्रतिजैवक औषध शोधले.

मीठयुक्त लोणच्यात बॅक्टेरिया जिवंत रहात नाहीत. फ्रीजमध्ये थंड तापमानामुळे अन्नाचा नाश करणारे सूक्ष्मजीव वाढत नाहीत.

(C) आदिजीव (Protozones) :

आदिजीव एकपेशीय (Unicellular) असतात. अन्नासाठी दुसऱ्यावर अवलंबून असतात. उदा. अमिबा, पॅरामेशिअम.

अनेक प्रकारचे रोग मानवाला होतात. जसे हगवण (Desentry), हिवताप (मलेरिया Maleria), निद्रानाश (Sleeping Sickness), खरूज, पीतज्वर, अमांश, काला आजार.

मलेरिया (हिवताप) यावर वापरण्यात येणारे नैसर्गिक औषध म्हणजे – क्विनाइन. हे सिंकोना झाडापासून मिळवितात. मलेरिया व पीतज्वराचे (आदिजीव) व लस रोनॉल्ड रॉस यांनी शोधली.

मलेरिया व पीतज्वर (Yellow fever) या रोगांच्या आदिजीवांचे वाहक – डास असतात.

<u>ॲनाफिलेस डासाची मादी</u> (Female Anopheles Mosquito) मलेरिया रोगाच्या परजीवाचे वाहक असतात.

<u>क्युलेक्स</u> डास <u>हत्तीपाय रोग</u> किंवा <u>फिलारियासिस</u> (Filariasis) या रोगाच्या आदिजीवाचे वाहक आहेत.

११ नोव्हेंबर 'राष्ट्रीय फिलारिया दिन' म्हणून पाळतात. रक्तातील फिलारियासिस (Filariasis) रोगाचे आदिजीव नष्ट करण्यासाठी DEC औषधाच्या गोळ्या शासनातर्फे मोफत वाटण्यात येतात.

खरूज रोगाच्या आदिजीवाचे नाव – सारकॉप्टिक स्केबी.

निद्रानाश आजाराच्या आदिजीवाचे नाव – टायर्पेनोसोमा गॅम्बीयन्स

मलेरिया रोगाच्या आदिजीवाचे नाव – प्लासमोडिअम व्हायव्हॅक्स

फिलारियासिस रोगाच्या आदिजीवाचे नाव – बुचेरेरिया बन क्रोफ्टी

अमेबिक डिसेंट्रीच्या आदिजीवाचे नाव – एन्टोमीबा हिस्टोलेक्टिक

अमिबा हा आदिजीव आपल्या छद्मपाद (Pseudo-podia) द्वारा हालचाल करतो.

मलेरिया आजारात शरीरातील सुजणारा अवयव म्हणजे – प्लीहा (Spleen)

(D) शैवाल (Alage) :

शैवाल एकपेशीय (Unicellular) किंवा अनेकपेशीय (multicellular) असतात. शैवालात हरितद्रव्य असते म्हणून स्वत:चे अन्न तयार करू शकतात.

शैवालांचे रंगावरून वर्ग पडतात.

उदा. नॉस्टॉक (Nostoc) हे नील–हरित शैवाल आहे. युग्लिना (Euglena) हे भडक हिरव्या रंगाचे शैवाल आहे.

स्पायरोगायरा, सॉरगॅसम, उडोगोनिअम ही शैवालाची आणखी काही उदाहरणे.

डेस्मीडे ही शैवालात सर्वांहून आकाराने लहान व रचनेने साधी असणारी शैवाले आहे.

युलोथ्रिक्स (Ulothrix) हे गोड्या पाण्यातील शैवाल आहे.

स्पायरोगायरा हेही गोड्या पाण्यात आढळणारे शैवाल आहे.

शैवालाच्या काही जातींचा अन्न म्हणून उपयोग होतो.

अगार–अगार पावडर एका प्रकारच्या शैवालापासून मिळवितात. खत म्हणून शैवालांचा वापर होतो. 'आयरीश मॉस' ही कातडी कमावण्याच्या उद्योगात वापरतात. ही पावडर शैवालापासून मिळवितात.

लायकेन (Lichen) म्हणजेच दगडफूल, याचा वापर मसाल्यासाठी करतात, लायकेन हा शैवाल व कवक यांच्यापासून तयार झालेला सजीव होय.

लायकेन हे 'हवा प्रदूषणाचे' चांगले दर्शक असतात.

शैवालात सर्वांत मोठा प्रकार म्हणजे 'मॅक्रोलिप्टस' (Macro-tystis)

(E) कवक (Fungus) :

कवक एकपेशीय किंवा अनेकपेशीय सूक्ष्मजीव आहेत. कवकात हरितद्रव्य नसते म्हणून अन्नासाठी, पोषणासाठी दुसऱ्यावर अवलंबून रहावे लागते.

उदा. बुरशी (mould), किण्व (yeast) भूछत्र किंवा मशरूम, म्युकर.

काही कवक उपयोगी पडतात तर काही हानिकारक आहेत. आता कवक उपयोगी कसे ? याची काही उदाहरणे पाहू.

कवकाच्या काही जाती अन्न म्हणून उपयोगी पडतात. उदा., मशरूमच्या काही जाती खातात. यीस्टचा उपयोग विटॅमिन 'बी' चा स्रोत म्हणून होतो. पेनिसिलिअम बुरशीपासून 'पेनिसिलिन' प्रतिजैवक तयार करतात. व्हिनेगार, मद्य इत्यादी किण्वन (fermentation) पद्धतीने तयार होणाऱ्या पदार्थांसाठी किण्व (यीस्ट)चा वापर होतो.

हानिकारक कसे ? मानवाला कातडीचे रोग होतात. उदा., गजकर्ण, नायटा, अन्न दूषित बनते.

सडक्या फळावर वाढणारे म्युकर हे कवक आहे. किण्व शर्करायुक्त फळावर चांगले वाढतात. म्युकर हे तंतू रंगहीन दिसतात कारण त्यात हरितद्रव्याचा अभाव असतो.

किण्व (यीस्ट) या एकपेशीय कवकाचा शोध लिब्रेन हॉल यांनी १६८० मध्ये लावला. शर्करायुक्त फळांपासून मद्य तयार करण्यासाठी मैद्यापासून ब्रेड तयार करण्यासाठी यीस्टचा वापर करतात.

बोर्डो मिश्रण (मोरचूद (म्हणजे कॉपर सल्फेट) व चुना व पाणी) कवकनाशक म्हणून वापरतात. सल्फर–३५ या किरणोत्सारी समस्थानिकाचा उपयोगही कवकनाशक म्हणून करतात. बोर्डो मिश्रणाचा शोध फ्रान्सच्या मिलार्डेट या शास्त्रज्ञाने १८८२ मध्ये लावला.

किण्वन प्रक्रियेत कर्बोदकांचे (उदाहरणार्थ – पिष्टमय पदार्थ, शर्करा) यांचे किण्व विघटन घडवून आणतात. किण्वन म्हणजे यीस्ट, जीवाणू यांसारख्या सूक्ष्म सजीवांचे ऑक्सिजनविना घडणारे श्वसन होय. किण्वन प्रक्रियेत कार्बन–डाय–ऑक्साईड वायू मुक्त होतो. उदा.

$$C_6H_{12}O_6 \quad \longrightarrow \quad 2CO_2 + 2C_2H_5OH$$
ग्लुकोज शर्करा

पाव, इडली, पदार्थ किण्वन प्रक्रियेने यीस्टद्वारा तयार करतात. मुक्त झालेला CO_2 पदार्थांना हलके – फुलके करण्यास कारणीभूत ठरतो.

गव्हावर पडणारा तांबेरा, ज्वारी, उसावरील काजळी रोग, राई, बाजरी वरील अर्गट, द्राक्षावरील भूरी हे रोग कवकामुळे होतात.

कवक व कवक रोगांचा अभ्यास करणारी शास्त्रशाखा म्हणजे मायकोलॉजी (Mycology).

स्ट्रेप्टोमायसिन, टेरामायसिन, निओमायसिन, पेनिसिलिन ही प्रतिजैवके कवकांपासून मिळविता येतात.

इंजेक्शनरूपात पेनिसिलिनचा शोध लावणारे शास्त्रज्ञ डॉ. फ्लोरा व डॉ. चेन.

साखरेच्या किण्वन प्रक्रियेत यीस्ट झायमेज (Zymase) नावाचे विकर (enzyme) तयार करते.

रक्त (Blood) :
- सर्वसामान्य प्रौढ व्यक्तीच्या शरीरात साधारणपणे ५ ते ६ लिटर रक्त असते.
- निरोगी प्रौढ व्यक्तीच्या रक्ताचा दाब १२०/८० mm of Hg इतका असतो.
- 'थायसेलमिया' या आजारात शरीरात रक्त तयार होण्याची प्रक्रिया थांबते.
- रक्त गोठण्याच्या कामी येणारे प्रथिन – फायब्रिनोजेन. रक्त गोठण्याच्या वेळी फायब्रिनोनेनचे रूपांतर फायब्रीनमध्ये होते.
- हिमोफिलिया या आजारात शरीरातील रक्त गोठण्याची क्रिया नष्ट होते. हा आनुवंशिक आजार आहे.

○ रक्तदाब मोजण्यासाठी वापरण्यात येणारे संयंत्र – स्पेग्मोमॅनोमीटर (Sphygmomanometer)

○ रक्ताचे चार गट आहेत. A, B, AB आणि O

○ रक्तातील लाल पेशीवर खास प्रकारचे प्रोटिन (प्रथिन) असते. याला 'ऱ्हिरास फॅक्टर' म्हणतात ऱ्हिसरास फॅक्टर असेल तर रक्तगट Rh +ve असतो नसेल तर रक्तगट Rh -ve असतो.

○ AB रक्तगटाला सर्वग्राही (Universal acceptor) रक्तगट व O रक्तगटाला सर्वदाता (Universal donor) रक्तगट म्हणतात.

○ डॉ. लॅन्डस्टायनर यांनी रक्तगट शोधून काढले. या कार्यासाठी त्यांना १९३० सालचे वैद्यकशास्त्राचे नोबेल पारितोषिक मिळाले.

○ रक्तातील साखरेचे प्रमाण अती वाढल्याने होणारा संभाव्य आजार म्हणजे मधुमेह (Diabetes). मधुमेह– रुग्णाची जखम लवकर बरी होत नाही कारण रक्त लवकर गोठत नाही.

○ ऑक्सिजन वहनाचे कार्य रक्तातील तांबड्या किंवा लोहित पेशी करतात. लोहित पेशी 'अस्थिमज्जा'– मध्ये तयार होतात. तांबड्या पेशीचे आयुष्य १२० दिवसांचे असते. रक्ताला लाल रंग तांबड्यापेशीमुळे येतो; तर तांबड्या पेशींना तांबडा रंग हिमोग्लोबिनमुळे येतो. हिमोग्लोबिन तयार होण्यासाठी लोहाची आवश्यकता असते. हिमोग्लोबिन हे रक्तातील प्रथिन आहे.

○ O प्रकारच्या रक्तगटाचे शोधक – डी कॅस्टेलो (De Castello) आणि स्टुर्ली (Sturli) शोध १९०२ साली लावला.

○ 'ब्लड ट्रान्सफ्युजन' या प्रक्रियेत एकाच गटाचे रक्त, एका व्यक्तीच्या शरीरातून दुसऱ्या व्यक्तीच्या शरीराला देण्यात येते.

○ रक्ताचे शरीरात शुद्धीकरण करणारा अवयव म्हणजे – किडनी. प्रत्येक व्यक्तीच्या शरीरात दोन किडन्या असतात. एक किडनी खराब झाली तरी उरलेल्या एका किडनीने रक्त शुद्ध होत रहाते. दोन्ही किडन्या निकामी झाल्यास व्यक्तीच्या शरीरातील रक्ताचे शुद्धीकरण यांत्रिक प्रक्रियेने करावे लागते या प्रक्रियेस डायलॅसिस (Dialysis) म्हणतात.

○ शरीरात रक्ताचे प्रमाण कमी झाल्यावर होणारा आजार म्हणजे रक्तक्षय(ॲनिमिया).
लोह या खनिज मूलद्रव्य व B-12 जीवनसत्त्वाअभावी ॲनिमिया होतो.
लोह हे हिमोग्लोबिनमधील प्रमुख धातू मूलद्रव्य आहे. अस्थिमज्जा (Bone marrow) यास शरीराची रक्तपेढी म्हणतात.

मानवी शरीरातील महत्त्वाच्या ग्रंथी (Glands) :
यकृत ही शरीरातील सर्वांत मोठी ग्रंथी आहे. तर सर्वांत लहान अशी ग्रंथी आहे – कंठस्थ ग्रंथी. शरीरातील अतिरिक्त साखर यकृतात साठवली जाते. ग्रंथीतून स्रवणाऱ्या स्रावाला संप्रेरक (हार्मोन्स) म्हणतात. शरीरात अवयवरूपाने जन्मापासून असणारी परंतु यौवनास्थेत कार्यरत होणारी ग्रंथी म्हणजे लैंगिक ग्रंथी. लैंगिक ग्रंथीत, पुरुषात वयात आल्यावर तयार होणारे हार्मोन्स म्हणजे 'टेस्टोस्टिरोन' (testosterone). स्त्रीमध्ये वयात आल्यावर लैंगिक ग्रंथीतून स्रवणारे हार्मोन्स म्हणजे 'ओईस्ट्रोजेन' (Oestrogen).
रेनिन संप्रेरक लहान आतड्यात स्रवते.
बालपणात क्रियाशील असणारी परंतु वाढत्या वयानुसार कमी कमी होऊन नाहीशी होणारी ग्रंथी म्हणजे– थायमस ग्रंथी.

कंठस्थ ग्रंथी (Thyroid Gland) मधून 'थायरॉक्झिन' नावाचे हार्मोन स्रवते. या अभावी गॉयटर (गलगंड) नावाचा आजार होतो. थायरॉक्झिन हार्मोनच्या निर्मितीसाठी आयोडिनची आवश्यकता असते.

स्वादुपिंड (Pancreas) मधून इन्शुलिन (Insulin) हार्मोन स्रवते. कृत्रिम इन्शुलिनचा शोधक शास्त्रज्ञ– बेटिंग (Banting).

मेंदूच्या जवळपास असणाऱ्या पियूषिका ग्रंथी (Pituitary gland) ला 'मास्टर ग्लॅण्ड' म्हणतात. या ग्रंथीतून वाढीचे संप्रेरक निर्माण होते. या ग्रंथीस मस्तिष्क ग्रंथी असेही म्हणतात.

'इमर्जन्सी ग्लॅण्ड' म्हणून ओळखली जाणारी ग्रंथी म्हणजे ॲड्रिनल मेडुला (Adrenal Medulla). आणिबाणीच्या प्रसंगी, तणावाखाली या ग्रंथीतून ॲड्रिनलीन (Adrenaline) हे हार्मोन स्रवते. त्यामुळे मेंदूला तत्काळ संदेश मिळतो.

पॅरा थायरॉइड ग्लॅण्डद्वारा शरीरातील 'कॅल्शिअम' चे संतुलन राखले जाते.

● शरीरशास्त्र (Physiology) :

आजच्या विज्ञान युगात मानवासाठी अन्न, वस्त्र, निवारा यानंतर प्राधान्यक्रम येतो तो आरोग्य व शिक्षणाचा. मानव हा सस्तन प्राणी आहे. मानवाचे प्राणीशास्त्रीय नाव आहे होमो सॅपियन्स (Homo Sapiens). अस्तित्वात असलेल्या पाठीचा कणा असणाऱ्या प्राण्यांचे ढोबळमानाने पुढीलप्रमाणे वर्गीकरण करतात–

१) सस्तनी प्राणी (Mammals) : जमिनीवर वास्तव्य असते. मादी पिलांना जन्म देते. मादी पिल्लांना स्तनपानाने वाढविते. स्त्रीबीजाचे फलन शरीरात होते. मात्र, देवमासा (Whale) हा सस्तन प्राणी पाण्यात राहतो. वटवाघूळ (Bat) हा सस्तन प्राणी पक्ष्यांसारखा हवेत उडतो.

२) पक्षीवर्गीय प्राणी (Birds) : पंख असल्याने हवेत उडतात. अंड्याचे फलन मादीच्या शरीरात होते. पक्षी व इतर पृष्ठवंशीय प्राणी (Vertebrates) यांच्यातील फरक म्हणजे, पक्ष्यांची हाडे वजनाने हलकी व सच्छिद्र असतात.

३) मत्सवर्गीय प्राणी (Pisces / Fish) : पाण्यात राहतात. पाण्यात विरघळलेल्या ऑक्सिजनचा कल्ल्याद्वारे (gills) श्वसनासाठी वापर करतात. त्वचा खवल्यांची (scales) असते. अंड्याचे फलन शरीराबाहेर होते.

४) सरपटणारे प्राणी (Reptiles) : जमिनीवर सरपटत चालतात. फुप्फुसांद्वारे श्वसन करतात व साधारणपणे खवल्यांची त्वचा असते. अंड्याचे फलन शरीरात होते.

५) उभयचर प्राणी (Amphibians) : जमिनीवर व पाण्यातही राहू शकतात. खवलेयुक्त त्वचा नसते. अंड्याचे फलन शरीराबाहेर होते.

उत्क्रांती काळात मेंदू (Brain) या अवयवाचा विलक्षण विकास झाल्याने प्राण्यात मानव हा सर्वात प्रगत व बुद्धिमान प्राणी बनला आहे. मानवाच्या डोक्याच्या कवटीत दोन मेंदू असतात. मोठा मेंदू पुढील भागात व लहान मेंदू मागच्या भागात. शरीराचे व शरीरक्रियांचे नियंत्रण मेंदू करतो. सेरेब्रम (cerebrum), सेरेबेलम (cerebellum) व मेडुला ओबलाँगाटा (medulla oblongata) असे तीन भाग पाडतात. सेरेबेलमचा डावा भाग शरीराच्या उजव्या भागाच्या समन्वयांचे व नियंत्रणाचे कार्य करतो तर उजवा भाग शरीराच्या डाव्या भागांचे नियंत्रण करतो.

शरीरातील वेगवेगळ्या अवयवांच्या सहयोगाने वेगवेगळ्या शरीरसंस्था कार्य करत असतात. जसे चेतासंस्था (Nervous System), पचन संस्था (Digestive System), श्वसनसंस्था (Respiratory System),

प्रजनन संस्था (Reproductive System), रक्ताभिसरण संस्था (Blood circulation System), उत्सर्जन संस्था (Excretion System) इत्यादी. मानवी शरीराचे कार्य स्पष्ट होण्यासाठी अनेक शास्त्रज्ञांचे योगदान महत्त्वाचे ठरले आहे. उदा. चार्ल्स डार्विन (उत्क्रांतिवादाचा जनक), ग्रेगर मेंडेल (अनुवंशशास्त्राचा जनक), विल्यम हार्वे (रक्ताभिसरणाचा शोधक).

पेशी (Cell) हा सर्व सजीवांच्या संरचनेचा मूलभूत घटक आहे. पेशींचा अभ्यास करणाऱ्या शास्त्र शाखेस सायटॉलॉजी (Cytology) म्हणतात. पेशींचा शोध प्रथमत: रॉबर्ट हूक शास्त्रज्ञाने लावला. प्राणी व वनस्पती यांच्या पेशी सर्व बाबतीत सारख्या नसतात. जसे प्राणी-पेशींचे आवरण प्रोटप्लॅझम (Protoplasm) पासून बनलेले असते तर वनस्पती पेशी आवरण सेल्युलोज (cellulose) पासून बनलेले असते.

पेशीद्रव्य (cytoplasm), तंतुकणिका (mitochondria), रिक्तिका (vacuole), पेशी केंद्रक (cell nucleus) असे काही भाग दोन्हीत असतात मात्र त्यांची भिन्नता पुढीलप्रमाणे दाखवता येऊ शकते. प्राणी पेशीत हरितद्रव्य नसते. परपोषी असतात. सेंद्रिय अन्नावर वाढतात. वनस्पतीपेशीत हरितलवकात (chloroplast) मध्ये असणाऱ्या हरितद्रव्यामुळे त्या प्रकाशसंश्लेषणाने अन्न तयार करतात म्हणून त्या स्वयंपोषी असतात. प्राणी पेशींची वाढ ठराविक ठिकाणी होते. वनस्पती पेशी सर्व ठिकाणी अमर्याद वाढू शकतात. प्राणी पेशी बाह्य उद्दिपनास खूप जास्त प्रतिसाद देतात मात्र वनस्पतीपेशी खूप कमी प्रतिसाद देतात.

मानवाच्या पेशीतील पेशीद्रव्यात RNA व मानवाच्या पेशीतील केंद्रकामध्ये DNA ही आम्ले असतात. ही केंद्रकीय आम्ले म्हणजे महत्त्वाची जैविक बहुवारिके (Bio-polymers) आहेत; व ती बनण्यासाठी प्रथिनांची आवश्यकता असते.

DNA (डी ऑक्सी रायबो न्यूक्लिक ऑसिड Deoxy Ribo Nucleic Acid) चा शोधक शास्त्रज्ञ डॉ. कॉनबर्ग यांना शोधाबद्दल १९५९ चे नोबेल पारितोषिक देण्यात आले. १९५३ साली DNA ची द्विसर्पील (Double Helix) संरचना स्पष्ट करणाऱ्या जेम्स वॉटसन, फ्रिन्सिस क्रिक व मॉरिस विल्किन्स यांनाही नोबेल पोरितोषिक मिळाले.

मानवी पेशीकेंद्रकात गुणसूत्राच्या (Chromosomes) २३ जोड्या असतात. गुणसूत्रे जनुकां (Genes) पासून बनलेली असतात. जनुके ही DNA पासून बनतात तर DNA रेणू न्युक्लिओटाईड्स (Nucleotides) पासून बनलेले असतात. प्रथमत: न्युक्लिओटाईड्सची कृत्रिम निर्मिती १९१४ साली हरमन फिशर (Hermann Fischer) यांनी केली.

प्रत्येक न्युक्लिओटाईड तीन घटकांपासून बनलेला असतो- अ) नायट्रोजनयुक्त प्रथिन पदार्थ ब) ५ कार्बन अणुयुक्त शर्करा क) फॉस्फरस गट. फॉस्फरस गट DNA रेणूंना जोडण्यास आवश्यक असतो.

DNA मधील नायट्रोजनयुक्त प्रथिने म्हणजे, ऑडिनाईन (Adinine = A) ग्वॉनाईन (Guanine = G), सायटोसाईन (cytosine = C), व थायमाईन (Thymine = T)

DNA च्या दोन तंतू (strands) मध्ये नेहमी G व C यांची जोडी असते तसेच नेहमी A व T यांची जोडी असते. RNA म्हणजे रायबो न्यूक्लिक ऑसिड. एका तंतूपासून (single strand) पासून बनलेली असतात. DNA रेणूपेक्षा RNA रेणू आकाराने लहान असतात. RNA मध्ये आढळणारी प्रथिने म्हणजे ऑडिनाईन (A), ग्वानाईन (G) , सायटोसाईन (C) व युरासिल (Uracil = U) म्हणजे DNA व RNA मध्ये A, G व C प्रथिने असतात. DNA मध्ये U नसते तर RNA मध्ये T प्रथिन नसते. RNA चे तीन प्रकार असतात- mRNA, tRNA व rRNA

DNA चे कार्य आनुवंशिक गुणधर्म पुढच्या पिढीत संक्रमित करणे व RNA चे कार्य म्हणजे जैविक पद्धतीने प्रथिनांची निर्मिती करणे हे होय.

मानवाच्या पेशीत असणाऱ्या २३ गुणसूत्रांच्या जोड्यांपैकी एक जोडी लैंगिक गुणसूत्राची असते. पुरुषांमधील गुणसूत्र जोडी XY तर स्त्रीव्यक्तीमधील लैंगिक गुणसूत्र जोडी XX अशी दर्शवतात. ♂ हे चिन्ह पुरुष दाखवण्यासाठी तर ♀ असे चिन्ह स्त्री दाखवण्यासाठी शरीरशास्त्रात वापरतात.

अर्भकाचे लिंग पुरुषावर अवलंबून असते. आईकडून X गुणसूत्र व वडिलांकडून Y गुणसूत्र आल्यास XY गुणसूत्रजोडीमुळे मुलगा जन्मतो. आईकडून X व वडिलांकडूनही X गुणसूत्र आल्यास XX गुणसूत्रजोडीमुळे मुलगी जन्मते. म्हणूनच बाळाचे पितृत्व सिद्ध करण्यासाठी DNA चाचणी करतात.

पुरुषाच्या वृषण (testis) मधून शुक्राणू किंवा पुरुष बीज (sperms) व स्त्रीच्या बिजाशय (ovary) मधून स्त्री बीज (ovum) यांची निर्मिती होते. त्यांच्या संयोगाने स्त्री शरीरात अंडपेशी (egg cell) तयार होते. त्यापासून पुढे एम्ब्रिओ (embryo) तयार होतो. पेशी विभाजनाद्वारा नऊ महिन्यांच्या गर्भ वाढीच्या काळात अवयव निर्मिती होऊन नवीन जीव जन्माला येतो.

अंडपेशीतील ४६ गुणसूत्रांपैकी २३ गुणसूत्रे पुरुषबीजापासून व २३ गुणसूत्रे स्त्रीबीजापासून येतात.

म्युटेशन (mutation) म्हणजे जनुकातील DNA रेणूत घडणारा रासायनिक बदल. यामुळे वेगळ्या अमिनो आम्ल क्रमाचे प्रथिन तयार होते. ह्यामुळे जो जनुकीय बदल होतो; त्यामुळे नवीन गुणधर्म प्राण्यात दिसून येतात. जनुकात दोष निर्माण झाल्यास जनुकीय आजार होतात.

२००१ मध्ये मानवी जनुकांचा आराखडा (Human genemap) ब्रिटन, फ्रान्स, अमेरिका, चीन, जर्मनी व जपान या सहा देशांतील शास्त्रज्ञांनी तयार केला. जनुकीय अभियांत्रिकी (Genetic Engineering) द्वारा जनुकीय बदलातून पशु-प्राणी व वनस्पती यांच्या सुधारित व संकरित जाती निर्माण करणे शक्य झाले आहे. अस्थमा व मधुमेह, ल्युकोडर्मा (पांढरे कोड) हिमोफिलिया यासारख्या आनुवंशिक आजारांची जनुके शोधली गेली आहेत, शोधली जात आहेत. त्यामुळे भविष्यात जनुकीय बिघाड दुरुस्त करणे जनुकीय आजार कायमचे दूर करणे शक्य होणार आहे. येणारा काळ हा जैव तंत्रज्ञान (Bio-technology) चा असणार आहे. असे शास्त्रज्ञांचे भाकीत आहे.

पुरुषावरील संततीप्रतिबंधक शस्त्रक्रियेस व्हॅक्सेटॉमी व स्त्रीवरील संततीबंधक शस्त्रक्रियेस ट्युबकटॉमी म्हणतात. लायप्रोस्कोपी ही कुटुंबनियोजनाची बिनटाक्याची शस्त्रक्रिया आहे. इन व्हिट्रो फर्टिलायझेशन तंत्र म्हणजेच 'टेस्ट ट्युब बेबी' तंत्र. भारतात 'हर्षा' या नावाच्या टेस्ट ट्युब बेबीने १९८६ साली जन्म घेतला. 'कागुया' हा एक जपानी शब्द आहे. दोन सारख्या लिंगाच्या, एकाच प्राण्याच्या, संयोगातून नवीन जीव तयार करता येतो. हे सप्रमाण पहिल्यांदा जपानी शास्त्रज्ञ तोमाहिरो कोना यांनी सिद्ध केले. उंदराच्या मादीवर असा प्रयोग त्यांनी केला या प्रयोगास 'कागुया' असे म्हटले जाते.

मानवी शरीरातील मूळ पेशी (Stem cells) यांच्यापासून विशिष्ट कार्य करणाऱ्या (specialised cells) तयार होतात. पेशी विभाजनाने नवीन पेशी तयार होतात. सजीवात असूत्री एकसूत्री (mitosis) व अर्धसूत्री (meiosis) असे पेशी विभाजनाचे प्रकार दिसतात. अर्धसूत्रन पेशी विभाजनात नवनिर्मित पेशीत गुणसूत्रांची संख्या मातृपेशीपेक्षा निम्मी असते. कर्करोग (cancer) म्हणजे पेशींची अनियंत्रित व बेसुमार वाढ होय. तोंडाच्या कर्करोगाचे प्रमाण जगात सर्वात जास्त भारतात आहे. वैद्यकशास्त्राच्या प्रगतीमुळे कर्करोग असाध्य रोग राहिलेला नाही; तो बरा करता येतो. मधुमेह (diabetes), तांबड्या पेशींना होणारा 'सिकल सेल' आजार कायमचे बरे करता येत नसले तरी शरीरशास्त्र व आरोग्यशास्त्रामुळे नियंत्रित ठेवता येतात.

पेशींच्या समूहास ऊती (tissue) म्हणतात. ऊतींमधील सर्व पेशी ठराविक कार्य करतात. उदा. शरीरात चरबी साठविण्याचे कार्य 'अडिपोज् टिश्यू' करतात. ऊतींपासून स्नायू बनतात. आपल्या शरीरात ६३९ स्नायू असतात. स्नायूंमुळे हाडे सांधली जातात. स्नायूंच्या आकुंचन व प्रसरणामुळे शरीराची हालचाल शक्य होते. उदा. चालणे, बोलणे, खाणे, पिणे, हसणे इत्यादी क्रियांसाठी स्नायू आवश्यक असतात.

शरीराचा सांगाडा हा हाडांपासून बनलेला आहे. मनुष्यात जन्मत: ३०५ हाडे असतात. वय वाढत असताना हाडे एकमेकांना जोडली जाऊन शेवटी ही संख्या २०६ बनते. शरीरातील सर्वात लहान हाड कानात असते त्यास स्टेपस किंवा स्टिरप हाड (steps or stirrup bone) म्हणतात. २९ हाडांपासून बनलेली कवटी मेंदूचे संरक्षण करते. मानवी शरीराच्या पाठीच्या कण्यात हाडांपासून बनलेले ३३ मणके (vertebra) असतात. मजबूत व लवचिक कण्यामुळेच मानव उभा राहू शकतो व हालचाल करू शकतो. छातीचा पिंजरा हाडांपासून बनलेल्या बरगड्यांच्या (ribs) १२ जोड्यांपासून बनलेला असतो. जो हृदय, फुप्फुस, यकृत या महत्त्वाच्या शरीर अवयवांचे रक्षण करतो. हाडांच्या पोकळीत असणाऱ्या मऊ व मेदयुक्त पदार्थाला अस्थिमज्जा (bone marrow) म्हणतात. बोन मॅरो म्हणजे शरीराची रक्तपेढी होय. १२० दिवस आयुष्य असणाऱ्या रक्तातील तांबड्या पेशींचे शास्त्रीय नाव इरेथ्रोसाईट (Erythrocyte), पांढऱ्या किंवा श्वेत पेशीचे शास्त्रीय नाव ल्युकोसाईट (Leucocyte) व बिंबिका या तिसऱ्या प्रकारच्या रक्तपेशीचे शास्त्रीय नाव थ्रोम्बोसाईट (Thrombocyte) असे आहे. झोपलेल्या अवस्थेत शरीराची लांबी ८ मिलीमीटरने वाढते कारण माकडहाड (monkey bone) याचा कुर्चा लांबतो उभ्या अवस्थेत गुरुत्वाकर्षणामुळे तो आकुंचित पावतो.

हृदयापासून ऑक्सिजनयुक्त शुद्ध रक्ताचा पुरवठा वेगवेगळ्या अवयवांना पुरविण्याचे कार्य धमन्या (रोहिण्या) करतात; तर शरीरातील वेगवेगळ्या भागापासून रक्त हृदयाकडे आणण्याचे काम त्वचेलगत असणाऱ्या शिरा (निला) करतात. चार कप्पे असणाऱ्या मानवी हृदयाचे वजन साधारण २५० ग्रॅम असते तर मानवी मेंदूचे वजन जवळपास १.५ किलोग्रॅम असते. इलेक्ट्रोकार्डीओग्राम (Electro Cardio Gram = ECG) द्वारा हृदयाचे तर इलेक्ट्रो एन सेफॅलोग्राम (Electro Encephalo Gram = EEG) द्वारा मेंदूचे कार्य समजावून घेता येते. अपघातात मेंदूच्या सेरेब्रम या भागाला इजा पोहचल्यास स्मरणशक्ती व वाचा जावू शकते. जगातील पहिली हृदयरोपण शस्त्रक्रिया (Heart Plant Surgery) १९६७ साली डॉ. ख्रिश्चन बर्नाड यांनी केली तर भारतातील पहिली हृदयरोपण शस्त्रक्रिया १९९४ साली डॉ. पी. वेणूगोपाल यांनी केली; कार्डीओलॉजी (Cardiology) ही शरीरशास्त्राची हृदयाचा अभ्यास करणारी शास्त्रशाखा आहे. ओपन हार्ट सर्जरी करताना बाहेरून शरीराला ऑक्सिजनचा पुरवठा करण्यासाठी ऑक्सिजीनेटर (oxygenator) या उपकरणाचा वापर करतात. हृदय बंद पडल्यास कृत्रिमपणे विद्युत झटक्याने चालू करण्यासाठी पेसमेकर नावाचे कृत्रिम उपकरण छातीत शस्त्रक्रियेने बसवितात. विद्युत निर्मितीसाठी लिथियम–आयन बॅटरीचा वापर यात केलेला असतो. हृदयातून pump होऊन रक्त बाहेर पडते; ह्यामुळे छातीच्या डाव्या बाजूला हृदयाच्या ठिकाणी, हृदयाची स्पंदने जाणवतात. सामान्य व्यक्तीच्या हृदयाच्या स्पंदनांचा दर ७२ स्पंदने प्रती मिनिट इतका असतो. अशी स्पंदने रक्त वाहून नेणाऱ्या हाताच्या नाडीतही निर्माण होतात म्हणून हृदयाइतकाच नाडीच्या ठोक्याचा दर असतो. सामान्य निरोगी व्यक्तीच्या नाडीचा दाब हा ४० mm of Hg इतका असतो तर सामान्य निरोगी प्रौढ व्यक्तीच्या रक्ताचा दाब (Blood pressure) १२०/८० mm of Hg इतका असतो.

प्रौढ व्यक्तीच्या फुप्फुसाची हवा धारण क्षमता ५ ते ६ हजार घन सेंटिमीटर इतकी असते. शरीरातील दोन फुप्फुसांमुळे श्वसनातून घेतलेला ऑक्सिजन वायू रक्तात मिसळला जातो.

शरीरात दोन मूत्रपिंडे (Kidneys) असतात. शरीरातील रक्ताचे शुद्धीकरण करून त्यातील टाकाऊ पदार्थ वेगळे करण्याचे कार्य किडन्या करतात. एखादी किडनी निकामी झाल्यास उरलेली किडनीसुद्धा रक्तशुद्धीकरण पूर्णत: करू शकते. एका किडनीचे दान यामुळेच करता येवू शकते. दोन्हीही किडन्या निकामी झाल्यास रक्त शुद्धीकरणाचे काम 'डायलेसिस' या कृत्रिम व यांत्रिक पद्धतीने करावे लागते. कॅल्शिअम ऑक्झिलेट सारखे क्षार जमा झाल्यास 'किडनी स्टोन' तयार होतात.

अन्नाचे पचन होण्यासाठी वेगवेगळ्या स्रावांची शरीरात निर्मिती होत असते. जसे लाळग्रंथीतून रेनिन, स्वादूपिंडातून 'बाईल ज्युस' (Bile Juice), हायड्रोक्लोरीक आम्ल इ. पाचक रसांमुळे पचलेले अन्न लहान आतड्यात शोषले जाते. लहान आतड्याची लांबी ८ मीटर पर्यंत असते. मोठ्या आतड्यात न पचलेला भाग मल (excreta) रूपात जमा होतो व आंत्रपुच्छ (Anus) मधून मलाचे विसर्जन होते. द्रवयुक्त पदार्थ व सेल्युलोजचे प्रमाण आहारात कमी असल्यास बद्धकोष्ठता (constipation) चा त्रास होतो. त्वचा, डोळे, कान, नाक, जीभ ही बाह्य जगाचे ज्ञान करून देणारी पाच ज्ञानेंद्रिये आहेत.

रुचीचे ज्ञान जिभेमुळे होते. जिभेच्या अग्र वा टोकाकडील स्वादपेशी (taste buds) मुळे गोड चव, कडांच्या स्वादपेशींमुळे आंबट व खारट चव तर पाठीमागच्या स्वादपेशीमुळे कडू चवीचे ज्ञान होते.

दृष्टीज्ञान (vision) डोळ्यामुळे होते. रंगआंधळेपणा (colour blindness) हा आनुवांशिक आजार आहे. हा आजार बरा होत नाही यात हिरव्या व लाल रंगाचे ज्ञान होत नाही. या रंगांच्या वस्तू करड्या (grey) दिसतात. मेंदूच्या पेशीही करड्या रंगाच्या असल्याने त्यांना 'ग्रे सेल्स' असेही संबोधतात. रातआंधळेपणा (Night blindness) हाही डोळ्यांचाच आजार आहे. जीवनसत्त्व 'अ' च्या अभावी होणाऱ्या या आजारात कमी प्रकाशात दिसत नाही.

निकटदृष्टिता (short sightedness) या दृष्टिदोषास मायोपिया (Myopia) असेही म्हणतात. या दृष्टिदोषात व्यक्ती जवळचे स्पष्ट पाहू शकते मात्र दूरचे स्पष्ट दिसत नाही. डोळ्यांचे नेत्रभिंग जाड (thick) झाल्याने असे होते. अंतर्वक्र भिंग (concave lense) वापरून हा दोष घालविता येतो. या दोषात वस्तूची प्रतिमा दृष्टिपटलाच्या पुढील भागात, किंवा नेत्रभिंग व दृष्टिपटलाच्या मधील भागात पडते.

दूरदृष्टिता (long sightedness) या दृष्टिदोषास हायपरमेट्रोपिया (Hypermetropia) असेही म्हणतात. या दृष्टिदोषात व्यक्तीची दूरची दृष्टी चांगली असते. दूरचे स्पष्ट दिसते मात्र जवळच्या अंतराचे अस्पष्ट दिसते. वस्तूची प्रतिमा दृष्टिपटलाच्या पाठीमागे तयार होते; योग्य भिंगांक (lense number) असलेले बहिर्वक्र भिंग (convex lense) वापरून हा दोष घालविता येतो.

प्रेस बायोपिया (presbyopia) हा वयाच्या चाळिशीनंतर होणारा दृष्टिदोष आहे; यात डोळ्यांच्या स्नायूंची लवचिकता कमी झालेली असते. नेत्रभिंगाचा आकार योग्यप्रकारे बदलला जात नाही. स्नायू दुर्बल झाल्याने त्यांची समायोजन शक्ती क्षीण होते. बहिर्वक्र भिंगाच्या चष्म्याने हा दोष घालवता येतो; कारण जवळच्या वस्तू अस्पष्ट दिसू लागतात. समायोजी स्नायू (ciliary muscle) मुळे नेत्रभिंगास स्थिरता मिळत असते.

पारपटल (cornea), परितारिका (iris), डोळ्याची बाहुली (Pupil), नेत्रभिंग (eye lense), दृष्टिपटल (ratina), पितबिंदू (yellow spot), अंधबिंदू (blind spot) हे डोळ्याचे भाग आहेत. दृष्टी चेतातंतू (optic nerve) द्वारा डोळ्याकडून मेंदूपर्यंत संदेश पोहचविला जातो.

मोतीबिंदू (cateract) या डोळ्याच्या आजारात नेत्रभिंग अपारदर्शक बनते. नेत्रभिंगावर पडदा तयार होतो. नेत्रगोलातील द्रव्याचा दाब वाढल्यास होणारा आजार म्हणजे काचबिंदू.

ध्वनीचे ज्ञान कानामुळे होते. कानाचे बाह्यकर्ण (outer-ear) मध्यकर्ण (middle-ear) व अंत:कर्ण (inner-ear) असे तीन भाग पडतात. बाह्यकर्णातून प्रवेश करणाऱ्या हवेतील लहरी कानाच्या पडद्यावर पडल्यावर, पडद्याच्या कंपनाने ध्वनीलहरी तयार होऊन आवाजाचे ज्ञान, कानांमुळे होते. 'ऑडीटरी नर्व्ह' (auditory nerve) अंतकर्णापासून संदेश मेंदूपर्यंत पोहचवतात.

वासाचे ज्ञान नाकामुळे होते 'ऑलफॅक्टरी नर्व्ह' (olfactory nerve) चे कार्य नाकापासून संदेश मेंदूपर्यंत पोहचवणे हे असते.

त्वचा (skin) हे शरीरातील सर्वात मोठे ज्ञानेंद्रिय होय. त्वचेमुळे स्पर्श (touch) ज्ञान होते. त्वचेमुळे शरीरात अनावश्यक बाह्य वस्तू व सूक्ष्मजीवांचा प्रवेश टाळला जातो. द्रव पदार्थाचे उत्सर्जन घामाद्वारे त्वचेकडून होते. त्वचेशी निगडित सूक्ष्म चेतातंतूंच्यामुळे स्पर्श, दाब, वेदना, थंडपणा, उष्णपणा यांच्या संवेदना व्यक्तीला होतात. त्वचेवर सूक्ष्म छिद्रे (pores) असतात. त्याद्वारे स्वेदग्रंथीतून घाम किंवा स्वेद बाहेर पडतो. मनुष्यासारखे सस्तनी प्राणी उष्णरक्ताचे प्राणी आहेत. त्यामुळे वातावरणातील तापमान बदलानुसार शरीराचे तापमान बदलू शकत नाहीत. घामाद्वारे टाकाऊ द्रव पदार्थांचे उत्सर्जन करणे व शरीराचे तापमान योग्य राखणे ही त्वचेची महत्त्वाची कार्ये आहेत. घामाचे बाष्पीभवन होण्यासाठी शरीराकडून उष्णता घेतली जाते. म्हणून शरीराला थंडपणा जाणवतो. त्वचेचा वरचा थर इपिडरमीस (epidermis) पेशींपासून बनलेला असतो. त्वचेतील मेलॅनोसाईट पेशीत मेलॅनीन नावाचे रंगद्रव्य तयार होते. मेलॅनीन निर्मितीनुसार त्वचेचा पोत ठरतो; जितके मेलॅनीन जास्त तयार होते तितकी त्वचा काळी पडत जाते. मेलॅनोसाईट पेशीत बिघाड झाल्यास अथवा मेलॅनीन तयार न झाल्यास ल्युकोडर्मा (पांढरे कोड) हा आजार होतो.

आहारातील बदल व जीवनशैलीतील बदल (lifestyle change) यामुळे मधुमेह, उच्च रक्तदाब, कर्क रोग, हृदयाचे आजार, लठ्ठपणा (obesity) यासारखे आजार भारतात वाढत आहेत. २०२० पर्यंत भारत मधुमेह रोगाची जगाची राजधानी बनेल असा तज्ज्ञांचा कयास आहे. इन्शुलीन सतत बाहेरून घ्यावे लागणारे मधुमेहाचे टाईप-वन प्रकार व औषधाने रक्ताची साखर पातळी नियंत्रित ठेवता येणारा टाईप-टू प्रकार; या दोन्हींचे रुग्ण भारतात झपाट्याने वाढत आहे.

रक्तवाहिन्यांची आतील पोकळी कोलेस्ट्रॉल जमा झाल्याने कमी होत जाते आणि रक्ताचा मार्ग अडविल्यास हृदय विकाराचा झटका येतो. हृदयविकाराने ग्रस्त रुग्णाचेही प्रमाण भारतात वेगाने वाढत आहे. LDL (Low Density Lipoprotein) हे हानिकारक कोलेस्ट्रॉल आहे तर HDL (High Density Lipoprotein) आवश्यक कोलेस्ट्रॉल आहे. खाण्यात येणारे अन्न झपाट्याने बदलत आहे. फास्ट फूड व चरबीयुक्त पदार्थांचे सेवन वाढल्याने हृदयाचे विकार वाढत आहेत.

थोडक्यात, एकीकडे शरीरशास्त्र प्रगत होत असताना भौतिकवाद, चंगळवाद, धावपळीचे जीवन, व्यायामाचा अभाव, आरोग्याकडे दुर्लक्ष होताना दिसत आहे. एकेकाळी अनावश्यक वाटणारे परंतु आता शरीरशास्त्रानुसार निश्चित कार्य असते हे सिद्ध झालेले मानवी शरीरातील चार अवयव पुढीप्रमाणे- अ) अपेंडिक्स (Appendix) ब) टॉन्सिल्स (Tonsils) क) थायमस ग्रंथी (Thymus gland) व ड) ऑडीनॉईड्स (Adenoids).

लोकजागृती, प्रचार व प्रसार आणि लोकांनी शरीराचे आरोग्य महत्त्वाचे समजावे या कारणाने जागतिक स्तरावर संयुक्त राष्ट्रसंघातर्फे विविध दिन साजरे केले जातात.

जागतिक पेयजल दिन	–	२२ मार्च
जागतिक क्षयरोग निवारण दिन	–	२४ मार्च

जागतिक आरोग्य दिन	–	०७ एप्रिल
जागतिक पार्किन्सन दिन	–	११ एप्रिल
जागतिक दृष्टिदान दिन	–	१० जून
जागतिक रक्तदाता दिन	–	१४ जून
जागतिक अमली पदार्थ विरोधी दिन	–	२६ जून
जागतिक तंबाखू विरोधी दिन	–	३१ मे
जागतिक मधुमेह रुग्ण दिन	–	२७ जून
जागतिक स्तनपान दिन	–	०१ ऑगस्ट
जागतिक हृदय दिन	–	२९ सप्टेंबर
जागतिक अंडी दिन	–	१२ ऑक्टोबर
जागतिक अंध दिन (जागतिक पांढरी काठी दिन)	–	१५ ऑक्टोबर
जागतिक मानसिक स्वास्थ दिन	–	१० ऑक्टोबर
जागतिक अन्न दिन	–	१६ ऑक्टोबर
जागतिक मधुमेह दिन	–	१४ नोव्हेंबर
जागतिक एड्स विरोधी दिन	–	०१ डिसेंबर

भारतात राष्ट्रीय स्तरावर शरीराचे आरोग्य याबाबत जनजागृती व माहिती व्हावी यासाठी खालील दिन पाळण्यात येतात.

राष्ट्रीय धूम्रपान विरोधी दिन	–	०१ जानेवारी
राष्ट्रीय कुष्ठरोग निवारण दिन	–	३० जानेवारी
राष्ट्रीय जननी सुरक्षा दिन	–	१९ एप्रिल
राष्ट्रीय रक्तदान दिन	–	०१ ऑक्टोबर
राष्ट्रीय फिलारिया (हत्तीपायरोग) विरोधी दिन	–	११ नोव्हेंबर
राष्ट्रीय दृष्टिदान दिन	–	१७ जून

● विज्ञान व तंत्रज्ञान घडामोडी :

प्रकाशाच्या वेगापेक्षा वेगवान (Faster than Velocity of Light) :

आधुनिक भौतिक शास्त्राचा पाया रचणाऱ्या महान शास्त्रज्ञ अल्बर्ट आइन्स्टाइन यांनी ऊर्जा (E) व वस्तुमान (m) यांच्यातील दिलेले समीकरण म्हणजे $E = mC^2$.

या समीकरणामुळे ऊर्जा व वस्तुमान एकमेकांत रूपांतरित होऊ शकतात हे जगाला कळाले व त्यातूनच अणुबॉम्बची निर्मिती शक्य झाली. या समीकरणातील C म्हणजे प्रकाशाचा वेग. प्रकाशाचा वेग ३ लाख किलोमीटर प्रती सेकंद असून प्रकाशापेक्षा अधिक वेगवान काहीच नसते, अशी संकल्पना आइनस्टाइन यांनी मांडली.

मात्र २३ सप्टेंबर, २०१२ च्या एका शास्त्रीय प्रयोगाच्या निकालाने या जगन्मान्य संकल्पनेला धक्का पोहचला आहे.

स्वित्झर्लंडची राजधानी जिनिव्हा येथील भौतिकशास्त्र प्रयोगशाळेपासून इटली देशाच्या (Gran Sasso) ग्रान सॅसो येथील राष्ट्रीय प्रयोगशाळेपर्यंत ७३० किलोमीटर लांबीचा बोगदा भूगर्भात १४०० मीटर खोलीवर तयार करण्यात आला आहे.

अणु अंतरंगातील म्युऑन न्युट्रिनो (muon neutrino, V_μ) या वेगवान उदासीन कणांचा वेग प्रकाशाच्या वेगापेक्षा जास्त नोंदवला गेला. ओपेरा (OPERA) या सूक्ष्मकण शोधक संयंत्राने याची नोंद केली.

न्युट्रिनोचा झोताचा वेग प्रकाशाच्या वेगापेक्षा ६० नॅनोसेकंद जास्त आढळला. याची खात्री करण्यासाठी अनेक प्रयोग होतील त्यांचे निष्कर्षच ठरवतील आइनस्टाइन बरोबर होता की नाही.

हिग्ज बोसॉन कणाचा शोध (Discovery of Higgs boson particle) :

विश्वात चार प्रकारचे बल कार्यरत आहे. शक्तिशाली बल, क्षीण बल, विद्युत् चुंबकीय बल व गुरुत्वाकर्षणीय बल.

क्वांटम भौतिक विज्ञान या शास्त्रशाखेत अणू व अणुअंतरंगातील सूक्ष्म कणांच्या गुणवैशिष्ट्यांचा अभ्यास व संशोधन केले जाते. सध्याचे अणुचे 'स्टॅण्डर्ड मॉडेल' याच शाखेने दिले आहे. या मॉडेलनुसार वरील पहिल्या तीन बलांची माहिती मिळते. मात्र, विश्वातील खगोलीय वस्तू, तारे, ग्रह अणूंच्या पातळीवर गुरुत्वाकर्षणाचे संचालन कसे होते, हे स्पष्ट नाही. अणुच्या 'स्टॅण्डर्ड मॉडेल' संशोधनाने अनेक नवीन कणांचा शोध लागला आहे, ते अस्थिर असतात व या सूक्ष्म कणांचे आयुष्यही काही सेकंद वा मिनिटांचेच असते.

या मॉडेलनुसार सहा क्वार्क्स (quarks), सहा लेप्टॉन्स (Leptons) व चार बलवाहक बोसॉन (Boson) कण अस्तित्वात आहेत. प्रयोगातून सापडले आहेत.

हिग्ज बोसॉन (Higss boson) कणांचे अस्तित्व डॉ. पीटर हिग्ज या शास्त्रज्ञाने इतर सहा शास्त्रज्ञांबरोबर १९६४ मध्ये मांडले. विश्वातील अदृश्य क्षेत्र (हिग्ज क्षेत्र) याच्याशी सूक्ष्म कणांचा संबंध आल्यास त्यांना वस्तुमान प्राप्त होते अशी संकल्पना मांडण्यात आली.

अल्बर्ट आइनस्टाइनच्या,

ऊर्जा (E) = वस्तुमान (m) X (प्रकाशाचा वेग (C))^२ या सूत्रावरून वस्तुमान (m) = E/C^2 या सूत्राने सूक्ष्म कणांचे वस्तुमान शोधले जाते.

जिनिव्हा येथील सर्न प्रयोगशाळेत ९९.९९ टक्के प्रकाशाचा वेग असणाऱ्या वेगवान प्रोटॉन्स कणांना एकमेकांवर आपटण्यात आले. यासाठी लार्ज हायड्रोन कोलायडर (Large Hadron Collider) चा वापर करण्यात आला.

ATLAS व CMS या दोन कणशोधक यंत्रांनी हिग्ज बोसॉन कण शोधल्याचे अधिकृतपणे ४ जुलै, २०१२ ला घोषित करण्यात आले.

आइनस्टाइनच्या सूत्रानुसार प्रोटॉनचे वस्तुमान 0.९३८ गिगाइलेक्ट्रॉन व्होल्ट (Gev) आहे; तर कणशोधक यंत्रांनी शोधलेले हिग्ज बोसानचे वस्तुमान १२६ Gev व १२४ Gev असे आहे. म्हणजे हिग्ज बोसॉन कण प्रोटॉन या अणूच्या मूलभूत कणापेक्षा १३० पट जड आहेत.

विश्वाची उत्पत्ती, जीवनाचा आरंभ, नैसर्गिक क्रिया-प्रक्रिया यांचा उलगडा भविष्यात यामुळे होऊ शकतो.

भारताची चांद्रयान–१ मोहीम (India's Moon Mission - I) :

भारताने PSLV (Polar Satellite Launch Vehicle) C-11 या यान प्रक्षेपण अग्निबाणाच्या साहाय्याने २२ ऑक्टोबर २००८ ला चंद्राच्या कक्षेत आपले मानवरहित यान प्रक्षेपित केले. भारताचे चांद्रयान, २००

किलोमीटर अंतरावरून चंद्राला प्रदक्षिणा घालत होते. यानापासून वेगळे होऊन १४ नोव्हेंबरला Moon impact probe चंद्रावर उतरले.

या मोहिमेचे प्रकल्पप्रमुख होते मल्यास्वामी अण्णादुराई. या मोहिमेला ३८६ कोटी खर्च आला. नियोजित अपेक्षित कार्यकाल यानासाठी दोन वर्षांचा होता. मात्र, १ वर्षाच्या आतच साधारण 10 महिन्यांनंतर, शनिवार, दिनांक २९ ऑगस्ट २००९ रोजी यानाचा पृथ्वी केंद्राशी संपर्क तुटल्याने मोहीम संपली.

मोहीमकाळात इस्रो (ISRO) म्हणजे भारतीय अवकाश संशोधन संस्थेचे अध्यक्ष जी. माधवन नायर होते. त्यांच्या मतानुसार चांद्रयान-१ मोहीम ९५ % यशस्वी झाली. चंद्रपृष्ठभागाचे त्रिमिती भौगोलिक चित्रीकरण (Terrain Mapping) चंद्र पृष्ठभागाचे रासायनिक पृथक्करण शक्य झाले. १९७१ साली अमेरिकेच्या अपोलो-१५ यान चंद्रावर ज्या ठिकाणी उतरले होते त्याची छायाचित्रे घेणे, दररोज सरासरी ५३५ छायाचित्रांसह ३१२ दिवस टिकलेल्या या मोहिमेमुळे, पृथ्वीकेंद्राकडे चांद्रयानाद्वारे 70 हजार छायाचित्रे मिळविणे शक्य झाले.

चंद्राभोवती यानाने ३४०० पेक्षा जास्त फेऱ्या मारल्या.

चांद्रयान-१ मधील भारतीय उपकरणे व अमेरिकेची अवकाश संशोधन 'नासा' च्या Lunar Reconnaissance Orbiter यांच्या तपासणीतून, चंद्रावर बर्फरूपात पाणी असल्याचे सिद्ध झाले.

चंद्रावरील पाणीशोधाचे श्रेय अमेरिकेने लाटल्यामुळे (घेतल्यामुळे) भारत चांद्रयान-२ मोहीमेत अमेरिकेला घेणार नाही. चांद्रयान-२ मोहीम भारताने रशियाच्या सहकार्याने २०१३ मध्ये करण्याचे ठरविले आहे. चांद्रयान-२ मोहिमेसाठी भारतीय बनावटीचे अग्निबाण असेल तर Lander व Rover रशियन बनावटीचे.

नॅनो तंत्रज्ञान (Nano - Technology) :

एक नॅनो भाग म्हणजे एक अब्जावा भाग. १ मीटर लांबीचे, समान असे एक अब्ज भाग केल्यावर प्रत्येक भाग म्हणजे, एक नॅनो मीटर. मानवी केसाची जाडी ८० हजार नॅनोमीटर (nm) असते. रक्तातील लाल पेशी ७ हजार नॅनोमीटर जाडीची असते. सूक्ष्म अणूचा आकार साधारण 0.२ नॅनोमीटर असतो. यावरून नॅनो आकाराची कल्पना येईल.

नॅनो पदार्थ विज्ञानाला नवे नाहीत. बहुवारिक (Polymers) ज्या समान लहान घटकांपासून बनतात ते नॅनो साइजचे असतात. संगणक चीपचे सूक्ष्म घटक, वनस्पती व शैवाल तयार करत असलेले पदार्थ नॅनो साइजचे असतात.

१ ते १०० nm आकारात पदार्थ गेल्यास त्याचे भौतिक व रासायनिक गुणधर्म बदलताना दिसतात. प्रकाशकीय, विद्युत व चुंबकीय गुणधर्म वेगवेगळे दिसतात. उदाहरणार्थ, सोन्याचा पिवळा रंग नॅनोसाइजमध्ये बदलतो. विद्युतरोधक कार्बन विद्युत वाहक बनतो. धातू जास्त कठीण बनतात, झिंक ऑक्साइड पारदर्शक बनते. काही निष्क्रिय पदार्थ नॅनो स्वरूपात क्रियाशील बनतात.

नॅनो तंत्रज्ञानाने नॅनोपदार्थ वेगवेगळ्या मितीत (dimensions) मध्ये मिळविता येतात. पातळ फिल्म स्वरूपातील एकमिती नॅनोपदार्थ, द्विमिती स्वरूपात मिळविण्यात येणारे नॅनोपदार्थ जसे कार्बन ट्यूब्ज, नॅनो वायर, बायोपॉलिमर, तर नॅनोकण, सूक्ष्म अर्धवाहक कण, कार्बन-६० किंवा फुलेरन्स डेन्ड्रीमर्स हे त्रिमिती स्वरूपातील नॅनो पदार्थ या तंत्रज्ञानात विकसित झाले आहेत.

नॅनोस्केलमधील पदार्थांचे गुणधर्म बदलण्याचे मुख्य कारण म्हणजे 'पृष्ठभाग क्षेत्रफळ व घनफळ' यांचे गुणोत्तर खूप जास्त असते. पृष्ठभागावरील अणूंची संख्या पदार्थाच्या अंतरंगातील अणुसंख्येपेक्षा जास्त असते.

नॅनो तंत्राच्या साहाय्याने नॅनोपदार्थांचा प्रभावी व परिणामकारक वापर वैद्यकीय, ऊर्जा, इलेक्ट्रॉनिक्स,

संरक्षण, अवकाशसंशोधन, कृषी इत्यादी क्षेत्रांत होत आहे.

निरोगी व दीर्घकालीन आयुष्य, प्रदूषणरहित पर्यावरण, विपुल ऊर्जा उपलब्धता, स्वस्त इलेक्ट्रॉनिक वस्तू, वेगवान संगणक, कॅन्सर सारख्या भयंकर रोगांवर विजय, प्रचंड पीक उत्पादन या स्वप्नवत् वाटणाऱ्या बाबी भविष्यकाळात नॅनो तंत्रज्ञानामुळे शक्य होणार आहेत.

जैव तंत्रज्ञान (Bio - Technology) :

विसावे शतक संपताना माहिती तंत्रज्ञान आले. एकविसाव्या शतकाच्या प्रारंभी जैवतंत्रज्ञानाने क्रांती घडविण्यासाठी सुरुवात केली आहे. जैविक रचना व प्रक्रिया यांचा व्यावहारिक, औद्योगिक उपयोग म्हणजे जैव तंत्रज्ञान. 'सजीवांच्या शरीरातील पेशी, ऊती, रेणूंच्या प्रक्रियांचा वापर करून, सजीवांना उपयोगी पडणारे तंत्रज्ञान म्हणजे जैव तंत्रज्ञान.'

जैव तंत्रज्ञान वेगवेगळ्या ज्ञानशाखांवर आधारित आहे. जीवशास्त्राबरोबर रसायनशास्त्र, भौतिकशास्त्र, गणित, अभियांत्रिकी यांचा उपयोग जैव तंत्रज्ञानासाठी होतो.

या सर्व शास्त्रांचा जिवंत पेशींशी असलेल्या संबंधाचा अभ्यास करून आणि उपलब्ध साधनांचा व पदार्थांचा उपयोग करून जीवनाला उपयुक्त असे पदार्थ निर्माण करून मानवी जीवन अधिक सुखकर बनविणे हा या तंत्रज्ञानाचा मुख्य उद्देश आहे.

जैव तंत्रज्ञानाचा उपयोग वैद्यकीय क्षेत्र, अन्नपदार्थ निर्मिती, औषध उत्पादन, कृषी आणि पर्यावरण संरक्षण या क्षेत्रांत होताना दिसतो.

नवीन प्रकारच्या बीजांची निर्मिती, प्राण्यांच्या प्रजननप्रक्रियेत सुधारणा, दोषरहित सजीव निर्मिती, नवीन जंतुनाशके, व्याधींवर उपचार, आनुवंशिक दोष काढून टाकणे यांसाठी हे तंत्रज्ञान बहुमोलाचे ठरते.

पेनिसिलिन, प्रतिजैवकाचा शोध, डी. एन. ए. संरचना शोध, जेनेटिक इंजिनिअरिंग अशा टप्प्यांतून हे तंत्रज्ञान विकसित होत गेले आहे.

१९७० च्या सुमारास आलेल्या जेनेटिक इंजिनिअरिंगमुळे हव्या असलेल्या गुणधर्माला कारणीभूत जनुक शोधून काढून तो पाहिजे त्या सजीवात संक्रमित करणे शक्य झाले. यामुळेच जनुकीय बदल घडवून आणलेली पिके (Gentically Modified Crops) किंवा जीएम-पिके उदयास आली आहेत.

मानवी आहारात सोयाबीन, मका, मोहरी यांची जीएम-पिके प्रक्रिया स्वरूपातून आली आहेत. बीटी-कॉटन हे जीएम-पिकांचे उत्पादन घेतले जात आहे.

आता थेट खाल्ले जाणारे, जीएम-वांगे हे पहिले अन्न पीक जैवतंत्रज्ञानामुळे उपलब्ध झाले आहे. वाढत्या लोकसंख्येच्या अन्नाची गरज भागविण्यासाठी बदलत्या पर्यावरणात जैवतंत्रज्ञानाशिवाय दुसरा पर्याय आज तरी मानवापुढे नाही. 'क्लोनिंग' तंत्राने डॉली नावाची मेंढी निर्माण करणे जैव तंत्रज्ञानाचा एक आविष्कार होता.

भारतात १९८२ साली केंद्र शासनाने 'राष्ट्रीय जैवतंत्रज्ञान मंडळाची' स्थापना केली. १९८६ साली, विज्ञान व तंत्रज्ञान मंत्रालयाने, जैवतंत्रज्ञान विभागाची स्थापना केली. 'National Centre for Cell Sciences' संस्था पुणे येथे स्थापन करण्यात आली आहे.

संगणक तंत्रज्ञान (Computer Technology) :

संगणक हे मानवाने तयार केलेले इलेक्ट्रॉनिक यंत्र आहे. संगणकाला 'यांत्रिक मेंदू' म्हटले जाते. यात सांकेतिक भाषेत माहिती साठवली जाते. जगातला पहिला आधुनिक संगणक १९२५ मध्ये बॅने बुश यांनी तयार

केला. इ. स. पूर्व काळापासून आकडेमोड, गणन यासाठी 'अबॅकस' पद्धतीचा वापर केला जात होता.

१९२९ साली ॲलन ट्युरिंग यांनी इलेक्ट्रिक कॉम्प्युटर तयार केला. १९४६ साली जगातला पहिला इलेक्ट्रॉनिक संगणक एक्सर्ट व मोचली या अमेरिकन शास्त्रज्ञांनी ENIAC नावाने तयार केला.

संगणकाच्या चार पिढ्या (Generations) तयार झाल्या आहेत.

संगणक पहिली पिढी : १९४६ ते १९५९ या काळातील आहे. या पिढीत निर्वात नळी (Vacuum tube) चा वापर करण्यात आला. आकडेमोडीचा खूप कमी वेग, मोठी उष्णतानिर्मिती, मोठी किंमत, मोठा आकार या त्याच्या दोषाच्या बाबी ठरल्या.

संगणक दुसरी पिढी : १९५९ ते १९६५ हा कालावधी. १९६४ मध्ये विल्यम शोकली व सहकाऱ्यांनी शोधलेल्या ट्रान्झिस्टरचा उपयोग व्हॅक्युम ट्युबने घेतला. १० पटीने वेग वाढला. उष्णता व वीज कमी लागू लागली. फोरट्रॉन (Formula Translation) व इतर संगणक भाषा तयार होऊ लागल्या.

संगणक तिसरी पिढी : १९६५ ते १९७५ या कालावधीत ट्रान्झिस्टर ऐवजी आय. सी. (इंटिग्रेटेड सर्किट) चा वापर सुरू झाला. कार्यक्षमता व वेग प्रचंड वाढला. कोबालसारख्या संगणकीय भाषा विकसित झाल्या.

संगणक चौथी पिढी : १९७५ पुढील कालावधी. सध्याचे संगणक चौथ्या पिढीचे आहेत.

१९७५ साली क्रे-१ हा जगातील पहिला महासंगणक तयार झाला. मायक्रोप्रोसेसर शोधामुळे तयार करणे शक्य झाले.

भारतात प्रथम संगणक भारत इलेक्ट्रॉनिक्स कार्पोरेशन या संस्थेने बनवला (१९५९).

सी-डॅक (C-DAC Centre for Development in Advance Computing) या संस्थेने भारतात परम – १००० हा महासंगणक बनविला. पुढे परम श्रेणीतील अनेक संगणक भारताने बनविले. परम-८००० हा भारताने हवामान अंदाजासाठी बनवलेला संगणक आहे.

परम – १००० या भारताच्या महासंगणकविकासातील एक प्रमुख शास्त्रज्ञ डॉ. विजय भटकर यांची ३ मे, २०१२ रोजी दिल्ली आय. आय. टी. च्या अध्यक्षपदी निवड झाली आहे.

अवकाश तंत्रज्ञान (Space Technology) :

अंतरिक्ष शास्त्र (Space Science) ही व्यावहारिक पदार्थ विज्ञानाची उपशाखा आहे.

प्राचीन काळात चीन देशात अग्निबाणाचा शोध लागला. न्यूटनच्या गतिविषयक नियमावर अग्निबाणाचे तंत्रज्ञान आधारलेले आहे.

कॉन्स्टंटाइन सिओल्कोवस्की (१८५७-१९३५) या रशियन शास्त्रज्ञाने पहिले रॉकेट (अग्निबाण) डिझाइन बनविले.

रॉबर्ट गोडार्ड (Robert Goddard) (१८८२-१९४५) यांना 'आधुनिक अग्निबाणाचा जनक' म्हणतात. या अमेरिकन वैज्ञानिकाने द्रव ऑक्सिजन व पेट्रोल या प्रवाही इंधनाचा वापर करून रॉकेट उडविण्याचा पहिला प्रयोग केला.

सोव्हिएट रशियाने ४ आक्टोबर १९५७ रोजी ८३.६ किलोग्रॅम वजनाचा जगाचा पहिला उपग्रह स्पुटनिक-१ अग्निबाणाने अवकाशात प्रक्षेपित केला. ३ नोव्हेंबर १९५७ रोजी म्हणजे साधारणपणे एक महिन्यानंतर, स्पुटनिक-२ उपग्रहाद्वारे मानवाव्यतिरिक्त जिवंत प्राणी **रशियाने** अवकाशात पाठवला. लायका (Laika) नावाची कुत्री पाठवून, अवकाशात प्राणी पाठविणारा रशिया पहिला देश ठरला. रशियाने **अवकाशयुगास** प्रारंभ केला.

अवकाश विज्ञानक्षेत्रात पदार्पणाचा रशियाचा क्रमांक १, अमेरिकेचा क्रमांक २ तर भारताचा क्रमांक ७ वा लागतो.

अमेरिकेने ३१ जानेवारी १९५८ ला एक्सप्लोरर-I (Explorer - I) कृत्रिम उपग्रह पाठवून, उपग्रह अवकाशात पाठविणारा जगातील दुसरा देश बनला.

अवकाशात गेलेली पहिली मानवी व्यक्ती म्हणजे युरी गागारिन, १२ एप्रिल १९६१ ला गागारिन अवकाशात व्होस्टोक-I (Vostok-I) यानाद्वारे गेला. ३१५ किलोमीटर उंचीवरून पृथ्वीप्रदक्षिणा यानाने घातली.

५ मे, १९६१ ला अमेरिकेचा ऑलन शेपर्ड फ्रिडम-७ अवकाश यानातून अवकाशात गेला. मात्र, यानाने पृथ्वीप्रदक्षिणा घातली नाही कारण वापरण्यात आलेले रेडस्टोन रॉकेट शक्तिशाली नव्हते.

२० फेब्रुवारी १९६२ मध्ये अमेरिकन अवकाशवीर जॉन ग्लेन अवकाशात पोहोचला. त्याच्या यानाने पृथ्वीप्रदक्षिणा घातली कारण ॲटलास नावाचे शक्तिशाली रॉकेट वापरण्यात आलेले होते.

- ॲलेक्सी लिओनोव्ह (Alexei Leonov) हा १९६५ मध्ये अवकाशात स्पेस वॉक (Space Walk) करणारा पहिला मानव ठरला.

- २० जुलै १९६९ अमेरिकेच्या नील आर्मस्ट्राँग याने चंद्रावर पाऊल ठेवले. त्यानंतर यानातील दुसरी व्यक्ती ॲडविन ऑल्ड्रीन चंद्रावर उतरली. यानातील तिसरी व्यक्ती मायकेल कॉलीन्स मात्र यानातच राहिली.

  अपोलो-११ हे यासाठी वापरलेले यान होते; तर सॅटर्न ५ नावाचे अग्निबाण.

- १९६९ मध्ये रशियाने पहिले अवकाश स्थानक तयार केले.

- १९७० मध्ये रशियाने पहिली 'मानवरहित अवकाश प्रयोगशाळा' तयार केली.

- १९७३ मध्ये अमेरिकेने स्कायलॅब नावाची अवकाश प्रयोगशाळा पृथ्वीच्या वातावरणकक्षेत पाठविली.

- १९७० नंतर अवकाश संशोधनात जगभर मोठ्या घडामोडी घडू लागल्या.

  ESA (युरोपियन स्पेस एजन्सी European Space Agency) ही युरोपियन देशांची अवकाशसंस्था आहे.

  'रॉस कॉसमॉस' हे रशियाच्या अंतराळ संशोधन संस्थेचे नाव.

  'नासा' हे अमेरिका देशाच्या अवकाश संशोधन संस्थेचे नाव.

  'इस्रो' हे भारतीय अवकाश संशोधन संस्थेचे नाव.

  ISS (International Space Station) आंतरराष्ट्रीय अवकाश स्थानक तयार करण्यास १५ देशांनी सहकार्य केले आहे. भारत देशाचा यात समावेश नाही.

  ४ ऑक्टोबर २००४ ला अवकाशात गेलेले 'स्पेस शिप-वन' हे पहिले खाजगी अवकाश वाहन होते.

  दळणवळण क्षेत्रासाठीचा पहिला कृत्रिम उपग्रह 'एको' अमेरिकेने १२ ऑगस्ट १९६० मध्ये सोडला.

  १९४५ मध्ये आर्थर सी. क्लार्क यांनी 'भूस्थिर उपग्रह (Geostationary Satellite)' ची संकल्पना मांडली.

  भूस्थिर कक्षेत (Geostationary Orbit) सोडण्यात आलेला पहिला उपग्रह म्हणजे **Syncom-1**.

  पृथ्वी विषुववृत्तापासून सुमारे ३६,००० किलोमीटर अंतरावरील कक्षेत वस्तू/उपग्रह यास पृथ्वीप्रदक्षिणा घालण्यासाठी लागणारा वेळ व पृथ्वीला आपल्या अक्षाभोवती एक फेरी पूर्ण करण्यास लागणारा वेळ समान असतात. म्हणजेच २४ तास.

म्हणून ३६ हजार किलोमीटरवरील उपग्रह पृथ्वीइतक्याच गतीने फिरत असल्याने पृथ्वीवरून स्थिर भासतो. उपग्रहास भूस्थिर उपग्रह व कक्षेस भूस्थिर कक्षा म्हणतात.

जगातील पहिली महिला अंतराळवीर म्हणजे व्हॅलेन्टिना तेरेश्कोव्हा. ती १६ जून १९६३ मध्ये अवकाशात गेली.

पहिली भारत – सो. रशिया अवकाश मोहीम १९८४ साली झाली. सोयुझ–टी या अवकाश यानाचा उपयोग करण्यात आला.

भारत – सो. रशिया अवकाश मोहिमेमुळे अंतराळात प्रवेश करणारी भारतीय व्यक्ती म्हणजे कॅप्टन राकेश शर्मा.

पर्यायी व्यवस्था (Stand by arrangement) म्हणून राकेश शर्मा यांच्याबरोबर सतीश मल्होत्रा यांनाही प्रशिक्षण देण्यात आले होते.

पहिली **भारतीय वंशाची** महिला अंतराळयात्री म्हणजे कल्पना चावला. (भारतीय नागरिक नव्हती.)

गुरू ग्रहावर पोहचलेले पहिले अवकाशयान म्हणजे पायोनिअर–१०.

मंगळाच्या ध्रुवीय भागात उतरलेले अमेरिकेचे अवकाशयान म्हणजे फीनिक्स (Phoenix).

पृथ्वीपासून कमी अंतरावर उपग्रहकक्षेत सोडण्याची क्षमता साध्य केलेल्या देशात भारताचा क्रमांक ६ वा लागतो. अमेरिका, रशिया, फ्रान्स, जपान व चीन ही इतर पाच राष्ट्रे आहेत.

'Space Technology for Sustainable Development' या ग्रंथाचे लेखक प्रसिद्ध भारतीय शास्त्रज्ञ डॉ. यू. आर. राव आहेत.

अवकाशातील वस्तूंनी निर्माण केलेल्या रेडिओ लहरींचा अभ्यास 'रेडिओ अॅस्ट्रोनॉमी' या शाखेत करतात.

१० डिसेंबर २००६ मध्ये अवकाशयानाने, सुनीता विल्यम्स ही भारतीय वंशाची महिला, केनेडी अवकाश स्थानकाच्या सौर पंख्याची दुरुस्ती करण्यासाठी गेली होती.

भारताने मंगळयान मोहीम नोव्हेंबर २०१३ मध्ये आखली आहे. या मोहिमेसाठी झेनॉन वायूचे रूपांतर करून 'आयझॅक' इंधनाचा वापर प्रथमच करण्यात येणार आहे.

चीन देश आपली ३ री चांद्र मोहीम २०१३ मध्ये सुरू करणार आहे. चीनने २००७ मध्ये पहिली व २०१२ मध्ये दुसरी चांद्र मोहीम राबविली आहे. चाँगाई–१, चाँगाई–२ या यानांचा यासाठी उपयोग केला होता. चाँगाई–३ यानाचा तिसऱ्या चांद्रमोहिमेसाठी वापर होईल. २०२० पर्यंत चीन आपले अंतराळ स्थानक अवकाशात उभारणार आहे.

मंगळाच्या, चंद्राच्या अभ्यासाठी पाठविलेले फोबोस ग्रॅट वायजर यान १५ जानेवारी २०१२ ला प्रशांत महासागरात कोसळले.

२००१ मध्ये रशियाचे 'मीर' अंतराळ संशोधन केंद्र कोसळले होते.

६ ऑगस्ट, २०१२ ला मानवनिर्मित पहिले 'क्युरिऑसिटी रोव्हर' मंगळावर उतरले.

सध्याचे आंतरराष्ट्रीय अवकाश केंद्र (ISS) पृथ्वीपासून ३२१ किलोमीटर उंचीवर आहे.

जगाने आतापर्यंत ६ हजारांपेक्षा जास्त उपग्रह अवकाशात पाठविले आहेत. लो अर्थ ऑर्बिट (१ ते २०० किलोमीटर अंतरावरील कक्षा) यात सर्वांत जास्त उपग्रह फिरत आहेत.

सन २०१४ मध्ये सूर्याच्या 'करोना' चा (प्रभामंडळाचा) अभ्यास करण्यासाठी 'आदित्य–१' हा कृत्रिम उपग्रह भारत पाठविणार आहे.

ब्रिटनची पहिली अंतराळ महिला – हेलन शरमन (१८ मे १९९१)

कॅनडाची पहिली अंतराळ महिला – रोबर्टा बोंडार (२२ जानेवारी १९९२)

जपानची पहिला अंतराळ महिला – चिआकी मुकई (८ जुलै १९९४)

अंतराळातील फ्रान्सची पहिली महिला – लाउडी हॅनेर (१७ ऑगस्ट १९९६)

इराणची पहिली अंतराळ महिला – अनौशेह अन्सारी (१८ सप्टेंबर २००६)

दक्षिण कोरियाची पहिली अंतराळ महिला – ची सो येओन (८ एप्रिल २००८)

भारताची पहिली अंतराळ महिला कोण ? याचे उत्तर भविष्यातील भारत अंतराळ संशोधन कार्यक्रमातूनच मिळेल!

सध्या 'स्पेस वॉक' चा विक्रम भारतीय वंशाच्या अमेरिकन महिला अंतराळवीर सुनीता विल्यम्सच्या नावावर आहे.

- डॉ. ए. पी. जे. अब्दुल कलाम यांना भारताचा 'मिसाइल मॅन' म्हणतात.
- भारतात उपग्रहाची बांधणी बंगळूरू येथे होते.
- १९९० मध्ये अवकाशात प्रक्षेपित करण्यात आलेली प्रकाशकीय दुर्बीण म्हणजे – हबल दुर्बीण (Hubble Telescope)
- १९९० मध्ये रशियाच्या मीर अवकाश स्थानकात जन्म घेतलेला सजीव पक्षी म्हणजे क्वेल (Quail). विज्ञान संघाच्या आंतरराष्ट्रीय परिषदेने 'अंतरराष्ट्रीय अवकाश वर्ष' म्हणून जाहीर केलेले वर्ष – १९९२.
- इस्रो (भारतीय अवकाश संशोधन संस्था) चे सध्याचे अध्यक्ष आहेत – के. राधाकृष्णन् (३० ऑक्टोबर २००९ पासून)
- इस्रोची व्यावसायिक सेवा ऑन्ट्रिक्स कार्पोरेशन (Antrix Corporation) या विभागाद्वारे दिली जाते.
- अवकाशक्षेत्रातील भारतीय शास्त्रज्ञास मार्कोनी (Marconi) आंतरराष्ट्रीय शिष्यवृत्ती दिली जाते.
- डॉ. विक्रम साराभाई यांना 'भारतीय अवकाश विज्ञानाचे जनक' म्हणतात.
- वेन्हर फॉन ब्रायन (Wernher Von Braun) यांना 'जर्मन अग्निबाणाचा जनक' म्हणतात.
- अंतराळात जाणारी पहिली खाजगी व्यक्ती म्हणजे – डेनिस टिटो.

इस्रो : भारतीय अवकाश संशोधन संस्था (ISRO : Indian Space Research Organisation)

- ISRO ची स्थापना १५ ऑगस्ट, १९६९ रोजी झाली. मुख्यालय बंगळूरू येथे आहे.
- अवकाश विभाग (Department of Space DOS) ची स्थापना जून १९७२ मध्ये झाली. या विभागात येणारी केंद्रे खालीलप्रमाणे आहेत.

१. विक्रम साराभाई अवकाश केंद्र – तिरुअनंतपुरम, केरळ हे रॉकेट प्रक्षेपण केंद्र आहे.

२. सतीश धवन अवकाश केंद्र (SDSC) – श्रीहरीकोटा, आंध्रप्रदेश. रॉकेट किंवा अग्निबाण प्रक्षेपण केंद्र आहे.

३. स्पेस ऑप्लिकेशन सेंटर (SAC) – अहमदाबाद, गुजरात.

४. इस्रो उपग्रह केंद्र (ISAC) – बंगळूरू, कर्नाटक

५. इस्रो – टेली मेट्री ट्रॅकिंग ऑफ कमांड नेटवर्क : भारतात बंगळूरू, लखनौ, पोर्ट ब्लेअर, श्रीहरीकोटा,

तिरुअनंतपुरम् या ठिकाणी जाळे पसरलेले आहे. पृथ्वीनजीकच्या कक्षेतील (लो अर्थ ऑर्बिट) उपग्रह व प्रक्षेपक यानावर नियंत्रण करण्यासाठी हे जाळे वापरले जाते.

६. इन्सॅट – मास्टर कन्ट्रोल फॅसिलिटी (INSAT-MCF) – हसन, कर्नाटक येथे हे इन्सॅट उपग्रह मुख्य नियंत्रण कक्ष आहे.

७. नॅशनल रिमोट सेन्सिंग एजन्सी – हैदराबाद, आंध्रप्रदेश.

८. रिजिनल रिमोट सेन्सिंग सेंटर्स : पाच ठिकाणी, विभागीय दूरसंवेदन केंद्रे आहेत.

दक्षिण विभाग	–	बंगळूरू
उत्तर विभाग	–	डेहराडून
पूर्व विभाग	–	खरगपूर
पश्चिम विभाग	–	जोधपूर
मध्य विभाग	–	नागपूर

९. फिजिकल रिसर्च लॅबोरेटरी (भौतिकी संशोधन प्रयोगशाळा) ही संस्था अहमदाबाद (गुजरात) येथे आहे.

१०. लिक्विड प्रोप्युलजन सिस्टिम सेंटर

११. डिपार्टमेंट ॲण्ड एज्युकेशनल कम्युनिकेशन युनिट – अहमदाबाद

१२. इस्रो – इनरशिअल सिस्टिम्स युनिट (IISU) म्हणजे इस्रो जडत्वीय प्रणाली युनिट. या संस्थेचे कार्य म्हणजे उपग्रहाला कक्षेत प्रस्थापित केल्यावर योग्य गती ठेवण्यासाठी लागणारे 'सेन्सर' यांची निर्मिती करणे होय.

१३. नॅशनल मेसोस्फिअर, स्ट्रॅटोस्फिअर, ट्रोपोस्फिअर रडार फॅसिलिटी.

भारताचे उपग्रहवाहक अग्निबाण प्रकार :

१. SLV : Satellite Launch Vehicle
वहनक्षमता ४० किलोग्रॅम
अंतर मर्यादा ४०० किलोमीटर

२. ASLV : Augmented Satellite Launch Vehicle
वहनक्षमता १५० किलोग्रॅम
अंतर मर्यादा १००० किलोमीटर

३. PSLV : Polar Satellite Launch Venicle
वहनक्षमता १०५० किलोग्रॅम
अंतर मर्यादा ३६ हजार किलोमीटर

४. GSLV : Geo - Synchronous Launch Vehicle
वहनक्षमता २५०० किलोग्रॅम
अंतर मर्यादा ३६०० किलोमीटर

भारतीय अवकाश संशोधन कार्यक्रम :

○ १९६२ मध्ये 'भारतीय राष्ट्रीय अवकाश संशोधन समिती' ची स्थापना झाली. डॉ. विक्रम साराभाई हे या समितीचे अध्यक्ष होते. डॉ. विक्रम साराभाई यांना 'भारतीय अवकाश विज्ञानाचे जनक' मानतात. १९६२ मध्ये भारताने आपला अवकाशकार्यक्रम सुरू केला.

- १९६३ मध्ये भारताने पहिल्या साउंडिंग अग्निबाणाचे प्रक्षेपण केले.
- सन १९६५ मध्ये भारताने थुंबा (केरळ) येथे 'अवकाश विज्ञान व तंत्रज्ञान केंद्र' स्थापन केले व थुंबा येथे उपग्रह प्रक्षेपण स्थानकाची स्थापना झाली.
- १५ ऑगस्टला इस्रो (ISRO - Indian Space Research Organisation) ची स्थापना झाली. इस्रोचे मुख्यालय बंगळूरू येथे आहे.
- १९७२ मध्ये 'अवकाश विभाग' स्थापण्यात आला. 'विक्रम साराभाई अवकाश संशोधन केंद्र' असे नामकरण तिरुअनंतपुरम् येथील केंद्राचे करण्यात आले.
- १९ एप्रिल, १९७५ भारताने पहिला कृत्रिम उपग्रह आर्यभट्ट अवकाशात प्रक्षेपित केला. रशियातून सोडलेला हा उपग्रह ६०० किलोमीटर उंचीच्या कक्षेत स्थापित करण्यात आला. ३६० किलोग्रॅम वजनाच्या उपग्रहाने ९६ मिनिटांत पृथ्वीप्रदक्षिणा पूर्ण केली. रशियाने आर्यभट्टसाठी इंटर कॉसमॉस या उपग्रहवाहकाचा वापर केला. १९ एप्रिल हा दिवस भारतात 'उपग्रह तंत्रज्ञान दिन' म्हणून पाळतात. याच वर्षी उपग्रहाद्वारे टी. व्ही. कार्यक्रमासाठी प्रयोग सुरू करण्यात आले.
- १९७९ मध्ये पृथ्वी निरीक्षणासाठी भास्कर–१ हा प्रायोगिक उपग्रह रशियातून सोडण्यात आला.
- १९८० मध्ये रोहिणी उपग्रहाचे श्रीहरीकोटा (आंध्रप्रदेश) येथून प्रक्षेपण.
- १९८१ (१) भास्कर – २ उपग्रहाचे प्रक्षेपण (२) ऑपल या पहिल्या भूस्थिर दळणवळण उपग्रहाचे फ्रान्स (कौराऊ) (फ्रेंच गयाना) येथून प्रक्षेपण. (APPLE - Ariane Passenger Pay Load Experiment)
- **वर्ष १९९६,** IRS - P3 उपग्रह सोडण्यात आला.
- सन १९९७, (१) IRS-ID उपग्रह प्रक्षेपित.
  (२) इन्सॅट – 2D उपग्रह प्रक्षेपित.
- वर्ष १९९९,
    १. IRS-P4 किंवा OCEANSAT-1 सागरी अभ्यासासाठी सोडलेला दूर संवेदन उपग्रह. यासोबत द. कोरिया देशाचा KITSAT व जर्मन देशाचा DRL-TUB SAT उपग्रहसुद्धा श्रीहरीकोटा येथून प्रक्षेपित.
    २. I इन्सॅट - 2E हा द्वितीय श्रेणीतील शेवटचा उपग्रह फ्रान्स येथून प्रक्षेपित.
- वर्ष 2000, इन्सॅट – 3B उपग्रह प्रक्षेपित. (इन्सॅट 3A चे प्रक्षेपण नंतर २००३ साली झाले.)
- इ.स. २००१,
    १. तीन उपग्रहांचे एकाच वेळी प्रक्षेपण : भारताचा TES दूर संवेदन उपग्रह, BIRD हा जर्मनीचा व PROBA बेल्जिअम देशाचा.
    २. GSAT - 1 उपग्रह श्रीहरीकोटा येथून प्रक्षेपित. पहिल्यांदा GSLV या उपग्रहवाहकाचा (अग्निबाणाचा) उपयोग. (GSLV - Geo-Synchronous Satellite Launch Vehicle)
- २००२ साली,
    १. कल्पना–१ उपग्रह प्रक्षेपित (श्रीहरीकोटा)
    २. इन्सॅट–3C उपग्रह प्रक्षेपित (फ्रान्स)

- २००३ वर्षी,
    १. IRS-P6 किंवा Resource SAT-1 दूरसंवेदन उपग्रह कृषी संशोधनासाठी प्रक्षेपित (श्रीहरीकोटा)
    २. इन्सॅट–3E उपग्रह सोडला (फ्रान्स)
    ३. GSAT-2 उपग्रह सोडला (श्रीहरीकोटा)
    ४. इन्सॅट–3A उपग्रह सोडला (फ्रान्स)
- १९८२ साली इन्सॅट–1A उपग्रह प्रक्षेपित. (INSAT - Indian National Satellite System)
- १९८३ वर्षी,
    १. इन्सॅट 1B उपग्रह प्रक्षेपित
    २. रोहिणी 2B उपग्रह प्रक्षेपित
- १९८४ साली, पहिली भारत – सो. रशिया अवकाश मोहीम
- १९८७ साली, स्रॉस–१ (SROSS-1) उपग्रह कक्षेत प्रस्थापित करण्यात अपयश. (SROSS - Streched Rohini Satellite Series)
- १९८८ वर्षी,
    १. इन्स्टॅट - 1C उपग्रह रशियातून प्रक्षेपित.
    २. स्रॉस - 2 उपग्रह पृथ्वीकक्षेत स्थापण्यात अपयश.
    ३. IRS - 1A उपग्रह रशियातून प्रक्षेपित.

(IRS - Indian Remote Sensing Satellite भारतीय दूर संवेदन उपग्रह)
- १९९० साली, इन्सॅट ID उपग्रह फ्रान्समधून प्रक्षेपित.
- १९९१ साली, IRS-1B उपग्रह रशियातून प्रक्षेपित.
- १९९२ साली,
    १. स्रॉस - C उपग्रह श्रीहरीकोटा (आंध्रप्रदेश) येथून यशस्वीपणे प्रक्षेपित.
    २. इन्सॅट - 2A उपग्रह फ्रान्समधून प्रक्षेपित. (इन्सॅट - 2 श्रेणी उपग्रह सुरुवात)
- १९९३ साली, फ्रान्समधून इन्सॅट - 2B उपग्रह प्रक्षेपित.
- १९९४ साली,
    १. IRS - P2 उपग्रह श्रीहरीकोटा येथून सोडला.
    २. स्रॉस - C2 उपग्रह सोडला.
- १९९५ साली,
    १. IRS - IC उपग्रह प्रक्षेपित.
    २. इन्सॅट - 2C उपग्रह प्रक्षेपित.
- २००४ साली, EDUSAT एज्युसॅट उपग्रह श्रीहरीकोटा येथून सोडला.
- २००५ साली,
    १. इन्सॅट - 4A उपग्रह सोडला (फ्रान्स)
    २. CARTOSAT - 1 व HAMSAT या दोन उपग्रहांचे श्रीहरीकोटा येथून यशस्वी प्रक्षेपण.
- २००६ साली, इन्सॅट 4C उपग्रह पृथ्वीकक्षेत प्रस्थापित करण्यात अपयश. (श्रीहरीकोटा)

○ २००७ या वर्षी,

१. इटलीचा खगोलशास्त्रीय उपग्रह प्रक्षेपित (श्रीहरीकोटा)

२. इन्सॅट - 4B उपग्रह सोडला. (फ्रान्स)

३. PSLV -C7 या उपग्रह वाहक (अग्निबाणा) द्वारा चार उपग्रह एकाच वेळी प्रक्षेपित (श्रीहरीकोटा). भारताचा CARTOSAT - 2 दूरसंवेदन उपग्रह, भारताची SRE - 1 ही अंतराळ कुपी, इंडोनेशियाचा LAPAN - TUBSAT उपग्रह व अर्जेंटिनाचा PEHUEN SAT - 1 उपग्रह.

(अंतराळ कुपी पृथ्वी वातारणाबाहेर पाठवून ४ दिवसांनी परत वातावरणात आणली. निर्वात अवकाशातून पृथ्वी वातावरणात अंतराळवीरांना आणण्याच्या तयारीचा हा एक भाग होता.)

४. इन्सॅट 4C उपग्रह प्रक्षेपित. (श्रीहरीकोटा)

○ २८ फेब्रुवारी २००८ साली, सतीश धवन अवकाश केंद्र श्रीहरीकोटा येथून एकाच वेळी १० उपग्रहांचे यशस्वी प्रक्षेपण. देशाने अवकाशक्षेत्रात इतिहास घडविला. एकाच वेळी जास्तीत जास्त उपग्रह सोडणारा भारत जगातील २ रा देश बनला. रशियाने, एप्रिल २००७ मध्ये एकाच वेळी १३ उपग्रह प्रक्षेपित केले आहे. सर्वांत जास्त उपग्रह सोडणारा देश रशिया बनला. १० पैकी भारताचे २ उपग्रह होते. (CARTOSAN-2A व IMS-1) IMS म्हणजे Indian Mini Satellite उरलेले ८ उपग्रह कॅनडा, जपान, डेन्मार्क, जर्मनी, नेदरलँड या देशांचे होते. ते लहान असल्याने त्यांना 'नॅनो सॅटेलाइट' असे संबोधण्यात आले.

○ वर्ष २००९, सप्टेंबर २३ ला भारताने एकाच वेळी ७ उपग्रह प्रक्षेपित केले. भारताचा १६ वा दूरसंवेदन उपग्रह OCEANSAT व इतर सहा बाकीच्या देशांचे 'नॅनो उपग्रह', जर्मनीचे ४, स्वित्झर्लंड चा १ व तुर्कस्थानचा १. (स्थळ श्रीहरीकोटा)

○ वर्ष २०११, हवामानासंबंधी माहिती देणारा 'मेघा ट्रॉपिक्स' श्रीहरीकोटा येथून प्रक्षेपित. सोबत ३ नॅनो उपग्रहही प्रक्षेपित केले होते.

○ २७ एप्रिल, २०१२ रोजी इस्त्रोने 'रडार इमेजिंग सॅटेलाइट' सिसॅट – १ प्रक्षेपित केला. देशाचा हा सर्वात वजनदार उपग्रह ठरला आहे. १८५८ किलोग्रॅम वजनाचा हा उपग्रह कोणत्याही ऋतूत दिवसा व रात्री पृथ्वीची छायाचित्रे घेऊ शकतो. पी.एस.एल.व्ही., सी – १९ उपग्रहवाहकाचा (रॉकेटचा) वापर केला.

○ **९ सप्टेंबर, २०१२** भारतीय अवकाश संशोधन संस्था इस्त्रोने १०० वी मोहीम फत्ते केली. 'आर्यभट्ट' उपग्रह प्रक्षेपण ही पहिली मोहीम. फ्रान्सचा स्पॉट – ६ व जपानचा 'प्रायटेरेस' हा १५ किलोचा मायक्रो–श्रेणीतील उपग्रह भूस्थिर कक्षेत स्थापित करण्यात आला.

स्पॉट –६ हा दुसऱ्या देशाचा सर्वांत वजनदार उपग्रह भारताने सोडला. (वजन ७१२ किलोग्रॅम). उपग्रहवाहक म्हणून **पी. एस. एल. व्ही. सी. – २१** रॉकेटचा वापर करण्यात आला. २०१२ मध्ये भारत आपल्या अंतराळकार्यक्रमाची ५० वर्षे पूर्ण करत आहे. प्रत्येक **भारतीय** उपग्रह व प्रत्येक भारतीय रॉकेटच्या प्रक्षेपणास एक मोहीम मानले जाते. इस्त्रोने आतापर्यंत ६२ उपग्रह १ स्पेस रिकव्हरी मॉड्यूल आणि ३७ रॉकेटचे प्रक्षेपण केले आहे.

● नोबेल पुरस्कार (Nobel Prize) :

आल्फ्रेड नोबेल (Alfred Nobel) हा १९ व्या शतकातील स्वीडन देशाचा रसायनशास्त्रज्ञ, त्याच्या नावाच्या पुरस्काराने जग परिचित आहे. या शास्त्रज्ञाचा जन्म २१ ऑक्टोबर १८३३ रोजी झाला व मृत्यू १० डिसेंबर १८९६ ला झाला.

आल्फ्रेडच्या वडिलांनाही शास्त्रीय प्रयोगांचा छंद होता. आल्फ्रेड व इतर तीन भावंडे वडिलांना मदत करीत. एका प्रयोग-स्फोटात आल्फ्रेडचा लहान भाऊ मारला गेला. १८६३ मध्ये आल्फ्रेड याने नायट्रोग्लिसरिन याचा वापर इतर द्रव्यांबरोबर करून 'डायनामाइट' (सुरुंग) चा शोध लावला.

जवळ जवळ १२९ वेगवेगळे शोध लावणाऱ्या आल्फ्रेडने पेटंटद्वारा अमाप धन कमावले. मात्र, शोधलेल्या स्फोटक पदार्थाचा सदुपयोग (जसे खाणकाम) न होता विनाशक कार्यात (जसे युद्धात) होऊ लागल्याने दुःखी झालेल्या आल्फ्रेडने मानवी कल्याण व शांततेसाठी प्रयत्न व्हावेत यासाठी ९२,००,००० पौंडांचा नोबेल पारितोषिक फंड तयार केला. (१) रसायनशास्त्र (२) भौतिकशास्त्र (३) वैद्यकीयशास्त्र (४) वाङ्मय व (५) शांतता या पाच क्षेत्रांसाठी पुरस्कार फंडाच्या रक्कमेच्या व्याजातून १९०१ पासून पुरस्कार देण्यास सुरुवात झाली. १९६८ मध्ये 'अर्थशास्त्र' या ६ व्या क्षेत्राचा समावेश नोबेल पुरस्कारासाठी करण्यात आला. स्वीडिश सेंट्रल बँकेने ३०० वर्षे पूर्ण केल्यामुळे या पुरस्काराची निर्मिती केली.

आल्फ्रेड नोबेल यांचा जन्म ऑक्टोबर महिन्यात झाला म्हणून नोबेल पारितोषिके ऑक्टोबर महिन्यात प्रतिवर्षी जाहीर होतात; आणि १० डिसेंबर या नोबेलच्या स्मृतिदिनी वितरित होतात.

नोबेल पुरस्कार वरील सहा क्षेत्रातील सर्वोच्च पुरस्कार मानतात.

नोबेल पुरस्कार क्षेत्र	पुरस्कार निवड
१. पदार्थ विज्ञान (Physics) व रसायनशास्त्र (Chemistry)	रॉयल ॲकॅडमी ऑफ सायन्स, स्वीडन
२. वैद्यकशास्त्र (Medicine)	रॉयल करोमिल इन्स्टिट्यूट ऑफ मेडिसिन, स्वीडन
३. अर्थशास्त्र (Economics)	स्वीडिश अकॅडमी आणि बँक ऑफ स्वीडन
४. वाङ्मय (Literature)	स्वीडिश अकॅडमी
५. शांतता (Peace)	नॉर्वेची लोकसभा व नॉर्वेजियन नोबेल कमिटी.

सर्व ६ क्षेत्रांसाठी भारतीय व्यक्तींना नोबेल पुरस्कार मिळाले आहेत. आतापर्यंत, रसायशास्त्र १, भौतिकशास्त्रास २, वैद्यकशास्त्र क्षेत्रास १, शांतताक्षेत्रास १, अर्थशास्त्रक्षेत्रास १ आणि वाङ्मयक्षेत्रास १ याप्रमाणे ७ नोबेल पुरस्कार भारतास मिळाले आहेत.

- ○ भारताचा पहिला नोबेल पुरस्कार रवींद्रनाथ टागोर यांना वाङ्मयक्षेत्रासाठी १९१३ साली मिळाला. 'गीतांजली' या काव्यसंग्रह साहित्यकृतीचा प्रामुख्याने विचार झाला.
- ○ चंद्रशेखर व्यंकटरामन यांना भारताचा दुसरा. मात्र, भौतिकशास्त्र क्षेत्रासाठीचा पहिला नोबेल पुरस्कार (प्राइज) १९३० साली प्राप्त झाला. भौतिकशास्त्र क्षेत्रासाठी नोबेल मिळविणारे ते पहिले आशियाई व्यक्तीसुद्धा ठरले. 'रामन परिणाम (Raman Effect)' या शोधकार्यासाठी हा पुरस्कार मिळाला.

- डॉ. हरगोविंद खुराणा या अमेरिकेत वास्तव्यास असणाऱ्या अनिवासी शास्त्रज्ञास १९६८ साली वैद्यकशास्त्राचा नोबेल पुरस्कार 'अनुवंशशास्त्र व कृत्रिम जनुक' या संबंधीच्या शोधकार्यासाठी मिळाला.

- मूळ आयर्लंड देशाच्या, भारतीय नागरिकत्व स्वीकारलेल्या मिशनरी मदर तेरेसा यांना शांतता क्षेत्रासाठीचा नोबेल पुरस्कार १९७९ साली मिळाला. मदर तेरेसा, नोबेल पुरस्कार मिळविणाऱ्या पहिल्या महिला व्यक्ती आहेत.

- डॉ. सुब्रह्मण्यम चंद्रशेखर यांना भौतिकशास्त्र क्षेत्राचा १९८३ सालचा नोबेल पुरस्कार 'मृत ताऱ्यांची उत्क्रांती' संशोधनाबद्दल मिळाला. आतापर्यंत एकापेक्षा जास्त पुरस्कार मिळविणारे भारताचे क्षेत्र त्यामुळे भौतिकशास्त्र ठरले आहे.

- डॉ. अमर्त्य सेन ही भारताला नोबेल पुरस्कार मिळवून देणारी ६ वी व्यक्ती ठरली. भारताला अर्थशास्त्र क्षेत्रासाठी पहिले नोबेल पारितोषिक डॉ. अमर्त्य सेन यांनी १९९८ मध्ये मिळवून दिले. 'दारिद्र्य आणि दुष्काळ' हा त्यांचा अर्थशास्त्रावरील प्रमुख ग्रंथ आहे.

- व्यंकटरामन रामकृष्णन यांनी भारताला ७ वे नोबेल प्राइझ २००९ साली रसायनशास्त्र क्षेत्रासाठी मिळवून दिले. तमिळनाडूत जन्म झालेले हे अनिवासी भारतीय शास्त्रज्ञ केंब्रिज विद्यापीठ, इंग्लंड येथे कार्यरत आहेत. 'रायबोझोमची संरचना व कार्य' यावरील संशोधनामुळे हा पुरस्कार मिळाला.

- व्ही. एस. नायपॉल (त्रिनिदाद) हे भारतीय नागरिक नाहीत. मात्र, भारतीय वंशाचे आहेत त्यांना साहित्यक्षेत्राचा 'नोबेल पुरस्कार' मिळाला आहे.

महत्त्वाची माहीती :

आल्फ्रेड नोबेलचा मृत्यू १० डिसेंबर, १८९६ रोजी झाला. त्याच्या ५ व्या पुण्यतिथी दिनापासून नोबेल पुरस्कार देण्यास सुरुवात झाली. पहिला नोबेल पुरस्कार १० डिसेंबर १९०१ साली देण्यात आला.

- पहिला नोबेल पुरस्कार १९०१ साली जर्मन शास्त्रज्ञ विल्यम रॉन्टजेन यांना क्ष-किरणांच्या शोधासाठी देण्यात आला. म्हणजे भौतिकशास्त्र क्षेत्रासाठी पहिले पारितोषिक दिले गेले.

- १९०३ चे भौतिकशास्त्र नोबेल, मेरीक्युरी, पेरीक्युरी व किरणोत्सारिताशोधक हेनी बेक्वेरेल यांना विभागून मिळाला. पेरी क्युरी व मेरी क्युरी या पति-पत्नीस १९०३ सालचा भौतिकशास्त्र क्षेत्राचा नोबेल पुरस्कार, युरेनियमच्या किरणोत्सारी गुणधर्मावरील केलेल्या संशोधनाबद्दल मिळाला. मेरी किंवा मादाम क्युरी यांना १९११ सालचे रसायनशास्त्र क्षेत्राचे नोबेल प्राइझ 'रेडिअम' या किरणोत्सारी मूलद्रव्याच्या शोधामुळे मिळाले. पोलंड देशाच्या मेरी क्युरीने शोधलेल्या दुसऱ्या किरणोत्सारी मूलद्रव्यांचे नाव आपल्या मायदेशावरून 'पोलोनिअम' असे ठेवले. दोन नोबेल मिळविणारी जगातील पहिली स्त्री, तसेच रसायनशास्त्र व भौतिकशास्त्र क्षेत्रात नोबेल मिळविणारी पहिली व्यक्ती म्हणजे मेरी क्युरी.

- मेरी व पेरी क्युरी दांपत्याची थोरली मुलगी इरीन क्युरी व तिचा पति फ्रेडरिक ज्यूलिएट यांनी १९३४ मध्ये शोधलेल्या कृत्रिम किरणोत्सारिता (Artificial Radioactivity) शोधामुळे नोबेल मिळविले.

- लायनस पॉलिंग यांनाही दोनदा नोबेल मिळाले. १९५४ सालचे रेणूसंशोधनाबद्दलचे रसायनशास्त्राचे तर १९६२ साली अण्वस्त्रविरोधी चळवळ केली म्हणून शांतता क्षेत्राचे.

- पेशी केंद्रकात असणाऱ्या डी. एन. ए. (Deoxyribe Nucleic Acid) च्या द्विसर्पिल संरचना शोधकार्यामुळे जेम्स वॅटसन, फॉन्सिस क्रिक व मॉरिस विल्किन्सन यांना संयुक्तपणे वैद्यकशास्त्राचे नोबेल पारितोषिक मिळाले.

- ‘इलेक्ट्रॉन’ या अणूच्या मूलभूत कणाचा शोध जे. जे. थॉमसन यांनी १८९६ साली लावला. यासाठी त्यांना १९०६ सालचा भौतिकशास्त्राचा नोबेल पुरस्कार मिळाला.

- किरणोत्सारी पदार्थातून तीन प्रकारची अदृश्य किरणे बाहेर पडतात. धनभारित अल्फा किरणे, ऋणभारित बिटा किरणे व उदासीन गॅमा किरणे हे दाखविणाऱ्या अर्नेस्ट रूदरफोर्ड यांना रसायनशास्त्राचे १९०८ चे नोबेल मिळाले.

- नील्स बोर (Neils Bohr) यांना अणु संरचना व अणू प्रारूप संशोधन कार्याबद्दल भौतिकशास्त्राचा नोबेल पुरस्कार १९२२ मध्ये मिळाला. १९७५ मध्ये त्यांचा मुलगा एज. बोर यालाही भौतिकशास्त्र क्षेत्राचे नोबेल मिळाले.

- जास्तीत जास्त उत्पन्न आणि रोगप्रतिबंधक क्षमता असणाऱ्या गव्हाच्या जातींचा १९६०–६१ मध्ये शोध लावणारे अमेरिकेचे वनस्पती शास्त्रज्ञ, जागतिक हरितक्रांतीचे जनक, डॉ. नॉर्मन बोरलॉग यांना खाद्य–उत्पादन वाढवून जागतिक शांतता राखण्यास मदत केली म्हणून १९७० सालचे शांतताक्षेत्राचे नोबेल देऊन गौरविण्यात आले. कृषी क्षेत्रातील त्यांच्या कामगिरीबद्दल भारत सरकारनेही ‘पद्मविभूषण’ या राष्ट्रीय नागरी पुरस्काराने त्यांना सन्मानित केले.

- ‘आधुनिक भौतिकशास्त्राचे जनक’ म्हणून ओळखल्या जाणाऱ्या अल्बर्ट आइनस्टाइन यांच्या १९०५ सालच्या तीन शोधांमुळे भौतिकशास्त्राची दिशाच बदलली. हे तीन शोध म्हणजे – (१) सापेक्षता सिद्धान्त (Theory of Relativity) (२) ब्राऊनियन मोशन (Brownian Motion) (३) प्रकाश–विद्युत्कीय परिणाम (Photo-electric effect). आइनस्टाइन यांना भौतिकशास्त्र क्षेत्राचा नोबेल पुरस्कार १९२१ साली प्रकाश विद्युतकीय परिणांमामुळे मिळाला आहे.
आइनस्टाइन यांच्या महान शोधांना १०० वर्षे पूर्ण झाली म्हणून युनोतर्फे २००५ चे वर्ष ‘आंतरराष्ट्रीय भौतिकशास्त्र वर्ष’ (International Year of Physics) म्हणून जगभर पाळण्यात आले.

- प्रत्येक नोबेल पुरस्काराचे कार्य महत्त्वाचेच असते. यावर्षी या पुरस्काराला ११२ वर्षे झाली. आता २०११ व २०१२ या वर्षांची सर्व ६ क्षेत्रांची नोबेल पारितोषिके विजेत्या व्यक्ती कोण आहेत हे पाहू या.

- २०११ हे वर्ष युनोने आंतरराष्ट्रीय रसायनशास्त्र वर्ष (International Year of Chemistry) व तसेच आंतरराष्ट्रीय वन वर्ष (International Year of Forestry) म्हणून घोषित केले होते.

२०११ या वर्षाची नोबेल पारितोषिके :

१)	भौतिकशास्त्र	१)	साऊल पर्लमुटर
		२)	ॲडम रिस्
		३)	ब्रायन शेमिडथ्
२)	रसायनशास्त्र		इस्रायली शास्त्रज्ञ, डॅनिअल शेचमन
३)	शांतता	१)	इलेन सरलिफ
		२)	लेहमा गोवी
		३)	तवाकुल करमान
			या तीन स्त्रियांना
४)	अर्थशास्त्र	१)	थॉमस सारजेन्ट
		२)	क्रिस्तोफर सिप्स

५) वाङ्मय	कवी – तोमास ट्रान्स ट्रोमर
६) वैद्यकशास्त्र	१) ब्रुस बुटलर
	२) राल्फ स्टेनमन
	३) ज्युल्स हॉफमन

२०१२ या वर्षाची नोबेल पारितोषिके :

१) रसायनशास्त्र	१) रॉबर्ट लेफकोपिट्स
	२) ब्रायन कोबिल्का
२) भौतिकशास्त्र	१) सर्जे हरोशे
	२) डेव्हिड लिनलॅंड
३) शांतता	२७ देशांचा सहभाग असणाऱ्या युरोपिअन संघ ' यास आर्थिक मंदीच्या काळात शांतता प्रस्थापित करण्याच्या प्रयत्नांसाठी देण्यात आला.
४) अर्थशास्त्र	१) अल्विन रॉथ
	२) लॉयड शेपली
५) वाङ्मय	मो यान या टोपण नावाने लिखाण करणाऱ्या गुआन मोये या चिनी साहित्यिकास
६) वैद्यकशास्त्र	१) सर जॉन गर्डन (इंग्लंड)
	२) शिन्या याकानामा (जपान)

● पारंपरिक आणि अपारंपरिक ऊर्जा स्रोत
(Conventional and Non-Conventional Energy Sources)

▶ पारंपरिक ऊर्जा स्रोत

'देशातील ऊर्जेचा दरमाणशी खप' हा त्या देशाच्या आर्थिक विकासाचा व पर्यायाने लोकांच्या राहणीमानाचा निर्देशक असतो. ऊर्जा वापराचे भारताचे दरडोई प्रमाण जगात सर्वात कमी आहे. देशाच्या आर्थिक विकासासाठी व लोकांचे जीवनमान सुधारण्यासाठी, अन्नाच्या खालोखाल महत्त्वाची बाब म्हणजे ऊर्जा. भारतात ऊर्जेचा सर्वात जास्त वापर उद्योग क्षेत्रात होतो.

पारंपरिक ऊर्जा स्रोत म्हणजे प्रदीर्घ काळापासून मानव वापरत असलेला ऊर्जा स्रोत होय. लाकूड, कोळसा, खनिज तेल, नैसर्गिक वायू हे पारंपरिक ऊर्जा स्रोत आहेत. विद्युत निर्मितीचा शोध लागल्यानंतर औष्णिक विद्युत व पुढे मानवाने जलविद्युत व अणुकेंद्रकीय ऊर्जा यांनाही पारंपरिक ऊर्जा स्रोत बनवले.

पारंपरिक ऊर्जा स्रोत महागडी ठरतात. त्यांचे साठे मर्यादित आहेत, संपुष्टात येणारे आहेत; त्यांच्या वापराने प्रदूषणही घडते. जलविद्युतसाठी लागणारे पाणीसाठे मात्र संपणारे नाहीत. अपारंपरिक ऊर्जा स्रोत म्हणजे नजीकच्या काळात मानवाने शोधलेले ऊर्जा स्रोत. जसे, सौर ऊर्जा, पवन ऊर्जा, सागरलाटा ऊर्जा, बायोमास, भूगर्भीय उष्णता ऊर्जा, लहान हायड्रो पॉवर प्रकल्प ऊर्जा, हायड्रोजन वायू ऊर्जा इत्यादी.

अपारंपरिक ऊर्जा स्रोतापासून ऊर्जा पुन्हा-पुन्हा कायम मिळविता येते, म्हणून त्यांना नूतनशील ऊर्जा स्रोत किंवा पुनर्निर्मित ऊर्जा स्रोत किंवा अक्षय ऊर्जा स्रोतही म्हणतात. जलविद्युत पारंपरिक असले तरी नूतनशील ऊर्जा स्रोत आहे.

अपारंपरिक ऊर्जा स्रोत पारंपरिकपेक्षा सर्वच बाबतीत उजवी आहेत. ती मुबलक उपलब्ध आहेत, कायमस्वरूपी मिळतात. क्षय पावत नाहीत व प्रदूषण करत नसल्याने पर्यावरण सुसंगत आहेत.

कोळसा (Coal)

कोळसा पारंपरिक ऊर्जा स्रोत म्हणून साधारण ३००० वर्षांपूर्वी चिनी लोकांनी वापरण्यास सुरुवात केली. लक्षावधी वर्षांपूर्वी पृथ्वीतलावरील अरण्ये व प्राणी भूगर्भीय उलथा-पालथीमुळे जमिनीच्या आत गाडली गेली. भूपृष्ठाचा प्रचंड दाब व भूगर्भीय उष्णता यामुळे त्यांचे रूपांतर कोळसा, नैसर्गिक वायू व खनिज तेलात झाले. जीवांपासून निर्मिती झालेल्या या इंधनांना जीवाश्म इंधने (fossil fuels) म्हणतात.

आजही कोळसा भारताचे सर्वात प्रमुख ऊर्जा स्रोत आहे. जागतिक कोळसा उत्पादनापैकी सुमारे ४ टक्के उत्पादन भारतात होते. कोळसा उत्पादनात भारताचा जगात ५ वा क्रमांक लागतो. भारतातील वीज उद्योग प्रामुख्याने कोळशावर आधारलेला आहे.

भारतात सन १८१४ मध्ये जोन्स या भूगर्भशास्त्रज्ञाने राणीगंज (प.बंगाल) येथे कोळशाची खाण प्रथम शोधली. प्रत्यक्ष कोळसा उत्पादन १८२० मध्ये सुरू झाले. पश्चिम बंगाल, झारखंड, मध्यप्रदेश, छत्तीसगढ, ओरिसा या राज्यांत प्रामुख्याने कोळसा सापडतो; तसेच पूर्वोत्तर राज्यात मेघालय, आसाम, अरुणाचल प्रदेश, नागालॅण्ड मध्येही कोळसा मिळतो. ६७ टक्के कोळसा उत्पादन झारखंड, मध्यप्रदेश, छत्तीसगढ व ओरिसातून होते.

भारतीय भूगर्भ सर्वेक्षण/जिऑलॉजिकल सर्व्हे ऑफ इंडिया (कोलकाता) या संस्थेनुसार भारतात २१४००० दशलक्ष टन कोळसा साठा आहे. झारखंड मधील काही महत्त्वाच्या कोळसा खाणी पुढील ठिकाणी आहेत- कर्णपुरा, गिरिदीह, झारिया, बोकारो.

प. बंगालच्या काही महत्त्वाच्या खाणी-वर्धमान, पुरुलिया, राणीगंज, विरभूम या ठिकाणी आहेत.

महाराष्ट्रात गोदावरी खोऱ्यात चांदा येथे कोळसा सापडतो.

भारतातील कोळसा उत्पादनापैकी सुमारे ८ टक्के उत्पादन महाराष्ट्रात होते. ऑस्ट्रेलिया हा जगात सर्वाधिक कोळसा निर्यात करणारा देश आहे. कोळसा हे कार्बन मूलद्रव्याचे अस्फटिकी अपरूप असून कोळश्यातील कार्बनच्या प्रमाणावरून त्याची प्रत ठरते. कार्बनचे प्रमाण जास्त असणाऱ्या उच्च प्रतीच्या कोळश्याचे उष्मांक मूल्य (Calorific Value) जास्त असते. कोळसा ऊर्जासाधन म्हणून व सिमेंट, रसायन, पोलाद, खत उद्योगात कच्चा माल म्हणूनही वापरला जातो.

भारतात चार प्रकारचा कोळसा सापडतो.

१) पीट (Peat), २) लिग्नाईट (Lignite), ३) बिटुमिनस (Bituminous), ४) अन्थ्रासाईट (Anthracite) पीट हा हलक्या प्रतीचा कोळसा जळताना जास्त धूर होतो. भारतात सर्वत्र सापडतो. लिग्नाईट हा विटकरी रंगाचा, हलक्या प्रतीचा कोळसा राजस्थान, तमिळनाडू, आसाम, गुजरात, जम्मू आणि काश्मीरमध्ये सापडतो. बिटुमिनस या चांगल्या प्रतीच्या कोळश्यात कार्बनचे प्रमाण सुमारे ७० टक्के आढळते. हा कोळसा भारतात झारखंड, ओरिसा, छत्तीसगढ व मध्यप्रदेशात सापडतो. अन्थ्रासाईट हा भारतात आढळणारा सर्वात चांगल्या प्रतीचा कोळसा. यात कार्बनचे प्रमाण ८० टक्के वा त्यापेक्षा जास्त आढळते. हा कोळसा भारतात फक्त जम्मू-काश्मीर मध्येच आढळतो. कोल इंडिया लिमिटेड व कोल डेव्हलपमेंट कार्पोरेशन या संस्थांद्वारा कोळसा क्षेत्र विकासाचे कार्य केले जाते.

खनिज तेल (Mineral Oil)

भारतात कोळशानंतर खनिज तेलाचा ऊर्जा स्रोत म्हणून प्रामुख्याने वापर होतो. लॅटिन भाषेत पेट्रो (Petro) म्हणजे खडक आणि ओलिअम (Olium) म्हणजे तेल. खडकात सापडणारे तेल म्हणजे पेट्रोलिअम. खनिज तेल खडकात सापडते म्हणून त्यास 'पेट्रोलिअम' असेही म्हणतात; तर खनिजतेलापासून मिळणाऱ्या उत्पादनास 'पेट्रोलिअम प्रोडक्ट्स' म्हणतात.

खनिजतेलात हायड्रोकार्बन्स म्हणजे कार्बन व हायड्रोजनची संयुगे असतात. कच्च्या खनिज तेलात (क्रूड ऑईल) बरीचशी इतर मूलद्रव्ये अशुद्धी स्वरूपात आढळतात. जसे-गंधक, शिसे.

१८ व्या शतकात औद्योगिक क्रांतीला सुरुवात झाली आणि कोळशाचा वापर ऊर्जा निर्मितीसाठी होऊ लागला. पुढे १८६०च्या सुमारास खनिजतेलाचा वापर ऊर्जेसाठी सुरू झाला.

वाहतूक खर्च कमी, जास्त ज्वलनशक्ती साठविण्यास कमी जागा यामुळे यंत्रयुगाचा विकास होताना कोळसा वापरून चालणारी सयंत्रे खनिजतेलावर चालू लागली. उदा. रेल्वे.

पर्शियाच्या आखातात जगातील सर्वात जास्त तेलाचे साठे आहेत. या आखाताशेजारी आठ देश आहेत. खनिज तेल साठे सर्वात जास्त असणारा देश सौदी अरेबिया आहे. मात्र, खनिजतेलाचे जास्त उत्पादन करणारा देश आहे रशिया. ओपेक (Organisation of Petroleum Exporting Countries) हा १३ देशांचा संघ आहे. (अल्जेरिया, अंगोला, इक्वाडोर, इंडोनेशिया, इराण, इराक, कुवेत, लिबिया, नायजेरिया, कतार, सौदी अरेबिया, युनायडेट अरब अमिरात (युएई) व व्हेनेझुएला)

खनिजतेलाच्या किमती कमी-जास्त झाल्यावर जगातील सर्व देशाच्या अर्थव्यवस्थेवर त्याचा परिणाम होतो.

भारत खनिजतेलासाठी समृद्ध देश नाही. भारताची प्रतीवर्ष मागणी १०० मिलियन मेट्रीक टन इतकी आहे. भारतात खनिज तेल साठे मात्र मर्यादित आहेत. त्यासाठी भारताला खनिज तेल आयात करावे लागते. भारताचा ऊर्जा वापरातील खनिज तेलाचा वाटा सुमारे ३४ टक्के आहे. भारतात खनिज तेल व नैसर्गिक वायू यांचे क्षेत्र म्हणजे आसाम, गुजरात, थरचे वाळवंट, अंदमान-निकोबार द्वीपे, आंध्रप्रदेश व तमिळनाडू राज्यातील समुद्रकिनारपट्टीचा भाग, महाराष्ट्रातील मुंबई समुद्र भाग.

भारतात सुमारे ६३ टक्के पेट्रोलिअम उत्पादन 'मुंबई हाय' येथे होते, १८ टक्के गुजरात व १६ टक्के आसाम मधून होते.

आसामची महत्त्वाची ठिकाणे पुढीलप्रमाणे- दिग्बोई, मोरन, नहार कटिया, बंदरपूर, मासीमपूर

गुजरातची काही ठिकाणे पुढीलप्रमाणे-अंकलेश्वर, कलोल

भारतात १८६५ मध्ये माकुमनामदा (आसाम) भागात प्रथमत: खनिज तेल आढळले नंतर १८८२ मध्ये आसामच्या दिग्बोई क्षेत्रात साठे सापडले. कच्च्या खनिज तेलापासून तेल शुद्धीकरण कारखाना (Oil Refinary) द्वारा अनेक उत्पादिते मिळतात. जसे गॅसोलीन, पेट्रोल, डिझेल, केरोसिन, मेण, डांबर इत्यादी. तर ५ हजारपेक्षा जास्त दुय्यम पेट्रोलिअम उत्पादिते मिळवली जातात. जसे वंगण, वॉर्निश, प्लास्टिक, छपाई शाई, अरुफाल्ट, पॅराफिन इत्यादि. रंग, कापड, रसायन, खत उद्योगांना खनिज तेल शुद्धीकरण कारखान्यापासून कच्चा माल मिळतो.

स्वातंत्र्य काळापर्यंत भारतात एकच तेल शुद्धीकरण कारखाना होता. आसाममधील दिग्बोई येथे. आज भारतात १८ तेल शुद्धीकरण कारखाने असून भटिंडा व बिमा येथे निर्माण होणारे दोन प्रस्तावित कारखाने आहेत. इंडियन इन्स्टिट्यूट ऑफ पेट्रोलिअम, ही संस्था डेहराडून येथे आहे. गॅसोलिन (शुद्ध पेट्रोल) व अल्कोहोल यांचे

मिश्रण इंधन म्हणून वापरता येते. यास 'गॅसोहोल' म्हणतात. सर्वप्रथम अमेरिकेत गॅसोहोलचा वापर सुरू केला. खनिज तेलाचा भागश: ऊर्ध्वपातन (fractional distillation) पद्धतीने हायड्रोकार्बन इंधने वेगवेगळी मिळवितात. 'गॅसोहोल'मध्ये वापरण्यात येणारे अल्कोहोल हे इथेनॉल किंवा इथायिल अल्कोहोल असते. सध्या पेट्रोलमध्ये ५ टक्के इथेनॉल मिसळण्यास संमती आहे. 'सेंट्रल फ्यूअल रिसर्च इन्स्टिट्यूट' ही संस्था धनबाद येथे आहे. जपानी संशोधक अकिनोरी यांनी प्लास्टिक पासून क्रूड ऑईल तयार करणारे मशीन विकसित केले आहे. भारतात खनिजतेलाचा वापर सर्वात जास्त वाहतूकक्षेत्रात होतो; त्यानंतर घरगुती वापर क्षेत्र व औद्योगिक क्षेत्र येतात.

नैसर्गिक वायू (Natural Gas)

नैसर्गिक वायू हे मिथेन (CH_4), इथेन (C_2H_6), प्रोपेन (C_3H_8) व ब्युटेन (C_4H_{10}) याचे वायूंचे मिश्रण असते. नैसर्गिक वायू खनिज तेलाबरोबर किंवा स्वतंत्ररीत्या सापडतो. नैसर्गिक वायूला पर्यावरण सुसंगत (इन्व्हायरमेंट फ्रेंडली) इंधन स्रोत मानतात कारण ज्वलनाने कार्बन-डाय-ऑक्साईड वायूचे उत्सर्जन कमी होते. यामुळेच नैसर्गिक वायूला चालू शतकाचे इंधन (fuel for the present century) मानतात.

नैसर्गिक वायू भारतात प्रामुख्याने मुंबई हाय व कॅम्बेच्या आखातात सापडतो. कृष्णा व गोदावरीच्या खोऱ्यात नैसर्गिक वायूचे प्रचंड साठे सापडले आहेत. १७३० किलोमीटर लांबीची HVJ पाईपलाईन [[हजिरा (गुजरात)-विजापूर (मध्यप्रदेश)- जगदीशपूर (उत्तरप्रदेश)] द्वारे नैसर्गिक वायू वाहून नेण्यासाठी वापरली जाते.

ही पाईपलाईन 'मुंबई हाय' ला जोडलेली आहे. ६ खत प्रकल्प व ३ वीज प्रकल्पांना याद्वारे इंधन स्वरूपात गॅस पुरवला जातो.

नैसर्गिक वायूला वास नसतो मात्र गळती झाल्यावर लक्षात येण्यासाठी त्याला रासायनिक प्रक्रियेने कृत्रिम वास दिला जातो. सी.एन.जी.(Compressed Natural Gas) चा वापर द्रवरूप इंधनाऐवजी होत आहे. त्यामुळे प्रदूषण कमी होते. दिल्ली शहरात सी. एन. जी. चा वापर वाहनासाठी सक्तीचा करण्यात आला आहे. दिल्ली भारताचे सर्वात जास्त हवा प्रदूषित शहर आहे.

मिश्र इंधनाचा वापर करून प्रदूषण कमी करणे, पैसा वाचवणे, पारंपरिक ऊर्जा स्रोताची बचत करणे जास्त ऊर्जा मिळविणे, उत्पन्न व रोजगार वाढविणे इत्यादि उद्दिष्ट्ये साधली जातात. CNG वायूत १० टक्के हायड्रोजन वायू मिसळल्यास, नायट्रोजन ऑक्साईड्स ही प्रदूषके ३० ते ४० टक्के कमी होतात. CNG वरील ताण कमी होतो.

इथेनॉलयुक्त पेट्रोलमुळे हवेचे प्रदूषण कमी होते. इथेनॉल उत्पादक कारखान्याचे पर्यायाने शेतकऱ्यांचे उत्पन्न वाढते. ओ.एन.जी.सी. (Oil and Natural Gas Corporation) खनिज तेल व नैसर्गिक वायू क्षेत्र विकास यासाठी कार्य करते. या संस्थेची स्थापना ऑगस्ट १९५६ साली झाली. सार्वजनिक क्षेत्रातील सर्वात मोठी ऑईल रिफायनरी कोयाली (गुजरात) येथे आहे.

नॅचरल गॅस अथवा नैसर्गिक वायू (Natural Gas -NG) वर उच्च दाबाचा वापर करून कॉम्प्रेस्ड नॅचरल गॅस (CNG) मिळवतात. तसेच नॅचरल गॅसचे तापमान घटवून लिक्विफाईड नॅचरल गॅस (LNG) मिळवतात. परदेशातून नॅचरल गॅस LNG च्या रूपात आयात केला जातो.

औष्णिक विद्युत (Thermal Electricity) :

कोळसा, पेट्रोलिअम इंधने व नैसर्गिक वायू या जैविक इंधनांच्या ज्वलनापासून मिळणाऱ्या उष्णतेचा वापर करून मिळविलेल्या विजेला 'औष्णिक वीज' म्हणतात. मिळणाऱ्या उष्णतेचा वापर करून पाण्याची वाफ

तयार केली जाते व वाफेच्या दाबाने टर्बाईन फिरवून वीज मिळविली जाते.

भारतात एकूण विजेपैकी ७० टक्के वीज औष्णिक वीज असते. फक्त कोळशापासून सुमारे ६७ टक्के वीज मिळते. भारतात ३०० पेक्षा जास्त औष्णिक विद्युत प्रकल्प आहेत. ही वीज मिळविताना धुरातील वायू व राखेमुळे हवेचे प्रदूषण घडते.

महाराष्ट्रात काही महत्त्वाची प्रकल्पे पुढीलप्रमाणे– एकलहरे (नाशिक), तुर्भे (मुंबई), कोराडी (नागपूर), दुर्गापूर (चंद्रपूर), पारस (अकोला), परळी (बीड), उरण (भुसावळ), खापरखेडा (नागपूर).

महाराष्ट्रातील कोकण भागातील एन्रॉन प्रकल्प हा औष्णिक विद्युत प्रकल्प आहे.

औष्णिक विद्युत क्षेत्राच्या विकासासाठी १९७५ मध्ये नॅशनल थर्मल पॉवर कार्पोरेशन (NTPC) ची स्थापना झाली. राज्यांच्या पारेषण व्यवस्था (transmission systems) जोडून विभागीय पॉवर ग्रीड्सची स्थापना करण्यात आली. ५ विभागीय ग्रीड्स आहेत. (पूर्व, पश्चिम, उत्तर, दक्षिण व उत्तर-पूर्व विभागीय ग्रीड्स) विभागीय ग्रीड्स निर्माण व विकासाचे कार्य 'नॅशनल पॉवर ग्रीड' करते. जास्त विद्युत निर्मिती झाल्यास मागणीनुसार कमतरता असणाऱ्या विभागास, राज्यास वीजपुरवठा मिळणे यामुळे सोपे झाले आहे.

सन २०११ मध्ये भारताची वीज निर्मिती १ लाख ७० हजार मेगावॅट इतकी होती. त्यामध्ये १३ टक्के वाटा खाजगी कंपन्यांचा होता. ऊर्जा सर्वात जास्त वीजरूपात वापरली जाते म्हणून विजेचा तुटवडा जाणवतो व भारनियमनाची पाळी येते. १५ ऑगस्ट २०१२ च्या स्वातंत्र्यदिनाच्या भाषणात पंतप्रधान डॉ. मनमोहन सिंग यांनी येत्या पाच वर्षांत देशातल्या प्रत्येक घरात वीज पोहचविण्याची योजना जाहीर केली आहे.

जलविद्युत (Hydro-Electricity)

जलविद्युत ऊर्जेचे पारंपरिक ऊर्जा स्रोत असले तरी नूतनशील ऊर्जा स्रोत आहे. जलसाठ्यातील पाणी उंचावरून वेगाने सोडून टर्बाईनची पाती फिरवून जलविद्युत मिळवतात.

भारतातील एकूण वीजनिर्मितीतील जलविद्युतचा वाटा २५ टक्के आहे. जलविद्युत हे अक्षय ऊर्जा स्रोत प्रदूषणरहित आहे.

सलाल (जम्मू-काश्मीर), भाक्रा (हिमाचल प्रदेश), नानगल (पंजाब), टेहरी (उत्तराखंड), चंबळ (बिहार), कोटा, राणाप्रतापसागर व कोशी (राजस्थान), मयुराक्षी (प.बंगाल), रिहान्द (उत्तर प्रदेश), हिराकुड (ओरिसा), गांधीनगर (मध्यप्रदेश), सरदार सरोवर (गुजरात), तुंगभद्रा व नागार्जुन सागर (आंध्रप्रदेश) ही काही महत्त्वाची ठिकाणे जेथे जलविद्युत प्रकल्प आहेत.

महाराष्ट्रातील महत्त्वाचे जलविद्युत प्रकल्प पुढीलप्रमाणे– पवना (पुणे), वैतरणा (नाशिक), कोयना (सातारा), पेंच (नागपूर), तिल्लारी (कोल्हापूर), भंडारदरा (अहमदनगर), भिरा (रायगड).

लेक टॅपिंग (Lake Tapping)

कोयना नदीवर कोयना धरण बांधलेले आहे. हे धरण सातारा जिल्ह्यातील पाटण तालुक्यात हेळवाक या गावाजवळ आहे. धरणातील जलाशयास 'शिवसागर' असे नाव देण्यात आले असून १०५.२ टी.एम.सी. क्षमतेचे हे धरण १९६२ मध्ये बांधून पूर्ण झाले. कोयना धरणास महाराष्ट्राची भाग्यरेखा समजले जाते. मुख्यत: वीजनिर्मितीसाठी बांधलेल्या या धरणाच्या पाण्याचा वापर शेती सिंचनासाठीही केला जातो. २०१२ मध्ये या धरणाला ५० वर्षे पूर्ण झाली.

कोयना वीजनिर्मिती केंद्रातून चार टप्प्यांत १९६० मेगावॅट जलविद्युत मिळविली जाते. १९९९ मध्ये कार्यान्वित चौथ्या टप्प्यातून सर्वात जास्त म्हणजे १००० मेगावॅट वीज मिळते. या टप्प्यासाठी पहिल्यांदा

कोयना जलाशयात १३ मार्च १९९९ रोजी 'लेक टॅपिंग' करण्यात आले. जलाशयापर्यंत भूगर्भातून ४.२५ किलोमीटर लांबीचा बोगदा तयार करून वेगाने पाणी वीजनिर्मिती टप्प्यापर्यंत नेता येते. परंतु हा टप्पा कार्यान्वित राहण्यासाठी ६३० मीटर पाणीसाठा आवश्यक असतो. उन्हाळ्यात पाणीसाठा खालावल्यावर अखंडित वीज मिळत नाही म्हणून २५ एप्रिल २०१२ रोजी दुसऱ्यांदा लेक टॅपिंग करण्यात आले. यामुळे ६१८ मीटरपर्यंत पाणीसाठा कमी झाला तरी वीजनिर्मितीत खंड पडत नाही. दुसऱ्या लेक टॅपिंगसाठी ४.५ किलोमीटर लांबीचा भूगर्भीय बोगदा तयार करण्यात आला.

१९७५ मध्ये राष्ट्रीय जलविद्युत महामंडळ (National Hydro-Electricity Power Corporation - NHPC) या संस्थेची स्थापना झाली.

जलविद्युत निर्मिती करणारा पहिला देश म्हणजे नॉर्वे. नागपूर जिल्ह्यातील पेंच नदीवर महाराष्ट्र व मध्य प्रदेश यांनी संयुक्त जलविद्युत प्रकल्प उभारला आहे.

अणुविद्युत (Electricity from Atomic Energy)

अणुवीज ऊर्जेचा एक पारंपरिक स्रोत आहे. जगातील अनेक देश प्रामुख्याने अणुकेंद्रकीय विभंजन (Nuclear fission) या क्रियेद्वारे, अणुभट्टीतून निर्माण होणाऱ्या उष्णता ऊर्जेचा वापर करून पाण्याची वाफ तयार करतात व त्या वाफेद्वारा टर्बाईन फिरवून वीज मिळवितात.

अणूकेंद्रकीय संमीलन (Nuclear fusion) क्रियेचा वापर करण्याचे तंत्रज्ञान पुरेसे विकसित झालेले नाही. दक्षिण कोरीया सारख्या देशांनी प्रायोगिक स्तरावर या क्रियेद्वारा अणुभट्टीतून मिळणाऱ्या ऊर्जेचा वापर करून वीज मिळविण्याचे प्रयत्न सुरू केले आहेत.

भारतातील एकूण वीज उत्पादनात अणुविद्युतचा वाटा सुमारे ३ ते ४ टक्के आहे. भारताने ४००० मेगावॅट पासून ४०,००० मेगावॅट पर्यंत अणुविद्युत २०२० पर्यंत मिळविण्याचे ध्येय समोर ठेवले आहे.

अणुभट्टीत नियंत्रित श्रृंखला अभिक्रिया (controlled chain reaction) चा वापर करून मिळविलेल्या ऊर्जेचा वापर वीज तयार करण्यासाठी करतात. युरेनिअम, थोरिअम, झिरकोनिअम अशा किरणोत्सारी मूलद्रव्यांचा इंधन म्हणून वापर करतात. भारतात केरळच्या किनारपट्टीत आढळणाऱ्या मोनाझाईट वाळूत थोरिअम विपुल सापडते. जगात थोरिअमचे सर्वात जास्त साठे भारतात आहेत. कांगो देशात युरेनियमचे सर्वात जास्त साठे आहेत.

एक पौंड युरेनिअम पासून १२ मिलियन किलोवॅट वीजनिर्मिती होवू शकते. धोकादायक असली तरी ऊर्जेची वाढती गरज भागविण्याकडे जगाचा कल अणू ऊर्जेकडे वळल्याचे दिसून येते. १९५१ मध्ये वाल्टर झिने यांनी अणूऊर्जेपासून वीज निर्मितीचा शोध लावला. १९५१ मध्ये अमेरिकेत जगातील पहिले अणुविद्युत केंद्र उभारले. दुसरे केंद्र सोव्हिएट रशियाने १९५४ मध्ये स्थापले आज जगात ३५० पेक्षा जास्त अणुभट्ट्या कार्यरत असून त्याद्वारे वीज मिळवली जाते.

किरणोत्साराच्या दीर्घकाळ दिसणाऱ्या दुष्परिणामांमुळे जगातील अनेक अशासकीय संघटना (NGO) अणुऊर्जा केंद्राला विरोध करतात.

भारतातही महाराष्ट्रातील जैतापूर व तमिळनाडू राज्यातील कुडानकूलम् अणुऊर्जा प्रकल्पांना विरोध होत आहे. कुडानकूलम् अणुऊर्जा प्रकल्पास विरोध करण्यासाठी होणारे आंदोलन एस.पी. उदयकुमार या नेत्याच्या मार्गदर्शनाखाली होत आहे.

भारतात सध्या सात अणुविद्युत ऊर्जा केंद्र आहेत.

१) तारापूर (ठाणे, महाराष्ट्र), २) काक्रापार (गुजरात), ३) नरोरा (उ.प्रदेश), ४) कल्पक्कम (तमिळनाडू), ५) कुडानकुलम् (तमिळनाडू), ६) कैगा (कर्नाटक), ७) रावतभाटा (कोटा, राजस्थान)

आठवे अणुविद्युत ऊर्जा केंद्र जैतापूर (महाराष्ट्र) येथे उभारले जात आहे. फ्रान्स देशाच्या 'अरेव्हा' या कंपनीद्वारा सहा अणुभट्ट्या स्थापन करण्यात येतील. प्रत्येक अणुभट्टीची क्षमता १६५० मेगावॅट इतकी असेल. १२ व्या पंचवार्षिक योजनेत हे केंद्र पूर्ण करण्यात येईल.

सन २०१२ अखेर भारतात २0 अणुभट्ट्या असून १९ कार्यरत आहेत.

▶ **अपारंपरिक ऊर्जा स्रोत**

देशात अपारंपरिक ऊर्जा स्रोतांचे महत्त्व, प्रचार व प्रसार यासाठी भारतीय अक्षय ऊर्जा विकास संस्था (इरेडा) कार्य करते.

१) सौर ऊर्जा (Solar Energy)

अणुऊर्जा सोडल्यास बाकी सर्व ऊर्जा स्रोतांचे मूळ कारण सूर्यच आहे. सूर्य हा तारा म्हणजे अतीतत वायूचा गोळा आहे. सूर्य म्हणजे एक मोठी अणुभट्टीच. अणुकेंद्रकीय संमीलन क्रियेने हायड्रोजन वायुंच्या अणुंचे रूपांतर हेलिअमच्या अणूत होत असते. विश्वात काहीच कायमस्वरूपी नसते, सूर्यालाही अंत आहे. हायड्रोजन वायू हे इंधन संपल्यावर सूर्य तारा मृत तारा बनेल मात्र यासाठी काही अब्ज वर्षांचा कालावधी लागणार आहे. म्हणून हजारो मानवी पिढ्यांसाठी सूर्य हा अक्षय ऊर्जा स्रोतच आहे.

कोळसा, खनिज तेल, अणुऊर्जा इंधन साठे संपल्यावर भविष्यात सौर ऊर्जेशिवाय मानवाला मोठा पर्याय नाही म्हणून सौर ऊर्जेला 'भविष्यकाळातील ऊर्जा' (The energy of future) असे म्हणतात.

भारत हा 'उष्ण हवामान' प्रदेशातील देश आहे. वर्षातील २५० ते ३०० दिवस भरपूर काळ सूर्यप्रकाश उपलब्ध असतो. सूर्यापासून उष्णता व वीजस्वरूपात ऊर्जा मिळविता येते.

फोटोव्होल्टाईक सेल (सौरघट) चा वापर करून सौर ऊर्जेचे रूपांतर वीज ऊर्जेत करता येते. सिलिकॉन व कॅडमिअम मूलद्रव्यांच्या साहाय्याने फोटोव्होल्टाईक सेल तयार करतात. फिरणारे भाग नसल्याने घर्षण होत नाही, तुटफूट टळते, आवाजविरहित अवस्थेत वीज तयार होते.

भारताला वर्षाला अंदाजे ३ लाख कोटी किलोवॅट सौर ऊर्जा उपलब्ध होत असते. त्याच्या एक शतांश भाग जरी कार्यक्षमतेने वापरला तरी ऊर्जा समस्येचे समाधान करता येईल.

सौर ऊर्जेपासून उष्णता वापरून पुढील संयंत्रे वापरली जातात – सौर जलताप सयंत्र, सौर निक्षारीकरण सयंत्र, सौरचूल, पॅराबोलिक सोलर कुकर, सौर वाफेवर अन्न शिजविण्याचे सयंत्र (श्री साई संस्थान, शिर्डी, महाराष्ट्र येथे या सयंत्राचा वापर करून ३००० लोकांचे अन्न शिजविण्यात येते.)

सौर ऊर्जेपासून वीज मिळवून वापरण्यात येणारी साधने पुढीलप्रमाणे– सौर कंदिल, सौर पथदीप, सौर घरगुती दिवे, सौर शैक्षणिक साधने, सौर कुंपण, सौर वाहतूक सिग्नल यंत्रणा, सौर ऊर्जा साधनांचा प्रसार होण्यासाठी शासनातर्फे सबसिडी व कमी व्याजदरात कर्ज दिले जाते.

मेडा (MEDA- Maharashtra Energy Development Agency) म्हणजे 'महाराष्ट्र ऊर्जा विकास अभिसरण' या संस्थेने जगातील पहिला सौर–पवन ऊर्जा प्रकल्प (मिश्र ऊर्जा प्रकल्प) आळंदी (महाराष्ट्र) येथे उभारला आहे. 'मेडा' ची स्थापना १९८५ साली झाली.

सध्या देशाची सौर ऊर्जा निर्मिती सुमारे ९०० मेगावॅट आहे; त्यात गुजरात राज्याचा वाटा २३ टक्के आहे. गुजरातच्या सानंद कालव्यावर देशातील पहिला 'कॅनॉल टॉप सोलर पावर प्लॅन्ट' एप्रिल २०१२ मध्ये

उभारण्यात आला आहे. १ मेगावॅट क्षमतेचा हा सौर ऊर्जा वीजनिर्मिती प्रकल्प गुजरातच्या मेहसाना जिल्ह्यातील चंद्रासन गावात आहे. ७५० मीटर लांबीचा हा प्रकल्प कालव्यावर उभारण्यात आल्याने ९० लाख लीटर पाण्याचे बाष्पीभवन वर्षाला रोखले जाणार आहे. 'इनरिच एनर्जी' या कंपनीने या प्रकल्पास साहाय्य केले आहे. याच कंपनीच्या सहकार्याने २५ मेगावॅट क्षमतेचा देशातील दुसऱ्या क्रमांकाचा मोठा सौर ऊर्जा विद्युत प्रकल्प सोलापूर जिल्ह्यातील मंद्रूप येथे उभारला गेला आहे. सध्या, देशातील सर्वात मोठा सौर प्रकल्प माधोपूर (भूज, गुजरात), येथे आहे. गुजरातमध्ये चारणका येथे आशियातील सर्वात मोठा सौर ऊर्जा प्रकल्प उभारला जात आहे. ६०० मेगावॅट क्षमतेचा या प्रकल्पात पावसाचे पाणी साठविण्याचीही व्यवस्था करण्यात आली आहे. सी.आय.आय. ने गुजरात सरकारच्या या प्रकल्पाला 'मोस्ट इनोव्हेटिव्ह प्रोजेक्ट' चा सन्मान दिला आहे.

जगातला सर्वात मोठा सौर ऊर्जा प्रकल्प स्पेन देश निर्माण करत आहे. 'ॲन्डॉसॉल' नावाच्या या सौरऊर्जा केंद्रासाठी ६ लाख पॅराबोलीक आरशांद्वारा सौरऊर्जा संग्रहित करण्यात येणार आहे.

'राष्ट्रीय ऊर्जा संवर्धन दिन' दरवर्षी १४ डिसेंबर रोजी पाळण्यात येतो.

सौर औष्णिक विद्युत केंद्र (Solar Thermal Electricity Centre) यात सूर्य किरणांच्या उष्णतेने पाण्याची वाफ तयार करून टर्बाईन फिरवून वीज मिळवितात.

भारतात, अपारंपरिक ऊर्जा स्रोत मंत्रालय (MNES) ची स्थापना १९९२ साली झाली. १९८२ साली स्थापण्यात आलेल्या 'अपारंपरिक ऊर्जा स्रोत विभाग' याचे रूपांतर १९९२ मध्ये मंत्रालयात झाले. इरेडा (Indian Renewable Energy Development Agency-IREDA) ची स्थापना १९८७ साली झाली.

२) बायोमास ऊर्जा (Biomass Energy)

या अपारंपरिक ऊर्जा स्रोतांसाठी भारत समृद्ध देश आहे. जगातील सर्वात जास्त पशुधन भारतात आहे. पाळीव प्राण्यांचे मलमूत्र, जगातील क्रमांक दोनची लोकसंख्या (सुमारे १२१ कोटी) असणाऱ्या भारतात मानवी मलमूत्र, कृषीप्रधान भारत देशातील शेतीतील टाकाऊ सेंद्रिय पदार्थ, शहरातील सेंद्रिय कचरा, या स्वरूपात अतिशय प्रचंड प्रमाणात 'बायोमास' उपलब्ध होते.

बायोमास पासून तीन प्रकारे ऊर्जा मिळविता येते-
१) बायोमास जाळून वीज व उष्णता ऊर्जा, २) बायोगॅस स्वरूपात इंधन वायू, ३) बायोमास पासून अल्कोहोल व बायोडिझेल ही द्रव इंधने.

करंज, मोगली, एरंड व पांढऱ्या चिकांच्या वनस्पतींपासून बायोडिझेल मिळविता येते.

केवळ इथेनॉल (अल्कोहोल) चा वापर वाहनासाठी इंधन म्हणून करता येत नाही. इथेनॉल मिश्रित पेट्रोल-डिझेलचा वापर इंधन म्हणून करता येतो. भारतात इथेनॉल प्रामुख्याने उसाच्या मळीपासून साखर कारखान्यात तयार होते. भारतात १० टक्के इथेनॉल पेट्रोलमध्ये मिसळण्यात येते.

अमेरिका व ब्राझील देशांत इथेनॉल मोठ्या प्रमाणात निर्माण केले जाते. जगातील ४५ टक्के इथेनॉल अमेरिकेत व ४६ टक्के ब्राझीलमध्ये तयार होते.

युरोपियन देशात बायोडिझेल तयार केले जाते. जगातील बायोडिझेलपैकी ९० टक्के युरोपियन देशात बनते. जगातील ऊर्जा वापरात बायोमासचा हिस्सा ११ टक्के आहे. भारतात प्राथमिक ऊर्जा वापरातील बायोमासचा वाटा सुमारे ३२ टक्के आहे.

बायोमास गॅसीकरण किंवा गॅसीफिकेशन यात बायोमासला उष्णता देऊन अपूर्ण ज्वलनाने वायूंचे मिश्रण मिळविले जाते. कार्बन मोनॉक्साईड (१८-२० टक्के), कार्बन-डाय-ऑक्साईड (९-१२ टक्के), मिथेन

(१-५ टक्के), हायड्रोजन (१५ ते २० टक्के), नायट्रोजन (४५ ते ५५ टक्के) अशा स्वरूपात मिळणाऱ्या वायू मिश्रणाची उष्मांक मूल्य क्षमता १००० ते २००० किलोकॅलरी प्रती घनमीटर असते.

जैवइंधन (Bio fuels) व जीवाश्म इंधन (Fossil fuels) यातील फरक म्हणजे नुकत्याच मृत/नष्ट झालेल्या जैविक पदार्थांपासून मिळविलेले इंधन म्हणजे जैव इंधन तर अतिशय दीर्घ कालावधी नंतर जैविक पदार्थांपासून तयार झालेले इंधन म्हणजे जीवाश्म इंधन.

बायोगॅस, गोबर गॅस, इथेनॉल, बायोडिझेल ही जैवइंधने आहेत.

बायोगॅसचा उपयोग उष्णता ऊर्जा मिळविणे, वीज मिळविणे, पथदिव्याद्वारा प्रकाश मिळविणे असा विविध प्रकारे करता येतो. बायोगॅस व गोबर गॅस संयंत्रातून उपयुक्त गॅस बरोबरच उरलेला चोथा खत म्हणून उपयोगी पडतो. सूक्ष्म पोषकमूलद्रव्ये भरपूर असल्याने मातीची गुणवत्ता सुधारते. २५ टक्के नायट्रोजन खताची बचत होते.

बायोगॅस/गोबरगॅस सयंत्रात वापरलेल्या सेंद्रिय पदार्थांचे जलापघटन घडून जटिल जैव पदार्थांचे साध्या पदार्थांत रूपांतर होते. पुढे अपघटीत साध्या जैव पदार्थांपासून जैव आम्ल व त्यांचे रूपांतर प्रामुख्याने मिथेन वायूत होते.

जास्त बायोगॅस उत्पादन होण्यासाठी तापमान ३० ते ४० डिग्री सेल्सिअस ठेवणे योग्य ठरते. बायोगॅस म्हणजे मिथेनचे प्रमाण जास्त असते. मिथेनचे प्रमाण सेंद्रिय पदार्थातील कार्बनवर अवलंबून असते. मिथेन बरोबर बायोगॅसमध्ये कार्बन-डाय-ऑक्साईड, हायड्रोजन, कार्बन मोनॉक्साईड, नायट्रोजन, ऑक्सिजन, हायड्रोजन सल्फाईड वायू व पाण्याची वाफ यांचीही निर्मिती होते.

बायोगॅस सयंत्राचे मिश्रण टँक इनलेट पाईप, पाचक टँक (डायजेस्टर टँक) गॅस होल्डर, आऊटलेट पाईप असे घटक असतात. मिश्रण टँक यातून सेंद्रिय पदार्थ व पाणी यांचे एकजीव मिश्रण इनलेट पाईपद्वारा पाचक टाकीत जाते. तेथे किण्वन प्रक्रियेने बायोगॅस तयार होतो. गॅस होल्डरमध्ये जमा झालेला वायू पाईपलाईनद्वारा गॅस स्टोव्हपर्यंत आणतात तर आऊटलेट पाईपमधून उरलेला भाग बाहेर पडतो; तो खत म्हणून उपयोगी पडतो.

१) स्थिर डोम (उदा. दिनबंधू मॉडेल)

२) फ्लोटिंग ड्रम (उदा. प्रगती मॉडेल)

३) बॅग टाईप (उदा. फ्लॅक्सी मॉडेल)

असे बायोगॅस सयंत्राचे प्रकार आहेत. बायोगॅसच्या उपयोगाबाबतीत भारताचा जगात २ रा क्रमांक लागतो.

३) पवन ऊर्जा (Wind Energy)

पवन ऊर्जा हे अपारंपरिक ऊर्जा स्रोत जगभरात विकसित होत आहे. भारतात पवनऊर्जेपासून २० हजार ते ४५ हजार मेगावॉट विद्युत ऊर्जा मिळविता येवू शकते.

तमिळनाडू राज्यात पवन ऊर्जा केंद्राचे जाळे नागरकॉईल (Nagar Coil) ते मदुराई (Madurai) पर्यंत पसरलेले आहे. नागरकॉईल व जैसलमेर (राजस्थान) ही ठिकाणे पवन ऊर्जेच्या परिणामकारक उपयोगासाठी प्रसिद्ध आहेत. देशातील सर्वात मोठे पवन विद्युत केंद्र तमिळनाडू राज्यातील मुपंडल-पेरंगगुडी या भागात आहे. या केंद्रातून १५० मेगावॉट विद्युत मिळते.

अपारंपरिक ऊर्जा स्रोत मंत्रालय (Ministry of Renewable Energy Sources - MRES) द्वारा चैन्नई येथे पवन ऊर्जा प्रद्यौगिकी केंद्र (सी-वैट) ची स्थापना १९९८-९९ या वर्षात करण्यात आली. पवन ऊर्जा मिळविणाऱ्या देशात जर्मनी, अमेरिका, स्पेन, डेन्मार्कनंतर भारताचा जगात ५ वा क्रमांक लागतो.

भारतात तमिळनाडू सोडून आंध्रप्रदेश, कर्नाटक, गुजरात, केरळ, महाराष्ट्र व लक्षद्वीप येथेही पवन ऊर्जा केंद्रे आहेत.

वरील राज्यासहित मध्यप्रदेश, राजस्थान, ओरिसा या राज्यांतून ९७ स्थळांची पवन ऊर्जा विकासासाठी निवड करण्यात आली आहे.

महाराष्ट्रात विजयदुर्ग (सिंधुदुर्ग जिल्हा) येथे १ मेगावॉट क्षमतेचे पहिले पवन ऊर्जा विद्युत केंद्र जुलै १९९४ मध्ये स्थापन झाले. सुपा (अहमदनगर जिल्हा), चलकेवाडी, वांग कुसवाडे (सातारा जिल्हा) ही काही पवन ऊर्जा विद्युत केंद्राची इतर उदाहरणे होत.

पवन चक्कीचे पाते फिरण्यासाठी वाऱ्याचा वेग किमान १५ किलोमीटर प्रती तास असावा लागतो. पवन ऊर्जेपासून विद्युत निर्मितीत तमिळनाडू सर्वात आघाडीचे भारतातील राज्य आहे. त्या खालोखाल महाराष्ट्र व कर्नाटक यांचा क्रम लागतो.

आशिया खंडातील पहिले 'विंड फार्म' मांडवी (कच्छ, गुजरात) येथे स्थापण्यात आले तर सध्या आशियातील मोठे 'विंड फार्म' सातारा जिल्ह्यात आहे तेथे ९०० 'विंड मिल्स' कार्यान्वित आहेत.

४) सागरलाटा ऊर्जा (Tidal Energy)

भारताला ७५१७ किलोमीटरची विस्तृत समुद्रकिनारपट्टी लाभलेली आहे. महाराष्ट्र, गुजरात, गोवा, कर्नाटक, केरळ, तमिळनाडू, आंध्रप्रदेश, ओरिसा, प.बंगाल या राज्यांना समुद्रकिनारा लाभलेला आहे. समुद्राच्या भरती-ओहोटीमुळे लाटा निर्माण होतात. भरतीवेळी लाटेचे पाणी साठवले जाते व ओहोटीच्यावेळी पुन्हा साठवलेले पाणी समुद्रात सोडताना टर्बाईन फिरवून विद्युत मिळविली जाते. भारत या स्रोतापासून ८ ते ९ हजार मेगावॉट ऊर्जा संपादन करू शकतो. असा तज्ज्ञांचा कयास आहे. कच्छचे आखात (गुजरात) या स्रोतासाठी अतिशय उपयुक्त आहे. नॅशनल पॉवर कॉर्पोरेशनद्वारा येथे ९०० मेगावॉटचा लाटा ऊर्जा प्रकल्प, कांडला (कच्छ) येथे उभारण्यात आला आहे. समुद्राच्या पाण्यावर वीजनिर्मिती केंद्र स्थापन करणारा पहिला देश म्हणजे- फ्रान्स.

५) भूगर्भीय उष्णता ऊर्जा (Geothermal Energy)

जमिनीच्या आतील, भूगर्भातील उष्णतेचा वापर विद्युत निर्मितीसाठी करण्याचा पहिला प्रयत्न १९०४ साली झाला. भूगर्भातील उष्णता व भूगर्भातून येणाऱ्या उष्ण पाण्याच्या झऱ्यापासून ऊर्जा मिळविता येते. हिमाचल प्रदेश, लडाख, उत्तरांचल हिमालयाचा भाग येथे असे प्रयोग यशस्वी झाले आहेत. आइसलॅण्ड हा देश भूगर्भ ऊर्जा विकासात जगातील सर्वात विकसित देश आहे.

भूगर्भीय ऊर्जेवर भारताने दोन प्रायोगिक प्रकल्प उभारले आहेत- १) मणिकरन (हिमाचल प्रदेश) व २) पुगा खोरे लडाख (जम्मू व काश्मीर). भारत आईसलॅण्डचे सहकार्य या स्रोत विकासासाठी घेत आहे. भिलवाडा ग्रुप व एन.टी.पी.सी. यांच्याद्वारा या स्रोतांचा विकास होत आहे.

६) हायड्रोजन वायू ऊर्जा (Hydrogen Gas Energy)

हायड्रोजन वायू, सर्व वायूत हलका वायू असून तो रंगहीन आहे. ज्वलनशील व स्फोटक वायू आहे. १२०.७ किलोज्यूल ऊर्जा प्रती ग्रॅम हायड्रोजन वायूपासून मिळते. सी.एन.जी. (Compressed Natural Gas) पेट्रोल, डिझेल या जीवाश्म इंधनाप्रमाणेच हायड्रोजन वायूचा इंधन म्हणून वापरण्यात येणाऱ्या वाहनांचे तंत्रज्ञान विकसित झाले आहे. वीज, सौर ऊर्जेवर चालणारी वाहनेही विकसित होत आहेत. मात्र, वाहनांसाठी वापरण्यात येणाऱ्या सर्व इंधनात हायड्रोजन वायू इंधनाचे कॅलरी मूल्य सर्वात जास्त आहे.

विश्वात सर्वात जास्त, विपुल प्रमाणात आढळणारे हायड्रोजन हे वायू मूलद्रव्य मात्र पृथ्वीच्या वातावरणात खूपच कमी प्रमाणात सापडते. हवेत हायड्रोजन वायूचे आकारमानानुसार प्रमाण फक्त 0.00006 टक्के आहे. मात्र, वेगवेगळ्या रासायनिक क्रिया-अभिक्रियांद्वारा हा वायू मिळविता येतो. या वायूचा प्रत्यक्ष इंधन म्हणून वाहनातील 'हायड्रोजन-ऑक्सिजन इंधन घट' यात होतो. बायोमास, हायड्रो-कार्बन्स, नैसर्गिक वायू यापासून हायड्रोजन वायू मिळविता येतो. हायड्रोजन-ऑक्सिजन इंधन घटास बेकॉन घट (Bacon Cell) असेही म्हणतात; त्याच्या संशोधकाच्या नावावरून ते देण्यात आले आहे. याचा उपयोग अमेरिकन चांद्रमोहिमेसाठी अपोलो अवकाश कार्यक्रमात केला होता.

७) लहान हायड्रोपॉवर प्रकल्प ऊर्जा (Small Hydro Power Project Energy)

लघु जलविद्युत प्रकल्पाद्वारे ऊर्जा, ज्या ठिकाणी जास्त कालावधीसाठी पाण्याचे झरे, धबधबे उपलब्ध आहेत अशा (बहुतकरून डोंगराळ) भागातून मिळविता येते. भारतात सुमारे २५ मेगावॅट क्षमता असणारे SHP प्रकल्प वापरले जातात. भारताची या स्रोतापासून ऊर्जा मिळविण्याची क्षमता आहे- सुमारे १५ हजार मेगावॅट. सध्या सुमारे ११ टक्के क्षमता उपयोगात आणण्यात येते.

वीज बचतीचे काही सोपे उपाय :

१) विद्युत उपकरणांसाठी 'कर्पॅसिटर' या घटकाचा वापर करणे.

२) व्ही.सी.आर. तसेच डि.व्ही.डी. प्लेअर स्टण्ड बाय मोडमध्येही वीज घेतात म्हणून गरज नसल्यास बंद करणे.

३) संगणक स्लीप मोडमध्ये ठेवल्यास सुमारे ७० टक्के वीज कमी लागते म्हणून स्क्रिन सेव्हर वापरू नये.

४) घरगुती प्रकाशासाठी, पथ प्रकाशासाठी साध्या दिव्याऐवजी सी.एफ.एल. (Compact Fluorescent Lamp) चा वापर करणे. त्यामुळे ८० टक्के वीज बचत होते. एल.ई.डी. (Light Emitting Diode) च्या दिव्यांना त्याहीपेक्षा कमी वीज लागते.

५) वीज वापरासाठी लेड ऑसिड बॅटरी ऐवजी लिथिअम आयन बॅटरीचा वापर करणे.

६) डेस्कटॉप ऐवजी लॅपटॉपचा वापर केल्यास ९० टक्के ऊर्जा कमी लागते. एअर कंडिशनरचा वापर करताना खोलीचे तापमान २४ डिग्री सेल्सिअस ठेवणे. त्यापेक्षा प्रत्येक १ डिग्री सेल्सिअस तापमान कमी करण्यास ५ टक्के वीज जास्त लागते.

७) वॉशिंग मशिनमध्ये कपड्याचा लोड पूर्ण असला किंवा अर्धा असला तरी सारखीच वीज लागते म्हणून पूर्ण लोडचा वापर करून कपडे धुणे.

८) फ्रिजरचे तापमान १५ ते १८ डिग्री सेल्सिअसच्या दरम्यान ठेवणे. एकाचवेळी जास्त कपडे इस्त्री करणे, दिव्यावरील धूळ साफ करणे.

९) पाणी गरम करण्यासाठी इलेक्ट्रिक हिटरऐवजी सोलर वॉटर हिटर वापरणे.

१०) 'झिरो एनर्जी बिल्डिंग' म्हणजे नूतनशील ऊर्जेचा जितका पुरवठा तितकाच वापर करणारी इमारत, यांची निर्मिती करणे.

थोडक्यात, विद्युत बचत म्हणजे विद्युतनिर्मिती या तत्त्वाचा वापर केल्यास ऊर्जा जी सर्वात जास्त विद्युतरूपात वापरली जाते तिचा तुटवडा भासणार नाही.

● संरक्षण क्षेत्र

भारत सरकारच्या संरक्षण खात्याअंतर्गत संरक्षण क्षेत्राची तीन अंगे येतात- १) भूदल (आर्मी) २) नौदल (नेव्ही) व ३) हवाई दल (एअर फोर्स).

▶ भूदल (आर्मी)

भूदलाचे ६ प्रभाग (कमांड्स) आहेत.

दक्षिण प्रभागाचे मुख्यालय पुणे, उत्तर प्रभागाचे मुख्यालय उधमपूर, पूर्व प्रभागाचे मुख्यालय कोलकाता, पश्चिम प्रभागाचे चंदिमंदिर, मध्य प्रभागाचे मुख्यालय लखनौ असून प्रशिक्षणासाठी मुख्यालय सिमला आहे.

जगातील ४ थे मोठे लष्कर भारताचे आहे. दक्षिण आशियातील पाकिस्तान व चीन या देशांच्या संरक्षण खर्चातील वाढीमुळे भारताला आपले संरक्षण क्षेत्र सतत अद्ययावत ठेवणे गरजेचे आहे.

भारताने 'हॉवित्झर' तोफा स्वीडन देशाच्या बोफार्स कंपनीकडून खरेदी केल्या आहेत. टी–५५ व टी–७२ रणगाडे भारताने रशियाकडून खरेदी केले आहेत. टी–७२च्या तंत्रज्ञानानुसार भारताकडून तयार होणारा रणगाडा म्हणजे अजय. डी.आर.डी.ओ. (Defence Research and Development Organisation) म्हणजेच 'संरक्षण संशोधन व विकास संघटना' या संस्थेद्वारा विकसित रणगाडा म्हणजे 'अर्जुन'. अर्जुन रणगाड्याची निर्मिती भारतात आवडी येथे होते. हा रणगाडा १९९६ मध्ये देशाला समर्पित करण्यात आला.

१५ जानेवारी हा दिवस 'आर्मी डे' म्हणून साजरा केला जातो.

महत्त्वाच्या भूदलाच्या प्रशिक्षण संस्था पुढीलप्रमाणे आहेत.

१) इंडियन मिलिटरी अॅकॅडमी (IMA) – डेहराडून

२) कॉलेज ऑफ मिलिटरी इंजिनिअरिंग (CME) – पुणे

३) स्कूल ऑफ आर्टिलरी – देवळाली

४) आर्मड् कोअर सेंटर अॅण्ड स्कूल (ACC and S) – अहमदनगर

भूप्रादेशिक आर्मी (Territorial Army)

राष्ट्रीय छात्र सेना एन.सी.सी. (National Cadet Corps)

अर्ध सैन्य दल (Para-military Forces)

ही भूदलास साहाय्यभूत ठरणारी अंगे आहेत.

नॅशनल डिफेन्स अॅकॅडमी (NDA) खडकवासला, पुणे येथे आहे. डिफेन्स सर्व्हिसेस स्टाफ कॉलेज हे वेलिंग्टन येथे आहे. नॅशनल डिफेन्स कॉलेज (NDC) दिल्ली येथे आहे तर कॉलेज ऑफ डिफेन्स मॅनेजमेंट (CDM) सिकंदराबाद येथे आहे.

▶ नौदल (नेव्ही)

नौदलाचे तीन प्रभाग आहेत.

पश्चिम प्रभागाचे मुख्यालय मुंबई येथे आहे. पूर्व प्रभागाचे विशाखापट्टणम् येथे तर दक्षिण प्रभागाचे मुख्यालय कोची येथे आहे.

भारतीय नौदलातील सर्वात जुनी विमानवाहू नौका म्हणजे आय.एन.एस.विराट. विराटने, मे २०१२ मध्ये सेवेची २५ वर्षे पूर्ण केली.

जुलै २००९ मध्ये भारतीय बनावटीची 'अरिहंत' पाणबुडी नौदलात दाखल झाली. पहिली पाणबुडी

म्हणजे शाल्की व दुसरी शंकूल. 'विक्रांत' ही भारतीय नौदलातील पहिली युद्धनौका आहे तर 'विभूती' संपूर्ण भारतीय बनावटीची क्षेपणास्त्रवाहू नौका आहे. एप्रिल २०१२ मध्ये अण्वस्त्र, जैविक व रासायनिक हल्ल्यापासून संरक्षण व्यवस्था असणारे 'आय.एन.एस.तेग' लढाऊ जहाज नौदलात सामील झाले आहे.

नौदलाच्या प्रशिक्षण संस्था

१) आय.एन.एस. शिवाजी- लोणावळा

२) आय.एन.एस. हमला- मालाड, मुंबई

३) आय.एन.एस. सिरकार्स- विशाखापट्टणम्

४) नेव्हल ॲकॅडमी- कोची

विभूतीनंतरची दुसरी क्षेपणास्त्रवाहू बोट म्हणजे विपुल तर भारताची तिसरी क्षेपणास्त्रवाहू नौका म्हणजे नाशक.

२००० साली 'ब्रह्मपूजा' ही क्षेपणास्त्रवाहू नौका नौदलात सामील झाली.

भारताची पहिली आण्विक पाणबुडी म्हणजे आय.एन.एस. चक्र ही विशाखापट्टणम् येथे कार्यान्वित करण्यात आली. भारताचा सर्वात मोठा नाविक, लष्करी तळ 'कारवार' येथे विकसित होत आहे. या कार्यास 'सी बर्ड' असे सांकेतिक नाव देण्यात आले आहे.

भारताचा सर्वात अत्याधुनिक नाविक तळ म्हणजे आय.एन.एस. राजाजी हा आहे.

मार्च २००३ मध्ये भारताने पहिल्या टॉर्पेडोची यशस्वी चाचणी घेतली. त्यामुळे भारताचा जगातील निवडक आठ देशांत समावेश झाला. पाणबुड्या नष्ट करण्यासाठी वापरण्यात येणाऱ्या या टॉर्पेडोचे तंत्रज्ञान विशाखापट्टणम् येथील नौदल विज्ञान व तंत्रज्ञान प्रयोगशाळेत विकसित करण्यात आले असून भारत डायनॅमिक्स लिमिटेड (BDL) हैदराबादद्वारा त्याची निर्मिती करण्यात आली आहे.

BDL बरोबरच संरक्षण क्षेत्रासाठी काही साहाय्यभूत ठरणारे सार्वजनिक क्षेत्रातील उपक्रम पुढीलप्रमाणे-

१) हिंदुस्थान ॲरोनॉटिक्स लिमिटेड (HAL) बंगळुरू येथे मुख्यालय

२) भारत इलेक्ट्रॉनिक्स लिमिटेड (BEL) बंगळुरू येथे मुख्यालय

३) भारत अर्थ मुव्हर्स लिमिटेड (BEML)

४) माझगाव डॉक लिमिटेड (MDL) माझगाव, मुंबई

रशियाकडून घेण्यात येणारी आय.एन.एस. विक्रमादित्य ही विमानवाहू नौका लवकरच भारतीय नौदलात सामील होणार आहे.

४ डिसेंबर हा दिन 'नौसेना दिन' म्हणून पाळतात. तर

५ एप्रिल हा दिवस 'राष्ट्रीय सागरी दिन' म्हणून साजरा करतात.

▶ हवाई दल (एअर फोर्स)

हवाई दलाचे एकूण सात प्रभाग आहेत.

पूर्व प्रभागाचे मुख्यालय शिलाँग, पश्चिम प्रभागाचे दिल्ली, दक्षिण प्रभागाचे तिरुअनंतपुरम, दक्षिण-पश्चिम प्रभागाचे मुख्यालय गांधीनगर तर मध्य प्रभागाचे मुख्यालय अलाहाबाद या ठिकाणी आहे. प्रशिक्षण कमांडचे मुख्यालय बंगळुरू तर देखभाल प्रभागाचे मुख्यालय नागपूर या ठिकाणी आहे. हवाई दलाशी संबंधित महत्त्वाच्या प्रशिक्षण संस्था पुढीलप्रमाणे आहेत.

१) एअर फोर्स ॲकॅडमी– हैदराबाद

२) एअर फोर्स स्कूल– बेळगाव

३) एअर फोर्स ॲडमिनिस्ट्रेटीव्ह कॉलेज– कोईम्बतूर

भारताने रशियाकडून सुखोई–३० एम.के.आय. ही लढाऊ विमाने खरेदी केली आहेत.

एप्रिल २०१२ मध्ये देशातील पहिले सुपरसॉनिक हलक्या वजनाचे लढाऊ विमान (LCA- Light Combat Aircraft) 'तेजस'चे यशस्वी उड्डाण झाले. तेजस जगातील दुसऱ्या क्रमांकाचे 'स्टोबार कॅरिअर' विमान आहे.

८ ऑक्टोबर हा दिवस भारतात 'हवाई दल दिन' म्हणून साजरा होतो.

भारत आपले वायुदल मजबूत करण्यासाठी स्वीस बनावटीची पी.सी.– ७ व एम.के.– २ विमाने घेत आहे.

शासकीय प्रयोगशाळेत मात्र खाजगी अर्थसाहाय्याने तयार झालेले पहिले भारतीय विमान म्हणजे– हंस.

अमेरिकन बनावटीचे भारताकडील वैमानिकरहित विमान म्हणजे– चकोर.

भारतीय क्षेपणास्त्र कार्यक्रम

१९८३ साली भारताने 'एकात्मिक मार्गदर्शित क्षेपणास्त्र विकास कार्यक्रम (Integrated Guided Missile Development Programme- IGMDP)' सुरू केला. हा कार्यक्रम विकसित करण्याचे श्रेय डॉ.ए.पी.जे. अब्दुल कलाम यांना दिले जाते. त्यांना भारतात 'मिसाईल मॅन' म्हणून ओळखले जाते. या कार्यक्रमाद्वारा देशाच्या संरक्षणासाठी स्वदेशी क्षेपणास्त्र निर्मितीचे ध्येय ठेवण्यात आले. १९९८ साली डॉ. कलाम आणि रशियाच्या मिखाईलोव्ह यांनी 'ब्रह्मोस ऐरोस्पेस' या संबंधीच्या करारावर स्वाक्षऱ्या केल्या; तर जुलै १९९९ मध्ये ब्रह्मोस क्षेपणास्त्र विकास करारावर स्वाक्षऱ्या झाल्या.

डी.आर.डी.ओ. (Defence Research and Development Organisation- DRDO) संस्थेद्वारा भारतात क्षेपणास्त्र विकास व निर्मिती केली जाते. सध्या ही संस्था म्हणजेच 'संरक्षण संशोधन व विकास संघटना'चे मुख्याधिकारी व्ही.के. सारस्वत आहेत.

भारताची महत्त्वाची क्षेपणास्त्रे खालीलप्रमाणे–

१) पृथ्वी– जमिनीवरून–जमिनीवर मारा करणारे क्षेपणास्त्र. मारक्षमता किंवा पल्ला ३५० किलोमीटर. नौसेना, थलसेना व वायूसेना यासाठी वेगवेगळ्या प्रकारात निर्मितीचे प्रयत्न. भारताचे पहिले क्षेपणास्त्र.

२) धनुष्य– नौदलासाठीची पृथ्वी क्षेपणास्त्राची ही आवृत्ती आहे. मारक्षमता ३५० कि.मी.

३) प्रहार– जमिनीवरून–जमिनीवर मारा करणारे क्षेपणास्त्र. मारक्षमता १५० कि.मी.

४) आकाश– जमिनीवरून हवेत मारा करणारे क्षेपणास्त्र. एकाचवेळी अनेक लक्ष्यावर मारा करणे शक्य. पल्ला २५ कि.मी. राजेंद्र नावाचे रडार या क्षेपणास्त्रावर स्थापित.

५) सागरिका– समुद्र पाण्यातून डागता येणारे क्षेपणास्त्र. मारक्षमता ७०० कि.मी.

६) त्रिशूल– जमिनीवरून हवेत मारा करणारे क्षेपणास्त्र. क्षेपणास्त्रविरोधी क्षेपणास्त्र. पल्ला १० कि.मी. पर्यंत.

७) नाग– जमिनीवरून जमिनीवर प्रक्षेपित करण्यात येणारे क्षेपणास्त्र. रणगाडाविरोधी क्षेपणास्त्र. पल्ला ४ कि.मी.

८) अग्नी १– मारक्षमता ७०० कि.मी. जमिनीवरून जमिनीवर हल्ला करण्यासाठी वापरण्यात येणारे क्षेपणास्त्र.

९) अग्नी २– जमिनीवरून जमिनीवर हल्ला करण्यासाठी वापरण्यात येणाऱ्या या क्षेपणास्त्राचा पल्ला सुमारे २000 कि.मी. आहे.

१0) अग्नी ३– सुमारे ३000 कि.मी. चा पल्ला.

११) अग्नी ४– सुमारे ३५00 कि.मी. चा पल्ला.

१२) अग्नी ५– सुमारे ५000 कि.मी. चा पल्ला असणाऱ्या या क्षेपणास्त्राची यशस्वी चाचणी २0 एप्रिल २0१२ रोजी ओरिसाच्या व्हीलर बेटावर घेण्यात आली. ICBM क्षेपणास्त्र असणारे चार देश म्हणजे अमेरिका, रशिया, फ्रान्स व चीन.

अग्नी ५ या ICBM– आंतरखंडीय बॅलेस्टिक क्षेपणास्त्राची यशस्वी चाचणी घेतल्याने जगातील पहिल्या पाच देशांच्या गटात भारताचा समावेश झाला आहे.

१३) ब्रह्मोस– जगातील सर्वात वेगवान क्रूझ क्षेपणास्त्र. ब्रह्मोस हे नाव भारताची नदी ब्रह्मपुत्रा व रशियाची नदी मोस्कव्हा यावरून घेण्यात आले आहे.

या सुपरसॉनिक क्षेपणास्त्राचा वेग २.८ मॅक आहे. अमेरिकेच्या टॉमहॉक क्षेपणास्त्रापेक्षा तीनपटीने वेगवान असून नऊपट अधिक विनाशक आहे.

२९0 किलोमीटर पल्ल्याचे हे क्षेपणास्त्र कधीही हवेत आपली दिशा बदलण्यास सक्षम आहे. जमिनीवरून जमिनीवर मारा करणारे हे क्षेपणास्त्र हवेतून हवेत मारा करण्यास सक्षम आहे का? याची चाचणी अंतीम टप्प्यात आहे. मार्च २0१२ मध्ये ब्रह्मोस रेजिमेंटमध्ये तैनात.

१४) पिनाक– ही मल्टीबॅरल रॉकेट सिस्टिम आहे. एकाचवेळी डझनभर लहान पल्ल्याची क्षेपणास्त्रे प्रक्षेपित करता येतात. पल्ला ४0 कि.मी.

१५) अस्त्र– हवेतून हवेत मारा करणारे क्षेपणास्त्र.

डी.आर.डी.ओ.अंतर्गत अनेक ठिकाणी संशोधन व विकासाचे कार्य चालते. यातील महत्त्वाच्या प्रयोगशाळा पुढीलप्रमाणे–

१) ऐरोनॉटिकल डेव्हलपमेंट इस्टॅब्लिशमेंट (ADE), बंगळुरू

२) आर्मामेंट रिसर्च अॅण्ड डेव्हलपमेंट इस्टॅब्लिशमेंट (ARDE), पुणे

३) व्हेईकल रिसर्च अॅण्ड डेव्हलपमेंट इस्टॅब्लिशमेंट (VRDE), अहमदनगर

४) कॉम्बॅट व्हेईकल रिसर्च अॅण्ड डेव्हलपमेंट इस्टॅब्लिशमेंट (CVRDE), आवडी

५) डिफेन्स इलेक्ट्रॉनिक्स अॅप्लिकेशन लॅबोरेटरी (DEAL), डेहराडून

६) डिफेन्स इलेक्ट्रॉनिक्स रिसर्च लॅबोरेटरी (DERL), हैदराबाद

७) डिफेन्स इन्स्टिट्यूट ऑफ अॅडव्हान्स टेक्नॉलॉजी (DIAT), पुणे

८) डिफेन्स अॅग्रीकल्चर रिसर्च लॅबोरेटरी (DARL), पिठोरागढ

९) डिफेन्स फूड रिसर्च लॅबोरेटरी (DFRL), म्हैसुर

१0) डिफेन्स रिसर्च अॅण्ड डेव्हलपमेंट लॅबोरेटरी (DRDL), हैदराबाद

संरक्षण क्षेत्राशी संबंधित पुढील दिवस दरवर्षी राष्ट्रीय स्तरावर साजरे करण्यात येतात.

२६ जुलै– कारगिल विजय दिवस

११ मे– राष्ट्रीय तंत्रज्ञान दिवस

२७ नोव्हेंबर– राष्ट्रीय छात्र सेना दिन

0७ डिसेंबर– ध्वज दिन

संरक्षण क्षेत्राची इतर साहाय्यभूत अंगे :

१) एन.सी.सी. (National Cadet Corps- NCC)

स्थापना १६ जुलै १९४८. महाविद्यालयीन युवक-युवतींचा राष्ट्र उभारणीत सहभाग व्हावा यासाठी स्थापित

२) कोस्ट गार्ड (Coast Guard)

स्थापना ०३ फेब्रुवारी १९७७. भारतीय सागरी क्षेत्र व किनारपट्टी रक्षण, हे महत्त्वाचे कार्य. भारतीय नौदलाच्या अंतर्गत तीन शाखा– १) कोस्ट गार्ड–पूर्व सीमा २) कोस्ट गार्ड– पश्चिम ३) कोस्ट गार्ड– अंदमान निकोबार.

३) सीमा सुरक्षा दल (Border Security Force- BSF)

स्थापना ०१ डिसेंबर १९६५. देशांच्या सीमांचे रक्षण हे मुख्य कार्य. केंद्रीय गृह खात्याअंतर्गत. मुख्यालय– नवी दिल्ली.

४) इंडो–तिबेटीयन सीमा पोलीस (Indo-Tibetan Border Police- ITBP)

स्थापना १९५४ साली. भारत–चीन सीमेची सुरक्षा. भारतीय उत्तर भागांची सीमासुरक्षा. मुख्य कार्य. केंद्रीय गृहखात्या अंतर्गत. मुख्यालय–नवी दिल्ली.

५) केंद्रीय राखीव पोलीस दल (Central Reserve Police Force- CRPF)

स्थापना १९३९ साली. देशातील वेगवेगळ्या राज्यांमध्ये शांतता व सुव्यवस्था राखणे हे मुख्य कार्य. केंद्रीय गृह खात्याअंतर्गत.

६) शीघ्र कृती दल (Rapid Action Force)

१९९४ साली (CRPF) च्या दोन बटालीयनचे रूपांतर शीघ्र कृती दलात करण्यात आले. आतंकवादी हल्ले, अपघात, दंगे, आग यासारख्या आपत्ती शीघ्रगतीने आटोक्यात आणणे हे मुख्य कार्य.

७) राष्ट्रीय सुरक्षा रक्षक (National Security Guard- NSG)

राष्ट्राची सुरक्षा करणे हे महत्त्वाचे कार्य केंद्रीय गृह खात्याअंतर्गत.

८) आसाम रायफल्स (Assam Rifles)

पूर्वोत्तर भारताच्या नियंत्रणासाठी ब्रिटिश सरकारद्वारा १८३५ मध्ये स्थापना. सध्या केंद्रीय गृह खात्याअंतर्गत. मुख्यालय– शिलाँग.

याशिवाय, भारतीय नागरिकांचा सहभाग असणारी सुरक्षा दलामध्ये होमगार्ड व भूप्रादेशिक आर्मी (Territorial Army) यांची देशाची सुरक्षा, शांतता व सुव्यवस्था कायम राखण्यासाठी मोलाची मदत मिळते. होमगार्डची स्थापना १९४६ साली झाली.

संरक्षण क्षेत्राविषयी महत्त्वाचे

- आर्मी (भूदल) प्रमुख व्यक्तीची पदवी 'जनरल' असते. सध्या आर्मी चीफ जनरल बिक्रम सिंग आहेत.
- नेव्ही (नौदल) प्रमुख व्यक्तीची पदवी 'ॲडमिरल' असते. सध्या नेव्ही चीफ ॲडमिरल डी.के. जोशी आहेत.
- एअर फोर्स (हवाई दल) प्रमुख व्यक्तीची पदवी 'एअर चीफ मार्शल' असते. सध्या हवाई दलाचे प्रमुख एअर चीफ मार्शल नॅक बाऊने हे आहेत.
- प्रिया झिंगन या १९९२ साली सैन्यदलातील पहिल्या महिला कॅडेट बनल्या.
- सरला ठकराल १९३६ मध्ये पहिल्या महिला वैमानिक बनल्या (त्यांना व्यावसायिक परवाना मिळाला नाही.)

○ पुनीता अरोरा २००४ साली सैन्यदलात लेफ्टनंट जनरलपदी पोहोचणाऱ्या पहिल्या महिला.

○ मिताली मधुमिता या सैन्यदलातील शौर्यपदक पटकावणाऱ्या पहिल्या महिला आहेत.

○ निवेदिता भसीन या २६ व्या वर्षी फ्लाईट कमांड करणाऱ्या सर्वांत तरुण महिला ठरल्या आहेत.

○ अग्नी-५ मोहिमेचे नेतृत्व टेसी थॉमस या महिलेने केले होते. त्यांना गौरवाने 'अग्नीपुत्री' म्हटले जाते.

○ डॉ. टी. के. अनुराधा या देशातील 'उपग्रह' तयार करणाऱ्या पहिल्या महिला शास्त्रज्ञ आहेत.

○ आनंदी जोशी या देशातील पहिल्या महिला डॉक्टर आहेत.

○ कॅरी ब्लेवेट या गोवा समुद्रकिनाऱ्यावर तैनात, देशातील पहिल्या महिला लाईफगार्ड आहेत.

○ 'फिल्ड मार्शल' सन्मान मिळणाऱ्या दोन भारतीय व्यक्ती म्हणजे- १) सॅम मानेकशा २) के.एम. करिअप्पा

○ पहिली भारतीय वैमानिक पुरुष व्यक्ती म्हणजे पुरुषोत्तम काबाली (१९२३)

● महत्त्वाचे भारतीय शास्त्रज्ञ

१) डॉ. होमी जहांगीर भाभा (३० ऑक्टोबर १९०९ – २४ जानेवारी १९६६)

▸ अंतरिक्ष किरणे (Cosmic rays) अभ्यासाचा मुख्य विषय

▸ डॉ. हायटलर यांच्यासोबत मांडलेला सिद्धान्त 'अंतरिक्ष किरणे कोणत्याही माध्यमातून जाताना इलेक्ट्रॉन्सचा वर्षाव करतात.'

▸ अणुकेंद्रकात प्रोटॉन्स कणांना एकत्र ठेवण्यास कारणीभूत असणारे कण जपानी शास्त्रज्ञ हिडेकी युकावा यांनी शोधले त्यांना मेसॉन (meson) नाव भाभा यांनी दिले.

▸ १९५० मध्ये भाभाच्या अध्यक्षतेखाली अणुऊर्जा आयोगाची स्थापना करण्यात आली. मुंबईजवळील तुर्भे (Trombay) या ठिकाणी अप्सरा व इतर अणुभट्ट्या भाभांच्या मार्गदर्शनाखाली बांधण्यात आल्या. १९५७ मध्ये भारत सरकारने अणुशक्ती मंडळाची स्थापना करून भाभांना प्रमुख संचालक केले.

▸ भाभांच्या मृत्यूनंतर १९६७ मध्ये तुर्भे येथील अणुशक्ती केंद्र (Atomic Energy Centre) याचे नामकरण 'बार्क' म्हणजेच (Bhabha Atomic Research Centre - BARC) असे करण्यात आले.

▸ भाभांना, भारतीय अणुऊर्जेचे संस्थापक मानतात.

▸ १९६१ मध्ये भारत सरकारने त्यांना पद्मभूषण किताब दिला. याच वर्षी त्यांना 'मेघनाथ सहाय' सुवर्णपदक मिळाले.

▸ १९६६ साली विमान अपघातात भाभांचा मृत्यू झाला.

२) जगदीशचंद्र बोस (३० नोव्हेंबर १८५८ – २३ नोव्हेंबर १९३७)

▸ रेडिओ लहरींच्या बिनतारी वहनाचे श्रेय मार्कोनी या शास्त्रज्ञास जाते; मात्र १९०१ मध्ये मार्कोनी यांनी स्वतःच्या उपकरणाने बिनतारी संदेशवहन दाखविण्याअगोदर १८९५ मध्येच जगदीशचंद्र बोस यांनी दूर अंतरावरील घंटा रेडिओ लहरींनी वाजवून दाखविली होती.

▸ भौतिकशास्त्र व जीवशास्त्र या अभ्यासाच्या विद्याशाखा.

▸ वनस्पतींना प्राण्यांप्रमाणेच भावना व संवेदना असतात, हे सप्रयोग सिद्ध केले. वनस्पती प्रकाश, आवाज, स्पर्श यांना प्रतिसाद देतात हे प्रयोगातून दाखवून दिले. यासाठी त्यांनी स्वयंलेखक, प्रतिक्रिया लेखक, क्रेस्कोग्राफ ही उपकरणे तयार केली.

▶ १९१६ साली ब्रिटिश सरकारने त्यांना 'नाईट' ही पदवी बहाल केली. १९१७ साली 'बोस रिसर्च इन्स्टिट्यूट' ही संस्था स्थापन केली. १९०० साली जे.सी. बोस यांनी पॅरीस येथे भरलेल्या जागतिक वैज्ञानिक परिषदेसाठी भारताचे प्रतिनिधित्व केले. जगदीशचंद्र बोस संशोधन संस्था कोलकाता येथे आहे.

३) चंद्रशेखर व्यंेकट रामन (७ नोव्हेंबर १८८८ – २१ नोव्हेंबर १९७०)

▶ पदार्थविज्ञान किंवा भौतिकशास्त्र अध्ययन शाखा असणाऱ्या सी.व्ही. रामन यांनी वयाच्या १५ व्या वर्षी 'ध्वनिलहरी' यावर प्रबंध लिहीला. तो लंडनच्या फिलॉसॉफीकल मॅगझीनमध्ये तर पुढच्या वर्षीच लिहीलेला 'प्रकाश' या विषयावरील प्रबंध 'नेचर' नियतकालिकात प्रसिद्ध झाले.

▶ १९२८ मध्ये जगप्रसिद्ध 'रामन परिणाम' जाहीर केला. 'प्रकाश झोत जर पारदर्शक पदार्थातून (घन, द्रव किंवा वायुरूप) पाठविला असता प्रकाशाचे विवर्तन (Scattering) घडून येते आणि विवर्तित प्रकाशलहरींची वारंवारिता (frequency) ही मुळच्या प्रकाशलहरींपेक्षा थोडीशी कमी झालेली आढळते.'

▶ रामन परिणाम (Raman Effect) या शोधासाठी त्यांना भौतिकशास्त्राचे १९३० सालचा नोबेल पुरस्कार मिळाला. भौतिकशास्त्राचा नोबेल पुरस्कार मिळविणारे ते पहिले भारतीय व आशियाई शास्त्रज्ञ ठरले.

▶ प्रकाश हा कणांपासून बनलेला असतो. (Photons प्रकाश कण) याची खात्री रामन परिणामामुळे झाली.

▶ १९४३ साली बंगलोर (बंगळुरू) येथे 'रामन रिसर्च इन्स्टिट्यूट' ची स्थापना करण्यात आली. १९४८ साली रामन या संस्थेचे प्रमुख बनले. ही संस्था पुढे भारतीय विज्ञान संस्था (Indian Institute of Science - IISc) म्हणून नावारूपाला आली.

▶ १९४४ व १९४९ या दोन वर्षी 'इंडियन अॅकॅडमी ऑफ सायन्स' या संस्थेने त्यांना अध्यक्ष निवडले.

▶ १९२९ मध्ये ब्रिटिश सरकारने त्यांना 'सर' ही पदवी बहाल केली.

▶ भारत सरकारने त्यांना 'पदार्थविज्ञानाचे पहिले राष्ट्रीय प्राध्यापक' म्हणून आणि १९५४ साली 'भारतरत्न' या सर्वोच्च नागरी पुरस्काराने गौरविले.

४) सुब्रह्मण्यम् चंद्रशेखर (१९ ऑक्टोबर १९१० – २१ ऑगस्ट १९९५)

▶ पदार्थ विज्ञान ही त्यांची अभ्यास विद्याशाखा होती.

▶ या भौतिकशास्त्रज्ञास 'ताऱ्यांचा अंत व ताऱ्यांची उत्क्रांती अवस्था' यावरील संशोधनामुळे १९८३ सालचे भौतिकशास्त्राचे नोबेल पारितोषिक मिळाले.

तारा म्हणजे एक विशाल अणुभट्टीच असतो. ज्यावेळेस ताऱ्याच्या आतील सर्व इंधन संपते तेव्हा तारा आकुंचन पावायला सुरुवात होते व तो श्वेतबटू तारा (White Dwarf Star) बनतो. थोडक्यात, तारा मृत झाल्यावर श्वेतबटू तारा बनतो.

श्वेतबटू ताऱ्याचे वस्तूमान, सूर्याच्या वस्तूमानाच्या १.४४ पटींपेक्षा जास्त असल्यास, तो श्वेतबटू तारा आतल्या आत कोसळू लागतो व त्याचे रूपांतर अतिशय जास्त गुरुत्वाकर्षण ओढ असलेल्या सूक्ष्म अवस्थेत होते. ताऱ्याच्या या अवस्थेला 'कृष्णविवर' असे म्हणतात. सर्व जगात आज यास मान्यता आहे.

▶ १९३० सालचे नोबेल विजेते सी.व्ही. रामन यांचे एस. चंद्रशेखर हे पुतणे आहेत.

▶ नासा (National Aeronautics and Space Administration) या अमेरिकेच्या अवकाश संशोधन संस्थेतील क्ष–किरण निरीक्षण कक्ष (X-ray observatory) यास (Chandra X-ray observatory) चंद्रा एक्स-रे ऑब्झरव्हेटरी असे नाव देऊन सुब्रह्मण्यम चंद्रशेखर यांना गौरविले आहे.

▸ एस.चंद्रशेखर यांना भारत सरकारने 'पद्मविभूषण' पुरस्काराने सन्मानित केले आहे.

▸ १९८७ साली 'Truth and Beauty' हा ग्रंथ त्यांनी प्रसिद्ध केला.

५) डॉ. शांतीस्वरूप भटनागर (१८९४ – १९५५)

▸ डॉ. भटनागर यांना भारतीय संशोधन प्रयोगशाळांचे जनक म्हणतात.

▸ स्वातंत्र्यानंतर वैज्ञानिक प्रगती व विकास यासाठी स्थापित सी.एस.आय.आर. (Council of Scientific and Industrial Research) म्हणजेच वैज्ञानिक व औद्योगिक संशोधन परिषद याचे ते पहिले अध्यक्ष होते. शास्त्रीय संशोधनासाठी सी.एस.आय.आर. (CSIR) कडून भारतात डॉ. शांतीस्वरूप भटनागर पुरस्कार देण्यात येतो.

▸ भारत सरकारने १९४१ मध्ये 'पद्मभूषण' या नागरी पुरस्काराने भटनागर यांना सन्मानित केले.

६) सत्येंद्रनाथ बोस (१८९४ – १९७४)

▸ 'Planck's law and light quantum Hypothesis' हा शोध प्रबंध एस.एन. बोस यांनी १९२४ मध्ये प्रसिद्ध शास्त्रज्ञ अल्बर्ट आइनस्टाइन याकडे पाठविला. या संशोधन पद्धतीचा विकास करून आइनस्टाइन यांनी पदार्थाची पाचवी अवस्था, म्हणजेच बोस– आइनस्टाइन 'कन्डनसेशन अवस्था' (Bose - Einstein Condensation State) मांडली. ही अवस्था १९९५ मध्ये सप्रयोग अमेरिकन प्रयोगशाळेत सिद्ध झाली.

▸ बोस–आइनस्टाइन स्टॅटेस्टिक्सचे नियम पाळणाऱ्या अणू अंतर्गत कणांना बोसॉन्स म्हणतात. ह्या मूलकणांचे स्पिन (Spin) शून्य किंवा पूर्णांक असते. (उदा. 0, १, २, ३.....)

▸ ३१ व्या भारतीय विज्ञान काँग्रेस (Indian Science Congress) चे ते अध्यक्ष होते.

▸ १९५४ मध्ये भारत सरकारने 'पद्मविभूषण' देऊन त्यांना गौरविले.

▸ १९४८ मध्ये 'सायन्स असोसिएशन' ची स्थापना प.बंगालमध्ये केली.

▸ बंगालीतील 'अल्बर्ट आइनस्टाइन' या ग्रंथांचे लेखक.

▸ विश्वनिर्मितीला कारणीभूत ठरणारे 'हिग्ज–बोसॉन कण' सापडल्याने, सत्येंद्रनाथ बोस यांचे नाव कायमचे इतिहासात कोरले गेले आहे.

▸ ब्रिटनच्या रॉयल सोसायटीने सन्माननीय सभासदत्व देऊन त्यांना गौरविले.

७) श्रीनिवास रामानुजन (२२ डिसेंबर १८८७ – २६ एप्रिल १९२०)

▸ भारत सरकारने जाहीर केले आहे की, विसाव्या शतकातील या गतितज्ञाचा जन्मदिन '२२ डिसेंबर' 'राष्ट्रीय गणित दिन' म्हणून दरवर्षी साजरा होणार आहे.

▸ अर्वाचीन काळातील प्रसिद्ध भारतीय गणिती, म्हणून त्यांना ओळखतात. दुर्दैवाने त्यांना अल्प आयुष्य लाभले. क्षय रोगाने त्यांचा मृत्यू झाला. त्यांच्या जन्माला १२५ वर्षे पूर्ण झाली म्हणून २०१२ हे वर्ष राष्ट्रीय गणितीय वर्ष (National Mathematical Year) म्हणून केंद्र शासनाने जाहीर केले आहे.

▸ वयाच्या २४ व्या वर्षी १९११ मध्ये त्यांनी आपला पहिला प्रबंध 'इंडियन मॅथमॅटिकल सोसायटी'च्या जर्नल (नियतकालिक) मध्ये प्रसिद्ध केला. त्याचे शीर्षक होते 'बरनॉलीन नंबरसचे गुणधर्म', रामानुजन प्राईम, रामानुजन थिटा फंक्शन, प्रसिद्ध आहेत.

▸ त्यांनी आपले मार्गदर्शक प्राध्यापक हार्डी यांच्यासोबत केलेले Round Numbers वरील संशोधन प्रसिद्ध आहे. एकूण ३९०० गणितीय परिणाम (Results) त्यांनी संकलित केले.

▸ पार्टीशन नंबरस, 'डग्लस–रामानुजन आयडेंटिटी' प्रसिद्ध आहे.

८) आचार्य प्रफुल्ल चंद्र रे (१८६१ - १९४४)

▸ रसायनशास्त्र ही आचार्य पी.सी. रे यांची अध्ययनशाखा होती.

▸ 'भारताच्या औषधनिर्माण उद्योगाचे (Pharmaceutical Industry) जनक' म्हणून रे यांना ओळखतात.

▸ 'The History of Hindu Chemistry' या ग्रंथाचे लेखक.

▸ त्यांनी दोन वार्षिक स्वरूपाचे संशोधनपर पुरस्कार सुरू केले. जीवशास्त्रासाठी 'सर आशुतोष मुखर्जी पुरस्कार' व रसायनशास्त्रासाठी 'नागार्जुन पुरस्कार'.

९) मेघनाद साहा (१८९३ - १९५६)

▸ पदार्थविज्ञान ही एम.एन. साहा यांची संशोधन व अध्ययनाची विद्याशाखा होती.

▸ अणुकेंद्रकाला विचारात घेऊन भौतिकशास्त्राचा अभ्यास केला.

▸ सूर्यकिरणांचे वजन व दाब मोजणारे सयंत्र शोधले.
'साहा थरमो आयोनायझेशन इक्वेशन' हे प्रसिद्ध सूत्र 'Institute of Nuclear Physics' या संस्थेची साहा यांनी स्थापना केली. ही संस्था कोलकाता येथे आहे. १९२० मध्ये त्यांनी दिलेला 'The Theory of Thermal Ionisation' सिद्धान्त प्रसिद्ध आहे.

१०) बिरबल सहानी (१८९१ - १९४७)

▸ वनस्पतीशास्त्र (Botony) ही बिरबल सहानी यांची अभ्यासशाखा होती.

▸ जिमनोस्पर्म (Gymnosperm) या प्रकारातील वनस्पतींचा त्यांनी शोध लावला.

▸ १९४६ साली 'द पॅलिओ बॉटनिक सोसायटी' या संस्थेची स्थापना केली.

११) जयंत नारळीकर

▸ जयंत नारळीकरांचा जन्म जुलै १९३८ मध्ये झाला. १९१२ मध्ये नारळीकरांनी अमृतमहोत्सवी वर्षात पदार्पण केले.

▸ वयाच्या २६ व्या वर्षी पद्मभूषणचे मानकरी ठरले.

▸ खगोलशास्त्र व भौतिकशास्त्र अभ्यास शाखा.

▸ हर्मन बॉन्डी व थॉमस गोल्ड यांनी मांडलेल्या 'स्थिर स्थिती विश्व सिद्धान्त (Steady State Theory of Universe)' यास फ्रेड व्हाईल व डॉ. जयंत नारळीकरांनी नवीन स्वरूप दिले. या दोघांनी १९७३ मध्ये मांडलेला व्हाईल–नारळीकर सिद्धान्त म्हणजे 'गुरुत्वाकर्षण बलाला विरोध करणारे अज्ञात बल सृष्टीत असते.'

▸ १९८८ मध्ये केंद्रीय विद्यापीठ अनुदान आयोग (University Grant Commission - UGC) द्वारा स्थापित आयुका (Inter University Centre for Astrophysics and Astronomy) या संस्थेची स्थापना झाली. नारळीकर पुणे येथील आयुका (IUCAA) चे संस्थापक संचालक झाले.

▸ १९८७ मध्ये 'आंतरराष्ट्रीय खगोलशास्त्र संशोधन परिषद' (ICAR) च्या अध्यक्षपदी नारळीकरांची निवड झाली.

▸ महाराष्ट्र शासनाने नारळीकरांना 'महाराष्ट्रभूषण' पुरस्काराने सन्मानित केले आहे.

▸ आंतरराष्ट्रीय स्तरावरील या संशोधक शास्त्रज्ञाने १२५ पुस्तकांचे लेखन केले आहे.

▸ केंब्रीजच्या किंग्ज कॉलेजमध्ये 'फेलो' म्हणून काही वर्षे कार्यरत.

१२) रघुनाथ माशेलकर

- रघुनाथ माशेलकर या संशोधक शास्त्रज्ञाचा जन्म १ जानेवारी १९४३ मध्ये झाला.
- 'पेटंट्स मॅन ऑफ इंडिया' म्हणून त्यांना ओळखतात. अनेक स्वामित्व हक्कांसाठी जागतिक पातळीवर भारतासाठी लढा दिला आहे.
- 'पॉलिमर सायन्स आणि इंजिनिअरिंग' यावर मूलभूत संशोधन. विज्ञान, संशोधन व उद्योग यांची सांगड घालून विकासाला गती देण्याचा अभिनव प्रयोग यशस्वी करणारे शास्त्रज्ञ.
- जगभरातील २७ विद्यापीठांकडून सन्माननीय डी.लिट पदवी.
- १९८२ मध्ये शांतीस्वरूप भटनागर पुरस्कार
  १९९८ रॉयल सोसायटी लंडनकडून फेलोशिप
  २००० मध्ये भारत सरकारचा पद्मभूषण सन्मान
- डॉ. माशेलकरांची आय.आय.टी. दिल्लीच्या संचालकपदी निवड झालेली आहे.

१३) हरगोबिंद खुराणा (९ जानेवारी १९२२ – ९ नोव्हेंबर २०११)

- जीवशास्त्र व रसायनशास्त्र या अभ्यासाच्या विद्याशाखा.
- 'जनुकांची सांकेतिक रचना' या विषयावरील संशोधनाला १९६८ वर्षीचे नोबेल पारितोषिक मिळाले.
- या अनिवासी भारतीय शास्त्रज्ञाने १९७० मध्ये प्रयोगशाळेत सहकार्याबरोबर किण्व (Yeast) या कवकाच्या जनुकाची कृत्रिम निर्मिती केली व त्याची पहिली जनुक रचना प्रत तयार केली. सहकार्याबरोबर तयार केलेल्या १९७६चे दुसरे जनुक सजीव पेशीत कार्य करू शकत होते.
- डॉ. खुराणा यांच्या संशोधनामुळे विज्ञानाची एक नवीन शाखा उदयास आली ती म्हणजे अनुवंशशास्त्र अभियांत्रिकी (Genetic Engineering)
- नोबेल पुरस्कार रॉबर्ट होली (Robert Holley) व मार्शल निरेनबर्ग (Marshall Nirenberg) यांच्यासोबत संयुक्तपणे खुराणा यांना देण्यात आला होता. पेशीतील आम्ल, डी.एन.ए. मधील 'पॉलिन्यूक्लिटाईड'चे विश्लेषण करून 'जेनेटिक कोड वर्ड डिक्शनरी' तयार करण्यास महत्त्वाचे योगदान दिले.
- मैसाचुसेट्स इन्स्टिट्च्यूट ऑफ टेक्नॉलाजी (MIT) या प्रसिद्ध संस्थेत १९७० ते निवृत्तीपर्यंत (२००७) अध्यापनाचे कार्य करणाऱ्या खुराना यांना अनेक पुरस्कार मिळाले; त्यात अमेरिकेचा नॅशनल मेडल ऑफ सायन्स (१९८७) यांचा समावेश आहे.
- भारत सरकारनेही त्यांच्या कार्यांच्या योगदानामुळे प्रतिष्ठित नागरी सन्मान पद्मश्री (१९९८), पद्मभूषण (१९९९) आणि पद्मविभूषण (२००९) साली देऊन त्यांना गौरविले आहे.

● भारतीय विज्ञानविषयक महत्त्वाच्या संस्था

१) राष्ट्रीय रासायनिक प्रयोगशाळा, पुणे
(National Chemical Laboratory (NCL), Pune)

२) राष्ट्रीय संरक्षण प्रबोधिनी, खडकवासला, पुणे
(National Defence Acadamy (NDA), Khadakvasla, Pune)

३) केंद्रीय मधमाशा संशोधन संस्था, पुणे
(Central Honey Bee Research Institute, Pune)

४) सेंट्रल वॉटर अँड पॉवर रिसर्च स्टेशन, पुणे
(Central Water and Power Research Station, Pune)

५) फिल्म अँड टेलिव्हिजन इन्स्टिट्यूट ऑफ इंडिया, पुणे
(Film and Television Institute of India (FTII), Pune)

६) राष्ट्रीय एड्स संशोधन संस्था, पुणे
(National Aids Research Institute (NARI), Pune)

७) इंडियन इन्स्टिट्यूट ऑफ ट्रॉपिकल मेटेरॉलॉजी, पुणे
(Indian Institute of Tropical Meteorology (IITM), Pune)

८) इंटर युनिव्हर्सिटी सेंटर फॉर अॅस्ट्रोफिजिक्स अँड अॅस्ट्रॉनॉमी, पुणे
(Inter University Centre for Astrophysics and Astronomy (IUCAA), Pune)

९) भारतीय कर्करोग संशोधन संस्था, मुंबई
(Indian Cancer Research Institute, Mumbai)

१०) हाफकीन इन्स्टिट्यूट, मुंबई
(Haffkine Institute, Mumbai)

११) भाभा अणू संशोधन केंद्र, मुंबई
(Bhabha Atomic Research Centre, (BARC), Mumbai)

१२) टाटा मूलभूत संशोधन संस्था, मुंबई
(Tata Institute of Fundamental Research, (TIFR), Mumbai)

१३) एक्सप्लोझिव्ह रिसर्च अँड डेव्हलपमेंट लॅबोरेटरी, पुणे
(Explosive Research and Development Laboratory, (ERDL), Pune)

१४) व्हेइकल रिसर्च अँड डेव्हलपमेंट इस्टॅब्लिशमेंट, अहमदनगर
(Vehicle Research and Development Establishment (VRDE), Ahmednagar)

१५) सेंटर फॉर डेव्हलपमेंट ऑफ अॅडव्हॉन्स्ड कॉम्प्युटींग, पुणे
(Centre for Development of Advanced Computing [C-DAC], Pune)

१६) नॅशनल इन्स्टिट्यूट फॉर ट्रेनिंग इन इंडस्ट्रिअल इंजिनिअरिंग, मुंबई
(National Institute for Training in Industrial Engineering, Mumbai)

१७) इंटरनॅशनल इन्स्टिट्यूट ऑफ पॉप्युलेशन स्टडीज, मुंबई
(International Institute of Population Studies, Mumbai)

१८) राष्ट्रीय पर्यावरण अभियांत्रिकी संशोधन संस्था, नागपूर
(National Environmental Engineering Research Institute (NEERI), Nagpur)

१९) केंद्रीय कापूस संशोधन संस्था, नागपूर
(Central Institute of Cotton Research, Nagpur)

२०) नॅशनल ब्युरो ऑफ स्वाईल सर्वे अँड लँड युज प्लॅनिंग, नागपूर
(National Bureau of Soil Survey and Land Use Planning, Nagpur)

२१) विक्रम साराभाई अवकाश संशोधन केंद्र, तिरूअनंतपुरम्
(Vikram Sarabhai Space Research Centre, Tiruanantpuram)

२२) राष्ट्रीय भौतिकी प्रयोगशाळा, नवी दिल्ली
(National Physical Laboratory, New Delhi)

२३) राष्ट्रीय संरक्षण महाविद्यालय, नवी दिल्ली
(National Defence College, New Delhi)

२४) भारतीय कृषी संशोधन परिषद, नवी दिल्ली
(Indian Council of Agricultural Research, New Delhi)

२५) भारतीय वैद्यकीय संशोधन परिषद, नवी दिल्ली
(Indian Council of Medical Research, New Delhi)

२६) वैज्ञानिक व औद्योगिक संशोधन परिषद, नवी दिल्ली
(Council of Scientific and Industrial Research , New Delhi)

२७) राष्ट्रीय रडार परिषद, नवी दिल्ली
(National Radar Council, New Delhi)

२८) राष्ट्रीय संशोधन व विकास महामंडळ, नवी दिल्ली
(National Research and Development Corporation of India, New Delhi)

२९) केंद्रीय रस्ते संशोधन संस्था, नवी दिल्ली
(Central Road Research Institute- New Delhi)

३०) नॅशनल इन्स्टिट्यूट ऑफ इम्युनोलॉजी, नवी दिल्ली
(National Institute of Immunology (NII), New Delhi)

३१) राष्ट्रीय बीज महामंडळ, नवी दिल्ली
(National Seed Carporation, New Delhi)

३२) नॅशनल ब्युरो ऑफ प्लॅन्ट जेनेटिक रिसोर्सेस, नवी दिल्ली
(National Bureau of Plant Gentic Resources (NBPGR), New Delhi)

३३) भारतीय विज्ञान संस्था, बेंगलुरु
(Indian Institute of Sciences (IISc). Bengaluru)

३४) राष्ट्रीय वैज्ञानिक प्रयोगशाळा, बेंगळुरू
(National Aeronautical Laboratory, Bengaluru)

३५) भारत इलेक्ट्रॉनिक्स लिमिटेड, बेंगळुरू
(Bharat Electronics Limited, Bengluru)

३६) भारतीय उद्यानविद्या संशोधन संस्था, बेंगळुरू
(Indian Horticulture Research Institute, Bengaluru)

३७) नॅशनल इन्स्टिट्यूट ऑफ मेंटल हेल्थ ऍण्ड न्यूरॉलॉजी सायन्स, बेंगळुरू
(National Institute of Mental Health & Nurology Science (MIMHNS), Bengaluru)

३८) राष्ट्रीय वनस्पती उद्यान, कोलकाता
(National Botanical Garden, Kolkata)

३९) केंद्रीय ऊस संशोधन संस्था, लखनौ
(Central Sugarcane Research Institute, Lucknow)

४०) केंद्रीय आंबा संशोधन संस्था, लखनौ
(Central Mango Research Institute, Lucknow)

४१) केंद्रीय औषधी व सुगंधित वनस्पती संस्था, लखनौ
(Central Institute of Medical and Auroma Plants, Lucknow)

४२) बिरबल सहानी पॅलिओ बॉटनी संस्था, लखनौ
(Birbal Sahani Institute of Palaeobotony, Lucknow)

४३) नॅशनल रिमोट सेन्सिंग एजन्सी, हैदराबाद
(National Remote Sensing Agency (NASA), Hyderabad)

४४) इंडियन नॅशनल सेंटर फॉर ओशीयन इन्फॉरमेशन सर्व्हिसेस–हैदराबाद
(Indian National Centre for Ocean Information Services, Hyderabad)

४५) नॅशनल इन्स्टिट्यूट ऑफ न्युट्रिशन, हैद्राबाद
(National Institute of Neutrition (NIN), Hyderabad)

४६) राष्ट्रीय सागरी विज्ञान संशोधन संस्था, पणजी (गोवा)
(National Oceanography Research Institute, Panjim (Goa)

४७) राष्ट्रीय अंटार्क्टिक व सागरी संशोधन केंद्र, वास्को द गामा (गोवा)
(National Centre for Antarctic of Ocean Research, Vasco-Da-Gama (Goa)

४८) नॅशनल मेटालर्जिकल लॅबोरेटरी, जमशेदपूर
(National Metalurgical Laboratory, Jamshedpur)

४९) राष्ट्रीय भू–भौतिकी संशोधन संस्था, हैदराबाद
(National Geo-Physical Research Institute, Hyderabad)

५०) केंद्रीय इंधन संशोधन संस्था, धनबाद (झारखंड)
(Central Fuel Research Institute, Dhanbad (Jharkhand)

५१) केंद्रीय ग्लास व सिरॉमिक संशोधन संस्था, कोलकाता
(Central Glass and Ceramic Research Institute, Kolkata)

५२) इंडियन इन्स्टिट्यूट ऑफ एक्सपिरिमेंटल मेडिसिन, कोलकाता
(Indian Institute of Experimental Medicine, Kolkata)

५३) केंद्रीय ताग संशोधन संस्था, कोलकाता
(Central Institute of Jute Research, Kolkata)

५४) भारतीय वनस्पती सर्वेक्षण, कोलकाता
(Botanical Servey of India, Kolkata)

५५) भारतीय प्राणी सर्वेक्षण, कोलकाता
(Zoological Servey of India, Kolkata)

५६) भारतीय भूगर्भशास्त्र सर्वेक्षण, कोलकाता
(Geological Servey of India, Kolkata)

५७) अॅन्ट्रोपोलॉजीकल सर्व्हे ऑफ इंडिया, कोलकाता
(Antropological Servey of India, Kolkata)

५८) केंद्रीय खाण संशोधन संस्था, धनबाद (झारखंड)
(Central Mining Research Institute, Dhanbad (Jharkhand)

५९) सेंट्रल सॉल्ट अॅण्ड मरिन रिसर्च इन्स्टिट्यूट, भावनगर (गुजरात)
(Central Salt and Marine Research Institute, Bhavnagar (Gujrat)

६०) केंद्रीय लाख संशोधन संस्था, रांची (झारखंड)
(Central Sealing Wax Research Institute, Ranchi (Jharkhand)

६१) सेंट्रल इन्स्टिट्यूट ऑफ सायकिएट्री, रांची
(Central Institute of Psychiatry, Ranchi)

६२) नॅशनल इन्स्टिट्यूट ऑफ ऑक्युपेशनल हेल्थ, अहमदाबाद
(National Institute of Occupational Health, Ahmedabad)

६३) नॅशनल इन्स्टिट्यूट ऑफ शुगर टेक्नोलॉजी, कानपूर (उ. प्रदेश)
(National Institute of Sugar Technology, Kanpur (U.P.)

६४) केंद्रीय बटाटा संशोधन संस्था, सिमला
(Central Potato Research Institute, Simla)

६५) केंद्रीय तांदूळ संशोधन संस्था, कटक (ओरिसा)
(Central Rice Research Institute, Cuttak (Orrissa)

६६) इंडियन इन्स्टिट्यूट ऑफ फिशरीज टेक्नोलॉनी, अर्नाकूलम्
(Central Institute of Fisharies Technology, Erankulam)

६७) इंडियन इन्स्टिट्यूट ऑफ पेट्रोलिअम, डेहराडून
(Indian Institute of Petroleum, Dehradun)

६८) भौतिकी संशोधन प्रयोगशाळा, अहमदाबाद
(Physical Research Laboratory, Ahmedabad)

६९) नॅशनल इन्स्टिट्यूट ऑफ हायजिन ऑफ पब्लिक हेल्थ, कोलकाता
(National Institute of Hygine of Public Health, Kolkata)

७०) नॅशनल इन्स्टिट्यूट ऑफ ओशन टेक्नोलॉजी, चेन्नई
(National Institute of Ocean Technology (NIOT), Chennai)

● या प्रकरणावरील काही महत्त्वाचे प्रश्न :

१) वस्तुमान अक्षय्यतेचा नियम प्रथमत: रशियन शास्त्रज्ञ लोमोनोसोव्ह यांनी १७६५ मध्ये मांडला. स्वतंत्रपणे
इ. स. १७८३ मध्ये हाच नियम मांडणारा शास्त्रज्ञ म्हणजे –
१) ए. लवायझर २) ए. व्हॅसिलिअम ३) कार्ल लिनिअस ४) उ. स्टर्लिंग

२) १६ व्या शतकातील महान गणिती कोण ?
१) रामानुजन २) नीळकंठ ३) आर्यभट्ट ४) भास्कराचार्य

३) १९२८ मध्ये अलेक्झांडर फ्लेमिंग यांनी शोधलेले प्रतिजैबक कोणते ?
१) पेनिसिलिन २) क्लोरोमायसिन ३) स्ट्रेप्टोमायसिन ४) निओमायसिन

४) खालीलपैकी कोणते दशक आधुनिक विज्ञान काळातील 'सुवर्ण दशक' म्हणून ओळखले जाते ?

१) १६९५-१७०५   २) १७९५-१८०५   ३) १८९५-१९०५   ४) १९९५-२००५

५) 'वनस्पती शास्त्राचा जनक' कोणास म्हणतात ?

१) ग्रिगॉर मेंडेल   २) चार्ल्स डार्विन   ३) कार्ल्स लिनिअर   ४) थिओफ्रास्टस

६) अग्निबाणाचा शोध कोणत्या प्राचीन संस्कृतीत लागला आहे ?

१) हिंदू   २) इजिप्तिशियन   ३) रोमन   ४) चिनी

७) खालील देशांपैकी २८ मार्च, २०१२ पर्यंत भारत सरकार बरोबर अणू इंधन पुरवठा करार कोणी केला ?

(अ) अमेरीका (यू.एस.ए.)   (ब) फ्रान्स

(क) रशिअन फेडरेशन   (ड) कजागीस्तान

योग्य पर्याय निवडा.

१) ब आणि क फक्त   २) अ, ब आणि क फक्त

३) ब, क आणि ड फक्त   ४) अ, ब, क आणि ड (सर्व)

८) इ. स. २०० पूर्व काळात π (पाय) ची किंमत प्रथमत: मांडणारा महान ग्रीक गणिती कोण ?

१) आर्किमिडीज   २) ऑरिस्टॉटल   ३) डेमोक्रेटिस   ४) पायथागोरस

९) भारतीय ऋषी व तत्त्वज्ञ ज्यांनी 'चराचर सृष्टी ही सूक्ष्म कणांपासून बनली आहे' असे मांडले ते म्हणजे–

१) महर्षि कणाद   २) महर्षि कपिल   ३) आर्यभट्ट   ४) नागार्जुन

१०) अनुवंशशास्त्राचा जनक कोणास म्हणतात ?

१) चार्ल्स डार्विन   २) थिओफ्रास्टस   ३) ऑंटोनी लवायझर   ४) ग्रिगॉर मेंडेल

११) 'पृथ्वी हा एक मोठा चुंबक आहे' असे मत कोणी मांडले ?

१) विल्यम गिलबर्ट   २) केप्लर   ३) गॅलिलिओ गॅलिली   ४) कोपर्निकस

१२) गनमीड, कॅलिस्टो, आयो व युरोपा हे गुरू ग्रहाचे नैसर्गिक उपग्रह शोधणारा शास्त्रज्ञ कोण ?

१) विल्यम गिलबर्ट   २) केप्लर   ३) गॅलिलिओ गॅलिली   ४) कोपर्निकस

१३) 'उत्क्रांतीवादाचा जनक' कोणास म्हणतात ?

१) मेंडेले   २) डार्विन   ३) लॅमार्क   ४) लवायझर

१४) १७ व्या शतकातील कोणत्या शास्त्रज्ञांने खालील वायू विषयक नियम मांडला आहे ?
'स्थिर तापमानाला, दिलेल्या वस्तुमानाच्या वायूचे आकारमान त्याच्या दाबाच्या व्यस्त प्रमाणात असते'

१) पास्कल   २) बॉईल   ३) चार्ल्स   ४) गे ल्युसाक

१५) सूक्ष्मदर्शकाचा शोध लावणारा शास्त्रज्ञ म्हणजे

१) टॉरिसेली   २) अलेक्झांडर ग्राहम बेल

३) अन्टोनी लिवेनहॉक   ४) रोनॉल्ड रॉस

१६) 'ओरिजिन ऑफ स्पेसिज बाय मिन्स ऑफ नॅचरल सिलेक्शन' या ग्रंथाचा लेखक कोण ?

१) कार्ल लिनिअस   २) एडवर्ड जेन्नर   ३) ग्रिगॉर मेंडेल   ४) चार्ल्स डार्विन

१७) आइनस्टाइनच्या $E = mC^2$ या ऊर्जा व वस्तुमान यांच्यातील समीकरणात C म्हणजे–

१) गुरुत्व बल   २) अंतर   ३) प्रकाशाचा वेग   ४) केंद्रकांची संख्या

१८) इंटरनॅशनल मोबाईल टेक्नॉलॉजी २००० च्या अनुसार '3G' प्रणालीमध्ये माहितीची वहन क्षमता निदान पुढील वेगाने होण्याची तरतूद असायला हवी.

१) १०० किलोबिट्स/सेकंद
२) २०० किलोबिट्स/सेकंद
३) २ मेगाबिट्स/सेकंद
४) २.५ मेगाबिट्स/सेकंद

१९) शक्तीपुंजवाद सिद्धान्त कोणी मांडला ?

१) मॅक्स प्लॅन्क
२) क्लार्क मॅक्सवेल
३) जोसेफ ब्लॅक
४) नेल्स बोहर

२०) जगात प्रथमत: डॉ. ख्रिश्चन बर्नाड यांनी १९६७ मध्ये .... रोपणाची शस्त्रक्रिया केली.

१) मेंदू
२) डोळे
३) यकृत
४) हृदय

२१) अणु केंद्रकीय विखंडन किंवा विभंजन प्रयोगाद्वारे कोणी सिद्ध केले ?

१) एन्रिको फर्मी
२) ओटो हान व स्ट्रासमन
३) फ्रिश व मेटनर
४) विलार्ड लिब्बे

२२) 'हायड्रोजन बॉम्ब' खालीलपैकी कशावर आधरित आहे ?

१) अणु केंद्रकीय संमीलन
२) कृत्रिम किरणोत्सरिता
३) अनियंत्रित शृंखला अभिक्रिया
४) अणुकेंद्रकीय विखंडन

२३) 'आधुनिक वैद्यकशास्त्राचा जनक' कोणास म्हणतात ?

१) ॲन्ड्रयूज व्हेसॅलिअस
२) डॉ. ख्रिचन बर्नाड
३) ॲन्टोनी लिवेन हॉक
४) एडवर्ड जेन्नर

२४) 'हायड्रोजीनीकरण' पद्धतीने वनस्पती तेलाचे वनस्पती घी मध्ये रूपांतर करताना 'उत्प्रेरक' म्हणून काय वापरतात ?

१) निकेल भुकटी
२) लोह भुकटी
३) मॅग्नेशिअम भुकटी
४) प्लॅटिनम भुकटी

२५) युरेनिअम–२३७ या समस्थानिकात एकूण किती न्यूट्रॉन्स अणुकेंद्रकात असतात ?

१) ९२
२) १४५
३) २३७
४) ३२९

२६) 'इलेक्ट्रॉन' या अणूच्या मूलभूत कणाचा शोधक कोण ?

१) जे. जे. थॉमसन
२) अर्नेस्ट रुदरफोर्ड
३) जोसेफ प्रिस्टेल
४) जेम्स चॅडविक

२७) भारतात वापरल्या जाणाऱ्या खालील ऊर्जा स्रोतांचा योग्य उतरता क्रम नमूद करा :

१) दगडी कोळसा ऊर्जा
२) खनिज तेल ऊर्जा
३) जल ऊर्जा
४) नैसर्गिक वायू ऊर्जा

योग्य पर्याय निवडा.

१) १, २, ३ आणि ४
२) १, ३, २ आणि ४
३) १, २, ४ आणि ३
४) १, ३, ४ आणि २

२८) मानवी शरीरात कोणत्या मूलद्रव्यांचे शेकडा प्रमाण सर्वांत जास्त असते ?

१) हायड्रोजन
२) कार्बन
३) नायट्रोजन
४) ऑक्सिजन

२९) आधुनिक आवर्तसारणी .... यावर आधारित आहे.

१) अष्टकांचा नियम किंवा तत्त्व
२) मूलद्रव्यांचा अणुक्रमांक
३) मूलद्रव्यांचा अणूवस्तूमानांक
४) मूलद्रव्यांच्या त्रिकांचे अस्तित्व

३०)सामान्य तापमानाला द्रव अवस्थेत आढळणारा धातू म्हणजे –

  १) मर्क्युरी   २) निओबिअम   ३) ब्रोमीन   ४) स्कॅन्डिअम

३१)सर्वांत हलके वायू मूलद्रव्य कोणते आहे ?

  १) ऑक्सिजन   २) क्रेप्टॉन   ३) हेलिअम   ४) हायड्रोजन

३२)निसर्गात आढळणारे सर्वांत कठीण मूलद्रव्य कोणते ?

  १) स्टील   २) लोह   ३) टंगस्टन   ४) कार्बन

३३)वातावरणात आढळणारे सर्वांत विपुल मूलद्रव्य म्हणजे –

  १) नायट्रोजन   २) ऑक्सिजन   ३) हायड्रोजन   ४) अरगॉन

३४)धातू व अधातू या दोन्हींचे गुणधर्म दाखविणाऱ्या मूलद्रव्यांना काय म्हणतात ?

  १) दुर्मिळ मूलद्रव्ये   २) धातुसदृश्य मूलद्रव्ये

  ३) मौल्यवान मूलद्रव्ये   ४) दोषपूर्ण मूलद्रव्ये

३५)आवर्तसारणीतील एकूण १८ गणांपैकी कोणत्या गणात सर्वांत जास्त मूलद्रव्ये असतात ?

  १) पहिल्या   २) दुसऱ्या   ३) तिसऱ्या   ४) अठराव्या

३६)प्रत्येकी ३२ मूलद्रव्ये असणारी एकूण किती आडवी आवर्तने (पिरिएड्स) आवर्तसारणीत आहेत ?

  १) एक   २) दोन   ३) शून्य   ४) सात

३७)२०१२ पर्यंत भारताला किती नोबेल पुरस्कार मिळाले आहेत ?

  १) सहा   २) सात   ३) आठ   ४) दहा

३८)भारताला कोणत्या क्षेत्रासाठी एकापेक्षा जास्त नोबेल पारितोषिके मिळली आहेत ?

  १) अर्थशास्त्र   २) रसायनशास्त्र   ३) भौतिकशास्त्र   ४) वैद्यकशास्त्र

३९)कोणत्या क्षेत्राचे नोबेल प्राईज विजेते स्वीडन देश निवडत नाही ?

  १) शांतता   २) वाङ्मय   ३) अर्थशास्त्र   ४) वैद्यकशास्त्र

४०)शांतता क्षेत्रासाठी नोबेल पुरस्कार विजेत्यांची निवड कोण करते ?

  १) रॉयल सोसायटी ऑफ सायन्स, स्वीडन   २) रॉयल कॅरोमिल इन्स्टिट्यूट, स्वीडन

  ३) स्विडिश अकॅडमी   ४) नॉर्वेची लोकसभा व नार्वेजिअन नोबेल कमिटी

४१)व्यंकटरमन रामाकृष्णन या अनिवासी भारतीय शास्त्रज्ञास .... क्षेत्रासाठी, क्षेत्राचे .... क्रमांकाचे पारितोषिक मिळाले आहे.

  १) भौतिकशास्त्र, दुसरे   २) वैद्यकशास्त्र, दुसरे

  ३) रसायनशास्त्र, पहिले   ४) अर्थशास्त्र, तिसरे

४२)आधुनिक आर्वसारणतील 'नोबेलिअम' मूलद्रव्याचा अणुक्रमांक कितवा आहे ?

  १) ४१   २) १०   ३) १०२   ४) ११८

४३)नोबेलिअम मूलद्रव्यांची रासायनिक संज्ञा काय आहे ?

  १) Nb   २) Nd   ३) No   ४) Ne

४४)भारतीय नागरिक नसलेल्या परंतु भारतीय वंशाच्या व्ही. एस. नायपॉल यांना कोणत्या क्षेत्राचा नोबेल पुरस्कार मिळाला आहे ?

  १) शांतता   २) अर्थशास्त्र   ३) वाङ्मय   ४) वैद्यकशास्त्र

४५) यूनोने 'आंतरराष्ट्रीय भौतिकशास्त्र वर्ष' म्हणून कोणते वर्ष जाहीर केले ?

१) 2000   २) 2005   ३) 2010   ४) 2011

४६) आल्फ्रेड नोबल शास्त्रज्ञाच्या कोणत्या स्मृतीदिनापासून त्याच्या नावे पुरस्कार देण्यास सुरुवात झाली ?

१) पहिल्या   २) दुसऱ्या   ३) पाचव्या   ४) दहाव्या

४७) मेरी क्युरी यांना कोणत्या दोन क्षेत्रांसाठी नोबेल प्राईज मिळाले आहे ?

१) भौतिकशास्त्र, रसायनशास्त्र   २) रसायनशास्त्र, वैद्यकशास्त्र

३) भौतिकशास्त्र, वैद्यकशास्त्र   ४) रसायनशास्त्र, शांतता

४८) खालीलपैकी कोणास 'शांतता नोबेल–२०१२' मिळाले आहे ?

१) इलेन सरलीफ व तवाकुल करमान   २) बराक ओबामा

३) आंतरराष्ट्रीय अणू ऊर्जा आयोग   ४) युरोपियन राष्ट्र संघ

४९) अवकाश संशोधन मंडळाची (COSPAR) उद्दिष्टे-

अ) अवकाशातील वैज्ञानिक संशोधनाला बढती देणे.

ब) परिणाम, माहिती आणि अभिप्राय यांची देवाणघेवाण.

क) जाहीर चर्चा करणाऱ्या साधनांची तरतदू करणे.

ड) वैज्ञानिक अवकाश संशोधनावर परिणाम करणाऱ्या अडचणींवर चर्चा करणे.

योग्य पर्याय निवडा

१) फक्त अ आणि ब   २) फक्त अ, ब आणि ड

३) फक्त अ, क आणि ड   ४) अ, ब, क आणि ड

५०) १९०३ मध्ये मेरी क्युरी व पेरी क्युरी यांच्यासोबत भौतिकशास्त्राचे पारितोषिक विभागून मिळविणारी शास्त्रज्ञ व्यक्ती कोण ?

१) विल्यम रॉन्टजेन   २) हेनरी बेक्वरेल   ३) मॅक्स प्लॅन्क   ४) जे. जे. थॉमसन

५१) कोणत्या देशाच्या अध्यक्षाला, रशिया-जपान युद्धविरामासाठी १९०६ सालचे शांतता नोबेल पारितोषिक बहाल करण्यात आले ?

१) अमेरिका   २) रशिया   ३) जपान   ४) इंग्लंड

५२) इंग्लंडच्या जॉन गार्डन आणि जपानच्या शिन्या यामानाका या शास्त्रज्ञांना २०१२ सालचा कोणत्या क्षेत्रातील नोबेल देण्यात आला आहे ?

१) शांतता   २) वैद्यकशास्त्र   ३) साहित्य   ४) रसायनशास्त्र

५३) महाराष्ट्रातील महाबळेश्वर येथे उघडण्यात येणाऱ्या हाय लॅटीट्यूट क्लाउड फिजिक्स लॅबॉरेटरीत (high latitude cloud physics laboratory) खालीलपैकी कोणत्या क्षेत्रांचा अभ्यास केला जाईल ?

अ) ढगांची घडण आणि त्यांची प्रतिकृती

ब) खगोलशास्त्र

क) अंतरिक्षातून पृथ्वीकडे येणाऱ्या शक्तीशाली किरणांचा अभ्यास (वैश्विक किरणांचा अभ्यास)

ड) हवामान अंदाज

योग्य पर्याय निवडा.

१) अ आणि क फक्त   २) अ, क आणि ड फक्त

३) अ, ब, क आणि ड (सर्व)   ४) अ आणि ड फक्त

५४) आम्ल द्रावणाचा सामू नेहमी –

१) ७ असतो.   २) ७ पेक्षा कमी असतो.

३) ७ पेक्षा जास्त असतो.   ४) शून्य असतो.

५५) 'सोडा वॉटर' हे .... व पाणी यांचे द्रावण आहे.

१) खाण्याचा सोडा   २) धुण्याचा सोडा

३) कार्बन-डाय-ऑक्साईड   ४) कॉस्टिक सोडा

५६) ४ ते ७ टक्के .... आम्ल द्रावणास 'व्हिनेगर' म्हणतात.

१) सिट्रीक   २) फॉर्मिक   ३) ऑसिटक   ४) कार्बोनिक

५७) 'ऑक्वा फोर्टीस' म्हणजे कोणते सहंत आम्ल ?

१) संहत सल्फ्युरिक आम्ल   २) संहत नायट्रीक आम्ल

३) संहत हायड्रोक्लारिक आम्ल   ४) संहत हायड्रोजन फ्लोराईड

५८) सोन व प्लॅटिनम धातू विरघळण्यासाठी वापरण्यात येणारे द्रावक कोणते ?

१) संहत सल्फ्युरीक आम्ल

२) संहत नायट्रिक आम्ल

३) संहत हायड्रोक्लोरीक आम्ल व संहत नायट्रीक आम्लाचे ३ : १ प्रमाणातील मिश्रण

४) सहंत सल्फ्युरीक आम्ल व संहत नायट्रीक आम्लाचे १ : ३ प्रमाणातील मिश्रण

५९) मानवी रक्त हे

१) आम्लधर्मी असते.   २) आम्लारीधर्मी असते.

३) उदासीन असते.   ४) उन्हाळ्यात आम्लधर्मी व हिवाळ्यात आम्लारीधर्मी असते.

६०) कार्बोलिक आम्लाचे रासायनिक सूत्र काय आहे ?

१) H_2CO_3 २) $C_6H_5\text{-}OH$ ३) $C_6H_8O_8$ ४) $CH_3\text{-}COOH$

६१) कार्बन डाय ऑक्साईड वायू पाण्यात विरघळल्यावर तयार होणारे द्रावण कोणत्या आम्लाचे असते?

१) कार्बोनिक   २) कार्बोलिक   ३) ऑसिटीक   ४) सिट्रीक

६२) दुधाचे दही होणे या रासायनिक बदलात दुधातील साखरेचे रूपांतर कोणत्या आम्लात होते ?

१) ऑसिटीक   २) टार्टारीक   ३) फॉर्मिक   ४) लॅक्टीक

६३) अमोनिअम डायड्रॉक्साईड हे खालीलपैकी काय आहे ?

१) क्षार   २) आम्ल   ३) आम्लारी   ४) मूलद्रव्य

६४) खालीलपैकी कोणत्या पदार्थांचे पाण्यातील द्रावण स्पर्श केल्यावर साबणासारखे बुळबुळीत लागते ?

१) क्षार   २) आम्लारी   ३) आम्ल   ४) व्हनॉडिअम

६५) ग्वाऊबर या शास्त्रज्ञाने कोणते खनिज आम्ल शोधले ?

१) हायड्रोक्लोरीक आम्ल   २) सल्फ्युरीक आम्ल

३) नायट्रीक आम्ल   ४) हायड्रोफ्लोरीक आम्ल

६६) H_2SO_3 या संयुगास काय म्हणतात ?

१) सल्फ्युरीक ऑसिड   २) हायड्रोजन सल्फाईट

३) सल्फर ट्राय ऑक्साईड   ४) सल्फ्युरस ऑसिड

६७) जनुकीय अभियांत्रिकीमधील क्लोनिंग तंत्रज्ञानाने जन्माला घातलेला ...... पहिला सस्तन प्राणी होय.

१) डॉली मेंढी २) डॉली मांजर ३) डॉली घोडा ४) डॉली मासा

६८) कोणता वायू प्रयोगशाळेत किपच्या उपकरणाने तयार करतात ?

१) अमोनिया २) हायड्रोजन सल्फाइड ३) क्लोरीन ४) ऑक्सिजन

६९) कार्बन मोनॉक्साईड वायू शोधणारा शास्त्रज्ञ कोण ?

१) जोसेफ प्रिस्टले २) डी. लॅसोने ३) के. डब्ल्यू. शिले ४) हम्प्रे डेव्ही

७०) खालीलपैकी कोणता वायू शास्त्रज्ञ डॅनिअल रुदरफोर्ड यांनी १७७२ मध्ये शोधला ?

१) नायट्रोजन २) ऑक्सिजन ३) हायड्रोजन ४) क्लोरीन

७१) खालीलपैकी कोणता (कोणते) वायू क्षपणक म्हणून वापरता ?

अ) हायड्रोजन वायू ब) कार्बन मोनॉक्साईड

क) सल्फर डायऑक्साईड ड) हायड्रोजन सल्फाइड

१) अ, ब, क, ड २) अ, ब, क ३) अ, ब ४) अ

७२) हायड्रोजन सल्फाइड वायूच्या पाण्यातील द्रावणात

अ) निळा लिटमस तांबडा होतो. ब) तांबडा लिटमस तांबडाच रहातो.

क) तांबडा लिटमस निळा होतो. ड) निळा लिटमस निळाच रहातो.

१) अ २) अ, ब ३) क, ड ४) ब, ड

७३) खालीलपैकी कशाचा उपयोग 'ब्लिचिंग' साठी करतात ?

अ) क्लोरीन वायू ब) सल्फर डायऑक्साईड वायू

क) अमोनिआ वायू ड) हायड्रोजन सल्फाईड वायू

१) अ, ब, क, ड २) अ, ब ३) क, ड ४) अ

७४) खालीलपैकी कोणत्या वायूत ओलसर पोटॅशिअम डायक्रोमेटच्या कागदाचा रंग हिरवा बनतो ?

१) सल्फर डायऑक्साईड २) कार्बन डायऑक्साईड

३) अमोनिया ४) हायड्रोजन सल्फाईड

७५) खालीलपैकी एल. पी. जी. सिलेंडर मधील प्रमुख वायू घटक कोणता ?

१) मिथेन २) इथेन ३) प्रोपेन ४) ब्युटेन

७६) सर्वांत जास्त 'हरितगृह परिणाम' घडविणारा वायू कोणता ?

१) कार्बन-डाय-ऑक्साईड २) मिथेन

३) नायट्रस ऑक्साईड ४) ओझोन

७७) खालीलपैकी कोणत्या वायूचा उपयोग शीतकरणासाठी होतो ?

अ) नायट्रोजन ब) अमोनिया क) हायड्रोजन ड) सल्फर डाय ऑक्साईड

१) अ, ब २) ब, ड ३) क, ड ४) ब

७८) खालीलपैकी कोणत्या वायूस 'हर्षवायू' म्हणतात ?

१) NO २) N_2O ३) NO_2 ४) N_2O_5

७९) गॅस वेल्डिंग साठी ऑक्सिजन वायू बरोबर खालील कोणत्या वायूचा उपयोग करतात ?

अ) ऑसिटीलीन ब) हायड्रोजन क) नायट्रोजन ड) रेडॉन

१) अ २) अ, ब ३) अ, ब, क ४) अ, ब, क, ड

८०) कोणत्या वायूत ओलसर हळदीचा कागद विटकरी बनतो ?

१) क्लोरीन
२) ऑसिटीलीन
३) हायड्रोजन सल्फाइड
४) अमोनिया

८१) योग्य जोड्या लावा

a) हायड्रोजन वायू
b) कार्बन–डाय–ऑक्साईड वायू
c) ऑक्सिजन वायू
d) अमोनिया वायू

1) जळत नाही मात्र ज्वलनास आवश्यक
2) जळतो मात्र ज्वलनास मदत करत नाही
3) जळतही नाही ज्वलनास मदतही करत नाही
4) सहजतेने जळत नाही मात्र भरपूर ऑक्सिजनमध्ये जळतो.

१) a-2, b-3, c-1, d-4
२) a-1, b-2, c-3, d-4
३) a-3, b-1, c-4, d-2
४) a-4, b-1, c-2, d-3

८२) खालील कोणता वायू पाण्यात विरघळल्यास आम्लारी द्रावण तयार होते ?

१) कार्बन–डाय–ऑक्साईड
२) अमोनिया
३) हायड्रोजन
४) ऑक्सिजन

८३) भरपूर ऑक्सिजन वायू पाण्यात विरघळलेल्या द्रावणात –

१) लिटमस कागदाचा रंग बदलत नाही.
२) निळा लिटमस काही वेळेनंतर तांबडा बनतो.
३) जलचर प्राण्यांना त्रास होतो.
४) तांबडा लिटमस पटकन निळा होतो.

८४) एकाच पदार्थासाठी खालील कोणती दोन तापमाने समान असतात ?

१) उत्कलन बिंदू, वितळण बिंदू
२) वितळण बिंदू, गोठण बिंदू
३) गोठण बिंदू, उत्कलन बिंदू
४) द्रवणांक, उत्कलन बिंदू

८५) शुष्क बर्फ म्हणजे –

१) बर्फ व मिठाचे २ : १ प्रमाणातील मिश्रण
२) कठीण बर्फ
३) स्थायू रूपातील कार्बन डाय ऑक्साईड
४) न वितळणारा बर्फ

८६) कार्बन मोनॉक्साईड व क्लोरीन वायूंपासून तयार होणारा विषारी वायू म्हणजे –

१) मिथेल आयसो सायनेट
२) मस्टार्ड गॅस
३) हॅलोजन
४) फॉस्जीन

८७) 'कार्बोजेन' हे कोणत्या दोन पदार्थांचे मिश्रण आहे ?

१) कार्बन व हायड्रोजन वायू
२) कार्बन व ऑक्सिजन वायू
३) कार्बन–डाय–ऑक्साईड वायू व हायड्रोजन वायू
४) कार्बन–डाय–ऑक्साईड वायू व ऑक्सिजन वायू

८८) हायड्रोजन वायूचा शोधक कोण ?

१) हेनरी कॅव्हेन्डिश २) जोसेफ प्रिस्टले ३) जोसेफ ब्लॅक ४) के. डब्ल्यू. शीले

८९) धातूच्या पेरॉक्साईड संयुगात ऑक्सिजन मूलद्रव्याची संयुजा किती असते ?

१) एक २) दोन ३) तीन ४) शून्य

९०) खालीलपैकी कोणता वायू वातावरणातील हवेचे सुमारे ४/५ आकारमान व्यापतो ?

१) हायड्रोजन २) ऑक्सिजन ३) नायट्रोजन ४) कार्बन–डाय–ऑक्साईड

९१) वातावरणातील हवेत ऑक्सिजन वायूचे आकारमानाने प्रमाणे किती टक्के आहे ?

१) 0.0३१ २) 0.९३ ३) २०.९४ ४) ७८.0८

९२) भोपाळ वायू दुर्घटना कोणत्या वायूमुळे घडली होती ?

१) फॉस्जीन २) मिथेल आयसो सायनेट

३) फ्रिऑन ४) बेन्झिन क्लोराईड

९३) पुढीलपैकी जैवतंत्रज्ञानाच्या वापराचे/ची उदाहरण/उदाहरणे कोणती/ते ?

१) दुधाचे दही बनणे

२) बेकर यीस्ट घालून भात आंबवणे

३) विषाणुच्या जनुकाचे जीवाणूत रोपण करणे

४) रोगाचा इलाज करण्यासाठी माणसात निरोगी जनुकाचे रोपण

१) फक्त ३ आणि ४ २) फक्त ४

३) फक्त १, २ आणि ४ ४) वरील सर्व

९४) २३ सप्टेंबर, २०१२ ला ओपेरा सूक्ष्म कण शोधक यंत्राद्वारे कोणत्या कणांच्या झोताचा वेग प्रकाशाच्या वेगापेक्षा जास्त असल्याचे सिद्ध झाले आहे ?

१) मुऑन न्युट्रिनो २) प्रोटॉन्स ३) मेसॉन्स ४) पॉझिट्रॉन्स

९५) पृथ्वीभोवती फिरणाऱ्या उपग्रहांचे प्रक्षेपण आणि त्यांच्या कक्षीय भ्रमणाकडे लक्ष ठेवण्यासाठी भारतात 'उपग्रह नियंत्रक केंद्र' (ISTRAC) विविध ठिकाणी आहेत. त्या जागा कोणत्या ?

१) बंगळुरू, चेन्नई, कोलकता, दिल्ली, मुंबई, चंडीगढ

२) बंगळुरू, लखनौ, श्रीहरिकोटा, पोर्ट ब्लेअर, तिरुवनंथपूरम, हैदराबाद

३) बंगळुरू, लक्षद्रीप, अहमदाबाद, अगरताला, लडाख, हसन

४) बंगळुरू, आर्वी, अहमदाबाद, मनाली, गंगटोक, कोडाई

९६) 'हिग्ज बोसॉन' कण खालीलपैकी कणापेक्षा जास्त वस्तुमानाचे असतात असे सिद्ध झाले आहे ?

अ) इलेक्ट्रॉन ब) प्रोटॉन क) न्यूट्रॉन ड) कार्बन अणू

१) अ २) अ, ब ३) अ, ब, क ४) अ, ब, क, ड

९७) चांद्रयान-१ मोहिमेचे प्रकल्प प्रमुख कोण होते ?

१) के. राधाकृष्णन २) जी. माधवन नायर

३) मल्यास्वामी अण्णादुराई ४) डॉ. अब्दुल कलाम

९८) चांद्रयान-१ मोहिमेसाठी भारताने कोणत्या अग्निबाणाचा वापर केला ?

१) ए.एस.एल.व्ही. २) पी.एस.एल.व्ही. ३) जी.एस.एल.व्ही. ४) एरियन

९९) भारत सरकारने 'राष्ट्रीय जैवतंत्रज्ञान मंडळ' संस्थेची स्थापना कोणत्या वर्षी केली ?

१) १९६२ २) १९८२ ३) १९९२ ४) २०१२

१००) भारताने तयार केलेला पहिला महासंगणक कोणता ?

१) परम-१000 २) परम-८000 ३) सिम्प्युटर ४) आकाश

१०१) भारतात प्रथमत: संगणक बनविणारी संस्था कोणती ?

१) भारतीय विज्ञान संस्था, बंगलोर २) सी-डॅक

३) आय. आय. टी. मुंबई ४) भारत इलेक्ट्रॉनिक्स कार्पोरेशन

१०२) सध्याचे संगणक हे संगणकाच्या कोणत्या पिढीतील आहेत ?

१) पहिल्या २) दुसऱ्या ३) तिसऱ्या ४) चौथ्या

१०३) भारताने अवकाशमोहीम २०२५ मध्ये खूप महत्त्वाकांक्षी योजना आखल्या आहेत त्या कोणत्या ?

१) टी. व्ही., फोन, मोबाईल, बँकिंग, सुरक्षा या बाबी उपग्रहांमार्फत गावोगावी उपलब्ध होतील.

२) खूप अधिक वजन अवकाशात नेणारा अग्निबाण बनवणार.

३) अवकाशात भारतीय अंतराळवीर पाठवणार.

४) पुन्हा पुन्हा वापरता येणारे अवकाशयान बनवणार.

५) चंद्रावर चाकांची गाडी असणारे यान उतरवणार.

६) आपात्कालीन परिस्थिती, हवामान, नैसर्गिक साधन संपत्तीच्या योग्य निरीक्षणासाठी अधिक क्षमतेने फोटो घेण्याचे तंत्रज्ञान बनवणार.

योग्य पर्याय निवडा

१) १, २, ३, ४ २) ६, ५, ४, ३ ३) १, २, ५, ६ ४) वरील सर्व

१०४) अवकाश विज्ञान पदार्पण करण्यात भारताचा क्रमांक कितवा ?

१) पहिला २) तिसरा ३) पाचवा ४) सातवा

१०५) इस्रोचे मुख्यालय कोठे आहे ?

१) बंगळुरू २) तिरूअनंतपूरम ३) श्रीहरिकोटा ४) थुंबा

१०६) भारतीय अवकाश संशोधन संस्था (इस्रो) ची स्थापना कधी झाली ?

१) १९६२ २) १९६३ ३) १९६५ ४) १९६९

१०७) खालीलपैकी कोणत्या दिवशी भारतामध्ये उपग्रह सोडण्यासाठी रॉकेट प्रक्षेपण केंद्र आहे ?

अ) थुंबा ब) अहमदाबाद क) श्रीहरिकोटा ड) ओरिसा

१) अ २) अ, ब, क ३) अ, क ४) अ, ड

१०८) अवकाश मोहिमेतून खालील कोणता (कोणते) प्राणी अवकाशात नेण्यात आले ?

अ) कुत्री ब) उंदीर क) ससा ड) माकड

१) अ २) अ, ब ३) अ, ब, क ४) अ, ब, क, ड

१०९) खालीलपैकी कोणत्या भारतीय उपग्रहवाहकाची वहन क्षमता सर्वांत जास्त आहे ?

१) एस.एल.व्ही. २) ए.एस.एल.व्ही. ३) पी.एस.एल.व्ही. ४) जी.एस.एल.व्ही.

११०) 'ॲपल' या भारताच्या प्रायोगिक दळणवळण उपग्रह कोठून प्रक्षेपण करण्यात आले ?

१) भारत २) रशिया ३) फ्रान्स ४) अमेरिका

१११) अण्वस्त्र प्रसार बंदी करार कोणत्या देशांनी नाकरला आहे ?

१) भारत २) चीन ३) इस्राईल ४) पाकिस्तान

१) १ आणि २ २) १ आणि ४ ३) १, ३ आणि ४ ४) १, २, ३ आणि ४

११२) राष्ट्रीय दूरसंवेदन संस्था कोठे आहे ?

१) हैदराबाद २) बंगळुरू ३) डेहराडून ४) नागपूर

११३) भौतिक संशोधन प्रयोगशाळा कोठे आहे ?

१) दिल्ली २) पुणे ३) अहमदाबाद ४) चेन्नई

११४) पृथ्वीचा पहिला कृत्रिम उपग्रह कोणता ?

१) आर्यभट्ट २) एक्सप्लोरस-१ ३) स्पुटनिक-१ ४) व्होस्टोक-१

११५) 'आर्यभट्ट' उपग्रहाच्या प्रक्षेपणासाठी वापरण्यात आलेला उपग्रहवाहक म्हणजे

१) ए.एस.एल.व्ही. २) एरियन ३) व्होस्टोक ४) इंटर कॉसमॉस

११६) अंतराळातून व्यक्तीला पृथ्वी कोणत्या रंगाची दिसते ?

१) काळ्या २) पूर्ण पांढऱ्या ३) निळ्या ४) लाल

११७) अवकाशात 'स्पेस वॉक' करणारी पहिली व्यक्ती कोण ?

१) युरी गागारीन २) ॲलन शेपर्ड ३) जॉन ग्लेन ४) ॲलेक्सी लिओनोव्ह

११८) चंद्रावर उतरणारी पहिली व्यक्ती कोण ?

१) निल आर्मस्ट्राँग २) ॲडविन ऑल्ड्रीन ३) मायकेल कॉलिन्स ४) युरी गागारीन

११९) 'स्पेस टेक्नोलॉजी फॉर सस्टेनेबल डेव्हलपमेंट' या ग्रंथाचे लेखक कोण ?

१) डॉ. विक्रम साराभाई २) डॉ. ए.पी.जे. अब्दुल कलाम

३) डॉ. यु. आर. राव ४) डॉ. विजय भटकर

१२०) 'भूस्थिर उपग्रह' ही संकल्पना मांडणारा शास्त्रज्ञ

१) रॉबर्ट गोडार्ड २) जोहान्स केप्लर

३) कॉन्स्टन्टाईन सिओल्कोवस्की ४) आर्थर सी. क्लार्क

१२१) भारतात उर्जा समस्या कशामुळे निर्माण झाली आहे ?

१) तेलाचा मागणी पुरवठा असमतोल २) वीजशक्तीची कमतरता

३) कोळशाची कमतरता ४) पाणी टंचाई

वरीलपैकी कोणती कारणे बरोबर आहेत?

१) १ फक्त २) १ आणि २ फक्त ३) १, २ आणि ३ ४) १, २ आणि ४

१२२) 'भूस्थिर कक्षा' पृथ्वीच्या विषुववृत्तापासून सुमारे किती किलोमीटर उंचीवर आहे ?

१) १०० किलोमीटर २) ४०० किलोमीटर

३) ३,६०० किलोमीटर ४) ३६ हजार किलोमीटर

१२३) 'इन्सॅट-मुख्य नियंत्रण केंद्र' ही संस्था कोठे आहे ?

१) बंगळुरू, कर्नाटक २) हसन, कर्नाटक ३) थिरूअनंतपुरम्, केरळ ४) थुंबा, केरळ

१२४) पहिली भारतीय वंशाची महिला अंतराळ यात्री कोण ?

१) कमला सोहनी २) सुनीता विल्यम्स ३) कल्पना चावला ४) अनौशेह अन्सारी

१२५) 'सतीश धवन अवकाश केंद्र' भारतात कोणत्या राज्यात आहे ?

१) आंध्रप्रदेश २) केरळ ३) गुजरात ४) कर्नाटक

१२६) पृथ्वीपासून कमी अंतरावर, उपग्रह कक्षेत स्थापित करण्याची क्षमता साध्य केलेल्या देशात भारताचा क्रमांक जगात .... लागतो.

१) पहिला २) तिसरा ३) सहावा ४) दहावा

१२७) चांद्रयान-२ मोहिमेसाठी भारताने कोणता देश प्रमुख सहकारी ठरवला आहे ?

१) अमेरिका २) जपान ३) फ्रान्स ४) रशिया

१२८) चांद्रयान-१चे शोध आंतरराष्ट्रीय दैनिकांत प्रकाशित झालेले आहेत. कोणते अभ्यास चांद्रयान-१ कडून झाले आहेत ?

अ) चंद्राचे रासायनिक मानचित्रण (मॅपिंग)

ब) चंद्राचे खनिजशास्त्रीय मानचित्रण (मॅपिंग)

क) चंद्राचे फोटोजिऑलोजिकल (चित्र-भूशास्त्रीय) मानचित्रण

ड) चंद्राचे जीवशास्त्रविषयक मानचित्रण (मॅपिंग)

योग्य पर्याय निवडा.

१) अ, ब, क आणि ड (सर्व)   २) फक्त अ आणि ब

३) फक्त अ आणि क   ४) फक्त अ, ब आणि क

१२९) दुसऱ्या जागतिक महायुद्धात V1 व V2 रॉकेटचे डिझाईन कोणी केले ?

१) कॉन्स्टन्टाईन सिओल्कोवस्की   २) रॉबर्ट गोडार्ड

३) एन्रिको फर्मी   ४) वेन्हर होन ब्रायून

१३०) 'युरोपियन स्पेस एजन्सी' च्या पहिल्या मून मिशनचे नाव काय ?

१) जग्वार-१   २) युरो-१   ३) स्मार्ट-१   ४) मून-१

१३१) भारतातील चार महत्त्वाचे अणु वीजनिर्मिती प्रकल्प खाली दिले आहेत. वीजनिर्मितीच्या क्षमतेनुसार त्यांचा उतरता क्रम लावा.

१) KAPS, काक्रापार, गुजरात   २) RAPS, रावतभाटा, कोटा, राजस्थान

३) KAPS, कैगा, कर्नाटक   ४) TAPS, तारापूर, ठाणे, महाराष्ट्र

योग्य पर्याय निवडा.

१) १, २, ३, ४   २) ४, २, ३, १   ३) १, ३, २, ४   ४) ३, ४, १, २

१३२) SI या सुधारित मेट्रिक मापन पद्धतीत एकूण किती मूलभूत भौतिक राशी आहेत ?

१) १   २) ३   ३) ५   ४) ७

१३३) 'विद्युत धारा' या भौतिक राशीचे SI एकक काय आहे ?

१) ॲम्पिअर   २) व्होल्ट   ३) ओहम   ४) ज्यूल

१३४) पृथ्वीवर तुमचे वजन ७२ किलोग्रॅम असेल तर चंद्रावर ते किती भरेल ?

१) ७२ किलोग्रॅम   २) १२ किलोग्रॅम   ३) ४३२ किलोग्रॅम   ४) ७८ किलोग्रॅम

१३५) १ पिकोमीटर म्हणजे किती मीटर ?

१) $१०^{+१०}$ मीटर   २) $१०^{-१०}$ मीटर   ३) $१०^{-१२}$ मीटर   ४) $१०^{+१२}$ मीटर

१३६) किती किलोग्रॅम पासून एक क्विंटल बनतो ?

अ) १०,००० ग्रॅम   ब) १०० किलोग्रॅम   क) १००० किलोग्रॅम   ड) १०,०००० ग्रॅम

१) अ, ब   २) अ, क   ३) ब, ड   ४) क, ड

१३७) पहिला विद्युत घट तयार करणारा भौतिकशास्त्रज्ञ कोण ?

१) अलेझान्ड्रा व्होल्टा   २) मायकेल फॅराडे   ३) हम्प्रे डेव्ही   ४) बेंजामिन फ्रँकलिन

१३८) किती इंचापासून एक मीटर बनते ?

१) २.५   २) १२   ३) ३९.३७   ४) १००

१३९) खालीलपैकी कोणते सूर्याचे बल, पृथ्वी व इतर ग्रहांना सूर्याभोवती फिरण्यास कारणीभूत ठरते ?

१) अणुकेंद्रकीय बल   २) गुरुत्वाकर्षण बल   ३) लंडन बल   ४) व्हॅन डर वॉल बल

१४०) त्वरण म्हणजे-

१) एकक कालावधीत कापलेले अंतर   २) एकक आकारमानाचे वस्तुमान

३) वेग बदलाचा दर   ४) वस्तुमान व वेगाचा गुणाकार

१४१) 'बार' हे कोणती भौतिक राशी मोजण्यासाठी वापरण्यात येणारे एकक आहे ?

१) घनता   २) आकारमान   ३) चुंबकीय ऊर्जा   ४) दाब

१४२) अ) लोखंडी खिळा द्रव पाण्यावर तरंगतो.

ब) बर्फ पाण्यावर तरंगतो.

१) अ बरोबर आहे   २) ब बरोबर आहे

३) अ व ब दोन्ही बरोबर आहेत.   ४) अ व ब दोन्ही चुकीचे आहेत.

१४३) १६६४ मध्ये वायुभारमापकाचा शोध लावणारा शास्त्रज्ञ-

१) इ. टॉरीसेली   २) रॉबर्ट बाईल

३) जेकस चार्ल्स   ४) जोसेफ लुईस गे लुसाक

१४४) पाण्याची महत्तम घनता किती डिग्री सेल्सिअस तापमानास मिळते ?

१) -४^0C २) ०^0C ३) ४^0C ४) १००^0C

१४५) निरोगी व्यक्तीच्या शरीराचे तापमान डिग्री सेल्सिअस मध्ये ३६.९ असते. ते डिग्री फेरनहाईट मध्ये किती असते ?

१) ३०९.९   २) ९८.४   ३) ३६.९   ४) शून्य

१४६) डिग्री सेंटिग्रेड व डिग्री फेरनहाईट समान उत्तर कोणत्या तापमानास मिळते ?

१) शून्य   २) ४०   ३) -४०   ४) ३२

१४७) खालीलपैकी कोणत्या तपामानास 'निरपेक्ष शून्य तापमान' म्हणतात ?

अ) ०^0C ब) -२७३^0C क) ३२^0F ड) शून्य केल्विन

१) अ   २) अ, ब, क, ड   ३) ब, क, ड   ४) ब, ड

१४८) अतिशय जास्त तापमान मोजण्यासाठी खालीलपैकी काय वापरतात ?

१) पाण्याची तापमापी   २) अल्कोहोलची तापमापी

३) क्रायोमीटर   ४) थरमो-इलेक्ट्रिक पायरोमीटर

१४९) खालीलपैकी कोणती एकके ऊर्जा मापनासाठी वापरतात ?

अ) कॅलरी   ब) ज्यूल   क) अर्ग   ड) इलेक्ट्रॉन व्होल्ट

१) अ व ब   २) ब, क   ३) अ, ब, क   ४) अ, ब, क, ड

१५०) अन्नाची ऊर्जा नेहमी .... या एककात मोजतात.

१) कॅलरी   २) ज्यूल   ३) अर्ग   ४) इलेक्ट्रॉन व्होल्ट

१५१) 'उष्णता ही एक ऊर्जा आहे' हे सप्रयोग कोणी दाखवून दिले ?

१) केल्विन   २) जेम्स प्रेस्कॉट   ३) डॅनिअल फेरनहाईट   ४) ॲन्डर सेलिअस

१५२) सर्व प्रकारची ऊर्जा शेवटी .... ऊर्जा रूपात बदलते.

१) प्रकाश   २) रासायनिक   ३) अणू   ४) उष्णता

१५३) शून्य डिग्री सेल्सिअस तापमानास, ध्वनीचा वेग खालीलपैकी कशात जास्त असतो ?

१) हवा २) पाणी ३) लोखंड ४) निर्वात पोकळी

१५४) प्रकाशध्वनी यात ध्वनीसाठी अयोग्य काय आहे ?

अ) लहरी द्वारा प्रसारण ब) परावर्तन क) ऊर्जा प्रकार ड) अवकाशातून जाणे

१) अ, ब, क, ड २) ब, अ, क, ड ३) क, ड ४) ड

१५५) २५°C तापमानाला ध्वनीचा हवेतील वेग किती असतो ?

१) ३ X १०⁸ मीटर/सेकंद २) ३४० मीटर/सेकंद

३) ३३१ मीटर/सेकंद ४) ३३१ सेंटीमीटर/सेकंद

१५६) 'हर्ट्झ' हे खालीलपैकी कशाचे एकक आहे ?

१) भूकंप तीव्रतामापन २) जल प्रदूषण पातळीचे मापन

३) वारंवारिता मापन ४) तरंगलांबी मापन

१५७) 'प्रतिध्वनी' म्हणजे आवाजाचे–

१) परावर्तन २) अपवर्तन ३) शोषण ४) प्रसरण

१५८) 'हायपर सॉनिक' रॉकेटचा वेग–

१) ध्वनीच्या हवेतील वेगाइतका असतो. २) ध्वनीच्या हवेतील वेगापेक्षा जास्त असतो.

३) सुपर सॉनिक विमानापेक्षा कमी असतो. ४) सुपर सॉनिक विमानापेक्षा जास्त असतो.

५) ध्वनीच्या हवेतील वेगापेक्षा कमी असतो. ६) सुपरसॉनिक विमानाइतका असतो.

१) १ २) २, ६ ३) २ ४) २, ४

१५९) भारत तयार करत असलेल्या 'हायपर सॉनिक' रॉकेटचे नाव काय आहे ?

१) तेजस २) अवतार ३) धनुष्य ४) ब्रह्मोस

१६०) 'वॅट' या शक्तीच्या एककाचे मूल्य–

१) 'ज्यूल व सेकंद' यांच्या गुणोत्तराने मिळते. २) 'कुलोम व सेकंद' यांच्या गुणाकाराने मिळते.

३) 'ज्यूल व सेकंद' यांच्या गुणाकाराने मिळते. ४) 'कुलोम व सेकंद' यांच्या गुणोत्तराने मिळते.

१६१) एक अश्वशक्ती म्हणजे किती वॅट्स ?

१) ४७६ २) ६७४ ३) ७४६ ४) ७६४

१६२) आपत्कालीन व्यवस्थापनासाठी उदा., पूर, भूकंप, वणवे, वादळे यांची माहिती मिळण्याकरता उपग्रहांचा चांगला उपयोग होतो. यास खास 'पृथ्वीचे निरीक्षण' करण्यासाठी पाठवलेल्या उपग्रहांना 'रिमोट सेन्सिंग सॅटेलाइट' म्हणतात. भारताकडे सध्या कार्यरत असणारे असे एकूण उपग्रह.

१) इतर कोणत्याही देशांपेक्षा संख्येने अधिक आहेत.

२) यू.एस.ए. पेक्षा कमी पण इतरांपेक्षा जास्त आहेत.

३) चीनपेक्षा जास्त पण रशियापेक्षा कमी आहेत.

४) इतर कोणत्याही देशापेक्षा कमी आहेत.

१६३) ओहमच्या नियमानुसार, खालील कोणते सूत्र बरोबर आहे ?

१) $V \times 1 = R$ २) $V + I = R$ ३) $\dfrac{V}{I} = R$ ४) $I - V = R$

१६४) मनुष्य खालीलपैकी कोणत्या किरणांचा प्रकाश पाहू शकत नाही ?

  १) इन्फ्रारेड किरणे २) दृश्य प्रकाश किरणे

  ३) अल्ट्रा व्हायोलेट किरणे ४) क्ष किरणे

  १) ४ २) १, २, ३, ४ ३) १, २, ४ ४) ३, ४

१६५) पांढऱ्या प्रकाशाचे लोलकातून जाताना अपस्करण होते. यात सर्वांत कमी अपवर्तन कोणत्या रंगाच्या प्रकाशाचे होते ?

  १) तांबड्या २) जांभळ्या ३) पिवळ्या ४) हिरव्या

१६६) 'किरणोत्सारितेचा जनक' कोणास मानतात ?

  १) हेन्री बेक्वेरेल २) अर्नेस्ट रुदरफोर्ड ३) मेरी क्युरी ४) फ्रेडरिक ज्युलिएट

१६७) इरिन क्युरी व फ्रेडरिक ज्युलिएट यांनी 'कृत्रिम किरणोत्सारिता' कोणत्या वर्षी शोधली ?

  १) १८९६ २) १८८१ ३) १९१९ ४) १९३४

१६८) भेदन शक्ती विचारात घेता-

  १) अल्फा, बीटा व गॅमा किरणांची भेदनशक्ती समान असते.

  २) अल्फा किरणे, बिटा व गॅमा किरणांपेक्षा जास्त भेदक असतात.

  ३) गॅमा किरणे, अल्फा व बीटा किरणांपेक्षा जास्त भेदक असतात.

  ४) बीटा किरणे, अल्फा किरणांपेक्षा जास्त भेदक असतात मात्र गॅमा किरणांपेक्षा कमी भेदक असतात.

  १) १ बरोबर आहे. २) २ बरोबर आहे.

  ३) ३ बरोबर आहे. ४) ३ व ४ बरोबर आहेत.

१६९) निसर्गात आढळणाऱ्या मूलद्रव्यांपैकी कोणत्या मूलद्रव्याचा अणू सर्वांत जड असतो ?

  १) लोह २) युरेनिअम ३) शिसे ४) थोरिअम

१७०) जुन्या सेंद्रिय पदार्थांचे वय शोधण्यासाठी वापरण्यात येणाऱ्या 'कार्बन डेटिंग' पद्धतीसाठी नोबेल पुरस्कार मिळविणारा शास्त्रज्ञ कोण ?

  १) हेन्री बेक्वेरेल २) विलार्ड लिब्बे ३) मेरी क्युरी ४) अर्नेस्ट रुदरफोर्ड

१७०) $^{232}_{90}X$ या किरणोत्सारी समस्थानिकापासून $^{216}_{84}Y$ हे समस्थानिक तयार होताना किती अल्फा व बिटा कण बाहेर पडतात ?

  १) २, २ २) ४, २ ३) २, ४ ४) ४, ४

१७२) कोबाल्ट–६० या किरणोत्सारी समस्थानिकातून बाहेर पडणाऱ्या गॅमा किरणांचा उपयोग कशासाठी केला जातो ?

  १) कंठस्थ ग्रंथी उपचारासाठी. २) रक्ताभिसरण संस्थेतील बिघाड शोधणे.

  ३) कर्करोगावर उपचार. ४) रक्तक्षय शोधणे.

१७३) कृषी क्षेत्रात, सल्फर–३५ या किरणोत्सारी समस्थानिकाचा उपयोग-

  १) कवकनाशक म्हणून करतात.

  २) वनस्पतींच्या प्रकाशसंश्लेषण क्रियेचा अभ्यास करण्यासाठी करतात.

  ३) फळे मोठी होण्यासाठी करतात.

  ४) वनस्पतींची पाण्याची गरज कमी करण्यासाठी करतात.

१७४) १९३९ मध्ये युरेनिअम-२३५ समस्थानिकाचे न्यूट्रॉन कणाद्वारा भंजन कोणत्या दोन शास्त्रज्ञांनी केले ?

१) ओटो हान व स्ट्रासमन   २) फ्रिश व मेटनर
३) बोर व अपेपनहायमर   ४) हेन्री बेक्वेरेल व मेरी क्युरी

१७५) जगात पहिले अणुविद्युत केंद्र स्थापणारा देश कोणता ?

१) अमेरिका   २) फ्रान्स   ३) सो. रशिया   ४) स्वीडन

१७६) अणूभट्टीत जड पाण्याचा उपयोग-

१) अनावश्यक उष्णता शोषून घेण्यासाठी करतात.

२) मंदायक म्हणून वापरतात, न्यूट्रॉन्सची गती कमी करण्यासाठी.

३) वेगवान न्यूट्रॉन्स शोषून घेण्यासाठी करतात.

४) इंधन म्हणून वापरतात.

१७७) भारताने तुर्भे येथील 'सायरस' अणुभट्टी बांधण्यासाठी कोणत्या देशाचे सहकार्य घेतले ?

१) अमेरिका   २) रशिया   ३) कॅनडा   ४) जपान

१७८) भारताच्या एकूण विद्युत उत्पादनात, अणुविद्युतचा वाटा किती आहे ?

१) १ टक्का   २) सुमारे ४ टक्के   ३) २५ टक्के   ४) जवळपास ४० टक्के

१७९) भारताने अण्वस्त्रधारी राष्ट्राचा दर्जा कोणत्या वर्षी मिळविला ?

१) १९४७   २) १९७४   ३) १९९८   ४) २०१२

१८०) भारताने 'पहिला तंत्रज्ञान दिन' कोणत्या दिवशी साजरा केला ?

१) १८ मे, १९७४   २) ११ मे, १९९८   ३) १३ मे, १९९८   ४) ११ मे, १९९९

१८१) '१२३ करार' म्हणजे भारत व .... या देशामधील नागरी अणू करार होय.

१) कॅनडा   २) फ्रान्स   ३) पाकिस्तान   ४) अमेरिका

१८२) इंटरनेटवरून माहितीची देवाणघेवाण करण्यात येणाऱ्या विविध प्रणाली खाली दिल्या आहेत. सर्वसाधारणपणे कोणत्या प्रणालींमधून माहितीचे वहन सर्वांत जलद होते ?

१) HTTP   २) TCP   ३) FTP   ४) DHCP
५) UDP   ६) NNTP   ७) IMAP   ८) RSVP

१) १, २, ८, ७   २) २, ३, ५, १   ३) ३, ७, ८, ६   ४) ४, ६, ७, ८

१८३) राष्ट्रीय एड्स संशोधन संस्था कोठे आहे ?

१) पुणे   २) दिल्ली   ३) मुंबई   ४) चेन्नई

१८४) भारतीय कर्करोग संशोधन संस्था कोठे आहे ?

१) पुणे   २) दिल्ली   ३) मुंबई   ४) चेन्नई

१८५) केंद्रीय कापूस संशोधन संस्था कोठे आहे ?

१) दिल्ली   २) कोलकाता   ३) नागपूर   ४) लखनौ

१८६) 'वैज्ञानिक व औद्योगिक संशोधन परिषद' ही संस्था कोठे आहे ?

१) मुंबई   २) दिल्ली   ३) चेन्नई   ४) कोलकाता

१८७) 'भारतीय प्राणी सर्वेक्षण' संस्था कोठे आहे ?

१) मुंबई   २) दिल्ली   ३) चेन्नई   ४) कोलकाता

१८८) 'नॅशनल बोटनिकल गार्डन' कोठे आहे ?

    १) दिल्ली   २) कोलकाता   ३) चेन्नई   ४) लखनौ

१८९) 'बोटनिकल सर्व्हे ऑफ इंडिया' ही संस्था कोठे आहे ?

    १) लखनौ   २) कोलकाता   ३) दिल्ली   ४) बंगळुरू

१९०) 'नॅशनल इन्स्टिट्यूट ऑफ न्युट्रिशन' ही संस्था कोठे आहे ?

    १) हैदराबाद   २) बंगळुरू   ३) चेन्नई   ४) दिल्ली

१९१) भारतात अंतर्गत मत्स्योत्पादनाची कोणती साधने आहेत ?

    १) नद्या   २) कॅनॉल   ३) मोठी धरणे   ४) विहिरी

योग्य पर्याय निवडा.

    १) १ फक्त   २) १ आणि २ फक्त   ३) १, २ आणि ३   ४) १, २ आणि ४

१९२) भारतात ऊर्जेचा वापर खालीलपैकी कोणत्या क्षेत्रात सर्वात जास्त होतो?

    १) उद्योग   २) शेती   ३) घरगुती वापर   ४) दळणवळण

१९३) जलविद्युतसाठी खालील योग्य काय?

    १) पारंपरिक ऊर्जा स्रोत   २) अपारंपरिक ऊर्जा स्रोत

    ३) नूतनशील ऊर्जा स्रोत   ४) अ-नूतनशील ऊर्जा स्रोत

    १) १   २) २   ३) १, ३   ४) २, ४

१९४) मोनाझाईट वाळूत खालीलपैकी काय मिळते?

    १) खनिज तेल   २) थोरिअम   ३) युरेनिअम   ४) मँगेनिज

१९५) कमी प्रतीचा विटकरी रंगाचा कोळसा म्हणजे –

    १) बिटुमिनस   २) पीट   ३) लिग्नाईट   ४) अन्थ्रासाईट

१९६) HVJ पाईपलाईन द्वारा कशाची वाहतूक होते?

    १) कोल गॅस   २) पेट्रोलिअम   ३) नैसर्गिक वायू   ४) सी.एन.जी.

१९७) खालीलपैकी कोणता कोळसा सर्वात उच्च प्रतीचा आहे?

    १) बिटुमिनस   २) लिग्नाईट   ३) पीट   ४) अन्थ्रासाईट

१९८) कोळसा उत्पादनात भारताचा जगात कितवा क्रमांक लागतो?

    १) पहिला   २) पाचवा   ३) दहावा   ४) अकरावा

१९९) 'ओपेक' संघटनेची सदस्य राष्ट्रे कोणती?

    १) भारत   २) इंडोनेशिया   ३) इराण   ४) इटली

    १) ३   २) २, ३   ३) २, ३, ४   ४) १, २, ३, ४

२००) भारतातील सर्वात जास्त खनिज तेल उत्पादक राज्य कोणते?

    १) महाराष्ट्र   २) गुजरात   ३) आसाम   ४) कर्नाटक

२०१) 'तेल आणि नैसर्गिक वायू महामंडळ' ही संस्था स्थापन झाली...........

    १) १९५६   २) १९६०   ३) १९७२   ४) २००१

२०२) 'एन्रॉन प्रकल्प' हा कोकण (महाराष्ट्र) क्षेत्रातील प्रकल्प-

    १) जलविद्युत प्रकल्प आहे.   २) औष्णिक विद्युत प्रकल्प आहे.

    ३) पवन विद्युत प्रकल्प आहे.   ४) सौर विद्युत प्रकल्प आहे.

२०३) .... यास चालू शतकाचे इंधन म्हणतात.

१) नैसर्गिक वायू
२) अणुकेंद्रकीय ऊर्जा
३) पवन ऊर्जा
४) हायड्रोजन वायू

२०४) कोणत्या धरणासाठी दोनदा 'लेक टॅपिंग' चा प्रयोग जलविद्युत निर्मिती वाढविण्यासाठी करण्यात आला आहे?

१) नर्मदा
२) हिराकूड
३) कोयना
४) भाक्रा–नानगल

२०५) अणुकेंद्रकीय ऊर्जा हे ....

१) पारंपरिक ऊर्जा स्रोत आहे.
२) पारंपरिक व अनूतनशील ऊर्जा स्रोत आहे.
३) अपारंपरिक व अ–नूतनशील ऊर्जा स्रोत आहे.
४) अपारंपरिक व नूतनशील ऊर्जा स्रोत आहे.

२०६) भारताचे ८ वे अणुविद्युत ऊर्जा निर्मिती केंद्र कोठे निर्माण केले जात आहे?

१) जैतापूर (महाराष्ट्र)
२) कुडानकूलम् (तमिळनाडू)
३) नरोरा (उत्तर प्रदेश)
४) काक्रापार (गुजरात)

२०७) भारतात दरवर्षी 'राजीव गांधी अक्षय ऊर्जा दिन' कधी पाळण्यात येतो?

१) २० फेब्रुवारी
२) २० एप्रिल
३) २० जून
४) २० ऑगस्ट

२०८) .... ऊर्जेला 'भविष्यकाळातील ऊर्जा' असे संबोधले जाते.

१) सौर
२) पवन
३) अणू
४) सागरलाटा

२०९) जगातील पहिला सौर–पवन ऊर्जा प्रकल्प भारतात कोठे उभारण्यात आला आहे?

१) भोपाळ (मध्यप्रदेश)
२) आळंदी (महाराष्ट्र)
३) अजमेर (राजस्थान)
४) गुलबर्गा (कर्नाटक)

२१०) भारतात 'राष्ट्रीय ऊर्जा संवर्धन दिन' दरवर्षी .... या दिवशी साजरा करतात.

१) ७ डिसेंबर
२) १४ डिसेंबर
३) २१ डिसेंबर
४) २८ डिसेंबर

२११) एप्रिल २०१२ मध्ये देशाचा पहिला 'कॅनॉल टॉप सोलर पावर प्लॅन्ट' पुढीलपैकी कोणत्या राज्यात तयार झाला आहे?

१) महाराष्ट्र
२) केरळ
३) गुजरात
४) ओरिसा (ओडिशा)

२१२) खालीलपैकी कोणत्या ऊर्जा स्रोतासाठी भारत समृद्ध आहे?

१) उच्च प्रतीचा कोळसा
२) खनिज तेल
३) युरेनिअम
४) बायोमास

२१३) बायोमास गॅसीफिकेशनमुळे तयार झालेले गॅस मिश्रण-

१) यापासून वीज मिळविता येते
२) जनरेटरमध्ये डिझेल बरोबर वापरता येते
३) वापरामुळे खनिज तेलाची बचत होते
४) वापराने होणाऱ्या प्रदूषणाचे प्रमाण नगण्य आहे.

१) १
२) १, २
३) १, २, ३
४) १, २, ३, ४

२१४) भारतातील सर्वात मोठे पवन विद्युत केंद्र कोणत्या राज्यात आहे?

१) महाराष्ट्र
२) तमिळनाडू
३) कर्नाटक
४) गुजरात

२१५) 'अपारंपरिक ऊर्जा स्रोत मंत्रालय'द्वारा .... येथे पवन ऊर्जा प्राद्यौगिक केंद्राची स्थापना १९९८–९९ या वर्षात करण्यात आली आहे.

१) अहमदाबाद
२) विजयदुर्ग
३) चेन्नई
४) बंगळुरू

२१६) झारिया (झारखंड) हे ठिकाण खालीलपैकी कशासाठी प्रसिद्ध आहे?

१) खनिज तेल
२) कोळसा
३) नैसर्गिक वायू
४) अणू ऊर्जा

२१७) अपारंपरिक ऊर्जा स्रोत मंत्रालयाची स्थापना कोणत्या वर्षी झाली?

१) १९८२   २) १९९२   ३) 2002   ४) 2012

२१८) अमेरिकेने चांद्रमोहिमेसाठीच्या अपोलो अवकाश कार्यक्रमात विद्युत पुरवठ्यासाठी वापरलेला घट म्हणजे-

१) व्होल्टा विद्युत घट   २) कोरडा विद्युत घट

३) हायड्रोजन-ऑक्सिजन इंधन घट   ४) लेड संचयी घट

२१९) उत्तरप्रदेश या राज्यात खालीलपैकी कोणता सर्वात मोठा खनिजतेल शुद्धीकरण कारखाना आहे?

१) मथुरा तेल शुद्धीकरण कारखाना   २) लखनौ तेल शुद्धीकरण कारखाना

३) कानपूर तेल शुद्धीकरण कारखाना   ४) जगदीशपूर तेल शुद्धीकरण कारखाना

२२०) भारताचा सर्वात मोठा सौर प्रकल्प कोठे आहे?

१) नाशिक   २) माधोपूर   ३) बोकारो   ४) चंद्रपूर

२२१) भारतात खालीलपैकी कोणत्या ठिकाणी भूगर्भीय उष्णता ऊर्जेवरचा प्रकल्प उभारण्यात आला आहे?

१) श्रीनगर (जम्मू-काश्मीर)   २) मणिकरन (हिमाचल प्रदेश)

३) नागपूर (महाराष्ट्र)   ४) लोकटक (मणिपूर)

२२२) 'इरेडा' ही संस्था देशभरात .... ऊर्जा स्रोतांच्या प्रचार, विकास व प्रसाराचे कार्य करते.

१) अपारंपरिक   २) पारंपरिक   ३) अवकाश   ४) वनस्पती

२२३) 'हायड्रोकार्बन व्हिजन-२०२५' ही भारत शासनाची योजना कोणत्या ऊर्जा स्रोताशी संबंधित आहे?

१) कोळसा   २) हायड्रोजन वायू   ३) लघु हायड्रो प्रोजेक्ट   ४) पेट्रोलिअम

२२४) कुडानकूलम् अणुऊर्जा प्रकल्पाला विरोध करणाऱ्या आंदोलनाशी निगडित व्यक्ती कोण?

१) मेधा पाटकर   २) अरविंद केजरीवाल   ३) राजू शेट्टी   ४) एस. पी. उदयकुमार

२२५) ग्रीन इंडिया-२०४७ हा प्रकल्प कोणत्या संस्थेचा आहे?

१) टाटा एनर्जी रिसर्च इन्स्टिट्यूट (टेरी)   २) रिलायन्स गॅस (आर. जी.)

३) भारतीय अक्षय ऊर्जा विकास संस्था (इरेडा)   ४) महाराष्ट्र ऊर्जा विकास अभिसरण (मेडा)

१) २ आणि ३   २) फक्त १   ३) १ आणि ४   ४) वरील सर्व

२२६) 'इरेडा' ही संस्था .... पातळीवर अपारंपरिक ऊर्जा स्रोतांची प्रगती, विकास, प्रचार व प्रसाराचे कार्य करते.

१) गाव   २) राज्य   ३) विभागीय   ४) राष्ट्रीय

२२७) संरक्षण संशोधन व विकास संघटना या संस्थेतर्फे विकसित करण्यात आलेला भारताचा युद्ध रणगाडा कोणता?

१) विजयंता   २) अर्जुन   ३) टी-५५   ४) नाग

२२८) .... हे भारताचे पहिले क्षेपणास्त्र आहे.

१) आकाश   २) अग्नी   ३) प्रहार   ४) पृथ्वी

२२९) भारताने स्वंय तंत्रज्ञानाने विकसित केलेल्या 'मल्टीबॅरल रॉकेट सिस्टिम'चे नाव काय?

१) पिनाक   २) अस्त्र   ३) राजेंद्र   ४) सागरिका

२३०) खाजगी अर्थसाहाय्याने शासकीय प्रयोगशाळेत तयार झालेले पहिले भारतीय विमान कोणते?

१) मीग   २) सुखोई   ३) हंस   ४) पवनपुत्र

२३१) खालीलपैकी कोणती महत्त्वाची भारतीय रडार प्रणाली आहे?

    १) राजेंद्र   २) आकाश   ३) धनुष्य   ४) भारत

२३२) भारतीय भूदल (थलसेना) याचे 'स्कूल ऑफ आर्टिलरी' महाराष्ट्रात कोठे आहे?

    १) अहमदनगर   २) नागपूर   ३) देवळाली   ४) सातारा

२३३) 'आकाश' या भारतीय क्षेपणास्त्राचा पल्ला किती आहे?

    १) ४ किलोमीटर   २) २५ किलोमीटर   ३) 150 किलोमीटर   ४) ३५० किलोमीटर

२३४) भारतात दरवर्षी कोणता दिवस 'थलसेना दिन' म्हणून पाळतात?

    १) १५ जानेवारी   २) 08 ऑक्टोबर   ३) २७ नोव्हेंबर   ४) 04 डिसेंबर

२३५) अ) अमेरिकेच्या टॉकहॉम क्षेपणास्त्रापेक्षा ब्रह्मोस सुमारे तीनपट वेगवान आहे.

    ब) ब्रह्मोस हे सुपरसॉनिक क्षेपणास्त्र पूर्णत: स्वदेशी आहे.

    १) अ बरोबर आहे   २) ब बरोबर आहे

    ३) अ व ब दोन्ही बरोबर   ४) अ व ब दोन्ही चुकीचे आहेत

२३६) मे २०१२ मध्ये, भारतीय नौदलातील कोणत्या विमानवाहू नौकेने सेवेची २५ वर्षे पूर्ण केली आहेत?

    १) विराट   २) विक्रमादित्य   ३) विक्रांत   ४) ब्रह्मपूजा

२३७) मानवी शरीरात अमिनो आम्ले तयार होऊ शकत नाहीत?

    १) २   २) ९   ३) १२   ४) 20

२३८) एड्स आजाराचे विषाणू मानवी रक्तातील कोणत्या पेशींवर हल्ला करतात?

    १) श्वेत   २) लाल   ३) चेता   ४) बिंबिका

२३९) डोळ्याच्या कोणत्या आजारात नेत्रभिंग अपारदर्शक बनते?

    १) रातआंधळेपणा   २) निकटदृष्टिता   ३) दूरदृष्टिता   ४) मोतीबिंदू

२४०) आपल्या देशातील प्रमुख पोषण कमतरता-?

    अ) कुपोषण   ब) जीवनसत्त्व 'अ'ची कमतरता

    क) लोह कमतरता   ड) आयोडीन कमतरता

    १) अ   २) अ, ब   ३) अ, ब, क   ४) अ, ब, क, ड

२४१) 'ओरिजिन ऑफ स्पेसिज्' या ग्रंथाचा लेखक कोण आहे?

    १) चार्ल्स डार्विन   २) विल्यम हार्वे   ३) ग्रेगर मेंडेल   ४) डॉ. हरगोबिंद खुराणा

२४२) निद्रानाश या आजाराच्या परजीवांचे वाहक कोणते कीटक असतात?

    १) घरमाशी   २) त्से-त्से माशी   ३) क्युलेक्स डास   ४) एडीस डास

२४३) कोंबडीच्या अंड्यातील बलकात खालीलपैकी कोणते प्रथिन आढळते?

    १) केसिन   २) इन्शुलीन   ३) अलब्युमेन   ४) हिमोग्लोबीन

२४४) मानवाच्या लहान आतड्याची लांबी साधारणपणे किती असते?

    १) दोन मीटर   २) आठ मीटर   ३) तीनशे सेंटिमीटर   ४) पाच हजार सेंटिमीटर

२४५) पांढऱ्या रक्तपेशींचे शास्त्रीय नाव काय आहे?

    १) इरेथ्रोसाईट   २) ल्युकोसाईट   ३) थ्रोम्बोसाईट   ४) हिमोग्लोबिन

२४६) सामान्य निरोगी व्यक्तीच्या नाडीच्या ठोक्याचा दर किती असतो?

१) ७२ ठोके प्रती मिनिट २) 40 ठोके प्रती मिनिट

३) ७२ ठोके प्रती सेकंद ४) 40 ठोके प्रती सेकंद

२४७) मानवी त्वचा खालीलपैकी कशास प्रवेश करण्यापासून शरीरास संरक्षण देते?

अ) पाणी ब) सूक्ष्म जीव क) उष्णता ड) क्ष व गॅमा किरणे

१) अ २) अ, ब ३) ब ४) अ, ब, क, ड

२४८) सस्तनी प्राण्यांचे खालीलपैकी उत्सर्जन करणारा (करणारे) अवयव म्हणजे-

१) त्वचा २) फुप्फुस ३) किडनी (मूत्रपिंड) ४) हृदय

१) १ २) १, २, ३ ३) १, ३ ४) १, ४

२४९) घामामध्ये खालीलपैकी काय असते?

१) फक्त पाणी २) पाणी आणि क्षार ३) पाणी, क्षार आणि अल्पसा युरिया

४) पाणी आणि विरघळलेला कार्बन-डाय-ऑक्साईड

२५०) प्रत्येक निरोगी व्यक्तीला शरीराच्या किती संवेदना असतात?

१) तीन २) चार ३) पाच ४) सहा

२५१) मेंदूच्या पेशी व उतीचा रंग कसा असतो?

१) पिवळा २) करडा ३) फिक्कट निळा ४) लालसर पांढरा

२५२) शरीर स्नायूपर्यंत संदेश वहनाचे कार्य करणारा खालीलपैकी चेतातंतू म्हणजे-

१) ऑप्टिक चेतातंतू २) ऑडीटरी चेतातंतू ३) मोटर चेतातंतू ४) सेन्सरी चेतातंतू

२५३) खालील वाक्यावरून योग्य पर्याय निवडा.

अ) किडनी मानवी शरीरातील रक्ताचे शुद्धीकरण करते.

ब) किडनी मानवी शरीरातील पाण्याचे प्रमाण संतुलित ठेवते.

१) अ बरोबर आहे २) ब बरोबर आहे

३) अ व ब बरोबर आहेत ४) अ व ब दोन्ही चुकीचे आहेत

२५४) योग्य पर्याय निवडा-

अ) निकटदृष्टिता यात व्यक्तीला जवळचे स्पष्ट दिसते. मात्र दूरचे अस्पष्ट दिसते.

ब) निकटदृष्टिता हा दृष्टिदोष योग्य भिंगाकाच्या बहिर्वक्र भिंगाने घालवता येतो.

१) अ बरोबर आहे. २) ब बरोबर आहे.

३) अ व ब दोन्ही बरोबर आहेत. ४) अ व ब दोन्ही चुकीचे आहेत.

२५५) मधुमेह आजार खालीलपैकी शरीरातील कोणत्या अवयवाशी संबंधित आहे?

१) रक्त २) हृदय ३) किडनी ४) यकृत

२५६) मलेरिया रोगात शरीराचा कोणता अवयव सुजतो?

१) त्वचा २) यकृत ३) प्लीहा ४) चेहरा

२५७) रक्तदाब वाढणे, नाडीचे ठोके वाढणे, मेदाम्लांचे मेदात रूपांतर, ग्लुकोजचे ग्लायकोजन बनण्यास मदत करणे यास कारणीभूत संप्रेरक म्हणजे ....

१) ॲडरनलीन २) थायरॉक्झीन ३) इन्शुलीन ४) रेनीन

२५८) पेसमेकर हे ....

    १) सोडा बनविण्याचे आधुनिक मशीन आहे.

    २) वाहनाचे वेग वाढविणारे उपकरण आहे.

    ३) हृदयाचे काम बंद पडल्यास पुन्हा चालू करणारे कृत्रिम उपकरण आहे.

    ४) अवकाश मोहिमेसाठी वापरण्यात येणाऱ्या वाहनाचे नाव आहे.

२५९) ॲस्बेस्टास या पदार्थाचा उपयोगी पडणारा महत्त्वाचा गुणधर्म कोणता?

    १) रंगाने पांढरा असणे   २) सहजतेने मिळविता येतो

    ३) वजनाने हलका आहे   ४) आग रोधक आहे

२६०) संयुक्त राष्ट्रसंघाने २०१३ हे वर्ष काय म्हणून जाहीर केले आहे?

    १) आंतरराष्ट्रीय जल सहकार्य वर्ष   २) आंतरराष्ट्रीय अन्न सहकार्य वर्ष

    ३) आंतरराष्ट्रीय पर्यावरण संबंधित वर्ष   ४) आंतरराष्ट्रीय पुस्तक वर्ष

२६१) जोड्या लावा.

    १) होलोग्राफी   अ) भौतिकशास्त्राची घर्षण व वंगण या विषयीची शास्त्र शाखा

    २) ट्रायबोलॉजी   ब) मास्त्ये यांचा अभ्यास करणारी प्राणीशास्त्राची शाखा

    ३) डेन्ड्रोलॉजी   क) त्रिमीती फोटो तयार करण्याची पद्धत

    ४) इचथिओलॉजी   ड) वृक्षांचा अभ्यास

    १) १-क, २-अ, ३-ड, ४-ब   २) १-अ, २-क, ३-ब, ४-ड

    ३) १-ब, २-ड, ३-अ, ४-क   ४) १-ड, २-ब, ३-क, ४-अ

२६२) वाळू म्हणजे रासायनिक दृष्ट्या-

    १) कॅल्शिअम ऑक्साईड   २) फेरस ऑक्साईड

    ३) सिलिकॉन डायऑक्साईड   ४) मँगेनिज डाय ऑक्साईड

२६३) 'सोनार' ही यंत्रणा कोणत्या तत्त्वावर चालते?

    १) ध्वनीचे परावर्तन   २) ध्वनीचे शोषण

    ३) ध्वनीची निर्मिती   ४) ध्वनी लहरींच्या तरंगलांबीत होणारा बदल

२६४) हायड्रोक्लोरीक आम्ल व खाण्याचा सोडा यांच्या अभिक्रियेतून खालीलपैकी काय तयार होते?

    अ) सोडीअम क्लोराईड हा क्षार   ब) कार्बन डायऑक्साइड वायू

    क) हायड्रोजन वायू   ड) पाणी

    १) अ, ब, क, ड   २) अ   ३) अ, ब, ड   ४) अ, ड

२६५) खालीलपैकी सेंद्रिय आम्ल (आम्ले) नसणारा (नसणारे) निवडा.

    अ) लॅक्टीक आम्ल   ब) ॲसिटीक आम्ल   क) सायट्रिक आम्ल   ड) सल्फ्युरीक आम्ल

    इ) ऑक्झॅलिक आम्ल फ) टार्टारिक आम्ल

    १) अ, ई   २) ब, क, फ   ३) ड   ४) ब, क

२६६) मायोपिया दृष्टिदोष व्यक्तीस -

    १) दूरचे स्पष्ट दिसत नाही   २) जवळचे स्पष्ट दिसत नाही

    ३) रात्री स्पष्ट दिसत नाही   ४) पूर्ण अंधत्व येते

२६७) भारतीय धवल क्रांतीचे जनक कोण ?

    १) डॉ. रघुनाथ माशेलकर   २) एम. एस. स्वामीनाथन

    ३) वर्गिस कुरीयन   ४) डॉ. ए. पी. जे. अब्दुल कलाम

२६८) १९९८ साली भारताचे एकूण किती अणूचाचण्या घेतल्या ?

    १) १   २) ३   ३) ५   ४) 10

२६९) ऑस्टिओ मलेशिया (हाडे कमजोर होणे) हा आजार असणाऱ्या व्यक्तीच्या आहारात कोणत्या घटकाचा अभाव असतो ?

    १) जिवनसत्त्व 'अ'   २) जिवनसत्त्व 'क'   ३) जिवनसत्त्व 'ड'   ४) जिवनसत्त्व 'इ'

२७०) प्लास्टिक कोणती शोधून काढले ?

    १) अलेक्झांडर पार्क्स   २) लिनिअर पॉलिग   ३) वॉलेस कॅरीयर्स   ४) फेलिक्स हॉफमन

२७१) कोणता देश 'फॉक्कर' या विमानांचे व्यावसायिक उत्पादन करतो ?

    १) फ्रान्स   २) नेदरलॅन्ड   ३) भारत   ४) चीन

२७२) 'फ्ल्युरॉसिस' हा रोग कोणत्या अवयवाशी संबंधित आहे ?

    १) दात   २) हृदय   ३) हाताची बोटे   ४) त्वचा

२७३) खालीलपैकी कोणत्या क्षारामुळे किडनीत खडे तयार होतात ?

    १) मॅग्नेशिअम क्लोराईड २) सोडीअम कार्बोनेट ३) अमोनिअम नायट्रेट ४) कॅल्शिअम ऑक्झलेट

२७४) १७७४ मध्ये शीले या शास्त्रज्ञाने मँगेनिज डायऑक्साईडवर हायड्रोक्लोरिक आम्लाची अभिक्रिया करून कोणते वायू मूलद्रव्य मिळविले ?

    १) ऑक्सीजन   २) हायड्रोजन   ३) क्लोरीन   ४) कार्बनडाय ऑक्साईड

२७५) भारतीय विज्ञान परिषद (Indian Science Congress) २०१४ साली .... महोत्सव साजरा करणार आहे.

    १) रौप्य   २) सुवर्ण   ३) हिरक   ४) शतक

२७६) राष्ट्रीय एड्स् नियंत्रण संस्था (National Aids Control Organisation - NACO) कोणत्या वर्षी स्थापन झाली ?

    १) १९९०   २) १९९१   ३) १९९२   ४) १९९३

२७७) भारत सरकारच्या विज्ञान व तंत्रज्ञान खात्याने देशाचे पहिले 'हॅम' रेडिओ स्टेशन कोणत्या साली स्थापले ?

    १) १९८१   २) १९९१   ३) 2001   ४) 2011

२७८) खालीलपैकी कोणत्या खजिज आम्लाचा निर्जलक म्हणून उपयोग करतात ?

    १) HCl   २) H_2SO_4 ३) HNO_3 ४) H-COO4

२७९) विद्युत धारेचा चुंबकीय परिणाम १८२० साली कोणत्या शास्त्रज्ञाने शोधून काढला.

    १) ओरस्टेड   २) ज्यूल   ३) फॅराडे   ४) ओहम

२८०) 'फुलेरन्स डेन्ड्रीमर्स' म्हणजे

    १) फ्ल्युओरिन मूलद्रव्यांचे संयुग   २) ६० कार्बनचा रेणू कण

    ३) फ्ल्युओरिन मूलद्रव्यांचे समस्थानिक   ४) कार्बन मूलद्रव्यांचे समस्थानिक

२८१) 'न्यू सिस्टिम ऑफ केमिकल फिलॉसॉफी' हे पुस्तक कोणी लिहिले?

१) डॉ. विक्रम साराभाई २) डॉ. होमी भाभा
३) डॉ. राजा रामण्णा ४) डॉ. यु. आर. राव

२८२) ऐच्छिक रक्तदानातून सर्वात जास्त रक्त संकलित करणारे भारतीय राज्य .... हे आहे, तर महाराष्ट्राचा क्रमांक .... लागतो.

१) महाराष्ट्र, १ २) पश्चिम बंगाल, २ ३) गुजरात, ३ ४) मध्यप्रदेश, ४

२८३) जगातील पहिली नेत्ररोपन शस्त्रक्रिया १९०५ मध्ये कोणत्या शास्त्रज्ञाने केली?

१) झर्म २) जोसेफ लिस्टर ३) डॉ. ख्रिश्चन बर्नार्ड ४) डॉ. आर. भालचंद्र

२८४) प्रिंटींग तंत्रज्ञानाचा 'भारतीय एडीसन' कोणास म्हणतात?

१) ए. एस. जयकर २) एस. रघुनाथ राव ३) शंकर भिसे ४) डॉ. रघुनाथ माशेलकर

२८५) 'समस्थानिकांचा सिद्धान्त' मांडणारा शास्त्रज्ञ-

१) डब्ल्यू. स्नेल २) एफ. सॉडी ३) एच. कॅव्हेन्डिश ४) जे. केल्विन

२८६) रबर व गंधक यांना तापवून 'रबराचे व्हल्कनायझेशन' या प्रक्रियेद्वारा रबराचा कठीणपणा व उष्णता रोधकता वाढविणारा शास्त्रज्ञ-

१) चार्ल्स गुडइयर २) वॅल्मेस कॅरोथर्स ३) लिओ बेकलंड ४) अलेक्झांडर पार्क्स

२८७) कोणता पहिला कृत्रिम धागा १९०२ मध्ये तयार करण्यात आला?

१) नायलॉन २) रेयॉन ३) टेरिलिन ४) डेक्रॉन

२८८) भारतात प्रत्येक वर्षी कोणता दिवस हा एम. विश्वैश्वरय्या यांचा जन्मदिवस असून तो राष्ट्रीय स्तरावर अभियंता दिन (Engineer's Day) म्हणून पाळतात?

१) १५ ऑगस्ट २) १५ सप्टेंबर ३) १५ ऑक्टोबर ४) १५ नोव्हेंबर

२८९) संगणकाची स्मरणशक्ती किलो बाईटस्मध्ये मोजतात.

१ किलोबाईटस् म्हणजे-

१) १०० बाईटस २) १००१ बाईटस् ३) १०२४ बाईटस ४) १० बाईटस

२९०) युनिस्कोतर्फे भारतीय विज्ञान क्षेत्रासाठी देण्यात येणारा पुरस्कार-

१) भटनागर पुरस्कार २) आईनस्टाईन पुरस्कार
३) जी. डी. बिर्ला पुरस्कार ४) कलिंगा पुरस्कार

उत्तरे (१ ते २९०)

१	१	२	२	३	१	४	३	५	४	६	४	७	३	८	१	९	१	१०	४
११	१	१२	३	१३	२	१४	२	१५	३	१६	४	१७	३	१८	२	१९	१	२०	४
२१	२	२२	१	२३	१	२४	१	२५	२	२६	१	२७	३	२८	४	२९	२	३०	१
३१	४	३२	४	३३	१	३४	२	३५	३	३६	२	३७	२	३८	३	३९	१	४०	४
४१	३	४२	३	४३	३	४४	३	४५	२	४६	३	४७	१	४८	४	४९	४	५०	२
५१	१	५२	२	५३	४	५४	२	५५	३	५६	३	५७	२	५८	३	५९	२	६०	२
६१	१	६२	४	६३	३	६४	२	६५	३	६६	४	६७	१	६८	२	६९	२	७०	१
७१	१	७२	२	७३	२	७४	१	७५	४	७६	१	७७	४	७८	२	७९	२	८०	४
८१	१	८२	२	८३	१	८४	२	८५	३	८६	४	८७	४	८८	१	८९	१	९०	३
९१	३	९२	२	९३	४	९४	१	९५	२	९६	४	९७	३	९८	२	९९	२	१००	१
१०१	४	१०२	४	१०३	४	१०४	४	१०५	१	१०६	४	१०७	३	१०८	४	१०९	४	११०	३
१११	३	११२	१	११३	३	११४	३	११५	४	११६	३	११७	४	११८	१	११९	३	१२०	४
१२१	४	१२२	४	१२३	२	१२४	३	१२५	१	१२६	३	१२७	४	१२८	४	१२९	४	१३०	३
१३१	२	१३२	४	१३३	१	१३४	२	१३५	३	१३६	३	१३७	१	१३८	३	१३९	२	१४०	३
१४१	४	१४२	३	१४३	१	१४४	३	१४५	२	१४६	३	१४७	४	१४८	४	१४९	४	१५०	१
१५१	२	१५२	४	१५३	३	१५४	४	१५५	२	१५६	३	१५७	१	१५८	४	१५९	२	१६०	१
१६१	३	१६२	१	१६३	३	१६४	३	१६५	१	१६६	१	१६७	४	१६८	४	१६९	२	१७०	२
१७१	२	१७२	३	१७३	१	१७४	१	१७५	१	१७६	२	१७७	३	१७८	२	१७९	३	१८०	४
१८१	४	१८२	२	१८३	१	१८४	३	१८५	३	१८६	२	१८७	४	१८८	२	१८९	२	१९०	१
१९१	३	१९२	१	१९३	३	१९४	२	१९५	३	१९६	३	१९७	४	१९८	२	१९९	२	२००	१
२०१	१	२०२	२	२०३	१	२०४	३	२०५	२	२०६	१	२०७	४	२०८	१	२०९	२	२१०	२
२११	३	२१२	४	२१३	४	२१४	२	२१५	३	२१६	२	२१७	२	२१८	३	२१९	१	२२०	२
२२१	२	२२२	१	२२३	४	२२४	४	२२५	१	२२६	४	२२७	२	२२८	४	२२९	१	२३०	३
२३१	१	२३२	३	२३३	२	२३४	१	२३५	१	२३६	१	२३७	२	२३८	१	२३९	४	२४०	४
२४१	१	२४२	२	२४३	३	२४४	२	२४५	२	२४६	१	२४७	२	२४८	२	२४९	३	२५०	३
२५१	२	२५२	३	२५३	३	२५४	१	२५५	३	२५६	३	२५७	१	२५८	३	२५९	४	२६०	१
२६१	१	२६२	४	२६३	१	२६४	३	२६५	३	२६६	१	२६७	३	२६८	३	२६९	३	२७०	१
२७१	२	२७२	१	२७३	४	२७४	३	२७५	४	२७६	३	२७७	२	२७८	२	२७९	१	२८०	२
२८१	३	२८२	२	२८३	१	२८४	३	२८५	२	२८६	१	२८७	२	२८८	२	२८९	३	२९०	४

संदर्भसूची

मराठी संदर्भ :

१) ग्रोवर बी. एल. (अनुवाद – बेल्हेकर एन.के.) २००३, आधुनिक भारताचा इतिहास, एस. चांद आणि कंपनी, नवी दिल्ली.

२) सवदी ए. बी., २०१२, महाराष्ट्राचा भूगोल, निराली प्रकाशन, पुणे.

३) जाधव तुकाराम, शिकारपूर महेश, २०११, भारतीय राजकीय व्यवस्थेचा आकृतिबंध – भारतीय राज्यघटना व घटनात्मक प्रक्रिया (खंड – १), द युनिक ऑकॅडमी, पुणे.

४) जाधव तुकाराम, (संपादित) २०१२, महाराष्ट्र वार्षिकी, द युनिक ऑकॅडमी, पुणे.

५) जैन अशोक, १९९८, महाराष्ट्राचे शासन आणि राजकारण, सेठ पब्लिशर्स, मुंबई.

६) साने रविकिरण, साने नीलिमा, २००९, महाराष्ट्राचे शासन आणि राजकारण, डायमंड पब्लिकेशन्स, पुणे.

७) शालेय नागरिकशास्त्र व प्रशासन कोश, २००१, महाराष्ट्र राज्य पाठ्यपुस्तक निर्मिती व अभ्यासक्रम संशोधन मंडळ, (बालभारती), पुणे.

८) झामरे जी. एन., २०१०, भारतीय अर्थव्यवस्था विकास व पर्यावरणात्मक अर्थशास्त्र, पिंपळापुरे ॲण्ड सन्स, नागपूर.

९) आगलावे प्रदीप, २००९, भारतीय समाज : प्रश्न आणि समस्या, श्री साईनाथ प्रकाशन, नागपूर.

१०) पाटील बी. बी., २०११, लोकप्रशासन, फडके प्रकाशन, कोल्हापूर

११) बंग के. आर., २०११, भारतीय प्रशासन व संविधानात्मक प्रक्रिया, विद्या बुक्स पब्लिशर्स, औरंगाबाद.

१२) शिरसाठ शाम, बैनाडे भगवानसिंग, २००६, भारतातील स्थानिक स्वराज्यसंस्था, विद्या बुक्स पब्लिशर्स, औरंगाबाद.

१३) पळशीकर सुहास, बिरमल नीतीन, पवार प्रकाश (संपादित), २००४, महाराष्ट्राचे राजकारण – राजकीय प्रक्रियेचे स्थानिक संदर्भ, प्रतिमा प्रकाशन, पुणे

१४) योजना – भारत सरकारच्या माहिती व प्रसारण मंत्रालयाच्या प्रकाशन विभागाद्वारे गेल्या २-३ वर्षांमध्ये प्रकाशित झालेली मासिके.

१५) महाराष्ट्रातील आर्थिक पाहणी, महाराष्ट्र राज्य, २०१०-११, मुंबई

१६) महाराष्ट्र जिल्हा परिषद व पंचायत समित्या अधिनियम – १९६१, २००६, नियम मार्गदर्शिका, चौधरी लॉ पब्लिशर्स, पुणे

१७) लोकराज्य – महाराष्ट्र शासनाच्या माहिती व जनसंपर्क महासंचालनालयाच्या प्रकाशन विभागाद्वारे गेल्या २-३ वर्षांमध्ये प्रकाशित झालेली मासिके.

इंग्रजी संदर्भ :

1) Austin Granville, 2006, The Indian Constitution - Cornerstone of a Nation, Oxford, New York.

2) Basu Durga Das, 2005, Introduction of the Constitution of India, Wadhwa and Co., Nagpur.

3) Bhardwaj R. K., 1970, The Muncipal Administration of India, Sterling Publishers Pvt. Ltd., New Delhi.

4) Census Report - 2011, Govt. of India.

5) Guha Ramchandra, 2008, India after Gandhi, Picador, London.

6) Husain Majid, 2009, Geography of India, TMH, New Delhi.

7) Human Development Report - 2011.

8) India 2012 - A Reference Manual, Publication Division of Ministry of Information and Broadcasting, Govt. of India.

9) Manorama Year Book, 2012, Malayala Manorama Press, Kottayam.

10) Kumar and Asija, 2002, Biodiversity (Principles and Conservations), Agrobios, Jodhpur.

11) Narasai, 2004, Biodiversity and Environment, Discovery Publishing House, New Delhi.

12) Siddharta K, 2012, Atmosphere, Weather and Climate, Kalyani Publications Pvt. Ltd. New Delhi.

13) Text Books on 'General Science', NCERT Publication.

14) Text Books on 'Environment', NCERT Publication.

वेबसाईट्स :

1) www.eci.gov.in

2) www.maharashtra.gov.in

3) www.india.gov.in

4) www.yashada.org

5) www.dgipr.maharashtra.gov.in

6) www.mahatribal.gov.in

7) www.maha-socialjustice.gov.in

8) www.womenchild.maharashtra.gov.in

9) www.thecommonwealth.org

10) www.un.org